ஒரு பழைய காதல் கடிதம்
(எனது 9-ம் வகுப்பு தோழி)

திரைப்பட இயக்குனர்
கஸ்தூரி ராஜா

தாமரை பிரதர்ஸ்
மீடியா பிரைவேட் லிமிடெட்

தலைப்பு
ஒரு பழைய காதல் கடிதம்

வகை
பொது

ஆசிரியர்
கஸ்தூாரி ராஜா

பதிப்பு
முதல் பதிப்பு – மே 2024

அளவு
22 செ.மீ. x 14 செ.மீ.

பக்கங்கள்
788

புத்தக எண்
TB0384

விலை
₹ **1100** / –

வெளியீடு
தாமரை பிரதர்ஸ் மீடியா பிரைவேட் லிமிடெட்,
21, 'லட்சுமி', சத்யசாய் நகர், மதுரை – 625 003.

புத்தகம் தேவைக்கு
Toll Free – **1800 425 7700** | **75500 09565** (whatsapp only)
(காலை 7:00 – இரவு 7:00 மணி)

இந்த புத்தகத்திலுள்ள எந்த ஒரு பகுதியையும் பதிப்பாளர்,
எழுத்தாளர் அனுமதியின்றி நகல் எடுக்கவோ, மறுபதிப்பு செய்யவோ,
டிஜிட்டல் ஊடகங்கள் வாயிலாக வெளியிடவோ,
டிஜிட்டல் வடிவில் பகிரவோ கூடாது.

ISBN: 978–81–971213–1–9

ஒரு பழைய காதல் கடிதம்

காதல் பரிசு....
என் அன்பு மனைவிக்கு....

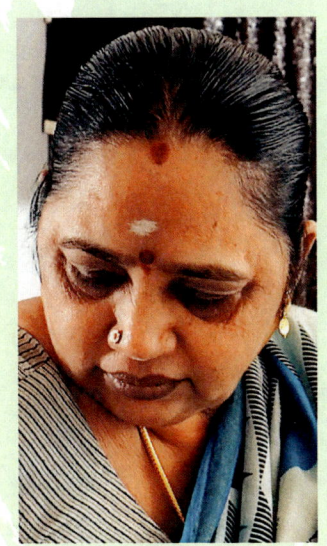

நட்சத்திரம்......
ஆகாயத்திலே விழி பேசும்....!
நிலவு.....
வானத்திலே ஒளி வீசும்......!
சூரியன்...
வான் வெளியிலே சுடர் விடுவான்...!
ஆனால்...
இவை மூன்றுமே கலவையாகிக் கலந்து
எனது இல்லத்திலே உலா வந்தது.....!

அது....
ஒரு பெண் ......!
அந்தப் பெண்......
நீ...!

எனது
வாழ்வியல் விளக்காய் வந்த ஒளியே...
விசயலக்குமி...!

நீ...
எனக்கு மனைவி மட்டுமா...?
கடவுளுமானாய்...!

எனக்கு...
பிறவிகள் இருமுறை...!
முதல் முறை....
தாய் கொடுத்த பிறவி...!
மறுமுறை....
நீ கொடுத்த பிறவி...!

நான் .....
பால் குடித்தேன் தாய் மடியிலே...
நூல் வடித்தேன் உனது மடியிலே....!

என்ன கொண்டு வந்தாய்...
நீ...
எனக்கு...!
பொன் கொண்டு வந்தாயா... ?
இல்லை....!
பொருள் கொண்டு வந்தாயா... ?
இல்லை....!
சீர் கொண்டு வந்தாயா... ?
இல்லை.....!
எதுவுமே இல்லை...
ஒன்றைத் தவிர...
அது...
உனது முகத்திலே விளைந்த புன்னகை...!
பொன்நகை விஞ்சிய மென்னகை...!
அதன் விளைவாக...
எனது அறிவிலே நுழைந்தது நம்பிக்கை...!
அதிலே...
அன்பு...
பாசம்...
காதல்...
கருணை...
கடமை...
ஊக்கம்...
நேர்மை...
துணிவு...
பணிவு...
கனிவு...
முனைவு...
புனைவு...
அத்தனையையும் ஈரப்பதத்தோடு
எனது அறிவிலே நீ ஆழ விதைத்தாய் அன்பே...!

நீ...
என்னை...
தென்றலென தழுவினாய்...
பனி பெய்வித்து குளிர்வித்தாய்...!
ஆரத்தழுவி...
அழுக்கு நீக்கி...
எனது ஆற்றல் கூட்டினாய்...!

கற்களாகக் கிடந்த எனது அறிவுப் பகுதிக்குள்ளே...
களை நீக்கி...
எனக்குள்ளே...
சொற்களைப் புகுத்தினாய்...!

புல் வனம் பூத்து புதையுண்டு கிடந்த...
என்னை...
புனரமைத்து...
சொல்வனம் ஆக்கினாய்...!

பழுதடைந்து கிடந்த எனது கையிலே
எழுதுகோல் கொடுத்து...
எழுதென்று தூண்டினாய்...!

புனைந்தேன் நான்...
புதினங்கள் பல...
ஆனால்...
என்னைப் புனைந்தவள்... நீ...!

நான்...
படைப்புகள் படைத்தேன் பல...
ஆனால்...
என்னைப் படைத்தவள்... நீ...!

ஓயாது உழைத்தேன்.... நான்...
காயாத வலிமை கொடுத்தாய்.... நீ...!
எந்த நேரமும் சிந்தித்தேன் நான்...
உந்து சக்தியாய் எனக்குள் ஊறிக்கிடந்தாய் நீ...!

இத்தனை கொடுத்தாய் நீ...!
அதற்குப் பரிசாக...
நான்......
என்ன கொடுப்பேன் உனக்கு...?
எனது உயிரைத் தரலாம்...
உனது சேவைக்கு....!

இல்லை...
அது போதாது...!
அதை விட உயர்வான
என் தமிழைத் தருகிறேன் அன்பே.....!

மிகத் தகுதியான பரிசு உனக்கு...

இதோ....
இந்நூல்....

"ஒரு பழைய காதல் கடிதம்"

உனது முகம் உதிர்க்கும் புன்னகைக்கு...
எனது காதல் பரிசாக...!

நன்றியுடன்
கஸ்தூரி ராஜா

நூலாசிரியர் தன் உளப் பதிவு

இக்கடிதம் உருவான உண்மைச் சம்பவம்.

ஓர் உண்மை...!
பள்ளி....
கல்லூரி...
இவ்விரு பயிலகங்களிலுமே நான் தமிழை செம்மையாக பயின்றவனில்லை...!
ஒரு தொடர் வாசிப்பாளனும் அல்லன்...
மொழி நேசிப்பாளன் மட்டுமே...!
ஒரு சுத்தத் தமிழனுக்கு விதையாகி.....
ஒரு அசல் தமிழச்சியின் கருவறையிலே உருவாகி....
தமிழ் மண்ணிலே பிறந்த ஒரேயொரு தகுதியைத் தவிர... ஒரு நூல் படைக்கும் அளவிற்கு மொழித் தகுதி எனக்கு இருந்ததில்லை என்பதே எனது தகுதிச் சான்றாகும்...

தமிழ்...!
உலகிற் சிறந்த மொழி...
உலகின் முதன்மை மொழி...
உலகின் மூத்த மொழி...
எண்ணிலடங்கிய எழுத்துக்கள்...
எண்ணிலடங்கா சொற்கள்....
தமிழ் நாற்றங்காலிலே... எனது அறிவு வேர் போட்டுப் பரவிக்கிடந்த காரணத்தால்... அவற்றிலே எதையாவது எடுத்து கையாண்டு விடலாம் எனத் தீண்டத் துணிந்தேன் தமிழை...!

அது...
எனது சிறுபிள்ளைத்தனம்...!
ஆனால் .....
எத்தனை பிறவிகளெடுத்தாலும் முடிவு காண முடியாத எல்லை வரம்புகள் கொண்டது என் தமிழ்மொழி... என்கிற மாபெரும் மறை பொருளை இந்நூல் எனக்குப் படிப்பித்தது.....!
இந்நூலை ஒரு சிறுகதையாகத்தான் வரைந்து விடத் துவங்கினேன்.....
ஆனால்....
எழுத எழுத.....
மிகச் சுவையான தமிழ்ச் சுனையொன்று எனக்குள்ளே ஊற்றெடுத்தது...!
எழுத்து...
வாக்கியம்...
வரி...

பத்தி...

பக்கம்...

என... பெருகிப் பெருகி மிகப்பரந்த ஆறாகப் பெருக்கெடுத்தது...

என் தமிழே என்னைக் கரம் பிடித்து.... களவு செய்து..... கவர்ந்து கொண்டு..... வெகுதூரம் அணைத்துச் சென்றது...!

சொற்கள் பக்கங்களை நிறைத்து நிறைத்து... கடந்து கொண்டே இருந்தன......!

எனது அறிவின் அனுமதி இல்லாமலே... சிறுகதையெனும் கரை தாண்டிக் கடந்தேன் நான்.....!

நான் அறிந்திராத பல புதிய தரமான சொற்களை எனக்குள்ளே புகுத்திப் புகுத்தி... என்னை மீண்டும் மீண்டும் புதுப்பித்துக் கொண்டே இருந்தது...

என் தமிழ்...!

நானும்....

எழுதுவதை நிறுத்தாமல் பயணித்துக் கொண்டே இருந்தேன்....

என் தமிழை நம்பி....!

இந்நூலை எழுதி முடிக்கும் போது... பருவம் வந்து சமைந்திருக்கும் அழகிய குமரிப்பெண் போல... பக்கங்கள் பல கூடி... மெருகேறி வளர்ந்து... ஒரு முழு புதினமாக உருப்பெற்று... உருண்டு திரண்டு... வடிவம் பெற்று நின்றது....!

ஒரு தமிழாள்பவனாக....

நான் இரு முக்கியமான தவறுகளைக் களைந்தெடுத்தேன் இந்நூலிலே...!

ஒன்று...

எனது தாய்மொழி தமிழ்ப்பாலிலே.....

ஒரு துளி கூட ஆங்கிலக் கலப்படம் ஆகிவிடக் கூடாது என்று தடுப்பு வேலியமைத்தேன்...!

இரண்டு...

வட மொழி எழுத்து... மாற்றுருவிலே உள் நுழைந்து.... கள்ள உறவு வைத்து ஊடாடி... என் தமிழின் கற்புக்கு சேதாரம் விளைவித்து விடாமல் இருக்க... கற்புக் காவல் செய்தேன்....!

இடை நிறுத்தம் செய்யாமல் குறுகிய காலத்திலே... உருவாகி உருப்பெற்றுவிட்டது... இந்நூல் ....!

பெரிய பாராட்டுப் பெற்றுப் பரிசு பெறும் அளவிற்குத் திறன்மிக்க கருப்பொருள் எதுவும் இல்லை... இந்நூலிலே.........!

இரும்புக் கோட்டைகளைத் தகர்த்து... தமிழ்ப் பாசறையின் உட்புகுந்து தேடிப்பிடித்த தமிழ் மரபிலக்கணக் கட்டுப்பாடுகள் எவையும் இல்லை....!

ஆயினும்...

ஒரு கருவை உருவாக்கி நான் உருக்கொடுத்த தன்மை... ஓர் எழுத்தாள்பவனுக்குரிய அங்கீகாரத்தை எனக்குத் தரும் என்கிற உந்து சக்தி எனக்குள்ளே உறுதிப்பட்டது.....!

தமிழாளும் ஆளுமை வேறு... தமிழ் தேடும் தேடுதல் வேறு...!

எனது முயற்சி....

தமிழ் தேடும் தேடுதல் களமாகும்...!

வார்த்தைகளிலும் வர்ணனைகளிலும்... சில இடங்களிலே அத்துமீறியிருப்பதாகக் காணும்...

ஆயினும்...

என்னை வழி நடத்திய என் தமிழின் ஆளுமை... அந்த இடங்களிலெல்லாம்... என் மீது பழிச் சாரல் தூறாமல் என்னைப் பாதுகாத்து விடும் என்கிற நம்பிக்கையோடு நடை பயின்று விட்டேன்...!

எழுதுவது என்பது... ஒரு தனி மனிதச் சிந்தனைகளின் திறன் பதிவு என்பதனை என்னால் ஏற்க இயலாது....!

ஒரு படைப்பு...

மனித வாழ்வியலின் ஓர் அங்கமாக இருக்க வேண்டும்....

வாசிப்பாளனின் வாழ்க்கையிலே....

எங்காவது ஒரு நிலையிலே... அது நிகழ்ந்ததாக இருக்க வேண்டும்...!

எங்காவது ஓர் இடத்திலே... அவன் அனுபவித்துக் கடந்து வந்த சம்பவங்களின் சாரலாக அமைய வேண்டும்....!

அப்பொழுது தான்... வாசிப்பாளனின் அந்தரங்கத்தோடு இரண்டறக் கலந்து கை கோர்த்து... எழுத்தாளனால் அவனைத் தொடர்ந்து பயணிக்க இயலும்....!

வாசிப்பாளனோடு கை கோர்க்கவில்லையெனில்... எழுத்தாண்டவன் வாசிப்பாளனுடன் உறவுச் சேர்க்கை வளர்த்தல் நிகழாது...!

ஒரு ஆணும் பெண்ணும் மனமொத்து புணர்வது போன்ற இடைவெளியில்லா உறவு நெருக்கம்..... வாசிப்பாளனுக்கும் படைப்பாளனுக்கும் இடையே உருவாக வேண்டும்.....

அது தான் படைப்பு....!

அது தான் வாசிப்பு.....!

என்னுடைய புதினம் எதனை விவரிக்கிறது... ?

வாழ்க்கை...

பிறப்பது முதல் இறப்பது வரை சுமந்து... கடந்து போகும் நிகழ்வுகளின் தொகுப்பே வாழ்க்கை எனப் பெயர் பெறும்...!

அதை 'வாழ்க்கை' என்று ஒருமையிலே குறிப்பிடுவதை விட.... 'வாழ்வியல்' என்று பன்மைப் பொருள் பட குறியீடு செய்தலே ஆகப் பொருத்தமாகும்...!

வாழ்வியல்...!

வாழ்வியலை அறுபெரும் அதிகாரங்களாக நான் பிரிக்கிறேன்...!

ஒவ்வொரு அதிகாரமும்... பல பகுதிகளை உள்ளடக்கியவையாகும்...

முதல் பகுதி...

பிறந்தது முதல்.... மழலைப் பருவம் கடந்து... விடலைப் பருவம் தொடுதல் வரை...!

இரண்டாவது பகுதி...

விடலைப் பருவம் தொட்டது முதல்... வாலிபப் பருவம் எட்டுவது வரை...!

மூன்றாவது பகுதி...

வாலிபப் பருவத்திலே நிகழும் சம்பவங்களின் தொகுப்பாகும் ...

காதல்.....

கல்யாணம்.....

காமம்.....
என பல அத்தியாயங்களை உள்ளடக்கியது...!
நான்காவது பகுதி...
எங்கோ பிறந்த ஆண்ணும்.....
எங்கோ பிறந்த பெண்ணும்......
இருவரது விழிச்சந்திப்பிலே விழுவது வரை....!
இது....
அழகியல் அதிகாரத்திலே வருவதாகும்....!
விழி நோக்கல்...
உளம் மாற்றல்...
நினைவேற்றல்...
'இவள் எனக்குத்தான்... இவன் எனக்குத்தான்...' என இரு இதயங்களும் ஒருவர் முகத்தை மற்றவர் மனதிலே பதிவு செய்து பதியம் போட்டு வளர்ப்பது.... இந்தப் பகுதியிலே தான்....!
ஐந்தாவது பகுதி...
மணம் முடித்தல்...
ஈருடல் சங்கமித்தல்...
கருவுறுதல்...
மகப்பேறு பெறுதல் வரை நிகழ்கின்ற நிகழ்வுகளாகும்....!
ஆறாவது பகுதி...
மகப்பேறு பெற்றது முதல்... மரணித்து மண்ணுக்குள் புதைந்து மறைவது வரை நிகழும் அத்தனை நிகழ்வுகளும்....!
வாலிபம் முதல்... வாழ்ந்து முடிவது வரை... இந்த ஆறாவது பகுதியாகும்...
மனித வாழ்வியலிலே...
பிறப்பதற்கு முன்னும் அவன் ஒன்றுமில்லை...
மண்ணிலே புதைந்து மறைந்த பின்னும் அவன் ஒன்றுமில்லை..!
இடையிலே வந்து மேவும் அத்தனையுமே... மறைந்து போகும் மாயைதான்...!
இந்த உண்மையை இழையோட விட்டபடியே இந்நூலை நான் அமைத்தேன்...!
உலகம்...
மனிதன்...
ஆண்...
பெண்...
வாழ்வியல்...
அவ்வளவு தான்... இப்பிறவி...!
நான் பிறப்பெய்தினேன்...
வளர்ந்தேன்...
விடலைப் பருவம் கடந்தேன்...
வாலிபம் கண்டேன்...

காதலில் கலந்தேன்...

மண வாழ்வு கண்டேன்...

காமுறவு கொண்டேன் .....

மகப்பேறு பெற்றேன்...

மூப்பெய்தினேன்...

முடிவை நோக்கிக் காத்திருக்கிறேன்...!

வளர... வளர... ஒவ்வொரு பருவத்திலும் ஒவ்வொரு அனுபவ உணர்வுகள்..... உணர்ச்சிகள்...!

ஒரு பருவத்திலிருந்த அனுபவம்... இன்னொரு பருவத்திலே இல்லை...!

புதிது... !

வந்த பருவம் புதிது... வாழும் அனுபவங்கள் புதிது...!

இந்த அனுபவங்களைக் கடந்த நிகழ்வுகளையெல்லாம் தொகுத்தேன்... பருவரீதியாகப் பகுத்தேன்... அதற்கு 'வாழ்வியல்' என்று பெயர் கொடுத்தேன்...!

இது....

இறைவன் வகுத்த நியதி...!

கடவுளை நம்புகிறவனும்... கடவுளே இல்லை என்கிறவனும்... கடந்தே ஆக வேண்டிய பகுதி...!

இழுத்து சுவாசித்த முதல் மூச்சுக் காற்று தொடங்கி.... இறைவனைச் சென்றடையும் இறுதி மூச்சுக்காற்று வரை..... இயங்கும் அத்தனை இயக்கங்களும் வாழ்வியலென்று அழைக்கப்பெறும்...!

தாயின் கருவறையும்...

மனைவியின் மடியறையும்...

தரும் பாதுகாப்பையும் சுகத்தையும்.... ஆயுள் முழுக்க வேறு எந்த சக்தியும் கொடுக்கவில்லை என்பது எனது ஆயுட்கால அனுபவம்...!

மனிதன்... இலக்கணம்...!

மனித வாழ்வு... இலக்கியம்...!

இலக்கணம் வரையறுக்கப்பட்டது....!

இலக்கியம் வரையறை இல்லாதது...!

நிகழ்வுகள் மிகையாகும்... குறையும்...!

காட்சிகள் வர்ணனை பெறும்... கற்பனை வளத்திற்கேற்ப உருப்பெறும்....!

இதுபோன்ற வாழ்வியல் நிகழ்வுகளின் தொகுப்புகளால் உறுப்பெற்றதே இந்த

'ஒரு பழைய காதல் கடிதம்..!'

என்னை வாழ வைக்கும் என் தமிழ் இனமே...

நான் முதல் படைப்பாக படைத்த கிராமிய நூலான

"பாமர இலக்கியம்",

தரமான வாசிப்பாளர்களையும்....

தமிழுணர்ந்த இலக்கியவாதிகளையும்...

வசிய வலை வீசி தனது வசம் ஈர்த்துக் கொண்டது...!

அதுபோலவே...

இந்நூலையும் வாசித்து.....
சிறப்பென்றால் சிரமேற் கொள்கிறேன்....!
சிறப்பில்லை...
சீர்திருத்தம் வேண்டுமென்றாலும்...
ஆணையாக ஏற்று...
எனது அறிவுக்குள்ளே புதுமை புகுத்திக் கொள்கிறேன்.....!

நன்றியுடன்

கஸ்தூரி ராஜா
திரைப்பட இயக்குனர்

உள்ளே...

1	கனிந்த மனதிலே....	15
2	ஒரு நாள்...	25
3	ஒரு மனைவி...	37
4.	அது கடற்கரை...!	50
5	என்ன...	74
6	நள்ளிரவு...!	86
7	விபத்து நிகழவில்லை....!	102
8	ஆசிரியர்கள் பதறினார்கள்...	110
9	நீரில் விழுந்தவர்கள்	117
10	எனது கையிலே	133
11	எனக்குப் பின்னால்...	162
12	மற்ற நாட்களை விட...	178
13	நான் படுத்திருந்தாலும்...	200
14	அந்த அல்வா...!	226
15	நான் தரையிலே	249
16	ஏன் என்றால்...	276
17	வந்த செய்தி அப்படி...!	307
18	மாலை ஆறு மணி...	315
19	கதிரேசனைப் போல	336
20	உனது முகத்தின்...	355

21	என் மீது...	373
22	நேற்றுவரை நான் யார்...	392
23	நீ... விரல்கொண்டு	440
24	எனது விரல் பட்ட நொடிநேரம்	457
25	அது... பள்ளிக் காலம்...	472
26	நான் வகுப்பிற்குப் போனாலும்...	493
27	எப்படி வீட்டுக்கு வந்தேன்...	519
28	இது..... எனக்குப் பெரும் குழப்பமாக....	548
29	அந்தப் பார்வை...	578
30	இது தெரியாமல்....	599
31	தொடாமலே சுடும்	625
32	எவ்வளவு பெரிய இழப்பு...	651
33	இல்லை.... தயங்கவில்லை....	689
34	பள்ளிக்கூடம் என்பது...	720
35	இங்கே... அந்தக் கடற்கரையிலே...	731
36	வீட்டுக்குள்ளே கூட்டமாக இருக்கிறதே...	762

ஒரு பழைய காதல் கடிதம்

1. கனிந்த மனதிலே....

கனிந்த மனதிலே காதல் ஊறும்...

கடின மனதிலே காமம் சீறும்....!

காதலும்.....

காமமும்.....

கவி விதை தூவும் களங்களாகும் .....!

இவை...

மனித இனத்தின் ஆணி வேரிலே நிரந்தரமாக பற்றிக் கொண்டிருக்கும் ஈரப்பதமாகும்....!

இதோ...

சென்னை மெரீனா கடற்கரை....!

உச்சி வெயில் அல்ல...

உச்சி வெயில் காய்ந்த மிச்ச வெயில்...!

அச்சம் தரும் இரவை அறிவித்துக் கொண்டிருக்கும் எச்சச் சூரியன்.... சென்னை நகருக்குள்ளே பதுங்கிக் கொள்ளத் தலைப்பட்டிருந்தான்...!

நகரக் கட்டிடங்களின் முகப்பு முனைகளிலே... சின்னச் சின்ன சூரியத் தகடுகள் பதித்தது போல.... ஆங்காங்கே மின்னிப் பளபளத்து.... கண்களைக் கூசச் செய்து கொண்டிருந்தன...!

காற்று ......

பகல் முழுவதும் வெப்பக் காற்றாக வெறி கொண்டலைந்து திரிந்து விட்டு.... மாலைக் குளிரை கடலிடம் கடன் வாங்கி.... தென்றலாக மாற முயற்சித்துக் கொண்டிருந்தது...

மணல்.....

வெப்ப மணலாய் தகித்து விட்டு... மாலையிலே வரப் போகும் நகர வாசிகளை வரவேற்க வெக்கை குறைக்கத் துவங்கியிருந்தது...!

அலைகள்.....

அவற்றின் வேகத்தை துரிதப் படுத்தி..... மாலையிலே கால் நனைக்க வரும் நகர வாசிகளுக்காக கரையோரம் வந்து கூடி... காத்திருப்பைத் துவங்கின.....!

தற்போது...

வெற்று கடற்கரை...!

ஆட்கள் யாரும் இல்லை....!

நீண்டு விரிந்து பரந்த மணல் பகுதி...!

வெப்பக் காற்று.... குளிர் காற்றை அரியணையேற்றி.... தனது ஆட்சிப் பொறுப்பை ஒப்படைத்துவிட்டு... பிரியா விடை பெறும் நேரம் ...

மயக்கம் வராத படுக்கை விரித்து வைத்திருக்கிறது.. கடல் மணல்...!

உறக்கம் வராத தாலாட்டுப் படிக்கிறது.... தென்றல்...!

அவ்வப்போது ஆர்ப்பரித்து எழுந்து உற்சாகப் படுத்துகின்றன...
அலைகள்...!
மனித இடையூறுகள் எட்ட முடியாத ஒரு பகுதி.....
அங்கே அமைதி......
என்னை நான் தனிமைப்படுத்திக் கொண்டிருக்கிறேன்...
கடற்கரையின் அன்றாட நிகழ்வுகளால் இடையூறுகள் நிகழா வண்ணம்...!
ஏன்......?
நான் யார்.....?
என் பெயர்....... வாசுதேவன்......!
வயது....?
வயதை பதிவு செய்ய இயலாது... சில நெறிமுறைகள் கருதி...!
கடற்கரை...
தனிமை...
தென்றல்...
அலைகள்...
எல்லாமே மெல்லுணர்வுகளின் நல்லுறவுகள்...!
எனது கைகளிலே காகிதங்கள்...
கற்றையாக...!
எழுதுகோலும் இருக்கிறதே...!
என்றால்...
கவிதை புனையப் போகிறேனா...
நான் கவிஞன் இல்லையே...!
புதினமேதும் வரையப் போகிறேனா...
இல்லை...
நான் புனைப்புலவனும் அல்லன்...!
கட்டுரை...?
இல்லை...
நினைவுக் குறிப்புகள்...?
அதுவும் இல்லை...
நான் ஆராய்ச்சியாளன் அல்லன்...!
குறிப்புகள் சேகரிக்க...?
இல்லை... இல்லை....
அப்படியென்றால் நான் யார்....?
எதற்காக.....
காகிதத்துடனும்.....
எழுதுகோலுடனும்......
தனிமையுடனும்......
தென்றலுடனும்......
அலைகளுடனும்.......
அத்துவானத்துடனும்......

கள்ள உறவு வைத்துக் கொண்டு கொள்ளைக் கனவுகளுடன் காத்திருப்பு செய்கிறேன்.....?

ஒரு கடிதம் எழுதப்போகிறேன்...!

கடிதம் எழுத கடற்கரைக்கு வரவேண்டுமா....?

ஆம்..!

கடற்கரைக்குத்தான் வர வேண்டும்...

என்றால்........

இது....

அந்தரங்க கடிதமா...?

ஆம்...

அப்படியும் குறிப்பிடலாம்...!

கடிதம் எழுதுவதிலே தயக்கமா எனக்கு....?

நான்....

வரையப் போகும் கடிதம்.... காதல் கடிதமா....

அல்லது காமத்தால் விளைந்த கடிதமா...?

காதலுக்கும் காமத்திற்கும் என்ன வேறுபாடு...?

காதல்..... என்பது.... பூ....

காமம்..... என்பது..... தீ.....!

காதல்.... தென்றல்...

காமம்.... புயல்...!

காதல்.... மெல்லுணர்வு....

காமம்.... வன்புணர்வு...!

காதல்.... மெல்லலை.....

காமம்.... கொதியலை....!

காதல்.... வருடல்....

காமம்.... நெருடல்....!

காதல்.... விழிப்பதிவு.....

காமம்.... உடற்சிதைவு...!

காதல்.... இதயப் பகுதியிலே ஊறுவது...

காமம்.... உடல் பகுதி முழுமைக்கும் ஊறு செய்வது.....!

காதல்.... ஆதாரம்....

காமம்.... சேதாரம்.....!

காதல்.... கவிதை....

காமம்.... கானல்....!

காதல்.... உண்மை...

காமம்.... வன்மை....!

காதல்.... அமைதி

காமம்.... ஆர்பரிப்பு....!

காதல்.... நீர்க்குளம்...

காமம்.... போர்க்களம்...!

காதல்.... குளிர்...
காமம்.... தணல்....!
காதல்.... சிலிர்ப்பு....
காமம்.... கொதிப்பு....!
காதல்.... விதைப்பு....
காமம்.... சிதைப்பு...!
காதல்.... இனிப்பு....
காமம்.... துவர்ப்பு....!
காதல்.... தவிப்பு....
காமம்... பதைப்பு....!
காதல்.... துளிர்ப்பு...
காமம்.... தகிப்பு....!
காதலால் காமம் விளைகிறதா.....
காமத்தால் காதல் நனைகிறதா....
இது........
எவருக்குமே விடை தெரியா வினா....
காமம்...
ஆயுட் குறைவு கொண்டது...!
ஆனால் காதல்...
தைத்த நொடி தொடங்கி... ஆயுள் கரைந்து முடிதல் வரை தொடர்வது...!
காதலும் காமமும்... ஒரே இனம் தான்...
ஆயினும்...
பயண திசைகள் வேறுவேறு...!
காதல் கலப்பின்றி காமம் நிகழக்கூடும்...
ஆனால்...
காம ஊற்றின் கசிவின்றி காதல் துளிர்விடல் இயலாது...
காதல்...
ஆழக்கடல்...
காமம்...
நுனி அலை...
இன்னும் எத்தனை புகல்வது...?
ஆயினும்...
காதலுக்கும் காமத்திற்கும் விடை காணா உறவிருக்கிறது...!
காதல் முளைத்து காமம் விளையலாம்...
காமம் விளைந்தும் காதல் பிறக்கலாம்...!
நான் உருவாக்கப் போகும் கடிதம்...
காதல் முளைத்ததால் உருவானதா....?
காம விளைச்சலால் விரிவானதா...?
இந்த கேள்விக்கான விடை தான்....
நான் எழுதப் போகும் கடிதம்...!

இது......

நிகழ்வுகளின் பதிவுகளடங்கிய நிழற் கடிதம் அல்ல...!

உணர்வுகளின் தொகுப்புகளைப் பதிவு செய்யப் போகும்... காதல் கடிதம்...!

ஆம்....!

ஒரு தூய்மையான காதல் கடிதம்தான் எழுதப் போகிறேன்...!

யாருக்கு..?

யாருக்கு... ஒரு பெண்ணுக்குத்தான்...!

அதற்குத்தான்...

இந்தக் கடற்கரைத் தேர்வு...!

கடற்கரை தானே காதல் துகள்களை கணக்கில்லாமல் தன்னுள்ளே சேமிப்புச் செய்து வைத்திருக்கிறது.....!

அந்த சேமிப்பிலிருந்து சில செய்திகளை சோதித்தெடுத்து... எனது காதல் கடிதத்திலே பதிவு செய்யப் போகிறேன்....!

மன ஓட்டத்தின் தூண்டுதல்கள்...

நீண்ட காலமாக நான் சேமித்து வைத்த நிகழ்வுக் குறிப்புகள்...

ரசித்துச் சேர்த்த அழகுக் குவியல்...

உடற்கூற்றின் வர்ணனைகள்...

அவற்றால் விளைந்த விளைவுகள்...

இவையெல்லாம்...

இன்று பதிவு பெறப் போகின்றன....!

அவை...

மிக நீண்ட ஒரு கடிதமாக உருப்பெறும் என்பதில் எள்முனையளவும் எண்ணப் பிறழ்வில்லை.....!

அதற்குத்தான் இந்த கடற்கரைத் தேர்வு...!

தனிமை....

அந்த தனிமை...

மீளா வலைவீசி....

மனசு முழுக்க தெளித்த காதல்....!

ஒரு...

விழிப்பார்வையிலே விதை போட்டு விளைந்த காதல்...!

ஓர் அழகு தேவதை என்னை அபகரித்ததால்... எனது உடல் முழுமைக்கும் ஊர்ந்து பரவிய காதல்...!

மோகமா...

தாகமா...

வேகமா...

இன்று வரை விடை தெரியா காதல்...!

நொடிப்பொழுது நிகழ்விலே வாழ்க்கை முழுவதையும் ஆக்கிரமித்த காதல்...!

உடலின் அத்தனை பாகங்களுக்குள்ளும் புகுந்து... என்னை அடிமைப் படுத்திக் கொண்ட காதல்...!

காதல்...
நொடி நேரத்திலே நோயுறும் வீச்சிலே தைத்து ஊடுவுகிறது...?
ஆணுக்குப் பெண் அடிமையா...!
இல்லை...
பெண்ணுக்கு ஆணே அடிமை.. என உறுதிப் பத்திரம் பதிவு செய்வதே காதல்...!

காதல் விதை விழாத இதய 'நிலம்' உண்டா...?
இல்லை...
உருக்கு மனசிலும் பெருக்கெடுக்கும் காதல்...
அங்கு...
புல்லென முளைவிட்டு அகலப்பரவும் காதல்...
காயம் பட்டால்...
பட்ட இடத்திலே மட்டும் வலியுண்டாகும்...!
காதல் பட்டால்...
பாரபட்சமின்றி... படாத இடங்களிலும் விடாது வலி உண்டாகும்...!
என் காதலும் அப்படித்தான்...!
இதோ....
அந்தக் காதல்... கடிதமாக உருப்பெறப் போகிறது...!
' அன்புள்ள........ '
தயக்கம்.....
தொடங்குவதிலேயே... சிறிய நடுக்கம்.... கை விரல்களிலே...!
எனது எழுதுகோலும் சற்றே யோசிக்கிறது...
காதல் கடிதத்தை எப்படி துவக்குவது....?
காதல் பெருக்கெடுத்து வழிய வேண்டுமா ......
காமம் கசிந்து கரைய வேண்டுமா...
உணர்ச்சிகள் பொங்க உருக வேண்டுமா...!
அழகினை வர்ணிப்பதா....
அங்கங்களை அளவிடுவதா......
அவயங்களை ஆராய்வது அளப்பரிய கொச்சையாகத் தோன்றிவிடாதா......
தோன்றட்டுமே...
காதலிதானே...!
அவளது விழிகளிடமிருந்து ஆரம்பித்தால்....?
அவை தானே என்மீது வலை வீசி வசியம் செய்தவை....!
மூக்கு...
காது...
கன்னம்...
கழுத்து...
மார்பு...
இடை....
எங்கிருந்து தொடங்குவது..... ?

கால்களும் பாதங்களும் மட்டும் என்னுடன் போர் தொடுக்க முற்படாதா....!
குழப்பம்...
இத்தனை குழப்பம்...!
இதிலே புதிதாக இன்னொரு குழப்பம்...!
என்ன உறவிலே அவளைக் குறிப்பிடுவது...
மீண்டும் எழுத காகிதத்திற்கு கை போகிறது....
'அன்புள்ள..............ம...'
மீண்டும் தடை...
மீண்டும் இயக்கம்...
'அன்புள்ள..............கா.....'
மீண்டும் தயக்கம் தான்...
எழுதுகிறேன்...!
எழுதிய வாசகத்தின் மீது கோடுகள் போட்டு சிதைக்கிறேன்...!
அவளுக்கு காதல் கடிதம் எழுதுவது என இதயம் இறுதி முடிவை எடுத்து விட்டதே...
அறிவும்.....
தெளிவான கவிதைகளை அள்ளித் தெளிக்க ஆயத்தமாகி விட்டதே...
பிறகெதற்கு தயக்கம்...?
ஒரு காதல் கடிதம் எழுதுவது அத்தனை எளிய செயல் அல்ல...
மீண்டும் எழுதுகிறேன்...!
மீண்டும் திருத்தம்...!
இது தொடர்ந்து கொண்டே இருக்கிறது...!
மீண்டும் மீண்டும் அடித்தலும் திருத்தலும் அதிகமாகிக் கொண்டே போகின்றனவே தவிர... கடிதத்தைத் தொடர்ந்து எழுத இயலவில்லை...!
காகிதங்களை வீணாக்காமல் நிறுத்தினேன்....
உலைக்கொதி போலும்.... அலைத்திரள் போலும்... குதிபோட்டுக் குதித்து கொதித்து குழம்புகிறது அறிவு...!
மற்ற கடிதங்கள் எழுதுவதற்கு கை விரல்கள் இயங்கினாலே போதும்..
ஆனால்...
காதல் கடிதம் எழுதுவதற்கு..?
உடலின் அத்தனை பாகங்களும் இயங்க வேண்டும்...
அறிவிலே ஆக்கப் பொறிகள் தாக்கி... அதிவேக ஆராய்ச்சிகளை அறிவிப்பு செய்ய வேண்டும்...!
எதை எழுதுவது..?
மனம்......
எங்கெங்கோ பறந்தது...
வராத வார்த்தைகளை வலைவீசித் தேடியது...!
வலைவீசித் தேடியது வார்த்தைகளை மட்டுமல்ல....
எழுத வேண்டிய கடிதத்தின் கருப்பொருளையும் தான் .....!

அது ...
ஒரு பெண்...!
ஆம் ......
பெண்ணின்றி காதலா..?
பெண் தவிர்த்து கவிதையா...?
பெண்ணே தான்.....!
கோடிப் பெண்களிலே அவளும் உள்ளடக்கம் தான்...!
ஆனால்....
அவளை மட்டுமே தேடிப்பிடித்து... சிந்தை அவள் மேலேயே மையம் கொண்டுவிட்டதே ஏன்...!
அவளை...
அவளது அழகை...
அவளது மேனியை...
அவயவங்களை...
உடையழகை...
உதட்டழகை...
வர்ணிக்க வசப்படவில்லை வார்த்தைகளும் வரிகளும்...!
அதனால் தான் இந்த எழுத்துத் தடை....!
எந்த கவிதைக்குள்ளும் அடங்காத கருப்பொருள் அவள்....!
அவளது விழிப்பார்வை ஒன்றை வர்ணிக்க வார்த்தைகள் உண்டா தமிழிலே...!
எனது நினைவுகள்... அலை அலையாய் அவளையே சுற்றிச் சுற்றி வருகிறது...!
நினைவுகள் மட்டுமா....?
வெறும் நினைவுகளுக்குள்ளும் கட்டுப்படுகிறவளா அவள்....?
கனவுகள் போதுமா... அவளை முழுமையாய் காட்சிப் படுத்துவதற்கு....!
எனது உதடுகள் மட்டுமல்ல... உணர்வுகளின் அத்தனை பகுதிகளும் ஒரே பெயரைத்தான் உச்சரித்துக் கொண்டிருந்தன...

அது...
நதி...!
நதி...!
நதி...!
நதி...!
என் மனம்.... நதியைப் போலத் தாவித்தாவிக் குதித்து.... அலையோ அலையென்று அலைந்து கொண்டே இருக்கிறது....!
நதியின் பின்னாலே..!
இது...
நீண்டு பரந்த நீரோடும் நதி அல்ல....!
மனம்.... நீந்திப் பிடிக்கும் ஓர் அழகுப் பெண்ணின் பெயர்...!
மீண்டும் மீண்டும் மனம் விரும்பி உச்சரிக்கத் தூண்டும் பெயர்...!

ஆம்...!

அதுதான் அவளது பெயர்...!

அழகு...

அந்த பெண் வனத்திலே அமோக விளைச்சல் கண்டு குவிந்து கிடக்கிறது...!

அல்லது...

அழகு மொத்தத்தையும் கொள்ளையடித்து... அவள் ஒருத்தியே அபகரித்து... பதுக்கல் செய்து கொண்டாள்...!

ஆம்...

அவள்... அழகி...!

அழகு என்றால்...

அவளது முகம் அழகு...

முகத்திலே விளைந்திருக்கும் விழிகள் அழகு...

விழிகளின் கரும்படலம் அழகு...

அந்த விழிகளை மேவியிருக்கும் வில் புருவங்கள் அழகு...

நெற்றி மீது புரண்டு இடைநில்லா நடன அசைவுகளை நிகழ்த்திக் கொண்டிருக்கும் சிறுமுடி அழகு...

கனியொத்த கன்னங்கள் அழகு...

விரிந்து வரைவு பெற்ற இதழ்கள் அழகு...

மூக்கு அழகு...

மூக்கின் கூர் அழகு...

காதுமடல் அழகு...

அந்த காது மடல்களை பாதி மறைத்த கருப்புக் கூந்தல் அழகு...

அவளது முகம் தாங்கும் கழுத்து அழகு...

தோள்கள் அழகு...

தோள் தொட்டுத் தொடர்ந்திருக்கும் முதுகுப்பகுதி அழகு...

மார்புக்கு மேலும்... கழுத்துக்குக் கீழும்... நடுவிலே மின்னும் பரந்த நெஞ்சுப் பகுதி அழகு...

இடுப்பு அழகு...

இடுப்பின் இருபுறம் சரிந்த வளைவுகள் அழகு..

கால்கள் அழகு... கால்களின் சதைப்பிடிப்பு அழகு...

கால்களைத் தாங்கும் வெண்மையான பாதங்கள் அழகு...

இளங்கரும் நிறத்தை லேசாகப் பூசிக்கொண்ட முழங்கால்கள் அழகு...

கால் விரல்கள் அழகு... கால் விரல் நகங்கள் அழகு...

கைகள் அழகு... கை விரல்கள் அழகு...

அவளது நிறம்... அழகோ அழகு....

அந்த நிறத்திலே தெறிக்கும் ஒளி அழகு...

இன்னும் சொல்லாமல் விடுபட்டுப் போன... ஆடைகளுக்குள்ளே அகங்காரத்துடன் அடங்கிக்கொண்ட அத்தனை அந்தரங்கப் பகுதிகளும் அழகு...!

அவளது ஒட்டுமொத்த உடல் தோற்றமும் அழகு...

அவள் பெண்ணாகப் படைக்கப்பட்ட விதமே அழகு...!

இத்தனை அழகும் கூட்டுப் படை அமைத்துத் தாக்குதல் நடத்தினால்... இரவுகள் அமைதிப் பகுதியாய் அமையுமா... ?

உறக்கம்.... விழிகளை மூட உத்தரவு போடுமா... ?

கடும் வலிகளும் காய்ச்சலும் உருவாகாமல் விடைபெறுமா...... ?

இங்கு தான் கடிதம் எழுதுவதிலே குழப்பம்....!

அந்த அழகுக் குவியலிலிருந்து எதைத் தேர்வு செய்வது... ?

எதைப் பதிவு செய்வது... ?

எங்கு தொடங்குவது.... ?

எங்கு முடிப்பது.... ?

ஒரு வரம்பு வட்டதிற்குள்ளே வசப்படாத அந்த அழகுப் புதையலின் பெயர்தான்.....

'நதி......!'

ஆகா... என்ன நேர்த்தியான பெயர்...!

இந்தப் பெயரை எத்தனை முறை என் நா உச்சரித்திருக்கும் என்று நான் கணக்கிட்டு வைக்கவில்லை...!

விழிக்கும் போது உச்சரிக்கிறேன்...

உறங்கும் போது உச்சரிக்கிறேன்...

இயங்கும் போது உச்சரிக்கிறேன்...

இயங்காமல் இருக்கும் போது உச்சரிக்கிறேன்...!

சிந்திக்கும் போது... சிந்திக்காமல் சும்மா இருக்கும் போது...

எந்த சமயத்திலே நான் அவளது பெயரை உச்சரிக்கவில்லை..... ?

என் உயிரோடு இரண்டறக் கலந்துவிட்ட அவளது பெயரை உச்சரிக்காமல் என்னால் எப்படி மூச்சுக்காற்றை உள்ளும் புறமும் இயக்கி சுவாச நிகழ்வை நிகழ்த்திக் கொண்டிருக்க முடியும்....!

இன்னும் சொல்லப் போனால் என் மூச்சுக்காற்றும்.... என் மூச்சுக்காற்று இயங்கும் ஓசையும்....

என் நதி....

அவள் பெயர்தானே...!

என் இதயக் குட்டைக்குள்ளே தேங்கிக் கிடக்கும் நினைவுகளையெல்லாம் சல்லடை போட்டு... அலசி அலசி எடுத்தால்... கடைசியிலே தேறி நிற்பது 'நதி' என்னும் அவளது உருவம்தானே.....!

2. ஒரு நாள்...

ஒரு நாள்.....
மாலை கடந்த முன்னிரவு...!
விளக்கின் மென்னொளி தன்னாட்சி துவங்கியிருந்த தருணம்...
அவளை நான் முதல் முறையாகச் சந்தித்தேன்...!
சந்தித்தேனா..... பார்த்தேனா...
'சந்திப்பு' என்பது இருமை நிகழ்வு...
'பார்த்தேன்' என்பது ஒருமை நிகழ்வு....!
இது இருமை கூட இல்லை...
பன்மை...!
அவளை நான் சந்தித்த தருணத்தை பெண் பார்க்கும் நிகழ்வு என்றார்கள்...!
என்னைச் சுற்றியும் ஆட்கள்...
அவளைச் சுற்றியும் ஆட்கள்...!
ஆனால்...
நான் அவளைத்தான் பார்க்கிறேன்...!
அவளும் என்னைத்தான் பார்க்கிறாள்...!
ஆனாலும்....
ஆட்கள் அதிகம்...எங்கள் இருவர் அருகிலும்...!
எனது விழிகளிலே.... களவுச் செயல்...
அவளது விழிகளிலோ.... களவுப் புயல்...!
நான் இரகசிய மொழி எய்தேன்...
அவளும் அந்தரங்க மொழி பெய்தாள்...!
சுற்றியும் உறவுக் கூட்டம்... பேச்சிரைச்சல்...
ஆனாலும் இடைத்தடை ஏதுமின்றி நிகழ்ந்து கொண்டேயிருந்தது அந்த நீட்சி மிக்க விழிப் போர்...
ஊரறியா உளப்போர்...
உலகறியா உணர்வுப் போர்...
அக்கப்போர் இல்லை... அக்கம் பக்கத்து உரசல் இல்லாத ஆக்கப் போர்....!
மோதல் என்றால் கடுமையான மோதல்...
அவளது கரு விழிகளுக்கும்..... எனது இரு விழிகளுக்கும்...!
அவள் அங்கிருந்தாள்...
நான் இங்கிருந்தேன்...
இடைவெளி அதிகம் இருந்தது.....
ஆனால்...
அவள் என்னை 'நறுக்' கென்று கிள்ளினாள்...
நான் 'ஆ' வென்று அலறினேன்...
ஆயினும்...

கூடியிருந்த யாரும் அறிய மாட்டார்.... அந்நாடகம்...!
அங்குதான் இருந்தாள் அவள்...
இங்குதான் இருந்தேன் நான்...
அதே அதிக தூரம்தான்.....
ஆனாலும்....
ஆழப்பதிய ஒரு முத்தம் கொடுத்தாள் அவள்.....
எனது கன்னத்திலே...!
நான்.....
ஒற்றைக் கையால் பொத்திக் கொண்டேன்.... அவள் முத்தம் பதித்த கன்னத்தை....!
அவள் பதித்த எச்சில் முத்தத்தின் ஈரம் உலர்ந்து போய் விடக்கூடாதென்று....
அதையும் இரசித்தாள் அவள்...!
கண்கள் சொருகிச் சாய்ந்தேன் நான்...!
இதையும் அயலார் யாரும் அறியார்...!
முத்தம் கொடுத்த அவளது உதடுகளிலே விலாசம் வைத்து தேடிப்பார்த்தேன்...
முத்தமிட்ட ஈரப்பதம் காணவில்லை...
அவள் கை கொண்டு துடைக்கவுமில்லை...
என்றால்...
எப்படி நிகழ்ந்தது இந்த மாய முத்தப் பதிவு.....?
ஓ...
இதுதான் பெண் பார்க்கும் நிகழ்வா....?
எனக்கு மட்டும்தான் இந்த புதிய மயக்கமா.....?
அல்லது...
ஆண் பெண் அத்தனைபேரும் கடந்து வந்த மயக்கமா...?
ஓ...
இதுதான் காதலா.....
புறப்பட்டு வந்தது ஓர் கூர் அம்பு... அவளது விழிகளிலிருந்து...
திசை மாறா விசையாக என்னை நோக்கி...!
அதோ அதோ...
அருகே வந்துவிட்டது...
நான் தடுக்க முனையவில்லை...
ஏனோ தெரியவில்லை...!
அம்பு எனது மார்பிலே பாய்ந்தது...
ஏதோ உறவுத் திரவத்தை விசை கூட்டிச் செலுத்தியது... எனது இதயத்தினுள்ளே...
எனக்கு வலியுணர்வே இல்லையே...
ஏன்...?
அவள் எய்த அம்பு என்னைத் துளைக்க நான் அனுமதித்தேனே...

ஏன்... ?

அந்த விழியம்பு...

முழு வாழ்க்கைக்கும் தேவையான மோகத்தை எனக்குள்ளே செலுத்துகிறதே....

ஏன்.. ?

அவளது வளமார்பிலே... களமாடிக் களைத்து இளைப்பாறத் தூண்டுகிறதே...

ஏன்.. ?

அதிலே ஊறும் அமுதூற்றை அருந்தி... அழகாற்றுப்படை சமைக்க எனக்கு அறிவாணை பிறக்கிறதே...

ஏன்... ?

உடைத் தடை உடைத்து... படைக் கலன் எடுத்து... தடைப்படா போருக்குள் அடைக்கலம் அடைகிறதே...

ஏன்... ?

ஓ......

அதுதான் காதலா...!

அவளது கன்னக் குழிகளிலே எனது கண்களின் ஒளிக் குவியல் குவிந்து முகாமிட்டு... விடுபட மறுக்கின்றனவே...

ஏன் ...... ?

ஓ......

அதுதான் காதலா...!

அவளது அத்தனை அந்தரங்க உடல் பாகங்களின் மீதும் எனது கண்களும் இடையறாது அத்துமீறி அலைந்து மேய்கின்றன......

ஆனாலும் .....

அதை அவள் ஆனந்தித்து அனுமதிக்கிறாளே.....

ஏன்..... ?

ஓ......

அதுதான் காதலா.......!

அவளது அங்கங்களைப் பார்ப்பது...

அவளுடன் அளவளாவி ஆனந்திப்பது...

அவளது சிரிப்பிலே சிறைப்படுவது...

இவையெல்லாம் அப்புறம் தான்...

ஆனால்....

பார்த்ததும் என்னை சாய்த்தது அவளது அசுர விழிகள் தானே...!

சாய்க்கும் வல்லமையா இருக்கிறது ஆண்களின் விழிகளுக்கு... ?

இல்லை...!

சரணடையும் தன்மை கொண்டதாயிற்றே ஆண்களின் வல்லமை..!

ஓ...

அதுதான் காதலா...!

கண்கள்...

பார்வைகள்...
உணர்வுப் பரிமாற்றங்கள்...
இதுவே காதல்...!
ஒரே ஒரு பார்வை...
ஒரே ஒரு பார்வை தான் அவள் என்னைப் பார்த்தாள்...!
அதென்ன அப்படியொரு வன்முறை.... அவளது பார்வையிலே...!
ஆயுதம் கூட... தைத்த இடத்தைத்தான் தாக்குகிறது....
அதென்ன....
அவளது விழிபார்வை மட்டும்... உடல்வெளி முழுவதும் இடைவெளி விடாமல் தாக்குகிறதே....
இது....
எல்லா இளம் பெண்களும் பார்க்கும் பார்வை அல்லவே....
என்றால்...?
அது...
அந்த விழிகளின் திட்டமிடலா...?
அந்த உளிப்பார்வை... என் உடல் பகுதிகள் அனைத்தையும் கொதிப்படையச் செய்து விட்டதே...!
இதற்கு முன் என்னைக் கட்டுப் படுத்திவைத்திருந்த எனது சுய கட்டுப்பாடுகள்... என்னை விடுவித்து எங்கே போயின...?
அந்தப் பார்வையால்...
ஒரு பிறவிக்கும் அவளுடன் பயணப்படும் உணர்வு எனக்குள்ளே ஊடுருவி வியாபித்துக் கொண்டதே.....!
அவள்...
நிலைத்த எனது இதயத்திலிருந்து அகலவே இல்லை...
எனது எண்ண அலைகளுக்கு வண்ணக் கலவை பூசினாள் அவள்...!
அதனால்....
கடிதம் எழுதக் காத்திருக்கிறேன்...!
கடற்கரையிலே...!
அவள்....
உறங்கிக் கொண்டிருந்த எனது மூளையை... மெல்லிய மயிலிறகு கொண்டு வருடி உசுப்பிவிட்டு... அவள் மீது கவிதை வடிக்கச்சொல்லி உத்தரவிடுகிறாள்...!
கடிதம் எழுதிவிட எனக்கு உற்சாகம் பீறிட்டதற்கு இதுவும் ஒரு காரணம்...!
அதனால்....
கடிதம் எழுதக் காத்திருக்கிறேன்...!
கடற்கரையிலே...!
இந்த மூளையும்....
அதற்குள்ளே உருவமில்லாமல் செறிந்து கிடக்கும் அறிவும்...
இரத்தத்தைச் சுத்திகரிக்கும் இதயமும்...
அதற்குள்ளே உருவமில்லாமல் ஊஞ்சலாடும் எனது நினைவுகளும்...
அந்த காதல் கடிதத்தை எழுதி முடிக்காமல் அமைதி பெறுமா.....!

அதனால்....
கடிதம் எழுதக் காத்திருக்கிறேன்...!
கடற்கரையிலே...!
இது...
விழிகளின் ஒளி வழி நிகழும் நிகழ்வுகள்...
அவை நிறுத்தம் பெறாமல் நிகழ்ந்தே தீரும்...!
அவளது விழிகளுக்கு உருவம் இருக்கிறது...
எனது விழிகளுக்கும் உருவம் இருக்கிறது...
ஆனால்...
ஊடுருவிய உணர்விற்கு..... உருவமில்லை....!
மலர்...
வண்டு...
தேன்...
மகரந்த சேர்க்கை...
கூட்டுச் செயல்தான்...!
மலருக்கு உருவம் இருக்கிறது....
வண்டுக்கு உருவம் இருக்கிறது...
தேனுக்கும் உருவம் இருக்கிறது....
ஆனால்...
நிகழ்ந்த மகரந்த சேர்க்கை நிகழ்வுக்கு உருவம் இல்லை...!
காந்தம்...
உலோகம்...
ஈர்ப்பு சக்தி....
இவை யாவும் கூட்டுச் செயல்தான்...!
காந்தப் பொருளுக்கு உருவம் இருக்கிறது....
உலோகத்திற்கு உருவம் இருக்கிறது...
ஆனால்...
ஈர்க்கும் விசை சக்திக்கு... உருவம் இல்லை...!
ஆக....
உருவங்களை விட... உருவம் இல்லாமல் நிகழும் உந்து சக்தி நிகழ்வுக்குத் தான்..... வலிமை அதிகம்..... வலியும் அதிகம்...!
அப்படித்தான் எங்களது விழிச் சந்திப்பும் நிகழ்ந்தது...!
அவளது விழிகளுக்கும் உருவம் இருக்கிறது...
எனது விழிகளுக்கும் உருவம் இருக்கிறது....
ஆனால்....
எங்களது விழிகள் நிகழ்த்தும் வீரிய விபத்து நிகழ்வுகளுக்கு உருவம் இல்லை....!
அதனால் தான்...
பலமுறை யோசித்து அவளுக்கு ஒரு காதல் கடிதம் எழுதி விடுவது என முடிவு செய்தேன்.....

ஆம்...
காதல் கடிதம்...!
அவள்...... என் எதிரிலேயே தான் இருந்தாள்...
இருந்தாலும் எனது அடிமனதிலே ஊறிக்கிடக்கும் ஊற்றை... அவள்மீது ஊற்றிவிட எனக்கு அப்போது சக்தியில்லை.....!
இப்போது..
இங்கே...
கடற்கரையிலே...
கடிதம் எழுதும் இடத்திலும்...
எழுதும் சக்தி எழவில்லை..!
கற்பனை...
வழி வழியே வந்தால்...
எளிதில் எழுதலாம்... காதல் கடிதம்..!
இங்கே... வழிந்து வழிந்து வருகிறதே...
வர்ணனைகளை எப்படி வரிசைப் படுத்துவது...?
வரிசைப் படுத்தாத வரிகள் கவிதையாகுமா...?
கவிதையாகாத வர்ணனைகள் கடிதமாகுமா...?
பெண்களும்..... இளமையும்.... வனப்பும்.... அழகும்..... இல்லாவிட்டால், உலகமே தீப்பிடித்து எரிந்து விடும்...!
சாதாரணமான மனிதனை மாபெரும் சாதனையாளனாக மாற்றும் வல்லமை படைத்தவள்... பெண்தான்...!
ஒவ்வொரு சாதனைக்குள்ளும்.....
பெண்ணும்.... இளமையும்..... அழகும்..... கலந்தே ஆக்கிரமித்துக் கொண்டிருக்கின்றன...!
'பெண் துணையின்றி வாழ்நாள் தீரும்வரை வாழ்வேன்...'
என்று... இறுதிச் சத்தியம் செய்யும் உறுதி படைத்த ஆண்மகன் யார்....?
பெரும் பெரும் குற்றங்கள் நிகழாமல் தடுத்து... சமூகத்தைக் காப்பாற்றி வைத்திருப்பவளும் பெண்ணே...!
பெரிய பெரிய கொடிய கொடூரங்கள் நிகழ்ந்து விடுவதற்குக் காரணமாகிறவளும் பெண்ணே...!
ஒரு ஆணின் இதயத்திலே ஆழத்துளையிட்டு..... அதி நவீன ஆராய்ச்சிக் கருவிகளை உட்செலுத்தி ஆய்வு செய்தால்... ஒரு பெண்ணின் காதல் வடுக்கள் இல்லாத இதயமே இல்லை என்பது புலனாகும்...!
அன்றாடம் அரும்பி மலரும் மலர்களுக்குக் கூட சில இலட்சியங்கள் இருக்கின்றன...
மலர்ந்து மணம் வீசி... உலர்ந்து மண்ணிலே உதிர்ந்து விடுவதில்லை மலர்களின் பயணம்...
மாலையாகிக் கடவுளின் கழுத்தைச் சென்றடைய வேண்டும்...
அர்ச்சனை மலராக கடவுளின் பாதம் போய்ச் சேர வேண்டும்...
ஒரு திருமண மாலையின் தொகுப்பிலே சென்று அடங்க வேண்டும்..

ஓர் அழகிய பெண்ணின் கூந்தலிலே பொலிவோடு குடியேறி கர்வத்தோடு அலங்கரிக்க வேண்டும்...

என்பன போன்ற நடைமுறை இலட்சியங்களுடன் தான் மலர்கள் வரம் வேண்டிப் பிறவியெடுக்கின்றன..!

இவை எல்லாவற்றையும் விட.......

வட்டமிட்டு வரும் வண்டுக்காக வனப்புக் காட்டி... வலைவிரித்துக் காத்திருந்து... தேக்கி வைத்துக் காவல் காத்த மதுவை வண்டுக்கு அர்ப்பணித்து..... அருந்த வைத்து... மகரந்த சேர்க்கை நிகழக்காரணமாக அமைய வேண்டும்...

அப்போது தானே இயலும் தாவர சுழற்சி....

அதனால் தானே நிகழும் தானிய வளர்ச்சி..!

இத்தனை நோக்கங்கள் இருக்கின்றன மலருக்கு...!

அது போலத்தான் காதல்...!

தாவர இனங்களின் மகரந்தச் சேர்க்கை.... தானியப்பெருக்கம்...!

மனித இனத்தின் மகரந்தச் சேர்க்கை..... இனப்பெருக்கம் ...!

காதல் கடிதம்.... மனித உணர்வுகளின் முதிர்ச்சி...!

அத்தகைய ஒரு காதல் கடிதத்தை அவ்வளவு எளிதிலே எழுதிவிட இயலுமா...!

கவிதைகளின் நாற்றங்கால்... காதல் கடிதங்கள்.....!

சிறு சிறு அனுபவங்களின் பெருந்தொகுப்பே... காதல் கடிதங்கள்...!

ஆண் பெண் இருபாலருக்கும் காதலும் பொதுவானது... !

காமமும் பொதுவானது...!

இருபாலரும் இசையாமல்... இரண்டுமே நிகழ சாத்தியமே இல்லை..!

கனவுகளிலே தோன்றிய மின்னல்களைச் சேகரித்து... அடிமனதின் ஆழத்திலே ஊறப்போட்ட ஊறல்களே......

காதல்......!

அந்த ஊறல்களை நிரந்தரமாக ஊறவிட்டால்.... ஊறி ஊறி அறிவை சிதைத்துவிடும்...!

ஆகவே...

இந்தக் கடிதத்தின் வாயிலாக... எனது மனதின் ஊறல்களை நான் வெளிச்சிதறல் செய்தே ஆக வேண்டும்...!

அந்த வெளிச்சிதறல்... ஒரு காதல் கடிதமாக உருபெற வேண்டும்...

அந்த காதல் கடிதம் எழுதுவதற்காக நான் தேர்தெடுத்த இடமே...

கடற்கரை...!

ஆம்...

கடற்கரைதான் அதற்குச் சிறந்த இடம்..!

கடற்கரையிலே என்ன இருக்கிறது...

மணல் கிடக்கிறது... எப்பொழுதும்...

காற்று கிடைக்கிறது... எப்பொழுதும்...

அலைகள் குதிக்கின்றன... எப்பொழுதும்...

அமைதியும் விளைகிறது... பல தருணங்களிலே.....!

இவை மட்டுமா...?

இளமை....
காணுமிடமெங்கும்....!
காலங்கள் பல கடந்தும் குன்றாத இளமையுடன் அந்த வானம்....!
யுகங்கள் பல கரைந்தும் குறையாத இளமையுடன் அந்த மேகம்....!
அதோ....
கண்முன்னே...
பரந்து பரவிகிடக்கும் அந்த கடல்....
எத்துணை பழமையானது....
அதன் இளமைக் கவர்ச்சி.... கண்டிருக்கிறதா வறட்சி....?
இல்லை....!
அதனால் தான்.....
காதல் என்றாலே கடற்கரையிலே நிகழ்கிறது முற்றுகைப் புரட்சி.....!
அதனால்...
வேறு வழியேதுமில்லை......!
காதல் பிறப்பதற்கு...
காதல் வளர்வதற்கு...
காதல் இணைவதற்கு...
காதல் பிரிவதற்கு...
காதலர் முடிவதற்கும் கூட...!
எல்லா காதல் அசைவுகளுக்கும் இந்தக் கடற்கரைதான்...!
காலம் காலமாக இங்கே இடைவிடாது உலவிக் கொண்டிருக்கும் தென்றலே... காதலின் எல்லா விளைவுகளுக்கும் சாட்சி...!
இங்கேயே விளைந்து.....
இங்கேயே வளர்ந்து.....
இங்கேயே முடிவு பெற்ற காதல் நிகழ்வுகள்....
இந்தக் கடல் மணலின் எண்ணிக்கையை விட அதிகமானவை....!
காதலர்கள் விட்ட
ஏக்கப் பெருமூச்சுக்களும்....
பேசிய வார்த்தைகளும்....
கொட்டிய உணர்வுகளும்....
நிகழ்த்திய நிகழ்வுகளும்....
சிரித்த சிரிப்புகளும்....
சிந்திய நாணங்களும்....
சிறு அத்து மீறிய தழுவல்களும்...
உரிமை மீறிய உரசல்களும்...
ஊடல்களடங்கிய சாடல்களும்...
சாடல்கள் முற்றிய பிரிவுகளும்...
பிரிவுகள் பரிசளித்த துயரங்களும்...
துயரங்கள் முற்றிய தனிமைகளும்...
தனிமைகள் நிகழ்த்திய மரணங்களும்....

இன்னும்...

காதலிலே தோய்ந்து விட்ட எத்தனையோ வெளிப்பாடுகளும்.... இந்தக் கடற்கரையிலேயே தான் சுற்றிச் சுற்றி வட்டமிட்டு வாசம் செய்து கொண்டிருக்கின்றன...!

பெண்களை ஆண்களும்..... ஆண்களை பெண்களும் வசப்படுத்த உபயோகித்த தந்திரங்களும்... இங்கே தான் இலவச இணைப்பாகக் கிடைக்கின்றன...!

ஆகவேதான்.....

ஒரு காதல் கடிதம் எழுதுவதற்காக நான் இந்த கடற்கரையைத் தேர்வு செய்தேன்...

அமைதியாக அமர்ந்து அவளையே சிந்தனை செய்தேன்...!

ஒரு ஆண்... ஒரு பெண்ணை சந்திக்கும் பொழுது... வாழ்க்கைப் பயணத்தின் திசை மாறுகிறது...

ஒரு பெண்ணைச் சிந்திக்கும் பொழுது... அவனது குணம் மாறுகிறது....

ஒரு பெண்ணை நிர்ணயிக்கும் பொழுது... அவனது வழி மாறுகிறது....

ஒரு பெண்ணுடன் இணையும் பொழுது... அவனுடைய விதியே திசை மாறுகிறது....

அவளோடு உடற்சேர்க்கை நிகழ்ந்தேறிவிட்டால்.....

அவனது அறிவின் தன்மையே மாறுகிறது...!

அதன் மூலம்..... அவனை இதுவரை ஆக்கிரமித்துக் கொண்டிருந்த அவனது மூர்க்கமானது... அடியோடு கழிவு பெறுகிறது... !

தீர்க்கம் பதிவு பெறுகிறது... !

அதனால்....

எல்லாம் அவளாய்... அவனை ஆக்கிரமிக்கிறாள்... அவள்...!

உடற்சேர்க்கை.... என்பது அத்தனை உன்னதமான புனிதம் பெறுகிறது...!

அதை அடைக்கலம் என்று கூட கூறக்கூடும்...!

உடல்கள் இணையும் அந்த ஒரு நிகழ்வினாலே..... ஒருவருக்குள்ளே ஒருவர் அடக்கமாகி விடுகிறோம்...

அதன் பிறகு....

ஒருவரை விட்டு ஒருவர் மீளுவதென்பது இயற்கையிலே சாத்தியமில்லை... இயற்கை எய்தினாலே சாத்தியம்...!

அதனால்தான்.....

ஒரு காதல் கடித்ததை அவளுக்கு எழுதத் தலைப்பட்டேன்...!

இதோ....

துவக்கம் பெறுகிறது ....

எனது...

மிக நீண்ட ஈரம் மிக்க காதல் கடிதம்...!

என் மீது அளவுகடந்த காதல் கொண்ட அன்பு மனைவிக்கு...!

மனைவியா... ?

ஆம் நதி...

நீ என் மனைவிதானே...!

உனது கணவன் எழுதும் காதல் கடிதம்....!

கணவனே மனைவிக்கு காதல் கடிதம் எழுதுவதா...?

ஆம்... வேறு வழியில்லை...!

காரணம்...

நம்முடைய இணை பிரியா இல்லற வாழ்க்கையிலே...

எனக்குள்ளே ஒரு பெரும் இரகசியம் உனக்குத் தெரியாமலே எனது உள் மனதின் மூலைக்குள்ளே உறைந்து கிடக்கிறது...!

நீ பிழையே இல்லாதவள்...

நான்...?

பெரும் பிழை செய்தவன்...!

எனது பள்ளிப் பருவத்திலே நான் செய்த பெரும் தவறை.... உன்னிடம் கூறாமலே மறைத்தவன்....!

நான் உன்னை பெண் பார்த்த பிறகு...

நீ தான் என்று உறுதி செய்த பிறகு...

நமது முதலிரவு அன்று...

என..... பலமுறை...

நீ... கடந்து வந்த அத்தனை நிகழ்வுகளையும் மிக வெளிபடைத்தன்மையோடு என்னிடம் பகிர்ந்து கொண்டாய்...!

இனிமையானவை...

கசப்பானவை...

தவறானவை...

தவறில்லாதவை...

அனைத்தையும்...!

ஆனால்...

நான்... அப்படிச்செய்தேனா...?

இல்லை...

மறைத்துவிட்டேன்....

பெரும் பிழையை...

அதுவும் சாதாரண பிழையா...?

பள்ளிப் பருவத்திலே...

எனது பருவ காலத்திலே...

இளமைக் கொதிப்பேறிய காலத்திலே... செய்த மாபெரும் பிழையை...

ஒன்பதாவது வகுப்பிலே என்னுடன் பயின்ற ஒரு சக மாணவியின் வாழ்க்கையை சிதைத்து சின்னாபின்னமாக சீரழித்த ஒரு பிழையை....!

காரணம்...

உன்னிடம் மறைக்க வேண்டுமென்கிற நோக்கமல்ல.....!

ஒரு பெண்ணின் வாழ்வுச் சிதைவுச் சம்பவம்..... இன்னொரு பெண்ணின் இதயத்திலே குத்தீட்டியாகப் பாய்ந்து குத்திக்கிழித்து விடுமே....

அதனால்....

என் இனிய இல்லறம் நிலைகுலைந்து போய் விடுமே...!

என் மேல் நீ கொண்டிருக்கும் ஆழக்காதல் சிதைவுண்டு விடுமே ....!

என்பதுதான்.....!

சொல்லாமல் மூடி மறைத்து.... அதன்மீது மயானமேடையமைத்து... அப்படியே மூடி.... மீண்டு எழாது அடக்கமாகச் செய்துவிட வேண்டுமென்பதல்ல எனது நோக்கு.....!

முதலிரவிலே பகிர்ந்து கொண்டால்... அந்த முதலிரவு சிதைவுருமோ என்கிற பயம்.....

அதன் பிறகு தொடரும் இல்வாழ்க்கை முழுவதுமே இனிமையான சூழல் நிகழாமலே போய்விடுமோ... என்கிற சுயநலமான பயம்....

இத்தனைக்கும் மேலே.....

நீ என் மீது வீசிய அளவு கடந்த காதல் புயல்..... என்னை வாய் திறவா ஊமையாக்கிவிட்டது...

அன்பே...

என்றாவது ஒரு நாள்....

ஏதாவது ஒரு தருணத்திலே.....

நீ நல்ல மனநிலையிலே இருக்கும்போது.... மறைபட்ட அந்த மர்மத்தை... உன்னிடம் வெளிப்படுத்திவிட வேண்டும் என்று பலமுறை முயற்ச்சித்தேன்......

ஆனால்.....

இன்றளவும் இயலவில்லை.....!

அத்தனை முயற்சிகளிலும் படுதோல்வி.....

காரணம்....

ஒன்றே ஒன்றுதான்.....

நீ என் மீது செலுத்திய அதி வீரியமான காதல்.....

அப்பழுக்கில்லா அன்பு.....

எனது இல்வாழ்க்கையை நீ நிர்வகித்த உயர்பண்பு....

என்னை உயர்த்தி உயர்த்தி உச்சப்படுத்திய உன்னுடைய மாண்பு....!

இல்வாழ்க்கையிலே....

மனைவியின் செயல்பாடுகள் ஒவ்வொன்றும்... கணவனை சமுதாயத்திலே உயர்ந்த இடத்தை நோக்கி செலுத்திக் கொண்டே இருக்க வேண்டும்...!

அதை நீ.... மிகச் செவ்வனே செய்து கொண்டிருந்தாய் கண்ணே...!

நீ....

எனது வாழ்வின் வழிகாட்டியாய் வந்து இணைந்த போது... நான் மிகச்சாதாரணமான மனிதன்.....

இன்று....

உனது வரவினாலே ....

உனது இணைப்பினாலே....

உனது இணக்கத்தாலே...

உனது உழைப்பினாலே ....

உனது இல்லற இயக்கத்தினாலே...

என் மீது நீ காட்டிய ஈடுபாட்டினாலே ....

மிக மிக உயர்ந்த நிலை கண்டிருக்கிறேன்....!

உன்னுடைய அந்த ஈடுபாட்டை சிதைத்துவிட எனது மனம் சம்மதிக்குமா.... ?

இவை எல்லாவற்றையும்விட....

விண்ணொளியை விஞ்சிய உனது கண்ணொளி.....

நிலவழகை வெற்றி கொண்ட உனது பொலிவழகு....

உனது தூது விழிகள்....

எனது மீது எய்த முதல் பார்வையிலேயே.....

எனது இதயத்தை..... உளிகொண்டு செதுக்கி... அதற்குள்ளே செறிந்து கிடந்த அறியாமை செதில்களை அகற்றி... தூசு துடைத்து .... மாசு விலக்கி.... பரி சுத்தமாக்கி... அதற்குள்ளே முயற்சி என்னும் முழு நம்பிக்கையை விதைத்தாயே அன்பே....

அதை நான் இழந்து விடத் துணிவு வருமா.... ?

அதனாலும்... அந்த இரகசியம் எனகுள்ளேயே மறைபொருளாகிவிட்டது...!

3. ஒரு மனைவி...

ஒரு மனைவி....
கணவன் வீட்டிற்கு வரும்போது என்ன கொண்டுவர வேண்டும்....?
பொன்னா....?
பொருளா....?
செல்வங்களா...?
பணமா....?
இல்லை.....
இவை எதுவுமே இல்லை....!
கொஞ்சம் புன்னகை...
கொஞ்சம் நம்பிக்கை....
இவைதான்...!
அவற்றை நீ....
அளவிலாது கொண்டு வந்தாய் அன்பே....!
அவை....
எனக்குள்ளே நுழைந்து... எனது தரத்தை உயர்த்தின.....!
அந்த நம்பிக்கையை இழந்துவிட எனக்கு துணிவில்லை கண்ணே.....
அதனால்தான்.....

எனக்குள்ளே.... புரையோடிய புண்ணாக ஊனமாகிக் கிடக்கும் அந்த பள்ளிப் பருவத்துக் கொடூரமான சம்பவத்தை... ஆண்டுகள் பல கடந்தும் உனது மனதுக்கு கடத்திவிட எனக்குத் துணிவற்றுப் போனது.....!

அதனால்தான்....

அந்தச் சம்பவத்தை.... உனக்கு விவரித்துவிட.... ஒரு காதல் கடிதம் எழுத..... இந்த கடற்கரை மணலிலே காத்திருப்புச் செய்கிறேன்...!

ஆம்.....

காதல் முலாம் பூசித்தான்... அந்தக் கடினமான நிகழ்வை உனக்குள்ளே புகுத்த வேண்டும்....

மனிதப் பிறவி பெற்று....
மரணித்து முடிவு பெறும் வரை....
ஆயுள் முழுவதும் ஆக்கிரமித்திருப்பது காதலாகும்...!
உயிர் பிரியும் தருணத்திலே கூட....
உடன் தொடர்ந்து பயணிக்கும் உறுதித் தன்மை கொண்டது காதல்...!
இங்கே.....
நான் குறிப்பிடப்போகும் செய்தியின் தன்மையும் அப்படித்தான்...!
எழுதப் போகும் செய்திகளை நேரிடையாகவே சொல்லலாம்...
ஆனால்...

அதனால் விளையக் கூடிய விபரீதங்களை... அவை நிகழ்த்தி விடக் கூடிய விபத்துக்களை... வரையறுத்துச் சொல்ல இயலாது...

அதனாலேயே இந்த காதல் கடிதத் தூது...!

என் அன்பே நதி...

உன்னுடன்...

எத்தனை வருட இல்லற வாழ்க்கை...

எத்தனை இணக்கம்..

எத்தனை இறுக்கம்...

எத்தனை ஆழமான உறவு...

எத்தனை ஊடல்கள்...

எத்தனை கூடல்கள்....!

விழி வழியாய் வருவது காதல்...

விதி வழியாய் வருவது காமம்...

வழி வழியாய் வருவது வாழ்க்கை...

இவை அத்தனையும் உன் வழியே எனக்கு ஓர் இடத்திலே அமைந்தது கண்ணே...

ஆனாலும் என் அன்பே...

இது...

இறுதி வரை தொடர வேண்டும் என்பது எனது தவம்...!

நகை மாறாமல்.... உனது முகம் நாள் தோறும் புதுப் பொலிவுடன் எனது விழிப் பதிவுகளிலே விழ வேண்டும்...!

அதனால்...

புகை மூடிய எனது இதயத்தை புதைகுழிபோல மூடியே வைத்திருக்கிறேன்...!

அதற்குள்ளே குத்தீட்டியாய்... ஓர் அந்தரங்கம் உறுமிக்கொண்டே பதுங்கியே கிடக்கிறது...

இரத்தகாயமாக....

முற்றிலும் ரணமாக.....

தீராத வலியோடு....

ஓராண்டில்லை.... ஈராண்டில்லை....

ஆண்டுகள் பல கடந்தும்.... அந்த முட்கூர் பாறைச்சுமையை நான் இதயத்தினுள்ளே சுமந்து கொண்டிருக்கிறேனே....!

அது...

ஒரு கடிதம்...!

காதல் கடிதம்...!

ஆம்...

அதுவும் ஒரு காதல் கடிதம்தான்...!

அந்த கடிதம் உருவான நிகழ்வு... உனக்கு அதிர்ச்சி தரும் அசம்பாவிதம்....!

எந்த மனைவியும் மன்னிக்க முடியாத மாபாதகச் செயல்...

ஒரு முறையா... இருமுறையா...

இந்தக் கடிதம் எழுதுவதற்கு முடிவு செய்யும் முன்வரை... உன்னிடம் அந்த அந்தரங்க இரகசியத்தை சொல்லிவிட பலமுறை முயற்சித்தேன்...

முயற்சிகள் பல...

நிகழ்வுகளும் பல...

ஆனால்......

அனைத்திலும் தோல்வியே...!

உனது முகம் பார்த்ததும்... எனது பலமெல்லாம் பின் வாங்கி அடங்கி... துவங்கிய இடத்திற்கே சென்று அடைந்து கொள்ளும்...!

அதோடு உன்னிடம் சொல்ல வந்த இரகசியமும் உள் மனதிலே உறைவிடம் தேடி உறைபனி போல உறைந்துவிடும்...

அது... உனது முகப்பொலிவின் ஆளுமை... அடிப்படைத் தன்மை... நான் உன் மீது வளர்த்துக்கொண்ட ஆழக்காதலின் மேன்மை...

ஆகவே....

அந்த இரகசியம் அப்படியே தேங்கித் தேங்கி... சுழன்று சுழன்று... பெரும் புயல் சின்னமாகவே மாறி... எனது அடிமனதிலே மையம் கொண்டுவிட்டது....

அதை எப்படி வெளிப்பாய்ச்சுவது.....?

பல நாள் தோல்வி முயற்சிகள் போல... இன்றும் ஒரு முயற்சி....

வீட்டிற்குள்ளே நுழைந்தேன்....

சற்று தூரத்திலே நின்றேன்....

உன்னையே கண்காணித்து.....!

ஒ....

ஈதென்ன விந்தை....

தடுமாறுதே சிந்தை...

இன்றேனோ இல்லம் முழுவதும் மஞ்சள் நிறத் தூவல்.....

எதனால்...?

வாசலுக்கு விரைந்தேன்....

சூரியனைப் பார்த்தேன்....

இல்லையே....

சூரியன் கூட இன்று வெண்வெயில்தானே பாய்ச்சுகிறான்....

மஞ்சள் ஒளி தூவ... நிலவு முன் அறிவிப்பின்றி வந்துவிட்டதா....?

இல்லையே.....

வானத்திலே நிலவுருவே புலப்படவில்லையே....

வீட்டினுள்ளே எப்படி கசிந்தது இந்த மஞ்சள் ஒளி....?

வீடு முழுக்க ஊடுருவி வலைவீசி உற்று உற்று நோக்கினேன்.....

அதோ...

ஓர் இடம்...

அங்கிருந்துதான் பரவுகிறது அந்த இளம் மஞ்சள் ஒளி....

அது....

எனது இல்லத்து தேவதை நதி....

உனது முகம்....!

ஆம்...

உனது முகத்திடமிருந்துதான் இந்த ஒளித் தூறல் இந்த வீடு முழுக்க பரவுகிறது .....

முகம் மட்டுமா....

ஆடைமீறி எட்டிப்பார்த்த அத்தனை உடல் பாகங்களிலும் மஞ்சள் ஒளிவீச்சு....

அதனால் எனக்குள்ளே கொதித்தது உணர்வுகளின் கதிர்வீச்சு....

இன்று....

நீ மஞ்சள் பூசிக் குளித்திருக்கிறாய் ....

பொதுவாகவே பெண்கள் மஞ்சள் பூசிக் குளியல் நிகழ்த்தினால்... கணவன் மீது அதிக காதல் வயப்பட்டிருக்கிறார்கள் என்பது இலக்கிய அறிவின் பேச்சு....

என்றால்... ?

என் அன்பே.....

இன்று நீ உனது காதல் கணவன் என் மீது மோக வயபட்டிருக்கின்றாயா... ?

காம வயப்படதன் முன்னறிவிப்பா இது.... ?

என்றால்... என்னுடைய திட்டம் நிறைவேறுதல் எளிதல்லவா....

உற்று நோக்கினேன் உன்னை....

ஏது இன்று உனக்கு இத்தனை கவர்ச்சி.... ?

உனது மூக்கின் ஒரு புற மையத்திலே மின்னிய வைர மூக்குத்தி....

அதன் மீதும் தானே பட்டுத் தெறிக்கிறது அந்த மஞ்சள் ஒளி....!

இயற்கையிலேயே உனக்கு நிற வளம் மிகுதி தான் கண்ணே....

ஆயினும்....

இந்த மஞ்சள் நிறம்... உனது முகத்திற்குக் கொள்ளைப் பொலிவு தான் அன்பே....

எனது விழிகள்.... கூர் நோக்கிலே உனது முகத்தின் மீதே நிலைகொண்டுவிட்டன....

பம்பரம் ஒன்று கிறுகிறுவென்று சுழன்றுகொண்டே மூளைப்பகுதி முழுவதும் பயணிக்கிறது...

இது மோக விளைச்சல்....

எனது தாக நமைச்சல்....

நான் உன்னிடம் மறைத்து வைத்திருக்கும் அதி இரகசியத்தின் குடைச்சல்...

நீண்ட நாள் ஆகிவிட்டது...

அது என் இதயத்திலே குடியேறி....!

இன்னும் நீண்டு கொண்டே போகக்கூடாது....

இன்று எப்படியாவது உன்னிடம் சொல்லிவிடவேண்டும்....

கணவன் மனைவிக்கிடையே ரகசியமொன்று மறை பொருளாக புதைந்து கிடந்தால்... அது புறையோடிய புற்று நோயாக மாறிவிடும்...

அங்கே நீ....

இங்கே நான்...

இப்பொழுது...

எனது இதயத்திலே மையம் கொண்டிருந்த அந்த கள்ளப் புயல்... மெல்ல மெல்ல முற்றி... இடி முழக்கம் போல உறுமத் தொடங்கி... எனது இதயம் விட்டு வெளியேறிவிட அறிவிப்புக் கொடுத்தது...!

நீ சமையல் அறையிலே மிகவும் ஈடுபாடோடு சுறுசுறுப்பாய் இயங்கிக் கொண்டிருந்தாய்...

மெல்ல மெல்ல உன்னை நெருங்கினேன்...

இன்றென்னவோ....

நீ மிக எளிமையாக இருந்தாலும்... எனது கண்களுக்கு மிக அழகாகத் தெரிந்தாய்...!

பெண்களுக்கு எப்பொழுதுமே எளிமையும் இயற்கைத் தோற்றமும் தான் பேரழகு...!

அதுதான் நீ......!

பம்மினேன்... பதுங்கினேன்... பதவிசாகப் பசப்பினேன்.... வேடம் புனையாமலே உன்னிடம் நடிக்கத் துவங்கினேன்.....

சற்று அதிகமான குழைவுதான்...

“நதி... நதி...”

இழுவையாக ராகம் போட்டு...

மீட்டினேன் சுதி...

எனது மனது போடுகிறது குதி...!

கருணைக் கண்களைக் காட்டமாட்டாயா நதி...

உனது கைகளிலே தான் இருக்கிறது எனது விதி...!

உனது பெயரை இனிய பாட்டாகவே படித்தேன்..... மிகுந்த வேலைகளுக்கிடையே என்னைக் கண் கொண்டும் பாராமலேயே...

“ம்” போட்டாய்...

உனக்குத் தெரியாதா... எனது குரலின் வளைவு நெளிவுகள்...

ஏதோ சதித் திட்டத்தோடு தான் இந்த கள்ளப் பருந்து உன்னை அள்ளிப் பருக வட்டமிடுகிறது என்பதை நீ யூகித்து விட்டாய்..!

இப்பொழுது உனது வேலை தேங்காய் துருவல்... உனது கைகள் தேங்காயோடு சரியான மல்லுக்கட்டு... கீழ் உதட்டை மடித்து பலமாகக் கடித்துக் கொண்டு அந்தத் தேங்காயின் மீது வலிமை காட்டிக் கொண்டிருந்தாய்...!

விரல்கள் விரைக்கின்றன...

கழுத்து நரம்புகள் புடைக்கின்றன...

உடல் முழுவதும் அசைகிறது...

நெற்றியிலே வியர்வை...

கழுத்திலே வியர்வை...

பதறிப் போகாதா எனக்கு...?

ஆர்வமாய் உனது புடவை முந்தானையை விசுக்கொன்று இழுத்து துடைக்க வந்தேன்.... அதையும் அனுமதிக்கவே இல்லை நீ...

எனது கபடத்தனம் புரியாதா உனக்கு...?

அதன் பிறகும்... வளைந்து... நெளிந்து... குனிந்து... நிமிர்ந்து... ஒரு பத்து “நதி” போட்டிருப்பேன் நான் ...

விசுக்கென்று விழி உயர்த்தினாய்...

உனது உளிப் பார்வை... என்னை புளிப்போட்டுத் துலக்கியது...!

நான் பாட்டுக் கச்சேரி நடத்துகிறேன் என்று நீ கண்டு பிடித்துவிட்டாய்...!

“என்ன...”

சாதாரண ‘என்ன’ வா அது...

ஒரு பெண் புலியின் உறுமல்...!

'நடித்தது போதும்... நிறுத்து....' என்கிற 'என்ன' ...!

கண்கள் மட்டும் என் மீது ... கவனமெல்லாம் தேய்காய்த் துருவலின் மீது ...!

அந்த இரும்பு அரிவாள்மனை நுனியிலே இருந்த கூரிய பற்களிலே சிக்கி... தூவல்களாகச் சரிந்து விழுந்து... கரைந்து இளைத்துக் கொண்டிருந்தது அந்த வெள்ளைத் தேங்காய்...!

எவ்வளவு நேரம் வளைந்து நெளிந்து பார்த்துக் கொண்டே இருப்பது... ?

சமாளிக்க வேண்டுமே...!

பேசினேன்....

எங்கே பேசினேன்...

உளறினேன்....

"நீ...... நீ.... நீ ரொம்ப அழகா இருக்க..."

மனைவிகளை ஏமாற்ற... எல்லா கணவர்களும் பயன்படுத்தும் ஒரே ஆயுதம்...!

இதற்குத்தான்... அசடு வழிவது என்று பெயர்...!

உன்னிடம் மாற்றமே இல்லை...!

தேங்காய்த் துருவல் மட்டும் தொடர்ந்தது...

விடுவேனா நான்... மீண்டும் சுதி மீட்டினேன்...

"நதி... நதி... நதி... நீ இன்னிக்கி ரொம்ப அழகா இருக்க..."

எனக்கு உனது அழகைத் தவிர அடுத்த கதை வரவே இல்லை...!

உன்னை ஒரு முறை சுற்றி வந்தேன்... மிக நெருங்கினேன்... அப்படியே எனது இடக்கையை உனது கழுத்தின் மீது வளைய விட்டேன்... வருடினேன்... கழுத்துப் பகுதியிலே சுரண்டினேன்......

அப்பொழுதும் உனது கவனம் தேங்காய்த் துருவலின் மேலேயே தான்....

இந்தப் பெண்களை அத்தனை எளிதிலே வசப்படுத்திவிட முடியுமா... ?

எனது வலக்கை கொண்டு... மிக மெதுவாக உனது காது மடலை வருடினேன்...

காது மடல் வருடுதல்... பெண்களுக்கு மிகப்பிடித்தமான போதைச் செயல்...

ஆனால்...

அந்த போதைச் செயல் உன்னிடம் செயலற்றுப் போனது..

கல் நெஞ்சக்காரி...

பெண்கள் எப்பொழுதுமே இப்படித்தான்... அவர்களுக்குத் தேவைப் படும் போதுதான் எதற்கும் இசைவார்கள்...

அவர்களுக்கு இசைவில்லையன்றால்... ஆண்கள் பாடு அலைச்சல்தான்...!

மறுபடியும் உனது பார்வை...! எனது தடுமாற்றம்...!

இப்பொழுதும் நான் உன்னை சமாளிக்க வேண்டும்.....!

தேங்காய் துருவல் வேலை முடிந்துவிட்டது.....

நான்... பெரிய தந்திரம் என்று நினைத்து உனது காது மடலைப் பற்றியிருந்த எனது கையை... 'வெடுக்' கென்று தட்டினாய்...

அடுத்த வேலைக்குத் தாவினாய்...

விடுவேனா...

நானும் தொடர்ந்து அருகிலே வந்தேன்...

மீண்டும் புதிய நாடகத்தைத் துவக்கினேன்..!

கன்னத்திலே வருடினேன்... நன்றாக இருந்த உன்னுடைய புடவை முந்தானையின் நூலை... குழைந்து குழைந்து... கொஞ்சம் கொஞ்சமாகப் பிரித்தேன்..

ஆனால்... அது நடிப்பென்று நீ கண்டு பிடித்துவிட்டாய்...

"என்ன ஆச்சு இன்னைக்கு... நடவடிக்கை ஒண்ணும் சரியில்லையே..."

துலக்கித் துப்புரவு செய்த பாத்திரங்களை வரிசைப் படுத்திக்கொண்டே கேட்டாய்..!

எனக்குத் தெரியும்... எனது தவறுகளை... தயக்கங்களை... நீ எளிதிலே கண்டுபிடித்து விடுவாய்...!

இப்படியே தான்... உன்னிடம் சொல்ல முடியாமலே தள்ளித் தள்ளிப் போனது... நான் மறைத்து வைத்திருந்த அந்த இரகசியம்....!

எனது மனதிலே மண்டிக்கிடந்து... என்னை மயக்கப்படுத்திக் கொண்டிருக்கும் அந்த பாரத்தை உனது மனசுக்கு மாற்றிவிட்டால்....

நான் புதிய மனிதன்...

முதலில் உனது மனசை உருக்க... ஓர் உலை தயார் செய்ய வேண்டும்...!

சின்னச் சின்ன கொஞ்சல்களையும்... குழைவுகளையும் உன் மீது மயக்க மருந்து போல தூவி... உனது புடவை முந்தானையைப் பிடித்து அதை முறுக்கி முறுக்கி... நூல் பிரிக்கும் வேலையிலே முனைப்புக் காட்டினேன்...!

எந்தக் கணவன்... மனைவியிடம் உளறாமல் உண்மை சொல்லியிருக்கிறான்... ?

எத்தனை மனைவிமார்களின் புடவை முந்தானைகள் இப்படிக் கரைந்து கரைந்து குறைவு கண்டிருக்கின்றன தெரியுமா... அத்தனையும் கணவன்மார்களின் குழைவுச் செயல்களே.....

இப்போது உன்னுடைய முழு கவனமும் வேலை மீது தான்....

இப்போது சொன்னால் தான் அந்த இரகசியம்... விபரீதம் ஏதும் விளைவிக்காமல் ஒரு சாதரண செய்தியாக உன்னை வந்து சேரும்...!

உன்னுடைய புடவையிலே நூல் பிரிக்கும் நாடகத்தை நான் தொடர்ந்து நடத்திக் கொண்டே இருந்தேன்...

'வெடுக்' கென்று எனது கையைத் தட்டி விட்டாய் நீ....

'சரக்' கென்று கையை என் பக்கம் இழுத்தேன் நான் ...

எனது கையிலே செல்லமாகச் சிறைப்பட்டிருந்த புடவைக்கு விடுதலை கொடுத்தாய்...

சுள்ளென்று முகம் சுருக்கிச் சின்ன சினம் காட்டினாய்...

செல்லக் கோபம் என்பது இதுதானோ... ?

"ஏன்... புடவையப் பிரிக்கிறீங்க... என்ன விலை தெரியுமா... ஏழாயிரம் ரூபா... அதப்போயி கிழிக்கிறீங்க... சாப்பாடு தயார் பண்ணனும்.. வேலை இருக்கு... வழிய விடுங்க .."

படபடவென பொரிந்தாய் ....

என்னை நீங்கி விலகிச் சென்றாய் நீ ......

என்ன சொல்வது உனக்கு... ?

உடனடியாக ஒரு திட்டம் தயார் செய்தேன்...!

முதலில் இந்த உணவு தயாரிக்கும் வேலையிலிருந்து உன்னை விடுவிக்க வேண்டும்... அப்பொழுது தான் எனது திட்டம் எளிதிலே நிறைவேறும்.....

என்ன செய்வது.....?

தாவி உனது கையைப் பிடித்தேன்... உனது வேலையை நிறுத்தினேன்... வியர்க்காமல் தெளிவாகவே இருந்த உனது முகத்தை பல முறை துடைத்தேன்... உனது அற்புத விரல்களோடு எனது வரல்கள் கோர்த்து உறவாடவிட்டேன்....

அதையும் நீ அசைவின்றி உற்று நோக்கியபடியே இருந்தாய்... உனது குரல் மட்டும் உறுமியது.....

“என்ன...”

மறுபடியும் குரலுயர்ந்த..... ‘என்ன’

நான் என்ன பதில் சொல்வது...

வளைந்தேன்...

நெளிந்தேன்...

குழைந்தேன்...

வேறு என செய்துவிட போகிறேன் நான் உன் முன்னே...

என்னென்ன அசட்டுச் செய்கைகள் இருக்கின்றனவோ அத்தனையும் செய்து காட்டி... உனது பார்வையை சமாளிக்க முயற்சித்தேன்...!

அதற்கு மேலும் உன்னால் இறுக்கமாக இருக்க முடியவில்லை...!

என்னுடைய இடைவிடா அசட்டு முயற்சிகளின் கூட்டுப் பலனாக... உனது முகத்திலே இளமைப்புன்னகை பூத்துவிட்டது...!

அப்பாடா... எனது திட்டம் வேலை செய்யத் துவங்கிவிட்டது... இனி எளிதாக நிறைவேறிவிடும்....!

“வெளிய போகணும்...”

“போங்க...”

“நீயும் கூட...”

“எதுக்கு...?”

“எதுக்கு... எதுக்கு... எதுக்கு... சும்மா வீட்லயே இருக்கியே... வேல வேலன்னு ஓடா தேயிறியே... உனக்கு ஒரு சின்ன மாறுதல்...”

சட்டென்று என்னை உற்றுப் பார்த்தாய்... உனது பார்வை என் மீது ஆராய்ந்து நிலைத்தது... என் மனசுக்குள் ஊடுருவி உளவு வேலை பார்த்தது... எனது களவு செயல்... உனக்குத் தகவல் அனுப்பியது... இதிலே ஏதோ சூது இருக்கிறது என்று...!

இருந்தாலும்... உனது முகத்திலே புன்னகை மலர்ந்தது....!

“உண்மையாவா...? இல்லையே... ஏதோ நாடகம் மாதிரி தெரியுதே... வா வெளிய போகலான்னா வரப் போறேன்... அதுக்கு ஏன் இப்பிடி வளஞ்சு கொழுஞ்சு... பொடவயப் போட்டு கிழிக்கணும்....”

ஐயோ கண்டுபிடித்து விட்டாயே... என்ன சொல்லி சமாளிப்பது...

“அது வந்து... அது வந்து... சும்மா..”

வழிகிறேன்... எனக்கே தெரிகிறது.....

“எங்க ? ”

நீயே கேட்டாய்.....

“நீ தான் சொல்லணும்...”

நீ யோசித்தாய்... வரம் தரப்போகும் கடவுளை பயபக்தியோடு தரிசித்து நிற்பது போல... உனது முகம் பார்த்த படியே நின்றேன்...

"எனக்குத் தெரியல..."

"நான் சொல்லவா..."

"ம்..."

"இந்த சமைக்கிற வேல.... அடுப்பு வேல.... வீட்டு வேல.... எல்லாத்தையும் அப்படியே போட்டுட்டு மொதல்ல வீட்ட விட்டு கௌம்பறோம்..."

உனது முகம் காலையிலே பூத்த புதிய பூவாய் பூத்து விரிந்தது..... உற்சாகமாக துள்ளலோடு புறப்பட்டாய்...!

முகம் கழுவுதல்..... புடவை மாற்றல்... எளிய அலங்காரம்.....எல்லாம் நான் நினைத்ததை விட துரித வேகத்திலே நிகழ்ந்தன..!

இன்று.....

எனக்குத் தெரிந்த வித்தைகளையெல்லாம் உன் மீது எய்து... உன்னைக் குளிப்பாட்ட வேண்டும்...

மனசுக்குள்ளே இப்படியொரு மகத்தான திட்டம்....!

சதித் திட்டமே தான்....!

உன்னை மயக்க எத்தனை தந்திரங்கள் உண்டோ அத்தனையும் செய்து விடுவது என முடிவு செய்தேன்....

எப்படியோ... எனது இதயத்திலே ஈட்டி கொண்டு குத்தி... சுழற்றி சுழற்றிக் குடைந்து... தொடர் வலி கொடுத்துக் கொண்டிருக்கும் அந்த இரகசியத்தை... இன்று உன்னிடம் சொல்லிவிட வேண்டும் என்பது எனது நரித் தந்திரம்...!

அவசர அவசரமாக உன்னை கிளப்பிக் கொண்டு வீட்டை விட்டு புறப்பட்டேன்...

வீட்டை விட்டு வெளியே வந்த நேரம் முதலே... உன்னை மிக நெருக்கமாக... எனது புத்தம் புது காதலியைப் போலவே பாவித்தேன்...!

அடிக்கடி வேண்டுமென்றே தொட்டேன்..

லேசாக இடித்தேன்...

ஒற்றை விரலால் இடுப்பின் இடைப் பகுதிலே சுரண்டினேன்...

சின்னச் சின்னக் குறும்புகளைச் செல்லமாகச் செய்தேன்....

உன் மீது வலை வீசுகிறேனாம்...!

எனது கணக்கு அப்படி...!

அப்படிப்பட்ட தருணங்களிலெல்லாம் திருட்டுத்தனமாக உனது முகத்தை கவனித்தேன்.....

எனது திருட்டு லீலைகளை நீ புரிந்து கொண்டாய்...

விளைவு... ?

உனது உதடுகள் புன்னகைகளை உதிர்த்தன...

அதை நான் கண்காணிக்கத் தவறவில்லை...!

எனக்குள் உற்சாக ஊற்று ஊறியது...

மனைவிகளுக்கு... வீட்டு வேலைகளை உதறி விட்டு கணவனுடன் வெளியிலே செல்வதென்றால்... தேன் குடித்த மகிழ்ச்சி தானே....!

எப்பொழுதுமே நீ மிக நேர்த்தியாக புடவை உடுத்துவாய்.... உனது உடல் அமைப்பு... நீ எந்தப் புடவை உடுத்தினாலும்... உன்னை கட்டுக்கோப்பாக

எடுத்துக்காட்டும்... அத்தகைய நேர்த்தியான உடல் வனப்பு உனக்கு....!

நேர் வகிடு தலைசீவல்.... உனது வட்ட முகத்திற்கு மிகப் பொருத்தமாக இருந்தது...

காதுகளிலே அளவான வைரத் தோடுகள்... அதோடு இணைந்து சிறு தொங்கட்டான்... நீ அசையும் போதல்லாம் எந்த தருணத்திலும் அறுந்து விழுந்து விடுவது போல ஒரு பொய் நாடகம் போட்டுக் கொண்டிருந்தன....

மூக்கிலே மின்னிய ஒற்றை மூக்குத்தி... நீ திரும்பிய திசையிலெல்லாம் மின்னலைப் பாய்ச்சியது...!

இவையெல்லாம் உனக்கு மிகப் பொருத்தமான அழகுதான்.....!

அவைகளால் உனக்கு எங்கே அழகு... ?

நீ அணிந்ததால்...

அவை உனது அழகு மேனியிலே குடியேறி... உனது மேனியிடமிருந்து அழகினைக் கடன் வாங்கி... அகங்காரமாய் காட்டுகின்றன அலங்காரம்...!

என் அன்பே...

உளந்தொட்டுக் கூறுகிறேன்...

ஒரு புதிய காதலியின் நெருக்கமாகவே உனது உரசல்களை நான் பதிவு செய்து கொண்டேன்....!

மீனைப் போல விழிகள் ....

மானைப் போல மருட்சி...

மயிலைப் போல நளினம்...

தேனை போல இனிமை.....

இவை யாவும்... பெண்களுக்கே அமைய வேண்டிய எழில் நுணுக்கங்களாகும்......!

இவை அத்தனையிலும் ஒன்று கூட பிசகாமால்... உன்னிடம் பிணையெனக் கிடந்தன கண்ணே.....!

நான் உன்னையே சுற்றி வளைய வளைய வருவதன் காரணம் அது தான்...!

இதோ வந்துவிட்டது....

ஓர் ஆடம்பரமான உணவு விடுதி...!

நேராக உணவு விடுதிக்குள்ளே உன்னை அழைத்துச் சென்றேன்...

உணவு விடுதிக்குள் கூட நாம் எப்பொழுதும் எதிர் எதிர் இருக்கைகளிலே அமர்வதையே வழக்கமாகக் கொண்டிருந்தோம்.....!

ஆனால் இன்று...

வன்முறையாகவே நான் உனது பக்கத்து இருக்கையிலே அமர்ந்து கொண்டேன்... நான் அமரும் பொழுது கூட கொஞ்சம் பலமாக உனது தோளின் மீது இடிக்கத் தவறவில்லை... அன்றென்னவோ அதையும் நீ அனுமதித்தாய்... சின்னதாய் கொஞ்சம் சிரிப்பை வெளிப்படுத்தினாய்...!

அடேயப்பா...

அது போதாதா எனக்கு... ?

துள்ளி துள்ளி கொள்ளி போலெரிந்தது மனது....!

குறிப்பறிந்து சிரிக்கும் போதும்... நீ கொள்ளை அழகுதான் என் தேவதையே...! அதற்குள்ளே தான் எத்தனை கவர்ச்சி...

உனது கன்னங்களிலே விழும் சிறிய குழிகள் என்னைத் தவிடுபொடியாக்கி தடுமாற வைக்கத்தான் செய்கின்றன...!

மனைவியின் அழகை இரசனையோடு இரசிக்க வேண்டுமென்றால்... அவளை வீட்டை விட்டு வெளியே அழைத்துச் செல்ல வேண்டுமென்பதை... இன்று புரிந்து கொண்டேன்...!

இன்று நடைபெறும் எல்லா செயல்களும் ஒரு புதிய காதலர்களின் நெருக்கம் போலத்தான்...!

இது போன்ற தருணங்களிலே... பெண்... வயது மறந்து இளம் பெண்ணாகவே தன்னை வரித்துக் கொள்கிறாள்...!

காதலர்களுக்கும்... கணவன் மனைவிக்கும் என்ன வேறுபாடு..?

காதலிக்கு தாலி இல்லை...

மனைவிக்கு தாலி இருக்கிறது...

ஆனால்....

எந்த அளவிற்கும் எல்லைகள் மீறவோ.... வரம்புகள் கடக்கவோ.... நெருக்கங்கள் காட்டவோ... இறுக்கங்கள் கொள்ளவோ.... காதலிக்கு அனுமதி இல்லை...

ஆனால்...

மனைவி என்று மாறிவிட்ட காதலிக்கு....

அத்தனை அனுமதிகளுமே ஆதரவு காட்டுகின்றன...

ஆனால்....

இரண்டுமே காதல்தான்...!

இன்னும் சொல்லப்போனால்... காதலர்களுக்கு நிறைய தடைகள் இருக்கின்றன...

இதோ...

நான்....

நினைத்தேன்...

திட்டமிட்டேன்.....

எனது காதல் மனைவியாகிய உன்னைக் கவர்ந்து வீட்டை விட்டு வெளியில் கொண்டு வந்துவிட்டேன்...

உணவகத்திலும் ...!

நீயும் நானும் அருகருகே...

உனது அழகை தடையின்றி நான் இரசிக்கிறேன்... அதை நீயும் இரசிக்கிறாய்... நூறு பேர் பார்க்கிறார்கள்.

யார் என்ன சொல்வார்கள் நம்மை...?

ஆனால்...

காதலர்களென்றால்...?

அரங்கேருமா இத்தனை அத்துமீறல்கள்...

சந்தேகப் பார்வைகள் எத்தனை...?

தடைகள் எத்தனை...?

நிகழுமா... தனிச் சந்திப்புகள்...

அத்தனை எளிதா...?

ஆனால்....

கணவன் மனைவியாய் இசைந்து விட்ட பிறகு... இடைவெளி விடைபெற்றுக் கொள்ளலாம்... !

தோளில் கை போடுதல்...

தோளோடு தோள் உராய்தல்...

கை கோர்த்து நடத்தல்...

தலை வருடிப் பார்த்தல்...

இணங்கி இசைந்து பயணித்தல்...

எத்தனை வகை சிரிப்பென்றாலும்... தடையின்றிச் சிரித்தல் .....

கணவனே மனைவிக்கு தலைப் பின்னல் சரி செய்தல்...

புடவை மடிப்பு சரி செய்தல்....

முகப்பூச்சு சரி செய்தல்..

நகை சரி செய்தல்....

இன்னும் எத்தனையோ... அத்தனையும் கணவன் மனைவிக்கு அனுமதிக்கப்பட்ட உரிமைகள்...

இடக்கட்டுப்பாடுகள் என்பது இல்லவே இல்லை...!

அதனால்....

கணவன் மனைவி கூட சுதந்திரக் காதலர்களே....

வயோதிகத்திலும் வாலிபமாக இருக்க... இது போன்ற இனிய சம்பவங்களை மனைவியிடம் நிகழ்த்தி... மனதில் மகிழ்வுச் சம்பவங்களைச் சேமித்து வைத்துக் கொள்ள வேண்டும்...!

இன்று .....

உனக்குப் பிடித்த உணவு வகைகளையே வரவழைத்தேன்....

விரும்பிச் சாப்பிட்டாய் நீ...

நீ சாப்பிடும் நேர்த்தி கூட தனி அழகுதான்....

உனது தங்கக் கைகளிலே முளைத்திருந்த வைர நகம் பொறித்த விரல்கள்... அந்த உணவைத் துண்டாடி அபகரித்த அழகு.....

அந்த உணவை நீ ரசித்து ருசித்து மெல்லும் போது... உனது உதடுகள் செய்யும் சதிராட்டம்....

தாடைகளின் நடன அசைவுகள்...

அந்த உணவை நீ விழுங்கும்போது உனது தொண்டையிலே ஏற்படும் ஏற்ற இறக்க அளவுகள்...

எல்லாமே தனி அழகுதான் அன்பே...!

ஒரு பெரிய நாவலுக்கு அவையே மூலக்கருவாக அமைந்தன.......!

விழிகள் இமைக்காமல்... நான் அந்த அழகைப் பார்த்து இரசித்தேன் அன்பே...!

செய்த தவறுகளை மறைக்க... மழுப்ப... இதுபோல அபத்தமான முறைகளைக் கையாளுவதுதான் ஆண்களின் கபடத்தனம்....!

எனது முன்னோர் கடைப்பிடித்த வழி...

அதனால்....

இன்று...

நானும் அதையே கடைப்பிடித்தேன்...

ஆனால்...

உனது துப்பறியும் கண்கள்... அவ்வப்போது எனது நடவடிக்கைகளைக் கண்காணிக்கத் தவறவில்லை....!

கணக்குப் போடவும் தயங்கவில்லை... ?

ஆனாலும்...

எனது அத்துமீறலுக்கு எதிர் நடவடிக்கை ஏதும் இல்லை... உன்னிடமிருந்து...!

எனது அடுத்தத் திட்டம்.... ?

உன்னை வேறு ஒரு புதிய இடத்திற்கு கடத்த வேண்டும் ......!

"அடுத்து நேரா எங்க போறோம் தெரியுமா... ?"

இதுவும் கொஞ்சல் தான்... கபட நாடகம் தான்....

"வீட்டுக்கு இல்ல... சரிதான... ?"

அடேயப்பா... எனது பாதி சதித் திட்டத்தைக் கண்டுபிடித்து விட்டாய் நீ...

ஆனாலும்...

உனது தரபிலே அனுமதி...

ஏன்... ?

அடுக்கு மாடிகளின் சிறைமீண்டு...

அலுவலகக் கோப்புகளின் ஆராய்ச்சிகளிலிருந்து விடுபட்டு...

ஆரவாரம் மிக்க போக்குவரத்து நெரிசலிலிருந்து விடுதலைப்பெற்று...

அடுப்பங்கரைச் சூளையிலிருந்து மீண்டு ...

குடும்பச் சுமைகளை சற்றே பாரமிறக்கி விட... மனைவிகளுக்கு வகை செய்வது கணவர்களின் கடமையென்பதை உணர்ந்தவள் நீ...

அதனால்...!

வாகனம் மிதந்தது... போக்குவரத்து நெரிசலிலே... வாகனம் திரும்பும் போதும் வளையும் போதும் நாம் இடித்துக் கொண்டோம்... அல்லது அதை ஒரு காரணமாக வைத்து.. வேண்டுமென்றே உன் மீது இடித்து... பெரும் குற்றத்தை நான் செய்து கொண்டிருந்தேன்... உரிமையுடன்.....

அதை நீ அனுமதித்துகொண்டிருந்தாய் உவகையுடன்....!

இதோ...

வந்துவிட்டது ...

நான் உன்னிடம் மறைத்து வைத்திருக்கும் அந்த இரகசியத்தை சொல்லப் போகும் இடம்...!

அதிசயித்து மலர்ந்தாய் நீ...

ஆகாயத்தாமரை போல...!

காரணம்...

4. அது கடற்கரை...!

அது....

கடற்கரை...!

ஆகா...

காண வேண்டுமே...

உனது முகத்திலே மகிழ்ச்சியின் உச்ச விளைச்சலை...

அடேயப்பா...

என்ன விந்தை...

நீ கடற்கரையிலே கால் பதித்ததும்..

வேற்று கிரகத்திலே வந்து பிறந்தது போல... புதுமையும் இளமையும் கலந்த உணர்வுகள் பொங்க குதூகலித்தாய்...

அதற்கும் காரணம் இருந்தது...

இன்று...

கடல் நீரின் மேற்பரப்பிலே தங்கக் கலவை கொட்டப்பட்டிருக்க வேண்டும்.....

அதுதான் கடல் நீரிலே அத்தனை தகதகப்பு...

கீழ்வானிலே நிலவு... அழகிய பெண்ணின் நடு நெற்றியிலே பொட்டு வைத்தது போல கடல் நீரின் மேற்பரப்பிலே தொட்டுக் கொண்டிருந்தது....!

கடல்.....

தென்றலின் துணையோடு... தனது அலைக் கரங்களை மெதுவாக அசைத்து... 'நிலவே வா... வா...' என்று நிலவை வரவேற்றுக் கொண்டிருந்தது...!

அலையும்... நிலவும்...

கைகோர்த்து அணைத்து...

உலகறிய கள்ள உறவு நிகழ்த்தும் தருணமது...!

ஒரு கவிஞனின் கண்களுக்குள்ளும்... கலைஞனின் கற்பனைக்குள்ளும் அடங்காத கவின்மிகு காட்சி...!

வண்ணமிகு ஓவியம் போல...!

அதைக் கண்ணுற்றதும்... நீ பாய்ந்து ஓடினாயே அன்பே...

மான்குட்டி தான்...

கடற்கரையிலே எப்படி காட்டுமான் குட்டி...?

இதோ வந்து விட்டதே....

எனது கண்முன்னே தாவித் தாவி குதித்து ஓடுகிறதே...

உடலிலே தான் எத்தனை வளைவுகள்...

அம்பில்லாத வில்லைப் போல...

எலும்பில்லாத மீனைப் போல...

எத்தனை உதாரணங்களை உதிர்ப்பது கண்ணே...!

நான் கவியரங்கத்தினுள்ளேயே நுழைந்து விட்டேன்...!

உன் மீது கவி புனைய...

நீ...

ஓடிய வேகத்திலே... என்னை விட்டு வெகுதூரம் ஓடி விட்டாய்...!

எனக்கு வியப்பு...!

விழி பெரிதாக்கி... நீ ஓடிய திசை நோக்கி மெல்ல நடந்தேன்...

உன்னை இவ்வளவு உற்சாகத்திலே குதிக்க வைத்ததிலே எனக்குப் பெருமிதம் அன்பே...!

கடல் கூட கடன் வாங்கித் தான் தனது கடமையைச் செய்கிறது....!

கடல் நீருக்கு ஏது சொந்த நிறம்...?

ஆகாயத்திடமிருந்து நீல நிறத்தை இரவல் வாங்கி... உலகின் கண்களுக்கு நீல நிற நீராக விருந்து படைக்கிறது....

ஒரு பக்கம் கடற்பரப்பு...

மறுபக்கம் நகர்ப் பரப்பு...

நடுவே மிக நீண்ட மணற்பரப்பு...

ஆசியாவிலேயே இரண்டாவது மிக நீளமான கடற்கரையாம்....

தூரத்திலே கப்பல்கள் நிலை நிறுத்தப்பட்டு... அந்த விளக்கொளிப் பதிவிலே... அங்கே ஓர் அழகிய தீவு... விளக்குகளால் அலங்கரிக்கப்பட்டிருப்பதைப் போல ஒளிமயமாக எடுத்துக்காட்டியது.....

ஏராளமான மீன்பிடி படகுகள் மிதந்த வண்ணம்.... அழகுப் பெண்கள் பலர் கூடி விளக்குகள் ஏந்தி கடல் மேல் நடந்து ஊர்வலம் போவது போல காட்டிக் கொண்டிருந்தன.....

கடற்கரையிலே தீபத் திருவிழாவா இன்று...?

சிலு சிலுவென்று வீசும் தென்றல்... இளமைக்கு இன்னும் இளமை கொடுத்தது.....!

ஆஹா...

எத்தனை ஆனந்தம்...

மனசுக்குள்ளே...

எனது மனநிலை எப்படி உணர்த்தியது தெரியுமா...

திருமணம் ஆகாத காதலியை திருட்டுத் தனமாக அழைத்து வந்தது போல எனக்கு அறிவித்தது அன்பே...!

இந்தக் கடற்கரைக்கு...

தனியாக வந்தால் ஒரு சுகம்...

காதலியோடு வந்தால் ஒரு சுகம்...

மனைவியோடு வந்தால் மட்டற்ற சுகம்...

நான் என் காதல் மனைவியோடு வந்திருக்கிறேனே.....

எனது சுகத்தின் அளவினை கணக்கிட்டு கூற... மடிக்கணிணியாலும் இயலுமா...

உன்னை கடற்கரைக்கு அழைத்து வந்ததற்கு எனக்குள்ளே தான் ஒரு மறைமுக சதித் திட்டம் இருந்தது......

ஆனால்...

உனக்கு...

வெறும் மாறுதல் தான்....!

அந்த மாறுதலே... உனது முகத்திலே எத்தனை மகிழுணர்வை முன்மொழிகிறது... ?

ஏன் இது போன்ற மகிழ்ச்சியை நாம் அவ்வப்போது மனைவிகளுக்குக் கொடுப்பதில்லை.... ?

நான்...

உன்னை அழைத்து வந்த நோக்கினை நிறைவேற்றுவதிலே முனைப்புக் காட்டத் துவங்கினேன்...

உன்னோடு இணைத்து கடல் மணலிலே நடந்து படியே... எனது இரகசியத்தை மனம் விட்டு மனம் மாற்ற... திட்டம் தீட்டினேன்..!

நீ....

கடல் பார்த்து நடந்தாய்...

நான்....

உனது முகம் பார்த்து நடந்தேன்...

இதோ...

வந்துவிட்டது தருணம்...

சொல்லி விட எத்தனித்தேன்...

வந்ததே ஓர் இடையூறு...

கட்டையான ஒரு பெண்ணின் குரலிலே....

“அய்யா... அம்மாவுக்கு பூ வாங்கிக் குடுங்கய்யா...”

திரும்பிப் பார்த்தேன்...

பூக்காரி..... சிரித்தபடி.....!

கூடை நிறைய புத்தம் புதிய பூக்கள்... இதழ்விரித்து சிரித்தன.....

என்னைப் பார்த்தல்ல.... உன்னைப் பார்த்து....!

உனது கூந்தலை ஈர்த்து...

உனது விழிகளின் ஈரப்பார்வை முழுவதும்... அங்கிங்கென சிதறாமல்... அந்த பூக்களின் மேலேயே நிலை குத்தி நின்றுவிட்டன..!

புரிந்து கொண்டேன்...

பூக்காரி இடையூறு செய்யவில்லை....

மாறாக....

உனது மனம் கவர்ந்த பூக்களின் வாயிலாக... எனக்கு உதவி செய்து கொண்டிருந்தாள்....

பூ.......

செடியிலே இருந்தால் அழகு...

பெண்களின் தலையிலே குடியேறும் போது பேரழகு...!

வழக்கத்தை விட இருமடங்கு அதிகமாகவே மல்லிகைப்பூவை வாங்கி உன்னிடம் கொடுத்தேன்....

அந்த அதிகம் எதற்காக... ?

உன்னிடம் மறைத்து வைத்திருக்கும் அந்தரங்க இரகசியங்களை... இன்று உன்னிடம் சொல்லி விடப் போகிறேன் அல்லவா...

அதற்கான மறைமுக கையூட்டுத்தான்.....!

ஆண்கள்... மனைவியிடம் காரியம் சாதிக்க இந்த மல்லிகைப்பூ தான் இடைத்தரகு வேலை செய்கிறது.... நிறைய தருணங்களிலே...!

நான் வாங்கிக் கொடுத்த பூவை பூரிப்போடு தலையிலே சூடிக் கொண்டாய் நீ... அந்த சமயத்திலே உனது முகத்திலே முளைத்த மோக புன்னகையைப் பார்க்க வேண்டுமே...

தாமரை மலரொன்று...

தகதகவென்று இதழ் விரித்து மலர்ந்தது போல... கவிதை விதைகளை வாரித் தூவியது எனது மூளை நிலப்பரப்பிலே ...!

எத்தனை கோடி பணம் கொட்டிக் கொடுத்தால் கிடைக்கும்...?

எத்தனை தங்க நகைகள் வாங்கித் தந்தால் ஒளிரும்...?

அதையெல்லாம் தாண்டி ஒரு பூச்சரம் தருகிறதே...!

பூரிப்பு...

புன்சிரிப்பு...

பெருமை...

பெருமிதம்...!

அத்தனை வெளிப்பாடுகளும் ஒரு சேர... உனது முகத்திலே அமோக விளைச்சல்...!

முகத்திலே மட்டுமா...?

முகத்திலே பூத்திருக்கும் விழிப் பூக்களிலும்..!

அடேயப்பா...

சற்று கிறங்கித் தான் போனேன் என் கண்ணே...!

அந்த மல்லிகைப் பூச்சரம் உனது தலைமேலே குடியேறிக் கொண்டதும்... உனது முகப் பொலிவினைத் தான் கண்ணுற வேண்டுமே...

உண்மையிலே இத்தனை இறுமாப்பு இல்லை .... அந்த மல்லிகைச்சரத்திற்கு..... பூக்காரியின் கூடையிலே குடியிருந்த போது...!

உனது தலை மீது ஏறி ஊஞ்சலாடியவுடனே... அதற்கு இறுமாப்பு மட்டுமல்ல... வீராப்பும் கூடவே சேர்ந்து வந்து விட்டது...!

பெண்களுக்கும் பூக்களுக்கும் அப்படி என்னதான் மாயத் தொடர்போ...

ஆண்களை சாய்ப்பதற்கென்றே அந்தரங்கக் கூட்டணி ஒன்று உருவாகி விடுகிறதே...!

வாங்கிக்கொடுத்த என்னைப் பார்த்தே... 'வருகிறாயா போட்டிக்கு...' என்று அறை கூவல் விடுக்கிறது உனது தலையேறிய விலைப் பூ...!

பெண் மயங்குகிறாள்...

பெண்ணிடம் ஆண் மயங்குகிறான்...

ஆக....

பூ...

ஒரு ஆண் மயக்கும் கருவிதான்...!

கிழக்கே உதித்த சந்திரன்... உனது முகச் சந்திரனின் மீது ஒளி பாய்ச்சி... தோல்வியுற்றுப் பின் வாங்கிக் கொண்டிருந்தான்...

தங்கக் குழம்பிலே முக்கி எடுத்த தாமரை மொட்டு போல தகித்தது உனது முகம்.....!

இதை நான் மட்டுமா பார்த்தேன்...

மனைவிகளோடு கைகோர்த்து நடந்து செல்லும் எத்தனை கணவன்மார்கள்... தங்களது மனைவிகளின் கண்களிலே மண்ணைத்தூவி விட்டு உன் மீது பார்வையைத் திருப்பினார்கள்...!

பின்னே...

ஒரு வன தேவதையே வந்து வங்கக் கடல் மண்ணிலே காட்சி தந்து கொண்டிருந்தால்... பார்க்காமல் என்ன செய்வார்கள்... ?

குற்றம்...

பார்ப்பவர்கள் மீது இல்லை...!

அவதரித்த தேவதையின் மீது ...!

ஒரு முறையல்ல... இருமுறையல்ல...

பலமுறை...

பார்வை உன் மீதும்... பயணம் அவர்களது மனைவியோடுமாய்...!

அந்தக்காட்சி எனக்குப் பெருமிதமாக இருந்தது....

என்னை நானே பாராட்டிக் கொண்டேன்... உன்னை மனைவியாய் அடைந்ததற்கு...!

உன்னால்... கடற்கரைக்கு மகிழ்ச்சிக்காக வந்த பல கணவன் மனைவிகளுக்குள்ளே சண்டைகள்...!

“அங்க என்ன பார்வை...”

இது ஒரு மனைவி...

“அப்படி என்ன இருக்கு அவகிட்ட...”

இது இன்னொரு மனைவி...

“அவ கணவனப் பாருங்க... மனைவிக்கு மல்லிகைப் பூ வாங்கித்தர்றான்... நீங்களும் இருக்கீங்களே...”

இதுவும் ஒரு மனைவிதான்...

“பொண்டாட்டின்னா சும்மா உங்க தேவைக்கு மட்டும் தான் பயன்படுத்துவீங்க...

எந்திரின்னா எந்திரிக்காணும்...

நில்லுன்னா நிக்கணும்...

உக்காருன்னா உக்காரணும்...

படுன்னா படுத்துக்கணும்...!”

இது... இசைவின்றி இல்லறத்திலே அசைவின்றி அடங்கிச் சலிப்படைந்த மனைவி...

“மனைவிய எப்படி வச்சுக்கணும்னு இப்பயாவது தெரிஞ்சுக்கோங்க...”

இது ஒரு மனைவி...

ஒரு மனைவிக்கு... அவளுடைய கணவனிடமிருந்து அன்பளிப்பாக ஓர் அடி வேறு...!

மனைவிகள் பலவிதம்... அவர்களது குணங்களும் பலவிதம்...

அது அமைகின்ற விதத்தைப் பொருத்தது...

இந்த ரம்மியமான கடற்கரையிலே... பல கணவன் மனைவிகளுக்கிடையே சச்சரவுகள் பெருக நீ காரணமாய் அமைந்து விட்டாய் அன்பே...!

இந்தக் கணவன் மார்களுக்கென்று ஒரு தனி குணம்...

தன் மனைவி எத்தனை அழகியாயிருப்பினும்.... அயலான் மனைவியைக் கண்டாலே காதல் கொப்பளித்து வரும் அவர்களுக்கு... அவள் மீது...!

எனக்கு எனது காரியத்தின் மீது கவனம் திரும்பியது...

முதலில்.... நான் மனதுக்குள்ளே பதுக்கி வைத்திருக்கும் இரகசியத்தை சொல்வதற்கான ஈரப்பதமான மனநிலையை உனக்குள்ளே உருவாக்க வேண்டும்...!

அந்த உருவாக்கலின் முதல் முயற்சியாக... வேண்டுமென்றே நான் உன்னை உராய்ந்தபடியே நடந்தேன்....

அந்த ரசமான உரசல்......

உனது மனதை திசை திருப்பி எனது வசப்படுத்தும் என்பது எனது நம்பிக்கை...

கடல் காற்றின் குளுமையும்... அந்த உரசலுக்குத் தோழமை தந்தது.....

கொஞ்சம் கொஞ்சமாய் உன்னை உற்சாகப்படுத்தி... நீ உற்சாகத்தின் உச்சத்திலே ஊறி... உனது மனம் முழுக்க எனது வயப்பட்டு இருக்க வேண்டும்...

அப்பொழுதுதான் வாழைப் பழத்திலே ஊசி ஏற்றுவது போல அந்த இரகசித்தையும் உனக்குள்ளே ஏற்றி விட முடியும்...!

வேண்டுமென்றே குறும்புத் தனமாக உனது தோள் மீது கையைப் போட்டேன்...

எனக்குத் தெரியும்... நீ கொஞ்சம் கூச்சமான குணம் கொண்டவள் ... உடலை லேசாக வளைத்து எனது கையை அகற்றி விட முற்பட்டாய்... பொது இடம் அல்லவா...

நான் கொஞ்சம் முரட்டுத்தனம் தான் செய்தேன்... விலகிச் சென்ற உனது தோளை இன்னும் கொஞ்சம் இறுக்கி இழுத்துப் பிடித்தேன்...

இறுகிய கைக்கு இன்னும் கொஞ்சம் கூடுதல் அதிகாரம் கொடுத்தேன்....

உன்னை நெருக்கி அணைத்தேன்... உனது தோள் எனது அணைப்பிற்கு ஒத்துழைத்து.... எனது மார்பிலே புதைந்து கொண்டது...

புல்லரித்துப் போனது எனக்கு...

உனக்கும் தான்...!

எத்தனை ஆண்டுகள் இணைந்தே வாழ்ந்தாலும்... கணவன் மனைவிக்கிடையே திடீரென்று நிகழும் இது போன்ற இன்ப விபத்துக்கள்... அன்று விழி பார்த்த ஆசைக் காதலர்களின் மனதிலே ஊறும் உளப்பதுங்கல் நிறைந்த கூச்சப் பெருக்கை உண்டாக்கிவிடும்...

"விடுங்க..."

காற்று கூட சற்று ஓசை அதிகமாய் பேசும்....

உனது குரல்.....

காற்றை விட மிக சன்னமாய்... செல்லமாய்... மோகமாய்... செவிப் பறையில் மோதியது.....!

என்றால்....

'தோளின் மீது உள்ள கையை எடுத்து விடாதே....' என்று பொருள்....

சம்மதம்... ஆனால்... பொய்க்கோபம்...!

இந்த அணைப்பு... உனக்கும் தேவை என்பது எனக்கும் தெரியும் அன்பே....!

சுற்றிச் சுற்றிப் பார்த்து... இரகசியம் சொல்ல சரியான இடம் தேடினேன்...

எல்லா இடங்களிலும் இடையூறுகள்...

நகர்ந்து நகர்ந்து... இடையூறு இல்லாத ஓர் இடத்திற்கு உன்னைக் கடத்தி வந்தேன்... கிட்டத்தட்ட இது கூட ஒரு கடத்தல் சம்பவம் தான்.....!

கடல் நீர் அருகே வந்தோம்... ஈரமணலிலே கால்கள் பதித்து நின்றோம்....!

கடல் நீர்...

அலைகளை அனுப்பி உனது கால்களின் தழுவல்களை வரமாகப் பெற்றுக் கொண்டது.... அந்த அலைகளுக்குத் தான் எத்தனை ஆனந்தம்... உனது கால்களைத் தொட்டு முத்தமிட்டு விட்டோம் என்று...!

அதில் சலசலவென்று ஆர்ப்பரிப்பு வேறு..... உனது கால்களை எச்சில்படுத்தி முத்தமிட்ட ஆனந்தத்தை... அலைகள் வேறு எப்படித்தான் உலகிற்கு அறிவிக்கும்...?

இந்த இடத்திலே... எனக்குக் கூட கிடைக்காத பெரும் வாய்ப்பு அல்லவா இது...!

கொஞ்சம் கூட வெட்கமே இல்லை இந்த அலைகளுக்கு...!

அயலான் மனைவியை அனுமதியின்றி ஒரு முறை முத்தமிட்டது போதாதென்று... மறுமுறையும் படைதிரட்டி வந்து முத்தமிட்டுச் சென்றன....!

இத்தருணத்திலே....

ஒரு கவிதைக்காட்சி அரங்கேறியது அங்கே...!

கடல்.....

அலைகளை கரைக்கு அனுப்பியது...

மீண்டும் திருப்பி அழைத்துக் கொண்டது....

அங்கே.....

அலைகள் விட்டுச்சென்ற அந்த ஈரப் பளபளப்பிலே... நிலவு பளீரென்று தோன்றி குடியேறியது...

அலைகள்.... மீண்டும் திரண்டு வந்தன...

அந்த ஈர நிலவை கவர்ந்து செல்ல முயன்றன...!

அதற்குள்ளே கடல் மணல்......

அலைகளோடு போட்டியிட்டு அந்த ஈரத்தையும்... அதில் குடியேறியிருந்த அந்த நிலவையும் தனக்குள்ளே ஈர்த்துக் கொண்டது...!

ஆவலுடன் நிலவை ஈரப்பதத்துடன் அபகரிக்க ஆர்பரித்து வந்த அந்தக் கடல் அலைகள்... தோல்வியுற்று பின் வாங்கி கடலுக்குள் சென்றதும்...... தான் பதுக்கி வைத்த நிலவை... மீண்டும் வெளிக்காட்டியது... கடல் மணல்...!

இது ஒரு கவிதை நயமான ஆட்டம் தான்....!

முடிவில்லாத இந்தப் போர் நிகழ்வு... தொடர்ந்து கொண்டே இருந்தது....

என் மனதைப் போல....!

அதுவும் அப்படித்தான்... பதுங்கிப் பதுங்கி எழும்பிக் கொண்டிருந்தது.... தனது திட்டத்தை நிறைவேற்றும் தருணத்தை எதிர்பார்த்து.....!

இப்பொழுது சற்றும் எதிர்ப்பாரா வண்ணம் அங்கே ஓர் அநியாய நிகழ்வு ஒன்று அரங்கேறியது...!

திடீரென... அந்த அலைகள் வேகமாக வந்து இன்னும் சற்று உயரே எழும்பி.... அத்துமீறி..... உனது முழங்காலுக்கு மேலேயும் அல்லவா எட்டிப் பார்த்து தொட்டு விட்டன.......!

பொது இடம் என்பது அந்த அலைகளுக்கும் தெரியவில்லையே....

அத்துமீறிய செயல்...!

நீ.....

எனது காதல் மனைவி...

உன்னை தொடவும்...

உன்னை அணைக்கவும் ....

உனக்கு முத்தமிடவும்....

எனக்கு உரிமை இருக்கிறது....!

இந்த அலைகளுக்கு என்ன அதிகாரம் இருக்கிறது...!

எனது காதல் மனைவியை கண்ட இடத்திலே களவு வழியிலே வந்து வேவு பார்த்து முத்தமிட...?

கடல்......

இந்த அலைகளுக்குக் கொஞ்சம் கட்டுப்பாடு விதித்துத் தடை போட வேண்டும்...!

உண்மையிலே இது ஒரு ஆபாச முயற்சி தான்....!

அந்த அலைகள் மீது எனக்குப் பொறாமை ஏற்பட்டது....

ஆனால்...

அதை இரசித்துக் கொண்டிருந்தாய் நீ... ஆனந்தக் களிப்போடு...!

இந்த சந்தர்ப்பத்தைப் பயன்படுத்தி அலைகளிடமிருந்து மீட்டு வந்து உன்னை கரை மேலே அமர வைத்தேன்.....

மிக அருகிலே நானும் அமர்ந்தேன்....

நான் காதல் மிகுதியிலே வாங்கிக் கொடுத்த மல்லிகைப்பூ கூட... என் மீது உனக்கு கொஞ்சம் மோகத்தை வரவழைத்திருந்தது...

அதனால் இரட்டைப் பொருள் பொதிந்த உனது அரைவிழிப் பார்வையிலே மோகம் வெளிப்பட்டது...!

பெண்களுக்கு.....

இந்த அரை விழிப் பார்வை தான் ஆயுத உற்பத்திச் சாலை...!

அந்தச் சூழல்...

அந்தத் தென்றலின் தழுவல்...

ஒளிக் கற்றையைக் குறைத்திருக்கும் அரை இருள்...

எனக்கும் காமம் ஊறிய மனது...

சின்ன ஆசை துளிர்விட்டது...

உன்னை எனது மடியிலே கிடத்திக் கொள்ள வேண்டும் என்று...

முயற்சித்தேன்...!

உன்னுடன் நெருக்கமாகப் பேசுவதற்கு இணக்கமாக இருக்கும் அல்லவா.....

அவ்வளவு எளிதிலே வசப்பட்டு விடுவாயா நீ......

பலமுறை சுற்றிலும் பார்த்தாய்...

உனக்குக் கோபமும் வந்தது..... ஆனால் தேவையும் கூடியது...

அதை உனது முகம் என்னிடம் காட்டிக்கொடுத்து... உனது உள் மனசைப் புரிந்துகொள்ள எனக்கு ஒத்தாசை செய்தது....

பிடித்தமில்லாதவள் போல போலியாக நடித்துக்கொண்டு எனது மடியிலே சாய்ந்தாய்...

“வீட்டுக்குள்ள செய்ய வேண்டிய காரியத்தையெல்லாம் கடற்கரையிலே வந்து செய்யிறீங்களே”

இது... உனது அற்புதமான நடிப்பிலே வெளி வந்த மிகச்சிறந்த நாடக உரையாடல்...

இந்த சுகம் வீட்டிலே கிடைக்குமா.... ?

கடற்கரை...

வலை விரிக்கும்...

வசீகரம் செய்யும்...

மணற்படுக்கை விரிக்கும்...

மயக்கம் விதைக்கும்...

ஆண் பெண்... இருபாலருக்கும்... மனத் தடுமாறல் தந்து மயக்கும்... அறிவை பேதலிக்க வைக்கும்.....!

அதுதான் ஒட்டு மொத்த நகரத்தையுமே கட்டி இழுத்து... தனது வயப்படுத்தி வைத்துக் கொண்டிருக்கிறது.... இந்த கடற்கரை....!

எத்தனை இலக்கியங்கள் தோன்றினவோ இந்தக் கடற்கரையிலே....

எத்தனை காவியங்கள் உற்பத்தியாகக் காரணமாய் இருந்தனவோ...

யாரறிவார்.... ?

ஆராய்ச்சியாளர்களைக் கேட்டால் தகவல் கிடைக்கலாம்.....!

இப்போது......

நம்மிடையேயும் கூட ஒரு கவிக் காவியத்தின் அரங்கேற்றம் நிகழ்ந்து கொண்டிருக்கிறதே.....!

என் நதியே ...

நீ...

எனது மடியிலே கிடந்தாய்... வீணையாக...

நான்.....

மீட்டினேன் உன்னை... பலமுறை...

எனக்கும்.... விரல்கள் வலித்ததில்லை...

நீயும்....

இசை ஊற்ற சலித்ததில்லை...

என் நதி...

என் நா... எண்ணிக்கையிலடங்கா எத்தனையோ சுவைகளை சுவைத்திருக்கிறது...

ஆனால் ...

இந்த வினாடி வரையிலும் திகட்டாமல் எனது நாவிலே நிலைபெற்றுப் படர்ந்து எச்சிலை ஊறவைத்துக் கொண்டே இருக்கும் ஒரே சுவை... ‘நதி...’ என்று உனது பெயரை உச்சிரிக்கையிலே ஊறுகிறதே... அந்த சுவைதான்.... அந்த சுவைக்கு இணையே இல்லை என் அன்பே...!

தூக்கணாங்குருவி....

எந்தப் பறவைக்கும் இல்லாத ஒரு சிறந்த குணம்... இந்த சிறிய பறவைக்கு மட்டும் உண்டு....!

தனக்குத் தேவையான கூட்டைத் தானே கட்டிக்கொள்ளும்.... எல்லா பறவையினத்தையும் போல...!

ஆனால்.... இந்தத் தூக்கணாங்குருவியின் கூட்டுக்கென்று தனிச்சிறப்புகள் உண்டு....!

அவை......

கூட்டை இரண்டு அறைகளாக அமைத்துப் பின்னிக் கொள்ளும்....

இன்னொரு சிறப்பு...

எதிரிகளிடமிருந்து தப்புவதற்காக புறவாசல் ஒன்றும் அமைத்துக் கொள்ளும்.....

அதைவிட சிறப்பாக......

அந்தக் கூடு எப்பொழுதுமே ஒளிமயமாக பளீரெனத் திகழும்...

எப்படி?

காட்டிலே வெளிச்சம் போட்டு மின்னிப் பறக்கும் மின்மினிப் பூச்சி.... அதனைப் பிடித்து வந்து கூட்டினுள்ளே ஒட்ட வைத்து விடும் இந்த தூக்கணாங்குருவி...!

இப்பொழுது கூட்டுக்குள்ளே பளிச்சென்று ஒளி...!

அந்த ஒளியிலே வாழும் அரிய திறமை கொண்டது இந்தத் தூக்கணாங்குருவி....!

இது.......

அந்தச் சிறிய துக்கணாங்குருவி ஆராய்ந்து செயல்படுத்திய விஞ்ஞானம்....!

அது போல...

எங்கோ பிறந்து ஒளிவீசி... ஒரு மின்மினிப் பூச்சியாய் மின்னிப் பறந்து கொண்டிருந்தாய் நீ.... உன்னை அப்படியே கொத்தித் தூக்கி வந்து எனது வீட்டிலே வைத்துக் கொண்டேன் நான்....!

எனது வீடு தூக்கணாங்குருவிக் கூடுதான்....

நீ...

அதிலே மின்மினிப் பூச்சியாய் ஒளி வீசிக் கொண்டே இருக்கிறாய் கண்ணே..!

ஒரு ஆணின் வாழ்கையிலே......

இருள் சூழ்வதும் பெண்ணால்.....

இருள் விலகுவதும் பெண்ணால் ....

நீ.... எனது வாழ்க்கையிலே வந்தாய்...

இருள் விலகியது...!

எனக்கு ஒளி காட்டியாகவும்....

வழிகாட்டியாகவும்.....

விழிக் காட்சியாகவும்.....

இன்று வரை இருக்கிறாய் எனது அன்பிற்குரிய நதி....!

அன்பே...

இந்த நிலையிலே உனக்குத் தெரியாமலே ஓர் அந்தரங்கத்தை நான் இதயத்திலே பூட்டி வைத்திருப்பது என்ன நியாயம் கண்ணே....!

நீ பரிசுத்தமானவளாக இருக்கும் போது... நானும் பரிசுத்தமாக மாறிவிட வேண்டுமல்லவா...!

அதற்காகவே இந்த கடற்கரைத் திட்டம்...!

பல மாயவித்தைகளை நிகழ்த்தி... உன்னை மயக்கி கடத்தி வந்திருக்கிறேன்... மடியிலே கிடத்தி வைத்திருக்கிறேன்...!

இன்று உனது மனநிலை மிகச் சீராக இருந்திருக்க வேண்டும்...!

ஏனென்றால்.......

இன்று நீ பேசிய வார்த்தைகளின் தன்மை அப்படி....!

முகம் நிமிர்த்தி ஆகாயத்தைப் பார்த்தபடியே இருந்தாய் நீ ...

அங்கே என்ன தெரிந்தது உனது கண்களுக்கு... ?

நீல வானத்தைத் தவிர...

அப்படி ஆகாயத்திலே எதைப் பார்க்கிறாய் உற்று...

விழிபெரிதாக்கி....!

நானும் உன்னையே கவனிக்கிறேன் சற்று...

அங்கே வானிலே தெரிவதெல்லாம் வெற்று ...

அங்கே வேறென்னே உனக்கு பற்று....!

பார்த்தபடியே புன்னகைத்தாய்...

குதூகலத்தோடு கை நீட்டி ஆகாயத்தைக் காட்டினாய் எனக்கு...!

“என்னங்க...”

குயிலோசை தோற்றது நதி...!

உனது குரலோசை என்னைத் தாலாட்டி சற்றே கிறங்க வைத்துவிட்டது... அப்படியொரு அந்தரங்க ராகம் அந்த குரல் வளைவிலே...

காதோடு பேசும் இரகசிய பேச்சுக்குரல்...

மோகத்தைத் தூண்டும் போதைக்குரல்...

பெண்களுக்கு எங்கிருந்து உற்பத்தியாகிறது இந்த மின்சாரக் குரல்...

அதிலும்....

உனது குரல் அடிக்கரும்புச் சாரின் இனிப்பு கலந்ததல்லவா...

அதனால்...

என்னைச் சற்றே மூர்ச்சையடையச் செய்துவிட்டது கண்ணே...

ஆண்களின் ஆணி வேரினை அசைக்கும் முதல் ஆயுதமே பெண்களின் குரலும்... அதில் கலந்து தெளிக்கும் மது போதையும் தானே...!

இன்று....

உனது குரல் வழியாகவும்... அப்படியொரு போதையைத்தான் என் மீது தூவிக் கொண்டிருந்தாய் நீ ....

உனது குரலிலே... சிறிதும் ஏற்றமும் இல்லை... தேய்ந்து கரைந்த குறைவும் இல்லை...

இரண்டுக்கும் இடைப்பட்ட லயத்திலே எனக்கு வலை வீசியது உனது குரல்...!

பொதுவாக... பெண்களுக்கு இது போன்ற ஈரக் கசிவான குரல் எல்லா தருணங்களிலும் வெளிபடுவதில்லை...

ஒன்று...

கணவன் மீது காம மேலோட்டம் கூடுவதால் ஏற்படலாம்.... அல்லது காதலின் உச்சம் மீறிய ஊடல் அறிவிப்பினால் வெளிப்படலாம்....

பலவகைகளில்... ஆண்கள் பெண்களைவிட பலம் கூடியவர்கள் தான்...

ஆனால்...

பெண்களுக்கே சொந்தமான இது போன்ற ஈரக்கசிவான குரல் தாக்குதல்களால் சாய்ந்து விடும்... பலவீனம் படைத்தவர்கள் ஆண்கள்...!

“என்னங்க...”

திருப்பியும் குழலோசை பாய்ச்சினாய் நதி ...!

இதற்குப் பிறகும் என்னை நான் கட்டுப்படுத்திக் கொள்ள இயலுமா... ?

“சொல்லு நதி...”

“அங்க பாத்தீங்களா... ஆகாயத்துல...”

“நட்சத்திரம் தெரியிது...”

“இல்லீங்க... நட்சத்திர குடும்பம்...”

“சரி...”

“நடுவுல சின்ன வெற்றிடம்... தெரியிதா... ?”

“ஆமா...”

சற்றே அந்த ஆகாயத்தை இரசித்தபடியே அமைதியாக இருந்தாய்...!

நீ...

மிக மிக நல்ல மனநிலையிலே இருக்கிறாய் என்பது... உனது குரல் வழுக்கலிலே எனக்குப் புரிந்துவிட்டது...!

நான் உன்னிடம் சொல்ல வேண்டிய இரகசியத்தைச் சொல்ல இது சரியான தருணம் தான்.....

நல்ல நேரம் தேடியது... எனது மனம்...

ஆனால் ......

உனது ஆகாய ஆராய்ச்சியை நீ தொடர்ந்தாய்...

“அது வெற்றிடம் இல்லீங்க...”

“பின்ன... ?”

“நமக்காக ஒதுக்கி வைக்கப்பட்டிருக்கிற இடம்...

நம்ம வாழ்க்கை முடிஞ்சதுக்குப் பிறகு... நாம ரெண்டு பேரும் நிரந்தரமா அங்கதான் இருக்கப் போறோம்...”

அதிர்ந்துவிட்டேன் நதி....!

உனது கற்பனையின் உயரத்தைப் பார்த்து...

நீ அதோடு நிறுத்தினாயா... இன்னும் விவரித்ததாய்...

“நீங்க முன்னாடி போனா... உங்க பக்கத்துலயே எனக்கு இடம் போட்டு வைக்கணும்...”

“சரி...”

“நான் முன்னாடி போனா... என் பக்கத்துலயே உங்களுக்கு இடம் போட்டு வைப்பேன்...”

கண் கலங்கி விட்டேன் நதி...

எவ்வளவு கற்பனைத் திறன் உனக்கு...

உனது இதயத்திலே எனது காதலின் அளவு தான் என்ன... ?

எவ்வளவு உயரத்திற்கு என்னை உன்னோடு இணைத்துக் கொண்டாய் நதி...

யோசித்து யோசித்து வியந்து போனேன்.....

இந்தப் பிறவியிலே இறுக்கமாக இசைந்த வாசம்...!

இப்பிறவி முடிந்த பின்னே.....

ஆகாயத்திலே இணைந்த வாசம்...!

எனது கண்கள் கலங்கிவிட்டதை நீ அறிந்திருக்க நியாயமில்லை...

ஏனென்றால்...

உனது பார்வை... கவனம்... ரசனை முழுக்க ஆகாயத்திலே.....

நாம் வாழ்வை முடித்து வாசம் செய்யப் போகும் நட்சத்திர உறவுக் கூட்டத்தின் மீது...!

எவ்வளவு பெரிய கவித்துவமான கணக்கு...?

நீ சொன்னது வார்த்தைகளா...

கவிதையல்லவா...

யார் சொல்லித் தந்தது உனக்கு...

கண்ணதாசனா...

வாலியா...

வைரமுத்துவா...

முத்துக்குமாரா...

அல்லது நாம் படித்த திருவள்ளுவரா....

கணவனும் மனைவியும் வாழும் இல்லறத்திற்கு இப்படியொரு முடிவுரையை இலக்கியங்களிலே கூட வாசிக்க வாய்ப்பு கிட்டுமா......

இவ்வளவு உயரத்திலே என்னை வைத்திருக்கும் உன்னிடம் ஓர் இரகசியத்தை நான் மறைக்கலாமா....

சரிந்து எனது மார்பிலே சாய்ந்திருந்திருந்தாய் நீ... உனது கைகள் எனது கழுத்தைச் சுற்றி வளைத்துப் பிடித்திருந்தன...

கூச்சம்... நாணம்.... பயம்... இவையெல்லாம்... சூழல் அறிந்து... உன்னை விட்டு வெகுதூரம் விலகிக் கொண்டன....!

நீ கூறிய ஆழமான வார்த்தைகளைக் கேட்டு... என்னை அறியாமல் உன்னை சற்றே இறுக அணைத்து விட்டேன்.....

அந்த அணைப்பின் இறுக்கத்தை உணர்ந்து... எனது முகம் பார்த்தாய் நீ... எனது கண்களின் கசிவு உனக்குப் புரிந்திருக்க வேண்டும்...

நீ அதை இரசித்தாய்...!

உனது கற்பனையை காட்சிப்படுத்தி... நான் சரியாகப் புரிந்து கொண்டதிலே உனக்குப் பெருமிதம்...

எத்தனை முறை அணைத்த உடல்...

எத்தனை முறை இறுகப் பிடித்த தோள்கள்...

எத்தனை முறை பற்றிய கரங்கள்...

எத்தனை முறை கலந்து உறவாடிய விரல்கள்...

எத்தனை முறை வருடிய கன்னங்கள்...

எத்தனை முறை முத்தமிட்ட இதழ்கள்...

எத்தனை முறை...

எந்தெந்தப் பகுதிகள்...

அத்தனை பகுதிகளுமே எனது கரம் பட்டுப் பழகிய பகுதிகள் தானே...!

ஆனால்.... இன்றும்...... அவையெல்லாம் இப்பொழுது பூத்த புது மலரைத் தழுவிய புதுமையைத் தருகிறதே எப்படி..?

வாழ்நாள்.... எவ்வளவோ கரைந்து போன பின்னும்.... இந்த புதுமை மட்டும் கரைந்து போகாமலே தொடர்கிறதே எப்படி...?

தொடு உணர்வும்... தொடர் இணைவுகளும்... ஒரு நாளிலே முற்றுப் பெற்று பழமையாகி விடப் போவதில்லை...

மனைவி.....

வெறும் 'போகப் பொருள்' அல்ல...!

கணவனில் சரிபாதி கலந்து விட்ட 'பாகப் பொருள்' ...

கணவன் மனைவி இல்லறத்திலே...

காமம் கால் பகுதி...

காதல் முக்கால் பகுதி...!

அந்த முக்கால் பகுதிதான் இங்கே நிகழ்ந்து கொண்டிருக்கிறது என் கண்ணே....

இந்த அணைப்பு வீட்டிலயே கிடைக்காதா...?

கிடைக்கும்......

ஆனால்......

இங்கேதான்...

அது காதலாகி கனிந்து கவிதையாய்க் கொட்டுகிறது......

அதற்கு...

இந்தக் கடலும் காற்றும் துணை நிற்கிறது......!

நீ அறை மயக்கத்திலிருந்தாய்...

எனது திட்டப்படி... முழுக்க முழுக்க எனது வசப்பட்டிருந்தது உனது மனம்.....!

எனது இரகசியத்தைச் சொல்ல சரியான சந்தர்ப்பம் நெருங்கி வந்துவிட்டது...!

நெஞ்சுக்குள்ளே அடைபட்டுக் கிடந்த அந்த இரகசியத்தை மெல்ல மெல்ல நகர்த்தி நகர்த்தி... தொண்டைக் குழியிலே கொண்டு வந்து நிறுத்தினேன்...!

இனி... உள் நாக்கைக் கடந்து உதடுகளைத் தாண்டி வார்த்தைகளாய் உனது காதிலே ஊதிவிட வேண்டியது தான்...!

"நதி..."

அது வார்த்தையில்லை...

இரகசியப் பாட்டு...

மயக்கத்தைத் தூவும் மெட்டு...

மந்திரம் கலந்த தந்திர ராகம்...

குரலிலே காமம் கலந்த மயக்க நெடி...

"ம்..."

இது உனது பதில் குரல்...!

அடேயப்பா... எனது ராகத்திற்கு கொஞ்சமும் சளைத்ததல்ல உனது குரலிலே தோய்ந்திருந்த காந்தம்....!

நான்...

ஒரு காரணத்துக்காக காதல் மயக்கத்திலே பேசுவது போல மிகைப்படுத்திப் பேசினேன்....

அதை...

உண்மையிலேயே காதல் என்று நம்பி... கரைந்து உருகி மயக்கத்தோடு பதில் குரல் கொடுத்துக் கொண்டிருந்தாய் நீ.....

ஆண்கள்... பல இடங்களிலே அசுரத்தனமாக... இறுக்கமாக இருப்பதன் காரணம்..... இப்பொழுது புரிந்தது...

ஏனென்றால்.... ஆண்களை உருக்கிக் கரைத்து விட பெண்கள் பல வித்தைகள் வைத்திருக்கிறார்கள்....

அந்த மாயவித்தைகள் தாக்கி... கரைந்து உருகிவிடாமல் இருக்கத்தான்... பெண்களிடம் உருக்குப் போல இறுக்கமாக இருப்பது போல காட்டிக் கொள்கிறார்கள் ஆண்கள் ...

“நதி...”

உன்னை உருக்குவதற்காக குரல் வழியே உலை தயார் செய்தேன் நான்...!

மீண்டும் உன்னிடமிருந்து... எனது உலையிலே உருகிய குரலின் வெளிப்பாடு...!

“ம்...”

அந்த “ம்” மட்டும் தான் எனக்கு...!

உனது பார்வை கிழக்கு திசையிலேயே ...!

நிலவு...

இன்று... அவ்வளவு அழகாக கடலுக்கு மேலே மிதந்து கொண்டிருந்தது...

இல்லை இல்லை...!

உனது முகப்போலிவோடு போட்டி போட்டுக் கொண்டிருந்தது.....

உனது ரசனை அந்த இளம் நிலவின் மீதே பொதிந்திருந்தது...

நிலவு...

நிலவொளியின் பளபளப்பிலே கடல்...

கடலின் தடை மீறித் தாவும் அலைகள்...

அலைகளைக் கட்டுப்படுத்தி அடக்கும் கரை...

அந்தக் கரையிலே நான்...

எனது மடியிலே நீ...

நம்மைத் தழுவி மகிழ்வு காட்டி..... தானும் குளிர்ந்து நழுவும் தென்றல்...

இது... என்ன காட்சி கண்ணே...!

மோகம் விளையாமல் என்ன செய்யும்... ?

“நதி...”

திரும்பவும் நானே தான்.... இன்னொரு ராகத்தில் இன்னொரு பாட்டு... கொஞ்சும் சாயலிலே பதுங்கல்...!

மறுபடியும் நீ.....

"ம்..."
எத்தனை 'நதி...'
எத்தனை 'ம்' .....
உனது கவனத்தை என் பக்கம் திசை திருப்பும் எனது முயற்சிகள் தோல்வியை வெற்றிகளாகக் தழுவிக் கொண்டிருந்தன...!
உனது பார்வை எனது பக்கம் திரும்பவே இல்லை....
அது தோல்வி...!
'உனது உடல் பாரம் எனது மார்பை விட்டு நகரவே இல்லை...!'
அது வெற்றி...!
ஆனால்....
கொஞ்சம் உன் மனதை எனது வசம் திருப்பியிருக்கிறாய் என்பதை உன்னுடைய 'ம்' ராகத்தின் மாற்றம் தெளிவுபடுத்தியது......
இந்த இதமான அரை மயக்கத்துச் சந்தர்ப்பத்திலே... நான் சொல்ல வேண்டிய இரகசியத்தை உனக்குள்ளே செலுத்தி விடலாம் என வாயெடுத்தேன்...
பேரிடர் போல....
சுண்டல்காரன் வந்து குறுக்கிட்டான்.... சதிகாரன்..!
"அம்மாவுக்கு சுண்டல் வாங்கிக் குடுங்கய்யா..."
அவனது பார்வையை கணக்கெடுத்தேன் நான்...!
அந்தப் பார்வையிலே சுத்தமில்லை...
பல்லைக் காட்டிய படியும்... நமது இணக்கத்தைப் பார்த்து பொறாமைப் பட்டபடியும் நின்று கொண்டிருந்தான்.....
அவன் மீது எரிந்து விழுந்தேன்....
"மண்ணாங்கட்டி... போய்யா... சுண்டல் விக்கிற ஆளப்பாரு... நேரம் காலம் தெரிய வேண்டாம்...?
போ ..."
பொதுவாக... நான் இப்படி யார் மனமும் நோகும்படி பேசுபவன் அல்ல...
எனக்குச் சாதகமாக நான் உருவாக்கி வைத்திருந்த உன்னுடைய அந்த அற்புதமான போதை மயக்கத்திலே அவன் கல்லெறிந்து விட்டானே...
கடல் நீரிலே கல்லெறிந்தால் கலங்குதல் காணாது..
கல்லெறிதல் சிறுகுளத்து நீரிலே நிகழ்ந்தால்...?
கலங்காமல் என்ன செய்யும்...!
அவன் செய்த செயல் அது தானே...
நான் திட்டமிட்டு உருவாக்கிய சூதுமேகம் சற்றே கலைந்து விட்டது...
அவனை எரித்து விடுவது போலப் பார்த்தேன் நான்......
என்னை ஏளனமாகப் பார்த்தான் அவன்...!
என் முறைப்பின் காரணம் புரியுமா அவனுக்கு...?
பத்து ரூபாய்க்கு சுண்டல் விற்க வேண்டும்... இலட்சியமே அவ்வளவுதான் அவனுக்கு...!
எவ்வளவு பெரிய காரியம் நிகழ வேண்டும் எனக்கு ...?
வீரியம் பெற்றது எனது கோபம் ...
ஆனால்..... மசியவே இல்லை அவன் ....

நான்....

உறுதியாக முடிவெடுத்துவிட்டேன்.... சுண்டல் வாங்கவே போவதில்லை என்று...!

ஆனால்.....

அவனும் முடிவெடுத்துவிட்டான்.... சுண்டல் விற்காமல் போவதில்லை என்று...

இரண்டு காட்சிகளும் அற்புதமாக அரங்கேறிக் கொண்டிருந்தன....!

கேவலமான பார்வை பார்த்து படுமோசமான வார்த்தையால் அவனை வசை பாடினேன்...

பதிலுக்கு... அவனும் கொச்சை மொழியிலே என்னை வசை பாடினான்...

அது ஒரு பலாத்காரமான வியாபாரம்தான்.....

"ஏய்...போடா... தொந்தரவு பண்ணாத... அப்பறமா வா..."

அவன்... உறுதி தளரவே இல்லை...

"சுண்டல்..."

"போடா..."

"சுண்டல்..."

"போடா..."

"சுண்டல்..."

"போடா..."

அவனும் விடுவதாயில்லை... நானும் வாங்குவதாயில்லை.....!

எப்பொழுதுமே கடற்கரையிலே அவர்கள் தான் வெற்றி பெறுவார்கள்....

தனது வியாபாரத்தை ஆரம்பித்தான் அவன் ...

கடகடவென்று ஒரு காகிதத்தை எடுத்து சுற்றினான்...

சுண்டலை அதற்குள்ளே அள்ளிப் போட்டான்...

முகத்திற்கு நேராக நீட்டினான்...

எனக்குக் கோபம் கூடியது...

"ஏய்... வேண்டான்னு சொல்றன்ல... போடா"

உனக்கு சுண்டல் வாங்கித் தர எனக்கு ஆசை தான்...

ஆனால்...

இந்தச் சுண்டலை வாங்கித் தந்தால்... நான் திட்டமிட்டு மாற்றிய உன்னுடைய மனநிலை மறுபடியும் பழைய நிலைக்கு திரும்பி விடுமே...

அதன் பிறகு..... நான் உன்னிடம் இரகசியம் பகிர வாய்ப்பில்லாமலே போய் விடுமே...!

சண்டை தான்....

சுண்டல்காரச் சிறுவனுக்கும்... எனக்கும்...!

வெற்றி பெற்றது நான் தான்...!

நான் உறுதியாக சுண்டல் வாங்க மாட்டேன் என்று அவன் முடிவு கட்டிவிட்டான்..... காகிதச்சுருளிலே அடைத்த சுண்டலை சலிப்புடன் மீண்டும் பாத்திரத்திலே கொட்டினான்...

"ஐயே... ஒரு சுண்டல் வாங்கிக் குடுக்கக் கூடத் துப்பில்ல... உனக்கெல்லாம் பொண்ணு மாட்டுது பாரு..."

அவன் யாரோ ஒரு பெண்ணை நான் கள்ளத்தனமாக கடத்திக் கொண்டு வந்திருப்பது போலக் கொச்சையான பொருள்படப் பேசினான்....

அவன் பாவம் தான்...!

வயிற்றுப் பிழைப்பு...

ஆனால்.....

நானும் பாவம் தான்.....

பிழைப்பு...!

"இந்தப் பொண்ணு உனக்குப் படியவே படியாது போ..."

அவன் பிடிசாபம் என்று சபித்து விட்டுப் போனான்....

அந்த பொய்ச் சாபம் கேட்டு..... எனக்கு அவன் மீதிருந்த கோபம் முற்றிலும் கலைந்து கரைந்தே போனது...

என்னோடு படிந்து கலந்து நானாகவே மாறிவிட்ட உன்னைப் பார்த்து... 'இந்த பெண் படியாது' என்று அறியாத்தீர்ப்பை அறிவித்துக்கொண்டே போன காட்சி நகைப்பை உருவாக்கியது...

இவ்வளவு பெரிய சண்டைக்கும் உன்னிடம் எந்த மாற்றமும் இல்லை...

கடற்கரையின் அந்த குளுமையான சூழ்நிலை உன்னை அப்படி ஆக்கிரமித்திருந்தது...

அடுத்த இடையூறு ....

தென்றல் ...

அது சும்மாவா இருக்கிறது ... ?

இன்று....

குளுமையை கொஞ்சம் கூட்டி உனது கவனத்தை தனது வசம் ஈர்த்துக் கொண்டதே..!

எனது பரிதவிப்பு எங்கே அந்த ஈரக் காற்றுக்கு புரியப் போகிறது...!

சுண்டல் காரனை விரட்ட முடிந்தது....!

தென்றலை... ?

எப்படித் துரத்த முடியும்.... ?

சே... எப்படி அனுபவிக்க வேண்டிய சூழல் இது...!

ஆனால்...

உனது கனவு... வேறு திசையிலே...எனது முனைப்போ... வேறு திசையிலே...

என்ன சூழல் இது... ?

தெரியாத்தனமாக ஓர் இரகசியத்தை மனைவியிடம் மறைத்து விட்டு.... எரிந்தும் எரியாமலும் அடுப்பிலே கருகிக் கொண்டிருக்கும் விறகுக் கட்டையைப் போல...!

எப்படியாவது பேசிவிடுவது என... வலுவிழந்துவிட்ட எனது வைராக்கியத்தை மீண்டும் தட்டி உசுப்பினேன்...

ஒரே வார்த்தை... நடுக்கத்துடன் வெளியே வந்தது...

"நதி..."

அதே தான்...!

வேறு வார்த்தைகள் எவையும் வெளிவர மாட்டேன் என்று பிடிவாதம் பிடிக்கின்றனவே....!

இப்பொழுது குரலைக் கொஞ்சம் உயர்த்தினேன்...

உனது தாடையைப் பிடித்து எனது பக்கம் திருப்பினேன்...!

நீ... தாடையைப் பிடித்திருந்த எனது கையை செல்லமாகத் தட்டித் தள்ளினாய்...!

"என்ன... நதி நதின்னு... இப்படியொரு சந்தர்ப்பம் எப்பவாச்சு தான் கிடைக்கிது... அதைக் கொஞ்சம் அனுபவிக்க விடுங்களேன்..."

எனது வேதனை எனக்குத்தானே தெரியும்...... இந்த இடத்திற்கு உன்னைக் கடத்தி வர... எத்தனை திட்டங்கள் போட்டேன்... நிறைவேற்றாமல் விட்டுவிட முடியுமா.... ?

"இல்ல... உன் கிட்ட ஒரு முக்கியான செய்தி சொல்லணும்..."

"அதுக்கு... கடற்கரைக்குத் தான் வரணுமா...? வீட்டுல சொல்லக் கூடாதா... ?"

"அது இல்ல நதி... ரொம்ப... முக்கியமான செய்தி... ரொ... ரொ... ரொம்ப நாளா..."

எனக்கே கோர்வையாகச் சொல்ல வரவில்லை....

இப்படித்தான் பலமுறை சொல்ல முயற்சித்து முயற்சித்து தொண்டை வரை வந்து சிக்கிக் கொள்ளும்...!

நான் சொல்லாமல் வைத்திருக்கும் செய்தியின் கொடூரத் தன்மை அப்படி...!

ஒரு செய்தியைச் சொல்ல வேண்டுமானால் சரளமாகச் சொல்லிவிட வேண்டும்....

சிக்கலில் மாட்டிக் கொண்டால் அவ்வளவுதான்...

அது ஆயுளுக்கும் வெளியிலே வரவே வராது...

தூண்டில் முள்ளிலே வந்து மீன் சிக்கிக் கொண்டது போலத்தான்...!

தொண்டை வலி...

நெஞ்சு வலி....

மண்டை வலி...

இதய வலி...

எல்லா வலிகளும் மொத்தமாகத் தாக்கும்....

இங்கும் அதே கதை தான்....!

எனது குழப்பத்தை நீ புரிந்து கொண்டாயோ என்னவோ... உனது பார்வை முழுவதும் என் மேல் விழுந்தது...

எனது முகம் சற்று ஏமாற்றமடைந்திருப்பத்தை நீ கவனித்து... கொஞ்சம் பதட்டமடைந்து விட்டாய்...

"ஏன் மொகமெல்லாம் ஒரு மாதிரியா இருக்கு... ?"

"நீ... கோவமா இருக்கியா... ?"

"சேச்சே... நீங்க எவ்வளவு பெரிய வேல செஞ்சிருக்கீங்க... இப்ப நான் ரொம்ப நல்ல மன நிலையில இருக்கேன்... உங்க மேல அளவு கடந்த காதல் கூடிக்கிட்டே போகுது... நான் ஏன் உங்கள கோவிக்கணும்... என்னமோ சொல்லணும்னு நினைக்கிறீங்க.... சொல்லுங்க ..."

சரியான தருணம்...

நீயே கதவைத் திறந்து வழிவிட்டாய்...

எனக்கு... உற்சாகம் உந்தித் தள்ளியது....

உனது முகமும் கண்களும்... கருணை கூடி காதல் ஊறி... என்னைத் தூண்டிவிட்டன...

“அப்போ... நான் என்ன சொன்னாலும் உனக்கு கோவமே வராதா... ?”

“என்ன உளர்றீங்க...”

செல்லமாக எனது கன்னத்திலே தட்டினாய்....

பஞ்சு கொண்டு தட்டியது போல... மெத்தென்று மென்மையாக இருந்தது.... உனது கரம் எனது கன்னத்திலே பட்டபோது ....

“என் செல்லத்து மேல எனக்கு என்ன கோவம்...”

நீ தட்டி விட்டுப் புறம் தள்ளிய எனது கையை... மறுபடியும் நீயே எடுத்து உனது கன்னத்திலே பதிய வைத்துக் கொண்டாய்...

உனது கன்னம்...

உனது கன்னத்தின் மீது அழுத்தமாக எனது கை...

எனது கையின் மீது மிக அழுத்தமாக உனது கை...

அந்த அழுத்தம் எனக்கு அளவிலா குதூகலம்...

அவ்வளவுதான்...!

உன்னுடைய இந்த அன்புத் தாக்குதலிலே நான் கொஞ்சம் ஊமையானேன்... உறுதி தளர்ந்தேன்...

துவங்கிவிட்டது... எனது தோல்வியின் முதல் சரிவு...!

அப்படி என்ன தான் இருக்கிறது பெண்களின் கைகளிலே...

பெண்ணின் உடல் பாகங்கள் பல...

அதில் எந்த பாகமும் செய்யாத சாதனையை இந்த கைகள் செய்கின்றனவே....

தலைவலி என்றால்.... பெண் கை வைத்தவுடனே தீர்கிறது...

உடல் வலி என்றால்.... கரத்தழுவலே நிவாரணம் தருகிறது...

தாங்க முடியாத துக்கமா.. ?

மார்போடு கொஞ்சம் அணைப்பது ஒரு கரம்...

கன்னங்களை வருடி ஒரு கரம்...

தலை முடி கோதி ஒரு கரம்...

ஆகா..

என்ன விடுதலை...

என்ன சுகம்...!

அந்தக் கைகளுக்கு... எங்கிருந்து உற்பத்தியாகின்றன இந்த வலி நிவாரண ஊற்றுக்கள்...

எத்தனை முறை நீயே உனது கரம் கொண்டு எனது வலி போக்கியிருக்கிறாய் ...!

பெண்களிடம் ஆண்கள் தோல்வியை ஒப்புக் கொள்வதற்கு இதுவும் ஒரு காரணமாகி விடுகிறது...!

உன்னுடைய முழுமையான ஈடுபாடும் வேறு கோணத்திலே..... காதல் நோக்கிலே இருந்ததால்... என்னால் உன்னை எனது திசைக்குத் திருப்ப முடியவில்லை...!

சுற்றிலும் பார்த்தேன்...!

கீழ்வானிலே மிதக்கும் நிலவின் மிகையில்லாத வெளிச்சம்...

கடல் நீரை வருடி வரும் குளிர் காற்றின் குளுமை...

கடல் நீர் அள்ளித் தெளிக்கும் அளவான சாரல் நீர்த்துளி...

எப்பேர்ப்பட்ட கொதிக்கும் தேகத்தையும் குளிரவைக்கும் மிருதுவான குளிர்...

எந்த மனசிலும் புல்லரிப்பை உருவாக்கும் இதமான சூழ்நிலை...

உண்மையிலேயே நகரத்து வாசிகளுக்கு... இந்தக் கடல் பரப்பு மிகவும் சுகமான ஒரு பகுதிதான்...!

அதுதான்....

மாலை வேளைகளிலே மனிதக் கூட்டம் கடற்கரையிலே மண்டிக் கிடக்கிறது... சந்தைக் கூட்டம் போல...!

நீ கூட... அந்த சுகத்திலே சற்றே மூழ்கிப் போய்த்தானிருந்தாய் அன்பே...

அந்தக் கடல் காற்று... உனது கூந்தலிலே கை கோர்த்து... முடிகலைத்து... முகத்திலே புரள விட... நீ உனது அழகிய விரல்களால் முகம் மூடிய முடிதனை மெல்ல ஒதுக்கி முகத்தை முழுவதுமாய் காட்டினாய்...!

அப்போது தான் கவனித்தேன் உனது முழு முகத்தை...

என்ன ஒளி... ?

அதில்... அந்த கன்னம் மட்டும் நிலவொளியை வாங்கி.... தானே சேமித்து வைத்துக் கொள்ளாமல்... மீண்டும் வெளிப்படுத்தியது...

முகம் பார்க்கும் கண்ணாடி போல....!

அந்தப் போட்டியிலே... நிலவொளி தோற்றது...

உனது முக ஒளியே போதுமென்று... நிலவு தனது ஒளி குறைத்து மேகத்தினுள்ளே சென்று தன்னை மறைத்துக் கொண்டது...

கடல் சாரல்...

உனது கன்னங்கள்.....

மூக்கு....

கண் இமைகள்....

நெற்றி....

கழுத்து....

உதடுகள்....

இன்னும் முகமெங்கும் பரவலாகக் குடி கொண்டிருக்க....

நிலவு மீண்டும் மேகங்களிடமிருந்து சிறை மீண்டு ஒளி பாய்ச்ச....

சன்னமாக உனது முகத்தின் மேலே பூத்திருந்த நீர்த்திவலைகள் மீது பட்டுத்தெறித்து மின்னின...!

தாமரை மலரிலே தரமான வைரங்களைப் பதித்தது போலல்லவா மின்னுகிறது உனது முகம்...!

உடலுக்குள்ளே உலை கொதித்து... மோக ஊற்று கசிந்து விட்டது எனக்கும்...!

நீ என் மனைவிதான்...

ஆயுள் முழுவதும் என்னுடன் இரண்டறக் கலந்தே இருப்பவள்தான்...

ஆனாலும்...

இது போன்ற மோகச் சுழல்கள் உருவாகையிலே... மனைவியாயினும் அவள் ஓர் அழகிய பெண்தான்... கணவன் அவளை அளவின்றி அளவெடுத்து இரசித்துத் தீண்டும் ஆண்மகன்தான்...!

இந்த உணர்வுகள் மட்டும்... ஆண் பெண் இருபாலரின் உணர்வுகளிலும் ஊறல் போட்டு உய்யா விட்டால்... இல்லற வாழ்க்கை... இன்பமே காணாமல் முதலிரவு கலைந்த சில காலத்திற்குள்ளேயே வறண்ட பாலைவனமாகி விடும்...!

இந்த இடத்திலே... உனது உடல் வனப்பை இரசித்து... மோகப் புகைக்குள்ளே நானும் முழ்கி விட்டேன் அன்பே...!

பிறகெப்படி உன்னிடம் நான் அந்தரங்கம் பகிர்வது...

ஆகாயத்து நட்சத்திரங்கள் பூமிக்குப் படையெடுத்து... உனது முகம் முழுவதும் முகாமிட்டிருப்பது போன்ற மிரட்சி மிகு காட்சியல்லவா அது...!

ஆகா....!

அழகான மனைவி வாய்த்துவிட்டால்... அந்த ஆண் மகன் இந்தப் பிறவியிலே கொடுத்து வைத்தவனாகி விடுகிறான்...

என் அன்பே நதி.....

நீ என்ன வகையான பெண் தெரியுமா.....

வகைப்படுத்துகிறேன்.....

நிலத்தை அடிப்படையாகக் கொண்டு பகுக்கப்பட்டவை தான் தமிழர் நிலத் திணைகள்.....

அவை....

குறிஞ்சி....

முல்லை....

மருதம்....

நெய்தல்....

பாலை.....

என்பனவாம்....!

மலையும் மலைசார்ந்த பகுதியும் குறிஞ்சித்திணை என்றழைக்கப்படும்.....

காடும் காடு சார்ந்த பகுதியும் முல்லைத் திணையானது....

இவை இரண்டுக்கும் இடைப்பட்டு.... மணலும் மணல் சார்ந்து அமைந்த பாழ் நிலம்... பாலைத் திணையாய் திரிந்தது...

வயலும் வயல் சார்ந்த நிலமும் மருதத் திணை எனப் பெயர் பெற்றது....

கடலும் கடல் சார்ந்த நிலமும் நெய்தல் திணையெனத் திண்ணமாய் அழைக்கப் பெற்றது...

ஐவகை திணைகளிலும் ஐந்து வகையான பெண்களைக் காணலாம்.....!

முகப்பொலிவு...

உடற்கட்டமைப்பு...

உடைப் பழக்கம்...

சிகை....

முகம்...

நகை....

நடை....

நாணம்.....

நளினம்....

எல்லாமே வேறு வேறு வகைப்பட்டாலும்... காதல் மட்டும் ஐவகை தமிழ்த் திணைகளுக்கும் பொதுவாகவே இருந்தது....+!

என் உயிர் நதியே..

நீ...

எத்திணை சார்ந்த பெண்... ?

குறிஞ்சித்திணை சார்ந்த குறவஞ்சியா....

முல்லைத்திணை வளர்த்த முல்லைப் பூவா...

பாலைத்திணை சார்ந்த பண்பட்ட பெண்மகளா.....

மருதத்திணை சார்ந்த மண் மணம் மாறாத மங்கையா.....

நெய்தல் நிலம் சார்ந்த கயல் இனப் பெண்ணா...

அத்தனை திணைப் பெண்டிரும் ஒன்றிணைந்த பொலிவுத் திரளாக எனது கண்முன்னே நீ காட்சி தருகிறாயே கண்ணே...!

எனது முன்னிலே...

இருக்கும் உன்னிலே...

நான் எதைத் தேர்வு செய்வேன் கண்ணே..!

உனது ஐந்திணைப் பொலிவு பெற்ற அழகு முகத்தை நான் பலமுறை உற்று நோக்கி ஆய்வு நிகழ்த்திவிட்டேன்....

எந்த ஆய்விலும் நான் வெற்றி பெறவில்லை...!

உன்னை ஆய்வு செய்து அலுத்துப் போன எனது அறிவு... ஒன்றை மட்டும் எனக்கு அறிவித்தது...!

இது சரியான சூழல் தான்...!

எனது மனச் சிறையிலே அடைபட்டுக் கிடக்கும் அந்தரங்கத்தை... உனது மனச் சிறைக்கு இடம் மாற்றி விட.....!

தளர்வு கண்டு தடுமாறிப் போய்க் கொண்டிருந்த எனது உறுதியை... கடின முயற்சியால் கட்டியிழுத்து மீண்டும் உறுதிப்படுத்தினேன்...!

நான் உன்னிடம் சொல்ல வந்த அந்த அந்தரங்க இரகசியத்தைக் கேட்டு உனக்கு எவ்வளவு கோபம் வந்தாலும்... இந்தக் கடலும்... காற்றும்... நிலவும்.... குளுமையும்.... படையாக பக்கம் நின்று எனக்குத் துணை செய்து... உன்னோடு போரிட்டு... உனது கோபம் குறைத்து வாகைசூடிவிடும் ....!

அதனால்...

துணிந்து விட்டேன்...

"நதி"....

இந்த இடத்திற்கு வந்ததிலிருந்து இருபத்தியாறு முறை நதி நதி நதி என்று உனது பெயரை உச்சரித்திருக்கிறேன்.....

தவறு செய்த கணவனல்லவா.....

எத்தனை முறை உச்சரித்தாலும் நா தெளிவான வார்த்தைகளைத் தராது....!

உனது பெயரை மற்ற நேரங்களிலே நான் உச்சரிப்பதற்கும்... இப்பொழுது உச்சரிப்பதற்கும்... நிறைய வேற்றுமை இருப்பதை நீயும் உணர்ந்து கொண்டாய்

என்பதை... உனது உதட்டோரம் பரவிய சிறு குறும்புப் புன்னகையே காட்டிக் கொடுத்தது...

அது போதாதா என்னைச் சுருட்டிப் போட....!

காற்றின் ஓசை... கடலின் இரைச்சல்... அவற்றை மீறி நான் அழைத்த குரல் உனது காதுகளிலே விழவே இல்லை...!

இல்லை இல்லை...!

எனது குரல் தொண்டையை விட்டு எழவே இல்லை...!

சொல்ல வந்த செய்தி மிகவும் முக்கியம் வாய்ந்தது...

ஆனால்.....

உன் மீது ஏற்பட்ட காதல் மயக்கம்... அதைப் பின்னுக்குத் தள்ளிக் கொண்டே இருந்தது...

நீ மட்டும் உனது முகத்தை ஓர் இடத்திலே நிலை நிறுத்துகிறாயா என்ன...

ஒவ்வொரு பக்கம் நீ திரும்பும் போதும்... ஒவ்வொரு விதமான அழகாக ஒளி வீசி... என்னை சிதைத்துக் கொண்டே இருக்கிறாயே... பிறகெப்படி எனக்கு தைரியம் வரும்... பேசுவதற்கு...!

ஆனாலும் பேசியே தீர வேண்டும்...

காதால் கேட்டு விட்டு விடும் சாதாரண நிகழ்வு அல்ல அது...

பூகம்பம் வெடிக்கலாம்....

புயல் உருவாகலாம்...

சூறாவளி சுழன்றடிக்கலாம்...

எது வேண்டுமானாலும் நிகழலாம்...

அத்தனையும் சமாளிக்க ஆயத்தமாக இருக்க வேண்டும் நான்...

நான் ஆயத்தமாக இருக்கிறேனா... ?

எனக்கே தெரியவில்லை...

அதுதான் அதைச் சொல்வதற்கு இவ்வளவு மருகல்... உருகல்... கருகல்...

“நதி...”

படக்கென்று திரும்பினாய்... ஏனென்றால்... எனது குரல் சற்று உரக்க ஒலித்தது... என் அனுமதி இல்லாமலேயே...

அடேயப்பா... நீ என் தலை மீது சம்மட்டி கொண்டு உரக்க அடித்தாய்...

முகத்தை என் பக்கம் திருப்பினாயே... அந்த வேகத்திலே... எனது முகத்தின் மீது தாக்குதல் நடத்தினவே உனது பெரிய விழிப் பந்துகள்...

அந்த தாக்குதலிலே...

வாய் வரை வந்த அந்த இரகசியம்.... வந்த வேகம் தெரியாமல் அடிவயிற்றிலே இறங்கி... குடல்களுக்கு நடுவே இடுக்கிலே போய் சிக்கி இறுகி.... அடக்கமாகி அடங்கிவிட்டது....

5. என்ன...

“என்ன... இன்னும் கொஞ்ச நேரம் இருப்பமே...”

உன்னுடைய எதிர்பார்ப்பு இவ்வளவு தானா....

ஆகா... நான் எதிர்பாத்ததும் அதுதான் கண்ணே...

நீ உனது ஆணையை அமுத ஊற்றை அன்பிலே தோய்த்து... என் மீது அள்ளித் தெளித்தாய் அன்பே...

வேறென்ன செய்ய இயலும் என்னால்...

நான் நடிக்க வேண்டிய தருணம் இது...!

உனது விருப்பத்திற்கு இணங்குவது போலவே நானும் கொஞ்சம் நடித்தேன்...

“சரி... உன் விருப்பம்...”

“ரொம்ப நன்றிங்க...”

நீ......

எதையுமே சட்டென்று முற்றுப்புள்ளி வைத்துப் பேசினாய்...!

நான்......

எதைப் பேசினாலும்... கொஞ்சம் வலு குறைந்து இழுத்து இழுத்துப் பேசினேன்...!

காரணம்... எனது மனம் முழுவதும் கபட முகாம்...!

“எதுக்கு... நன்றி...”

நானே கேட்பது போல நடித்தேன்... ஆனால் எனது நடிப்பு புரியாமல் நீ பதில் சொன்னாய்...!

“பூ வாங்கிக் குடுத்தீங்களே...”

குரல் இல்லை அது...... கொஞ்சல்.....!

அடடே... ஐம்பது ரூபாய் மல்லிகைப் பூவுக்கு இத்தனை ஆற்றலா...!

நீ வெட்கம் கலந்து... கட்டுப்பாடு கடந்து... ஒரு அந்தரங்கமான செயலுக்கு அறிவிப்பு செய்வதை... உனது குரலின் நளினத் தன்மை எனக்குப் புரியவைத்தது ..!

உன்னுடைய இந்தப் போக்கினால் என்னுடைய இரகசியம் சொல்லும் திட்டம் மறுபடியும் திசைமாறி... கொஞ்சம் கொஞ்சமாய் வலுவிழந்து செயலிழக்கத் துவங்கியது.....

இப்படித்தான் பலமுறை நிகழ்ந்திருக்கிறது...!

ஆனால்...

இன்று...

எனது முயற்சியிலே நான் கொஞ்சம் பிடிவாதமாக இருந்தேன்.....

ஏற்கனவே நீ எனக்கு மிக அருகிலே தான் இருந்தாய்....

ஆனால்....

நான் இன்னும் கொஞ்சம் உன்னை நெருங்கி அமர்ந்தேன்...

அந்த நெருக்கத்தையும் சற்று வெட்கத்தோடு நீ இரசிக்கத்தான் செய்தாய்.....

“நதி...”

இருபத்தி ஏழாவது முறையாக உனது பெயரை உச்சரிக்கிறேன் நான்....! அதுதான் எத்தனை முறை உச்சரித்தாலும் தித்திக்கிறதே...

“ம்...”

உனது அந்த ‘ம்’ மின் மென்மையினை எனக்கு சாதகமாக்கி... நான் அந்த இரகசியத்தை சொல்ல சம்மதமாக எடுத்துக் கொண்டேன்....

இதோ...

உதட்டு வரை வந்து விட்டது...!

நொடிப் பொழுதிலே மிகப் பெரிய பாரம் இறங்கி விடும்...!

இதயம் வெறுமனாகி விடும்...!

“நதி... நதி.... நதி.... நா....நான்..... நான் ஒன்பதாவது வகுப்பு படிக்கிறப்ப...”

சொல்லி முடிக்கவில்லை நான்...

அதற்குள்..... சடாரென்று யாரோ உச்சித் தலையிலே ஓங்கி அடித்தது போல கொடூரமான தாக்குதல்...

என் மீது மட்டுமல்ல...

உன் மீதும் தான்...!

கடல் தான் சதி செய்தது...

அசுர அலையொன்றை மிக மிக உயரத்திலே எழுப்பி... வேகமாக கீழே இறக்கி... நம் இருவர் மீதும் கொடூரமான நீர்த் தாக்குதல் நிகழ்த்தி விட்டது...!

இருவருமே நன்றாக நனைந்து விட்டோம்...

அது வெறும் நீர் அல்ல...

கடல் மணல் கலந்த கலவை நீர்...!

மோதிய வேகத்திலே உடல் முழுவதும் நனைத்து... கீழ்நோக்கி வழிந்தது நீர்...

வெப்ப நீர் அல்ல...

கடல் உமிழ்ந்த உப்பு நீர்...!

அப்பொழுது தான் எனது விழிகள் வெளித் தாவி உன்னை கவனித்தன...

தலை முதல் கால் வரை உடல் முழுவதும் ஈரம்...

தண்ணீர் உன்னை இறுகத் தழுவியது...

உனது உடல் முழுக்கக் கழுவியது...

அப்படியே நழுவியது....

மணலிலே புதைந்து மறைந்தே விட்டது...!

நீ....

அந்த உப்பு நீர் செய்த அலங்கோலத்தைப் போக்க போராடிக் கொண்டிருந்தாய்...!

எனக்கும் அதே நிலைதான்...

எனக்கு... இன்னும் பத்துக் கண்கள் இரவல் வேண்டும் போலத் தோன்றியது...

நீ .....

அலைகளின் நீராட்டலிலே நனைந்து குளித்த அழகை இரசிக்க...!

நீ.....

கடல் அலை உன் மீது விட்டுச் சென்ற நீரிடமிருந்து விடுதலைபெற...
குனிந்தாய்.....
வளைந்தாய்.....
நிமிர்ந்தாய்...
துடைத்தாய்...!
உன்னுடைய ஒவ்வொரு அசைவும்... சிற்பச் சிதறல்களாகத் தெரிந்தன எனது விழிகளுக்கு...!
உனது உடைகள்...
அவை தான் எனக்கு மிகச் சாதகமான ஓர் அரிய காரியத்தைச் செய்தன...!
கடல் நீரிலே நன்றாக நனைந்து... உனது உடலோடு ஒட்டி... உடல் வனப்பை எனக்கு மிகைப்படுத்தி எடுத்துக் காட்டிக் கொண்டிருந்தன...
கணவன் தானே என நீ என்னை அங்கீகரித்தாய்...!
ஆனால்....
நான்.... காமுகனாக மாறி... உனது இளமைச் செழுமையை... உன்னுடைய அனுமதி இல்லாமலே... விழி வழி களவு செய்து துளித்துளியாய் அள்ளிப் பருகிக் கொண்டிருந்தேன்...!
உன் மார்பகங்களிலே இறுக்கமாக ஒட்டிப் பதிந்து... அவைகளின் அழகை அளவுக்கு மேல் அளந்து காட்டிய ஈரப்புடவையை... உனது பளபளக்கும் விரல்கள் பல முறை இழுத்து இழுத்து மூடி மறைத்து விட மல்லுக்கட்டின...
ஆனால் தோல்வி தான்.... அந்த அழகிய விரல்களுக்கு....!
எத்தனை முறை முயற்சித்தும் முழுவதுமாக மூட முடியாத நிலை...!
எனது கண்கள் வேறு எங்கும் நகரவில்லை... ஒரே குவியலின் மீதே நிலைகுத்திப் போயின...!
அந்தக் காட்சியைக் கண்ணுற்ற எனது மனம் பிறழ்வு கண்டு... தடம் மாறிப் பயணப்பட்டது...!
மனசின் நினைவு முழுவதும் மப்பும்... மந்தாரமும் மண்டிப் போனது..!
காமக் குதிரை குதிபோட்டு ஓடத் துவங்கியது...
உன் மீது வேய்ந்த எனது பார்வையிலே சுத்தமில்லை...!
சட்டென்று உனது விழிகள் என்னை கண்காணித்துவிட்டன...
நானும் பகிரங்கமாக எனது களவுக் குற்றத்தை ஒத்துக் கொண்டு உன்னிடம் சரணடைந்தேன்....
வேறு வழி..?
செல்லமாக நீ எனது முகத்திலே அடித்தாய்...
அதை நான் ஆனந்தமாக வாங்கிக்கொண்டு சிரித்தேன்...!
"சீ..."
நீ சிந்திய அந்த 'சீ' க்கு என்ன பொருள்...?
பார்க்காதே என்றா... ?
இல்லை இல்லை...
இன்னும் கொஞ்சம் பார்... என்று பொருள்....!
உனது செல்லச் சிணுங்கலின் மென்மையும் தன்மையும்... நீ என்னைக் கடிந்து கொண்டதாக உணர்த்தவேயில்லையே அன்பே...!

அந்த "சீ" யிலே உனது அந்தரங்க சம்மதமும்... அனுமதியும் இருப்பதையல்லவா நான் உணர்கிறேன்....

இப்பொழுதும் உனது தலை மீது தவழ்ந்து கொண்டிருந்த மல்லிகைப்பூ... தனது வாசத்தை ஆயுதமாக எய்து என்னை வீழ்த்திக் கொண்டிருந்தது...

இந்தப் பெண்களுக்கும் மல்லிகைப் பூவிற்கும் அப்படி என்ன உறுதி படைத்த ஆயுட்கால உறவு ஒப்பந்தமோ தெரியவில்லை...

அதன் வாசம்.....

பெண்களுக்குச் பக்கபலமாக பல வித்தைகளை நிகழ்த்தி... ஆண்களை அடித்து வீழ்த்தும் ஆயுதப்படையாக அல்லவா செயல்படுகிறது...!

உனது நிலையோ... தலைகீழானது...

உடல் முழுதும் கடல்நீர் பட்டதால் ஏற்பட்ட நமைச்சல்...

சிவந்த கால்களிலே.... கைகளிலே... கழுத்திலே... நகக் கண்களுக்குள்ளும்... இன்னும் உனது புடவைத் தடை தாண்டி... உடலின் உட்புகுந்து... பல பகுதிகளிலும் ஒட்டிக் கொண்ட கடல் மணலின் நச்சரிப்பு... நச நச வென்று பிசுபிசுத்து உனது மன நிலையை திசை மாற்றியது...

இனி எங்கே எனது இரகசியங்களை உன்னிடம் சொல்வது கண்ணே......!

கடல் அலைகள் வந்த வேலையை வெற்றிகரமாகச் செய்து முடித்து விட்டு... கரைமீது மோதி உள்வாங்கி... மீண்டும் கடலிடமே போய் சரணடைந்து கொண்டது போல... எனது இரகசியமும் இதயச் சுரங்கத்தினுள்ளே சென்று மறுபடியும் அடங்கி சிறைப்பட்டுப் போனது...!

என்னுடைய பள்ளிப்பருவத்து பாவ மூட்டையை நானே சுமந்தபடி புறப்பட்டேன்...

ஆனால்....

அந்த அலைகள்.... ஓர் அரிய சாதனையை நிகழ்த்தி விட்டுத்தான் போயிருந்தன....

அன்றைய இரவு...

இனி அசாதாரணமானதாகத்தான் அமையும்....!

இரவு ஒன்பது மணி தாண்டிவிட்டது....

நமது வாகனத்திலே வீட்டுக்குத் திரும்பிக் கொண்டிருந்தோம் நாம்..... நான் வாகனத்தை ஓட்டினேன்....

நீ முன் இருக்கையிலே எனது அருகே...!

சாலையிலே போகிற வாகனங்கள் சும்மாவா போயின...! ஒளிக்கற்றையை உன் மீது பீய்ச்சியடித்து... உனது உருவத்தை எனக்கு வெளிச்சம் போட்டு... 'பளிச்' சென்று காட்டி விட்டு 'விசுக்' கென்று நகர்ந்தன...!

ஒரு மின்னலின் கண்ணைப் பறிக்கும் இடைநில்லா வளைவு நெளிவு விளையாட்டைப் போல...!

இருளும் ஒளியும் மாறி மாறிப் பாய்ந்ததால்... முழுக்க முழுக்க எனது பார்வை உன் மீது பதிய ஏதுவானது...

அந்த ஒளிக்கற்றைச் சிதறலிலே... கடல்நீரிலே நனைந்த உனது முகமும்... உடை மீறித் தெரிந்த உடல் பாகங்களும்... ஒளிர்ந்து எனது கண்களைத் தாக்கி கூச வைத்தன...!

நீ... அந்த கடல் மணலின் அரிப்பிலிருந்து தப்ப முடியாமல்... முயன்று முயன்று தோற்றுக் கொண்டிருந்தாய்...

வாகனத்தினுள்ளே எழுந்து நிற்கவும் முடியாமல்... நிலையாக உட்காரவும் முடியாமல்... நீ மிகவும் சிரமப்பட்டுத் தவித்துக் கொண்டிருந்தாய்....!

கடல் மணல்... உனது உடல் முழுக்க வியாபித்துப் பரவி... உன்னை ஒரு மணற்பதுமை போலக் காட்டியது....

இப்பொழுதும்... எதிர் வாகனங்களின் ஒளிபட்டு உனது விழிகள் ஒளி வீசத் தவறவில்லை...

உனக்கு மிகவும் வக்கிரமான கண்கள் தான் அன்பே...!

ஒரு பெண்ணுக்கு விழிகள் அகன்றவையாகவும்... விரிந்தவையாகவும்... முட்டை வடிவிலும் இருக்க வேண்டும் என்பது உடல் தகுதி இலக்கணம்...!

அது முழுக்க முழுக்க... உனது விழிகளுக்குப் பொருந்தியிருந்தது அன்பே...!

நான்....

அடிக்கடி சாலையை விட்டு விட்டு... கண்களை உனது மீது செலுத்தி செலுத்தி உனது நிலையை உற்று உற்று நோக்கி வந்தேன்...

நீ அதையும் கண்காணித்து விட்டாய்...

இதில் வியப்பொன்றுமில்லை...!

நமது கண்கள் தான் கடல்நீர் குளியலுக்குப் பின்... இடைவிடாமல் அந்தரங்கமாக உறவாடிக் கொண்டே இருக்கின்றனவே... நம் இருவரது அனுமதியும் இல்லாமலே இரகசிய வினாடி வினா நிகழ்வினை நிகழ்த்திக் கொண்டிருக்கின்றனவே...!

காமமும்... வாழ்வியலின் மிக முக்கிய பகுதிதான்.... அந்தப் பகுதியை ஆட்சி செய்வது ஆண்... பெண்... என இருபாலரின் கண்கள் தான்...

அதுதான் இங்கேயும் நிகழ்ந்து கொண்டிருந்தது...!

“வழியப் பாத்து ஓட்டுங்க...”

உனது குரல் ஒலியிலே கொஞ்சம் செல்லக் கோபம் வெளிப்பட்டது....

ஆனால்.... உனது குரலுக்கும் விழி வேட்கைக்கும் உறவே இல்லை....

இது.....

ஒரு..... விழிச் சதிராட்டம்...!

எனது விழி...

உன் மீது பாயும்..

உனது விழி ... தாழும்....!

உனது விழி மேலெழும்... !

எனது விழி தாழும்...!

இது விழிப் போராட்டம் இல்லை...

இருவர் விழிகளும் இணைந்து இசைபாடும் இணைவு அறிவுப்புகள்...

இரவுக்கான அழைப்புகள்...!

சாலை மீது நிலையாக என்னால் விழி செலுத்த இயலவில்லை...

உடல் ஒட்டிய ஈரப்புடவையால்... பசைபோட்டு ஒட்டிய மெழுகு பொம்மை போல உச்ச கவர்ச்சியிலே... எனதருகே நீ இருக்கையில... நான் எப்படி சாலையைப் பார்த்து வாகனம் ஓட்டுவது கண்ணே...!

எனது களவாணித்தனம் உனது கண்களை ஏமாற்றும் வல்லமை படைத்தவையா என்ன...

“வழியப் பாத்து ஓட்டுங்கன்னு சொல்றன்ல...”

மீண்டும் செல்லமாக பல்லை இறுகக்கடித்து... காந்தக் குரலிலே கசிந்தாய்... இதற்குப் பெயர் கோபமாம்..!

உனது கண்களிலே ஊறி ஊற்றுப் போட்டிருந்த காமம் மட்டும் குறைய வில்லை...!

நான் சிரித்து விட்டேன்... .

“வீட்டுக்குப் போனதும் சுடு தண்ணியில நல்லா குளிச்சிடு... நான் உதவி செய்யிறேன்...”

நீ....

‘விசுக்’ கென்று திரும்பினாய்... முறைத்தாய்... ஒரு கணம் விழிகளாலே என்னை... எனது குறும்புத்தனத்தை அளவெடுத்தாய்...!

“உதவி...?

குளிக்கிறதுக்கா... ?

ஒதப்பேன்...”

“இவ்வளவு... மணல்... உடம்பெல்லாம்... ஒட்டியிருக்கே... எப்படி சமாளிப்பேன்னு தான்...”

கொஞ்சம் இரட்டை பொருள் பட... இரவு உறவுக்கு முன்னறிவிப்புச் செய்தேன்...!

“உங்க அரிப்ப விட இந்த மணலோட அரிப்பு பரவாயில்ல...”

ஆனால்... உனது பேச்சின் வீச்சிலே... ‘ஏதோ ஒன்று’ இன்று நடக்கும் என்பதற்கு அறிகுறியாக தேன் கலந்தே இருந்தது...

புது மணப்பெண்... புத்தம் புதுக் கணவனிடம் பதுங்கிப் பதுங்கி நாணப்பட்டுப் பேசியது போல...!

இந்த ஈரப் பயணம் எனக்கு மிகவும் பிடித்திருந்தது... இன்னும் கொஞ்சம் தாமதப்படுத்த நினைத்து வாகனத்தை வேகம் குறைவாகவே ஓட்டினேன்.....!

இது போன்ற ஈரப் புதைவுக் காட்சியிலே உன்னைக் காணும் வாய்ப்பு இனியொரு முறை அமையுமா..?

ஆனால்...

அதையும் நீ கண்டு பிடித்துவிட்டாய்... உனது ஆணைகள் பாய்ந்தன என் மீது.... கோபமாக அல்ல... செல்லமாக...!

“நீங்க ரொம்ப மோசம்... இனிமே உங்ககூட கடற்கரைக்கு வரவே மாட்டேன்...”

எனது அடி மனதிலே பதிந்து கிடக்கும் கள்ளத்தனங்களைக் கூட நீ கண்டுபிடித்து விட்டாய்...!

நமது வாகனம் வீட்டினுள்ளே நுழைந்தது... நான் அவசரமாக இறங்கினேன்...

எனக்குத் தானே அவசரம்...!

நீ.. மிக நிதானமாகத்தான் இறங்கினாய்...

நீண்ட நேரம் குளியலறைக்குள்ளே சிறைப்பட்டுக் கிடந்தாய்...!

உனது உடலை அபகரித்து வசப்படுத்தி... சிறைப்படுத்தி வைத்திருந்த கடலின் உப்பு நீரிடமிருந்தும்... கடல் மணலிடமிருந்தும்... நீ போராடி சிறை மீள... சிறிது தாமதமாகும் என்பதை நானறிவேன்...

நீ மிக மிக சுத்தம் பராமரிப்பவள்...

சாதாரண நாட்களிலேயே குளியலறை உன்னை நீண்ட நேரம் தன்னகப் படுத்திக்கொள்ளும்...

இது கடல் வாசம் நீக்க வேண்டிய தருணமல்லவா...

இரட்டிப்பு நேரமாக நீட்டிக்கச் செய்யும் என்பதிலே ஐயமில்லை....

நான் உனக்காக காத்துக் கிடந்தேன்....

எனது மனதிலே உதயமானது... ஒரு சுயநலமான யோசனை...

இந்த இரவுக்கு உன்னை இன்னும் உறுதியாக தயார் செய்ய வேண்டுமே...

என்ன யோசனை...?

அறிவுக்குள்ளே அசுர வேகத்திலே பம்பரம் சுற்றியது....

சட்டென்று எனது அறிவு நல்ல திட்டமாகத் தந்தது...

நேராக ஓடினேன்...

சமையலறைக்கு...

எடுத்தேன்..... பால் பாத்திரத்தை...!

வைத்தேன்... அடுப்பின் மேலே...!

பற்ற வைத்தேன் அடுப்பை....!

எனக்குள்ளே உற்சாகம்....!

எனக்குத் தெரியும்... நீ அந்த மணலின் பிடியிலிருந்து விடுபட தலை வழி குளிப்பாய்...

நீ குளித்துவிட்டு வந்ததும்... சுடச்சுட ஆவி பறக்கத் தேநீர் குடிப்பது உனக்கு மிகப் பிடித்த பழக்கம்...!

சுறுசுறுப்பாக இயங்கினேன்...

இல்லை... நீ என்னை இயக்கினாய்...!

இரகசியம் சொல்வதற்காக எடுத்த முயற்சிகளையெல்லாம் இரகசிய உறவுக்குப் பயன்படுத்தி விட முனைப்புக் காட்டினேன்...!

அதனுடைய முதல் படிதான்... உன்னை உற்சாகப்படுத்தும் இந்தத் தேநீர் தயாரிப்பு...!

பெண்களை வசப்படுத்துவதோ... உற்சாகப் படுத்துவதோ அத்தனை கடினமான செயல் ஒன்றுமில்லை....!

மிக மிக எளிது.....!

கொஞ்சம் சுதந்திரம்...

கொஞ்சம் புகழ்ச்சி ...

கொஞ்சம் மகிழ்ச்சி ...

அவ்வளவு தான்...!

அவர்கள் ஆண்கள் வசம்..!

அவர்களுக்கு அடிமைப்பட்டுக் கிடப்பது போன்று ஒரு நடிப்பு...

அவர்கள்.....

ஆண்களுக்கு அடிமைப்பட்டு விடுவார்கள்...!

உற்சாகம்.....

இரவு படுக்கையிலே... அவர்கள் தரும் ஒத்துழைப்பிலே தெரியும் ....

அதிலே நான் கை தேர்ந்தவன்...

உனக்கு சமையலிலே உதவி செய்வேன்...

துணி துவைக்க உதவி செய்வேன்...

படுக்கை தட்டி விரிப்பேன்...

அவ்வப்போது வீடு பெருக்கித் துடைப்பேன்...

இதை விட.....

நீ களைப்பாக இருக்கும் தருணங்களிலே... உனக்குக் கை கால் எல்லாம் பிடித்து விடுவேன்...!

இதில் எனக்கு அவமானமே இல்லை... வெளியிலே சொல்ல வெட்கமும் இல்லை....!

மனைவியின் காதல் முழுக்க கிடைக்க வேண்டுமென்றால்... அவளது மனசுக்குப் பிடித்தது போல நடந்து கொள்ள வேண்டும் ...!

அதனால் தான்...!

இதோ...

தேநீர் தயார்...!

இது சாதாரண தேநீரா...

இல்லை....

பேரின்பத்தை வாரி வழங்க போகும் அதிசய தேநீர்....

கோப்பையிலே ஊற்றினேன்....!

பெருமிதத்தோடு கையிலே எடுத்தேன்...

அந்த தேநீர் கோப்பை கூட... எனது செயலைப் பார்த்து என்னை கேலி செய்தது....

அந்த அற்பத் தேநீர்க் கோப்பைக்குத் தெரியுமா.. ?

எனது நதியின் மீது நான் வைத்திருக்கும் காதல்... ?

வசப்படுத்தி இணைவதை விட... வசியப்படுத்தி இணைய வேண்டும்... அதுதான் நிரந்தரம்...!

இந்த தேநீர்தான் அந்த வசியம்...

அதனாலே.... என் நதி... நீ எனது வசம்....!

தேநீரோடு நின்றேன்... குளியலறை வாசலிலே..!

வரப் போகிறாய் நீ...

தரப்போகிறாய் வரம்....!

கதவு திறந்தது...!

ஆச்சர்ய அதிர்ச்சி.....!

உனக்கு மட்டுமா...!

நம் இருவருக்கும்...!

தேநீர்க் கோப்பையைப் பார்த்து உனக்கு...!

உனது தோற்றத்தைப் பார்த்து எனக்கு...!

நீ.....

மிகச் சாதாரண நூல் புடவை தான் உடுத்தியிருந்தாய்... அது உனது உடல் அமைப்பிற்கு அத்தனை கச்சிதமாக இறுகப் பொருந்தியிருந்தது..... அந்தப் புடவைக்கும் உனது உடலின் மீது அடங்காத காதல் இருந்திருக்க வேண்டும்.... அதுதான் இன்று... உனது அழகு மேனியை இடைவெளியின்றி இறுக தழுவி... தனது வேலையை செவ்வனே செய்து கொண்டிருந்தது...

உனது அழகுக்கு மெருகூட்டிக் காட்டியது ....

வெளிர் நீல நிறம்... அதிலே சிறிய கறுப்புப் புள்ளிகள்... பூக்களைப் போல... எப்படித்தான் புடவை தேர்ந்தெடுக்கிறாயோ தெரியவில்லை... !

ஈரத்தலை முடி... உனது முகத்திற்குப் பின்திரை போட்டு... சுருள் சுருளாக... கொஞ்சம் முகத்திலும்... கொஞ்சம் முன் கழுத்திலும் விழுந்து புரண்டு... காதுகளைப் பாதி மறைத்து... உன்னை ஒரு வரையப்பட்ட ஓவியமாக மிகைப்படுத்திக் காட்டிக் கொண்டிருந்தது....!

பெண்களுக்குக் கூந்தல் சரியான அளவிலே அமைய வேண்டும்... அதுதான் சுமாரான முகத்தைக் கூட அழகிய முகமாக எடுத்துக்காட்டும்...!

கூந்தல் ஈரமாக இருந்தால்.....

கொஞ்சம் மோக இச்சையைத் தூண்டும்...!

கூந்தல் உலர்ந்த நிலையிலே பரவியிருந்தால்.....

அது சாதாரண ஆசையையே தூண்டும்...!

இப்பொழுது உனக்கு ஈரக் கூந்தல் தான்....

அதுதானே என்னை அலையாய் அலைய வைத்துக் கொண்டிருக்கிறது.......!

ஒற்றை மூக்குத்தி... உனது மூக்கின் மேலே ஒய்யார சவாரி செய்து கொண்டிருந்தது...! அது செய்யும் சாகசங்களை அளவிட முடியுமா இங்கே... உனது அடக்கச் சிரிப்புக்கு... அது அடக்கமின்றி ஆரவாரமாக பக்கமேளம் வாசிக்கிறது அன்பே...

நான் உனது அழகிலே அசந்துபோனேன்... அதைவிட நீ எனது தேநீரிலே அசந்து போனாய்...

நானென்ன உனக்கு அரிய அமுதத்தையா கொண்டு வந்து கொடுத்து விட்டேன்... ?

சாதாரண தேநீர்...!

ஆனால்...

அது உனது கணவனின் கைகளால் உனக்குக் கிடைக்கிறது...

அதனால்... இங்கே அது உனக்கு சிறப்புத் தேநீர்...!

உனது ஆனந்தத்திற்கு அளவே இல்லை...!

அறை குறையாகக் கொடுத்தாலும்... அது கணவன் கொடுப்பது என்றால்... மனைவிகளுக்கு உடலெல்லாம்... மனசெல்லாம்... பூரிக்கும்....!

அதைத் தான் நான் இங்கே சாதகமாக எடுத்துக் கொண்டேன்...!

எனது திட்டம் வேலை செய்தது....

நீ...

புன்னகைத்தாய் ...

முறுவலித்தாய்...

ஆச்சர்யம் காட்டினாய்...

மகிழ்ச்சி காட்டினாய்...

துள்ளல் கூட்டினாய்...

மிட்டாய் பார்த்துக் குதித்துச் சிட்டாய் பறக்கும் சின்னக் குழந்தை போல... துரித நடையிலே எனது அருகே வந்து... ஆவல் மீற இரு கைகளாலும் தேநீர்க் கோப்பையை அள்ளி எடுத்தாய்...!

அந்த தேநீர் கோப்பையை இரு கைகளாலும் அணைத்து "ஊ ஊ ஊ" என ஊதி ஓசை எழுப்பி உனது குளிர் போக்கினாய்...

தேனீரின் சூடு குறைத்தாய்....

ஒரே செயலிலே இரு வேலைகள்...!

தலைநீர் ஊற்றிக் குளித்த உனது குளியலுக்கு இந்தத் தேநீர் எத்தனை சுறு சுறுப்பைத் தரும் என்பது நான் அறிந்தது தான்....

உனது உதடுகள் எனது தேநீரைத் தொட்டன... ஆவலோடு அந்த உதட்டுக் குவியலின் அழகை ரசித்தேன்...!

நீ குவித்த அந்த இதழ்களிலே சிறிய நடுக்கம்......

சிறிய நெளிவுகள்... வளைவுகள்...

இதென்ன ஆண்களை சிறைப்படுத்த பெண்களுக்காக கடவுள் கொடுத்த சீர் வரிசையா... இந்த உதடுகளிலே ஏன் இத்தனை கவர்ச்சியை வைக்க வேண்டும்..?

ஆண்களிலே யாருக்காவது உதட்டழகுப் பெருக்கம் அமையப் பெற்றிருக்கிறதா...?

இது போல.... பல இடங்களிலே கடவுள் ஆண்களை வஞ்சித்திருக்கிறான்...!

உனக்குள்ளே உள்ளூர ஒரு துள்ளல் இருந்து கொண்டே இருப்பதை... உனது பரபரக்கும் இயக்கங்கள் சாட்சி கூறி காட்டிக் கொடுத்தன அன்பே... அத்தனையையும் நான் அளவெடுத்து இரசித்தேன்...

அவைகளுக்கு ஆதாரமாக இயங்கிய அந்தத் தாடையை இரசித்தேன்..

அதை ஒட்டி ஒத்துழைத்த உனது கன்னங்களை இரசித்தேன்...

கன்னங்கள் இயங்கினால் காதுகள் சும்மா இருக்குமா... லேசாக காது மடல்களும் விரிந்தன... அதையும் நான் இரசித்தேன்....

நீ மகா கெட்டிக்காரி...

என் பக்கம் பார்க்காமலேயே எனது நாடகங்கள் அத்தனையையும் ஓரப் பார்வையாலேயே அளவெடுத்துச் சேகரித்தாய்....

உனது கூர் விழிகள் என் மீது 'சரக் சரக்' கென்று பாய்ந்து பாய்ந்து திரும்பின...

அந்த நொடிப் பார்வையிலேயே... எனது நெடி நோக்கை நீ புரிந்து கொண்டு... ஒரு புன்னகைச் சம்மதத்தையும் வீசினாய்..

நீ தேநீர் குடிக்கும் அழகே தனி தான்....!

மிக நிதானமாக... சொட்டுச் சொட்டாக... அத்தனை நாகரீகமாக.... !

கணக்கெடுத்து விடலாம் அதன் அளவை... அழகை...

உனது உதடுகள் உறிஞ்சின ...உள்ளே செலுத்தின... உனது தொண்டையின் ஏற்ற இறக்கத்திலே... அந்தத் தேநீரின் பயணம்... தெளிவாகத் தெரிந்தது....

ஒரு கேள்வி எழுந்தது....

இறைவன் ஏன் பெண்களுக்கு மட்டும் இவ்வளவு அழகையும் கவர்ச்சியையும் தருகிறான்...?

வாழ்க்கையின் மிக நீண்ட தூரத்தைப் பயணிக்க....

பெண்மையின் இந்த அழகு.....

கவர்ச்சி....

இரண்டின் துணையும்.....

ஒத்துழைப்பும்.....

ஆண்களுக்கு தேவைப்படத் தான் செய்கிறது...!

எனக்குப் பெருமை....!

அந்தப் பெருமையோடு.... நீ தேநீர் பருகும் அழகினை... எனது விழிகளால் பருகிக்கொண்டிருந்தேன் நான்...

முகம் உயர்த்தி... கண்கள் மூடி... பெருமூச்சு விட்டு சுகம் காட்டினாயே நீ... மொத்த இரவும்... முத்தங்களால் வளர... இதுதான் சுத்த முன்னோட்டம்...!

கடல் நீரின் அசுரத்தாக்குதலுக்கு ஆளாகி... கடல் மணலின் நமைச்சலுக்கு இரையாகி... இப்பொழுது தான் குளித்து விடுபட்ட உனக்கு... உடல் வலி உண்டாகியிருக்கும்...

அதை உணர்ந்து நான் செயல்பட்டேன்...

நானும் குளிக்க வேண்டும்... அதுதான் உனக்குப் பிடிக்கும்..!

குளியலறைக்குள் ஓடினேன்...!

உன்னைப் போல அதிக நேரம் நான் குளிக்கவில்லை.... எனது படுக்கையறை அவசரம் என்னை ஆழ்ந்து குளிக்க அனுமதிக்கவில்லை...

குளித்து விட்டதை உன்னிடம் விரைந்து பதிவு செய்தேன்...

“நல்லா குளிங்க.....”

நாள் தவறாமல் தெறிக்கும் உனது அதிரடி உத்தரவு இன்றும் வெடித்தது.....

நாள் தவறாமல் நானும் குளியலை நாடகமாகவே நடத்துவேன்...

“சீ.. சுத்தமே இல்ல... கிட்ட வராதீங்க...”

செல்லமாக அடித்தாய்...!

அதை நான் உனது ஆசையின் முதல் அறிவிப்பாக எடுத்துக் கொண்டேன்...

இரவு...

நீண்ட நேரம் நாம் உறங்கவில்லை...

கடல் நீரின் தாக்குதல்...

மிகவும் களைப்பென்றாய்... கருணை பிறந்தது எனக்கு...

கருணையா அது... இல்லை... படு களவாணித் தனம்...

களைத்த உனது உடலைப் பிடித்துவிடுவது போல நடித்து.... கச்சிதமாக எனது கள்ள நடவடிக்கைகளை துவக்கினேன்....

விரல் சொடுக்கினேன்...

கழுத்துப் பகுதி...

இடுப்புப் பகுதி...

கால் பகுதி என செயல் முடுக்கினேன்...!

எனது சேவையை மிகமிக ஒத்துழைப்புடன் அனுமதித்தாய் நீ ... அதிலே ஈடுபாடும் காட்டினாய்...

மிக அகன்ற முதுகுப் பகுதி உனக்கு...

நடுவே நீரோடும் ஓடை போன்ற பள்ளம்...

அத்தனையும் எனது வசம்...!

நீ.....

உனது உடை நகர்த்தி எனது கைகளுக்கு தடை விலக்கிக் கொடுத்தாய்...

நான்.....

உனக்கு உடல் பிடித்து விட்ட நேரம் குறைவு.....

உனது உடல் வனப்பை... பளபளப்பை... இரசித்த நேரம் தான் அதிகம்......!

உனது கணக்கும் எனது கணக்கும் ஒரே விடையை நோக்கி விரைந்து கொண்டிருந்தன அன்பே...!

நன்றிகள் கோடி கடலே...

கடலின் அலைகளே...

இன்றைய இந்த நிகழ்வின் உபயம் நீங்கள் தான்.....!

உனது உடலிலே அத்தனை பகுதிகளும் எனக்குத் தானே சொந்தம்.... உடல் பிடித்துவிடும் சாக்கிலே உனக்கு உணர்வுகளைத் தூண்டச் செய்தேன்....!

அதுதானே எனது சதித் திட்டம்....!

நீ எனது வசமானாய் கண்ணே..... உன்னை முழுவதுமாக என்னிடம் அர்ப்பணித்துவிட்டாய்....!

இன்று.....

நான் திட்டமிட்ட காரியம் நிறைவேறவில்லை...!

ஆனால்...

நான் திட்டமிடாத புனித காரியம் இனிதே நிறைவேறியது...!

வாழ்வியல் காவியத்திலே இதுபோன்ற அத்தியாயங்கள் மிக முக்கியமானவை... அவசியமானவை...

ஆயுட்காலத்தின் நீளத்தை நீட்டிக்கச் செய்வதே... இதுபோன்ற ஈரமான அத்தியாயங்கள் தான்...!

அன்றைக்கு அவ்வளவு தான்....!

எனது இரகசியம்...?

அது என்னிடமே இரகசியமாக உறைந்து கொண்டது...!

அது இன்ப இரவாக முடிந்தாலும்... எனது திட்டத்திலே எனக்குத் தோல்வி தான்...!

என்றுதான் இந்த பாரத்தை உன்னிடம் நான் ஒப்படைப்பது.....

எப்படித் தான் அது நிகழும்...

எத்தனை முயற்சிகள் எடுத்தாலும் முடிவு மட்டும் வேறு இடத்திலேயே போய் நின்று விடுகிறதே...!

எனது அனுபவத்திலிருந்து... ஒவ்வொரு ஆணும் அவசியம் தெரிந்து கொள்ள வேண்டிய வாழ்க்கைப் பாடம் ஒன்று இருக்கிறது...

மனைவிக்குத் தெரியாமல் எந்த ஒரு இரகசியத்தையும் மறைக்கக் கூடாது...

அப்படி மறைத்தால்... வாழ்க்கை முழுவதும்.... ஒரு வினாடி கூட... அவனால் சுதந்திரமாக... நிம்மதியாக இயங்க இயலாது....

இதயத்தினுள்ளே ஆழக் குத்திச் சொருகிக் கொண்ட துருப்பிடித்த கத்தியை சுமந்து கொண்டு வாழும் நிலை தான்...!

வலியும் ரணமும் நீங்கவே நீங்காது....

6. நள்ளிரவு...!

நள்ளிரவு...!

மெல்லிய வெளிச்சம் ..!

ஏனோ உறக்கமில்லை....!

நான் மறைத்த இரகசியம் என்னை வறுத்தி... எனது தனிமையை துன்புறுத்தியது...!

இரகசியங்கள் வீரியமாக விழித்தெழுந்து பேயாட்டம் போடுவது இரவுகளிலும்... தனிமையிலும் தானே...!

நடு நிசி...

அறையின் பரந்த வெளி...

மிகக் குறைந்த ஒளி...

திரும்பி உனது முகத்தைப் பார்த்தேன்...

அமைதியான முகம்... ஆர்ப்பாட்டமான அழகு...

கபடமில்லா மனம்... களங்கமில்லா குணம்...

அன்பு நிறைந்த வனம்... அதிலே சிறிதுமில்லை சினம்...

அந்த இருள் கலந்த ஒளியிலும்... உன்னிடமிருந்து இத்தனை சிறப்புகளும் புலப்பட்டன கண்ணே...

களங்கமில்லா மனம் கடவுள் வாழும் கோயில் என்பது உனக்குத் தான் பொருந்தும் அன்பே...!

நீ அயர்ந்து உறங்குகிறாய்...

என்னால் ஏமாற்றப் பட்டிருக்கிறாய் என்பதை உணராமல்...!

பார்க்கப் பார்க்க.... உன்னை நான் முதன் முதலில் பார்த்த காட்சிகள் நினைவுக்கு வந்து... அந்த நாட்களுக்கு என்னை அப்படியே கடத்திச் சென்றன...!

காலம் கடந்து விட்டது...

ஆனாலும்......

இந்த முகம்...... அந்த முகம் போலவே... புதுப் பொலிவுடன் தானே தெரிகிறது...!

நீண்ட நேரம் உனது முகத்தைப் பார்த்துக் கொண்டே இருந்தேன்...

இன்று நிகழ்ந்த அந்தப் பேரின்ப ஈடுபாட்டிற்குப் பரிசாக உனக்கு ஏதாவது தர வேண்டுமே என்று...!

எதற்காகப் பரிசு.... ?

அந்த தருணத்திலே சொல்லாமல் விடுபட்டுப் போன இரகசியத்தைச் சொல்ல... மீண்டும் முயற்சிக்க வேண்டுமல்லவா...

ஆழமான யோசனை... சரியான திட்டம் உதிக்கவே இல்லை...

நாட்கள் நிமிடங்கள் போல பறந்தன.....

வாரங்கள் நாட்கள் போல கடந்தன....

மாதங்கள் வாரங்கள் போல கரைந்தன....

வருடம் கூட கரைந்து காணாமல் போயிருக்கலாம்....!
ஆனால்...
எனது யோசனை மட்டும் கரையவேயில்லை.....
நான் இடைவிடாது அடை காத்து வைத்திருந்த அந்த இரகசியத்தை...
உன்னிடம் சொல்ல வேண்டிய சந்தர்ப்பத்தைத் தேடி வழித்தடம் அமைத்துக் கொண்டே இருந்தது.....!
நீண்ட குழப்பத்திற்குப் பின்னர்... அறிவிலே மின்னல் தோன்றியது....!
எங்காவது வெளியூருக்கு உன்னை அழைத்துச் சென்றால்....?
அதுவும் மலைப் பகுதியாக இருந்தால்...?
உடல் குளுமையாக இருக்கும்...!
மனம் செழுமையாக இருக்கும் ......!
மறைபட்ட இரகசியம் சொல்லி விட தகுதியாக இருக்கும் ......!
சுறுசுறுப்பாக இயங்கியது அறிவு...
தேர்வாகி விட்டது இடம்... இன்பச் சுற்றுலாவிற்கு...!
கோத்தகிரி....!
ஊட்டியைக் காட்டிலும் அழகிய சுற்றுலா பகுதி...
உயர்ந்த மலைகள்... அழகிய தேயிலைத் தோட்டங்கள்...
இன்னும் அருவிகள் நிறைந்த இடம்...
உயிலட்டி அருவி....
சுண்டட்டி அருவி ...
மேட நாடு அருவி...
கேத்தரின் அருவி....
இன்னும் அருவிக் கூட்டம் அதிகம் நிறைந்த அழகிய வனப்பகுதி...!
நான் இரண்டு முறை போயிருக்கிறேன்...
ஒருமுறை தேயிலைத் தொழிற்சாலை அமைப்பதற்கு இடம் தேர்வு செய்வதற்கும்... இன்னொரு முறை தேயிலைத் தளிர்... எப்படி பக்குவப்படுத்தப்படுகிறது என்பதைத் தெரிந்து கொள்வதற்கும் சென்றேன்...!
கோயமுத்தூர் வரை விமானப்பயணம்.... அங்கிருந்து இரண்டு மணி நேர சாலைப்பயணம்... சாலைகளின் இரு புறமும் கொள்ளை கொள்ளையாய் விளைந்துகிடக்கும் இயற்கை அழகு...!
உதகையைப் போல அதிக குளிரும் இல்லாமல்... மேட்டுப்பாளையம் போல வெப்பமும் இல்லாமல் மிதமாக இருக்கும்...
விமானப்பயணம் என்றால் உனக்கும் கொள்ளை விருப்பம்....
இந்தப் பயணத்தின் போது... உன்னிடம் அந்த இரகசியம் சொல்ல ஏதாவது ஒரு சந்தர்ப்பம் தவறாமல் உருவாகும்...
எப்படியும் விமான நிலையத்தினுள்ளே காத்திருத்தல் நிகழும்...சூழல் மாற்றம் ஏற்படும்...
இடமாற்றம் மனமாற்றத்தை உருவாக்கும்...
உனது மனநிலை முற்றிலும் மகிழ்ச்சியாக இருக்கும்...
அந்த சமயத்திலே சொல்லி விடலாம் அந்த இரகசியத்தை ...!

அப்போது விடுபட்டாலும்... விமானப் பயணத்திலே உன்னுடன் நெருக்கமாக அமரும் சூழ்நிலை கட்டாயமாக உருவாகும்... நீ உச்சி குளிர்ந்து உற்சாகமாக இருக்கையிலே... உனது தோளோடு தோள் உரசிக்கொண்டே சொல்லி விடலாம்....!

இந்த அரிய சந்தர்ப்பத்தை நான் நழுவ விடுவதாயில்லை...!

உற்சாகத்தோடு வீட்டினுள்ளே நுழைந்தேன்...

ஆகா...

எனது மனதிற்குள்ளே கொதிபோட்டு கொப்பளித்துக் கொண்டிருந்த மகிழ்சசித் துள்ளலுக் கேற்ப.... நீயும் தலை சீவலும் மல்லிகைப் பூவுமாய் பேரழகுடன் காட்சி தந்து கொண்டிருந்தாய்....

ஓடி வந்து உன்னை அப்படியே அலாக்காகத் தூக்கிச் சுற்றி சுழன்று அப்படியே படுக்கையிலே கிடத்தினேன்....

கட்டிபிடித்து உருண்டேன்....

நீ எனக்காகவே உடுத்தியிருந்த புடவை கசங்கியது....

வாரிப் பின்னியிருந்த முடி கலைந்தது....

கலைந்த முடி... நெற்றியிலே பரவியது....

நெற்றியிலே இருந்த குங்குமம் எனது சட்டை பகுதிக்கு இடம் மாறியது....

தலையிலே சூடியிருந்த புத்தம் புதிய மல்லிகைப் பூக்கள் கசங்கின....

நாம் உருண்ட படுக்கையிலே சிதறின...

சிரிப்பு...

“சீ...”

சினுங்கல்...

“ஐய்யோ.....”

கொஞ்சல்...

“என்னங்க இது...”

குலுங்கல்...

“பட்டப் பகலுல.....”

குதூகலம்...

“விடுங்க....”

கொண்டாட்டம்...

“சீ....”

நாணம்...

“விடப்போறீங்களா இல்லையா....”

நளினம்...

“சீ....”

விரகம்...

“விடுங்கங்கறன்ல...”

பொய்க் கோபம்...

“சீ.....”

செல்லம்....

“எச்சில் படுது....”

தாகம்...
"இன்னொரு தடவை குளிக்க முடியாது...."
ஒத்துழைப்பு...
"சீ....."
இணக்கம்...
"விடுங்க..."
பிணைப்பு...
"சொன்னா கேக்க மாட்டீங்க...."
அணைப்பு...
"கடிக்காதீங்க...."
இணைப்பு...
"வலிக்குது..."
துடிப்பு...
"சீ...."
சிலிர்ப்பு....
"விடுங்க..."
பூரிப்பு...
கணக்கிலடங்கா 'சீ' க்கள்....
எண்ணிலடங்கா 'விடுங்க' .....
திமிறல்....
குமுறல்....
விடு பெற்றுவிட முயற்சிகள்....
சரசங்கள்....
அணைப்புக்கள்......
உரசல்கள்...
இவை முடிந்து ஒரு வழியாக விடுப்பட்டு எழுந்தால்....
களைத்துப் போய் மூச்சிரைத்து நின்றேன் நான்...
கலைந்து கிடந்த புடவையை சீர் படுத்தி நின்றாய் நீ....
உனது முகத்தை கவனித்தேன்....
நான் இத்தனை துன்பப்படுத்திய உனது முகத்திலே மாயப்புன்னகை விளைகிறதே...
முடி படியத் தலைவாரிப் பின்னலிட்ட அழுகைவிட... சற்றே முடி கலைந்து முகம் பரவி... நெளிவு சுழிவு கோலமிட்ட முகம்... உனக்கு பேரழகைக் கூட்டி எனது இதயத்தை விரகத்திலே வாட்டியது ...
இப்போழுது எனது விழிகளிலும் விபரீத வீச்சு தேங்கியது ...
உனது விழிகளிலும் வீரியமாய் வலைவீச்சு ஓங்கியது...
இத்தனைக்கும் உனக்குக் காரணம் புரியவில்லை...!
"ஏன்... என்ன ஆச்சு இன்னிக்கி .... திரைப் படத்துக்குப் போறோமா...?"
"இல்லை..."

“கோயிலுக்கு... ?”

“இல்லை..”

சிறிது யோசித்தாய்...

“ம்.... கண்டு பிடிச்சுட்டேன்... கடற்கரைக்கு....”

நான் சிரித்துவிட்டேன்.... எனக்குத் தெரியும்... உன்னால் யூகிக்கவே முடியாது....

“ சொல்லட்டுமா.... சொல்லட்டுமா...”

என்று செல்லமாக சிணுங்கியபடியே... எனது அணைப்பு இறுகிக்கொண்டே போனது...

அந்த அணைப்பின் இறுக்கத்தினால் மூச்சுமுட்டி... திணறல் ஏற்பட்டது உனக்கு...

“மொதல்ல விடுங்க”

என் கைகளின் இறுக்கத்தைப் பிரிந்து என்னிடமிருந்து உன்னை விடுவித்துக் கொண்டாய்...

“இப்ப சொல்லுங்க”....

நான் மறுபடியும் இறுக்கமில்லாமல்... உன்னை இழுத்து அணைத்த படியே கூறினேன்.....

“நாம கோத்தகிரி போகப் போறோம்...”

உனது மகிழ்வின் அறிவிப்பாக... பாய்ந்து எனது கழுத்தை இரு கைகளாலும் கட்டிக்கொண்டு.... கன்னத்திலே ஆழமாக ஓர் அங்கீகார முத்தம் கொடுத்தாய்...!

இதற்குள்ளே எனது சுயநலம் பொதிந்து கிடக்கிறது...

அதை நீ அறியமாட்டாய் என் அன்பே...!

உடனே ஏற்பாடுகள் அத்தனையும் செய்யச் சொன்னாய்....

எனக்கு மிகுந்த உற்சாகம்....

நாம் கோத்தகிரி போவதற்கு நீ சம்மதித்து விட்டாய் என்பதற்காக அல்ல... நான் மறைத்து வைத்திருக்கும் அந்த இரகசியத்தை உன்னிடம் சொல்ல மீண்டும் சூழ்நிலை அமைந்ததற்காக...!

பயண ஏற்பாடுகள் தயார்...!

பயணச்சீட்டு... தங்குமிடம் என... எல்லா ஏற்பாடுகளும் செய்து முடிக்க மாலை ஆறு மணி கடந்துவிட்டது...!

அதைவிட... எனது உற்சாகம் கரை கடந்துவிட்டது...

‘கோத்தகிரி...கோத்தகிரி...’ என்று ராகம் போட்டபடி மகிழ்ச்சியுடனும்... துள்ளலுடனும் வீட்டுக்குள்ளே நுழைந்தேன்.... இந்த இன்பச் செய்தியைச் சொல்லி உன்னை உற்சாகப்படுத்த...

நான் வந்ததே சற்று தாமதம் தான்...

சாதாரண நாட்களிலே மாலை வேளை ஆகிவிட்டாலே நீ வாசலைப் பார்ப்பாய்.....

நான் வரவில்லை என்றால்..... வாசல் தாண்டி வந்து நிற்பாய்...

பரபரப்படைவாய் ...

கைகளைப் பிசைவாய்...

விரல்களை முறுக்குப் பிழிவாய்...

அந்த மாலை வேளையிலே உனது மடியிலே வந்து நான் தஞ்சமடைந்து விட வேண்டுமென்பது திருமணத்திற்கு முன்பே நீ எனக்கிட்ட கட்டளை....!

இதோ கோத்தகிரி செய்தியோடு வந்துவிட்டேன் கண்ணே....

உனது கட்டளைப்படி....!

ஆனால் நடந்தது வேறு...!

வழக்கம் போல நீ வாசலிலும் நிற்கவில்லை...

தெருவை எட்டியும் பார்க்கவில்லை....!

எங்கே நீ ... ?

சிறிய குழப்பத்துடன் வீட்டிற்குள்ளே காலெடுத்து வைத்தேன்...

வீட்டிலே உனதுஅசைவுகளே தென்படவில்லை...

அமைதி....

வீடு முழுக்க......

குபீர் என்று ஒரு பெரிய அதிர்ச்சிக் குரல்...!

அதிர்ந்து போனேன்........ !

எழுப்பியது நீ தான்...!

பயந்து விட்டேன்...

நான் சுதாரிப்பதற்குள்ளே சற்றும் எதிர்பாராமல்... முழுவேகத்திலே பாய்ந்து என் மீது சரிந்தாய்....!

நான் இன்னும் நிலை குலைந்து போனேன் ....!

நான்......

சரிந்து விழுந்து விடாமல்... உன்னையும் விழ விடாமல்... உனது இடையிலே கை வளைத்து தாங்கிப் பிடித்துச் சமாளித்தேன்...

நீ......

எனது கழுத்தை கைகளால் கட்டிக் கொண்டு உன்னுடைய முழு உடல் பாரத்தையும் என் மீது போட்டு கலகலவென்று சிரித்தபடியே ஊஞ்சலாடினாய் ...!

உனது மார்புகள் எனது மார்பிலே முரட்டுத்தனமாக அழுந்தி... அந்தரங்க உறவாடின....!

நீ எனது உச்சி நெற்றியிலே எச்சில் பரப்பினாய்....

எனது இச்சை தூண்டி எனக்கு உச்சம் காட்டினாய்....

மற்ற நேரமாக இருந்திருந்தால் உணர்ச்சி வசப்பட்டிருப்பேன்....! நாம் சங்கமிக்கும் இடம் படுக்கயறையாய் இருந்திருக்கும்....!

ஆனால்.... இப்பொழுது திடீரென நீ நடத்திய பாய்ச்சலினால்... என்னை நிதானப்படுத்திக் கொள்வதற்காக நான் வெளியே விட்ட மூச்சைத் திருப்பி இழுத்து உள்வாங்கி சுவாசித்து... என்னை சாதாரண நிலைக்குக் கொண்டு வர சற்று நேரமானதால்... இப்படியொரு ரசமான நிகழ்வு... சாதாரண நிகழ்வாக மாறிப்போனது....!

நான் நம்முடைய கோத்தகிரிப் பயணதிட்டதைக் கூறாமலே... நீ மிக மிக உற்சாகமாகக் காணப்பட்டாய்...

துள்ளினாய்...

குதித்தாய்...

சிரித்தாய்...

நாணப்பட்டாய்...

உன் முகமெங்கும் பொலிவு...

உதடுகளிலே குசும்பு...

பார்வையிலே குறும்பு...

நடவடிக்கைகளிலே ஏளனம்...

உடல் முழுக்க உற்சாகக் குலுங்கல்...

கால்கள் ஓர் இடத்திலே நிற்கவில்லை...

கைகளின் பரபரப்பு அடங்கவேயில்லை....

உதடுகளும்... கண்களும் பல்வேறு மகிழ்வுப் பெருக்கை வெளிப்படுத்தன....

அந்த உற்சாகத்தோடு...

எனது மீசைகள் இரண்டையும் முறுக்கி முறுக்கி விளையாடினாய்... செல்லச் சிணுங்கல்களோடு ...

மூக்கைத் திருகி முறுக்கு பிழிந்தாய்...

கன்னத்தை வருடினாய்...

எனது மார்பிலே கன்னம் பதித்து... கையினால் சட்டைப் பொத்தானைக் கிள்ளி எடுத்துவிட முயன்றாய்...

இது... நீ அடிக்கடி செய்யும் வேலை தானே...!

இந்தப் பழக்கத்தினாலேய... எனது பல சட்டைகளிலே பொத்தான்கள் குறைவு....

எனது கைகளை எடுத்து உனது கன்னங்களில் பதித்தாய்...

உனது கைகளால் எனது கைகளை வருடினாய் ...

எனது விரல்களுக்கு முத்தம் வைத்தாய்...

லேசாகத்தான்...

ஓசைமிகாத ஒலிக் குறைவான முத்தம்...

லேசாக பற்களால் எனது விரல் நகங்களைக் கடித்துச் சுவைத்தாய்...

ஐந்து நிமிடங்கள் கூட இல்லை...

ஐநூறு குறும்பு அசைவுகளை அரங்கேற்றம் பண்ணிக் காட்டினாய்...

நான் எண்ணவே இல்லை... கோத்தகிரி உன்னை இவ்வளவு உற்சாக உச்சிக்குக் கொண்டு செல்லும் என்று...!

அதனால் தான்... உன்னிடம் அத்தனை துள்ளல்...

உன்னிடம் அலங்காரம் அலை பாய்கிறதே...

ஏது மல்லிகைப் பூ...

இதோ...

என்னுடைய அனுமதி இல்லாமலே... உனது தலை மீது ஏறி ஆக்கிரமிப்பு செய்து கொண்டு.. எனது எதிரியாக வன்முறை செய்து... என்னைப் பார்த்து ஏளனம் செய்து எள்ளி நகையாடுகிறதே....

கோத்தகிரி புறப்படுவதற்கே இத்தனை உற்சாகம் என்றால்... கோத்தகிரியிலே எத்தனை மகிழ்ச்சியாக இருப்பாய்....

“என்ன...”

இது எனது ‘என்ன....’

“என்ன...”

இது உனது ‘என்ன....’

ஆனால்.... எனது 'என்ன' விற்கும்... உனது 'என்ன' விற்கும் ஏகப்பட்ட பேதங்கள்....!

"பயணத்துக்குத் தயார் தானே..."

"ம்..."

குதூகலம் உனக்கு..... அதனால் 'ம்' சொல்லிக் கொண்டு உடலையே குலுக்கினாய்.....

"ரொம்ப மகிழ்ச்சியா இருக்க..."

"மகிழ்ச்சி தான்...!"

இப்பொழுது தான்... சிரித்துக் கொண்டே என் மீது வெடி குண்டை வீசினாய் நீ...!

"நாம கோத்தகிரிக்குப் போகல.."

"பெறகு..."

"குற்றாலம் போறோம்..."

சொல்லி விட்டு.... மிகப் பெரிய வெடிச் சிரிப்பை உதிர்த்தாய்...

என்னை ஏமாற்றி விட்டதன் கொண்டாட்டம் உனக்கு...!

சிரித்துக் கொண்டே நீ சிந்திய தீக்குழம்பு... என் மீது சிதறித் தெறித்து... என்னை கருக்கி காயப்படுத்திய வலிக் குவியல் எனக்கு...!

அதிர்ந்து போனேன்...!

உதிர்ந்து போனேன்...

சரிந்து போனேன்...

குற்றாலம்....!

உன்னிடம் நான் சொல்லத் துடிக்கும் குற்றக்குவியல் நிகழ்ந்ததே அந்தக் குற்றாலத்திலே தான்...!

குற்றாலம்....!

உனக்கு குதூகலம்... எனக்கு குத்தீட்டி...!

மனசு சிதறி... சிதறிய துகள்கள் இணைய மறுத்தன...!

நான் சொல்ல வேண்டிய இரகசியம்... இப்பொழுதே பாதாள சுரங்கம் தோண்டி... அங்கே சிம்மாசனம் அமைத்து கால் மேல் கால் போட்டு அதிகாரமாய் அமர்ந்து கொண்டது...!

இனிமேலும் தொடர்ந்து அதுதானே என்னைத் தன்னாட்சி செய்யப் போகிறது...

அந்த அதிகாரத் திமிர்...!

அந்த இரகசியத்திற்கு இன்னும் அகங்காரம் கூடிக்கொண்டது...!

குற்றாலம்...

உயர்ந்த மலைகள்...

பெரும் பாறைகள்...

மரங்கள்...

அருவிகள்...

தண்ணீர்...

இப்படி... எனது அறிவிலே மின்னல் போல வந்து வந்து... என் மீது கொரில்லாத் தாக்குதல் நிகழ்த்தி மறைந்தன...!

குற்றாலம் என்றால் குதூகலம்...
குற்றாலம் என்றால் புத்துணர்ச்சி...
குற்றாலம் என்றால் பேரின்பம்...
குற்றாலம் என்றால் ஆரோக்கியம்...
இத்தனை உந்துதல் தரும் இடம் குற்றாலம்...!
ஆனால்.....
எனக்கு...?
கூர்வேல் மார்பிலே குத்தியது போல துடித்தேன் அன்பே...
கொடுவாள் கொண்டு பிளந்தது போல உணர்ந்தேன் அன்பே...
விசை அம்பு பாய்ந்து தசை கிழித்தது போல சரிந்தேன் அன்பே...
விச நாகம் என்னைத் தீண்டியது போல துவண்டேன் அன்பே...!

"என்ன நதி ... நாம கோத்தகிரிக்குப் போறதாத்தானே திட்டம்... அதுக்குத் தானே நான் எல்லா ஏற்பாடும் பண்ணியிருக்கேன்..."

நான் உணர்ச்சியே இல்லாமல் பரிதாபமாகக் கேட்டேன்....
ஆனால்....
தொடர்ந்த உனது சிரிப்பொலி அடங்கவே இல்லை....!

என்னால் உனது சிரிப்பிலே கூட்டுறவு வைத்துக் கொண்டு கூடிச் சிரிக்கவும் முடியவில்லை...!

உனது அழகுச் சிரிப்பை இரசிக்கவும் முடியவில்லை...!
காரணம்...
'குற்றாலம்' என்கிற அந்தப் பெயர்...
ஆனால்.....
உனக்கு....?
குறைவில்லா குறும்புத்தனம் கூட்டுச் சேர்ந்து கொண்டது...
"இல்ல... நாம... கோத்தகிரி... போகல... குற்றாலம் தான்... போறோம்...."
குழந்தை போல மழலையாக விட்டு விட்டுப் பேசினாய்...
அதே சமயம் ஆணித்தனமாகவும் முடிவோடும் பேசினாய்....

நீ கூறி முடிப்பதற்குள்ளே... எனது குருதி குதி போட்டுக் கொதித்து அடங்கிவிட்டது... என் கண்ணே .....!

நாடித் துடிப்பின் வேகம் அதிகரித்து அதிகரித்து அமைதியானது..... .
முகம் வியர்த்தது... எனது கைகள் அந்த முகத்தைத் துடைத்தன...
படபடப்பு அடங்கவில்லை....!
"ஏன்..."?
குழப்பத்துடன் கேட்டேன்...!
ஆனால் .....
எனது குழப்பத்தை பற்றியெல்லாம் உனக்குக் கவலையில்லை.....
"குற்றாலம் தான் போகணும்.."
உறுதியாக இறுதி ஆணையிட்டாய் நீ .... !
"ஏன் நதி...?"
தவிர்க்க முயற்சித்தேன் நான் ....

எனது வஞ்சக வலையிலே அகப்படாமலே நழுவினாய் நீ... !

“ஏன் குற்றாலம்...”

ஒரே கேள்வியை பலமுறை கேட்டேன் நான்...!

“குற்றாலம் தான் போறோம்...”

ஒரே பதிலை... ஒரே தடவை கூறி... என்னை வாயடைக்கச் செய்து விட்டாய் நீ...!

திடீரென ஏன் இந்த குற்றாலப் பிடிவாதம் உனக்கு... ?

ஒரு வேளை... அந்தக் குற்றாலத்துக் குற்றச்செயல் பற்றி உன்னிடம் யாராவது கூறிவிட்டார்களா... ?

அதனால் தான்... நீ குற்றாலம் போயே ஆகவேண்டும் என்று பிடிவாதம் செய்கிறாயா.... ?

எனது குழம்பிய மனதின் ஓரத்திலே இப்படியொரு சந்தேக ஊற்று ஊறவும் செய்தது...

ஆனால்..... உன்னுடைய நடவடிக்கைகள் மிக எதார்த்தமாகவே இருந்தன...

அந்தக் குற்றாலத்துக் குற்றச் செயலின் சாரல் உன் மீது சிதறியிருந்தால்... நீ துடித்துத் துவண்டு போயிருப்பாய்....

அதன் வலிதாங்காமல் வறுபட்டிருப்பாய்...

தாக்குதல்களால் துவை பட்டிருபாய்...

முட்காயம் பட்டது போல துடித்திருப்பாய்....

உட்காயம் பட்டு உழன்றிருப்பாய்....!

ஆனால்...

இப்போது நீ.....

மகிழ்ச்சிப்பெருக்கையும்... செல்லச் சிணுங்கல்களையும்... கை உதறல்களையும்... உடல் குலுக்கல்களையும்... ஆயுதங்களாக உபயோகப்படுத்திக் கொண்டிருக்கிறாய்....

என்றால்..... ?

குற்றாலத்துச் சம்பவம் பற்றி உனக்குத் தெரிந்திருக்க வாய்ப்பில்லை...

பிறகெதற்கு இந்த குற்றாலத்துப் பிடிவாதம்... ?

குற்றாலம் என்றாலே..!..

பச்சை நிறம்...

பாயும் தென்றல்...

பழமைத் தமிழ்...

மலை தழுவும் மேகங்கள்...

மரம் அடர்ந்த வனங்கள்...

மூலிகைத் தாவரங்கள்...

கூடி வந்து கூத்தடிக்கும் குரங்குகளின் கூட்டம்...!

இப்படி எண்ணற்ற நல்ல காட்சிகள் அடி மனதிலே ஊற்றெடுக்கும்...

இவையெல்லாம் உனக்கு...!

ஆனால்.....

எனக்கு... ?

‘குற்றாலம்.....’

என்று நீ உச்சரித்ததும்... எனத உச்சித்தலையிலேவிழுந்து அச்சம் கொடுத்து எச்சரித்த பெயர்.....

வான்மதி....!

ஆம் வான்மதி தான் ....!

வான்மதி..... என்று ஒருமுறை எச்சரிக்கவில்லை...

ஓராயிரம் வான்மதிக் குரல்கள் ஓயாமல் கூச்சலிட்டு என்னை காயப்படுத்தி அச்சப்பட வைத்தது..... மயிற்கூச் செறிந்து உயிர்த்தலமே ஆட்டம் கண்டது....

உன்னிடம் நான் சொல்ல முடியாமல் தவிக்கும் அந்த அந்தரங்க இரகசியம்... விதை ஊன்றியது....... அந்த குற்றாலத்திலே தான்...!

இப்போது.....

நீ அங்கேயே போக வேண்டுமென்று உறுதி முடிவெடுத்து விட்டாய்...

எனக்கு.... இது ஒரு வகையான தற்கொலை முயற்சி போலத்தான்...!

எனது பள்ளி நாட்களிலே உல்லாசப் பயணம் போன இடம் குற்றாலம்...!

அப்போது தான் நிகழ்ந்தது.... அந்த அபாய ஆபத்து...!

மொத்தம் நாற்பது பேர்.....

மாணவிகள் பதிமூன்று பேர்.....

மாணவர்கள் இருபத்தி மூன்று பேர்...

ஆசிரியைகள் இரண்டு பேர்...

ஆசிரியர்கள் இரண்டு பேர்...

கூடக் கூட்டுச் சேர்ந்து...

விடலைப் பருவம்...

துறுதுறுப்பு...

சுறுசுறுப்பு...

வீட்டை விட்டு விடுதலை...

குறும்புத்தனங்கள்...

இத்தனைக்கும் மேலாக... பெற்றோர்களின் கடுமையான கட்டுப்பாடுகளிலிருந்து சுதந்திரம்...!

கேட்க வேண்டுமா அத்து மீறலை...

ஒரே பேருந்து...

ஆட்டம்.... பாட்டு..... குதூகலம்... கும்மாளம்...!

அதிகாலை விடுதலை பெற்ற கூட்டுப் பறவைக் கூட்டத்தைப் போல... விர்ர் விர்ரென்று...!

எங்கிருந்து சிறகுகள் முளைத்தன எங்களுக்கு...

நாங்கள் பறக்கிறோமே எப்படி... ?

இப்பொழுது யாரும் ஆசிரியர் இல்லை...

யாரும் மாணவர் இல்லை...

எல்லோரும் சமம் என்கிற மனநிலை...

எங்களது வயதை மறந்தோம்...

பருவத்தை மறந்தோம்...

வாலிபத்தை எட்டப் போகும் நிலையை மறந்தோம்....!

இப்பொழுது எங்கள் எல்லோருக்குமே......

ஒரே வயது....

ஒரே நினைவு....

ஒரே செயல்....!

ஆனால்....

ஆசிரியை எழில்மணி மட்டும்.... பருவம் தொட்டுவிட்ட பிள்ளைகள்... விபரீதம் எளிதில் நிகழ்ந்துவிட வாய்ப்புகள் அதிகம்... என்று எச்சரிக்கை மணி அடித்துக் கொண்டே இருந்தார்...!

"ஏய்... கதிரேசா... ஏன் பொண்ணுங்க பக்கத்துலபோற.... உன் இருக்கையில உக்காரு..."

"ஏய் வான்மதி... அங்க பசங்ககிட்ட என்ன இளிப்பு... பேசாம அடக்கமா உக்காரு..."

"அங்க உட்காராதே..... இங்க உட்காராதே.... அவ பக்கத்துல போகாதே... இவன் பக்கத்துல போகாதே..."

கோடையிடி போல இடித்துக் கொண்டே இருந்தார்.

குரல் வெடித்துக் கொண்டே இருந்தார்.....

பற்களைக் கடித்துக் கொண்டே இருந்தார்...

கோபத்தால் துடித்துக் கொண்டே இருந்தார்...

கையிலே ஒரு குச்சியை வைத்து அங்கும் இங்கும் அடித்துக் கொண்டே இருந்தார்.

ஆனால் அவரது ஆர்ப்பாட்டத்திற் கெல்லாம் யாரும் அடங்கவேயில்லை...

இது வகுப்பறை இல்லையே...!

வயதும்... கூச்சலுக்குக் கட்டுப்படுகிற வயதில்லையே...

பருவமும்... மிரட்டலுக்கும் அதட்டலுக்கும் அடங்கி விடும் பருவமில்லையே...

எழில்மணி ஆசிரியை வகுப்பிலேயே அப்படித் தான்... பள்ளியிலேயே குரல் வளம் மிக்க ஆசிரியை..... தலைமையாசிரியர் கூட எழில்மணி ஆசிரியையிடம் பயந்து பதுக்கலாகத்தான் பேசுவார்...!

மிக மிகப் பொறுப்பான ஆசிரியை...

அவரை நம்பித் தான் பருவம் வந்த பெண்களை குற்றாலத்திற்கு அனுப்பி வைத்தார்கள்..... அவரும் கண்ணும் கருத்துமாய் எங்களை பாதுகாப்பு வளையத்திற்குள்ளே வைத்து கவனித்துக் கொண்டார்...

ஆனால்....

அதற்கெல்லாம் கட்டுப்படுகிற பருவமா அது... வசப்படுகிற வயதா அது...

பேருந்து அதிவேகமாகப் பறந்து கொண்டிருந்தது... ஆபத்தை நோக்கி...!

திருப்பங்களிலே நிதானமில்லை...

சில நேரங்களிலே பிற வாகனங்களை முந்துவதிலே தடுமாற்றம்... எதிரிலே வந்த பேருந்தை மோதிவிடுவது போல வந்து... மயிரிழையிலே தப்பியது..!

ஆனால்.... எங்களது உற்சாகத்தை இவையெல்லாம் சற்றும் சிதைக்கவே இல்லை...!

அசுர வேகத்திலே மின்னல் போல சீறிப்பாய்ந்து பறந்து கொண்டிருந்தது பேருந்து...!

பேருந்துக்குத் தெரியுமா நடக்கப் போகும் பேராபத்து...!

ஓர் ஆபத்தை எதிர்நோக்கிச் செல்லும் போது... விதி... அதி வேகமாகத்தான் இழுத்துச் செல்லும்...!

நீ குற்றாலம் என்று கூறியதும் நான் நிலை தடுமாறியதற்குக் காரணமே அந்த விபத்துத் தான் ...!

உன்னிடம் நான் சொல்லாமல் மறைத்து வைத்திருக்கும் அந்த ஆபத்தின் ஆரம்ப இடமே... குற்றாலம் தான்....!

அந்த விபத்து நடந்த பிறகு... நான் அங்கே சென்றதே இல்லை...!

அதற்குக் காரணம் இருந்தது....

குற்றாலத்தின் சுற்று வட்டாரப் பகுதிகளிலே... என்னுடன் பள்ளியிலே படித்த பலபேர் இருக்கிறார்கள்...

யாராவது என்னை அடையாளம் கண்டு கொண்டால்... ?

உன்னிடம் நான் மறைத்து வைத்திருக்கும் அந்த சம்பவம் பற்றிக் கேட்டால்..... ?

உனது நிலைப்பாடு என்ன... எனது நிலை என்ன... ?

நான் முன்னரே சொல்லியிருந்தால்... பிறர் கூறுகையிலே அது உனக்குச் செய்தி.....

இப்போது அயலார் யாரேனும் கூறினால்.... ?

அது மாபாதகக் குற்றம்.....

விளைவு... விபரீதமாகும்...!

நிகழ்வு...

எத்தனையோ ஆண்டுகளுக்கு முன்னால்....!

நினைவு....

இந்த நொடிவரை நீங்காமல்...!

காய நிழல்.... இதயம் முழுவதும் கரையாமல்...!

நீயும் நானும் குற்றாலத்திலே இன்ப உலா வந்தால்...

என்னுடன் படித்தவர் யாரேனும் அதைக் கண்ணுற்றால்...

எத்தனை விபரீதம்....!

நான் இவ்வளவு தூரம் கலவரப் பயணம் செய்து கொண்டிருக்க.... நீ மீண்டும் மீண்டும் குற்றாலம் குற்றாலம் என்றே சிணுங்கல்களை உதிர்த்துக் கொண்டிருந்தாய்...!

என் கண்மணியான உன்னை நான் எப்படிக் கடிந்து கொள்ள முடியும்... ?

“ஆமா... என்ன திடீர்னு குற்றாலம்... ?”

இது உறுதியாக நான் தோல்வியடையப் போகும் எனது இறுதி முயற்சி....

ஓட்டப் பந்தயத்திலே ஓடிக் களைத்துத் துவண்டு போய்... மூச்சிறைத்துப் பேசுவது போல... நான் வலிமையிழந்து மூச்சுக் கலந்த குரலிலே பேசினேன்...!

எப்படியும் நீ உனது முடிவை மாற்றிக் கொள்ள மாட்டாய்... இருந்தாலும் ஆற்றாமையை வெளிப்படுத்தினேன்...!

ஆனால்.....

நீ சொன்ன பதிலோ... எனது மனநிலைக்கு முற்றிலும் மாறுபட்ட.... மிகச் சாதரணமான பதில் ...

“தொலைக்காட்சியில பார்த்தேன்...
பார்க்கிற இடமெல்லாம் பச்சையா இருக்காம்.....
கண்ணுக்கு குளுகுளுன்னு இருக்காம் ...
சாரல் வந்துக்கிட்டே இருக்காம்...
அருவியிலே தண்ணி ஆர்ப்பரிச்சுக் கொட்டுதாம்...
தென்றல் காத்து இதமா சிலுசிலுன்னு வீசுதாம்...
சொல்லும் போதே சுகமாருக்குங்க...”

இதையெல்லாம் நீ சும்மா சொல்லவில்லை... மிகைப்படுத்தி உடல் அசைவுகளோடு சொன்னாய்...

ஆம்....

உண்மைதான்... நீ கூறியபடி... குற்றாலம் குளுமையான பகுதிதான் ...

ஆனால்...

எனக்கு... ?

நீ மகிழ்ச்சிப் பெருக்கோடு கூறிய அத்தனை உணர்வுகளுக்கும் எதிர்மறையானது...

இதை எப்படி உனக்குப் புரிய வைக்க முடியும் என்னால்.. ?

நீ என் அனுமதிக்காகக் காத்திருக்கவில்லை....

“குற்றாலம் போறோம்...
குற்றாலம் போறோம்...
குற்றாலம் போறோம்...”

ஒரு தரம்... இரண்டு தரம்.... மூன்று தரம்... என்று கூறி... நீயே ஏலம் போட்டு முற்றுப்புள்ளி வைத்து... மணியடித்துக் கொண்டே ஓடிவிட்டாய்...!

எந்த குற்றாலத்திற்கு வாழ்நாள் முழுவதும் செல்வதில்லை என முடிவு செய்திருந்தேனோ... அதே குற்றாலத்திற்கு உனது உருவத்திலே விதி என்னை இழுத்தது....

எனது மகிழ்ச்சி.... எனது உற்சாகம்.....

எல்லாமே..... எனது கண் முன்னாலேயே கரைந்து போனது அந்தக் குற்றாலத்து நீர் வீழ்ச்சியிலே தான்....

விதி நடத்தும் வழியிலே விழி மூடிப் போவது தவிர வழியேதும் இல்லை எனக்கு...

இரவு முழுவதும் தூக்கமில்லை... !

மனசு கனமாக இருந்தது...

வீட்டை விட்டுக் குற்றாலம் நோக்கி நினைவுகள் சிறகு விரித்துப் பறந்தன...

பேருந்திலே பயணப்பட்டுக் கொண்டிருந்த மாணவர்களை நோக்கி...!

வேகமாக... தறிக்கெட்டு கட்டு பாட்டை இழந்து பயணப்பட்டுக் கொண்டிருந்தது பேருந்து...!

குற்றாலத்தை நோக்கி..!

அதன் உள்ளே...

ஒரே உற்சாகக் கூச்சலிலே..... நாற்பது பேர்...!

யாரிடமும் கட்டுப்பாடில்லை...

எங்களிடம் மட்டுமல்ல...

பேருந்திடமும் தான்..!

நீண்ட நேரமாகப் பேருந்து நிலை தடுமாறித் தான் சென்று கொண்டிருக்கிறது...!

நாங்கள் உற்சாக மிகுதினால் அதை கவனிக்கவே இல்லை...!

வழியிலே ஒரு சிறிய கிராமம்...!

அதைக் கடந்து தான் பேருந்து செல்ல வேண்டும்...!

இதோ...

ஒரு பள்ளி...!

அதையும் கடந்தாக வேண்டும்...!

பேருந்து ஓட்டுநர் வேகத்தைக் குறைத்த பாடில்லை...

அப்பொழுது தான் சூழ்நிலையை நாங்கள் கவனித்தோம்...

உற்சாகக் கூச்சல்கள் அப்படியே அடங்கிப்போயின....

இப்பொழுது பேருந்தின் ஓசை மட்டும் தான்..!

மரண பயம் என்பார்களே...

அது இங்கே உருவாகிவிட்டது...!

சாதாரண பேருந்து ஓசை.... எரிமலை வெடிக்கும் ஓசைபோல ஒலி கூடி... அச்சுறுத்தியது....

அகப்பட்டதை இறுகப் பற்றி... எங்களையும் இறுக்கப் படுத்திக் கொண்டோம்....

ஆனாலும் கைகால்களிலே நடுக்கம்...

அதைவிட இதயத்திலே நடுக்கம்...

இரத்த நாளங்களிலே... இரத்த ஓட்டம் காட்டாற்றைக் காட்டிலும் கடும் வேகமெடுத்து ஓடியது...

அத்தனை விழிகளும் அகல விழித்த நிலையிலேயே நிலைத்து விட்டன...!

மூச்சுக் காற்று இயங்குகிறதா.... ?

சந்தேகம் தான்...

பெரிய வளைவு...

ஓட்டுநர் பேருந்தை திருப்பினார்..!

அவ்வளவு தான்...

பேருந்து கவிழ்ந்து விடுமா... ?

எங்களது குரல்கள் அத்தனையும்... ஒரே சமயத்திலே கூட்டுச் சேர்ந்து

"ஐயோ அம்மா"

என அபயக் கூக் குரல்களாக மாறிப் போயின...!

பள்ளி முடிந்து... மாணவ மாணவிகள் பறவைக் கூட்டம் போல வெளியே பறந்து வந்தார்கள்...!

ஓட்டுநர் இங்கே பேருந்தை நிறுத்தியிருக்க வேண்டும் ...!

ஆனால்.... நிறுத்தவில்லை....!

சீறிப்பாய்கிறது பேருந்து...

பறந்து வருகிறார்கள் குழந்தைகள்....!

கண் இமைக்கும் நேரம்...

பேருந்து குழந்தைகளுக்கு மிக அருகாமையிலே நெருங்கி விட்டது...
குழந்தைகள் பேருந்து வருவதை கவனித்ததாகத் தெரியவில்லை...
எங்களைப் போலவே அவர்களுக்கும் பள்ளி விட்ட விடுதலை உற்சாகம்...!
படு கோரமான விபத்து...!
கண்முன்னே காட்சியாகத் தோன்றியது...!
குருதி தெறிக்கிறது...
இறுதி தெறிகிறது...
பேருந்துக்குள் இருந்த அத்தனை பேருக்கும்...!
கண்களை இறுக மூடிக் கொண்டோம்...
கைகளிலே அகப்பட்டத்தைப் பற்றி ஒட்டிக் கொண்டோம்...

பேருந்து அலமலந்து தள்ளாடுவதற்குத் தகுந்தாற் போல சாய்ந்து... சரிந்து... ஒருவர் மீது ஒருவர் இடித்துக் கொண்டிருந்தோம்... சிலர் நிற்க முடியாமல் தடுமாறி விழுந்து எழுந்திருக்க முயற்சி செய்து கொண்டிருந்தோம் ...

நிலைகுலைந்த பொருட்கள்... மாணவர்களின் மீது விழுந்து... பலத்த காயங்களை உண்டாக்கின... உடைகளிலே இரத்தம் வழிந்தது...!

நான் நடுவிலே இருந்த கம்பியை இறுகப் பற்றியபடி... ஓட்டுநர் பேருந்தை இயக்கும் விபரீத வித்தையை கூர்ந்து கவனித்துக் கொண்டிருந்தேன்... அவருடைய செய்கைகளே பயமாக இருந்தது...

அவர் அதிகமாக மது அருந்தியிருக்க வேண்டும்..... அந்த மது போதையிலே... பேருந்தைத் தறிகெட்டு இயக்கிக் கொண்டிருந்தார்....!

அந்த ஓட்டுநர்... ஒரு மாபெரும் விபத்தை ஏற்படுத்தாமல் விடமாட்டார் என்பது தெளிவாகப் புரிந்தது....

எத்தனை பள்ளிக் குழந்தைகள் பலியாகப் போகிறார்கள் என்பது தான் கேள்விக்குறி.....!

இதோ...
விபத்து நிகழ்ந்தே விட்டது...
சிதறிய உடல் பாகங்கள் எத்தனை ......
உருண்டோடிய தலைகள் எத்தனை ......
அலங்கோலமாகக் கிடந்த பள்ளிப் பாட புத்தகங்கள் எத்தனை .....
அவலக்குரல்......
அலறல்குரல்......
அழுகைக் குரல்......
எத்தனை.... எத்தனை..... எத்தனை......
வெளியிலே இருந்த பள்ளி பாலகர்கள் எத்தனை பேர்...
பேருந்துக்குள்ளே இருந்த எங்களிலே எத்தனை பேர்...
கணக்கெடுக்க வேண்டும்...
இது எங்களது அதிர்வான எதிர்பார்ப்பு...!
ஆனால்....

7. விபத்து நிகழவில்லை....!

விபத்து நிகழவில்லை....!

தப்பிவிட்டோம்.... !

பேருந்து ஓட்டுநர் எப்படியோ சமாளித்து... பேருந்தை ஒரு சுவற்றிலே மோதச் செய்து நிறுத்திவிட்டார்.....

ஆனால்....

நிகழ்ந்தது விபத்து..!

நிகழும் என எதிர்பார்த்த இடத்திலே அல்ல...

நிகழவே நிகழாது என எதிர்பார்த்த இடத்திலே...!

அது....

குற்றாலம்..!

'குற்றாலம்' என்று நீ உச்சரித்ததும்....

எனது அறிவு என்னை எச்சரித்ததும்.....

அதனால் தான்.....!

உன்னிடம் சொல்லவே முடியாமல் நான் மறைத்து வைத்துக் கொண்டிருக்கும் அந்த ஆபத்து... விபத்து ரூபமாய் நிகழ்ந்தது குற்றாலத்திலே தான்..!

குற்றாலம்.... என்று திட்டமிடும் போதே... ஆசிரியை எழில்மணி எதிர்ப்புத் தெரிவித்தார்...

ஆனால்.... ஆசிரியர் சுகுமார்தான்... அந்தக் குற்றாலத்து உல்லாசப் பயணத்திலே பிடிவாதமாக இருந்தார்....!

"சார் வேணாம் சார்... எல்லாம் வயசுக்கு வந்த பையனுங்க... வயசுக்கு வந்த பொண்ணுங்க... ஏதாவது தப்புத்தண்டா ஆயிடுச்சுன்னா யாரு பதில் சொல்றது.... ?"

ஒரு பெண் என்பதால் பயம்... ஆசிரியைக்கு...

ஆனால்.... பிடிவாதமாக இருந்தார் ஆசிரியர்....!

"தப்புப்பண்ற பசங்க... எங்க இருந்தாலும் பண்ணிடுவாங்க... ஏன் வகுப்புல கூட பொண்ணுங்களும் பசங்களும் ஒண்ணாத் தான் இருக்காங்க... கெட்டா போயிட்டாங்க... வெளி உலகத்த அவங்க எப்பதான் பாக்கறது..."

அவர் பிடிவாதமாக பயணத்தை நிர்ணயித்தார்...

ஆனால்...

எழில்மணி ஆசிரியை எச்சரித்தபடியே....

நிறைவேறியே விட்டது...!

அந்த கோரவிபத்து...!

அடுப்பிலே எரிந்து... நெருப்பிலே வெந்து கொண்டிருக்கும் பருவம் அது.... ?

நொடிப் பொழுதிலே... நிகழ்ந்து விடும்... வாலிப விபத்து... !

ஆனால்.... அதற்காக பிள்ளைகளைப் பதுக்கி வைக்க முடியுமா....

பள்ளியிலே பயின்று தான் ஆக வேண்டும்...

கல்லூரிகளைக் கடந்து தான் ஆக வேண்டும்....

அலுவலகங்களுக்குள்ளே அடியெடுத்து வைக்கத்தான் வேண்டும்...

வாழ்வியல் இடர்களை எதிர் கொள்ளத்தான் வேண்டும்....!

கரையேறுபவர்கள் ஏறிவிடுகிறார்கள்...

கறைப்பட்டுப் போகிறவர்கள் கரைந்து போகிறார்கள்....!

கட்டுப்பாடுகள் விதித்துக் கட்டுப்படுத்துகிற பருவமா அது... ?

அது...

சீறிப்பாயத் தருணம் பார்த்துக் கொண்டேயிருக்கும் பருவம்...!

தேவையில்லாத ஒன்றை... 'தேவை தேவை' என்று தூண்டிக் கொண்டே இருக்கும் பருவம்...

தவறுகளை... சரி சரி என்று கண்ணுக்கும் அறிவுக்கும் தவறாக சித்தரித்துக் காட்சிப்படுத்திக் கொண்டே இருக்கும் பருவம்....!

உயர்நிலைப் பள்ளிப் பருவம் என்பது... உயர் அழுத்த மின்சாரம் போன்றது...

அதற்காக உயர்நிலைப் பள்ளி கல்வியை தவிர்த்தல் சரியா.. ?

கல்லூரிப் பருவம் என்பது அபாயகரமான பருவம் தான்...

அதற்காக கல்லூரிக் கல்வியை கற்காமல் தவிர்த்தல் சரியா.. ?

பருவம் ... ?

உடலைத் தனது வசப்படுத்தி திசை மாற்றுவது...!

படிப்பு... ?

அறிவை ஆட்கொண்டு....

இருள் விலக்கி....

ஒளிகாட்டி....

அருள்கூட்டி.....

வழிகாட்டி.....

கரம் பற்றி கூட்டிச்சென்று கரை சேர்ப்பது....!

ஆயுள் முழுமைக்கும் வேனல் தாக்காது நிழற்குடை அமைப்பது ...!

ஆனால்....

இரண்டுக்கும்மிடையே கடுமையான போட்டி தான் ...

அந்தப் போட்டியிலே போராட்டம் நிகழ்த்தி எது வெற்றி பெறுகிறதோ...

அதுவே ...

வாழ்வியலை வழி நடத்தும் வல்லமையைப் பெற்றுவிடுகிறது...!

சில தருணங்களிலே... பருவவேட்கை... அறிவுப்பகுதியை தன் வயப்படுத்திவிடும் ..!

வாழ்க்கையை தடம் மாறிச் செலுத்திவிடும் ...!

காமச்சேற்கைக்கு... உடலும்... மனமும் பக்குவப்படாத பருவதிலே... காதல் என்கிற பெயரிலே... காம வேட்கை...

உடற்தகுதி பெறாத சமயத்திலேயே மக்கட்பேறு....

வலிகள் நிறைந்த இல்லற வாழ்க்கை...

வன்முறையான வாழ்வியல் சம்பவங்கள்...

நிம்மதியில்லா இல்லற வாழ்க்கை.... வாழ்ந்த சுவடே தெரியமல் மடிந்து போவது...!

இவையெல்லாம்... பருவவேட்கையால் நிகழும் வன்கொடுமைப் பயணமாகும்...

உடற்கட்டுப்பாடும்... மனக்கட்டுப்பாடும் தளர்வடைந்து போயின்... இளமையிலேயே முதுமையைக் காட்டும்...

அனுபவிக்க வேண்டிய வயதிலே தளர்வைக் கூட்டும்...

முப்பதிலே ஐம்பதாகக் காட்டும்...!

ஐம்பதிலே எழுபதாகக் கூட்டும்...

மது...

போதை...

புகை...

கெட்ட பழக்கங்களை உட்புகுத்தி வாழ்க்கையை முடித்துவிடும்....!

உடலின் ஏதோ ஒரு பகுதியிலே தீப்பற்றி எரிந்து கொண்டே இருக்கும் பருவம் அது ...!

ஒவ்வொரு நொடியும் வலியே...

பலவிதமான நோய்களும் தாக்கும்...

சுவையான வாழ்க்கைக்கு பதிலாக... வலியான வாழ்க்கை தந்து... ரணமான மரணத்தை விளைத்துவிடும்...!

புயல் உருவாகிறது....

அபாய அறிவிப்பு செய்யப்படுகிறது...

புயல் கூண்டும் ஏற்றபடுகிறது...

ஆனாலும் ....

புயல் கடக்கும் போது... அதன் வீரியத்தை உணர்த்தி... சேதங்களை விளைவிக்காமல் போகிறதா... ?

அத்தனை அபாயகரமானது.... பருவ வேட்கை...!

மாறாக....

கல்வியையும்... அது வழிநடத்தும் உயர்ந்த வழிமுறைகளையும் பின்பற்றி... வாழ்வின் வழித் தடங்களை வகுத்துக் கொண்டால்.... அதனால் முதிர்வது...

தெளிந்த ஞானம்....

தெறிந்த தெளிவு...

பகுத்தறியும் தன்மை...

சாதனைகள்...

வாழ்வியலின் உயர்வு...

நிம்மதியான அமைதி வாழ்க்கை...

நீண்ட பயணம்...

நிறைவு கண்ட முடிவு...

இன்னும் எவ்வளவோ...!

இத்தருணத்திலே...

கண்காணிப்பும் கட்டுப்பாடும் மிக அவசியம்....!

அவை விழித்தே இருந்தால்... பருவ வேட்கை தனது வீரிய விழி திறக்காமல் உறங்கியே கிடக்கும் .....

கண்காணிப்பு தவறுமாயின் .....

பருவ வேட்கை விழி திறந்து... விபரீத விளையாடல்களை நிகழ்த்தி படுகுழியிலே தள்ளி விடும்...!

அப்படிப்பட்ட அபாயகரமான பருவத்திலே தான்... நாங்கள் குற்றாலத்தை நோக்கிப் பறந்து கொண்டிருந்தோம்..... குதூகலமாக...!

பெற்றோர்களின் பாதுகாப்பு வளையத்தைத் தாண்டி....

உறவினர் எல்லை... வரம்புகளைத் தாண்டி...

எது நிகழ்ந்தாலும் தட்டிக் கேட்கவோ... தடுத்துக் காக்கவோ யாருமில்லை...

இது சுதந்திரப் பயணம் மட்டுமல்ல...

பருவத்தேடல்களின் தந்திரப் பயணம்..!

அதோ...

வந்து விட்டது குற்றாலம்...!

அருவிக கூட்டம்...

ஆர்ப்பரித்து அலை வீசி...

தூவல்களை தூறலாக்கி....

அதற்குள்ளே கதிரவனின் ஒளி வாங்கி....

தண்ணிரை வண்ணமயமாக அழகுபடுத்திக் காட்டிக் கொண்டிருந்தது... அந்தக் குற்றாலம்....!

குருவிக் கூட்டம் போல குதூகலமாக... நாங்கள் வந்து குவிந்துவிட்டாம்...!

மாணவ மாணவியர் நாங்கள்... ஆசிரியர்களின் அரவணைப்போடு அருவியோரம் காத்திருந்தோம்....

அருவியிலே குளிக்க ஆசை ஆசையாய் மாணவர்கள்....

அருவிக்கு அருகிலே எங்களை அனுப்பவே பயந்தபடி ஆசிரியர்கள்...!

மலைக்க வைக்கும் மலைக் காட்சிகள்...

அருவியின் நீர்க் காட்சிகள்...

ஆபத்தின் மொத்த உருவமும் அழகின் போர்வை போர்த்தி குழந்தைகளாகிய எங்களை ஈர்த்துக் கொண்டிருந்தது.....

எங்களது பருவம் எங்களை விழுங்கிவிட தருணம் பார்த்துக் கொண்டிருந்தது....

எழில்மணி ஆசிரியைக்கும்... சுகுமார் ஆசிரியருக்கும்... கடுமையான வாக்குவாதம்... யாருக்குமே வெற்றி தோல்வியின்றி தொடர்ந்துகொண்டே இருந்தது..!

அருவியின் உயரமும்....

அகலமும்.... ஆர்ப்பரிப்பும்.....

நீர் இறைந்து விழும் இரைச்சலும்......

அருவி நீர் விழும் இடத்தின் ஆழமும்...

அந்த பகுதியையே திகில் பகுதியாக அபாய அறிவிப்பு செய்து கொண்டிருந்தன.....

ஆங்காங்கே ‘அபாயம்’ என்கிற அறிவிப்புப் பலகைகளும் காட்சி தந்து கொண்டிருந்தன....

ஆபத்தை அருகிலே சென்று ஆரத் தழுவிக்கொள்வது தானே இளைய தலைமுறையின் ஆவல்.....!

அப்படித் தான்.....

எங்களுடைய ஆவலும் உட்புகுந்து எங்களை நிலை கொள்ளவிடாமல் முடுக்கிக் கொண்டிருந்தது...

எழில்மணி ஆசிரியை கொக்கரித்தார்...

“அருவில குளிக்கவே வேண்டாம்.... குற்றாலத்த பாத்ததே போதும்... பேசாம திரும்பி ஊருக்குப் போகலாம்...”

சுகுமார் ஆசிரியர் எதிர் கொக்கரிப்புச் செய்தார்....

“குற்றாலம் வரைக்கும் வந்துட்டு... குளிக்காம போக முடியுமா... பிள்ளைகள் எல்லாரும் ரொம்ப ஆவலா இருக்காங்க...”

நாங்கள் அனைவரும் சுகுமார் ஆசிரியரின் கருத்துக்கு ஆதரவாக... கூட்டமாகக் கத்திக் கூச்சலெழுப்பினோம்...!

“அருவியிலே குளிக்கணும்...

அருவியிலே குளிக்கணும்...

அருவியிலே குளிக்கணும்...”

இப்படித்தானே ஆபத்து கவர்ச்சிகாட்டி வலைவீசி இழுக்கும்..!

எங்களது குரலோசை ஆசிரியையின் பிடிவாதத்தைத் தளர்த்தியது...!

“சரி... வயசுக்கு வந்த பிள்ளைங்க...

பசங்கள தனியா குளிக்க அனுப்புங்க...

அவங்க குளிச்சிட்டு வந்த பிறகு பொண்ணுங்கள அனுப்பலாம் ...”

“சும்மாருங்கம்மா... பொண்ணுங்கள மட்டும் தனியா எப்பிடி நீர்வீழ்ச்சிக்குள்ள அனுப்ப முடியும்..... பயப்பட மாட்டாங்க.... ? பையன்களும் சேர்ந்து போனா... பொண்ணுங்களப் பாதுகாப்பா பாத்துகுவாங்கல்ல.....”

ஆசிரியை மசியவில்லை...

“இந்தப் பசங்க வயசுப் பொண்ணுங்கள பாதுகாப்பா பாத்துக்குவாங்களா... இவனுங்களால பிரச்சன வராம இருந்தா போதாது..... ?”

அந்த ஆசிரியையின் பயம் தான் உண்மையாகப் போகிறது என்பதை அப்பொழுது நாங்கள் யாருமே உணரவில்லை....!

எங்களது கனவிலே தெரிந்ததெல்லாம்...

அருவி நீர்....

ஆனந்தக் குளியல் ....

அதிலே குதியாட்டம்...

உற்சாகம்... அவ்வளவு தான்....!

அதோ...

அருவி...

அட்பரித்து எங்களை அழைக்கிறது அருகே...

கொதித்து குதிக்கத் துவங்கிவிட்டோம் நாங்கள்

மாணவர்கள் தனியாக... மாணவிகள் தனியாக வரிசைப் படுத்தப்பட்டார்கள்...!

ஆசிரியர்கள் மாணவர்களை எச்சரித்து... எண்ணிக்கை செய்து நீர்வீழ்ச்சிக்குள்ளே அனுப்பினார்கள்...!

அருவிக்குளியல் என்கிற போர்வை போர்த்தி....

எங்களை எதிர் பார்த்துக் காத்திருந்த ஆபத்தை நோக்கி..!

இந்த ஆபத்து மட்டும்... ஆரவாரம் செய்து விளம்பரப்படுத்திக் கொண்டே வருவதில்லை...!

நாம் அயர்ந்திருக்கும் நேரம் பார்த்து சீறிப் பாய்ந்து அபகரித்து விடும் ....!

மாணவர்களும் மாணவிகளும்... மிக எச்சரிக்கையாக..... அமைதியாக...... ஆர்ப்பாட்டமில்லாமல்..... அடக்க ஒடுக்கமாக நீர் வீழ்ச்சிக்குள்ளே நுழைந்தோம்....

கட்டுப்பாடுகள் எல்லாமே ஆசிரியர்களின் கண்களிலிருந்து மறையும் வரை தான்.....

நீர் வீழ்ச்சி.... எங்களது தலை மீது குளிர் நீரை மொத்தமாகக் கொட்டி...

வரவேற்றது...!

அபகரித்தது...

குளிர் கூட்டியது...

உடலின் தட்ப வெப்ப நிலை மாற்றியது....

எங்களது மனக்கட்டுப்பாடுகளை.... தனது வீழ்ச்சியின் உறுதித்தன்மை கொண்டு உடைத்துச் சிதைத்து...!

இப்போது நாங்கள் யார்..?

எங்களுக்குத் தெரியாது...!

எங்களை நீருக்குள்ளே அனுப்பிய ஆசிரியர்களின் விழிகள் எங்கள் மீதே....

ஆனால்....

நாங்கள்....

எல்லை கடந்து எங்கேயோ....

இதுதான் வாழ்க்கையை திசை மாற்றும் நிலை என்பது..... !

அதன் பிறகு....

துவங்கியது எங்களது அட்டகாசம்......!

யாரிடமும் கட்டுப்பாடில்லை....

சுதந்திரம்..... முழுச் சுதந்திரம்...

அதனால்.....

குதூகலம்......

ஆர்ப்பரிப்பு....

அடக்கமின்மை....

பருவத்தின் பரபரப்பு..

வயதின் துருதுருப்பு...

வாலிபத்தின் மதமதப்பு...

இவற்றுடன் அந்த சாத்தானின் மூர்க்க குணம்...

இத்தனையும் ஒன்று சேர்ந்து கொண்டன .....!

நீர்வீழ்ச்சியிலே ஒன்றாகக் கலந்து குளிக்கத் துவங்கினோம்....

அங்கு தான் விளைந்தது...

ஆபத்து...!

விடலையை மீறி... வாலிபத்திற்க்குள் நுழைந்து விடத்துடிக்கும் பையன்கள்...

பருவத்தை எட்டிப் பிடித்து... மோக விளைச்சலை பறை சாற்றிக் கொண்டிருக்கும் பெண்கள்....

இரு பாலரும் ஒரே இடத்திலே ...!

அதுவும் நீர் விழ்ச்சியின் நடுவிலே ...!

ஆபத்தை அறியா வயது... !
முதலில் பெற்றோரிடமிருந்து சுதந்திரம்....
இப்போது ஆசிரியர்களிடமிருந்தும் சுதந்திரம்...
உற்சாகம் இரட்டிப்பாகியது...
உற்சாகங்களிலே தானே விளைகின்றன விபரீதங்கள்...!
எங்களை நோக்கி அந்த விபரீதம் விரைவாக வந்துகொண்டே இருந்தது...
எங்களையும் மறந்து...
இருபாலரும் இரண்டற கலந்து....
நீர்வீழ்ச்சியிலே நனைந்தோம்...
விளையாடினோம்...
குதித்தோம்...
சிரித்தோம்...
சண்டையிட்டோம்...
எங்களது வயது... ஆசிரியர்களுக்கு பயத்தைத் தூண்டிக் கொண்டே இருந்தது.....
எங்களது பருவம்...
எங்களுக்குள்ளே...
ஒரு போருக்கு அறிவிப்பு செய்து கொண்டே இருந்தது...!
தூண்டில் மிதப்பை உற்று கவனிப்பது போல... ஆசிரியர்கள் எங்களது நடவடிக்கைகளை கண்ணிமைக்காமல் கண்காணித்துக் கொண்டே இருந்தார்கள்....
இப்பொழுது தான் எதிர்பாராத அந்த விபத்து நிகழ்ந்தது....!
திடீரென்று...
அருவியிலே நீர்வரத்து அதிகரித்தது......
பெரிய பெரிய பாறைகள் அருவி நீரிலே கலந்து விழத் துவங்கின...!
அருவிக்குள்ளே குளித்த அத்தனை பேரையும் உயிர் பயம் கவ்விக் கொண்டது...
எங்களைத் தவிர...!
அத்தனை பேரும் அலறினார்கள்.....
சிதறி ஓடினார்கள்.....
ஒருவர் மேல் ஒருவர் இடித்துத் தள்ளினார்கள்....
அவரவர் உயிர் பயம் அவரவர்க்கு....!
ஏதோ பெரிதாக ஒரு பொருள் உரத்த ஓசையுடன் உயரத்திலிருந்து தண்ணீரிலே விழுந்தது....!
ஆசிரியர்கள் அதட்டி அழைத்தார்கள்....
"போதும்.. போதும்... எல்லாரும் வாங்க... அருவியில தண்ணி அதிகமாகுது...!"
அருவியின் அரசாட்சி... ஆர்ப்பரிப்பு ஓசை... மனிதக் குரல்களை அடக்கியது...
ஆசிரியர்களின் கட்டளைகளை முடக்கியது...
கேட்கக் கூடிய உற்சாகத்திலா நாங்கள் இருந்தோம்...!
எங்களுக்குப் போடப்பட்ட பாதுகாப்பு வேலியை நாங்கள் மீறி... தாண்டி

விடுபட்டு நீண்ட நேரம் ஆயிற்றே...!
பெற்றோர்களைப் பிரிந்தோம்...
ஆசிரியர்களைப் பிரிந்தோம்...
கட்டுப்பாடுகளை உடைத்தோம்...
எங்களின் நிலை மறந்தோம்...
இது போதாதா...
ஆபத்து எங்களை நெருங்கி முற்றுகையிட...!
ஆசிரியர்கள் பல முறை கூப்பாடு போட்ட பிறகு... லேசாக எறும்பு கடித்தது போல எங்களது கவனம் திரும்பியது...
அருவியைப் பிரிய மனமின்றி ஒவ்வொருவராகக் கரையேறினோம்...
எண்ணிக்கை..!
மறுபடியும்..!
அதிர்ச்சி..! அதிர்ச்சி...!
அனைவருக்கும் கிலி பற்றிக் கொண்டது....
ஆசிரியை எழில்மணி எச்சரித்த அந்த ஆபத்து நிகழ்ந்தே விட்டது....!
எண்ணிக்கையிலே ஒன்று குறைந்தது...!

8. ஆசிரியர்கள் பதறினார்கள்...

ஆசிரியர்கள் பதறினார்கள்...
திரும்பத் திரும்ப எண்ணினார்கள்...
பயன்...?
எத்தனை முறை எண்ணினாலும் ஒன்று குறையத் தான் செய்தது...
அந்த ஒன்று...
யார்...?
பெயர்களைச் சரி பார்த்தார்கள்...
விடுபட்ட பெயர் யாருடையது...?
யார்...?
யார்....?
யார் காணவில்லை....?
எங்களுக்கும் ஆசிரியர்களுக்கும் நெருப்பு பற்றிக் கொண்டது...!
வான்மதி !...
ஆம்...!
வான்மதியே தான்..!
வான்மதியைக் காணவில்லை...!
எங்கெங்கோ ஓடினார்கள்.....
ஏதேதோ கூவினார்கள்..
யார் யாரையோ துணைக்கு அழைத்தார்கள்....
உள்ளூர் வாசிகளும் கூடச் சேர்ந்து கூடினார்கள்....
காவல் துறை விரைந்து வந்தார்கள்..
கூட்டத்திற்குள் அலசினார்கள்....
"வான்மதி.."
"வான்மதி.."
"வான்மதி.."
"வான்மதி.."
ஒரு நிமிட நேரத்திலே 'வான்மதி' என்கிற பெயர்... அந்தப் பகுதி முழுவதும் இடைவிடாது எதிரொலித்தது...!
நூற்றுக்கும் அதிகமான கூச்சல்கள் ஒரே சமயத்திலே ஒலித்தன....!
கொஞ்சம் கொஞ்சமாய்... மனிதக் கூச்சல்கள் தேய்ந்து அடங்கின......
அவர்கள் கூச்சலிடும் பலத்தை இழந்துவிட்டார்கள்...!
அமைதி...
மனிதர்கள் மத்தியிலே...!
அளவு கூடிய ஓசை....
நீர்வீழ்ச்சியிலே ...!
அலை வீச்சிலே... அருவியின் அதிகாரம் முற்றுகிறது...

மலையெங்கும் ஒலி வீச்சாய் சுற்றுகிறது...

உறுதியாக... இது அருவியின் எகத்தாளக் கொக்கரிப்புத் தான்...!

பொதுமக்கள்....

ஆசிரியர்கள்....

மாணவர்கள்....

மாணவிகள்....

அதிகாரிகள்....

கூடியிருந்தவர்கள்......

தேடி வந்தவர்கள்...

இன்னும்...

இந்த அதிர்ச்சியால் அடங்கிப் போய் அமைதி காத்து தண்ணீரையே உற்றுப் பார்த்துக் கொண்டிருந்த குரங்குக் கூட்டம்...

அத்தனை பேரும் இறுதி முடிவெடுத்து விட்டார்கள்...

வான்மதி முடிந்து விட்டாள் என்று....!

மனிதர்கள் சரி....

விலங்குகள்.... பறவைகள்... பூச்சிகள்... எப்படி அறிந்து கொண்டன...

வான்மதி அகால மரணம் அடைந்து விட்டாள் என்று....

அவை கூட.... அதிர்ச்சி காட்டி அமைதி காக்கின்றனவே...!

நாடித்துடிப்பு அடங்கிப் போயிருந்த நான் திடீரென கூக்குரல் எழுப்பினேன்......

அருவி விழும் இடத்திலே தெப்பம் போலத் தேங்கிக்கிடந்த தண்ணீரைப் பார்த்து...!

“அதோ”

அனைவரும் பார்த்தார்கள்....!

அங்கே.... அருவி கொட்டியதால் தேங்கிக்கிடந்த ஆழமான நீர்த் தேக்கம்...

அந்த நீர்த் தேக்கதிலே வான்மதி....!

தண்ணீரைக் குடித்துக் குடித்து மூழ்கி மூழ்கி தத்தளித்துக் கொண்டிருந்தாள்.....

பெரிய பாறை விழுந்தது போல மாயை எழுந்தது அல்லவா... அது பாறை அல்ல...!

பாவை...

பெண்பாவை....!

ஆம்...

வான்மதிதான்...!

அருவியிலே குளிக்கையிலே தவறி விழுந்திருக்கிறாள் ....!

அவளுக்கு உயிரின் வேகம் குறைந்து கொண்டிருப்பது அவளது துடிப்பிலே தெரிந்தது...

மரணித்து விட்டோம் என முடிவு செய்துவிட்டாள் என்பது அவளது தவிப்பிலே துளிர்த்தது...

நாங்கள் அதிர்ச்சியிலே அலறி... கதறக் கூட முடியாமல் செயலிழந்து... ஓர் இடத்திலே இறுக்கமாகப் பனிக்கட்டி போல உறைந்து ஒன்று கூடி விட்டோம்....!

கண் முன்னாலேயே நீருக்குள்ளே மூழ்குகிறாள் வான்மதி...!

பார்த்துக் கொண்டே செயலிழந்து நிற்கிறோம் நாங்கள்...!

மூச்சு...... தனது இயக்கத்தை நிறுத்துகிறது எங்களுக்கு ...

மீண்டும் குபீரென்று நீரைவிட்டு மேலே வருகிறாள்.....

ஒரு மிருகத்தினுடைய மரணத்தின் இறுதி மூச்சொலி போல 'வீர்ர்... வீர்ர்' என்று கொடூரமாக அடித் தொண்டையிலே உறுமுகிறாள்... .

"ம்...ம்...ம்...மா.."

அவளது அம்மாவுக்குக் கேட்டிருக்குமா இந்த 'ம்...ம்...ம்...மா..' கூக்குரல்... ?

எங்களுக்குக் கேட்டது...!

வான்மதியின் இறுதிக் குரல் மட்டும்...!

எங்களது அத்தனை கண்களும் பெரிதாகி விரிந்து... வெளியே தாவி விடத் தயாராகி நின்றன...!

மாணவிகளிலே சிலர் வான்மதியின் நிலையைப் பார்க்க முடியாமல் கண்களை கைகளால் இறுக மூடிக் கொண்டார்கள்....!

அருவி நீர் தோற்றுவிடும்...

அதை விட அதிகம் எங்களது கண்ணீர்...

எங்களது உயிர்த் தோழி... உடன் படிக்கும் மாணவி.....

கண்முன்னே அருவி நீருக்கு பலியாகிக் கொண்டிருந்தாள்...

நாங்கள் பார்த்து கொண்டே அசைவற்று நின்று கொண்டிருந்தோம்.....

அதிர்ச்சி....

எங்களை அறைந்து... அசைவற்று நிற்க வைத்துவிட்டது..

நீரிலிருந்து மேலே வந்தவள்... நீரின் கொடூரத்தைத் தாக்குப் பிடிக்க முடியாமல் தத்தளித்து... மறுபடியும் மூழ்கினாள்.....

அப்போதும் மொத்த மனிதர்களும் பார்த்துக் கொண்டே தான் இருந்தார்கள்...

எங்களது இதயத் துடிப்பின் வேகம்... இன்னும் அதி வேகமாகியது...

மரணப் போராட்டம்....

வான்மதிக்கு மட்டுமல்ல...

எங்களுக்கும் தான்...!

சற்று நேரம் அவள் மேலே வரவே இல்லை...

மூழ்கி விட்டாளா..... ?

முடிந்து விட்டாளா.... ?

தண்ணீர்த் தாய் அவளை விழுங்கி... தனது கோரப் பசியைத் தீர்த்துக்கொண்டாளா... ?

இது...

குற்றலாமா.......

குற்ற களமா.....

அருவி...

ஆங்காரமாக... அதிகாரமாக... ஓங்கிக் குரலெழுப்பிக் கொண்டிந்தது...!

"இது என் எல்லை..."

"இங்கே என் ஆட்சி..."

"என் பசி..."

"யாரும் தடுக்க முடியாது..."

அது உண்மையாகி விட்டதா.... ?

இல்லை...!

அதோ...!

மீண்டும் வான்மதி...!

தண்ணீருக்கு மேலே வருகிறாள்....!

கைகளை மேலே உயர்த்தி... தன்னுடைய இறுதிமுடிவை அறிவிப்புச் செய்ய.... கைகளால் தண்ணீரில் ஓங்கி ஓங்கி அடிக்கிறாள்...!

அந்த பிஞ்சுக்கைகளால் தண்ணீரின் வன்முறையை அடக்கி.... தனது உயிர்காத்து மீண்டு விட முடியவில்லை அவளால்....!

முன்னை விட பயங்கர உயிர்ச் சேதக் கூக்குரல் எழுப்புகிறாள்...

ஆனால்...

தொண்டை தேய்ந்து விட்டது...

இரட்டைக் குரலாய் ஒலிக்கிறது...

"ம்.. ம்.. ம்.. மா... மா... ஆ... ஆ... ஆ...!"

பட்டென்று எழும்பிக் குதித்த நீர்... அசுரத்தனம் கொண்டு அவளது வாயை அடைக்கிறது...

இது வான்மதியின் கடைசி 'மா' ....

எனது கண்களிலே.....

நீர்...

இதயத்திலே.....

அதி வேகத் துடிப்பு.....!

"மா... மா... மா... மா... மா....."

அந்த வான்மதியின் அலறல் குரல்... மலை முழுக்க எதிரொலித்து... எனது காதிலும் தைத்தது...

அத்தனை காதுகளிலும் ஓசை...

ஆனால்.... காதுகள் செவிடாகிவிட்டன...!

அத்தனை விழிகளிலும் பார்வை...

ஆனால்.... விழிகள் குருடாகி விட்டன...

அத்தனை வாய்களும் திறந்தே இருக்கின்றன...

ஆனால்..... ஊமையாகிவிட்டன.......!

அத்தனை இதயங்களும் துடித்து கொண்டு தான் இருக்கின்றன.....

ஆனால்.... இயக்கம் நின்று போனது...

கரைந்தது வான்மதியா... ?

இல்லை..... கரைமேல் நின்ற மனிதர்களா... ?

அங்கிருந்தவர்களிலே பல பேருக்கு நீச்சல் தெரிந்திருக்கும்...

ஆனால்.....

நீரில் குதித்து... அவளை சாவிலிருந்து மீட்க... யாருக்கும் துணிவில்லை...

காரணம்...

பயம்... !

இந்த பயம் தான்... பல வீரர்களைச் சாய்த்து விடுகிறது...

பல முயற்சிகளை... மூச்சைப் பிடித்து அடக்கி விடுகிறது...

பல வெற்றிகளை... தோல்விகளாக உருமாற்றி விடுகிறது...

எனக்கும் அதே நிலை தான்...!

ஆனால்..... அந்த நேரத்திலே எனது மூளையின் ஒரு மூலையிலே தீப்பொறி தைத்தது...!

எனது அறிவு எனக்கு ஏதோ அவசர உத்தரவு பிறப்பித்தது....!

எதற்கோ துணிச்சல் வந்தது...!

ஓடினேன்...!

தண்ணீரிலே பாய்ந்தேன்...!

மூழ்கினேன்!..

மூச்சடக்கினேன் !...

இதோ ...

எனது கண்ணெதிரிலே வான்மதி...!

கையை வீசி அவளது தலைமுடியைப் பிடித்து இழுத்தேன்....

அவள்... தனது கைகளை வீசி என்னைப் பிடித்து அணைக்கப் போராடினாள்...

நான் அவளது பிடியிலே அகப்படவில்லை....

நீரிலே உயிருக்குப் போராடுபவர்களை மீட்க... அவர்களை அணைத்தால் ஆபத்து...

நாமும் சேர்ந்து நீரிலே மூழ்கிச் சாக வேண்டியது தான்...!

என்றோ எனது அப்பா கற்றுக் கொடுத்தது...

இன்று இன்னொரு உயிர் காக்கப் பயன்பட்டது ..!

உயிர் போராட்டம் வான்மதிக்கு மட்டுமல்ல...!

அவளை மீட்கப் போராடிய எனக்கும் தான்...!

நீண்ட நேரப் போராட்டம்...

அவளுக்கும் எனக்கும்...

அவள்... சாவிலிருந்து மீளப் போராடினாள்....

நான்... அவளை சாவிலிருந்து மீட்கப் போராடினேன்...

எப்படியோ.... இருவருகுமே போராட்டம் தான்...!

நான் எனது போரட்டதிலே வெற்றி பெற்று அவளை இழுத்துகொண்டு மீண்டு வந்துவிட்டேன்...!

அத்தனை பேருடைய பார்வைகளும் என் மீதே....

பலரும் கடவுள் போல... ஒரு மாவீரனைப் போல என்னைப் பார்த்தார்கள்..!

ஆம்..!

நான் புரிந்தது வீரச் செயல் தான்....!

ஆசிரியர் சுகுமார் கூட என்னை இறுக அணைத்துக் கொண்டார்...

அவரது கைகள் எனது முதுகிலே தட்டிக் கொடுத்தன....

ஆம்……!
வான்மதியை நான் காப்பாற்றிவிட்டேன்…!
முதலுதவி…
ஆசுவாசங்கள்…
பொது மக்களின் உதவி…
ஆசிரியர்களின் அணைப்பு…
எழில்மணி ஆசிரியையின் தாய்ப்பாசம்…
எல்லாமே வான்மதியின் உயிருக்கு உரமூட்டியது…!
ஆம்…!
வான்மதி உயிர் பிழைத்து விட்டாள்…!
வான்மதி அருவி நீருக்குள் விழுந்தாள்…..
அவளை நான் காப்பாற்றினேன்…..
இது தான் விபத்தா…?
இல்லை இல்லை…!
இதுமட்டும் அல்ல விபத்து……
இனிமேல் தான் நிகழப் போகிறது… இதை விட பெரிய விபத்து…!
இங்கே……
மீண்டது….. ஓர் உயிர்……!
உயிர்ப்புப் பெற்றன…… பல உயிர்கள்…!
வகுப்பிலே… மாணவர்கள்…!
இது போல ஆபத்துக் காலங்களிலே….. சகோதரர்கள்…!
ஆசிரியர்களே பெற்றோர்கள்…!
பொது மக்கள் கூட உறவினர்கள் தான்..!
அவரவர் ஈடுபாட்டை வான்மதியின் மேலே காட்டினார்கள்….
மாணவர்கள் அத்தனை பேருமே அவளைச் சுற்றி நின்று… ஒரே குரலிலே உருக்கமான ஊக்கப்பாடல் பாடினார்கள்….!
கைகளை இடைவிடாமல் தட்டினார்கள்…. அழுதார்கள்…
வான்மதியை பலப்படுத்த… பயம் நீக்க… ஏதேதோ விசித்திரமான குரல்களை எழுப்பினார்கள்….
அத்தனை விழிகளிலும்…. விழும் நீர் மட்டும் விழுவது நிற்கவே இல்லை…!
'வான்மதி… வான்மதி' என்று கூவினார்கள்…
அவர்களது வேண்டுதல் வீண் போகவில்லை…..!
வான்மதி குடித்து குடித்து அடி வயிற்றிலே சேமித்து வைத்திருந்த நீரை… வாயின் வழியாக வெளியிலே தள்ளினாள்…
விக்கி விக்கி மூச்சிறைத்தாள்…
தினறித் தினறி கிலியோடு அலறினாள்….
அருகிலே கைக்கு அகப்பட்டவர்களையெல்லாம் ராவி ராவிப் பிடித்தாள்…!
ஒரு கரப்பான் பூச்சியை மல்லாக்க திருப்பிப் போட்டால்… அது தனது அத்தனை கால்களையும் படபடவென உதறி பதறும்…..
கரகரவென்று வேகமாகச் சுழலும் ….

மீண்டு எழுந்து ஓடிவிட முயன்று துடித்துத் துடித்து இயங்குவது போல...!

சூடு பால் சுவைத்த பூனை போல....

சூடு வைக்கப்பட்ட பச்சிளம் குழந்தை போல....

வான்மதி துடிதுடித்து இயங்கிக் கொண்டிருந்தாள்...!

வான்மதி துடித்த காட்சி என்னை குத்திக் கிழித்தது...

என்னை மட்டுமல்ல...

அவளைச் சுற்றி... பார்த்துக் கொண்டிருந்த அத்தனை பேருமே விக்கித்து விறைத்து நின்றார்கள்...!

இதுவரை பார்த்திராத ஒரு காட்சி....

இதுவரை பார்த்திராத ஓர் உணர்வு...

அவளது உடலுக்கு என்னதான் செய்கிறது...

எந்தப் பகுதிகளிளெல்லாம் வலிக்கிறது...

உயிர் போயிருந்தால் கூட இத்தனை வலியை அவள் உணர்ந்திருக்க மாட்டாள்.... அப்படியொரு துடிப்பு...

கண்கள் இரண்டும் விழிக்குழிகளைவிட்டு பிதுங்கி வெளியே வந்துவிட்டன...

நரம்புப் பகுதிகள் அத்தனையும் உலோகக் கம்பி போல விறைப்பேறி நின்றுவிட்டன...

கைகளும் கால்களும் வலிப்பு வந்தது போல வெட்டி இழுக்கின்றன...

உடல் முழுவதுமே தீக்கங்குகளை தெளித்தது போல தெறிக்கிறாள்....

எத்தனை பேர் தடுத்துப் பிடித்தும் அவளை கட்டுப்படுத்த முடியவில்லை.... தரையிலே கிடந்தது உருளுகிறாள்....

இப்பொழுது... இங்கே அவள் வெளிப்படுத்தும் அத்தனை கொடூர வலியுணர்வுகளும்... சற்று முன்பு நீருக்குள்ளே அவள் அனுபவித்த வலிப் போராகத் தான் இருக்க வேண்டும்......

அது தான்... அவளுக்குள்ளே இத்தனை துடிப்பும்.... பரிதவிப்பும்....!

தலை... முகம்... கை... கால்களிலும்... உடலிலும்... மணலும்... காய்ந்த இலைகளும் ஒட்டிக் கொண்டு அவளது உடலை கோரப்படுத்திக் காட்டின....

நீரிலே மூழ்கி இறப்பவருக்கு எப்படி உயிர் போகிறது..?

அதை நீருக்குள்ளே அவளைக் காப்பாற்றிய போது... நான் பார்க்கவில்லை....

அவளை நான் நெருங்குவதற்குள்ளாகவே... அவள் அத்தனை துடிப்புகளையும் அனுபவித்து கடந்து அடங்கிவிட்டாள்....

ஒருவேளை.... இப்பொழுது துடிப்பதைப் போலத்தான் நீருக்குள்ளும் துடித்திருப்பாளோ ...

அந்த துடிப்பினுடைய நீட்சிதான் இப்பொழுது... நான் காணும் துடிப்போ...?

9. நீரில் விழுந்தவர்கள்...

நீரில் விழுந்தவர்கள் உயிர் நீக்க... முதல் காரணம்.... உயிர் பயம்....

வான்மதியும் அப்படித்தான்...

உயிர் பயத்திலே வாய் வழியே நீரை அளவின்றி குடித்துவிட்டாள் ....

வாய் வழியே நுழைந்த நீர்... வயிற்றுப் பகுதிக்குள்ளே போய் அடைத்துக் கொண்டது....

ஆனால்...

வயற்றுகுள்ளே நீர் புகுவதால் மட்டும்... மரணம் நிகழ்வது இல்லை...

மனித இனம் உயிர் வாழ.... இதயத்தின் இயக்கம் அவசியம்...

இதயத்தின் இயக்கம் நிகழ.... நுரையீரலின் இயக்கம் அவசியம்....

நுரையீரலின் இயக்கம் தடையின்றி தொடர.....

அதற்குள்ளே இருக்கும் சுவாசப் பைகளின் இயக்கம் அவசியம் ....

நுரையீரலின் சுவாச பைகள் நிரந்தரமாக இயங்க..... மூச்சுக் காற்று அவசியம்....

மூச்சுக் காற்று முனைப்போடு இயங்க.... மூக்கின் வெளிச் சுவாச இயக்கம் அவசியம்....

இத்தனை இயக்கங்களும் ஒரு சேர இயங்கினால் தான்....

உயிரினம்... உயிர்ப்போடு இயங்கும்....!

வாய் வழியே நீர்குடித்து வலுவிழந்த வான்மதி...

அதற்கு பிறகு போராடும் திறன் இழந்து... மூக்கின் வழியே நீரை உள்ளிழுத்தாள்...

இங்குதான் காலனின் வாசல் திறவு கண்டது...!

மூக்கின் வழியே உட்புகுந்த நீர்... அவளது நுரையீரலை நோக்கி தடையின்றி பயணித்தது... நுரையீரல் பகுதிக்குள்ளே கோர பசியோடு நுழைந்தது....

உயிர் பறிக்கும் வெறிக் கொண்டு... நுரையீரலின் சுவாசப் பகுதிகளிலே... அசுரத் தனமாக நுழைந்து பரவி ஆக்கிரமித்தது....

வான்மதி....

பதறினாள்.... பரிதவித்தாள்....

உயிர் பயம் ஆரம்பித்தது அவளுக்கு...!

அவளுக்கு மட்டுமல்ல.... அவளது நுரையீரலுக்கும்....

மூக்கின் வழியே நுரையீரலுக்குள்ளே நுழைந்த நீருக்கும்... நுரையீரலுக்குள்ளே தேங்கி அவளை உய்வித்துக் கொண்டிருந்த காற்றுப் பகுதிக்கும்... கடுமையான போர்...

ஆனால்...

அதனால் ஏற்படும் வலியும் துடிப்பும்.... உயிர்காக்கும் போராட்டமும் வான்மதிக்குத்தான்....!

அலற முடியாது...

ஆர்ப்பரிக்க இயலாது...

கத்த முடியாது...

கதற முடியாது...

பலம் காட்ட முடியாது...

துடிப்பது ஒன்றைத் தவிர வேறு எந்த செயலுமே எடுபடாது இத்தருணத்திலே ...

மூக்கின் வழியே புகுந்த நீருக்கும்.... காற்றைத் தன்னுள் அடக்கி உயிர் காத்த நுரையீரலுக்கும் நிகழ்ந்த போரிலே ....

நுரையீரல் தோற்கும் நிலை ...!

அப்பொழுது ஏற்படுகிறது ஒரு கோரப்பசி ....

அந்த நுரையீரலுக்கு...!

சுவாசப் பசி....

காற்றுப் பசி....

போகாதே போகாதே என காற்றைத் தடுக்க முற்படுகிறது நுரையீரல் .....

நான் ஆக்கிரமித்துவிட்டேன்....

இனி உனக்கு இங்கு இடமில்லை.... நீ விரைவாக வெளியேறு... என ஆணையிடுகிறது நீர்....!

சுவாசப் பைகளுக்குள் நிறைந்திருந்த காற்று முற்றிலும் வெளியேறி விட்டதால்.... நுரையீரலின் இயக்கம் நின்றுவிடும்......

இந்த நுரையீரலுக்கும்..... இதயத்திற்கும் மிக நெருங்கிய உறவு...

இரத்தத்தை சுத்திகரிக்கும் தொடர்பு......

நுரையீரலின் இயக்கம் நின்றுவிட்டால்.... இதயத்தின் இயக்கமும் நின்றுவிடும்....

இதனால் நிகழ்வதே மரணம்....!

அந்த நேரத்திலே ஏற்படும் பரிதவிப்பும்.... உயிர்த்துடிப்பும் மிகவும் கொடூரமானது....

அந்த வலிகளை... அனுபவிப்பவர் தவிர்த்து... அடுத்தவர் அறிய வாய்ப்பே இல்லை...

நீருக்குள்ளே வான்மதியை நெருங்கும் போது... இறுதியாக அமைதியாக... அவள் அடங்கிவிட்ட தவிப்பைத்தான் என்னால் காண முடிந்தது...

எனக்குமே உயிர் பயம் தான்...

ஆகவே... எதையுமே ஆய்ந்தறியும் தன்மை அப்போது எனக்கில்லை...

வான்மதியை நான் கரை சேர்த்த பிறகு...

அவளது வயிற்றை பிடித்து அழுத்தினார்கள்..

வயிற்றுக்குள்ளே நிறைந்திருந்த நீர்... கொஞ்சம் கொஞ்சமாக வெளி வந்து விழுந்தது....

வயிற்றிலே இருக்கும் நீர் வெளியே வந்ததால் மட்டும் வான்மதி உயிர் பெற்று விட்டாளா..?

வாய்ப்பே இல்லை...

வேறென்ன செய்ய வேண்டும்..?

உயிர் போகும் வழி நாசி...

ஆகவே நாசிவழி உட்புகுந்து நுரையீரலை அடைத்துக் கொண்ட நீர் வெளிவர வேண்டும்....

அதற்கு என்ன செய்வது..?

வான்மதியின் கால்களைப் பிடித்து தூக்கினார்கள்...

தலை கீழாகத் தொங்க விட்டார்கள்..

உடலைக் குலுக்கினார்கள்...

குலுக்கக் குலுக்க... நீரடைத்த நுரையீரலுக்கு மெல்ல மெல்ல சுதந்திரம்...

மூக்கின் வழியாக நுழைந்த நீர்... மூக்கின் வழியாகவே சிறுகச் சிறுக வெளிக் கொட்டியது...

நுரையீரலுக்கு நிரந்தர விடுதலை...

புதிய மூச்சுக் காற்று... சுதந்திரமாக மூக்கின் வான்மதியின் நுரையீரலுக்குள்ளே உற்சாகமாகப் புகுந்து... தனது சுவாசப் பைகளை மீண்டும் தானே தன்னகப் படுத்தி தக்கவைத்துக் கொண்டது...

அதனால் வான்மதி உயிர் பெற்றாளா...?

அப்படியும் அறுதியிட்டுச் சொல்லி விடாலாகாது ....

இது போன்ற செய்கைகளால் உயிர் பெற்று மீளும் வாய்ப்பு மிகக் குறைவே...

அந்த மிகக் குறைந்த வாய்ப்பு வான்மதிக்கு அமைந்து விட்டது....

அவள் உயிர் பெற்று மீண்டு விட்டாள்...

ஆனாலும்...

நீருக்குள்ளே அவள் உயிருக்காகப் போராடிய தவிப்பு... அவலம்... துடிப்பு... அவைகளை இங்கேயும் வெளிப்படுத்திக் கொண்டிருந்தாள்.......

வான்மதியின் செய்கை பார்ப்பதற்க்கே பரிதாபமாக இருந்தது... போகிற உயிரை இழுத்துப் பிடித்துக் கொள்ளும் ஆவேசம்... அவசரம்.... பரபரப்பு... துடிப்பு... அவளது செய்கையிலே தெரிந்தது...

மாணவிகளும் மாறி மாறி வான்மதியை இழுத்துப் பிடித்து அணைத்துக் கொண்டார்கள்...

அவள் ஒருவரது அணைப்பிற்குள்ளும் அடங்கவில்லை...! திமிறினாள்.... துள்ளினாள்...

சிதறி... தவறி விழுந்தாள்...

மரண பயம் இன்னும் அவளை விட்டு அகலவில்லை..!

அவளது நெருங்கிய தோழி குணவதி அவளை இழுத்துப் பிடித்து... திமிரவிடாமல் தனது மார்போடு இறுக்கி அணைத்துக் கொண்டாள்...!

நானும்....

இன்னும் அந்த அதிர்ச்சியிலிருந்து மீளவில்லை....

வான்மதியின் உயிர் போராட்டம் எனது உள்ளேயும் சுழன்று கொண்டே இருந்தது...

எனது வகுப்புத் தோழன் கதிரேசன்... எனதுதோள்களைப் பிடித்துக் கொண்டு... எனக்கு ஆதரவாக நின்றிருந்தான்...

நான் வான்மதியின் துடிப்பான இயக்கத்தைப் பார்த்தபடியே இருந்தேன்...!

அவளது நிலை... எனது கண்களுக்கு...

கழுத்து வெட்டப்பட்ட ஆட்டுடல் போலத் தெரிந்தது...!

வான்மதி பிழைத்துக் கொண்டாள்...

இல்லை..!

என்னால் காப்பாற்றப்பட்டு விட்டாள்..... அப்படித் தான் அத்தனை பேரும் கூறினார்கள்...

தோல்வி கண்டு விட்டது நீர்வீழ்ச்சி ..!

தொய்யலானது அருவி நீரின் வேகம்..

இரைச்சல் கரைந்து போனது..

ஓசை ஓய்ந்து போனது..

அருவி அவமானத்தால் அடங்கிப் போனது...!

ஓர் உயிரைக் குடிக்கும் போரிலே தோற்று விட்ட அவமானம்... அந்த அருவியின் அமைதியிலே தெரிந்தது ....!

கூடியிருந்தவர்கள் மத்தியிலே மெல்ல மெல்ல பேச்சுக் குரல்கள்...

பரிதாப உச்சரிப்புகள் ...

எனக்கு பாராட்டு மொழிகள் ...

நான் அந்த நீர்வீழ்ச்சியை தலை உயர்த்திப் பார்த்தேன்...

ஆகாயத்திலிருந்து நேரிடையாகவே பூமியிலே வீழ்வது போல மாயத் தோற்றம் காட்டி... மிரட்டிக் கொண்டிருந்தது...!

எனக்குக் கோபம் கொபளித்து வந்தது.. .

அருவியோடு கேள்விப் போர் தொடுத்தேன்...!

'நீ......'

அருவியா... ?

அலையரசியா.... ?

எவன் வைத்தான் பெயர் உனக்கு... ?

மொத்தம் இதுவரை எத்தனை உயிர்களைக் குடித்திருக்கிறாய் நீ... ?

உனது தோற்றம் தான் அழகு...!

நீ கொடூரமானவள்...!

கொலைகாரி...!

இரக்கமற்றவள்...!

வளைகிறாய் நெளிகிறாய்.....

வண்ணக் கோலங்கள் போடுகிறாய்.....

வானவில் காட்டுகிறாய்.....

அழகு காட்டி எங்களை மயக்கி... அருகிலே வரவழைக்கிறாய்...

மகிழ்விப்பது போல மயக்குவித்து... எங்களது உயிரையும் குடிக்கிறாயே...!

அடேயப்பா...

உனது நீர்த் துளிகளிலே தான் எத்தனை நிறங்கள்...

எத்தனை கவர்ச்சி...

எல்லாம் எங்களது உயிரைக் குடிக்க... நீ விரிக்கும் மாய வலையா.....!'

தோற்றுப் போனது நீரருவி...!

எனது கேள்விகளுக்கு பதில் சொல்ல முடியாமல்... 'சோ' வென்று பெய்து ஓய்ந்த அடைமழை போல... அவமானத்திலே அமைதியாகிக் கிடந்தது....!

வான்மதியைக் காப்பாற்றியதால்... நான் அத்தனை பேர் மத்தியிலும் கதாநாயகனாக மாறிப் போனேன்...!

வான்மதி குணவதியின் இறுகிய அணைப்பிலே... அவளது தோள் மீது... அசைவற்று சாய்ந்து சரிந்து கிடந்தாள்....

உடல் முழுவதும் நடுக்கம்....!

மரண பயம்... இன்னும் அவளை விட்டு அகலவில்லையென்பதை... அவள் குணவதியைப் பிடித்திருந்த பிடியின் இறுக்கமே தெளிவாகக் காட்டியது...!

அவள் குணவதியைப் பிடித்திருந்த கையின் பிடி இறுகியதால்... அவளது கைவிரல்கள் குணவதியின் உடலிலே ஆழப் பதிருந்தன...!

அவளுக்கு... மரணத்துடன் போராடி வெற்றி....!

ஏறக்குறைய புதிதாக பிறவி எடுத்து... மறுபடியும் உலகத்தைப் பார்க்கிறாள்....!

காண்கிற காட்சிகளத்தனையுமே அவளுக்குப் புதிதாகவே காட்சி தருகின்றன...!

எல்லோருமே பறந்து பறந்து அவளை கவனித்தார்கள்...

எழில்மணி ஆசிரியை... தனது புடவை முந்தானையால் ஈரம் போக்கினார்...

இப்போது அவர் ஆசிரியை அல்ல... தாய்...!

ஆசிரியர்கள் தேநீர் குடிக்கவைத்து... உற்சாகப்படுத்தி... அவளை பழைய நிலைக்குத் திருப்பிக் கொண்டுவர முயற்சி எடுத்துக் கொண்டிருந்தனர்...

இப்போது அவர்கள் ஆசிரியர்களே அல்ல... தகப்பனார்கள்...!

ஆசிரியப் பணிக்குள்ளே பாசமும் கடமையும் பதுங்கிக்கிடக்கின்றன... என்பதை நிரூபித்துக் கொண்டிருந்தார்கள் அவர்கள்...!

ஆனால்...

நான் குறிப்பிட்ட ஆபத்து......

இதுவல்ல.....!

ஆனாலும்....

இங்கேதான்....

கருக்கொண்டு உருவாகத் துவங்கியது அந்த ஆபத்துப்புயல்...!

நீ.....

குற்றாலம் என்றதும்... நான் குற்றுயிராகித் துடித்தது இதனால் தான்...!

புற்று முளைத்து விட்டது பள்ளி வாழ்க்கையிலே..!

இற்றுப்போனது எதிர்காலம்...

என் அன்பே நதி....

முற்றுப்பெறாத மனிதனாக... நான் உன்னிடம் பதுங்கு வாழ்க்கை நிகழ்த்திக் கொண்டிருப்பதும் இதனால் தான்...

அது...

வான்மதியின் பார்வை...!

ஆம்...

அது.....

நேராக...

கூர்மையாக...

என் மேலேயே குத்திட்டு நின்றிருந்தது...!

விழிகள் இமைக்கவில்லை....

விழிப்படலங்களிலே அசைவில்லை....!
நான் அதிர்ந்து போனேன்...!
ஏன்....?
ஏன் அவளது பார்வையிலே அத்தனை வன்முறை...?
அது தண்ணீரிலே மூழ்கிய மிரட்சி அல்ல ...
உயிருக்குப் போராடிய அதிர்ச்சி அல்ல ...
உயிர் பிழைத்து விட்டோமென்கிற மகிழ்ச்சி அல்ல ...
அவளைக் காப்பாற்றியதற்காக... எனக்கு நன்றி தெரிவிக்கும் நெகிழ்ச்சியும் அல்ல ....
வேறென்ன அது..?
நான் எனது விழிகளை வேறு திசையிலே திருப்பினேன்...
ஆனால்....
அவளது விழிகள்...
எனது திசை தவிர்த்து எந்த திசையிலும் திரும்பவேயில்லை...!
அவளது கண்களிலிருந்து...
தீ...
துளித் துளியாய் பறந்து வந்து...
என்மேலே தைக்கிறது...!
அப்படியொரு அமிலப் பார்வை... அவளது விழிகளிலே...!
சுழலாத தழல் எரிந்து... என்னை நிழல் காணா தளிராக்கிக் கொண்டிருந்தாள்....
ஏன்... ?
அவளுக்கு உயிர் கொடுத்த என்னை எதற்காக உயிர் வதை செய்கிறாள்....?
குழப்பம்...!
வான்மதிக்கு மிகப்பெரிய கண்கள்...
அந்த கண்களுக்கு... கருப்பு மை வரைந்திருந்தாள் அவள்....
நீருக்குள் நிகழ்ந்த அவ்வளவு பெரிய நீராட்டத்திலும்... அந்தக் கருப்புமை கலைந்து கரைந்து போகாமல்... அவளது விழிகளை இறுகப் பற்றியிருந்தது...!
அவ்வளவு பெரிய விழிகள் இரண்டுமே இமைக்க மறந்து..... என் மீது கூரிய குத்தீட்டி எறியக் காரணம் என்ன... ?
காற்று சிலுசிலுவென்று வீசித் தாக்கியது...
சாரல் பறந்து வந்து தாக்கியது...
நீரிலே நனைந்த ஈரப்பதம் தாக்கியது...
உடல் கூதல் கண்டு வெடவெடவென நடுங்கியது...
அத்தனையுமே குளிர்ச்சியை கூடுதலாக்கும் நிகழ்வுகள் தான்...
ஆனால்....
இத்தனை குளிர் உணர்வுகளையும் மீறி... எனது உடலின் உட்பகுதியிலே... தகதக வென்று... ஏதோ ஒரு வெப்ப உணர்வு புதிதாக உற்பத்தியாவது போல நான் உணர்ந்தேன்...!
எனது வயதை மீறிய வன்மை அதிலே...

என்னை.... இன்னும் ஒரு பத்து வயது கூடிய வாலிபனாக வரித்துக் கொள்ளத் துண்டியது அந்த வெப்பம்...

கால் தடம் பதிக்கக் கூடாத பகுதிகளிலே கால் பதிக்கிறேன் நான் .....

இதுவரை எட்டிப் பறக்காத உயரங்களைத் தொட்டுப் பறக்கிறேன்....

எனது பிஞ்சு நெஞ்சுக்குள்ளே புதிய புதிய வாசல்கள் திறப்பதை உணர்கிறேன் இங்கே...

நின்ற இடத்திலே பேயாட்டம்....

நிகழ்த்துவது அவளது விழியோட்டம்...

சிந்தை முழுவதும் போராட்டம்...

அறிவிலே கேள்விகள் தேரோட்டம்....

அத்தனையும் மாற்றுக் கோணங்களிலே......!

நான் சிறிய பையன் தான்...

இப்பொழுது தான் விடலைப் பருவத்தின் வாசலிலே அடியெடுத்து வைத்திருந்தேன்...

குத்தி விட்டால் கிளர்ச்சி பெறும் வயதுதான்...

புத்திகெட்டு... அறிவுக்குள்ளே தீய சுழற்சி பரவுகிற பருவம் தான்...

என்றால்.....

வான்மதியின் கண்பார்வை... என்னைக் குத்திக் கிளருகிறதா...?

எனது பருவத்தோடு பந்து விளையாடுகின்றனவா அவளுடைய விழிப் பந்துகள்..!

தீச்சுடரை நான் பார்த்திருக்கிறேன்...

ஆனால்...

இப்போது தான்... ஒரு பெண்ணின் விழிச் சுடரிலே பார்க்கிறேன்....

ஏன்...?

சற்று முன்பு வரை கூட அவள் எனது ஒன்பதாவது வகுப்புத் தோழிதானே...?

இதுவரை அவளது விழிப்பார்வையிலே இப்படியொரு திரட்சியையும்... மிரட்சியையும்.... மருட்சியையும்.... பார்த்ததில்லையே நான்...!

எத்தனையோ முறை அவளது விழிகளை நான் மிக நெருக்கத்திலே நேருக்கு நேர் சந்தித்திருக்கிறேன்....

இது போன்ற தாக்குதல் எனக்குள்ளும் நிகழ்ந்ததே இல்லையே....

இன்று...

என்ன ஆயிற்று எனக்கு...?

என்ன ஆயிற்று வான்மதிக்கு..?

எனது உடல் நடுங்கியது...

ஆனால்.... வான்மதி நடுங்கவில்லை...!

என்னைவிட நீரிலே மூழ்கி... நீர்குடித்து... உயிருக்குப் போராடி... மீண்டு வந்தவள்... அவள்தான்...

அவளிடம் நடுக்கமே இல்லை...

ஆனால்..... எனக்கு....?.

வான்மதியைக் காப்பாற்றும் போது... மலை நீரிலே போராட்டம்...

நீருக்குள்ளே வான்மதியின் ஆவேசப் பிடிப்புகளிலிருந்து மீண்ட போராட்டம்...

அவளைத் தேடிப் பிடிப்பதிலே ஒரு போராட்டம்.....

அவளைக் கரை சேர்ப்பதிலே போராட்டம்...

கரை சேர்த்தவளைத் தோள் மீது போட்டுத் தூக்கி வந்ததிலே ஒரு போராட்டம்......

அவளது விழிப்பாய்ச்சலின் ஆழத்தினால்... இந்தப் போராட்டங்கள் அத்தனையுமே வேறு ஒரு பாதைக்கு என்னைக் கொண்டு சேர்த்தன...!

உடல் முழுவதும் மப்பும் மதமதப்பும்... வன்முறையாகப் பரவுவதை என்னால் உணர முடிந்தது...!

அவளது கூரிய பார்வை... நடந்த நிகழ்வுகளை... நெருக்கங்களை... வேறு ஒரு முலாம் பூசி... எனது வயதை வழிமாறித் தடுமாற வைத்துக் கொண்டிருந்தது...!

எனது வயதுக்கும் அந்த 'சாத்தான்குணத்திற்கும்'

சரி மல்லுக்கட்டு.....!

யார் வெல்வது..?

நானா...?

அந்த சாத்தான் குணமா..?

'சாத்தான்குணம்' தான் வென்றது.....!

நான்......

அந்த 'சாத்தான்குணத்திடம்' தோல்வியுற்றேன்....!

அந்த 'சாத்தான்குணம்' எனது சுய கட்டுப்பாடுகளை தகர்த்துக் கொண்டு... வன்முறையாக எனக்குள்ளே நுழைந்து... எனது உடல் பாகங்களை ஆக்கிரமிப்பதை என்னுடைய பருவம் எனக்கு உணர்த்தியது....

அனைவரும் வான்மதியைத் தான் ஓடி ஓடி கவனித்தார்களே தவிர... எனது பக்கம் யார் கவனமும் இல்லை...!

அவளைச் சுற்றி அத்தனை பேர் இருந்தும்... அத்தனை செயல்கள் நிகழ்ந்தும்... அவளது ஆழமான பார்வை மட்டும் அசைவற்று என்மேலேயே கூர் நோக்கோடு ஆழப் பதிந்திருந்தது...!

இவ்வளவுக்கும்... அவள் இருந்த இடத்திற்கும் நான் இருந்த இடத்திற்கும் தூரம் அதிகம் இருந்தது...

இடையே இடையூறுகளும் அதிகம் இருந்தன...

இத்தனையையும் அத்துமீறிக் கடந்து வந்து... என்னை இணக்கமின்றி இறுகப் பற்றிக் கொண்டிருந்தது அவளது ஈரப் பார்வை...!

ஏன்......?

கேள்வி......

பெரிய கேள்வி.....!

மிகப் பெரிய கேள்வி.....!

மனசிலே இதுவரை இல்லாத ஒரு வலி... எங்கோ ஒரு மூலையிலே...!

ஏன்....?

அது என்ன....?

எனது அனுமதியே இல்லாமல்... மெல்ல மெல்ல நான் பெயர் தெரியாத எதையோ இழக்கிறேன்....!

அந்த 'சாத்தான்குணம்' இயந்திரம் போல என்னை இயக்குகிறது.....
எல்லாமே முதல் அனுபவங்கள்...
அது என்ன...?
தெரியவில்லை...!
நான் அவளது பார்வையைச் சிறிது நேரம் எதிர் கொண்டேன்...
அவள் விழி தாழ்த்தவில்லை....!
அது பார்வையா... தாக்குதலா..... உட்பொருள் எனக்கு விளங்கவில்லை....
ஆனால்.....
அந்த பார்வையால் எனக்குள்ளே உட்காயங்கள் உருவாகின்றன என்பது மட்டும் புரிந்தது.....!
வாழ் வீச்சு வலி தருமா....
இல்லை.....
விழி வீச்சே வலி தரும்....!
விழிவிச்சின் ஒளிவீச்சினால் குளிர்காய்ச்சல் வந்து என்னைப் பீடித்தது...
அதை...
இங்கே நான் உணர்ந்தேன்....!
அவளது பார்வை வெப்பத்தை என்னால் தாக்குப்பிடிக்க இயலவில்லை.....
நான் விழி தாழ்த்தினேன்...!
விழிகள் தான் தாழ்ந்தன....
ஆனால்....
அவளது விழிகள் உருவாக்கிய வெப்பத்தின் வேகம் கூடிக் கொண்டே தான் போனது.....
மீண்டும் நிமிர்ந்தேன்...!
அவளது பார்வை என் மீதிருந்து இன்னும் இடம் மாறவேயில்லை...!
அந்த கூர்நோக்கின் தடம் மாறவில்லை...
மீண்டும் விழி தாழ்த்தினேன்...
சிறிது தாமதித்தேன்...
மீண்டும் விழி உயர்த்தினேன்...
இப்பொழுதும் அவளது பார்வை திசை மாறவில்லை....
இந்த நான்கு விழிகளின் விழிப்போர்... ஓயாமல் நிகழ்ந்து கொண்டே இருந்தது.........!
அவளது பார்வையிலே...
இச்சையுமில்லை...
கொச்சையுமில்லை...
ஆனாலும்...
ஏனோ... அவள் விழி விசுகிறாள்...
இசைவுமில்லை...
அசைவுமில்லை....
ஆனாலும்...
ஏதோ புதிய மொழி பேசுகிறாள்...

மென்மையில்லை....

வன்மை இருந்தது....

என்றாலும்...

அவளது விழிகள் எதை எனக்கு அறிவிக்கின்றன... ?

தெரியவில்லை....!

அந்தப் பருவத்திலே எல்லாப் பெண்களின் விழிகளுமே இது போல வன்ம அலை வீசுமா... ?

எத்தனையோ பெண்கள் என்னுடன் பயலுகிறார்கள்...

ஆனால்.... எந்தப் பெண்ணிடமும் இப்படி வீச்சு மிக்க விழிகளை நான் கண்ணுற்றதே இல்லை....!

இது கொடூரமா.... வசீகரமா... ?

எதுவும் புரியவில்லை எனக்கு...!

கொதிக்கிறது எனக்குள்ளே..... ஒரு கொதிகலன்....!

அது காய்ச்சலா.....

கடுமையான வலியா...

கரைகாணா துயரா...

காயம்பட்ட ரணமா...

தெரியவில்லை...!

இங்கே...

கடற்கரையிலே...

கடிதம் எழுதும் இடத்திலும்...

நான் நெக்குருகி...

உடல் கருகி அமர்ந்திருக்கிறேன்...!

வான்மதியின் பார்வைச் சாரலும்...

அந்த சாரலிலே ஊறிய கூதலும்......

அந்த கூதலிலே கூடிய காந்தலும்... என்னைத் தாக்கத்தான் செய்தது...!

நாட்காட்டிகள் பல கரைந்து போயின...

வயது மாற்றங்கள் நிகழ்ந்து விட்டன...

வருடங்கள் பல கடந்து விட்டன...

ஆனாலும்.....

வான்மதியின்... பார்வை வீசிப் பாய்ச்சிய சாரலின் சீற்றம் இன்னும் முதிர்வு கண்டு முற்றிப் போகவில்லை...!

முற்றிலும் எனை நீங்கி அற்றுப் போகவில்லை......

அந்த இளமைச் சாரலின் நீட்சி எதுவரை தான் தொடரும்... ?

எரிந்து சாம்பலாகும் வரையா...!

முதல் பார்வைத் தூறலின் வன்முறையான ஈரம்..... இறுதிவரை தொடரும் என்பது தான் மெய்யோ...!

பெண்களின் அவயவங்களிலேயே அபாயகரமானது விழிகள் தான்...!

அதை இங்கே அய்யப்பாடின்றி மெய்ப்பித்துக் கொண்டிருந்தாள் வான்மதி......

என் உயிரே... நதி...

ஒவ்வொரு நிமிடமும் நான் உன்னைப் பார்த்து பயந்து கொண்டிருப்பதற்குக் காரணம்... வான்மதியின் இந்த வன்மப் பார்வை தான்...!

அந்தப் பார்வை எனக்குள்ளே நிகழ்த்திய பருவப் போர் தான்...!

அவளது பார்வைக்கு எனக்குப் பொருள் தெரியவில்லை...!

ஆனால் வான்மதிக்குப் புரிந்திருக்க வேண்டும்....

ஏனென்றால்...

அப்பொழுதே அவள் பருவத்தை எட்டிப்பிடித்த பெண்....!

கொஞ்சம் பக்குவமான பெண்ணும் கூட... மிக மிக எச்சரிக்கையாக... அவளது வயதுக்கு மீறிய பாதுகாப்புடனேயே பேசுவாள்....!

அதனால்...

அவளது பார்வைக்குள்ளே ஏதோ ஒரு நுட்பொருள் இருப்பதாக எனக்குள்ளே ஓர் உட்குழப்பம்....!

இந்தப் பார்வைப் பரிமாற்றங்களை... இந்த நான்கு விழிகள் தவிர்த்து... இன்னும் வேறு இரு கூர் விழிகளும் கணக்குப் போட்டுப் பதிவு செய்து கொண்டிருந்தன...!

அந்த சூது விழிகளுக்குச் சொந்தக்காரன்...

கதிரேசன்...!

குறுக்கு வழிக் கணக்காளன்...

கோணல் புத்தி நெறியாளன்...

எங்களது இந்தப் பார்வைத் தொடர்களை... கதிரேசனும் தெளிவாக கண்காணித்துக் கணக்கெடுத்தான்...!

எனது காதோடு இரகசியமாக... எனது சூழ்நிலைக்குப் பொருந்திப் போகும் படி... மோக வேதத்தை ஓதினான்....!

வகுப்பறையிலும்... பள்ளியிலும் கூட... பெண்கள் விசயத்திலே அவன் தவறானவன் தான்... ஒரே வகுப்பிலே பல வருடங்கள் படிப்பவன்.... எல்லாமே கெட்ட வழிகள்....!

"ஏய்... பாத்தியா... அவ உன்னத்தாண்டா பாக்கறா..."

அதை பல வகையான கெட்ட கற்பனைகள் எனது அறிவுக்குள்ளே புகை படியும் வண்ணம் வஞ்சகமாக ஊதினான்....

"பார்ரா... பார்ரா... பார்ரா..."

நான் பார்த்துக் கொண்டே தான் இருந்தேன்....!

ஆனால்.... அவனும் சொல்லிக் கொண்டே தான் இருந்தான்...

மகாபாரத்திலே வரும் சகுனியை விடத் தந்திரமானவன் கதிரேசன்..

"சந்தேகமே இல்ல வாசுதேவா...

இந்தப் பார்வைக்கு பொருள் என்ன தெரியுமா உனக்கு...."

அது தெரியாமல் தானே நான் பேதலித்துத் தவிக்கிறேன்...

அவன் சொன்னான்... வான்மதியின் பார்வைப் பாய்ச்சலுக்குப் பொருளென்ன என்று...!

"காதல்"

ஆம்...!

அவன் அப்படித்தான் கூறினான் ...!

அதை அவன் கூறவில்லை...

அவனுடைய சதித் திட்டம் கூறியது...

பிஞ்சு மனசு எனக்கு... அதிலே அவன் நஞ்சுக் கலவை தெளித்துக் கலக்கினான்...

பதமாயிருந்த பருவம் புகையத் தலைப்பட்டது...!

அதன் பிறகு...

எல்லா நேரமும் என்னுடன் ஒரு சேரக்கலந்தே இருந்தான்.....

திசை தெரியாமல் இருந்த எனது குழப்பங்களுக்கு... 'காதல்' என்று தவறான ஒரு பெயரை வைத்து... எனது எண்ணங்களை தவறான திசையை நோக்கி வழி நடத்தி வைத்தான்....!

அதற்குப் பிறகு எனக்குள்ளே நிகழ்ந்த எல்லா நிகழ்வுகளுமே... காதல் நிகழ்வுகளாக முலாம் பூசிக் கொண்டன....!

'காதல்தான்..... காதல்தான்....... காதல்தான்......' என்று கதிரேசன் கற்பித்த கபட பாடம்... மூல மந்திரம் போல எனது காதுகளிலே ஒலித்துக் கொண்டே இருந்தது...

மழை பொழிந்தால் மண் கரைகிறது...

காதல் பொழிந்தால் மனசு கரைகிறது...

ஆனால்...

இந்த இரண்டு பொழிவுகளுமே நிகழ்த்தும் நிகழ்வுகள் மட்டும் வேறு வேறு...!

அந்த நீர் வீழ்ச்சி நிகழ்ச்சிக்குப் பிறகு......

கதிரேசனின் தாறுமாறான வழிகாட்டல்களுக்குப் பிறகு.....

நான் அதிகமாக வான்மதியை நினைக்க ஆரம்பித்தேன்...!

எனது விழிகள் ......

எனது மனக்கட்டமைப்பு மீறி....

அவள் எங்கே... அவள் எங்கே... எனத் தேடத் தலைப்பட்டன...!

இன்னும் வாழ்க்கைக்குள்ளேயே வரவில்லை என எச்சரிக்கை செய்யப்பட்ட அபாய பருவம்... கள்ள வழியிலே புகுந்து... மெல்ல மெல்ல ஒரு வாழக்கையின் ஆணி வேரையே தீ வைத்து எரித்துக் கொண்டிருந்தது...!

அந்த நிகழ்வுக்குப் பிறகு... 'குற்றாலம்' என்று பெயர் சொன்னாலே நான் கூனிக் குறுகிவிடுவேன்...

அதற்குக் காரணம்....

நான் வான்மதியைக் காப்பாற்றிய அந்த நிகழ்வு அல்ல...!

அதன் தொடர்ச்சியாக நிகழ்ந்த இன்னொரு கொடிய நிகழ்வு தான்...!

அந்த கொடிய நிகழ்வின் தொடர்ச்சியாக நிகழ்ந்த அடுத்ததொரு அதி பயங்கர சம்பவம் தான்.....!

இப்போது...

என் நதியே..... நீ பிடிவாதம் செய்கிறாய்..... குற்றாலம் போக வேண்டுமென்று...!

கடவுளே...!

குற்றாலத்திற்குப் போனால்... அங்கே உன்னை நான் எப்படி சமாளிக்கப் போகிறேன்.....

உனது உற்சாகத்திற்கு நான் எப்படி ஈடு கொடுக்கப்போகிறேன்.....

எனது சிந்தைக்குள்ளே... சிலம்பம் விளையாடியது போல புரட்சி...

உனது மனசுக்குள்ளே... காற்சிலம்பு குதித்தாடியது போல மகிழ்ச்சி......

என்னை நான் தயார் செய்து கொண்டேன்..... மறுபடியும் ஒரு மனப் போருக்கு...!

இதுவரை வெளிப்பயணம் என்றால் உன்னோடு மட்டும் தான்...

ஆனால் இம்முறை...

உன்னோடும்...... வான்மதியோடும்.....!

நீ......

எனது அருகே இருப்பாய்.....

வான்மதி...

என் உள்ளே இருப்பாள்...!

இப்படியொரு பயணம் தேவையா...!

வேறு வழி இல்லை எனக்கு...

அதிகாலையே நீ அலங்காரமாகப் புறப்பட்டுத் தயாராக நின்றாய்... துரிதத் தொடர்வண்டி போல....!

ஒரு விநாடி உன்னைப் பார்த்தேன்...

அப்பொழுதுதான் பூத்த புதுமலர் போல... பூரிப்புடனும் குதூகலத்துடனும் காணப்பட்டாய்...!

பொதுவாக வீட்டைவிட்டு வெளியிலே போவதென்றால்...

அதுவும் கணவனுடன் போவதென்றால்...

அதுவும் அவள் விருப்பப்பட்ட இடத்திற்கே போவதென்றால்... பெண்களின் உற்சாகத்தை அளவிட முடியுமா...

துள்ளிக் குதித்துப் புறப்பட்டு விடுவார்கள்...!

அதற்கு நீ மட்டும் விதி விலக்கல்ல நதி...!

உனது கையிலே பெரிய துணிப்பை...

தாகம் தணிக்க தண்ணீர்.... பசி தீர்க்க கொஞ்சம் சிற்றுண்டி... இவை அடங்கிய சிறிய பாத்திரங்கள் கொண்ட இன்னொரு பையும் இருந்தது...!

"என்ன நதி... வாகனத்துல கொண்டு போயி வைக்கெலையா ..."

"இல்ல...!"

"ஏன்...."

உடனே பதில் சொல்லவில்லை நீ...!

என்னைப் பார்த்து குதர்க்கப் புன்னகையொன்றை உதிர்த்தாய்...

உனது விழிகள் குறும்புப் பார்வை பார்த்தன....!

உனக்குள்ளே ஏதோ சிறிய சதித்திட்டம் ஊறல் போட்டிருந்தது.....

நான் ஒன்றும் புரியாமல் உன்னையே பார்த்தேன்...

இந்தப் பக்கம் அந்தப்பக்கம் உடலை அசைத்து அசைத்து.... ஒரு சின்ன ஆட்டம் போட்டாய்...

"குற்றாலத்துக்கு... நாம...... நம்ம வாகனத்துல.. போகல..."

இடைவெளிவிட்டு இடைவெளிவிட்டு இழுத்து இழுத்து ராகம் போட்டு பாட்டுப் போல பேசினாய்...

"வாகனத்துல போகலயா... பின்ன..."

"இதப் பிடிங்க.."

ஒரு பையை எனது கையிலே கொடுத்தாய்...

"இத நீங்க வச்சுக்கணும்... இந்தப் பைய்ய நான் கொண்டு வர்றேன்... ரெண்டு பேரும் சாலையில நடந்தே போறோம்..."

"எங்கே... ?"

"பேருந்து நிலையத்துக்கு..."

"போயி...."

"குற்றாலத்துக்குப் போற பேருந்துல ஏறி உக்கார்றோம்.."

"பேருந்தா.. ?"

"ஆமா... குற்றாலத்துக்கு நாம பேருந்துல தான் போறோம்..."

"ஏன்... நம்ம வீட்ல தான் வாகனம் இருக்கே... பெறகெதுக்கு பேருந்திலே போகணும்... ?"

நீ அதற்கும் உடனே பதில் சொல்லவில்லை...

குறுகுறு வென்று கொஞ்ச நேரம் என்னைக் குடைவது போலப் பார்த்தாய்...

உனது உதட்டிலே ஒரு புன்னகை... புன்னகையா அது.... கட்டளை...!

"என் கூட வாங்க..."

என்னை நமது வாகனம் நின்ற இடத்திற்கு அழைத்துச் சென்றாய்...

ஆகா...

என்ன கம்பீரமாய் 'நதி' என்கிற பெயரை முன்புறக் கண்ணாடியிலே தாங்கி காட்சி தருகிறது நம்முடைய மகிழுந்து வாகனம்...!

நான் ஆசைஆசையாய் என் நதி உனக்காகவே வாங்கிய உயர்ந்த ரக வாகனம்... பல முறை உன்னை அருகிலே அமர வைத்து பல இடங்களுக்கு அழைத்துச் சென்றிருக்கிறேன்....!

நீ...... நான்...... அந்த மகிழுந்து....!

நம் மூவருக்கும் ஒரு நெருக்கமான உறவே வளர்ந்திருந்தது...

உன்னை எனது அருகிலே அமரவைத்து நான் வாகனம் ஓட்டுவதிலே.... எனக்கு அலாதி ஆனந்தம்...

உனக்கும் தான்...!

எனது அருகே அமர்ந்து பயணிக்கும் போது... பல குறும்புகள் செய்வாய் நீ... என்னை ஆசையாகக் கிள்ளுவாய்... சுரண்டுவாய்... முடியைப் பிடித்து இழுத்து ஆட்டுவாய்...

உன்னுடைய அந்த விளையாட்டுக்கள் எனக்கு பெரும் உற்சாகத்தைக் கொடுக்கும்....

அந்த மகிழுந்து வாகனமும்.... ஆனந்தமாய் நமது விளையாட்டுக்களை இரசித்த படி நம்மைச் சுமந்து செல்லும்...!

சாலையின் மேடு பள்ளங்களிலே ஏறி இறங்கி பயணிக்கையிலே நம்மைத் தாலாட்டி மகிழ்வது போலவே நாம் உணருவோம்..... நமது வாகனமும் உணரும்...

நமது ஊரிலே மேடுபள்ளங்கள் இல்லாத சாலைகள் எங்கேனும் இருக்கின்றனவா.... ?

அதனால்..... நாம் வாகனத்திலே பயணிக்கும் அத்தனை பொழுதுமே தாலாட்டுத் தான்...

இப்படித் தான்.... இன்று நீயும் நானும் குற்றாலம் வரை விளையாடிக் கொண்டே நமது வாகனத்தின் தாலாட்டிலே மகிழ்ந்து கொண்டே பயணம் செய்யப் போகிறோம்.... என கற்பனைக் கோட்டை கட்டி வைத்திருந்தேனே கண்ணே...!

ஆனால்.. நீயோ... பிடிவாதமாக பேருந்திலே தான் செல்ல வேண்டும் என்கிறாய்...!

நானோ ஏக்கத்துடன் நமது வாகனத்தைப் பார்த்தேன்... நீயோ ஏக்கத்துடன் என்னையே பார்த்தாய்...

"வாகனத்துல ஏறுங்கய்யா....."

நையாண்டியாக ராகத்தோடு உத்தரவு போட்டாய்...

"பேருந்துல போகலாம்னு சொன்ன... ?"

"நீங்க ஏறுங்க சொல்றேன்..."

நான் முன்புறம் ஓட்டுநர் இருக்கையிலே அமர்ந்தேன்.... நீ எனது அருகே இருக்கும் அடுத்த இருக்கையிலே அமர்ந்தாய்...

"இந்த வாகனத்தோட வெல எவ்வளவு... ?"

"அறுபத்தஞ்சு லட்சரூபா.."

"இந்த வாகனம் தயார் பண்ணினவனுக்கு இதுல நம்மள மாதிரி கணவன் மனைவி சேர்ந்து பயணம் செய்வாங்கன்னு தெரியாதா..."

"தெரியும்.."

"ம்... இங்க பாருங்க..."

"என்ன..."

ஓட்டுநர் இருக்கைக்கும் உனது இருக்கைக்கும் இடையே உள்ள இடைவெளியை விரலை ஆட்டி ஆட்டி அளவெடுத்துக் காட்டினாய்.....

"இடைவெளி... ரெண்டு இருக்கைகளுக்கும் இடைவெளி விடணுமில்லையா... அதான் விட்டிருக்காங்க..."

"எவ்வளவு இடைவெளி.. ?"

"ரெண்டடி இருக்கும்..."

"ம்.. சரி.. இங்கிருந்து குற்றாலத்துக்குப் போய் சேர எவ்வளவு நேரம் ஆகும்..."

"என்ன... ஒரு பத்து பதினோரு மணி நேரம் ஆகும்..."

"இந்த பத்து பதினோரு மணி நேரமும்... நீங்க அங்கயும்... நான் இங்கயும் உக்காந்து பயணம் பண்ணனும்.. இல்லையா..."

உனது கேள்விகள் எந்தக் கோணத்திலே செல்கின்றன என்பது எனக்கு லேசாக புரிய ஆரம்பித்தது...

"சொல்லுங்க..."

என்னை நீ யோசிக்கவே விடவில்லை...!

"ஆமா..."

என்றேன்.... வேறு வழியில்லை எனக்கு...

சரணடைவதைத்தவிர...!

"எப்பிடி.. ?"

"எப்படின்னா... ?"

என்னை விடவில்லை நீ....

“எப்பிடி முடியும்னு கேக்கறேன்... பத்து பதினோரு மணி நேரம்... இவ்வளவு இடைவெளி விட்டு எப்பிடி பிரயாணம் பண்ண முடியும்.... அருவத்தஞ்சு லட்ச ரூபா வாங்குறவனுக்கு அறிவு வேணாம்..... ?”

“ஏன்”

“இந்த வாகனத்துல பயணம் செய்கிற கணவனும் மனைவியும் நெருக்கமா.... அன்னியோன்யமா உக்காந்துகிட்டு.... தோளோட தோள் இடிச்சுக்கிட்டு.... கணவன் தோள் மேல சாஞ்சுக்கிட்டு.... கட்டிகிட்டி பிடிச்சுக்கிட்டு பயணம் செய்வாங்கன்னு தெரிய வேணாம்..... ?”

எனக்கு அழுகையே வந்தது....

“ஏன் இந்த ரெண்டடி இடைவெளி விட்டு வாகனம் தயார் பண்ணினான்....”

எனக்கு பதில் தெரியவில்லை....!

“பத்து பதினோரு மணிநேரம் குற்றாலத்துக்கு போய் சேருற வரைக்கும்.... இந்த இருக்கையிலயே இப்பிடி ‘உம்’ ன்னு முகத்தை வச்சிக்கிட்டு பொம்மை மாதிரி உக்காந்துக்கிட்டே வர முடியுமா..... ?”

நான் பேசவே இல்லை... உன்னைப் பார்த்து விழிபிதுங்க விழித்தபடியே அமைதியாக இருந்தேன்...! பேச்சு வரவில்லை எனக்கு...

எனது நிலையை நீயும் இரசித்து.... என்னை மடக்கிவிட்ட மகிழ்ச்சியிலே குரலுயர்த்தி மிரட்டினாய்...

“சொல்லுங்க...”

நான் உன்னை கையெடுத்துக் கும்பிட்டேன்....

“அம்மா.. தாயே.. என் மகாராணி... என் உயிரே... கண்ணே... கற்கண்டே... உன் விருப்பப்படியே நாம பேருந்துலயே போகலாம் கண்ணே...”

உனக்குள்ளே உற்சாகப் புரட்சி... என்னை மிரட்டி பணிய வைத்து விட்டாயாம்......!

மிகத் துரிதமாக காரியத்திலே இறங்கினாய்...

10. எனது கையிலே...

எனது கையிலே ஒரு பைச்சுமை... உனது கையிலே ஒரு பைச்சுமை.... சுமந்து கொண்டு... சந்தைக்குப் போய் சாமான்கள் வாங்கிச் சுமந்து வருவது போல நாம் சாலையிலே நடந்து கொண்டிருந்தோம்....

போவோர் வருவோரெல்லாம் நம்மையே வேடிக்கை பார்த்துக் கொண்டு போனார்கள்....

நாம் அணிந்திருக்கும் உடைகளுக்கும்...... நாம் சுமந்து செல்லும் பொருட்களுக்கும்.... நமது நடவடிக்கைகளுக்கும்.... பொருத்தமே இல்லை....!

எனக்குப் புதிய அனுபவம்....

உனக்கு... புதிய உற்சாகம்.....

எனது கையோடு கைகோர்த்து உரசியபடியே ஒன்று சேர்ந்து நீ நடந்து வந்தாய்... உனது நடையிலே கொஞ்சம் அசைவும்... ஆணவமும் தெரிந்தது...!

உனது கணவனோடு கைகோர்த்து நடப்பது உனக்குப் பெருமிதம்... அதை நாலு பேர் பார்க்க வேண்டும்... அதைப் பார்த்து நீ ஆனந்திக்க வேண்டும்... அது தானே நிகழ்ந்து கொண்டிருந்தது இங்கே...!

ஒழுங்காக இருந்த புடவையை நகர்த்தி... நகர்த்தி... நீயே சரிய விட்டு... நீயே சரி செய்தாய்...

சரியாகக் கிடந்த சிறிய நகைகளை... நீயே நகர்த்திவிட்டு மீண்டும் ஒழுங்கு படுத்தினாய்... அழகாக உனது தலையை அலங்கரித்து... உனது இடுப்புக்கும் கீழே தொங்கி ஊஞ்சலாடியபடி வந்த ஒற்றைப் பின்னலை.... வேண்டுமென்றே முன்னால் இழுத்துப் போட்டாய்... பிறகு உடனே அதைப் பின்னால் தள்ளிவிட்டாய்...

உன்னிடம் நிறைய அனாவசிய அசைவுகள் காணப்பட்டன இன்று....!

எவ்வளவு பெரிய குடும்பத்தின் தலைவி நீ... எவ்வளவு படித்தவள்... எவ்வளவு பெரிய அறிவாளி... எவ்வளவு அடக்கமானவள்... உன்னைப் பார்த்து எத்தனயோ செயல்களிலே என்னை நான் மாற்றிக் கொண்டிருக்கிறேனே...

அவ்வளவு உயர்ந்த பழக்க வழக்கங்களைக் கொண்ட நீ... ஒரு சின்னக் குழந்தையைப் போல நடந்து கொள்வது எனக்கு அதிசயமாக இருந்தது...

எவ்வளவு உயர்ந்த குடும்பத்திலே...

பதவியிலே...

சூழ்நிலையிலே...

இருந்தாலும்.... பெண்களுக்கு... அவர்களுக்கென்று ஓர் உள் மனசு இருக்கிறது........

அதற்குள்ளே அவர்களுக்கென்று சில ஆசைகள் இருக்கின்றன...

அதைத் தான் நீயும் நிரூபித்துக் கொண்டிருந்தாய்...

நடந்து கொண்டே இருந்த நீ.... நறுக்கின்று நின்றாய்.. நீ நின்றதும் நானும் நின்றேன்..!

சற்று என்னை உற்றுப் பார்த்தாய்...!

நானும் உன்னை உற்றுப் பார்த்தேன்...

உனது அடுத்த நடவடிக்கை என்னவென்று அறிந்து கொள்ள...!

எனக்கு குழப்பம் மேலோங்கியது....

நீ என்ன கேட்கப் போகிறாயோ என்னால் யூகிக்க இயலவில்லை....

நான் முற்றிலும் எதிர்பாராத மிகச் சாதாரண கேள்வியொன்றை நீ கேட்டாய்...

“என்னங்க... இந்தப் புடவை எப்பிடியிருக்கு...”

இதைக் கேட்கவா இப்படியொரு பார்வை... ?

எனக்கு அழுகையே வந்துவிட்டது...

சாலை....

போக்குவரத்து...

நெரிசல்...

போவோர்... வருவோர்...

வாகனங்கள்....

எல்லாமே மிக விரைவாக இயங்கிக் கொண்டிருக்கின்றன...

நாம் மட்டும் நிற்கிறோம்...

“சொல்லுங்க”

உரத்த குரலிலே நீ மிரட்டினாய்.....

“புடவை ரொம்ப நல்லாயிருக்கு...”

“நான் புடவையக் கேக்கல... புடவை எனக்கு எப்பிடியிருக்குன்னு தான் கேட்டேன்...”

முகத்தை ‘சுள்’ ளென்று சுருக்கி.... சின்னதாக பொய்க் கோபம் காட்டினாய்...

கணவன் மனைவிக்கிடையே நடுத்தெருவிலே சண்டை என்று போவோர் வருவோரெல்லாம் நம்மையே பார்த்துக் கொண்டு கடந்து போனார்கள்...

இதை உனக்குப் புரிய வைக்க இயலவில்லை என்னால்...

அந்தக் கேள்விக்கும் பதில் சொன்னேன் நான்...!

“என் செல்லமே... என் கண்மணியோட உடல் அமைப்புக்கு எந்தப் புடவை உடுத்தினாலும் அமைப்பா இருக்கும்...”

வேறு வழியின்றி கொஞ்சம் கொஞ்சும் மொழியிலே உனது காதிலே ஓதினேன்.....

இனி வேறு வழியில்லையே...!

குற்றாலம் சென்று..... திரும்பி வீடுவந்து சேரும்வரை.... உனக்குப் பிடித்தபடி இப்படி நடித்துத் தானே ஆக வேண்டும்...

சிறிது நேரம் நடந்தோம்....

நீயோ... ஏதோ யோசித்த படியே வந்தாய்...

எனக்கு பயமெல்லாம் அடுத்ததாக நீ என்ன வெடி வெடிப்பாய் என்பது...

திடீரென்று உனது விரல்களால் எனது தோளிலே சுரண்டினாய்... திடுக்கிட்டுத் திரும்பினேன்....

“என்ன நதி... வீட்டிலே எதையாவது மறந்து விட்டுட்டு வந்துட்டியா... ?”

“இல்ல...”

“வேற...”

“இந்தப் புடவை நல்லாருக்கா...”

"ஐயோ... ரொம்ப நல்லாருக்கும்மா..."

உனக்கு மகிழ்ச்சி தான்.....

உற்சாகத்தினால் துள்ளிக் குதித்தாய்... நான் உன்னைப் பாராட்டி விட்டதன் அடையாளம் அது.... பரபரப்புடன் குதித்துக் குதித்து நடந்தாய்...

மற்றவர்கள் உன்னை கவனிக்கிறார்கள் என்கிற அறிகுறியே இல்லை உன்னிடம்....

எனக்கு தர்ம சங்கடமாக இருந்தது.....

மீண்டும் கேட்டாய்...

"என்னங்க.. புடவை நல்லாருக்கா...."

புடவை முந்தானையைப் பிடித்து நீ காட்டியது எனக்கே சிரிப்பு வந்துவிட்டது..... உன்னைப் பார்த்த படியே இருந்தேன்...!

"சொல்லுங்க...."

"ரொம்ப ரொம்ப ரொம்ப ரொம்ப நல்லாருக்கு...."

இழுவையும் ராகமுமாய் தாலாட்டு போலப் பாடினேன்......

இப்பொழுது நீயும் சிரித்தாய்...!

பசுவின் மடியிலே முட்டி முட்டிப் பால்குடித்து.... வாயிலே புது நுரையோடு வாலை சுழற்றியடித்துத் தாவிக் குதித்து ஓடும் இளம் கன்றுக் குட்டியைப் போல...

இளம் காலை நேரத்திலே... கால்கள் தரை மீதே படாமல் பறந்து பறந்து அந்தரத்திலே பாயும் சிறிய ஆட்டுக் குட்டி போல...

ஒரு மலரிலே தேனருந்தி முடித்து... அவசர அவசரமாக அடுத்த மலருக்குத் தாவிப்பறக்கும் தேனீயைப் போல...

அத்தனை உற்சாகம் உனக்கு....!

குற்றாலம்...

உன்னை அப்படி பசைபோட்டு விசையாக இழுக்கிறது........!

ஆனால் என்னை... ?

அதே குற்றாலம்..... அப்படியே திசை திருப்பி பின்னே தள்ளுகிறது...!

வயிற்றைக் குமட்டுகிறது ...

கால்கள் நடக்க மறுக்கின்றன...

மனசை பிசைகிறது...

ஆனால்...

உனது நடையின் ஒய்யாரமோ சிறிதும் குறையவில்லை.....

உனது குறுஞ்சிரிப்பு ....

உனது ஆணவம்.....

உனது ஒயிலசைவு...

உனது நளினம்....

இவற்றிலே எதுவுமே குறைவின்றி நீ நடந்துக் கொண்டிருந்தாய்....

நீ..... எனது கையைப் பிடித்துக் கொண்டு மட்டுமா நடந்தாய்... என்னை உரசிக் கொண்டும்... இடித்துக் கொண்டும் தான் நடந்தாய்...

ஆனால்... உனது வேகத்திற்கு என்னால் ஈடுகொடுக்க முடிவில்லை கண்ணே..!

சிறிது தூரமே நமது பயணம்...

நீ மீண்டும் ‘வெடுக்’ கென்று திரும்பினாய்...

“புடவ நல்லாருக்கும்மா...”

நானே முந்திக் கொண்டு சொல்லிவிட்டேன்.... நீயே சிரித்துவிட்டாய்...

பெண்களுக்கு புடவையும் புடவைப் பொருத்தமும் நன்றாக இருக்கிறது என்று யாராவது சொல்லிக் கொண்டே இருக்க வேண்டும்.... இல்லையென்றால் அக்கம் பக்கம் இருப்பவர் ஒருவர் கூட நிம்மதியாக இருக்க முடியாது....

திடீரென்று.... எனது தோளிலே இடி இடி என்று இடித்து.... எனது முகத்தைப் பிடித்து ‘வெடுக்’ கென்று பலவந்தமாக உனது பக்கம் திருப்பினாய்...

கழுத்து வலி உயிரே போய் விட்டது....

“என்னங்க... என்னங்க... என்னங்க... என்னங்க...”

அந்த ‘என்னங்க’ பாட்டின் பதட்டம் கேட்டு நான் பதறிப்போனேன்....

“என்ன நதி...”

அதிர்ச்சியோடு கேட்டேன்....

“அங்க பாருங்க.. ஒரு கணவனும் மனைவியும் போறாங்க பாருங்க...”

நீ இடித்துக் காட்டிய திசையிலே பரபரப்போடு திரும்பிப் பார்த்தேன்...

அங்கே..... குறைந்தது ஒரு இருபது கணவன் மனைவிகள் போய்க்கொண்டிருந்தார்கள்...!

“நதி... நிறையா கணவன் மனைவிகள் போறாங்களே... யாரச் சொல்ற..... ?”

“அதோ... அங்கே.. ஒரு நடத்துனர் நிக்கிறாரே.... அவரு பக்கத்துல... அதைத் தாண்டி..... இன்னும் கொஞ்ச தூரம் கடந்து இளநீர் கடை இருக்கில்ல... அதக் கடந்து அங்க ஒரு கடலை மிட்டாய்க் கடை இருக்கே.... அங்க போறாங்க பாருங்க... சுத்த வெளிறின மஞ்சள் நிறத்துல..... சிகப்பு பூப்போட்ட புடவை கட்டி... ச்சே... நிறமா அது... அதையும் ஒருத்தி கட்டியிருக்காளே...”

உடல் முழுவதும் ஒரு விபத்தையே நேரில் கண் முன்னாலே பார்த்தது போல பரபரப்புடன் விமர்சித்தாய் ...!

“யாரும்மா.... ?”

“உங்களுக்கு ஒண்ணுமே தெரியாது... கழுத்துல சன்னமா அறை பவுனு சங்கிலி... காதுல சின்ன தோடு... கையில கூட பச்சை நிற வளையல்கள் போட்டிருக்கா பாருங்க...”

எங்கேயோ தூரத்திலே நூறு பேரைத் தாண்டிப் போய்க் கொண்டிருந்த ஒரு கணவன் மனைவியைக் காட்டினாய்...!

நீ காட்டிய தூரத்திலே ஆளே சரியாகத் தெரியவில்லை...

ஆனால்.... அந்தப் பெண்ணின் கையிலிருக்கும் பச்சை நிற வளையல் மிகத் துல்லியமாக உனது கண்களுக்கு மட்டும் தெரிந்திருக்கிறது.....

அது தான் பெண்ணின் தனி குணம்...!

“அவ நம்மளக் கடந்து தான் போனா... நான் நல்லாப் பாத்தேன்... ஆனா என்னய திரும்பிக் கூட பாக்கவே இல்லைங்க...”

உனது முகம்.... கொதி வெயில் தைத்த புது மலர் போல வதங்கிப் போய்விட்டது கண்ணே...

“அவங்களும் நம்மள மாதிரி குற்றாலம் தான் போறாங்க போலருக்கு... அந்தப் பொண்ணு அவ கணவன் கூட மகிழ்ச்சியா போறா...”

“போயிட்டுப் போறா விடேன்...”

நீ விடுவாயா... இன்னும் அதிக பரபரப்பு உன்னிடம்....

"இல்லீங்க... நம்மளக் கடந்து போனவ ஏன் என்னப் பாக்கல... அதான் கேக்கறேன்... இந்தப் புடவை நல்லாருக்கான்னு..."

"ஐயோ... அவளுக்கென்னம்மா தெரியும் உன்னோட அருமை... நான் சொல்றேன்... உன் புடவை ரொம்ப ரொம்ப அழகா இருக்கு..."

நான் உன்னைச் சமாளித்தேன்....

ஆனால்...

நீ சமாதானம் ஆகவே இல்லை... நான் உனக்காக சமாதானம் சொல்லி நடிக்கிறேன் என்பதை நீ கண்டுபிடித்து விட்டாய்...

உன்னைப் பார்த்ததும் அத்தனை பேரும் ஆர்வத்துடன் உனது அருகில் ஓடி வரவேண்டும்...

"இந்தப் புடவை பிரமாதமா இருக்கு..."

"இந்த நகை அற்புதமா இருக்கு..."

"இந்த பூ வேலைப்பாடு அழகா இருக்கு..."

"உங்க தேர்வு அபாரமா இருக்கு..."

என்று யாராவது உன்னிடம் வந்து சொல்ல வேண்டும்.... அதற்கு 'என் கணவர் வாங்கிக் கொடுத்தது' என்று நீ பெருமையாக பதில் சொல்ல வேண்டும்... இந்த எதிர்பார்ப்புடனேயே அக்கம் பக்கம் பார்த்தபடியே வந்தாய்....

பேருந்து நிலையமும் வந்துவிட்டது...

பார்த்தவுடனே அந்த பேருந்து என்னை படாரென்று முகத்திலடித்து மூர்ச்சையடைய வைத்தது...!

பழைய காட்சிகள்...

பளீரென உருப்பெற்றுத் தோன்றின...!

சில ஆண்டுகளுக்கு முன்பு...

இதே பேருந்து நிலையம்...

அன்று...

கூட்டம் மிக அதிகம்...!

பள்ளிக் குழந்தைகள் நாற்பது பேர்... வரிசையாக வந்து நுழைந்தோம்... குற்றாலம் போவதற்கு...!

அந்த வரிசையிலே நானும் இருந்தேன்...

வான்மதியும் இருந்தாள்...!

பதின்மூன்று பதினான்கு வயதெட்டிய பருவ மொட்டுக்களாய்...!

இன்று...

அதே பேருந்து நிலையம்...

நீயும் நானும் மட்டும் இருக்கிறோம்...

வான்மதியும் இருக்கிறாள்.....

என்னுடன் மட்டும்....

நீ அறியாமல்....!

நான் மறைத்த இரகசியமாய்....!

வன்முறையாக...

என் மனசுக்குள்ளே....!

குற்றாலம் செல்லும் பேருந்து நமக்கு எதிரிலேயே நின்றது....

உனக்குக் கொண்டாட்டம் தான்...

ஒரு சிறிய துள்ளல் போட்டு குதித்து.... பேருந்துப் படிக்கட்டிலே கால் வைத்து தாவி ஏறினாய்.... அடிக்கடி பேருந்திலே பயணம் செய்து பழக்கப்பட்ட பேருந்து நடத்துனர் போல... எனக்கு வியப்பாக இருந்தது....!

உற்சாகம் மேலிட்டுவிட்டால் பெண்கள் மலையையும் தாண்டி விடுவார்கள்.... என்பதை உனது செயல் உறுதிப் படுத்தியது....

நான் கொஞ்சம் தயக்கமாகத் தான் ஏறினேன்....

ஆனால் நீயோ துள்ளினாய்.... மகிழ்ச்சியிலே...

“என்னங்க... வாங்க.....

வாங்கன்னு சொல்றன்ல...! சீக்கிரம் வாங்க...!”

நான் வந்து கொண்டுதானிருந்தேன்....

இருந்தாலும் நீ.....

இடைவிடாது கூச்சல் போட்டு என்னை துரிதப்படுத்தி... கைப்பிடித்து பேருந்துக்குள் இழுத்தாய்...!

பேருந்திலே ஏறி.... ஓரத்து இருக்கையிலே ஓடிச் சென்று அமர்ந்தாய்... எனது கையைப் பிடித்து ‘விசுக்’ கென்று உனது அருகிலே இழுத்தாய்..... நீ இழுத்த வேகத்திலே நான் நிலை குலைந்து... தட்டுத்தடுமாறி.... உனது அருகிலே அமர்வது என்கிற பெயரிலே சரிந்து விழுந்தேன்.....

நீ ஏதோ யோசித்தாய்...

அந்த பேருந்து இருக்கைகளைக் கூர்ந்து ஆராய்ந்தாய்... விரல்களால் அளவெடுத்தாய்...

மிகச் சிக்கனமான இருக்கைகள்...

எனது அருகே நெருக்கி..... உடலை அடக்கமின்றி அசைத்து அசைத்து..... என்னை இடிஇடியென்று இடித்தபடி உட்கார்ந்தாய்...

ஏதோ ஓர் உள் அர்த்தத்தோடு என்னை உற்று உற்றுப் பார்த்தாய்.... உனது விரலால் அந்த நெருக்கத்தை எனக்கு சுட்டிக் காட்டினாய்...

“எப்பிடி....”

எப்பிடி... எப்பிடி... இந்த எப்பிடியிலே நீ கலந்த ராகத்திற்கு என்ன பொருள்.... ?

“என்ன.....”

உன்னிடமே கேட்டேன்....

“இப்ப எவ்வளவு நெருக்கமாயிருக்கு....”

நான் என்ன பதில் சொன்னாலும் உன்னிடம் அகப்பட்டுக் கொள்கிறேன்...!

உனது முகத்தையே பார்த்துக் கொண்டு சும்மா இருப்பது தவிர எனக்கு வேறு வழியில்லை....

“நம்ம வாகனத்துல வந்திருந்தா இவ்வளவு நெருக்கம் இருந்திருக்குமா.... இதுக்குதான்... பேருந்துல போகணும்னு சொன்னேன்...”

உன்னைக் கையெடுத்துக் கும்பிட்டு உன்னிடம் சரணடைந்து விட்டேன்....

‘அம்மா தாயே... ஆள விடு....!’ இதுதான் அதன் உட்பொருள்...

சுற்றிலும் பாரத்தாய்...

உன்னை நீயே ஒரு முறை பார்த்துக் கொண்டாய்...!

ஒரு குழந்தையைப் போல...!

இன்று அந்த மனநிலையிலே தான் நீ இருந்தாய்...!

பெண்களுக்கு இது இயற்கையாய் அமைந்த குணம்..... வீட்டை விட்டு வெளியிலே வந்தால்... ஒரு முறையல்ல... பலமுறை தன்னைத் தானே பார்த்துக் கொள்வார்கள்...

கணவனோடு வந்தால்.... அது இன்னும் அதிகமாகும்.....

தன்னுடைய அலங்காரம் எப்படி இருக்கிறது... அழகு எப்படியிருக்கிறது... உடைகள்.... நகைகள்..... பின்னல்.... இன்னும் நெற்றிப்பொட்டு வரை தொட்டுத் தொட்டுப் பார்த்துக்கொள்வார்கள்...

அதே வேகத்திலே கணவனைப் பார்ப்பார்கள்... அவன் அந்த அலங்காரத்தைப் பார்த்து ஓரசிக்கிறானா என்று...!

பிறகு சுற்றிலும் பார்ப்பார்கள்... மற்றவர்கள் பார்க்கிறார்களா என்று..!

அக்கம் பக்கத்திலே இருப்பவர்கள் நாலு பேர் உற்றுப் பார்க்க வேண்டும்.... அதுதான் பெண்களுக்கு பெருமிதம்...

அழகாய் இல்லாவிட்டாலும்.... பெண்களிடம் அடிக்கடி அவர்களது அழகைப் பாராட்டிப் புகழ்ந்து கொண்டே இருக்க வேண்டும்... அதை அவர்கள் மிகவும் விரும்புவார்கள்... இது முன்னோர் வகுத்த வழி...!

"என்னங்க... நான் அழகா இருக்கேன்னா..."

"அழகா இருக்க..."

சிறிய இடைவெளி... ஏதோ உனக்கு நீயே யோசித்தாய்....

நீ சமாதானம் அடையவில்லை...

"என்னங்க நான் அழகா இருக்கனா..."

மறுபடியும் கேட்டாய்....

"ஏன் இத்தன தடவ கேக்கறே....."

"நீங்களாத் தான் சொல்லணும்... எப்பயும் நாம ரெண்டு பேரும் வெளிய போனா என்னப் பாத்து புடவை நல்லாருக்கு.... பொட்டு நல்லாருக்கு.... பின்னல் அழகாருக்கு.... நகை நல்லாருக்குன்னு..... வர்ணனையே பண்ணுவீங்க... இன்னக்கி நான் கேட்டாத்தான் சொல்றீங்க....! அதுவும் சுரத்தையே இல்லாம சொல்றீங்களே...."

உனது முகம் வாட்டம் கண்டுவிட்டது...!

எனக்கு 'சுறுக்' கென்றது....!

எனது மாறுபட்ட மன ஓட்டம் என்னைக் காட்டிக் கொடுத்துவிட்டது...

தவறு இப்போது தான் எனக்குப் புரிந்தது... குற்றாலத்திலே நிகழ்ந்த பழைய சம்பவத்தை நினைத்துக் கொண்டு... உன்னிடம் இயற்கையாக நடந்து கொள்ளாமல் இருக்கிறேன்...

ஆனால் நீ... அற்புதமான குணம் கொண்டவள்... எந்த நிலையிலும் என் மீது சந்தேகமே கொள்ளாதவள்...

அதனால் தான் அவ்வளவு பெரிய அந்தரங்கத்தை ஒரு இரகசியமாக உன்னிடம் என்னால் மறைக்க முடிந்தது...

எப்பொழுதும் உன்னைப் போல குழந்தைத் தனமாகவே இருந்துவிட்டால்.... வாழ்க்கையிலே மகிழ்ச்சிக்குக் குறைவே இருக்காது அன்பே...!

பேருந்து குற்றாலத்தை நோக்கி நகரத் துவங்கியது...

உடனே நீ உற்சாகத்திலே துள்ளித்துள்ளி எகிறி எகிறி குதித்தாய்...! உனது முகத்தைப் பார்த்தேன்... அதிலே பரபரப்பு... படபடவென இமைகள் துடிக்கின்றன... ஆர்வம் அலை பாய்ந்து பறக்கிறது... ஒரு குழந்தையாகவே மாறிவிட்டாய்...

தலை நாலா புறமும் 'வெடுக் வெடுக்' கென்று வெட்டி வெட்டிச் சுழல்கிறது...

உனது உடலை கவனித்தேன்... சிறகு முளைத்துப் பறக்கிறது...

அத்தனை தீவிரவாதம் உனக்குள்ளிருந்து வெளிப்படுகின்றது....

"என்னங்க பேருந்து புறப்பட்டுடுச்சு... என்னங்க பேருந்து புறப்பட்டுடுச்சு... என்னங்க பேருந்து புறப்பட்டுடுச்சு..."

பேருந்து புறப்பட்டு விட்டது... ஆனால்... நீ பறப்பதை நிறுத்தவே இல்லை...!

பேருந்தை விட துரிதமாக.... உனது மனம் குற்றாலத்தை நோக்கி சீறிப் பாய்ந்து கொண்டிருந்தது...

அதையும் மிஞ்சும் வேகத்திலே..... உன்னை முந்திக்கொண்டு... எனது சிந்தனைகள் முழுவதும் குற்றாலத்திற்குப் பறந்து சென்று.... அங்கே வட்டமடித்துக் கொண்டிருந்தன...!

உனக்குத் தெரியாமலே.....!

'கடவுளே... அங்கே ஏதும் அசம்பாவிதம் நடக்காமல் இருக்க வேண்டும்...'

நான் கடவுளிடம் எனக்குப் பாதுகாப்பளிக்கும் படி பல நூறு முறை மனுப்போட்டேன்...!

'இந்த ஒருமுறை என்னை இந்த சதிச் சூழலிலிருந்து காப்பாற்றிவிடு..... என் நதியிடமிருந்து என்னைப் பாதுகாத்து விடு... இனி குற்றாலம் என்று காகிதத்தில் கூட எழுத மாட்டேன்...'

புழுதிப் புயலுக்குள்ளும் புகை மூட்டத்தினுள்ளும் மூழ்கி, மூச்சுத்தினறி வெளியேறியது போல..... பேருந்து சென்னை நகரைக் கடந்தது...!

தாம்பரத்தைக் கடக்கும் வரை தான் சிறிது வேகக் கட்டுப்பாடு....

போக்குவரத்து நெரிசல்...

வேகத்தடைகள்...

வாகனப் பெருக்கம்...!

இப்படி...!

செங்கல்பட்டு.... திண்டிவனம் தாண்டும் போது பேருந்து பறந்தது...!

உண்மையிலேயே பேருந்துப் பயணம் என்பது ஓர் உவகையான அனுபவம்தான்...!

தழுவிச் செல்லும் காற்றும்... கடந்து போகும் காட்சிகளும், மனச் சுமைகளை சற்று நகர்த்தி வைக்கும்...

உடல்மேலே பட்டுத் தழுவும் ஊதக்காற்றின் தன்மை... வெப்பத்தைக் குறைக்கும்...

தொடர் வாகனத்திலே போயிருந்தால், நேராகத் தென்காசிக்குப் போய் இறங்கி விடலாம்...

அங்கிருந்து குற்றாலம் மிக அருகிலேயே தான்...

ஆனால் நீ...

பேருந்திலே தான் பயணம் செய்ய வேண்டுமென்று அடம் பிடித்தாய்...

தேசிய நெடுஞ்சாலை...!

கிட்டத்தட்ட பத்து மணி நேரப் பயணம்...

பேருந்தின் வேகம் கூடக்கூட.... குற்றாலத்தை நோக்கி செல்லச் செல்ல.... எனது இதயத் துடிப்பின் வேகமும் அதிகமாகிக் கொண்டே போனது...

எனக்குள்ளே அசுரத்தனமாக எழுந்து நின்ற ஒரே கேள்வி... குற்றாலத்திலே உன்னை எப்படிச் சமாளிப்பது... உனது வேகமான உற்சாகத்திற்கு எப்படி ஈடு கொடுப்பது என்பது தான்...

ஆனால்.....

உனக்கும் எனது மனநிலைக்கும் இணைவே இல்லை...!

இந்தக் குற்றாலம் போகும் நிகழ்விலே.... உனக்கு கட்டுக்கடங்காத மகிழ்ச்சி... அதனுடைய வெளிப்பாடு உனது நடவடிக்கைகளிலே தெரிந்தது....

ஆனால்...

எனக்கு.... ?

வான்மதி..... சிறிய உருவத்திலே தோன்றி.... மெல்ல மெல்ல எனக்குள்ளே பெரிய உருவமாய் வளர்ந்து.... என்னை அச்சுறுத்திக் கொண்டே வந்தாள்...

நீ .....

என் அருகிலேயே இருக்கிறாய்...

ஆனால்....

வான்மதி...

எனக்குள்ளே புகுந்து கொண்டு.... நம்முடன் மூன்றாவதாக இணைந்து பயணித்துக் கொண்டிருக்கிறாள்....

இதில் சிறிதளவேனும் உனக்குத் தொடர்பில்லை...!

நான்...

உன்னிடம் சுத்தமான உணர்வுகளைக் காட்டவில்லை...

வான்மதியை மனதிலே சுமந்து கொண்டு தான் உன்னைப் பார்த்து சிரித்தேன்... பேசினேன்... உன்னுடன் விளையாடினேன்...

என்னுடைய எல்லா செயல்களுமே வான்மதியுடன் கலந்தே தான் இயங்கின...! எல்லாமே செயற்கை வெளிப்பாடுகள் தான்...!

நீ... ஏதேதோ பேசினாய்...

உனது கைகள் எங்கெங்கோ வளைந்து நெளிந்து வர்மக்கலை செய்து கொண்டிருந்தன....

எத்தனை வகையான சிரிப்புகள் உண்டோ அத்தனை வகையும் சிரித்தாய்...

குமிழ்ச் சிரிப்பு...

கன்னத்திலே குழி விழும் சிரிப்பு...

உதடுகள் விரிந்த சிரிப்பு...

பற்கள் தெரிந்த சிரிப்பு...

வாய் மூடிய சிரிப்பு...

வாய் திறந்த சிரிப்பு...

அத்தனையும்... உனக்கு நீயே செய்து கொண்டாய்...

அவ்வப்போது என்னையும் பார்த்துக் கொண்டாய்...

நான் உனது நடவடிக்கைகளிலே நாட்டம் காட்டுகிறேனா என்று துப்பறியும் நோட்டம் விட்டாய்...

நானும் உனது சிரிப்பை ரசிப்பது போல நடிக்கத்தான் செய்தேன்..!

எந்தச் சிரிப்பிலும் நீ அழகாகவே இருந்தாய் அன்பே..!
வாயைக் குவித்து வக்கணையாக என்னைப் பார்த்து 'வே... வே...' என்று ஒழுங்கு காட்டினாய்...
உனது மனதிலே...
இன்று நீ அழகியல் பேரரசி...!
உண்மையும் அதுதான்...
உன்னுடைய இத்தனை நளினங்களும் ஏன் தெரியுமா...
நான் உன்னையே உற்றுப் பார்த்தபடி இருந்தேன்...
அதுதான்...!
நான் உனது நடவடிக்கைகளை ரசிக்கிறேன் என்று நீ தப்புக் கணக்குப் போட்டுக்கொண்டாய்...
ஆனால்....
நான்...
உனக்கு முன்பே குற்றாலத்திற்குச் சென்றுவிட்டேன்....
இல்லை...
வான்மதி.... என்னை வலுகட்டாயமாக.... மனம் பிடித்து... மதம் பிடித்து.... உன்னைவிட்டுப்பிரித்து இழுத்துக்கொண்டு பறந்து விட்டாள்...!
இயற்கை....
நீர் வீழ்ச்சி...
தண்ணீர்...
குளியல்...
விபத்து....
இவை வரிசையாக எனது மனக்கண் முன்னால் வந்து வந்து மிரட்டின...!
நான் அதிலே மிரண்டு போய்... சற்று உணர்வு மாற்றத்தோடு தான் பயணித்தேன்....!
ஆனால் நீ... உற்சாகத்தின் உச்சியிலே இருந்தாய்...
உடலை குலுக்கிக் குலுக்கிச் சிரித்தாய்...
உனது தலைமுடி பேருந்தின் வேகத்திலே பரவி விரிந்து பறந்தது...
எதிர்க்காற்று... அந்த கூந்தலுக்குள்ளே புகுந்து விருப்பம் போல விளையாடியது...
உலர் கூந்தல் பறந்து... உனது முகத்திலே சிலந்திவலை பின்னிப் பரவியது...!
அதை நீ கை விரல்களால் விலக்கி விட்டாய்....
அந்த திமிர் பிடித்த காற்று... நீ ஒதுக்கிய முடிகளை மீண்டும் இழுத்து வந்து.... உனது கண்களுக்கு மேலே புருவங்களின் அருகே பரப்பியது...
அதோடு நின்றதா அந்தக் காற்றின் சூதாட்டம்... அடங்காப்பிடாரித் தனமான சதி வேலை ஒன்றைச் செய்துவிட்டது...!
ஒட்டு மொத்தமாக அனுமதி வாங்கியது போல.... வேகமாக உனது மார்பை மூடியிருந்த புடவை மாராப்பின் மேலே பாய்ந்தது...
பெரிய தாக்குதல்...
மாறி மாறி இடைவிடாமல் தாக்கி... அந்தப் புடவை மாராப்பை மேலே தூக்கி விலக்கிவிட்டு... உனது மார்பைத் தழுவி விட கள்ள முயற்சிகளை மெல்ல மெல்ல செய்து கொண்டிருந்தது...

இந்தக் காட்சி எனது கண்களின் பார்வை வலையிலிருந்தும் தப்பவில்லை...!

ஆகா... என்ன குள்ளநரித்தனம்... அந்தக் களவாணிக் காற்றுக்கு...

கட்டியவன் கண் முன்னாலேயே... காமுகன் போல கபட நாடகம்...!

காற்றுக்கும்.... மாராப்புப் புடவைக்கும் போர்...!

கடுமையான போர்...

காற்றின் இயக்கத்திற்குத் தகுந்தாற்போல.... சற்றே எழும்பி எழும்பி உனது மார்பின் மேலே படிகிறது அந்தப் புடவை.... மீண்டும் மீண்டும் இந்தக் காட்சி தொடர்ந்து கொண்டே இருந்தது....

காற்று தூக்கிக் காட்டிய புடவை இடைவெளியிலே.... உன்னை அறியாமலே முன்னறிவிப்பின்றி எனது கண்களும் பாய்கின்றன கண்ணே....!

இந்த இடத்திலே காற்று எனக்கு ஒத்தாசை செய்தது...!

காற்று தோற்றதா...

புடவை தோற்றதா...

எனது கண்கள் தோற்றனவா...

மூன்றுக்குமே வெற்றியில்லை...

புடவை வெற்றி பெற முனைந்து கொண்டிருந்தது...

ஆனால் நீ.....

உனக்கும் அந்த காட்சிகளுக்கும் சிறிதும் தொடர்பில்லாதது போல பேருந்துக்கு வெளிப்பக்கமாகத் திரும்பி அமர்ந்து... நம்மைக் கடந்து போகும் இயற்கைக் காட்சிகளை கைத்தட்டி இரசித்துக் கொண்டிருந்தாய்...

இன்று.....

பெண்கள்.....

'நாகரீக வளர்ச்சி காலம்' என்று எள்ளளவும் தயக்கமின்றி தலைநிமிர்ந்து கூறுகிறார்கள்...

கீழாடைகளிலும் கிழித்துப் போடும் கலாச்சாரம் பெண்களிடையே பரவிக்கிடக்கிறது...

நாகரீகம் என்கிற பெயரிலே.... அநாகரீகத்திலே மூழ்கிப் போய்க்கிடக்கும் பெண்களின் கொள்கையிலே... தங்களது உடலிலே ஏதாவது ஒரு பகுதியை வெளிக்காட்டியே தீர்வது என்கிற கொள்கைப் பற்று வெளிப்படுகிறது...!

கிழிந்ததை தைத்து அணிந்தது அந்தக் காலம்...

தைத்ததை கிழித்து அணிவது இந்தக் காலம்...

ஆனால் இங்கே...

உனது புடவைக் கட்டிடம் அந்தக் காற்றும் தோற்றது...

உனது கணவனான எனது கண்களும் தோற்றன...!

'படக்' கென்று பேருந்தின் உள்பக்கம் திரும்பி.... 'வெடுக்' கென்று உட்கார்ந்தாய்... இந்தப் பக்கம் அந்தப் பக்கம் திரும்பும் போது வேண்டுமென்றே என்னை உரசினாய்...

லேசாக இடித்தாய்...

எனது தோளிலே சாய்ந்து கொண்டாய்...

எனது கழுத்திலே கைபோட்டு தணிந்து அமர்ந்தாய்...

'படக்' கென்று நிமிர்ந்து மார்பு நிமிர்த்தி அமர்ந்தாய்...

ஒரு நிலையிலே இல்லை நீ...!

கிட்டத்தட்ட உடற்பயிற்சி செய்வது போலிருந்தன உனது செயல்கள்....!

வீட்டிலே நீ சொன்னது உண்மை தான்...

நமது வாகனத்திலே வந்திருந்தால்.... நீ இப்படி சுற்றிச் சுற்றி உருளமுடியாது.... புரளமுடியாது... எகிறிக் குதிக்க முடியாது... என்மேல் விழுந்து சரிய முடியாது...

உன்னுடைய பேருந்துத் திட்டத்தை நீ மிகச் சரியாகப் பயன்படுத்தினாய்...

நமது மகிழுந்திலே வந்திருந்தால்.... இரு இருக்கைகளுக்கும் நடுவே இருக்கும் இடைவெளி உனக்கு இத்தனை விளையாட்டுக்களுக்கு இடம் கொடுத்திருக்காது...

மகிழுந்து தயாரிப்பவர்கள் தெரிந்து கொள்ள வேண்டிய புதிய செய்தி தான் இது...!

ஒரு புறம் எனக்கு மகிழ்ச்சி...

உன்னுடைய இவ்வளவு மகிழ்ச்சிக்கும் காரணம் நான் தானே கண்ணே...!

உனக்காக எனது வலிகளையெல்லாம் தாங்கிக் கொண்டு... உன்னைவிட மகிழ்ச்சியாக இருப்பது போல நடித்துக் கொண்டு... உன்னுடன் குற்றாலத்திற்கு வருகிறேன் அல்லவா...

வீட்டுக்குள்ளேயே சிறைவாசம் இருந்திருந்தால்.... உன்னால் இவ்வளவு உற்சாகத்தை அடைய முடியுமா....

மனைவிக்குத் தேவையான போது கணவன் இது போன்ற மாற்றங்களைத் தர வேண்டும்....

அப்பொழுது தான்.... அவர்கள் குறையாத இளமையோடு தோற்றமளிப்பார்கள்.....

சுறுசுறுப்போடு இயங்குவார்கள்.... மன ஓட்டமும்... உறவு நாட்டமும் சீராக இயங்கும்....!

உழைப்பு...

உணவு....

உறவு......

இவைகளை இடைவிடாமல் கொடுத்துக் கொண்டே இருப்பவள் மட்டுமா மனைவி... ?

கணவனிடம் எதிர்பார்ப்பவளும் கூட...!

மாறுதல்...

உவகை...

மன மாற்றம்...

இட மாற்றம்...

இவைகளையும் அவ்வப்போது கணவன் தர வேண்டும்....!

அதற்கான பிரதிபலிப்பை.....

வீட்டின் சுத்தத்திலே......

பராமரிப்பிலே......

சமைக்கும் உணவின் சுவையிலே.....

உறவின் ஈடுபாட்டிலே..... உணரலாம்....!

ஒரு தங்க நகை வாங்கிக் கொடுத்து....கூடவே இன்று நீயும் நானும் வெளியே போகிறோம் என்று கூறினால்... தங்க நகையை விட... வெளியே போகலாம் என்கிற கணவனின் அழைப்புக்குத் தான் அவளது முகத்திலே புன்னகை பூக்கும்....!

அப்படித் தான் நீயும்....!

இப்போது.... உனது முகத்திலே பளபளக்கும் உற்சாகமே அதற்கு ஓர் எடுத்துக்காட்டு...!

ஆனால்....

எனது நிலையே வேறு...

போகுமிடம் குற்றாலம் என்பதனால்... என்னுடைய அத்தனை மகிழ்ச்சிகளும் அடங்கி அடக்கமாகி விட்டன....!

நேரம் செல்லச்செல்ல.... பகலின் ஒளி குறையக் குறைய... சூரியன் தனது கதிர்களைக் குறைத்துக் கொண்டு மறைய மறைய....

உன்னுடைய துள்ளல்கள் குறைந்தன...

நீ மெல்ல மெல்ல அடங்கினாய்...

அயற்சி காட்டினாய்...

உனது களைத்துப் போன கண்கள் என்னைப் பார்த்து உறக்கத்தை அறிவித்தன...

எனது மார்பிலே சாய்ந்து படுக்கை அமைத்துக் கொள்ள... உனது பார்வை அனுமதி கேட்டது...

உறங்கிவிட்டாய் நீ...!

நான் உன்னை மார்பிலே தாங்கினேன்...

பெரும் சுமையாக அல்ல...

பெருமையாக...!

மகிழுந்திலே கிடைத்திருக்குமா இந்த நெருக்கம்...?

இப்பொழுது நானும் அதை அனுபவபூர்வமாக உணர்ந்தேன்...

நீ கபடமில்லாதவள்...

கண்ணயர்ந்து விட்டாய்...

என்னால் முடியுமா...?

எனக்குள்ளே தான் வான்மதி விழித்தபடி விளையாடிக் கொண்டிருக்கிறாளே...

நீ.....

மார்பின் புறப்பகுதியிலே சாய்ந்திருக்கிறாய்...

வான்மதி....

மார்பின் அகப்பகுதியிலே ஆக்கிரமித்து அமர்ந்திருக்கிறாள்...!

நீ உறங்கி கொண்டிருந்தாய்....

வான்மதி விழித்து கொண்டிருந்தாள்.....

வான்மதிக்கும்..... உனக்கும் மிகச்சிறிய இடைவெளிதான்...!

வான்மதிக்கும் எனக்கும் சரிமல்லுக்கட்டு...

'எனது மனைவியோடு நான் உற்சாகமாக... இருக்க வேண்டும்... சற்றே என்னை விட்டு விலகிவிடு...'

மன்றாடினேன்...

அகலவில்லை அவள்..!

வான்மதியின் வன்முறைகளையும் மீறி... எனது கவனம் உன் மீது திரும்பியது......

நீ உறக்கத்திலே உனது கை கொண்டு எனது கழுத்தை வளைத்துப் பற்றிக் கொண்டாய்...

அந்த சமயத்திலே உனது முகம் பார்த்தேன்... உண்மையிலே அது உறங்கும் முகமா... ?

மலரப் போகும் மொட்டு...

மென்மையான பட்டு...

இரசித்தேன்...

மெதுவாக கன்னங்களை வருடினேன்..

இதழ்களைத் தொட்டுப் பார்த்தேன்...

நெற்றியிலே கை வைத்தேன்...

லேசாக உணர்வு வந்துவிட்டது உனக்கு...!

விழி திறவாமலே...

“உறங்குங்க....”

என்றாய்...

உறக்கம்.....

வருமா எனக்கு...!

விடுவாளா வான்மதி...!

அவள் தான் கூரிய ஊசி கொண்டு எனது விழிப்படலங்களிலே இடைவிடாமல் குத்தி ரணப்படுத்திக் கொண்டே இருக்கிறாளே...

எனது கண்கள் உறக்கத்தைப் பறிகொடுத்து எத்தனை ஆண்டுகள் கடந்து விட்டன..!

தொலைத்த பொருளைத் தேடிக் கண்டு பிடித்து விடலாம்....

தொலைத்த உறக்கத்தை எங்கு தேடினும் கிட்டாதென்பதே உண்மை...

ஆனால்....

களைப்பு இருந்தது... பேருந்தின் பக்கவாட்டிலே தலை சாய்த்தேன்...

இரவு அதிக நேரம் நீட்டிக்கவில்லை..!

கதிரவனைக் கட்டிப்போட்டு காலத்தை நீட்டிக்க யாரால் இயலும்... ?

விஞ்ஞானமும் அக்காரியத்தைச் செய்யவில்லை...

விஞ்ஞானிகளும் அதற்கான முயற்சிகளிலே ஈடுபடவில்லை...!

கீழ்வானம் கதிரவன் வரவுக்கு முன்னறிவிப்பு செய்து... மெல்ல மெல்ல சிவக்கத் துவங்கியது... வெள்ளைக் கொடி வீசி கதிரவன் வந்ததும்... ஆட்சிக்கோளை அவனிடம் ஒப்படைத்தது..... இரவு...!

இரவு முழுவதும் ஓய்வெடுத்த சூரியன்.... இதோ தன்னாட்சி செலுத்த புறப்பட்டு விட்டான்...

சூரியனும் எழுந்தது....

நீயும் எழுந்தாய்....

பேருந்துக்குள் உற்சாகக் குரல்களின் ஓசை....

சூரியனை வரவேற்பதற்காகவா.... ?

இல்லை...!

அதோ...

பெயர்ப்பலகை....!

‘குற்றாலம் வரவேற்கிறது.....’

அதற்க்காகத் தான்...!

குற்றாலம் என்கிற பெயரே எனது முகத்திலடித்து மூர்ச்சையடையச் செய்தது....

குப்பென்று வியர்த்தது....

நான் முகத்தைத் துடைத்தேன்... எனது குழப்பத்தை நீ கவனிக்கிறாயா என்று ஓரக்கண்ணால் உன்னைப் பார்த்தேன்...

ஆனால் நீ.....

மகிழ்ச்சி ஆரவாரம் செய்து... கை தட்டிச் சிரித்து.... என்னை மிரட்டும் குற்றாலத்தை “வா... வா...” என்று வரவேற்றுக் கொண்டிருந்தாய்...!

பேருந்துக்குள் இருந்த அத்தனை பேருக்கும் இது வரவேற்பு..... நீ உட்பட...

எனக்கு.....

திகைப்பு...

பேயறைந்தது போல் விக்கித்து உட்கார்ந்து விட்டேன்....!

சலனமில்லை...

பேச்சில்லை...

விறைத்துவிட்டேன்...

மூச்சே நின்றவிட்டது போல...!

அதோ...

மீண்டும் மீண்டும்...

பல பெயர்ப் பலகைகள்........!

குற்றாலம் நெருங்கி வந்து கொண்டிருக்கிறது என்கிற அபாய அறிவிப்புகளுடன்...!

உயர்ந்த மலைகள்... என்னை நோக்கி வந்து கொண்டிருக்கின்றன... என்னை பயமுறுத்தியபடி....

இப்பொழுதும் வான்மதி..... என்னைவிட்டு நீங்கவில்லை..... நிழலாகத் தோன்றி தொடர்ந்து கூடவே வந்துக்கொண்டிருந்தாள்.... இந்தப் பேருந்துக்குள்ளேயே எங்கோ ஓர் இடத்திலே...!

இதோ.....

எனக்கு மிக அருகிலேயே இருப்பது போல ஒரு மாயை தோன்றி மனதை உலுக்குகிறது...!

பேயாய்ப் பிடித்து மிரட்டுகிறாள்... கொக்கரிக்கிறாள்....!

அவளது ஆரவாரம் எதுவரை தொடருமோ தெரியவில்லை....

இதோ....

எந்த நேரமும் சாரல் தூவும் மலைகள்....

இப்பொழுதே தூறலின் தாக்கம் துவங்கி அனைவரையும் குளிர வைக்கிறது....

என்னைத் தவிர...!

குற்றாலத்துச் சாரல்... கொலை நோக்குக்காரர்களைக் கூட குளிர்வித்து... கொலை நோக்கிலிருந்து மீட்டு வீடும் என்கிறார்கள்....

ஆனால் எனக்கு....?

அந்தச் சாரல் அமிலச் சாரலாக மாறிச் சுடுகிறது.... பட்ட இடம் கொப்பளிப்பது போல...!

குற்றாலத்தை விட்டுப் போகும் வரை இனி போராட்டம் தான்...!

வான்மதி எல்லா இடங்களிலும் கண்முன் தோன்றித்தோன்றி அச்சுறுத்துவாள்... பழைய பயங்கரங்கள் காட்சிகளாக தோன்றி என்னை பயப்படுத்தும்....!

குற்றாலத்துச் சம்பவம் மட்டுமே பயப்படுத்துமா....

அதற்குப் பின்னர் நிகழ்ந்த பயங்கரங்களுமல்லவா கூட்டுச் சேர்ந்து குடைந்தெடுக்கும்...!

வான்மதி.... ஏன் எனக்கு இப்படியொரு தண்டனையைத் தருகிறாள்..?

நான் அவளுக்கு என்ன தீங்கிழைத்தேன்...

மரண வலி தான்...!

குற்றாலம்....

பாபநாசம்....

தென்காசி....

இராசபாளையம்.....

திருவில்லிபுத்தூர்....

திருநெல்வேலி.....

பாளையங்கோட்டை.....

கடையநல்லூர்....

இன்னும் சுற்றுப்பகுதிகளிலிருந்து நிறையப்பேர் என்னுடன் படித்தார்கள்...

அன்று நிகழ்ந்த குற்றாலப் பயணத்திலே இவர்களிலே பலரும் கலந்திருந்தார்கள்...

அன்று... குற்றாலத்திலே நிகழ்ந்த அந்த விபத்துச் சம்பவத்தின் போதும் உடன் இருந்தார்கள்...

அவர்களிலே யாராவது ஒருவர் குற்றாலத்திற்கு வந்திருந்தாலும்.... வான்மதிக் கதை வெளிப்பட்டுவிடும்... என் விதி முடிந்துவிடும்...!

இருட்டு.... வெளிச்சமாகி விடும்....

அதனால்...

வெளிச்சம்..... இருட்டாகி விடும்..!

'குற்றாலம் வருகிறது... குற்றாலம் வருகிறது...' அனைவருக்குமே உற்சாகம்...

நான் எவ்வளவோ முயன்று குற்றாலத்தை புறம் தள்ளப் பார்த்தேன்...

ஆனால்...

எனது தவிப்பு அந்தப் பேருந்துக்குப் புரியவே இல்லை..!

விடாப்பிடியாக அடம்பிடித்து குற்றாலத்திலே கொண்டு வந்து சேர்த்தே விட்டது...!

ஆம்...!

குற்றாலம் வந்தே விட்டது....!

தூக்கு மேடை வந்தே விட்டது என்பது போல...!

நான் முதலில் இறங்கினேன்....!

நீ...

பள்ளிக் குழந்தை துள்ளிக் குதிப்பது போல...

“அ... ய்... ய்... ய்...”

என்று உற்சாகக் குரல் கொடுத்தபடி பேருந்துப் படியிலிருந்தது குதித்து பாய்ந்து எனது கையிலே கை கோர்த்தாய்...!

என் மீது தோள் சாய்த்து நடந்தாய்...!

எங்கே நடந்தாய்... எனது தோள்களிலே தொங்கி உற்சாக ஊஞ்சலாடிக் கொண்டே வந்தாய்...

உயர்ந்த அகன்ற கருமையான பெரிய பாறை....!

அதிலிருந்து வீழும் அடர்ந்த நீர்வீழ்ச்சி...!

அது பரந்து விரிந்து உதிரும் அழகு....

மாய விளையாட்டு...

நீர் நடனம்...!

குற்றாலம் என்கிற பெயரைக் கேட்டாலே குலை நடுங்கிக் கொண்டிருந்த எனக்கே.... நீண்ட வருடங்களுக்குப் பிறகு சட்டென்று பார்த்ததும் சில்லென்று உடல் முழுவதும் புல்லரித்தது....

தலை நிமிர்த்தி... அதன் உயரத்தைப் பார்த்து மலைத்து நின்றேன்....

இப்பொழுதும்...

அருவியிலே வீழும் நீரும் ஆர்ப்பரிப்பும் அதிகமாவே இருந்தது...

கூடவே பழைய வான்மதிச் சம்பவமும் கூட்டுச் சேர்ந்து கொண்டது...

இதோ ஒலிகிறதே....

வான்மதியின் இறுதி உயிர் மூச்சு அலறல்...

மாணவ மாணவிகளின் அவலக் குரல்...

ஆசிரியர்களின் கூக் குரல்....

இவைகளோடு நீர் வீழ்ச்சியின் பேரிரைச்சலும் கூடச் சேர்ந்து.... எனது காதுகளிலே கடுமையாக ஒலித்து... மூளைக்குள்ளே நுழைந்து குடைகின்றன...!

அப்படியே நினைவு தப்பி... பார்த்தபடி நின்றேன்...

இவ்வளவு அழகாக ஆட்டம் போடும் இந்த அருவிக்குள்ளே... எத்தனை ஆபத்தான கதைகள் கலந்து கிடக்கின்றன... எத்தனை அபாயச் சம்பவங்கள் அரங்கேறி முடிந்திருகின்றன...!

எனது வாழ்க்கையிலும் அல்லவா இந்த அழகிய அருவி ஆவேசத் திருவிளையாடலை நிகழ்த்தி முடித்துவிட்டது...!

இதோ....

இதோ....

இந்த இடத்திலே தான்...

இதே இடத்திலே தான்...

அன்று....

வான்மதி துடித்தாள்.... துவண்டாள்..... பரிதவித்தாள்....!

இப்பொழுதும்......

அதோ...

கண்முன்ணே....

அன்றிருந்த அதே மலை...

அதே பாறை...

அருவி...

இயற்கை...

குரங்குகள்...

மக்கள்...

குளியல்...

இப்பொழுதும் என்னை அச்சபடுத்தத்தான் செய்கின்றன...

ஆனால்....

இவை எல்லாமே உனக்கு உற்சாகம்..... புதுமை....!

அதுவரை எனது கைப்பிடித்து தோள் சாய்ந்து நடந்த நீ... நீர் வீழ்ச்சியை நெருங்கியதும் என்னை விடுத்து ஐந்தடி முன்னே ஓடினாய்...

ஈருடல் ஓருயிராய் என்னுடன் இரண்டறக் கலந்து இதுவரையும் பயணித்த உன்னை.... என்னைத் தவிர்த்து... தனிமைப்படுத்தியே விட்டாள்....

அந்த அருவித்தாரகை....!

அதுதான்.... அந்த அருவியின் கவர்ச்சி...

ஆனால் எனக்கு...

எல்லாமே தளர்ச்சி.....!

பல வருடங்களுக்கு முன்னால்...

இதே அருவி...

நாற்பது மாணவர்கள்.....

நான்கு ஆசிரியர்கள்...

அதில் வான்மதி...

அவள் தண்ணீரிலே...

நான் குதித்தேன்...

அவளை அணைத்துத் தூக்கினேன்...

தவறு... அவளைத் தூக்குவதற்காக அணைத்தேன்...!

அவளை எப்படியாவது கரை சேர்த்து விட வேண்டும் என்பதற்காக மட்டுமே.... அவளது உடலை எங்கெங்கோ தொட்டேன்...

எதுவுமே எனக்கு அறிவிலே பதிவு பெறவில்லை...

அந்த தொடுதல்கள் எல்லாமே... சூழ்நிலைக்கேற்ப.... தங்களது குணங்களை மாற்றிக் கொண்டு.... பருவப் பஞ்சிலே... சிறிய நெஞ்சிலே... தீயை விதைத்து விட்டன...

அப்போது...

நாங்கள் ஒன்பதாவது வகுப்பு படித்துக் கொண்டிருந்தோம்...

ஆகா...

கரைந்தால் திரும்பக் கிடைக்கக் கூடிய பருவமா அது...!

அப்பொழுது தோன்றி அழகு காட்டி... அப்பொழுதே அழியும் மழை நீர்க்குமிழ் போல...!

எல்லாமே அதி வேகமாகப் பறந்துவிடக் கூடிய விடலைப் பருவம்....

நினைக்கும் நினைவுகள் போல... நிலை கொள்ளாமல் மறைந்து விடும் பருவம்...

பூக்கும் மலர்கூட பொழுது மறையும்வரை வனப்பிழக்காமல் வாசம் வீசும்....

ஆனால்..

இந்தப் பருவம்...

பார்த்துக் கொண்டிருக்கும் போதே விழிகட்டு வித்தைகள் பல நிகழ்த்தி ஏமாற்றிவிட்டு காணாமல் கரைந்து போகும் பருவம்..!

வெறும் உறவமில்லா ஏக்கங்களை மட்டுமே இதயத்திலே தேக்கி வைத்து விட்டு... சென்ற இடம் தெரியாமல் விரைந்து சென்று விடும் பருவம்...!

உணர்ச்சிகளை ஆழ விதைத்துவிட்டு சென்று விடுவது பருவத்தின் வேலை....

அதனால்....

தினம் தினம் வெந்து உருகுவது மனிதனின் வேலை...!

கண்ணிமைக்கும் நேரத்திலே.... உதிர்ந்து விடும் வாழ்க்கை...

அது மட்டுமே உறுதி...!

எத்தனையோ பருவங்களைக் கடந்தாலும்..

இறுதிவரை நினைவிலே நிலைப்பது....

இந்தப் பருவமும்.....

இந்தப் பருவத்திலே நிகழும் ஈர நிகழ்வுகளுமே....!

அழகியல்... அடித்தளம் அமைத்து.... ஆணிவேர் போடுவது இந்தப் பருவத்திலே தான்....!

கருப்பு... சிகப்பு.... என்கிற நிற பேதம் இல்லை...

ஒல்லி... பருமன்.... என்கிற உருவ பேதம் இல்லை...

ஏழை... பணக்காரன்..... என்கிற ஏற்றத்தாழ்வு பேதம் இல்லை...

சாதி... மதம்..... என்கிற சமூக பேதம் இல்லை...

ஒன்றே ஒன்று...

இனக்கவர்ச்சி...!

அது ஒன்றே மேலோங்கி ஆக்கிரமிக்கும் வயது...!

அந்த சமயங்களிலே.... உடல் மொழியே முதன்மையாகத் தோன்றி... பிற கட்டுப்பாடுகளை பின்னுக்குத் தள்ளிவிடும்...!

எங்கள் அனைவருக்குமே....

சராசரியாய் பதினான்கும் அதற்குக் கூடுதலாகவும் வயது...!

இளமைப் பருவத்தைத் தொட்டுக் கொண்டிருந்த பருவம்...

பார்வைகளிலே வீரியத் தன்மை விதை போட்டுக் கொண்டிருந்த தருணம்....

அந்தப் பருவத்திலே..... விழிகளிலே விதை போட்டு முளைக்கும் வீரியத் தன்மையே வேறு...!

முகப் பொலிவின் அமைப்பையே மாற்றி விடும்...!

திடீரென்று எங்கிருந்து அந்த முகங்களிலே பளபளப்பு ஒளி வீசுகிறது...?
தெரியாது...!
அந்த விழிகளுக்குள்ளே ஆயுதக் குவியல் எப்பொழுது குடியேறியது...?
தெரியாது...!
திடீரென்று அந்த பருவ உடல்களிலே வனப்பும்... வளவளப்பும்... வாளிப்பும்... எப்படி உருவானது...?
தெரியாது...!
அந்தப் பருவ மனங்களிலே வீசி விதைக்கும் உணர்வுக் கிளர்ச்சிக்கு... என்ன பெயர்...?
தெரியாது...
ஓர் இடத்திலே நிலைகொண்டு நிற்கவிடாத பருவகாலம் அது...!
மீசை அரும்பத் துவங்கியிருந்த தருணம்....
முகத்திலே பருக்கள் எட்டிப்பார்த்து... வடுக்கள் பதிந்து அடையாளங்களை பதிவு செய்து கொண்டிருந்த தருணம்....!
வான்மதி....!
அவளுக்கும் பருவத்திலே பாதம் வைத்த தருணம் தான்....!
அந்த வயதுக்குரிய பருவ மாற்றங்கள்... அதை விட சற்று அளவு கூடி... அவளது உடலிலும் கவர்ச்சி அடையாளத்தை மிகைப்படுத்திக் காட்டிக் கொண்டிருந்தன...!
அவள் நீரிலே தவறி விழுந்தாள்...
நான் காப்பாற்றினேன்...!
தவறு... தவறு... அது ஒன்று தான் நான் செய்த ஒரே தவறு...
என் நதி...!
இதை ஏன் நான் உன்னிடம் சொல்லாமல் மறைக்கிறேன்...?
நடந்தது அவ்வளவுதானா....?
இல்லை......
அதற்குப் பிறகு நடந்தது.... ஒரு மோசமான... அதி பயங்கரமான நிகழ்வு...!
அதுதான்...
என்னை உன்னிடம் ஊமை வேடம் போட வைத்திருக்கிறது...
என்னைத் தவிர உனது மனதிலே யாருமே இல்லை....
நான் அறிவேன்...!
ஆனால்....
என் மனதிலே...?
உன்னைத் தவிர வேறொருத்தியும் கூடிக் கலந்து கள்ள உறவு வைத்திருக்கிறாளே..!
அந்த வேறொருத்தி தான்.... என்னைக் குற்றவாளியாகவே காட்டிக் கொண்டிருக்கிறாள்...!
பல நாட்கள் நான் தூக்கமின்றி தவித்திருக்கிறேன்...
துக்கத்திலே துவண்டிருக்கிறேன்...
சோகத்திலே புரண்டிருக்கிறேன்...

உனது உற்சாக உணர்வுகளுக்கு நேர்மாறாக...!

நீ நன்றாக உறங்கிக் கொண்டிருப்பாய்..... நான் குழப்பத்தோடு விழித்துக் கிடப்பேன்...

நீ விழித்துப் பார்ப்பாய்... நான் உட்கார்ந்து கொண்டிருப்பேன்...

அமைதியை தொலைத்து அலைந்து கொண்டிருப்பேன்...

காரணம்...

அந்த வான்மதிச் சம்பவம்...!

ஆனால்.....

என் மீது நீ சந்தேகப்பட்டதே இல்லை கண்ணே....!

மாற்றுக் கருத்தோடு ஒரு கேள்வி கூட கேட்டதில்லை....!

முழுமையானவனாக என்னை நம்பினாய்....!

நான் அந்த நம்பிக்கைக்குப் பாத்திரமானவன் இல்லை... அந்தக் குற்ற உணர்வே... என்னைப் பல மகிழ்ச்சி சம்பவங்களை இழக்கச் செய்திருக்கிறது...!

இதோ.....

இன்று கூட.....

உனது உற்சாகத்திலே என்னால் பங்கெடுத்துக்கொள்ள இயலவில்லை....!

நீ .....

எனது அருகிலேயே இருக்கிறாய்....

ஆனால் நான்.....

உன்னை விட்டு வெகுதூரம் விலகியே இருக்கிறேன்...

வேறு ஒருத்தியோடு....

எனக்குத் தெளிவாகப் புரிகிறது....!

குற்றாலத்திலே கூட....

நீ தனிப் பெண்ணாக துள்ளிக் குதித்து உற்சாகம் காட்டிக் கொண்டிருந்தாய் ...

உனது உற்சாகத்திற்கு ஈடுகொடுக்க கடமைப்பட்ட நான்...

இதயத்திலே இன்னொருத்தியை சுமந்து கொண்டு பொறி கலங்கி நிற்கிறேன்...

அருவியிலே குளிக்க உனக்கு அளவு கடந்த ஆசை...

பாய்ந்து ஓட முயன்றாய்... தாவி வந்து உனது கைப்பிடித்து நிறுத்தினேன்...

பழைய நிகழ்வுகளின் அபாய அதிர்வலைகள்....!

நொடிநேரம் வான்மதி தோன்றி மறைந்தாள்...

வான்மதியின் மரண ஓலம் எனது காதுகளிலே ஒலித்து... எனக்கு எச்சரிக்கை மணியடித்தது...!

ஆனால்...

நீ..

எனது கட்டுபாட்டை மீறி குதித்தாய்...

குதூகலித்தாய்...

துள்ளினாய்...

பூரித்தாய்...

இதற்குத்தானே கோத்தகிரி போகும் திட்டத்தை உதறிவிட்டு குற்றாலத்திற்கு வந்தாய்... உனது தவிப்பு கொஞ்சமாகவா இருக்கும்....!

என்னோடு சேர்ந்து குளிக்கத் தான் உனக்கு ஆசை...

என்னையும் கைப்பிடித்து இழுத்தாய்...

வம்பு செய்தாய்...

அடம்பிடித்தாய்...

கோபப்பட்டாய்...

ஆனால்...

எனக்கு... ?

அன்று நடந்த சம்பவம்...!

அதனால் ஏற்பட்ட பயம்... அதிர்ச்சி...!

வான்மதியை அருவியின் பிடியிலிருந்து மீட்டவன் நான்...!

அதனால்.... அந்த அருவிக்கு என் மீது வஞ்சம் இருக்கும்...! என்னை பழி தீர்க்க நினைக்கும்... அன்று இழந்த வான்மதிக்கு பதிலாக எனது உயிர் குடிக்க சதித்திட்டமிட்டு முயற்சிக்கும்...!

இப்படியெல்லாம் கற்பனை எனக்கு...!

நான் நீர்வீழ்ச்சிக்குள்ளே நுழையவே பயந்தேன்...

உடல்நிலை சரியில்லை... தலைவலி வரும் என்று உன்னை பொய்ச் சமாதானப் படுத்தினேன்...

உன்னை அருவிக்குள்ளே குளிக்க அனுப்பிவிட்டு..... உன்னையே எச்சரிக்கையாக கவனித்தபடி நின்றுவிட்டேன்....

வான்மதியைப் போல உனக்கும் நிகழ்ந்து விட்டால்... ?

அந்த பயம்...!

நீ நுழைந்தாய்.... நீர்வீழ்ச்சிகுள்ளே...!

அந்த யோகக்கார நீர்வீழ்ச்சி.... உன்னைத் தழுவி உனது உச்சித் தலையிலே நீர் கொட்டி நனைத்தது...!

நான் தழுவி மகிழ்ந்த உன்னை.... தானும் தழுவி மகிழ்ந்தது...

ஆனால்....

அந்த நீர்வீழ்ச்சிக்கு உன் மீது கோபம் இல்லை....!

மோகம்....

அதனால்....

உன் மீது வன்முறை காட்டவில்லை...!

பாய்ந்து கொட்டும் நீரைத் தடுத்து.... தூவல் தூவலாக மாற்றி... தூவானம் போல... மிக பதமாக உன் மீது தூவியது...

பாவம் வான்மதியின் மீது தான் அந்த அருவிக்கு என்ன கோபமோ.... ஆவேசப் பாய்ச்சலிலே அவளை விழுங்கிவிட முயற்சி செய்தது...!

அவள் கொஞ்சம் அத்துமீறிய அழகிதான்...

அதனால்...

அந்த நீர்வீழ்ச்சி வான்மதியின் அழகின் மீது காமுற்றிருக்குமோ... ?

அந்த நீர்வீழ்ச்சி அன்று நிகழ்த்தியது.... ஒரு கற்பழிப்பு நாடகமோ.. ?

இருக்கலாம்...

இல்லையென்றால்.... அன்று நீர் வீழ்ச்சியிலே குளித்த அத்தனை பெண்களையும் விடுத்து... ஏன் வான்மதியை மட்டும் விழுங்கிவிட முயற்சிக்க வேண்டும்..?

நீ....

ஆசை தீர அருவி நீரிலே குளித்தாய்...!

கைகளால் நீரை அள்ளி எறிந்தாய்... முகத்தை மேலே உயர்த்தி அருவி நீரை முகத்தின் மீது வாங்கினாய்... உனது முகத்திலே விழுந்த அருவி நீர் வெள்ளைப் பனிபோல தெறித்துப் பறந்து..... உனது முகத்தைச் சுற்றிலும் சிதறித் தூவியது...

கவின்மிகு காட்சியல்லவா அது...!

நீ.... இயற்கை ரசனை மிக்கவள் தான்...

ஏனென்றால்.....

நீ அருவி நீரோடு ஒத்துப்போய்....

இசைந்து....

வளைந்து...

நெளிந்து...

உடல் காட்டிக் குளித்தாய்....!

அதற்கும் ஒரு ரசனை வேண்டும்...!

ஒரு வேளை உன்னைப் போன்ற அழகிய பெண்களை அருவி நீருக்கு மிகவும் பிடிக்குமோ என்னவோ...!

ஓ... அது ஆண் அருவியோ...

அதன் நீர்ப் பாய்ச்சலிலே.... இன்று கொஞ்சம் அடக்கமின்மை வெளிப்படுகிறதே....

மிக நெருக்கமான உறவாகிப்போனது அருவி நீருக்கும்.... உனக்கும்....!

நீர்வீழ்ச்சியை விடுத்து நீங்க உனக்குச் சம்மதமில்லை....!

இது தெரியுமா உனக்கு....?

அங்கே குளித்துக் கொண்டிருந்த ஆண்களிலே பலருடைய கண்கள் அருவியின் மேல் இல்லை.... உனது அழகின் மேலும்.... உடல் வனப்பின் மேலும்தான் மொய்த்துக் கொண்டிருந்தன...!

அது மட்டுமா....

நிறைய பேருக்குப் பெருங்குழப்பம்...

இரண்டு அருவிகள் ஒரே இடத்திலே சங்கமிக்கின்றனவே...

எப்படி...?

ஒன்று நீரருவி...

அது நீர்...!

இன்னொன்று அழகருவி...

அது நீ...!

எனக்கே குழப்பம் தான்...!

அருவி அழகா... உனது மேனி அழகா என்று...

எனக்குள்ளே பட்டிமன்றமே நிகழ்ந்து கொண்டிருந்தது...!

பெரும் வாதாட்டம்...!

வெற்றி உனக்குத்தான் அன்பே...!

நீர் வீழ்ச்சி எங்கே நிலைக்கும்.. ?

உனது அழகின் முன்னே....!

நீ.... அருவி நீரோடு இரண்டறக் கலந்துவிட்டாய்...

நான்.... உன்னை அவசரப்படுத்தவே இல்லை...

உனது நீர் சாதகங்களைப் பார்த்துப் பருகிக் கொண்டே இருந்தேன்... இரண்டு மூன்று முறை என்னையும் குளிக்க வரும்படி ஆசையோடு கையசைத்து அழைத்தாய்...

நான் சுத்தமாய் அருவிக் குளியல் ஈடுபாட்டிலே இல்லை...

எனக்குத் தெரியும் அன்பே..!

நான் உன்னோடு சேர்ந்து அருவியிலே குளிக்காதது உனக்குப் பாதிக் குளியல்தான்.....!

நானும் உன்னுடன் சேர்ந்திருந்தால்.... நமது நீர் விளையாட்டுக்கள் இன்னும் நெருக்கமாக.... ஆனந்தமாக இருந்திருக்கும்...!

மீள மனமின்றி மீண்டு வந்தாய்...

நீர்வீழ்ச்சிக் குளியலிலிருந்து...!

நீண்ட நேரம் தொடர்ந்த அருவியின் உறவை துண்டித்துக் கொண்டாய் நீ...!

ஆசை தீரக் குளியல் போட்டு ஓய்ந்துவிட்டாய்.....! அப்படியே சொட்டச் சொட்ட தலை... உடல்.... கை.... கால் வரை தண்ணீர் வடிய வடிய என்னை நோக்கி ஓடி வந்தாய்!....

அடேயப்பா... அடேயப்பா...

காணக் கண்கள் போதாது.....!

அந்த விநாடி நேரம் மட்டும்.... வான்மதி எனது மனதை விட்டு வெகுதூரம் கடந்திருந்தாள்...!

அந்தக் கோலத்திலே....

நீ...

பார்ப்பதற்கு எத்தனை அழகியல் கவர்ச்சியாக இருந்தாய் தெரியுமா....

நீர் குளித்த தந்தம் போல...

நீந்தி வந்த நத்தை போல...

நீ வந்தாய்.... என் கண்முன்னே...

ஈர ஒயில் காட்டி நின்றாய்..... பளிங்குச் சிலை போல...!

இமைக்க மறுத்தன..... எனது விழிகள் ...

அந்த இமைக்கும் இடைநேரத்திலே....

எனது கண்களைவிட்டு மறையுமே உனது பேரழகு ...

அதனால்....

விட்டுவிடலாமா வாய்ப்பை... ?

உனது மேனிலேயே.... தேங்கியிருந்த அந்த நீர்த்துளிகள்....

உனது உடலை விட்டுப் பிரிய மனமில்லாமல்... இயற்கை நியதிக்குக் கட்டுப்பட்டு பிரியா விடைபெற்று வழிந்து கொண்டிருந்தன.... ஏக்கத்துடன்...!

தலைமூடி முழுவதும் நனைந்து படிந்து போயிருந்தது..... உனது அனுமதி பெற்று.... அந்த சிவந்த முகத்திலே முத்து முத்தாய் அருவி நீர் ஆங்காங்கே திவலைகளாக தேங்கியிருந்தன... கண்ணாடி மீது விழுந்து வழியும் மழைநீர்த்துளி போல...!

அந்த ஈரமுடி சற்றே படர்ந்து ஒட்டி...
உனது முகப்பொலிவைக் கட்டம் போட்டுக் காட்டி....
குறுக்கும் நெடுக்குமாய் கோடுகள் அமைத்து.....
உன்னை ஓர் நவீன ஓவியமாக காட்டிக் கொண்டிருந்தது கண்ணே...!
நன்றாக நனைந்த உடைகள்.... உனது உடலோடு பசை போட்டு ஒட்டிக் கொண்டதால்.... உனது உடல் பாகங்களின் ஒவ்வொரு அமைப்பும் தனித்தனியாக அழகுமீறி அமைப்பு காட்டி வெளித்தெரிந்தன...

ஆனால்...
இதையெல்லாம் முழு ஈடுபாட்டுடன் ரசிக்கும் மனநிலையிலே நான் இல்லை...

எனது பாதி கற்பனைக் கவித்துவத்தை.... வான்மதி ஆக்கிரமித்து கையகப்படுத்திக் கொண்டிருந்தாள்...

அதனால்.....
எனது முழு ஈடுபாடும் உன் மீதிலே பதிவு பெறவில்லை....

எவ்வளவு சீக்கிரம் முடியுமோ.... அவ்வளவு சீக்கிரம் உன்னை கடத்திக் கொண்டு.... அந்த இடத்தை விட்டு நகர்ந்துவிடத் துடித்துக் கொண்டிருந்தேன்...

நீ ஓடிவந்த வேகத்திலே..... அதே ஈரமான உடலோடு என்மீது சரிந்தாய்...
எனது தோள்களிலே கைகளைப் போட்டு இறுகப் பற்றினாய்...!

உன்னோடு இணைந்து நீர்க்குளியல் நிகழ்த்த நான் ஒத்துழைக்காதது உனக்கு பிணக்கு...

அதனால்...
அதன் பழிவாங்கலாக எனது ஆடைகளிலே ஈரம் தடவி என்னை நனைத்து விட்ட மகிழ்ச்சி உனக்கு........

நீ வெளிப்படுத்திய ஆனந்த சிரிப்பு.... அதற்கு ஒத்தாசை...

உனது கால்கள் உறுதிபட தரையிலே நிற்கவில்லை...
தரை விட்டெழாத சின்னக் குதியாட்டம்... செல்லக் குலுக்கல்...

மூச்சு வாங்கியது உனக்கு...
வீச்சு நிறைந்த நீர்விழ்ச்சியிலே குளித்திருக்கிறாயே...

பேச்சு வருமா...?

உனது பாரம் தாங்க முடியாமல் தடுமாறி....
மறுபடியும் சமாளித்து....
நீ கீழே சாய்ந்து விடாமல்....
உனது இடை வளைத்து இறுகப் பற்றி...
இழுத்து அணைத்து நின்றேன் நான்...!

ஆனால் நீ.....?
உனது உற்சாகச் சிரிப்பை நிறுத்தவே இல்லை...!

நான் நிலை தடுமாறி... உன்னைத் தாங்க முடியாமல் தடுமாறியது இன்னும் உனது சிரிப்பை அதிகமாக்கியது....!

வழிந்த நீர் வாயினுள் புகுந்துவிடாமல் இருக்க.... நீ உதடுகளைக் குவித்து அந்த நீரை புறந்தள்ளினாய்...!

அந்த நிலையிலும்....

நீர் தேங்கி... மின் அழகு பொதிந்திருந்த அந்த உதட்டழகை.... எனது கண்களால் அளவெடுத்தேன்...

கடவுள் மிகமிக வஞ்சனையானவன்..... ஆண்களை அவன் மிகவும் வஞ்சித்திருக்கிறான்....

இந்தப் பெண்களுக்கு மட்டும் ஏன் இத்தனை அழகு... ?

அத்தனை உடல் பாகங்களிலும் அழகு...

எல்லா தருணங்களிலும் அழகு...!

ஒவ்வொரு தருணத்திலும் ஒவ்வொரு விதமான அழகு பெண்களிடமிருந்து வெளிப்படுகிறதே...!

நீரில் நனைந்தால்...

நனைந்து உலர்ந்தால்...

உலர்ந்து உடை அணிந்தால்...

உடை அணிந்து அரை அலங்காரம் செய்து கொண்டால்...

பின்னர்....

முழு அலங்காரமும் செய்து கொண்டு புதுமையாய்ப் பரிமளித்தால்...

நின்றால்...

நடந்தால்...

அமர்ந்தால்...

படுக்கும் தோரணைதான் எத்தனை.... ?

கால் நீட்டிப் படுத்தால்...

கை மடக்கிப் படுத்தால்...

ஒருக்களித்துப் படுத்தால்...

பக்கவாட்டில் படுத்தால்...

மேல் நோக்கிப் படுத்தால்...

சுருண்டு படுத்தால்...

ஒவ்வொரு செயலிலும் ஓவியம் போல...

மனம் கிறங்கி மயங்கிப் போகுமே...!

சிரிப்பிலே அழகு...

சிணுங்கலிலே அழகு...

சிருங்காரத்திலே அழகு...

கோபத்திலே அழகு...

அழுதால் மட்டும் அழகு குறைவாகவா வெளிப்படுகிறது... ?

கடவுள் கொஞ்சம் காமாந்தகன் தான்....

இல்லையென்றால்... பெண்களுக்கு மட்டும்... ஆண்களைக் கிறங்கவைக்கும் இத்தனை அழகினை அள்ளி அள்ளி வழங்கியிருப்பானா....!

இறைவனுக்கு..... ஆண்களை மட்டும் பழிவாங்கும் திட்டம் இருந்திருக்கிறது....

அதனால் தான் அவனுடைய படைப்பிலே இத்தனை பேதமை.....!

இதில் மறைப்பதற்கு என்ன இருக்கிறது...

பெண்தான் அழகு...
அந்த அழகுதான் கவிதை...
அந்த கவிதைதான் வாழ்க்கை...
அந்த வாழ்க்கைதான் பிறவி...
ஆக...
பிறவியே அழகு...
இதில் நீ மட்டும் என்ன விதிவிலக்கு நதி.....!
உனது உச்சித் தலையிலிருந்து புறப்பட்ட அந்த சிற்றருவி... அப்படியே எங்கே சென்று வடிகிறது என்பதை பூகோள வரைபடம் போலக் கணக்கிட்டேன்....
கேசத்திலே சுனையாக ஊற்றெடுத்து...
நுதல் பரப்பிலே பரவிப் படர்ந்து...
நாசி வழி நழுவிச் சரிந்து...
விழிக் குழிகளிலே விழுந்து தேங்கி...
இதழ்கள் வருடி வழுக்கிக் கடந்து...
கழுத்தடைந்து நனைத்து...
களவாணித்தனமாக உனது மார்புகளுக்குள் எட்டிப் பார்த்து நுழைந்து இரசித்து ...
அங்கே சற்றே ஊறி...... சுடுநீராகக் கொதித்து...
வயிற்றின் வனப்பு மிகுந்த பள்ளத்திலே வளைந்து வளைந்து வட்டமடித்து விளையாடிக் கடந்து...
தொப்புள் குழியினுள்ளே தேங்கித் திளைத்து முக்குளித்து....
இடுப்பு வளைவுகளிலே வளைந்து சரிந்து...
அந்த அருவி நீர்....
அதோடு நிறுத்தியதா......?
அதன் வரம்பு மீறலை....
மெல்ல மெல்ல அந்தரங்கப் பகுதியிலே ஆணவத்துடன் நுழைந்து அணை போட்டுத் தேங்கியது...
பின்னே....
முழங்காலின் மேடுகளைக் கடந்து...
கால்களிலே சரிந்து... விரல்களைக் கடந்து வழித்தடம் அமைத்து வெளியேறியது...!
உனது அத்தனை மறை பகுதிகளையும் அச்சமின்றி.....
மிச்சமின்றி....
எச்சில் படுத்திவிட்டு.....
அந்தக் கொச்சை நீர்.....
எகத்தாளமாக தரையிலே ஓடை அமைத்து பயணித்துக் கொண்டிருந்தது...!
வளைந்து நெளிந்து வழுக்கிக் கொண்டு ஓடும் பாம்பு போல ஓடுவதிலே தான்..... அந்த நீருக்கு எத்தனை ஆனந்தம்... அகம்பாவம்...!
'என்னை யார் தடுக்க முடியும்....' என்பது போல...!
அசுரத்தனமான செயல்...

மிகக்கொடுத்து வைத்த நீர் தான்...!

ஒரு கணவனாக.... என்னால் செய்ய இயலுமா இந்தகைய இழிச் செயலை.... ?

அத்துமீறல்...!

அத்தனையும் அத்துமீறல்.....!

அதிகாரத்திமிர்....!

அடக்கவோ தடுக்கவோ யாருக்கும் துணிவில்லை என்கிற மமதை அந்த அருவி நீருக்கு....!

நான் தயாராக எடுத்து வைத்திருந்த மாற்றுடையை உன்னிடம் கொடுத்தேன்......

அந்தக் கோலத்திலே.... உன்னை உட்புகுந்து ஊடுருவிய எனது பார்வை.... உனது அழகுக்கு உவமை தேடியதை நீ கண்டு கொண்டாய்...

உனது கண்கள் சுழன்று கொஞ்சம் நாணத்தை வெளிப்படுத்தின....

என்னைக் கொஞ்சும் பார்வையால் கடித்தன...!

கைகளை முன் மடக்கி... என் மீது ஈரத் தாக்குதல் நிகழ்த்திக் கொண்டிருந்த உனது வள மார்புகளை மறைக்க முற்பட்டாய்...!

எனது திருட்டுப் பார்வை விடுமா....

மற்ற பாகங்களின் மீதிலே தாவியது....

அதுதான் உடலின் அத்தனை பாகங்களிலும் விளைந்து பரவிக் கிடக்கிறதே அழகு...!

மார்புகளை கைகளால் மறைத்து விட்டாய்... மற்ற பாகங்களை எப்படி மறைப்பாய்..... ?

எத்தனை கைகள் வேண்டும் உனக்கு.... ?

எனது அடக்கமில்லாத்தனம் உன்னைக் கொஞ்சம் சங்கடப்படுத்தித் தான் விட்டது...!

அதை உனது கண்களிலே தெறித்த நாணம் அறிவித்தது...!

பெண்கள் எவ்வளவு மறைத்தாலும் அவர்களால் மறைக்க முடியாத அழகு.... அவர்களது உடலிலே பல இடங்களிலே விளைந்து செரிந்து கிடக்கத்தான் செய்கின்றன...!

இது.......

கடவுளின் கட்டுப்பாடற்ற கொடைத்தனம்.......!

இதை.... தடை போட்டுத் தடுப்பது இயலாத செயலாகும்.......!

பாவம் நீ...

இந்த உண்மை உனது அறிவுக்குப் புலப்படாமல் நீயும் போராடினாய்...!

கட்டுக்குள் அடங்க மறுத்தது உனது உடல் கட்டு...

தோற்றுவிட்டாய் அந்த மறைப்புப் போரிலே நீ....!

நான் தான் உன் மீது கொரில்லாத் தாக்குதலை நிகழ்த்திக் கொண்டிருக்கிறேனே... உனக்குப் புரியாமல் இருக்குமா என்ன....

கொஞ்சம் நாணப்பட்டு.... விழி உயர்த்தி ஒரு சின்ன மோகப் பார்வையை என் மீது உதிர்த்துவிட்டு.... நான் கொடுத்த உடையை 'வெடுக்' கென்று தட்டிப் பறித்துக் கொண்டு.... 'களுக்' கென்று விபரீதமான ஒரு குட்டி நமட்டுச் சிரிப்பை எனக்கு நன்றியாக உதிர்த்து விட்டு.... உடை மாற்ற ஓடினாய் நீ...!

ஓடும் போது சும்மா ஓடினாயா...

'நறுக்' கென்று என்னை ஒரு கிள்ளு கிள்ளினாய்......

தேள் கடித்தது போல கடுமையான வலி உண்டாக்கினாய்.....

உன்னை நான் அத்துமீறிப் பார்த்ததற்கு தண்டனையாம் அது.....!

அந்த ஆசை தண்டனையை கொடுத்து விட்டுப் பறந்தாய்...!

அந்த கிள்ளுதல் வலிக்குமா எனக்கு....

இனித்தது... ருசித்தது...!

அப்பொழுதும் உனது பின்னழகின் அசைவுகளை... அந்த நீர்ப்பசை கவர்ச்சியாகக் காட்டி... எனது கவனத்திற்குக் கடினப்பசை போட்டு ஈர்த்துக் கொண்டது.... கண்கள் அங்கிருந்து அசையவேயில்லை...!

"ஏ... வாசுதேவா..."

திடீரென்று ஒரு அவலமான பெண் குரல்....

இடியோசை காதைத் துளைத்து உள் நுழைந்து மண்டையைக் குலுக்கியது....

11. எனக்குப் பின்னால்...

எனக்குப் பின்னால் சற்று தொலைவிலிருந்து...!

திடுக்கிட்டேன்... பார்வையைத் திருப்பினேன்..... தடுமாறிப் போனேன்...

தலை சுற்றி மயக்கமே வந்துவிட்டது...

சற்று முன்னே என்னை மறந்து நான் இரசித்து ருசித்த உனது அழகுக் காட்சிகளெல்லாம் ஒரே நொடியிலே கரைந்து காணாமல் போயின...

அந்தக் குற்றாலத்திலே எது நிகழ்ந்து விடக்கூடாது என நான் பீதி கொண்டிருந்தேனோ...

அந்த படுபாதகச் செயல் நிகழ்ந்தே விட்டது...

அங்கே.....

சந்தேகக் கண்களுடன் என்னைக் கூர்மையாகக் குத்திக் கிழித்த படி நின்றிருந்தவள்...

குணவதி....!

ஆம்...

அன்று.....

இதே இடத்திலே....

வான்மதியின் நீர் விபத்துக்கு சாட்சியாக இருந்த அதே குணவதி தான்...!

பள்ளிப் பருவ காலம்...

ஒன்பதாவது வகுப்பு...

பேருந்துப் பயணம்...

குற்றாலம்...

அருவிக் குளியல்...

வான்மதி நீரில் விழுந்தது...

நான் காப்பாற்றியது...

அவளது விழி வீச்சு...

காதல் கடிதம்...

இத்தனை காட்சிகளும்... இப்பொழுது நிகழ்ந்தவை போல தோன்றி என் மீது பெரும் தாக்குதலை நிகழ்த்தி நிலைத்தன...

ஏன்னென்றால்....

அத்தனை காட்சிகளுக்கும் ஆதாரசாட்சி....

இந்த குணவதி தான்....!

ஆனால்....

குணவதி... எந்தத் தாக்குதலுக்கும் ஆளாகமல் நின்று கொண்டிருந்தாள்...

ஐயோ...

இவள் வான்மதிக்கு மிக நெருங்கிய தோழியாயிற்றே...

இவள் உன்னைப் பார்த்தால் எல்லா கதையும் முடிந்து விடுமே...!

எனது அவயவங்களின் அத்தனை பாகங்களும் நடுங்க ஆரம்பித்தன...

குணவதி... குற்றாலத்தின் அருகே ஏதோ ஓர் ஊரிலே இருப்பவள்.... அடிக்கடி குற்றாலத்திற்கு வருவாளாம்... பள்ளி நாட்களிலேயே சொல்லியிருக்கிறாள்....

அருகிலே வந்தால் அவளது வாயிலிருந்து வரும் முதல் வார்த்தையே வான்மதியைப் பற்றியதாகத்தானிருக்கும்....

பிடித்தால் அடைமழை... அட்டைப் பூச்சிக்கடி...

வகுப்பறையிலே கூட தர்க்கம் பிடித்தவள்... அடங்காப் பிடாரி... வாய் கூசாமல் வசை வார்த்தைகள் பேசக்கூடியவள்...!

அப்பொழுது பார்த்த குணவதிக்கும்..... இப்பொழுது பார்க்கிற குணவதிக்கும் நிறைய மாற்றங்கள்....

உடல் பெருத்து... கன்னங்கள் பருத்து.... அந்தக் கன்னங்களிலே ஆங்காங்கே காய் காய்த்தது போல கருப்பாய் கன்னிப்போய்... கண்கள் சிவப்பாக மாறி... ஓர் அரக்கியைப் போலவே நின்றாள்....

அவளை நான் அடையாளம் கண்டு கொண்டு விட்டேன்... அவளும் அதைப் புரிந்து கொண்டாள்....

சட்டென்று திரும்பி.... நீ உடை மாற்றச் சென்ற திசையிலே பார்த்தேன்...

உயிரைக் கையிலே பிடித்துக் கொண்டு....

மீண்டும் குணவதியைப் பார்த்தேன்....!

எனது பார்வையிலே இருந்த மிரட்சியை குணவதியும் புரிந்து கொண்டாள்....

அவளது பார்வைச் சூது என்னை குலை நடுங்கச் செய்தது....!

ஐயோ...!

என்ன பார்வை அது... ?

என்னைக் கொலை செய்யும் நோக்கத்தோடு பார்க்கிறாளோ.... ?

என்னைப் பார்த்து ஒரு சிரிப்பு சிரித்தாள்.....

செத்துவிட்டேன் நான்...!

அவளுக்கு அது சாதாரண சிரிப்புத் தான்....

ஆனால்... எனக்கு...

அடி வயிற்றைக் குமட்டியது....

வாந்தி வருவது போலிருக்கும்....

ஆனால் வராது...

வயிறு முழுவதும் போட்டு பிசைந்து உருட்டும்... ஆனால் வெளியே வராது...

குணவதியின் சிரிப்பு எனக்கு அப்படியொரு உபாதையைத் தான் உருவாக்கியது...!

சிரமப்பட்டு சமாளித்தேன்....

சிரிப்பது போல நடித்தேன்.....!

தள்ளாடி விழுந்துவிடாமல்.... காலை தரையிலே உறுதியாக ஊன்றி நின்று கொண்டேன்....

இன்னும் கேடு காலம்...

அவள் என்னை நோக்கி நடந்து வந்தாள்....

அம்மாடி...

நடையா அது..... சின்ன யானைக் குட்டியே அப்படியும் இப்படியும் உடலை சாய்த்துச் சாய்த்து... அசைந்து வருவது போலிருந்தது..... உடல் பாரத்தைத் தூக்க முடியாமல் மூச்சு வாங்கி நடந்து வந்தாள்...!

என்னை இடித்து விடுவது போல அருகில் வந்து நின்றாள்...

நான் மறுபடியும் அவசரமாகத் திரும்பிப் பார்த்தேன்.... நீ வந்து விடுவாயோ என்று...!

நல்ல வேளை... இன்னும் நீ வரவில்லை....

நீ வருவதற்குள்ளே இவளை எப்படியாவது அனுப்பி விட வேண்டும்....

“நீ வாசுதேவன் தான.... என்னத் தெரியலையா...”

குணவதி கேட்டாள்......

“தெரியிது... நீ... குணவதி...”

“பரவாயில்லையே... நினைவிலே வச்சிருக்க.... ?”

“எப்பிடி மறக்க முடியும்....”

அவள் சட்டென்று நீ சென்ற திசையிலே பார்த்தாள்.... எனக்கு உயிரையே உலுப்பியது போலிருந்தது....

“என்ன....”

பயந்த படி கேட்டேன்....

“அது யாரு.....”

அவள் கோணல் பார்வையோடு கேட்டாள்...

“எது...”

நான் சமாளித்தேன்... ஆனால் அவள் விடவில்லை...!

“ஏய்... நடிக்கிறியா... நான் தான் பாத்தனே... அழகான பொண்ணு ஒருத்தி அந்தப் பக்கம் போனாளே...”

“அது...அது ....”

சொல்லலாமா வேண்டாமா... என சற்று தயங்கினேன்.... உன்னைப் பற்றி இவளிடம் ஏன் சொல்ல வேண்டும்... ?

“ஏய்... என்னப்பா... முழிக்கிற... இது வேற மாதிரி ஏற்பாடா.... சும்மா சொல்லு...

உன்ன மாதிரி பணக்காரப் பசங்கெல்லாம் பொண்ணுங்கள ஓட்டிக்கிட்டு இங்கதான வர்றானுங்க... எனக்குத் தெரியாதா..”

நான் திடுக்கிட்டேன்....!

பள்ளியிலே படிக்கும் காலங்களிலேயே அவள் அப்படித் தான்.... எதையும் குதர்க்கமாகத் தான் பேசுவாள்....!

இனிமேலும் உன்னைப் பற்றி சொல்லாமல் இருப்பது சரியல்ல என முடிவு செய்தேன்.... சற்று கண்டிப்பான குரலிலே கொஞ்சம் கோபமும் கலந்தே பதில் சொன்னேன்....

“அது என் மனைவி.... அருவியில குளிச்சிட்டு உடை மாத்தப் போயிருக்காங்க....”

ஆனால்... அவள் அந்த உண்மையைப் ‘பொய்’ என்றாள்....!

“இத என்ன நம்பச்சொல்றியா....”

அவள் நம்பவில்லை என்பது முக்கியம் இல்லை... நீ வருவதற்குள் அவளை எப்படியாவது இந்த இடத்தை விட்டு நகர்த்தி விட வேண்டும்...

இந்த வான்மதிக் கதை குணவதியின் மூலமாக தெறித்து சிதறி உனது சிந்தையை சேதாரப் படுத்திவிடக் கூடாது..!

அதற்கான பாதுகாப்பு வேலி அமைத்தாக வேண்டும்...

அது தான் முக்கியம்......!

“குணவதி... நீ எங்க தங்கியிருக்க... நான் சாயந்தரம் வந்து பாக்கிறேனே...”

எனது பதட்டம் அவளுக்குப் புரியவில்லை....

“ஏய் மொதல்ல அது யாருன்னு சொல்லு...”

“என் மனைவி தான்...”

“ஏன்... உன் பொண்டாட்டி கிட்ட நான் பேசக் கூடாதா... ?”

சனி விலக்கப் போய் சாத்தானிடம் சரணடைந்த கதையாகி விட்டது..... அவள் இருக்கும் உறுதியைப் பார்த்தால்.... உன்னிடம் பேசாமல் போக மாட்டாள் என்பது தெளிவாகத் தெரிந்தது.....

எப்படி சமாளிப்பது... ?

நீ வருகிறாயா என பதட்டத்துடன் திரும்பினேன்.....

எனது படபடப்பு இன்னும் அதிகமாகி விட்டது....

கடவுள்.... இன்று எனக்கு கடுமையான சோதனை வைத்துவிட்டான்.!

நீ உடை மாற்றிக் கொண்டு வந்து கொண்டிருந்தாய்....!

நெருப்பிலே நிற்பது போல நிற்கும் இந்தத் தருணத்திலும் குத்திட்டு உன் மீதே நிலைத்து நின்று கொண்டு... நகர மறுத்துவிட்டன எனது கண்களும் கவனமும்...

என்ன அழகுப் பெண் நீ...!

ஈரம் போகத் தலையிலே துண்டு சுற்றியிருந்தாய்...

சன்னமான நூல் புடவை தான் உடுத்தியிருந்தாய்...!

இந்த சிக்கனத்திலும் நீ சிங்காரமாக ஒளி வீசுகிறாயே அன்பே....

உனது கூந்தலிலே சுரந்து ஊறிக் குடியிருக்கும் நறுமணத்தை முகர்ந்து வாசம் பிடித்த காற்று... உன்னைச் சுற்றிச்சுற்றி பறந்து பறந்து உன் புடவை முந்தானையைப் பிடித்து இழுத்து பறக்க விட... நீ தவழ்ந்து மிதந்து வந்து கொண்டிருந்தாய் என் தேவதையே...!

நீ இத்தனை அழகாக அவதரித்தும்.... என்னால் உனது அழகின் மீது ஈடுபாடு காட்ட இயலாமல் குணவதி குறுக்கே நிற்கிறாளே....

நரக வலி என்பது இது தானோ....

இந்த சூர்ப்பனகையிடமிருந்து நீ தப்ப வேண்டுமே...

“குணவதி... அவங்க வர்றாங்க... நாம அப்பறம் பேசலாமா...”

எனது அவசரம் அவளை வேறு கோணத்திலே யோசிக்க வைத்துவிட்டது....

“ஏய்... உண்மையிலேயே அது உன் பொண்டாட்டிதான.... அப்பறம் ஏன் பயப்பட்ற... ?”

அதற்குள்ளே நீ அருகே வந்துவிட்டாய்....

நீயும்... குணவதியும் அருகருகே நிற்பதை கண்ணுற்றுப் பார்க்கையிலே.... கற்றாளைப் பயிரும்.... மல்லிகைப் பூ பயிரும் ஒரே இடத்திலே வளர்ந்திருப்பது போன்ற காட்சி எனது கற்பனையிலே உருவகமாக உதித்தது...!

நான் புதிதாக ஒரு பெண்ணிடம் பேசிக் கொண்டிருப்பதைக் கூர்ந்து கவனித்தாய் நீ...

நீ கவனிக்க... கவனிக்க... எனக்குக் கண்ணி வெடியிலே கால் அகப்பட்டது போல ரணம் கூடியது....

காரணம் ...

குணவதியும் உன்னைக் கூர்மையாக கவனித்தாள்....

அவளுடைய பார்வையிலே சுத்தமில்லை...

உனது அழகின் மீது பொறாமை அவளுக்கு...

அதை.... அவளது கண்களிலே கசிந்து தெறித்த பொறாமைக் கனலே காட்டிக் கொடுத்தது...

அடேயப்பா...

பெண்ணுக்குப் பெண்ணே பொறாமைப் படுவார்கள்..... என கேள்விப் பட்டிருக்கிறேன்.... ஆனால் அதிலே இத்தனை ஆழமான வன்மம் இருக்கும் என்பதை இந்த குணவதியின் முலம் தான் உணருகிறேன் ...!

அவளால் உனது அடக்கமில்லா அழகினை.... அவளுக்குள்ளே அடக்கமாகி இருந்த அவமானத்தால்... செரிமானம் செய்து கொள்ள இயலவில்லை...

உன்னை மேலும் கீழும் பார்த்தாள்...

மெதுவாக உனது பட்டுக் கன்னத்தைத் தொட்டுப் பார்த்தாள்...

உனது படர்ந்த கூந்தலை பதமாக வருடிப் பார்த்தாள்.....

கழுத்துப் பகுதியை விரல் வைத்துப் பார்த்தாள்.....

தோளின் மீது கை வைத்துப் பார்த்தாள்.....

அதுதான் உன் மேனி முழுவதுமே அழகு அமோக விளைச்சல் கண்டு குவிந்து கிடக்கிறதே....

அவளால் எந்த இடத்தை தொட்டுப் பார்க்காமல் விட்டு வைக்க இயலும்..!

உனது அத்தனை அழகையும் விழி வழியே மொத்தமாக விழுங்கி விட முயற்சி செய்தாள் அவள்.....

உனது அழகை கண்டு பொறாமைப் பட்டு... அவள் எச்சில் விழுங்கும் ஓசை எனது காதுகளுக்கே கேட்டது......!

அவளுடைய அடக்கமில்லா இந்த அத்துமீறிய செயல்கள்.... உனக்குச் சிறிதும் பிடிக்கவில்லை...

முகம் சுழித்தாய் நீ...!

அவளது கண்களிலே கனல் வீசித் தகித்தது...

அவளது வார்த்தைகளும் அப்படித் தான் வெளியேறின...

"ஏய்.. இப்பவும் இது உன் பொண்டாட்டின்னு என்னால நம்ப முடியலப்பா... இவ்வளவு அழகான......"

அதற்குள் அவள் பேச்சை இடைமறித்து நீ குறுக்கிட்டாய்....

"என்னங்க... இது... யாரு......?"

அவளது செய்கைகள் பிடிக்காமல் சற்றே கோபம் கலந்த குரலிலே நீ கேட்டாய்...!

மூச்சு முட்டியது எனக்கு....

பட்டாசு வெடித்து விடும் என உள்ளுணர்வு என்னை மிரட்டியது....

பட்டாசு வெடித்து விட்டால்...

உண்மை சிதறும்.....

இத்தனை நாள் நான் மறைத்து வைத்த இரகசியம் வெளியேறும்...

எப்படி சமாளிப்பது......?

தடுமாறினேன்...

அவளுக்கு நான் பதில் சொல்லத் தேவையில்லை....

ஆனால்.... உனக்குச் சொல்லித் தானே ஆக வேண்டும்...!.

“இது... இது... இது...”

மீண்டும் தடுமாறினேன் ....

குணவதி கவனித்து விட்டாள்....

“என்னப்பா... இழுக்குற.....”

நான் பேசியே ஆக வேண்டும்.... இல்லையென்றால் குணவதி பேசிவிடுவாள்... அவள் பேசிவிட்டால் ஆபத்து அப்போதே விளைந்து விடும்... அவசரமாக முந்திக்கொண்டு பேசினேன்...

“இது... குணவதி... என் கூட ஒன்பதாம் வகுப்புல படிச்சவங்க...”

உன்னை அவளுக்கும் அறிமுகம் செய்தாக வேண்டுமே...

“இவங்க... என் மனைவி... நதி...”

உனது பெயரை கேட்டதும் குணவதியின் முகம் கோணலாக மாறியது..... !

அந்த பெயரிலே கவிந்திருக்கும் கவித்துவம் புரியவில்லை அவளுக்கு...

“ந... தி... யா....... இப்படி ஒரு பேரா..... ?”

முகத்தை சுருக்கியபடி அவளுக்கே உரிய குறுகிய புத்தியிலே கேட்டாள்...

அதோடு நிறுத்தினாளா... இன்னும் தொடர்ந்தாள்...

“ஏன்... விதின்னு வைக்க வேண்டியது தானே... பேரு...”

அவள் கேலி செய்தாள் உனது பெயரை....!

அந்த ஒரு வார்த்தையிலேயே அவளை உனக்குப் பிடிக்காமல் போய் விட்டது என்பதை.... உனது முக மாற்றமே காட்டியது....

“விதி இல்லைங்க... என் பேரு நதி... நதின்னா தண்ணி ஓடுமே... அது தான் நதி... நீங்க பாத்ததில்ல...? என் பேரு நதி...”

உனது சிறிய சினம் கண்டு அவள் சிதைந்து போனாள்.... இந்த எதிர்த் தாக்குதலை உன்னிடமிருந்து நானே எதிர்பார்க்கவில்லை... ஒரு வகையிலே மனசுக்குள்ளே எனக்குக் கொண்டாட்டம்....

அவள் உனது பெயரை நதி... விதி... என்று கேலி செய்ததும் எனக்கே கோபம் வந்தது... இருந்தாலும் அவள் வான்மதியின் தோழி என்பதால் வாய் மூ டியிருந்தேன்....

இருவரும் கையெடுத்துக் கும்பிட்டு வணக்கம் சொல்லிக் கொண்டீர்கள்....

நீயே பேசினாய்...

“நீங்க எங்க தங்கி இருக்கீங்க... நாங்க அங்க வர்றோம்... நீர் வீழ்ச்சியில குளிச்சதனால அகோரமா பசிக்கிது... நீங்களும் வாங்களேன்... சேந்து சாப்பிடுவோம்...”

எனக்கு திக்கென்றது.... நான் குணவதியை எப்படிக் கழற்றிவிடுவது என தடுமாறிக் கொண்டிருந்தால்....நீ அவளை சாப்பிடக் கூப்பிடுகிறாயே...!

ஆனால் குணவதியே விலகி வழிவிட்டாள் .....

“இல்ல.. நான் கணவர் குழந்தைகளோட வந்திருக்கேன்... அவங்க நீர் விழ்ச்சியில குளிக்கிறாங்க... எங்களுக்கு தாமதமாகும்...”

இது எனக்கு இறைவன் பரிசளித்த அரிய சந்தர்பம்....

முள்ளிடமிருந்து விரைவிலே விலகி விட வேண்டும்..

நான் முந்திக் கொண்டு அவசர அவசரமாக இடை மறித்துப் பேசினேன்...!

“அப்ப நாங்க உங்க அறையில வந்து பாக்கறோம்... நதி பசி தாங்க மாட்டாங்க...”

ஆனால்.. என் கெட்ட நேரம்... குணவதி மலைபோல மறித்து எங்களை நகர விடாமல் நிறுத்தினாள்....

“இருப்பா... எத்தனை வருசம் கழிச்சு சந்திச்சிருக்கோம் நாம... அதுவும் இந்தக் குற்றாலத்துல... வகுப்புல எல்லாரும் உல்லாசப் பயணம் வந்தோமே... அதெல்லாம் மறந்திட்டியா... எத்தன வருசமாச்சு... இப்பிடி அவசரப்படுறியே.....”

அவ்வளவு தான்...

முடிந்தது கதை....

அவள் பட்டாசுத் திரி முனையிலே நெருப்பு வைத்து விட்டாள்.....

என் உடல் பதறிவிட்டது.....!

பதட்டத்துடன் உனது முகத்தை கவனித்தேன்....

உனது முகம் லேசாக மாறியது.... எனது மனதிலே நெருப்புப் புகை படர்ந்தது. ....வெப்பம் உடல் முழுக்க பரவத் தொடங்கியது... சந்தேகமே இல்லை... காயச்சலே தான்...!

நீர் வீழ்ச்சியிலே குளித்தவள் நீ....!

ஆனால்.....

காய்ச்சல் எனக்கு...!

“என்னங்க... இதுக்கு முன்னாடி நீங்க குற்றாலம் வந்திருக்கீங்களா. ? எங்கிட்ட சொல்லவே இல்லையே....”!

எதிர்பார்த்தேன்... நீ கேட்டே விட்டாய்....

எனக்கு சூடு வைத்தது போலிருந்தது....

ஆனால் உனது கேள்வியிலே குதர்க்கம் இல்லை.... !

குழந்தைத்தனமே இருந்தது....

குணவதி அதோடு விட்டாளா... அம்புகளைத் தொடர்ந்தாள்... .

“ஓ... உன் மனைவிகிட்ட நீ எதையிமே சொல்றதில்லையா....”

கொஞ்சம் குள்ள நரித்தனமாக கணவன் மனைவி உறவுக்குள்ளே தீ மூட்டும் வகையிலே பேசினாள் அவள்....!

உன்னைப் பெண் பார்த்த நிகழ்விற்குப் பிறகு.... நாம் நிகழ்த்திக் கொண்ட கடற்கரைச் சந்திப்பிலே கூட... ‘கணவன் மனைவிக்கிடையே சிறிய மறை பொருள்கூட இருக்கக் கூடாது’ என்பதை வலியுறுத்தியவள் நீ....

நமது முதலிரவு அன்றுகூட... அதையே சட்டமாக நடைமுறைப் படுத்தியவளும் நீ....

ஆனால் ...

இன்று எனது நிலை... ?

என்னிடமிருந்து பதில் வரவில்லையே என்று நீ என்னையே பார்த்துக் கொண்டிருந்தாய்...!

என்ன பதில் சொல்வேன் நான்....

எப்படி சமாளிப்பேன் உன்னை...

ஆனால்.... எனது நல்ல நேரம்... உனது முகத்திலே இன்னும் சந்தேக ரேகை படரவில்லை....!

ஆனால் குணவதி...

அந்த நாசகாரச் சதியை நிறுத்தவில்லை...!

“அப்ப.......... வான்மதி...........”

அவள் நேரிடையாக வான்மதி கதைக்கே வந்து விட்டாள்....

இனி அவ்வளவு தான்... எதையும் தடுக்க முடியாது...! பட்டாசுத் திரி எரிந்து வெடிக்கும் இடத்தை நெருங்கி விட்டது....!

கடவுளே...

அலறியது என் மனம்...

கடவுள் அவ்வளவு நல்லவரா...

அத்தனை விரைவாக வரம் தருவாரா....

இதோ.....

தந்து விட்டாரே...!

குணவதியை அதற்கு மேலே பேசவிடவில்லை கடவுள்..... !

அவளது கணவரின் கடுமையான குரல் ஒலித்தது.....

“ஏய்... குணவதி... எரும... உன்ன குளிக்கிற இடத்துல இருக்கச் சொன்னா.... நீ எங்க வந்து நிக்கிற... பாரு உடைகளையெல்லாம் குரங்குக் கூட்டம் தூக்கிக்கிட்டுப் போயிருச்சு... அருவியில குளிச்சிட்டு எல்லாரும் ஈரமா நிக்கிறோம்... இப்ப எதடி உடுத்துறது... ?

கழுத கழுத... வாடி... உன்ன எருமச் சங்கிலியால கட்டிப் போட்டாக் கூட அடங்கமாட்ட...

ஓடுகாலி... ஓடுகாலி... குழந்தைங்க குளிச்சிட்டு வந்து நிக்கிது... அவங்கள கவனிக்காம அங்க என்ன பண்ற... வா இங்க...”

சூழ்நிலை கூட சில சமயங்களிலே நம்மை சூழ்ச்சிகளிலிருந்து மீட்டு விடும்..... இங்கும் அது தான் நிகழ்ந்தது.....!

குணவதியின் கணவரின் அதிகாரக் குரல் இடைவிடாது தொடர்ந்ததால்... குற்றாலத்துச் சம்பவம் பற்றி அவளைத் தொடரவிடாமல் என்னைக் காப்பாற்றியது சூழ்நிலை...!

அசிங்கமான வார்த்தைகள்.... ஆனால் அத்தனையும் அவளுக்குப் பொருத்தம்.... வேறு சந்தர்ப்பமாக இருந்திருந்தால் சத்தியமாக குணவதிக்காக அவளது கணவரோடு வாதிட்டிருப்பேன்.....

ஆனால்....

இப்பொழுது கடவுளுக்கு நன்றி சொன்னேன்...

அப்பொழுது தான் புரிந்தது... அவ்வளவு முரட்டுத்தனமான குணவதிக்கு கணவனிடம் பயம் என்று...!

போய் வருகிறேன் என்று சொல்லக்கூட இல்லை... பரபரப்புடன் ஓடிவிட்டாள் குணவதி...

குணவதி ஓடிவிட்டாள்..... ஆனால் வான்மதி என்னை விட்டு எப்போது ஓடுவாளோ தெரியவில்லை.....

இருந்தாலும்..... உண்மையிலேயே எனக்கு பனிக்கட்டியைத் தூக்கி உச்சித் தலையிலே வைத்தது போலே குளிர்ந்தது..... அத்தனை கடவுள்களுக்கும் மனதார நன்றி கூறினேன்... பெரிய நிம்மதிப் பெருமூச்சின் வழியாக எனக்குள்ளே எரிந்து கொண்டிருந்த கனலை வெளியேற்றினேன் !....

இனி உன்னைச் சமாளிப்பது எளிது என்கிற நிம்மதி எனக்கு...

"என்னங்க... யாரு... வான்மதி... அவங்க சொன்னாங்களே..." "அவ கெடக்கறா அரைப் பைத்தியம்... நீ வா... சாப்பிடப் போகலாம்... அப்பவே பசிக்கிதுன்னு சொன்னியே..."

நான் சொன்ன சாதாரண பதிலிலேயே நீ சமாதானம் ஆகிவிட்டாய்.....

ஒரு வழியாக... உனது பசிதான் வான்மதியின் கதையை வளரவிடாமல் தடுத்தது....

அந்த இடத்திலே அந்த குணவதி என்னும் கொடியவளிடமிருந்து தப்பிவிட்டாலும்... எனது மனசாட்சியின் கொடுமையிலிருந்து தப்பமுடியவில்லை...

அறிவிலே சிலந்திவலை பின்னிப்படர்ந்தது.....

என்னுடன் படித்த ஒருத்தி... ஒரு பழைய கதையைத் தூண்டுகிறாள்...

வான்மதி... என்று புதிதாக ஒரு பெண்ணின் பெயரை உச்சரிக்கிறாள்...

ஏதோ ஒரு உண்மைக் கதை உள்ளே புதைந்து கிடக்கிறது என்பதை உணர்த்துகிறாள்...

படு பயங்கரமான ஒரு குப்பையைக் கிளறிவிட்டு... அதனுள்ளே மக்கி மறைந்து கிடக்கும் இரகசியங்களை அம்பலப்படுத்த முனைகிறாள்...

இத்தனைக்கும்... வேறு ஒரு பெண் உனது இடத்திலே இருந்திருந்தால்... எவ்வளவு பெரிய சிக்கல்....?

எவ்வளவு சந்தேகக் கிளைகள் முளைத்திருக்கும்..?

ஆனால் என் அன்பே...

நீ என்மீது துளிகூட சந்தேகப்படவில்லையே....!

இனி...

குற்றாலத்திலே தாமதிக்கும் ஒவ்வொரு வினாடியும் ஆபத்து என்பதை உணர்ந்தேன்...

துரிதமாகச் செயல்பட்டு.... உன்னை ஊர் நோக்கிப் புறப்படச் செய்தேன்...

உனது முகத்தை கவனித்தேன்...

களைப்பு மிகுதி... தூக்கக் கலக்கம்...

என்னை மயக்கி மடியிலே கிடத்திய உனது அழகிய விழிகள்... முகத்திலே இருக்கும் விழிக் குழிகளுக்குள்ளே போய் புதைந்து... தனது அழகியல் அரசாட்சியை முடித்துக் கொண்டிருந்தன......!

அதிகாலையிலே எழுந்த களைப்பு...!

குற்றாலச் சுற்றுலாவிற்கு புறப்படும் ஏற்பாடுகள் செய்த களைப்பு...!

உணவு தயாரித்த களைப்பு...!

பேருந்து பயணக் களைப்பு...!

ஆகாயத்திலிருந்து விழும் அருவி நீரிலே உடல் காட்டிக் குதித்துக் குளித்த களைப்பு...!

அந்த அருவி நீர்... உன் மீது அதிகக் காதல் கொண்டு... விசைநீர் ஊற்றி.... வீரியமாகத் தாக்கிய களைப்பு...!

நீர்விழ்ச்சியிலே குளித்த அகோரப் பசியோடு.... நீ தயார் செய்த சுவையான உணவைப் பசிதீர சாப்பிட்ட களைப்பு...!

இத்தனை களைப்புகளும் கூட்டணி அமைத்ததால்.... அவற்றை எதிர்க்கொள்ள இயலாமல்.... உனது அழகிய பெரு விழிகள் அயர்ந்து போயின... அவை உறக்கத்தைத் தழுவி வெகு நேரமாயிற்று என்பதை உனது முகவாட்டமே முன்மொழிந்து வெளிக்காட்டியது.... தூக்கம் உன்னைத் தூக்கி விழுங்கி விடத் தயாராகக் காத்திருந்தது....

நடக்கத் தெம்பில்லாமல் எனது தோளிலே சாய்ந்து ஊஞ்சலாடியபடியே ஊர்ந்து வந்து கொண்டிருந்தாய் நீ.....

குற்றாலத்திலே இறங்கியபோதும்... எனது தோள்களிலே தான் ஊஞ்சலாடினாய்...

இப்போது திரும்பிப் போகும் போதும் எனது தோள்களிலே தான் ஊஞ்சலாடுகிறாய்...

வரும்போது உற்சாகம்...

இப்போது உறக்கம்..

சுறுசுறுப்பு... மகிழ்ச்சி... குதியாட்டம்... குறுகுறுப்பு எல்லாமே ஓய்ந்துவிட்டது.... உன்னைப் பார்ப்பதற்கே பரிதாபமாக இருந்தது...

“நதி...”

இரக்கத்தோடு அழைத்தேன்....

“ம்..”

உறக்கத்தோடு உனது குரல் வெளிப்பட்டது...

“நதி..”

“ம்...”

“களைப்பாருக்கா.....”

“ம்..”

“நடக்க முடியலயா....”

“ம்..”

“உடம்பெல்லாம் வலிக்குதா.....”

“ம்..”

உன்னிடமிருந்து “ம்” தவிர வேறு வார்த்தைகளே வரவில்லை....! வரவும் வராது... அவ்வளவு களைப்பு உன்னிடம்...!

“ஒரு நல்ல அறையில தங்கி ஓய்வெடுத்துட்டு... காலையில போகலாமா.....”

“முடியாதுங்க... கட்டாயம் வீட்டுக்குப் போகணும்... உங்களுக்குத் தெரியாதா..... நாளைக்கி சாயந்தரம் நம்ம வீட்ல சுமங்கலி நோண்பு....”

தூக்கக் கலக்கத்திலும் உறுதிபடச் சொன்னாய்....!

எத்தனை நோண்புப் பண்டிகைகள் வந்தாலும்.... நீ மிக உயர்வாகக் கருதிக் கொண்டாடுவது இந்தச் சுமங்கலி நோண்பைத்தான்....

குற்றாலம் பேருந்து நிலையம் வந்து சேர்ந்தோம்... பிரயாணிகள் கூட குறைவாகத்தான் இருந்தார்கள்...

நம்மைக் குற்றாலத்திற்கு அழைத்து வந்த அதே பேருந்து....

திரும்பவும் நம்மை அழைத்துச் செல்லத் தயாராக இருந்தது....

எனக்குத் தெரிந்தவர்கள் யாராவது இருக்கிறார்களா என அக்கம் பக்கம் பார்த்தபடியே பேருந்திலே நான் முன்னால் ஏறிக்கொண்டு... கைத்தாங்கலாகப் பிடித்து உன்னையும் பேருந்திலே ஏறச்செய்தேன்....!

நாம் குற்றாலத்துக்கு வரும்போது... முதலிலே நீ பேருந்திலே தாவி ஏறினாய்... என்னைக் கைபிடித்து பலவந்தமாக இழுத்து உள்ளே அமரவைத்தாய்....

இப்போது.... இங்கே எல்லாமே தலைகீழாக நிகழ்ந்து கொண்டிருந்தது...

ஓரத்து இருக்கையிலே நான் அமர்ந்தேன்.... நான் அமர்ந்ததும் கொஞ்சமும் தாமதிக்காமலே சட்டென்று பக்கத்து இருக்கையிலே உடலைப் போட்டு... எனது தோளிலே தலை சாய்த்தாய் நீ...!

பேருந்து நகர்ந்தது...

ஊர்ந்தது...

பறந்தது...

சாலையிலே போக்குவரத்து மிகக் குறைவாக இருந்ததால்... பேருந்தின் வேகம் மிக அதிகமாக இருந்தது...

பேருந்தின் முன் விளக்குகள் சாலை மீது வளைந்து நெளிந்து வேடிக்கை காட்டிக் கொண்டு போயின.... சாலையோரத்து மரங்கள்... பேருந்தின் விளக்கொளியைத் தன் மீது வாங்கிக் கொண்டு... வேகமாக விலகிப் போயின......

எனக்கும் களைப்புத் தான்....! உடல் வலிதான்....

அதைவிட...

மனவலி அதிகம்...

காரணம் குணவதி...!

அவள் மூலமாக வான்மதி...

அதனால்......

உடல் சோர்வு கொஞ்சம் விலகியே நின்றது.....

எனது தோளிலே சாய்ந்திருந்த நீ... கொஞ்சம் கொஞ்சமாய் சரிந்து மடியிலே தலை வைத்தாய்... கால்களை முன்புறம் இழுத்து இழுத்து... மடக்கி... முடக்கிப் படுத்துக் கொண்டாய்..!

பல நாட்கள் நீ எனது மடியிலும்... நான் உனது மடியிலும் படுத்திருக்கிறோம்....

ஆனால் இன்று...

நிலை வேறு...

நீ எனது மடியிலே தலை வைத்துக் களைப்பாறுகிறாய்...

அதை... நான் மிகவும் பெருமையாக நினைத்து களிப்பாகிறேன்....!

இது போல... மனைவியை மடியிலே தாங்கும் வாய்ப்பு அமைவதற்கு... கணவன் கொடுத்து வைத்திருக்க வேண்டும்....!

பேருந்து கண்ணாடியை சற்றே திறந்துவிட்டேன்... குளுகுளுவென்று குளிர்ந்த காற்று உள்ளே பாய்ந்தது... என்னைத் தழுவி... உன்னையும் தழுவி... தனது வேகத்தையும் மறந்து நம்மைத் தாலாட்டியது.....!

உனது முடி பறந்து முகத்திலே படர்ந்து... மீண்டும் விலகி... மீண்டும் படர்ந்து...

இது தொடர்ந்து கொண்டே இருந்தது.....

உனது ஓய்வுக்கு இடையூறாகி விடுமோ என்று... நான் எனது கைக்கொண்டு உனது முகத்தை மூடியிருந்த முடியை விலக்கினேன்....

அயர்ந்த உறக்கம் உனக்கு......!

உனது கன்னங்களை வருடினேன்...

காற்று விலக்கிய மாராப்பை மூடிச் சரி செய்தேன்....

அது... நிலாக்காலம்....

வெளியே மேகங்களிடமிருந்து விடுபட்ட நிலவு... உனது முகத்தைக் குறிவைத்து பார்த்த படியே நம்மைத் துரத்தித் தொடர்ந்து வந்து கொண்டிருந்தது... அந்த நிலவிடமிருந்து உனது முகத்தைக் காப்பாற்ற என்னால் இயலவில்லை....

பேருந்துக்குள்ளே இருள்...

உனது முகத்திலே மட்டும் நிலவொளி...

உனது முகம்... உறக்கத்திலும் ஒளி வீசியது....

கவிதைக்குக் கரு தரும் காட்சி அது...!

வழவழப்பான உனது கன்னங்களிலே சந்தனம் பூசியது போல மின்னியது கண்ணே...!

எப்பொழுதுமே அதிகமாக ஒளிவீசும் முகத்தை விட... குறைவான ஒளியிலே தோன்றும் முகமே மிக அழகாகவும் கவர்ச்சியாகவும் தோன்றும்....!

இன்றும் அப்படித் தான் அன்பே... உனது முகப்பொலிவு கூட... இருளை விலக்கி ஒளியைப் பதிவு செய்து கொண்டிருந்தது....

திடீரென்று... எனக்குள்ளே ஒரு மின்சாரத் தாக்குதல்...

இந்த காட்சிக்கு முற்றிலும் தொடர்பில்லாத இன்னொரு புதிய காட்சி... கண்முன்னே கனவாகத் தோன்றி... எனது அறிவுக்குள்ளே பேரதிர்ச்சியை உண்டாக்கி பயமுறுத்தியது...!

அது...

வான்மதி...!

ஆம்...

வான்மதி தான்...!

அதே பள்ளிப் பருவத்து வான்மதி...

அன்றென்னவோ பள்ளிச் சீருடை அணிந்திருந்தாள்...

அதே இரட்டைப் பின்னல்...

அதே கொள்ளிக் கண் கொண்ட வான்மதி...

அந்த பேருந்தின் இருளுக்குள்ளே... விழி வழியே ஒளி பாய்ச்சியபடி... மாய உருவமாய் எதிரே அமர்ந்திருந்தாள்...!

அது போன்ற ஒரு மாயக் காட்சி...!

ஆனால்.....

கண்ணெதிரே நிகழும் நிகழ்வு போல...!

இங்கே...

நீயும் நானும்...!

மிக அருகிலே வான்மதி...!

நீ... விழிமூடி இருந்தாய்...

வான்மதி... விழி விழித்திருந்தாள்...

அந்த விழித் தாக்குதலை என்னால் சமாளிக்க இயலவில்லை....

அவளது... பார்வையிலிருந்து சுட்டெரிக்கும் தீப்பொறிகள் என்னை நோக்கிப் பறந்தன....

ஓராயிரம் விழித்தொகுப்புகள் மூலம்... என் மீது வினாக்கணைகளை தொடுக்கிறாள்...

'விடை சொல்.....'

என்று ஆணை பிறப்பிக்கிறாள்... அவளது அரக்கப் பார்வையிலே இரக்கம் என்பது துளியும் இல்லை...

இவ்வளவு ஈரக்காற்றிலும்... எனது உடல் முழுவதும் வியர்த்துக் கொட்டியது... லேசாக நடுங்கியது....

வான்மதி நிலைபெற்று மையம் கொண்டிருந்த புயல் சின்னம் போல... சற்றும் நகராமல் அமர்ந்திருந்தாள்....

இந்த மும்முனைப் போராட்டம்... பேருந்து ஊர் வந்து சேரும்வரை ஓயவில்லை...!

பேருந்தை விட்டு இறங்கிய பிறகுதான்... வான்மதியின் மாயை என்னைவிட்டு மறைந்தது....

ஓர் ஆணின் குடும்ப வாழ்க்கையிலே இன்னொரு பெண் மட்டும் ஊடாடிவிடக் கூடாது...

அது மட்டும் நிகழ்ந்து விட்டால்... அவனது அமைதி அப்பொழுதே தீ வைத்து எரியூட்டப்பட்டு விடும்...

ஆயுளுக்கும் மீளுவதென்பது இயலாது..!

இந்த வான்மதி மட்டும் எனது அடி மனசுக்குள்ளே இல்லாவிட்டால்... எனது நதி உன்னுடன் இரண்டற இணைந்து இந்த குற்றாலத்துச் சுற்றுலாவை உற்சாகச் சுற்றுலாவாக மாற்றியிருப்பேன் நான்...

ஆனால்...

இப்பொழுது...

நீ ஒரு நிலை...

எனது மனம் மாற்று நிலை...

எல்லாம் வான்மதியால்...!

நாம் வீடு வந்து சேரும் போது... நள்ளிரவு ஒரு மணிக்கு கடந்துவிட்டது...

இப்பொழுதும் நீ உறக்கதிலிருந்து மீளவில்லை...! எனது தோளிலே தான் மீண்டும் சவாரி செய்தாய்...!

உன்னை கைத்தாங்கலாக சுமந்து வந்து... கட்டிலிலே படுக்க வைத்தேன்...

உனது அருகே நின்று கொஞ்ச நேரம் உன்னைப் பார்த்துக் கொண்டே இருந்தேன்.... சிரிப்புத்தான் வந்தது....

குற்றாலம் புறப்படும் பொழுது எத்தனை துள்ளல்... எத்தனை மகிழ்ச்சி...

ஆனால் இப்பொழுது....

துவைத்துப் போட்ட துணிபோல துவண்டு கிடந்தாய் அன்பே....!

வண்ணப்பொடி கொண்டு வரைந்து வைத்த ஓவியம்... காற்றடித்து... சாரல் நீர் சாய்ந்து மோதி கலைந்தது போல... முடி கலைந்து... புடவை கலைந்து... முகம் வறண்டு... உடல் துவண்டு... உறங்கிக் கிடந்தாய்....!

இனி காலை தான் உனக்கு சுய நினைவே வரும்....!

உனக்கு... உடலெல்லாம் வலி...

எனக்கு... மனசெல்லாம் வலி...

நானும் உனது அருகிலே படுத்தேன்....

ஏனோ... எனக்கு உறக்கம் வரவில்லை....!

என்னுடன் குணவதி...

வான்மதி...

எழில்மணி ஆசிரியை...

குற்றால அருவி...

இரவுப்பேருந்து...

எல்லாமே விளையாடி... உறவாடி... உறக்கத்தை உருக்குலைத்த வண்ணமிருந்தன...!

பலமுறை கடிகாரத்தின் இரண்டு முட்களும் நகர மறுத்து நின்ற இடத்திலேயே நிலையாக நின்று கொண்டிருந்தன....

பின்னிரவு நேரம் கடந்து கொண்டிருந்தது...

எழ வேண்டும் போலத் தோன்றியது...

எழுந்தேன்...

அந்த மிக மெல்லிய வெளிச்சத்திலே உனது முகத்தைப் பார்த்துக் கொண்டே இருந்தேன்...!

நீண்ட நேரமாக...!

எனது மன வலிக்கு உனது முகக்காட்சி தான் மருந்து கண்ணே...

சலிப்பே தோன்றவில்லை என் அன்பே...

அப்படி என்ன தான் இருக்கிறது உனது முகத்திலே...

பூ...

நிலா...

புதுத்தளிர்...

பொன்...

வைரம்...

பஞ்சு...

எதை உதாரணம் சொல்வது உனது முகத்திற்கு...?

எதைச் சொன்னாலும் ஈடாகாதே அன்பே...!

இவ்வளவு மென்மையான உன்னிடம் இத்தனை காலம் அந்த இரகசியத்தை சொல்ல முடியாமல் போனது ஏன்..!

வான்மதியை என் மனதிற்குள்ளே சுமந்து கொண்டே இயங்குகிறேன் நான்...

அவள் எனது நெருங்கிய தோழியா...

இல்லை...!

உறவுப் பெண்ணா..

இல்லை..!

காதலியா...

சத்தியமாக இல்லை...!

பிறகு யார்...?

எனக்கும் அவளுக்கும் என்ன தொடர்பு...?

விடை தெரியும்...

ஆனால் உன்னிடம் சொல்லிவிடத்தான் துணிவில்லை..!

ஏன்...

உன் குணம் அப்படி...

பிள்ளை மனம் அப்படி...

என் மீது உனக்கிருக்கும் காதலின் பனித்தன்மை அப்படி...

எத்தனை சொல்வது கண்ணே...!

இதோ உனது முகம்.....!

எப்போதும் பார்த்த முகம் தான்...

ஆனால்...

இப்போது புதிது...

அருகே...

மிக அருகே..

மிக மிக அருகே...

எனது உதடுகள்... உனது கன்னங்களிலே உராயும் நெருக்கத்திலே....!

எனது மூச்சுக்காற்று உன் மீது பட்டிருக்க வேண்டும்...

ஏனென்றால்.... உனது பட்டுக் கன்னங்களைத் தொட்டு விட்டு... மீண்டும் எனது நெற்றியிலேயே வந்து மோதியது அது...

லேசாக இயற்கைக் காற்றும் வீசியது....

எங்கிருந்து வீசியது காற்று.... ?

எப்படிப் பறக்கிறது உனது கேசம்...... ?

அந்த கேசம் மூடியிருந்த உனது விழிகளின் மீது புரண்டு... வளைந்து... நெளிந்து... உன்னை நெருங்கியிருந்த எனது மூக்கின் மீது படர்ந்து... சுருண்டு... மீண்டும் உனது தலைக்கே திரும்பிச் சென்று சரணடைந்து விட்டதே... இந்த தலை முடி கூட எனது மனநிலை தெரிந்து எவ்வளவு மாய வித்தைகள் செய்கிறது...?

என்ன நிகழ்வு இது....

அகால இரவிலே...!

பொதுவாக எந்த தருணத்திலும் நீ என்னை இவ்வளவு நெருக்கத்திலே அனுமதிக்கவே மாட்டாய்... பத்தடி இடைவெளி எப்பொழுதுமே... அப்படியொரு சுயகுணம் உனக்கு...

நீ தொலைவிலிருந்து பார்த்தாலே அழகுதான்...!

நெருக்கத்திலே பார்த்தால் பேரழகு...! உனது முழு அழகையும் இப்பொழுது தான் கணிக்க முடிந்தது கண்ணே... !

நதி...!

இப்பொழுது கூட உனக்குப் பெயர் வைத்தவர்களை வாழ்த்தத் தோன்றுகிறது என் அன்பே...!

ஒரு வகையிலே இது எனக்கு சுதந்திரம் தான்...

உனது உதடுகளை உற்றுப் பார்த்தேன்...

உறக்கத்திலே கூட எவ்வளவு மினுமினுப்பு...

எத்தனை ஈரப்பு...

எத்தனை சமாதானங்கள் சொல்கின்றன அவை எனக்கு....

என்னைக் கேட்டால்... உனது உடலிலேயே கவர்ச்சியான பகுதி என்று.... உனது உதடுகளைத் தான் குறிப்பிடுவேன் கண்ணே...!

புத்தம் புதிதாய் உரித்தெடுத்த பலாச்சுளையின் முன் பகுதிபோல கூர்மையாக... மென்மையாக...!

இது படைப்பின் அதிசயம் தான்...!

எத்தனை இரவுகள் தேன் சுவையை எனக்குள்ளே செலுத்தி கிறங்கச் செய்திருப்பாய்.... இப்பொழுதும் இனிக்கிறது கண்ணே...!

உனது அழகியல் பிடியிலிருந்து என்னை நான் விடுவித்துக் கொள்ளவே இயலவில்லை... எவ்வளவு நேரம் உனது அழகுக் குவியலை அளவெடுத்துக் கொண்டே இருந்தேனோ... நான் கணக்கிடவில்லை...

உனது முகப்பொலிவினால் தான் வான்மதியின் வன்மையான நிழற்பதிவு... எனக்கு சற்று விடுதலை தந்து தேய்கிறது...

அவளது முகம் மனத்திரையிலிருந்து தேயத் தேயத்தான்... நான் மனிதனாக மாறுகிறேன்....!

உனது முகம் பார்த்தபடியே சற்று கண்ணயர்ந்து விட்டேன்.....!

இரவு நிலைக்குமா..... ?

விடியல் முனைப்புக் காட்டத் துவங்கியது...

தெருவிலே வழக்கமாக... ஓசைகளாக வரும் விடியல் அறிவிப்புகள்... எனது நினைவுகளைத் தட்டி எழுப்பின.....!

கொஞ்சம் முன்னதாகவே எழுந்து விட்டாய் நீ.....!

12. மற்ற நாட்களை விட...

மற்ற நாட்களை விட... இந்தச் சுமங்கலி நோண்பு நாள் உனக்கு மிகவும் முக்கியம்... இன்று மட்டும் உன்னுடைய ஒவ்வொரு செயல்களும் மற்ற நாட்களை விட மாறுபட்டே வெளிப்படும்...

நான் ஆழ்ந்த உறக்கத்திலே இருக்கிறேன் என எண்ணி... என்னை உறக்கத்திலிருந்து மீட்பதற்காக எனது கன்னத்திலே செல்லமாக அடித்தாய்...
விழித்தேன்...
என் கண்ணெதிரே உனது முழு முகம்....
சிரிப்புடன்...
புதிதாய்...
பூவாய்...
ஒளியாய்...
ஓவியமாய்...
இல்லை.....
அது உனது முகமே அல்ல......!
சிறிதும் தேய்மானமே காணாத முழு வட்ட நிலவு.....!
இந்த அதிகாலை நேரத்திலே... இப்படியொரு முகப்பொலிவு கண்டால் எந்தத் துயர் இதயத்திலே தேங்கும்...?
நீ மட்டும் இல்லையென்றால்.... என் கண்ணே... எனது நிலை தான் என்ன....?
"குளிக்க வேண்டாமா?"
எனக்குச் சொல்லி விட்டு நீ குளிக்கச் சென்றாய்....
நீ செல்லும் அழகை இரசித்தபடியே படுக்கையிலேயே கிடந்தேன் நான்...!
இன்று.... உன்னுடைய அதிகாலைக் குளியலே அதிக நேரம் நீடித்தது...
தலையிலே சிகைக்காய் போட்டுக் கழுவினாய்...
முகத்திலே மஞ்சள் பூசிக் குளித்தாய்...
தலை முடியை உலர்த்தி பரப்பி விட்டாய்...
முடியின் முடிவிலே சிறிய முடி போட்டு... கூந்தல் பரப்பின் நடுவே உனது முக ஒளி காட்டினாய்...!
பழைய உதாரணம் தான்... மேகக்கூட்டங்களை விலக்கிப் பார்க்கும் முழுமதி போல...
மற்ற நாட்களைவிட... உனது கேசத்திலே.... உடலிலே.... உடைகளிலே.... நறுமணம் வீசியது...!
வீடு முழுக்க மணம் தான்....
இந்தச் சுமங்கலி நோண்பு... கணவனின் ஆயுள் நீட்டிப்புக்காக என நீ சொல்லியிருக்கிறாய்...
ஆக... இன்று நீ செய்யும் எல்லா ஏற்பாடுகளும் எனக்காக...

அதற்கான ஆயத்தங்களை அதிகாலையிலேயே நீ தயார் செய்யத் துவங்கிவிட்டாய்... மிகவும் சுறுசுறுப்பாக... படபடப்பாக... இயங்கிக் கொண்டிருந்தாய் நீ....!

அந்த அறைக்குப் போனாய்...
ஏதோ செய்தாய்...
அடுத்த அறைக்குப் போனாய்...
அங்கே ஏதோ செய்தாய்...
என்னைக் கடந்தாய்...!
இன்னொரு அறைக்குள்ளே போனாய்...
மீண்டும் என்னைக் கடந்தாய்...
ஏதேதோ செய்தாய்...
நிற்க நேரமில்லை உனக்கு...!
நடைப் பயிற்சியும் உடற்பயிற்சியும் சேர்ந்தாற் போல இயங்கினாய்...!
சுகந்த மணம்...!
உன் மீது...!
என்னை நீ கடக்கையிலே...!
என் மீது உராய்ந்து செல்கையிலே...
உனது ஆடை என்னைத் தழுவையிலே...
அந்த மணம் சற்று மயக்கம் தந்தது...!
உனது விழிகளிலே விளைந்தன காதல் கவிதைகள்...
அழைப்பு விடுத்தன எனக்கு.....
அரங்கேற்றம் நிகழ்த்த..........

அதிகாலையிலேயே அந்த மல்லிகைப் பூக்களும் உனது கூந்தலிலே ஒய்யாரமாய் ஊஞ்சலாடி... உன்னுடன் ஒத்துழைத்தன... உன்னுடைய ஒவ்வொரு அசைவும்.. என்னை நோயாளியாக மாற்றிக்கொண்டே வந்தது அன்பே...!

இத்தனை ஆயுதங்கள் உனக்குத் துணையாக வரிசைகட்டி நிற்கும் போது... நிராயுதபாணியாக என்னால் என்ன தான் செய்ய முடியும்....?

உன்னிடம் தோற்றுப் போவதைத் தவிர...!
எல்லா ஆண்களுக்குமே விதிக்கப்பட்ட பொது விதி தானே இது...!
இன்று ஒரு நாளிலே பல புடவைகள் மாற்றுவாய் நீ...
ஒவ்வொன்றுக்கும் ஒரு காரணம் இருக்கும்...
உன்னிடம் ஓர் அரிய பழக்கம் இருந்தது...

நமது திருமணத்திற்கு நான் உனக்கு வாங்கிக் கொடுத்த திருமணப் பட்டுப் புடவையை... மிக பத்திரமாக இத்தனை வருடங்களாகப் பாதுகாத்து வைத்திருந்தாய் நீ...

தாலி கட்டும் சமயத்திலே அணிந்த அந்த பட்டுப்புடவையை.... இன்று அதிகாலையே அணிந்து கொள்வாய்...

அன்று திருமணத்திலே நான் அணிந்த அதே பட்டு வேட்டி சட்டையை... என்னை அணியச் செய்வாய்...

எனது முன்னே ஒரு புது மணப்பெண் போல வந்து... எனது காலிலே விழுந்து வணங்குவாய்...!

இன்று நாள் முழுவதும்... உனது மனதிலே நான் மிக உயர்ந்த இடத்திலே வாசம் செய்வேன்...

இந்த மென்மையான தருணத்திலே...

எனது சூதுத் திட்டம்... உறங்கிக்கொண்டிருந்த கொடிய நாகம் விருட்டென்று சீறித் தலை தூக்கியது போல... தனது சதி வேலையை துவக்கியது...

உன்னிடம் சொல்லாமல் மறைத்த அந்த இரகசியங்களைச் சொல்லிவிட... சரியான நாள் இன்று தான்... என முடிவு செய்தேன்...

நேரத்தைத்தான் முடிவு செய்ய வேண்டும் நான்...

நிகழ்வுகள் துவங்கின...

ஒவ்வொரு நிகழ்வாகக் கடந்து கொண்டே இருந்தது...

நானும் உன்னைக் கூர்ந்து கண்காணித்துக் கொண்டே இருந்தேன்...

மாலை வந்தது...

வீடு...

உனது கை வண்ணத்தால் அலங்காரமாய் ஒளி வீசியது....

வீடு நிறைய அழகுக் கூட்டம்...

அழகிகளின் கூட்டம்...

அலங்காரக் கூட்டம்...

ஒய்யார அணி வகுப்பு...

தங்க நகைத் திருவிழா...

பட்டுப் புடவைக் கண்காட்சி...

ஏராளமான சுமங்கலிப் பெண்கள் நம் வீட்டிலே குவிந்து விட்டார்கள்... பளீர் பளீர் என்று அழகழகான தேவதைகள் போல மின்னி மின்னி மறைந்தார்கள்...!

அவர்களை வரவேற்பதும்... சிரித்துப் பேசுவதும்... உபசரிப்பதும்... விருந்தோம்பல் செய்வதுமாய்... மிகவும் உற்சாகமாக இருந்தாய் நீ...!

உனது முகத்திலே சிரிப்பும் உற்சாகமும் கொள்ளை கொள்ளையாய் விளைந்து உனது கட்டுப்பாட்டையும் மீறி உதிர்ந்தன... நான் ஓர் ஓரத்திலே அமர்ந்து இமை கொட்டாமல்... உனது அழகின் ஒளியை... எனது விழி வழியே அறுவடை செய்து கொண்டிருந்தேன்...!

நான் மட்டுமா....

வீட்டிற்கு வந்த அத்தனை பெண்களுமே உனது அழகைப் புகழ்ந்து விட்டுத்தானே போனார்கள்...

“பாக்க அழகா இருக்கடி நதி...”

“சேலை எங்க வாங்கினே.....”

“உன் நிறத்துக்குப் பொருத்தமா இருக்கு....”

“தொங்கட்டான் எப்ப வாங்கினே... நான் இதுக்கு முன்ன பாத்ததே இல்லையே...”

“நதி... உன் உடல்வாகு கச்சிதமாயிருக்கு... எப்படி பராமரிக்கிற.....”

“உடற்பயிற்சி யோகான்னு செய்யிறியா... கொஞ்சங்கூட வயிறே இல்லையே.....”

“உன் கணவர் ரொம்பக் குடுத்து வச்சவருடி...!”

எனக்குப் பெருமையாக இருந்தது...!

ஒரு வகையிலே இதுவும் ஒரு விதமான அழகுப் போட்டி தான்...!

இதுபோன்ற அழகுக் கன்னிகள்... எங்கோ வீடுகளிலிருந்து வந்திருக்க வாய்ப்பே இல்லை... நேரடியாக ஆகாயத்திலிருந்து தான் இறங்கி வந்து தோன்றியிருக்க வேண்டும்...!

நீ மட்டும் தான் அழகு என்று நினைத்தால்... உன்னைத் தேடிவரும் அத்தனை பெண்களுமே அழகிகளாக இருகிறார்களே...!

ஏன் எல்லா வீடுகளிலும் இதுபோன்ற விழாக்களை வாரம் ஒருமுறை வைக்கமாட்டேன் என்கிறார்கள்....

எல்லா ஆண்களுமே மகிழ்ச்சியாக இருப்பார்களே!..

தங்கம்...

வைரம்...

வைடூரியம்...

மாணிக்கம்...

மரகதம்...

என வகை வகையான நகைக்குவியல்... பெண்களின் கழுத்திலே...!

பூமிக்குள்ளே ஆழத்திலே புதையுண்டு... கண்ணுக்குத் தெரியாமல் மூடிக்கிடந்த தங்கத்தைத் தோண்டி எடுத்து.... கழுத்திலே போட்டுக்கொண்டு... ஊருக்கெல்லாம் காட்டி ஊர்வலம் போய்...

"ஏ திருடா வா... ஏ கொள்ளைக்காரா வா...

ஏ கொலைகாரா வா... வந்து என் கழுத்தை அறுத்துவிட்டு நகைகளைக் கொள்ளை கொண்டு போ..."

என கொள்ளையர்களைக் கூவியழைக்கும் இந்தப் பெண்கள் கூட்டம் தான்... நாட்டிலே நடக்கும் பல பாதகச் செயல்களுக்குக் காரணம்...!

ஆனால் என் அன்பே... இங்கு வந்த பெண்களின் ஆடம்பரங்களிலே ஒரு பகுதி கூட உன்னிடம் இல்லை... உடை கூட எளிமையாகத் தான் உடுத்தியிருந்தாய்...

வட்டமிட்ட குங்குமம் நெற்றியிலே...

வாசம் வீசும் சந்தனம் நடுவிலே...

இரு புருவங்களுக்கு இடையே சன்னமாக திருநீறு...

அவிழ்த்து விட்ட கூந்தலின் நுனியிலே ஒரு முடிச்சு...

அத்தனையும் எளிமை...!

அதுதானே உனது அழகு என் கண்ணே....!

பெண்களின் மேனியிலே செயற்கையான அலங்காரங்கள் அதிகமாக அதிகமாக... கவனமெல்லாம் அவற்றின் மீதே சிதறி... இயற்கை அழகு பார்ப்போர் மனதிலே பதிவுபெறாமல் போய்விடுமே ...!

இது... இந்தக் காலத்துப் பெண்களுக்குப் புரிவதேயே இல்லை....! கண்டதையும் உடலில் பூசிக் கொண்டு... உடல் முழுவதும் நகைக் கடை போல பூட்டி... இறைவன் படைத்த அழகுக் குவியலை மூடிவிட்டால்... உண்மை அழகு எது என்று எப்படித் தெரியும்.... ?

ஆனால்.... நீ அதற்கு முற்றிலும் விதிவிலக்கு என் கண்ணே...

செயற்கை அலங்காரத்திற்கு நீ எப்பொழுதுமே அடைக்கலம் கொடுத்தவள் இல்லை...!

வீடு முழுக்க விதவிதமான கடவுள்கள்...!

இராதை கண்ணன்... சிவன் பார்வதி... முருகன்... பிள்ளையார்... சரசுவதி... மகாலட்சுமி... சாய்பாபா... இன்னும் நிறைய கடவுள்கள்.....!

சிலைவடிவாய்... படங்களாய்...

அழகிய பெண்களின் குரலிலே பக்திப் பாடல்கள்... கச்சேரியல்ல... கச்சேரி போல...!

ஆரத்தி... மணியோசை...!

அந்த பக்திப்பாசறை.... எனக்குள்ளே நெஞ்சிலே சுமந்து கொண்டிருக்கும் வான்மதி இரகசியத்தை 'சொல்லிவிடு... சொல்லிவிடு...' என்கிற துணிவையும்... தெளிவையும் தூண்டி விட்டு கொண்டே இருந்தது...

உனது முகத்திலே பிரதிபலித்த அன்பும்... அமைதியும்.... பக்தியும்... பொறுமையும்... அடக்கமும்.... இன்று நான் என்ன சொன்னாலும் நீ கோபப்பட மாட்டாய் என... எனக்கு உறுதி வாக்குறுதியைக் கொடுத்தன....

இன்று சொல்லி விடுவேன்......உறுதியாக .!....

எனது மண்டையை மத்துப் போட்டுக் கடைந்து கொண்டிருக்கும் அந்த அடங்காப்பிடாரித்தனமான இரகசியத்தை...!

ஊதி ஊதி உலைக்களத்திலே கனன்று மிகையாகிக் கொண்டிருக்கும் தீயைப்போல... எனது இதயத்தின் உட்பகுதி முழுவதும் தீயை கக்கிக் கொண்டிருக்கும் வான்மதியின் வன்முறைக் கதையை...!

அது... உனது மனதிலே எதிர்விளைவுகள் எதையும் உருவாக்காமல்... அந்த கடவுள் சன்னதியிலே கரைந்து... உருவமில்லாமல் உருகி காணாமல் போய்விடும்...!

இதோ...

அந்தத் தருணம் நெருங்கிவிட்டது...

கூட்டம் கலையத் துவங்கியது...

ஓசைகள் குறையத் துவங்கின...!

மனிதக் கூட்டம் குறையக் குறைய... வீட்டின் அலங்காரம் தனித்து ஒளி வீசியது.....!

அனைவரும் போய்விட்டார்கள்...

இப்போது...

தனிமை...

இனிமை...

தனிமை தந்த இனிமை...!

இனிமை தந்த தனிமை.....!

ஆனால் சற்றுமுன் ஒலித்த மந்திர ஒலியின் தேய்மான ஓசை மட்டும் கேட்டுக் கொண்டே இருக்கிறது...

மங்கையர் கூந்தலிலே சூடியிருந்த மலர்கள் உதிர்த்துச் சென்றது மலர்களின் இதழ்களை மட்டுமா...

உயர்ந்த வகை மணத்தையும் தான்...!

அந்த மணம் இன்னும் தேய்மானம் அடையாமல் நாசி வழியே உள் நுழைந்து... மூளைப் பகுதியை மோகச் சலவை செய்து புதுமைப்படுத்தியது...

அந்த சூழ்நிலை மனசுக்குள்ளே துணிவைத் திணித்தது...

சிறிதேனும் சிந்தனைச் சிதறல் இல்லை...

கிடைத்தற்கரிய கடும் அமைதிச் சூழ்நிலை...!
என் நதியே.....
நீ மட்டும் தனியே...
சுவாமியின் முன்பாக அவதரித்த அம்மன் போல அமைதியாக அமர்ந்திருந்தாய்...!
உனது கண்கள் மூடிய நிலையிலே இருந்தன...
உன்னைச் சுற்றிலும் புகை மண்டலம்...
அதன் நடுவே நீ...
அமைதி...
அருள்...
வாசனை...
பக்தி...
ஒளி...
ஒலி...!
அறை முழுவதும் நறுமணம்...!
இதைத் தவறவிட்டால் வருமா இனி ஒரு தருணம்...!
நீ....
மிக ஆழமான உற்சாகத்திலே மூழ்கி இருக்கிறாய்... என்பதை நான் நன்றாக அறிவேன்...!
நான் உன்னிடம் எதைச் சொன்னாலும் இன்று உனக்குக் கோபமே வராது....!
எனக்கு...
நிரந்தர மன்னிப்பு...!
காத்திருந்தேன்...
தருணத்திற்கு...!
நீ கண்களை மூடிக் கொண்டிருந்தாய்....
ஆனால்.....
கடவுளோடு அளவளாவிக் கொண்டிருந்தாய்...
நோன்பின் நிறைவு நிகழ்ச்சியாக....!
நான்...
எனது கடவுளாகிய உனது முன் தவமிருந்தேன்... உனது விழிகளின் விழிப்பிற்காக...!
இது நீள் நேரமாய் தொடர்ந்தது...!
இறுதியாக...
நீ...
விழிகள் திறந்தாய்...
மெதுவாக...
மிக மெதுவாக...
ஓர் ஓவியத்திற்கு வண்ணம் கொண்டு விழி எழுதிய வேகத்திலே...
அதிகாலைப் பொழுது... அளவான ஒளியோடு புலர்ந்தது போல..!

என் நதியா நீ...

இல்லை அம்மன் அவதாரமா....

அப்படியொரு கருணை மேகம் உனது முகத்திலே...

உனது விழி நிறைந்து நான்...!

எனது விழி நிறைய நீ.....!

அத்தனை அருகிலே என்னை நீ எதிர்பார்க்கவில்லை....!

லேசாக... நிதானமாக... தாமரை மொட்டுப்போல... ஓர் ஒவியன் எழுதிய முதல் மெல்லிய ஒவியக்கோடு போல... இதழ் விரித்து ஒரு புன்னகையை என் மீது தூவினாய்....!

தெய்வீகமான அலங்காரத்திலே தெய்வம் போலவே தோற்றமளித்தாய் நீ...!

இது போன்ற சமயங்களிலே உன்னை மனைவியாக நினைக்கவே எனக்குத் தோன்றாது...!

கடவுளாகவே பாவித்து கையெடுத்து கும்பிடத் தோன்றும்...!

வியப்புத் தான்....!

என்ன சொல்லி வர்ணிப்பது உனது அழகை....

அழகு கவிந்த தோற்றத்தை....

வளம் குவிந்த வனப்பை...!

சில பெண்கள் இப்படிப் பிறந்து விடுகிறார்கள்...

உன்னைப் போல...!

எந்த வர்ணனைக்குள்ளும் வசப்படாமல்.....!

கண்ணகி போன்ற கற்பு...

மாதவி போன்ற நளினம்...

இரண்டும் கலந்த கலவை நீ.....!

இவை.... தமிழ் இலக்கியத்தின் உச்சகட்ட உதாரணங்கள் அல்லவா....

ஆனாலும் உனக்கு ஆகப் பொருந்தும் என் அன்பே...!

“என்ன.. ?”

கருணையின் மழையும்... கனிவின் குழைவும் உனது குரலிலே...!

எனக்குச் சாதகமாக மிக மென்மையாகவே ஒலித்தது....

காது வழியாக நுழைந்து மூளைக்குள்ளே படர்ந்து.... ‘சொல்லிவிடு’ என எனக்கு கட்டளை பிறப்பித்தது... அந்தக் குரல்....!

“உன்கிட்ட கொஞ்சம் பேசணும்...”

உன்னிடமிருந்து உடனே பதில் வரவில்லை.....

அமைதி ஆக்கிரமிப்பு செய்த விழிகளால்... இமைக்காமல் என்னை பார்த்த படியே இருந்தாய்.... பிறகு பேசினாய்....

“இங்கயா..... ?”

“ம்..”

“நம்ம அறையில போயி பேசலாமே...”

“இல்ல... இங்கதான்... !

நீ இப்படியே உக்காந்திருக்கணும்... நகரவே கூடாது... சின்ன கதை...”

நீ மொழி பொழியா மௌனத்தோடு... விழி வழியே அனுமதித்தாய்...!

தயக்கம் ஒன்றும் இல்லை எனக்கு....!

இத்தனை காலமாக மறைத்து வைத்திருந்த அந்த இரகசியத்தை....

செல்லரித்தது போல எனது மனசைப் போட்டு அரித்துக் கொண்டிருந்த அந்த அந்தரங்கத்தை...

உன்னிடம் சொல்லவும் முடியாமல்... நிரந்தரமாக விழுங்கிச் செரித்துவிடவும் முடியாமல்... ஊறிக்கிடந்த உண்மைகளை...

தயக்கம் நீங்கி....

எளிதாக....

மிக எளிதாக....

ஒன்று விடாமல்.....

உன்னிடம் சொல்லி முடித்தேன்....!

ஆம்...!

உன்னிடம் சொல்லியே விட்டேன்....!

ஒன்பதாம் வகுப்பு...

வான்மதி...

குற்றலாம்...

குற்றாலத்திலே விபத்து...

அதன் தொடர் நிகழ்வாகத் தொடர்ந்த அந்தக் கொடூர சம்பவம்...

ஒன்று விடாமல்...!

சுமை தாங்க முடியாமல் நான் சுமந்து கொண்டிருந்த மனச்சுமையை... உனது மனசுக்கு இடம் மாற்றிவிட்டேன்....!

உன்னைச் சுற்றி அருள்பாவித்துக் கொண்டிருந்த அத்தனை கடவுள்களின் துணையுடன்... பாரத்தை இறக்கி உன்னிடம் வைத்த பின்னே... மனசு கனமில்லாமல் பழுவின்றி இருக்கிறது...

மனபாரம் மட்டுமா....

தலைபாரம் குறைந்தது...

உடல் பாரம் மொத்தமும் குறைந்தது...

உ ச்சி வெயிலிலே காய்ந்து... வியர்த்த மேனியை... குளிர்ந்த நீரிலே கழுவியது போல ...

உடல் முழுவதுமே குளிர்ச்சி...

எத்தனை நாள் முயற்சி...

கரைந்து போனது எனது அயற்சி...

எனது இதயத்திலே...

அசுத்த இரத்தம் இடப் பெயர்ச்சி...

சுத்த இரத்தத்தின் சுழற்சி...

வான்மதி...

எனது மனதிலிருந்து...

உனது மனதிற்கு இடமாற்றம் செய்யப்பட்டு விட்டாள்...!

எத்தனை வருட வலி...!

வலியும் இரகசியமும் இல்லாதவன் இறைவனுக்குச் சமம் என்பதை இன்று உணர்ந்தேன்...!

நீண்ட நாட்களாக உடலில் பாய்ந்து... உறுத்தி.. இரணமாக்கிக் கொண்டிருந்த துப்பாக்கித் தோட்டாவை... அறுவை சிகிச்சை செய்து வெளியிலே எடுத்துவிட்டால் எவ்வளவு சுகமாக இருக்கும்...

அந்த சுகத்தை இங்கே உணர்ந்தேன்....!

இப்பொழுது நான் வெள்ளைக் காகிதம்.... எந்த விதமான கருப்புப் புள்ளிகளும் எனது இதயப் பகுதிக்குள்ளே இல்லவே இல்லை...!

நான் விட்ட நிம்மதிப் பெருமூச்சுக்கள் தான் எத்தனை!..

தாய் வயிற்றிலிருந்து மீண்டும் பிறந்தது போல... புதிய மனிதனாக என்னை உணர்ந்து... புத்தம் புதிய காற்றை சுவாசித்தேன்...!

எனது எதிர்பார்ப்பு உன் மீதே நிலைக் கொண்டது....

எனக்குள்ளே விதை போட்டு ஊறி ஊறி முளைத்து முற்றிப் போயிருந்த கொடூர இரகசியத்தை முழுவதும் கேட்ட உனது நிலை என்ன...?

உற்று உள்நோக்கினேன்.....

உன்னிடம் முக மாற்றங்கள் ஏதுமில்லை...

உடலசைவுகள் சிறிதும் இல்லை...!

ஏற்ற இறக்கங்கள் கொஞ்சமும் இல்லை.....

நிதானமாக..

தெளிவாக...

பொறுமையாக..

மென்மையாக...

என்னைப் பார்த்துக் கொண்டே இருந்தாய்..... என் மீது பதிந்த உனது விழிகளிலே நகர்வே இல்லை...

பிறகு...

திறந்த விழிகள்...

மீண்டும் மூடின...

அப்படியே அமர்ந்த நிலையிலேயே... மீண்டும் தியானம் செய்வது போல மெதுவாக விழிகளை மூடினாய் நீ ...!

விழி திறந்த வேகத்தை விட.... விழி மூடிய வேகம்.. மிகவும் குறைவு...!

அப்படியே அமர்ந்திருந்தாய்...

அசைவின்றி...

அமைதியாக...!

மிகப் பெரிய பாரம்.....

எவ்வளவு பெரிய இரகசியம்....?

ஒரு பெண்ணின் மனசுக்குள்ளே புகுந்து என்னவெல்லாம் நிகழ்த்தும்...?

அந்த மாற்றத்தை அங்கீகரிக்க... கொஞ்சம் நேரம் எடுத்துக் கொண்டாய் நீ...

என் எதிர்பார்ப்பு.....?

உனது தீர்ப்பு என்ன...!

காத்திருந்தேன்...!

விளக்குகள் பல அணைக்கப்பட்டு விட்டன...

சுவாமியின் முன்னே ஒரே ஒரு குத்துவிளக்கு மட்டுமே...

அதன் ஒளிதான் இப்பொழுது அந்தப் பகுதி முழுவதும்...!

பாதி இருள்....!

பாதி ஒளி....!

அதன் முன்னே நீ...!

உனது உருவத்தின் நீண்ட நிழல்... பின்னால் சுவர் வரை நீண்டு கிடந்தது....!

கடவுளையும் உன்னையும் இணைத்து சிறு சிறு மெல்லிய வெள்ளை புகை வளையங்கள்... சுழன்று சுழன்று இயங்கி அடங்கி விட முயற்சித்துக் கொண்டிருந்தன...!

இறுதியாய் சுடர் விட்டுக் கொண்டிருந்த அந்த குத்துவிளக்குக் கூட... தனது ஒளி நீட்சியை முடித்துக் கொள்ள எத்தனித்துக் கொண்டிருந்தது...

உனது மௌனம் கலையப் போகிறது என்பதை அந்த விளக்கின் இறுதி நிலை அறிவிப்புச் செய்தது...

கதை முழுக்க கேட்ட பாரம்...!

அதை செரிமானம் செய்ய உனக்கு அவகாசம் வேண்டும்...!

புருவங்களிலே அசைவில்லை....!

விழிப் பந்துகளை மூடிய மேல் பகுதியிலும்... அசைவில்லை...!

நெற்றியிலே சுருக்கமில்லை...!

மூக்கு மட்டும் கொஞ்சம் விரிந்து விரிந்து அடங்கிக் கொண்டிருந்தது....!

தொண்டைக்குழிப் பகுதியை கவனித்தேன்...

ஏற்ற இறக்கம் சற்று அதிகமாக இருந்தது...

அப்படியே உனது மார்புப் பகுதியைப் பார்த்தேன்...

அங்கும் கொஞ்சம் வேகமான அசைவுகள் தெரிந்தன...

நான் கூறிய வான்மதிக் கதை... உனக்குள்ளே அறைக்கப்படுகிறது...!

நேரம் கடக்க கடக்க... எனக்குள்ளே கொஞ்சம் படபடப்பு... பதட்டம்... நெஞ்சிலே அதிவேகத் துடிப்பு...!

எனது உடல் பாகங்கள் அத்தனையிலும் ஒரே கேள்வி...

என்ன நிகழப் போகிறது உன்னிடம்...!

உனது வாயிலிருந்து வெளி விழப் போகும் துளி வார்த்தைதான் என்ன...?

அங்கீகாராமா...

ஆங்காரமா...

நீ...

ஒரு நீண்ட பெருமூச்சை நீளமாக உள்ளே இழுத்தாய்... அதை மீண்டும் மெதுவாக புறம் செலுத்தினாய்...

கண்களைத் திறந்தாய்...!

அடேயப்பா...

ஒளிச்சுடர் வீசியபடி....

அவை....

கடவுளின் கண்களாகவே மாறிப் போயிருந்தன...!

கூர்ந்து கவனித்தேன்...

உனது விழிகளை...!

கொஞ்சம் ஈரம்.!..
ஈரம் தானா...
இல்லை...!
கண்ணீர்த் தேக்கம்...!
அவ்வளவு தானா...
இல்லை...
இதோ பளீரென்று... விழி இரண்டிலும் துளி...!
அது கட்டுப்படுத்த முடியாத கனமழையாக மாறியது...!
விழித் தடை உடைத்து... கன்னங்களிலே வழித் தடம் அமைத்து... தனது வழியே வெளியே வழிகிறது கண்ணீர்....!
அங்கே படர்ந்திருந்த மெல்லிய ஒளி பட்டு...
அது பளபளக்கிறது...!
இதோ...
உனது இதழ்களும் விரிகின்றன சற்றே...
பெரியதோர் புன்னகை...
கண்களிலே கண்ணீர்...
உதட்டிலே புன்னகை...
இதயத்திலே என்ன....?
இதென்ன இப்படியொரு தோற்றம்...?
மாற்றுணர்வே தோன்றாத முகத்தோற்றம்...?
கோபமா....
தெரியவில்லை...!
அழுகையா...
தெரியவில்லை...!
ஆனந்தமா...
தெரியவில்லை...!
எதுவுமே புரியவில்லை..!
உனது பார்வை....
இமை கொட்டாமல்....!
என் மீது இல்லை... நேராக இறைவன் மீது!...
இறைவா...
இது என்ன விதமான உணர்ச்சி....?
இதுவரை...
ஒரு நாளும் நான் உன்னிடம் பார்த்ததில்லையே...
புரிந்துவிட்டது....
இது ஆனந்தம்....!
பரவசம்...!
எந்தக் கணவனும் தனது மனைவிடம் மரணம் வரை மறைத்து விடக் கூடிய இரகசியத்தை.. நான் உன்னிடம் மறைக்காமல் கூறி விட்டேனே... அதன் பெருமிதம்...
எனது கணவன் எவ்வளவு உயர்ந்தவன் என்று...!

எனது எதிர்பார்ப்பு வீண் போகவில்லை...!

நான் பயந்தது போல இல்லாமல்... மிக எளிதாக எனது தவறுகளை மன்னித்து விட்டாய்....!

ஆம்...

நான் அறிவேன்...

எனக்காக நீ எதையுமே விட்டுக் கொடுப்பவள்...

இதோ...

நமது நல் இல்லறத்திலே....

விடியாத நீள் இரவு...

இன்று விடிந்துவிட்டது...!

ஈமது அருந்தியதன்ன.... இன்பக் கூத்தாடியது மனது...!

படபடப்பேதுமின்றி நிதானமாக மெல்ல எழுந்தாய் நீ...

நடையின் அசைவிற்குத் தகுந்தாற் போல அகன்று... மெதுவாக நடந்து உள்ளே போக முனைந்தாய்...!

உனது நிழல்...

முழுவதுமாய் ஆக்கிரமித்து...

மெல்ல மெல்ல விலகி...

வெளிச்சத்திலே விட்டது என்னை...!

நீ...

என்னை விடுத்து நீங்கி விட்டாய்...!

இப்பொழுது.....

நான் மட்டும் தனியே...

விசாலமாக சுவாமி அறை மட்டும்...!

ஒரே ஒரு குத்துவிளக்கு...

மங்கலான வெளிச்சம்...

தூரத்திலே அமைதியாக கடவுள்...!

நான் அசையாமல் அங்கேயே அமர்ந்திருந்தேன்....

கடவுளைப் பார்த்தேன்...

கருணையோடு என்னையே பார்த்த படி இருந்தார்...!

அளவிலா உற்சாகத்திலிருக்கிறேன் நான்...!

இறக்கை கட்டிப் பறக்கிறது மனசு....

இத்தனை காலமாக என்னை சித்ரவதை செய்து கொண்டிருந்த அந்த இரகசியத்தை... உன்னுடன் பகிர்ந்து விட்ட நிறைவு எனக்கு...!

எனது மகிழ்ச்சியை எப்படிக் கொண்டாடுவது.....

யோசித்தேன்...

மகிழ்ச்சியை நான் ஏன் தனியே கொண்டாட வேண்டும்... உன்னுடன் இணைந்தே கொண்டாடலாமே...

உற்சாகமாகப் புறப்பட்டேன்...

நீ இருக்கும் இடம் நோக்கி...!

போகிற போக்கிலே இந்த சாதனையை நிகழ்த்த அருள்பாவித்த அத்தனை கடவுள்களுக்கும் மகிழ்ச்சியோடு ஒரு நன்றியை உதிர்த்து விட்டுப் பறந்தேன்...

நமது படுக்கையறைக்கு வந்தேன்....

வாசலிலே நின்று பார்த்தேன்...

மிகப்பெரிய படுக்கையறை...

நல்ல அமைதி...

படுக்கையிலே படுத்திருந்தாய் நீ...!

நான்....

சற்று அமைதியாக நின்றேன்...

யோசித்தேன்...

என்ன செய்வது இப்பொழுது...?

எவ்வளவு நேரம் நிற்பது....?

பதிலேதும் உனது வாயிலிருந்து வார்த்தைகளாக வரவில்லையே...!

உறங்கிவிட்டாயா...?

எப்படி..?

உறக்கம் வந்துவிட்டதா உனக்கு..?

பல இரவுகள்... எனது உறக்கத்தை விழுங்கிய அந்த வான்மதி கதையை கேட்ட பிறகும்....?

ஆம்...

நீ உறங்கித்தான் விட்டாய்...

உறங்காமல் உன்னால் எப்படி விழித்திருக்க முடியும்....

எத்தனை களைப்பு உனக்கு...

குற்றாலத்திற்குப் பேருந்திலே பயணித்த களைப்பு...

அருவியிலே உற்சாகமாக குளித்த களைப்பு...

அங்கிருந்து மீண்டும் பேருந்துப் பயணம்...

இரவு சரியாக உறக்கமில்லை... அதிகாலையே எழுந்து விட்டாய்...

சுமங்கலி நோண்புக்கான ஏற்பாடுகள் அத்தனையும் நீ தனியொருத்தியாகவே செய்தாய்...

களைப்பில்லாமல் எப்படியிருக்கும்...!

களைப்புக் கூட்டக் குழுவுக்குள்ளே...

எனது பிழைகளைப் போட்டு கலந்து பிசைந்துகொள்ள உனக்குச் சம்மதமில்லை...!

ஓய்வு தேவைதான் உனக்கு ...!

எனக்கு...?

மீண்டுமொரு முறை உன்னைக் கூர்ந்து கவனித்தேன்...

அசைவின்றி படுத்திருந்தாய்...!

மெதுவாக ஓசையின்றி உனக்கு இடையூறு நிகழா வண்ணம் நடந்து வந்து உனது அருகே அமர்ந்தேன்....

ஒரு கையை மடக்கித் தலைக்கு வைத்து... மறுபுறம் திரும்பி படுத்திருந்தாய் நீ...

உன்னிடமிருந்து நிறைய எதிர்பார்ப்புகள் எனக்கு...

நான் உன்னிடம் வெளிப்படுத்திய இரகசியம் அப்படி...!

மெதுவாக தலை நீட்டி உன்னை எட்டிப் பார்த்தேன்...
அமைதி தான்...
அசைவே இல்லை...!
உனது முகத்திலே களைப்பின் மிகுதி அப்படியே வெளிப்பட்டது....!
ஓசை எழமால் உனது அருகே படுத்தேன்...
எனக்கு அசதியில்லை...
வலியில்லை...
ஆனால் உறக்கமும்... துளியும் இல்லை...!
நான்...
உறக்கத் துளிகளை விரட்டி...
எனது விழிகளை வறட்சியாக்கி பல காலமாயிற்றே...!
மனிதனுக்கு துக்கம் வந்தாலும் உறக்கம் வெகு தூரம் விலகும்...
மகிழ்ச்சி வந்தாலும் உறக்கம் உறவாட மறுக்கும்.....
நான்... இப்பொழுது மகிழ்ச்சியின் மிகுதியிலே இருக்கிறேன்...
அந்த மகிழ்ச்சி... எனது உறக்கத்தை வெகு தூரம் விரட்டி விட்டது...!
அந்த மகிழ்ச்சியை எனக்கு கொடுத்தவள் நீ....
அதற்கு பரிசாக... நீ ஆச்சர்யப்படும் படி உனக்கு ஏதாவது செய்தாக வேண்டுமே...!
காலையிலே நீ விழித்ததும்... நான் கொடுக்கப் போகும் பரிசை உனக்கு அறிவித்து... உன்னை ஆச்சர்ய மகிழ்ச்சியில் ஆழ்த்த வேண்டுமே...!
என்ன பரிசு அது...!
உறக்கத்தை தொலைத்த எனது அறிவு... மாயப் பகுதிகளிலே அலைந்துத் திரிந்து... விதவிதமான யோசனைகளை வலை வீசித் தேடியது...!
அகப்பட்டது..... அபாரமான யோசனை...!
கோத்தகிரி...!
சரியான பரிசு...
உனக்கும் மிகவும் பிடித்த மலைப் பகுதி...
கடந்த முறையே கோத்தகிரிக்குப் போகத்தான் திட்டமிட்டோம்...
ஆனால்...
அருவிக் குளியலுக்கு ஆசைப்பட்டு நீதான் குற்றாலத்திற்குப் போக வேண்டுமென்று அடம் பிடித்தாய்...!
ஆகவே... விடுபட்டுப்போன கோத்தகிரிப் பயணத்தை உனக்குப் பரிசாகக் கொடுத்து விட வேண்டியது தான்...
என்ன செய்வது...?
இப்பொழுதுதான் குற்றாலம் போகும் ஏற்பாடு செய்து நீ களைத்துப் போயிருந்தாய்...
சற்று முன்னே சுமங்கலி நோண்பு ஏற்பாடுகளின் களைப்பும் கூட்டு சேர்ந்து கொண்டது...
இத்தனை களைப்புகளோடு சேர்ந்து... கோத்தகிரி போகும் ஏற்பாடுகளையும் நீயே தான் செய்ய வேண்டும்...

கோத்தகிரிக்கும் நாம் நம்முடைய வாகனத்திலே செல்லப் போவதில்லை...
உனது விருப்பம் போலவே பேருந்திலே தான்...!
நான் கோத்தகிரி செல்லும் திட்டத்தை மனதிலே ஓடவிட்டுக் கொண்டே இருந்தேன்...
இந்த கோத்தகிரி பயணம் நம் இருவருக்குமே மிக மிக உற்சாகக் கொந்தளிப்பாக இருக்கும்...
ஏனென்றால்.... இப்பொழுது எனக்குள்ளே வான்மதி இல்லை...
குற்றாலத்து விபத்து இல்லை...
ஒன்பதாவது வகுப்பு சம்பவம் இல்லை...
நாம் இருவர் மட்டுமே இன்பப் பயணம்...!
எனக்குள்ளே விதவிதமான திட்டங்கள் உதயம்...
கோத்தகிரியிலே உன்னை எப்படியெல்லாம் உற்சாகத்திலே மூழ்கித் திளைக்க வைக்க வேண்டுமென்று...!
நள்ளிரவு கடந்து கொண்டிருந்தது...
அசைவுகளே இல்லாத அமைதி...
ஆழமான சிந்தனைகள்...
மனசுக்குள்ளே சுமந்து கொண்டிருந்த பாரம் இறங்கிய நிம்மதி...!
இத்தனையும் சேர்ந்து என்னையும் சற்று உறக்கத்திலே தள்ளி விட்டது என்று நினைக்கிறேன்...
எனது நினைவுகள் தப்புகின்றனவே...!
ஆழ்ந்த உறக்கம் என்று சொல்லி விட முடியாது...
அரைத்தூக்கம்...
அந்தத் தூக்கத்தைக் கலைத்தது...
ஏதோ ஒரு கனமான ஓசை...!
என்ன ஓசை...?
உன்னிப்பாக கூர்ந்து கவனித்தேன்...!
மழை பொழிகிறதா என்ன...!
இது மழைப்பொழிவுக் காலமா...
இல்லையே...!
வேறு என்ன ஓசை...
மழை தான் பொழிகிறது...!
இடியோசை கூடக் கேட்கிறதே...
மின்னல் கூட கண்ணாடிகள் வழி தகிக்கின்றனவே...!
படுத்தபடியே கண்விழித்தேன்...
சோ... வென்று மழை...
சளசளவென்று குழாய்கள் வழியாக மழைநீர் வழியும் ஓசை...
அமைதியான நேரமாதலால் ஓசை பலமாகக் கேட்டது....
லேசாக விழிகளைத் திறந்தேன்...
அப்பொழுது தான்... நான் உறங்கிப்போனதை உணர்ந்தேன்...!
நீ உறங்குகிறாயா....?

விழித்திருக்கிறாயா..... ?

எனது கணக்குப்படி நீ உறங்கிக்கொண்டுதானிருக்க வேண்டும்... !

உன்னைப் பார்ப்பதற்காக மெதுவாகத் திரும்பினேன்...!

இப்பொழுது தான் அந்த அதி கொடூர கோரக் காட்சியை கண்ணுற நேர்ந்தது...!

எனது பார்வை நேராக மேலே நிலைகுத்தி நின்றது...

“ஐயோ...”

ஒரே ‘ஐயோ’ தான்...

ஆனால்...

இது ஆயிரம் ‘ஐயோ’ க்களுக்குச் சமம்...!

நூறு தேள்கள் ஒரே சமயத்திலே உடலெல்லாம் இடைவிடாது கொட்டியது போல...!

நஞ்சு பரவியது.....

நாடித் துடிப்பு வேகம் பிடித்தது...!

துடித்தேன்...

பதறினேன்...

“நதி... நதி...நதி...”

என்று அலறினேன்....!

இடைவிடாத ஓலம்...

எனது அடி வயிற்றிலிருந்து....!

நெஞ்சு வெடித்து சுக்கல் நூறாகியது...!

ஏன்..... ?

நீ.....

எனக்கு நேராக...

மேலே.....

மின் விசிறியிலே......

தூக்கிலே.....

தொங்கிக் கொண்டிருந்தாய்....!

உனது விழிகள்....

வெளிப் பிதுங்கி....

முகத்தை விட்டு வெளிவந்து....

ஒட்டு மொத்தப் பார்வையும் எனது மேலேயே குத்திட்டு நிலைத்திருந்தது...!

அந்தக் கண்கள்...

என்னை மிரட்டின... பயமுறுத்தின...!

என்னால் அந்தக் காட்சியைப் பார்க்கவே முடியவில்லை...

தலை சிதறியது...

மூளை உருகியது...

இதயம் சிதைந்தது...

இரத்தம் உறைந்தது...

உடல் முழுவதும் பதறிப் பதறி துடித்தது....!

உரக்கக் கத்தினேன்...

அலறினேன்...

அலறினேன்...

தொண்டை கிழிய அலறினேன்...!

“அடிப்பாவி...”

“சண்டாளி...”

“சதிகாரி...”

“கொலைகாரி...”

“படுபாவி..”

“இரக்கமற்றவளே...”

துர் நாற்றமான இத்தனை கெட்ட வார்த்தைகளும் எனக்குள்ளே எங்கிருந்து வீறிட்டுப் பாய்ந்தன என்றே தெரியவில்லை...!

அந்தக் கோலத்திலே உன்னைப் பார்த்த துக்கம்... எனது கட்டுப்பாட்டைச் சிதறடித்து... சீரில்லா வார்த்தைகளை உருவாக்கி சீராக உச்சரிக்க வைத்துவிட்டது....!

சிதிலமடைந்த சிந்தை.... எதை சிந்தும் என்று சிந்திக்குமா... ?

தொடர்ந்தது எனது வசை வாசகங்கள்....

“என்னடி கொற வச்சேன் உனக்கு....

என்ன அனாதையா விட்டுட்டு போயிட்டியே...

நீ இல்லன்னா நான் மட்டும் உயிரோட இருப்பேனா...

இதோ...

இதோ...

நானும் வந்திடுறேன் உன் கூடவே...”

இதோ...

இதோ...

இங்கே...

கடற்கரையிலே...

கடிதம் எழுதும் இடத்திலே...

‘நதி... நதி’ என்று பரந்த கடல் மணலிலே.... கால்கள் நடுங்க.... உடல் பதற சுற்றிச் சுற்றி அலைகிறேன்...!

எழுதுகோலை வீசி எறிகிறேன்...!

அங்கே வீட்டிலேயும்...

அலறினேன்... அலறினேன்... அலறினேன்....!

எழுந்து பதறிப் பதறி நெஞ்சிலே அறைந்து கொண்டு கதறிக் கதறி வீடு முழுவதும் ஓடினேன்.... விழுந்தேன்... புரண்டேன்... சுவற்றிலே மோதிக் கொண்டேன்..!

கடற்கரையிலும்...

கடல் மணலிலே ஓடி அலைந்தேன்...

ஓங்கி ஓங்கி கடல் மணலின் மீது இரு கரங்களாலும் அறைந்தேன்...

நான்... அறைந்த வேகத்திலே கடல் மணல் பறந்து எனது தலை மேலேயே விழுந்தது...!

“இதுக்கு தான்... அந்தப் பாழாப்போன இரகசியத்த உங்கிட்ட சொல்லாம மறச்சு வச்சேன்... இப்படிப் பண்ணிட்டியே... நதி... நதி... நதி...”

“ஐயோ...!”

மறுபடியும் ஒரு ஐயோ... !

அதுவும் நான் தான்....

இது...

இன்னும் பயங்கரமாக...!

படுக்கையிலிருந்து அலறித்துடித்து எழுந்தேன் நான் ...!

முகம்.. மார்பு... உடல் முழுவதும்... நீரிலே நனைந்தது போல வியர்த்து தொப்பல் தொப்பலாக நனைந்திருந்தேன்....!

எனது படபடப்பும் பரபரப்பும் உடல் நடுக்கமும் கொஞ்சமும் குறையவில்லை...!

எனது அலறல் குரல் கேட்டு... அருகிலே படுத்திருந்த நீயும் பதறி எழுந்தாய்...!

கனவு.....!

கனவு தான்....!

கனவே தான்.......!

நான் உன்னை கொடூர கோலத்திலே பார்த்த காட்சி கனவிலே தான்...!

“என்னங்க..... ?”

என்னை விட..... நீ துடித்துப் போனாய்...!

படபடப்போடு எனது உடலெங்கும் வருடினாய் ..

என்னை கட்டுப்படுத்தி அணைக்க முற்பட்டாய்....

“என்னங்க... என்னங்க...”

பல என்னங்க சொன்னாய்...!

நான் நீண்ட நேரமாக உனது கட்டுப்பாட்டிலே வரவே இல்லை....

“நதி... நதி......”

என்று உளறியபடியே பித்துப் பிடித்தவன் போல... பல பக்கங்களிலும் திரும்பி... உன்னிடமிருந்து திமிறி விசும்பிய படியே இருந்தேன்....

உன்னைத் தொங்க விட்டு தாங்கியிருந்த மின் விசிறியை நிமிர்ந்து பார்த்தேன்....

அங்கே அந்த மின் விசிறி பதட்டமே இல்லாமல்... தனியே சுதந்திரமாகத் தொங்கிக் கொண்டிருந்தது...!

கனவு தான்...!

நீ தூக்கிலே தொங்கியது கனவு தான்...!

இதோ நீ என் அருகிலேயே இருக்கிறாய்....

அதுதான் உண்மை...!

தூக்குக் கயிறு இறுக்கிய உனது கழுத்தை தடவிப் பார்த்தேன் ...

கழுத்திலே கயிறு இல்லை...

கனவு தான்...!

விழிக்குழியை விட்டு வெளியே வந்து என்னை மிரட்டிய உனது விழிகளைத் தடவினேன்...

விழிகள் விழிக்குழிக்குள்ளேயே இருந்தன...

கனவுதான்...!

பரபரப்போடு உனது முகம் முழுவதும் தடவி... எனது கனவை உறுதி செய்து கொண்டேன்...

அப்பொழுதும் எனது தவிப்பு இறுதி பெறவில்லை...!

மார்பு... கை... கால்... அத்தனை பகுதிகளிலும் தடவி தடவி... உன்னை இறுக்கி அணைத்தேன்... உனது முகம் முழுவதும் முத்தங்கள் பதித்தேன்... என்ன செய்கிறேன் என்று எனக்கே தெரியவில்லை...!

எதேதோ செய்கிறேன்..... எனது கட்டுப்பாட்டை இழந்து.....

எனது சந்தேகம்...

அது நீ தானா....

ஆம்...

என் கண்ணே...

அது நீதான்....!

எனது பதற்றம் கொஞ்சம் கொஞ்சமாக கரைந்து அழுகை தொடங்கிவிட்டது.....

அழுதே விட்டேன்...!

ஒரு ஆண்மகன் என்பதையும் மறந்து... குலுங்கி குலுங்கி உரக்க அழுதேன்...

நீ மிகவும் சிரமப்பட்டு என்னை சமாதானப் படுத்த முயன்று...

தோற்றாய்...

மீண்டும் முயன்றாய்...

மீண்டும் தோற்றாய்...

நீ என்னை சமாதானப்படுத்த முயற்சிக்க முயற்சிக்க... எனது அழுகை கட்டுப்பாடு மீறி அதிகமாகிக் கொண்டே போனது....!

என்னால் சமாதனமாக முடியுமா....

அமைதி பெற இயலுமா....!

நீயே தான்..... எனது அழுகையைக் கட்டுப்படுத்தினாய்...

எனது துடிப்புக்களை அடக்கினாய்...

உனது கண்களிலே கருணை...

உனது அணைப்பிலே அன்பு...

உனது வருடல்களிலே பாசம்...

உனது கைகள்... எனது கன்னங்களை வருடின...

எத்தனை சோகங்கள் சூழட்டும் என் கண்ணே...

உனது சுண்டு விரல் பட்டால்... விட்டு விடாதா நொடிப் பொழுதிலே.....

மனைவியின் மீது அன்பு செலுத்தினால் மட்டும் போதாது...

ஆழமாக காதலிக்கவும் வேண்டும்...

அப்பொழுதுதான் அவளது இணைப்பும் ஆழமாக வெளிப்படும்...!

இப்பொழுது அதுதான் நிகழ்ந்து கொண்டிருந்தது...!

உன்னுடைய தழுவல்களிலே... வருடல்களிலே... அணைப்புகளிலே பாசத்தைவிட இன்னொன்றும் வெளிப்பட்டது...

ஆம்...

அது...

காதல்...!

என்னை... நான் சற்று ஆசுவாசப்படுத்தி... மீண்டும் நிமிர்ந்து உனது முகத்தைப் பார்த்தேன்...

மிக மெதுவாக பாசத்தோடு உன்னுடைய கன்னம்... நெற்றி... தலை... எல்லா இடங்களிலும் மறுபடியும் வருடிப் பார்த்துக் கொண்டேன்...

என்னுடைய செய்கைகள் எதுவுமே உனக்குப் புரியவில்லை...!

"என்ன ஆச்சுங்க..."

நான் உனக்கு பதில் சொல்லவில்லை.....!

மாறாக பதட்டத்துடனும்... குழப்பத்துடனும்... சுற்றிலும் தேடிப் பார்த்தேன்...

நோண்புப் பண்டிகை இல்லை...

கடவுள் அலங்காரம் இல்லை...

அழகிய பெண்கள் கூட்டம்... வண்ண மிகு பூக்கள்... மணியோசை... பாட்டு... ஆராதனை... எதுவுமே காணவில்லை....!

எல்லாமே கனவு...

நான்...

என் நதி உன்னோடு படுக்கையறையிலே இருக்கிறேன்...

அது தான் உண்மை....!

எனது குழப்பங்களின் கூட்டணி ஒன்று சேர்ந்து என்னை பயங்கரமான கனவுப் பகுதிக்குள்ளே பலவந்தமாக தள்ளிக் கொண்டு போய் பலாத்காரம் செய்திருந்தன....!

நீ என் மீது மிகுந்த அக்கறை எடுத்துக் கொண்டாய்...

உனது புடவை முந்தானையால் வியர்த்த எனது முகத்தைத் துடைத்து விட்டாய்...

உனது புடவை முந்தானை எனது முகத்தை வருடியதும்... எனது தவிப்பின் தகிப்புகள் தணியத் துவங்கின... அந்த வருடலால் கிடைத்த ஆறுதல் என்னை ஆசுவாசப்படுத்தியது...

ஆணின் அதிவலி தீர்க்கும் அந்த வல்லமை.... மனைவியின் முந்தானைக்கும்... காதலியின் கரத்தழுவலுக்கும் தான் இருக்கிறது...!

இங்கே....

இரண்டுமே நீதானே.....

அதனால்....

எளிதிலே புரிந்து கொண்டாய் நீ....

நான் ஏதோ கெட்ட கனவு கண்டிருக்கிறேன் என்று...

சே...

கனவென்றாலும்... அப்படியொரு கனவு எதற்காக வரவேண்டும்.... ?

நான் பெரும் குழப்பத்துடன் உன்னைப் பார்த்தேன்...!

ஒரு நோயாளியைக் காப்பாற்றும் மருத்துவர் போல... நீ என் மீது அக்கறை காட்டினாய்....!

எது எப்படியோ...

அந்த அதிபயங்கர இரகசியம் எனக்குள்ளேயே மறுபடியும் குடி புகுந்து கொண்டது...

விடியல் வந்துவிட்டது எனத் தோன்றியது...
ஆனால்... அது மாய விடியலாகிப் போனது...!
மறுபடியும் வான்மதியுடன் தான் வம்பு.....!
வான்மதியுடனேயே தான் வழக்கு......
இது தொடரப் போகிறது...!
உன்னுடனே தவிப்பு...!
இனி தினமும் பரிதவிப்பு.....!
மறுபடியும்... மறுபடியும் எனது முயற்சிகளே தொடரப் போகின்றன...!
இங்கே...
கடற்கரையிலே...
நான் உனக்கு ஒரு ஆழமான கடிதம் எழுத அமர்த்திருப்பதற்கு... அந்தக் கனவுக் காட்சியும் ஒரு முக்கிய தூண்டுதல்...!
எனது பரிதவிப்பு சிறிது குறைந்தது...
கடவுளே... கடவுளே...
கனவாயிருந்தாலும் எனது தேவதை நதியை... நான் அந்தக் கோலத்திலா பார்க்க வேண்டும்...

"இதுக்கு தான் கண்டதெல்லாம் நெனக்கக்கூடாதுங்கறது... நானும் கவனிச்சுக்கிட்டேதான் வர்றேன்... கொஞ்ச நாளா நீங்க சரியில்ல... ரொம்ப குழப்பமடையிறீங்க... எதையோ என்கிட்ட சொல்லாம மறைக்கிறீங்க..."
கொள்ளிக்கட்டை கொண்டு கண்ணுக்குள் சுட்டது போல ஆகிவிட்டது எனக்கு... நீ சொன்ன வார்த்தைகளைக் கேட்டு......
என்னை நீ கண்காணிக்கிறாயா நதி....!
எத்தனை நாளாய்....!
எனது பலவீனம் எனக்குப் புரிந்துவிட்டது... வான்மதி பற்றிய இரகசியத்தை நான் சொல்லாவிட்டாலும்... வெகுவிரைவிலே நீயே கண்டு பிடித்துவிடுவாய்...!
விளைவு.... பயங்கரமாகத் தான் இருக்கப்போகிறது...
அதற்கு இந்தக் கனவுக் காட்சியே சான்று...!
மெதுவாக... ஆறுதலாக... ஒரு தாயைப் போல பரிவோடு... என்னை உனது மடியிலே படுக்க வைத்தாய்...
ஆகா...
உனது மடியிலே தலை வைத்தால் எத்தனை வலிகள் பறந்து போகின்றன அன்பே...!
நடு இரவிலே விழித்து அழும் குழந்தையை... அம்மா தனது மடியிலே போட்டு... ஆட்டி ஆட்டி தூங்க வைப்பது போல... என்னையும் நீ மடி கிடத்தி மௌனத் தாலாட்டுப் பாடி தூங்கவைக்க முயற்சித்தாய்...!
பாசம்...
தாயின் மடியிலே உற்பத்தியாகிறது....!
கருணை...
மனைவியின் மடியிலே உற்பத்தியாகிறது....!
இரண்டுமே அர்ப்பணம் தான்...!
ஒன்று குழந்தைக்காக...!

இன்னொன்று கணவனுக்காக...!

ஆண்களும் கொஞ்சம் அர்ப்பணித்தால்... பெண்களின் அர்ப்பணமும் இணக்கமும் பல மடங்காகப் பெருகும்...!

அதை.... இன்று உன் மூலமாக உணர்ந்தேன் அன்பே....!

எனது தீராத இரணங்களுக்கும்.... ஆறாத காயங்களுக்கும்... உனது அரவணைப்பு மிகச் சிறந்த மருந்தானது...

நான் மடியிலே படுத்தபடியே... நிமிர்ந்து உனது முகத்தைப் பார்த்தேன்...

பாவம்.. நல்ல தூக்கக் கலக்கத்திலிருந்தாய்... முடி கலைந்து... கண்கள் சொருகி சொருகி... மீண்டு கொண்டிருந்தன.... பார்க்கப் பரிதாபமாக இருந்தது....

வலி குறைந்து விட்டது போல போக்குக்காட்டி... உனது மடிச்சுமை நீக்கி எழுந்தேன்...

மறுபடியும் உன்னைப் பார்த்தேன்.... உறக்கக் கலக்கத்திலே ஊறிப் போன உனது முகம்... வதங்கிப் போன மலரைப் போல தொய்வதை என்னால் உணர முடிந்தது... அதோடு... தண்ணீர் எடுத்துக் கொடுத்து என்னை குடிக்கச் சொன்னாய்...

"தண்ணி குடிச்சிட்டு படுங்க... நான் பக்கத்துலயே இருக்கேன்ல... உறங்குங்க....."

உறக்கம்...

இனிமேல் வருமா....

எனக்கு...

இன்று...

அப்படியொரு காட்சியிலே உன்னை பார்த்த பிறகு..!

அப்படியே என்னை மெல்லச் சாய்த்தாய்...

பக்குவமாகப் படுக்க வைத்தாய்...

ஆறுதலாக எனது கன்னத்திலே தட்டிக் கொடுத்தாய்...

நான் உறங்குவது போல உனக்கு போக்குக் காட்டினேன்...

நான் உறங்கி விட்டேன் என உன்னை நம்ப வைத்தேன்...!

நீயும் அருகிலே படுத்தாய்...

படுத்ததும்.... சிறிதும் தாமதமின்றி உறக்கம் உடனே உன்னை அபகரித்து தன் வயப்படுத்திக் கொண்டு விட்டது...!

13. நான் படுத்திருந்தாலும்...

நான் படுத்திருந்தாலும் என்னைப் பிடித்திருந்த கிலி விலகிப் போகவில்லை....!

உடம்பு முழுக்க... மனசு முழுக்க... வெளியிலே தெரியாத நடுக்கம் இருந்து கொண்டே இருந்தது..... கண்கள் விட்டு விட்டு விழித்த படியே இருந்தன...

மரணத்தைச் சந்தித்து மீண்டு வந்தவன் போல.... வலியை உணர்ந்து கொண்டே இருந்தேன்.....

எதற்காக அப்படியொரு காட்சி....

கனவென்றாலும் கொடூரமல்லவா....

ஏதாவது ஒரு தீயச் சம்பவத்தின் முன்னறிவிப்பா இது ....!

என் நதி...

உனக்குச் சேதாரமில்லாமல் பாதுகாப்புச் செய்ய வேண்டுமே...

என்னதான் செய்வது...

இது போன்ற சிந்தனைகள்... திரும்பத் திரும்ப எனது மனதிலே வந்து குடியேறி குத்திக் கிழித்துக் கொண்டே இருந்தன....

நிறை...

குறை...

மறை...

திரை...

கறை...

இறை...

இத்தனையும் கரைந்து கலந்தது தான் இல்லறம்...

இவை எல்லாவற்றையும் விட எனக்கு மட்டும்!

ஏன் புறை வாழ்க்கை...?

எல்லாம் சிறப்பாக அமைந்தும் எந்தச் சிரிப்பிலும் இரண்டறக் கலக்க முடியாத ஒரு நிலை எனக்கு மட்டும் வாய்த்து விட்டதே...!

ஏன்..?

சில நேரங்களிலே கரும்புச்சாறு குடித்த இனிமை...

அது உன்னால்...!

சில நேரங்களிலே நெருப்புச் சாறு விழுங்கியது போல வெப்பத் தகிப்பு...

அது வான்மதியால்... !

இப்படி மாறி மாறி வெந்து போவதும்... குளிர்ந்து மீள்வதும்... எத்தனை காலம்...?

இன்றும் அப்படித்தான்...

இத்தனை நாளைக் காட்டிலும் அதிகமான உட்காயம்...!

அந்தக்காயம்.... ஆறாமல் அப்படியே இதயம் முழுவதையும் சிதைத்து புற்றுநோய் போல பரவிக் கொண்டே இருக்கிறதே...

ஒரே முறையாக கொல்லாமலும்... ஒரு முறையாக விடுதலை தராமலும்... கொஞ்சம் கொஞ்சமாய் கொன்று கொண்டே இருக்கிறதே...

சிறுபிள்ளைத் தனமாக விளையாடிய பள்ளித் தவறு ஒன்று... தொடருமா... கொள்ளிக்காலம் வரை... ?

தெரியவில்லை...

இரத்தத்தின் ஈரத்திலே குத்தி விதையுண்ட விதை...

என்ன முளைக்கும்...

என்ன விளையும்...

என்று எனக்கு விடை தெரியுமா... ?

இரணம்... மூளை முழுவதும்...!

மூளை உருகி திரவப் பொருளாக மாறி கொதிக்கத் துவங்கி விட்டது...!

என்ன காட்சி அது...

எவ்வளவு கொடூரமான கண்கள்...!

விகாரமான முகம்...!

வீங்கிப் போன கன்னங்கள்...!

மார்புகளை மூடாமல் தொங்கிய புடவை...!

முகத்தைச் சுற்றி விரிந்து தொங்கிய தலைமுடி...

எனது முகத்தைத் தொட்டு விடும் அருகிலே உனது பாதங்கள்...

இருபுறமும் தொங்கிய விறைப்பேறிய கைகள்...

இப்படி....

ஒவ்வொரு பாகமாக பல பல கோணங்களிலே எனது மனக் கண்ணிலே இடைவிடாமல் தோன்றிக் கொண்டே இருந்தன...

தினமும் நான் எத்தனை விதமான வண்ணங்களில் பார்த்து இரசித்த அழகு...

எனது கண்முன்னே சிதைந்து விகாரமாகத் தோன்றினால்... என்னால் தாங்க முடியுமா.... ?

படுத்திருந்தவன்...

மீண்டும் எழுந்தேன்... மிரட்சியினால் ...

என்னால் என்னை அமைதிப்படுத்திக் கொள்ள இயலவில்லை.....

கொதித்துக் கொந்தளிக்கும் எனது உணர்வுகளை கரை போட்டுக் கட்டுப்படுத்திக் கொள்ளவும் இயலவில்லை......

ஓங்கரித்து ஓங்கரித்து திரும்ப திரும்ப அழுகை பீறிட்டு வந்து கொண்டேயிருந்தது.... !

அடக்க முடியவில்லை...!

சுதந்திரமாக அழ வேண்டும் போல இருந்தது....

இல்லை இல்லை...

இன்னும் கொஞ்சநேரம் போனால் இங்கேயே கதறி அழுதுவிடுவேன்...

நான் அழுதால்...

நீ விழித்து விடுவாய்...

எனது அழுகை பார்த்தால்.... நீ தாங்குவாயா கண்ணே...!

இனிமேல்... உனக்கு வலிகள் தர... இசையவில்லை எனது மனம்...!

அணை மீறா தடை போட்டு... அடக்கினேன் எனது கொதிப்பான அழுகையை...

எழுந்தேன்...!

ஏன்.....?

இரண்டு காரணங்கள்.....!

உனது தூக்கம் கெட்டு விடக் கூடாது...

முதல் காரணம்....!

இனிமேல் இது பற்றி நீ ஏதாவது கேள்வி கேட்டால்... என்னால் பதில் சொல்ல முடியாது...

இது இரண்டாவது காரணம்.....!

உறக்கத்திலே உறைந்திருக்கும் உனது அழகு முகத்தை... அயர்ந்த முகத்தை... பார்த்துக் கொண்டே இருந்தேன்...

நிமிர்ந்து அந்த மின் விசிறியைப் பார்த்தேன்.... அது கூட என்னை பயமுறுத்தியது...

பயங்கரக் கோபம் வந்தது...

அந்த மின் விசிறியின் மீது ...

முதலில் கழற்றி எறிய வேண்டும் அதை....!

பிறகு... இந்த வீட்டிலே.... எல்லா அறைகளிலும் இருக்கும் மின் விசிறிகளையும் கழற்றி விட வேண்டும்...

உனது முகத்தைப் பார்த்தேன் மீண்டும்...

கருணை சுரந்தது எனது மனதிலே...

உனது ஆழ்ந்த உறக்கம் கண்டு...

கொதிப்பு எனக்குள்ளே...

உறக்கம் உனக்குள்ளே...!

உனது தலை மீது கைவைத்து வருடினேன்...

நீ.....

உனக்கென்று எதையுமே செய்து கொண்டவளில்லை...

சிந்தித்தவளுமில்லை...!

ஆனால் நான்...

என்னுடன் இன்னொரு பெண்ணையும் இணைத்துக் கொண்டல்லவா உன்னோடு இரட்டை வாழ்க்கை வாழ்ந்து கொண்டிருக்கிறேன்...!

இதை உதிர்த்து களைந்து விட்டு... உன்னோடு பரிசுத்தமாக இரண்டறக் கலப்பது எப்போது...?

உனது மனதிலே தான் இறக்கி வைக்க வேண்டும்... எனது மனபாரத்தை...

அது எப்படி...?

துடிதுடித்து... நெருப்பிலே வெந்து கொண்டிருப்பது போன்ற வலி உருவாகியது...

வெடித்துவிடுவேன் போலிருந்தது.... வெளியேறியே தீர வேண்டும் இங்கிருந்து....!

வெளியே வந்தேன்...

வெளிக்காற்றும்... மழைச்சாரலும் பட்டால் சூடு குறையும் என்று...!

மழையின் சீற்றம் வெளியே...!

பிழைகளின் நாற்றம் உள்ளே...

பேய்மழை என்று சொல்வார்களே..... அது இதுதான்....!

பயங்கர ஓசை...

தவளைகள் கத்தும் ஓசை....!

வேறு ஏதோ இனம் தெரியாத உயிரினங்கள் மழையை வரவேற்று எழுப்பும் இடைவிடாத ஓசைகள்...!

வீட்டுக்கு முன்பாக பெரிய தோட்டம்... தோட்டத்து மரங்களிலே விசித்திரமான பறவைகளின் ஓசை...!

ஒளிமயமாக வெள்ளை நிறத்திலே எரிந்து கொண்டிருந்தது... அந்த தோட்டத்து மின் விளக்கு....!

அந்த வீரிய மழை... தனது வேகத்தால் அந்த விளக்கின் ஒளியைத் தாக்கி... அதனிடம் தோற்றுக் கொண்டிருந்தது....

சாரல் துளிகள்.... விளக்கைச் சுற்றித் தெறித்து... விளக்குக்கு வெள்ளை வலை போட்டது போன்ற காட்சியை வெளிப்படுத்தியது....

ஒரு சிறிய வெள்ளைச் சூரியன்... தோட்டத்திலே உதித்திருப்பத்தைப் போல...!

இறங்கி நடந்தேன்...

என் மீது கோபம் அதிகமாக இருந்திருக்க வேண்டும் அந்த மழைக்கும்...!

தண்ணீரைப் பீய்ச்சி என் மீது ஆவேசமாக வீசித் தாக்கியது....

காவல் துறையினர் சுற்றி நின்று நீர் பீய்ச்சியடித்து... குற்றவாளியைத் தாக்குவது போல...!

ஆனால்....

அந்த மழை நீர்த் தாக்குதல் என்னை திசை மாற்றவில்லை...!

சிறிது தூரம் நடந்தேன்...

ஓர் இடத்திலே நின்றேன்...

பிறகு அமர்ந்தேன்...

மழையிலே நனைந்தபடியே தான்...!

என்னை என்னதான் செய்து விடும் இந்த அற்ப மழை நீர்....!

உன்னை நான் அந்தக் கோலத்திலே பார்த்த பிறகு...!

திரும்பிப் பார்த்தேன்...

பெரிய வீடு... அந்த மழையிலே மிக அழகாக...

அதற்குள்ளே என் நதி..... நீ...

நீயும் அழகாக...!

நான் மட்டும் கொஞ்சம் அருவருப்பாக....

அதனால் தான்...... இந்த அகால நேரத்திலே அனாதை போல கொட்டும் மழையிலே தனியே இருக்கிறேன்...!

இது கூட ஒரு தண்டனை தான்....!

சூழ்நிலை... என்னை மீண்டும் மீண்டும் சோகத்திலே மூழ்கடித்துக் கொண்டே இருந்தது.....

மீண்டும் அழுதேன்... கண்களைத் துடைத்தேன்...

மழைநீரிலே கரைந்து... மீண்டும் மழை நீரோடு போட்டியிட்டு... கண்கள் சொரிந்தன....!

இன்று....

நிலவு நாள் தான்....!

திடீரென உருவான கன மழையினால்... மேகங்கள் நிலவை மூடி மறைத்திருந்தன... மழையோடு இருளும் சேர்ந்து சூழ்நிலையை கருமை கூட்டிக் காட்டியது...

எனது மனசைப்போல...!

காதலிக்கவில்லை நான்...

வான்மதியை...!

தகாத உறவு எதுவும் வைத்துக் கொண்டதில்லை.... அவளோடு...!

ஊர் சுற்றியதில்லை.... அவளோடு இணைந்து கை கோர்த்து...

இவ்வளவு ஏன்...

அவளோடு எனக்கு ஆழமான நட்பு கூட இல்லை...

இவற்றிலே எதுவுமே இல்லாமல்... அவள் எனது வாழ்க்கையின் அந்தரங்க இரகசியமாகிப் போனாளே...!

எனது மகிழ்ச்சியான இல்வாழ்க்கையை அபகரித்துக் கொண்டாளே...!

ஏன்...

எனது மனதிலே உட்காயம் போல உட்கார்ந்து கொண்டு... நகர்த்த முடியாத இடத்தை நிரந்தரமாக இறுகப் பிடித்துக் கொண்டாள்...!

இல்லறம் என்பது கணவன் மனைவி இருவருமே வெளிப்படைத் தன்மையோடு இசைந்து இணைந்து வாழ்தலாகும்...

ஆனால்... இத்தனை காலம் இணைந்து வாழ்ந்தும்... என்னால் உன்னுடன் இசைய முடியவில்லை...

அதற்குக் காரணம்...

எனக்குள்ளே வாசம் செய்து... என்னை வசப்படுத்தி வைத்திருக்கும் வான்மதி...!

எனது மனசுக்குள்ளே புற்றுநோய் போல ஆக்கிரமித்து... என்னைக் கொஞ்சம் கொஞ்சமாக அரித்து... வதைத்து உருக்கிக் கொண்டிருக்கும் அந்த வான்மதி இரகசியத்தை... என்றோ உன்னிடம் நான் சொல்லியிருக்கலாம்.... நீயும் மன்னிக்கும் மனப்பக்குவம் நிறைந்தவள் தான்... என்னை நீ மன்னித்தும் இருக்கலாம்...

சொல்லாமலே கூட விட்டு விடலாம்...

நீ அதைத் துப்பறியப் போவதில்லை...

ஆனால்...

காலம் மிகக் கடந்து விட்டது...!

வேறு யாராவது... எனது உறவினர்கள்... நண்பர்கள்... உடன் படித்தவர்கள்... உன்னிடம் சொல்லி உனக்குள்ளே கனல் பற்றிக் கொண்டால்...?

அது...

கானகக் கனல்...!

அதன் விளைவு...?

இத்தனை வருட குடும்ப வாழ்க்கையிலே... நீ என் மீது வைத்திருந்த...

இறுக்கம்....

நம்பிக்கை.....

ஈடுபாடு நிறைந்த இசைவு....

அத்தனையும் இடிந்து சரிந்து விடாதா....

அதைக் கேட்ட பிறகு...

சற்றுமுன் நான் கனவிலே கண்டது போல... ஒரு விபரீத முடிவை நீ எடுத்து விட்டால்...?

ஐயோ...

உன்னிடம் சொல்வதா...

சொல்லாமல் மறைத்தே விடுவதா...

காலத்தைத் தள்ளிப் போட்டுச் சொல்வதா...!

நானே சொல்லி விட்டால் விபத்து... அடுத்தவர் சொல்லி நீ தெரிந்து கொண்டால் ஆபத்து...

எந்த வகையிலே நான் தப்புவேன்...!

அறிவு..... குழப்பத்தின் உச்சத்தை அடைந்தது...!

எனது வாழ்க்கையிலே ஏதோ ஒரு பெரிய அசம்பாவிதம் நிகழத்தான் போகிறது...

அது என்ன....

சற்றுமுன் நான் கண்ட கனவு போல உன்னை இழப்பதா....?

இல்லை இல்லை...

சம்மதிக்கவே மாட்டேன்...!

அதற்கு முன் நானே போய்விட்டால்...?

தவறு... தவறு....

நான் போன பிறகு நீ மட்டும் எப்படி உயிர் வாழ்வாய்...?

நிலவு நீந்த நீள்வான் வேண்டும்...

வான் மிளிர வட்ட நிலா வேண்டும்...

நீயும் நானும் நிலவும் வானமும் போலத்தானே...

ஒன்றில்லாமல் ஒன்று இயங்க சாத்தியமா...

ஐயோ... ஐயோ... ஐயோ...

மூளையைக் குடைகிறது... தலை வெடித்து விடாமல் இருக்க இரண்டு கைகளாலும் இறுகப் பிடித்துக் கொண்டேன்...

என்னால் அழத்தான் முடிந்தது....

அழுதேன்... அழுதேன்... அழுதேன்... அழுதேன்...!

மூச்சுமுட்ட அழுதேன்... விசும்பி விசும்பி அழுதேன்...

கண்ணீர் வற்றும் வரை அழுதேன்....!

அதற்காகத்தானே வீட்டுக்குள்ளிருந்து வெளியே வந்தேன்...

தடுக்க அருகே நீ இல்லாத காரணத்தால்... எனது அழுகைக்கு எந்தத் தடையும் இல்லை இங்கே...

மழை நீர் வற்றவில்லை.....

ஆனால்....

விழி நீர் வற்றிவிட்டது....!

அழுதது போதும்..... என்று ஆன்மா அவசரச் சட்டம் போட்டு அடக்கிவிட்டது....

எழுந்தேன்.....

நடந்தேன்....

வீட்டினுள்ளே.....

எதிரே..

கடவுள் இருக்கும் அறை...!

சற்றுமுன்.....

எனது கனவிலே நீ சுமங்கலி நோண்பு நடத்திய இடம்...

முழுக்க நனைந்த கோலத்திலே நான்....!

கடவுளைப் பார்த்தேன்.....

கடவுள் என்னைப் பார்த்தார்.....

அருளோடு சிரித்தபடியே இருந்தார்...

கை சேர்த்து வணங்கினேன்....!

மனமுருக வேண்டினேன்...

"எனது கனவை... கனவாவே ஆக்கிடு கடவுளே... என் நதிக்கு நீண்ட ஆயுளைக் குடு... எனக்குப் பெறகும் அவ ரொம்ப நாளைக்கு ஆரோக்கியமா வாழணும்...."

நெடுஞ்சாண் கடையாக விழுந்து வணங்கினேன்....

எழுந்தேன்....

என்னவோ தெரியவில்லை...

அந்த இடம் முழுமைக்கும் உன்னுடைய தூய கதிர்வீச்சு...!

மலர்கள் இல்லாமலேயே மணம்...!

ஊதுவத்தி... சாம்பிராணி... இல்லாமலேயே அவற்றின் வாசனை...!

ஒரு புனிதப் பகுதிக்கான அடையாளங்கள்... அறிவிப்புகள்...!

கடவுள் நம்பிக்கை இருக்கிறதோ இல்லையோ...

இல்லத்திலே ஒரு பகுதியிலே இப்படியொரு சூழல் இருந்து கொண்டே இருக்க வேண்டும்...

கடவுள் இருக்கிறார் என்பதை நிரூபிப்பதற்கல்ல...

மன ஆறுதல் பெற...

சாம்பிராணி புகை தூவிடுதலும்... ஊதுவத்திப் புகை பரவவிடுதலும்... கடவுள் பக்தியைத் திணிக்கும் வன்முறைச் செயல்கள் அல்ல...

அந்தப் புகை வீட்டிலே உலா வந்தால்... புழு... பூச்சிகள்... ஈ... எறும்பு... கொசு... போன்ற நச்சுத் தன்மை கொண்ட உயிரினங்ககள் உள் நுழைவதை தவிர்க்க முடியும்...

மணியோசையும்... மந்திர ஒலியும்... பரவசப் பாடல்களும்... அறிவின் அகன்ற அலைச்சலை ஒரு நிலைப்படுத்தி... கூர்மையாக்கும் தன்மை கொண்டவையாகும்...!

கடவுள் படங்களும்... சிலைகளும் வைக்கப்படுவது... கடவுள் வழிபாட்டைக் கட்டாயப் படுத்துவதற்காக அல்ல...

கலைநயத்தை இரசிப்பதற்கும்...

கலையாத சிந்தனை வளர்ப்பதற்குமாகும்...!

அதனாலேயே...

கடவுள் வாழும் பகுதிகளும்... கடவுளின் உருவ அமைப்புகளும் வியத்தகு கலை நுணுக்கங்களோடு உருவாக்கப் படுகின்றன...!

இன்று.....

எனக்கும் கூட அப்படிதான்...!

இதோ.....

நீ உபயோகித்த மந்திர ஓசைகள் எனது காதுகளிலே கேட்டு சிதறிப் போன எனது சிந்தைதனை ஒரு நிலைப் படுத்துகின்றன...!

அந்த இடத்திலேயே சிறிது நேரம் அப்படியே அமர்ந்திருக்கத் தோன்றியது.... கண்களை மூடியபடி அமர்ந்திருந்தேன்...!

எனக்குள்ளே அருள் புகுந்தது...

நினைவுகளிலே உனது உருவத்தை உட்செலுத்தியது...

என்னை நீ ஆக்கிரமித்தாய்...

சற்று பாரம் குறைந்தது....

கடவுள் இருக்கிறாரா... இல்லையா... என்பது இன்றைய பகுத்தறிவுச் சமூகத்தின் தலையாய விவாதப் பொருள்...

அரசியல்வாதிகளின் வியாபரப் பொருள்...

ஆனால்...

இதோ.....

இந்த இடம் மனதுக்கு அமைதியைத் தருகிறது.... ஆறுதலைத் தருகிறது.... என் மனசுக்குள்ளே பெரும் நம்பிக்கை பிறக்கிறது....

நம்பிக்கை தரும் அத்தனை பொருளும் கடவுளே...!

எனக்கு அந்த நம்பிக்கை இன்று... இந்த இடத்திலே... கிடைக்கிறது...

எனக்கு அறிவு விழித்த வேளையிலே... கவிந்திருந்த இருளும் விழித்து விலகத் துவங்கியது....

அதிகாலையிலேயே எழுந்துவிடும் வழக்கம் கொண்டவள் நீ...

ஆகவே... நீ கண் விழிக்கும் முன்பாக நான் உனது அருகே படுத்துக்கொள்ள வேண்டும்....

அறைக்குள்ளே வந்தேன்....

உனது தூக்கம் இன்னும் கலையவில்லை...

மிக விரைவாக எனது தலை ஈரத்தை துவட்டினேன்... ஈர உடைகளை மாற்றினேன்...!

உனது அருகிலே தான் இருக்கிறேன் என்பதைக் காட்டிக்கொள்வதற்காக... அருகிலே படுத்துக் கொண்டேன்...

உறக்கம்... இன்னும் உனக்கு விடுதலை கொடுக்கவில்லை...

கலக்கம்... எனக்கும் விடுதலை கொடுக்கவில்லை...!

காற்று அதிகமானதால்... மழை வலுவிழந்தது...

வலுவிழந்த எனது மனம்... உனது அருகிலே படுத்ததும் வலுப்பெற்றது...

கதிரவன் இன்று எழமாட்டான்...

ஆனாலும் அதிகாலை என்பதன் அறிவிப்புகள் வரத்தான் செய்தன...

இந்து... முகமதியர் இரண்டு ஆலயங்களிலும் போட்டி போட்டு மந்திரங்களைப் பரவ விட்டார்கள்.....!

இது மதப்போட்டியல்ல...

மதம் பிடித்த போட்டி...

மதங்களை வளர்க்கும் போட்டி...

மனிதர்களை இனம் பிரித்து மதம் புகுத்தும் போட்டி...

பிடிவாதம்... வன்முறை... பிரிவினை புகுத்தும் போட்டி...

ஆனாலும்...

விடியல் காணா உலகிற்கும்.... முதல் விழிப்பை உணர்ந்த மனிதர்க்கும்.... அதுவே முதல் அறிவிப்பாக திணிக்கப்படுகிறது...

சட்டங்கள்... அரசியல்வாதிகளுக்கும் அதிகாரிகளுக்கும் அடிபணிந்து வணங்கி... இதுபோன்ற செயல்களை ஊக்குவித்துக் கொண்டே இருக்கின்றன...!

உறக்கத்தோடு நிகழ்ந்த போட்டியிலே வாகைச்சூடி... நீ எழுந்தாய்...!

நான் நினைத்தது போலவே முதலில் என்னைத் தான் பார்த்தாய்... உனது பார்வைக்காக... ஆழ்ந்த உறக்கத்திலிருப்பதைப் போல... வழக்கமாக நான் எழுப்பும் குறட்டை ஒலியை சற்று சத்தமாய் எழுப்பினேன்....!

சிறிது நேரம் விழி நகர்த்தாமல் என்னைப் பார்த்தபடியே இருந்தாய்... அந்தப் பார்வையிலே இரக்கம் உதிர்ந்தது... நான் என்ன குழப்பத்திலிருக்கிறேனோ என உனக்கு என் மீது கருணை...!

எனது தலைமீது கை வைத்தாய்...!

உனது கை வழியாக ஓர் அமைதியும் தெளிவும் எனக்குள்ளே ஊடுருவிப் பரவியது...!

நான் நன்றாக உறங்குவதாகக் கருதி... எனக்கு இடையூறு செய்ய வேண்டாம் என நீ நினைத்தாய்... ஒரு சிறிய பெரு மூச்சு விட்டாய்...

நீ விட்ட அந்த நெடிய அழுத்தமான பெருமூச்சுத்தான்... உன் மீது நான் வைத்திருக்கும் காதலை நீ நம்புகிறாய் என்பதற்கு உறுதிப் பத்திரம்.....!

எனது நெற்றியை வருடிய உனது கையை எடுத்தாய்...

கலைந்த உனது தலைமுடியைத் தட்டி... அள்ளி முடிந்தபடியே நடந்தாய்...

நீ அகன்றது அறிந்து... உறங்குவது போல மூடியிருந்த கண்களைத் திறந்தேன்....

நீ ஊர்ந்து செல்லும் உடலசைவு எனது விழிகளிலே நிறைந்தது...!

இமை மூடாமல் பார்த்துக் கொண்டே இருந்தேன்...!

ஓவியம் ஒன்று உயிர்பெற்று நகர்ந்தது போல... நீ போய்க் கொண்டிருந்தாய்...

நீ போவதைப் பார்க்கையிலே எனக்கு மிகவும் பரிதாபமாக இருந்தது....!

ஏதாவது ஒரு வகையிலே உன்னுடன் கலந்துவிட வேண்டும்..... அப்பொழுது தான் நான் சுமந்து கொண்டிருக்கும் துயரப்பளு முற்றிலுமாய் அகலும்...!

நீ குளியலறைக்குள்ளே சென்று பல்துலக்கினாய்... படுக்கையிலே அமர்ந்து பார்த்துக் கொண்டே இருந்தேன்....

பாவமாக இருந்தது...

என் பொருட்டு... உன்னைச் சுற்றிச் சூழ்ந்திருக்கும்

சூழ்ச்சி வலை.....

சூதுவலை...

குழப்ப வலை....

அபாயவலை.....

இவை பற்றியெல்லாம் ஏதுமே அறியாமல்... ஒரு வெகுளிப் பெண்ணாக... அறியாப் பெண்ணாக..... நீ அதிகாலைப் பணிகளை நிகழ்த்திக் கொண்டிருக்கிறாய்...!

உன்னை தனிமையிலே விட எனக்கு சம்மதமில்லை...

உன்னைத் தனிமையிலே விட்டால்... என்னை தனிமை ஆட்கொண்டு விடும்...

அந்தத் தனிமையை வசப்படுத்தி வான்மதி என்னை ஆக்கிரமித்து விடுவாள்...

வான்மதியின் வலையிலிருந்து தப்ப ஒரே வழி.... நான் தனிமை தவிர்க்க வேண்டும்...

என்ன செய்வது... ?

யோசித்தேன்...

வழக்கமாக நான் கடைப்பிடிக்கும் வழிகள்தான்...

துரிதமாக எழுந்தேன்... நானும் உன்னோடு சேர்ந்து பல் துலக்கினேன்...

எனது செய்கை உனக்கு மகிழ்ச்சி... உன்னை மகிழ்ச்சிப் படுத்தியது... எனக்கும் மகிழ்ச்சி...!

சமையறைக்குள் நுழைந்தாய்...

நானும் தொடர்ந்தேன்...

நீ பால் காய்ச்சினாய்... நான் தேயிலை போட்டு... சர்க்கரையும் கலந்தேன்....

தேநீர் தயார்...!

உன்னிடம் சிறிய புன்னகை... அது எனக்கு உந்துதல்...

நீ தேநீரை எடுக்கக் கையை நீட்டினாய்.... நான் இடைமறித்து முந்திக்கொண்டு எடுத்து உனது கையிலே கொடுத்தேன்....

நீ சிரித்து விட்டாய்...

அந்த சிரிப்போடு கலந்த ஒரு பார்வை...

அதிலே ஒரு பாசம்...

அந்தச் சிரிப்பும்.... பார்வையும்.... பாசமுமே எனக்கு மருந்து...!

இருவரும் ஒன்றாக அமர்ந்து தேநீர் பருகினோம்...

குளிக்கச் சென்றாய்... உன்னை முந்திக் கொண்டு குளியலறை வாசலிலேயே துண்டோடு காத்துக் கிடந்தேன்....

குளிர்ந்து போனாய்... நானும் தான்.....!

நீ குளித்து முடித்து வரும் வரை தவமிருந்தேன்...

நானே உனது தலையின் ஈரம் உலர்த்தினேன்... நீ மகிழ்ச்சியின் வெளிப்பாடு காட்டினாய்...

தலைவாரிப் பின்னல் போட்டேன்...

பொட்டு வைத்து விட்டேன்...

பேரானந்தம் உனக்கு...

நான் இதெல்லாம் உனக்குச் செய்வது புதிதல்ல...

பழக்கப்பட்டவை தான்...

ஆகவே அத்தனை நடவடிக்கைகளயும் புன்னகையோடு நீ அங்கீகரித்தாய்...!

கணவன்...

இடித்துக் கொண்டும்....
உரசிக் கொண்டும்....
கொஞ்சிக் கொண்டும்....
கிள்ளிக் கொண்டும்.....
இரண்டறக் கலந்து உறவாடிக் கொண்டும்....
தன்னுடனேயே இருந்தால்... மனைவிக்கு உற்சாகத்தின் உச்சம் தான்..!
அந்த உச்சத்தின் விளைச்சல்...
ஒரு புன்னகை...!
அது...
கண் சிமிட்டும் நேரத்திலே பூத்து மறையும் மாயப் புன்னகையல்ல...!
மனதிலே ஆறுதலை ஆழ விதைக்கும் மந்திரம் கலந்த புன்னகை...!

இந்த புன்னகைப் பொதிவை... எந்தக் கடையிலே விலை கொடுத்து வாங்கமுடியும்...?

மனம் புரிந்த மனைவியைத் தவிர வேறு மாற்றுப் பெண் யாரிடம் இதைப் பெறமுடியும்...?

ஆண்களின் ஆழக்காயங்களுக்கெல்லாம் பெண்களின் அழகிய புன்னகைதானே அருமருந்தாய் அமைகிறது...!

ஆண்டவனின் படைப்பிலே... பெண்களது ஆழ விழிகளும்... அழகிய இதழ்களும்தானே அதிசயமானவை...!

உருண்டோடும் காலங்களை உவகையோடு கடத்துவதும்... அந்த விழிகளும் இதழ்களும் தான்...

நேற்று கண்ட கொடூரக் கனவைக் கரைத்துவிட... இந்த ஒற்றைப் புன்னகை போதுமா....

எனது செயல்களை நான் இன்னும் தொடர்ந்தேன்...

நீ உடுத்திக்கொள்ள வேண்டிய புடவையை நானே தேர்வு செய்து கொடுத்தேன்... புடவை உடுத்துவதிலும் கூடவே இருந்து உதவி செய்தேன்....

அங்கே தான் சிறிய இழுபறிச் சண்டை நிகழ்ந்தது....
அத்துமீறி.....
அனுமதிக்கவில்லை நீ...!
உன்னை விடுவதாயில்லை நான்...!
விளைவு...?
இழுபறி...
தள்ளுமுள்ளு...
செல்ல அடிகள்.....
கொஞ்சல்கள் நிறைந்த ‘சீ’ க்கள்...
சின்ன ஓட்டங்கள்...
அணைப்புகள்...
இணைப்புகள்...
பிணைப்புகள்...
விலகல்கள்...
விசும்பல்கள்...

அத்து மீறிய முத்தங்கள் கூட அந்தப் புடவை கட்டும் காட்சியிலே அரங்கேறும்...!

அந்த அந்தரங்கப் போரிலே இருவருக்கும் கடுமையான போட்டி...!

வென்றவன் நானே தான்......!

அந்த வெற்றியின் மூலம்... நான் உன்னிடம் பெற்றது செல்லமான கோபச் சிணுங்கல்கள் கலந்த ஊடல்....!

அந்த ஊடலால் ஊறிப்போன எச்சில் கலந்த முத்தங்கள்...

உனது எச்சில் முத்தங்கள்தானே வான்மதி உருவாக்கிய கொடூரக் காயங்களை துடைத்துத் துயர் நீக்கிக் கொண்டே இருக்கின்றன...

எனது மனநிலை மாற்றத்திற்காக... நிலையுணர்ந்து நீயும் அதிகமாகவே ஒத்துழைத்தாய்...

நானும் எனது வலிகள் குறைய வலுக்கட்டாயமாக என்னை உன்னுடன் சங்கமித்து கொண்டேன்....

ஒரு நாள்...

இரு நாள்..

பல நாள்...

மாதங்களே போய் விட்டன...! சில வருடங்கள் கூட கரைந்தோடி விட்டதாக கணக்குச் சொல்லலாம்... அந்தச் சம்பவத்தை நான் மறந்து சாதாரண மனிதனாகி விட்டிருந்தேன்....

எனது மனதின் மையப் பகுதியிலே குடியிருந்த வான்மதி கூட... தனது உறுமலை நிறுத்தி விட்டிருந்தாள்...!

நானும் உன்னிடம் அந்த இரகசியம் சொல்லும் திட்டத்தை கொஞ்சம் ஆறப்போட்டேன்...!

அன்று...

அலுவல் மிகுதி... மிக மிக பரபரப்பாக இயங்கிக் கொண்டிருந்தேன்... பத்துப் பதினைந்து தேநீர் அருந்தி இருப்பேன்... இருந்தும் சோர்வு நீங்கவில்லை..!

அலைபேசி அழைத்தது...

என்னால் கவனத்தை திசை திருப்ப இயலவில்லை..!

ஒலித்து ஓய்ந்து நின்று... மீண்டும் ஒலித்தது அந்த அலைபேசி...!

இம்முறை நானே விட்டு விட்டேன்...!

அத்தனை பணிச்சுமை....!

மீண்டும் ஒலித்தது...

சிறிது கோபம்...

யாரது... இத்தனை முறை... என சலிப்பாக எடுத்தேன்....

பகீரென்றது....

அலைபேசியிலே நீ...!

பதறிப்போய் அலைபேசியை எடுத்துக் காதிலே வைத்தேன்...

நானே முதலில் பேசினேன்...

"என்ன நதி..."

எனக்குள்ளே ஒரு சிறிய படபடப்பு...!

ஏனென்றால்...

அழைத்தது நீ.....!

மேலும்...

தொடர்ந்து நான்கு முறை நீ அழைக்கவே மாட்டாய்...!

என்றால் ஏதோ அவசரம் இருக்கிறது.....!

"நதி..."

எனது அழைப்பிலே அவதி...!

உனது பக்கத்திலே அமைதி...

ஆனால்......

நீ மூச்சுவிடும் ஓசை கேட்கிறது.....!

"நதி..."

மீண்டும் நானே....

பதில் வந்தது உன்னிடமிருந்து......!

"கொஞ்சம்..... சீக்கிரமா..... வீட்டுக்கு வர்றீங்களா..... ?"

உனத்து குரலிலே... கொஞ்சும் வலைவீச்சு தெரிந்தது....

"கொஞ்சம் வேலை இருக்கே..."

"நாளைக்கி பாத்துக்கலாமே..."

இது குழைவு இல்லை...

கொஞ்சல் இல்லை...

கெஞ்சல் இல்லை...

மோகம் கலந்த வலைவீச்சு...!

எனது களைப்பு..... உறுதி..... இரண்டும் கரைந்து கலைந்து போயின...!

உனது ஆணைக்கு அடங்கினேன்...

"எத்தன மணிக்கு.... ?"

"ஆறு மணிக்கு..."

"சிறப்பு விருந்து ஏதாவுது..."

எனது கேள்வியின் பொருள் உனக்குப் புரிந்துவிட்டதோ என்னவோ... உனது பக்கத்திலிருந்து பதில் இல்லை..... தொடர்ந்தது... மூச்சுக் காற்றுத் தான்... அந்த பதில் போதாதா... ?

நானே தொடர்ந்தேன் பேச்சை....!

"நதி..."

சில சம்மதங்களுக்கு பதில்... வார்த்தைகளாக வராது..... மௌனமே பதிலாக அமையும்....

வார்த்தைகள் தரும் உட்பொருளை விட.... மௌனங்கள் தரும் உட்பொருட்களுக்கு வலிமை அதிகம்....

உனது பக்கம் மறுபடியும் அமைதியும் மூச்சுக் காற்றும் ...

"நதி..."

கொஞ்சம் குழைசளோடு நானே பேசினேன்....!

"இல்லாமலா..."

அப்பா... உன்னிடமிருந்து எனது குழைசலுக்கு ஒப்புதல் வந்துவிட்டது....

எனக்கு..... ?

கைகால் உதறல் எடுத்துவிட்டது...!

ஒரு மனைவியிடமிருந்து இப்படியொரு அந்தரங்க அழைப்பு வந்தால்... எந்தக் கணவனுக்காவது வேலையிலே கவனம் போகுமா.....

அதன் பிறகு சொன்னாயே ஒரு செய்தி... அது தான் தித்திப்பு...

"வர்றப்போ..."

குழைவு தான்...!

நீயே தொடர்ந்து பேச வேண்டுமென்பது எனது எதிர்பார்ப்பு... நான் உனது மௌனத்தை இரசித்தபடியே அமைதி காத்தேன்... மிக நுட்பமாக.... உனது பதிலுக்காகக் காத்திருந்தேன்..

எனது எதிர்பார்ப்பு உனக்கும் புரிந்திருக்க வேண்டும்.... எனது காதிலே தேன் பாய..... குரலென்று நினைத்து நீ யாழ் மீட்டினாய்....!

"வர்றப்போ..."

மறுபடியும் கொஞ்சல் தான்...

எனது பக்கம் திருட்டுச் சிரிப்பு...

"வர்றப்போ... ?"

மனம் அலை பாய்கிறது...

"வர்றப்போ.."

நீ சொன்னதையே திருப்பியும் சொன்னாய்...

ஆர்வம் அவதியாக மாறியது.....

முயலும்... கயலும் பெண்களின் அழகியல் உதாரணங்கள் தான்...

ஆனால்...

அவை வாழுமிடங்கள்......

வயலும்.... கடலும்...!

முயலின் அசைவுகளும்... கயலின் வளைவுகளுமே காணக் கவர்ச்சியும்... மகிழ்ச்சியும் தரும்...!

அதுபோலத் தான்... இன்று... உனது குரலிசைப்பிலும்... வளைசல்களும்... வலை வீச்சும் பதிவாயின...

எனது ஆவலை கேள்விக்கணைகளாக மாற்றின...!

ஏதோ அபூர்வமான பொருளை எதிர்பார்க்கிறாய் என்று உனது மூச்சுக் கலந்த மௌனமும்... குரலின் மென்மையும்... இரகசிய இராகமும் எனக்கு உணர்த்தின....!

தங்க நகையோ... ?

பட்டுப் புடவையோ... ?

வேறு ஏதேனும் விலையுயர்ந்த பொருளோ... ?

இல்லை.....

இவற்றிலே எதுவும் இல்லை.....!

ஏனென்றால்...

இவையெல்லாம் வேண்டுமென்று ஒரு நாள் கூட என்னிடம் நீ கேட்டதே இல்லை...

எல்லாமே நானாகவே வாங்கிக் கொடுத்தவை...

நீயோ...

போதும்... போதும்...

என்று தடை போட்டவள்...

நீயா...

இன்று நகையும்... புடவையும்... கேட்கப் போகிறாய்...?

இல்லை...

உனது கோரிக்கை அதுவல்ல...

வேறென்ன...?

உன்னிடம் இருந்து வந்தது விலைமதிப்பில்லா பதில்...!

"பூ...!"

நான் பூரித்தேன்....

உலகிலேயே பெண்களுக்கு மிகவும் பிடித்தது.... பூ...!

பூ.....

என்று மனைவி கணவனிடம் கேட்டால்... அது பல சம்பவங்கள் நிகழ்வதற்கான ஆரம்ப அறிவிப்பு... என்று ஆழமான பொருள் உண்டு....!

மீண்டும் சிறிய இடைவெளி...

இன்னும் என்ன எதிர் பார்க்கிறாய் கண்ணே.....

"பத்து மொழம்....."

அந்தப் 'பத்து மொழத்திலே' தான்... முயலின் துள்ளலும்... கயலின் வளைவுகளும் பொதிந்து வெளிப்பட்டன...!

பேரின்ப அதிர்ச்சி... திக்கு முக்காடினேன்...

வெறும் பூவென்றாலே வேறு ஒரு சம்பவத்திற்கு அழைப்பு என்று பொருள்... பத்து முழம் என்றால்...?

'அவசர அழைப்பு' ... என்று பொருள்... மிக நீண்ட திருவிழா நிகழப் போகிறது....

"பத்து... பத்து... பத்து மொழ... மா....."

எனது நா பத்து பத்து போட்டு தட்டுத் தடுமாறி தப்புத்தாளம் வாசித்தது...

பூ வாங்கினால் சாமிக்குப் போடக் கூடாதா....?

கணக்கு அதுவல்ல...

கணவனிடம் ஆசையாகக் கேட்கும் பூ... சாமிக்குப் போவதே இல்லை...

அது மனைவிக்கே முழு உடமை...

கடவுளே இறங்கி வந்து கேட்டாலும் கணவனின் கைப்பூவிலே கடன் கொடுக்க மாட்டாள் மனைவி...!

மனைவி கணவனிடம் நகை கேட்பதை விட... பூ கேட்பது கணவனுக்கு அலாதி ஆனந்தம்...

சுலபமாய் வாங்கிக் கொடுத்துவிடக் கூடிய பொருள் என்பதால் அல்ல...!

பூவின் புனிதம்...!

அதனால் வலுப்பெறும் கணவன் மனைவி உறவு என்பது... கனிதம்...!

தங்கமோ... வைரமோ... பணமோ... பொருளோ... தரமுடியாத ஒரு அற்புதமான சுகத்தை... இந்தப் பூவால் தான் தரமுடியும்...!

பிற பொருட்களுக்கும் உடலுக்கும் தான் உறவு...

ஆனால் பூவுக்கு.... ?

உள்ளங்களோடு உறவு....!

இறுகிய இதயங்களுக்குள்ளே ஊடுருவி உருக்கி உலைக்களமாக்கும் உறவு....!

ஆவல் கூடியது எனக்கு.....

ஏதாவது திட்டம் இருக்குமோ... எங்காவது வெளியே போவதாக... கேட்டுவிடலாமே...!

“நதி... திரைப்படம்.... ?.”

“இல்ல...!”

“கடற்கரை..... ?”

“இல்ல...”!

“பூங்கா...!”

நீ சிரிப்பை பதிலாக தந்தாய்...

என்றால்... இவற்றிலே எதுவுமே இல்லை...

வேறு என்னவாக இருக்கும்... ?

அதற்குள் அடுத்த அறிவிப்பு வந்தது உன்னிடமிருந்து...

“அப்புறம்...”

ஆவல் அதிகரித்தது... நீ பேசவில்லை... என்னால் கட்டுப்படுத்த முடியவில்லை....

“அப்புறம்..... ?”

உனது தயக்கத்தின் இடைவெளி அதிகமாகியது..... நீ விடும் வெப்பக்காற்றும்... பெருமூச்சும்... அலைபேசியின் வழியாக நாகம் சீறுவது போல எனது காதிலே சீறிக் கொண்டேயிருந்தது...

இது போதாதா... ?

தடை உடைத்து மடை திறந்து கரை கடக்கத் தயாராகிவிட்டது எனது அந்தரங்கம்...

“அப்புறம்... சொல்லு நதி...”

“அந்த அல்வா கடை இருக்கில்ல...”

அல்வா சாப்பிட்ட அதிர்வு எனக்கு... நாவிலே எச்சில் உறிப் பெருக்கெடுத்து... உடல் முழுவதும் இன்ப ஊற்றாக பரவி... விரகம் ஆட்கொண்டது...

“அல்வா கடை... ?”

எல்லை மீறி கேட்டேன் ...

“நீங்க அடிக்கடி வாங்கிக்கிட்டு வருவீங்களே...”

“புரிஞ்சிருச்சு...”

சின்ன சிரிப்பு ஒப்புதல் ...

‘களுக்’ கென்று ...

ஒரு கிளி தத்தித்தத்தி சிரித்தால் எப்படி ஓசை வருமோ... அதுபோல... வெட்டுச்சிரிப்பு...

அடேயப்பா.. என்னை என்ன பாடு படுத்துகிறது அந்த ‘களுக்’ சிரிப்பு....

எப்பொழுதுமே சிரிக்கும் சிரிப்பைப் போலல்ல இந்தச் சிரிப்பு....

இது ஒரு காரணச் சிரிப்பு... காரியச் சிரிப்பு... அடக்கி ஆளும் ஆயுதக் குவியல் அல்லவா அந்தச் சிரிப்புக்குரல் ...

அந்தச் சிரிப்பு.... பெண்கள் அனைவருமே தவறாமல் கற்றுக் கொள்ள வேண்டிய மிக முக்கியமான சிரிப்பாகும்...!

அந்தச் சிரிப்புக்கு......

பெரிதாக ஓசைவராது...

ஓசையே இல்லாத புன்சிரிப்பைப் போலவும் இருக்காது...

என்ன பொருள் என்று புரியாது..

பொருள் புரியாமலும் இருக்காது...!

பெண்கள்... கணவனிடமிருந்து ஒரு சில காரியங்களை சாதித்துக் கொள்வதற்காக மட்டுமே சேமித்து பதுக்கி வைத்து... குறிப்பறிந்து இடம் பொருள் ஏவல் உணர்ந்து பயன்படுத்தும் மந்திரச் சிரிப்பு அது...!

உடலின் எந்தப் பகுதியிலேதான் இதை ஊறல் போட்டு ஊறவிட்டிருக்கிறார்களோ... ஆண் வர்க்கமே அதை அறியாது...

பெண்கள்... தங்களது காரியம் சாதிக்க... திட்டமிட்டு அவற்றைச் செயல்படுத்தும் போது... ஆண்கள் அதிலே மூழ்கிக் கரைய வேண்டியது தான்...!

அது இயற்கையாகவும் வரும்.....

பெண்களே திட்டமிட்டு தயார் செய்து ஆண்கள் மேல் ஏவியும் விடுவார்கள்...

அது சதிச்சிரிப்பு...!

இதோ...

அப்படியொரு சிரிப்பைத்தான் நீயும் தூது விடுகிறாய் கண்ணே....!

இதன் பின்னே... வேலைகளிலே கவனம் நிலைக்குமா எனக்கு...

வதைபடாமல் இருப்பேனா நான்...

வறுபடாமல் பிழைப்பேனா நான்..... ?

உண்மையிலே சிறிது போதை ஏறித்தான் போனது எனக்கு... அலுவலக வேலைகளை அதிவேக அவசரமாய் மூட்டை கட்டினேன்....!

கோடிக்கணக்கான முதலீடு சம்மந்தப்பட்ட கோப்புகள் அனைத்தும்... அரை நொடியிலே ஆலோசனையே இல்லாமல் அலுவலகக் கோடியிலே அடைக்கலமாக்கப் பட்டுவிட்டன....

மனைவியின் மயக்க மந்திரத்தால்...!

அசுர வேகம்... !

அடுத்த நொடி...

வாகனம் சாலையிலே பறக்கிறது...

ஏன் இத்தனை வேகம் இன்று... ?

நான் கட்டுப்பாடின்றி வாகனம் ஓட்டுபவன் அல்லவே...

இதுவும்...

மனைவியின் மயக்க மந்திரம்தான்...!

பூக்காரியிடம் நின்றேன்...

அவள் பூவை முழம் போடுகிறாள்...

முழு முழத்தை முக்கால் முழமாக அளக்கிறாள்... ஏழரை முழ பூவை பத்து முழமாகச் சுருட்டி இலைக்குள்ளே அடக்கி கண் முன்னேயே பூக்களவு செய்கிறாள்... நானும் பார்த்துக் கொண்டே தான் இருக்கிறேன்.... ஆனால் தடுக்கவில்லை...!

ஏன்...!

எனது அறிவை ஆக்கிரமிப்பு செய்து கொண்டிருப்பது என் நதி நீயல்லவா... உனது முகம் தவிர எனது மனப்பகுதியிலும்... அறிவுப்பகுதியிலும் வேறு எதுவுமே பதிவிலில்லை...!

இதயம் கூட நதி... நதி... நதி... என்று குதி போட்டுத் துடித்துக் கொண்டே இருக்கிறது...

எனது நிலை பூக்காரிக்குப் புரிந்திருக்க வேண்டும்... அதனால் எளிதில் என்னிடம் கொள்ளைச் சம்பவம் நிகழ்த்திவிட்டாள்...

இன்று பூ விலை அதிகமாம்...

என் நதியின் கூந்தலை அலங்கரிக்கப் போகும் பூவிற்கு விலை மதிப்பு ஏது...?

எப்பொழுதும் இருபது ரூபாய்க்கு விற்கும் பூ... இன்று அறுபது ரூபாய்...! அதுவும் ஏமாற்று வேலைதான்... புரியத்தான் செய்தது...

இருந்தாலும் பூக்காரியுடன் தர்க்கம் செய்ய நான் தயாரில்லை....! ஏனென்றால்... அந்தப் பூக்காரி என்னையும் என் நதியையும் இணைக்க மிகப்பெரிய தொண்டு செய்து கொண்டிருந்தாள்....!

மேலும்... அந்த நேரம் பூ கிடைக்காத நேரம்...

அவள் வைத்திருந்த பூ... அப்போதுதான் பறித்து வரப்பட்ட புத்தம் புதிய பூ... அதன் பளபளப்பே அதை எடுத்துக்காட்டியது.....

எங்கோ வீட்டிலே வளர்க்கப்பட்ட செடியிலிருந்து பறித்து வரபட்டதென்று பூக்காரி சொல்லிக்கொண்டாள்...

என் நதியின் தலைப்பூவுக்காக... யாரோ நீரூற்றி செடி வளர்த்திருக்கிறார்கள்.....!

பூக்காரி கேட்ட பணத்தைக் கொடுத்தேனா... அதைவிட அதிகம் கொடுத்தேனா தெரியாது... அவளது முகத்திலே விரிந்த அகலமான சிரிப்பை மட்டும் அவசரத்திலே கண்டு கொண்டேன்...!

இதுபோன்ற [illegible]வன்மார்களின் மயக்கத்தால் எத்தனை பூக்காரிகளுக்கு லாபமோ...!

பூவை வாங்கிக் கொண்டு... புதையல் அள்ளியது போல புயலாகப் புறப்பட்டேன்...

அந்தப் பூவை நான் பத்திரப் படுத்திய விதமே தனிதான்...

அது...

என் நதி... உனது தலையை அலங்கரிக்கப் போகும் பூ...!

உனது அடிமனதை எனது நோக்கிலே வளைக்கப் போகும் பூ...!

உனக்குள்ளே இனக்காதல் உணர்வைத் தூண்டி என் மீது மோகம் வரச் செய்ய செயல் படப்போகும் பூ...!

என் நதி... நீ பேராசையுடன் கேட்ட பூ....!

அந்தப் பூவை ஒரு விலையுயர்ந்த வைரத்தை விட அரிய பொருளாகப் பாதுகாப்புடன் சுமந்தேன்...!

வாகனத்திலே ஏறினேன்...

நான் வழி நடத்தவே இல்லை...

தனது போக்கிலே சென்றது எனது வாகனம்...

தானாக ஓர் இடத்திலே நின்று கொண்டது..

எவ்வளவோ முயற்சிகளெடுத்து முடுக்கிப் பார்த்தேன்...

எதுவும் பலிக்கவில்லை...!

ஏன்... ?

அது நின்ற இடம்...

நீ இரகசிய உத்தரவு போட்ட அல்வா கடை...!

அங்கும் அதே கதைதான்...

கடைக்காரன் என்ன கொடுத்தானோ... எதுவும் சுயநினைவிலே இல்லை...!

நீ... எனது நினைவுகளைத்தான் கொள்ளையடித்து... வேறு எதுவுமே உட்புகமுடியாமல் தடுப்பு வேலி அமைத்து விட்டாயே கண்ணே...

கடைக்காரன் என்னை உற்று நோக்கினான்...

ஏன்... ?

அங்கே என்னைப் போல எத்தனையோ ஆண்கள் இருக்கிறார்கள்...

அத்தனை பேருமே அல்வா வாங்கத்தான் காத்திருக்கிறார்கள்...

ஆனால்...

அவன் ஏன் என்னை மட்டும் அப்படிப் பார்க்கிறான்... ?

எனது குழப்பத்திற்கு விடை கிடைக்க நீண்ட நேரம் ஆகவில்லை...

பிற ஆண்கள் அனைவருமே... யார் யாருக்கோ அல்வா வாங்கக் காத்திருக்கிறார்கள்...

நான் மட்டும் தான்... எனது மனைவி உனக்காகக் காத்திருக்கிறேன்...

எனது முகத்திலே படர்ந்திருந்தது காதல் மோகமோ... காம மோகமோ அல்ல... இது மனைவி மோகம்...!

அனுபவம் வாய்ந்த அந்தக் கடைக்காரன்... அதைக் கணக்கெடுத்து அளந்துவிட்டான்...

அல்வாவை அளவெடுத்து அறியுமுன்... எனது ஆவலை அளவெடுத்து அறிந்து விட்டான்...

அவனது இந்த ஆழ்மன ஆராய்ச்சியால்... எத்தனை கணவன்... மனைவிகள் மகிழ்வு கண்டார்களோ யார் அறிவார்...!

அவன் இன்னொரு சுபகாரியத்தையும் செய்தான்...

அல்வா வாங்குவதற்காக நீண்ட வரிசை நின்றது...

எனது முக ஏக்கம் அவனுக்குப் புரிந்து விட்டதால்... என்னை மட்டும் வரிசை தவிர்த்து முன்னால் வரச் சொன்னான்...

அவன் கூட எனது படபடப்பு பசைப் பார்த்து... சற்றே ஏளனப் புன்னகை செய்ததை நான் கவனித்தேன்...

காரணம்.. ?

எனது கையிலிருந்த மல்லிகைப் பூ... மெல்ல எட்டிப் பார்த்து... வெண்மை காட்டிச் சிரித்து.... எனது மன நிலையை அவனுக்கு காட்டிக் கொடுத்து விட்டது.....

அவனுக்கு எனது ஆவலை அறிவித்தது அந்த மல்லிகைப் பூ தான்...!

படுக்கையறையை பக்குவப்படுத்த....

கணவன் மனைவியின் கூடலை வளப்படுத்த...

இல்லற சுகத்தை இன்பமாக நீளச்செய்ய...

கரைந்து கொண்டிருக்கும் வாழ்நாளை கரும்புச் சுவை கலந்து வழியனுப்பிக் கடத்திவிட...

இது போன்ற அல்வா... மல்லிகைப்பூ... இன்னும் சூழ்நிலைகளுக்குத் தகுந்தாற்போல... சில உதிரி பொருட்களின் உதவியும் தேவைப்படத்தான் செய்கிறது....

சில நேரங்களிலே மனிதர்கள் சாதிக்க முடியாத சாதனைகளை... இது போன்ற சிறிய சிறிய சாதனங்கள் சாதித்து விடுகின்றன...

இங்கே...

அல்வா ஒரு சிறகு...

மல்லிகைப்பூ ஒரு சிறகு...

பறப்பது எனது மனம்...

கனவு காண்பது அறிவு...!

அடேயப்பா...

வீடு வந்து சேருவதற்குள்ளே எத்தனை திரைப்படங்களின் நெருக்கமான காட்சிகள்... கனவுகளாய்....!

எத்தனை இரவுக் குளியல்கள்... கற்பனையாய்..!

எத்தனை மோகப் புன்னகைப் பரிமாறல்கள்... தூண்டுகோலாய்...!

எத்தனை முத்த ஓசைகள் எதிரொலியாய்.....!

எத்தனை முனகல்கள்... இரகசியமாய்......!

எத்தனை உடை மாற்றங்கள்... மாயங்களாய்...!

எத்தனை நிர்வாணங்கள்... திரை மறை பொருளாய்.....!

எத்தனை விதமான அணைப்புகள்... தழுவல்கள்....!

பலமான செல்லச் சிரிப்புகள்...!

சின்னச் சின்ன நகக் கீறல்கள்...!

சின்னதும் வலுவானதுமான வெளியில்லா காயங்கள்...!

அதிலிருந்து இரத்தக்கசிவுகள் கூட...!

கன்னங்களிலே பதிவான பல் தடங்கள்...!

எச்சில் பரவல்கள்... அதன் ஈரப்பரிமாற்றங்கள்...!

இப்படி....!

நான் என்னையறியாமலே வாகனத்தைச் செலுத்தியபடியே கன்னத்தை கையால் வருடிப் பார்த்துக் கொண்டேன்...!

அது போன்ற சமயங்களில் ஏற்படும் இரத்தகாயங்களுக்கு மருத்துவமே தேவையில்லை... ஓர் இரவுக்குள்ளேயே தடம் தெரியாமல் தாமாகவே மறைந்து போகும்....!

"சே"... ஆண்கள் மனம் கொஞ்சம் ஆபாசமான நீர்த்தேக்கம் தான்... இல்லை என்றால் இப்படிக் கொச்சையான கற்பனைகள் ஊற்றெடுக்குமா...?

பெண்களுக்கு இதைவிட அளவு அதிகம்.... ஆனால் இயற்கையிலே... அதை அடக்கி ஆளும் சுயபலமும் பெண்களுக்கு அதிகம்.....!

கண்ணுக்குத் தெரியாமலே கனன்று கனன்று... செங்கல்லைச் சுட்டுப் பொசுக்கும் சூளை போல... அவர்கள் எந்தத் தருணத்திலும் ஓய்ந்து சலித்துவிடுவதே இல்லை...!

இதோ வந்து விட்டேன் கண்ணே...

என் நதி...

உனது பேரின்பப் பரிமாற்றத்திலே மூழ்கி முத்தெடுக்க...!

இதோ உன் முன்னே நின்று விட்டேன்.....!

எவ்வளவு வேகத்திலே பயணித்தேன்...

எப்படி வந்து சேர்ந்தேன்...

எப்படி வீட்டுக்குள்ளே நுழைந்தேன்... எதுவுமே தடயங்களிலே இல்லை.....!

ஆகா...!

நீயும் வந்து நின்றாயே... என் முன்னே...

அது என்ன அப்படியொரு பார்வை வீச்சு..!

யார் கற்றுக் கொடுத்தார்கள் பெண்களுக்கு இந்தப் பார்வை வன்முறையை...!

பற்றி எரியும் தீயின் தூண்டுதல் அல்லவா அந்த விழித் தாக்கம்...!

கூர்ந்து நொடிநேரம் கவனித்தேன் உன் விழிகளை...

வழக்கமாக நான் காணும் குடும்பப்பாங்கான விழிகள் அல்லவே அவை..!

வேறு ஏதோ குந்தகமான திட்டத்திற்குத் துணை போகும் அந்தரங்க விழிகள் போலல்லவா எதிரொளி பாய்ச்சுகின்றன...

நமது நெருக்கமான தருணங்களிலே தான்... இது போன்ற உணர்வுகளை உனது விழிகள் வெளிப்பாய்ச்சும்....!

உனது இதழ்கள்...

உனது நெற்றி...

உனது புருவங்கள்...

உனது கழுத்து...

உனது மார்புகள்...

உனது இடை....

உனது அத்தனை அவயவங்களும்... மாறு பாடின்றி ஒரே நோக்கத்தை எனக்கு உணர்த்துகின்றனவே...

இன்று நிகழப் போகும் இந்த உறவுக்கு இறுதி வடிவம் கொடுக்க ஒரு இரவு போதுமா.... ?

எனது மனதிலே நடக்கும் போர்... ஓர் இரவுக்குள்ளே முடிவுக்கு வருமா..... ?

என்னிடம் தான் எத்தனை ஒடிசல்..... அபத்தமாக... !

எத்தனை சிரிப்பு...கபடமாக..!

நேராக நிற்கவே முடியவில்லை என்னால்...

வழிகிறேன்... தெரிகிறது....

ஆனாலும் அடக்கத் திராணி இல்லை...

வழியத்தான் செய்கிறேன்...!

உடலைப் போட்டு நானாக முறுக்குகிறேன்... அதுவும் தெரிகிறது... ஆனாலும் நிறுத்த இயலவில்லை....

ஆம்... முறுக்க தான் செய்கிறேன்...
எனது சுயகட்டுப்பாட்டை நான் இழந்து வெகுநேரம் கடந்துவிட்டது என் கண்ணே...!

இதுவே ஒரு பட்டிமன்றத் தலைப்பாக மாறிப்போனது எனக்குள்ளே...
நான் சற்றும் தாமதிக்கவில்லை...

நீ ஆசையாகக் கேட்ட அந்த கருப்பொருட்களான புத்தம் புதிய மல்லிகைச் சரத்தையும்... அல்வாவையும் உனது கையிலே படைத்து... உன்னிடம் இரவு உறவுக்கு... அவசர மனுப் போட்டேன்....!

அடடா...
பார்த்ததும்... மின்னல் வேகத்திலே உனது முகத்திலே ஒரு உச்ச மகிழ்ச்சி மின்னியதே...

எந்தக் கருவியை உபயோகித்து அந்த ஒளி வீச்சின் அளவை அளந்து சொல்ல முடியும் அன்பே...!

பெண்களுக்கும் மல்லிகைப் பூவிற்கும் அப்படியொரு ஆழமான ஈர்ப்பு...
எப்படி உருவானது அது...?

கடவுள்... படைக்கும் போதே படைத்துவிட்டானா...!
அல்லது அவர்களே வளர்த்துக் கொண்டார்களா...?

இதற்கும் பட்டிமன்றம் வைத்து வாதிட்டுத்தான் தீர்ப்பினை அறிவிக்க வேண்டும்...!

அந்த மல்லிகைப் பூவை...
நீ வாங்கிய விதமே ஒரு காதல் மொழிதான்....!

சும்மாவா வாங்கினாய்..... வேண்டுமென்றே எனது கையிலே சிறிய உரசல்...
இந்த சந்தர்ப்பத்திலே அந்த சதிகார உரசல் அவசியம் தானா...?

உண்மையிலேயே இது எதேச்சையாக நிகழ்ந்த அனிச்சைச் செயல் அல்லவே அல்ல...

உனது மனதிலே நீண்ட நேரமாக உருப்போட்டு நீ உருவேற்றி வைத்திருந்த சதிச்செயல்...!

அந்த உரசலின் வாயிலாக எனது உடலுக்குள்ளே சிறிய வெப்பம் குடியேறியது..

இல்லை.... நீயே குடியேற்றினாய்....
மின்தடை என்று ஊருக்குள்ளே பேசிக்கொண்டார்கள்...
ஆனால்... எனக்குள்ளே இல்லை...!

நீ... பூவைப்பிரித்த தன்மை...
அதைக் கையில் எடுத்த மென்மை...

இரண்டுமே எனக்குச் சாதகமான பல கிளை முன்னறிவுப்புகளைச் செய்தன...!

எனக்குள்ளே இடை நிறுத்தம் இல்லாத இலவச மின்சாரத்தை அளவில்லாமல் உற்பத்தி செய்து கொண்டேயிருந்தன.....!

என்னிடமிருந்து வாங்கிய பூவை பிரித்து... ஒரு நச்சுச் சிரிப்புடன் என்னிடமே நீ திருப்பிக் கொடுத்தாய்...!

"என்ன நதி.."

ஏன் தருகிறாய் என்று எனக்குப் புரியும்..... ஆனாலும்... புரியாதவனைப் போலக் கேட்டேன்....

“நீங்களே வச்சு விடுங்க...”

இந்த சந்தர்ப்பத்திலே பேசுவதற்காகவே... இந்தக் குரல் ஒலியை நீ பதபடுத்தி... பக்குவப்படுத்தி வைத்திருந்தாயா அன்பே...

மற்ற நேரங்களிலே வெளிப்படும் உனது குரல் வெளிப்பாடு போல இப்பொழுது இல்லையே...

நானும்...

இதை நீயே சொல்ல வேண்டுமென்று தானே உன்னை வம்புக்கிழுத்தேன்...!

நீ... அப்படியே ஒய்யாரமாகத் திரும்பினாய்...

ஒயிலாக முதுகைக் காட்டினாய்... ஒரு அடி பின்னால் நகர்ந்து... எனது மார்பிலே வலுக் கட்டாயமாக சதக்கென்று இடித்து... வேறு எதற்கோ அறிவிப்புச் செய்து நின்றாய்..

லேசாக தலைசாய்த்து உனது அழகு முகத்தை எட்டிப் பார்த்தேன்... உனது உதட்டிலே விளைந்து முற்றி விரிந்து கிடந்தது ஒரு மோகப் புன்னகை...!

சரிந்து சரிந்து எனது மார்பிலே சாய்ந்து.... விரிந்து விரிந்து அகலப் பரந்த உனது அசுர விழி உயர்த்தி.... எனது முகத்தின் மீது ஒரு மோக மொழிப் பார்வை வீசினாய்...!

ஓர் ஆணுக்கும்... பெண்ணுக்கும் உள்ளே இத்தனை ஈரமான உணர்வுகள் நிரந்தரமாக ஊறிக்கிடக்கின்றன...

ஆனால்...

இன்றைய கணவன்... மனைவிகள்... எளிதிலே பிரிந்து விடுகிறார்களே...

ஏன்...?

எப்படி...?

இணைத்து வைக்கும் அலுவலங்களை விட... பிரித்து வைக்கும் அலுவலகங்களிலே கூட்டம் அலை மோதுகிறதே...

ஏன்...?

எப்படி...?

‘நீ யாருடன் வேண்டுமானாலும் இணைந்து கொள்...’

இது மனைவி...!

‘நீ யாருடன் தேவையானாலும் உறவு வைத்துக் கொள்...’

இது கணவன்...!

ஆயுள் முழுவதும் கூடிக் கலந்து திளைக்க வேண்டிய உறவை... அற்ப நேரத்திலே அறுத்து எறிந்து விடுகிறார்களே...

ஏன்...?

எப்படி...?

திருமண உறவிலே ...

உலகை மறந்து.....

கண்மூடி இணைந்து....

உடல் சேர்ந்து....

கூடிக் கழித்த ஈரத்தடம் காயும் முன்பே....

அதைத் துச்சமென தூக்கி எறிந்து விட்டு... இன்னொரு உறவுடன் இணைந்து... மனமொப்பி இணைந்து கொள்கிறார்களே...

ஏன்...?

எப்படி...?

என்றால்.....

அது உளச் சேர்க்கை இல்லையா...?

வெறும் உடற்சேர்க்கையா...?

ஒரு பெண் ஒரே ஆணுடனோ... ஒரு ஆண் ஒரே பெண்ணுடனோ இணைந்து... கலந்து... வாழ்ந்து கடந்தால்...

அந்த வாழ்க்கை சென்றடையும் இறுதி எல்லை வேறு...!

ஆள் மாற்றி... ஆண் மாற்றி... பெண் மாற்றி... உறவு கொண்டு கடத்தும் வாழ்க்கை சென்றடையும் எல்லை வேறு...!

அது...

அந்த எல்லையை சென்றடையும் போது தான் புரியும்...!

அது இனிப்பா...

அல்லது புளிப்பா...

அல்லது செழிப்பா...

அல்லது பிழைப்பா...

அல்லது இழப்பா...... என்று...!

விலங்குகளிடமிருந்து மனிதனை உயர்த்திக் காட்டுவது நான்கு செயல்கள்தான்...

ஒன்று...

சிரிப்பு...

இரண்டு...

பேச்சு...

மூன்று...

உளச்சேர்க்கை...

நான்கவதாக...

உடற்சேர்க்கை...

இந்நான்கிலும்...

எங்கே பிழை நேர்ந்தாலும்....

நமது வாழ்க்கையும் விலங்கின வாழ்க்கைதான்...!

அடேயப்பா...

ஒரு சிறிய மல்லிகைப் பூ... எவ்வளவு பெரிய தத்துவத்திற்கு அடித்தளம் அமைக்கிறது...?

இதெல்லாம் என்ன வித்தை.....?

இந்த மல்லிகைப்பூ எங்கே கற்றுக்கொண்டது......?

செடியிலே முளை விடும் போதேவா...?

மலர்ந்து விரிந்த போதா...?

காற்று வந்து மோதி கவிதை பாடியதே... அந்தக் கவிதை கேட்டா...?

வண்டுகள் பறந்து வந்து சுற்றி வட்டமிட்டிருக்குமே...

ராகம் இசைத்திருக்குமே...

அந்த ராகம் கேட்டா...?

இத்தனை கேள்விகளுக்கும் யாருக்குமே விடை தெரியாது...

அதை....

அந்த பூவே இரகசியச் சேமிப்பாய் தனக்குள்ளேயே பதுக்கிச் சிறை வைத்துக் கொண்டது...

இந்தப் பூ... எத்தனை ஆண்.... பெண்... மனங்களிலே காதல் விதைத்ததோ...

எத்தனை காதலன் காதலிக்கு உறவுத்தூது வளர்த்ததோ......!

ஒரு சிறிய செடியிலே மலர்ந்த பூ தான்...

ஆனாலும்... எத்தனை பெரிய சாகசங்களை நிகழ்த்திவிடுகிறது...!

அந்தப் பூ .....

உனது கைக்கும் எனது கைக்கும் மாறி மாறி பயணிக்கும் போது... அது கர்வத்துடன் சிலிர்த்துக் கொள்வதை உற்றுப்பார்த்தால் தெரியும்....!

இங்கே நடக்கப் போகும் உறவிற்கு கருப்பொருளே அந்தப் பூதான்...

யார் சொன்னது...

பூ உயிரற்ற பொருள் என்று....?

இன்று நடைபெறப் போகும் உறவுக்கே உயிர்தரப் போவது அந்தப் பூ தான்....!

நான் பூக்காரியிடம் வாங்கும் போது இருந்த மலர்ச்சியை விட... இப்போது அந்தப் பூவிற்கு மலர்ச்சி அதிகம்...!

ஏன் ...

அப்போதிருந்த வனப்பை விட... இப்போது வனப்பும் அதிகம்...

ஏன் ...

அப்போதிருந்த நிறத்தை விட... இப்போது அதிக ஒளிவீசும் நிறம்...

ஏன் ...

முன்னை விட புதுமை... அழகு... வாசம்... எல்லாமே அதிகம்...!

எப்படி வந்தது...

அந்தப்பூ...

செடியிலே..... வெறும் பூவாக பூத்தது...

கடையிலே..... வியாபாரப் பொருளாக இருந்தது...

பிறகெப்படி இத்தனை ஈர்ப்பும்... பளபளப்பும்... ஒளிப்பாய்ச்சலும் வந்தது...?

இப்போது நிகழ்த்தப் போவதோ மிகப் புனிதமான சாதனை...!

எனது மனசுக்கும் உனது மனசுக்கும் மாறி மாறி தூதுபோய்... இரு மனசுகளிலும் ஒரே உணர்வைத் தூண்டப் போகிறது...

மலரும்போது அந்த மலர் அறிந்திருக்குமா... இப்படியொரு மகரந்த சேர்க்கை நிகழ்வுக்கு உறுதுணையாக வரப்போகிறோம் என்று...

அது...

சாதாரண பூ அல்ல...!

கணவன் தரும் பரிசு என மனைவி கருத வேண்டும்...!

அது மனைவிக்குத் தரும் மகிமை நிறைந்த பரிசு என கணவனும் கருத வேண்டும்...!

இருவரிடமும் உருவாகும் அந்த இணக்கமான எண்ண அலைகள் தான் அந்தப் பூவை உயர்ந்த பொருளாக மாற்றும்...!

இல்லையென்றால்....

அடுத்த ஒரு மணி நேரத்திற்குள்ளே... குப்பைக்குப் போகும் சாதாரண பூச்சருகு தான் அது....!

இன்று மிக முக்கிய செயலே... என் நதி உனது தலையிலே அது குடியேறப் போகிறது என்பதுதான்....!

இன்றைக்கு உனது கை நிறைய கண்ணாடி வளையல்கள்...

நீ எதற்கு அணிந்தாயோ தெரியாது...

ஆனால்...

அந்தப் பூவாங்கும் காட்சிக்கு... அந்த வளையல்கள் சலசலத்துப் பின்னணி வாசிக்கின்றனவே...!

அந்த இசை...

எனது காதுகளைக் குடைந்து உட்புகுந்து... உடல் முழுவதுமே அதிர்வுகளை உண்டாக்குகிறதே...

ஓ...

இப்பொழுது புரிகிறது...!

பெண்கள்...

அந்தரங்க நேரங்களிலே எதற்காக மிகையான ஓசை எழுப்பும் கண்ணாடி வளையல்கள் அணிகிறார்கள் என்று...!

கணவன் மனைவி இருவருமே... மனசுக்குள்ளே இறுக்கமாக இணை திசையிலே பிணைந்து விட்டால்... ஒவ்வொரு அசைவும் ஓவியமே... ஒவ்வொரு ஓசையும் பின்னணி இசையே...!

அந்தப் பூவை உனது தலையிலே சூட்டுகிறேன்...

அது..... எனது நாசியின் மிக அருகே இருக்கிறதே... அதனுடைய மந்திர வேலையைக் காட்டாமல் இருக்குமா...

நாசித்துவாரத்திலே நறுமணமாய் நுழைந்து... மூளைக்குப் பயணித்து... மூளையின் அதிர்வுகள் முழுவதும் ஆக்கிரமித்து... போதையை விடக் கூடுதல் போதை கூட்டித் தடுமாற்றம் தந்தது....!

மலரின் மணமா அது...

மயக்க மருந்து...!

அந்த தாக்குதலிலிருந்து மீளும் முன் அடுத்த ஆயுதம் வெடித்து வந்தது...!

14. அந்த அல்வா...!

அந்த அல்வா...!

ஆவல் மிகுதியாய் கை நீட்டினேன்....

அதை கைப்பற்றி விடுவதற்காக...!

ஆனால்...

ஏமாற்றம்...!

என்னிடம் தராமல்... என் மீது நேராகப் பார்வைத் தீயைத் தூவியபடியே... நீயே அதைப் பக்குவமாகப் பிரிக்க துவங்கினாய்...!

அதைப் பிரிக்கையிலே உனது இரு கை விரல்களும் முன்னறிவிப்பு செய்து... எனக்கு அவசர அழைப்பு விடுக்கின்றனவே...!

உனது உள்ளக் கிளர்ச்சியை அந்த விரல்களே வெளிக் காட்டுகின்றன..

எனது நாக்கிலே ஊறியது எச்சில் ...

அந்த எச்சிலின் ஈரம்..... அந்த அல்வாவிற்காக அல்ல...

வேறு ஏதோ ஒன்றுக்கு முன்னேற்பாடு...!

நீ பிரிக்கப் போகிறாய்...

அந்த அல்வாவினை தரப்போகிறாய் எனது கையிலே...

நான் அதை சிறிய சிறிய துண்டுகளாகப் பிரிக்க போகிறேன்

சிரித்துச் சிரித்து என்னை சிறைப்படுத்திய உனது வாயினுள்ளே ஊட்டிவிடப் போகிறேன்...

என்னை வீழ்த்தும் உனது வாய்க்குள்ளே... அந்த அல்வாவைத் திணித்து வலிமையான பூட்டுப் போடப்போகிறேன்...

அதனால்தான்... அதை உன்னிடமிருந்து வாங்கிவிட எனது கரங்களுக்குள்ளே அத்தனை பரபரப்பு...

மனசுக்குள்ளே அத்தனை பதை பதைப்பு...!

அதை எந்த அளவு எடுக்க வேண்டும்...

எத்தனை விரல்களால் பிடிக்கவேண்டும்...

எப்படி உனது வாயில் ஊட்ட வேண்டும்...

எப்படி அந்த அல்வாவை நீ மென்று அசைபோடுவாய்...

எப்படி விழுங்குவாய்...

அந்த சமயத்திலே உனது முகத்திலே... கழுத்துப் பகுதியிலே... தொண்டைப் பகுதியிலே... எப்படிப்பட்ட உடற்கூறு மாற்றங்கள் நிகழும்... இவையெல்லாம் எனது கனாவிலே ஊறிக்கிடக்கும் வினா காட்சிகள்...

ஆனால்...

மீண்டும் ஏமாற்றம்...!

பிரித்த நீ...

அல்வாவை என்னிடம் தரவில்லை...

பார்வையும்... போதையும்... சிரிப்பும் தான் எனக்கு...!

அந்த அல்வா....?

அது உனது கைவிரல்களிலே வசமாகச் சிக்கிச் சிதையுண்டு போகப் போகிறது என்பது உறுதியாகிவிட்டது....

இரு விரல்களால் ஒரு முனையை அழுத்திப் பிடித்தாய்.... விரல்களுக்கு நடுவே சிக்கி நசுங்கிய அந்த அல்வாவிலிருந்து சிறிதளவு நெய் வெளிப்பட்டு... சிலிர்த்தது... வெளியே எட்டிப்பார்த்தது... பளபளப்புக்காட்டி பரிதாபமாக வழிந்து... உனது விரல்களை நனைத்தது...

என்ன காட்சி அது...?

நெய்யிலே நனைந்த உனது பவள விரல்கள்... பளபளப்பாக மின்னி அடி மனதிலே ஊக்கத்தை ஊற்றெடுக்க வைக்கிறதே...

பெண்களின் விரல்கள் கூட வித்தை படித்தவையா என்ன...?

இதோ...

உனது விரல்கள் கூட... எனக்கு வலைவீசி அறைகூவல் விடுத்து அழைக்கின்றனவே...

அந்த அல்வாத் துண்டை அப்படியே உனது வாயின் உள்ளே செலுத்தினாய் நீ... அது உனது ஈரமான உதடுகளிலே மேலும் பளபளப்பை பரப்பி விட்டு... வாயினுள்ளே போய் அடைபட்டு அகப்பட்டுக்கொண்டது....!

அசைகின்றன... உனது தாடைகள்...

அதற்கு இசைகிறது... உனது நாக்கு...

அல்வாவை அரைக்கின்றன... உனது பற்கள்...

பக்குவமாய் அந்த இயக்கத்திற்கு ஒத்துழைப்புத் தருகின்றன... உனது உதடுகள்...

இந்த இயக்கம் தான்... இன்று இரவுக்கான முதல் துவக்கம்...!

அரைபட்ட அந்த அல்வா... உனது தொண்டையைக் கடந்து பயணிக்கப் பயணிக்க... நான் வேறு திசையிலே பயணித்துக் கொண்டே இருந்தேன்....

அந்தச் சுவை... உனக்குள்ளே கரையக் கரைய... நீ எனக்குள்ளே கரைந்து கொண்டிருப்பதை என்னால் இரகசியமாக உணர முடிந்தது...

பெண்களின் அத்தனை அசைவுகளுமே அழகாக இருக்குமா என்ன...

இதோ இருக்கிறதே.....!

என் நதி...

உனது அசைவுகள் அத்தனையுமே அழகு தான்....!

ஒவ்வொன்றும் எனக்கு ஒவ்வொரு அழைப்புத் தான்....

அடுத்தடுத்து உனது விரல்கள் இதே பணியைத் தொடர்ந்தன...

அல்வாவின் அளவு குறைந்து கொண்டே இருந்தது...

எனது பங்குக்காக நான் ஏங்கிக் கொண்டேயிருந்தேன்...

அல்வாவை மென்றாய் நீ...

வெறும் வாயை மென்றேன் நான்....

அல்வாவை விழுங்கினாய் நீ...

எச்சில் மட்டும் விழுங்கினேன் நான்....

சுவையெல்லாம் உனக்கு...

எச்சில் மட்டும் தான் எனக்கு.....!

இரக்கமே இற்றுப் போனது உனக்கு...

போகிற போக்கைப் பார்த்தால்... அல்வா முழுவதுமே உனக்குத்தான் சொந்தமாகி விடும் என்று நினைக்கிறேன்...

வேலை.... வாய்க்கும்.... பல்லுக்கும்.... நாக்கிற்கும் தானே...

உனது விழிகள் எதற்காக என்னைச் சுழற்றத் திட்டமிட்டு பம்பரச் சுழற்சியை நிகழ்த்துகின்றன....?

புரிந்துவிட்டது...

அல்வாவிலே எனக்குப் பங்குதராமல் நீயே சாப்பிடுகிறாயாம்...

நான் அதைப் பார்த்து ஏங்குகிறேனாம்...

அதனால் நீ ஆனந்திக்கிறாயாம்...!

இது... ஒரு இனிய நயவஞ்சக மோசடியல்லவா.....!

இதோ... இதோ... இதோ...

கடைசித் துண்டு அல்வா...

கட்டாயம் அது எனக்குத் தான்....!

உனது போக்கு அப்படித்தான் எனக்கு உணர்த்துகிறது...

கடைசியிலே... எனது பங்கு எனக்குக் கிடைக்கப் போகிறது...

அதை நான் உண்பேனா....

மாட்டேன்....!

நான் உண்ணப் போவது போல உனக்குப் போக்கு காட்டுவேன்...

பிறகு... அதையும் உனக்கே ஊட்டிவிடுவேன்...

நீ மறுப்பாய்...

அந்தக் கடைசித் துண்டு அல்வாவையாவது நான் சாப்பிட வேண்டும் என்று எண்ணி... என்னைச் சாப்பிடச் சொல்லி வறுப்புறுத்துவாய்...

உன்னை ஏமாற்ற எனக்குத் தெரியாதா...

அந்தக் கடைசி அல்வாத் துண்டை பிடிவாதமாக உனக்கே ஊட்டிவிட நான் முயற்சிப்பேன்....

நீ மறுப்பாய்...

நான் வம்பு செய்து..... உன்னை பலவந்தப்படுத்தி.... உனது தாடையைப் பிடித்து உதடுகளைப் பிளந்து... பற்களைத் திறக்கச் செய்து.... வலுக்கட்டாயமாக மல்லுக்கட்டி உனக்குள்ளே ஊட்டி விடுவேன்...!

அந்த தருணத்திலே நீ ‘நறுக்’ கென்று எனது விரல் கடிப்பாய்.... நான் அலறுவேன்... நீ அதை இரசித்து இரசித்துச் சிரித்தபடியே அந்தக் கடைசி அல்வாத் துண்டையும் அசை போட்டு மெல்லுவாய்...

இது ...

எனது கற்பனை.....!

அடுத்து நடக்கப் போகும் நிகழ்வு இதுதான் என்று...!

ஆனால்... அங்கும் ஏமாற்றம்...!

நடந்தது என்ன....

அந்தக் கடைசி அல்வாத் துண்டையும்... என்னை ஏமாற்றிவிட்டு... என் மீது ஏளனப் பார்வை வீசியபடியே... நீ உனது வாயிலேயே திணித்துவிட்டாய்...!

அடிப்பாவி...

அல்வா கடையிலே கால் கடுக்க தவம் கிடந்தவன் நான்...

அல்வாக் கடைக்காரனின் ஏளனப் பார்வைக்கும்... கேலிப் புன்னகைக்கும் பலியானவன் நான்...

போக்குவரத்து நெரிசலை சமாளித்து.. அதிவேகமாக வாகனம் ஓட்டி வந்தவனும் நான்...

நான் வாங்கி வந்த அல்வாவிலே... எனக்குப் பங்கு கொடுக்காமலே... முழுவதும் உனது பங்காகவே நீ அபகரித்துக் கொண்டாயே...

இன்று வரை இப்படி நிகழ்ந்ததே இல்லையே...

வாங்கி வரும் அல்வாவிலே பெரும் பங்கை... உனது கை விரல்கள் அளவு பார்த்து... பிரித்தெடுத்து... உருட்டி எனது வாயிலே தானே ஊட்டி விடும்....

எத்தனை முறை நீ ஊட்டிவிட்ட அல்வாவை நான் மென்று தின்றுவிடாமல்... அப்படியே வாயிலே நிறுத்தி... உன்னைத் திமிரவிடாமல் இறுக கட்டி அணைத்து வம்பு செய்து... எனது வாய் வழியாகவே உனது வாயிக்குள் செலுத்தி... உன்னை திக்குமுக்காடச் செய்திருக்கிறேன்...

எனது எச்சிலில் ஊறிய அந்த அல்வாவை எவ்வளவு ஆனந்தித்து நாணப்பட்டு... பேருவதையுடன் நீ உண்டிருக்கிறாய்...

என்ன ரசமான நிகழ்வு அது...

இன்று என்ன ஆயிற்று உனக்கு....

ஏன் இந்த கள்ள அபகரிப்பு....

அல்வாவை நீ சும்மாவா அசை போடுகிறாய்...

அடேயப்பா.....

உதடுகளை மொத்தமாகக் குவிக்கிறாய்..

உதடுகள் குவியும் பொழுது உனது கன்னங்களிலே சிறிய குழிகள் உருவாகின்றன....

அந்தக் கன்னக் குழிகள்... உனது இதழ்களிலே ஒரு மாயச் சிரிப்பை உருவாக்கி... எனது உள உறுதிக்குக் கன்னம் வைத்து... எனக்கு வலை விரிக்கின்றன.....!

பெண்களின் சிரிப்பினிலே சிறப்பான சிரிப்பு எது...!

வாய்திறந்து சிரிக்கும் பெருஞ்சிரிப்பா....

இல்லை...

உதடுகள் இழைத்துச் சிரிக்கும் இளஞ்சிரிப்பா....

இல்லை...

உடல் குலுங்கச் சிரிக்கும் ஆர்ப்பரிப்புச் சிரிப்பா....

இல்லை...

வங்காள விரிகுடா போல பரந்து விரிந்து கிடக்கும் உதடுகளை... ஓரிடத்திலே மொத்தமாக குறுகலாகக் குவித்து...

ஆயிரமாயிரம் ஆவேசக் கவிதைகளை அதனுள்ளே திணித்து...

வினாக்கள் ஆயிரம் தெளித்து...

விடைகள் ஆயிரம் புதைத்து...

ஓசையின்றிச் சாதனை படைக்கும் குமிழ்ச் சிரிப்பே.... பெண்களின் சிரிப்பிலே... மிகச் சிறந்த சிரிப்பு....

பெண்கள் பதுக்கி வைத்திருக்கும் ஆயுதங்களிலேயே அபாயகரமான ஆயுதமும் இந்த குமிழ்ச் சிரிப்புத் தான்...

மற்ற வகைச் சிரிப்புகள் அத்தனையும் சிரிப்பாகக் காணும்....

ஆனால்...

இந்த குமிழ்ச் சிரிப்பு மட்டும்... ஒரு சதித்திட்டம் போலவே உதடுகளுக்கு கவர்ச்சி வடிவம் காட்டும்...!

விசாரணையே தேவையில்லை...

விசம் தூவும் சதிச்செயல்தான் இது....!

முத்தமிடவா.... எனக் கேட்டு முறுவலித்து முன்னால் வருவது போலத் தோன்றும்...!

முத்தமிட 'வா' என அருகே அழைப்பது போலவும் தோன்றும்...!

நான் அவசர அவசரமாக விரைவுச் சட்டம் போட்டு... அடுத்த காரியத்திலே இறங்கினேன்....

நமது படுக்கையறை அந்தப்புறம் நம்மை இனிதே வரவேற்றது....

அவசரமாக ஓடிச்சென்று கட்டிலிலே அமர்ந்து கொண்டேன்....

ஒரு தலையணையை எடுத்து ஒத்தாசைக்காக மடியிலே வைத்து மார்போடு சற்றே அணைத்துக் கொண்டு... அந்த இறுக்கத்தின் மூலமாக எனது ஏக்கத்தை உனக்கு அறிவிப்புச் செய்தேன்....

நல்ல வேளை... அந்தத் தலையணைக்கு வாயில்லை... இருந்திருந்தால்... எனது கைகளின் அழுத்தம் தாங்காமல்... வீறிட்டுக் குரலெழுப்பி... எனது அந்தரங்க ஏக்கத்தின் அளவினை உனக்கு அம்பலப்படுத்தியிருக்கும்....!

நீயோ... அதே குமிழ்ச்சிரிப்புடன் நிதானமாகவே நடந்து வந்தாய்... உன்னிடம் தேங்கிக்கிடந்த தூண்டுதல் மந்திரம் மட்டும் குறையவே இல்லை...

மோகப் பார்வை...

குமிழ்ச் சிரிப்பு...

மல்லிகை வாசனை...

அல்வாவின் சுவை...

எல்லாம் உனக்கே சாதகமாகச் செயல்பட்டன...

வெறும் படுக்கையறையை.... பெரும் போர்க்களமாக மாற்றும் வல்லமை படைத்தவை அவைதானே....!

எனது ஏக்கத்தின் தேக்கமெல்லாம் வேறு...

நான் வாங்கி வந்த அல்வாவை எனக்குத் தராமல் நீயாகவே உட்கொண்டாய்...

அந்த அல்வாவின் தன்னாட்சி அதோடு முடிவுக்கு வந்ததா... ?

இல்லை...

அந்த அல்வா சாரலின் ஈரம் கரைந்து போகமல் .... உனது உதடுகளின் புறப் பகுதிகளிலே உறைந்து... பரவியிருந்தது...

அந்த எஞ்சிய அல்வாவின் தித்திப்பை எனக்கு சொந்தமாக்கி சுவை பார்த்து விட வேண்டும்...

எப்படி... ?

உனது இதழ்களும்... எனது இதழ்களும் இசைந்து... இணைந்து உரசாமல் இன்றிரவு நிகழ்வு விடியல் காணுமா... ?

சந்தர்ப்பத்தை எதிர் பார்த்து காத்துக் கொண்டிந்தேன்...

ஆண்களின் ஒவ்வொரு அசைவிலும் அவசரம் தென்படும்... அப்படித்தான் நானும்....!

பெண்களின் ஒவ்வொரு செயலிலும் நிதானம் குடிகொள்ளும்...

அப்படித்தான் நீயும்...!

நீ... தென்றல் போல தவழ்ந்து எனது அருகே வந்தாய்...

நின்றாய்...

எதுவுமே பேசவில்லை....!

எனக்கோ... உனது நெருக்கத்தால் முதலிரவு நாள்போல வியர்க்கத் துவங்கி விட்டது...

வியர்வை என்றால் சாதாரண அளவிலா... ?

இல்லை...!

நெற்றியிலே வியர்வை...

மூக்குக்குக் கீழே வியர்வை...

கழுத்திலே... காதிலே... மார்பிலே...

இன்னும் தலையிலே... தலை முடிக்குள்ளும் நனைத்து... என்னை வதைத்தது அந்த வியர்வை...!

மனைவிதானே...

பிறகெதற்கு இத்தனை பயம்...!

மனைவிதான்...

ஆனால்... இந்த நொடியிலே நீ மந்திரக்காரி...

மயக்கும் மன்மத இராணி...!

உன்னுடைய அசைவ அசைவுகளும்... நிகழ்கின்ற இசைவு நிகழ்வுகளும்... நமது முதலிரவு நிகழ்வைத் தான் அறிவுறுத்தின.....

நீயும் மௌனமாகவே இருந்தாய்...

நானும் மௌனமாகவே இருந்தேன்...

கணவன் மனைவிக்கிடையே இது ஒரு சிக்கல் தான்.... யார் முதலிலே ஆரம்பிப்பது என்று....

இந்தப் போராட்டத்திலேயே... பல நாட்கள் எதுவுமே நடக்காமல் போய் விடுவதும் உண்டு....!

நம் இருவரது பார்வை வீச்சுக்களும் ஒரே நிலையிலே மூர்ச்சையாயின...!

நீ மெதுவாக எனது அருகே அமர்ந்தாய்...

மனது படபட படபட வென அடிக்கத் துவங்குகிறது....

காரணம்...

அந்த மல்லிகை மணம்...!

ஆண் பெண் உறவுக்கு மல்லிகைப் பூவை ஊக்கப்பொருளாகக் கண்டுபிடித்து நடைமுறைப்படுதியவன் எவனோ.....!

ஆதி மனிதன் தோன்றிய காலந்தொட்டே.... இந்த மல்லிகைப் பூ மனித இனத்திற்காக செயல்பட்டுக் கொண்டே இருக்கிறதே....!

அப்படியானால்.....

இந்த மல்லிகைப் பூவின் வயது தான் என்ன.... ?

இந்த மல்லிகை பூ ...

சூடிக்கொண்டதும் அழகுகாட்டும்...

வாசம் ஊட்டும்...

பெண்ணின் தலைமேலிருந்து வாசம் பரப்பி ஆணையும்... மயக்கும்...

இருபாலர் மனதிலும் மயக்க விதை விதைக்கும்...

இருவரையும் இரவு உறவுக்கு தயார் படுத்தும்...

மனங்களை கிளறி விட்டு... மிதக்க வைக்கும்...

இருவருக்குமே சமமாக அழைப்பு விடுக்கும்...

அணைப்புக்குத் தூது விடுக்கும்...

மெத்தையிலே பரவும்...

கைகளிலே அடங்கும்...

உதிரும்...

கசங்கும்...

வாடிவிடும்...

அந்த மல்லிகைக்கு ஆயுள் முடிவு.... அங்கு தான்...!

அந்த மல்லிகைப் பூ... அத்தனை முக்கியமான தியாகம் நிறைந்த கதா பாத்திரமாக மாறிவிடுகிறது...

கல் மனம் படைத்த பெண்களையும் கரைத்து... ஆண் இனம் சாதிக்க முடியாத பெரிய சாதனையை... இந்த மல்லிகைப் பூ சாதித்துவிடும்....

இங்கும்..... அந்த மல்லிகைப் பூவின் மணத்தின் ஆணவமும்... ஆளுமையும்... சர்வாதிகார ஆட்சி நிகழ்த்திக் கொண்டிருக்கின்றன....

உனது தோள் எனது மார்பிலே உரசியது... தந்திரமாக...

நான் இயங்கினேன்... எந்திரமாக....

உனது விழி வழியே... என் மீது தூவினாய் மந்திரமாக...

இனி எங்கே நான் இயங்குவது சுதந்திரமாக.....!

இனி....

வித்தைகளின் ஆரம்பம்...

உச்சிக் கொம்பிலே ஏறி உட்கார்ந்து கொண்டன எனது உணர்ச்சிகள்...

அருகிலே... மிக அருகிலே... என் மீது உரசியபடி அமர்ந்தாய் நீ....

பற்றி எரியத் துவங்கியது தீ...!

மெதுவாக எனது மார்பிலே கை வைத்தாய்....

உலகம் சுழன்றது...

மனசுக்குள்ளே முரட்டுக் குதிரைகள் ஓடத் துவங்கின...

மூளைக்குள்ளே மத்துக் கடைசல் துவங்கியது...

நரம்பு மண்டலமெங்கும் மின்சாரம் தறிகெட்டு சீறிசீறிப் பாய்ந்தது...

எப்படிப்பட்ட கொடூர ஆயுதம் கொண்டு கோரத் தாக்குதல் நிகழ்த்திடினும்... இந்த வலி தோன்றாது... அன்பே...

மரணத்தை வரவழைக்காது...

ஆனாலும்... மரண வலி...!

மயக்கத்தை உருவாக்கும்...

ஆனாலும்... நினைவு தப்பாது...!

உருகிப் போக வைக்கும்...

ஆனாலும்... உடல் சிதையாது...!

மழைக்காலமே இல்லாத நேரத்திலும்... கண்களுக்குள்ளே மின்னல் தாக்கி விழிப்படத்தை ஒளியிழக்க வைக்கும்...!

காதுகளின் ஒலிப்பறையிலே குழலோசையும்... குலவை ஓசையும் ஓங்கி ஒலிக்கின்றன...

இப்பொழுதும்... உனது சாகசங்களை நிறுத்தவில்லை நீ...

அப்படியே ஒரு அசுரத்தனமான வேலை செய்து... 'சட்' டென்று புருவம் உயர்த்தி... விழி வேல்களை என் மீது பாய்ச்சினாய்...

எனது விழிகள் பார்வை துறந்து மயங்கத் துவங்கின...!

கடவுள் மீது கடுமையாக கோபம் வந்தது எனக்கு... பெண்களுக்கு மட்டும் ஏன் கண்களை இவ்வளவு கொடூரமாகப் படைத்தான் என்று...!

ஆண்களுக்கு பலம் உடலிலே....

பெண்களுக்கு பலம் விழியிலே...

விழி வழியே தான் பெண் பழி தீர்ப்பாள்...!

அதை.... இங்கு நீ.... நீக்கமற நிரூபித்துக் கொண்டிருந்தாய் கண்ணே...!

விழிகளை... தீப்பந்தம் போல... என் மீது உயர்த்தினாய்... மறுபடியும் கீழே தாழ்த்தினாய்... மறுபடியும் விழி உயர்த்தி எனது முகத்தின் மீதே நிலையாக மையம் கொள்ளச் செய்து விட்டாய்...!

எத்தனையை என்னால் தாக்குப் பிடிக்க முடியும் கண்ணே....

நீயே சொல்...!

நான்தான் நீயே தஞ்சமென்று உன்னிடம் அடிமைப் பட்டுவிட்டேனே...

நிராயுதபாணியாகச் சரணடைந்த பின்னும்... என் மீது இத்தனை பெரிய தாக்குதல் தேவையா...?

இன்று நீ நடத்து... நான் உனது நாடகத்துக்கு ஒத்துழைக்கிறேன்...!

அவ்வளவுதான் எனது இறுதி நிலவரம்...!

உறுதி உருக்குலைந்து... குருதி கொதித்தது...

நெஞ்சுக்குள்ளே உருவானது கலவரம்......

இது...

பெண் இனம்... ஆண்களுக்குக் கொடுக்கும் தவ வரம்...

மனம்... குணம்... உடல்... மூன்றும் இணையாக இணைந்தாலே இந்த சுகம் வரும்...

ஆனால்...

வெறும் ஊமை நாடகமாகவே போய்க் கொண்டிருக்கிறதே அன்பே...

யார் பேசுவது...?

இதுதான்...

இதுதான்...

எந்த விஞ்ஞானியும் விடை காணா கேள்வி...

வேறு வழியில்லை...

சுகம் பொது வென்றாலும்... முதலிலே பேசவே மாட்டாள் பெண்...

இது நடைமுறை...!

அதனால்...

நானே பேச வேண்டிய நிலை...

“நதி...”

நானே பேசினேன்... எங்கே பேசினேன்... காற்றாகக் கரைந்தேன்...!

“ம்...”

காற்றை விடவும் மெல்லிய குரலிலே நீ கரைந்தாய்...

ஆனால்.....

அந்த ‘ம்...’ ஒரு பொருள் குவிந்த கவிதைக்குச் சமம்....

“பேச மாட்டியா....”

நான்.... மௌன மொழியிலே பேசினேன்....

“என்ன பேச...”

நீ... கேள்வி மொழியிலே பேசினாய்....

நான் அமைதியானேன்....

இது...

இரு உடல்களுக்கிடையே நடைபெறப் போகும் பட்டிமன்றம்...

இங்கே வாய்கள் எங்கே வார்த்தை பேசுவது... ?

நீ எனது அருகே இன்னும் நெருங்கி வந்தாய்... மெத்தையைத் தேய்த்தபடியே...

இன்னும் நெருங்கி...!

இன்னும் நெருங்கி...!

என்னிடம் சிறைப்பட்டிருந்த தலையணையை பக்குவமாக விடுவித்து... அதற்கு விடுதலை கொடுத்தாய்....!

நான் மெதுவாக படுக்கையிலே சாய்ந்தேன்... நீ என் மீது சாய்ந்தாய்... இப்பொழுது உனது மூச்சுக் காற்று என் மீது சுட்டது...

நம் வாழ்விலக்கணப்படி... நம் இருவருக்குமே ஒரே உயிர்க் காற்றுத் தானே... ஆனாலும் இந்த இடத்தின்... இந்த சூழ்நிலையின்... தேவையைப் பொறுத்து இரண்டாகச் செயல்படுகிறது...

எனக்கு அவசரக் காற்றாகவும்...

உனக்கு அமைதிக் காற்றாகவும்...!

இருவருக்கும் பொதுவாக சூறைக் காற்றாகவும்...!

நீ தூதுவிட்ட மூச்சுக்காற்றிலே எவ்வளவு வெப்பம்... ?

பெண்களின் உடலிலே எந்தப் பகுதிலிருந்து உற்பத்தியாகிறது இந்த அனல் காற்று... ?

சுட்டெரிக்கிறதே..!

உனது கைகளால்... எனது கழுத்தைச் சுற்றி வளைத்தாய்...

நெருக்கம் இறுக்கமானது...

உறுதி வாய்ந்த உருக்குப் போலே....

எனக்குப் பொறுமை இல்லை.... கொதித்து விட்டேன்....!

“பேசலாமா....”

இது நான்...

"ம்..."

இது நீ...

"தொடலாமா..."

மீண்டும் நான்...

"ம்..."

இப்போது நீ...

"கட்டிப் பிடிக்கலாமா...."

"ம்..."

அனுமதி கொடுத்து விட்டாய்.....!

"இறுக்கி அணைக்காலமா...."

எனது வரம்பு மீறிய கேள்வி.....

"ம்..."

ஓ... அதற்கும் அனுமதி.....!

அனேகமாக இதுதான் இறுதிக் கேள்வியாக இருக்கும்...

"முத்... முத்... முத்தம் வைக்கலாமா...."

நீ அல்வா சாப்பிட்ட எச்சச் சுவை உனது உதட்டிலே தானே அச்சுப் பதிவாகி தேங்கியிருக்கிறது...

அது எனக்குத் தானே சொந்தம்....

அதை அபகரிக்கும் திருட்டுத் திட்டத்தின் கேள்வி இது......!

எனது சிறிய தடுமாற்றத்தைப் பார்த்து... நீ சிரித்து விட்டாய்.. நான் வெட்கப்பட்டு விட்டேன்....!

"ம்..."

அந்த 'ம்...' கூட சிரிப்புக் கலந்தே தான் வந்தது....

அடடே.... அதற்கும் கூட அனுமதி கொடுத்து விட்டாயே... இன்று நீ கொடையாளி தான் என் கண்ணே....!

முத்தங்களும் பொழிந்தாயிற்று...

நான் சுவைக்க விரும்பிய... அந்த உதட்டிலே தேங்கியிருந்த அல்வாவின் இறுதிச் சுவையையும் சுவைத்தாயிற்று...

உண்மையிலேயே அதீத தித்திப்புத் தான்.....!

மொத்தத் தித்திப்பும்... அவ்வளவு அல்வாவையும் மொத்தமாகச் சாப்பிட்ட உனக்கல்ல...

நீ எச்சில்படுத்தி மிச்சமாக்கித் தேக்கி வைத்து... உனது உதடுகளிலே ஈரம் காயாமல் ஒட்டிக் கொண்டிருந்ததே... அந்த எச்சச் சுவைக்குத் தான்...!

அது...

எச்சத் சுவைதான்...

ஆனால்...

எனக்கு...

உச்சச் சுவை...

ஏனென்றால்... அதில் உன் இதழ் தேனும் கலந்து கலப்படமாகி விட்டதே...

நீ சுவைத்த அந்தக் கடை அல்வா... இவ்வளவு தித்திப்பை உனக்குக் கொடுத்திருக்க வாய்ப்பே இல்லை.....!

நீ.... அத்தனைக்கும் அனுமதித்து ஒத்துழைத்தாய்...

நீயும்.... அனுபவித்து ஏற்றுக் கொண்டாய்...

நீ மட்டும் சும்மா இருந்தாயா...

உனது மெல்லிதழ்கள் கொண்டு... என் மீது வல்லினத் தாக்குதல் நிகழ்த்தினாய்...

இருவருக்குமிடையே முத்தத் தாக்குதல்...

இன்று சிறிய போர்தான்...

நீ அரை மயக்கத்திலே இருந்தாய்...

எனது கைகளுக்கு லேசாக குறும்புத்தனம்... அவை அத்து மீறத் தலைப்பட்டன... உனது மேனியிலே...

கன்னம்.... முதலிலே...

அதன் தொடர்ச்சி.... மூக்கிலே...

வருடல்... இதழ்களிலே...

தடையேதுமில்லை.... தாடையிலே......

கை பரவுகிறது... கழுத்துத் தாண்டி மார்புப் பகுதியிலே...

உனது கையைப் பிடித்தேன்...

விரல்களைச் சுவைத்தேன்...

இன்னும்... கண்ணுக்குத் தெரிந்த அத்தனை பகுதிகளிலும் வருடிப் பயணித்து விட்டு... கண்ணுக்குத் தெரியாத இடங்களை எனது கை எட்டிப்பார்த்தது...

உறவுக்கென்றே அனுமதிக்கப் பெற்ற இராக்காலம்...!

விளக்கொளி கூட சூழல் உணர்ந்து... தனது ஒளி ஆதிக்கத்தைச் சற்றே குறைத்துக்கொண்டிருந்தது...

வெளியுலக ஓசைகளெல்லாம் அடக்குமுறை பெற்று... ஒலியளவைக்கூட குறைத்து... தம்மை அமைதிப்படுத்திக் கொண்டன...

நான்... உனது இடை பிடித்தேன்...

நீ.... என் மீது உடல் வளைத்தாய்...

உனது சிரம்..... திறம் குறைந்து.... எனது இரு தோள்களிலும் மாறிமாறி துவண்டு பலமுறை விழுந்தது...

ஆடை அகற்றப்பட்டு முழுச் சுதந்திரம் பெற்றிருந்த உனது மார்புகள்.... எனது மார்பினுள் அழுந்தி அடைக்கலம் புகுந்து... என்னை ஆளுமைப்படுத்தி... தன்னாட்சி துவக்கின...

இரு மனங்களுக்கும் ஒரே இசைவு...

இரு உடல்களுக்கும் ஒரே அசைவு...

நீ.... எனக்கு உடல் படைத்தாய்...

நான்.... உனக்கு கடல் படைத்தேன்...

இது...

என்ன சுகம்....

என்ன சுவை....

என்ன உணர்வு....

என்ன சீற்றம்....

என்ன வலி....

யாரால் விளக்கப்படுத்திச் சொல்ல முடியும்.... ?

ஆண்... பெண்... இருபாலராலும் இயலாத காரியமே....!

ஒரே செயல்...

இரு உயிர்களை வசப்படுத்துகிறதே...!

இது வேண்டும் மனித இனத்திற்கு...!

மனித இனம்.... மற்போர் புரிந்து... மண்டை உடைத்து... மரணத்தை வரவழைத்துக் கொள்ளாமல் வாழ்வை நீட்டித்துக் கொள்ள...!

காமம்...

வெறும் உடற்சேர்க்கை மட்டுமன்று...

மகத்தான மனச்சேர்க்கை நிகழ்வு...!

விலங்குகளுக்கும்... தாவரங்களுக்கும்.... அத்தனை உயிரினகளுக்கும் கூட இதற்குத் தடை கிடையாது...

என்றால்.... மனித இனத்திற்கேது தடைத் தேக்கம்...

நாம் இருவரும் ஆரத்தழுவியபடி... அதி பாதாள பள்ளத்தாக்கிலே பயணித்து... மெல்லச் சரிவது போலக் காட்சி பதிவு பெறுகிறதே...

குளிர்சாதன இயந்திரம் கூட... விசை கூடித்தான் இயங்குகிறது...

ஆனாலும்....... அமோகமாய்...... வியர்வையின் விளைச்சல்...!

முத்துக்களைத் தூவி விதை போட்டது போல...

சாரல் சன்னமாய் தூவிக் கடந்தது போல...

முகத்திலே...

கழுத்திலே...

மார்பிலே...

தோள்களிலே...

முதுகுப் பரப்பிலே...

வயிற்றுப் பள்ளத்திலே...!

உடலிலே எங்கெங்கு ஈரமோ... இருவருமே அறியமாட்டோம்...

மூச்சுக்காற்று கூட... முனகலாகத்தான் வெளிப்படுகிறது...

உடல் விலகிய உடைகள் போக எஞ்சிய உடைகள்...

எங்கே அவை.... ?

உடல் மூடிக்கிடக்கின்றனவா...

அந்த உணர்வே இல்லையே....

ஓ...

வியர்வை... தனது பலாத்காரத்தினால் அந்த உடைகளை ஈரப்படுத்தி... நனைத்து... உடலோடு உடலாய் ஒட்டிக்கொள்ளச் செய்துவிட்டது...

அதனால் உடைத்தடை சிறிதும் இல்லை...!

இது மழைக்காலம் கூட இல்லையே....

பிறகெப்படி நனைந்தன உடைகள்...

கடும் வெயிற்காலம் கூட இல்லையே...

பிறகெதற்காக கொதிக்கின்றன இரு உடல்களும்....

இங்கே.... தேவையற்ற பொருட்கள்... ஆடைகளும்... அணிகலன்களும்தாம்...

சும்மா இருக்கும்போது... உடல் தோற்றத்தை அலங்கரித்து... ஆசைகளைத் தூண்டுதல் செய்துவிட்டு... கலவை நிகழ்வின் போது... கலக்கமின்றி கழன்று கொள்ள வேண்டியது அவற்றின் தலையாய கடமையாகும்...!

அங்கே... அவற்றின் விலை மதிப்பு முக்கியமில்லை...

அந்த கலவை நிகழ்வின் கலை மதிப்பே முக்கியம்...

அந்த உறவு நிகழ்கையிலே இந்த உலகத் தொடர்பே நமக்கில்லையே...

உபகரணங்கள் மட்டும் தொடர்பு வைத்துக் கொள்ளுதல் இயலுமா...

வேகத் தடைகள் சாலையிலே தான்... உறவுச் சோலைகளிலே இல்லை..!

நான்கு விழிகளுமே.... விழிக்க வேண்டுமென்கிற விதி மறந்து வெகு நேரமாயிற்று...

இதோ...

நெருங்கிவிட்டது...

உயிர் உருகி உச்சம் தொடும் தருணம்...!

உனது உடல் பகுதிகளிலே... எனது கரம் படரும் தொடர் பயணம் தொடர்ந்து கொண்டே இருந்தது.....!

ஆனால்...

சட்டென்று தடுத்தாய் நீ...!

தகாத இடத்திலே பட்ட எனது கரத்தை ஓங்கி அடித்தாய்...

தடை போட்டாய்...

முரட்டுத்தனமாய் என்னைத் தள்ளி விட்டாய்...

நான் தூரத்திலே போய் சாய்ந்து சரிந்து தரையிலே விழுந்தேன்....!

இடி விழுந்து... இழந்த எனது உணர்வுகள்... உடனடிக் கோபத்தை உற்பத்தி செய்தன....

"ஏன்..."

உரத்த கூச்சலிலே வினவினேன்...... நான்.....

விடை கூறவில்லை......... நீ ....

மாறாக....

பலமாகச் சிரித்தாய்....!

"ஏன்...."

படுக்கையிலே உருண்டாய்...

"ஏன்....."

நான் குழப்பமடைந்தேன்...

உனது சிரிப்பிலே மோசடி கலந்திருப்பதாக உணர்ந்தேன்... ஏதோ ஏமாற்று வேலை நடக்கப் போகிறது...

"ஏன்..."

கோப முலாம் பூசிய எனது 'ஏன்' கேள்விகள் மட்டும் தான் தொடர்ந்து கொண்டே இருந்தன...

எந்த ஆண் மகனுக்குத் தான் கோபம் வராது... என்ன மாதிரி உச்சம் தொட்ட நிலை இது...

ஆனால்.... உனது செயல்பாடு... என்னிலிருந்து முற்றிலும் மாறுபட்டிருந்தது...

மெதுவாக எழுந்தாய் நீ...

உனது உடல் விட்டு நழுவி கலைந்து கட்டில் மீது பரந்து கசங்கிக் கிடந்த புடவையை வாரி எடுத்து... உடல் மூடி உடுத்தினாய்....!

எனது கரங்கள் உட்புகுந்து விளையாட்டு நிகழ்த்தி கலைத்துப் போட்டதால்... அலங்கோலமாய் அலை பாய்ந்து கலைந்து கிடந்த தலை முடியை ஒழுங்கு படுத்தினாய்...

என்னுடைய ஆவேச அணுகு முறையால்... உனது காதை விட்டு கழன்று போய்... கண்ணிலே படாமல் கட்டிலின் இடுக்கிலே பதுங்கிக் கொண்ட... காதணியின் திருகாணியைத் தேடிப்பிடித்து எடுத்து திரும்பவும் பூட்டினாய்...

உன்னை முழுவதுமாக தயார் செய்து கொண்டு... எனது அருகே நெருங்கி வந்தாய்....

மிக பதமாக... பக்குவமாக எனது கன்னத்தை வருடினாய்... கழுத்தை வருடினாய்...!

எனது அத்தனை "ஏன்"க்கும் அதுதானா பதில்....?

இல்லை...

இதோ அடுத்த அதிர்ச்சியான பதில்....

"இன்னிக்கு... இவ்வளவுதான்..."

நிதானமாகத் திட்டமிட்டு உனது கண்களிலிருந்து காமம் கழன்று கொண்டது...

குறும்புகள் குடியேறின...

உனது விழிப் படலங்களிலே...

சற்று முன்பாக காமச் சிவப்பால் நிறம் மாறிக் கிடந்த விழிகளா அவை...?

இல்லை...!

உனது முகத்திலே விளைவு பெற்றிருந்த வியர்வை முத்துக்களைக் காணவில்லையே...

எங்கே மறைந்தன அவை...?

உனது கழுத்துப் பகுதி... மார்புப் பகுதி... வயிற்றுப் பகுதி... எங்குமே வியர்வைச் சாரல் தூறிய தடயமே காணவில்லையே...

இத்தனை விரைவிலே எப்படி மறைவு பெற்றன அவை...?

பெண்கள்.... மிகமிக அதிசயமானவர்கள்...

எந்த உணர்வுகளையும்..

உணர்ச்சிகளையும்....

கொதிப்பையும்....

கொந்தளிப்பையும்....

உள்ளக் கிளர்ச்சியையும்......

உடற்புரட்சியையும்.....

உடனே கட்டுப்படுத்திவிடும் ஆற்றல் பெற்றவர்கள்...!

ஆனால்...

ஆண்களுக்கு அந்த ஆற்றல் இல்லையே...

ஏன்...?

நான் தடுமாறி நின்றேன்... வாய்ப்பேச்சு வரவில்லை....!

நீயோ என் மூக்கைக் கிள்ளினாய்...!
எனது முகத்தைக் குறும்புப் பார்வை பார்த்தாய்...
அதில் இரக்கமும் கலந்திருந்தது....
இவையெல்லாம் என்னை.... அமைதிப்படுத்தி சமாளிக்க நீ நடத்தும் சமாதான லீலைச் சடங்குகள்...
ஆனால்...
எனது உடல் கூறு... உனது சமாதானங்களை ஏற்றுக்கொள்ள மறுத்து முரண்டு பிடித்தது...
கோபம் குமுறிக் கொண்டே இருந்தது...
நான் முடி கலைந்து... விழி பிதுங்கி... மூச்சிறைத்து... பரிதாபமாக நின்றேன்....
எனது கோப நிலை பார்த்து உனக்குச் சிரிப்பு வந்தது...
உனது குறும்பு நிலை பார்த்து எனக்கு வெறுப்பு வந்தது...!
உனது முகத்திலே மெல்லிய குமிழ்ச் சிரிப்பு விரிந்தது...
மீண்டும் பெருஞ்சிரிப்பு... வெடிச்சிரிப்பு...
பற்கள் பளிச்சென்று மின்னின...
அறை முழுவதும் சிரிப்பு...
குலுங்கிக் குலுங்கி...
அடக்கமில்லாத சிரிப்புடனேயே...
எனது காதைப் பிடித்தாய்... உனது வாயின் அருகே இழுத்தாய்...
இதயம் வெடிக்கும் அந்த இரகசியத்தைக் காதோடு சொன்னாய்..!
"ஐயோ......"
அதிர்ந்து போனேன்...
தொய்ந்து போனேன்...
சிதைந்து போனேன்...!
"சீ" என்றாகி விட்டேன்...!
தலையிலே கை வைத்து... 'சொத்' தென்று உட்கார்ந்தேன்....
உனது சிரிப்பு இன்னும் முழுவதுமாய் குறையவில்லை...!
என்னிடம் நல்ல உணர்வோடு உறவாடி ஒத்துழைத்த அந்தத் தலையணையை எடுத்து தூர வீசி எறிந்தேன்...
அது... அனாதையாகத் தனியே போய் விழுந்தது.... என்னைப் போல...!
நீ அதற்கும் சிரித்தாய்...!
எனது நடவடிக்கைகள் அத்தனையுமே உனது சிரிப்பை அதிகப்படுத்திக் கொண்டே இருந்தன...
இரசித்து இரசித்து... அடக்கி அடக்கி... ருசித்து ருசித்துச் சிரித்தாய்...
நீ சிரிப்பதை பார்க்கப் பார்க்க எனக்கு எரிச்சலாக இருந்தது... கோபமாக வந்தது...
எனது கோபத்தைப் பார்த்துப் பார்த்து... நீ இன்னும் அதிகமாக வயிற்றைப் பிடித்துக் கொண்டு... விழுந்து விழுந்து சிரித்தாய்...
என்னை வெறுப்பேற்றினாய்....!

மின்னல் இல்லை.....

மழை இல்லை...

காற்றே வீசவில்லை...

ஆனால் இடி என் மீது இடித்தது...

புயல் எனக்குள்ளே புகுந்தது...

நான் உரக்கவே பேசினேன்... பேசவில்லை... கத்தினேன்... எனது பேச்சிலே தீப்பொறி பறந்தது...

“என்னது... இன்னும் அஞ்சு நாளைக்கி... கிட்ட வர முடியாதா....”

நீ புன்னகையுடன் இரண்டு கண்களையும் மூடி “ஆம்” என்று தலையாட்டி ஆமோதித்தாய்....

காமத்தில் இழப்பின் வலி.. அதை இழந்தவனுக்கே புரியும்...!

எனக்கு அழுவது போல ஆகிவிட்டது...

ஆனால்... அதையும் இரசித்தாய் நீ ....

என்னால் எவ்வளவு முடியுமோ அவ்வளவு கோபத்தை உன் மீது செலுத்தினேன்...!

“நான் வெளியே போறேன்...”

சொன்னேன்... ஆனால் போகவில்லை...!

“வாசலுல போயி படுக்கறேன்...”

சொன்னேன்... ஆனால் போகவில்லை...

“நீ அறைக் கதவை நல்லா மூடி தாழ்ப்போட்டுக்க...”

சொன்னேன்... ஆனால் நீ தாழ் போடவில்லை...

“இனி இந்த அறைப் பக்கமே வரமாட்டேன்...”

சொன்னேன்... ஆனால் அறையை விட்டுப் போகவே இல்லை...

“இந்தப் படுக்கையை தொடக்கூட மாட்டேன்...”

சொன்னேன்... ஆனால் நேராகப் போய் சட்டென்று அந்தப் படுக்கையிலே தான் அமர்ந்தேன்... கட்டிலிலே அடித்தேன்... விசையாக எழுந்தேன்... கோபமாக சுவற்றை உதைத்தேன்...

நான் செய்யும் செயல்களுக்கெல்லாம் காரணம் இருந்தது...

அது .....

காமத்தின் இழப்பு...

சேதாரம்...

சிற்றின்ப உணர்ச்சிப் பெருக்கின் அடக்கமின்மை...

உடல் கொதிப்பின் தோல்வி...

மறுபடியும் உரத்த குரலிலே உளறினேன்...

“எல்லாம் போச்சு... எல்லாம் போச்சு... தண்டச் செலவு... பூ வச்சுவிடச் சொல்லி பசப்பிப் பசப்பி சொன்னியே... அப்பத்தெரியல.... ?”

உனது முகத்திலே உறுதிப்பட்டு தேங்கி நின்ற உதிரிச் சிரிப்பு இன்னும் முகத்தை விட்டு உதிரவே இல்லை..!.

“நான் வாங்கிக்கிட்டு வந்த அல்வாவை... எனக்குக் கூடத் தராம என்ன ஏங்க வச்சுக்கிட்டே சாப்பிட்டியே... அப்பத் தெரியல... ?

ஏமாத்து வேல... ஏமாத்து வேல... எல்லாமே மோசடி...”

நான் பொரிந்து தள்ளிவிட்டேன்... கோபத்திலே அந்த அறை முழுவதும் அலைந்து சலித்து விட்டேன்...

இனி தெம்பில்லை...!

நீ...

நிதானமாக எல்லா அலைச்சலையும் பார்த்தபடி நின்றிருந்தாய்...

எனக்காக உதவி செய்ய வந்த மல்லிகைப் பூ..... உனது தலையேறிய காரணத்தாலும்... நீ கட்டிலின் மீது விழுந்து உருண்டு புரண்டதாலும்... நசுங்கிச் சிதைந்து... எனது நிலைக்கு இரங்கற்பா வாசித்துக் கொண்டிருந்தது...!

காமம்...

நிறைவேறி விட்டால் சுகம்...!

நிறைவேறா விட்டால் துயரம்...!

துயரம் என்றால்...

பெருந்துயரம்...

ஆனால்.......

விரைவிலே தீரும் துயரம்...!

அது தீராத புண் அல்ல... விரைவிலே தீரும் சாதாரண சிராய்ப்பு...!

ஆனால்...

வலி அதிகம்....!

சில நொடிகள்...

தீயிலே விழுந்தது போல உடல் வெப்பத்தினால் கருகும்...

சாவைத் தீண்டியது போல சஞ்சலம் ஆக்கிரமிக்கும்...!

எனக்கும் அப்படித் தான்...!

சம்மட்டியால் தலையிலே அடித்தது போல வலித்தது...

உலகம் இருட்டாகத் தெரிந்தது...

எனது அசைவுகள் அத்தனையையும் நீ பார்த்தபடியே இருந்தாய்...

எனது கோபத்தைப் புரிந்து... அதைக் குறைக்க துரித நடவடிக்கையிலே ஈடுபட்டாய் நீ...

கொஞ்சலாக எனது கரம் பற்றினாய்...

கோபம் குறையவில்லை...

இதமாக எனது முடி கோதினாய்...

கோபம் குறையவில்லை...

ஆறுதலாக எனது தலையிழுத்து உனது மார்பிலே அணைத்தாய்...

கோபம் குறையவில்லை...

வலுக்கட்டாயமாக படுக்கை நோக்கி என்னை நகர்த்திச் சென்றாய்...

படுக்கையிலே என்னை மல்லாக்க விழச் சாய்த்தாய்...

அப்படியே நீயும் என் மீது சாய்ந்தாய்...

எனது முகத்தின் மீது உனது தலை முடித்தூவல்கள்...

கொஞ்சம் கொஞ்சு மொழி...

கொஞ்சம் சிணுங்கு மொழி...

கொஞ்சம் அணைப்பு...

கொஞ்சம் அரவணைப்பு...

கொஞ்சம் தழுவல்கள்...

சின்ன முத்தங்கள்...

சிறிய எச்சில் சிதறல்கள்...

எல்லாமே இலவச இணைப்பாக இந்தக் குழந்தைக்கு...!

இரண்டாவது முறையாக..!

மனைவி என்பவள்.... தாய்க்குப் பின் வந்த தாய்...

அவளது பொறுப்பு மிகச் சிறப்பானது...

உன்னுடைய செயல்கள் எல்லாமே... எனக்கு ஏற்பட்ட ஏமாற்றத்தை ஈடுகட்டத் தான் என்பது எனக்குப் புரிந்தது...

உனது கனிவான கரிசனைகள்... எனது உடல் வெப்பத்தைக் குறைத்து... எனக்குள்ளே பேயாட்டம் போட்டுக் கொண்டிருந்த மிருகத்தை அடக்கி என்னை சாதாரண நிலைக்குக் கொண்டு வர முயற்சித்தன....!

ஒரே விதமான இயக்கங்கள் தான்...

முதலிலே இயங்கியது.... காமத் தூண்டுதலுக்காக...

இப்போது இயங்கியது.... சமாதான வேண்டுதலுக்காக...

இரண்டுமே பெண் தான்...

ஒரே செயலுக்குள் இரு வகையான உணர்வுகளை விதைக்கிறாள்...

காதலும் அவளே... காமமும் அவளே... இது சற்று முன் நிகழ்ந்த நிகழ்வு...!

கனிவும் அவளே...

கருணையும் அவளே...

தாய்மையும் அவளே...

தாலாட்டும் அவளே...

இது....... இப்பொழுது நிகழ்ந்து கொண்டிருக்கும் நிகழ்வு ....!

இரண்டும் ஒரே மாதிரியான நிகழ்வுகள் தான்... ஆனால் வேறுபாடுகள் ஏராளம்...!

இது மனைவியால் மட்டுமே இயலக்கூடிய காரியம்...!

பெண்...

மகத்தான திறமை படைத்தவள்...!

அந்தத் திறைமைகளை மதித்து அங்கீகரித்து விட்டால்... ஆண்களுக்கு எப்போதுமே வெற்றி தான்....!

நீ எப்படியாவது எனது பொய்க் கோபத்தைப் போக்கி... என்னை சமநிலைப் படுத்த முயற்சித்தாய்...

உனது விரல் கொண்டு மூக்கை இறுகப் பிடித்து கிள்ளி முறுக்கினாய்...

வலி... அலறினேன்...! உனக்கு இரக்கம் வரவில்லை...!

“கோவத்தப் பாரு... பெண்களுக்கு மாசத்துல மூணு நாள்... அஞ்சு நாள்... வர்ற சராசரி நிகழ்வு தானே... இதக்கூட புரிஞ்சுக்கிட்டு பொறுமையா இருக்க முடியலையா...”

நீ கெஞ்சலாகவே பேசினாய்...

ஆனால்..

கொஞ்சமும் எனது பிடிவாதம் தளர்வு பெறவில்லை...!

எல்லாப் போர்க் காட்சிகளிலும் உனக்குத் தோல்வியே...
நான் வெள்ளைக் கொடி வீசவே இல்லை...
கண்களிலே காந்தல் குறையவே இல்லை....!
மறு நாள் காலையும் இதே நிலவரம்... நம் இருவருக்கும் நடுவே நீடித்தது....!
குளிப்பதற்கு நீ துண்டு எடுத்துத் தந்தாய்...
அது உனது வழக்கம் தான்....!
ஆனால்.... இன்று நான் அதை வாங்கவில்லை....
கையிலே துண்டோடு நீ பார்த்துக் கொண்டே இருந்தாய்... புன்னகையுடன்....!
நானும் பார்த்த படியே நின்றேன்... கோபத்துடன்.....!
பார்வைப் போர்தான்...
எனது கோபம் குறையாதது போல... உன்னிடம் வீம்பு காட்டி... நானே போய் வேறு துண்டை எடுத்து வந்தேன்.....!
இதற்கெல்லாம் நீ பணிந்து விடுவாயா....
எனது கோபத்திற்கு உனது பதில்... ஏளனப் பார்வை தான்....!
வெந்நீரிலே குளிப்பது எனது பழக்கம்.... அதை அளவான சூட்டிலே கலந்து வைப்பது உனது வழக்கம்...
நான் வீம்பாக விறைத்தபடி குளிப்பதற்குப் போனேன்...
நீ என்னை வேறு ஏதோ பொருள் பொதிய சிரித்தபடி பார்த்துக்கொண்டே இருந்தாய்...
என்னவென்று புரியாமல் குழப்பத்துடன் தண்ணீரை எடுத்து உடலின் மீது ஊற்றினேன்...
அவ்வளவு தான்..."ஐயோ... அம்மா..." என அலறிவிட்டேன்....
சுடு நீர்... குளிர் நீர் கலக்கப்படாமல் கொதி நீராகவே இருந்திருக்கிறது...
நான் குளிக்க வரும் முன் நீ சிரித்த சிரிப்பின் சதிக் காரணம் இப்பொழுது புரிந்தது...!
உன்னிடம் கோபம் காட்டியதற்கு சரியான தண்டனை தான்....!
மனைவியிடம் கோபம் வளர்த்து எதைத்தான் சாதித்து விட முடியும் கணவனால்...?
நீ ஓடி வந்தாய்...
எனது துடிப்பு....
உனக்கு அடக்க முடியாத சிரிப்பு...
ஆண்களை அலைய விட்டு... அதை வேடிக்கை பார்த்து ரசிப்பது பெண்களின் வழக்கம்.... இன்றைய நிகழ்ச்சியும் அந்த ரகம் தான்....!
காலை உணவு சாப்பிட அமர்ந்தேன்...
நீ ஆசையாகப் பரிமாறினாய்...
நான் உனது முகத்தை பார்க்கவேயில்லை....
இன்னும் கோபம் தீரவில்லையாம்...!
என்ன சாப்பிட்டேன் என்பதே தெரியாமல் அள்ளிக் கொட்டிக் கொண்டு... மறுபடியும் உன் மீது ஒரு பொய்க்கோபப் பார்வையை சாபச் சரவெடியாய் உதிர்த்து விட்டுச் சென்று விட்டேன்....!

நீயும்... எனது கோபம் உன் முன்னால் எவ்வளவு நேரம் நீடிக்கும் என்று... எனது போக்கிலேயே என்னை விட்டு விட்டாய்...!

நேரம் போகப் போக... படிப் படியாக கோபம் கரைந்து... மழை பொழியா மேகம் போல... மாலை வந்ததும் காணாமலே கலைந்து போயின.... எனது பிடிவாதமும் கோபமும்...!

அது தான் நம் இல்லறம் கண்ணே.... !

ஆண் பெண் இல்லறத்திலே....

நாற்பதுக்குப் பின் தான்... மனைவியை நினைவுக்கு வரும்....

ஐம்பதிலே தான்... அவள் மீது காதல் வரும்...

அறுபதுக்கு மேலே தான்... மனைவியின் தேவை புரியும்...

எழுபது... எண்பது...

என பயணிக்கையிலே... மனைவியே கணவனின் சுமை தாங்கி....!

இது.... நமது வாழ்வியலிலும் பொருந்தும் அன்பே...

நமக்குள்ளே இருக்கும் மனப் பொருத்தமே... நமது வாழ்வியலின் வெற்றிக்கு அடித்தளக் காரணமாகும்...

எந்தப் பணிக்காகவும்.... உனது சொந்தப் பணியென்று.... என்னை நீ நீங்கியதே கிடையாது...!

ஆனால் நான்... ?

தொழில் நிமித்தமாக அவ்வப்போது சில நாட்கள் உன்னை நீங்கிச் செல்ல வேண்டிய சூழல் உருவாகி விடும்...

அந்தத் தருணங்களிலெல்லாம்... உன்னை நீங்கி நானும்... என்னை நீங்கி நீயும்... மிகவும் தவித்துப் போய் விடுவோம்...

இடைவிடாமல் நமக்கிடையே அலைபேசி உரையாடல் நிகழ்ந்து கொண்டே இருக்கும்...

ஒரு முறை...

எனக்கு பாண்டிச்சேரி பயணம்...

அதுவும் ஐந்து நாட்கள்...

வியாபார நிமித்தமான பயணம்...

மொத்தம் எட்டுப் பேர்.... இரண்டு வாகனங்களிலே...

எல்லோருமே ஆண்கள்....

அந்த கிழக்குக் கடற்கரைச் சாலையிலே வாகனங்கள் பறந்த போதே... அத்தனை பேருடைய மனங்களும் பறக்கத் தொடங்கி விட்டன....

சாதாரண சுதந்திரமா...

மனைவியின் பிடியிலிருந்து சுதந்திரம்...!

அந்த அதிசயமான சுதந்திரத்தின் மதிப்பு மிக மிக அதிகம்...!

என்னோடு வந்த மற்ற ஏழு ஆண்களும்... அந்த சுதந்திரத்தை ஆனந்தக் கூத்தாடி... குதித்து... கும்மாளம் போட்டுக் கொண்டாடினர்....!

ஒருவன் குரலே சரியில்லாமல்... கரகரவென்று தப்புத் தப்பாக உரத்தகுரலிலே உற்சாகமாகப் பாட்டுப் பாடி கொண்டாடினான்.... மாவரைக்கும் இயந்திரம் அரைப்பது போல... மலேசியா வாசுதேவன் போல பாடுகிறாய் என்று யாரோ அவனை உசுப்பேற்றி விட்டார்கள் போலிருக்கிறது....!

ஒருவன் இடைவிடாமல் கைதட்டி கொண்டாடினான்... அது தாளமாம்...!

ஒருவன் எகிறி எகிறி குதித்து... உடலைக் குறுக்கும் நெடுக்கும் விகாரமாக வளைத்தான்... அதன் பெயர் ஆட்டமாம்....!

மனைவியிடமிருந்து விலகிச் செல்லும் சுதந்திரம்... அவ்வளவு உற்சாகச் செயலா...?

மற்ற நண்பர்கள் அனைவருமே மனைவியைத் தவிர மற்ற கொண்டாட்டங்களைப் பற்றியே திட்டமிட்டுக் கொண்டு வந்தார்கள்....

வாகனங்கள் மாமல்லபுரத்தை நெருங்கிக் கொண்டிருந்தன...

எனது நண்பர்கள் அந்த மாமல்லபுரத்துச் சிற்பங்களை சுற்றிப் பார்த்துச் செல்ல திட்டமிட்டுச் செயல்பட்டனர்...

மாமல்லபுரம் அழகு சூழ்ந்த பகுதிதான்...

கடல்...

கடற்கரை...

கற்கோவில்...

பல்லவர் காலத்துக் கலைப் படைப்புகள்....

இன்னும் எவ்வளவோ...

பல்லவர் காலத்திலும்... அதற்குப் பின்னரும் புகழ்பெற்ற துறைமுக நகரமாக விளங்கிய இடம் மாமல்லபுரம்...

திராவிட கட்டிடக் கலை பணிக்குரிய கட்டிடங்கள் கொண்டவை...

கல்லிலே கட்டிடங்கள் அமைக்கத் தொடங்கிய காலத்தைச் சேர்ந்த கட்டிட வகைகளான...

குடவறைகள்....

ஒற்றைக்கல் தளிகள்...

இன்னும் ஆரம்ப காலத்தைச் சேர்ந்த கட்டுமானக் கோயில்களும் இங்கே காணப்படுகின்றன...

இவை வெறும் கட்டிடங்களாக மட்டுமின்றி... ஏராளமான அரிய சிற்பங்களையும் கொண்டுள்ளன...

இங்கே காணப்படும் சிற்பங்கள் பெரும் பாறைகளிலே செதுக்கப்பட்ட புடைப்புச் சிற்பங்களாக... கற்சுவரிலே ஒட்டி வெளியே புடைத்தபடி... முப்பரிமாண வடிவத்திலே அமைந்தவை...

அருச்சுனன் தபசு...

வராக மூர்த்தி சிற்பம்...

மகிடாசுரமர்த்தினி சிற்பம்....

கோவர்த்தன மலை சிற்பம்..... சிறப்பு வாய்ந்தவை...

எனது நண்பர்கள் அனைவரும் சிற்பங்களை இரசித்தனர்...!

ஒரு வார காலமாவது தங்கிப் பார்த்து இரசிக்க வேண்டிய சிற்ப அழகை... ஓடுகிற ஓட்டத்திலே பார்த்து விட முயற்சித்துக் கொண்டிருந்தனர்...

அவர்கள் அனைவரும் சிற்பங்களை இரசித்தனர்...

நான்...

அந்த சிற்பங்களின் வாயிலாக நமது பழைய தேனிலவுப் பயணத்தை மனசுக்குள்ளே மறுபதிவு செய்தேன்...

கரும்புச்சாறு போன்ற நினைவுச் சேமிப்பு அது...

நீயும் நானும்...

அந்தச் சேமிப்பிலே...!

திருமணமான புதிதிலே... இந்த மாமல்லபுரத்திலே வந்து பகல் முழுவதும் சுற்றித் திரிந்தோம்...

நீ.....

சிற்பங்களை இரசித்தாய்...

நான்......

எனது சிற்பமான உன்னை இரசித்தேன்....!

புதிதாக திருமணம் செய்த மனைவியென்றால் அப்படித்தானே...!

பாதி பார்வையிலே காமக் கண்ணோட்டம் தான்....!

ஒரு நாள்... இருநாள்...

என திட்டமிட்டு திட்டமிட்டு... திட்டம் திகட்டாமல் தொடர்ந்து... ஆறு நாட்கள் அங்கயே தங்கி விட்டோம்...

எத்தனை சல்லாப சாகசங்கள்...!

இப்பொழுதும் இனிக்கிறதே அன்பே ...

நான் உனக்கு வாங்கிக் கொடுத்தவை எத்தனையோ பரிசுப் பொருட்கள்...!

என் மீது உனக்குக் காதல் அதிகம்...

அதனால் இன்னும் நீ பாதுகாத்து வைத்திருக்கிறாய்.... அந்தப் பரிசுப் பொருட்களை ....!

இவையெல்லாம் மனதில் ஊறிப் பெருக்கெடுத்ததும்... உனது நினைவுகள் என்னைத் தொற்றிக் கொண்டன...!

அப்பொழுது புதுமணத் தம்பதிகள் நாம்...

எல்லா புதுமணத் தம்பதிகளையும் போலத் தான் நாமும்...

அந்தத் தருணத்திலே இருக்க வேண்டிய வேகம் நமக்குள்ளும் இருந்தது...

எந்த நேரமும் இன்பத்திலே திளைக்க நினைக்கும் சமயம்....

ஆனால்....

அந்த சமயத்திலே தான் அந்த மோசமான நிகழ்வு நிகழ்ந்தது...

அன்று இரவு...

நான் மிக மிக உற்சாகமான காதல் மயக்கத்திலிருந்தேன்....

நீயும் என் போலத் தான்....

புது மணம்...

புது இடம்...

புது நெருக்கம்...

புதிய சூழல்...

புது மோகம்...

எல்லாம் புதிதென்பதால் நாமும் இன்னும் புதிது...!

இருவருமே நெருங்கினோம்...

நள்ளிரவு இரண்டு மணி இருக்கும்...

நமக்குள்ளே உற்சாகப் பெருக்கு கூடி... நம் இருவரையுமே ஓர் உச்சத்திலே நிலை பெறச் செய்திருந்த தருணம்...
ஆம்...
அந்த அகால நேரத்திலும்...!
ஆனால்...
என்ன நிகழ்ந்ததோ தெரியவில்லை...
உன்னிடம் பெரிய மாற்றம்...
திடீரென...
நீ....
என்னை மூர்க்கத்தனமாகத் தள்ளி விட்டாய்...

15. நான் தரையிலே...

நான் தரையிலே போய் விழுந்தேன்...
பதறி எழுந்தேன்...
நீ பரிதவிப்புடன் ஏதோ வலி வந்தது போலத் தவித்தாய்... துடித்தாய்... வயிற்றைப் பிடித்துக் கொண்டு சுருண்டாய்....
எழுந்து ஓடி வந்து உன்னைத் தாங்கிப் பிடித்தேன்.....
"நதி... நதி... என்னம்மா.."
நீ...
திக்கினாய்..
தினறினாய்...
மூச்சு வாங்கினாய்...
முகத்தைச் சுளித்தாய்...!
எனது பதட்டம் அதிகமானது....
உனது வலி குறையவே இல்லை....!
"என்ன நதி..."
"வலிக்கிதுங்க..."
"எங்க..."
நீ பதில் தரவில்லை... வயிற்றைப் பிடித்துக் கொண்டு மேலும் வலி காட்டினாய்...
உனது வலிகளுக்குப் புறம்பாக... நீ என் மீது இரக்கப் பார்வை பார்த்தாய்....!
அந்தப் பார்வைக்கும் எனக்குக் காரணம் புரியவில்லை...
"உங்கள ஏமாத்திட்டேங்க..."
"ஐயோ... நீ என்ன சொல்றேன்னே எனக்குப் புரியல... மொதல்ல என்னன்னு சொல்லு..."
நான் பதறினேன்.....
இப்பொழுது.... அந்த வலியையும் மீறி... உனது முகத்திலே புன் சிரிப்பு....!
எனது ஏமாற்றம்... அந்த ஏமாற்றத்தால் எனக்குள்ளே ஏற்படப் போகும் தவிப்பு.... அவற்றை நினைத்து...!
"மாசா மாசம் பெண்களுக்கு வர்ற பிரச்சனை தான்..."
எனது மர மண்டைக்கு அப்போது தான் எட்டியது...
"ச்சே... அவ்வளவு தானா... நான் கூட பயந்து போயிட்டேன்... இதுக்கா என்ன ஏமாத்திட்டேன்னு சொன்ன... அறிவிருக்கா உனக்கு... என்னை மிருகம்னு நெனச்சியா... அவ்வளவு முக்கியமா அது..."
"இல்லைங்க... ரொம்ப ஆசையா எவ்வளவோ திட்டங்களோட வந்தோம்... வந்த இடத்துல இப்பிடி உங்களுக்கு ஏமாற்றமாயிடுச்சே..."
"அத விடு... இப்ப வலி பரவாயில்லையா...."
"ம்... சமாளிச்சிடலாம்...."

நீ எழுந்து குளியலறைக்குள் சென்றாய்.. உன்னைப் பார்க்கும் போது பாவமாக இருந்தது....

நான் முகம் சுளிக்கவில்லை...

கோபம் கொப்பளிக்கவில்லை..

ஆத்திரமடையவில்லை....!

இது போலவே ஒரு நிகழ்வு... அன்றொரு நாள் நிகழ்ந்ததே... அந்த அல்வா... மல்லிகைப் பூ...

அன்று...

அதுவும் இயற்கை தானே... நான் ஏன் அன்று உன் மீது அவ்வளவு கோபம் காட்டினேன்... ?

அன்றிருந்த மனநிலை வேறு... அந்த மனநிலைக்கு என்னை நீ தயார் செய்த விதம் வேறு.....!

ஆனால்...

இன்றைய மனநிலை... இந்த நிலை... இயற்கை...!

அன்று.....

காய்ந்த நிலை....

இன்று...

மூழ்கிக் குளித்த நிலை...

இரண்டிற்கும் வேறுபாடுகள் இருக்கின்றன அன்பே...!

இந்த மாமல்லபுரத்துப் பயணம் யாரால் முடிவு செய்யப்பட்டது... ?

நமக்கு திருமணம் ஆகும்போது உனக்குப் பிஞ்சு வயது...

கொஞ்சும் கிளி போலிருப்பாய்...

பாதி மலர்ந்தும் மலராத மொட்டுப்போல... பளபளப்பாக... பளீரென்று... பருவம் பீறீட்டுக் கிளம்பும் வயது...!

நீ புதிது...

நான் புதிது...

திருமணம் புதிது...

சேர்க்கை புதிது...

வாழ்க்கை புதிது...

ஏக்கம் புதிது...

பார்வைகள் புதிது...

நிகழ்கின்ற நிகழ்வுகள் அத்தனையுமே மோக முலாம் பூசப்பட்ட ஈரம் காயா புதிய பதிவுகள்...!

மண வாழ்க்கையின் ஆரம்பம் மயக்கமானது தான்....!

அந்த மயக்கம்... எத்தனை நாட்கள் நீடிக்குமோ... அத்தனை நாட்களும் இனிமை தான்....!

உடல் முழுவதும் மதமதப்பு...

விழிகளின் வீச்சிலே தேவைப் புயல்...

சிறிய சிறிய உரசல் கூட பெரும் கொதிப்பினை உருவாக்கும்...

எங்காவது சுற்றித் திரிந்து கொண்டே இருக்க தூண்டும்...!

நான்...

உனது விரல் பிடித்து... வலியுண்டாக இறுக கோர்த்து... பின்னி உறவாடி.... எனது உணர்வுகளை உனக்குள்ளே கடத்தி உட்புகுத்த முயலுவேன்..

அதே விரல் உறவு மொழிதான் உனக்கும்...

நான்...

உனது கரம் பற்றியே நடப்பேன்...

நீ...

எனது தோள் சாய்ந்தபடியே பயணிப்பாய்...

இருவரது உதடுகளிலும் காந்தப் புன்னகை...

இரவு வேளை எப்போது வருமென்று எதிர் நோக்கி...!

மூச்சுக்களிலே அனல்...

பேச்சுக்களிலே தணல்...

குரல்களிலே நடுக்கம்...

கால்கள் நேராக நிமிர்ந்து நடக்காது...

தள்ளாட்டம்...

தடுமாற்றம்...

ஒடிசல்...

கள்ளுண்ணாமலே போதை...

கண்மூடாமலே மயக்கம்...

அந்த மயக்கம் தீருமுன்னே... அத்தனை சுகங்களையும் அனுபவித்து விட வேண்டுமென்பதே இயக்கம் ....!

நேரம் போதாது...

நாட்கள் போதாது...

மாதங்கள் போதாது...

தேவை... தேவை...தேவை...

இன்னும் திகட்டாது...!

இரண்டு மனங்களிலும் துருதுருப்பு...!

ஒன்றின்மேலேயே ஈடுபாடு காட்டி....

அந்த ஒன்றின்மேலேயே நோக்கம் பதித்து...

அந்த ஒன்றையே நிகழ்த்தி விட எந்த நேரமும் ஒன்றுபட்டே முயற்சி செய்து முனைப்புக் காட்டுவது... அந்த புதுமணக் காலம்...!

ஓட்டம் தான்...

எப்பொழுதும்....

வீட்டுக்குள்ளே ஓட்டம்...

மாடிப் படிகளிலே ஓட்டம்...

ஒதுக்குப் புறங்களிலே.... மறை பகுதிகளிலே.... வீட்டின் பின்பகுதியிலே.... மொட்டைமாடியிலே...

இப்படி..... பார்வை படும் பகுதிகளிலெல்லாம் நம் இருவரது ஓட்டம் தான்...!

நான் உன்னைப் பிடிக்கத் தான் துரத்துகிறேனென்று நீ ஓடுவாய்...

நீ என்னிடம் அகப்படாமல் ஓடுகிறாயென்று நான் துரத்துவேன்...!

ஓரிடத்திலே நிலைப்பெற்று நிற்க விடாது கால்கள்...

எந்த நேரமும் மப்பு...
மந்தாரம்...
மதமதப்பு...
உடல் முழுவதும் உறுத்திக்கொண்டே இருக்கும்...
அதுதான் புது மணக் காலம்...!
காமச் சிறகுகள் விறைப் பேறி... விசையேறிக் கிடக்கும் தருணமது...
நிலைகொள்ள விடாது நம்மை...
எந்த நேரமும் துரத்துவேன் உன்னை...
உறவினர் கூடியிருக்கும் போதும்.... நானே ஒரு தனிமையை உருவாக்கிக் கொண்டு... உன்னை சீண்டுவேன்...
உடலும் மனமும் உன்னைச் சுற்றியே பறக்கும்...
நான்... உன்னை விழி நகர்த்தாமல் நிலைத்துப் பார்ப்பேன்...
ஆனால்... உன்னால் அப்படி என் மீது பார்வைப் பதிவு செய்ய இயலுமா...? பெண்ணாயிற்றே...
உறவுக் கண்கள் அத்தனையும் உன் மீதே தான் மொய்த்துக் கொண்டிருக்கும்.....
அந்த உறவுகளின் விழி வலைகளிருந்தெல்லாம் தப்பி... நீ எனது பார்வைகளுக்கு பதில் சொல்ல வேண்டும்....
அது உனது நிலை....!
பிறர் கவனிக்கிறார்களா என கண்காணிப்பதற்காக... விழிகளை வேறு பக்கம் விசையாகத் திருப்ப வேண்டும்... மீண்டும் என்னிடம் வர வேண்டும்...
உறவினர் யாராவது பார்க்கிறார்களா... அவர்கள் பக்கம் திருப்ப வேண்டும்...
பிறகு மீண்டும் என் மீதே...
உனது விழிகளின் நிலை... சுழன்று சுழன்று ஆடும் பம்பரம் தான்...
புது மஞ்சள் மாறாத அந்தப் புதுமணக் கோலம்... உன்னை அந்தப்பாடு படுத்தும்...
உன்னை மட்டுமல்ல... அந்தத் தருணத்தைத் தொட்ட அத்தனை பெண்களையுமே...!
என் மீது பாய்கையிலே காம நோக்கு.... பிறரைப் பார்க்கையிலே காமதேனு...!
சகோதரனுக்கு ஒரு நோக்கு...!
அம்மாவுக்கு ஒரு நோக்கு...
தோழிக்கு ஒரு நோக்கு...
உறவினர்க்கு ஒரு நோக்கு...!
ஒரே சமயத்திலே அந்த கண்களுக்கு இத்தனை உணர்வுகளை வெளிப்படுத்தும் கடமை இருக்கிறது....
ஆனால்... ஆண் மகன்... எத்தனை பேர் கூடியிருந்தாலும் நிலை குத்தி அவளையே பார்த்துக் கொண்டிருப்பான்...
அது கூட ஆணாதிக்கத்தின் ஓர் அங்கம் தான்...!
வாழ்வியலில் ஒரே முறை வரும் சந்தர்ப்பம் அது... தவறவிட்டால் தவறியே போகும்....!
பெண் பார்க்கும் நிகழ்விலே தொடங்கும் அந்த பார்வைத் தேவையின்

மயக்கம்.... நிச்சயதார்த்த நாளிலே உறுதி பெறும்...!

நிச்சயதார்த்திலே பார்க்கும் பார்வைகள்... வாழ்க்கைத் தேவைகளை கலந்து வெளிப்படுத்தும்....

திருமண நாளிலே அனல் பிறக்கும்...

முதலிரவு நிகழ்வு வரை பரபரக்கும்...

எப்போது இரவு வரும் என்று ஏங்கும்...

முதலிரவிலே இளமையின் சங்கமத்திலே உச்சம் தொடும்...

அதோடு வாழ்வியலின் வளமான பாகம் முற்றுப்பெற்று விடும்...!

இனி...

எல்லாம் பழையது...

பழக்கப்பட்டது...

உலர்ந்து போனது...

அதன் பிறகு எத்தனை முறை நிகழ்ந்தாலும் அவை வெறும் சம்பிரதாய நிகழ்வுகளே...!

இன்று நீ...

உடுத்தியிருந்தது பட்டுப்புடவையல்ல...

ஆனாலும் புதிய புடவைதான்...

திருமணமான காலங்களிலே... புதிய புடவைகள் நிறைய குவிந்து விடும்...

பாவாடை தாவணியிலிருந்து புடவைக்கு அடியெடுத்து வைப்பதால் அந்தப் புடவைப் பெருக்கம்...

பெண் பார்க்கும் நிகழ்வுக்குப் புதிய புடவைகள்...

நிச்சயதார்த்த நிகழ்விற்குப் புதிய புடவைகள்...

திருமணத்திற்குப் பிறகும் கூட... பண்டிகை காலங்களுக்கு வாங்கித் தரும் புடவைகள்...

அம்மா வாங்கித் தரும் புடவைகள்...

மாமியார் வாங்கித் தரும் புடவைகள்...

உறவினர்கள் வாங்கித் தரும் புடவைகள்...

அன்பளிப்பாக வரும் புடவைகள்...

சீர்வரிசைப் புடவைகள் என...

புடவைக் கடையை மிஞ்சும் புடவைக் கூட்டங்கள் வீட்டிலே குவியலிடும்...!

அவற்றிலே ஒரு புடவையைத் தான் இன்று அணிந்திருந்தாய் நீ...!

ஏற்கனவே மார்பை இறுக்கி மூடி தன் பாதுகாப்பு பணியை செவ்வனே செய்து கொண்டிருந்த மாராப்பு புடவையை... அவசியமே இல்லாமல் 'சரக் சரக்' கென்று இழுத்து இழுத்து மூடி... உனது கைகள்... எனது விழிகளை வம்புக்கிழுத்து... வம்புக்கிழுத்து... வலுக்கட்டாயமாய்... உன்னுடைய அந்த அந்தரங்கப் பகுதிகளுக்கு உல்லாசப் பயண அழைப்பு விடுத்தன...!

இது போல எத்தனைக் காம நாடகங்கள்...!

இதுவும் ஒரு வகையான சுதந்திரம் தான்.... உறவுக் கூட்டமெல்லாம் ஒன்று கூடி... பல தலைமுறைகளுக்கு முன்பே புதிதாக மணம் முடித்தவர்களுக்காக தீர்மானம் போட்டு அறிவிப்பு செய்த அனுமதிச் சுதந்திரம்...!

இதற்கு முன்பு எத்தனை கட்டுப்பாட்டுக் கட்டளைகள்...

ஏய்... அங்க நிக்காதே...
ஏய்... இங்க நிக்காதே....
ஏய்... எங்க போன...
ஏய்... இவ்வளவு நேரம் ஏன் வெளிய சுத்துன...
ஏய்... யார் கூட பேசின...
ஏய்... அப்படி என்ன நிமிர்ந்த நடை...
ஏய்... என்ன அங்க பார்வை...
ஏய்... அப்பிடி என்ன உரத்த குரலிலே பாட்டு...
ஏய்... அப்பிடி என்ன உறக்கம்...
ஏய்... அப்பிடி என்ன ஆட்டம்...
ஏய்... அப்பிடி என்ன எதிர்ப்பேச்சு.
ஏய்... அப்பிடி என்ன தெனாவெட்டு...
ஏய்... அப்பிடி என்ன முரட்டுத்தனம்...
ஏய்... அப்பிடி என்ன அதிகாரம்...
ஏய்... அந்த வேலை செய்...
ஏய்... இந்த வேலை செய்...
இப்படி..... எத்தனை 'ஏய்.....'
எத்தனை கை விலங்கு....
எத்தனை வகையான சிறைக் கதவுகள்...
எத்தனை வகையான பூட்டுக்கள்...
இதோ...
ஏறியது கழுத்திலே ஒரு தாலி...!
அத்தனையும் தவிடு பொடி...!
இரும்புக் கதவுகள் சிதறின...!
அத்தனை சிறைகளிலிருந்தும் விடுதலை...!
எல்லாச் செயல்களுக்கும் அனுமதி..!
சுதந்திரம் என்றால் முழுச் சுதந்திரம்...!
கேள்வி கேட்க யாரும் இல்லை.....

மணமேடையிலே மண மக்கள் கழுத்திலே போட்டிருந்த மாலைகளை... தாலி கட்டியதும் கழற்றி எறிந்து விட மாட்டார்கள்...

வீட்டிலே எங்காவது மணமக்களின் கண் பார்வையிலே படும்படி தொங்கவிட்டிருப்பார்கள்....

ஏன்... ?

அந்த மாலையின் வனப்பு குறையக் குறைய... வாட்டம் ஏற்பட ஏற்பட... புதிதாகத் திருமணம் செய்தவர்களின் செயல்களின் வீரியமும் குறைந்து கொண்டேயிருக்கும்...

காதல் களியாட்டங்களிலே இடைவெளி அதிகமாகும்...
அதிகாரம் பறிபோகும்...
பொறுப்புகள் அதிகரிக்கும்...
சுமைகள் கூடும்...

அந்த புது மாலைகள் சுத்தமாய் கருகும் தருணத்திலே...
மணப்பெண் தாய்மை அடைந்திருப்பாள்....!
அந்த மாலைகள் அந்த இடத்தை விட்டு மறையும் போது...
மணப்பெண் குழந்தை பெற்றிருப்பாள்....!
இப்படியொரு கணக்கு இருக்கிறது அந்த மாலைகளுக்கு...!
ஆனால்... என் கண்ணே...
என் அன்பே...
என் நதி...
எத்தனை மாலைகள் வனப்பு குறைந்தால் எனக்கென்ன...
எனது கண்களுக்கும்... மனசுக்கும்... நீ இன்னும் மலர்ந்து விரியாத புதிய மொட்டுத் தான் கண்ணே.....
என்றும் புது மலர் தான்...!
இளமையெனும் பூ மலர்கிறது...
மலர்ந்து இதழ் விரிக்கிறது...
இதழ் விரித்து அழகு காட்டுகிறது...
அந்த அழகினைக் கண்ணுற்று... சுற்றி வந்து வட்டமிடுகிறது... தும்பி...!
உடனே மலர் மீது அமர வேண்டும்...
மது அருந்த வேண்டும்...!
அது விடுத்து...
மலர் வாடிய பின்னே வண்டு வந்து வட்டமிடுமா...?
வட்டமிட்டு என்ன பயன்...?
இது...
நீ மலர்ந்த பருவம்...
நீ விரிந்த பருவம்...
நீ மது தேக்கிய பருவம்...
நீ அழகு காட்டி என்னை வலை விரித்து இழுத்த பருவம்...
எனக்காக தேன் சிந்த நீ இசைந்த பருவம்...
இந்த இனிய வயத... பருவத்தை... உன்னுடன் கலந்து உறவாடிச் சுவைக்காமல் விட நான் முட்டாள் இல்லை....!
ஓர் உலகம்...
ஒரு பிறவி...
ஒரு கணவன்...
ஒரு மனைவி...
ஒரு மரம்...
இவ்வளவு தான் வாழ்க்கை...!
இதில் மனசும்... உடலும் தேடும் சுகங்களை அனுபவிப்பதற்கென்று வருவது... இந்தப் புதுமணப் பருவம் ஒன்று தான்....
புதிதாகத் திருமணம் செய்தவர்களைச் சுற்றி எப்பொழுதும் பல கண்கள் துப்பறிந்து கொண்டே இருக்கும்.

ஓடி ஓடி ஒளிந்தாலும்... ஒரு கூட்டமே நம்மைத் தொடர்ந்து கொண்டே இருக்கும்... நமது நெருக்கமான செயல்களைக் கணக்கிட்டு அளவெடுக்கும்.....

நாம் கட்டிப்பிடித்தது எத்தனை முறை...

முத்தமிட்டது எத்தனை முறை...

கூடல் நிகழ்த்தியது எத்தனை முறை...

தலைப் பூ கசங்கி உதிர்ந்தது எத்தனை முறை...

நெற்றிப் பொட்டு கலைந்து... எனது மார்பிலே நிறம் காட்டியது எத்தனை முறை...

குளித்து புதுப்பித்துக் கொண்டது எத்தனை முறை...

எல்லா அந்தரங்க செயல்களும் கணக்கெடுக்கப்படும்...

இது... வீட்டுப் பெரியவர்களின் பரம்பரைக் கணக்கு...!

அது போலத் தான்... நாமும் கண்காணிப்பு வளையத்திற்குள்ளே இருந்தோம்...

இதற்கென்றே... ஊருக்குப் பத்துப்பேர்... உறவுக்கு ஐந்து பேர் என்று பெண்கள் நிரந்தரமாக இருப்பார்கள் போலிருக்கிறது.... அவர்களெல்லாம் கூட்டமாய் ஒன்று கூடி சதித் திட்டம் தீட்டிக் கொண்டே இருந்தார்கள்...!

ஆயுள் வரை... எனக்கு சாப்பாடு போட அம்மா தயாராக இருந்தார்கள்...

ஆனால்... இப்பொழுது....

புதுமணத் தம்பதிகளாக ஆன பிறகு....

திட்டமிட்டே... நம் இருவரையும்... தனிமைப்படுத்தினார்கள்...

அந்த நேரத்தை... இனிமைப் படுத்தினார்கள்...

உன்னை எனக்குச் சாப்பாடு பரிமாற வைத்தார்கள்....

நான் உனக்குப் புதியவன்.....

உனக்கும் புதிய பழக்கம்...

முதல் முறையாக ஒரு ஆண் மகனுடன் மிக நெருக்கத்திலே...

நீயும்.... மிக மிக நாணப்பட்டுத் தான் பரிமாறினாய்....!

நீயும் தட்டினைப் பார்க்கவில்லை... நானும் சாப்பாட்டைப் பார்க்கவில்லை.... இருவர் நோக்கும் முகங்கள் மீதே....!

நோக்கும் விழிகளின் மொழிகளோ வேறு ஒன்றின் மீதே...

அந்த ஒன்று ‘எப்போது எப்போது’ என்று...!

பசி.. தாகம்.. சாப்பாடு.... தூக்கம் இவையெல்லாம் தோன்றுமா சிந்தையிலே...

நீ சாப்பாடு பரிமாறுவாய்...

எப்படி...

பாதிப் பருக்கைகள் தட்டிலும் மீதிப் பருக்கைகள் தரையிலுமாய்...

இது...

சாதச் சிதறல் அல்ல...!

காதற் சிதறல்...!

கவனச் சிதறல்...!

ஒருபிடி சாதம் தான் போட்டிருந்தாய்...

“போதும்... போதும்... போதும்...”

பத்து ‘போதும்’ போட்டேன்.....

நீ ‘களுக்’ கென்று சற்று குறும்பாகச் சிரித்தாய்... காரணம் புரிந்து பார்த்தால்... நீ போட்டது அரை கைப்பிடி சாதம் கூட இருக்காது... அதற்குள்ளே அத்தனை ‘போதும்...’

கேனத்தனமாக உனது முகம் நோக்கிச் சிரித்தேன்... எல்லாம் புது மயக்கம் தானே...!

அக்கம் பக்கம் பார்த்தேன்... அந்த துப்பறியும் பெண்கள் கூட்டம் நம்மை கவனிக்கிறார்களா என்று...

நம்மைத் தான் கவனிக்கிறார்கள்.....

விழிகளை நமக்குத் தெரியாமலே... எங்கோ மறைத்து வைத்துக் கொண்டு...!

எந்த நிலையிலும் நாம் அவர்களது வலையிலிருந்து தப்பிவிட இயலாது...!

நீ சாப்பாடு பரிமாற ஒய்யாரமாய் குனியும் தருணத்திலே... உனது அந்தரங்க அறிவுப்புடன் திருட்டுத் தனமாக எட்டிப் பார்த்த உனது வாளிப்பான இடுப்புப் பகுதி... என்னை வலிய வலிய வம்புக்கு அழைத்தது...

‘நறுக்கென்று கிள்ளு’ என்று...

விடுக்க இயலுமா...

அந்த வாளிப்பான இடுப்பின் அறை கூவலை...!

நான் துடுக்காக கிள்ளினேன்...

உனக்கு உருவாகியிருக்க வேண்டும் அடுப்பின் கொதிப்பு....

நீ ‘சரக்’ கென்று துள்ளினாய்...!

சாதாரண துள்ளலா அது... ?

மீன் ஒன்று மளீரென்று வளைந்து நெளிந்து நீருக்கு மேலே துள்ளி எழும்பி மீண்டும் தண்ணீரிலே விழுமே... அத்தனை வளைவுகள்... அத்தனை துள்ளல்கள் உன்னிடம்...!

உனது குரலிலே நீ வலியுணர்த்தினாய்...

“ஆங்...”

அவ்வளவு தான்.... எப்படி உன்னால் அப்படி அளவெடுத்து அடக்கி குரல் வெளிப்பாடு செய்ய முடிந்தது...

வலிக்கான பெரிய ஒலியும் இல்லை... ஒலிக்கான பெரிய வலியுமில்லை...

இது ஒரு வகையான சிணுங்கல் ஒலி... !

இந்த இளமை ததும்பும் சிணுங்கல் ஒலிக்குள்ளே பல உணர்வுக் கலவைகள் பொதிந்து வெளிப்படும்...

நாணம்... நளினம்...வேகம்.....விசும்பல்.... முறுக்கல்.... முறைத்தல்... செல்லக் கோபம்... வளைதல்..... நெளிதல்.... நகைத்தல்...

எல்லாவுமே கலந்திருக்கும்...

அந்த வயதின் குலுங்கல்...

அந்தப் பருவத்திலே விளையும் வளங்கள்...

இவை யாவுமே வாலிபத்தின் குணங்கள்.....

வாலிபம் தேய்ந்து வயது முற்றிப் போனால்... இவை அத்தனையும் தீரா ரணங்கள்... !

இங்கே.... நிகழும் எல்லா செயல்களுமே... இரட்டை விளக்கத்தைப் புரிய வைக்கும் அறிவிப்புகள்...

'இன்னும் இன்னும் கிடைக்காதா... வேண்டுமென்றாலும் கிள்ளிக் கொள்... இதை விட அதிகமான சீண்டல் கூட செய்து கொள்' என்று அழைப்பு விடுப்பது போல...

இது...

வாழ்வியலிலே வரும் வசந்த காலம்...

உடல் வனப்பும் பருவ வளமும் செழித்துக் கொழிக்கும் காலம்...

அவற்றை அறுவடை செய்து கொள்ளையடிக்க... ஓர் ஆண்மகன் இணைந்து விட்ட காலம்...

இக்காலங்களிலே இதுபோன்ற பல வெளிப்பாடுகள் எண்ணிக்கையிலடங்காமலே நிறைவேறும்...!

இக்காலங்களிலே... ஆண்மகன் கைபட்டால் காந்தல் வரும்...

ஆனால் பிணியுண்டாகாது...!

ஆண்மகனிடம் கடிபட்டால் காயம் உண்டாகும்...

ஆனால் வலியுண்டாகாது...!

அணைப்பிலே... நெருக்கங்களிலே மூச்சுத்தினறல் ஏற்படும்...

ஆனால் விலகிப் போகவோ... உதறிவிடவோ தோன்றாது...!

முரட்டுத்தனமான செயல்களாக இருக்கும்...

ஆனால்...

விரட்டிவிடத் தோன்றது...!

உடல்வலியும்... தலைவலியும்... மயக்கமும் உண்டாகும்...

ஆனால்...

மருத்துவம் தேடாது...!

ஏனெனில்...

இவையெல்லாம் நிறைவேறியே தீரவேண்டிய செயல்கள்...

நிறைவேற்றியே தீரவேண்டிய பருவங்கள்...

அதுதான்....

இப்பொழுது உனக்கும் எனக்குமிடையே பல திருவிளையாடல்களையும் நிகழ்த்திக் கொண்டிருந்தது...

அந்த புதுமணக் கோலம்...!

திமிர்பிடித்த பருவம்...

தினவெடுத்த உடல்கள்...

சுதந்திரம் பெற்ற மனங்கள்...

இவற்றினிடையே

வேறென்ன நிகழும் இங்கே...?

உனது அனுமதி பெற்று எனது கண்முன்னே ஊஞ்சலாடும் புடவை முந்தானை... ஆடி ஆடி எனது அந்தரங்க எண்ணங்களைத் தூண்டி விட்டு... கைகளை பரபரக்க வைத்தது....

அதற்குக் கூட சூழல் புரிகிறதே...

பேசும் மொழி தெரிகிறதே...

நமது மன நிலையறிந்து தூது விடுகிறதே...

'பிடித்து இழு பிடித்து இழு'

என்று...

நான் காண விரும்பும் பகுதிக்குத் திரைப்போட்டு மூடியிருந்த அந்த புடவையின் அழைப்பை நிராகரிக்கலாமா...

மன்னிக்கமுடியாத மாபெரும் பிழையல்லவா... ?

கை நீட்டி எட்டி பிடித்தேன்...

எனது புதையலை மறைத்து.... என்னை உறவுக்கு அழைத்த உனதுபுடவை முந்தானையை...!

அந்தப் புடவை முந்தானை... எனது கையிலே வசமாக அகப்பட்டுக் கொண்டது...

உனது தோளை விட்டு விலகிச் சரிந்தது...!

உனது வளமார்புப் பகுதிக்குச் சுதந்திரம் தர நழுவிய சேலையை... நீ ஒரு கையால் இராவிப் பிடித்தாய்... முழுச் சுதந்திரம் அடையத் துடித்த மார்புகளை மீண்டும் வலிய சிறைப் படுத்தினாய்...

எனக்கு உதவ முன் வந்த புடவை முந்தானைக்கு வருத்தம் தான்...

எனது கைகளுக்கும் உனது கைகளுக்கும் இழுபறி தான்...!

உன்னை விடுவித்துக் கொள்ள உனக்கு மனமிருக்காது...

ஆனாலும் சூழ்நிலை...

விடுவித்துக் கொள்ள வம்பு செய்வது போல்... தும்பு முறுக்கினாய்...

அந்த தருணத்திலே எனது கண்கள்... உனது கழுத்துக்குக் கீழ் நோக்கி... எங்கெங்கோ பாய்ந்து... பாய்ந்து... எதையோ தேடின...

அனுமதிக்கவில்லை நீ...

முறைப்படி உரிமை பெற்றவன் தானே நான்...

அதிகாரப்படி எனக்குச் சொந்தமான பகுதிகள்தானே அவை...

நான்தானே ஆட்சி செய்ய வேண்டும்... ?

ஆனால் நீ...

எனது கண்களிடமிருந்து உனது மறைவுப் பகுதிகளைத் தற்காத்துக் கொண்டாய்...!

எனக்கு உதவிக்கு வந்த புடவை முந்தானை... 'நான் என்ன செய்வது...' என்று... என்னிடம் வருத்தம் தெரிவித்து விட்டு... உனது தோளிலேயே திரும்பப் போய் அடக்கமாகிக் கொண்டது...

விருப்பப்பட்டும்... அனுமதி மறுக்கப்படும் இடம் இதுவாகத் தானிருக்கும்...

இங்கே பெண்மையும்... மண்ணின் பழமையும்.... பெருமையும் மகத்தான சக்திகளாக செயல்படுகின்றன...

அதனாலேயே இந்த தடுப்புப் போராட்டம்...!

மறுப்பு நாடகம்...

வேட்கையும்... வெக்கையும் ஒரே இனம்தான்...

ஆனால்.... கொள்கை இங்கே முதன்மை பெற்று... மற்றவற்றை புறம் தள்ளி முந்தி நின்று விடுகிறது...

அதுதான்...

இந்த மறைமுக கண்காணிப்பு...

இன்னும்... வீட்டின் மூலை முடுக்குகளிலே ஒளிந்து கொண்டு... நாம் நிகழ்த்திய அந்தரங்க திருட்டு செயல்களைக் கூட... விட்டு வைக்க வில்லை அந்த உறவுக் கூட்டம்.... மறைந்து நின்று கொண்டு அத்தனையும் பதிவு செய்தார்கள்...!

இந்த புது மணத் தருணத்திலே நாம் பரிமாரிக் கொண்ட முத்தங்களின் எண்ணிக்கைக் கணக்கும் நமக்குத் தெரியாது...

கலைந்து கிழிசல் கண்ட உடைகளின் எண்ணிக்கையும் நமக்குத் தெரியாது...

இந்தக் கணக்கை மிகச் சரியாகப் பதிவு செய்தது அந்த துப்பறியும் உறவுக் கூட்டம் தான்...

இதையெல்லாம் உளவு பார்த்தது உறவுக் கூட்டம் மட்டும் தானா...

இன்னொரு முக்கியமான நபரும் தான்...

அது...

எனது தாத்தா...!

அறிவுடை நம்பி ஆறுமுகநாத முருகபூபதி...!

உண்மையிலேயே எனது தாத்தாவுக்கு இவ்வளவு நீளமான பெயர் தான்....

வாட்ட சாட்டமான வாளிப்பான இளைஞர்....

வயது... தொன்னூற்று ஆறு தான்...!

முகவெட்டு... உடல்கட்டு... நல்ல நிறம்.... கம்பீரமான தோற்றம்.... முறுக்கி விட்டு... திட்டமிட்டு வளர்க்கப்பட்ட மீசை... பெரிய பெரிய உதடுகள்... அகன்ற கண்கள்... வளர்ந்த கேசம்... இத்தனை வயதாகியும் வற்றி வறண்டு போகாத குறும்புத்தனம்...!

குறும்பு என்றால் தாத்தா...

தாத்தா என்றால் குறும்பு...

அவரைப் பார்த்த மாத்திரத்திலேயே படுமோசமானவராகத் தோன்றிவிடும்...

தொன்னுத்தாறு வயதிலும் தொய்யல் விழாதவர் தாத்தா... அந்தக்காலத்து வைரம் பாய்ந்த கட்டை என்பார்களே அது தாத்தா தான் ...!

மல்யுத்தம்... சடுகுடு... கர்லா கட்டை... சிலம்பம்... இன்னும் மரமேறுதல்... நீச்சல்... அத்தனையிலும் கெட்டிக்காரர்...

சரியான சாப்பாட்டுப் பிரியர்.... அசைவம் என்றால் மிகப் பிடித்தம்...

ஒற்றைப் பனைமரத்துக் கள்ளை ஒரே மூச்சிலே குடிப்பவர்.... அந்தக் காலத்து உணவு வகைகளான கம்பு... கேழ்வரகு... தினை... வரகு... சாமை... சோளம்... என்று சிறு தானியங்களை உண்டு உடல் வளர்த்தவர்....

இரண்டு குமரிப் பெண்களை இரண்டு பக்க இடுப்பிலும் தூக்கி வைத்துக் கொண்டு நடந்து விடுவார்.... இந்த வயதிலும்...!

அப்பப்பா... அப்பப்பா... வீட்டிலும்... ஊருக்குள்ளும் அவர் செய்யும் அட்டகாசம் அடங்காப்பிடாரித்தனம்... கட்டுக்கடங்காது...!

தினம் ஒரு புகார்....!

அவருடைய குறும்புச் சேட்டைகள் அத்தனையும் பெண்களிடம் தான்...!

அழகிய பெண்கள் கூட்டமிருந்தால்... அங்கே தாத்தாவும் இருப்பார்...

எங்கே தாத்தா இருகிறாரோ.... அங்கே அழகிய பெண்களும் குழுமியிருப்பார்கள்....

மிக நேர்த்தியாக பாடக் கூடியவர்... மிக இனிமையான குரல் வளம்...!

பாட்டுப்பாடியே பெண்களை மயக்குவதிலே கை தேர்ந்தவர்...

அவரது பாட்டிலே மயங்கி மாட்டிக்கொண்டவர் தான் எனது பாட்டி...!

பாட்டிக்கும் அவருக்கும் அந்தக் காலத்திலேயே காதல் திருமணம்.... கலப்புத் திருமணம்.....!

இன்று வரை பிரிவினை இல்லை.... பிறழ்வும் இல்லை....!

ஆரோக்கியத்திலும் குறைவில்லை....!

காரணம்...

உண்மையான காதல்.....!

நமது திருவிளையாடல்களை நோட்டம் விட்டுத் துப்பறிந்தவர்களின் குழுத் தலைவரே எனது தாத்தாதான்....!

இது போன்ற தருணங்களிலே... வீடுகளிலே தொல்லை கொடுப்பதற்கென்றே சில பிறவிகள் அவதாரம் எடுத்திருக்கும்...

நம்மைப் போன்ற சின்னஞ் சிறுசுகளின் சுதந்திரம்... இது போன்ற பெருசுகளின் கண்களை உறுத்தும்.... மனதைப் போட்டு வறுக்கும்....

அதிலும்... தாத்தா மிகப் பொல்லாதவர்... சிலுமிசப் புலி... அவரது கண்களை நமது ஓட்டங்களும்... விளையாடல்களும் உறுத்தி விட்டன...

வேட்டியை மடித்துக் கட்டிக்கொண்டார்.... தலையிலே முண்டாசு கட்டிக் கொண்டார்....

கையிலே ஒரு சிலம்பக்கம்பு.... வீட்டுக்குள்ளே புகுந்த புலியை விரட்டப் போவது போல... வீரமாகத் தயாரானார் தாத்தா... நம்மை விரட்ட...!

மீசையை நன்றாக முறுக்கிவிட்டு விறைப்பேற்றினார்....

அவரது கண்களிலே விசமத்தனம்... நாக்கை மடித்துக் கடித்துக் கொண்டார்....

பதுங்கிப் பதுங்கி நம்மை துப்பறியத் தொடங்கினார்...

நாம் ஓடுகிறோம்...

நோக்கம் வேறு....

அவர் துரத்துகிறார்...

அவரது நோக்கமும் வேறு...

நாம் எங்கே சென்று பதுங்கினாலும் நம்மை விடுவதாயில்லை அவர்...!

ஆனால்...

இந்த மறைதலிலும்... பதுங்குதலிலும் ஒரு அனுகூலமும் நிகழ்ந்தது...

பதுங்குமிங்கள் மிகக் குறுகலான பகுதிகளாகவும்... இடுக்குகளாகவும் இருந்ததால்... நாம் ஒருவரையொருவர் இடித்து... இணைந்து நெருங்கிப் பதுங்க வேண்டிய அவசியம் நேர்ந்தது...

எனது மார்பிலே உனது தோள்கள் புதைந்தன...

எனது கன்னங்களிலே உனது கன்னங்கள் உராய்ந்தன...

இறுக்கம் அதிமாக வேண்டிய சூழல்...

அதனால் உனது மார்புகள் எனது விலாவிலே உராய்ந்து உறுத்தின...

இத்தருணத்திலே...

விழிகள் எந்த நேரமும் சுழலும்...

இதயத்திலே நினைவுகள் சுழலும்...

இதயத்தை விட அறிவு சுழலும்...

அறிவைவிட உடல்கள் சுழலும்...

எந்த நேரமும் சுழற்சியிலேயே சிக்கிவிடும் தருணம்...

இரு உடல்களுக்குமிடையே இடைவெளி என்பது இருக்கவே இருக்காது...

உனது மூச்சுக் காற்று என் மீது பட்டு...

எனது மூச்சுக் காற்று உன் மீது சுட்டு...

நமது தேவை தாகத்தை உணர்த்தும்...

நமது படபடப்பான இதயத் துடிப்புகள்... பேரிடி ஓசையாக காதுகளுக்குள்ளே நுழையும்...

இந்த நெருக்கத்தை உருவாக்கியவர் தாத்தா தான்...

ஓர் இடத்திலே அவரிடம் வசமாக அகப்பட்டுக் கொண்டோம்.....!

எனது அணைப்பிலே நீ...

உனது பிணைப்பிலே நான்...

தாத்தாவின் கணக்கிலே நாம்....!

பயத்தினால்.... நமது அணைப்பு இன்னும் இறுக்கமாகியது....!

அவரது பார்வையிலே கோபம்...

நமது பார்வையிலே தாகம்...!

விழிகள் பிதுங்கி வெளியிலே தாவி விடத் தயாராகித் துடித்தன....

அவரது விழிப் பின்னணியிலே இரத்தச் சிவப்பு நிறம்...

அவரை இவ்வளவு கோபமாக நான் பார்த்ததே இல்லை...

எனது இரத்தம் உறைந்து விட்டது...!

நான் அப்படியே திகில் பிடித்து நின்றேன்... என்னைவிட உனது நிலை இன்னும் மோசம்...

நீ அந்த வீட்டுக்குப் புதியவள்.... பயந்து போய் இன்னும் எனக்குள்ளே ஆழப் புதைந்து அடங்கினாய்...!

“விட்றா அவள...”

தாத்தாவின் கம்பீரக் குரல் வெடித்தது...

பயத்திலே படாரென்று உன்னை புறம் தள்ளினேன்....!

நீ கலைந்திருந்த உனது புடவையை சரி செய்து விட முயற்சி செய்தாய்..... பரவியிருந்த உனது தலைமுடியை படபடப்போடும்... அவசர கதியிலும் ஒழுங்குப்படுத்தினாய்...!

ஆனால்... உனது நெற்றியிலே கலைந்து முகத்திலே பரவியிருந்த குங்குமம் உனது கட்டுப்பாட்டிலே வரவில்லை...!

முரண்பாடாக....

அந்தக் குங்குமம்... எனது கன்னங்களிலும் பரவி... அடையாள மையம் கொண்டு... நம்முடைய முன் நடவடிக்கைகளை தாத்தாவிடம் காட்டிக் கொடுத்துக் கொண்டிருந்தது.....

ஏது இந்த குங்குமப் பரவல்... ?

நீ...

எனது மார்பிலே ஆழ முகம் புதைத்தாய்...

நாணப்பட்டு உராய்ந்தாய்...

உனது நெற்றிக் குங்குமம்... நமது உறவுக்கு அடையாளமாக... எனது சட்டையிலே இடம் பிடித்தது...

உனது நெற்றியிலும்... அகலப் பரவி அடையாளப்படுத்தியது...

எனது கன்னங்களிலே எப்படி இடம் பிடித்தது குங்குமம்....?

மிக எளிது...

நீ உன்னுடைய ஆசை முத்தங்களை ஓரிடத்திலா பதித்தாய்...?

கன்னங்களிலே நீ உதடுகளை ஆழப்பதித்த போது... அந்த முத்தங்களை அடையாளப்படுத்த... எனது கன்னத்திலே பரவியது தான் அந்த குங்குமம்...

புறம் தெரிந்த அடையாளம் குங்குமம்...

புறம் தெரியா அடையாளங்கள் எத்தனையோ...?

உனது ஆடை விலக்கிப் பார்த்தால்தான் எண்ணிக்கை தெரியும்...!

கூரிய நகங்களும்... பற்களும் காயப்படுத்தாமலா விளையாட்டு நிகழ்த்தும்...?

அந்தக் காயங்கள் உருவாகாமலா உடல் குளிரும்...?

எத்தனை அடையாளங்கள் எங்கெங்கு இருந்தாலும்... இந்த குங்குமம் தான்... பல புதுமணத் தம்பதிகளை காட்டிக் கொடுக்கும் ஆதாரங்களாக மாறி... இன்று வரை தன்னாட்சி செய்து கொண்டிருக்கிறது...!

நான் உன் மீது விளையாடிய விளையாட்டு லீலைகள் அப்படி...!

அவை அத்தனையும் கூட்டாக நம்மை தாத்தாவிடம் காட்டிக் கொடுத்து விட்டன...!

தாத்தா உன்னையே முறைத்துப் பார்த்தார்....

உனது உடல் ‘வெட வெட’ வென குளிர் காய்ச்சல் கண்டது...

உனது புதுமண ஆசை.... மோகம்... ஏக்கம்.... காமம்... பருவத் தேடல்... வாலிப விளையாட்டு... எல்லாமே தாத்தாவின் முரட்டுப் பார்வை பட்டு பின் விசையில் ஓடி மறைந்து கொண்டன...

தாத்தா எனது பக்கம் பார்வையைத் திருப்பினார்...

“என்னடா...”

பயங்கர உறுமல் குரல்...

எனது பக்கம் மௌனம்....

அவரது பக்கம் இன்னும் அதிகமான முறைப்பு...

எனக்கு பயம்...

உனக்கு அதைவிட பயம்...

“என்ன இதெல்லாம்...”

தாத்தாவின் அடுத்த கோடை இடி...!

நாம் என்ன தவறு செய்தோம் என்று விளங்கவில்லை....!

பாவம்... குழந்தை மனம் உனக்கு... வாடிய பின்னும் வண்ணம் குறையாத மலர் போல... வெளிறிப் போயிற்று உனது வண்ணமுகம்....!

தாத்தா நம் இருவரையும் கையும் களவுமாகப் பிடித்து விட்டதைக் காட்டும் வகையிலே... பெருமிதமாக வீரத்துடன் மீசையை மாறி மாறி தடவினார்....

நாம் ஏதோ திருட்டுத்தனம் செய்து அகப்பட்டுக் கொண்டது போல அவர் முன்பு பதுங்கி நின்றோம்....

அவரது கண்களிலே எகத்தாளம்... குரலிலே சர்வாதிகாரம்...!

“இந்த வீட்டுல மொத்தம் எத்தன பேரு இருக்காங்க....”

இது தாத்தாவின் அடாவடித்தனமான கேள்வி...!

அவருக்குத் தெரியாதா என்ன... ஏன் இப்பிடி ஏட்டிக்கிப் போட்டியான கேள்வி....

நான் மௌனமாகவே இருந்தேன்....

“எத்தன பேருடா....”

குரல் இன்னும் ஓசை உயர்ந்து மிரட்டியது....

“சட்டுன்னு சொல்லு.....”

“ஏழு பெண்கள்... மூணு குழந்தைகள்.. ஆறு ஆண்கள்... உங்களையும் சேத்து...”

மடமடவென இடை நிறுத்தம் இல்லாமல் உடன் பதில் கூறினேன்...!

“அவங்கெல்லாம் வீட்ல குடியிருக்க வேணாம்... ?”

அசிங்கமான கேள்விதான்.... வாழ்க்கையிலே அத்தனை பருவங்களையும் கடந்து... அத்தனை சுகங்களையும் அனுபவித்து முதிர்ந்தவர்... இப்படியொரு குதர்க்கமான கேள்வியைக் கேட்பார் என்று நான் எதிர்பார்க்கவில்லை....!

ஓரக்கண்ணால் கவனித்தேன் உனது நிலையை...

அழவே தயாராகிவிட்டாய் நீ...!

எனக்கே கொஞ்சம் அருவருப்பாகத்தான் இருந்தது.... அவர் கேட்ட கேள்வி....

உன்னை அவரிடமிருந்து எப்படிக் காப்பாற்றுவது... ?

தாத்தாவை சமாளிக்க முயற்சி செய்தேன்...

“இல்ல தாத்தா... அது...”

“என்னா லொள்ள தாத்தா...”

தாத்தா பேசும்போது குறுக்கே யார் பேசினாலும் இன்னும் அதிகமாக சரவெடி வெடிப்பார்.... நான் திண்டாடிக் கொண்டிருந்தேன்...!

“அங்கிட்டுத் திரும்பினா நீங்க...
இங்கிட்டுத் திரும்பினா நீங்க...
அடுப்பங்கரையில நீங்க...
அடுக்குப்பானையில நீங்க...
திரும்புற எடமெல்லாம் நீங்க...
ஒரு இடத்துல நிக்கீறிங்களா....
எப்பப்பாரு... ஓடிபிடிச்சு விளையாட்ற விளையாட்டா இருக்கு...”

எனக்கு கோபமும் வந்தது... இந்தத் தருணத்திலே வேறு என்ன தான் செய்வார்களாம்...

எனது மனசு தான் கேள்வி கேட்டது...

என்னால் தாத்தாவிடம் எதிர்க்கேள்வி கேட்க முடியவில்லை...

சற்று நிறுத்திவிட்டு உனது பக்கம் பார்வையைத் திருப்பினார் தாத்தா....

உன்னிடம் இன்னும் மிரட்சி... வியர்த்து விட்டது உனக்கு...!

“பொம்பளப் புள்ளைக்காவது அறிவு வேணாம்.... ?”

பாவம்... உனது முகம் பனிப்பாறை போல உறைந்துவிட்டது....

“எப்பிடி... எப்பிடிடா.....?

எத்தன நாளைக்கு.....?

வெவரம் வேணாம்....?

அங்கன தொடுறதும்... இங்கன தொடுறதும்... ஒடிப்பிடிக்கிறதும்... கட்டிக்கிறதும்... என்னடா இது.....?”

தாத்தா அடுக்கிக்கொண்டே போனார்....

தாத்தாவை எப்படி நிறுத்துவது....?

“தப்புதான் தாத்தா.. இனிமே இப்பிடி...”

நான் தயங்கித் தயங்கி சொல்லி முடிக்கும் முன்பாகவே... தாத்தாவின் வெண்கலக்குரல் முட்டுக்கட்டை போட்டது...

“என்ன... இனிமே இப்படி.....”

அவரே தொடர்ந்தார்....

“வேற எப்பிட்றா...

எப்ப....

எந்த வயசுல.....

என்னைப்போல வயசாகி வலிமை கொறஞ்சு நரம்பு சுருங்கிப் போனதுக்குப் பெறகா.....?”

தாத்தாவின் போக்கு சற்று திசை மாறுவது போலிருந்தது....

தாத்தா அங்கும் இங்கும் பார்த்து கண்களை உருட்டினார்... யாரும் கவனிக்கிறார்களா என நோட்டம் விட்டார்...

தாத்தாவுக்கு மிகப்பெரிய கண்கள்... அந்தக் கண்களை அவர் உருட்டினால்... மிக பயங்கரமாக இருக்கும்... உலக உருண்டையே உருண்டது போல...!

சட்டைப்பைக்குள்ளே கையைவிட்டு மூக்குப் பொடி மட்டையை எடுத்தார்... உள்ளங்கை நடுவே வைத்து அழுத்தினார்...

அது ‘ஆ...’ என்று வாயைப் பிளந்து மடியை விரித்துக்காட்டியது.... கட்டை விரலையும்... ஆள்காட்டி விரலையும் இணைத்து... மூக்குப்பொடி மட்டையின் அடிவயிற்றிலே செலுத்தி... பொடியை இறுக்கிப் பிடித்து வெளியே எடுத்தார்.... மூக்கின் இரு துவாரங்களிலும் திணித்து ‘சர்ர்ர்...’ என்று உறிஞ்சி உள்ளே இழுத்தார்...

மூக்குப் பொடி சரட்டென்று மூக்கினுள்ளே சீறிச் சென்று.. மூளைக்குள்ளே பரவி ஆக்கிரமித்துக் கொண்டது....

அந்த ஓசை வீடு முழுக்க பயங்கரமாக எதிரொலித்தது....

தாத்தாவிடம்... குடிப்பது... புகைபிடிப்பது... சுருட்டு.. வெற்றிலை பாக்கு... என எந்த கெட்ட பழக்கமும் இல்லை... அவரிடம் உள்ள ஒரே கெட்ட பழக்கம்... இந்த மூக்குப் பொடி மட்டும்தான்... மூக்குப்பொடி மூக்கிலே ஏறிவிட்டால் சிங்கம் போல மாறிவிடுவார்...!

அவரது முள் மூளையிலே சதித் திட்டங்கள் வரிந்துகட்டிக் கொண்டு வந்து வட்டமிட்டு கூடி முகாமிட்டன....

என்னைப் பார்த்து விரலசைத்தார்...

“இங்க வா.....”

எனக்குள்ளே நடுக்கம்.... மிக மெதுவாக தயங்கி தயங்கி நான் மட்டும் தாத்தாவின் அருகிலே போனேன்...

கட்டிய மனைவியுடன் காதல் விளையாட்டு விளையாடியது தவறா...?

கொண்டவளோடு கொஞ்சி மகிழ்ந்தது குற்றமா...!

சொந்தமானவளுக்கு முத்தம் பதித்தது மொத்தப் பிழையா... ?

எது பிழை... ?

புரியவில்லை எனக்கு...!

சட்டையிலே... நெற்றியிலே குங்குமம் அடையாளங்கள் பரவினால் என்ன... ?

எனது மனைவியின் நெற்றிக் குங்குமம் தானே...

இதிலே யாருக்கு தீங்கு... ?

தாத்தாவுக்கு ஏன் இவ்வளவு தீக்கோபம்... ?

“கிட்ட வாடா.....”

தாத்தாவின் உறுமல் அதிகமாகி என்னை விசைப்படுத்தியது.... இன்னும் கொஞ்சம் வேகமாக அருகிலே போனேன்.... கொஞ்சம் கனமான குரலில் பேசினார்....

“எப்படிபட்ட வாய்ப்பு இது... ?

கிடைக்குமா.... ?

இந்த பிறவியிலயே இனிமே கிடைக்காத வாய்ப்பு...

அழகான வாய்ப்பு...

ஆனந்தமான வாய்ப்பு...

அனுபவிக்க வேண்டிய வாய்ப்பு...

சொந்தம் பந்தம் எல்லாரும் சுதந்திரம் குடுத்த வாய்ப்பு...

ஆ....... ங்.......”

என்று நிறுத்தினார்....

ஆகா... எனது கொள்கைகளை அப்படியே சொல்கிறாரே தாத்தா... பனி மழையே மொத்தமும் பொத்துக்கொண்டு... என் மீதே மெத்தப் பொழிந்தது போலிருந்தது...

“படிச்சவனா நீ..... ?

உடம்புல முழு வேகமும் தேங்கி இருக்குற பருவம்டா இது... இந்த வயசு... வாலிபம்... ஏக்கம்... மயக்கம்... தவிப்பு... துடிப்பு... வேகம்.... எல்லாமே ஆறு மாசத்துக்குத் தாண்டா... அந்தப் புள்ள வயித்துல ஒரு கொழந்த உண்டாயிருச்சுன்னா எல்லாம் போச்சு...

உன்ன விட்டு ரொம்ப தூரம் போயிடுவா... அதுக்குப் பெறகு.. ?

அப்பனாயிருவ.... அப்பாங்கற பட்டம் வந்துட்டா போதும்... அப்பப்ப நீ தள்ளித் தான் படுக்கணும்...!

போச்சுடா... போச்சு..... இந்த பொண்ணுங்கள நம்பாத... புள்ள பேரச்சொல்லி நம்மள காவி வேட்டி கட்ட வச்சிருவாளுக... எதையுமே நீ உனக்குப் பிடிச்சமாதிரி அனுபவிக்க முடியாது...!

பால்குடிக்க ஒரு பருவம்...

படிக்கிறத்துக்கு ஒரு பருவம்...

விளையாட்டுக்கு ஒரு பருவம்...

காதலிக்கிறதுக்கு ஒரு பருவம்...

காமத்துக்கு ஒரு பருவம்...!

இது...

முழுக்க முழுக்க காமத்துக்கான பருவம்டா....!

அதத்தவிர வேற எதையுமே யோசிக்கக் கூடாது நீ....''

தாத்தா கொஞ்சம் கொச்சையாகப் பேசினாலும்... எனது கருத்துக்கும் கொள்கைக்கும் ஒத்துப் போகும்படியே பேசினார்.... மனித வாழ்க்கைக்குத் தேவையான தகவல்களை பேசுவது போலவே எனக்குத் தோன்றியது....

"உடம்பு முழுக்க வனப்பும்... வளவளப்பும்... வளமும்... வாலிபமும்... வசீகரமும்... நெறஞ்ச பருவம்டா இது...

இந்த நேரத்துல நீ....

வேலயப்பத்தி நினைக்கக்கூடாது...

பணத்தப்பத்தி நினைக்கக்கூடாது...

உறவப்பத்தி நினைக்கக்கூடாது...

குடும்பத்தப்பத்தி நினைக்கக்கூடாது...

எல்லாத்தையும் தூக்கிப் போட்டுட்டு ஒண்ணப்பத்தியே தான் யோசிக்கணும்...

அந்த ஒண்ணு என்னன்னு புரியுதா..... ஆங்.....''

அவர் எதைக் குறிப்பிட்டுச் சொல்கிறார் எனப் புரிந்தது... கொஞ்சம் கூச்சமாகவும் இருந்தது...

ஆனால்.... தாத்தா தடுமாறவே இல்லை...

இது... மனோ தத்துவ இலக்கணம்...

அவரது பாணியிலேயே இன்னும் தொடர்ந்தார்...

"அதுக்குத்தான் இந்த வாய்ப்பு...

கடவுள் மனுசனுக்குக் குடுக்குற அற்புதமான வாய்ப்புடா...

இது வெறும் காமத்துக்காக மட்டுமா.... ?

நீயும்... அவளும்... ஒருத்தர ஒருத்தர் புரிஞ்சுக்கணும்....''!

இது இல்வாழ்க்கை இலக்கணம்...

"அவளுடைய உடல் வெப்பமும் உன்னுடைய உடல் வெப்பமும் சமமாகணும்...''

இது உடற்கூறு இலக்கணம்...

"அவளுடைய குணமும் உன்னோட குணமும் ஒத்துப் போகணும்...''

இது மனக் கூறு இலக்கணம்...

"இனிமே உன் வாழ்க்கை எந்தப் பாதையில பயணப்படப் போகுதுன்னு நிர்ணயிக்கிற தருணம்டா இது...!''

இது காலக் கணிப்பு இலக்கணம்...''

"இது வெறும் உடற்சேர்க்கைக்கான நிகழ்வு இல்லடா...

உடல் சேர்க்கை மூலமா மனச்சேர்க்கை...

மனச் சேர்க்கை மூலமா உணர்வுச்சேர்க்கை...!

உடல் சேர்க்கை எவ்வளவு ஒத்துப் போகுதோ... மனசுகளும் அவ்வளவு ஒத்துப்போகும்...!

உன்னோட உடல் அமைப்புக்குத் தகுந்த மாதிரி... அந்தப் பொண்ணோட உடல் அமைப்பும் மாறி ஒத்துப் போகணும்...

உன்னோட இரத்த ஓட்டமும் அவளோட இரத்த ஓட்டமும்... வேகம் ஒத்துப் போகணும்...

உடல் சேர்க்கை ஒத்துப் போகாம எத்தனையோ தம்பதிகள் பிரிஞ்சு போயிருக்காங்க....

இல்லற வாழ்க்கை உறுதியானதா அமையறதுக்கு உடல் சேர்க்கை ரொம்ப முக்கியம்...''

இது முழுக்க முழுக்க விஞ்ஞான இலக்கணம்...

காலம் காலமாக முன்னோர்களும்... ஞானிகளும்... முனிவர்களும்... அனுபவ ரீதியாக ஆய்வு செய்து... மண வாழ்வு துவங்குபவர்களுக்கு ஆழப் பதிவு செய்து வைத்த குறிப்புகளாகும்...!

ஆண்... பெண் இருபாலருக்கும்... உறவுச் சேர்க்கையின் அளவுகள் வரையறைப் படுத்தப்பட்டிருக்கின்றன...

காலங்கள் கடரக்கடர அந்த அளவுகளின் தன்மைகளும் மாறுபடும்...

திருமண புதிதிலே அதிவேகம்...

அதிலே இருக்காது விவேகம்....

கொஞ்சம் பழைய தானதும் சிறிய இடைவெளி...

உடற்சலிப்பும்... மனச்சலிப்பும் ஏற்படும் போது இன்னும் இடைவெளி...!

வாழ்க்கைச் சுழலும்... குடும்பச் சுழலும் சுற்றிச் சுற்றி வரும் போது... பருவ வேட்கையின் தேவைகளும் மாறுபடும்...

ஆணுக்குத் தேவை இருக்கையிலே...

பெண்ணுக்குத் தேவை இருக்காது...!

பெண்ணுக்குத் தேவை இருக்கையிலே...

ஆணுக்கு ஈடுபாடு வராது...!

கருவுரும் காலத்திலே மாற்றம்... கர்ப்பிணிப் பருவத்திலே ஒரு மாற்றம்...

மகப்பேறு காலத்திலே நீண்ட இடைவெளி...

குழந்தை வளர வளர சூழ்நிலைகள்தான் தேவைகளை உறுதி செய்யும்...

மனைவி என்றிருந்தவள் 'அம்மா' என்று ஆகி விட்டாலே... உறவுத் தொடர்புகள் பல தருணங்களிலே வன்முறையாகவே துண்டிக்கப்படும்...!

ஆக...

ஒரு குழந்தை பிறப்பதற்கு முன்பு வரை அனுபவிப்பதே தடையில்லா இல்லற இணை வாழ்க்கை...!

அதைத்தான் தாத்தா பாடமாக சொல்லிக் கொண்டிருந்தார்...

''தாத்தாவப் பாத்தியா... இந்த வயசுலயும் உன் பாட்டியும் நானும் எவ்வளவு திடமா உற்சாகமா இருக்கோம்...

என்ன காரணம்.... ?

ஒருத்தர ஒருத்தர் எல்லா விசயங்களையும் நல்லா ஆழமா அந்தரங்கமா புருஞ்சுக்கிட்டதுதாண்டா காரணம்.....''

மூக்கினுள்ளே செலுத்தியது போக... விரல்களிலே ஒட்டிக் கொண்டிருந்த மீதி மூக்குப் பொடியையும்... மறுபடியும் மூக்கிலே வைத்து சர்... சர்... என்று இழுத்தார்....

ஓடிப்போய் இன்னும் கொஞ்சம் மூக்குப் பொடியை எடுத்து அவருடைய மூக்கிலே திணித்து விடலாமா என்று எனக்கே தோன்றியது... அவரது பேச்சிலே அவ்வளவு உற்சாகம் எனக்கு...!

தாத்தா இவ்வளவு வெளிப்படையாகப் பேசுவார் என்று நான் எதிர்பார்க்கவே இல்லை... அவருடைய உறுதியான நீண்ட இல்லற வாழ்க்கையின் அனுபவத்தை பாடமாக நமக்குள்ளே விதைத்தார்...!

"இல்ல தாத்தா... நாங்க இந்த வீட்ல மகிழ்ச்சியாத் தான் தாத்தா இருக்கோம்..."

நான் சமாளித்தேன்....

மறுபடியும் அவருக்குக் கோபம் வந்தது....

"வாயமூடு... படுவா... சொல்றது புரியல உனக்கு... இந்த வீட்டுல மகிழ்ச்சியாத் தான் இருக்கியா..... எப்பிட்றா.... ?

அந்தப் பொண்ணு குளிக்கிறப்ப... நீ போயி துண்டு எடுத்துக் குடுத்திருக்கியா..... ?"

"இல்ல தாத்தா...."

"அந்த சாக்குல திருட்டுத்தனமா அவ கூடவே குளியலறைக்குள்ள நீயும் நொழஞ்சிருக்கியா..... ?"

"இல்ல தாத்தா..."

"உள்ள நொழஞ்சு குளிக்கிற பொண்ணு ஒடம்ப முழுசா பாத்திருக்கியா.... ?"

தாத்தா ஏடாகூடமான கேள்வி கேட்கிறாரே...

நான் முகத்தைச் சுளித்தேன்...

மௌனமாக இருந்தேன்...

தாத்தா குரலை உயர்த்தினார்...

"சொல்றா..."

"இல்ல தாத்தா..."

"ஒரே குளியலறையில அவளோட ஒண்ணா சேந்து குளிச்சிருக்கியாடா.... ?"

"இல்ல தாத்தா..."

"அங்க அவளப் பிடிச்சு வம்பு பண்ணி குசும்பு பண்ணியிருக்கியா.... ?"

"இல்ல தாத்தா..."

"அவ புடவை மாத்துறப்ப உள்ள நொழஞ்சு தொந்தரவு பண்ணியிருக்கியா.... ?"

"இல்ல தாத்தா..."

"அந்தப் புடவய அவகிட்டருந்து நீ உருவிக்கிட்டு... கலகலகலகலன்னு சிரிச்சுகிட்டு... வீடு பூரா புடவை இல்லாம அவள ஓடவிட்டு... துரத்திப் பிடிச்சு விளையாடி இருக்கியா.... ?"

கேட்கவே நாராசமாக இருந்தது... பதில் சொல்ல தயங்கினேன்....

"எப்பிடி தாத்தா..."

"பதில்... பதில்..."

அவரது குரல் உறுமியது...

"இல்ல தாத்தா..."

"பட்டப்பகல் நேரத்துல... எங்கயாவது அவள இறுக்கிப்பிடிச்சு அணைச்சு... முத்தம் வச்சு... கடிச்சு வச்சு 'வீர்' னு கத்த வச்சிருக்கியா..."

"வீட்ல இவ்வளவு பேர் இருக்கப்போ எப்படி தாத்தா.... ?"

“கேக்குறதுக்கு பதில்... செஞ்சிருக்கியா..... ?”

“இல்ல தாத்தா....”

“எவ்வளவு நேரம் ரெண்டு பேரும் ஒண்ணாமண்ணா கூடி இருக்கீங்க....”

“அது வந்து தாத்தா... நாள் முழுக்க...”

நான் இழுத்தேன்...!

“என்னத்த நாள் முழுக்க... உன் முகத்துல கொஞ்சந்தான் குங்குமம் ஒட்டியிருக்கு..... ?

அவ மேலாடையிலே கிழிசல் எதையும் காணோம்... ?

நகக்கீறல் அப்பிடி இப்படின்னு கன்னத்துல கையில காணல... ?”

தாத்தா என்ன எதிர்பார்க்கிறார் என்று எனக்கு விளங்கவில்லை...!

“அந்தப் பொண்ணு கையில போட்டிருந்த கண்ணாடி வளையல் நொறுங்கி.... அங்கங்க குத்தி கிழிச்சு காயம் ஆகியிருக்கா... ?”

“இல்ல தாத்தா....”

“இரத்தகாயம் ஆகல....”

“இல்ல...”

“ஏன்...”

என்ன சொல்வது... ஒரு பக்கம் கூச்சம்... ஒரு பக்கம் பயம்...!

“பயம்...”

நான் சொல்ல வேண்டிய பதிலை தாத்தாவே சொன்னார்...

“தாத்தா இருக்காரு...

பாட்டி இருக்காங்க...

அப்பா இருக்காரு...

அம்மா இருக்காங்க...

வயசுக்கு வந்த தங்கச்சி இருக்கா...

அக்கா இருக்கா...

அண்ணன் இருக்கான்...

அண்ணி இருக்கா...

இன்னும் விவரம் தெரியாத சின்னப் பசங்க இருக்காங்க... அதான.... ?”

நான் மௌனமாகவே நின்றேன்.... என் மௌனமே தாத்தாவுக்கு பதிலானது....

“கிட்ட வா...”

கொஞ்சம் அருகே சென்று தாத்தாவை நெருங்கி நின்றேன்....!

“இன்னும் கொஞ்சம் கிட்ட வா டா.......”

அவரது முகத்தருகே சென்றேன்....

சற்று முன்பு மூக்கிலே நுழைந்த மூக்குப் பொடியின் நெடி குமட்டியது...

தாத்தாவின் படர்ந்து விரிந்த மீசை எனது காதிலே குத்தியது...

அவர் மூச்சு விடும் ஓசையே... பேச்சு வரும் ஓசை போல காதிலே நுழைந்து எனது உறுதியை அசைத்தது...

எனது காதோடு அவர் படு பச்சையான கேள்வி ஒன்றை கேட்டார்...

“அந்தப் பொண்ணு ஒரு நாளைக்கு எத்தன தடவ குளிக்கிறா.... ?”

கூச்சம் என்பது மருந்துக்கும் இல்லை தாத்தாவிற்கு...

கேள்வியா அது.... நான் சற்று விலகி அவரையே முறைத்துப் பார்த்தேன்.... அவர் அதற்கெல்லாம் மசிந்தவராகத் தெரியவில்லை.....

"சொல்றா...."

அதட்டினார்.... பயந்துவிட்டேன்.....

அவரது குரல் வளம் அவ்வளவு கனம்... சிங்கம் உறுமியது போல....

"ஒரு தடவ....."

நடுக்கத்துடன் சொன்னேன்....

"சீ... ஆம்பளையாடா நீ...

ஒரு தடவயாம்... ஒரு தடவ....."

காது கொடுத்துக் கேட்க முடியவில்லை...

எனக்கு அவரிடம் ஒரே ஒரு கேள்வி கேட்க வேண்டுமென்று தோன்றியது....

"தாத்தா... உன்ன ஒரே ஒரு கேள்வி கேட்கட்டுமா..."

"கேளு..."

"இந்த வயசுலேயே இவ்வளவு பேசுறியே... உன் வயசுல... வாலிபத்துல பாட்டிய என்ன பாடு படுத்தியிருப்ப நீ ..."

கோபமாக இருந்தவர் என்னை உற்றுப் பார்த்துவிட்டு... கடகடவென உரக்கச் சிரித்தார்.. நிறுத்தினார்..... மீசையை பெருமையாக முருக்கேற்றிவிட்டார்... மிகப் பெருமையாக என்னிடம் இரகசியக் குரலில் கிசுகிசுத்தார்...!

"அத உன் பாட்டிகிட்டயே போயி கேளு... நான் உன்ன மாதிரி இருக்கப்போ உன் பாட்டி பதினோரு தடவ குளிப்பா... முட்டாள் முட்டாள்... முழு முட்டாள்...

வேகம் இருக்க வேண்டிய இடத்துல வேகம் இருக்கணும்...

விவேகம் இருக்க வேண்டிய இடத்துல விவேகம் இருக்கணும்...

பக்குவம் இருக்க வேண்டிய இடத்துல பக்குவம் இருக்கணும்...

அதுதாண்டா வாழ்க்கை...

அளவு...! அளவு...!

எல்லாத்துலயும் ஓர் அளவு இருக்கு...

சாப்பாட்ல ஓர் அளவு...

சந்தோசத்துல ஓர் அளவு...

துக்கத்துக்கும் ஓர் அளவு...

ஆனா... இதுக்கு மட்டும் அளவு கிடையவே கிடையாது...

பசிக்கிதா... சாப்பிடு...

திருப்பியும் பசிக்கிதா... திரும்பவும் சாப்பிடு...

மறுபடியும் பசிக்கிதா... மறுபடியும் சாப்பிடு...

மறுபடி மறுபடி பசிக்கிதா... சாப்பிட்டுக்கிட்டே இரு... ம்...

உன் நாக்குக்குப் பிடிச்சத சாப்பிடறதும்..... உன் உடல் ஆசப்படற சுகத்த அனுபவிக்கிறதும் தாண்டா இந்தப் பிறவியிலேயே உனக்குக் கடவுள் குடுத்திருக்குற உரிமை..."

தாத்தா இடைவிடாமல் பேசி... மீசையைத் தடவி... பெருமிதமான உறுமலோடு நிறுத்தினார்...

மறுபடியும் ஒருமுறை மூக்குப் பொடியை எடுத்து உறிஞ்சினார்...

மூக்கைத் துடைத்தார்...

கண்களை உருட்டினார்...

மீசையைத் தடவினார்...

அவர் ஏதோ ஒரு முடிவை எடுக்கிறார்.... என்பதை அவரது துரித அசைவுகளும்... நடவடிக்கைகளும் எடுத்துக்காட்டின...!

மிகுந்த கோபத்துடன் அலமாரிக் கதவைத் திறந்தார்... கத்தை கத்தையாக ரூபாய் நோட்டுக்களை கைகளிலே அள்ளினார்... சுமார் இரண்டு லட்சத்திற்குக் குறையாமல் இருக்கும்....

"இந்தா எடுத்துக்க..."

"எதுக்கு தாத்தா..."

"ஓடு.. உடனே இந்த இடத்த விட்டு ஓடு...

பற... பற... பற... பற...

பரந்து கிடக்கற உலகம் பூராவும் பற...

புதுசா கல்யாணம் ஆனவங்க பாக்கறதுக்குன்னே.... நிறைய இடங்கள் இருக்கு... அங்கெல்லாம் பற...

என்னென்ன பிடிக்குதோ அனுபவி...

எப்பிடியெல்லாம் ஆச தோணுதோ அப்பிடியெல்லாம் அனுபவி...

இந்த வாழ்க்கை...

இந்த இளமை...

இந்தப் பருவம்...

இந்தக் காமம்...

எல்லாம் உனக்குச் சொந்தம்...!

விடாதே...

போ...

உறவுகள் இல்லாத இடத்துக்குப்போ...

இடையூறுகளே இல்லாத இடத்துக்குப்போ...

உன் மனசு விரும்புற இடத்துக்குப் போ..

எந்த வயசுல எதச்செய்யணுமோ அந்த வயசுல அதச் செஞ்சிடறவந்தான்... புத்திசாலி..."

தாத்தாவை நினைக்கும்போது பெருமையாகவும்... பொறாமையாகவும் இருந்தது....

கொஞ்சம் கொச்சையாக இருந்தாலும் எத்தனை பெரிய தத்துவத்தைப் புரிய வைத்தார்.....

அந்த மாமல்லபுரத்து தேனிலவுப் பயணம்... அன்று தாத்தாவின் வழிகாட்டுதலின் படி அமைத்துக் கொண்டது தான்....

இன்று... அதே மாமல்லபுரத்திலே பயணிக்கும் போது... தாத்தாவை நினைத்து எனக்கு நானே சிரித்துக் கொண்டேன்...

எனது தாத்தா ஆறுமுகநாத முருக பூபதியின் பெருமைகளை நினைத்துக் கொண்டே பாண்டிச்சேரி வந்து சேர்ந்தேன்....!

நாங்கள் சென்ற வாகனங்கள் பாண்டிச்சேரி நகரத்திற்குள் நுழையும் போதே இந்தப் பயணத்தை எப்படிக் கொண்டாடுவது என எனது நண்பர்கள் திட்டம் தீட்டத் துவங்கிவிட்டார்கள்....

அதில் ஒருவர் கூட... வந்த வேலையைப் பற்றி ஒரு வார்த்தை கூட பேசவில்லை...

மனைவியிடமிருந்து கிடைத்த சுதந்திரத்தை பயனுள்ளதாக மாற்றுவது எப்படி...

மனைவிக்குத் தெரியாமல் மறைமுகமாக செய்து வந்த தவறுகளை... பகிரங்கமாகவே பாண்டிச்சேரியிலே அரங்கேற்றுவது எப்படி...

அத்தனை பேருடைய திட்டங்களும் அந்த கோணத்திலேயே தான் இருந்தன....

ஒரு பொறுப்பான வேலையைச் செய்வதிலே கூட... அவர்களுக்குள்ளே இத்தனை ஒற்றுமை... ஈடுபாடு இருக்காது....

ஒரு சிறிய திருவிழா நிகழ்ச்சியைப் போலவே ஏற்பாடுகள் செய்யத் துவங்கினர்....

மிகவும் பரபரப்பாக... சுறுசுறுப்பாக... துடிப்பாக இயங்கினார்கள்...!

தீயணைப்பு வீரர்களைப் போல துரிதமாக செயல்பட்டார்கள்....

என்னென்ன வாங்க வேண்டும் என்று... ஒரு பட்டியலே தயாரானது...

வகை வகையாக ஆளுக்கு ஒன்றாக படபடவென்று சொல்லிக் கொண்டே போனார்கள்...

அலைபேசியிலே பல இடங்களுக்கு அழைப்பு...

பலவகையான பொருட்களுக்கு ஆணை...

அவர்கள் குறிப்பிட்ட பல பொருட்களுக்கு... எனக்கு பொருளே புரியவில்லை...

"ஏ... அது வேண்டாம்...

சுவையே இல்ல...

இதச் சொல்லு...

அது அந்தக் கடையில கிடைக்காது... வேற சொல்லு..."

இத்தனை வகையான பொருட்களும்... சுவைகளும் அவர்களுக்கு எப்படித்தான் தெரிந்ததோ...

நாகரீகம் வளர வளர... மனிதன் நகர வாழ்க்கை என்கிற பெயரிலே நரக வாழ்க்கையைத் தேடி நகரத் துவங்கிவிட்டான்...

உண்ணும் அத்தனையும் உடலை வீழ்த்தும் உணவுகள்...

பழக்கங்கள் எல்லாமே வாழ்வைப் பாழாக்கும் பழக்கங்கள்...

தீமைத் தீயின் மேலே நாகரீகமென்னும் மேல் பூச்சுப் பூசி... விளம்பரத்தைப் பார்த்து ஏமாந்து தன்னைத்தானே அழித்துக் கொள்கிறான்...!

அதைத்தான் எனது நண்பர்களும் போட்டி போட்டு செய்து கொண்டிருந்தார்கள்...

எனக்கு... எதிலுமே ஈடுபாடு ஏற்படவில்லை...

ஒரு சில நாட்கள் நண்பர்களுடன் உற்சாகமாக ஊர் சுற்றலாம் என்பது மட்டும் தான் எனது திட்டமாக இருந்தது...

ஆகவே...

அவர்களது சதித்திட்டங்களிலிருந்து சற்று விலகியே இருந்தேன்....

ஆனால்...

அவர்கள் என்னை விடுவதாகத் தெரியவில்லை...

அறைக்குள் சென்றவுடன் உறங்கி விட நினைத்தேன் நான்... ஆனால் அவர்கள் என்னைத் தனியே பிரித்து விடுவதாக இல்லை....

விடுதி அறைக்குள்ளே நாங்கள் குடியேறுவதற்கு முன்பே... அங்கே மதுக்குப்பிகள் குடியேறி இருந்தன...

எனக்கு அதிர்ச்சி... பழக்கமில்லாத செயல்....!

“ஏய்... நாங்கெல்லாம் பொறக்குறப்பயே மதுக்குப்பியோடயேவா பொறந்தோம்... பழக்கந்தான்... பழகிக்கப்பா... சும்மாவா... தமிழ்நாட்ல மட்டும் ஐந்நூறு கோடி ரூபாய்க்கி மது விக்கிதாம்... நாமெல்லாம் குடிக்கலன்னா விற்பன கொறஞ்சிடாது..... ?”

நான் ‘நதி...’ என்று உனது பெயரை உச்சரித்து அவர்களை விலக்கி வைக்க முயற்சித்தேன்.....

எனது போராட்டம் எடுபடவில்லை.....

“நதியெல்லாம் ஓடிப்போச்சு... இதுவிதி... அடி மாப்ள... பேசாம எங்களோட ஐக்கியமாயிடு... இல்லன்னா... பலாத்காரந்தான்... இது மட்டும் விருந்து இல்லப்பா... முக்கியமான விருந்தே இரவுத் தான்...”

இதற்கு மேலும் இன்னொரு விருந்தா... ?

அது எப்படி இருக்குமோ என குழம்பிக்கொண்டிருக்கும் போதே... வலுக்கட்டாயமாக மூன்று பேர் என்னை இறுகப் பிடித்துக்கொண்டு எனது வாயிலே மதுவை ஊற்றி... தொண்டை வழியே வயிற்றுக்குள்ளே செலுத்தினார்கள்....

நான் திக்குமுக்காடித் தான் அதை அங்கீகரித்தேன்... ஓங்கரித்தேன்... வாந்தியெடுத்தேன்.....

ஆனாலும்.... வயிற்றைக் குமட்டுவது மட்டும் நிற்கவே இல்லை... தடுமாறி விழப்போனேன்...

எனது நண்பர்கள்... நான் வீழ்ந்து விடாமல் பிடித்தார்கள்...

என்னை வீழ்ச்சியிலே வீழ்த்தியவர்களும் அவர்களே...

நான் வீழ்ந்து விடமால் தாங்கிப் பிடித்தவர்களும் அவர்களே...

உண்மையான நட்பில்லையா... ?

பெரும் குடிகாரர்களாக மாறி அமுதமான வாழ்க்கையை அழித்துக் கொண்ட பலரது குடிப்பழக்கம் இப்படித்தான் துவக்கம் பெறுகிறது...

இல்லையென்றால்...

இதில் என்னதான் இருக்கிறது...

‘ஒருமுறை செய்து பார்க்கலாமே‘ என்கிற சிறு முனைப்பு...!

மெல்ல மெல்ல பழகி போதையிலே தள்ளி... அடியோடு அழித்து விடுகிறது...

மது... தீயது என்று அத்தனை பேருக்கும் தெரிகிறது...

உடலை வதைத்து உயிர் குடிக்கும் என்பதும் புரிகிறது...

குடி அழியும்...

குடும்பம் சிதையும்...

வாழ்க்கையை வறுமை பீடிக்கும்...

என்பதும் தெளிவாகப் புரிகிறது...

மனைவி சிதைகிறாள்...

பெற்ற பிள்ளைகளின் எதிர்காலம் தடம் புரண்டு விபத்திலே விழுகிறது...

இதுவும் சிந்தையிலே ஏறுகிறது...

ஆனாலும்...

மனிதன் குடித்துக் கொண்டே தான் இருக்கிறான்...

ஏனோ தெரியவில்லை....!

என் நதியே... நான் செய்து கொண்டிருக்கும் செயல்... ஒருவகையிலே உனக்கு துராகம் தான்.... இருந்தாலும்... சூழ்நிலை என் மீது அடக்குமுறை எய்துவிட்டது...

அதனால்...

நான் அவர்களது ஆட்டத்திற்குள்ளே அடங்கிக் கிடந்தேன்...

நேரம் போகப்போக.... போதை ஏற ஏற... நண்பர்களின் குதியாட்டம் அதிகமானது... அதிகமாகவே மது அருந்தினார்கள்... நான் மிகவும் குறைவாகவே அருந்த வைக்கப்பட்டேன்...

ஒவ்வொரு முறையும் பலாத்காரம் தான்...

இரவு சுமார் பதினோரு மணியைத் தாண்டியிருக்கும்...

மது விருந்து உச்சம் தொட்டது...!

நண்பர்கள் உணர்விழந்து... உடையிழந்து... நிதானமிழந்து... போதையின் போக்கிலே அருவருப்பாக நடனமாடிக் கொண்டிருந்தார்கள்...

இந்த சமயத்திலே அறையின் அழைப்பு மணி ஒலித்தது...

உயிரே போய்விட்டது எனக்கு...

16. ஏன் என்றால்...

ஏன் என்றால்... இது மாதிரி விடுதிகளிலே... இரவு நேரங்களிலே காவல்துறை சோதனைக்கு வருவார்கள் என்று கேள்விப்பட்டிருக்கிறேன்.....

அப்படி ஏதாவது இருந்தால்... ?

கிறுகிறுத்துப் போனேன்...

ஆனால்... எனது நண்பர்களிடம் எந்தப் பதட்டமும் இல்லை...!

என்றால்...!

இவர்கள் முன் கூட்டியே ஏதாவது திட்டம் தீட்டியிருப்பார்களா... ?

அந்தத் திட்டத்தின் ஆரம்ப கட்டமா இது... ?

குழப்ப ரேகை எனக்குள்ளே படர்ந்தது...!

"ஏ... வாசுதேவா... போயி யாருன்னு பாருப்பா..."

நான் மட்டுமே கொஞ்சம் நிதானமாக இருந்ததால் போய் கதவைத் திறந்தேன்....

மயக்கமே வந்துவிட்டது...!

அங்கே...

இரண்டு மூன்று பெண்கள்...

பெண்களா அவர்கள்... ?

பெண்களைப் போல உருவம் கொண்டவர்கள்...

அலங்காரங்கள்...

அளவை மீறி செயற்கையாக...

முகங்களிலே சாயப் பூச்சு...

உதடுகளிலே மூன்றடுக்கு வண்ணப்பூச்சு....

விழிகளிலே விதி மீறிய கருப்பு மை...

அடக்கத்திற்கு அப்பாற்பட்ட அறைகுறை ஆடைகள்...

ஓரிருவர் சேலை அணிந்திருந்தார்கள்... அதிலும் அடக்கமில்லை...

மற்றவர் உடல் பாகங்களை வெளிக்காட்ட வேண்டுமென்று திட்டமிட்டே தயார் செய்யப்பட்ட ஆடைகளை அணிந்திருந்தார்கள்...

இது போன்ற காணச்சகியா ஆடைகளை யார் தான் தயார் செய்கிறார்களோ.....

யார் தான் அதற்கு அனுமதி தருகிறார்களோ...

அவற்றை விரும்பி அணியும் மோகம்... எப்படித்தான் பொது மக்களிடையே பரவியதோ தெரியவில்லை....

எல்லாமே விடை தெரியா விபரீத வினாக்கள் தான்....

உடல் மூடத் தான் உடைகள்......

என்கிற நிலைமாறி......

உடல் காட்டத் தான் உடைகள்.....

என்கிற இழி நிலை....

எப்படி விதையுண்டது.....

எப்படி வேரூன்றியது ...

எப்படி வளர்ந்தது...

உலகின் எல்லா பகுதிகளிலும் எப்படி ஊடுருவிப் பரவியது.... ?

இங்கும்.....

இந்த பெண்களின் உடைகளிலும் .....

இதே நிலை தான்.....

வெளியிலே தாவி விடத் தயாராக திமிறி வெளிப்பட்டுத் தெரிந்த உடல் பாகங்கள் அருவருப்பை உண்டாக்கின...

உடல் அமைப்பிற்குப் பொருந்தாத உடையலங்காரங்கள்....

பருத்த உடலுக்கு இறுக்கமான உடைகள்...

ஏன் இப்படி... ?

எனக்கு கிறுக்குப் பிடித்து கிறுகிறுத்தது...!

பெண்கள் என்றால்... ஒரு மாதிரியான பெண்கள்...

யாருடைய பார்வையும் சரியில்லை....

இவர்களெல்லாம் யார்... ?

எதற்காக இங்கே வந்திருக்கிறார்கள்... ?

அதுவும்... இந்த இரவு நேரத்திலே...

என்னை மேலும் கீழும் பார்த்து கண்களால் அளவெடுத்தார்கள்... எனக்கு கூச்சமாகவும் இருந்தது....

எனக்குப் புரிந்துவிட்டது... வேறு ஏதோ தீச்செயல் இங்கே நிகழப்போகிறது...!

"யாருங்க..." இது நான்...

"முனுசாமி அனுப்புனாரு..."

இது... தலைவியைப் போல வந்திருந்த ஒருத்தி....

மற்ற பெண்கள் என்னை பார்த்து ஒரு மாதிரியாக... உதடுகளை வளைத்து நெளித்து... மிக மிக கேவலமாக புன்னகை செய்தார்கள்...

"எந்த முனுசாமி..... ?"

தடுமாற்றத்துடன் கேட்டேன்.....

"அட... நேத்தே பேசியாச்சுப்பா... நீ நகரு வழிய மறைக்காத..."

அந்தப் பெண் தலைவிக்கு கோபம்.... எரிச்சலுடன் பேசி என்னை இடித்துத் தள்ளிவிட்டு... அறைக்குள்ளே செல்ல முயன்றாள்....

நான் கதவை மூடி அவர்களை தடுக்க முயன்றேன்....

அந்தப் பெண் அதிகாரமாக கதவிலே கை வைத்து... கதவை மூடவிடாமல் தடுத்தாள்... ஒரு சிறிய தள்ளு முள்ளுதான்...!

"அட எவண்டா இவன்... காரியத்துக் கெடுத்துக்கிட்டு... வழியவிடு..."

"இல்ல இல்ல... நீங்க தப்பான அறைக்கு வந்துட்டீங்க..."

"ஐயே... மூஞ்சியப்பாரு...

நாங்க சரியாத்தான் வந்துருக்கோம்... நீ வழிய விட்டு நகரு..."

அவர்கள் மீண்டும் அத்துமீறி நுழைய முயற்சித்தார்கள்...

நான் மறுபடியும் தடுத்தேன்....!

"என்னங்க... அந்த மாதிரி ஆளுங்க யாருமே இங்க இல்ல...
எல்லாருமே கல்யாணம் ஆனவங்க... பெரிய பெரிய ஆளுங்க... நீங்க பொறப்படுங்க..."
அந்தப் பெண் விடுவதாயில்லை...!
"அட சனியனே... கல்யாணம் ஆனவந்தான் பொண்டாட்டிக்கு தெரியாம திருட்டுத்தனமா இப்படி கண்டபடி மேயிவான்... நீ வெலகு... வியாபாரத்தக் கெடுக்காத..."
வியாபாரமா...
அடக் கடவுளே...
ஆம்...!
அந்தத் தலைவி அப்படித்தான் கூறுகிறாள்...!
என்றால்...
பெண் வியாபாரமா...?
பெண்கள்...
வியாபாரப் பொருளாக மாறிவிட்டார்களா...?
துணிந்துதான் விட்டார்கள் பெண்கள்...
'கற்பு' என்கிற ஒரு தலை சிறந்த தமிழ் வார்த்தை இருந்தது ஒரு காலத்திலே...
இன்று...
எந்தப் பெண்ணுக்கும்... அந்த வார்த்தை நினைவிலே இல்லை...!
'பெண்' வியாபாரப் பொருளென்றால்... கற்பும் கூட வியாபாரப் பொருள் என்று தானே கொள்ள வேண்டும்...
பொதுவாகவே... தற்போதைய நடைமுறையிலே... பெண்களிடம் அத்துமீறல் தலை தூக்கிவிட்டது...
படித்தவர்கள் என்கிற பெயரிலே... பழக்க... வழக்கங்களிலே அத்துமீறல்...!
நாகரீக வளர்ச்சி என்கிற பெயரிலே... நடவடிக்கைகளிலே அத்துமீறல்...!
அலங்காரம் என்கிற பெயரிலே... ஆடைக் குறைப்பிலே அத்துமீறல்...!
கலாச்சாரம் என்கிற பெயரிலே... ஒழுக்கத்திலே அத்துமீறல்...!
ஆணுக்குப் பெண் சமம் என்கிற பெயரிலே... கட்டுப்பாடுகளிலே அத்துமீறல்...!
அறிவு வளர்ச்சி என்கிற பெயரிலே... பெற்றோர்களிடம் அத்துமீறல்...!
எதையும் செய்துவிடலாம் என்று துணிந்து விட்டார்கள் பெண்கள்...
எதையும் செய்யலாம்...
எதையும் இழக்கலாம்...
எதுவும் புனிதமில்லை...
எதற்கும் பயப்படத் தேவையில்லை...
மனம் விரும்புவதையெல்லாம்... அனுபவித்து... ஆனந்த வாழ்க்கை வாழ்வது ஒன்றே குறிக்கோள்... என்கிற நிலையை எட்டி விட்டதால்... எளிதியிலே தீய வழிகளிலே பயணித்து.. தீயிலே விழுந்து... அழகான வாழ்க்கையை வதைத்து... சிதைத்து... சீரழித்து... செய்த தவறுகளுக்கெல்லாம்... தனக்குத்தானே தற்கொலை எனும் கொடூர தண்டனையையும் கொடுத்துக் கொள்கிறார்கள்...!

ஆண்கள்..... பெண்களை போகப் பொருளாகவும்... போதைக் கருவியாகவும் நடத்திய காலமும் இருந்தது...

ஆனால்...

இன்று...

பெண்களே...

தங்களை போகப் பொருளாக மாற்றிக் கொண்டார்கள்...

பெண்...

தன்னை போகப் பொருளாக மாற்றிக் கொண்டதால்... மாபெரும் விலை பொருளாகவும்... வியாபாரப் பொருளாகவும் மாறிப் போனாள்...

பணம்...

ஆடம்பர வாழ்க்கை...

இவையே..... இன்று... ஆண் பெண் இருபாலரையும் தன்னகப்படுத்தி தவறான வழியிலே செலுத்திக் கொண்டிருக்கின்றன...!

எனக்குள்ளே இவ்வளவு போராட்டங்கள்....

இந்த போராட்டத்தை கவனித்து விட்ட எனது நண்பர்கள் இருவர்... பதறிக்கொண்டு என்னருகே ஓடி வந்தார்கள்.... அதிலே ஒருவன் என்னை அடிக்கவே வந்துவிட்டான்....

"ஏய்... ஏய்... ஏய்... எப்பா சாமி... நல்லா வேலையக்கெடுத்தியே... நாங்க எவ்வளவு சிரமப்பட்டு... எங்கெங்க பேசி... யார் யாரப்புடுச்சு இவங்கள ஏற்பாடு பண்ணியிருக்கோம்... நீ பாட்டுக்கு துரத்தப் பாக்குற..."

என்னை முகத்திலே அறையாத குறை தான்...

அந்தப் பெண்கள் அந்த இடத்தை விட்டுப் போயிருந்தால்... எனக்கு அறையும் விழுந்திருக்கும்...

நல்லவேளை அடி வாங்காமல் தப்பினேன்...

என் நண்பர்கள் அந்தப் பெண் தலைவியை கெஞ்ச ஆரம்பித்தார்கள்..

"நீங்க தவறா நெனச்சுக்காதீங்கம்மா... அவன் ஒரு மாதிரி.... மனநிலை சரியில்லாதவன்...

நீங்க உள்ள வாங்க......"

அந்தப் பெண்களை மிக முக்கியமான பிரமுகர்களைப் போல வரவேற்று... மிக மிக மரியாதையோடு உள்ளே அழைத்துக் கொண்டு போனார்கள்....

அவர்கள்... என் மீது வேண்டுமென்றே இடித்துவிட்டு... ஒரு கேவலமான பார்வையை வீசிக் கொண்டே உள்ளே போனார்கள்.....

ஓ....

புரிந்துவிட்டது....!

வியாபாரம்....!

எனது எதிர்ப்புகள் அத்தனையும் வீணாய்ப் போனது.....

"ஏப்பா... பைத்தியமா நீ... இப்படியொரு சந்தர்ப்பத்துக்காக எவ்வளவு நாள் காத்துக் கெடந்தோம்... எத்தன நாளைக்கி முன்னால போட்ட திட்டம்... அதப்போயி கெடுக்கப் பாத்தியே...

எவ்வளவு பணம் தெரியுமா.... ஒரு பொண்ணுக்கு... ஒரு இரவுக்கு... பதினஞ்சாயிரம்... பணமெல்லாம் எப்பவோ குடுத்தாச்சு... நீ பாட்டுக்கு எதையாவது சொல்லி அவங்க திரும்பப் போயிருந்தாங்கன்னு வைய்யி... மூணு பொண்ணுங்களுக்கும் சேத்து மொத்தம் நாப்பத்தஞ்சாயிரம் எள்ளா போயிருக்கும்...

சரியான மொக்கயப்பா நீ... பேசாம கதவ மூடிட்டு உள்ள வா...''

எனக்கு தூக்கி வாரிப் போட்டது....

எனது நண்பர்கள் இருவரும் என்னைப் பிடித்து இழுத்துவிட்டு கதவை மூடினார்கள்... கைப்பிடியாக பலாத்காரம் செய்து என்னை இழுத்துக் கொண்டு அறைக்குள்ளே போனார்கள்...

பெண் தலைவி கரகரத்த குரலிலே கரடு முரடாகப் பேசினாள்....

அந்த மகளிரினத் தலைவி உத்தரவு போட்டாள்...

ஒலி உயர்வான குரலாணையிலே...

''இந்தாப்பா... காலயில பொழுது விடியறதுக்குள்ள... இருட்டா இருக்கப்பவே பொண்ணுங்கள கீழ எறக்கிடணும்... இல்ல எசகு பெசகாயிரும்... அப்பறம் காவல்துறைகிட்ட மாட்டிக்கிட்டா நான் பொறுப்பில்ல...''

மிகக் கடுமையாக எச்சரித்தாள்... அவளது நடவடிக்கைகள் ஒரு பெரிய அதிகாரியைப் போலவும்... அதைவிட அகம்பாவமாகவும் இருந்தது... நண்பர்கள் அவள் போட்ட உத்தரவுகளுக்கெல்லாம் பயந்து பணிந்தார்கள்... எனக்கு ஆச்சர்யமாக இருந்தது...!

எனது நண்பர்களெல்லாம் சமுதாயத்திலே மிக உயர்ந்த நிலையிலே இருப்பவர்கள்...

அவர்களது ஆணைக்கடங்க பணிபுரிவோர் ஏராளமானோர்...

அப்படிப்பட்டவர்கள் இந்த பெண்களுக்காக இப்படி கீழ்த்தரமாக நடந்துக் கொள்வது வியப்பாக இருந்தது...

அப்படி என்னதான் இருக்கிறது அந்தப் பெண்ணிடம்...!

ஒருவர்... இருவர் என்றில்லை...

ஏனோ...!

பெரும்பாலான பெரிய மனிதர்கள் இப்படித்தான் இருக்கிறார்கள்

''ஏய்... பாத்து நடந்துங்கங்கடி... அந்தா நிக்கிறானே... அவன் தான் எடக்கு மடக்கா இருக்கான்..... கொஞ்சம் நல்லா அவன குளுப்பாட்டி விடுங்க... இந்த மாதிரி ஆளுங்களையெல்லாம் ஏப்பா கூட்டியாறீங்க... சனியன்... சனியன்...''

அந்த பத்தினிப் பெண் எனக்கு சாபமே கொடுத்து விட்டுப் போனாள்...

அவள் போனதும் இங்கிருந்த ஆண்களின் அந்தரங்க விளையாட்டுக்கள் துவங்கிவிட்டன....

ஒரு காதலி...

ஒரு மனைவி...

இருவரையும் விட.... அந்தப் பெண்களுக்கு மிக அதிக முக்கியத்துவம் கொடுத்தார்கள்... அந்த அறை முழுவதும் அளவிலா அன்பும் பாசமும் பெருக்கெடுத்து ஓடியது...

ஒருவன் தேவதாசாகவே மாறிவிட்டான்.... அந்தப் பெண்களைப் புகழ்வதும்... பாடுவதும்... கட்டிப்பிடிப்பதும்... முத்தமிட முயற்சிப்பதும்... அந்தப் பெண்கள் அதைத் தடுத்து... அணைத்து... தடவி... கொஞ்சி... பிறகு அறைகுறையாக முத்தமிட்டு...

அப்பப்பா... உண்மையான காதலன் காதலி தோற்று விடுவார்கள்...

அப்படி ஒரு ஈடுபாட்டுடன் அவர்களது போலிக் காதல் அரங்கேறிக் கொண்டிருந்தது...

கண்கொண்டு காணச் சகிக்கவில்லை...

கட்டிய மனைவியை விடுத்து அயலாளிடம் அத்தனை இணக்கம்...!

ஆண்களுக்கென்று ஒரு தனிச் சட்டம்...!

அவன் எத்தனை பெண்களுடன் வேண்டுமானாலும் உறவு வைத்துக் கொள்வான்...

ஆனால்... அவனது மனைவி மட்டும்... உத்தமியாக இருக்க வேண்டும்... அதுதான் இங்கேயும் அரங்கேறிக் கொண்டிருந்தது...!

அந்தப் பெண்களும் மது குடித்தார்கள்...

அலங்கோல... அரைகுறை கோலத்திற்கு மாறினார்கள்...

அவர்களுடன் பாட்டு... நடனமெல்லாம் ஆரம்பமானது... அருவருப்பான நாற்றமெடுத்த பெண்களை... அழகி என்றும் பேரழகி என்றும் வாய் கூசாமல் வர்ணித்தார்கள்...

“நீ தான் என் உயிர்... நீ இல்லன்னா செத்தே போயிருவேன்... நீ என் கூடவே வந்திடு... என் சொத்துல பாதி எழுதி வக்கிறேன்....”

என்று எல்லாப் பெண்களிடமும் கூறினார்கள்.... எனக்குத் தலை சுற்றியது....

அதிலும் எங்களில் அதிக வயதான அந்த நபர் போட்ட ஆட்டம் தான் அதிகம்.... அசிங்கம்....

இத்தனைக்கும் வயது அறுபத்தி ஆறு... எங்களையெல்லாம் நல்லபடியாக பத்திரமாக அழைத்து வருகிறேன் என்று உத்திரவாதம் கொடுத்து... எங்கள் குழுவிற்குத் தலைவராக வந்தவர்....

ஆனால்.. இப்போது கீழாடையே இல்லாமல் போதையுடன் ஒரு பெண்ணைப் பிடித்தபடி... தள்ளாடித் தடவிக் கொண்டிருந்தார்.....

எதனால்... ?

யாக்கை... தந்தது வேட்கை...

சேர்க்கை... தந்தது வாழ்க்கை...!

அதை...

மனைவியிடம் மட்டுமே பகிர்ந்து கொள்கிறவனும் இருக்கிறான்...!

மற்ற பெண்களுடனும் பகிர்ந்து கொள்பவர்களும் இருக்கிறார்கள்...!

பணம் சேர்ந்துவிட்டால் போதும்...!

இதற்கென்றே தனியாக திட்டம்...

உளக் கொதிப்பு...

உடற்கொதிப்பு...

பணக்கொதிப்பு...

பதவிக் கொதிப்பு...

பருவக் கொதிப்பு...

இத்தனை கொதிப்புகளும் சேர்ந்து குதித்து... பெண் மகிழ்வைத் தேடி பணத்துடன் அலைய வைக்கிறது...

அந்தப் பணத்தை அபகரித்துவிட உடல் பணயத்துக்குக் குத்தயாராக சில பெண்களும் தயாராகி முனைகிறார்கள்...

இதனால் இந்த காம வியாபாரம்... அனல் பறக்க நடைபெறுகிறது...

பெரும் தொகை கை மாறுகிறது...

ஒரு சில பெண்கள்... எளிதிலே பொருளீட்டி விடுகிறார்கள்...

அந்த அந்தரங்க வியாபாரம் தான் இங்கே அமோகமாக நிகழ்ந்து கொண்டிருந்தது...!

மற்ற எல்லா ஆண்களையும் விட... அதிக நாட்டமில்லாமலும் மிகவும் கூச்சமாகவும் இருந்ததால்... நான் அவர்களிலிருந்து தனிப்பட்டுத் தெரிந்தேன்....

எல்லாப் பெண்களும் என்னையே உற்றுப் பார்த்துக் கொண்டிருந்தார்கள்... நான் எந்தப் பெண்ணையும் ஏறெடுத்தும் பார்க்கவில்லை... தலை கவிழ்த்தபடியே இருந்தேன்... கண்கள் மட்டும் கலவரத்துடன் அந்த பெண்களைப் பார்த்து விட்டுத் தாழ்ந்தன..!

காமத்திற்காக அலையும் ஆண்களைவிட... அதைவிட்டு விலகி இருக்கும் ஆண்களை இது போன்ற பெண்களுக்குப் பிடிக்கும் என்று நினைக்கிறேன்...!

இவர்களிடமிருந்து கற்போடு தப்புவது மிகவும் கடினம் என்று... எனது உள் மனசு எச்சரிக்கை மணியை ஓயாமல் அடித்துக்கொண்டே இருந்தது.....!

எனது நண்பர்கள் மொத்தமாக என் அருகே வந்தார்கள்.....

“எப்பா... ஏய்... தலையக் கவுந்துகிட்டே இருந்தா எப்படி... நிமிர்ந்து பொண்ணப் பாரப்பா... காசு குடுத்திருக்கோம்ல... உனக்குப்பிடிச்ச பொண்ண நீ பாத்து சொல்லு...”

இது ஒரு பெரும் நகை வியாபாரி...

“உங்க ரெண்டு பேருக்கு மட்டுந்தான் இந்த அறை... நாங்க எல்லாரும் வேற அறையில சமாளிச்சுக்கறோம்... உன்னை தொந்தரவே பண்ணமாட்டோம்.... நீ பணமே குடுக்கல.... இருந்தாலும் இந்த பயணத்துக்கு ஏற்பாடு பண்ணுனவன் நீ... அதனால உனக்கு இலவச சிறப்பு சலுகை... அனுபவி...”

இது பெரும் தொழிலதிபர்...

பெரிய நகைச்சுவை சொல்லிவிட்டது போல.... அத்தனை பேரும் கைதட்டிச் சிரித்தார்கள்.....

எனக்கு அவதி...

அவர்களுக்கு அவசரம்...

“எப்பா... சொல்லப்பா... நேரம் போகுது... இன்னும் அஞ்சு மணி நேரம் தான் இருக்கு... அதுக்குள்ள இவங்கள அனுப்பியாகணும்...”

மூன்று பெண்களும் என்னையே பார்த்தார்கள்....

நான் யாரைத் தேர்வு செய்யப் போகிறேன் என்று...!

நல்ல பரீட்சைதான்...! தேர்வு செய்ய வேண்டுமாம்....

கல்லூரித் தேர்வுக்கு பிறகு... பதவித் தேர்வுக்கு பிறகு... இப்பொழுதும் தேர்வு... பெண் தேர்வு...!

கொஞ்சம் மது மயக்கம் இருந்ததால் பொறுமை காத்தேன்.... இல்லையென்றால் அறையை விட்டு வெளியே போயிருப்பேன்....

இது சூழல் இல்லை...

சூழ்ச்சி...

எனது கட்டுப்பாடுகளின் வீழ்ச்சி..

எனது சுய அறிவின் இடப்பெயர்ச்சி...

தப்பி விட நான் எடுத்தேன் முயற்சி...

ஆனாலும்...

நான் அடைந்துவிட்டேன் அயற்சி...

காரணம்...

என்னைச் சூழ்ந்திருந்த பருவப் பெண்களின் கவர்ச்சி...!

அவர்களிடமிருந்து விடுபடவே நான் முயற்சித்தேன்...

"எனக்கு யாரும் வேண்டாம்... நீங்களே எல்லா பொண்ணுங்களையும் கூட்டிக்கிட்டுப் போயிருங்க..."

எனது நண்பன் என்னை அடிக்காத குறை தான்....

"ஏப்பா... ஆம்பளயா நீ... அவனவன் பொண்டாட்டியப் பிரிஞ்சு வந்தத திருவிழாவா கொண்டாடிக்கிட்டிருக்கான்.... நீ என்னமோ மாம்பழத்த சாப்பிட மாட்டேன்... கொய்யாப்பழத்த கடிக்கமாட்டேன்னு நாடகம் போட்ற... ஒரு நாளக்கி அனுபவிச்சு பாரு... அருமை தெரியும்..."

ஆளுக்கொரு பாட்டு...

என் மீது வசைப் பாட்டுப் பாடினார்கள்.... அவர்கள் ஆட்டிவைத்தபடி நான் ஆடவில்லை என்று...!

தனியே விட்ட பாடில்லை என்னை அவர்கள்...

ஒரு பெண்ணை என்னுடன் விட்டுவிட்டு... வேறு அறைக்குப் புறப்பட்டார்கள்.....

அங்கு வந்திருந்த பெண்களிலேயே அந்தப் பெண் தான் கொஞ்சம் அழகாக இருந்தாள்...

ஆம்... அந்தக் கூட்டத்திலும் ஒரு பெண் அழகாகத் தான் இருந்தாள்...

என்னை கவனிக்கும் பொறுப்பை அந்த 'அழகான' பெண்ணிடம் ஒப்படைத்தான் எனது நண்பன்....

"ஏம்மா... உன் பேரு என்னம்மா...."

"கலாராணி...."

"கலாராணி... இவரு இப்பத் தான் ஒண்ணாவது வகுப்புல சேந்திருக்காரு... நீதான் இவருக்கு பாடஞ்சொல்லிக் குடுக்கணும்... விட்றாத... எப்பா நாங்க போனதுக்கு பெறகு இந்தப் பொண்ணுகிட்ட போயி நதி... ஆறு... கடல்னு சும்மா எதையாவது கதையச் சொல்லி... சாமியார் வேசம் போட்டே... பிச்சுபுடுவேன் பிச்சு... கிடைக்கிற சந்தர்ப்பத்த பயன்ப்படுத்திக்கப்பா..."

என்னைத் தனியாக ஒரு விலை மாதுவிடம் வலைப்படுத்திக் கொடுத்து விட்டுச் சென்றார்கள்....

நின்றேன்...

முள் மேலே கால் வைத்தது போல...

தீப்பிடித்து உடலில் தைத்தது போல...

கொதிப்பு...

தகிப்பு...

அச்சம்...

அதன் உச்சம்...

கை கால்கள் உதறல் எடுக்கின்றன...?

அந்தப் பக்கம் திரும்பினேன்..

இந்தப் பக்கம் அறை முழுவதும் திரும்பினேன்...

நான் அவளை விழிக்கொண்டு பார்க்கவேயில்லை...!

ஆனால் அவள்...

என்னைத் தவிர வேறுபக்கம் விழி திருப்பவேயில்லை...

அவளது வன்முறையான பார்வை...

அது...

வியாபாரப் பார்வையல்லவா...

ஆழப் பார்வை...

அசையா பார்வை...

ஆதாயப் பார்வை...

தொழில் பார்வை...

அத்தனை வகைகளும்... அந்தப் பார்வையிலே கலந்து... என்னை வீழ்த்தி விட முயற்சிப்பதை என்னால் உணர முடிந்தது...

எனக்கு தர்மசங்கடமாக இருந்தது.... சிறிது நேரம் நின்றேன்...

விடுதி அறையின் சூழல்..... இரவு நேரம்...... அந்தத் தனிமை... அருகே ஓர் அழகிய பெண்... உடலுக்குள்ளே கொஞ்சமாய் மது... அறிவிலே அந்த மது வலுகட்டாயமாக ஏற்றிவிட்ட தடுமாற்றம்...

இவையும்.... அவளது நச்சுப் பார்வைக்கு உச்சநிலையிலே உதவி செய்து... எனது அச்சாணியை அசைத்துக் கொண்டிருந்தன...

இத்தனைக்கும் மேலாக... என் நதி... உனக்கும் எனக்கும் இருக்கும் தூரம்...

நீ மிக அதிக தூரத்தலே இருப்பதால்... எனக்கு ஏதாவது அசட்டுத் துணிச்சல் வந்து தவறு செய்து விடுவேனோ....

சூழ்நிலைகள்தானே...

ஊழ்வினையை மாற்றி...

பல வீழ்நிலைகளை உருவாக்கி விடுகின்றன...!

இப்படியெல்லாம் எண்ணங்கள் நுழைந்து மனசைப் பிசைந்தன... அறிவைக் குழப்பின... அந்தரங்கத்தின் ஆணிவேரைப் பிடித்து லேசாக ஆட்டின...

என் நதியே...

உனக்கு துரோகம் நிகழ்ந்து விடுமோ....

என்ன செய்வதென அறியாமல் நான் நின்றேன்...!

என்ன செய்வது என தெரிந்து அவள் நின்றாள்...!

அவளது கண்களிலே காரியம்... எனது கண்களிலே கலவரம்...!

அவளை ஓரக் கண்ணால் மெதுவாகப் பார்த்தேன்...

பரவாயில்லை...

நல்ல அழகிதான்...!

எனது புத்தியை செருப்பால் அடித்தாலென்ன....

இந்தச் சூழ்நிலையிலும் அவளது அழகை நான் அளவெடுக்கிறேனே...

என்ன மனிதன் நான்.....

அவளது உதடுகளிலே லேசான சிரிப்பு...

சாதாரணச் சிரிப்பு இல்லை..... வியாபாரச் சிரிப்பு.....!

பொருள் விற்றால் தான் பணம்... இதைத் தொழில் ரீதியாக... நன்றாக உணர்ந்தவள் அந்த பெண்...!

நான் எவ்வளவு உயர்ந்த குடும்பத்திலே பிறந்தவன்...

எப்படிப்பட்ட வாழ்க்கை வாழ்கிறவன்... எப்படிப்பட்ட உயர்ந்த குலப் பெண்ணுடன் இல்லறம் நடத்துகிறவன்...

என் நதி...

உன்னையும் இந்தப் பெண்ணையும் ஒப்பிட்டால்... என் தேவதை நீ எங்கே... இந்தப் பெண் எங்கே...

உன்னைத் தொட்ட கைகளால் இவளைத் தொட முடியுமா... உன்னை அணைத்த கைகளால் இவளை அணைக்க முடியுமா...

உன்னை முத்தமிட்ட என் உதடுகள்... இசைந்து இவளை முத்தமிடுமா....

ஆனால்... அவளை மறுத்துப் புறந்தள்ளாமல்... நான் மௌனித்து நிற்கிறனே ஏன்...

எனது மனக்குழப்பத்திலே... அவளுக்கு சிறிதும் தொடர்பில்லை...!

என்னையே பார்த்துக் கொண்டிருந்தவள்... தன்னை வியாபாரத்திற்கு தயார் செய்ய முனைந்தாள்....!

சட்டென்று அவளது கைப்பையைத் திறந்தாள்... உள்ளிருந்து கையளவு கண்ணாடி எடுத்தாள்... தனது முகத்தைப் பார்த்தாள்... தலையைக் கையால் சரி செய்தாள்....

தனக்கு கவர்ச்சியாகத் தெரிய வேண்டுமென்பதற்கில்லை...

பிறருக்கு கவர்ச்சியாகத் தெரிய வேண்டுமென்பதற்காக...!

பார்ப்பவர் பார்வைக்கு ஓர் அலங்காரம்...

அவர்களது ரசனைக்கு ஓர் அலங்காரம்...

அவர்களது விருப்பத்திற்கு ஓர் அலங்காரம்...

அவர்களது தகுதிக்கு ஓர் அலங்காரம்...?

அவர்களது குணத்திற்கு ஓர் அலங்காரம்...

அவர்களது நேரத்திற்கு ஓர் அலங்காரம்...

கொடுக்கும் ஊதியத்திற்கு ஓர் அலங்காரம்...

படித்தவனா...

படிக்காதவனா...

முரடனா...

சாதுவா...

முன் கோபியா...

பணக்காரனா...

ஏழையா...

குடிகாரனா...

கொலைகாரனா...

வியாபாரியா...

பக்குவமானவனா...

பக்குவப்படாதவனா...

பழக்கப்பட்டவனா...

புதியவனா...

இப்படி...

பிறருக்காகவே அவளது அலங்காரம் மாறுபட்டுக் கொண்டே இருக்கும்...

தனக்காக என்று எதுவுமே இல்லை...

இப்பொழுது... அவளது அலங்காரம்... எனக்காக...!

அவள் என்னைப் பார்த்த பார்வை... எனது விருப்பங்களை அளவெடுப்பதற்காக...

என்ன புரிந்து கொண்டாளோ தெரியவில்லை...

மூடிய கைப் பையை மீண்டும் மெல்ல திறந்தாள்...

உள்ளிருந்து எடுத்தாள் விழி மை...

விரல் தொட்டெடுத்தாள்..

விழி பிடித்திழுத்தாள்...

மை வைத்து விழி வரைந்தாள்...

விழி நோகுமோ நோகாதோ...

ஆனாலும்...

பழக்கப்பட்ட வழக்கம்...

ஆனால்...

எனக்குள்ளே புழுக்கம்...

விழி நோக்கு மாற்றாமல் பார்த்தபடி இருந்தேன் அவள் தன் செயல்களை...!

விழியோடு நிறுத்தினாளா அவள்... ?

தடையேதுமின்றி தொடர்ந்தன...

அவளது அழகுக்கு வலிமை காட்டும் அலங்காரச் செய்கைகள்...!

கையிலெடுத்தாள்...

உதட்டுச் சாயம்...!

விசையோடு விசுக்கென்று முறுக்கித் திருகினாள்...

அழகிய இளம் பெண்ணின் கை விரலையொத்த அமைப்பிலே...

பசையோடு பளிச்சென்று எட்டிப் பார்த்தது உதட்டுச் சாயக்குச்சி...

உதட்டின் மேலே வைத்து அழுத்தினாள்... உதடுகள் ஆழப்புதையும்படி...

இப்புறமும்... அப்புறமும் இழுத்துத் தேய்த்தாள்...

அந்த அப்பாவி உதடுகள் அவள் இழுத்த இழுவைக்கெல்லாம் சம்மதித்துப் பணிந்து நெளிந்து வளைந்து நிமிரந்தன...

இத்தனை வன்முறைக்குப் பிறகு... வேறு வண்ணம் பெற்று பளீரென பளபளத்தன...

கண்ணாடி கொண்டு அவளது வண்ணம் பொதிந்த உதடுகளை உருட்டி திரட்டி... மடித்து விரித்து அழகு பார்த்தாள்...

முழு முகத்தையும் திருப்பித் திருப்பி பார்த்தாள்...

முகப்பூச்சுப் பஞ்சொன்றை எடுத்தாள்...

செந்நிறத்தால் நிரம்பிப் போன பஞ்சு...

கன்னங்களிலே தோய்த்தாள்...

நெற்றி... மூக்கு... காது... தாடை... கழுத்து... மார்பின் மேல் புறம்... இப்படி...

விடுவிடுவென்று அத்தனை பகுதிகளிலும் அவளது கை பரவியது...

அவளது முகம் வேறு வண்ணத்திற்கு மாறியது...
அவள் மீது நகராமல் தைத்த விழிகளை நகர்த்தவேயில்லை நான்...
இப்பொழுது தான் அவள் என் அறிவை ஆயுதம் கொண்டு தாக்கும் செயல் ஒன்றைச் செய்தாள்...
சட்டென்று தன் மேல் மூடிய முந்தானையை கீழே எடுத்தாள்...
அவளது மார்பை மறைத்திருந்த அந்தப் புடவை மேலாடை சரிந்தது...
எனது திருட்டு விழிகள் அந்த மார்பிலே விழி வீச்சை விசையாக வீசி நிலைத்தன...
அச்சப்பட வேண்டிய தருணமது...
அருவருப்படைந்து விழி நகர்த்த வேண்டிய சமயமது...
எனது விழிகளுக்கு அவசர உத்தரவு போட்டு கீழ் தாழ்த்தி விழி மூட வேண்டிய நேரமது...!
ஆனால்...
அவளது மார்பைப் பார்த்து... எனது உயிரிலே ஆறாக சீறிப்பாய்ந்த உணர்ச்சிப் பெருக்கு.... அந்தக் காரியத்தைச் செய்ய அனுமதிக்கவில்லை...!
மூளையின் கட்டளைக்கும்... அறிவின் ஆணைக்கும்..சிறுமூளையின் கட்டுப்பாட்டிற்க்கும்... அடிபணிந்து அடங்கவேயில்லை எனது அடங்கா விழிகள்...
கட்டுப்பாட்டைத் துறந்து விடுதலை வாங்கிக் கொண்டன அவை...
இது வெறும் சதை...
சாம்பலாக்கிவிடும் சிதை...
ஒரு நாள் முடிந்துவிடும் கதை...
அவள் புரிந்து கொண்டாள் இதை...
அதனால்... விரித்து விட்டாள் கடை...
என்ன இது.....
அறிவிலாத்தனம்... ?
எனது மனைவியை விடுத்து... அடுத்தவளை ஏன் இவ்வளவு நேரம் ஆழத்தோண்டி ஆய்வு செய்கிறேன் நான்...
தடுமாறுகிறேனா... ?
தடம் மாறுகிறேனா... ?
தவறு செய்து விடுவேன் என்பதன் முன்னறிவிப்பா இது... ?
நான்...
எனது சுய கட்டுப்பாட்டை மீறுவது ஏன்... ?
எனது ஒழுக்க நெறி பிறழ்வு காண்கிறதே... ஏன்... ?
அவள்... புடவை முந்தானையை மடித்து சீர்படுத்தி மீண்டும் மார்புகளை மூடி மறைத்தாள்...!
இது...
சாதாரண காரியமா... இல்லை காரிய காரணமா... ?
அப்பொழுதும் அந்த வளமார்புகள் அவளது சுய கட்டுப்பாட்டுக்குள் வரவே இல்லை...!
இவையெல்லாம்...

இந்தத் தொழிலிலே முதன்மை பெற்ற முதலீடுகள்...!

இது...

மனிதப் படைப்பல்ல...

இறைவனின் இயற்கைப் படைப்பு...

சில உடல்கள்...

சிதைவதற்கென்று படைப்புப் பெறுகின்றன...

எத்தனை தடுப்பு வேலிகள் அமைக்கப் பெறினும்...... அது வேலி தாண்டி வினையில் தான் விழும்...!

அவள்...

இன்னும் என்னென்னவோ அலங்காரப் புனரமைப்புகள் செய்தாள்...

தனது பணிகளை முடித்துக் கொண்டு 'தயார்' என்பது போல என் மீது விழி வீசினாள்...

நான் தாக்குப் பிடிக்க முடியாமல் நின்று கொண்டே இருந்தேன்...

அவள் என்ன நினைத்தாளோ தெரியவில்லை...!

மீண்டும் பைக்குள்ளிருந்து உதட்டுச் சாயத்தை எடுத்தாள்... தனது உதடுகளிலே தடவி மெருகேற்றினாள்....

எத்தனை பேர் சுவைத்த இதழ்களோ....!

எத்தனை பேருக்கு முத்த விருந்து படைத்தவையோ...

எத்தனை ஆண்களை 'அன்பே... ஆருயிரே... அத்தான்...' என்று கொஞ்சியவையோ...

இன்னும் வனப்பு குறையாமல் பளபளப்புடனேயே மின்னின...

மீண்டும் ஒரு வாசனை திரவிய தெளிப்பானை எடுத்துப் பிழிந்து உடல் முழுக்க தெளித்தாள்... அது அவளை வாசமாக்கி... என் மீதும் படர்ந்து மூக்கைத் துளைத்து என்னையும் வசமாக்கியது.... வழித்தடம் பிறழத் தூண்டியது...!

அவள் மல்லிகைப் பூவும் சூடியிருந்தாள்... ஆனால் வாசனைத் தெளிப்பான்... மல்லிகைப்பூவை மற்போர் செய்து... மல்லுக்கட்டித் தோற்கடித்துவிட்டது...!

இல்லறப் பெண்களின் காதல் தூது... மல்லிகைப் பூ...

விலை மாதர்களின் தூது... வாசனைத் தெளிப்பு...

மிகச் செயற்கையான அலங்காரம்...!

வியாபாரம் தானே... பொருள் கவர்ச்சியாக இருந்தால் தானே விலைபோகும்...

அங்கும் உயர்வு தாழ்வு இருக்கிறது...

அழகுக்கு ஒருவிலை...

உடல் வனப்புக்கு ஒரு விலை...

நிறத்திற்கு ஒரு விலை...

கண்களுக்கும்... கண் பார்வைக் கவர்ச்சிக்கும் ஒரு விலை...

ஈடுபாட்டுக்கு ஒரு விலை...

நேரத்திற்கு ஒரு விலை...

நாளுக்கு ஒரு விலை...

செயல்களுக்கு ஒரு விலை...

இப்படியே ரகங்களாக பிரிக்கப்பட்டுத் தான் சந்தைக்கு வருகின்றன....!

இங்கே பொருளைவிட... பொருளை சந்தைப்படுத்துகிற இடைத்தரகனுக்கு ஊதியமும் அதிகம்... திறமையும் அதிகம்...!

அதன் பிறகு.....

இடையே குறுக்கிடும் மற்ற தடைகளுக்கு கையூட்டு...!

ஆக.....

அந்தப் பெண்ணுக்கு நிர்ணயிக்கப்பட்ட தொகையிலே ஐந்து விழுக்காடு தான் அவளுக்கு ஊதியமாகக் கிடைக்கிறது....!

ஆனால்...

உழைப்பு முழுவதும் அவளுடையது தான்...!

அது ஊதியம் இல்லை..... சேதாரம்...!

இற்றுப்போகும் உடலுக்கு இழப்பீட்டுத் தொகை...!

இது பரவாயில்லை...

கலப்பை சுமந்து......

நிலத்திலே இறங்கி......

வெயிலிலே கருகி...

காற்றிலே உருகி...

மழையிலே கரைந்து...

சேற்றிலே முக்குளித்து......

மாடுகளோடு போட்டியிட்டு......

உழைத்து விளைச்சல் தரும் விவசாயி.... கால் வயிற்றுக் கஞ்சிக்கும்... அரசு நியாய விலைக் கடைகளிலே போய்... குடும்ப அட்டையை வைத்துக் கொண்டு மணிக் கணக்காய் காத்துக் கிடக்க வேண்டும்...!

கடை ஊழியனும்.....

அளவிலே களவு செய்து......

தரத்திலே களவு செய்து......

விலையிலும் களவு செய்து......

புழுத்துப்போன அரிசியை அலுத்துக் கொண்டே தருவான்...!

அதிலும் பாதி கல்லும்... பாதி உமியும்... பாதி புழுக்களும் கலந்த நிலையிலே...!

உழைப்பைத் தவிர வேறு சூதுத்திறன் அறியாத அந்த அப்பாவி விவசாயி... அதைத் தான் உண்ண வேண்டும்...!

ஆனால்......

அவனது உடல் உழைப்பினால் விளைந்த தானியம்......?

அது...

சிறகு முளைத்து......

படிப்படியாக விலை உயர்வு பெற்று......

கைமாறி கைமாறி.......

விலை ஏறி விலை ஏறி......

நட்சத்திர விடுதிக்குள்ளே நுழைந்து விட்டால்......

ஒரு இட்லியின் விலை... வரியோடு சேர்த்து முப்பது ரூபாய்... நாற்பது ரூபாய்.... ஐம்பது ரூபாய்... நூறுக்கு மேலும் கூட...!

ஆனால்...

அரும்பாடு பட்டு விதைத்து.....

விளைவித்து...

காவல் காத்து......

அறுத்து...

களம் சேர்த்து...

அரிசியாக்கி.....

அப்படியே அடியோடு அயலாருக்கு அர்ப்பணிக்கும் விவசாயிக்கு... ?

ஒட்டிய வயிறு... ஓடுபோல உடல்... எலும்பு... நரம்பு... வியர்வை... பஞ்சம்...

அவ்வளவு தான்...!

சம்மதப்பட்டு அதை அனுபவிக்கிறான் அவன்...!

காரணம் அவன் நேசிப்பது உழைப்பை மட்டுமே...!

எந்த நிலையிலும் அவன் அதற்குக் குறைவேதும் வைப்பது இல்லை...!

அதனால் வாழ்நாள் முழுவதுமே வறுமை அவனோடு உறவு முறை வளர்த்துக் கொண்டு கூடி குடும்பம் நடத்துகிறது...

அவன் பெற்று... வளர்த்து.... ஆளாக்கிய பிள்ளைகள் கூட அவனை விட்டு விலகி விடுவார்கள்.....

ஆனால்....

பயிர்த்தொழில் செய்த ஒரே காரணத்தால்.... அவனது உயிர்த் தலத்திலே உயிரோட்டமாய் உய்து விட்ட வறுமை மட்டும்... அவனை விட்டு விலகுவதே இல்லை...!

இதைச் செப்பனிட்டு விவசாயிக்கு மறுவாழ்வு தர.... எந்த அரசுக்கும் கடமை இல்லை... எந்த அதிகாரிகளுக்கும் நேரம் இல்லை...

எந்த அரசியல்வாதிக்கும் அவகாசம் இல்லை...

உண்பதற்கு மட்டும் அத்தனை மக்களுக்கும் சுதந்தர உரிமை...!

ஆனால்.... உழைப்பதற்கும்.... உருக்குலைவதற்கும்... விவசாயி ஒருவனுக்கே நிரந்தர உரிமை...!

இங்கே....

இந்த பெண்ணின் பிழைப்பும் இந்தக் கதை தான்...

சுகம் பலருக்கு...

உடற் சிதைவும் வாழ்க்கைச் சீரழிவும் அவளுக்கு...!

அனுபவிக்கும் சுகமும்... ஆடம்பர வாழ்க்கையும்... அவளை விலை பொருளாக்கி... விற்றுப் பணம் பண்ணும் உரிமையும் மற்றவர்களுக்கு...!

அவலமான வாழ்க்கை தான்... ஏனோ அதற்குள்ளே வந்து விழுந்து விடுகிறார்கள்.... விளக்கிலே விழும் விட்டில் பூச்சிகள் போல...!

அவர்கள் கருகி விடுவார்கள் என்று கருதுவார்களா... அல்லது... அது தெரியாமலே பளபளப்பாக மின்னிக் கொண்டே இருந்து விளக்குத் தீயிலே தாவி விழுவார்களா...

படைத்தவனுக்கே வெளிச்சம்....!

இங்கே...

அவளது உடல்வாகு கூட வனப்பாகத் தான் இருந்தது.. பல பேரை வளைத்துப் போடும் வியாபாரப் பொருளல்லவா... எது எது எந்தெந்த அளவிலே இருக்க வேண்டுமோ... அது அது அந்தந்த அளவிலேயே இருந்தது....

நன்றாகத் தேர்வு செய்து.... தொழில் பழக்கித் தான் அனுப்பியிருந்தார்கள்...

பிறகு... ?

ஆண்கள் என்னும் கறவை மாடுகளிடமிருந்து பணம் கறப்பது அவ்வளவு சுலபமா...

இது...... ஒரு தனி உலகம்...

ஒருவனிடம் பேசிய அதே கொஞ்சு மொழிகளை இன்னொருவனிடமும் பேசுவாள்...

ஒருவனிடம் காட்டிய உடலை அடுத்தவனிடமும் காட்டுவாள்...

ஒருவனிடம் பகிர்ந்து கொண்ட அதே ஈடுபாட்டை இன்னொருவனிடமும் பகிர்ந்துகொள்வாள்....!

ஒரே உடல்... வேறு வேறு வர்ணனைகள்....!

ஒரே உறவு... வேறு வேறு விலை....!

இது.... இல்லற உலகத்தோடு ஒத்துப் போகவே போகாது.....!

பெரும்பாலும் இந்த உலகத்திற்குள்ளே நுழையும் பெண்கள் ஆடம்பர வாழக்கை மேல் ஆசைப்பட்டுத் தான் நுழைகிறார்கள்.....!

முடிவு....

அறிவு தெளிந்து விழித்துக் கொண்டு மீண்டு விடியலுக்குள்ளே நுழைந்து விடுபவர்களும் உண்டு...

முதலீடுகளாய் உழன்று உழன்று... பிற்காலத்திலே அதே தொழிலிலே முதலாளிகளாய் மாறி விடுபவர்களும் உண்டு...!

விடுதலையே இல்லாமல் அந்த வாழ்க்கையை விரும்பி அங்கீகரித்துக் கொண்டவர்களும் உண்டு...

அப்பா... அம்மா.... மனைவி... குடும்பம்... தகுதி... பதவி... உயர்நிலை... தாழ்வு நிலை... பக்தி நிலை... இத்தனைக்கும் அப்பாற்பட்டு ஒன்று இருக்கிறதென்றால்...

அது... பெண்...!

அதனால் தான் அதற்கு இத்தனை முக்கியத்துவம்...!

அரசாங்கத்தின் அத்தனை துறைகளிலும்... அதிகாரத்தின் அத்தனை வரம்புகளிலும் கூட... இதன் ஆதிக்கம் உண்டு.

பெரிய பெரிய காரியங்களைக் கூட குறுக்கு வழியிலே சாதிக்க..... பெரிய பெரிய பதவியிலிருப்பவர்களையும் எளிதிலே வீழ்த்திவிட.... இவை ஆயுதங்களாகவும் பயன்படுத்தப் படுகின்றன....!

எங்கே இல்லை இன்று... என்கிற நிலை வந்தாயிற்று...!

விடுவிப்புகள்.....

மறுவாழ்வுகள்....

சீர்திருத்தங்கள்....

என்பதெல்லாம்... அரசியல் விளம்பரங்களும்... ஆட்சி ஆதாயங்களும் தான்...!

ஓட்டு... ஆட்சியாளர்களையும்... அரசியல்வாதிகளையும் ஆட்டுவிக்கிறது...

பணம்... பாமரன்... சாமானியன்... இவர்களது பார்வைக்கே எட்டாமல் பேயாட்டம் போடுகிறது...

இதிலே...... மறுவாழ்வு... புனர்வாழ்வு என்பதெல்லாம்...

வெறும் மேடைப் பேச்சுத்தான்...!

ஊடகச் செய்திகள் தான்... ஊக்கச் செய்திகள் அல்ல...!

ஆணிவேர் போட்டு விட்ட இந்த அவலங்களை..... சீழ்பிடித்து துர்நாற்றம் வீசும் இதுபோன்ற பெரும் வியாதிகளை... சீர்படுத்தவே முடியாது

என்பது நமது அரசியலமைப்புப்படியும்....

சட்டப்படியும்........

நீதித் துறைப்படியும்.....

ஆன்மிக நிலவரப்படியும்...

இது தான் இனிமேல் நடைமுறை... என்பது உறுதியாகிவிட்டது...!

புரையோடிய புண்ணுக்குள்ளே புற்றீசல் போல வாழ்க்கை...!

இந்தப் பெண்.... இத்தனையும் கடந்து வந்தவள் தான் என்பது அவளுடைய தடையில்லாத நடை முறையிலேயே தெரிந்தது... அவள் எதைத் தெறிவு செய்தாளோ... அதிலே முழு ஈடுபாடு...!

அதற்கான அம்சங்கள் கச்சிதமாகப் பொருந்தி இருக்க வேண்டுமே...

அடேயப்பா...

அவளது கண்களிலே விநாடி நேரத்திலே ஓராயிரம் அசைவுகளைக் காட்டினாள்.....

காமக்குளத்திலே மூழ்கி முக்குளித்து தத்தளிக்கும் வித்தை படித்த விழிகள் அவளது விழிகள்...

பெரிய பெரிய பணக்காரர்களையே... களியாட்டம் காட்டி கவிழ்த்த விழிகளாயிற்றே... கவர்ச்சி சற்று கூடுதலாகத்தான் மின்னியது....

இந்த செயற்கைக் கவர்ச்சி மீறலால்தான்... அபரிமிதமான அழகியே மனைவியாக அமைந்தாலும்... ஆண்கள் காரணமே தெரியாமல் எளிதிலே தடம் மாறி விடுகிறார்கள்....!

எனக்கு பயமாகவும்.... பயம் இல்லாமலும்...

விருப்பமாகவும்..... விருப்பமில்லாமலும்...

அருவருப்பாகவும்..... அருவருப்பில்லாமலும் இருந்தது...!

அந்தப் பெண் என்னை நெருங்கி வந்தாள்...

எனது குழப்பத்தை உணர்ந்து... என்னைக் கூர்ந்து பார்த்து அளவெடுத்தாள்..... எனது நிலையைப் புரிந்து செயல்படத் துவங்கினாள்....!

அவளுக்குத் தான் எல்லா கலைகளுமே தெரியுமே...

இதுபோல வரும் ஆண்களிடம் நெருங்கிப் பழகி... அவர்களது மனைவிகளை மறக்கச் செய்ய வேண்டும்... அதுதானே அவர்களுக்குப் பயிற்சி..!

இங்கே...

அந்தப் பெண் தனது கடமையை செய்யத் துவங்கினாள்...

மெதுவாக எனது கையைப் பிடித்தாள்....!

அவளது கரம் என் மீது பட்டவுடனே... நச்சுப் பாம்பு நறுக்கென்று தீண்டியது போல உடலெல்லாம் வலி பரவியது...

ஆனால்..... அவளை நகர்த்தித் தள்ளிவிடவோ உதறி விடவோ எனக்கு ஆர்வம் எழவில்லை...!

பதமாக எனது தோள் பிடித்தாள்...!

எனது நரம்புகள் வீறுகொண்டு விம்மிப் புடைத்தன...

அதன் வழியே அதிவேக மின்சாரம் பாய்ந்தது...

எனது உடலின் உட்பகுதி.... மூளையின் முழுப்பகுதி..... இதயத்தின் இரத்தநாளங்களியெல்லாம் அதிர்வுத் தாக்குதலை நிகழ்த்தியது...

உடல் நடுங்குகிறது...

எனக்கே தெரிகிறது...

ஒரு மணமகனை விட மென்மையாக பக்குவமாக படுக்கையிலே அமரவைத்தாள்...

எல்லாம் தொழில் அனுபவங்கள்... அவளுக்கு அன்றாடம் பழகிப்போன நிகழ்வுகள் தானே...!

எனக்கு லேசாக வியர்க்க ஆரம்பித்து விட்டது..... கைகளால் முகத்தை அழுத்தித் துடைத்தேன்...!

ஒருவேளை.... அவளது செயலை நான் அனுமதிக்கிறேனா...

இல்லை என்று சொல்ல இயலவில்லை.....!

எனது உண்மை சொல்லும் உள்ளுணர்வால் இயலவில்லை...!

அருகிலே அமர்ந்தாள் அவள்... லேசாக தோளிலே உரசியபடியே...

ஆனாலும்... எனக்கு அவளைத் தவிர்த்து... சற்றே தள்ளி விலகி அமர்ந்து கொள்ளத் தோன்றவில்லை....!

இது...... எனது மீது ஏவப்பட்ட ஏதோ ஒரு விதமான அடக்கு முறைதான்...

சூழலும்..... சந்தர்ப்பமும்..... நிலைமையும் அப்படி...

இது...

நானாக விரும்பி அமைத்துக் கொண்ட நிகழ்வு இல்லை... வலுக்கட்டாயமாக என் மீது வன்முறையாக திணிக்கப்பட்டுக் கொண்டிருக்கும் தகாத உறவு... இங்கு நடக்கும் எல்லா அசைவுகளும் செயற்கையானவையே...

அவள் மெதுவாக எனது தோளிலே கை போட்டாள்...

இதோ.... அதையும் அனுமதிக்கிறேனே...

அவளது கைகள் இரண்டுமே எனது அனுமதிக்காகக் காத்திருக்கவில்லை...!

அவளது ஒரே இலக்கு...

நேரம்...!

இயந்திரம் போல ஒரு செயல்...!

காரியம் முடிந்து விட்டதா....

கதையும் முடிந்துவிடும்...!

அதன்பின்...

பணம்....!

அவ்வளவு தான்....!

அந்த பணப் பரிமாற்றம் முடிந்துவிட்டால்... அதிலே ஈடுபட்ட இருவருக்குமே உறவு தொடராது...

நட்பு தொடராது...
தொற்றிக் கொண்டு தொடர்ந்தாலும்... அதுவும் தொடர் வியாபாரம் தான்...!
அதற்கும் விலை தான்...!
அந்தப் பெண்... என் மீது பல இடங்களிலே ஊர்ந்து... என்னை ஒரு அந்தரங்க உறவுக்காக ஊக்குவிக்க முயற்சித்தாள்... எனக்கு தொண்டைக்குள்ளே மூச்சு முட்டி... திக்கு முக்காடியது போலிருந்தது...
என் நதியே...
திருமணமாகி முதலிரவிலே கூட... எனது கரம் உன் மீது படவே இல்லை... மூன்று நாட்களாயிற்று அருகே வர...
ஆனால்... இங்கே...
அயலாள் ஒருத்தி... ஆனந்தமாக அந்நியனின் மேல் கை போட்டு வருடுகிறாள்....
இது என்ன...
அது என்ன...
என் நதியே... நீ காதல்....!
இது... அற்ப காமம்....!
காதலுக்கும் காமத்திற்கும் வேறுபாட்டுத் தொலைவு நிறைய இருக்கிறது....
காதல்...
தோன்றுதல் அரிது...
தோன்றிடினும் வளருதல் அரிது...
வளர்ந்திடினும் கைகூடல் அரிது...
கைகூடிவிட்டால்... பல பிறவிகளுக்கும் பிரிதல் அரிது...!
காமம் அப்படியில்லை...
நொடிநேரத்திலே உற்பத்தி தொடங்கும்...
நொடிப் பொழுதிலே ஆக்கிரமித்து அலைக்கழிக்கும்...
வீரியம் அதிகம்...
வேகம் அதிகம்...
சுகம் அதிகம்...
ஆயினும்...
அதற்கு ஆயுள் மிக மிகக்குறைவு...!
ஒரு முறை முடிந்துவிட்டால் ஆயுளே முடிந்தது போல அலுப்புத்தட்டும்...
அருவருப்பாகத் தோன்றும்...!
ஆனால்...
காதல் திகட்டாதது...
அது.... என் நதியே நீ...!
இந்த பெண்... பாவம்... கூலி வாங்கிவிட்டாள்... கூடித்தான் தீரவேண்டும் என்பது அவளுக்குக் கட்டளை.....
இதை காமத்திலும் சேர்க்க முடியாது....
வியாபாரம்....!
இதை இலக்கியத்திலும் சேர்க்க முடியாது....
இதற்கு இலக்கணமும் கிடையாது....

இங்கே...

அந்த பெண் தன்னுடைய தொழிலிலே முனைப்புக் காட்டத் துவங்கினாள்...

"விளக்கு இருக்கட்டுமா... அணைக்கட்டுமா...."

அவளது தொழில் இலக்கணப்படி இணக்கத்துடன் அவளே கேட்டாள்...

இதே போல.... பலமுறை நீயும் கேட்டிருக்கிறாய் என் கண்ணே...

அது உன்னுடைய இல்லற இலக்கணம்...

உனக்குள்ளே பொதிந்து கிடக்கும் கூச்சமும் தயக்கமும்... நீ கேட்கும்போதே அந்தக் குரலிலே ஒரு இயற்கையான ராகத்தைக் கலந்து கிளர்ச்சியைத் தூண்டும்...

அதே போல இவளும் கேட்கிறாளே....

இதற்கு என்ன பொருள்....?

'எனக்கு எதுவானாலும் சம்மதம்... உனக்கு எது வேண்டும்...'

அதுதானே.....!

இது வியாபாரத் தந்திரம்... தொழில் முறை....!

இது ஆவலைத் தூண்டாது... அருவருப்பைத் தூண்டும்...

அவளது ஒவ்வொரு நடவடிக்கைகளும் எதிர்மறையாக செயல்பட்டு எனக்குள்ளே உன்னையே நினைவூட்டியது என் அன்பே...!

நீ எப்படிப்பட்ட புதையல்..... எவ்வளவு உயர்ந்த பூ வாசம்... அதை விடுத்து... நான் ஏன் சாக்கடையோரம் அமர்ந்து அந்த நாற்றத்தைச் சகித்து அடங்கிக் கிடக்கிறேன்...?

இடம்.... நேரம்... சூழ்நிலை..... அதோடு மது அருந்திய எனது நிலை...!

அவள் கேட்ட கேள்விக்கு நான் பதில் சொல்லவில்லை...

மீண்டும் கேட்டாள்...

"விளக்கு இருக்கட்டுமா... அணைக்கட்டுமா..."

இதற்கும் நான் பதில் சொல்லவில்லை... அவள் அடுத்த கேள்வியைத் தொடுத்தாள்...

"உடைகளை அவிழ்கட்டுமா... வேண்டாமா...."

கொஞ்சம் கூட அடக்கமோ... தயக்கமோ... இல்லாமலே வெளிச்சம் போட்டுக் கேட்டாள்....

கொஞ்சம் கொச்சையாக உணர்ந்தேன்...

எனது பதிலை எதிர்பார்த்து... பின் அவளே பேசினாள்...!

"பேசுங்க... உங்களுக்கு எப்பிடிப் புடிக்கும்...."

உங்களுக்குப் பிடிக்கிறதா இல்லையா என்று அவள் கேட்கவில்லை... எப்படிப் பிடிக்கும் என்றுதான் கேட்கிறாள்...!

எனக்குப் பிடிக்கிறதா இல்லையா...?

என் மனசே என்னை கேள்வி கேட்கிறது...!

இரண்டுங்கெட்டான் நிலை தான்...!

இப்போதும் மௌனமாக இருக்கிறேனே...

என்றால்.....

என் மனம் சம்மதிக்கிறதா...

எனக்குள்ளே கேள்வி...!

பதில் கிடைக்கவேயில்லை....

பெருமூச்சுகளும்... வியர்வை மழையும் தான் பதில்...!

எனது அமைதியை அவளது அனுமதியாக எடுத்துக் கொண்டாள்...

அவளது கைகள் நடவடிக்கைகளை துரிதப்படுத்தின... எனது உடற்பகுதிகளின் மீது ஊறின... ஏதேதோ செய்தாள்.... எல்லாமே கரடு முரடாகவும் முரட்டுத்தனமாகவும் இருந்தன....

மரம் தேய்க்கும் காதிதத்தை வைத்து உடல் தேய்ப்பது போல உணர்ந்தேன்....

உனது நினைவுகள் எனக்குள்ளே ஆதிக்கம் துவக்கின நதி...

உனது கைகள் எனது உடலின் மீது படும்போது... மயிலிறகு கொண்டு வருடுவது போல மென்மையாக இருக்கும்...

இது என்ன மாதிரி ஈடுபாடு... ?

அவளிடம் யோசனையோ... தயக்கமோ இல்லவே இல்லை... இது அவளது வேலை... இத்தனை மணிக்குள் அதை முடிக்க வேண்டும்...

அந்த முனைப்பு அவளுக்கு...

ஈடுபாடு என்பது துளியும் இல்லை...!

அவளது இயக்கம் என் மீது தொடரத் தொடர... கொஞ்சம் கொஞ்சமாக மனசுக்குள்ளே நீ உருவாகத் துவங்கினாய் நதி...

இசையாக உருவாக வேண்டிய உறவு... இம்சையாக பரவிக்கொண்டிருந்தது....

ஏற்றுக் கொள்ளவும் முடியவில்லை... தடுக்கவும் முடியவில்லை... ஏடாகூடமான நிலை...!

அவளுடைய நோக்கமெல்லாம் இந்த இரவு கழிந்து விட வேண்டும்...!

இயந்திர இயக்கம் போலத் தான் இந்தக் கலவை...!

இந்த நிகழ்வால் அவளுக்கு எந்த விதமான சுகமோ பாதிப்போ புதிதாக இல்லை...!

எனது உடலுக்குள்ளே பெரும் கொதிப்பையும்... உளக்கொந்தளிப்பையும் உருவாக்க வேண்டிய இந்த புனித நிகழ்வு... அவளது உடலுக்குள்ளே எந்த மாற்றத்தையும் உருவாக்கப் போவதில்லை...

பாவம்... வெறும் கூலிதான்...!

அவள் என் மீது படர்ந்தாள்... எனது மார்பிலே இதழ்களால் வருடினாள்... அன்பான... மிக மிக அன்பான மனைவியைப் போல சரசங்களைப் பொழிந்தாள்... அத்தனையும் செயற்கைதானே...!

எனக்கு ஈடுபாடே ஏற்படவில்லை... வதம் செய்யும் வலி தோன்ற ஆரம்பித்தது அவளது சாகசங்கள் கூடக் கூட....

எனக்கு...

என் நதி... உன் நினைவுகள் பெருகிக் கொண்டே போயின...!

எனது இதயத்திலும்... உணர்வுகளிலும் நீ அசுரத்தனமாக உருவெடுத்துக் கொண்டிருந்தாய்...!

காதல்...

நுனி நாக்கிலே சொட்டுச் சொட்டாய் உதிரும் உயர்ந்த வகை சுத்தமான கொம்புத்தேன் போன்றது.... அதன் சுவை நிரந்தரமாக நீண்ட நேரம் இனிக்கக் கூடியது... உடலுக்கு ஆரோக்கியமானது...

அதுதான் என் நதியே நீ...!
ஆனால்.... இது... உப்புச்சுவை...!
நேரடியாக நாக்கிலே தோய்க்க முடியாது....
அவள்...... தனது இறுதியான நிகழ்வுக்கு தன்னைத் தயார் செய்யத் துவங்கினாள்...
நான் உனக்கு நேர்மையான கணவன்... உனக்கு துரோகம் இழைக்கக்கூடாது...
இந்தத் தீப்பொறி விழுந்து கனன்றது என் மனதிலே...!
நீ...
எனது இதயம் முழுவதும் மாயமாய் வியாபித்தாய்...
என்னைக் குழந்தையாக மடியிலே கிடத்தினாய்...
முடி கோதினாய்...
தலை வருடினாய்...
நெற்றி தடவினாய்...
கண்... காது... கழுத்து... மூக்கு.... மார்பு... உதடுகள்... இப்படி அனைத்து பகுதிகளிலும் கைகள் பரவச்செய்தாய்...
என்னை மயக்கமுறச் செய்தாய்...
உடலை சூடுபடுத்தினாய்...
எல்லை மீறாமலே ஏகப்பட்ட கனவுகளை உருவாக்கி.... எனது மனக் கண்ணிலே மாயமாகத் தோன்றி... வளைந்து... நெளிந்து விளையாடினாய் அன்பே...
இங்கே..... இவளிடம்... விதியே என்று விழி மூடிக் கிடந்த என்னை... நீ விழிப்படையச் செய்துவிட்டாய் அன்பே...!
எனது நாடி நரம்புகளிலே படர்ந்திருந்த காம மின்சாரம்..... நொடி நேரத்திலே பின் நோக்கி விசையாக பயணித்து புறம் பாய்ந்து வெளியேறியது...!
உணர்வுகள் விழித்தன...
விசும்பி எழுந்தேன்....!
என் மீது விழுந்து... என்னைப் புதைத்துக் கொண்டிருந்த அவளை பலம் கொண்ட மட்டும் புரட்டித் தள்ளினேன்...
தனியே போய் நின்றேன்..... எனது உடைகளை சரி செய்தேன்...
முழுக்க முழுக்க என் நதியின் கணவனாய் உருமாறி நின்றேன்....
சுத்தம்... பரிசுத்தம்....!
உடல்... மனசு... இரண்டையும் உனது பெண்ணருள் வந்து ஆட்கொண்டது...
ச்சே... என்ன காரியம் செய்யத் துணிந்தேன் நான்...
படார்... படார்... என்று மாறி மாறி எனக்கு நானே அறைந்து கொண்டேன்...
அந்தப் பெண்ணுக்குக் கோபம் வந்தது...
அவளும் உடைகளை சரி செய்தாள்.... கலைந்த தலையை சரி செய்தாள்....
கண்ட கண்ட கெட்ட வார்த்தைகளைப் பொறுக்கியெடுத்து... என்னை நறுக்கி விடுவது போல... வசைமாரி பொழிந்தாள்... காது கொடுத்துக் கேட்க முடியவில்லை...
என் மீது 'தூ' என்று காரி உமிழ்ந்தாள்....

அதை..... மிக உயந்த தண்டனைப் பரிசாக அங்கீகரித்துக் கொண்டேன் நான்...!

ஏன்...

எனது மனைவி உனக்கு செய்யவிருந்த பெரும் துரோகத்திலிருந்து என்னை நான் தற்காப்புச் செய்து விட்டேன் அல்லவா...

அதற்காக... அதையும் சகித்துக் கொண்டு நான் அமைதி காத்தேன்...!

மீண்டும் தனது கைப்பையைத் திறந்தாள்...!

சிறிய கண்ணாடி கொண்டு பார்த்து... முகத்தைச் சரி செய்து கொண்டாள் அவள்....

அவளிடம் சிறிது கோபம் தென்பட்டது.... சிறிது நேரம் இமை கொட்டாமல் என்னையே முறைத்துப் பார்த்துக் கொண்டிருந்தாள்...

நானும் பயத்துடன் அவளையே பார்த்துக் கொண்டிருந்தேன்...

என்ன நினைத்தாளோ...

அலைப்பேசியிலே யாரையோ அழைத்தாள்...

“எக்கா... இந்த ஆளு தொம்மயா இருக்கான்... ஒண்ணுக்கும் லாயக்கில்ல... வெத்துக்கொழாயி... என்னா செய்ய... ? ”

அவள் கொஞ்சமும் அடக்கமில்லாமல் உரத்த குரலிலே கூவினாள்... அவள் ‘தொம்ம’ என்று குறிப்பிட்டது என்னைத் தான்.... ஒன்றுக்கும் உபயோகமில்லாதவன் என்று குறிப்பிட்டதும்... என்னைத் தான்....!

நல்ல சான்றிதழ்கள் தான்...!

எதிர் முனையிலே அவளுக்கு ஏதோ கட்டளை பிறந்தது...

அலைபேசியை அணைத்தாள்... என்னை முறைத்துப் பார்த்தபடியே இருந்தாள்... எதற்காகவோ... யாருக்காகவோ காத்திருக்கிறாள் என்பது புரிந்தது...

கோபம்... கேவலம்... ஏளனம்... எல்லாம் அவளது பார்வையிலே தெறித்தது...

‘நீயெல்லாம் ஒரு ஆண்மகனா....’ என்பது போல என்னைக் குத்தியது...

என்னால் அவளை நேருக்கு நேர் முகம் பார்க்க முடியவில்லை... கூச்சப்பட்டு... கூனிக்குறுகி... கைகட்டி... வாய்மூடி மௌனமாக இருந்தேன்...

காவல்நிலையத்திலே விசாரணைக்காக கால் மடக்கி கைகட்டி அமர்ந்திருக்கும் குற்றவாளியைப் போல...

அவள் முன் உட்காரவே அருவருப்பாக இருந்தது எனக்கு...!

அவளது அலைபேசி மீண்டும் ஒலித்தது...

அவள் காதிலே வைத்து... யாரோ ஏதோ சொல்வதைக் கேட்டுக் கொண்டே இருந்தாள்...

“ம்....ம்....ம்... சரி....... ம்..... அதெல்லாம் இல்ல.... ம்.... வேண்டாம்... வேண்டாம்... ம்.....”

எதிர்முனையிலே என்ன செய்தி வந்தது என்று எனக்குத் கேட்கவில்லை...

ஆனால்...

நடு நடுவே அவ்வப்போது என்னைத் திரும்பித் திரும்பி கேவலமாகப் பார்த்துப் பார்த்துப் பேசினாள்...

அப்படியானால் பேசக்கூடிய செய்தி என்னைப் பற்றித் தான் என நான் புரிந்து கொண்டேன்....!

திடீரென அவள் விழுந்து விழுந்து சிரித்தாள்... அவளால் அடக்கவே முடியவில்லை...!

இப்பொழுதும் நான் செய்வதறியாது பார்த்துக் கொண்டே தான் இருந்தேன்... இந்த நிலையிலே என்ன செய்ய முடியும் என்னால்.....?

அவள் தனது உரையாடலைத் தொடர்ந்தாள்...

“எல்லாரும் உங்கள மாதிரியே இருப்பாங்களா...

நீங்க ரெண்டு மூணு நாளைக்கிக் கூட ஆள விடவே மாட்டீங்களே... ஒரு வாரத்துக்கு ஒடம்பு வலி பின்னி எடுத்திருமே... சரி சரி... அதுகிட்ட பேசுங்க...”

அவள் என்னை ‘அது’ என்று குறிப்பிட்டாள்... யாரிடம் என்று தெரியவில்லை... சரியான வாடிக்கையாளனாகத் தான் இருக்க வேண்டும்...

அவளை... அவளது முறைப்படி சரியாகக் கையாண்டிருக்கிறான்... அதுதான் அத்தனை உரிமையோடு பேசினாள்... நடு நடுவே வாடா... போடா... என்று ஒருமையிலே கூட பேசினாள்...

இல்ல மாமா... வா மாமா... என்றும் ‘மாமா’ போட்டாள்....

ஒரே தொழிலிலே இருப்பவர்களோ என்னவோ...!

அலைபேசியை என்னிடம் கொடுத்தாள்....

நான் வாங்க மறுத்தேன்....

அவள் அதிகாரி போல மிரட்டினாள்...

“இந்தா... வாங்கு... பேசு...”

“யாரு...”

நான் வாங்கவில்லை....

“பேசணுமாம்...”

அவள் நீட்டியபடியே இருந்தாள்....

“யாரு... நான் எதுக்காக பேசணும்...?”

சற்று கோபமாகக் கேட்டேன்.....

“அய்யே... உங்கிட்டதான் பேசணுமாம்... இந்தப்பகுதி காவல்துறை கண்காணிப்பாளர் பேசுறாரு...”

எனக்கு குப்பென்று வியர்த்தது....!

அந்த அறையே தலைகீழாகச் சுற்றியது....

ஐயோ... காவல்துறை அதிகாரியிடமா அத்தனை நெருக்கமாகப் பேசினாள்....?

வாடா... போடா... மாமா... இப்படியெல்லாம்...!

நடுங்கிப் போனேன்....

விடுதி அறை...

நள்ளிரவு...

மதுபோதை...

அருகே ஒரு பெண்...

நிலமையை நினைக்கும் போது தலை சுற்றியது எனக்கு....!

காவல் நிலையம்...

கைது...

விலங்கு...

காப்பக அறை...

விசாரணை...

காவல்நிலைய சாப்பாடு...

நீதிமன்றம்...

வழக்கு...

தண்டனை...

சிறை...!

என் நதியே...

நீ அழுது புலம்பும் உனது முகம்...

இத்தனையும் நொடிப் பொழுதிலே திகில் காட்சிகளாய் அறிவிலே பதிவாகி... அதிர்ச்சியைக் கொடுத்தன....

வியர்த்துக் கொட்டிய முகத்தைக் கைகளால் துடைத்தேன்.... கைகளிலே என்னையறியாமலே நடுக்கம்...

ஆனால்..... நடுக்கம் எனக்குத்தான்...

அவளுக்கில்லை.....

அவளே அதிகாரியாக மாறி அதட்டினாள்....

"இந்தா... வாங்கி பேசு... அதிகாரி ரொம்ப கோவக்காரரு... "

அடித்தாலும் அடிப்பாள் போல பயமாக இருந்தது....

அவளிடம் அத்தனை அதிகாரம் வெளிப்பட்டது....

என்ன சூழல் மாற்றம்... சற்று முன் விலை மாதுவாக தெரிந்தவள்... இப்பொழுது விபரீத மாதுவாகத் தெரிகிறாள்...

நான் அவள் முன்பு ஒரு கைதியைப் போல கூனிக் குறுகி நின்றேன்... கொஞ்ச நேரம் போனால் அழுது விடுவேன்....!

வேறு வழியில்லை... எலிப் பொறியிலே சிக்கியாயிற்று..... இனி பூனை வாயிலே சிக்காமல்... சிக்கலிலிருந்து தப்புவது எப்படி.... ?

நடுங்கும் கையால் அலைபேசியை வாங்கினேன்..... காதிலே வைத்தேன்....

உண்மையிலேயே மறுமுனையிலே பேசியது காவல் கண்காணிப்பாளர் தான்....

"எந்த ஊருப்பா....."

எந்த ஊரைச் சொல்வது... ?

உண்மையான ஊரைச் சொல்வதா... எப்படிச் சொல்ல முடியும்.... போலியான பெயரைச் சொல்லி விடலாமா..

பேச பயந்து சற்று தாமத்திதேன்....

அவள் எனது குழப்பத்தைப் பார்த்து சிரித்துக் கொண்டே இருந்தாள்...

"ஆங்..."

காவல் அதிகாரியின் குரல் இன்னும் பயமுறுத்தியது....

"சென்னைங்க....."

வேறு வழியில்லை... பொய் சொல்ல வரவில்லை எனக்கு....

"சொந்த ஊரச் சொல்றியா... இல்ல போலியான ஊரு பேர சொல்றியா...."

இதுதான் விதி... சட்டென்று அவர் கேட்டவுடனே போலியான பெயரைச் சொல்லலியிருந்தாலும் நம்பியிருப்பார்...

ஒரு சிறிய தயக்கம் காட்டிச் சொன்னதால்... உண்மையான பெயரும் போலியாகத் தெரிகிறது... அந்த அதிகாரியின் குரலிலே கொஞ்சம் கோபம் வெளிப்பட்டது....

“ம்... வந்தா வந்த இடத்துல வந்த வேலையப் பாத்துட்டு வாலச்சுருட்டிகிட்டு இருக்கணும்... இந்த மாதிரி ஏடாகூடமான வேலையெல்லாம் செஞ்சா காவல்துறை பாத்துகிட்டு சும்மா இருக்குமா... கம்பி எண்ணனும்னு ஆசையா இருக்கா... ”

உடல் முழுவதும் வெடவெடவென ஆடிப் போனது எனக்கு...

கடவுளே... இது... என் நதி உனக்குத் தெரிந்தால் என்ன ஆகும்... மென்மையான பூவாயிற்றே நீ...

தீப்பந்து கொண்டு சுட்டது போல சுறுங்கி சுருண்டு விடுவாயே...! அத்தனை கடவுள்களையும் ஒட்டு மொத்தமாக வேண்டிக் கொண்டேன்....

எதிர்முனை காவல் அதிகாரியின் குரல் இன்னும் அதிகாரமாக மிரட்டியது....

“தம்பி... என்ன பேசாம இருக்கீங்க.... ?”

“நான் ஒரு தப்பும் பண்ணலீங்களே...”

“சரி... எதுக்கு இந்த மாதிரி பொண்ணுங்கள விடுதிக்கு கூப்பிட்டீங்க.... கூப்பிட்டா காதும் காதும் வச்சமாதிரி வேலைய முடிச்சிட்டு அனுப்பிறணும்னு தெரியாது... ? பிரச்சினையாகாம பாத்துக்கங்க... ரொம்ப நல்ல பொண்ணுய்யா அது... அந்தப் பொண்ணப்பத்தி எனக்கு நல்லாத் தெரியும்...”

அவர் அலைபேசியை அணைத்து விட்டார்...

அடப்பாவமே... என்ன நாடுடா இது... தவறான தொழில் செய்பவளை தண்டிக்க வேண்டிய காவல்துறை அதிகாரியே... அவளுக்கு ஆதரவாகப் பேசுகிறாரே.... அவள் மிக நல்ல பெண் என்று சான்றிதழ் வேறு தருகிறார்....

கூட்டுத் தொழில்தானே... வாங்குகிற பங்குக்கு நன்றி மறக்காமல் செய்கிறாரோ....

அந்தப் பெண் வாங்கும் பதினைந்தாயிரத்திலே... ஐந்தாயிரம் அந்த அதிகாரிக்குத்தானே....

பணம் எத்தனை கறைப்பட்டு வந்தாலென்ன.....

அது பணமாயிற்றே.....

காவல்துறை என்ன....

அரசே அதை அங்கீகரிக்கிறதே...

சட்டம்...

ஒழுங்கு...

நீதி...

நேர்மை...

நாணயம்...

நம்பிக்கை...

இவையெல்லாம்... ரூபாய் நோட்டுக்கள் கொண்டு கண் கட்டப்பட்டு விட்டன...

கையிலே கட்டுக்கட்டாகப் பணம் இருக்கிறதா...

எந்தப் பாவத்தையும் செய்துவிட்டு தலைவன் என்று பட்டம் போட்டுக் கொள்ளலாம்...

அதற்கு வாழ்க என குரல் எழுப்பவும் மக்களைத் தயார்படுத்தி விட்டார்கள் நமது அரசியல் தியாகத் தலைவர்கள்...!

அந்த அதிகாரியும்... அவ்வப்போது அவளிடம் அலுப்புத்தீர்க்க வருகிறவராம்.... அதற்கு பணமும் தருவதில்லை.... இரவல் சேவை...

இந்த தொழிலிலும் கையூட்டு...!

இந்த இலட்சணத்திலே போகிறது நாடு...!

இப்பொழுது அந்த அதிகாரியை விட அவளிடம் தான் பயமாக இருந்தது எனக்கு..... அவளை எப்படி சமாளிப்பது என்று தெரியவில்லை... கொஞ்சம் முன்னெச்சரிகையாகவும்... மரியாதையுடனுமே பேசினேன்....

“அம்மா... நான் உங்கள ஒண்ணுமே சொல்லலயே... அந்த அதிகாரி என்ன தவறாப் பேசுறாரே.... இப்ப நான் என்ன செய்யணும்.....”

எனது பரிதாப நிலையைப் பார்த்துக்கொண்டே இருந்த அந்தப் பெண்... கொஞ்சம் இரக்கப்பட்டது போலப் பேசினாள்......

“நிய்யி ஒண்ணும் பண்ண மாட்ட... அப்புறம் நான் இங்க இருந்து என்ன பண்றது... சரி... இந்த நேரத்துல நான் எப்படி வெளிய போறது...

அதுக்காகத்தான் அதிகாரிகிட்ட பேசினேன்...”

நான் பரபரப்பாக இயங்கினேன்...

“வேண்டாம்மா... நீங்க போக வேண்டாம்....”

இப்பொழுது அவள் எனக்கு அதிகாரி போல...! அவளை நான் கட்டாயம் சமாளித்தாக வேண்டும்....

அன்று இரவு அந்த அறையிலே தங்குவதற்காக... காவல்துறை அதிகாரியை அழைத்து அவளது செல்வாக்கை நிரூபித்துக் கொண்டாள் என்பது எனக்குப் புரிந்து விட்டது....

“நீங்க படுக்கையிலேயே படுத்து உறங்குங்க.... நான் இந்த மூலையில போயி தரையில உக்காந்துக்கிறேன்... தாராளமா நீங்க காலையிலயே போகலாம்.....”

அவளை கையெடுத்துக் கும்பிட்டேன்...

எனது நடவடிக்கைகளையும்... படபடப்பையும்... கோணங்கித் தனமான வளைவு நெளிவுகளையும்... அந்தப் பெண் பார்த்துக் கொண்டே இருந்தாள்...

சிரிப்பு வந்துவிட்டது அவளுக்கு.... அவளுடைய நடவடிக்கைகள் முற்றிலும் இங்கிதமாக மாறிவிட்டன...!

“என்னைய பிடிக்கலையா....”

செல்லமாக கொஞ்சு மொழியிலே குழைந்தாள்....!

“ஐயோ... ரொம்பப் பிடிக்குதுங்க....”

படாரென யோசிக்காமலே பதில் சொன்னேன்...

“பெறகெதுக்கு வேணாங்கற....”

இது அதைவிட சிணுங்கல்... ஏதோ ஒரு வகையிலே என்னை அவளுக்குப் பிடித்துவிட்டது என்பதை... அவளுடைய நளினமான நடவடிக்கைகள் எடுத்துக் காட்டின.....!

“எனக்கு கல்யாணம் ஆயிடுச்சுங்க...”

“உன் கூட வந்தானுகளே... அவனுங்களுக்குந்தான் கல்யாணம் ஆயிடுச்சு... புகுந்து வெளயாட்றானுங்க...”

நான் அமைதியாக இருந்தேன்....

“உனக்கு எப்பிடிப் பிடிக்கும்னு சொல்லு... அதுமாதிரி நடந்துக்கறேன்....”

இரக்கமாகப் பேசினாள்.... இன்னும் அவள் தயாராகத்தான் இருந்தாள்... ஒப்புக்கொண்ட வேலையை முடிக்காமல் ஊதியம் வாங்குவதில்லை என்கிற அவளது தொழில் தர்மத்திலே அவள் உறுதியாக இருந்தாள்....!

அவளிடமிருந்து தப்பிவிட வேண்டுமென்பதிலே நானும் உறுதியாக இருந்தேன்....!

“இல்லீங்க... வேண்டாம்... நீங்க படுத்துக்கங்க...”

எனக்கு வேண்டியதெல்லாம் என் பெயர் வெளியே வரக்கூடாது...

அது என் நதி... உனக்குத் தெரிந்து விபரீதம் ஆகக்கூடாது... என்பது தான்....!

அவள் எந்த அறிவிப்புமின்றி... எந்த சங்கடமுமின்றி... எந்த விதமான கூச்சமுமின்றி.... சட்டென்று படுக்கையிலே படுத்துவிட்டாள்..... எனக்கு அதிசயமாக இருந்தது.....

இது என்ன பிறவி..... ?

இது என்ன வாழ்க்கை..... ?

இவளது உலகம் என்ன உலகம்..... ?

எதை நோக்கி இவளின் பயணம்... ?

ஒன்றுமே புரியவில்லை...

படுத்தவள் ‘வெடுக்’ கென்று மீண்டும் தலை தூக்கினாள்....

உரக்கக் குரல் கொடுத்தாள்...

“இந்தா...”

பதறிப்போனேன்....

“சொல்லுங்கம்மா...”

“காலையில அஞ்சு மணிக்கி எழுப்பி விடு...”

“சரிங்கம்மா...”

“தூங்கிடாத... பொழுது விடுஞ்சா வெளிய போக முடியாது... அப்பிடியே காலையில அஞ்சு மணிக்கு ஒரு தேநீர் சொல்லிரு... எழுந்தவுடனே குடிக்கணும்...”

சொல்லிவிட்டு மீண்டும் படுத்தாள்....

எனக்கென்னவோ ஏதோ சிக்கலிலே மாட்டிக்கொண்டு விட்டேனோ என்கிற பயம் இருந்துகொண்டே இருந்தது...

செய்யக்கூடிய தகாத செயலைச் செய்துவிட்டால்... தேவையில்லாத பயமும்... கிலியும் சூழ்ந்து கலவரப்படுத்திக் கொண்டே இருக்குமே...

அது போல...!

அந்த காவல்துறை கண்காணிப்பாளரின் மிரட்டல் குரல் இன்னும் என்னைவிட்டுப் போகவில்லை.....

அந்தப் பெண்ணையே அழைத்தேன்.....

“என்னங்க... என்னங்க...”

“என்ன...”

கொஞ்சம் எரிச்சலோடு தான் பதில் சொன்னாள்...

“இல்ல அந்த அதிகாரி உங்களுக்கு ரொம்ப வேண்டியவரா....”

“ஆமா... ஏன்....”

“இரவு சோதனைக்கு வருவாரா....”

“வந்தாலும் வருவாரு...”

“அவருகிட்ட என்னபத்தி கொஞ்சம் நல்லபடியா சொல்லி வைய்யிங்க...”

அவள் கொஞ்சம் முறைத்தாள்... எனது பயம் அவளுக்கு எரிச்சலாக இருந்தது....

“பேசாம படுப்பா...”

அவள் படுத்துவிட்டாள்....

“அம்மா...”

மறுபடியும் அழைத்தேன்.....

“என்னப்பா... தூங்கவிடாம நொய்யி நொய்யின்னு... ஆம்பளயா நீ... என்னா சொல்லு...”

நான் கையெடுத்துக் கும்பிட்டேன்...

“தயவு செஞ்சு இந்த விசயத்த யார்க்கிட்டயும் வெளிய சொல்லிடாதீங்கம்மா... உங்க காலுல கூட விழறேம்மா...”

உண்மையிலேயே நான் அதற்கும் தயாராகத் தான் இருந்தேன்...

“ஐயோ சாமி... நீ ஆளவிடு...”

சலிப்புடன் மீண்டும் படுத்துவிட்டாள்...

“இல்ல அந்த அதிகாரி...”

அவள் நான் பேசியதைக் கேட்கவே இல்லை...!

படுத்ததும் குறட்டைவிட்டாள்....!

அதுவும் முடிகிறது அவளாலே...!

நாம் படுத்தால் உறக்கம் வர இரண்டு மணி நேரமாவது ஆகிறது... இங்கே இவளுக்கு இது எப்படி சாத்தியம்...?

உண்மையிலேயே அவள் மூலமாக புதிய உலகத்தைப் பார்த்தேன்...

என்னை நானே செருப்பால் அடித்துக்கொள்ள வேண்டும் போல இருந்தது....

என்னை இந்த நிலைக்கு ஆளாக்கிய எனது நண்பர்கள் இந்த நேரத்திலே கையிலே கிடைத்தால்... அந்த முட்டாள்களை கரும்பிலிருந்து சாறு பிழிவது போல பிழிந்து விடுவேன்....

திருமணமான பிறகு... மனைவியின் பாதுகாப்பிலிருந்து பிரிவது... ஒவ்வொரு நிமிடமும் ஆபத்துத் தான்...!

வெளியிலே போகும் கணவன் நல்லபடியாக திரும்பி வரவேண்டும் என்பது மனைவியின் வேண்டுதல்...

அவளது பாதுகாப்பு எல்லைகளை மீறி எவ்வளவு தூரத்திலே இருந்தாலும்... அவளது நினைவுகளே கணவனைப் பாதுகாக்கும்... இங்கேயும் என் நதி... உன்னுடைய சக்தி தான் என்னைப் பெரும் ஆபத்திலிருந்து மீட்டது....

நான் ஓரிடத்திலே மூலையிலே அமர்ந்தேன்.....

வேறு ஊர்... விடுதி அறை... பழக்கமில்லாத இடம்...!

தனிமை...

நள்ளிரவு...

மதுபோதை...

ஒரு விலைமாது...

அவள் படுக்கையிலே...

நான் தரையிலே...

காவல் அதிகாரியின் மிரட்டல்...!

இத்தனைக்கும் நடுவே ஒரே அமைதி...!

அந்த அமைதி.... அந்தப் பெண்ணைப் பற்றி சற்றே ஆராய வைத்தது...

இவளா விலை மகள்.... ?

இல்லை...!

கலைமகள்...!

பல கலைகள் பயின்ற தலைமகள்...!

காமம்...

அது மழை...

உணர்வூட்டும் மழை...

உடல் வறட்சி போக்கும் மழை...

அதை அவள் ஆண் வர்க்கத்தின் மீது பொழிகிறாள்...

சமுதாயத்திலே பல குற்றச் செயல்கள் நிகழாமல் தடுக்கிறாள்...

எனது ஆராய்ச்சியின் முடிவு அவளைப் பற்றி அப்படியும் அறிவிக்கிறது...!

இது என்ன விதமான அறிவோ...!

என்ன செய்வது என்று தெரியவில்லை... அறையைச் சுற்றி பார்வையை ஓடவிட்டேன்..... உண்மையிலேயே ஒரு சிறைச்சாலை போலவே உணர்ந்தேன்....!

அந்த அமைதியைக் குலைக்கும் வகையிலே... அந்தப் பெண் உரத்த ஓசையிலே குறட்டைவிட்டாள்... அந்த ஓசை... அந்த அமைதியைக் குலைத்து பங்கப்படுத்தி... என்னையும் பயப்படுத்தியது....!

இந்த நேரத்திலே..... கணீரென்று எனது அலைபேசி உரக்க ஒலித்தது.....!

எனக்குப் பதட்டமாகிவிட்டது....!

அந்த அலைபேசியின் ஓசை... அங்கே உறங்கும் அந்தப் பெண்ணை எழுப்பி விட்டால் பேயாட்டம் போடுவாளே... தூக்கத்தைக் கெடுத்துவிட்டேன் என்று...!

எடுப்பதா வேண்டாமா...

அலைபேசிக்குத் தெரியுமா எனது அவல நிலை...

அது இடைவிடாமல் அபாய ஒலியை எழுப்பிக் கொண்டேயிருந்தது....

எங்கிருந்து அழைப்பு என பார்த்தேன்....

வந்த அழைப்பு சென்னையிலிருந்து...!

தெரியாத எண்... இந்த நேரத்திலே யாராக இருக்கும்... ?

இந்த செய்தி சென்னை வரை பரவி விட்டதோ... விபரீதமாக ஏதும் நிகழ்ந்து விட்டதா...

அலைபேசி தானாக அணைந்தது...

சிறிது அமைதி...

மீண்டும் ஒலித்தது... நானே அணைத்துவிட்டேன்...

அது விடவில்லை... மீண்டும் அழைத்தது... எனக்கு பயம் பற்றிக் கொண்டது....

ஒருவேளை நதி... நீ அழைக்கிறாயா... நான் ஊரில் இல்லையே என்று... ஆனால் எண் உன்னுடைய எண் இல்லையே...

உனது எண்ணாக இருந்தாலும் இப்போதிருக்கும் சூழலிலே எப்படி நாம் பேசுவது...

குரல் நடுங்கும்... வார்த்தைகள் குழறும்... தெளிவாகப் பேச்சு வராது...

நான் ஆபத்திலிருக்கிறேன் என்பதை நீ எளிதிலே கண்டுபிடித்து விடுவாய்...!

அலைபேசியை அலரட்டும் என்று அதன் போக்கிலே விட்டுவிட்டேன்...

ஆனால் அலைபேசி என்னை விடவில்லை...

அது அணைந்து அணைந்து.... ஒலி எழுப்பிக் கொண்டே இருந்தது....

நான் நினைத்தது போல நிகழ்ந்தே விட்டது.....

உறங்கிய அந்தப் பெண் உறக்கத்திலேயே கத்தினாள்...

“இந்தா... சனியனே... அதான் கத்திக்கிட்டே இருக்கே தெரியல....? தூங்க வேண்டம்... ? எடுத்து பேசித்தொல...”

வேறு வழியில்லை.... அவளுக்காகவாவது பேசியாக வேண்டும்.... அலைபேசியை அவரசமாக எடுத்துப் பேசினேன்....

எதிர்முனை பேசியது...

இல்லை...

கொள்ளிக் குவியலை எனது காதிலே கொட்டி மூளையை உருக்கி... உடலை உலுக்கிவிட்டது...

17. வந்த செய்தி அப்படி...!

வந்த செய்தி அப்படி...!

"தலயில பலமான காயம்..."

எனது தலை கிறுகிறுவென சுற்றியது...

"இரத்தம் நெறைய வெளியேறிடுச்சு..."

எனது இரத்தம் உறையத் தொடங்கியது....

"கால் எலும்பு முறிவு ஏற்பட்டிருக்கு..."

எனது கால்கள் நிற்க முடியாமல் தடுமாறின.. அடி வயிற்றிலிருந்து மூச்சுக் கிளம்பி தொண்டைக் குழியை அடைத்து சுவாசத்தை நிறுத்த முயற்சித்தது...

இவ்வளவும் நிகழ்ந்தது யாருக்கு... ?

என் நதி உனக்கு...!

எனது நிலையை யோசித்து பார் கண்ணே...

உனக்கு விபத்து என்றால் எனது உயிரே பதறாதா...

உடைந்து சிதறிப் போனேன்....

என்னால் எப்படி தாங்கமுடியும்... சிதைந்ததுதான் போனேன்....

தட்டுத்தடுமாறி பக்கத்து அறைக்கு ஓடினேன்....

எனது நண்பர்களுக்குத் தெரிவித்தேன்.... அவர்களும் அதிர்ச்சியிலே பரபரப்பானார்கள்...

மூவர் மட்டுமே உடனடியாகப் புறப்பட்டோம்....

நான் தான் வாகனத்தை ஓட்டினேன்....

அதிவேகம் தான்.... அதைவிட என் மனம் வேகம்...

நான்கு மணி நேரப்பயணம்... இரண்டு மணி நேரத்திலே சென்னை வந்துவிட்டேன்...!

மருத்துவமனைக்குள்ளே ஓடினேன்... மருத்துவமனை முழுவதும் தேடினேன்.... நீ இருக்கும் அறையைக் கண்டு பிடித்தேன்....

எனக்கு நாடித்துடிப்பே அடங்குவது போல ஆகிவிட்டது....

அந்த மருத்துவமனைப் படுக்கையிலே நீ கிடந்த கோலம்... என்னை இடி போலத் தாக்கியது....

தலையிலே கட்டு...

காலிலே கட்டு...

கையிலே கட்டு...

லேசான காயம் என்றார்களே...!

என் நதியா இது... ?

கண் கொண்டு பார்க்க முடியவில்லையே...

எனக்குக் கருணையும்... காதலும்... அளவில்லாமல் அள்ளி அள்ளி வழங்கிய எனது குலதெய்வமே... உன்னை இந்த நிலையிலா நான் காண வேண்டும்...?

எனது உடலெல்லாம் தீப்பற்றி எரிகிறதே...

"நதி..."

அலறினேன்...
பாய்ந்து சென்று உன்னைத் தூக்கினேன்....
பலர் தடுத்தார்கள்...
தள்ளிவிட்டேன்.... உன்னைத் தூக்கி எனது மடியிலே கிடத்தினேன்...
தேம்பித் தேம்பி அழுதேன்...
நதி... நதி! என்று கதறினேன்... நான் ஓட்டி வந்த வாகனம் "டமார்" என்று இடித்து நின்றது.....!
விபத்து.....!
ஆம்.... விபத்துத்தான்....!
கோர விபத்து.....!
உன்னைப் பற்றி நான் கண்ட எனது கொடூர கனவு கலைந்தது...!
அப்படியே இடிந்து போய் வாகனத்துக்குள்ளேயே அமர்ந்திருந்தேன்...
மூச்சுப் பேச்சில்லை...
ஆனாலும் ஆபத்து ஏதும் இல்லை...!
நண்பர்கள் பயந்து போனார்கள்...
எனது முகத்திலே தண்ணீர் அடித்தார்கள்....
ஆசுவாசப் படுத்தினார்கள்.... கண் விழித்ததும் 'நதி' என்று தான் அலறினேன்.... வாகனத்தை விட்டு இறங்கி சாலையிலே ஓட ஆரம்பித்தேன்...
எனது நண்பர்கள் பிடித்து இழுத்து... மறுபடியும் வாகனத்தினுள்ளே போட்டார்கள்....
"அடப்பாவி... நதி... நதி...ன்னு சொல்லி எங்க விதிய முடிக்கப் பாத்தியே..."
என்னைத் தள்ளி அமர வைத்துவிட்டு... நண்பன் வாகனத்தை ஓட்டினான்...
என்ன தான் அவன் வேகமாக ஓட்டினாலும் நீலாங்கரையைத் தாண்டிய பின்... வாகனத்தை வேகமாக செலுத்த இயலவில்லை... போக்குவரத்து நெரிசல்... நகரவிடாமல் அடைத்துக் கொண்டது...!
எனக்கு இருப்புக் கொள்ளவில்லை... 'நதி நதி' என்று புலம்பிக் கொண்டே வந்தேன்....!
சாலையிலே போய் வந்து கொண்டிருக்கும் எந்த வாகன ஓட்டிகளுக்கும் மற்றவர்களுடைய அவசரத்தைப் பற்றி அக்கறையே இல்லை... கட்டுப்பாடுகள் இல்லை... ஒழுங்கு இல்லை...!
வாய்க்கு வந்தபடி... இதுவரை நான் பேசாத கெட்ட வார்த்தைகளையெல்லாம் சொல்லி அவர்களை வசைபாடினேன்....
அவர்களுக்குத் தெரியுமா நதி... உன் மீது நான் வைத்திருக்கும் காதல்....
என்னைப் போல எத்தனை பேருக்கு அவசரமோ... ஆபத்தோ...!
ஒரு வழியாக போக்குவரத்து நெரிசலைக் கடந்து வீடு வந்து சேர காலை பத்து மணிக்கு மேலாகிவிட்டது...
வீட்டிற்குள்ளே நுழைந்த வாகனம் நிற்கக்கூட இல்லை....
கதவைத் திறந்து தாவிக் குதித்தேன்...
பாய்ந்து ஓடினேன்....
வாசலிலே தாத்தா...!
சடாரென்று நின்றேன்.... மூச்சு வாங்கினேன்....

தாத்தா முறைத்துப் பார்த்தார்...

கோபமாக எழுந்தார்..... ஒரு புழுவைப்போல என்னை ஊசி கொண்டு குத்துவது போலப் பார்த்தார்....

“ஏண்டா அவள தனியா விட்டுட்டுப் போன.... ?”

காட்டுப் புலி போலக் கத்தினார்....

எனக்கு பதில் சொல்ல முடியவில்லை... துக்கம் மூச்சடைக்க நான் பேசாமலே இருந்தேன்.... அழுகை முட்டிக் கொண்டு வந்தது...

ஓடிப்போய் தாத்தாவின் மார்பிலே சாய்ந்து விசும்பி விசும்பி அழுதேன்... குமுறினேன்... தாத்தா எவ்வளவோ சமாதானப் படுத்தினார்...

“ஏண்டா... ஏன் அழுற...”

“தப்புப் பண்ணிட்டேன் தாத்தா... நான் நதிய தனியா விட்டுட்டுப் போயிருக்கக் கூடாது...”

குமுறினேன்... எனது கண்ணீரால் அவரது சட்டையெல்லாம் ஈரமாயிற்று...

“அழாதடா... இப்ப என்ன ஆயிடுச்சு.... போ... உன் அறையில தான் இருக்கா... போயி பாரு... போ... போடா...”

அவர் எனது கண்களைத் துடைத்து... ஆறுதலாக உள்ளே அனுப்பி வைத்தார்.....

நான் தட்டுத்தடுமாறி எனது அறைக்குள்ளே நுழைந்தேன்.....

அங்கே...!

எனக்கு இன்னும் பேரதிர்ச்சி...!

நிற்க முடியவில்லை...

எனது கண்கள் பொய்க் காட்சியைக் காட்டுகின்றனவா.... ?

கண்முன்னே...

மொத்த அலங்காரமாய்....

தலை நிறைய மல்லிகைப்பூ உட்பட...

ஒரு புதுப்பெண் போல...

நீ...!

நான் திரும்பி ஓடிப்போய் தாத்தாவைப் பார்த்தேன்....

சற்று முன்பு காட்டுக் கத்தாகக் கூப்பாடு போட்டவர்...

இப்போது...

எதுவுமே நடக்காதது போல கோழி இறகு விட்டு... கண்களை மூடிக்கொண்டு காது குடைந்து கொண்டிருந்தார்.....

ஏதோ சதி நடக்கிறது இங்கே.... ?

அந்த சதிக்கு உடந்தை தாத்தா....

பெரிய குழப்பம் எனக்கு...

எத்தனை துக்கத்துடன்... எத்தனை வேகத்திலே... எத்தனை ஆபத்துக்களைக் கடந்து... ஒரு விபத்தையும் சந்தித்து வந்தேன்....!

நான் கனவு கண்டது...

நீ மருத்துவமனையிலே...

உடல் முழுக்க கட்டுப்போட்டு உருத்தெரியாமல்... சிதைந்து போய் கிடத்தப்பட்டிருப்பாய் என்று...

ஆனால் இப்போது....

எனது கண்முன்னே...

நீ....

அலங்கரிக்கப்பட்ட சிலையாக நிற்கிறாய்...!

உன் அருகே ஊர்ந்து வந்தேன்...

இமை கொட்டாமல் பார்த்தேன்...

நீயும் பார்த்தாய்...

உன்னிடம் சிரிப்பு... உன்னுடைய தனித்துவமான அந்த குமிழ்ச்சிரிப்பு....!

ஆனால்...

என்னால் அந்த சிரிப்பை ரசிக்க முடியவில்லை.... ஆத்திரம் பீறிட்டு வெளிப்பட்டது.... வெடித்துவிட்டேன்...!

பலம் கொண்ட மட்டும் ஓங்கி உனது கன்னத்திலே.... ஓர் அறை...!

வாழ்க்கையிலே முதல் முறையாக அடித்தேன்...

எனது கண்மணியை...!

கடைசி முறையும் அதுதான்...!

அந்த அதிர்விலே எனது கண்களிலே தேங்கி நின்ற கண்ணீர் தாரை தாரையாக வழிய ஆரம்பித்துவிட்டது....!

ஆனால்...

அப்பொழுதும் உனது முகத்திலே நமட்டுச் சிரிப்பு... அவ்வளவு பெரிய அறை வாங்கிய பிறகும் கூட...!

உனக்கு வலித்துத்தான் இருக்கும்...

எனக்கும் வலித்தது... எனது நதியை அறைந்து விட்டேன் என்று...! சடாரென்று உன்னை கட்டிக் கொண்டேன்... ஆரத்தழுவினேன்...

உனது முகம்...

தலை...

கை...

கழுத்து...

எல்லா பகுதிகளிலும் பரபரப்பாக எனது கைகள் பரவின...!

எனது கண்கள் பொழிவை மட்டும் நிறுத்தவே இல்லை... ஆனந்தத் துக்கம் மேலிட்டது.... ஒரு குழந்தையாக மாறி விசும்பத் துவங்கினேன்....

கடவுளே கடவுளே... என் நதிக்கு எந்த ஆபத்தும் இல்லை..!

நானே மறுபிறவி எடுத்தது போல உணர்ந்தேன்...

"என்ன நதி... ஏன் இப்பிடி பொய்யா ஒரு தகவல் குடுத்த... ?"

கொஞ்சம் அழுகையுடனும் தழுதழுத்த குரலுடனும் கேட்டேன்.....

"உங்கள உடனே வரவைக்கத் தான்..."

என்ன காரணமோ தெரியவில்லை..... நீ குறும்புச் சிரிப்புடனும் சிறிய குதுகலக் கலப்புடனும் பதில் சொன்னாய்......

"எவ்வளவு ஆபத்தான பயணம் தெரியுமா..."

மறுபடியும் நான் அழுதேன்.....

இது ஆனந்தம் கலந்த அழுகை...

உனக்கு ஆபத்து இல்லையென்று...!
கண்களைத் துடைத்தும் கண்ணீர் தடைப்படவில்லை....
எனது கண்ணீரை பார்த்துக் கொண்டே நின்றாய் நீ...
மந்திரம் கலந்த புன்னகையுடன்... அதை ரசித்தாய்...
அருகிலே வந்தாய்...
நடந்து அல்ல...
நகர்ந்து...!
என்னை அன்போடு தழுவிக் கொண்டாய்....!
இது....
ஆனந்தத்திலே உருவான அணைப்பு....!
மெதுவாக தோள் பிடித்து என்னை நிமிர்த்தினாய்....
எனது அழுத முகத்தைக் கண்ணுற்றாய்... கண்ணீர் துடைத்தாய்....
அப்போது தான் நான் உனது விழிகளைக் கூர்ந்து ஆராய்ந்தேன்...!
அவை..... புரியாத புதிய மொழியிலே பேசி... எனக்கு ஏதோ ஒரு புதிய தகவலை அறிவிப்புச் செய்து... புரிய வைக்க முயற்சித்தன...!
புரியாமல் பார்த்தபடியே இருந்தேன் நான்....
உனது விழிகள் ஏதோ ஒரு ரகசியத்தை என்னிடம் சொல்லி விட எத்தனித்தன... உனது விழிகள் உதிர்த்த முதிர்ந்த மொழிகளைப் புரிந்துகொள்ள என்னால் இயலவில்லை...
இதுவரை உனது முகத்திலே நான் இப்படி ஓர் உணர்வை பார்த்ததில்லை...!
எனக்குக் குழப்பம்...
எனது விழி வழியே... மொழி ஆயிரம் பேசி உன்னிடம் வினவினேன்....
நீ... மெதுவாக எனது கையைப் பிடித்தாய்... உனது அடிவயிற்றிலே கொண்டு போய் பதிய வைத்தாய்...
நான் உனது முகத்தையும் வயிற்றையும் மாறி மாறி பார்த்தேன்....! மறுபடியும் ஒரு மாயமான புன்னகையை... உனது உதடுகள் உதிர்த்தன...
ஏதோ ஒரு பெரிய மர்மக் கதை நிகழ்ந்திருக்கிறது... அது என்ன...?
புரிந்துவிட்டது எனக்கு.....!
சிலீரென்று எனக்குள்ளே ஓர் ஆனந்தத் துள்ளல் துளிர்விட்டது...
உனது வயிற்றுப் பகுதியிலிருந்து ஒரு குளிர்ச்சியான உணர்வு... எனது கை வழியாகப் பரவி. இதயத்திலே ஊடுருவியது... !
எனது உடல் முழுவதும் குளிர் கூடியது....
சிலிர்த்தது...
சிந்தையிலே பூ பூத்தது....
இப்பொழுது.....
உனது முகத்திலே தீபாவளித் திருவிழா...
நாணப்பட்டாசுகள் வெடித்துச் சிதறின...
அதுவும்...
நீ...
எனது முகத்தைப் பாராமலே வேறு பக்கம் முகம் திருப்பிக் கொண்டிருந்தாய்...

மீண்டும் எனது முகம் பார்த்தாய்... அந்தப் பார்வையிலே ஒரு முக்கிய அறிவிப்பு தெரிந்தது... நான் உனது முகத்தைவிட்டு எனது விழிகளை நகர்த்தவே இல்லை...!

ஆழமான ஆராய்ச்சி.....

"அப்பிடீன்னா..."

இது கேள்வியில்லை...

அங்கீகாரம்...!

ஒரு புதிய உணர்வின் தனி முத்திரை....!

எனது சந்தேகம் இன்னும் லேசாக ஒட்டிக் கொண்டிருந்தது... நீ அதைத் தெளிவு படுத்தினாய்...!

"ஆமா....! வாசுதேவனுடைய குட்டி....!

ரெண்டு மாசம் ஆச்சு....!

நேத்து சாயந்தரந்தான் மருத்துவர் உறுதிப்படுத்தினாங்க... உங்கள உடனே வர வைக்கத்தான் இப்படியொரு திட்டம்..."

நீ பனிக்கட்டியை வீசி எறிந்தது போல... குளிர்ச்சியான வார்த்தைகளை என் மீது வீசினாய்.....

நிலை கொள்ளவில்லை எனக்கு.....

தலைக்கனம் மெல்ல தலை தூக்கியது.....

வாழ்கையின் திருப்புமுனை...

நமது உறவுக்கு சாட்சி...

மூன்றாவதாக ஓர் உயிர் நீட்சி....!

அது எனக்கு மாட்சி...

வெறும் வாசுதேவனாக இருந்த எனது பெயர் மாறுகிறது....!

'அப்பா...'

எனது பதவி மாறுகிறது....

சமூகத்திலே மரியாதை உயரப்போகிறது.... அதைக் கொடுத்தவள் நீ....!

இது பெண் இனத்தின் பெருமை... தியாகம்... தனித்தவம்...!

அப்பா...

தாத்தா...

குடும்பம்...

பரம்பரை......

என்று எல்லாவும் தந்து... தானும் பெருமையடைகிறவள் பெண்...!

ஆணுக்கென்று எதுவுமே இல்லை...!

இனி.....

நான் வெறும் வாசுதேவன் இல்லை...

அப்பா வாசுதேவன்...

இன்னொரு பெயருடன் எனது பெயரும் இணைக்கப்படும்...!

இங்கே...

கடற்கரையிலே...

கடிதம் எழுதுமிடத்திலே...

இன்பக்குளிர் கூடி... இசைவோடு அமர்ந்திருந்தேன்...
கடிதம் எழுதுவதை நிறுத்தி...!
மனசுக்குள்ளே ஆனந்தம் அலை பாய்கிறது...
எனது தந்தை நிலை நினைத்து உணர்ச்சி வசப்படுகிறேன்...!
இருந்தாலும்... இப்படி ஒரு வன்முறையிலே தான் இதை என்னிடம் தெரிவிக்க வேண்டுமா அன்பே...!
வான்மதியின் இடைவிடாத அரிப்பு...
அச்சுறுத்தல்...
தூக்கிலே தொங்குவது போல அலங்கோல நிலையிலே நீ...
மருத்துவமனை சம்பிரதாயங்கள்...
வழியிலே விபத்து...
ஏன் இது போல தீய சகுனங்களாகத் தோன்றுகின்றன...
ஏதாவது பெரிதாக தீமை விளையப் போவதன் முன் அறிவிப்பா....?
பயம் என்னை பதுக்கி வைத்துக் கொண்டது...
காரணம்... எனது இதயச் சுரங்கத்தினுள்ளே அரங்கம் அமைத்து ஆட்டம் போட்டுக் கொண்டிருக்கும் வன்மமான வான்மதி இரகசியம்...!
அடுத்த ஒரு வாரம் முழுவதும்... நான் உனது மடியிலேயே தஞ்சம் புகுந்தேன்.... அறையை விட்டு வெளியே வரவே இல்லை...!
இந்தச் சம்பவத்திற்குப் பிறகும்... அந்த ரகசியத்தை உன்னிடம் சொல்ல முடியுமா....?
இப்பொழுது நீ இரண்டு உயிர்... குடும்பமே உன்னைக் கொண்டாடிக் கொண்டிருந்தது...
சாதாரணமா.....?
எனது வாரிசு....!
நான் சொல்லும் உண்மையினால்... உனது மனம் மட்டும் அதிர்ச்சி அடையுமா... நமது வாரிசும் அல்லவா அதிர்வடையும்....
இப்போது இரண்டு பொறுப்புகள்... உன்னைப் பாதுகாக்க வேண்டும்... கருவிலே குடியிருக்கும் எனது குழந்தையையும் சேர்த்து பாதுகாக்க வேண்டும்....!
என்னைத் தாலாட்டிய உன்னை... எனது மடியிலேயே போட்டுத்தாலாட்டினேன்...
புதுப்புது மொழிகள் கண்டுபிடித்து உன்னைக் கொஞ்சினேன்...
அடிக்கடி உனது வயிற்றைத் தடவித் தடவிப் பார்த்தேன்...!
எனது இதயத்தின் இறுக்கமான பகுதிகளிலெல்லாம்... உன்னை சுருக்குப்போட்டு வைத்துக்கொண்டேன் அன்பே...!
எனது வாரிசை எப்பொழுது எனது கைகளிலே தருவாயென்று...!
ஏற்கெனவே எனக்கு நீ தாய்...
இப்பொழுது எனது குழந்தைக்கும் தாய்...
இதோ...
வாழ்வியல் காவியத்திலே நான்காவது அத்தியாயம் முடியப் போகிறது...
ஐந்தாவது அத்தியாயம் வெகுவிரைவிலே உதயமாகப் போகிறது.....!

ஒவ்வொரு அத்தியாயம் கரையும் போதும்... வயது கூடிக்கொண்டு... வாலிபம் கரைந்து கொண்டும் தான் போகிறது....

ஆனாலும் அந்தந்த நேரத்திலே கிடைக்கும் பேரின்பங்கள்... நமது வயது தேய்மானத்தை... நினைவுக்குக் கொண்டு வருவதில்லை...!

வாழ்வியலின் பல மாற்றங்கள் நம்மையும் கடந்து சென்று கொண்டிருந்தன...

நாமும் பல பருவங்களைக் கடந்து கொண்டிருந்தோம்...

இப்போதுதான்... அந்த இன்னொரு சம்பவம் நிகழ்ந்தது....

18. மாலை ஆறு மணி...

மாலை ஆறு மணியைத் தாண்டியிருந்தது... வெளியே சென்றிருந்த நான் மிக ஆவலாக வீட்டுக்கு வந்தேன்....

வாசலிலே சில புதிய செருப்புகள்....

ஆணுக்குரியதும்... பெண்ணுக்குரியதும் ...

யார் வந்திருக்கிறார்கள்...?

குழப்பத்தோடு உள்ளே நுழைந்தேன்.....

அதிர்ச்சி ..

பேரதிர்ச்சி...

தலையிலே பெரிடி தாக்கியது போல...

அங்கே...

எனது உடன் படித்த நண்பன்...

கதிரேசன்....!

ஒன்பதாம் வகுப்புக் கதிரேசன்....!

குற்றாலத்துக் கதிரேசன் ...!

வான்மதிக்கு காதல் கடிதம் எழுது எழுது என... எனக்கு பயிற்சி கொடுத்த குற்றவாளி கதிரேசன்....!

அவனேதான்.....!

அவனது மனைவியோடு வந்திருந்தான்....!

அவன் கதிரேசன் என்பதைக் கண்டுபிடிக்கவே கொஞ்ச நேரம் தாமதமாகிவிட்டது...!

முகம் முன்பு பார்த்தது போலில்லை.... அடையாளமே தெரியாமல் மாறிவிட்டிருந்தான்.....

ஐயோ இவனா.....!

அவனை அடையாளம் தெரிந்து கொண்டதும்... இன்னும் அதிர்ச்சி...!

ஒன்பதாவது வகுப்பு...

வான்மதி...

குற்றாலம்...

விபத்து...

பார்வைகள்...

கடிதம்...

காட்சிகள் அத்தனையும் தோன்றிய வேகத்திலே மறைந்தன...!

எல்லாம் படபடவென வந்து மறைந்தன.... தலை சுற்றியது... கண்கள் மங்கலாயின.... குற்றவாளிகள் எந்த நிலையிலும் தப்பவே முடியாது என்பதை உறுதி செய்து கொண்டிருந்தான்... அந்த எமகாதகன் கதிரேசன்....!

சிலபேரை... தோற்றத்தை வைத்தே தராசு முள்போல எடைபோட்டு விடலாம்.

இரத்தச் சிவப்பேறிய கண்கள்...

சுருண்டு படர்ந்த தலை முடி...

கன்னத்திலே படர்ந்து கிடந்த மீசை...

குறுந்தாடி...

கெட்டவன் என்பதற்கு எத்தனை அடையாளங்கள் தேவையோ அத்தனையும் அவனிடம் அமோக விளைச்சல் கண்டிருந்தன...!

வெறும் பொம்மைகளாக பதித்திருந்த சிவப்பு நிற அரைக்கை சட்டையும்... கட்டம் போட்ட கால் சட்டையும் அணிந்து... அவனது பெரிய வயிறு... திமிறி புடைத்து வெளியிலே தொங்கும்படி... சட்டையை உள்ளே இறுக்கமாகத் திணித்திருந்தான்...

நாகரீகம் என்கிற பெயரிலே எல்லாம் செயற்கைத்தனம்... பார்க்கவே அருவருப்பாக இருந்தது.... நான் முகத்தைச் சுழித்துவிட்டேன்...

கல் காட்டில்... கல் விளையும்...

முட் காட்டில்... முள் விளையும்...

நெருஞ்சியிலே... பூ அழகு காட்டி தங்க நிறம் கூட்டி மலரும்... ஆயினும் அதன் அடிப்பகுதியிலே முட்கூட்டம் மறைந்து மண்டிக்கிடக்கும்...!

இந்தக் கதிரேசனைப் போல...!

அவனைப் பார்த்ததும் நான் அதிர்ந்து போய் நின்றுவிட்டேன்... பயம் பற்றிக் கொண்டது...

பகை தொடர வந்திருக்கிறானா...

பழிவாங்க வந்திருக்கிறானா...

இடுப்பிலே கத்தி வைத்திருப்பானா...

துப்பாக்கி வைத்திருப்பானா...

நச்சுப்பொருள் ஏதேனும் நயவஞ்சகமாக மறைத்து வைத்திருப்பானா...

வான்மதிச் சம்பவத்தை மையமாக வைத்து என்னிடம் பணம் பறிக்க வந்திருக்கிறானா...

எதையும் கணக்கிட எனது அறிவுக்கு ஆற்றல் போதவில்லை...!

நல்ல செயல்களுக்கும் இவனுக்கும் தொடர்பே கிடையாதே...

உன்னிடம் சொல்ல முடியாமல் எனக்குள் அடங்கி... என்னை ஆட்டிப்படைத்துக் கொண்டிருக்கும் அந்தத் தவறை செய்யத் தூண்டியவனே இவன் தானே...!

குற்றாலத்திலே வான்மதியின் பார்வையை காதல் என்று திரித்துக் கூறியவன் இவன் தான்....

கடிதம் எழுதிய கை தான் என்னுடையது..... கட்டளை... இயக்கம்.... உருவாக்கம் எல்லாம் இந்த கதிரேசனுடையது தான்....!

எல்லா திருவிளையாடல்களையும் நிகழ்த்திவிட்டு.... இப்பொழுது எனது வீட்டிற்கே தேடி வந்திருக்கிறானே எதற்கு.... ?

அது...

பதினான்கு வயது...

வாலிபனா... ?

பாலகனா... ?

பருவம் தொட்ட காலம் அல்ல...!

இளந்தளிர் காலம்...
முகத்திலே மீசை முளைவிட்டிருந்த வயது...
அந்த வயதிலே தான்....
அறிவிலே கல் விளையும் ...
மனதிலே முள் விளையும்...
எதையாவது செய்துவிட வேண்டும்...
யாருடனாவது சண்டையிட வேண்டும்...
வம்பை தும்பு முறுக்கி வலிய இழுத்து வரும் ஒன்பதாவது வகுப்பின் ஆரம்ப காலம்...
நானும் புதிது...
கதிரேசனும் புதிது...
வான்மதியும் புதிது...
புதிய நண்பர்கள் இணையும் தருணம்...
நிறைய நண்பர்கள் எனக்கு...
''கதிரேசன் பொல்லாதவன்...
அவன் கூட நட்பு வேண்டாம்...
அவன்கூட சேர்ந்தா நீயும் கெட்டுப் போயிடுவ...''
இது...
எனது நண்பன் சீனுகுமார்...
''அப்புறம் உன்னையும் கெட்டவன்னு சொல்லுவாங்க...''
இது பகவதி...
''அவன் தப்பு பண்ணிட்டு பழிய உன் மேல போட்ருவான்...''
இது சாந்தமூர்த்தி...
பல பேர்...
பல விதமாக எச்சரித்தார்கள்...
யாருடைய எச்சரிக்கையும் எனது அறிவிலே எட்டவில்லை...
வகுப்பிலே... நான் மட்டுமே கதிரேசனுடன் நட்பு பாராட்டினேன்...
உல்லாச பயணம்...
பேருந்து...
குற்றாலம்...
நீர்வீழ்ச்சி...
வான்மதி...
விபத்து...
விழிப் பார்வை...
இதுவரை தான் சரி...!
இதன் பின்பு நிகழ்ந்தவை எல்லாம் சதி...!
இந்த சதிக்கு மொத்த சொந்தக்காரன் கதிரேசன்...
வான்மதியின் கடிதம்... அல்ல அல்ல... காதல் கடிதம்...
விரைவு பெற்றது...
கதிரேசனின் வழிகாட்டுதலின் படி...!

அதுவரைக்கும் அவன் எனது உற்ற நண்பன்...

கடிதம்... தலைமை ஆசிரியரின் பார்வைக்கு போனது...

எனது பார்வையிலும்... அறிவிலும் தெளிவு பிறந்தது...

வான்மதியின் வாழ்க்கை தடம் புரண்டது...

அதன் பிறகு தான்...

கதிரேசன் கெட்டவன் என்பதை புரிந்து கொண்டேன் நான்...!

விபரீத விளையாட்டு நிகழ்த்தியது... கடிதம்...!

தடைப்பட்டது.... எனது படிப்பு...

கோபம் பாய்ந்தது... கதிரேசன் மீது...

சண்டை...

அடிதடி...

எனது நண்பர்களுடன் சேர்ந்து கதிரேசனை நைய்யப் புடைத்தேன்...

கதிரேசனும் என்னை திருப்பி அடித்தான்...

அவனுக்கு வாயிலே இரத்தம்...

எனக்கு மூக்கிலே இரத்தம்...

ஆசிரியர்கள் காதுக்கு எட்டியது செய்தி...

கதிரேசனையும்..... என்னையும் பிரித்தார்கள்...

வேறு வேறு வகுப்பிற்க்கு அனுப்பினார்கள்...!

எங்களது பெரும் போருக்குப் பிறகு...

அந்தக் கதிரேசனை... இப்பொழுது தான் பார்க்கிறேன்...

அதே கோபம்... இப்பொழுதும்...

எனது மூக்கைத் தொட்டுப் பார்த்துக் கொண்டேன்... நான்...

தனது தாடையை தடவிப் பார்த்து கொண்டான்.... அவன்...

ஆனாலும்...

இருவரும் சிரிப்பது போல நடித்துக் கொண்டோம்...

படுபாவி... எதற்கும் துணிந்தவன்.....!

அதற்கெல்லாம் பழிவாங்குவதற்காக... இத்தனை ஆண்டுகள் கழித்து... என்னைத் தேடிக் கண்டுபிடித்து உண்மையைச் சொல்லி... உன்னிடம் எனக்கு அவப்பெயர் ஏற்படுத்த வந்திருக்கிறானா.... ?

தீயிலே நன்றாகச் சுட்டு பழுக்கக் காய்ச்சிய ஓர் இரும்புத் துண்டை எடுத்து வாயிலே திணித்து... அது அடி வயிறு வரை சுட்டுப் பொசுக்கியபடியே நகர்ந்து போவது போன்ற பயங்கரமான உணர்வு... எனக்கு...

தாங்க முடியாத வலி...!

உன்னைப் பற்றி நான் கண்ட கெட்ட கனவைவிடக் கொடூரமானது அது...!

எவ்வளவு நேரத்திற்கு முன்பாக அவன் வந்தான்...

உன்னிடம் என்னவெல்லாம் பேசினான்...

வான்மதி கதையை பற்றி ஏதும் சொல்லிவிட்டானா...

இனிமேல் தான் சொல்லப் போகிறானா...!

சூழ்நிலையை புரிந்து கொள்ள முடியவில்லை என்னால்....!

நெருப்பின் மீது நிற்கிறேன் நான்.....!

நெருப்பு... என்னை எரித்துவிடுமா... அல்லது பகை நெருப்பிலிருந்து தப்பி விடுவேனா... தெரியவில்லை....!

எத்தனையோ வருடங்களுக்கு முன்னால்...

பள்ளிக் காலங்களிலே...

எனது அறியாத பருவத்திலே...

அந்த சாத்தானின் பிடியிலே சிக்கி நான் எழுதிய ஒரு கடிதம்.... இத்தனை ஆண்டுகள் கழித்து கதிரேசனின் உருவிலே வந்து எனது இனிமையான இல்லற வாழ்க்கையை சிதைப்பதற்க்கு குறிப் பார்த்துக் கொண்டிருந்தது...

பருவ காலங்களிலே செய்யும் தவறுகளை நாம் மறந்தாலும்... அவற்றின் விளைவுகள் நம்மை மறப்பதில்லை...

அதனால் தான்.... இத்தனை காலம் கடந்தும் கதிரேசன் என்னைத் தேடி வந்திருக்கிறான்....!

நான் அவனைக் கடுமையாகப் பார்த்தேன்... அவனும் என்னை கொடூரமாகப் பார்த்தான்...

இந்த பார்வைத் தாக்குதல்கள் சற்று நேரம் மட்டுமே நீடித்தது...!

அவன்... அந்தக் கொடூரக் கண்களை வைத்துக்கொண்டு... ஒரு புன்னகையை என் மீது தீப்பிழம்பு போல உமிழ்ந்தான்... கருகிப் போய்விட்டேன் நான்...

அவன் வான்மதி பற்றி உன்னிடம் எதுவும் சொல்லவில்லை என்பதை மட்டும் என்னால் புரிந்து கொள்ள முடிந்தது.... ஏனென்றால் உன்னிடம் அதற்கான பதட்டம் எதுவும் தெரியவில்லை...!

ஏதோ தீவினை விளையப்போகிறது என்பதன் அறிகுறியாக... எனக்குள்ளே அந்த கொடூர கனவுக் காட்சியும்... மருத்துவமனைக் காட்சியும்... விபத்துக் காட்சியும்.... பட படவென வரிசையாக வந்து வந்து போயினவே..... அவையெல்லாம் இவன் வரப்போகிறான் என்பதற்கான அறிவிப்புத்தானா...

இவன் வான்மதி பற்றி வாய் திறந்தால்...

நான் உன்னைப் பற்றி கனவுகளிலே கண்ட காட்சிகள் அத்தனையும் சம்பவங்களாக நிகழ்ந்துவிடும் என்பதில் ஐயமில்லை....!

நான் அந்த மனப்பக்குவத்திலே தான் அவனைப் பார்த்தேன்...!

நாங்கள் பார்ப்பதை நீயும் பார்த்துக் கொண்டுதானிருந்தாய்...

ஆனால்...

எங்களுக்குள்ளே பகை பற்றி எரிந்த கதை உனக்குத் தெரியாது...

சென்றுவிட்டேன் அருகிலே...

இனி குதிக்க வேண்டியது தான் களத்திலே...!

நதி...

நீ மட்டும் அந்த இடத்திலே இல்லையென்றால்... அவனை கழுத்தைப் பிடித்து வெளியிலே தள்ளியிருப்பேன்...

அன்று.... எனது முகத்திலே இரத்தம் கொட்டியதைப் பழி தீர்க்க...

இன்று... அவன் மூக்கிலே இரத்தம் வடிய வைத்திருப்பேன்...

நீ அவனைக் காப்பாற்றி விட்டாய்...

அங்கே...

இரு தேநீர் கோப்பைகள்...

அவனையும் அவனது மனைவியையும் உபசரித்ததற்கான சாட்சிகளாக...
அவை என்னைப் பார்த்து எக்காளமிட்டுச் சிரித்தன....

இவனுக்கு விருந்தோம்பல் ஒரு கேடா....

அப்படியே ஓங்கி முகத்திலே அறையவேண்டும்... அது தான் அவனுக்கு சரியான விருந்தோம்பல்....

அவனே முதலில் பேசினான்...!

"என்ன சகோ... அடையாளம் தெரியலையா... நான் தான் கதிரேசன்..."

அறிமுகமா அது...?

வன்மமாகச் சிரித்தபடியே எனக்கு அவன் அறிவித்த அபாயச் சங்கொலி...!

என் நதி.....

உனது விதியைத் தீர்மானிக்கும் அதிகாரத்தை கடவுள் இன்று அவனது கையிலே கொடுத்து விட்டான்....

எப்படி அந்தச் சண்டாளனிடமிருந்து உன்னைக் காப்பாற்றப் போகிறேன்....

அவன்.... இந்த வீட்டை விட்டு வெளியேறும் வரை ஒவ்வொரு நொடியும் எனக்குச் சவால் நிறைந்தது தான்.....

அவன் மனைவி என்னைக் கும்பிட்டார்கள்....

"வணக்கம்... என் பேரு காவேரி....."

அப்பொழுது தான் அந்தப் பெண்ணின் முகத்தை கவனித்தேன்....

விக்கி வெலவெலத்துப் போனேன்...

அத்தனை அழகு...

அமைதி...

அடக்கம்...

அடக்கடவுளே...

இப்படியொரு மனைவியாஇவனுக்கு....!

எப்படி சாத்தியமாயிற்று...

பணம்...!

கதிரேசன் பணக்காரன்...

பணத்தைக் கொட்டிவிட்டான்...

பெண் பணிந்து விட்டாள்...!

அந்தப் பெண்ணின் கண்களை உற்று நோக்கினேன்...!

கண்களா அவை.....

கனல்...

காந்தல்...

கடுகடுப்பு...

எரிச்சல்...

பொறாமை.

காவேரியின் பார்வை தீக்கொழுந்து போல... உன் மீதே தான் வெப்பத்தை பாய்ச்சிக் கொண்டிருந்தது.....

பெண் தானே... பெண்ணுக்குப் பெண் பொறாமை என்பது இது தானோ...!

காவேரி....

வசீகரிக்கும் அழகு தான்...!

ஆனாலும்... கதிரேசனுக்கு மனைவியாக அமைந்துவிட்டாளே... அவனது தீய குணங்களிலே கொஞ்சமாவது அவனது மனைவியையும் தீண்டாமல் இருக்குமா....

இப்பொழுது தான் தலைவலி...

கணவன் மனைவி இருவரிடமிருந்தும்.... நீயும் நானும் தப்ப வேண்டும்...

ஏதோ கடமைக்கு நானும் கையெடுத்துக் கும்பிட்டேன்... செயற்கையாக நானும் சிரித்தேன்.....

“ஐயோ மன்னிச்சிடுங்க... சட்டுன்னு உங்கள கவனிக்கலை...

ரொம்ப நாளைக்குப் பெறகு நண்பனைப் பாத்தேனா...

மகிழ்ச்சியிலே நண்பனின் மனைவி கண்ணுக்குத் தெரியல...”

கொஞ்சம் நடிக்கத்தான் செய்தேன்.

ஏதாவது செய்து... கதிரேசன்... வான்மதியைப் பற்றி பேசிவிட்டானா என்பதைத் தெரிந்து கொள்ளவேண்டும்...

இரு தலைக்கொள்ளி எறும்பு என்பார்கள்...

ஆனால்...

இது...

நாற்தலைக்கொள்ளி எறும்பு போல...!

கதிரேசன்...

காவேரி...

நீ...

நான்...

நான்கு பேருமே நான்கு திசைகளிலே...

விதி மட்டும் எனக்கு எதிராக...

சூழ்நிலை அப்படி...

ஏதாவது பேசியே தீர வேண்டுமே...!

“எப்படி இருக்க கதிரேசா... ஆள் அடையாளமெல்லாம் அடியோட மாறிப் போச்சு...”

ஓர் உடன் பிறந்த சகோதரனிடம் பாசத்தைப் பொழிவது போல... மிகையாகவே நடித்தேன் அவனிடம்...!

இன்று என் விதியின் சதி அப்படி...

“என்ன செய்யிற கதிரேசா... ?”

“வெளிநாடு தான்... வியாபாரம்... ரொம்ப நல்லா போயிக்கிட்டிருக்கு... அங்கேயே நிரந்தரமா குடியேறிட்டேன்...”

ஆனால்....

அவன் சொன்னதிலே எனக்கு நம்பிக்கையில்லை..!

ஏனென்றால் அவன் பேசிய வார்த்தைகளுக்கும்... அவனது முகம் வெளிப்படுத்திய செயற்கையான உணர்வுகளுக்கும் பொருத்தமே இல்லை..... மிக நன்றாகவே நடிக்கிறான் என்பதை தெளிவாகவே வெளிக்காட்டியது.....!

என்னையும் அவனுடைய மனைவி காவேரிக்கு அறிமுகப்படுத்தினான்...

“எனது நண்பன்.....

பேரு வாசுதேவன்....

உயர்நிலைப் பள்ளியிலே ஒன்பதாவது வகுப்பிலே ஒண்ணா படிச்சோம்...

ரொம்ப நெருக்கம்... உண்மை தானே வாசுதேவா....''

இது அவனுடைய மனைவிக்கு ஒரு சாதாரண தகவல் தான்... அதை அவன் நாடகப்பாணியிலே கொஞ்சம் மிகைப்படுத்தியே கூறினான்....

கதிரேசன் தனது மனைவியிடம் தேவைக்கு மேல் குழைந்து வளைந்து நெளிந்து பேசுகிறானே...

மனைவிக்கு மிகுந்த மதிப்பும் மரியாதையும் கொடுப்பது போல வெளிப்படையாகவே காட்டிக் கொள்கிறானே...

காவேரியும் அவனோடு ஒத்து நாடகம் போடுகிறாளே...

உன்னைக் கூட அவள் பாசம் மிகைக்காட்டி... ''அக்கா'' என்று அழைக்கிறாளே.... அவனும் உன்னை ''அண்ணி'' என்கிறானே...

நீயோ அதையும் நம்புகிறாயே...!

என்ன செய்வது நான்... ?

'கெட்ட காலம் வந்தால்...

ஒட்டகத்தின் மீது ஏறினாலும்...

நாய் கடிக்காமல் விடாது..' என்பார்கள்...!

அது இது தானோ...!

நான் மிகவும் எச்சரிக்கையானேன்... அவர்கள் இருவரையும் கவனித்தபடியே இருந்தேன்... உயிரைப் பறிக்க குறிபார்த்தபடி இருக்கும் துப்பாக்கி முனையை உயிர் பயத்துடன் நோக்குவது போல..!

அவர்கள் இருவரிடமிருந்தும் உன்னைக் காப்பாற்றுவது பெரிய சவாலாக இருக்கும் போலத் தோன்றியது...

எச்சரிக்கையாக... வாசல் கதவை உட்புறமாக தாழிட்டு காவல்துறையை வர வைத்து விடலாமா என்று கூட யோசித்தேன்...

''என்னங்க உங்க நண்பர் ரொம்ப எளிமை... பழகுவதற்கு இனிமையானவர்...''

கடவுளே... அவன் தனது நயவஞ்சக நடிப்பால்... நல்லவன் என்று எப்படியோ உன்னை நம்ப வைத்து விட்டான்...

பின்னே... திருட வருகிறவர்கள் கெட்டவர்கள் என்று வெளிச்சம் போட்டுக் கொண்டா வருவார்கள்... ?

கதிரேசன் தனது நஞ்சைத் தேக்கிய விழிப் படலத்தை வீடு முழுக்க சுழலவிட்டுக் கொண்டிருந்தான்...

இவனுடைய குணம் தெரியாமல்.... நீ பள்ளித் தோழன்... நண்பர்கள்... நீண்ட வருடங்களுக்குப் பிறகு அதிசயமான சந்திப்பு... என தப்புக் கணக்கு போட்டுவிட்டாய்...

''என்னங்க உங்க வகுப்பு நண்பர்னு சொல்றீங்க... சரியா கவனிக்காமலே இருக்கீங்க...''

உடனே ஏற்பட்டது... கதிரேசனுக்கு மகிழ்ச்சிப் பெருக்கு...

''நல்லா சொல்லுங்க... அவன் வகுப்புலயே அப்பிடித் தான்...''

நஞ்சைத் தோய்த்த அவனுடைய ஒவ்வொரு நயவஞ்சக சொல்லும் என்னைக் குத்திக் கிழித்தது...

'' அவங்க... வந்தவுடனே பொறப்படறேன்னு சொன்னாங்க... நான் தான் இன்னிக்கு நம்ம வீட்ல தங்கிட்டுத் தான் போகணும்னு கட்டாயப்படுத்தி இருக்க வச்சேன்...''

சனியனைத் தூக்கி சாவடியிலே வைத்தேன் என்று பெருமைப்பட்டுக் கொண்டாய் நீ... பாவம்...!

நீ அதோடு நிறுத்தினாயா...

நீயும் ஒரு அணுகுண்டைத் தூக்கிப் போட்டாய்...

“நீங்க பள்ளி நண்பர்கள்... ரொம்ப நாளைக்கப்பறமா சந்திச்சிருக்கீங்க... பேசறதுக்கான தகவல்கள் நிறைய இருக்கும்... நீங்க பேசிக்கிட்டிருங்க...

பெண்கள் நாங்க ரெண்டு பேரும் போய் இரவுச் சாப்பாடு தயார் பண்றோம்... நீங்க அவரை உங்க அறைக்கு அழைச்சுக்கிட்டுப் போயி சுதந்திரமா பேசுங்களேன்...”

கடவுள் இன்று உனது கையிலும் ஒரு கொள்ளிக்கட்டையைக் கொடுத்து... என்னைச் சுட்டெரிக்கச் சொல்லி ஆணையிட்டு விட்டான் என்று நினைக்கிறேன்.

விதி இப்படித் தான்... சில... நேரங்களிலே சுனாமி போலச் சுழன்று சுழன்று நம்மையே தாக்கும்...!

எப்படியோ...

அவன் வான்மதியின் கதையை வாயெடுக்காமல் இருந்தால் சரி...!

வான்மதியின் கதைக்கு பிள்ளையார் சுழி போட்டு துவக்கி வைத்தவனும் அவன்...

இன்று...

அவனே.... அதை முடித்து வைப்பவனாகவும் இருக்கப் போகிறானோ... என்பது எனது பயம்...

அதை அவன் எப்படி முடித்து வைக்கப் போகிறான் என்பதைத் தான் பொறுத்திருந்து பார்க்க வேண்டும்...!

நீ கதிரேசனின் மனைவி காவேரியை அன்போடு கையைப் பிடித்து... ஒரு நெருங்கிய தோழியைப் போல நம்பி அழைத்துக் கொண்டு... சமையலறைக்குள் புகுந்தாய்.....

தேளைத் தோளில் கைப் போட்டுத் துணைக்கு அழைத்து செல்வது போல...!

எனக்கு பரிதாபமாக இருந்தது...

நீ போகும் காட்சியைப் பார்க்கும்போது... காவேரியிடம் நீ அகப்பட்டுக் கொண்டது போலவே என் கண்களுக்குத் தெரிந்தது....

காவேரியும் உனக்குப் புதிது... எப்படித்தான் சமாளிக்கப் போகிறாயோ...

உன்னை ஏமாற்றி... வீட்டுக்குள் இருக்கும் நகைகளைப் அபகரிக்காமல் இருக்க வேண்டும்...

நான் இந்த நாசகாரச் சகுனியிடம் தனியாக வசமாக மாட்டிக் கொண்டேன்...

நீ என்னைத் தனிமைப்படுத்தியது அவனுக்கு இன்னும் சாதகமாகப் போய்விட்டது.. . அவனது கண்களிலே தென்பட்ட ஒளிக்கொடூரத்தை உற்று நோக்கினேன்... பலியாட்டை வெட்டப்போவது போல கத்தியைத் தீட்டத் துவங்கி விட்டான் என்பது எனக்குப் புரிந்தது....

நான் வெட்டுப்படத்தயாராக கழுத்தை நீட்ட வேண்டிய கட்டாயம்...

அதைத்தவிர வேறு வழியில்லை எனக்கு....

கபடதாரி.... மெதுவாக எனது தோளிலே கை போட்டான்... சதிப்புன்னகையோடு ... அந்தக் கையிலே... எனது தோளின் மீது ஓர் அழுத்தம்....

விலாவிலே விரல் கொண்டு... ‘நறுக்’ கென்று குத்தி... நமட்டுச் சிரிப்புச் சிரித்தான்... என்னிடம் வசமாக மாட்டிக்கொண்டாயா என்பது போல.... நீண்ட நாள் கழித்து சந்தித்த மகிழ்ச்சியைப் பதிவு செய்து கொள்கிறானாம்... விலாவிலே அவன் குத்திய இடத்திலே பயங்கரமான வலி வேறு...

அவனுடைய நாகரீகமற்ற நடவடிக்கைகள் அத்தனையும் எனக்கு எரிச்சலூட்டியது....

நடுநடுவே என்னைப் பார்த்து குறும்புத்தனமாக சிரித்தான்...!

அவ்வப்போது உதட்டைக் குவித்து விசித்திரமாக ஓசை எழுப்பி அநாகரிகமாக சீழ்க்கையடித்தான்.... ஏதோ ஒரு திரைப்படப் பாடலை முணு முணுத்தான்... கொடூரமாக ஒரு முறை கண் அடித்தான்... ஒரு தரங்கெட்ட மனிதன் செய்யும் அற்பத்தனமான செயல்கள் அத்தனையையும் ஒரே சமயத்திலே செய்தான் அவன்....!

சந்தேகமே இல்லை...!

வான்மதியின் கதையை வைத்து மிரட்டி என்னிடமிருந்து பணம் பறிக்கத்தான் வந்திருக்கிறான்....

அவனது விழி மொழி...

அவனது பேச்சு மொழி...

அவனது நடை மொழி......

அவனது உடல் மொழி.....

அந்தப் பேச்சிலே கலந்திருந்த தந்திர வழி.....

அவனது குள்ள நரித்தனம் தோண்டிய மந்திரக் குழி....

என்னால் தாங்க முடியவில்லை வலி...!

அவனை எப்படியாவது எனது அறைக்கு கடத்திக்கொண்டு போய் அடைத்துவிட வேண்டும்...

“கதிரேசா... என் அறை நல்லா வசதியா இருக்கும்... அங்கே போய் பேசலாமே...”

எனது எண்ண ஓட்டத்தைக் கணக்கிட்டு விட்டானோ என்னவோ...

இருந்த இடத்தை விட்டு நகரவே இல்லை அவன்...!

“இங்கேயே இருப்போமே... இந்த இடமே வசதியா இருக்கே...

நான் அடிக்கடி தேநீர் குடிப்பேன்...

சமையலறை பக்கத்திலேயே இருக்கு...

கேட்டவுடனே கிடைக்குமே...”

அவன் எனது அறைக்கு வர மறுத்தான்...

ஆனால்... அவன் கூறியது போல அந்த இடத்திற்கும் சமையலறைக்கும் மிகவும் தூரம் குறைவு... இங்கிருந்து என்ன பேசினாலும் சமையலறைக்கு மிகத் தெளிவாகக் கேட்டு விடும்... பிறகெப்படி இரகசியம் பேசுவது.... ?

அதனால் தானே அவன் அங்கேயே இருக்க வேண்டுமென்று அடம்பிடிக்கிறான்....

அவனை வலுக்கட்டாயமாக எனது அறைக்கு இழுத்து வந்தேன்.... இடம் மாறினாலாவது செயல் மாறும் என்று...

அறைக்குள் நுழைந்தோம்...

அவன் எனது அறையின் அமைப்பை... சுற்றிலும் தந்திரமாக நோட்டமிட்டபடியே வந்தான்...

எனக்கு திகில்... பயம்... குழப்பம்... எல்லாமே பற்றிக் கொண்டது.....

இன்று இரவு முழுவதும் அவனோடு கழிக்க வேண்டுமே...

விழி மூடி உறங்க விடுவானா...

என்னவெல்லாம் பேசுவானோ... எப்படியெல்லாம் வதைப்பானோ... கடவுளே...

திடீரென... படபடவென பயங்கரமாக இடி இடித்தது....

தாமதமே இல்லை... கொஞ்சம் கூட அறிகுறியே தெரியாமல்... அதி கன மழை... கண்ணைப் பறிக்கும் மின்னல்... வீட்டுக்குள்ளே மின் விளக்குகள் அணைந்தன....!

அறையிலே இருட்டு...

நான் தனியே...

எமன் எனது அருகிலே...

நான் ஓடிப்போய் அவசர விளக்கை ஏற்றினேன்... அந்த வெளிச்சத்திலே அவன் இன்னும் விகாரமாகத் தெரிந்தான்...

மழைச்சாரல் கண்ணாடி வழியாகத் தெறித்து வீட்டுக்குள்ளே பாய்ந்தது.... ஓடிப்போய் கதவுகளை மூடினேன்....

இன்னொரு கதவை மூடப்போனேன்... அங்கிருந்து பார்க்கையிலே... சமையலறையிலே நிகழ்வது தெளிவாகத் தெரிந்தது....

எனக்குப் பகீரென்றது...

அங்கே...

நீயும்... கதிரேசனின் மனைவி காவேரியும்... பல நாள் பழகிய தோழிகளைப் போல... ஒருவரையொருவர் அடித்து விளையாடி சிரித்துக் கொண்டிருந்தீர்கள்....

ஆண்களைப் போல இறுக்கமில்லை பெண்கள்...

விரைவாகவே நெருக்கமாகி நட்பைப் பதிவு செய்து கொள்கிறார்கள்...

அந்த வித்தைத் தான் எப்படியென்று புரியவில்லை...

பார்த்த ஒரு மணி நேரத்திலே... வாடி போடி என்று உரிமை கொட்டிப் பேசுமளவிற்கு நெருக்கமாகி விடுகிறார்கள்...

இங்கேயும் அதுதான் நிகழ்ந்து கொண்டிருந்தது...!

காவேரி விரித்த வலையிலே நீ விழுந்து விட்டாய் என்று நினைக்கிறேன்...

எப்படி உன்னைக் காப்பாற்றப் போகிறேன்...?

இது என்ன சூழ்நிலை...?

நண்பன் என்று அங்கீகரிக்கவும் முடியாமல்... எதிரி என்று எட்டி உதறவும் முடியாமல்...

சண்டையும் போட முடியாது...

சமாதானமாக இருக்கவும் முடியாது...

இது புதிய குழப்பம்...

இங்கே....

கதிரேசன் என்னை என்ன பாடு படுத்துவானோ தெரியவில்லை...

அருகிலே வந்து அவனைப் பார்த்தேன்... எத்தனை முறை பார்த்தாலும்... எந்தக் கோணத்திலே பார்த்தாலும்... அவனைப் பிடிக்கவில்லை... மனம் வாந்தியெடுத்தது...

சிறிது யோசித்தேன்...

பணம் பறிக்க வந்தவன். பணம் கொடுத்தால் போய் விடுவானே... காவேரியாலும் உனக்கு ஆபத்து வராதே... சரியான யோசனை...

அவனைப் பேசவிடாமலே... அவன் பேசுவதற்கு முன்பே பணத்தைக் கொடுத்து வாயை மூடிவிடலாம்...

நாய் குரைக்கும் முன்..... நம்மை வந்து கடிக்கும் முன்... அதற்கு வேண்டிய எலும்புத் துண்டைத் தூக்கி எறிந்துவிட்டால்.... நாய் நம்மிடம் குழைந்து வாலை ஆட்டப் போகிறது...

திட்டம் தயார்...!

சமயம் பார்த்து திட்டத்தை நடைமுறைப்படுத்த வேண்டும்...

தடைப்பட்டிருந்த மின்சாரம் மீண்டும் வந்தது...

இருளகற்றி ஒளி பாய்ச்சி வெளிச்சப் படுத்தியது...

கதிரேசனின் செய்கைகள் இப்போது தெளிவாகத் தெரிந்தன...

இருளில்லை...

ஆனால் பயம் போகவில்லை...!

அவன் அடக்கமில்லாமல் ஒவ்வொரு பொருளாகத் தொட்டுத் தொட்டுப் பார்த்தான்... கையிலே எடுத்து அழகு பார்த்தான்... எடுத்த பொருட்களை இடம் மாற்றி அலட்சியமாக வைத்தான்...!

அநாகரீகமாக எனது அறைக்குள்ளே அனுமதியே கேட்காமல் புகை பிடித்தான் ...புகைச் சாம்பலை புனிதமான இடங்களிலே தட்டி உதிர்த்தான்...

அருவருப்பாக கால்களைத் தூக்கி இருக்கையின் மீது வைத்து அமர்ந்தான்...

எதுவுமே எனக்குப் பிடிக்கவில்லை.... !

கொதிக்கும் உலை நீர் போல...

அதிர்வுடனும்... ஆங்காரத்துடனும்... அவனது செய்கைகளைப் பார்த்துக்கொண்டே பொருமிக் கொண்டிருந்தேன்...

இத்தனைக்கும் காரணம்.... ஒரேயொரு கடிதம்....!

கடிதம் எழுதுவதற்குக் காரணமான வான்மதி...!

பொறுமையாக இருப்பதைத் தவிர வேறு வழியில்லை எனக்கு...

கதிரேசனின் இழி செயல் அதோடு முற்றுப்பெற்றுவிடவில்லை... இன்னும் தொடர்ந்தது...

எனது அறையிலே நீயும் நானும் சேர்ந்திருக்கும் மிகப்பெரிய அழகான புகைப்படம்....

அதன் அருகே சென்றான்... உற்று உற்றுப் பார்த்தான்... தொட்டுத் தொட்டுப் பார்த்தான்... அதுவும் உனது உருவத்தை..... எனக்குச் 'சுரீர்' என்று தைத்தது...

"ஏய் பரவாயில்லப்பா... உன் மனைவி படத்திலயும் ரொம்ப அழகா இருக்காங்க..."

புகைபிடித்து... அந்தப்புகையை அந்தப் படத்தின் மீதே ஊதினான்...!

என்னைப் பார்த்து குறும்புத்தனமாக கண்ணடித்தான்...!

அதற்கு என்ன பொருளோ புரியவேயில்லை...!

அடுத்தவன் மனைவியின் அழகைப் புகழ்வது எத்தனை இழிவான செயல்...?

“உன் கல்யாணத்துக்கு வந்தவங்க அஞ்சாறு பேரு சொன்னாங்க...

உன் மனைவி நல்ல அழகுன்னு... அப்பல்லாம் நான் நம்பல... இப்பக் கூட சொல்றேன்... அவங்க சொன்னதெல்லாம் பொய்... அதைவிட அதிகமான அழகுப்பா...”

படத்திலிருந்த உனது கன்னங்களைத் தொட்டான்...

கண்களைத் தொட்டான்...

உதடுகளைத் தொட்டான்...

சீ... மிக மிக அருவருப்பான செயல்... எனக்கு வேறு வழியில்லை... அமைதி காத்தேன்...

தூண்டிலில் சிக்கிய தந்திர புழுவை விழுங்கி விட்டேன்... தொண்டைக்குள்ளே முள் சிக்கிக் கொண்டது... எப்படித் தப்புவது.... உயிர் போய்க் கொண்டிருக்கிறது... விதியிருந்தால் தப்பலாம் என்கிற நிலைதான்...!

கொலை செய்யாமலே கொல்வது எப்படி....

அதை கதிரேசன் நிகழ்த்திக் கொண்டிருந்தான்...!

காயப்படாமலே வலியினால் துடிப்பது எப்படி...

அதை நான் அனுபவித்துக் கொண்டிருந்தேன்...!

நதி... முன்பொரு நாள் உனக்கு ஏதோ ஆவது போல் கெட்ட கனவு...!

இப்பொழுதும் கெட்ட கனவு தான்... !

நான்...

சினம் கொண்ட சிறுத்தையாக மாறினேன்...

சீறிப்பாய்ந்தேன்...

கதிரேசனின் கழுத்தைக் கடித்து இரத்தம் குடித்தேன்...

ஆனால்.....

இதுவும் கனவு தான்...!

கதிரேசன்... முன்பு செய்ததைவிடத் தீய செயல் ஒன்றை என் கண்முன்னாலேயே செய்தான்...

அவனுடைய பையைத் திறந்தான்.... மது புட்டி ஒன்றைக் கையிலெடுத்தான்.....

நான் துடித்துப் போனேன்....

“கதிரேசா...”

நான் உரக்க கூச்சலிட்டு அவனை அடக்க முற்பட்டேன்...

ஆனால் அவன் அடங்கவில்லை...

“குளிர்ந்த தண்ணி மட்டும் குடப்பா...”

அவன் கொஞ்சமும் பதட்டம் இல்லாமல் குளிர்ச்சியாகவே கேட்டான்....

நான் முறைத்தேன்...

“அயல் நாட்டுப் பழக்கமப்பா... இது இல்லன்னா தூக்கம் வராது...”

“மன்னிச்சிடு கதிரேசா... இந்த வீட்ல இந்த மாதிரி பழக்கமே இல்ல...”

“இன்னக்கி ஒரு நாளைக்கி விட்டுடேன்...”

அது வேண்டுகோள் இல்லை.... ஒரு மிரட்டல்...!

'மது குடிக்க அனுமதி தருகிறாயா அல்லது வான்மதி கதையை உனது மனைவியிடம் சொல்லட்டுமா...' என்பது போல என்னை பகிரங்கமாக மிரட்டியது அவனது செயல்....!

அடியாள் போல பெரிய கூச்சல் போட்டான்..... சாமி வந்தது போல ஆட்டம் வேறு...

நான் அதிர்ந்துவிட்டேன்...

எப்படி அவன் அவ்வளவு உரிமை எடுத்துக் கொண்டான்....?

எனது இரகசியம் அவனது கைகளிலே இருக்கிறது...

ஆகவே...

அவன் சொல்வதையெல்லாம் நான் செய்தாக வேண்டும்...!

அதுதான் அவனது எண்ணமாக இருந்தது... நிகழ்ந்து கொண்டிருப்பதும் அதுதானே...?

அவனது குரல் உனது காதிலே விழுந்து... நீ இந்த அறைக்குள்ளே ஓடி வந்து... அது ஒரு தகாத காட்சியாக உருவாகி...

அந்த வாக்குவாதத்திலே எனது பள்ளிக் கதை வெளியே சிதறி விடுமோ....?

மிரண்டு போனேன்... உடல் உறுப்புகள் தானாக அடங்கி ஒடுங்கி அவனுக்கு அனுமதி கொடுத்து... அவசர அவசரமாக மது புட்டியை நானே எடுத்து அவனது கையிலே கொடுத்துவிட்டேன்....

"குடிடா சாமி... மகாராசனா குடி... குடி...! என் நதி கோயில் மாதிரி வச்சிருக்குற வீடு... இதுக்குள்ள நீ கண்டபடி சாராயத்த ஊத்து... புனிதநீர் மாதிரி வீடு பூராவும் தெளிச்சு விடு... நாசமா போகட்டும்..."

எனக்கு அழுகையும் ஆத்திரமுமாக வந்தது...

ஒவ்வொரு நொடியும் அவன் என்னை வதம் செய்தான்...

உறை நீத்த உடைவாள் போல... எனது சிரம் கொய்தான்....

அடை காத்த எரிமலை போல... என் மீது தீத்தணல் பெய்தான்...

நான் உயிர் வலியால் துடித்துக் கொண்டிருந்தேன்....

எனது நிலை பார்த்து அவன் எகத்தாளமாகச் சிரித்தான்.... அவன் சிரிப்பை அடக்கவே அரை நிமிடம் ஆயிற்று...!

அவனால் எப்படி சிரிக்க முடிகிறது என்று என்னால் அறிந்துகொள்ள இயலவில்லை...

எப்படியோ அவன் வந்த காரியம் வெற்றிகரமாக நிகழப் போகிறது... இந்த வீட்டை விட்டுப் போகும் போது லாபகரமாகப் போகப் போகிறான்...

அவன் குடிக்க ஆரம்பித்ததும்... நான் வேகமாக ஓடிப் போய் பணத்தைக் கையிலே எடுத்தேன்...

உழைத்துச் சம்பாதித்த பணம்... இந்த ஊதாரிக்குத்தர வேண்டிய நிலை...

நான் பணத்தை எடுப்பதை அவனும் பார்த்தான்...

அவனது முகத்திலே மகிழ்ச்சிப் புன்னகை... வெற்றிக்களிப்பு...

நான் பணத்துடன் பாதுகாப்பாக அவனது அருகிலே வந்து நின்று கொண்டேன்...

இவ்வளவு ஆர்ப்பாட்டம் பண்ணி... அக்கிரமம் செய்து பச்சைப் பயிருக்குள் புகுந்த காட்டு யானை போல காட்சியளித்த கதிரேசன்... பேசவும் ஆரம்பித்தான்...

ஒரு நல்ல செய்தியையும் சொன்னான்...

அது தான் அதிசயமாக இருந்தது எனக்கு...!

"வாசுதேவா... வாசுதேவா..."

குடிபோதையிலே உளறிக் குழறி... இருமுறை எனது பெயரை உச்சரித்து அழைத்தான்...

"சொல்லு சொல்லு"

நானும் இருமுறை சொல்லி எனது கோபத்தை வெளிப்படுதினேன்... எச்சரிக்கையாக பைக்குள்ளிருக்கும் பணத்தின் மீது கைவைத்துக் கொண்டேன்...

அவன் தொடர்ந்து பேசினான்...

" நான் பள்ளியில எவ்வளவு மோசமான பையனாருந்தேன்னு உனக்கே தெரியுமில்ல.... பெறகெப்பிடி இப்படியொரு பெரிய வாழ்க்கை கிடைச்சது.... ?"

என்ன செய்வது... கடவுள் கொலைகாரன் கைகளிலேயே ஆயுதத்தையும் கொடுத்துவிடுகிறான்.... செல்வத்தையும் அள்ளிக் கொடுத்து விடுகிறான்...

கேள்வியைக் கேட்டுவிட்டு எனக்கு அவகாசம் கொடுத்து... சற்றே இடைவெளியும் விட்டான் ...அவனது குணாதிசியத்திற்குத் தகுந்தாற்போல...!

பெரிய வங்கியிலே கொள்ளையடித்திருப்பானோ... ?

சதிக் கூட்டத்தோடு சேர்ந்து மோசடி வேலை செய்திருப்பானோ ... ?

உறுதியாக இது.... குறுக்கு வழி முன்னேற்றமாகத்தான் இருக்கும்....

ஒரு பக்கம் கணவன்..... மறுபக்கம் மனைவி... சரியான வேட்டை தான்..!

நானும் பணத்தைக் கொடுத்துவிட வேண்டியது தான்...

அவன்.... அதற்குத்தான் தூபம் போடுகிறான் என்பதைப் புரிந்து கொண்டேன்.... இருந்தாலும் "பணம் கொடு" என்று அவன் வாயால் கேட்க வேண்டுமே...

அந்த சிரமத்தையும் அவன் எனக்கு வைக்கவில்லை...!

எழுந்தான்... என்னை ஒரு மாதிரியாகப் பார்த்தபடியே என் அருகிலே வந்தான்... அவனது பார்வை வேறு கோணத்திலே மாறியது...

வியாபாரப் பார்வை...

ஆதாயப் பார்வை...

அவனாகவே எனது கால் சட்டைப் பைக்குள்ளே பலவந்தமாகக் கையை விட்டான்... பணத்தை வெளியே எடுத்தான்... நான் தடுக்கவில்லை... அனுமதித்தேன்... அவனது விருப்பம் போல சுதந்திரமாக விட்டுவிட்டேன்...

எனக்குத் தேவை... வான்மதியின் கதை பற்றி வாய் திறக்காமல் வெளியேறிவிட வேண்டும் அவன்... அவ்வளவு தான்...!

எடுத்த பணத்தை எனது முகத்திற்கு நேராக கொண்டுவந்து விரித்துக் காட்டினான்...

வன்மமாகச் சிரித்தான்... அது ஒரு வகையான வெற்றிச்சிரிப்பு என்று கூடச் சொல்லலாம்... வெறிச்சிரிப்பும் கூட...!

சிறுவனாக இருந்த போதே கெட்டவன்...

வளர்ந்து ஆளாகி பெரிய குற்றங்களைச் செய்பவனாக உருவாகி நிற்கிறான்... இதிலே அதிசயமென்ன....

இனி அவன் என்ன செய்யப் போகிறான் என்பதை கவனித்தேன்...

"என்ன இது... ?"

ஏற்ற இறக்கமில்லாமலே கேள்வியும் கேட்டான்...

"அன்னக்கி சின்னப் பையனா இருந்தப்ப உன் பேச்சக் கேட்டு நான் பண்ணின தப்புக்கு... வளந்ததுக்குப் பெறகு இன்னக்கி தண்டனை..."

அவனது முகம் மாறியது... விசம் போலச் சிரித்தான்...

விதி விளையாடும் நேரம் வந்தால்... மனிதன் மௌனமாகத் தான் இருக்க வேண்டும்...

நானும் அப்படித்தான் இருந்தேன்...

"எவ்வளவு...?"

"ஒரு லட்சம்..."

அவனது முகம் இன்னும் மாறியது...

இப்பொழுது சற்று இடைவெளி விட்டான்...

எதையோ யோசித்தான்...

"எதுக்கு இந்தப் பணம்?"

குதர்க்கமாகவே கேட்டான்...

"ம்... தெரியாதா உனக்கு... வான்மதியைப் பத்தி என் வீட்ல நீ பேசாம இருக்கத் தான்..."

அவன் இன்னும் குறும்புப் பார்வை பார்த்து சிரித்தான்... மொத்த முகமும் மாறியது...

"இவ்வளவு தானா?"

"இன்னும் எவ்வளவு வேணும்... நீயே சொல்லு..."

அவன் எனது முகத்தையே பார்த்துக் கொண்டிருந்தான்.... இன்னும் கூடுதலாக எவ்வளவு பணம் கேட்கலாம் என்று மனசுக்குள்ளே மவுனக் கணக்கு போடுகிறான் என்பது எனது கணக்கு... அதற்கு நான் அவனுக்கு வாய்ப்பே அளிக்கவில்லை....

"ஆனா நீ... வான்மதி கதையைப் பத்தி என் மனைவி நதி கிட்ட எதுவுமே சொல்லக்கூடாது..."

அவன் மறுபடியும் வன்மமாகச் சிரித்தான்...

மௌனமானான்.

"ம்... எவ்வளவு வேண்ணாலும் குடுக்கத்தயாரா இருக்க போலருக்கு?"

குதர்க்கமாக குள்ளநரி ராகம் பாடினான்...

நான் மௌனமாகவே இருந்தேன்....

"பணம் சம்பாதிக்கிறது ரொம்ப சிரமம் சகோ.. அத இவ்வளவு சுலபமா எடுத்துக் குடுக்கற... சில இடங்கள்ல பணம் எவ்வளவு எளிதா வெளிய வந்திருது பாத்தியா..."

மீண்டும் யோசித்தான்... என்னை வேறு மாதிரி பார்த்தான்... ஆராய்ந்தான் என்று தான் சொல்ல வேண்டும்...

என்ன நினைத்தானோ தெரியவில்லை... கையிலே எடுத்த பணத்தை மறுபடியும் எனது சட்டைப் பையிலேயே வைத்தான்...

ஒரு லட்சம் ரூபாய் குறைவு என்று எண்ணினானோ....

இப்பொழுது கொஞ்சம் பலமாகச் சிரித்தான்...!

எனக்கு பயமாக இருந்தது...

“உனக்கு நடிக்க வரல சகோ... உன் முகத்துக்குப் பொருந்தல... இப்பிடி உக்காரு...”

எனது தோள்களைப் பிடித்து அமரவைத்து... என் எதிரே அமர்ந்தான்....

அவனது செயல்கள் எனக்குக் கொஞ்சம் புதிராக இருந்தன.... அவனைப் பார்த்துக் கொண்டே இருப்பதைத் தவிர எனக்கு வேறு வழி தெரியவில்லை...!

பணத்தைத் தவிர்த்து விட்டான்.....

அடுத்து என்ன செய்வான்....

என் நதி...!

என் நதி... உனது நிலை என்னவாகும்....

என்னைப் பார்த்துக் கொண்டே இருந்த அவனது முகத்திலே வேறு உணர்வுகள் தோன்றின... மூச்சை நீளமாக உள்ளே இழுத்தான்... பிறகு நிதானமாக வெளியேவிட்டான்...

சோகமா.....

வலியா....

துன்பமா.....

ரணமா......

என்ன அவனுக்கு.....?

எதுவுமே புரியவில்லை.....

அவனே வாய் திறந்து பேசினால் தான் புரியும்.....!

பேசினான்.....

அவனது உருவத்திற்கு சம்மந்தமே இல்லாத மென்மையான குரலிலே....!

“படிக்கிற சமயத்துல நான் எவ்வளவு கெட்டவனா இருந்தேன்... ”

அவனுடைய பேச்சு வேறு போக்கிலே திசைமாறியது...

“பெறகெப்பிடி... இவ்வளவு வளர்ச்சி...? ”

அதற்குப் பிறகு பேச அவனுக்கு நீண்ட நேரம் பிடித்தது... சிதறிய பழைய நினைவுகளை சேகரிக்கிறான் என்பது புரிந்தது... அதற்காக நேரம் எடுத்துக் கொள்கிறான்....

நேரம் எடுத்துக் கொண்டாலும் முத்துப்போல ஒரு செய்தியைச் சொன்னான்.....

“எல்லாம்... என் மனைவி தான் சகோ..!”

சற்றே நிறுத்தினான்.

அவன் மேலே நான் வளர்த்துக் கொண்டே வந்த கெட்ட அபிப்பிராயங்கள் எல்லாமே... ‘என் மனைவி தான்’ என்று அவன் சொன்ன ஒரு வார்த்தையை கேட்டதும் சர சர வென சரியத் துவங்கின...

“அவ கொண்டு வந்த சொத்தா... இல்ல இல்ல... அவ குடுத்த பலம்... அவ வந்த நேரம்...”

மீண்டும் அமைதியானான்...

எப்பொழுதுமே விடுவிடுவென்று வேகமாகப் பேசும் வார்த்தைகளை விட.... இடைவெளி விட்டுப் பேசும் வார்த்தைகளுக்கு வலிமை அதிகம்...

கதிரேசன் அப்படித்தான்... வார்த்தைகளை இடைவெளி விட்டு இடைவெளி விட்டுப் பேசினான்....

அவனது கண்களிலே மென்மை தோன்றியது.... கண்ணீர் கூட அவனது விழிப்படலத்தின் மேற்ப்பகுதியிலே மெல்லிய திரைபோட்டு மேவியிருந்தது......

கலங்குகிறானா...... ?

இவனா இப்படி... ?

இவனுக்குள்ளும் இப்படியொரு மனிதனா.... ?

எனக்கு ஆச்சர்யம்...

நான் பதறிவிட்டேன்...

"கதிரேசா... ஏய்..... என்னப்பா..."

அவன் சற்றுத் தாழ்ந்த குரலிலே இதமாகப் பேசினான்....

"இல்ல இல்ல... என்ன பேசவிடு... உங்கிட்ட சொல்லியாகணும்...!

எல்லாம் உனக்கே தெரியும் தானே...

படிக்கிற காலத்திலே நான் ரொம்பக் கேவலமானவன்...

வகுப்பிலே அடாவடித்தனம்... அடிதடி.... சண்டை வம்புக்கு இழுக்கறது... ஆசிரியையிடமே அத்துமீறல்... எல்லாம் வயசுக்கு மீறிய செயல்கள்...

வகுப்பு வகுப்பா மாறி... பள்ளி பள்ளியா மாறி...

எப்பிடியோ பள்ளியில தேறி கல்லூரி... அங்கேயும் எப்பிடியோ தேறிட்டேன்...

அதுக்குப் பெறகு நேரா கல்யாணந்தான்...!

அப்பிடியே விட்டா கெட்டுப் போயிடுவேன்னு... எங்கப்பா கல்யாணம் பண்ணி வச்சுட்டாரு...

அழகான பொண்ணு மனைவியா வந்ததனால அன்னிக்கி ரொம்ப மகிழ்ச்சியா இருந்தது...

அந்த மகிழ்ச்சி கொஞ்ச நாள் தான்...!

அப்பறந்தான் குழப்பம் ஆரம்பமாச்சு... அதோட தனிக்குடித்தனமும் வச்சுட்டாங்க...

இதெல்லாம் என் வாழ்க்கையை முறைப்படுத்த எங்கப்பா போட்ட திட்டம்..."

சற்றே பேசுவதை நிறுத்தினான்...

தன்னை ஆசுவாசப்படுத்திக் கொள்ள.....

அவன் விட்ட பெருமூச்சிலே பெரிய ஆற்றையே நீந்திக் கடந்து வந்த களைப்பு தெரிந்தது...

அவனுடைய வாழ்க்கையிலே என்னதான் நிகழ்ந்து விட்டது... ?

கொஞ்சம் மூச்சுத் திணறலும் ஏற்பட்டது அவனுக்கு...

"இன்னும் கொஞ்சம் மது குடிச்சுக்கட்டா...

கொஞ்சம் ...இது தான் கடைசி... தயவு செஞ்சு..."

கெஞ்சினான்... எனது பதில் அவனுக்குத் தேவையில்லை...

ஆனால்...

வாக்குறுதி கொடுத்தது போல கொஞ்சம் தான் குடித்தான்.... பிறகு சற்று நிதானப்படுத்தி... பேச்சை விட்ட இடத்திலிருந்து தொடர்ந்தான்...

"தனியாளா கண்டபடி ஆட்டம் போட்டுக்கிட்டிருந்த எனக்கு கடிவாளம் போட்டது மாதிரி வலி...

குடும்பம்... மனைவி... பாரம்... இதெல்லாம் பெரும் சுமையா தெரிஞ்சது... உலகமே கருப்பா... கண்ணே தெரியாத மாதிரி ஓர் இருட்டு... !

எங்கப்பா மிகப்பெரிய பணக்காரரு...

கடுமையான உழைப்பாளி... அதே மாதிரி என்னையும் ஆக்கணும்னு திட்டம் போட்டாரு... பத்துப்பைசா குடுக்கல...

நான் கோடீசுவரன்தான்...

ஆனா அன்னக்கி....?

இருட்டுக்குள்ள வழிதேடித் தவிக்கிறது மாதிரிதான் இருந்தது...

ஏழையா இருந்து உழைச்சு முன்னுக்கு வர்றது சுலபம் சகோ... ஆனா கோடீசுவரன்ங்கற போர்வையைப் போர்த்திக்கிட்டு... சமூகத்துல முன்னுக்கு வர்றது இருக்கே... அது... அப்பப்பா... அனுபவிச்சுப் பாத்தாத்தான் தெரியும்...''

இன்னும் ஒரு இடைவெளியும்... பெருமூச்சும் விட்டான்.... மறுபடியும் குடிப்பானோ என்று எனக்கு பயம்...

அவன் எனது குழப்பத்தைப் புரிந்து கொண்டான்....

''பயப்படாத...

இனிமே குடிக்க மாட்டேன்...''

எனக்கு ஆச்சர்யம்...!

கதிரேசன் மிகவும் உருக்கமாகப் பேசினான்...

''திரும்பின பக்கமெல்லாம் குழப்பம்... திசை தெரியாத மயக்கம்... வாழ்கையே முடிஞ்சு போச்சோ என்கிற கலக்கம்...

எல்லாம் ஒரே சமயத்துல....

அந்த சமயத்தில என் கூட இருந்தது ஒரே ஒரு துணை தான்....

அது.....

என் மனைவி....!

என் கடந்தகால வாழ்க்கையை அவகிட்ட சொல்லணும்னு தோணுச்சு.... சொன்னேன்... ஒளிவு மறைவில்லாம... ஒண்ணு விடாம... எல்லாத்தையும் சொல்லிட்டேன்...

என் கெட்ட பழக்கம்...

என் பொறுக்கித்தனம்...

என் மொரட்டுத்தனம்...

சின்னப் பையனாருந்தப்பவே இருந்த...

குடிப்பழக்கம்...

கஞ்சா....

மது...

போதை...

பொண்ணுங்க சேர்க்கை....

ஒண்ணு விடல சகோ...

நான் போட்ட தவறான ஆட்டமெல்லாங் கூட...!

மொதல்ல ஆரம்பிக்கிறப்ப எப்பிடி சொல்றதுன்னு தயங்கினேன்... மெல்ல மெல்ல ஆரம்பிச்சேன்... ஆரம்பத்துல தடுமாறுச்சு... சொல்லச் சொல்ல மனசுக்குள்ளருந்த துக்கம் மளமளன்னு நிறுத்த விடாம சொல்ல வச்சிருச்சு...

நம்ம துயரங்களை எல்லாருகிட்டயும் சொல்லக்கூடாது...

ஒருத்தர் கிட்ட தான் சொல்லணும்...

அந்த ஒருத்தர்... சரியான ஆளாவும்... தகுதியான ஆளாவும் இருக்கணும்...

அந்த சூழ்நிலை... என் மனைவியை அந்த முக்கியமான நபரா நெனைக்க வச்சது... சொல்லிட்டேன்...."

நிறுத்தினான்...

மௌனம் காத்தான்...

நிதானமாக மூச்சு விட்டான்...

அவனிடம் கொஞ்சம் களைப்பு தெரிந்தது...

குடித்ததினால் ஏற்பட்டிருந்த போதை சிறிது தெளிந்திருத்தது...

நான் அவன் என்ன சொல்லப் போகிறான் என்று ஆவலோடு பார்த்தேன்....

கொஞ்ச நேரம் குறுக்கும் நெடுக்கும் நடந்தான்.....

அவனுக்குப் பணம் கொடுத்து அனுப்பிவிட முடியும் என்கிற எனது திட்டம் நிறைவேறாது எனப் புரிந்து கொண்டேன்...

ஒரு வகையிலே அவன் என்னை மெல்ல மெல்ல ஆக்கிரமித்துக் கொண்டிருந்தான்...

மறுபடியும் உரத்த ஓசையுடன்... இடி..... மின்னல்...

அந்த திசை நோக்கி முகம் திருப்பினான்....

மின்னல் அவனது முகத்திலே பட்டு பட்டுத் தெறித்து... அவனது முகத்திலே பொதிந்திருத்த அழுத்தத்தைக் காட்டிக்கொண்டிருந்து...!

அவன் செய்த தவறுகளையெல்லாம் மனைவியிடம் சொல்லி விட்டான்... அதைக்கேட்டு அவன் மனைவி என்ன செய்தாள்....?

எனக்கு ஆவல் மீறிக் கொண்டே போனது...

பிறகு தொடர்ந்தான்...

"நான் சொன்னதக் கேட்டு அவ கோவப்படவே இல்ல சகோ... ரொம்ப நிதானமா இருந்தா..."

எனக்கு அதிர்ச்சிக்கு மேல் அதிர்ச்சி...

தீயவன் இவன்....

கயவன் இவன்.....

கொடியவன் இவன்.....

மிருகம் இவன்.....!

இவ்வளவு தீயவனை மனைவி மன்னித்தாளா....?

அதுவும் மறுப்பேதும் காட்டாமல்..... என்னால் நம்பவே முடியவில்லை..!

"அப்புறம்...?"

நான் அடக்கமுடியாத ஆவலோடு அவனைத் தூண்டிவிட்டு முகத்தையே உற்றுப் பார்த்தேன்... !

"என் மனைவி....

அவளும் ஒரு பெண்...

அவ கோவப்படுவாளா...

கொந்தளிப்பாளா...

கொலைகாரியாவே மாறுவாளா....

எதுவுமே புரியாம... என்ன சொல்லப் போறாளோன்னு அவ முகத்தையே பாத்துகிட்டிருந்தேன்.....

அவ ஒரு சாதாரண பொண்ணு மாதிரி பேசல சகோ....
ஒரு தாய் மாதிரி பேசுனா....

"பள்ளிக்கூடப் பருவம்னா இதெல்லாம் இருக்கத்தான் செய்யும்... நல்லது கெட்டது தெரியாத வயசுதானே அது... இதுக்கா இவ்வளவு வருத்தப்படறீங்க" அப்பிடின்னா...!

எனக்கு என்னை சவுக்கால அடித்தது போல இருந்தது...

19. கதிரேசனைப் போல...

கதிரேசனைப் போல நான் ஏன் வான்மதியின் கதையைப் பற்றி உன்னிடம் சொல்லாமல் விட்டேன் நதி....

சொல்லியிருந்தால்...

கதிரேசன் மனைவி சொன்ன பதிலை நீயும் சொல்லியிருப்பாயோ...!

ஏதோ ஓர் அரிய வாய்ப்பை எனது அறியாமையால் தவறவிட்டது போல எனது உள்மனசிலே ஊசி குத்திய வலி ஏற்பட்டது....

கதிரேசன் தொடர்ந்தான்...

“என் மனைவி அப்படியே என் தலைய ஆறுதலா கோதி... அவ மார்புல இறுக்கமா அணைச்சுக்கிட்டா... அது எவ்வளவு ஆறுதலா இருந்தது தெரியுமா...

அவ மார்புலயிருந்து வெளிப்பட்ட தாய்மை கலந்த வெப்பம்... என் கன்னத்தை சூடாக்கி... நெத்தியிலே பரவி... அப்பிடியே மூளைக்குள்ள பிரயாணம் பண்ணுச்சு...

துருப்பிடிச்சுப் போயிருந்த என் அறிவை... அமிலத்த ஊத்தி அலசி கழுவி சுத்தம் பண்ணுச்சு...

புத்தருக்கு ஞானம் பிறந்த மாதிரி இருந்தது... ஒரு கோயில் சன்னதியில கண்மூடி நின்னு கடவுளை தரிசிக்கிறபோது... உடம்பு முழுக்க அருள் பரவி இருக்குமே... அது மாதிரி இருந்தது எனக்கு...

அவகிட்ட கொஞ்சம் கூட பயமோ தயக்கமோ கலக்கமோ இல்ல... ரொம்பத் தெளிவா இருந்தா.....!

பெண்கள் ஆண்களைவிட ரொம்ப பலசாலிங்கப்பா... ஆண்களுக்குத் தோல்வி மனப்பான்மை எப்ப ஏற்படுதோ... அப்பயெல்லாம் நமக்குப் பக்கபலமா இருந்து ஊக்கப்படுத்தி... உந்து சக்திய நமக்குள்ள செலுத்துவாங்க...!

அப்பவும் நாம தோத்துட்டா... அவங்களே பாரத்தத் தூக்கித் தோள்மேல போட்டு சொமப்பாங்க...

அத நான் அப்பத்தான் உணர்ந்தேன்...!

கொஞ்சம் கொஞ்சமா புதுப்பிறவியா மாறினேன்......

அவ அதோட நிறுத்தல சகோ...

என்னென்னமோ பண்ணுனா... எங்கெங்கேயோ முயற்சி பண்ணினா...

நான் போகாத இடத்துக்கெல்லாம் அவ போனா...

ஏதேதோ ஆவணங்களை சேகரிச்சா....

எப்படியோ கண்ணு முன்னாலேயே சாதனைகள் பண்ணி... ஒரு சரித்திரம் படச்சுட்டா... என்னக் கொண்டு போயி உச்சத்துல வச்சுட்டாப்பா...

நானும் என் கெட்ட பழங்கங்களுக்கெல்லாம் தலை முழுகிட்டு... அவளுடைய கைய இறுக்கமா கெட்டியாப் பிடிச்சுக்கிட்டேன்...

வழிமாறிப் போயிடாம இருக்கணும்னு...!

என் குற்றங்களையெல்லாம் என் மனைவி சுத்திகரிச்சுட்டா...

துடுப்பில்லாம தத்தளிச்ச தோணிய கரைசேத்துட்டா...

என்ன ஒசத்திக் காட்டிட்டா...

ஆண்மை நிகழ்த்த முடியாத பல சாதனைகளை..... பெண்மை இலகுவா நிகழ்த்திக் காட்டிருச்சு.....

வன்மை சாதிக்காத காரியத்தை மென்மை சாதிச்சிருச்சு.....

அவ சாதாரண பெண் இல்ல சகோ...

புதுமைப் பெண்...!

என்னை வெளிநாடு போகச் சொல்லி திட்டம் போட்டுக் குடுத்ததும் அவதான்... இன்னிக்கு நான் உயர்ந்த நெலமயிலருக்கேன்...

எதுக்குமே உதவாதவன்னு என்ன வெறுத்து ஒதுக்குன இந்த சமுதாயமும்... இந்த உலகமும் எங்க அப்பாவும்..... இன்னைக்கு என் வளர்ச்சியப் பாத்து ரொம்பப் பெருமைப்படுறாங்க...

எல்லாத்துக்கும் காரணம் என் மனைவி தான்..."

கதிரேசன் ஒரு வழியாக மூச்சு முட்டச் சொல்லி முடித்தான்...

அவன் சொல்லி முடித்ததும்... எனக்கு மூச்சு முட்டத் துவங்கியது.....

மகாபாரதம்...

பாரதப் போர்...

அர்ச்சுனனுக்கு போரிலே ஆயுதம் தொடுப்பதிலே குழப்பம்...

தேரோட்டியாக வந்த கண்ணபிரான் அர்ச்சுனனுக்கு உபதேசம் செய்தார்...

அர்ச்சுனன் ஆயுதம் தொடுத்தான்...

பாரதப் போரிலே...

பாண்டவர்களுக்கு வெற்றி...!

அங்கே அர்ச்சுனனுக்கு புத்தி தெளிந்தது போல... கதிரேசன் அவனுடைய மனைவியைப் பற்றி கூறியதை கேட்டு... என் புத்தி முக்தி அடைந்தது.....

அடக்கடவுளே...

நான் எவ்வளவு பெரிய முட்டாள்...

கதிரேசனின் மனைவி காவேரியை... நான் எவ்வளவு கீழ்த்தரமாக கணக்கிட்டுவிட்டேன்... எனது புத்தியை செருப்பால் அடிக்க வேண்டும்....!

இப்பொழுது காவேரியின் காலிலே விழுந்து மன்னிப்புக் கேட்கத் தோன்றியது....

கதிரேசனுக்கு இலஞ்சமாகக் கொடுக்க எடுத்து வைத்த பணம் என்னைக் கேலி செய்தது... இந்த இடத்திலே பணம் செயல்படாமல் போய் விட்டது...

நட்பு... பணத்தை வெற்றி கண்டு விட்டது....

பள்ளிக் காலங்களிலே.....

கோபம் வளர்க்கிறோம்...

படிப்பை மறந்து பகை வளர்க்கிறோம்....

பக்குவம் பெறாமல் பழி வளர்க்கிறோம்....

கல்வி மறந்து காமம் வளர்க்கிறோம்.....

அதற்கு காதல் என்று பெயரும் வைக்கிறோம்.....

ஆனால்....

படிப்பு முடித்து...

சமுதாயத்திலே தெறித்து விழுந்த பின்...

இவற்றையெல்லாம் கரைத்துவிட்டு...
நட்பு மட்டும் நிலையாக நிலைத்து விடுகிறது...!
இங்கே....
கதிரேசன் அதை எனக்கு உணர்த்திக் கொண்டிருந்தான்..! எங்கேயோ வெளிநாட்டிலே செல்வச்செழிப்போடு வாழ்ந்துக் கொண்டிருந்த கதிரேசன் என்னைத் தேடிக் கண்டுபிடித்து... எனது வீட்டிற்கு எதற்காக வரவேண்டும்...?
நட்பு.....!
பணத்தால் எல்லா காரியங்களையும் சாதித்து விட முடியாது என்பதை... நட்பின் வாயிலாக கதிரேசன் மெய்ப்பித்துக் காட்டிவிட்டான்... எனது கண்களை அகலத் திறந்து விட்டான்...
வான்மதிக்குக் கடிதம் எழுதுகையிலே நான் குருடன்... அவன் எனக்கு வழிகாட்டி...
இப்போதும் நான் குருடன் தான்...
இங்கேயும் அவன் தான் எனக்கு வழிகாட்டி....!
எனது வாழ்விருட்டிலே ஏதோ ஒரு மூலையிலே ஒளி காட்டுகிறான் அவன்...
கெட்டவனாக நான் கணித்த கதிரேசன்... பெரிய கதாநாயகனாக எனது கண்முன்னே நின்றான்...
அந்த மழையிலும் அவனுக்கு நன்றாக வியர்த்திருந்தது.... வேகமாக ஓடிப் போய் ஒரு நூல் துண்டு எடுத்து வந்து கொடுத்தேன்... முகத்தை அழுந்தத் துடைத்தான்...
ஓடிப்போய் அவன் குடித்துவிட்டு மீதம் வைத்த மது புட்டியை எடுத்து அவனிடம் நீட்டினேன்...
அவன் உடனே வாங்கிவிடவில்லை...!
மாறாக என்னை முறைத்துப் பார்த்தான்.....
"என்ன?"
"குடி..."
"வேண்டான்னு சொன்ன"
"பெரிய பெரிய ஞானிகளுக்கும்... அறிவாளிகளுக்கும் குடிச்சாத்தான் ஞானமும்... அறிவும் அருவியைப் போல பெருகுது... இப்ப நீ குடிக்காலம்... குடி..."
எனது விழிகளிலிருந்து விழுந்தது கண்ணீர்...
அவனது உதடுகளிலே விளைந்தது புன்னகை..... மது புட்டியை கையிலே வாங்கினான்....
அவனுக்கு மிகவும் பிடித்த பொருள் அல்லவா ....
அப்படியே ஆவல் பொங்க இரசித்தான்...
நான் அவன் செய்வதை விழி நகர்த்தாமல் பார்த்தபடியே இருந்தேன்... இப்பொழுது அவன் என்ன செய்தாலும் எனக்கு ஒப்புதலே...
ஆனால்...
நான் சற்றும் எதிர்பாராத ஒரு செயலை அவன் செய்தான்...!
அவனது கையிலே வைத்திருந்த மது புட்டியை அப்படியே தலைகீழாகக் கவிழ்த்தான்... அவன் மிகவும் விரும்பி அருந்த வேண்டிய மது... வெற்றுத் தரையிலே வீணாக ஊற்றியது...

நான் அதிசயமாக அவனது செயலை வியந்து பார்த்தபடியே இருந்தேன்.... அவன் வெற்று மது புட்டியை தனியே வைத்தான்... என்னைக் கூர்மையாகப் பார்த்தான்... சிரித்தான்...

"என்ன கதிரேசா ?"

மறுபடியும் சிரித்தான்....

எனக்கு ஆவல் கூடியது...

"ஏய் சொல்லப்பா..."

"நான் பழைய கதிரேசனா இருப்பேன்னு தான எனக்குப் பணம் குடுக்க நெனச்ச"

அவன் சிரிப்பு குறையவில்லை....

எனக்கு சற்று அவமானமாகத்தான் இருந்தது....

அவனது முகத்தைப் பார்க்க தகுதியில்லாமல் தலை கவிழ்ந்தேன்....!

பள்ளியிலே கதிரேசன் குற்றவாளி.... நான் கதாநாயகன்....!

இப்பொழுது நான் குற்றவாளி.... கதிரேசன் கதாநாயகன்....!

இந்த மாற்றங்களை உருவாக்கியது வாழ்வியல் நிகழ்வுகள் தான்....!

கதிரேசனை இப்போது நினைக்கையிலே எனக்குப் பொறாமையாகவும் இருந்தது....

வயது மாற்றங்கள்...

கடந்து செல்லும் சம்பவங்கள்...

சந்திக்கும் சூழ்நிலைகள்...

செய்யும் செயல்கள்...

உடன் கை கோர்க்கும் மனிதர்கள்...

இவையெல்லாம் மனிதனை மாற்றத்தான் செய்கின்றன....!

எப்படியோ... எங்கேயோ... கிடந்து... சரிந்து... சீரழிந்து... சிதைந்து விடுவான் என்று முடிவு செய்யப்பட்ட கதிரேசன்... எவ்வளவு உயர்ந்த மனிதனாக கண்முன்னே நிற்கிறான்....

காரணம்...

ஒரு பெண்...!

சொல்லப்போனால் பெண் தான் உலக உருண்டையையே சுழல வைக்கிறாள்....!

ஆண்கள் மிகவும் குறுகிய புத்திக்காரர்கள்... பெண்களின் உயர்வைப் புரிந்து கொள்வதே இல்லை..!

பெண்களின் அறிவை அளந்து அறிந்து கொள்ளும் ஆற்றலை ஆண்கள் பெற்றிருக்கவே இல்லை...

பெண்கள் அறிவார்ந்தவர்கள்... வல்லமை பெற்றவர்கள்...

எவ்வளவு பெரிய குழப்பமானாலும்.... அவர்கள் கையிலே ஒப்படைத்து விட்டால்... எளிதிலே தீர்வு கண்டுவிடுவார்கள்...

ஏனோ... ஆண்களுக்குப் பெண்களிடம் பொறுப்பினை ஒப்படைக்கும் குணம் அமையவே இல்லை...!

பெண்கள் அடுப்பங்கரைக்கும்.... படுக்கையறைக்கும் மட்டும் பயன்படும் இயந்திரங்களாகத்தான் மதிக்கப்படுகிறார்கள்...!

ஆண்கள்... எவ்வளவு அவமானப்படுத்தினாலும்... கீழ்த்தரமாக... ஒரு கொத்தடிமையாக நடத்தினாலும்.... பொறுத்துக்கொண்டு... அந்த ஆணின் குடும்பத்திற்கு ஆணிவேர் போட்டுத் தாங்கி நிறுத்தி.... சமூகப் போட்டியிலே வெற்றி பெற்று... உயர்த்திக் காட்டுகிறவர்கள் பெண்கள்....!

கதிரேசனைப் போன்ற ஒரு கடைந்தெடுத்த அயோக்கியனையும் மனிதனாக்க முடியும்... வாழ்க்கையின் உச்சத்திற்கு கொண்டு செல்ல முடியுமென்றால்... அது ஒரு சாதாரண பெண்ணின் சாதனையா.... ?

சவால்கள் நிறைந்த சாதனைப் பெண்ணாக எனது மனதிலே உயர்ந்து நின்றாள்... காவேரி...

திடீரென்று... எனது சிந்தனை காவேரியை விட்டு வான்மதியின் பக்கம் திரும்பியது....!

நான் வரும் முன்பு கதிரேசன்... வான்மதியைப் பற்றி உன்னிடம் சொல்லியிருந்தால்.... ?

கதிரேசனின் மனைவியைப் போல... அது ஒரு பள்ளிச் சம்பவம் தானே என்று நீயும் சாதாரணமாக எடுத்துக் கொண்டிருந்தால்..... ?

அப்படியும் நிகழ்ந்திருக்குமா... ?

குழப்பத்திலே ஊறி தடுமாறிப் போன அறிவு.... அதன் போக்கிலே பயணித்து... எப்படியெல்லாமோ என்னை குழப்பத்திலே தள்ளுகிறது....!

இன்னும் எனக்கு சந்தேகம் தீரவில்லை....

கதிரேசனிடம் நேரடியாகவே கேட்டு சந்தேகத்தைத் தீர்த்துக் கொண்டாலென்ன....

மெதுவாக தயங்கித் தயங்கி பேச்சை ஆரம்பித்தேன்...!

“கதிரேசா...”

இப்பொழுதும் தயக்கம்தான்.... தொண்டைக்கு மேல் வார்த்தைகள் எழும்ப மறுக்கின்றன... எனது தயக்கத்தை அவன் கூர்ந்து கவனித்தான்...!

“கதிரேசா...”

தயங்கி விழுங்கி இரண்டாவது முறை அவனது பெயரை உச்சரித்தேன்...

அவன்... எனது தயக்கத்தை ரசித்தான்... லேசாக முறுவலித்தான்.... நான் ஏதோ சொல்ல முயற்சிக்கிறேன்... ஆனால் சொல்ல முடியாமல் வார்த்தைகளை விழுங்குகிறேன் என்பதை புரிந்து கொண்டான்.....

“என்ன சகோ...”

“இல்ல...”

இன்னும் தயங்கினேன்...

“சும்மா சொல்லப்பா...”

கதிரேசன் ஊக்கப்படுத்தினான்...

“உங்ககிட்ட ஒரு... முக்கியமான விசயம் கேக்கணும்...”

அவன் சிரித்து விட்டான்...

“என்கிட்ட கேக்க உனக்கென்ன தயக்கம்... இது உன் வீடு... உன் அறை... ஏன் கூச்சப்பட்றே....”

“கூச்சமில்ல கதிரேசா... பயம்...”

“பயமா.... என்னப்பா என்னை பயமுறுத்துற...”

"செய்தி அப்பிடி... நம்ம வகுப்புல நடந்த வான்மதி விசயத்தப் பத்தி... உன் மனைவிகிட்ட எப்பயாச்சும்........."

தயங்கி நிறுத்தினேன்....

அவன் என்னைப் பார்த்தபடியே இருந்தான்....

"இல்ல... ஒண்ணுவிடாம எல்லாமே சொல்லிட்டேன்னு சொன்னியே... அப்போ வான்மதி பத்தியும்........."

அவன் சொல்லப் போகும் பதிலுக்காக அவனது முகத்தையே பார்த்துக்கொண்டிருந்தேன்....

அவன் மறுபடியும் லேசாகச் சிரித்தான்....

"பின்ன... சொல்லாம இருக்க முடியுமா...."

எனக்கு பகீரென்றது....

அதிர்ச்சிக்கு மேல் அதிர்ச்சி...

அதிர்வேட்டு சிதறி..... தீப்பொறிகளை சுமந்தபடி பறந்து..... வனப்பிழந்து வறண்டு காய்ந்து போன காட்டுப்பகுதியிலே பரவி... தீ மழை பொழிந்தது போல வெந்து சிதைந்தது எனது மனம்....

எனது குழப்ப நிலை பார்த்து... கதிரேசன் எனது தோளிலே பலமாக தட்டினான்...

பிறகு சிரித்தான்...

பயந்துட்டியா...

நீ பயப்பட்ற மாதிரியெல்லாம் எதுவுமே நடக்கல...

வான்மதி பத்தி உன் மனைவிகிட்ட பேச்சே எடுக்கல...

போதுமா... "

போன உயிர் மீண்டு வந்தது போலிருந்தது எனக்கு...!

இருந்தாலும் கூடவே இன்னொரு சந்தேகமும் தொற்றிக் கொண்டு வந்தது...

கதிரேசனிடமே கேட்டேன்...

"இன்னொரு சந்தேகம்..."

கேளு....

"உன் மனைவி......"

நான் சற்று இழுத்தேன்....

அவன் என்னை அற்ப புழு பூச்சியைப் போல கேவலமாகப் பார்த்தான்.... சற்று கோபமாக உரத்த குரலிலே பேசினான்...

"என் மனைவி என்ன விடத் தெளிவு... எச்சரிக்கை...

அடுத்தவங்க குடும்ப விசயத்துல மூக்க நொழைக்கவே மாட்டா... சத்தியமா நாங்க ரெண்டு பேரும் வான்மதி விசயத்தப்பத்தி உன் மனைவிகிட்ட வாயே தொறக்கல....."

அடேயப்பா... பனிநீர் குளியல் போல குளிர்ந்து... மிகப்பெரிய குழப்பம் தீர்ந்தது...!

குழப்பம் தீர்ந்தது எனக்கு.... ஆனால் என்னை விட்டு நீங்கிய குழப்பம்... கதிரேசனை பற்றிக் கொண்டது...

அவன் என்னை உற்றுப் பார்த்தான்....

ஏன்... ?

அவனே கேட்டான்...!

“ஆமா வாசுதேவா... இந்த வான்மதி பத்தி நீ உன் மனைவிகிட்ட இன்னும் சொல்லலயா....”

அவன் அதை சாதாரணமாக் கேட்பது போல கேட்கவில்லை...

அவனது பேச்சிலே கொஞ்சம் கடுகடுப்பு... கொஞ்சம் கோபம்....

அவனது கேள்விக்கு நேரிடையாக என்னால் பதில் சொல்ல இயலவில்லை... எனக்குள்ளே லேசாக ஒரு கொதிப்பு உருவாகியது... காய்ச்சலின் ஆரம்பம் போல...!

ஏனென்றால் கதிரேசனுக்குத் தெரிந்ததெல்லாம்....

ஒன்பதாம் வகுப்பு....

குற்றாலம்.....

அருவி...

விபத்து.....

விழிப் பார்வை.....

காதல் கடிதம்.....

தலைமையாசிரியர் அறை....

அதுவரை தான்....!

அதன் பின் நிகழ்ந்த அதி பயங்கர விபத்துக்களை அவன் அறிந்திருக்க துளியும் வாய்ப்பில்லை.....!

இதுவரை வான்மதிக்கும் எனக்கும் தவிர யாருக்குமே தெரியாத இரகசியம்... முதன் முதலாக மூன்றாவது நபருக்கு சொல்ல வேண்டும்...

எப்படிச் சொல்வது... ?

வார்த்தைகள் வாய்க்குள்ளே சிக்கி சிறைப்பட்டுப் போயின...

இருவருக்குமிடையே அமைதி...

சில நேரங்களிலே... அமைதியே மிகப் பெரிய போராக மாறிவிடும்.... இப்பொழுதும் அப்படித் தான் மாறியிருந்தது...

இயற்கை... சூழ்நிலையை தனக்கு சாதகமாக எடுத்துக் கொண்டது...!

மழை குறையவே இல்லை...!

மழையின் இரைச்சல் அதிகமாகவே கேட்டது....

இடியும் மின்னலும் கூட...

இப்பொழுது...

கூடக் காற்றும் கொஞ்சம் சேர்ந்திருக்க வேண்டும்.... எங்கோ தூரத்திலே ஒரு வீட்டிலே காற்றிலே ஆடி ஆடி... கதவொன்று டமார்... டமார்... என்று அடித்துக் கொள்ளும் ஓசை கேட்டது....

கதிரேசன் என்னையே பார்த்துக் கொண்டிருந்தான்....

நான் என்ன சொல்லப் போகிறேன் என்கிற எதிர்பார்ப்பு அவனுக்கு..!

நான் மெதுவாக அவனையே பார்த்தபடி அவன் அருகே வந்து நின்றேன்.... அவனையே பார்த்தேன்....

எனது நடவடிக்கையும் அமைதியும் அவனுக்குப் புரியவே இல்லை...

எனது உடல் வலுவிழந்து தனது பலத்தை இழந்து கொண்டே வந்தது...

என்ன செய்வது... ?

நான் என்ன செய்கிறேன் என்கிற சுய கட்டுப்பாடு கொஞ்சமும் இல்லாமல்... நெடுஞ்சாண் கடையாக அவனது காலிலே விழுந்தேன்....

அவன் பதறிப்போனான்....

“ஏய்...” என்று கூச்சலிட்டு விட்டான்.....

“என்னப்பா இது... முட்டாளா நீ... என் காலுல விழற...”

என்னைத் தோள்களைப் பிடித்து தூக்க முயற்சித்தான்... நான் எழுந்திருக்கவே இல்லை...!

எனது கண்களிலிருந்து கண்ணீர் பெருகி அவனது கால்களை நனைத்தது...

கதிரேசன் இன்னும் அதிகமாகப் பதறினான்....

நான் ஏதோ சிக்கலிலே இருக்கிறேன் எனப் புரிந்து கொண்டான்....

என்னை வலுக்கட்டாயமாகத் தூக்கி நிறுத்தினான்.....

நான் சுமந்து கொண்டிருக்கும் பாரம் மிகப் பளுவானது... எவராலும் எளிதிலே சுமக்க முடியாது... அதை அப்படியே அவனது தலையிலே தூக்கி வைக்க முடிவு செய்துவிட்டேன் நான்....

அதன் வெளிப்பாடுதான் இந்தக் கண்ணீர்....!

நான் தேம்பித் தேம்பி அழத் தொடங்கி விட்டேன்.... அவன் எப்படியெல்லாமோ என்னைச் சமாதானப் படுத்தினான்....

“ஏய்... வாசுதேவா...”

என் குமுறல் அதிகமானது.....

“ஏய்... என்னப்பா...”

பதறினான்... எனது உடலைப் பிடித்துக் குலுக்கினான்.... அவன் குலுக்கக் குலுக்க... எனது அழுகையும் அதிகமானது....

“ஏய் சொல்லப்பா... எனக்கு பயமாருக்கு...”

எனது அழுகையை நிறுத்த வழி தெரியாமல் திகைத்தான்....

“வாசுதேவா... உன் மனைவியைக் கூப்பிடட்டா...”

அவன் சொன்னதோடு நிற்காமல், உன்னைக் கூப்பிட ஆயத்தப்பட்டான்....

நான் இன்னும் பதறினேன்.... அவனது கையைப் பிடித்து இழுத்து தடுத்து நிறுத்தினேன்.....

“வேண்டாம் கதிரேசா... கூப்பிடாத... கூப்பிடாத... அது இன்னும் சிக்கலாயிடும்...”

அவன் இன்னும் அதிர்ச்சிக்குள்ளானான்... நான் திக்கித் திணறினேன்....!

அழுகை பொங்கிக் கொண்டே இருந்தது... குரலோடு சேர்ந்த அழுகை...

அவன் என்னை ஆறுதலாக அணைத்தான்...

“கேக்கறேனேன்னு தப்பா நினைக்காதே வாசுதேவா... உன் மனைவி ஏதாவது குழப்பமா......”

நான் பாய்ந்து அவனது வாயை மூடினேன்....

“சேச்சே...”

என் நதி...

என் நதி...

கடவுளப்பா...

அவங்களக் காப்பாத்தணும்... அதனால தான் தவிக்கிறேன்... வான்மதியைப் பத்தின கதைய அவங்ககிட்ட சொல்ல முடியல கதிரேசா..."

"ஏன்... அது ரொம்ப சாதாரண விசயம்தானே வாசுதேவா..."

அவனுக்கு எப்படிப் புரிய வைப்பது...?

நான் சொல்லப் போகும் வான்மதியின் மீதிக் கதையைக் கேட்டால்.... அவன் என்ன ஆவானோ தெரியவில்லை...!

ஆனாலும் வேறு வழியே இல்லை...

எழுந்து சென்று அறைக்கதவை உள்பக்கம் தாழிட்டேன்....!

ஒருவேளை தப்பித்தவறி நீ வந்துவிட்டால்...?

அதனால்.....

முன்னெச்சரிக்கை நடவடிக்கை எடுத்தேன்...

கதிரேசன் பதறிவிட்டான்.......

"என்ன வாசுதேவா...... என்னென்னமோ செய்யிற... பயமாருக்கப்பா..."

நான் கொஞ்ச நேரம் அமைதியாக அமர்ந்தேன்.... அழுகை நின்று விசும்பல் மட்டும் இருந்தது.....

"நீ நடந்துக்கறதப் பாத்தா.... தலைமையாசிரியர் அறைச் சம்பவத்துக்குப் பிறகு... என்னமோ பெருசா நடந்திருக்கும் போலருக்கே வாசுதேவா..."

அவனும் என் அருகே அமர்ந்தான்....

"வான்மதி....

ஒன்பதாவது வகுப்பு....

குற்றாலம்.....

காதல் கடிதம்......

தலைமை ஆசிரியர் அறை......

அது வரைக்கும் தான் உனக்குத் தெரியும் கதிரேசா... அதுக்குப் பெறகு........."

நான் சற்று நிறுத்தினேன்.... துக்கம் தொண்டையை அடைத்தது....

எனக்கு ஒரு ஆறுதல் தேவைப்பட்டது.... அவனுடைய இரண்டு கைகளையும் இறுகப் பற்றிக் கொண்டேன்....

"அதுக்குப் பெறகு நடந்த பயங்கர சம்பவம் உனக்குத் தெரியாது..."

மறுபடியும் தினறினேன்... சொல்ல முடியவில்லை... எனது கைகள் நடுங்குவதை அவன் கண்டுகொண்டான்... எனது தலையைத் தடவினான்....

சற்று நேரத்திற்கு முன் கொடுமைக்காரனாக எனது கண்களுக்குத் தெரிந்த கதிரேசன்.... இப்பொழுது ஒரு தாயாகத் தெரிந்தான்....

"கதிரேசா........ நான் ஒரு ஆம்பள... ரொம்ப தைரியசாலி... ஆனா எப்பிடி அழுறேன் பாத்தியா...

ஒரு பக்கம் என் நதி... இன்னொரு பக்கம் நெஞ்சப்போட்டு அரிக்கிற புற்றுநோய் மாதிரி வான்மதி...

இந்த மனசுல ரெண்டு பெண்களையும் போட்டு அடக்கி அடக்கி பைத்தியக்காரனாயிட்டேன் கதிரேசா......."

எனது சூழ்நிலையை சரியாக புரிந்துகொண்டு கதிரேசன் மிகவும் இரக்கப்பட்டான்....

“வாசுதேவா... எதுவுமே கடந்து போகும்... எதையுமே கடத்திடணும்... மூடிவச்சா புறையோடி புண்ணாகி ஆபத்தாயிரும்... அத நான் பல சம்பவங்கள்ல அனுபவ ரீதியா உணர்ந்தவன்...”

அதை அவன் சொல்லும்போது... வான்மதி கதையை அவனிடம் சொல்ல இன்னும் ஆவலைத் தூண்டியது...

உலகிற் சிறந்தது தாய்ப்பாசம்...

பின்னே மனைவி...

இடையிலே வந்து... இவையிரண்டையும் முந்தி நிற்பது நட்பு...!

ஒரு குற்றவாளியாக வீட்டிலே நுழைந்த கதிரேசன்... இப்பொழுது நண்பனாக மாறி உயர்ந்து எனது உள்ளம் நிறைந்திருந்தான்..!

எங்கிருந்தோ வந்தான்...

இடைசாதி நான் என்றான்...

இங்கிவனை யான் பெறவே...

என்ன தவம் செய்துவிட்டேன்...

என்கிற பாரதியின் கண்ணன் பாடலை கருக்கொண்டு எனது முன்னே காட்சி தந்து கொண்டிருந்தான் கதிரேசன்..!

இந்த வான்மதிச் சுமையை அவன் தோள்களிலே ஏற்றி வைக்கலாம் போல எனது உள் மனசுக்கு உறுதியாகத் தோன்றியது....

“நான் நதியைத் திருமணம் செய்துக்கிட்டேன்.....

ரொம்ப மகிழ்ச்சியான இல்லற வாழ்க்கை.....

பல ஆண்டுகள் கடந்து போச்சு.....

இந்த சமயத்துல தான்... வான்மதி மூலமா பெரிய கொடுமையே என்னைத் தேடி வந்து என் தலையில விழுந்துச்சு கதிரேசா... நான் என்ன செய்ய...”

சற்று நிறுத்தினேன்...

அந்த இடைவெளி எனக்குத் தேவைப்பட்டது....

துக்கம் வந்து திக்குமுக்காடச் செய்தது.... எப்பொழுதோ நடந்த அந்தக் கொடூரம்... இப்பொழுது கண்முன்னே நிகழ்வது போல என்னை பயமுறுத்தியது...!

“அதுக்குப் பெறகு நடந்ததச் சொன்னா... எந்த மனைவியும் தாங்க மாட்டா...

எத்தனையோ தடவ சொல்ல முயற்சி செய்தேன் கதிரேசா.....முடியல கெட்ட கெட்ட கனவா வருது...

என் நதியே தூக்குல தொங்குற மாதிரியெல்லாம் பயங்கரமா...

எப்படிச் சொல்லுவேன்...

நானே செத்துப் போயிடுவேன் போலிருக்கு கதிரேசா...

உங்கிட்டயே எப்பிடி சொல்றதுன்னு தெரியல...”

அதற்குமேலே தொடர்ந்து என்னால் பேச இயலவில்லை....!

சற்று மூச்சுத் திணறினேன்....

கதிரேசன் என்னைக் கூர்ந்து பார்த்த படியே அமைதியாகவே இருந்தான்...

அவன் ஆழ்ந்து யோசிக்கிறான் என்பதை அவனது பார்வை எனக்குப் புரியவைத்தது...

அவனது ஏதோ பழைய நினைவுகளை சேகரிக்கிறான்...

அவனது வார்த்தைகளும் அதைப் போலவே வெளிப்பட்டன...

அவனது குரலிலும் சிறிய கரகரப்பு...

தொண்டைக் கமறல்...

சிறிய சோகம் இழையோடியது...

“வாசுதேவா... இவ்வளவு காலத்துக்குப் பெறகு நான் எப்படி உன்னைத் தேடி உன் வீட்டுக்கு வந்தேன் தெரியுமா... ?”

அவனது முகத்திலே சோகம் மேகம் சூழ்ந்து கவ்வியது...

கொஞ்சம் நிறுத்தினான்...

மீண்டும் யோசித்தான்...

எனக்கு கொஞ்சம் குழப்பம்...

அவன் படபடவென பேசுபவனாயிற்றே...

இன்று ஏன் இப்படி இடைவெளி விடுகிறான்...

அவன் விட்ட இடைவெளியின் அமைதியை... அந்த மழைநீரின் ஓசை அபகரித்து... தனது அரசாட்சியை அறிவித்ததுக் கொண்டிருந்தது...

இரவும் கூட கூட்டுச் சேர்ந்து அவனது பேச்சுக்கு உறுதி சேர்த்தது...!

படிக்கிற காலங்கள்ல...

நமக்கெல்லாம் என்ன வயசு... ?

தளிர்கள்...

கொளுந்துகள்...

அரும்புகள்...

சிறகு முளைச்ச சின்னப் பறவைகள்...

சிட்டாகப் பறக்கிற குணம்...!

மகிழ்ச்சி... மகிழ்ச்சி...

அதைத் தவிர வேற எதுவுமே மனசுலயோ அறிவிலயோ இருக்காது...!

வேகம்...

எதுக்கெடுத்தாலும் வேகம்...

ஒரு பெண்...

நம்மள விழிஉயர்த்தி பாத்துட்டாளா...

அது நட்புன்னு தோணுமா... ?

இல்ல...

அது காதல்...!

அதுக்குப்பிறகு அவளையே இடைவிடாம பாக்குறது...

ஏதோ ஒரு மயக்கத்துல அவபின்னாலயே சுத்துறது...

அவ வீட்டத் தேடிக் கண்டுபிடிச்சு காரணமே இல்லாம அங்கேயே காத்துக்கிடக்கிறது...!

அதுக்குப் பேரு என்ன...

காதலா... ?

பேரே தெரியாது...

ஆனா...

அதை மீண்டும் மீண்டும் செய்துக்கிட்டே இருப்போம்...!

ஒரு நண்பன் ஏதோ ஒரு சின்ன தவறு பண்றான் ...

அத தவறுன்னு ஆராயத்தோணுமா...
அவனை மன்னிக்கணும்னு தோணுமா...?
வேகம்... அவசரம்...
அதை பகையா மாத்தும்...
உடனே நண்பர்களை குழுவா சேர்த்துக்கிட்டு புறப்பட்றது...
சண்டை... அடிதடி...
அது.... அந்த வயசோட வேகம்...!
அந்த சண்டைக்கு நாம வச்சுக்கிட்ட பேரு
வீரம்....... வலிமை.... கர்வம்.......
இப்பிடி...!
ஓட்டம்... ஓட்டம்...
பரபரபரபரன்னு பள்ளி முழுக்க ஓட்டம்...
ஆனா...
அதுலயும் ஒரு மகிழ்ச்சி வாசுதேவா..."
அவனது கண்கள் லேசாகக் கசிந்தன...
ஆம்...
அது அப்படிப்பட்ட பருவம் தான்...
மனிதனாகப் பிறந்தவர்...
யார் அந்த வயதிலே... அந்த பருவத்திலே... விழவில்லை...?
பளபளப்பு...
மினுமினுப்பு...
குறும்புத்தனம்...
சுறுசுறுப்பு...
முரட்டுத்தனம்...
தினவு...
உடலெங்கும் மதமதப்பு...
எதையாவது செய்... எதையாவது செய்... எனத் தூண்டும் பக்குவம்...!
தண்ணீர் அருந்தாவிடினும் தாகமே தெரியாது...
சாப்பிடாவிட்டாலும்.... பசிக்காது...
மண்டை உடைந்தாலும்... வலிக்காது ...
இரத்தம் சிந்தினாலும்... பயம் தோன்றாது...!
அது...
மாயப் பருவம்...
அபாயத்தை... அழகாகக் காட்டும்...
ஆபத்தை... உறவாகக் கூட்டும்...
நட்பென்றால் ஆழ நட்பு...
பகையென்றாலும் சூழப் பகை.
காதலென்றால் அமர காதல்...
இதுதான் பள்ளி வாழ்க்கை...!

ஆனால்.... எல்லாமே குழந்தைத்தனம்...
அன்னமிடவும்.... அன்பு செலுத்தவும்... முதல் கடவுள் அம்மா...!
கைப்பிடித்து வழி நடத்தவும்... கவலை தீர்க்கவும் இரண்டாம் கடவுள் அப்பா...!
அறிவு தரவும்... அகிலம் காட்டவும் மூன்றாம் கடவுள் ஆசிரியர்...
இத்தனை கடவுள்களிருக்க ஏது பிணி இங்கே...!
அதுவே பிள்ளைப் பருவம்...!
நாம் செய்யும் செயல்கள் பெற்றோர்களை துன்புறுத்தும்.... அடுத்தவர்களை காயப்படுத்தும்... என்றெல்லாம் சிந்திக்க விடுமா அந்தப் பருவம்...!
அதைத் தான் கதிரேசன் உணர்வு பூர்வமாக சொல்லிக் கொண்டிருந்தான்...
அவன் சொல்ல சொல்ல...
திரும்பப் பெற முடியாமல் இழந்து விட்ட அந்த வயதையும்....
பருவத்தையும் ....
அந்தத் தருணத்திலே நிகழ்ந்து கண்ணிமைக்கும் நேரத்திலே கடந்து விட்ட செயல்களையும் நினைத்து எனக்கும் துக்கம் மேலிட்டது...!
இளமை பறந்து போனது...
முதுமை விரட்டி வந்து கொண்டே இருக்கிறது...
மரணம் வலைவீசி அழைத்துக் கொண்டே இருக்கிறது ...
இதுதான் மனிதப் பிறவி...!
கதிரேசன்...... தழுதழுத்த குரலிலே துளியளவு அழுகை கலந்தே குரல் வெளிப்பாடு செய்தான்...
"நாமெல்லாம்...
அப்பிடியே..."
அவனால் தொடர்ந்து பேச இயலவில்லை...
கொஞ்சம் விசும்பலோடு நிறுத்திக் கொண்டான்...
அவன் நிறுத்தியதும் எனக்கும் அழுகை வந்துவிட்டது
"அந்த வயசுலயே... இருந்திருக்கக் கூடாதா..?"
மூக்கை உறிஞ்சினான்.... கண்களைத் துடைத்தான்...
"பாரு....
இப்போ....
வாழ்க்கையிலே எவ்வளவு முன்னேற்றம்....
எத்தனை சாதனைகள்...
வசதிகள்...
மாளிகையிலே வாழ்க்கை...
விமானத்துலே பயணம்...
சமுதாயத்திலே உயர்ந்த மரியாதை....
உறவினர்களுக்குள்ளே வியப்பு...
இதெல்லாம் எதுக்கு வாசுதேவா...?
இவையெல்லாம் நிலைச்சிடுமா........
இல்ல..... இந்த உலகத்தை விட்டுப் போறப்போ கூடவே வருமா...?

மின்னல் வேகத்துல் கடந்து போன அந்த பள்ளிப் பருவம் போல... எல்லாமே இன்னொரு மின்னலா முடிஞ்சு போகும்...

போகும்போது... தனியா அனாதையாத் தான் போகணும்...

பெறகெதுக்கு இந்தப் போராட்டம்..?

சொல்லு...

இன்னும் சற்று நிறுத்தினான்...

"அந்தப் பள்ளிப் பருவம்...

அந்தப் பருவத்திலே ஏற்பட்ற நினைவுகள்

அது தான் நிரந்தரம் வாசுதேவா...

முதுமை வந்து... தள்ளாமை வரும் போதும்... நம்ம கூடவே தொடர்ந்து வந்து... கொஞ்சம் ஆறுதலைக் குடுக்கிறது... அந்தப் பள்ளிக் காலந்துச் செயல்கள் தான்..."

கதிரேசன் நிறுத்திக் கொண்டான்...

இனி பேசுவானா...

சந்தேகம் தான்..

கிட்டத்தட்ட எனக்கும் அவனுடைய மனநிலை தான்....

இருவருமே பள்ளி மாணவர்களாகவே மாறிப் போய்விட்டோம்...

எப்படியோ சமாளித்து கதிரேசன் சுய உணர்வைப் பெற்று நிகழ்காலத்திற்குத் திரும்பி வந்தான்...

அவனுக்கு என்னிடம் தெரிவிக்க வேண்டிய தகவல்கள் இருந்தன...

அதனால்...!

"ஒரு நாள்...

நான் ஒன்பதாவது வகுப்பு சேர்ந்திருந்த புதுசுல.... ஆசிரியர்கள்... மாணவர்கள் எல்லாருமா சேர்ந்து... குழுவா சேந்து ஒரு புகைப்படம் எடுத்தோமே நினைவிருக்கா உனக்கு"....

மரகதம் போன்ற ஒரு நிகழ்வைக் குறிப்பிட்டான் அவன்...

மறந்து... மறைந்து விடக் கூடிய நிகழ்வா அது...?

பள்ளிச் சான்றிதழை விட பத்திரப் படுத்தி பாதுகாத்து வைத்திருக்கும் பதிவுச் சான்றல்லவா...

"அதை என் மனைவி காவேரி கிட்ட காட்டிக்கிட்டிருந்தேன்...

'இது...தலைமையாசிரியர்...

இவங்க... எழில்மணி ஆசிரியை...

இவரு... சுகுமார் ஆசிரியர்... ரொம்ப நல்ல ஆசிரியர்...

இவன்... வீரமனோகரன்...

இவன்... கணபதி குமார்...

இது... சுசீலா...

இது... கனகவல்லி...

இது...!"

"ஏன் நிறுத்திட்டீங்க...?"

"இது... இது... இது... இது...

வான்மதி.....!”

“வான்மதின்னா... உங்க நண்பர் காதல் கடிதம் எழுதினதா சொன்னீங்களே அந்த பொண்ணா... ?”

“அதே பொண்ணுதான்... அழகா இல்ல... ?”

“ஆமா..... அழகு இல்லீங்க... ரொம்ப அழகு... இந்தப் பொண்ணப் பாத்தா யாருக்குமே காதல் வரும்... ”

“கடிதம் எழுதின பையன் யாரு... ?”

அந்தப் புகைப்படத்திலே உன்ன அடையளம் கண்டுபிடிக்கிறது சிரமமா இருந்தது... இருந்தாலும் கண்டுபிடிச்சுட்டேன்... என் மனைவிகிட்ட காட்டினேன்... அவ நம்பவே இல்ல...

“நம்ப முடியலீங்க... பாத்தா ரொம்ப நல்ல பையனா தெரியுதே... இந்தப் பையனா காதல் கடிதம் எழுதினான்... ?”

“இல்ல காவேரி... அவன் மேல எந்தத் தப்பும் இல்ல... எல்லாம் என்னோட தவறு... நான் தான் இல்லாததையும் பொல்லாததையும் சொல்லி... காதல் காதல் காதல்னு அவனுக்குள்ள தப்பான உணர்வுகளைத் தூண்டி கடிதம் எழுதவச்சேன்...

அது ரொம்ப பெரிய தவறுல முடிஞ்சு போச்சு...

அந்த நிகழ்வுக்குப் பெறகு வான்மதி பள்ளிக்கே வரல... அவளோட படிப்பு என்ன ஆச்சு ...

அவளுடைய வாழ்க்கை என்ன ஆச்சு... எங்கே போனா... எதுவுமே தெரியல...!

வாசுதேவனும்...

உண்மையிலேயே நல்ல நண்பன்... பள்ளியில எல்லாருமே அவனை எச்சரிக்கை பண்ணினாங்க...

கதிரேசன் நல்லவன் இல்ல... அவன் கூட நட்பு வச்சுக்காதேன்னு... வாசுதேவன் அதையெல்லாம் மீறி என் கூட பழகினான்...

ஆனா நான்... அவனுக்கு மிகப் பெரிய தீமை செஞ்சுட்டேன்...”

கதிரேசன்... தனது மனைவியிடம் கூறியதைச் சொல்லி விட்டு சற்றே

ஓய்ந்தான்...

ஒரு பள்ளியிலே... ஒரு வகுப்பிலே கூடிப் பயிலும் மாணவர்கள்... வளர்ந்து வாழ்வை நோக்கிப் பயணிக்கையிலே மனக்காயங்கள் ஏற்படாமல் யாருமே இல்லை...

பள்ளியிலே விதைக்கப்பட்ட விதை உலகெங்கும் பரவி... வெவ்வேறு விதமாக நிலை பெறுகின்றன...

கதிரேசன் குறிப்பிட்ட அந்த ஒரு சிறிய புகைப்படத்திலே கூடி இருப்பவர்கள்... இன்று உலகிலே எந்தெந்த இடங்களிலே தெறித்துச் சிதறியிருக்கிறார்களோ...

யார் யார் எந்தெந்த நிலையிலே இருக்கிறார்களோ...

ஒரு நண்பன் அமெரிக்காவிலே சிகாகோவிலே உயர்ந்த நிலையிலே அந்நாட்டு அரசு பதவியிலே இருக்கிறான்...

இந்தப் புகைப்படத்திலே இருக்கும் ஒரு பெண்... தென்னாப்பிரிக்காவிலே மிகப் பெரிய தொழிலதிபராக இருக்கிறாள்....

ஆஸ்திரேலியாவிலே ஒரு நண்பன் பல ஆயிரக்கணக்கான ஏக்கர் நிலங்களுக்கு உரிமையாளனாக இருக்கிறான்...

ஒரு நண்பன் மலேசியா... சிங்கப்பூர்... இந்தோனேசியாவிலே பதினாறு உணவு மற்றும் தங்கும் விடுதிகளுக்கு உரிமையாளனாக இருக்கிறான்...

ரஷ்ய நாட்டிலே...

என் உடன் படித்த மாணவி ஒருத்தி...

அங்கே இந்தியத் தூதுவராக பணியாற்றுகிறாள்... இதோ... கதிரேசன் கூட எங்கோ வெளிநாட்டிலே ஏற்றுமதி இறக்குமதி வியாபாரம் என்று தான் கூறினான்.

ஒவ்வொருவருக்கும் ஒரு நாடு...

ஒவ்வொருவருக்கும் ஒரு தொழில்...

ஒவ்வொருவருக்கும் ஒரு வாழ்க்கை... குடும்பம்... குழந்தைகள்...

ஆனால் அத்தனை பேருக்கும் ஆணிவேர்...

அந்த பள்ளி தான்...!

அத்தனை பேருடைய வாழ்க்கைக்கும் ஆதாரம் அந்த சிறிய புகைப்படம்...!

எங்கோ அன்னிய மண்ணிலே கொடிகட்டிப் பறக்கும் இந்த கதிரேசன்... இங்கு வந்து கண்ணிர் விடக் காரணமும் அந்தச் சிறிய புகைப்படம் தான்...

கதிரேசன் மீதிக் கதையைத் தொடர்ந்தான்..

“அன்னிக்கு முழுக்க உன்னப்பத்தியே தான் நினைச்சுக்கிட்டிருந்தேன் வாசுதேவா...

மத்தவங்கெல்லாம் கடந்து போன நண்பர்கள்...

ஆனா நீ...

என்னால பாதிக்கப்பட்டவன்...

இதோ...

இப்பவும் என்னால உன் குடும்பதுல குழப்பம்...

என்னுடைய குழப்பங்களையெல்லாம் பாத்துட்டு என் மனைவி காவேரி தான்... எப்பிடியாவது உன்னைத் தேடிக் கண்டுபிடிச்சு... உன் கிட்ட மன்னிப்புக் கேக்கணும்னு பிடிவாதம் பிடிச்சா...

போனதெல்லாம் போகட்டும் வாசுதேவா...

நாம நண்பர்கள்....

நான் உனக்கு செய்த பாவத்துக்கு பரிகாரம் செய்ய வேண்டியது என் கடமை....

என் மனைவி காவேரியோட ஆணை....

என்ன நடந்திருந்தாலும் நீ பயமில்லாம என்கிட்ட சொல்லு... கட்டாயம் அத நான் தீர்த்து வைக்கிறேன்...”

நான் நீண்ட காலமாக யாருக்குமே தெரியாமல் தேக்கி வைத்திருந்த அபாய நீர்தேக்கத்தின் அணைக்கட்டிலே துளையிட்டுவிட்டான் கதிரேசன்.....!

அவனிடம் ஒளிவு மறைவில்லாமல் அத்தனை அபாயங்களையும் அறிவித்து விட என்னை நான் தயார்ப்படுத்திக் கொண்டேன்...!

எனக்கு வேறு வழியில்லை...!

கதிரேசனிடம் சொல்லியே ஆக வேண்டும்....

சொல்லத் துவங்கினேன்...

தொடர்ந்து சொன்னேன்..!

நானும் இடைநிறுத்தம் செய்யவில்லை...

அவனும் இடைமறிப்பு செய்யவில்லை...

குற்றாலத்திலே நான் வான்மதியைக் காப்பற்றியது வரை கதிரேசனுக்குத் தெரிந்த கதை தான்....

அதற்குப் பின்... நடந்த கொடூரம் தான் மிக பயங்கரமானது...

அதை நான் அவனிடம் சொல்லும் போதே... அவன் மூர்ச்சையானது போல் ஆகிவிட்டான்...

நடந்த முழுக்கதையையும் ஒன்று விடாமல் சொல்லி முடிப்பதற்குள் மாரடைப்பு ஏற்பட்டது போல நாலைந்து முறை தினறிவிட்டேன் நான் ...

முழுக்கதையும் கேட்ட அவன்... மூச்சுமுட்டி அதிர்ந்து போனான்...

அவனுக்கே முகமெல்லாம் வியர்த்துவிட்டது... லேசாக நடுங்கிப் போனான்... இப்பொழுது எனது கைகளை அவன் இறுகப் பற்றிக் கொண்டான்....

"வாசுதேவா... உன்ன பார்த்தா இப்போ பயமா இருக்குப்பா... உன் வாழ்க்கையில வான்மதி மூலமா விதி பயங்கரமா சுத்திச் சுத்தி அடிச்சிருக்கு...! இதையெல்லாம் தாங்கிக்கிட்டு எதுவுமே நடக்காத மாதிரி உன் மனைவி கூட மகிழ்ச்சியா குடும்பம் நடத்துற பாத்தியா... அதுவே பெரிய அதிசயம்...!

உனக்கு என்ன யோசன சொல்றதுன்னு எனக்கே தெரியல வாசுதேவா..."

அவன் கைக்குட்டையை எடுத்து முகத்தை அழுத்தித் துடைத்தான்...!

அவனுக்கும் அதிர்ச்சி பற்றிக் கொண்டது....

அவனையும் அறியாமல் என்னுடைய சிக்கல் வலைக்குள்ளே அவனும் சிக்கிக்கொள்ளத் துவங்கியிருந்தான்... அதனால் அவனாலும் தொடர்ந்து பேச முடியவில்லை....!

இருவருமே இணைந்து பள்ளிப் பருவத்திற்குள்ளே நுழைந்து மீண்டு வந்ததால்... இருவருமே மீண்டும் அமைதியானோம் ...

என்னவோ தெரியவில்லை... திடீரென பிடித்த கனமழை இன்னும் விட்ட பாடில்லை....!

எங்களது மன நிலையின் ஈரப்பதிவினைப் போல...!

நாங்கள் அமைதியானதும் மழையின் ஓசை அதிகமாகி எங்களது மௌனத்திற்கு பின்னோசையாக மாறி கேட்டுக் கொண்டேயிருந்தது...

வீட்டின் மொட்டை மாடியிலே துணி உலர்த்துவதற்காக ஒரு பெரிய உலோகக் கூரை அமைத்திருந்தேன்.... அதன்மீது மழை பலமாக விழுவதால்... அந்த ஓசை பெரிதாகக் கேட்டது...

நான் கதிரேசனையே பார்த்துக் கொண்டிருந்தேன்.....

மகாபாரதத்திலே பாண்டவர்களுக்குத் துணை நின்ற கண்ணபிரான்... கொடுத்த வாக்கை கடைசிவரை காப்பாற்றியது போல... கதிரேசனும் கடைசி வரை துணை நிற்பான் என்பது... அவனது ஆழ்ந்த யோசனையின் மூலம் எனக்குப் புரிந்தது.

கடல் கொந்தளித்தது...

காற்று சுழன்றடித்தது...

ஓடம் தடுமாறியது...

துடுப்பு கை நழுவிப் போய்விட்டது...

திசையேதும் தெரியவில்லை...

இப்பொழுது கரை சேர உடனடியாக கைப்பிடி ஆதாரம் ஏதாவது வேண்டும்...

அது...

கதிரேசன்...!

அப்படித்தான் என் கண்களுக்குத் தெரிந்தான் அவன்...

இந்தச் சுழலிலிருந்து மீள இனியொருவர் துணை கிடைக்கவே கிடைக்காது...

உறுதிப் பிடிமானமும் இவன் தான்.....

இறுதிப் பிடிமானமும் இவன் தான்...!

கதிரேசன் எப்பொழுதும் பேசிக்கொண்டே இருப்பவன்...

இவ்வளவு நேரம் அவன் மௌன விரதம் இருக்கிறானென்றால் அவனது மனம் ஆழமாகக் காயப்பட்டிருப்பதாகத்தான் பொருள்....

இப்போது மறுபடியும் ஓர் அதிர்ச்சி அரங்கேறியது...!

யாரோ பலமாக அறைக்கதவைத் தட்டும் ஓசை....

சந்தடியே இல்லாத அமைதியாக இருந்ததால்... அந்த ஓசை மிக அதிகமாக எங்களது தலை மீது கட்டையால் அடித்தது போல் ஒலித்தது....

இருவருக்குமே பரபரப்பு...

பயம்...

குழப்பம்...

யாராக இருக்கும்...?

பெரும்பாலும் நீயாகத்தான் இருப்பாய்...!

சாப்பிட அழைக்க வந்திருப்பாய்...!

வான்மதியின் கதை கொடுத்த பயங்கரத் தாக்குதலிலிருந்தே எங்களால் மீள முடியவில்லை...! அதற்குள் நீ வந்து விட்டாய்...

தற்சமயம் எங்களது முக நிலவரங்களைப் பார்த்தால்... ஏதோ நடந்திருக்கிறது என்பதை எளிதில் கண்டுபிடித்து விடுவாய் நீ...!

இருவருக்குமே குலை நடுக்கம்...!

அவன் என்னைப் பார்த்தான்... நான் அவனைப் பார்த்தேன்...

கதவு தட்டும் ஓசை தொடர்ந்து ஒலித்துக்கொண்டே இருந்தது...

"நதி தானே போயி கதவத் தொறப்பா... தாமதமானா சந்தேகம் வந்திடும்..."

கதிரேசன் எனக்கு யோசனை சொல்லி விட்டான்...

ஆனால் அவனது முகத்திலே கலவரம் அப்பிக் கொண்டது... அதைத் தெளிவாகவே என்னால் காண முடிந்தது.....!

கதவு தட்டும் ஓசை இன்னும் அதிகமானது...

ஏன் கதவை உடைப்பது போல கடுமையாகத் தட்டுகிறாய்...? நீ அப்படிப்பட்டவள் இல்லையே...

எனக்கு அங்கு தான் பயம்...

புரிந்துவிட்டது...

நம் வீட்டிலே எப்பொழுதுமே அறைக்கதவுகளைத் தாழிடும் வழக்கம் இல்லை... குளிக்கும் போதும்... உடைமாற்றும் போதும் கூட...!

இன்று என் அறைக்கதவை நான் தாழிட்டிருப்பதும்... நீண்ட நேரம் நீ தட்டியும் திறக்காமல் தாமதமாவதும்... ஒருவேளை உனக்கு குழப்பத்தை உண்டாக்கியிருக்கலாம்...

என் மீது உனக்கு சந்தேகம் ஏற்பட்டு விட்டால்....?

ஐயோ...

கற்பனை செய்து கூட பார்க்க முடியவில்லை...

நான் உன்னைப் பற்றி கண்ட மோசமான கனவு... என் கண்முன்னே தோன்றி என்னை மிரட்டியது...

மெதுவாகக் கதவை நோக்கி நடந்து வந்தேன்....

தட்டும் ஓசை அதிகமாகி இடிபோலத் தொடர்ந்தது.....

திறப்பதா வேண்டாமா........

தயக்கம்...

திறந்துதானே ஆக வேண்டும்... வேறு வழியில்லை... கதவைத் திறந்தேன்...

நான் மெதுவாகத்தான் திறந்தேன்... ஆனால் நீ வேகமாக உட்புறம் நோக்கித் தள்ளினாய்.... தள்ளிய வேகத்திலே கதவு சுவற்றிலே டமார் என்று மோதியடித்து நின்றது....

அறைக்கதவு திறந்ததும் மழையின் அகோர ஓசை இன்னும் உரக்க ஒலித்தது.....

ஏன் இந்த மூர்க்கத்தனம்.....?

எனக்கு அதிர்ச்சி நீங்க சற்று நேரம் பிடித்தது...

நீ கதவைத் தள்ளிய வேகத்திற்கு என்ன காரணமாக இருக்கும்...!

என்ன முடிவெடுப்பது நான்....!

உனது முகமும் எப்பொழுதும் போல சாதாரணமாக இல்லை... சற்று சீற்றத்துடன் காணப்படுகிறது...!

என்ன காரணம்....

புரிந்து விட்டது...

புரிந்ததும் மூளை உருகி... காதுவழியே திரவமாக வழியத் துவங்கிவிட்டது....

20. உனது முகத்தின்...

உனது முகத்தின் கொடூரம்... எனது சிந்தனைகளைப் பலப்பல வழிகளிலே சிதறடித்துப் பயணப்படுத்தியது...

நீ.... நீண்ட நேரத்திற்கு முன்பே வந்துவிட்டிருக்கிறாய்...

வான்மதியைப் பற்றி நான் சொன்ன முழுக்கதையையும் கேட்டுக் கொண்டே இருந்திருக்கிறாய்...

எல்லா செய்திகளையும் சேகரித்துக் கொண்டு... நான் சொல்லி முடித்து அமைதியானதும்... கொஞ்சம் இடைவெளி விட்டு கதவை தட்டியிருக்கிறாய்...!

இதுதான் நடந்திருக்கிறது...!

எனது கணக்கு சரியாக இருந்தால்... இன்றோடு முடிந்தது எனது கதை...!

விருந்தாளியாக வந்திருக்கும் கதிரேசனும் அவன் மனைவியும் போகும் வரையாவது தாங்குமா இல்லையா என்று கணிக்க முடியவில்லை.....!

இத்தனை காலமாக கட்டிக் காப்பற்றிய இரகசியம் கசிந்துவிட்டது... இனி இடியப் போவது எந்தக் கோட்டை என்பதைத்தான் பொறுத்திருந்துப் பார்க்க வேண்டும்.

நான் உன்னையே பார்க்கிறேன்...

இல்லை...

பார்க்கவே இல்லை...

இல்லை இல்லை...

உன்னைத்தான் பார்க்கிறேன்...

நீ என்னைத்தான் பார்க்கிறாய்...

என் வாழ்நாளில் இதுவரை உன்னிடமிருந்து வெளிப்படாத வன்மப் பார்வை அது...

கண்காளா அவை....?

தீ கங்குகள்...

நீ கோபப்படு...

கொதித்து விடு...

கொந்தளித்து எழு...

அழுது விடு...

அடம்பிடி...

என்னை அடித்துவிடு...

எதையும் எதிர்கொள்ள நான் தயார்...!

ஆனால்...

அந்தக் கனவு...

அன்று நான் கண்ட கெட்ட கனவு...

அதுமட்டும் நிகழ்ந்துவிடக் கூடாது என் கண்ணே...!

ஐயோ...

இதை எப்படி உனக்குப் புரிய வைப்பது....?

ஒரு நொடியிலே ஓராயிரம் கேள்விகள்...
இனி.... இந்த வீட்டிலே என்ன நிகழும்...?
கட்டிக் கட்டிக் காப்பாற்றிய வான்மதி இரகசியம் கசிந்து விட்டது...
உன் காதுகளிலே நுழைந்தும் விட்டது...
இனி விளைவு....?
உனது நடவடிக்கைகளிலே தான்...
உனது பார்வையிலே வெப்பம்...
கூர்மை...
ஆழம்...
சந்தேகம்...
கோபம்...
எல்லாமே ஒன்று சேர்ந்து... கூட்டுக் கூட்டணி அமைத்து... வீரிய வெளிப்பாடு காட்டியது...
எங்கள் இருவரையுமே எரித்து விடுவது போலப் பார்த்தாய்....!
உனது விழிகளை நகர்த்தவே இல்லை நீ.....
எனது அறிவு ஓலமிட்டு அலறியது...
கடவுளே...
நீ வாயைத் திறந்து ஒரு வார்த்தை பேசமாட்டாயா.....
ஓர் அடிமை போல உனது எதிரிலே தவமிருந்தேன்... மனம் 'திக்... திக்...' கென அடிக்கிறது...
கதிரேசன் நிலையோ மிக மிக மோசம்..... குடித்திருக்கிறானே... உனது முகத்தைப் பார்க்கத் துணிவில்லாமல் வேறு பக்கம் திரும்பிக் கொண்டான்.....
நானே பேசுவதைத் தவிர வேறு வழியில்லை... ஆனால் நாக்கு கூட ஒத்துழைக்க மறுக்கிறதே...
உதடுகள் இறுக ஒட்டிக் கொண்டனவே...
தட்டுத் தடுமாறி வார்த்தைகளை உதிர்த்தேன்.....
"ந...ந..ந..நதி..!"
தடுமாறிய என் குரல் கேட்டு உன் பார்வை இன்னும் கூர்மையாய் என் மீது பாய்கிறது...
நீ பார்க்கப் பார்க்க...
அமைதியாய் இருக்க இருக்க....
எனக்கு மயக்கம் வந்தது நதி....!
போர்க்களத்தின் பீரங்கியை விட... பெண்ணின் மௌனம் மிகக் கொடிய ஆயுதம் என்பதை இப்பொழுது உணர்ந்தேன்.....
என்னால் நிலையாய் நிற்கவும் முடியவில்லை....!
ஏதாவது பேசிவிடு கண்ணே....!
இதோ....
நீ பேசினாய்..
பேச்சா அது....?
புலியின் உறுமல்..!

"என்ன....?"

ஒரே வார்த்தை தான்...!

அந்த 'என்ன' அறை முழுக்க எதிரொலித்தது...

கதிரேசன் படாரென்று திரும்பினான்.....

இதுவரை உன்னிடமிருந்து இப்படியொரு அதட்டலை நான் கேட்டதே இல்லை.... நடுநடுங்கிப் போனேன்...

இப்படி.... ஒரே வார்த்தையிலே கேள்வியாகக் கேட்டால் என்ன செய்ய முடியும்....?

என்ன பதிலை சொல்ல முடியும்...

இன்னும் அதிக நடுக்கம் தான்...

எனது ஆண்மை அடங்கி அரைமணி நேரம் ஆகிவிட்டது...

நாடித்துடிப்பு இயங்குகிறதா என பரிசோதனை செய்ய வேண்டும்...

இரத்த ஓட்டம்...?

சந்தேகம் தான்...!

அதுதான் கதவு தட்டப்படும் ஓசை கேட்கும் போதே உறையத் துவங்கிவிட்டதே...

உடலின் தட்ப வெப்பம் கூட பனிக்கட்டி போல உறைந்து தான் இருக்கிறது...

உயிரோட்டம் இயங்குகிறதா என்று மட்டும் ஆராய வேண்டும்...

அத்தனை அதிர்ச்சி....!

என்ன விபரீதம் நடக்குமோ...

வான்மதி...

ஒன்பதாம் வகுப்பு...

குற்றாலம்...

அதன்பிறகு நடந்த கொடூரம்...

அதன் பிறகு நடந்த விபரீதம்...

அதன் பிறகு நடந்த சோகம்...

இதில் எந்தக் கதை உன் காதுகளிலே விழுந்திருந்தாலும் விபரீத விளைவுகள் நிகழ்ந்து விடுமே...

நான் எப்படி சமாளிப்பேன்....!

நான் சட்டென்று முகத்தைக் கையால் துடைத்தேன்....

என்னை விட வேகமாக கதிரேசன் முகத்தைத் துடைத்துக் கொண்டிருந்தான்...

துடைப்பதால் வியர்வை நீங்கும்...

மூடிச் சூழ்ந்த அபாயம் நீங்குமா....

இப்போது நீ பேசினாய்...

"ஏன் கதவு தாழ் போட்டிருக்கு....?"

இது என்ன வினோதம்....?

நான் உன்னிடம் இருந்து எதிர்பார்த்தது வான்மதியைப் பற்றிய அணுகுண்டு...

ஆனால் நீ வெடித்தது.....?

சாதாரண சீனி வெடி...!

அதைத் தொடர்ந்து நீ இன்னொரு இன்ப அதிர்ச்சியும் கொடுத்தாய்...

"ஏன் உங்க முகமெல்லாம் இப்பிடி இருக்கு... ?"

உனது சந்தேகம் வலுவிழந்திருக்கிறது.... அது வலுப்பெற்று புயலாய் மாறும் முன் உனக்கு ஏதாவது பதில் சொல்லியாக வேண்டுமே....

"முகம்... முகம்... நல்லாத் தான் இருக்கு..."

நான் உளருகிறேன்... எனக்கே தெளிவாகப் புரிகிறது... உளறாமல் என்னால் என்ன செய்ய முடியும்... ?

நானாவது உளறுகிறேன்...

கதிரேசன் ஊமையே ஆகிவிட்டான்...

என் வார்த்தைகளிலே கோர்வை இல்லை...... குரலிலே நிதானமில்லை...

இதை நீ.... நிதானமாக நின்று மூர்கத்தனமாய் கவனித்தபடி இருந்தாய்...

தாழ்த்தியிருத்த விழிகளை சற்று உயர்த்தி உன்னை உற்று நோக்கினேன்...

சிறிய குழப்பம்...

வான்மதியினுடைய கதையை அறிந்து கொண்டதற்கான அறிகுறி... உனது முகத்திலே சிறிதளவு கூட தெரியவில்லையே....

பிறகு எதற்க்காக உன் முகத்திலே இத்தனை கோப வெளிப்பாடு.... ?

எங்கோ இடிக்கிறது...

அது...

அவ்வளவு சாதாரண அதிர்ச்சி இல்லையே...

உனது கணவனைப் பற்றியது...

அவனோடு ஒரு பெண்ணை சம்மந்தப்படுத்தி இணைப்பது...

இதற்கு இவ்வளவுதான் அதிர்ச்சியா.. ?

பாண்டியனின் சபையிலே... கோவலனை இழந்த கண்ணகியின் சீற்றத்தையல்லவா நீ வெளிப்படுத்தியிருக்க வேண்டும்....

நான் பேசாமலே இருப்பது என முடிவு செய்துக் கொண்டேன்....

அடுத்து நீ என்ன பேசப் போகிறாய் என்பதைப் பொறுத்துத்தான் இனி நான் பேச வேண்டும்....!

நீயே தான் பேசினாய்...

அந்த வார்த்தையைக் கேட்டதும்... எனக்கும் கதிரேசனுக்கும்.... நின்று போயிருந்த இதயங்கள்... மீண்டும் படு உற்சாகமாக இயங்கத் துவங்கின....!

"ரெண்டு பேரும் அப்பப்ப சண்ட போட்டுக்குவீங்களாமே... அடிதடி வரைக்கும் கூடப் போகுமாமே... உங்க நண்பர் மனைவி காவேரி சொன்னாங்க..."

எனக்கு ஒரு பெரிய நிம்மதி வெளிச்சம் தோன்றியது......

கதை மாறுகிறதே... வான்மதியை விடுத்து... காவேரி என்று சொல்கிறாயே...

நன்றாக வியர்த்த முகத்தை குளிர்சாதன இயந்திரத்தின் முன் காட்டியது போல.... குளிரை உணர்ந்தேன்...

பெரும் சூறாவளி.... புயல் என்று அறிவிப்பு செய்த பின்னர்...

சாதாரண சாரல் மழையும் காற்றும் வீசியது போல நீ பேசினாய் அன்பே...!

"இப்பவும் சண்ட போட்டீங்களா....

இத்தன வருசத்துக்குப் பெறகு வீடு தேடி வந்தவருகூட..."

ஒரு புறம் மகிழ்ச்சி...

நீ வான்மதி பற்றி கேட்கவேயில்லை....

விருந்தாளியோடு சண்டை போட்டேன் என்று தான் கோபித்தாய்... அப்பாடா... இதற்குத் தான் இத்தனை முறை குறிபார்த்தாயா....

கதிரேசன் முந்திக்கொண்டான்...

“ஆமாங்க... கொஞ்சங்கூட மரியாதையே இல்ல... சின்ன வயசுல நடந்ததையெல்லாம் மனசுல வச்சுக்கிட்டு இப்ப பழிவாங்குறான்... நல்லா அடிச்சுட்டாங்க... உங்க முகத்துக்காகத்தான் பேசாம இருந்தேன்... இல்லன்னா... நான் ரொம்ப மோசமானவன்... திருப்பி அடிச்சிருப்பேன்...”

காட்சியிலே பயங்கரமான திருப்புமுனை...

மகா நடிகனல்லவா அவன்.. எளிதாக உன்னிடமிருந்து தப்பிவிட்டான்..!

அவனுடைய தந்திர குணம் இன்னும் மாறவில்லை என்பதை உணர்த்தினான்...!

உனக்கு இன்னும் கோபம்..... என்னை முறைத்துப் பார்த்துவிட்டு கோபமாகக் கத்தினாய்...

“கதவு தாழ் போட்டிருக்கும்போதே நெனச்சேன்... ஏதோ நடக்கக் கூடாதது நடந்திருக்கும்ன்னு... இத்தனை வருசத்துக்குப் பிறகு... இப்படிப்பட்ட நல்ல நண்பர் கூட சண்டை என்ன வேண்டிக்கிடக்கு... ?”

நானும் கதிரேசனும் கூட்டுச் சேர்ந்து மௌனமொழி வாசித்தோம்... இருவரின் வாசிப்பிற்கும்... மழையும் காற்றும் பின்னணி வாசித்தன...!

இருவரின் திட்டமும் ஒன்று தான்... அவசரப்பட்டு ஏதாவது வார்த்தையை விட்டு... உன்னிடம் அகப்பட்டுக்கொள்ளக் கூடாது...!

இனி நீ என்ன பேசினாலும் எனக்கு பயமில்லை...

“சாப்பிடவாங்க...”

‘வெடுக்’ கென்று திரும்பிப் போய்விட்டாய் நீ...

கதிரேசன் பயந்தபடியே மெதுவாக என் அருகிலே வந்தான்... நீ போன திசையையே பார்த்தபடி... அவனது முகத்திலே பல விதமான உணர்ச்சிகள் மாறி மாறித் தோன்றி மறைந்தன...

நெற்றியைச் சுளித்தான்...

கண்களை இறுக மூடினான்...

தலையை அழுத்தி கையால் தேய்த்தான்...

இடுப்பைப் பிடித்துக் கொண்டான்...

காது மடலைப் பிடித்து இழுத்து விட்டான்...

மூக்கைப் பிடித்துத் தேய்த்தான்...!

அவனது இத்தனை அமைதியற்ற நடவடிக்கைகளும்... அவன் குழப்பத்தின் உச்சத்திலே இருக்கிறான் என்பதை எனக்குக் காட்டிக்கொடுத்தன... !

எனக்குப் பொறுமை இல்லை...

“என்ன கதிரேசா... திடீர்னு ஒரு மாதிரி ஆயிட்டே.... ?”

அவன் அதற்கும் உடனடியாக பதில் சொல்லவில்லை....

சற்று தலையைக் குனிந்து உதடுகளைப் பிடித்து இழுத்து முறுக்கிக் கொண்டிருந்தான்....

“ஏப்பா.. என்னப்பா ஆச்சு.... ?”

என்னை நிமிர்ந்து பார்த்தான்... நிதானித்தான்.... அவனுக்குள்ளே ஏதோ புதிய சந்தேகம் வந்திருக்கிறது என்று நினைக்கிறேன்.....

மறுபடியும் மௌனித்தான்... பிறகு பேசினான்....

புதிய கோணத்திலே ஒரு கேள்வியைக் கேட்டான் அவன்...!

"நீ... வான்மதிய காதலிக்கவே இல்லையா வாசுதேவா.... ?"

"சத்தியமா இல்லப்பா..."

நான் சற்றும் தாமதிக்காமல் உடனே பதில் வெடித்தேன்....

"சே... தவறு பூராவுமே என்னுடையது தான்... அந்த வயசுல அதெல்லாம் தப்பாவே தெரியலப்பா... எத நெனைக்கிறோமோ அதை யோசிக்காம செய்யிற தருணம்...

எதுலயும் மூர்க்கத்தனம்... இத்தன வருசம் கழிச்சு இப்பிடியெல்லாம் விபரீதம் வரும்னு யாராலப்பா சொல்ல முடியும்.... ?"

சொல்லிவிட்டு அவன் மறுபடியும் யோசித்தான்... அவனுக்கு முன்போல சரளமாகப் பேச வரவில்லை... குற்ற உணர்வு அவனை தொடர்ந்து பேசவிடாமல் தடுத்தது...!

"ஏப்பா நீ பாட்டுக்கு அடிச்சுட்டேன்... புடிச்சிட்டேன்னு சொல்லிவச்சுட்ட... நீங்க போறவரைக்கும் என் மனைவி நதி இனி என்கிட்ட பேசவேமாட்டா... நீங்க போனதுக்குப் பெறகு சாமியாடுவா..."

"விடப்பா... நீ எவ்வளவு பெரிய ஆபத்திலிருந்து தப்பிச்சிருக்க... அது பெரிய விசயமில்லையா.... சாமிய கும்பிடு..."

அவன் சொன்னது உண்மை தான்... மிக பயங்கரமான சூழ்நிலை தான்... நான் நினைத்தது போல நாங்கள் பேசிய வான்மதி கதையை நீ கேட்டிருந்தால்... இந்த வீட்டின் நிலை எப்படி சிதறியிருக்கும்...!

அவன் குழப்ப மேகம் சூழவே பேசினான்...

அவனது குரலிலே கொஞ்சம் பயம் கலந்திருப்பதும் புரிந்தது...

இப்பொழுது அவன் உனக்கு நிறையவே பயப்படத் துவங்கிவிட்டான் என்பதும்... அவனுடைய பேச்சு வெளிப்படும் பதுக்கலான குரலிலேயே வெளிப்பட்டது..

"வாசுதேவா... நீ பெரிய சிலந்திவலைக்குள்ள வசமா சிக்கிக்கிட்டிருக்க... இந்த வான்மதி கதைய உன் மனைவி கிட்ட சொல்லவும் முடியாது... சொல்லாம இருக்கவும் முடியாது...."

அவன் எச்சரிக்கை மணியை எச்சரிக்கையோடு அடித்தான்...

"ஆனா ரொம்ப நாள் தள்ளிப் போடாத.... இந்த சம்பவம் நடக்கிறப்போ நம்ம பள்ளியில படிச்சுக்கிட்டிருந்தவங்க மொத்தம் அறுநூறு பேரு... அவங்கெல்லாம் இன்னக்கி எங்கெங்க இருக்காங்களோ தெரியாது...

இன்னக்கி நான் உன் வீட்டுக்கு வந்தது மாதிரி... வேற யாராவது உன் மனைவியைச் சந்திக்கிற வாய்ப்பு கிடைக்காமப் போயிடும்னு எப்பிடி உறுதியா சொல்ல முடியும்... ?"

அவன் சொன்னது உண்மை தானே...

எப்படி தடுப்புவேலி அமைக்க முடியும்... ?

"உன் மனைவிக்குத்தெரியாமலே போயிட்டா உனக்கு நல்ல நேரம்... யாராவது கூடப் படிச்சவங்க... தெரிஞ்சவங்க சொல்லித் தெரிஞ்சா நடக்கற விபரீதம் மிகக் கடுமையானதா இருக்கும் வாசுதேவா...

இந்த மாதிரி... ரொம்ப அமைதியா அன்பா இருக்கற பெண்கள் என்ன முடிவெடுப்பாங்கன்னு சொல்லவே முடியாதப்பா...!

நீ... இவ்வளவு நாள் சொல்லாம இருந்ததும் சரி தான்..... ஆனா... இனிமேலயும் அப்பிடி இருக்காத... நீ என்ன செய்வியோ ஏது செய்வியோ... எப்படியாவது உன் மனைவி காதுல செய்தியப் போட்ரு...''

அவன் பெரிய விரிவுரையே கொடுத்து முடித்தான்...!

விரிவுரையா அது... விபரீத உரை.....!

தீயணைப்பு வாகனத்தின் அபாயமணி...!

எனது குழப்பம் இன்னும் அதிகமானது....

''வாசுதேவா... உன் மனைவி சாப்பிடக் கூப்பிட்டாங்கல்ல... சீக்கிரம் போயிடலாம் வா... அப்பறம் சந்தேகம் வரப்போகுது...''

நாங்கள் சாப்பிட வரும்போது கூட... உன்னைப் பார்த்து மிரண்டபடியே தான் வந்தோம்... நீயும் என்னை பயங்கரமாக முறைத்துப் பார்த்தபடியே தான் இருந்தாய்....

சாப்பிடும் சமயத்திலும் கதிரேசனும் நானும் அதிகம் பேசிக்கொள்ளவே இல்லை...!

சாப்பிட்டது என்பது உனக்காக பெயர் பண்ணத்தான்... மற்றபடி சாப்பிடும் மனநிலை இருவருக்குமே இல்லை...!

ஒன்றுமே பேசாமல் அவசர அவசரமாகச் சாப்பிட்டுவிட்டு... மீண்டும் அறைக்குள்ளே ஓடிவந்து அடைந்து கொண்டோம்...!

''எப்பா... வாசுதேவா... தயவுசெஞ்சு கதவ சீக்கிரமா தாழ்ப்பாள் போடப்பா... உன் மனைவிய நெனச்சா பயமாருக்கு...''

நான் கதவைத் தாழிட்டேன்....

அவன் மீண்டுமொரு முறை புகைபிடிக்கத் தொடங்கினான்... புகையை ஊதியபடி குறுக்கும் நெடுக்கும் நடந்தான்... நின்றான்... !

சடாரென்று எனது மூளையிலே அபாரமான யோசனை உதித்தது... துள்ளிக் குதித்து ஓடினேன்... அவனது பையிலிருந்து இன்னொரு புதிய மது புட்டியை கையிலே எடுத்து அவன் முன்பு நீட்டினேன்...

அவன் முறைத்துப் பார்த்துக் கொண்டே இருந்தான்...

''என்ன ?''

''குடி...''

''ஏன் ?''

''யோசிக்கணும்ல...''

''அதுக்கு ?''

''குடி...''

அவனது கோபம் இன்னும் அதிகமானது...!

''பேசாம போய் வையப்பா...''

எனது அவசர புத்தியை உணர்ந்து மது புட்டியை கீழே வைத்துவிட்டு... ஒரு குழந்தையைப் போல ஏக்கத்துடன் அவனைப் பார்த்தபடியே இருந்தேன்....

வான்மதி கதையிலே அவன் மிக முக்கிய கதாபாத்திரமாக இருப்பதால்... அவனும் ஆழ்ந்து யோசித்தான்... அவன் மீது விழுந்துவிட்ட கறையைத் துடைக்க வேண்டும்... அது இப்பொழுது அவனுக்குத் தலையாய பிரச்சினையாகி விட்டது...

என்ன நினைத்தானோ தெரியவில்லை... மிக நீண்ட பெருமூச்சை.... காற்றோடு கலந்து கடினமாக ஊதினான்.... சற்று நேரம் அமைதியாக இருந்தான்...

"படு..."

என்று 'பட்' டென்று கூறிவிட்டு... 'சட்' டென்று படுத்துக் கொண்டான்....

நான் அவனை மலை போல நம்பினேன்... அவன் அசந்து படுத்ததும் என்னுடைய நம்பிக்கைகள் அத்தனையும் அப்படியே அடங்கிப் படுத்துவிட்டன....

நான் பதறிப்போய் அவன் அருகே ஓடினேன்.... அவனைப் பிடித்து உலுப்பினேன்....

"என்ன கதிரேசா படுத்துட்ட... ?"

பரிதாபமாக கெஞ்சினேன்....

"வேற என்னப்பா செய்யச் சொல்ற... ?"

"ஏதாவது வழி சொல்லு..!"

அவனைப் பிராண்டினேன்....

மலை உச்சியிலிருந்து வீழ்கிறவன் ஆதாரம் என்று எது கிடைத்தாலும் உயிர் பயத்திலே ராவிப் பிடிப்பது போல...!

"ஏப்பா இத்தன வருசமா வழி தெரியாமத்தானே உன் மனைவிகிட்ட இன்னும் நீ சொல்லாம இருக்க... ஒரே நாளுல என்னால மட்டும் எப்பிடிப்பா வழி சொல்ல முடியும்.... ?"

அவன் பேசிய தொனி என்னை சஞ்சலப்படுத்தி விட்டது. ... அனாவசியமாக நான் அவனுக்குத் தொந்தரவு கொடுக்கிறேன் என்பது எனக்கே புரிந்தது... நான் தலையைத் தொங்கப்போட்டு அமைதியானேன்... கடைசி பிடியும் கையை விட்டுப் போனது போல....!

கதிரேசனுக்கு எனது நிலையைப் பார்த்து... பரிதாபமாக இருந்திருக்க வேண்டும்... சற்று இரக்கத்துடன் பேசினான்....

அவனது குரலிலே கருணை கலந்திருந்தது....

"ரொம்ப கலக்கமா இருக்க வாசுதேவா...

இங்க பாரு... நீ... நதியோட கணவன்.... அவங்க உன்னுடைய மனைவி... எது நடந்தாலும் அந்த வளையத்துக்குள்ள தான் நடக்கும்... அவ்வளவு எளிதா விபரீதம் எதுவும் நடந்திடாது... நிம்மதியா இரு... கொஞ்ச நேரம் நீயும் கண்ண மூடிப்படு....

இருட்டுக்குள்ள தாம்ப்பா பெரிய பெரிய ஞானிகள்... கடவுள்கள் கூடப் பொறந்திருக்காங்க... இந்தியாவுக்கு சுதந்திரம் கிடைச்சதே இருட்டுல தான்...

நானும் உன்னப் பத்தித்தான் யோசிக்கிறேன்... பொழுது விடியிறத்துக்கு இன்னும் கொஞ்ச நேரம் தான் இருக்கு.... நமக்கிருக்கிற அவகாசமும் அவ்வளவு தான்..... காலையில நாங்க ஊருக்குப் புறப்படணும்..... இருக்கிற கொஞ்ச நேரத்தில ஏதாவது வழி கிடைக்குதான்னு பாப்போம்...!"

வேறு வழியின்றி நானும் தலை சாய்த்துப் படுத்தேன்.....

இருவரும் படுத்திருந்தோம்.....

ஆனால் உறங்கவில்லை.....

எப்படி வரும் உறக்கம்...

இனி எத்தனை நாள் உறக்கம் கெடுமோ யாரால் சொல்ல முடியும்...

கதிரேசன் விடிந்ததும் புறப்பட்டு போய் விடுவான்.. பிறகு நான் மட்டும் தனியே அவதிப்பட வேண்டும்...

எனக்குள்ளே ஏதேதோ கற்பனைகள்... கதிரேசன் ஒரே நாள் தான் வந்தான்... என் மனதிலிருந்த குழப்பங்களைப் பகிர்ந்து கொண்டான்...

இனி... ?

என்ன செய்வது... ?

மழை........

நிற்குமா........ நிலைக்குமா........ காற்று கூடக் குறைந்ததாகத் தெரியவில்லை......

இடியோசை.....

சில நேரங்களிலே இடைநிறுத்தம் இல்லாமல் தொடரொலியை எழுப்பி விட்டு... களைத்துப் போய் தேய்ந்த ஓசையாய் கரைந்து தேய்ந்து கொண்டிருந்தது...

மின்னல்.....

திரைச்சீலைகளையும் மீறிக்கொண்டு... வீட்டினுள்ளே எட்டிப்பார்த்து எங்களை வேவு பார்த்துவிட்டுப் போயின...

ஆக....

அமைதி... அமைதியாக இல்லாமல் ஒலிமிக்க அமைதியாய் தொடர்ந்து கொண்டிருந்ததால்... நினைவுகள்... கொஞ்சம் அந்த மழைச் சூழல் பக்கமும் கரைந்திருந்தன...!

குழப்பம் என்னை சிலந்திவலை போட்டுப் பின்னி ஆக்கிரமித்தது...

உனது அறையிலிருந்து சன்னமாக பேச்சுக்குரல் கேட்டுக் கொண்டே இருந்தது... மழை ஓசையையும் மீறி...

நீயும..., கதிரேசனின் மனைவி காவேரியும் நெருங்கிய தோழிகளாகி விட்டீர்கள் என்பதைப் புரிந்துகொண்டேன்....

அதில்கூட கதிரேசனின் மனைவி பேசும்பொழுத... அந்த வார்த்தைகளிலே.... ‘வான்மதி.....’ ‘குற்றாலம்....’ என்று ஏதாவது வார்த்தைகள் வருகின்றனவா என்று என் காதுகள் மிக உன்னிப்பாக கவனித்தன...!

நல்லவேளை அப்படி ஏதும் இல்லை...!

பேச்சைவிட... சிரிப்பொலி தான் அதிகமாகக் கேட்டது.... நீதான் அதிகமாகச் சிரித்தபடி இருந்தாய்...

எனக்குப் பெரிய நிம்மதி...

அது வான்மதியைப் பற்றிய செய்தியாயிருந்தால் நீ எப்படி சிரிப்பாய்....... ?

மழை மட்டும் குறையவே இல்லை.....

அந்த மழை.....

நம் நால்வரது உறவுக்கும் ஒரு பாலம் அமைத்துக் கொண்டிருந்தது...!

இருளும்... ஒளியும் தவிர எதுவுமே இல்லை...!

மழைக்கென்று ஒரு மகா சக்தி இருக்கிறது...

உலகிலே என்ன சூழல் நிலவினாலும்... மழை... அத்தனை சூழல்களையும் கட்டுப்படுத்தி தன் வசப்படுத்தி விடும்....!

இங்கேயும் அது தான் நிகழ்ந்து கொண்டிருந்தது....

இங்கே...

நம் ஒவ்வொருவருடைய மனநிலையும் வேறு வேறு மாதிரி இருந்தது..... ஆனால் அந்த நான்கு மனசுகளையும் ஒரு நூலிலே இணைத்துக்கட்டி ஒரு முகப்படுத்திக் கொண்டிருந்தது... அந்த மழைச் சூழல் தான்....

இடியோசையும் மின்னலும்கூட அவ்வப்போது தோன்றி... வருகைப் பதிவு செய்து.... மழையின் வலிமையை உறுதிப்படுத்திக் கொண்டே இருந்தன....

எப்பொழுதும் கவலையின்றி உறங்கும் இரவு.... ஒரே இரவாக விரைவிலே விடியலை எட்டி விடும்...

மன உளைச்சலிலே உறக்கத்தை விரட்டிய இரவு... மிக நீண்ட இரவாக... விடியலே காணாமல் நீண்டு கொண்டே போகும்...!

எனக்கு...

அந்த இரவு மிக நீண்ட இரவாக அமைந்தது.... !

கடவுளே... இப்படியே பொழுது விடியாமலே போய் விடக்கூடாதா...

மனசு மன்றாடியது...

இரவு விடியலைத் தொட்டுவிட இன்னும் சிறிது நேரமே இருந்ததை வெளியே கேட்ட ஓசைகள் அறிவித்தன.....!

அந்த மழையிலும்...

பால்...

பத்திரிகை...

தொடர் வண்டி...

பேருந்து...

முகமதியர் ஓதும் குரல்...

கோவில் மணியோசை...

கோவிலிலிருந்து பரவிய மந்திர ஓசை...

பறவைகள்...

இன்னும் பிற வாகனங்கள்...

இவையெல்லாம்... இருள் சூழ்ந்த விடியலை உலகுக்கு பொருள் சூழ அறிமுகப்படுத்தும் ஓசைகள்...!

அன்றாடம் நிகழ்பவை தான்...

ஆனால்...

இன்று...

எனக்கு எல்லாமே புதிதாக அறிமுகமாயின.....

வழக்கமான குரல்களே இன்று வன்முறைக் குரல்களாக ஒலித்து என்னை அச்சுறுத்தின...

சூரிய உதயம் காணாத அதிகாலை...

கீழ்வானத்தின் வண்ணமயமான காட்சிகள் அத்தனையும்... மழை மேகங்களால் அபகரிக்கப்பட்டு... அவற்றின் வருகை ரத்தாகி இருந்தது....

எப்பொழுதும் விர்ர்... விர்ர்ரென்று சீறிப்பாய்ந்து... கூட்டம் கூட்டமாகப் பறந்து.... வானத்திலே கோலமிடும் பறவைக் கூட்டங்கள்... அடக்குமுறை கொண்டு அடக்கப்பட்டுவிட்டன..!

பெரும் மழையால்... தெருவிலும் ஆரவாரம் மிகக் குறைவு தான்...

படுத்திருந்த கதிரேசன் உறங்கிவிட்டான் என நினைத்தேன்...

பாவம் அவன் தான் எனக்காக எவ்வளவு தாங்குவான்.... ?

ஆனால்...

என் கணக்கு தவறாகிவிட்டது...!

"வாசுதேவா..."

கதிரேசன் என்னை அழைக்கவில்லை...!

பயங்கரமாகக் கத்தினான்...

உரத்த குரலிலே அவன் அலறிய ஓசை என்னை குலை நடுங்கச் செய்துவிட்டது...!

படுத்திருந்தவன் படாரென்று எழுந்தான்.... என்னை பலமாகத் தட்டினான்... ஓங்கி அடித்தது போலிருந்தது....!

"ஒரு நல்ல யோசனை வாசுதேவா...

நீ உன் மனைவிகிட்ட எதையும் சொல்ல வேண்டாம்...

உனக்கு அந்தத் துணிச்சல் இந்தப் பிறவியில வரவே வராது... பேசாம நடந்த கதை முழுவதையும் ஒரு கடிதமா எழுதி... நேரா உன் மனைவி கையில குடுத்திடு..."

எனது அறிவிலே 'சுரீர்...' என்று உறைத்தது... சாட்டையடி போல... புது யோசனையாகவும் பட்டது... 'சட்' டென்று சாரை சாரையாகப் பல புதிய வழிகள் அறிவுக்குள்ளே காட்சிகளாகத் தோன்றி மறைந்தன....

நேரடியாக முகம் பார்த்துச் சொல்ல வேண்டும் என்று முயற்சிக்கும் போது தான்... சொல்லுவதா வேண்டாமா... சொன்னால் என்ன நடக்கும் என்கிற பயமும் போராட்டமும்...!

கடிதமாக எழுதிவிட்டால்......?

அதை...

நதியின் கையிலே கொடுத்துவிட்டால்.....?

முடிந்தது கதை...!

அதன் பிறகு நடப்பது தலையெழுத்து...

கதிரேசன் தொடர்ந்தான்...

"இன்னும் கேளு.... எடுத்த எடுப்புலயே நேரா வான்மதி கதையை எழுத ஆரம்பிச்சிடாதே... மொதல்ல உன் மனைவியோட அழகப்பத்தி வர்ணனை பண்ணு... அவங்கள பொண்ணு பாத்தது... அதுக்குப் பெறகு நீ அவங்கள திருட்டுத்தனமா பாக்கறதுக்காக அலஞ்சிருப்பயில்ல... அது... அதுல உனக்குக் கிடைச்ச அனுபவம்...

நிச்சயதார்த்தம்..... அதுக்குப் பெறகு கல்யாணம் வரைக்கும் சும்மாவா இருந்திருப்ப... தல சுத்தி கிறுக்குப்பிடிச்ச மாதிரி... கிறுகிறுன்னு சுத்தியிருக்காது.....?

அந்த அனுபவத்தையெல்லாம் யோசிச்சு யோசிச்சு விளக்கமா ஒண்ணுவிடாம எழுது...!

இன்னும்.....

கல்யாணம்.....

முதலிரவு...

கணவன் மனைவியா ஆன பெறகு நீ அவங்க கிட்ட வழிஞ்சது... வளஞ்சது.... நெளிஞ்சது... சிரிச்சது எல்லாத்தையும் எழுதப்பா...

இப்படியே கடிதத்தை அலங்காரம் பண்ணிக்கிட்டே போ... அவங்கள சும்மா புகழ்ந்து தள்ளு...

கண்ட கண்ட கழுதைகளையெல்லாம் புகழ்ந்து பாராட்டுறோம்... கட்டின மனைவிதானப்பா... கவுரவம் பார்க்காதே... கடைசியா மெல்ல மெல்ல வான்மதியோட கதைய சின்னதா கோர்த்துவிடு... ஒரு முழுப்பக்க கதையில ஒரு புள்ளி மாதிரி..."

ஒரு திரைப்பட இயக்குநர்... முதல்பட வாய்ப்புக்காக கதை சொல்லும் பரபரப்புடன் விவரித்தான் கதிரேசன்... அவனது கைகள் விதவிதமாக கோணம் பிடித்துக்காட்டின....

அவன் கூறியது எனக்கு பழச்சாறு போல... அதிலும் புதிதாக பறித்த மாம்பழத்திலிருந்து பிழிந்தெடுத்த சாறு போல தித்தித்தது...!

இப்படியொரு யோசனை இவ்வளவு நாளாய் எனக்கு தோன்றவே இல்லையே...

என்னை நானே கடிந்து கொண்டேன்... சொல்வதா வேண்டாமா...

சொல்வதா வேண்டாமா... என்கிற போராட்டத்தை விட.... கடிதமாக எழுதிக் கையிலே கொடுத்து விடுவது சுலபமான வேலை...!

புதிய பகல் புலர்ந்தது...

சற்றுமுன் இரவெல்லாம் வெளுத்து வாங்கிய அதிகார மழை.... அப்படியே அடங்கி... சூரியனிடம் பணிந்து... கரைந்து விட்டது...

அந்த அடைமழையை போரிட்டு வாகை கண்டது போல... சூரியன் ‘சுளிர்’ ரென்று வெயில் பரப்பினான்.....

கடவுள் போல எனது வீட்டிலே அவதரித்த கதிரேசன் என்கிற மாயாவி புறப்பட்டான்...!

நீயும்... கதிரேசனின் மனைவி காவேரியும் விடை பெற்றுக் கொண்டீர்கள்.... உன்னைப் பிரிய அவர்களுக்கு மனசே வரவில்லை...!

உன்னுடன் ஒரு நாள் பழகினாலே போதுமே... யாருக்குமே பிரியத் தோன்றாதே...

கதிரேசனின் மனைவியை... நேற்று பார்த்த என்னுடைய அதே கண்கள்...

இன்று வேறு கோணத்திலே பார்த்தன....

பயம்... பக்தி... மரியாதை... இத்தனையும் கலந்து...!

ஒரே நாள் தான்.... இரண்டு அவதாரங்கள்...!

காவேரி எனது கண்களுக்கு கடவுளாக தெரிந்தார்கள்... கையெடுத்துக் கும்பிட்டேன்...

“ஏன் ?”

புரியாமல் கேட்டார்கள்....

“தோணிச்சு...”

சுருக்கமாக ஒற்றை வார்த்தையிலே சொன்னேன்...!

உங்களைப் பற்றித் தவறாக நினைத்துவிட்டேன்... என்று சமாதானத்திற்க்குக் கூட... சொல்ல என் மனம் அனுமதி தரவில்லை...!

கதிரேசன்... எனது பார்வையைக் கணக்கெடுத்தான்....

“ஏய்... என்னப்பா.... ?”

“ஒண்ணுமில்லப்பா...”

எனது கண்கள் கூட லேசாக கலங்கியிருந்தன... ஆனாலும் அவனை சமாளித்தேன்...!

“ஓ... பிரியப் போறோமேன்னா...”

அவனே கேள்வியும் கேட்டு பதிலும் கொடுத்தான்.....

நானும் கதிரேசனும் உற்சாகமாக இருந்தோம்... நேற்று அவனைப் பார்த்தபோது இருந்த மனநிலை வேறு... இன்று இருக்கும் மனநிலை வேறு...

நட்பு ஓர் உயர்ந்த ரக விதை தான்...!

எங்கு விதைக்கப்பட்டாலும்... எப்படி முளைத்தாலும்... வளர்ந்த பின்னர் நல்ல பலனைத்தான் தரும்...!

‘ஏன் வந்தான்’ என நேற்று நினைத்தேன்...

‘ஏன் போகிறான்’ என இன்று நினைக்கிறேன்...

இன்னும் ஒரே ஒரு நாள் அவன் என்னுடன் தங்கினால்... என்னுடைய அத்தனை குழப்பங்களுக்கும் தெளிவு பிறந்து விடுமே என ஏங்கினேன் நான்...

சோதனைகள் மலைமலையாய் திரண்டு வந்தாலும்... நல்ல நண்பன் அருகிலே இருந்தால்... அத்தனை குழப்பங்களும் உச்சிச் சூரியன் உச்சமாய்ச் சுட்ட வெள்ளைப் பனி போல உருகி எச்சமாகக் கரைந்து விடும்...

கதிரேசன் எனது அருகிலே நின்று சற்றே என்னை உற்று நோக்கினான்...

அந்த நோக்கிலே ஆயிரம் கேள்விகள்...

ஆறுதல்கள்...

தேற்றல்கள்...

எனக்குள்ளே துணிவைத் திணித்துக் கொண்டிருந்தது...

காதலின் பிரிவைக் காட்டிலும்... நட்பின் பிரிவு ஆழக் காயத்தை உருவாக்குவது தான்...

அதை... கதிரேசனின் பிரிவிலே உணரத் தலைப்பட்டேன் நான்...

“ஒண்ணும் மனசுல வச்சுக்காத வாசுதேவா... உனக்கு ரொம்ப பரந்த மனசப்பா... உன் இடத்துல நான் இருந்திருந்தா வீட்டுக்குள்ளயே விட்ருக்கமாட்டேன்... படிக்கிற சமயத்துல உனக்கு நான் அவ்வளவு கெடுதல் பண்ணியிருக்கேன்...

ஆனா... நீ விருந்து வச்சு.... உன் வீட்லயே தங்கவச்சு... அசத்திட்ட போ... மறக்கவே மாட்டேன்...

இப்பவும் விமானப் பதிவு உறுதியாயிடுச்சு... இல்லன்னா... ஒரு வாரமாவது உன் வீட்ல இருந்திட்டுத்தான் போவோம்...

என் மனைவியும் சொன்னா... உன் மனைவி நதியை அவளுக்கு ரொம்ப பிடிச்சுப் போச்சாம்... நாங்க இருக்கிற நாட்டுக்கு வரச்சொல்லி கூப்பிட்டிருக்கா... அவசியம் வரணும் வாசுதேவா... நல்ல நண்பர்களோட நட்பு... வெறும் நட்பாவே முடிஞ்சு போகக்கூடாது... அது நமக்குப் பெறகும்... நம்ம சந்ததிகளுக்கு உறவா மாறணும்...!

நட்பு உறுதியாயிருந்தா... சாதி... மதம்... இனம்... எல்லாம் மறஞ்சு போகும் வாசுதேவா...”

கதிரேசன் கண்கலங்க வைத்துவிட்டான் என்னை....

இந்த இடத்திலே நட்பின் உயர்விற்கு உயிர் கொடுத்துக் கொண்டிருந்தான் கதிரேசன்...

அவன் புறப்படும் சமயத்திலும் சும்மா போகவில்லை...

என்னை விட பரபரப்பாக இயங்கினான்...

நொடி நேரத்தைக் கூட அவன் விரயமாக்கவில்லை...

துடியாய் துடித்துக் கொண்டே இருந்தான்...

எனது வாழ்க்கையிலே ஒரு விடியல் வேண்டுமே என்பதிலே என்னை விட ஆர்வம் காட்டினான்...

வாசல் வரைக்கும் உனக்கு கடிதம் எழுதுவது பற்றி யோசனை சொல்லிக் கொண்டே வந்தான்....

இந்தப் போரிலே நான் வெற்றியடைந்துவிடுவேன் என்கிற உறுதியை எனக்கு ஊட்டிவிட்டுப் போய்க் கொண்டிருந்தான் கதிரேசன்....!

இதில் புதுமை என்னவென்றால்....

வான்மதிக்கு கடிதம் எழுத யோசனை சொன்னவனும் அவன்தான்...!

இப்பொழுது உனக்கு கடிதம் எழுத யோசனை சொன்னவனும் அவன்தான்...!

கடிதங்களாலேயே அவன் நம்முடைய வாழ்க்கையிலே கலந்து விட்டிருந்தான்...!

அவன் போன பிறகு...

மாடுபிடித் திருவிழாவின் மைதானத்திலே... திமிர்கொண்டு உடல் சிலிர்த்து தினவெடுத்து நிற்கும் காளைபோல மாறிவிட்டேன் நான்...

உடலிலே முறுக்கேறி... புதிய தெம்பும் வீரியமும் தோன்றியது...

எத்தனை காலச் சிறைவாசம்...

இன்று விடுதலை..!

எழுதப் போகிறேன்..!

காதல் கடிதம்...

ஆம்...!

இது காதல் கடிதம் தான்...

உனது அழகு என்ன......

உனது விழிகள் பேசிய மொழிகள் என்ன....

உனது குரல் வீசிய இனிமை என்ன....

உனது அறிவு என்ன.....

உனது பழகும் தன்மை என்ன.....

நீ என்னை கவர்ந்த விதம் என்ன.....

நான் உன்னை எப்படியெல்லாம் காதலித்தேன்.....

இவையெல்லாம்தான்... நான் எழுதப் போகும் கடிதத்திலே அதிகம் இடம் பெறப்போகின்றன...

உடனே எழுதிவிட வேண்டும்....!

இடம் தேடினேன்...

இது காதல் கடிதம்...

தனிமை வேண்டும்...

எந்த இடையூறும் இல்லாத இடம் வேண்டும்...

எந்த இடத்திலே அமர்ந்து இதை எழுதுவது...?

இருப்புக் கொள்ளாமல் அங்கும் இங்கும் அலைந்தேன்...

என்னுடைய இந்த நடவடிகைகளை நீ கூட அவ்வப்போது விழிபதித்து கவனித்தாய்...!

உனது பார்வைகள் என்னை அளவெடுத்தன...

எனது நடவடிக்கைகளை ஆராய்ச்சி செய்யத் தலைப்பட்டாய் நீ...!

மனைவியின் கண்களிலோ... மனதினிலோ... சந்தேகக் கறை படிந்து விட்டால்... அதன் பிறகு அவ்வளவுதான் வாழ்க்கை...!

நிம்மதி பறிபோகும்...

தினமும் அக்கப்போர் இடம் பிடிக்கும்...

அது ஆயுதப் போரைவிடக் கொடூரமானதல்லவா.... அதற்கு இடம் கொடுக்கலாமா... எனது வீட்டுக் கண்ணாடி மீது நானே கல்லெறிய விரும்பவில்லை... உனது பார்வைபடாத இடங்களைத் தேடினேன்...!

எனது அறை..... ?

இல்லை... இடையூறுகள் இருக்கும்....!

மொட்டைமாடி...... ?

இல்லை... இவ்வளவு நேரம் மொட்டை மாடியிலே என்ன வேலைஎன்கிற சந்தேகம் உனக்கு வரும்...!

வீட்டுப் பின்புறம்...... ?

அதுவும் கடினம்தான்... உன்னிடம் அகப்பட்டுக் கொள்வேன்...

நீண்ட யோசனை...

எந்த இடத்திலே அமர்ந்து அந்தக் காதல் கடிதத்தை வரையலாம் என்று...!

'சுரீர்' என்று அறிவிலே ஒரு பொறி...

இந்த வீட்டிலே எந்த இடத்திலுமே அது இயலாத காரியம்...!

வெளியில்தான்...

வெளியில் என்றால்...... ?

பல இடத்தேர்வுகள் யோசனையில் தோன்றி மறைந்த பின்னர் இறுதியாய் வரைபடம் போட்டு உறுதியாய் நின்றது...

கடற்கரை...!

ஆம்... அதுதான் சரியான இடம்...

எனது பயணத்திலே துரித விரைவு.....

இதோ...

என் கண்முன்னே...

கடற்கரை...!

ஆகா... இன்றென்னவோ கடற்கரை மிகமிக அழகாகக் காணப்பட்டது...

இல்லை...

கடற்கரை எப்பொழுதும் போலத் தானிருக்கிறது...

அதே மணல்.....

அதே கடல்.....

அதே நீர்.....

அதே அலைகள்.....

அதே காற்று.....

எல்லாமே அதேதான்...

மனசு... உற்சாகமாக துள்ளிக் குதியாட்டம் போட்டுக் கொண்டிருக்கிறது...

அதுதான்...

பார்வையிலே பட்ட இடமெல்லாம் புதுமையாக... பொலிவு நிறை இளமையாகத் தோன்றுகிறது...

அகத்தோற்றத்தோடு ஒத்துப் போவது தானே புறத்தோற்றம்...

இயற்கை 'வா வா' என்று எனக்கு வரவேற்பிதழ் வாசித்தது...

அலைகள்...

வெண்மை நிறத்திலே புத்தம் புதிய நுரைப்பூக்களை உயரே தூவி உற்சாகத்தோடு என்னை வரவேற்றன...

காதலுக்கும்... இயற்கைக்கும் கடுமையான கள்ள உறவல்லவா...

இரண்டுமே கலந்து உறவாடி மனித மனங்களை கொள்ளையடிக்குமே...!

அந்தக் கொள்ளைச் சம்பவத்தின் மூலமாகத்தானே கவிதைகள் உற்பத்தியாகின்றன...

கதைகள் கருவுருகின்றன...!

இப்பொழுதும்... கவிதையும்... கதையும் கலந்த ஒரு காதல் கடிதம் தானே உருவாகப் போகிறது....

குளுகுளு தென்றல்...

கொஞ்சம் அளவான மஞ்சள் வெயில்...

இன்று....

என் ஆணையை ஏற்று ஆட்குறைப்பு செய்திருந்தது கடற்கரை...!

எனக்காக...

எனது தனிமைக்காக...

என் நதி... உனக்கு காதல் கடிதம் எழுதுவதற்காக...!

காற்றுகூட...

கொஞ்சம் வடிகட்டி... தென்றலை மென்மையாகத் தூவி விட்டிருந்தது..... எனது சூழ்நிலைக்கேற்ப...!

கணக்கில்லாத பறவைகளின் வான்வெளி ஊர்வலம்...

அந்தப் பறவைகள் விருட்டென்று எழும்பும் ஒலி....

மனசைக் குதூகலப்படுத்தும் பல காட்சிகள்....

கடல் நீரிலே சிறுவர்கள் நனைந்து குதிக்கிறார்கள்... கடலுக்குள்ளே போய்விடப் பாய்கிறார்கள்..... பெற்றோர்கள் கையை இறுகப்பிடித்துக் கட்டுப்படுத்துகிறார்கள்....

சில குழந்தைகள்... பிடிவாதத்தால் கூச்சலிட்டு அழுகை...

சில குழந்தைகள் ‘கிரீச்’ சிட்ட சிரிப்பொலிகள்...

நண்டுகள் வளைகளை விட்டு வெளியே வந்து ஈர மணலிலே பயமின்றி ஓடி விளையாடுகின்றன...

என் கண்ணே நதி...

என்னை விசையோடு தனது திசை நோக்கி இழுத்தது ஓர் இடம்...!

அந்த இடம்.....

கடலலைகள்... நம்மை... அலைப் படை அனுப்பி நீரிலே குளிக்க வைத்த அதே இடம்...!

மிகச் சரியான இடமாகத் தோன்றியது...

நமக்குள்ளே மோகத் தீயைத் திணித்த யோக இடமல்லவா..... ஆறுமாத உற்சாக வாழ்க்கைக்கு விதை தூவிய விந்தையான இடம்...!

நான் இயக்கவே இல்லை... நேராக அந்த இடத்தை நோக்கி எனது கால்கள் தாமாக இயங்கின.....!

அந்த இடம் வந்ததும் நன்றிப் பெருக்குடன் நகராமல் நின்று விட்டன...!

அந்த இடம்... சற்றும் தாமதமின்றி என்னை ஆளுமைப்படுத்திக் கொண்டது...

வசதியாக உட்கார்ந்தேன்...

இன்று.... புதுப்பிறவி எடுத்த உணர்வு எனக்கு...

மனசு முழுவதும் மகிழ்ச்சிப் பெருக்கு...

உன்னுடன் முதலிரவிலே கூடியது போல திளைப்பு...

கூட்டமாய் சுற்றித்திரிந்த பறவையினக் கூட்டம்... அப்படியே எனது தலைதொட்டுப் பறந்து ஓசை எழுப்பிச் சென்றன...

அவைகளோடு இரண்டறக் கலந்து... ஆகாயத்திலே பறக்க, என்னையும் அழைக்க வந்தனவா....?

எனக்கும் ஆவல் தான்... அத்தனை துள்ளல் எனக்குள்ளும் இருந்தது...

உடலும் கால்களும் உற்சாகத்தால் பரபரத்து... கடற்கரை முழுவதும் ஓடித்திரியத் துடிக்கின்றன...

இதோ...

கண்முன்னே பரந்து கிடக்கும் கடல்... என்னையும் அழைக்கிறது...

வா மகனே வா...

இன்றோடு உனது இடர்கள் நீங்கின...

எனக்குள்ளே குதித்து நீந்து...

கரை தெரியா கடல்தான் நான்...

ஆனால் இன்று...

உனக்கு கரையைக் காட்டுவேன்...

எளிதிலே தொட்டுவிடலாம் நீ...!

இத்தனை உணர்ச்சிப் பெருக்கு எனக்குள்ளே கொதி போட்டுக் குதிக்கிறது...

இதயம் கூட... வழக்கத்தை விட சற்று அதிவேகமாகத்தான் துடிக்கிறது...

ஏன்...?

எனது உள்மனசிலே ஆழத்துளையிட்டு... அங்கே அடித்தளம் அமைத்து அதிகாரமாய் என்னை ஆட்சி செய்து கொண்டிருக்கும் வான்மதியின் வரலாறு முழுவதும்... இந்த கடிதத்திலே இடம் பெற்று... எனக்கு விடுதலை தரப்போகிறது...

அது மட்டுமா...

இப்பொழுது... அந்த இதயத்திரை முழுவதும் எனது பேரழகி நதி... உனது முகம் தான்...

அறிவுகூட அதிவேகமாக இயங்குகிறதே...

ஏன்...?

புரிந்து விட்டது...

அது.....

உன்னை வர்ணிக்க உவமைகளைத் தேடி ஊர்வலம் புறப்பட்டுவிட்டது.

கவிதைகளைச் சேகரிக்க... கடற்கரைச் சுற்றுலா சென்றுவிட்டது......

வார்த்தைகளை கடன் வாங்க... தமிழிடம் கை நீட்டிச் சென்றுவிட்டது......

எனது உணர்வுகள் அத்தனையும் ஒன்றுகூடி... துப்பறியும் துறை அமைத்து... மொழி தேடி... தனது தேடலைத் துவக்கிவிட்டன....!

உடனே கடிதத்தை எழுதிவிடத் துவங்கவில்லை நான்...!

சிறிது நேரம் கடலையே பார்த்தேன்.... கடல் காற்றின் குளுமையை சுவாசித்து என்னைக் கொஞ்சம் புதுமைப்படுத்திக் கொண்டேன்...!

எனக்கும் கொஞ்சம் அமைதி தேவைப்பட்டது...

பல ஆண்டுகள் பின்னோக்கிப் பிரயாணப்பட வேண்டும்...!

கடந்து வந்த நிகழ்வுகளை சேகரிக்க வேண்டும்...!

கோர்வையாய்த் தொகுக்க வேண்டும்...!

இதோ...

எழுத ஆரம்பித்தேன்....!

வெண் காகிதத்திலே...

எனது நுண் கவிதையை...!

இப்பொழுது மனசு முழுவதும்... அழகி நீ.....

அலங்காரமாய்...

திருமணத்திற்குத் தயராகியிருக்கும் மணப்பெண் போல...!

வான்மதியைக் காணவில்லை மறையுருவாய்க் கூட....

அதனால்...

உற்சாகம் அதிகமாக இருந்தது எனக்கு...!

கதிரேசனின் அறிவுரைப்படி... இதோ கடிதம் எழுதத் துவங்கி விட்டேன்...!

21. என் மீது...

என் மீது அளவு கடந்த காதல் கொண்ட அன்பு மனைவி நதிக்கு... உனது கணவன் எழுதிக்கொண்ட காதல் கடிதம்...!

ஆம்...

இது...

காதல் கடிதம்தான்....

எப்படி...?

உன் மீது எனது காதல்... இதுநாள் வரை கடுகளவேனும் குறைந்திருக்கிறதா.....?

இல்லை...

பிறகென்ன....?

இது காதல் கடிதம்தான்...!

என் கண்ணே... நதி...

'பூ'

அது நீதான்...

பூ விரிந்து மலராக உருப்பெறும்வரை, எத்தனையோ பருவங்களை தமிழ் இலக்கியம் கூறும்...!

அரும்பு...

மொட்டு...

போது...

முகை...

மலர்...

அலர்...

வீ...

செம்மல்...

ஒரு மலர் மொட்டாகி... முழுமையாக மலராக மாறுவதற்குள்... அந்த மலருக்குள்ளே இத்தனை மாற்றங்கள் நிகழ்கின்றன... என்று இலக்கியக்காரர்கள் குறிப்புச் சொல்கிறார்கள்...

ஆனால்.....

இவை அத்தனையும் ஒட்டுமொத்தமாக உனது முகப்பூவிலே நிகழ்வதை உன்னைக் கண்ட முதற்காட்சியிலேயே கண்ணுற்றேன் அன்பே....!

பிறகென்ன....?

இது காதல் கடிதம்தான்...!

உனக்கு நினைவிருக்கிறதா நதி...

உன்னை நான் பெண் பார்க்க வந்தபோது உனக்கு வயது பதினெட்டு...!

பேதை...

பெதும்பை...

மங்கை...
மடந்தை...
அரிவை...
தெரிவை...
பேரிளம்பெண்...
மலர்களின் பருவ மாற்றங்களைப் போலவே... இவை... பெண்களின் பருவ மாற்றங்கள் என்று இலக்கியங்கள் தெளிக்கின்றன....!
இலக்கியங்கள் அன்று சொன்னதை இன்று கண் முன்னால் காண்கிறேன்... உனது அழகின் வாயிலாக...!
பிறகென்ன....?
இது காதல் கடிதம்தான்...!
நமது வாழ்வியல் அத்தியாயம்... அழகியலிலே தான் ஆரம்பித்தது அன்பே...
சாதாரண பருவமா அது...?
மனிதப் பிறவியிலேயே வளம் மிகுந்த பருவம்...
இதற்கு முன்பு வளர்ச்சி...!
இதற்குப் பின்பு தளர்ச்சி...!
இதுதான்.....
வனப்பு.....
வாளிப்பு......
வளவளப்பு......
பளபளப்பு.....
பூரிப்பு......
மினுமினுப்பு......
இளமையின் ஆக்கிரமிப்பு.......
இத்தனையும் குவிந்த பருவம்....!
மலர்களுக்குள்ளே மகரந்த சேர்க்கை நிகழ்வது போல... மனிதர்களுக்குள்ளே நிகழப்போகும் சேர்க்கைக்கான... முன்னறிவிப்பு...!
இதை வாழ்வியலின் வசந்தகாலத்தின் துவக்க நாள்.... எனவும் குறிப்பிடலாம்...
அதை 'பெண் பார்க்கும் நிகழ்வு' என்று பெயர் வைத்திருக்கிறார்கள்...!
யார் அப்படி பெயர் வைத்தது என்று தெரியவில்லை...
பெண் பார்க்கும் நிகழ்வு என்றால்.... பெண்ணைப் பார்ப்பது மட்டுமா....?
அவளது மனசை உறவாடிக் களவாடுதல்...
தனது மனசை அவளுக்குக் காவு கொடுத்தல்...
உணர்வைப் பகிர்தல்...
உறவை வளர்த்தல்...
ஆலமரம் போன்ற அகன்ற வாழ்க்கைக்கு... முதல் விதை நடுதல்...
விதை நட்டால் போதுமா....
முளைவிட வேண்டும்...
இலை வர வேண்டும்...

தழைத்து....

வளர்ந்து....

மொட்டுவிட்டு...

மலராக மலர்ந்து....

வாசம் தூவி...

வண்டுகளை வலை வீசி இழுத்து.....

அந்த வலையிலே அகப்பட்ட வண்டுகள்... கூடி வட்டமிட்டு மொய்த்து....

வண்ணமலருக்குள் வளமான வட்டக்குளம் அமைத்து.....

தேங்கிக் கிடக்கும் அருஞ்சுவைத் தேனருந்தி....

அதன் மூலமாக மகரந்தக சேர்க்கை நிகழ்ந்து...

இப்படி எத்தனை இருக்கின்றன...!

எவ்வளவு நீண்ட இனிய இணைப் பயணம்...

அத்தனைக்கும் இன்று துவக்கமல்லவா....

இதற்கு.....

'பெண் பார்த்தல்' என்று பெயரிடுதல் சரியா.....?

என்றால்......

பெண்ணைப் பார்த்துவிட்டு... பார்த்துவிட்டுப் போய்விடுவதா....?

பெண்ணைத் தெறிவு செய்தல்... அல்லது பெண்ணெடுத்தல் என்று புகலுவது பொருந்தாதா...

இவள் தான் 'பெண்' என்கிறார்கள்...!

என்றால் அவள் யார்....?

எனக்குத் துணைவியாய் வரப் போகிறவள்...!

இப்பிறவியிலே இறுதிவரை என்னுயிரிலே இரண்டறக் கலந்துவிடப் போகிறவள்...

அப்படித்தானே அவளை நான் பார்க்கிறேன்...!

பெண்ணின் நிலை...?

இவன்தான் 'மணமகன்' என்கிறார்கள்...!

என்றால் அவன் யார்...?

வழி தவறி துணையாய் வந்தவன் அல்ல.....

வழித்துணையாய் அமையப் போகிறவன்....

என்னை..... இறுதி நாள் வரை ஆட்கொண்டு ஆளப் போகிறவன்...

அப்படித்தானே அவளும் பார்க்கிறாள்...!

என்றால்.... அடிக்கடி வேறு வேறு பெண்களை தேடித் தேடி பார்க்கிறார்களே...

ஏன்.....?

வேறு வேறு ஆண்களை வலைவீசி... விலை பேசி தேடுகிறார்களே....

ஏன்.....?

என்றால்... முதல் பார்வை பார்த்த ஆண்... பெண் இருபாலரின் பார்வைக்கும் என்ன பொருள்....?

காதலே இல்லாத கடினப் பார்வையா....

எனக்கு பெண்மாற்றிப் பார்ப்பதிலே உடன்பாடில்லை...

உன் மீதே உறுதிப்பட்டு விட்டேன் அன்பே...!

பிறகென்ன......

இது காதல் கடிதம் தான்....!

உன்னை ஒரு மணப்பெண்ணாகப் பார்த்த முதல் கண்களும் என்னுடையவைதான்... இறுதிக் கண்களும் எனக்குச் சொந்தமானவைதான்...!

அதுவே எனக்குப் பெருமைதான்....!

ஒரே ஆடவனின் இதயக்கதவைத் தட்டி நுழைந்து இறுக இடம் பிடித்தவள் என் நதி நீ...!

இதிலே ஐயப்பாடோ... கருத்துப் பிறழ்வோ... கடுகளவும் இல்லவே இல்லை...!

எனது வீட்டிலே ஒரு ரோசாச் செடி வளர்த்தேன்....

அது... அவ்வப்போது வெள்ளைப் பூக்களை மலர்விக்கும்...

அந்தப்பூக்கள்....

அதிகாலையிலே ஒரு நிறம்காட்டும்...

இளங்காலை நேரம் வளரும் போது... கொஞ்சம் வண்ணம் கூட்டும்...

கதிரவன் மேகங்களிடமிருந்து விடுபட்டு எட்டிப் பார்க்கையிலே இன்னும் அதிகமாய் ஒளி காட்டும்...!

உச்சி வெயில் வரும்போது... பூவின் முழு அழகும் ஒளிவிட்டு சூரியனோடு ஒளிப்போட்டி நிகழ்த்தும்...

அது போலத்தான் உனது முகமும்....!

உனது வீட்டு வெளிச்சத்தின் மாறுதலுக்கேற்ப... புதுப்புது வண்ணம் காட்டி என்னை உனது வயப்படுத்தியது கண்ணே...

உனது முதல் முகப்பதிவு....!

எனது மனத்திரை முழுவதும் இடைவெளியில்லாமல் பரவி ஆக்கிரமித்து வியாபித்தது....

இதுவரை உனது வீட்டிலே உணர்ந்திடாத ஓர் உணர்வை... என்னிடமிருந்து நீயும்...

எனது வீட்டிலே நான் உணர்ந்திடாத ஓர் உணர்வை... உன்னிடமிருந்து நானும்... பரிமாறிக் கொண்டோம்....!

பிறகென்ன.....

இது காதல் கடிதம் தான்....!

இதுவரை...

ஒற்றை வாழ்க்கை...

இன்று முதல் இரட்டை வாழ்க்கை...

ஆம்...!

இதுவரை எனக்கு முழுச் சுதந்திரம்...

இந்த நொடி முதலே... அந்த சுதந்திரம் உனது விழிப் பொறியிலே விழுந்து வழிப்பறியாகிக் கொண்டது கண்ணே......

எலிப் பொறியிலே சிக்கிக்கொண்ட எலி போல.... கிளிக்கூட்டிலே அடைக்கப்பட்ட கிளி போல.....!

இதுவரை தனிப்பயணம்...

இன்றுமுதல் துணைப்பயணம்...

ஒரு பெண்ணுடன்...!

அந்தப் பெண்...

நீ...!

பிறகென்ன.... ?

இது காதல் கடிதம்தான்...!

எனக்குள்ளே எல்லாமே மாற்றம்...

அந்த மாற்றங்களின் கணக்கு... இன்று தொடங்கிவிட்டது...

இங்கே...

கடிதம் எழுதுமிடத்திலே......

அந்த புதுமைப் பூ முகத்தை நினைக்க...

எனது கவிதைகளால் நனைக்க...

எண்ணங்கள் ஊற்றெடுத்தன...

எழுத்து தடைப்படாமல் வருகிறதென்றால்... எண்ணம் குதூகலிக்கிறது என்று பொருள்.....

ஒரே காரணம்...

அந்த முகம்...

உனது முகம்....

வட்டவடிவ முகம்...

நீ பார்த்த முதல் பார்வையிலேயே... காந்தம் போல உன்பால் நான் ஈர்க்கப்பட்டுவிட்டேன் கண்ணே...!

அப்பொழுதே எனது மனதிலே நிர்ணயித்தேன்...

நீதான் துணைவி என்று...

நினைவு விட்டு நீங்கா மனைவி என்று...!

இன்னொரு இடத்திலே இன்னொரு பெண்ணைப் பார்க்கும் நினைவுச் சாலைகளுக்கு... அப்பொழுதே நிரந்தரமாக மூடுவிழா நிகழ்த்தி.... நிரந்திர பூட்டுப்போட்டேன்....

அந்தச் சிறிய வீட்டுக்குள்ளே நான் சிறைப்படவில்லை...

உன்னைக் கைக்கோர்த்துச் சிறையெடுத்துப் பறந்து விட்டேன்...

வான்வெளியிலே...!

உன்னிடம் அத்தனை ஈர்ப்பு என் அன்பே...

பிறகென்ன.... ?

இது காதல் கடிதம்தான்...!

உனக்கு உதாரணமாகச் சொல்ல உவமை தேடி... எனது அறிவை அகிலம் முழுவதும் அனுப்பி வைத்தேன்...!

ஆகாயத்திற்கு அனுப்பினேன்...

மேகங்களுக்குள் புகுந்து மழைத்துளிகளிடம் சேகரிக்கச் சொன்னேன்...

மலர்ச்சோலைகளிலே பறக்கும் வண்ணத்துப் பூச்சிகளிடம் விசாரிக்கச் சொன்னேன்...

இயற்கையிடமும்... விஞ்ஞானத்திடமும் கூட விவாதம் நடத்தச் சொன்னேன்...

அத்தனை இடங்களிலும் தோல்விதான் கண்ணே.....

உனக்கு இணை சொல்ல உதாரணமே கிடைக்கவில்லை....

உனக்கு இணை நீயேதான் அன்பே...

நானும்....

இனி நீயேதான் என... உன்னுடன் கலந்து விட்டேன் அன்பே...!

இங்கே...

கடற்கரையிலே...

கடிதம் எழுதும் இடத்திலே...

எழுதுவது சற்றே தடைப்பட்டது..... உணர்ச்சி மிகுதியால்.....

உடலும்... மனமும் குளுகுளுவென்று குதூகலிக்கிறது...

கற்பனை...

பெண்பார்த்த இடத்திலேயே மையம் கொண்டு... உன்னையே சுற்றிச் சுற்றி வட்டமிட்டு வருகிறது....

என்னை நானே பாராட்டிக் கொள்கிறேன்... உன்னை நான் அங்கீகரித்ததற்காக...!

கடற்கரை சுற்றிலும் கண்களைத் திசைதிருப்பிச் செலுத்துகிறேன்...

காதல் வயப்பட்ட அத்தனை பேரும் கூட்டம் கூடி... எனக்கு வாழ்த்தொலி எழுப்புவது போல சிலிர்த்துப் போகிறேன்....

ஆம்...

கல்யணம் முடிந்த பின்னே காதல் கடிதம் எழுதுபவன் நான் ஒருவன்தானே.....!

கடிதம் இளமை வண்ணமாக வளர்ந்து கொண்டிருந்தது...

நேரம்.... முன்னிரவுக் காலம்...

நிகழ்வது...

பெண் பார்க்கும் உன்னுடைய வீட்டிலே...

எனது அருகே..... எனது பெற்றோர்... உறவினர் சிலர்.....

உனது அருகே..... தோழிகள் சிலர்...

நான் கூச்ச சுபாவம் உள்ளவன்...

தலை குனிந்தபடியே பிறர் அறியாவண்ணம்... அவ்வப்போது விழி உயர்த்தி விழி உயர்த்தித்தான் உன்னைப் பார்த்தேன்....

அலைநீர்.... அவ்வப்போது எழும்பி எழும்பித் தாழ்வதுபோல....!

நீ.... நாணப்பட்டுத் தலை குனிந்து நிற்பது போலத்தான் தெரிந்தது....

இதை... இமை மூடமால் கண்காணித்தார் எனது தாத்தா....

எனது தாத்தா மிகவும் ரசனையானவர்...

வைத்த கண் வாங்காமல் உன்னையே பார்த்தார்... மீசையைத் தடவினார்.... நாவால் வருடி எச்சிலால் உதடுகளை ஈரமாக்கினார்....

பெண்கள் விசயத்திலே மிக கெட்டிக்காரர்....

“ஏய்... பொண்ணக் கொஞ்சம் முன்னால தள்ளி பக்கத்துல வரச் சொல்லுங்கப்பா...”

அவரது அதிகாரக்குரல் ஆர்ப்பரித்தது...

ஆனால்.... நீ வரவில்லை...!

அப்பொழுதுதான்... நான் தலை தவிழ்ந்து கொண்டிருப்பதை எனது தாத்தா கவனித்தார்...!

கோபம் வந்துவிட்டது அவருக்கு....

“ஏய்.. பைத்தியகார.... தலய நிமித்தி பொண்ணப் பாருடா...”

சுற்றி இருந்தவர்கள் சிரித்தார்கள்....

“எனக்குப் புடிச்சிருக்குடா... உனக்குப் பிடிச்சிருக்கா...?

விட்றாதடா... அமர்க்களமா இருக்கா... அத்தன அம்சங்களும் பொருந்தி இருக்கு...

கொஞ்சம் பணம் காசு இல்லாத குடும்பம்... அதப் பத்தியெல்லாம் கவலப்படாத... அவ வர்ற நேரம் உன்ன உச்சத்துக்குக் கொண்டுபோயிரும்...”

தாத்தா கடவுள் போல அருள்பாலித்தார்...

“இந்தக்காலத்துல இப்படி ஒரு பையனா...?”

“நல்ல பயலப்பா... பொண்ணப் பாக்க வந்துட்டு தலையக் கவுந்துகிட்டே உக்காந்திருந்தா எப்பிடி...”

மாறி மாறி உறவினர் வசனங்கள்.... வசைகள்...!

எனக்கு அனுபவம் போதாதென்று...

ஆனால்....

எனது கற்பனைக் குதிரை உன்னோடு இணைந்து மாயப் பகுதிகளிலே சவாரி செய்து கொண்டிருப்பது... பாவம் அவர்களுக்கு எங்கே தெரியப்போகிறது......

சம்பிரதாயத்திற்கும் சாப்பாட்டிருக்கும் வந்தவர்கள்தானே அவர்கள்...

கடிதம் எழுத... கடல் மணலிலே அமர்ந்திருக்கிறேன்...

எனது கற்பனைகள்...

கடற்கரை முழுவதும் சுற்றிச் சுற்றி நல்ல நல்ல கவிதைகளைச் சேகரித்து வந்து குவிக்கின்றன...

உன்னை வர்ணிக்க உவமைகள் வேண்டுமல்லவா....

அங்கு காதலர்கள் கனிந்து பேசும் வர்ணனைகளைக் களவுசெய்து கவர்ந்து வர... எனது சிந்தனைகளை அனுப்பி வைத்திருக்கிறேன்....!

அங்கே... பெண் பார்க்கும் வீட்டிலே... உறவுக் குரல்கள் என்னை மிரட்டுகின்றன...!

“பொண்ணப் பாரப்பா ஏய்..”

பெண்ணைப் பார்த்து விடவேண்டுமென்று எனக்கும் அளவு மீறிய ஆவல் தான்...!

ஆனால்...

ஏதோ ஓர் இடர் வந்து இடை மறிக்கிறதே....

ஓ...

இதுதான் ஆண்குல நாணமோ...

எப்படியும் தலை நிமிர்ந்து பார்க்க வேண்டிய அவசர நிலை அறிவிப்பு...

எனது வாலிபத்திற்கு... எனது அந்தரங்கம் ஆணையிட்டது...

முன் பின் தெரியாத பெண்ணை... எப்படி முகம் உயர்த்திப் பார்ப்பது...?

ஆனாலும்...

சூழல் கருதி...

மெதுவாக நிமிர்ந்தேன்....

அப்பொழுதும் நீ அசைவின்றி... தலை குனிந்துதான் நின்றாய்...

இது...

எந்தக் கட்டுப்பாட்டுச் சட்டத்தினுள்ளே வருகிறது... ?

பெண் பார்க்கும் நிகழ்வென்றால்... பெண் தலை கவிழ்ந்து தான் இருக்க வேண்டுமா... ?

இங்கேயும்...

ஆண்களுக்கு சாதகமில்லை...

என்னை முகம் நிமிர்ந்து பார்க்கச் சொன்னவர்கள்... உன்னையும் முகம் காட்டச் சொல்லியிருக்க வேண்டுமல்லவா ...!

ஆனாலும்.... எனக்குள்ளே குதுகுதுவென்று குளிரும்... காய்ச்சலும் துளிர் விடுகின்றனவே...!

ஏன்... ?

மனசெல்லாம் ஒரு பெண்ணின் நினைவுகளின் ஆக்கிரமிப்பு...

உடலெல்லாம் ஒரு பெண்ணின் உணர்வுகளின் ஆக்கிரமிப்பு...

வாழ்வியலிலே... ஒரே முறையே வரபோகும் நிகழ்வுகளின் தொகுப்பு...

கூர் ஆயுதங்கள் பொருதிக் கொள்ளும் ஒரு போர் முனை போலத் தான்...

உனது குனிந்த முகத்திற்கே... என்னுள்ளே இத்தனை ஆர்ப்பரிப்பா...

முழு முகத் தாமரையும் விரிந்தால்...

எனது நிலை என்ன... ?

மணப்பெண்ணின் பெயர்...

“நதி”

என்று உனது பெயர் கூறினார்கள்...

ஆகா... அதி விரைவிலே நனைந்துவிட்டேன் அன்பே....!

உனது பெயரே என் மீது விசையாக அலைதூவி நனைத்துவிட்டது அன்பே...

ஓடுமே...

குதிக்குமே...

வளையுமே...

தாவுமே...

தேங்குமே...

சீறுமே...

வளம் தருமே...

அதுதானே நதி...!

இத்தனை குணங்கள் கொண்ட நற்பெயரா உனது பெயர்.... ?

நீள் நதியைப் போல வேகம் எடுத்து... எனது மனசுக்குள்ளே புகுந்தாய் நீ... முழு முகமும் தெரியாமலே...!

சற்றும் எதிர்பாராமலே ஓர் அதிசயம் நிகழ்ந்தது அங்கே...!

சட்டென்று விழி உயர்த்தினாய் நீ...

தாமதமேதுமில்லை கண்ணே... கூர்வேல் பாய்ந்தது முன்னே...

பெண்கள் விழிகளிலே இத்தனை கூர்வேல்களை பதுக்கி வைத்துக் கொண்டால் போர்க்களத்தளத்திலே போரிட என்ன செய்வார்கள்...?

அது...

துளி நேரப் பார்வைதான்...

அந்தத் துளி நேரப் பார்வை கூட... என் மீது நிலைப்பதற்க்காக அல்ல.... நிலையறிந்து என்னைக் குலைப்பதற்காக..... என்னைக் குலைத்து தலை கவிழ்ப்பதற்காக......!

யாரிடம் அந்த விழிப்பார்வையை நீ யாசகம் பெற்றாயோ நானறியேன்...

ஆனால்...

அந்த ஒரு விநாடி பார்வையிலே... எத்தனை கவிதைத் தொகுப்புகளை எனது அடி மனதிலே பதியம் போட்டு விதைத்து விட்டாய் நீ...

மௌன மொழியிலேயே எத்தனையோ கேள்விகளைக் கேட்டு... பதில் கூற முடியாமலே என்னைத் தோற்கடித்து விட்டாயே நீ...!

நொடிப்பொழுது தான்...

மின்னல் தோன்றி மறையும் நேரம்...

எனது விழிகள் வினவிய அத்தனை வினாக்களுக்கும் நீ விடை சொல்லிவிட்டாய்...!

ஆனால்...

எனது அறிவிற்குத்தான் உனது விழி மொழியின் விளக்கம் புரியவில்லை...

பெண்களின் விழி மொழிக்கு விளக்க உரை எழுதிய கவிஞன் எங்கேனும் இருக்கிறானா...?

பெண் விழியின் நுண் பதிவை ஆராய்ந்து அறிவித்த அறிஞன் எவனாவது உலகிலே வாழ்கிறானா...?

கூட்டுங்கள்...

அறிஞர் தம் கூட்டத்தை...

விவாதியுங்கள் பெண்களின் விழி மொழி பற்றி...

உடனே அறிவியுங்கள் விளக்கவுரையை... இளைஞர் தலைமுறைக்கு...!

காளையரின் கண்ணலைகளிலே அகப்பட்ட கன்னியர் யாருமில்லை...!

ஆனால்...

கன்னியரின் கண் ஆழத்திலே கவிழ்ந்து விட்ட காளையர்கள் மீண்டதாக யாருமே இல்லை எனலாம்...

இதோ...

இங்கே...

நீயும் விழி தாழ்த்தினாய்....!

உனது வீரிய விழிகளின் வேலை... சீரிய முறையிலே முற்றுப்பெற்றது...

மின்சாரம் தாக்கிய தாக்குதல் நிகழ்ந்து முடிவதற்குள்ளே... அந்த பெண் பார்க்கும் நிகழ்வு முடிந்துவிட்டது... என்று அவசர அறிவிப்புச் செய்தார்கள்...!

ஆம்....

நீ... எனக்கு வாழ்வின் துணையாய் பெரியோர்களால் நிச்சயிக்கபட்டு விட்டாய்....!

இங்கேதான்...

நமது வாழ்வியலின் முக்கியமான அத்தியாயம் துவங்கியது.....

அவை..... விழிகளின் விளையாட்டுக்கள்....!

அந்த வயது...

அந்தப் பருவம்...

அந்த இளமை...

அந்த உணர்ச்சி...

அந்த கவர்ச்சி....

இத்தனையும்..... இனக்கவர்ச்சியால் ஆட்கொள்ளப்பட்டு அலைந்து திரியும் நேரம்...

ஆனால்.....

ஓர் ஆணோ பெண்ணோ... வாழ்க்கையிலே இரண்டு கூறுகளாகப் பிரிக்கப்படுகிறார்கள்....

ஒரு ஆணின் வாழ்க்கையிலே... ஒரு பெண் வருவதற்கு முன்... முதல் பகுதி...!

ஒரு பெண் வந்த பின்... இரண்டாம் பகுதி...!

அந்த இரண்டாம் பகுதியின் நீளம் தான்... ஆயுட்காலத்தின் நீட்டிப்பு மிக்க பகுதி...!

இறுதிக் காலம் வரை உறுதிப்படும் பகுதி...!

அப்படியொரு பலமான பகுதிக்குத் தலைமையேற்க வரப்போகும் பங்குதாரரைத் தேர்ந்தெடுக்க... அந்தக் குறுகியகால சந்திப்பு போதுமானதா.... ?

இல்லையென்றால்....

அந்த உறவின் வலிமையை உறுதிப்படுத்தப் போவது யார்... ?

விழிகள்...!

நான்கு விழிகள்...!

உனது விழிகள் இரண்டு...!

எனது விழிகள் இரண்டு...!

பெண் பார்க்கும் தருணத்திலிருந்து...

திருமண நிகழ்வும் நிறைவுற்று...

முதலிரவு முடிந்து...

புது மணப்பெண்... புது மாப்பிள்ளை என்கிற பெயர் மறையும் வரை நிகழும் அந்தனை நிகழ்வுகளையும், இந்த நான்கு விழிகளே தீர்மானிக்கின்றன.....!

அவைகளின் பார்வைகளிலேதான் எத்தனை மொழிகள்...

அந்த விழிகள் பேசும் மொழிகளுக்கு விளக்கம்... அயலார் எவருக்கும் புரியவே புரியாது.... அவை அந்த விழிகளுக்கு மட்டுமே விளக்கம் புரியக்கூடிய மொழிகள் ஆகும்...

பெண்பார்க்கும் தருணத்திலே... இந்த விழிகள் பேசும் கள்ள மொழிகள் தான்... அள்ள அள்ள அளவு குறையாமல் வசந்தகால வாசம் போல... வளம் குறையாமல் வாழ்நாள் முடியும் வரை ஏக்கங்களாகவே வாழ்ந்து கொண்டிருக்கும்...!

அந்தப் பார்வைகளின் ஆழ அகலங்களைப்புரிந்து கொள்வதற்கு... பெண் பார்க்கும் நிகழ்வின் போது பார்த்த ஒரு பார்வை போதுமா... ?

ஓராயிம் முறை பார்க்க வேண்டும்...!

மீண்டும் மீண்டும்...

எப்படி...?

இங்கே...

மிகச் சிறப்பாகவும்... பரபரப்பாகவும் சுறுசுறுப்பாகவும் செயல்படுவனவும் அந்த நான்கு விழிகளே...!

அந்த நான்கு விழிகளும்.... யாருக்கும் தெரியாமலே யாருடைய அனுமதியும் இல்லாமலே கலந்து பேசி. ஒரு திருட்டுத்தனமான சந்திப்புக்கு ஏற்பாடு செய்துவிடும்...

கட்டுப்பாடுகளுக்குப் புறம்பாக...

உறவுகளுக்கு எதிராக...

பெற்றோர்களுக்குப் புதிராக...!

திருமணத்திற்கு முன் திருட்டுச் சந்திப்புகள் இல்லாத திருமணம் இனிமை பெறுமா... இருமன இணைப்பைத் தருமா.....!

இடம் தேர்வு செய்யப்பட்டு விட்டது...

கடற்கரை...!

அந்த நான்கு விழிகளும் கூடிப் பேசி நமது இருவருக்குமே அறிவிப்பும் செய்துவிட்டன...

நான்.....

எனது வீட்டிலே...

எனது அறைக்குள்ளே தனியே இருக்கிறேன்...

இல்லை...

கிடக்கிறேன்...

இல்லை...

எழுந்திருக்கிறேன்...

இல்லை...

நிற்கிறேன்...

இல்லை...

நடக்கிறேன்...

குழப்பங்களின் சூழ்ச்சியிலே வீழ்கிறேன் நான்...

தலைமுடி கோதுகிறேன்...

முகம் துடைக்கிறேன்...

ஏன்...?

உலகிலேயே மாபெரும் வீறுகொண்ட ஆண்மகனாக தினவெடுத்துத் திமிருகிறேன்...

இன்று என்ன ஆயிற்று எனக்கு....?

உடலின் அத்தனை உறுப்புகளிலும் ஒரு விதமான வெட்கம் புகுந்து கொண்டு என்னை அமைதியில்லாமலே அலைய வைக்கிறதே...!

ஏன்...?

அதன் பெயர் வெட்கமா....

கூச்சமா...

குதூகலமா....

கொண்டாட்டமா...

திமிரா...

தினவா....

திண்டாட்டமா.......!

இவற்றிலே எதுதான் இப்பொழுது என்னைப் பீடித்திருக்கிறது ... ?

புரிந்து விட்டது...!

இதோ...

இதோ...

இதோ...

இந்த அறைக்குள்ளே....

சற்றே தள்ளி...

என் மீது கூர் பார்வை எய்தபடி....

எனது அவயவங்களையும் அடிமனதையும் அபகரித்தபடி.....

நிற்கிறாய் நீ...!

நீக்கமற நிறைந்திருக்கிறாய் ....

காற்றை போல கலந்திருக்கிறாய்.....

இந்த அறையின் எல்லா இடங்களிலும்....!

எப்படி.... ?

யார் அனுமதி தந்தது...... ?

அதற்குள் அதிகாரம் உனது கைகளுக்கு வந்துவிட்டதா.... ?

நமைச்சல்... குடைச்சல்... அலைச்சல்... உளைச்சல்... எல்லாம் சேர்ந்து என்னைப் பாடாய்ப் படுத்துகின்றனவே...

இது வலியோ... ?

தெரியவில்லை...!

எத்தனை நாள் நிலைக்கும்.. ?

இதே அறைக்குள்ளே... நீ.... எனது உடமையாக.... நிரந்தரமாக நுழையும் வரை நிலைக்கும்....!

அது எப்போது... ?

கேள்விகளின் எண்ணிக்கை பெருகிக் கொண்டே போகிறது...!

இருப்புக் கொள்ளவில்லை...

பம்பரம் போல சுழலுகிறேன்....

எனக்கு அதிவேகமாக சிறகுகள் முளைக்கின்றன......

விசைமீறி திசையெங்கும் பறக்கிறேன் .....

நமது நான்கு விழிகளின் திருட்டுத் திட்டப்படி... எனக்குள்ளே திட்டங்கள் பல வட்டமிடுகின்றன...

கடற்கரை சந்திப்பிற்காக...!

எப்படி உன்னை எதிர்கொள்வது என...

நீயாகவும்... நானாகவும்... எனக்கு நானே நடித்துப் பார்க்கிறேன் தனியாக...

உனது முன்னால்...

எப்படி நிற்க வேண்டும்...

எப்படி நடக்க வேண்டும்...

எப்படி உன் மீது பார்வையை பதிவு செய்யவேண்டும்...

இப்படியெல்லாம் நாடகம் போல சில காட்சிகள் எனக்குள்ளே....!

என்ன பேசுவது என்று கோடி யோசனைகள்....

வார்த்தைகள்...... உரையாடல்கள்...... தங்கு தடையின்றி ஊற்றுப் போல பீறிட்டு வருகின்றன...!

இந்தத் தேர்வுகளிலேயே பல மணிநேரம் போனது...

பகல் முழுவதும் நடிப்புப் பயிற்சிதான்....!

மாலை வந்தது...

இல்லை...

வரவைத்து விட்டேன்... !

உன்னை சந்திக்க வேண்டுமே.... அதற்காக...!

குடைச்சல்....

உளக் குடைச்சல்....

உடற் குடைச்சல்....

உதிரக் குடைச்சல்....

அறிவுக் குடைச்சல்....

ஆண்மைக் குடைச்சல்....

ஒரு பெண்ணை சந்திப்பது அத்தனை அரிய செயலா.... ?

பிறகெதற்காக இந்த குடைச்சல்களின் உச்சம்...!

எந்த உடை போடுவது.... ?

உனக்கு என்ன நிறம் பிடிக்கும்.... ?

உடைகள்... மாறி மாறி எனது உடலின் மீது ஏறி... என்னை அபகரித்துவிட முயற்சி செய்து... தோல்வியடைந்து, தூரத்திலே போய் விழுகின்றன... அதுவே ஒரு சிறிய குன்றுபோல உயர்ந்துவிட்டது...!

ஒரு வழியாக.... ஆரம்பத்திலே நிராகரித்து தூக்கி எறியபட்ட முதல் உடையே.... உடலை ஆக்கிரமித்துக் கொண்டது...!

இது.... பலமுறை அணிந்த உடை தான்...!

என்றாலும்....

இன்று மட்டும் ஏன் கொஞ்சம் கர்வப்பட்டுக் கொள்கிறது... ?

ஆணவம் தான்...!

எனது கதாநாயகி உன்னைப் பார்க்கப் போகும் ஆணவம்...!

எனக்கு மனைவியாகப் போகும் எனது நதியை நான் தனியே சந்திக்கப் போகிறேன்.......

அதனால்...!

எனது சுய கட்டுப்பாடுகள் எவையுமே ஒரு நிலையிலே இல்லை....

என்றைக்குமே இல்லாத அளவிற்கு இதயம் வேகமாக துடிக்கிறது. ..

இதயம் இவ்வளவு வேகமாக இயங்கினால்... உடல் நலத்திற்கு

உகந்ததில்லை என மருத்துவம் அறிவுப்புச் செய்கிறதே...

ஆனால்...

எனது இதயம்.. எனது அறிவிற்கு அப்படியொரு அபாய அறிவிப்பைக் கொடுக்கவேயில்லையே...

ஏன்... ?

நான் உன் மீது காதல் வயப்பட்டுக் கிடக்கிறேனே...

காதல் வயப்பட்ட இதயம் எத்தருணத்திலும் அதிவேகத்திலேயே இயங்கும்... அதனால் உடலின் எந்த பாகத்திற்கும் சேதாரம் விளைவதே இல்லை...

இது காதலியல் விஞ்ஞானம்..!

இங்கே...

எனக்கு...

உடல் முழுக்க சிலிர்த்து சிலிர்த்து அடங்குகிறது....

சின்னச்சின்ன தவறுகள் என்னை மீறி நிகழ்ந்து கொண்டே இருக்கின்றன...

எந்தப் பொருளைக் கையிலெடுத்தாலும் தவறி கீழே விழுகிறது...

பலபொருட்கள் உடைந்து... சிதறித்தெறித்து.... எனது தறிகெட்ட நிலையை பறைசாற்றுகின்றன...

தாகமெடுக்கிறது...

தண்ணீர் குடிக்காமலே... குடித்துவிட்டதாக நினைத்து... தாகம் தீர்த்துக் கொள்கிறேன்...

கத்தரிக்கோல் கொண்டு மீசை வெட்டுகிறேனென்று... உதட்டை வெட்டிக்கொள்கிறேன்...

முகமெங்கும் இரத்தம் கசிந்து... காயங்கள் ஏற்பட முகச்சவரம் செய்கிறேன்...

தண்ணீர் ஊற்றாமலே குளிக்கிறேன்...

உனது விழிகள் போட்ட உத்தரவை நிறைவேற்ற பரபரக்கிறேன்...

நாம் சந்திக்க... நமது விழிகள் நிர்ணயித்த நேரம் மாலை ஐந்து மணி...

அதாவது....

கடற்கரையிலே வெப்பம் தணிந்து... குளிர்காற்று வீச ஆரம்பிக்கும் நேரம்... மக்கள் திரள் அதிகம் வராத நேரம்...

உன்னைச் சந்திக்கும் நேரம் நெருங்கிவிட்டதாக...

எனது கடிகாரம் நேரத்தைக் காட்டுகிறது...

நான் ஓடினேன்... பறந்தேன்... வாகனம் பிடித்தேன்...!

சாலையிலே... வாகனங்கள் அத்தனையும் வேகமாகப் போகின்றன....

ஆனால்...

நான் இருக்கும் வாகனம்....

அவை எல்லாவற்றையும் மிஞ்சி அதிவேகமாகப் பறந்தது.....

ஆனால்....

எனது மனவேகம் இன்னும் அதிகம்....

வாகன ஓட்டுனரிடம் ஓயாத சண்டை.... ‘இன்னும் வேகம்... இன்னும் வேகம்’ என்று...

உனக்கு முன்னே நான் கடற்கரையை அடைந்து விட வேண்டும்...!

இன்று மட்டுமல்ல...

வாழ்நாள் முழுவதுமே... எந்த தருணத்திலும்... எந்த இடத்திலும் உன்னை எனக்காக காத்திருப்புச் செய்ய வைக்கக்கூடாது...

எனது உறுதியின் முதல் நாள் இது...

அதனாலேயே இந்த வேகம்...!

அடிக்கடி கடிகாரத்தைப் பார்த்தேன்....

ஒழுங்காக இருக்கும் உடைகளை மறுபடி.... மறுபடி சரி செய்தேன்...

இதோ...

கடற்கரை...!

அவசர அவசரமாக தாவி இறங்கினேன்... இல்லை... குதித்தேன்....!

அங்குமிங்கும் அலைந்து திரிந்தேன்.....

உன்னை சந்திக்க ஓர் இடம் தேடினேன்...

எல்லா இடங்களிலும் இடையூறு...!

கடற்கரையிலே....

அலைகளும்....

தென்றலும்....

பறவைகளும்.....

நண்டுகளும்..... மட்டுமா அலைகின்றன...?

அலைந்தாலும் அவையெல்லாம் காதலுக்கு ஊறு செய்பவையா.?

இல்லை.....

ஊறுதல் செய்பவை....

தூது செய்பவை.....

தூண்டிவிடுபவை.....!

இதோ.....

சுண்டல்காரன் நடக்கிறான்....

குதிரைக்காரன் கடக்கிறான்....

பூக்காரி வட்டமிட்டு வருகிறாள் ......

பல விதமான பொருட்களை விற்பவர்கள் பல விதமான ராகங்களிலே அறிவிப்புகளுடன் போகிறார்கள்...

இவர்களெல்லாம் தான் காதலுக்கு ஊறு செய்பவர்கள்.....

அத்தனை பேருடைய பார்வைகளும்... என் மீதும் எனது தனிமை மீதும்...!

அது அவர்களுக்கு பிழைப்பு......

ஆனால்.....

எனக்கு...

இடையூறு இழைப்பு....!

இப்போதே வாலிபக் கூட்டம் சிறுக சிறுக பெருகத் துவங்கியிருந்தது.... எனது நிலையிலே நிறையப் பேர் இருப்பார்கள் போலிருக்கிறது....

காதலிக்காக காத்திருப்புச் செய்யும் காதலன்... உணர்வுகள் கரைந்த ஏக்க ரேகைகளுடன்...!

காதலனுக்காக தவம் கிடக்கும் காதலி... காத்திருப்புக் கோபத்தின் உச்சத்துடன்...!

இப்படி...!

எண்ணிக்கையிலே ஏராளமாக....

ஏன்..

காதலிலே தோல்வி கண்டு துவண்டவர்கள்கூட... ஒற்றைக் காத்திருப்புச் செய்கிறார்கள்... தொய்வற்ற காதல் உய்வுற்றுவிடுமோ என்று...!

இத்தனைக்கும் இந்த கடற்கரை தான்...!

தனியே தவிப்பவர்க்குத் துணை செய்வது கடற்கரை...

தனித்தனியே வருபவர்களை இணைத்து இறுக வைப்பது கடற்கரை....

இசைந்து இணைந்திருப்பவர்களுக்கு மோகம் தருவது கடற்கரை...

அப்படிப்பட்ட இந்த கடற்கரையிலே.... எனது காதலி உனது வரவை எதிர்பார்த்து.... நானும்.... கொஞ்சம் இடையூறு அதிகம் இல்லாத இடமாகத் தேர்வு செய்து நின்றேன்....!

இருந்தாலும்.... இடையூறு என்னை தனித்து விட்டபாடில்லை....

சுண்டல் விற்பவன் என்னையே கண் மாறாது கண்காணித்தான்...

அவனது பார்வைக் கூர்மை என் மீதே.....

ஒரு மாதிரியாக...!

அவனது பார்வை ஒரு மாதிரியாக இல்லை... நான்தான் ஒரு மாதிரியாக....

அவனுக்குள்ளே வியாபாரம்.....

எனக்குள்ளே பெண் பாரம்....

கடுமையான போட்டி....

அவனை முறைக்கிறேன்...

அவனும் என்னை முறைக்கிறான்..!

அவனுக்கும் எனக்கும் இடையே பெரும் பார்வைப்போர் முற்றுகிறது...

எனக்கு... ?

அவன் அங்கிருந்து நகர வேண்டும்...

அவனுக்கு.... ?

நான் சுண்டல் வாங்க வேண்டும்....

நான் ஒரு பெண்ணுக்காகக் காத்திருக்கிறேன் என்பதை அவன் எளிதிலே புரிந்து கொண்டான்...

எத்தனை ஆண்டுகள் அனுபவம் அவனுக்கு...!

இதே கடற்கரையிலே.....

எத்தனை காதலர்கள்.....

எத்தனை காதலிகள்.....

எத்தனை காதல் கதைகள்.... அவனுக்குள்ளே பதிவாகியிருக்கும்......!

அவன் ஒரு சாதாரண வியாபாரி அல்ல.....

நடமாடும் காதல் நூலகம்....!

எளிதிலே விடுவானா என்னை..... ?

பிடிவாதம் பிடித்து நகர மறுத்துவிட்டான்.... பலவீனம் வெளிப்பட்டுப் போனால் நிலமை இப்படித்தான்...!

கடற்கரைக்கு வருகிற ஆண் பெண் இருபாலரிலும்.....

ஆண் பெண்ணுக்காகக் காத்திருக்கிறான்...!

பெண் ஆணின் வரவுக்காகக் காத்திருக்கிறாள்....!

நான் உனக்காகக் காத்திருக்கும் நேரத்தைக் கடத்திவிட.... சுண்டல் துணை செய்யும் என்பது அவனது கணக்கு.... என்னை இரட்டை அர்த்தத்திலே பார்த்தான்....

என்னைக் கேலி செய்வது போல எனக்குத் தெரிகிறது.....

“ண்ணா... சுண்டல் தரட்டா...”

அவனை முறைத்துப் பார்த்தேன்...

“அண்ணி வர தாமதமாகும்....”

நாசூக்கான வியாபாரி... பத்து ரூபாய் சுண்டல் விற்பனைக்காக அரை நிமிடத்திலே உன்னை அண்ணியாக்கி விட்டான்...

ஆனாலும் அந்த வார்த்தை எனக்கு இனித்தது.....

‘அண்ணி’ என்கிற அந்த வார்த்தைக்காக பத்து ரூபாய்க்கு சுண்டல் வாங்கினேன்...

அப்போதும் அவன் நகரவில்லை.....

“நான் தான் சொல்றேன்ல...... அண்ணி வர தாமதமாகும்னு........”

எனக்கு வேறு வழியில்லை.....

இரண்டாவது முறையாக பத்து ரூபாய்க்கு சுண்டல் வாங்க வேண்டிய நிலைமை...!

வாங்கினேன்....

அவன் இரண்டாவது முறையாக உன்னை அண்ணி என்றானே.... அதற்காக ...!

இனியும் இங்கே நின்றால்... அவன் அண்ணி அண்ணி என்று உன்னைக் கறிப்பிட்டே முழு சுண்டலையும் எனது தலையிலேயே கட்டிவிடுவான்.... அந்த திறமை அவனுக்கு இருந்தது......

அதன் பிறகு... வாங்கிய சுண்டலை என்ன செய்வது... ?

சுண்டல் சுண்டல் என்று, நான் கடற்கரை முழுவதும் கூவிக் கூவி சுண்டல் விற்க வேண்டும்...!

சே... இனி இந்த இடம் வேண்டாம்.....

இன்னும் இங்கே நின்றால் ‘அக்கா’ என்று ஒருவன் வருவான்... அவனிடம் முறுக்கு வாங்கவேண்டிய நிலை வரும்...

வேறு இடம் போனேன்....

அங்கே குதிரைக்காரனின் இடையூறு...

அங்கும் சிறிது நேரம்தான்....

இன்னொரு இடம் போனேன்...

இன்னொரு இடையூறு...

அங்கும் நின்றேன்..... சிறிது நேரமே...!

ஒவ்வொரு இடத்திலும் ஒவ்வொரு வகையான இடையூறு...

நான் நிற்கும் விதமே அவர்களுக்கு எனது நிலையை காட்டிக்கொடுத்து விடுகிறது....

அவர்கள் என் மீது வீசும் பார்வைகளே என்னைக் கூச வைக்கின்றன...

நான் என்ன செய்ய முடியும்...?

பார்ப்பவர் பார்வைக்கெல்லாம்... என்னை இப்படிக் கோணல் மாணலாக வளைய வைத்தவள் நீயல்லவா நதி...!

இந்த மானிடர் பார்வைகளிலே படாமல் ஒரு வழியாக இடையூறு இல்லாத ஓர் இடத்தைப் பிடித்தேன். ...

இப்போது புதிய குழப்பம்...

நீ எந்த வழியாக வருவாய்...

எந்த வழியிலே வந்தாலும்... நான் இருப்பது உனக்குத் தெரிய வேண்டுமே..

ஓர் இடத்திலே நிற்காமல் எதோ ஒரு காரணம் கற்பித்து... இடம் மாற்றி இடம் மாற்றி நகர்ந்து கொண்டே இருந்தேன்....

ஒரு வழியாக ஓர் இடம் பிடித்து விட்டேன்....

இதோ.... அடுத்த குழப்பம்...

உட்காருவதா... நிற்பதா..

உட்காரக் கூடாது....!

உட்கார்ந்தால்... நான் இருப்பது உனக்குத் தெரியாமலே போய்விடும்...

நான் இருப்பது உனது கண்களிலே படாமலே என்னைத் தேடிவிட்டு நீ திரும்பிப் போய்விட்டால்.....?

எனது நிலை என்னவாகும்.....

எனது காத்திருப்புத் தவம் பழுதடைந்து பலன் தராமல் போய்விடுமே...

ஆகவே...

நீ வரும் வரை நின்றுகொண்டே இருப்பது என்று நிர்ணயித்தேன்...

பொறுமை இல்லை எனக்கு....

திரும்பித் திரும்பி சாலையைப் பார்த்தேன்... போகிற வருகிற பெண்கள் எல்லோருமே நீயாகவே தெரிகிறார்கள்...

இன்றென்னவோ... எனது பார்வையிலே பட்ட எந்தப் பெண்ணுமே... உனது அழகுக்கு இணையாக தென்படவே இல்லை அன்பே...!

இன்றைய எனது மனச்சூழலிலே... உலகிலேயே பேரழகி நீதான்...!

எனது இரு விழிகளும் பொறுமை இழந்து வழியை வழியைப் பார்த்து... வலியை வரவழைத்து... உனக்கு வரவேற்பு கொடுக்கத் துடித்துக் கொண்டிருந்தன...!

விழிகளுக்கும் வலி வருமா...?

இதோ வருகிறதே...

ஏன்..?

எத்தனை திசைகளில் தான் உன்னைத் தேடித் தேடி சுழலுவது.....?

எவ்வளவு விசையிலே தான் உன்னை வலை வீசித் தேடுவது......?

அவையும் உடலின் பாகங்கள் தானே....!

ஊறு நேராமல் இருக்குமா......

ஆனால்...

விழிகளுக்கு ஊறு தருவது பெண் இனம்...

வலிகளுக்கு வாழ்வு தருவது ஆண் இனம்...

எத்தனை ஊறுகள் நேர்ந்த போதும்.... விழிகள் வீறு கொண்டு விசை கூடி திசை தோறும் உருளுவது மட்டும் நிற்கவே இல்லையே...

ஏன்..... ?

விழிப்பதிவு... எப்பொழுதும் நீ வரப் போகும் வழிப்பதிவின் மீதேதான்...!

அன்னம் வருமா...

அழகு மயில் வருமா...

குயில் வருமா...

பஞ்சவர்ணக் கிளி வருமா...

அலங்காரப் பதுமை வருமா......

அழுகுத் தேர் வருமா...

மின்னல் வருமா...

கன்னல் வருமா...!

அறிவு குறைவாக இருக்கும் சராசரி மனிதன் கூட அதிவேகமாக தமிழ் வாசிப்பு நிகழ்த்தி... சுயகவி புனைய தலைப்பட்டு விடுவது இந்த காத்திருப்பினால் தான்......!

பெண் ஓர் அதிமாய சக்தி தான்...!

அவள் முன்னின்றாலும் மயக்கம் தான்.... முன்னில்லாது சிந்தையிலே கலந்திருந்தாலும் மயக்கம் தான்.....

அதுசரி... நான் ஏன் இன்று இப்படித் துடிக்கிறேன்..... ?

எனது இதயம் ஏன் இன்று இப்படி ராட்டினம் சுற்றுகிறது.... ?

கண்கள் ஏன் இப்படி அதிவேக சுழற்சியிலே உன்னைத் தேடுகின்றன..... ?

எனது உடல் முழுவதும் பரவிக் கிடக்கும் அந்த உணர்வுக்குப் பெயர்தான் என்ன..... ?

22. நேற்றுவரை நான் யார்...

நேற்றுவரை நான் யார்.....

நான்...

சுற்றித் திரிந்த சுதந்திரக் காற்று...

பறந்து திரிந்த ஒற்றைப் பறவை...

கட்டுக்குள் அடங்காத காட்டாறு...

நான்... நான்... நான்...

'நான்' தவிர எனக்குள்ளே ஏதும் இல்லை...

ஆனால் இன்று...

என்னுடைய இத்தனை உணர்வுகளும்... எவளோ ஒருத்தியிடம் கலந்துவிடப் போகின்றன...

எனது வாழ்க்கையை ஆக்கிரமிக்க ஒருத்தி வரப்போகிறாள்...

எனது இதயத்தை புள்ளியளவு கூட வெற்றிடமின்றி நிரப்பிவிட... ஓர் அணங்கு வரப் போகிறாள்...!

எனது வீட்டிலே.....

எனது அறைக்குள்ளே...

எனது படுக்கையிலே...

எனது உடலிலே...

சரிபாதியை அபகரிக்க.... ஒருத்தி வரப்போகிறாள்...

இனி.... 'நான்' என்பது அறவே இல்லாமல் கரைந்து போகப் போகிறது...!

'நாம்...' என்பது மட்டுமே உருவாகி.... உறைந்து விடப்போகிறது...!

என்னை நிலை கொள்ளவிடாமல் அலைக்கழித்து... பாடாய் படுத்துவது..... எனக்குள்ளே புதிதாய் பீடித்த அந்த 'நாம்' என்கிற நோய்தான்...

காரணம் யார்.. ?

நீ...!

என் நதி...!

அதுதான் உனக்காக இப்படித் துடிப்புடன் காத்துக்கிடக்கிறேன்...

தனியாக...!

கடற்கரை முழுவதும்... என்னைப் போல தனியாக... யாரையுமே காணவில்லை...!

எனது கண்முன்னே ஒரு கவின்மிகு காட்சி...

கடல் மணல்...

ஓரிடத்திலே நண்டு வளை ஒன்று...

ஏதோ மெல்லிய அசைவு தெரிந்தது...

துல்லியமாக கவனித்தேன்...

என்ன அது.... ?

இதோ...

குபீரென்று நண்டு ஒன்று வெளிப்பட்டு நிற்கிறது...!

ஒற்றை நண்டு...

என்னைப் போலவே...

சற்று உற்று தாமதித்தது...

கிருகிருவென்று தன்னைத்தானே ஒரு முறை சுற்றிக் கொண்டது...!

மீண்டும் சற்று தாமதித்தது...

பிறகு...

குடுகுடுவென்று ஓடியது...!

எங்கே...

தெரியவில்லை...!

ஓடி, ஓரிடத்திலே நின்றது...

யாருக்காக...?

அதுவும் தெரியவில்லை...!

மறுபடியும் குடுகுடுவென்று திரும்பி ஓடி வந்தது...!

ஏன்.....?

அதுவும் தெரியவில்லை.....

வளையருகே வந்து நின்றது....

மீண்டும் தன்னை தானே ஒருமுறை சுற்றிக்கொண்டு விட்டு நின்றது....

சற்று தாமதித்தது..

வளைக்குள்ளே விருட்டென்று பாய்ந்தது...

ஏன் வெளியே வந்தது...

எங்கே ஓடியது...

அங்கே ஏன் நின்றது...

யாரிடம் பேசியது....

என்ன தகவல் அனுப்பியது....

மீண்டும் ஏன் ஓடி வளைக்குள்ளே நுழைந்தது....!

எதுவும் புரியவில்லை...!

சற்று அமைதி...

எதுவுமே நிகழவில்லை.....

எனது கண்களும் கவனமும் நிலைகுத்தி... நண்டு வளையின் மீதே நிலைத்திருந்தன...

எனது மனதிற்குள்ளே... என்ன நிகழப் போகிறது என்கிற எதிர்பார்ப்பு...

எனது எதிர்பார்ப்பு வீண் போகவில்லை...

வளைக்குள்ளே நுழைந்த நண்டு... குபுக்கென்று மறுபடியும் வெளியே பாய்ந்து வந்தது...

வளையருகே தாமதித்தது...

கரகரவென்று தனக்குத் தானே மீண்டும் பல சுற்றுகள் சுற்றியது...

நின்றது...

சற்று நேரம் அசையாமல் நின்றது...!

பின்...

மறுபடியும் எதிர்த் திசையிலே வேகமாக சுற்றியது...

நின்றது...

மீண்டும் அமைதி...

தீடிரென... ஒரு அடி தூரம் ஓடியது...

பின் மறுபடியும் வேறு திசையிலே சிறிது தூரம் ஓடியது...

அங்கும் சிறிது நேரம் தாமதித்தது...

மறுபடியும் இன்னொரு புறம் ஓடி நின்றது...

மறுபடியும் வளையருகே வந்து நின்று கொண்டது...!

அசையவில்லை...

அசையவில்லை...

அசையவே இல்லை...

ஏன்...?

எதற்கு ஓடியது....

எதற்கு நின்றது.....

இப்பொழுது எதற்காக வளையருகே நிற்கிறது....

என்னுடைய நடவடிக்கைகளும்... அந்த ஒற்றை நண்டின் நடவடிக்கைகளும் ஒத்துப் போகின்றனவே...

இங்கே என்ன நிகழப் போகிறது....?

இப்போது பேரதிர்ச்சி.....

சற்று தூரத்திலே.... இன்னொரு நண்டு...!

குடுகுடுவென படுவேகமாக ஓடி வந்தது...!

வளையருகே நின்ற நண்டு அசையவே இல்லை...

ஓடி வந்த நண்டு...

வளையருகே நின்ற நண்டின் அருகே வந்து நின்றது....

இப்பொழுது எனது கவனம் ஆழமாக அந்த இரண்டு நண்டுகளின் மீதும் பதிந்தது...

இந்தக் கடற்கரை காட்சிகளும்... கடலெழுப்பும் ஓசைகளும்... எனது கவனத்தை விட்டு மறைந்து,.... அந்த இரு நண்டுகளின் மேலேயே நிலைத்து விட்டன... !

அந்த இரு நண்டுகளும் அசைவற்று சிறிது தாமதித்தன...

சிறிது நேரம் இங்கும் அமைதிதான்... ஏதோ பேச்சுவார்த்தை நிகழ்கிறது.... ஓசையின்றி... இரு நண்டுகளுக்குமிடையே.....!

பின்...

முதல் நண்டு விருட்டென்று வளைக்குள்ளே நுழைந்து விட்டது....!

எனக்கு ஆச்சர்யம்.....!

சற்று தாமதம்...

காத்திருந்த நண்டும் வளைக்குள்ளே பாய்ந்து விட்டது...

நிரந்தர அமைதி...

வெளி உலகுக்கும் அந்த நண்டுகளுக்கும் சிறிதும் தொடர்பில்லை...

இது எதனால்....?

நண்டுகள் இரண்டும்...

காதல் மேவி காமுற்றதால்...
வளைமீறி......
வெளியேறி......
துணைதேடி......
மொழிபேசி......
வளையோடி உறவாடின...!
எப்படி சாத்தியம்.....?
நண்டு எப்படி வெளியே வந்தது.....
எப்படி தகவல் அனுப்பியது.....
இன்னொரு நண்டு எப்படி புரிந்து கொண்டது....
இரண்டிற்கும் என்ன மொழி ....
புரிந்து கொள்ளுதல் எப்படி நிகழ்ந்தது....
காதல்...!
காதல் தவிர்த்து வேறு என்னவாக இருக்கும்.....
இதுகூட காதல் தான்....!
இதமான இலக்கியம் தான்....!
எனது உடல் குலுங்கிவிட்டது...
என்னே காதலின் வலிமை...
மிகச் சிறிய நண்டினத்திற்கும்...!
நான் மனிதன்...
ஆறறிவும் பெற்றவன்...
எனக்குள்ளே காதல் ஊற்றெடுப்பதிலே பிழையென்ன...?
எனது கவனம் நண்டிடமிருந்து மீண்டது...
பதட்டமும், படபடப்பும் என்னைப் பற்றிக் கொண்டன...
நண்டுக் காட்சி கரைந்து போனது...
ஏன்....?
எனது கை கடிகாரம் எனக்கு அறிவுறுத்தியது....
நீ வர வேண்டிய நேரம் கடந்து விட்டது என்று ....!
பதறுகிறேன்....
கோபப்படுகிறேன்...
வெகுநேரம் என்னைக் காக்க வைத்துவிட்டாய்....!
காத்திருத்தலிலே வலி வாய்ந்தது... காதல் காத்திருத்தல்தான்....!
அந்த வலி...
இப்போது என்னையும் மிகையாக ஆட்கொண்டது.....
அந்த வலி..... கோபமாக மாறியது......
'எனது அருமை தெரியாதவள்.....!'
உனக்கு சாபம் கொடுத்தேன்... உன்னைப் பழிவாங்கத் திட்டமிட்டேன்...
நீ வந்ததும்... உன்னுடன் பேசவே கூடாது... கோபமான முகத்தையே காட்டவேண்டுமென்று முடிவெடுத்தேன்...
அதுபோல நடித்தும் பார்த்தேன்...

பலமுறை முயன்றும் தோற்றேன்...

எனது மனப்பதிவு முழுவதும்...

உனது முகப்பொலிவு....

அதனால்....

நடிப்பிற்கு கூட உன் மீது சினம் வரவில்லை எனக்கு...

சினமில்லாவிடினும் வளமில்லை எனது காத்திருப்பிலே....

“வா... எப்பிடியும் வருவயில்ல... நீ வந்ததும் உங்கிட்ட பேசவே போறதில்ல... மொகத்த இந்தப் பக்கமா திருப்பி உன்னப் பாக்காத மாதிரியே நின்னுக்கறேன்... என்னக் கெஞ்சணும் நீ...”

எனக்கு நானே... தனியே பேசிக் கொண்டு... அங்குமிங்கும் நடந்தேன்...

அதையும் சிலர் வேடிக்கை பார்த்து... என்னை கிறுக்கன் என்று பட்டம் சூட்டிவிட்டுப் போனார்கள்...

கடற்கரையிலே... மாலை வேளைகளிலே உலாவித்திரியும் பாதிப் பேர் கிறுக்கர்கள்தானே...

விசுக்... விசுக்... கென்று வேக வேகமாக கைவீசி நடப்பார்கள்...

பரபரப்பாக ஓடுவார்கள்...

ஓர் இடத்திலே நிலை கொள்ளாமல் நிற்பார்கள்...

என்னைப் போல பேந்தப் பேந்த விழிப்பார்கள்...

கைகளைப் பிசைவார்கள்... சம்மந்தமில்லாமல் ஒரு பாடலை முணு முணுப்பார்கள்... காற்று தலைமுடியைக் கலைத்துக் கொண்டே இருக்கும்...

ஆனால்... மீண்டும் மீண்டும் தலைவாரிக் கொண்டே இருப்பார்கள்...

ஏதோ ஒரு பெயரை உதடுகள் முணுமுணுத்துக் கொண்டே இருக்கும்...

காவல் துறையிடம் சிக்கினால் திருடன்தான்...

பார்வை..... அவ்வளவு மோசம்...!

இதுபோல... அந்தக் கடற்கரையிலே... ஏராளமான கிறுக்கர்கள் அலைந்து கொண்டிருப்பார்கள்.....

இன்று...

அந்தக் கிறுக்கர்களிலே நானும் ஒருவன்....!

கிறுக்குத்தனத்திலே எனக்குப் போட்டியாக... என்னை வென்றுவிட அங்கு யாருமே இல்லை... நானே முடிசூடா கிறுக்கு மன்னன் இன்று....!

ஆனால்...

உனது நிலை...?

என்னை விட பரபரப்பு...

என்னை விட வேகம்...!

உனது வீட்டிலே நீ...

அவசர அவசரமாக அவசரக்குளியல் செய்தாய்...

மார்பிலே ஏற்றிக் கட்டிய அரை ஈரத்துண்டுடன் கண்ணாடி முன்னே வந்து நின்றாய்...

உனது மேனி கட்டமைப்பை நீயே பார்த்து ரசித்தாய்...

நான் பார்த்து ரசித்து பாராட்டப் போகும் உனது அழகை... நீயே பாராட்டிக் கொண்டாய்...

இப்படியொரு கட்டழகு மேனி தந்த கடவுளுக்கு நன்றி சொன்னாய்...
உனது அறிவு கர்வம் கொள்கிறது... அகங்காரம் காட்டுகிறது.....
"இந்த உடலை கையாளப் போகிறவனை சந்திக்கப் போகிறேன்...!
எனது இல்லற வாழ்க்கையின் உரிமையாளனை தனிமையிலே பார்க்கப் போகிறேன்...."
உனக்கும் உடைப் பிரச்சனை...!
தேர்வுகள் துரிதமாக நடை பெற்றன,...
என்ன அதிசயம்...?
எத்தனையோ உடை மாற்றல் போராட்டத்திற்குப் பிறகு... எனக்குப் பிடித்த... எரிச்சல் கொடுக்காத ஊதா நிற பாவாடையும்... தாவணியும்... அதே நிறத்திலே ரவிக்கையும் அணிந்து நின்றாய்...!
அந்தப் பாவாடையும் தாவணியும் எத்தனை வித்தைகள் செய்து... உனது அழகை எடுத்துக் காட்டுகின்றன தெரியுமா...?
ரவிக்கை....?
ஆகா...
என்ன கச்சிதம்...
மற்ற பெண்கள் அணிவதைப் போல் ஆபாசத் திறவு கோலாக இல்லாமல்... வட்டக்கழுத்து... மார்பு மறைத்த முன்புறம்... முழங்கை வரை நீண்ட கை...
அதுவே உனது அழகைப் பட்டயம் போட்டுக் காட்டியது கண்ணே...!
மாயவேலை கற்றுதுதான் அந்த ரவிக்கை...!
உனது முன்னழகிற்கு அப்படியொரு அமைப்பைத் தந்து எடுத்துக்காட்டியது...
அதை... நீயும் இமை கொட்டாமல் ரசிக்கிறாயே....
பெண்ணே தன்னழகை ரசிப்பாளா....?
இதோ... நிகழ்கிறதே....
உனது அறைக்குள்ளே.....!
சிகை அலங்காரம் ஆரம்பமாகியது.....
இயந்திரம் கொண்டு முடி உலர்த்தி... முடியை முகத்தைச் சுற்றிப் பரவவிட்டு...
பாதிமுடி முன் நெற்றியின் மீது புரண்டு.... கொஞ்சம் முடி இருபுறக் காது மடல்களிலே தவழ்ந்து...
காது மடல்களின் பின்பகுதியிலே சன்னமாய் கருப்பு மயில் முடி போல கழுத்து வரை நீண்டு சரிந்து...
அடேயப்பா... தேவதைகள் இவ்வளவு அழகாக இருப்பார்களா......?
ஆனால்...
நீ அதையும் மாற்றிவிட்டாய்...
ஒற்றை பின்னல்...
பிறகு கொண்டை...!
பிறகு... வேறு விதமான கொண்டை...
பிறகு குதிரைவால் கொண்டை...

போராடிப் போராடி...... பெயர் தெரியாத பல சிகையலங்காரங்கள் செய்து கலைத்துவிட்டாய்...

கடைசியாக இரட்டைப் பின்னல்...!

ஆகப் பொருத்தம்...

ஒரு மாணவியைப் போல...!

மாணவி என்றால்.... ?

கல்லூரி மாணவியா... ?

இல்லை..... பொய்....

பள்ளி மாணவி.....!

அதே துள்ளல்...

அதற்கேற்ற நகைகள்...

காதிலே கம்மல்... தொங்கட்டான்...

அதுவும் பொருந்தி விட்டது.....!

உனக்கு எதுதான் பொருந்தாது கண்ணே...!

மேல் நோக்கி சிறிய கூர்மையான பொட்டு.. இட ஆக்கிரமிப்பு சிறிதும் செய்யாமல்... இரண்டு புருவங்களுக்கும் மைய்யத்திலே நெற்றியின் மீது இடம் பிடித்துவிட்டது....

ஓர் இலக்கணத்திற்குள் அடங்கிய தமிழ்ப்பெண் ஒருத்தி காப்பியச் சான்றாக உனது எதிரிலே நின்றாள்.....!

உதட்டிலே சாயப்பூச்சு... முகத்திலே நாகரிக வண்ணப்பூச்சு... செயற்கை அலங்காரம்... அதற்கான பொருட்கள் எதுவுமே உனது அறையிலேயே இல்லை...!

இயற்கை...

எல்லாமே இயற்கை...

எனக்குப் பிடித்தது போல...!

இறைவன் இயற்கையிலேயே சிலருக்கு அழகியல் பொருத்தங்களை அள்ளி வழங்கியிருப்பான்.....

அதிலே முதலாவதாக முந்தியிருப்பவள் நீ...!

இறுதியாக வந்தாய்... விழிகளிடம்......!

பல கோணங்களிலே உனது பளிங்கு விழிகளை ஆய்வு செய்தாய்...!

இறைவன் உனக்கு உறவுக்காரனாகத்தான் இருப்பான்...

இல்லையெனில் இத்தனை பெரிய விழிகளை உனது முகத்திலே பதித்திருப்பானா...

விழிகளை இப்படித்தான் விதைக்க வேண்டுமென்று கடவுளுக்கு நீ கையூட்டு கொடுத்திருக்க வேண்டும்....!

என்றால்.... கையூட்டுக்களவு காரியம் தொடங்கியது பெண்களின் விழிகளிலிருந்து தானா... !

ஒரு விரலிலே மையை ஒற்றி எடுத்துக்கொண்டாய்...

முகத்தை கண்ணாடிக்கு முன் கொண்டுபோய்... இன்னும் அருகே சென்று... கண்ணாடியை உராய்ந்து... அதற்கு உள்ளேயே நுழைய முயற்சித்து... அந்த மையை உனது அற்புத விழியின் விளிம்பிலே தடவினாய்...!

அந்தக் கருப்பு மை ஏறியதும்... உனது காந்தக் கண்களுக்குள்ளே விளைச்சல் கண்டது... அதிவிசை ஈர்ப்பு...

ஓர் ஓவியன் ஓய்வின்றி முயற்சித்து விழி வரைந்தது போல...!

ஆனால் நீ... அதிலும் சமாதானம் அடையவில்லை...

வைத்த மையைத் துடைத்தாய்...

திரும்பத் தீட்டினாய்......

பிடிக்கவில்லை...

திரும்பத் துடைத்தாய்...

வேறு மாதிரி எழுதினாய்...

பொருந்தவில்லை....!

இயற்கையழகு தவிர வேறு செயற்கைப் பூச்சு எதுவுமே உனது எழிலுக்கு உதவவில்லையென உனக்குத் தெரியவில்லையா கண்ணே...!

கண்ணுக்குக் கீழே விரல் பதித்து... கன்னம்வரை நீள இழுத்தாய்...

கண்ணுக்கு வலிக்குமோ வலிக்காதோ தெரியவில்லை...!

ஏற்கனவே உனக்குப் பெரிய கண்கள்... நீ மை வைப்பதற்காக இன்னும் விரித்துக் காட்டியதும்... கோழி முட்டையை விடப் பெரிதாகி... வெளியிலே தாவி விழத் தயாராக இருந்தது போல பயமுறுத்தி மிரட்டின....!

இத்தனை அகல விழிகளிலே அகப்பட்டால் யாரால்தான் தப்ப இயலும்......

விழிகளுக்குக் கூட அத்தனை வேலைப்பாடா....

காதைத் தொடும்வரை நீட்சி செய்து... இறுதி வடிவத்திலே இரண்டு உயிர் கொண்ட மீன்களை உனது முகத்திலே நீந்தி விளையாடச்செய்தாய்...

முகப் பகுதியிலே சுழலும் சக்தி வாய்ந்த உறுப்புக்கள் விழிகள்தானே....!

உலகம் சுழல்கிறது என கண்டுபிடித்த விஞ்ஞானியே... பெண்களின் விழிச் சுழற்சியை மையமாக வைத்து ஆராய்ந்து தான் உலகுக்கு அதை அறிவித்திருப்பான்...!

இப்பொழுது வந்தாய் கால்களிடம்...

கால்களா அவை... ?

தரையில் படலாமா.... ?

பட்டு விரித்து.... அதன் மீது பூத்தூவி மெத்தையமைத்துப் பாதுகாக்க வேண்டிய பாதங்கள் அல்லவா அவை...

பாதங்களிலும் பளபளப்பா...

என்னே இறைவனின் படைப்பு...

உனது பாதப் பராமரிப்பு வியப்புக்கு உரியதுதான்..!

வெண்பட்டு என்பார்களே... அது இதுதான்...

கொலுசுகள்...

அவைகள் தான் எத்தனை வகை...

தரை முழுவதும் கொலுசுகள் தாராளமாக சிதறிக் கிடந்தன...!

ஒரு கொலுசை எடுத்தாய்..... ஒற்றைக் காலிலே அணிந்தாய்.... அங்கே இங்கே ஓடிப்பார்த்தாய்... பொருந்தவில்லை... கழற்றினாய்... தூக்கி எறிந்தாய்...

வேறு கொலுசு அணிந்தாய்... மீண்டும் ஓடிப்பார்த்தாய்... பிடிக்கவில்லை... கழற்றிப் போட்டாய்...

வேறு ஒன்று எடுத்தாய்... காலிலே பூட்டினாய்... காலைத் தரையிலே தட்டிப்பார்த்தாய்... ஓசை பிடிக்கவில்லை... மாற்றம் செய்தாய்...

கோளாறு... கால் கொலுசிலே இல்லை கண்ணே... உனது மனசிலே... !

உனக்கு எது பிடிக்கும் என்று நீ தேர்வு செய்யவில்லை அன்பே....!

எனக்கு எது பிடிக்க வேண்டுமென்று தேர்வு செய்கிறாய்...!

பறக்கிற மனசுக்கு பக்கமேளம் வாசிக்க இந்த சாதாரண கொலுசுக்குத் தெரியுமா... ?

ஒரு வழியாக கொலுசுகளும் பொருந்துகின்றன....!

இறுதியாக வளையல்கள்...!

அதற்கென்று தனியாக சிறிய பெட்டி...

விதவிதமான வளையல்கள் உன்னைப் பார்த்து பளபளத்து கண்சிமிட்டி சிரிக்கின்றன.... கலகல ஓசை... வளையல்களை எடுத்தாய்... பொருத்தித் தேர்வு செய்தாய்...

இரண்டு கைகளிலும் புத்தம் புதிய கண்ணாடி வளையல்கள் இடம் பிடித்துச் சிங்காரமாய் சிலீரென்று சிலிர்த்தன...!

கைகளை குலுக்கிப் பார்த்தாய்.... அந்த வளையல்கள் சிரிக்கும் ஓசையை ரசித்தாய்... பதிலுக்கு நீயும் சிரித்தாய்... இரண்டு ஓசைகளும் ஒலித்தேர்விலே ஒத்துப் போயின...!

உனது மகிழ்ச்சி எல்லை தாண்டுகிறது...

வளையல்கள்..... மணப் பெண்ணின் மனதினுள்ளே சிறைப்பட்டுக் கிடக்கும் ஆசைகளை வெளிப்படுத்துபவை...

அவை குலுங்கும் ஓசைகள் மூலம்...!

இப்பொழுது.... நீயும் மணப்பெண் தானே...

மீண்டும் உனது முழு உருவத்தை கண்ணாடியிலே பார்த்தாய்... முன்னழகை ஏற்றி நிமிர்த்திப் பார்த்தாய்... குதிங்காலை உயர்த்தி நின்று பின்னழகை திரும்பிப் பார்த்தாய்...

மறுபடியும்... மறுபடியும்... அழகுப் போட்டிக்குப் போவது போல... உருட்டி உருட்டிப் பார்த்தாய்...

ஒரு பெருமூச்சு... அதில் உனக்கே பெருமிதம்...!

வீட்டிலே பெற்று வளர்த்த தாய் தந்தை இருக்கிறார்கள்.... அண்ணன்... அக்கா.... இன்னும் உறவினர்கள் என இரத்த சொந்தங்கள் எவ்வளவோ பேர் இருக்கிறார்கள்.... அவர்கள் யாரும் உனது மனதிலே நிழலாடவேயில்லை...!

அவர்களையும்... அவர்களது பாசப்பிணைப்பையும் தாண்டிக் குதித்து... மனம் பறந்தது வேறு ஒருவனிடம்.... !

உடைத்தெறியப்படுகின்றன உறவுத்தடைகள்...

இரத்த சொந்தத்தை விட உரத்த சொந்தம் இதுவென்று......!

இந்த உறவிற்கு இத்தனை முக்கியத்துவம் எங்கிருந்து வருகிறது....

அவன் யார்... ?

எவனோ ஒருவன்...!

நேற்று வந்தான்...

நாளை வருவான்... நிரந்தரமாக... என்று சொல்கிறார்கள்...

வங்காள விரிகுடா போல பரந்து கிடந்த உனது மனம்... குறுகிக் குறுகி சிறிய சுனை போல எவனோ ஒருவனுக்குள் அடங்கிவிட்டதே ஏன்....

ஒரு குடும்பத்தையே புறந்தள்ளி... புதியவன் ஒருவன் உன்னை ஆட்டிப் படைத்து ஆளுமை காட்டுகிறானே ஏன்.....

அது....

உலகம் சுழலுவது போல... இயற்கையின் சுழற்சி...!

கூடுவிட்டுப் பறப்பது பறவைகளின் இயற்கை...!

முட்டைவிட்டு வெளியே வருவது குஞ்சுகளின் இயற்கை...!

மொட்டு விரித்து மலர்வது மலர்களின் இயற்கை ....!

காய்கள்கூட கனிந்து... கிளைவிட்டுப் பிரிந்து... உதிர்ந்து விடுகின்றன...

தோன்றிய இடத்திலேயே எதுவும் ஊன்றிவிட முடியாது...

அது போல பிறந்த இடத்தைவிட்டு வேறு இடத்திற்கு தேடிப்பறப்பது தான்... பெண்களின் இயற்கை...

அம்மாவின் அடிமடியிலே அடக்கமாகிக் கிடந்தவள் பெண்...

அப்பாவின் தோள் பிடித்து ஊசலாடித் திளைத்தவள்...

அண்ணன்... தம்பி... அக்காள்.... தங்கை என பாசவலைக்குள்ளே சிறைப்பட்டுக் கிடந்தவள்...

இன்று...

உடைத்தாள் சிறைக் கதவை...

தகர்த்தாள் உறவுக்கூட்டை....

காரணம்...

எவனோ ஒருவன்...!

அவனுக்காகவே.... இவ்வளவு ஒப்பனை...

அவனுக்காகவே.... இந்த உடைகள்...

அவனுக்காகவே.... நகைகள்...

அவனுக்காகவே.... இயக்கம்...

எல்லாமே அவனுக்காகவே தேர்வு செய்யப்பட்டு அணியப்பட்டவை...!

மனசு முழுவதும்... உடல் முழுவதும் அவனது நினைவுகள் வியாபித்து, ஆட்டிப் படைக்கின்றன உன்னை....!

அந்த எவனோ ஒருவன்.......

நான்.....!

என்னை விடத் துரிதமாக நீ இயங்கினாய்...!

ஈர்ப்பு என்னுடையது... செயல் உன்னுடையது...

வாகனத்திலே பறந்தாய்... வாகனத்தை விட துரிதமாக... உனது மனம் பறந்தது...!

வழியெங்கும் பதை பதைத்தாய்... பல திசைகளிலும் விழி சுழற்றினாய்...

சரியாக இருக்கும் உடல் அழகை மீண்டும் மீண்டும் சரி செய்தாய்...

நீ பயணிக்கும் வாகனமோ மிகச் சிறியது... ஆனால் அதற்குள்ளே நீ

வளைந்தாய்... குனிந்தாய்... உட்கார்ந்த இடத்திலேயே சடுகுடு விளையாடினாய்....

இதோ...
கடற்கரையிலே வந்து இறங்கி விட்டாய்... அதிவேக காற்றைப் போல...!
படபடபடவென உனக்கும் இதயம் அடித்துக் கொள்கிறது என்னைப்போலவே...!
இது...
எனக்கு நீயும்... உனக்கு நானும் வலைவீசும் தருணம்...!
முதல் முறையாக... என்னை தனியே சந்திக்க வந்திருக்கிறாய் நீ...
என்னைவிட உனக்குத்தான் படபடப்பும் பரபரப்பும் அதிகம்...
பெண்ணல்லவா...
நடுக்கம்... தயக்கம்... அலை மீறிய ஆவல்...
வந்துவிட்டாய்... ஏதோ உந்துதலிலே...
ஆனால்...
மேய்கிறதே...
குழப்பம்...
வெட்கம்...
தயக்கம்...
இன்னும்...
பெண்மைத் தடை அத்தனையும்...!
எப்படி அருகே போய் சந்திப்பது....?
என்ன பேசுவது...?
மனசு முழுவதும் மத்துக் கடைசல்... கேள்விக் கணைகள்...
கடற்கரையின் குளிர்காற்றை தோற்கடித்து.... வியர்வைகள் முத்துக்களைத் தூவின... உன்னுடைய நெற்றி மேலே...
அதை.... புது வளையல் பூட்டிய கை கொண்டு துடைத்தாய் நீ... இது அனிச்சைச் செயல் தான்...
தானாக கை இயங்குகிறது... விரல்கள் வளைகின்றன...!
வளையல்கள் கொஞ்சமா....
அவை சும்மா இருக்குமா...?
அவை சல சலக்கும் ஓசை எழுப்பின...
பாதி முதலிரவின் அறிகுறி...
இன்று....
உன்னிடம்....!
எல்லாமே நாணமும்... நயமும் கலந்த புதுமை....!
இது...
புதுமையல்ல...
பழமை...
ஆதிகாலப் பழமை...
பரம்பரைப் பழமை...
இந்த நாணமும் நடுக்கமும் தான் தாய் வீட்டின் சீதனம்...
தாயின் கருவறையிலேயே தொற்றிக் கொள்வது...

பெண்மையின் வரைறுக்கப்பட்ட இலக்கணங்கள்...

இவ்விலக்கண வரம்புக்குள்ளே வரையப்படும் வரை தான் அவள் பெண்ணென்று பெயர் பெறுகிறாள்...

மீறும்போது பெண் என்னும் பெயர் மாறுகிறது...

இப்போது...

ஒரு மயக்கம்...!

எதனால்...!

வாழ்விலே ஒரே முறை வரும் வசந்தம் இது...

அதனால்...!

இந்த முதல் சந்திப்பிலே இன்று ஏற்படும் இந்த மயக்கமும்... ஈர்ப்பும் நாளை நிகழப் போகும் சந்திப்பிலே இருக்குமா....?

நாளை மறுநாள்.....?

அதற்கு அடுத்த நாள்....?

திருமணமான பின்......?

சந்தேகம் தான்...!

வீறுகொண்டு... பூமியைப் பிளந்து கொண்டு... முளைவிடும் முதல் முளை போல...

இது.... முதல் சந்திப்பு...!

வாழ்வியலின் அழகியலிலே முதல் அத்தியாயம்...!

இதன் பின்னே வரும் அத்தனை உணர்வுகளுக்கும் இத்தனை வீச்சுஇருக்காது...

பார்த்தேன் உன்னை... மலைத்துப் போய்...

அடடே... அந்தத் தென்றல் கூட உனக்கு எத்துணை ஒத்தாசை செய்கிறது....

உன்னை தேவதையாக எனக்குக் காட்டுவதற்காக... அத்தனை முயற்சிகளையும் எடுத்தது அந்தத் தென்றல்...!

உனது தாவணியைப் பறிக்க முயற்சித்து... தோற்றுப்போய்... அதை உனது உடலை மீறி உயரே பறக்க வைக்கிறது... உனது பாவாடையைப் பின்நோக்கி இழுத்துப் பரப்புகிறது...

உனது பின்னலுக்குள் கட்டுப்பட்டு அடங்காத முடிகளைப் பறக்கவைக்கிறது...

என்ன சதிச்செயல் இது...

இயற்கை கூட பெண்களுக்கு ஆதாரவாகத்தான் செயல்படுமா.....?

நீ இருந்த அந்தப் பகுதியிலே நூறு பேருக்கு மேல் இருக்கிறார்கள்...

ஆனால்...

நீ மட்டும்தான் தனித்துத் தெரிகிறாய் அன்பே...

அப்படியொரு வளத்தோற்றம் உனக்கு ...!

நீ நடக்கவில்லை...

காற்றிலே மிதக்கிறாய்...

சின்னத் தேடல்தான்...

என்னை நீ பார்த்துவிட்டாய்...!

உனக்காகவே காத்துக்காத்து.... கண்கள் பூத்து... தவம் கிடந்த நான் உனக்கு எதிராக முன்கூட்டியே போட்டுவைத்த திட்டப்படி 'சட்' டென்று வேறு பக்கம் முகம் பார்த்து.... உன்னைப் பாராதது போல நடித்தேன்...!

இது...

நான் போட்ட திட்டம் தான்.... ஆனால் அந்தத் திட்டம் இப்போது நிறைவேறுமா.....?

எனது மன உறுதி தாக்குப் பிடிக்குமா....

இப்பொழுதே உருகி... நீராக கரையத் துவங்கிவிட்டேனே நான்...!

அதுவரை இருந்த துள்ளல்... துடிப்பு... ஆர்வம்... அலைச்சல் அத்தனையும்... கட்டாய விருப்ப ஓய்வு பெற்றுக் கொண்டன....!

உனது நிலை....?

"ஐயோ... அவனுடைய பார்வைப் பதிவு என் மேலே பட்டுவிட்டதே...

இப்படியே ஓடிவிடலாமா....?

நான் இங்கே வந்த நோக்கம் என்ன......?

அவனை முகம் பார்ப்பது.....!

எப்படி எதிர் கொள்வது....?

என்ன உரையாடுவது....?

உனது மனம்.... இப்படியெல்லாம் பதறியது...!

பட்டாம் பூச்சியாய் சிறகு விசிறிப் பறந்தது....

உனக்கு என்னைப் பார்க்க பயமா....?

இல்லை...

தயக்கமா.....?

இல்லை...

பார்க்க வேண்டாமா....?

இல்லை இல்லை... பார்க்க வேண்டும்....!

எனக்கு....?

எனக்கும் உன்னைப் பார்க்க வேண்டும்...

உன்னிடம் கரும்புச் சாறு போன்ற கதைகளைக் கரைத்து... கரைத்துப் பேச வேண்டும்...

நீ எனது அருகிலே வந்து கொண்டிருந்தாய்...

நான் வேறுபக்கம் பார்த்தபடி...!

ஆனாலும்...

நீ வந்து கொண்டிருக்கிறாயா என அறிந்து கொள்ளும் ஆவல்... எனது உறுதியை அசைத்தது... அவ்வப்போது நீ அறியா வண்ணம்... உனது திசையிலே திரும்பித் திரும்பி... களவுப்பார்வை பார்த்தேன்...

இருவருக்குமே மனசுக்குள்ளே மத்தளம் அடித்தது...!

நான் அடிக்கடி எச்சில் விழுங்கினேன்...

நீயும் தான்...!

நான் கண்களை படபடவென்று மூடித்திறந்தேன்.

நீயும் தான்... என்னை விட அதிகமாக...!

உண்மையிலேயே உன் மீது எனக்குக் கோபம் இருந்தது.

நம் சந்திப்பிற்காக நமது விழிகள் குறித்த நேரம் மாலை ஐந்து மணி... ஆனால் இப்பொழுது நீ வந்திருக்கும் நேரமோ ஆறு மணி... ஒரு மணி நேரம் தாமதமாக வந்திருக்கிறாய்...

எனது நிலையைக் கொஞ்சமாவது யோசித்தாயா....

காத்திருத்தலின் வலி உனக்குத் தெரியாதா....

போவோர் வருவோரெல்லாம் என் மீது சந்தேகப் பார்வை பார்த்த தன் அவமானம் எனக்குத்தானே தெரியும்....

ஆறுமுறை சுண்டல் வாங்கிவிட்டேன்... நான்கு முறை முறுக்கு வாங்கிவிட்டேன்...

ஒவ்வொருவரிடமும் பேரம் பேசி... பேரம் பேசி... ஒரு திறமை வாய்ந்த கடற்கரை வியாபாரியாகவே மாறிவிட்டேன்...

இதற்கெல்லாம் வஞ்சம் தீர்க்க வேண்டாமா.... ?

வேறு பக்கம் திருப்பிய முகத்தை உனது பக்கம் திருப்பவே இல்லை...!

உனக்கு சரியான தண்டனை... நீ அனுபவித்தே ஆகவேண்டும்...

வைராக்கியத்தோடு இறுக்கமாக நின்றிருந்த நான்.... தற்செயலாக கடிகாரத்தைப் பார்த்தேன்... தூக்கிவாரிப் போட்டது...!

நேரம் சரியாக ஐந்து மணியைத்தான் காட்டியது...!

கடிகாரம் சதி செய்கிறதா....

உனக்காக பொய்க்காட்சி காட்டுகிறதா....

எனது கடிகாரம் தானே.... அது எப்படி உனது வசம் ஆட்பட்டது....

சதி எங்கே நிகழ்ந்தது... ?

நீ சரியான நேரத்திற்குத்தான் வந்திருக்கிறாய்...

நான் தான் ஆர்வ மிகுதியிலே...உனது மேலிருந்த காதல் பெருக்கிலே... ஒரு மணி நேரம் முன்னதாகவே வந்து விட்டேன்... காலம் எனது கட்டுப்பாட்டை மீறி.... எல்லை கடந்து... அதி வேகமாக கூட்டிக் காட்டி விட்டது...!

வெட்கமாக இருந்தது... வேறு வழியின்றி நீ வந்துகொண்டிருக்கும் திசை நோக்கித் திரும்பினேன்...

இப்போழுது திடீரென... கண்ணைப் பறிக்கும் வண்ண மின்னல் பளீரெனத் தோன்றியது.... கண் முன்னே....!

எனது எண்ணப் பிளம்புகள் வெடித்து சிதறின...

இது.... மழைக்காலம் இல்லையே... மின்னல் எப்படி வந்தது....

ஆம்...

இது மின்னல் வரும் காலம் இல்லை...

ஆனால்...

எனது கன்னல் வரும் காலம்...!

நீ வரும் காலம்.....

இதோ வந்துவிட்டாய் நீ... எனது அருகிலே....

அழகுக் குவியலொன்று அந்த அழகையே ஆயுதமாக்கி அதிர்வு தந்து தாக்கிவிட்டது என்னை...

சற்று முன்னே நான் உன்னைப் பாராது நின்றபோது வெகுதூரத்திலே இருந்தாய்... அதற்குள்ளே இவ்வளவு அருகிலே .

வந்து விட்டாயே எப்படி... ?

மிதந்து வந்தாயா......

நடந்து வந்தாயா.....

ஓடி வந்தாயா....

பறந்து வந்தாயா....

அல்லது மாயக்காட்சி போல அப்படியே அவதரித்து விட்டாயா....!

உன்னை திடீரென்று அத்தனை அருகிலே கண்ணுற்றதும் உடலெங்கும் குளிரும் புல்லரிப்பும் ஒன்றாகத் தாக்கின...!

விக்கித்து நின்றேன் நான்... பேரின்பத் திகட்டலால் மூச்சு முட்டியது எனக்கு...!

பனிக்கட்டியை வேகம் கொண்டு முகத்தின் மீது வீசியடித்தது போல... குளிரதிர்ச்சியால் தாக்குண்டேன்...!

இவையெல்லாம்.... ஆயுளிலே ஒரே முறை வரும் வாய்ப்புகள்...

இவற்றை இதயத்திலே சேமித்து வைத்து... அடிக்கடி அலசி அலசி நம்மை புதுமைப்படுத்திக் கொள்ள வேண்டும்...!

பத்தடி தூரம்...

நின்று விட்டாய்...

இவ்வளவுதானா....

எனக்கு இன்னும் உணர்வு வரவில்லை...

உன்னை... ஏக்கத்துடனே.... விழி இமைப்பையும் மறந்து பார்த்துக் கொண்டே இருந்தேன்...

இந்த பெண்களிடத்திலும்... அவர்களது கண்களிடத்திலும் அப்படி என்னதான் வினோதம் இருக்கிறது... ?

அவை ஏன் ஆண் குலத்தை அடிமைப்படுத்தி இப்படி வாட்டி வதைத்து துவைக்கின்றன...

உலகமே உய்தலும்.....

உழல்தலும்.....

சுழல்தலும்......

இயங்குதலும்.....

நிலைத்து நிற்றலும்.....

இந்தப் பெண்களின் விழிகளாலும்... விழிகளின் விசை ஈர்ப்பினாலும் தானோ... ?

வேதங்களையும்......

புராணங்களையும்.....

சரித்திரங்களையும்.....

காவியங்களையும்.....

காப்பியங்களையும்.....

இதிகாசங்களையும்.....

இலக்கியங்களையும்.....

நூல்களையும்.....

புதினங்களையும்.....

கவிதைகளையும்.....
கதைகளையும்.....
பாடல்களையும் .....
செய்யுட்களையும்.....
விரித்து வாசித்து ஆராய்ந்ததிலும்...
திரைப்படங்கள்... தொலைக்காட்சித் தொடர்கள்... விளம்பரங்கள் ஆகியவற்றை கண்ணுற்று சேகரித்ததிலும்...
எனது அறிவிலே சேமிப்புப் பெற்ற உண்மை ஒன்றுதான்...!
பெண்...!
பெண்ணின் விழிகள்...!
இவை தான்..... அத்தனை இயக்கங்களுக்கும் மூல ஆதாரம்...
இங்கேயும் அதுதான் நிகழ்ந்து கொண்டிருந்தது...!
நீ யார்...?
நான் யார்...?
உனக்கும் எனக்கும் என்ன தொடர்பு...?
எதனால் நாம் இங்கே காத்திருப்புச் செய்கிறோம்...?
எது நம்மை இணைத்தது...?
எனது அறிவும்.... அறிவுறுத்தல்களும்.... சிந்தனைகளும் உனது ஒருத்தியிடமே மொத்தமாகக் குவிந்து விட்டதே....
ஏன்...?
புவி ஈர்ப்பு விசையைக் காட்டிலும் அதி விசையானது,....
ஒரு பெண்ணின் விழி விசை ஈர்ப்பு...!
அந்த ஒரு பெண்...
நீ...
எனது இயக்கங்கள் அத்தனையையும் ஈர்ப்பு செய்து கொண்டு எனது எதிரிலே நிற்கிறாய்...
கடற்கரையின் உப்புக்காற்று எனது விழிகளிலே தைத்து உறுத்தியது...
அப்பொழுதும்... எனது விழிகளை மூடும்படி அறிவு அறிவிக்கவில்லை... எனது விழிப்படலத்திலே பதிவு பெற்றிருக்கும் உனது மாய உருவம் கரைந்து விடும் என்று...!
நீயோ...
எட்டு திசைகளுக்கு பதிலாக... பதினாறு திசைகளிலே வெடுக் வெடுக்கென்று பார்வையைத் திருப்பினாய்...
திருட்டு சந்திப்பு அல்லவா...
பயம் உனக்கு...
எனக்கும்தான்...
யாருக்கும் நம்மைப் பார்க்க நேரம் இல்லை... ஆனால் பார்க்கிறார்களோ....!
இருவருமே அங்கும் இங்கும் தலை திருப்பிப் பார்க்கிறோம்....
ஆனால்...
ஆணைவிட பெண்ணுக்கு சமுதாயச் சட்டங்கள் அதிகம்...

ஒரு ஆண்.... தனியே நின்றால் யாரும் பார்வை செலுத்துவதில்லை...

ஒரு பெண்... அதிலும் அழகுப் பெண்... தனியே நின்றால்... அவள் மீது மொய்க்கும் ஆயிரம் விழிப்பார்வைகள்... பலாச்சுளை மீதிலே மொய்க்கும் ஈக்கூட்டம் போல...

ஆம் என் கண்ணே...

நீ தேன் குளித்த பலாச்சுளைதான்...

உன் மீது ஈக்கள் மொய்க்காமல் இருக்குமா... உன்னை நீ தற்காத்துக் கொள்ள ஆவன செய்கிறாய்...

கலவரக் கலவை கலந்த பார்வைகளை பிறர் மீது ஏவி விடுகிறாய்...!

நடு நடுவே சின்ன விழி நிறுத்தம் மட்டும் என் மீது...!

வீட்டிலே நீ அவ்வளவு நேரம் எடுத்துக் கொண்டு மை வைத்த விழி மீன்கள்... தங்களது வேலையைச் சரியாகச் செய்தன...

ஆழக் கடலருகே வந்து தாழ முகாமிட்டன...

கடல்வாழ் மீன்களுக்கு சவால் விட்டன...

உனது விழி மீன்களின் சவாலை எதிர்கொள்ள... அந்த கடல் மீன்களுக்குத் தகுதியில்லை...!

இருந்தாலும்... அவைதம் இனப்பழக்கத்தை அறிவுறுத்த.... ஆழக் கடலின் நீருக்கு மேலே கூட்டமாக வந்து கூடி சிறப்பு முகாமிட்டன...!

உனது கண்களின் துள்ளல் பார்த்து நீந்துவதை சற்றே நிறுத்திக் கொண்டன...

உனது விழி மீன்களிடம் நீந்தக் கற்றுக்கொள்ள வேண்டும் என்று...!

இதழ்கள்...

வளைகின்றன....

நெளிகின்றன.....

குவிகின்றன....

விரிகின்றன...

சிரிக்கின்றன....

நகைக்கின்றன...

நையாண்டி செய்கின்றன...

நர்த்தனம் செய்கின்றன...

முறுவலிக்கின்றன....

முற்றுப்புள்ளி வைக்கின்றன...

இதழ்களா அவை.....!

ஒரே சமயத்திலே எத்தனை அசைவுகள்...!

ஓரிடத்திலே நிலைக்க இயலவில்லை அந்த உதடுகளால்...

அவை... ஒரு பெண்ணின் உடல் பாகங்களா....

இல்லை.....!

போதைக்குள் தள்ளும் ஒற்றைப் பனைமரத்துக்கள்...!

அதென்ன உனது காதிலே தொங்கும் தொங்கட்டான் அப்படியொரு ஆட்டம் போடுகிறது... உன்னுடைய ஒவ்வொரு அசைவின் போதும்... அறுந்து விழுந்து விடுமோ எனும் மாயக்காட்சியை உருவாக்குகிறதே....!

அவற்றை கைகளிலே ஏந்தி வாங்கிப் பிடித்துவிடலாமா என்று எனது கைகள் தாமாக உனது முகம் நோக்கி முந்தி நீள முயற்சிக்கின்றனவே...

கடினப்பட்டல்லவா அவைகளை நான் கட்டிப்போடுகிறேன்...

நீ செய்த அலங்காரம்...

நீ அணிந்திருக்கும் அணிகலன்கள்.....

நீ உடுத்தியிருக்கும் உடைகள்....

உனது உடல் வனப்பின் அமைப்பு...

உனது நிறத்திலே பரவும் கவர்ச்சி...

எல்லாமே கூட்டணி அமைத்து... உனக்கு சாதகமாக சட்டம் இயற்றுகின்றன... என்னைச் சாய்த்துவிட...!

அபூர்வமான பருவம் இது...!

இதுதான் முழுநிலாப் பருவம்...

இதற்குமுன்..... வளர்பிறைப் பருவம்...

இதற்குப்பின்.... தேய்பிறைப் பருவம்...

இது...

வாழ்க்கையிலே ஒரு முறையே வரும் பருவம்.....!

பழரசம் பருகியது போல.... பார்க்கப் பரவசமாயிருக்கும்...

வாய்ப்பை விட்டுவிடாதே வாசுதேவா...

வாலிபம் போனால் வராது...!

இளமையும்... மோகமும்... மயக்கமும் வருவது ஒரு முறைதான்...!

இந்த சந்திப்பிலே இத்தனை ஈர்ப்பு வர என்ன காரணம்...?

ஒரே ஒரு காரணம் தான்....

இது....

திருட்டு சந்திப்பு....!

திருமணத்திற்கு முந்தைய சந்திப்பு...

அதனால்தான் இருவருக்குள்ளும் இத்தனை கிளர்ச்சி....

அறிவிலே அரிப்பு...

உடலிலே நமைச்சல்...

எனது அந்தரங்கம் என்னை எச்சரித்தது...

'நகராதே வாசுதேவா...

அவள் ஓடி விடுவாள்' என்று...!

நான் நின்ற இடத்தை விட்டு அசையவே இல்லை...

இல்லை இல்லை... பொய்...!

அசைய இயலவில்லை...!

நான் நின்ற இடத்திலிருந்தே ஓசையின்றி உனது அசைவுக்கு அழகுத் தமிழிலே கவிதை வாசித்துக் கொண்டிருந்தேன்...!

இருவருமே அசையவில்லை...

எவ்வளவு நேரம் இது நிகழும்...?

இந்த அசைவிலா போருக்கும் முடிவு வந்தது...!

இதோ...

இப்பொழுது தேர் அசைந்தது...

இல்லை...

நீ அசைந்தாய்... என்னை நோக்கி...!

இதோ... எனது விழிகள் தாமாக... உனது பாதம் நோக்கிப் பணிகின்றனவே...

ஓடிச்சென்று உனது பாதங்கள் மணலில் படாமல் ஏந்த கைகளும்... அந்த பாதங்களை அழுந்த முத்தமிட்டுச் சுவைக்க எனது இதழ்களும் துடிக்கின்றனவே...

நான் இடைவிடா கனவிலே இனிமையாய் மிதந்து கொண்டிருக்கையிலே... நீ ஆறடி அருகிலே வந்து விட்டாய்....!

இதோ...

பெண்வாசனை...

அதிலும் உன் வாசனை...

எனது நாசி வழியே நுழைந்து உடலெங்கும் மோகம் தூவுகிறது...

நான்... உனது அருகே வருவேன் என... நீ எதிர்பார்ப்பது எனக்குப் புரிகிறது...

நீயும்... நிலைகுத்திய எனது பார்வை வழியே... என்னுடைய நிலையுணர்ந்தாய்...!

நீ கூட எனது அருகிலே வரலாம்...... ஆனால்... உனது பெண்மை உனக்கு அதிரடி ஆணையிட்டு... உன்னை... என்னை நோக்கி நகரவிடாமல் தடுக்கிறது...

எனக்கு பயம்...

நான் நிற்கின்ற இடத்தைவிட்டு சற்று நகர்ந்தாலும்... எனது வலைப்பட்ட புள்ளிமான் குட்டி நீ... எனது பார்வை வளையத்திற்குள்ளிருந்து தப்பி ஓடிவிடுவாயோ என்று... அதனால்... நான் நகரவே இல்லை....

இன்னும் இரண்டடி நீ அருகே நெருங்கினாய்...

இன்னும் கூட இரண்டடி நெருங்கினாய்...

இப்போது தூர அளவு நான்கடி மட்டுமே... இந்த இடைவெளிக்குள் நீ எத்தனை அதிசயங்கள் நிகழ்த்தினாய் தெரியுமா.... ?

ஒவ்வொரு இடத்திலே நீ நிற்கையிலும்... சவால்கள்தான் எனக்கு... என்னை என்ன செய்ய முடியும் உன்னால் என்பது போல....

என்ன செய்ய முடியும்....தோல்வியை ஒப்புக் கொள்வதைத் தவிர....!

பெண்களிடம் தோற்பதற்கென்றே பிறந்தவர்களாயிற்றே ஆண்கள்...

இதில் நான்மட்டும் என்ன விதி விலக்கு....!

பெருமகிழ்ச்சியோடு உன்னிடம் தோற்றுப்போகிறேன் கண்ணே...!

உனது ஆவலை உன்னால் கட்டுப்படுத்த இயலவில்லை.... உனது அறிவின் அடக்குமுறையை மீறி... என்னை நோக்கி நகர முயன்றாய்.....

அதற்குள் கோபம்... காற்றுக்கு...!

தென்றலாய் மிதந்து உனது உடலைத் தழுவிக்கொண்டிருந்த காற்று... திடீரென்று சீறியது... உன்னை முன்நோக்கி வரவிடாமல் தடையூறு செய்தது....

ஒரு கொள்ளைச் சம்பவத்தை உன் மீது ஏவிவிட்டது.... அந்த காற்று...

கதகளி ஆடி.... உனது பாவாடை தாவணியைக் கபளீகரம் செய்து... உன்னை மானபங்கப்படுத்திவிட முற்பட்டது...

ஆனால் நீ....

கைகளைச் சுழற்றி குச்சுப்புடி ஆடி... காற்றைத் தோற்கடித்து உனது தாவணியை கட்டுப்படுத்தி... மானத்தை தற்காத்துக் கொண்டாய்...!

முறைப்படி பார்த்தால் நான் காற்றின் மீது வழக்கு தொடர வேண்டிய மாபெரும் குற்றம்தான் இது...

எனது பொருளான உன்னை அபகரிக்க முயன்ற காற்றின் மீது எனக்குக் கடுமையான கோபம்தான்...

ஆனால்.... நீ துவண்டுவிடவில்லை....

முன்னேறினாய்... தாவணி பறக்க... நெற்றி முடி பின்நோக்கி பறக்க...!

நான்கடியும் குறைந்து இடைவெளி இரண்டியானது...

துணிவோடு அருகே வந்துவிட்டாய்....

நான் முன்நோக்கி ஓர் அடி எடுத்து வைத்தாலும்... இருவருமே நேருக்குநேர் மோதிக் கொள்வோம்... அத்தனை நெருக்கம்...

அப்படி நிகழ்ந்தால்...

அது மாபெரும் பருவ விபத்து என்று பாதுகாப்பு வளையங்கள் பறைசாற்றி பாதுகாப்பு செய்கின்றன...

நமது இருவருக்குள்ளேயும் இளமை வேகம் ஊறிக்கிடக்கிறது...

மின்சாரத்தை விட விசையான வேகம்...

இரண்டும் மோதிக் கொண்டால் எத்தனை பெரும் விபத்து நிகழும்...

அதனால் எத்துணை விபரீதங்கள் விளையுமென்று கணக்கெடுத்துச் சொல்ல... கரும்பு வில்லோடு காமன் தான் வரவேண்டும்...

உனது உடலிலிருந்து வெளிப்படும் வெப்பச்சாரல்... என் மீது பட்டு என்னைச் சுடுவதை என்னால் உணர முடிந்தது...

அதுபோல...

எனது மூச்சுக் காற்றிலே சீறிப்பாயும் புகையில்லா புது தீ.... எனது எதிரே மிக அருகாமையிலே நிற்கும் உன்னையும் சுட்டுத்தானிருக்கும்...!

ஆம்.

இது அனல் தெறிக்கும் நிகழ்வுதான்...

ஒரு வகையிலே அது கூட விபத்துத்தான்...

தாவணியைக் கொள்ளையடித்த காற்று... ஒரு திருவிளையாடல் நிகழ்த்தியது... உனது தாவணியை பறக்கவைத்து... எனது முகத்தின் மேலே வீசியடித்து முகத்தை மூடி விட சதி செய்தது...

ஆனால் நீ...

முன்னெச்சரிக்கையாக என்னை நோக்கி அதிவேகமாக பறந்து வந்த தாவணியை... தாவிப்பிடித்து சுருட்டி அடக்கி விட்டாய்...

நீ தடுக்காமல் உனது தாவணி எனது முகத்திலே படர்ந்து பரவியிருந்தால்... இந்த இடத்திலே அது கூட ஒரு விபத்துத்தான்...!

இப்படி ஒரு சக்தி அந்த தாவணிக்கு எப்படி வந்தது...?

கை விசைத்தறியிலே விளைந்து ஆடை என வடிவம் பெற்றதுதாலா...?

இல்லை...

உனது உடல் போர்த்தும் வரம் பெற்றதால்...!

உனது தாவணித் தாக்குதலிலே தோற்று... நான் வீழ்ந்திருப்பின்... எழுவது சுலபம் இல்லை எனது கண்ணே...

இந்தப் பருவத்திலே பெண்களின் ஆடைகளும்... அணிகலன்களும்... அசைவுகளும்... ஏன்... மூச்சுக்காற்றும் கூட ஆண்களை எளிதில் வீழ்த்தும் கொடிய படைக்கலன்களே...!

நல்ல விபத்துக்கள் நிகழாமல் தடுக்க ஆயிரம் தடைகள்... அவற்றிலே இந்தக் காற்றும் ஒன்று...

இனி என்ன செய்வது...

இதற்குமேல் நெருங்கி வர முடியாது உன்னால்....!

அதற்கு இன்னும் கொஞ்ச காலம் போக வேண்டும்....

நிறைய சம்பிரதாயங்கள் இருக்கின்றன...!

நிச்சயதார்த்தமாம்...

திருமண ஏற்பாடுகளாம்...

அழைப்பிதழ்களாம்...

திருமண நிகழ்வாம்...

பட்டாடைகள் உடுத்த வேண்டுமாம்.....

மாலைகள் அணிய வேண்டுமாம்......

உறவுக்கூட்டம் கூட வேண்டுமாம்......

வேத மந்திரங்கள் ஓத வேண்டுமாம்.....

கழுத்திலே தாலிகட்ட வேண்டுமாம்...

காலிலே மெட்டிகள் அணிய வேண்டுமாம்...

அம்மி மிதிக்க வேண்டுமாம்.....

அருந்ததி பார்க்க வேண்டுமாம்.....

விரலோடு விரல் கோர்த்து மணமேடை சுற்ற வேண்டுமாம்.....!

உனக்கும் எனக்கும் இடையே இருக்கும் இந்த இரண்டடி இடைவெளிக்கு நடுவே... இத்தனை இடைத் தடைகள் எதிர் நிற்கின்றன...!

தடைகள் அல்ல இவை...

தடைகளைப்போலத் தெரியும் அனுமதிகள்...!

பாதுகாப்பு வளையங்கள்...!

இங்கே.....

நீயும் நின்றாய்... நானும் நின்றேன்... அது கட்டுப்பாடு....!

திட்டமிட்டாயிற்று...!

உடல் அலங்கரித்து... உறவுத் தடை மீறி கடற்கரைக்கு வந்தாயிற்று...

மிக அருகிலே நெருங்கியாயிற்று...

இனி என்ன செய்வது....?

இது உனக்குள்ளே...

இனி என்ன செய்வது....?

இது எனக்குள்ளே...

ஒரே கேள்வி இருவருக்குள்ளும்...!

நீயும் பார்த்தாய்.

நானும் பார்த்தேன்....

என்னுடைய பார்வையின் நோக்கம் உனது அழகை ரசித்து அளவெடுப்பது மட்டுமே...

ஆனால்...

உன்னுடைய பார்வையின் நோக்கம் அப்படியா....

என்னை ஆராய்ந்து... எனது தகுதியை ஆராய்ந்து... எனது குணத்தை ஆராய்ந்து... என்னை ஓர் ஆராய்ச்சிக் களமாகவே ஆக்கிவிட்டன உனது விழிகள்...!

நீ மை வரைந்த நன்றிக்காக... உனது வனப்புமிகு பெரு விழிகள் தங்களது கடமையை செவ்வனே செய்தன....

அதிவேக மின்சாரத்தை என் மீது பாய்ச்சி... ஊடுருவி... என்னைத் துப்பறிகின்றனவே...

எனது கபாலத்தைக் குடைந்து...

மூளையைக் கலக்கி...

என்னை மோகச் சுழலிலே மூழ்க வைத்து......

மயிர்க்கூச்செரியச் செய்து...

உடல் முழுக்க நடுங்கவைத்து...

குளிர் காய்ச்சல் வர வைத்து...

நிற்கும் நிதானமிழந்து...

நிலைதடுமாற வைக்கின்றனவே...!

ஓ... புரிந்துவிட்டது......

அதற்காகத்தானே நீ.....

அத்தனை தடை உடைத்து.....

இத்தனை அழகுக்கடை விரித்து.....

மோகப்படையெடுத்து வந்திருக்கிறாய்...!

பெண்களுக்கென்று ஓர் அற்புத சக்தி இருக்கிறது...

ஆண்களைக் கண்ணுறுவார்கள்...

முதல் கண்ணொளி தைத்தமாத்திரத்திலேயே... ஆண்கள்... தமது அடித்தளத்திலே பதுக்கல் செய்து பாதுகாத்து வைத்திருந்த அந்தரங்க ரகசியங்கள் அத்தனையுமே பெண்களின் மனசுக்குள்ளே இடம் மாறிடும்...!

ஆனால்..?

பெண்கள்...?

ஆயுள் முழுவதும் ஆழத்தோண்டி ஆய்வு செய்தாலும் பெண்களின் உள்ளக்கிடக்கையினை ஊசி முனையளவு கூற கணக்கிடுதல் இயலாது...!

இந்தப் பெண்களிடமிருந்து இளைஞர்களைக் காப்பாற்ற உடனடியாக அவசரச்சட்டம் ஒன்றை அறிவிக்க வேண்டும்...

ஆண்களை அடக்கி ஆளும் அவர்களது வரம்பு மீறிய வன்முறைப் பார்வையை... பெரும்படை துணைகொண்டு போரிட்டு அடக்கிக் கட்டுப்படுத்த வேண்டும்...

அந்த விழிகளை விரைவாகக் கைது செய்து... வெளிவர இயலா வன்கொடுமைச் சிறையிலே தள்ளவேண்டும்...

வாலிபர்களின் உணர்வுகளைப் பறிக்கும் அந்த விழிப்பார்வையின் விபரீதங்களை உடனே திசைதிருப்ப வேண்டும்...

ஆனால்...

அதற்கும் வழியில்லை இங்கே...

ஏன்... ?

புதுமணம் புரிய உறுதி செய்யப்பட்டவர்கள் நாம்...!

இந்த பெண் பார்க்கும் நிகழ்வுத் தருணத்திலிருந்தே...

உனது விழிகளிலும் புதிய வகைத் தேக்கம் ஊற்றெடுத்து மேவியிருப்பது எனது ஆண்மையின் ஆய்விலே விடுபட்டுத் தப்பவில்லை...

என் பொருட்டு... இனக்கவர்ச்சி துள்ளும் உடற்கிளர்ச்சி சீறிப்
பீறிடுவதை உனது பெண்மை கேடயத்தாலும் தடுக்க இயலவில்லை...!

இதோ...

உனது அறிவும் அறை கூவல் விடுத்து... என் மீது மொழியிலாக்
கவிதை வாசிக்கிறதே...

அது...

எனது காதுகளிலே எதுகை... மோனையோடு எக்காளமிட்டு
ஒலிக்கிறதே...

'எனது தோழா...
உனது தோள்கள்ளென்ன கூர் வாளா...
உன்னை தழுவாது எனது கரங்கள் வீழா...
உன்னை அணையாது எனது அவயவங்கள் வாழா...'

இப்படி.... தாக மொழிக் கவிதை வாசித்தபடி தான்.... உனது விழிகள்
என்னை நோக்கியபடி இடைநிறுத்தம் செய்யாது தாக்குதலை தொடுத்தபடியே இருந்தன....!

எனக்குத் தெரியும் கண்ணே...

எனது நிலை அதைவிட மோசம் பெண்ணே...!

வா...

ஏன் இந்த அரைகுறை இடைவெளி... ?

அருகே வா....

கடற்கறை முழுவதும் பறந்து திரிந்த வானம்பாடி பறவையே...

விரைந்து வந்து விடு...

பகல் கரையும்...

இருள் கவியும்...

தனிமை செரியும்...

தன்னாட்சி புரியும்....

அறிவிலே ஆசைகள் விரியும்....

கனவுகள் மொத்தமும் கண்முன்னே தெரியும்...

இவை யாவும் அந்தப் பெண் பார்த்த நிகழ்வின் தொடர்
செயல்களே...!

இவை...

ஆண் பெண் இருபாலருக்கும் பொதுவான நிகழ்வுகளே...
அந்த வாலிபப் பருவத்திற்கும் வயதுத் தேடலுக்கும்
உரிமையானவையே...
இதைத் தடை செய்யும் சட்டம் இதுவரை இயற்றப்படவில்லை...!
ஒருவகையிலே இதுவும் களவுத் தொழிலே...
ஆயினும்...
இதை துப்பறியவோ...
துப்பறிந்து கண்டுபிடிக்கவோ...
கண்டுபிடித்து... களவு செய்தோரை கைது செய்யவோ...
கைது செய்து.... காவலிலே வைத்து கட்டுப்படுத்தவோ...
எந்த அதிகாரிக்கும் ஆணையும் இல்லை...!
வா...
உனக்காக துடித்து நிற்கும் எனது மார்பிலே வந்து புதைந்து விடு....
உனது கவிதை போல... கோடிக்கணக்கான கவிதைகள்
ஊற்றெடுத்து ஊறல் போட்டு வைத்திருப்பதை... எனது இதயம் உனக்கு வாசித்துச் சொல்லும்...!
பெண்...
வருவாள் நெருக்கமாக...
தெரிவாள் இணக்கமாக...
எண்ணி விட முடியாது இறுக்கமாக...
ஆராய வேண்டும் அவளை நுணுக்கமாக....
அப்பொழுது புரியும் விளக்கமாக...!
அவள் அணையா விளக்கு...
ஒளி காணலாம்...
வழி தேடலாம்...
அதுவே அவளது வரம்பு...!
இதற்கு நீ மட்டும் விதிவிலக்கல்ல கண்ணே...
புரிந்து கொண்டேன்...
அதற்கு மேலே அருகே வரமாட்டாய் நீ...!
இனி...
இங்கு நிற்கப் போகும் நேரம் முழுவதுமே பார்வை
மொழிகள்தான்...
பார்த்துக் கொண்டே இருப்பது கூட ஒரு சுகம் தான் என்பதை இரு மனங்களும் ஒப்புக்கொண்டுவிட்டன இங்கே.....!
நான்கு விழிகளுக்கும் வெற்றிப் பெருமிதம்..... கர்வம்...
சந்திப்பு திட்டம் நிறைவேறிவிட்டது என்று...!
அத்தனை அருகிலே... முதல் முறையாக...!
பெண் பார்த்தது கூட சற்று அதிக தூரத்திலேதான்....
கொஞ்சம் இருளிலே... மேகம் மறைத்த நிலவினைப் பார்த்தது போல...!

இப்பொழுது ஆகாயத்து முழுநிலவை மிக அருகிலே பார்க்கிறேன்... அதுவும் மேகங்களின் இடையூறு ஏதும் இல்லாமலே...!

ஒன்று தெளிவாகப் புரிந்தது...

நிலவு ஒளிமயமானது மட்டுமல்ல... அழகானதும் கூடத்தான்..! தானும் குளிர்ந்து... நம்மையும் குளிர்விக்கும்...

இப்பொழுதும் அது தான் நிகழ்ந்து கொண்டிருக்கிறது இங்கே...!

ஆம்...

நான் மிகவும் குளிர்ந்து போயிருக்கிறேன்...

அத்தனை மெனக்கெட்டு விழிகளாலேயே விளக்கம் சொல்லி இத்தனை நெருக்கமாக வந்தும் பேச முடியவில்லையே...

யார் பேசுவது.....?

விழிகளால் வரச் சொன்னது யார்...?

இருவரும்தான்...

வந்தது யார்...?

இருவரும்தான்....

என்றாலும் ஒருவர்தானே முதலில் பேசமுடியும்... நானே பேசினேன்..!

ஆமாம்...

சந்தேகமென்ன...

நானென்ன ஊமையா...? நன்றாகப் பேசுவேனே...

இதோ பேச்சு...

"உட்காரலாமா."

பேசியேவிட்டேன்...

அப்பாடா..... எவ்வளவு நீண்ட பேச்சு.....

அது கூட அடித்தொண்டையிலே லேசான நடுக்கத்தோடுதான்...!

அதென்ன குரலிலே......

அப்படியொரு வளைவு....

குழைவு...

நெளிவு....

சுழிவு....

மயக்கம்....

அப்படியொரு போதை....

அப்படியொரு தளதளப்பு...

அப்படியொரு நீண்ட பெருமூச்சு....

அப்படியொரு கோமாளித்தனம்....!

இந்த புதுமண சமயத்திலே... இவற்றிலே ஏதாவது ஓர் உணர்வு கலப்பில்லாமல்... குரல் வெளிபாடே நிகழ்வதில்லை....

நீ எனது கோரிக்கை ஏற்று...

அப்படியே கால் மடக்கி...

ஒரு பக்கம் உடல் சாய்த்து...

ஒரு கையை மணலிலே ஊன்றி உட்கார்ந்தாய்...!

அடேயப்பா....

அப்படியே மெதுவாக உட்காரும் அசைவிலே என்ன ஒய்யாரம்... ஒரு ஓவியத்திற்கு காட்சி தருவது போல...!

முடிந்தால் என்னை... எனது அழகை... எனது ஒய்யாரத்தை... வரைந்து கொள்... ஓவியமாய் எழுதிக் கொள்...நான் தயார்...!

இது...

நீ......

ஓவியர்களுக்கு.... கலைஞர்களுக்கு கண் வழியே ஏவிவிட்ட சவால்தான்...!

உன்னை யார்தான் வெற்றி பெறுவார்.... ?

நீ அணிந்திருக்கும் நகைகளும்... வளையல்களும்... கொலுசுகளும்... பாவாடை தாவணியும் கூட்டு சேர்ந்து.... நீ உட்கார்ந்த அந்த காவிய நிகழ்வுக்கு எவ்வளவு இனிமையான கவி வாசித்து விட்டன.....!

எனது முன்னே அமர்ந்திருப்பது பெண்ணா...

அல்லது புனையப்பட்ட பண்ணா...

வரையப்பட்ட ஓவியமா...

செதுக்கப்பட்ட சிலையா...

மாபெரும் திறமைசாலி செதுக்கிய மணற்சிற்பமா....!

நீ அமர்ந்திருந்த ஒய்யாரம் அப்படித்தான் இருந்தது...

நான் ஆச்சர்யமாகப் பார்த்துக் கொண்டே இருந்தேன்... எந்தக் கோணத்திலே பார்த்தாலும் ஓர் அழகுக் குவியலாகவே தோன்றுகிறாயே நதி..!

உனது நிறமே நல்ல நிறம்தான்...

ஆனால்...

அது என்ன அதிலே கண்ணாடி பூசியது போல ஒரு பளபளப்பு....

அதிசயம்தான்... அப்படியொரு நிறவளம்...!

உனது கை விரல்கள் மணலுக்குள்ளே புதைந்து போயிருந்தன...!

இல்லை...

அந்த மணல் உன்னோடு கள்ள உறவு வைத்துக்கொள்ளத் திட்டமிட்டு... ஆழமாக... அழுத்தமாக புதைந்த உனது விரல்களை இறுகப்பற்றிப் பிணைந்து கொண்டு... விலகிப் பிரிய மனமின்றி ஒட்டிக்கொண்டது...!

எனக்குப் பொறாமைதான்...

அவ்வளவு இறுக்கமாக உனது கைகளைக் கோர்த்துக்கொள்ள எனக்குக்கூட கொள்ளை ஆவல்...!

உனது கைதொட்ட மணலோடு கள்ளச் சண்டையிட்டேன்...!

சதி... ?

இதென்ன சர்வாதிகாரம்... ?

உனது விழிகளின் பார்வைப் பதிவுகள் என் மீது இல்லையே...

வேற்று திசை நோக்கியல்லவா நிலைத்திருக்கிறது...!

ஆனால்...

நானறிவேன் பெண்ணே...

நயம்காட்டி நடிக்கின்றன உனது விழிகள்...

ஆனால்...

உனது உள் உணர்வு...

எனது மேலேயேதான்...

அதென்ன...... உனது உதட்டிலே அப்படியொரு போலித்தனமான புன்னகை.....

என்னுடன் பேசிவிட நீ பரிதவிக்கும் சிறிய அசைவுகள் கூட எனக்குப் புரிந்துவிட்டது......

உன் மீது உரிமை கொண்டாடிக் கொண்டிருந்த அந்தக் கடல் மணலோடு நான் மௌனச் சண்டையிட்டுக் கொண்டிருப்பதை நீ கண்டுபிடித்துவிட்டாய்...

உனக்குள்ளே கர்வம் தான்...

உனது அழகின் மீது அந்தக் கடல் மணலுக்கும் காதல் என்று...

அதை...

அடக்கமில்லா உனது அகங்காரப் புன்னகை... எனக்கு உணர்த்தியது...

எனக்குள்ளேயும் கர்வம்தான்...

அந்த அழகே எனக்கு உரிமைப் பொருள்... என்று...!

நானும் உட்கார்ந்தேன்....

இருவருமே பேசவில்லை.. வெறும் உணர்ச்சிக் கொந்தளிப்புகள்தான்...!

எவ்வளவு நேரம்தான் பார்த்துக் கொண்டே இருப்பது....

ஏன்... பார்த்தாலென்ன.... அதற்குத்தானே வந்திருக்கிறோம்....!

ஆனால்......

நீண்ட நேரம் என்ன செய்வது என்று இருவருக்குமே தெரியவில்லை... வெறும் உடல் அசைவுகள் தான்...!

'வெடுக்' கென்று என் மீது கால் நொடிப் பார்வைத் தாக்குதல் செய்தாய்...

உடனே சட்டென்று குனிந்தாய்...

ஏனோ தெரியவில்லை.... திடீரென்று சிரித்தாய்...

ஆனால்...

அவசரமாகக் கட்டுப்படுத்தினாய்...!

ஆனால்...

உனது இதழ்கள்... உனது கட்டளைக்கு அடங்க மறுத்து... உன்னை காட்டிக் கொடுத்துக் கொண்டிருந்தன...

உனது தடை மீறி... புன்முறுவல்... படை திரட்டிக் கடைவிரித்தன...

நீ... மீண்டும் மீண்டும் கட்டுப்படுத்தினாய்... ஒவ்வொரு முறை சிரிப்பு பொங்கி வரும்போதும்... முகத்தை 'வெடுக்' கென்று வேறுபக்கம் திருப்பினாய்...

அடேயப்பா...

என்ன ஒரு நளினம்..?

சிரிப்பு வருகிறது... சிரிப்பென்று சிதறிவிடாமல் அடக்குகிறாய்...

அடங்க மறுக்கிறது... நீ மீண்டும் அடக்குமுறை செலுத்துகிறாய்...

அப்பொழுதும் உனது இதழ்கள் இணங்கவில்லை உனக்கு...

உனது அடக்கு முறையை மீறி... லேசாக சிரிப்பை கசிய விட்டுக் கொண்டிருந்தன அவை.......

கொள்ளைக்காரியடி நீ...

கொள்கைக்காரியும் கூட...

ஏன்...

சீறி வரும் சிரிப்பை சிதறித் தெளித்தால்தான் என்ன...?

நான் அள்ளிச் சேகரித்து... ஆதாரம் சேர்த்து விடுவேன் என்கிற அச்சம் உனக்கு...

ஆவலின் உச்சம் எனக்கு...

நான் உனது அவதியைப் பார்த்துவிடக் கூடாதாம்... அப்படியே கடலை ரசிப்பது போல... முகத்தை அந்தப்பக்கமே திருப்பி உன்னை ஆட்படுத்திக் கொண்டாய்...!

அதைத் தான் நான் நாடகம் என்கிறேன்...!

ஆண்களை உசுப்பேற்றிவிட்டு... ஊமை வேடம் போட்டு நடித்து... அவர்களின் தடுமாற்றத்தை ரசித்து மகிழ்வதிலே பெண்கள் கை தேர்ந்தவர்கள் என்று எனக்குத் தெரியும்...

இப்பொழுதும்... நீயும் அந்த குசும்பான வேலைதான் செய்து கொண்டிருக்கிறாய்......

எனது அசட்டுத்தனம் உனக்குப் புரிந்து விட்டது....

பலமுறை சட்டைக் காலரை மூடினேன்... அப்போது.... எனது கைகளிலே தெரிந்த லேசான நடுக்கத்தை நீ அந்த 'வெடுக்' பார்வையால் பார்த்துவிட்டாய்... வாய் மூடி ஊமைச் சிரிப்பு சிரித்தாய்....

ஓர் ஆண்மகன் இப்படி பயந்து நடுங்குகிறேனே என்று...

திருமணம் நிச்சயிக்கப்பட்டு விட்டது...

தேதியும் குறிக்கப்பட்டு விட்டது...

உனக்கு நான்....

எனக்கு நீ....

என்பதும் உறுதிப்பட்டுவிட்டது....

இனியென்ன தடை...?

எதற்காக இருவருள்ளும் நடுக்கம்...?

நெருங்கிவிட..... அணைத்துவிட...... முத்தமிட....

இன்னும் ஏதேதோ செய்துவிட... வயதும் வாலிபமும் தீ மூட்டத்தான் செய்கின்றன....

முற்றிப் பழுத்த கனியல்லவா....

தேக்கி வைத்த அணையல்லவா....

அனுமதியும் கிடைத்துவிட்டதே.....

உருகத் தானே செய்யும் உறுதி.....

ஆனாலும்.....

எது தடுக்கிறது இங்கே....?

அச்சம்...

அடக்கம்...

கட்டுப்பாடுகள்....!

இவையாவும்... ஆண்... பெண் இரு பாலருக்கும் பொது தானே...!

அவைதானே நம் இருவரையுமே கட்டிப்போடுகின்றன......

தவறுகள் நிகழ்ந்துவிடாமல் கட்டுப்படுத்துகின்றன.

உடல்களை கட்டிபோட்டுவிடலாம்......

உளம் மீறும் உணர்வுகளை கட்டிபோட முடியுமா....?

அவை தானே இங்கே உறவாடிக் கொள்கின்றன...!

எனக்கே தெரிகிறது....

நான் அசடு வழிகிறேன்.....

அதை நீ புரிந்துகொண்டு ஆனந்தமாய் ரசிக்கிறாய்...

அதுவும் எனக்குத் தெரிகிறது.....

என்னதான் செய்வது...

பேசவே வேண்டாம்...

எவ்வளவு நேரம் காத்துக்கிடந்தால் என்ன... இப்படி ஒருவரையொருவர் பார்த்துக் கொண்டே இருந்தாலே போதுமே... எவ்வளவு மது அருந்தினாலும் இந்த போதை கிடைக்குமா....

அலை அலையாய் பேச வேண்டுமென ஆவல் ...

ஆனால்....

ஒரே ஒரு வார்த்தைதான் பேசினேன்.....

அதற்குள் வந்தது இடையூறு...!

இந்தப் பூ விற்பவளுக்கு எப்படித்தான் வியர்க்குமோ தெரியாது.... ஒவ்வொரு முறையும் தவறாமல் வந்துவிடுகிறாள்...

அவளைப் பார்த்ததும் எனக்கு பயமாக இருந்தது...

ஏனென்றால்...

நான் உனக்காகத் தனியே காத்திருந்த சமயத்திலே... இரண்டு மூன்று முறை என்னை ஒரு மாதிரியாக நோட்டம் பார்த்துவிட்டுப் போனாள்...

அப்போதே அவளுக்குப் புரிந்திருக்கும்... நான் யாரோ ஒரு பெண்ணுக்காகத்தான் காத்துக் கிடக்கிறேன் என்று...

நல்ல பூ வியாபாரத்திற்கு அவள் அப்பொழுதே திட்டம் தீட்டியிருக்க வேண்டும்...

இப்பொழுது...

அவள் நம்மைப் பார்க்கும் பார்வையின் நோக்கு அதைத்தான் உறுதி செய்தது....

கோணல் பார்வை பார்த்தபடியே நம்மை ஒரு சுற்று சுற்றி வந்தாள்... சற்று நின்றாள்...

“மகாலட்சுமி மாதிரி இருக்காங்க.... பூ வாங்கி குடுங்கய்யா...”

பத்து ரூபாய்க்கு சுண்டல் விற்பதற்காக ஒருவன் உன்னை ‘அண்ணி’ என்கிறான்... இரண்டு முழம் பூ விற்பதற்கு இவள் உன்னை ‘மகாலட்சுமி’ என்கிறாள்... எய்பவர் குறியெல்லாம் பெண்கள் மீதே இருக்கிறது.... அது தான் வியாபாரத் திறன்...

அவளது பார்வை உன் மீது... பேச்சு என்னோடு...!

உன்னிடம் தேவையிருக்கிறது....

என்னிடம் பணம் இருக்கிறது....!

இது புரியாதா பூக்காரிக்கு......

நமது புதுமண காதல் மயக்கம் அவளுக்குச் சாதகமாக செயல்பட்டது.....

இவ்வளவு பேசிய பின் பூ வாங்காமலிருந்தால் விடுவாளா....?

நான் உன்னைப் பார்த்தேன்....

‘நான் பூ வாங்கித் தரத் தயார்’ என்று பொருள்.....

நீ என்னைப் பார்த்தாய்...

நான் வாங்கித்தரும் பூவை வைத்துக்கொள்ள நீ தயார் என்று பொருள்.....

நாம் இங்கும் கண்களால் பேசிக் கொண்டோம்...

அது பூக்காரியின் கண்களுக்குத் தப்புமா....

கூர்ந்து கவனித்தாள் நம்மை...

அவளை நாம் கவனித்தோம்....

பூ வியாபாரம் உறுதிப்பட்டுப் போனது...!

“பெண்டாட்டிதானங்க... இல்ல வேற மாதிரி ஏதாவது...”

அவள் ஒரு மாதிரி ராகமாக இழுத்தாள்... பார்வை வேறு கோணத்திலே திரும்பியது... எனது சட்டைப் பைக்குள்ளேயிருந்து பணத்தை வெளியே எடுக்க என்ன மந்திரம் ஓத வேண்டுமோ... அதை சரியான தருணத்திலே சரியாக ஓதினாள்....

அவள் கூறியதைக் கேட்டு நீ சிரித்தாய்...

நான் பேசாமல் உடனே ஒரு நூறு ரூபாயை எடுத்து பூக்காரியிடம் கொடுத்தேன்.... அவள் முழம்போட ஆரம்பித்தாள்.... கைதான் முழம் போடுகிறது... பார்வை... உன்னை... உனது அழகை... மேலும் கீழுமாய் முழம் போட்டு அளக்கிறது. ... பிறகு எனது பக்கமாய் திரும்புகிறது...

நாமும் அவளது பார்வையைத்தான் பார்த்தோம்... முழம் போடும் கைகளை கவனிக்கவில்லை...

முழம் போடுவதை நிறுத்தவேயில்லை அவள்... மொத்தப்பூவையும் விற்றுவிட இதுதானே சந்தர்ப்பம்... விடுவாளா.....

நூறு ரூபாய் முழுசுக்கும்... ஒரு கூடை அளவிற்குப் பூவை எனது தலையில் கட்டிவிட்டாள்....!

நான் உனது முகத்தைப் பரிதாமாகப் பார்த்தேன்....

நீ கொப்பளித்து வெடிக்கக் காத்திருக்கும் சிரிப்பை அடக்க... ஏதேதோ முயற்சிகள் செய்தாய்... ஆனால் உனது அடக்குமுறைக்கு கட்டுப்படவில்லை அந்தக் காட்டுச் சிரிப்பு...

சிரித்தே விட்டாய்...

குபீரென்று...!

வெடிச்சிரிப்பு...

ஆனந்தச் சிரிப்பு...

மேலே நிமிர்ந்து சிரிப்பு...

கிழே குனிந்து சிரிப்பு...

பக்கவாட்டிலே திரும்பி சிரிப்பு...

சிரிப்பிலே எத்தனை வகை உண்டோ அத்தனை வகையும்...!

உனக்குள்ளும் ஒரு போர் நிகழ்ந்து கொண்டுதானிருக்கிறது.... அதன் வெளிப்பாடு கலந்த சிரிப்புத்தான் இது...

கொஞ்சம் வெட்கம்...

கொஞ்சமாய் நடுக்கம்...

கொஞ்சம் பயம்...

கொஞ்சமாய் நாணம்...

கொஞ்சம் நளினம்....

கொஞ்சமாய் அடக்குமுறை....

நிறையவே சமாளிப்பு...

இவ்வளவும் இருந்தது அந்தக் குறுஞ்சிரிப்பிலே...!

இந்தச் சிரிப்பு எனக்காக...!

எனக்காக மட்டும்...!

இந்த சிரிப்பு வகை அத்தனையும்.... இன்று நீ எனக்காக உருவாக்கிய புதிய கண்டுபிடிப்புகள்.......

நான் மலைத்துப் போனேன்....

ஒவ்வொரு சிரிப்பிலும் நீ ஒவ்வொரு அழகு...!

எனக்கும் சிரிப்பு வந்தது...

எப்படி .....

வழிந்து வழிந்து.... சிரித்துச் சிரித்து.... அடக்கி அடக்கி... அசட்டுத்தனமாய்... சிரிப்பது போல நடித்தேன்...

இதுபோல ஒரு பெண்ணிடம் தனியே அகப்பட்டுக் கொண்டால் எல்லா ஆண்களின் நிலையும் இதுதான்...!

பெண் வெடிச்சிரிப்பாக தெறிக்க விடுவாள்...

ஆணுக்கு அரைச் சிரிப்புத்தான்...!

அவதிச் சிரிப்புத்தான்...!

அதற்குள்ளே ஆண்மை அவனைத் தின்றுவிடும்...

நான் மனசுக்குள்ளே பூக்காரிக்கு நன்றி சொன்னேன்...!

எப்படிப் பேசுவது என்று திக்கித் தினறிப் போயிருந்த நமது இருவரையுமே சிரிக்கவைத்தவள் அவள்தானே...!

இந்த இடத்திலே... நம் இருவருக்குமே வெற்றி...

மீண்டும் மீண்டும் உனது சிரிப்பை ரசிக்கும் வாய்ப்பு...

அது எனக்கு வெற்றி...

நான் கிறங்கி... மயங்கி... விழி மூடாமல் உன்னையே பார்த்துக் கொண்டிருந்தேன்....

அது உனக்கு வெற்றி....!

நான் உன்னையே பார்ப்பதை அறிந்து... நீ சிரிப்பதைச் சட்டென்று நிறுத்தித் தலை கவிழ்ந்தாய்... ஆனால் முழுச்சிரிப்பும் உனது முகத்தைவிட்டு அகலவில்லை...!

சிரிப்பைக் கொஞ்சம் கட்டுப்படுத்தி... அந்த சிரிப்புக்குக் காரணமான மல்லிகைப் பூவை நாணப் புன்னகையுடன் பார்த்தாய்...

இப்போது...

இந்த இடத்திலே உன்னையும்... என்னையும் தவிர்த்து.... அந்த மல்லிகைப் பூவும்... மூன்றாவது கதாபாத்திரமாக மாறிப் போனது...

அதை நானும் பார்த்தேன்...

பிறகு...

அந்தப் பூவையும் பார்த்தேன்...

அந்தப் பூவும் பார்த்தது...

உனக்கு கொள்ளை ஆவல்...

அந்தப் பூவை என்னிடமிருந்து சற்றும்... தாமதமின்றி வாங்கி விடவேண்டும்...

உனது கரங்களும்... விரல்களும் பரபரத்தன...

உனது விழிகள் படபடவென மூடித்திருந்து அந்தப் பூவின் தேவையை வெளிப்படுத்தின...

எனக்கும் உன்னைக் காக்க வைக்கவோ... ஏங்க வைக்கவோ மனமில்லை...

பூவை உன்னிடம் நீட்டினேன்...

அதை நீ வாங்கினாய்...

எனக்குப் பெருமை...

எனது வாழ்நாளிலே... முதல் முறையாக நான் வாங்கித் தந்த பூ... ஒரு பெண்ணின் தலையேறி பூத்துக் குலுங்குகிறது....

எனது நீண்டநாள் கேள்விக்கு இப்பொழுது விடை கிடைத்தது...

பெண்கள் ஏன் தேடித் தேடி தலையிலே பூ வைத்துக் கொள்கிறார்கள்...?

அந்தப்பூ அழகா... அந்தப் பூவைச் சூடிக்கொண்ட அவளது முகம் அழகா... இதை ஆராய்ந்து சொல்லும்படி ஆண்களுக்கு அறை கூவல் விடுக்கிறார்கள்....!

ஏற்கெனவே பெண்கள் முடிவெடுத்து விட்டார்கள்... அந்தப் பூவை விட அழகு அவர்கள்தான் என்று...!

கொஞ்சும் குழைவுடன்.....

நாணிக் கோணி.....

கொஞ்சல் மழலையுடன் பேசினாய் நீ..!

"நான் அழகா இருக்கேனா...."

இது.....

இங்கே.... நீ பேசிய முதல் பேச்சு...!

நீ பேசிய முதல் பேச்சே அழகு பற்றித்தான்...

அதனால்...

நமது வாழ்க்கையே அழகாக அமையும் என்பதிலே ஐயமேதுமில்லை அன்பே....

உனது குரல் ஈரப்பதத்துடன் கசிந்தது...

இல்லை..... தேன் துளியாய் சிந்தியது...

இல்லை..... குழலோசையாய் ஊதியது...

இல்லை இல்லை..... மெல்லிய தென்றலாய் வீசியது.....

அதுவும் இல்லை...

இனிய இரகசிய வீணையாய் காதுகளிலே மீட்டியது...

இத்தனை இன்ப சாகசங்களை ஒன்றுசேர்த்து குரலென்று வீசி என் மீது தாக்குதல் செய்தால் என்னால் மூர்ச்சையாகாமல் என்ன தான் செய்ய இயலும் கண்ணே......?

பெண்ணுக்கு... உருவப் பொருத்தத்திற்கு ஒத்துப் போகும்படி குரல்வளம் அமைய வேண்டும்...

வெறும் உடலழகு மட்டுமே அழகென்று தீர்ப்புக்கூறி விடலாகாது...

குரல் வளமும் வேண்டும்...

உனக்கு இரண்டுமே ஒத்துப் போய் அமையப் பெற்றிருந்தது அன்பே...

இது ஒற்றை ஆணுக்கும் ஒற்றைப் பெண்ணுக்கும் உக்கிரமாக நிகழும் உணர்வுப்போர்...!

"நான் அழகா இருக்கேனா... ?"

இது....

நீ இரண்டாது முறையாக உச்சரிக்கும் ஒரே வாசகம்....

தேன் துளிகள் நாக்கில் சிந்திய இனிமை...

அந்தக் குரல் வளத்தை வெளிப்படுத்திய உனது குரல் வளையை உற்றுப் பார்த்தேன்...

அங்கிருந்துதானே ஒலியாக வெளிப்பட்டது அந்த தித்திக்கும் செந்தமிழ் மொழியோசை...

அந்த குரல் வளையை கைகளால் வருடிப் பார்க்க எனக்குப் பேராசை...

ஆனால்...

தப்பிவிட்டது உனது குரல்வளை...

தடுத்துவிட்டது எனது சூழ்நிலை...

உனது அழகைப் பற்றி நீ கேட்ட விதம்... அடேயப்பா... ஓர் ஓவியம் தீட்டும் தூரிகையின் ஒயிலான அசைவு அது...!

ஒரே சமயத்திலே....

முகத்தை வருடிக்காட்டி,....

உடலைக் கைகளால் தழுவிக்காட்டி...

தலையைத் தடவிக்காட்டி...

உடைகளைப் பிடித்துக்காட்டி...

அணிந்த நகைகளை ஆட்டிக்காட்டி...

இத்தனை அசைவுகளையும் செய்து காட்டினாய்...!

"நான் அழகா இருக்கேனா...."

மீண்டும் தலை கவிழ்ந்தபடியே அதையே தான் கேட்டாய்...... மூன்றாவது முறையாக....

சாதாரண கேள்வியாக அல்ல... மிகப் பெருமிதமாக...

நீ அழகாக இருக்கிறாய்... என்று நான் சொல்லியே தீரவேண்டும் என்பது உனது முடிவு....!

அது உனது குற்றமில்லை....!

உண்மையிலே நீ அழகியில்லை...

பேரழகி..!

"நான் அழகா இருக்கேனா.. ?"

மறுபடியும் கேட்டாய்...

இப்பொழுதும் தலை குனிந்துதான் இருந்தாய்....!

உனது கை... அந்த வளையல்களை ஏற்றி விட்டது... பின் இறக்கிவிட்டது... கொஞ்சம் குலுக்கிக் காட்டியது...

அந்த வளையல்களை ஓர் இடத்திலே நிலைகொள்ள விடவில்லை நீ...!

எனக்குப் புரிகிறது...

சீக்கிரம் பதில் சொல்... என்று வளையல்கள் மூலம் ஓசை எழுப்பி எனக்கு ஆணையிடுகிறாய்...!

மீண்டும் மீண்டும் வளையல்களை ஏற்றுதல் இறக்குதல்....

இந்த வளையோசை அறிவிப்பு தொடர்ந்து கொண்டேயிருந்தது...

நான் அதை ரசித்துக் கொண்டிருந்தேன்...

“நான் அழகா இருக்கேனா... ?”

மீண்டும் ஒரே கேள்வியை ஐந்தாவது முறையாகக் கேட்டாய் நீ...!

அது எப்படி.... ?

நான் பதில் சொல்லாமலே மௌனமாய் வாய் மூடிக்கிடக்கும் போது கூட... சளைக்காமல் ஒரே கேள்வியை நீ திரும்பத் திரும்பக் கேட்கிறாய்... ?

இது என்ன பிடிவாதம்.... ?

உனக்குத் தெரியும்...

அந்தக் கேள்விக்கு என்னால் உடனே பதில் சொல்ல இயலாது என்று...

ஆனால்... நீ தொடர்ந்து கேட்டுக் கொண்டே இருக்கிறாய்...

ஆச்சர்யம் இல்லை... பெண்களின் குணம் அது...!

பெண்கள்... மணிக்கணக்காக பறந்து பறந்து தங்களை அலங்காரம் செய்துகொள்வது... ஆண்கள் தங்களது அழகை வர்ணிக்க வேண்டும் என்பதற்காகத்தானே.......!

நீ எதிர்பார்க்கும் அந்த வர்ணனை இன்னும் என்னிடமிருந்து வெளிப்படவில்லையென்பது உனது மொழியிலா குற்றச்சாட்டு....!

ஆனால் எப்படிச் சொல்வது.. ?

பெண் பார்த்த பிறகு நிகழும் முதல் சந்திப்பு அல்லவா....

அதனால்...

எனக்குள்ளே கூச்சம்... சிலிர்ப்பு... தயக்கம்.... இன்னும் உள்ளூர கொஞ்சம் நடுக்கமும் இருந்தது....!

ஆண்கள் எப்பொழுதுமே கொஞ்சம் தயங்கும் தன்மை கொண்டவர்கள் தான்... மனதிலே தோன்றும் எல்லா எண்ணங்களையும் அவர்களால் வெளிப்படுத்திவிட இயலுவதில்லை....

ஆனால் பெண்கள்... எதையுமே எளிதிலே வெளிப்படுத்திவிடும் துணிவு மிக்கவர்கள்..... எதிலும் உறுதி தன்மை வேண்டும் அவர்களுக்கு..... அப்பொழுதுதான் ஒரு ஆடவனிடம் தங்களை முழுவதுமாக அர்ப்பணிப்பார்கள்.....!

இங்கேயும் அதுதான் நிகழ்ந்து கொண்டிருந்தது......

நீ இங்கே வந்தது... எனது குணங்களை அலசி ஆராய்ந்து துப்பறியத்தான்.....!

ஆனால் நான் இங்கே வந்தது...

உனது அழகை அலசி ஆராய்ந்து துப்பறியத்தான்.....

ஆண்களுக்கு அழகைப் பிடிக்கும்...

பெண்களுக்கு அறிவைப் பிடிக்கும்...

இதோ இங்கே.....

அந்த வேலையை நான் தொய்வில்லாது செய்து கொண்டிருக்கிறேன்.....

உனது அழகை ரசிக்கிறேன்... ஆனால் வர்ணிக்கக் குரல் எழும்பவில்லை...!

ஆனால் நீ.......

பேசுவதை நிறுத்தவில்லை.....

“நான் கேக்காமலே... நீ அழகா இருக்கேன்னு நீங்க சொல்லியிருக்கணும்..”

ஒரு குற்றச்சாட்டு...

இது பொய்க்கோபம்... ஆனால் கொஞ்சம் உச்சத்திலே...

ஒரு குழந்தை சிணுங்குவது போல...!

அதற்குத் தகுந்த தலைக் குலுக்கல்...

இது.... நீ என்னோடு செய்த சிறிய பொய்ச் சண்டை தான்...!

நான் சுதாரித்துக் கொண்டேன்.... நான் பேசாவிட்டால் நீ எழுந்து போய் விடுவாயோ என பதட்டத்துடன் பதில் சொன்னேன்...

“ஐயோ... அழகா இருக்கீங்க... நீங்க அழகா இருக்கீங்க... ரொம்ப அழகா இருக்கீங்க... ரொம்ப ரொம்ப அழகா இருக்கீங்க...

ஆகாயத்திலிருந்து தேவதையே இறங்கி வந்து என் முன்னால உக்காந்திருக்கிற மாதிரி இருக்கு...!”

மூச்சு விடாமல் படபடவென்று... அவசர அவசரமாக சொன்னதையே திரும்ப திரும்ப சொல்லிவிட்டுப் பெருமூச்சு ஒன்றை பெரிதாக வெளிப்படுத்தினேன்...!

‘அப்பாடா தப்பித்தோம்’ என்பது போல... வியர்த்து விட்டது எனக்கு... கடல் காற்று வீசும் போதும்...

நீ ‘களுக்’ கென்று சிரித்தாய்...

அடேயப்பா... அந்த சிரிப்பிலேதான் எத்தனை பெருமிதம்... எத்தனை செயற்கைத் தனம்... எத்தனை கர்வம்... எத்தனை ஆணவம்...

என்னை மிரட்டி... பயப்படுத்திப் பணிய வைத்துவிட்டாய் என்று...!

“இந்த மாதிரி திருட்டுத்தனமெல்லாம் இருக்கக்கூடாது...”

கோபப்படுவது போல முகத்தை வைத்துக்கொண்டாய்... ஆனால் அது உனது முகத்திற்குப் பொருந்தவில்லையென உனக்குத் தெரியவில்லை அன்பே...!

“திருட்டுத்தனமா... ?”

“பின்னே... அழகாருந்தா அழகா இருக்கேன்னு சொல்லணும்... இல்லையா சுமாரா இருக்கேன்னு சொல்லணும்... இல்லையா ரொம்ப சுமாரா இருக்கேன்னு சொல்லணும்... இப்பிடி ஒண்ணுமே சொல்லாம “உம்” னு இருந்தா திருட்டுத்தனம் இல்லாம வேற என்ன.... ?”

உன்னிடம் நான் வசமாக மாட்டிக்கொண்டேன்.....!

அந்த ‘உம்’ மை வாய்குவித்து... முகத்தைச் சுருக்கிவேறு சொன்னாய்...

சுமாராக இருக்கிறாய் என்று நான் சொல்வதற்காகவா உன்னிடம் இத்தனை அலங்காரச் செறிவுகள்..... ?

சொன்னால் என்னை எளிதில் விட்டு விடுவாயா...

பெண்குலம்தான் என்னை மன்னிக்குமா... உனக்கு ஆதரவாகத் திரண்டு... குழு அமைத்து... கூட்டம் சேர்த்து... கொடிஉயர்த்தி.... குரலெழுப்பி எனக்கு எதிராக பெரும் போராட்டமே நிகழ்த்திவிட மாட்டார்களா...!

நீ அதோடு விடுதலை தரவில்லை எனக்கு...!

இன்னும் உனது குற்றச்சாட்டும்... விசாரணையும் தொடர்ந்தது...

"இந்த அலங்காரம் பண்ணி முடிக்க எவ்வளவு நேரம் ஆச்சு தெரியுமா.. ஒரு மணி நேரத்துக்கும் மேல... கண்ணுக்கு மை எழுதி முடிக்கிறதுக்கு மட்டும் கால் மணி நேரம் ஆச்சு... அதப்பாத்தவுடனே... நீ அழகா இருக்கேன்னு நீங்க சொல்லியிருக்க வேண்டாம்... ?"

ஒரு குழந்தை என் முன்னால் அமர்ந்து பொய்க்கோபத்துடன் அடம்பிடித்தது....

"கணவன் மனைவின்னு ஆகப் போறோம்ல... இனிமே எனக்குத் தெரியாம உங்ககிட்ட எந்த ரகசியமும் இருக்கக் கூடாது..."

இதை நீ சொல்லும் போது... உனது குரல் வெளிப்பாடு சற்றே கடுமையாகவும்... சட்டமாகவும் இருந்தது...!

உனது வெளிப்படைத் தன்மையான குணத்தை எனக்கு வெளிப்பாடு செய்தது...

இதுதான்...!

இந்த ஒரு சட்டம்தான்.....

இப்போது நிகழ்காலத்திலே என்னை உன் முன்னால் குற்றவாளிக் கூண்டிலே நிறுத்தி வைத்திருக்கிறது...

கடல் மணலிலே தனியே அமர்ந்து... உனக்கு கடிதம் எழுத வைத்திருக்கிறது...!

இது மட்டுமா....

நீ மேலும் தொடர்ந்தாய்.....

"என்னப்பத்தி நான் சொல்லட்டுமா..."

நீ மிகச் செல்லமாக வளர்ந்த பெண் என்று நினைக்கிறேன்....! பேசுவதிலேயே அதிக அதிகாரம் எடுத்துக் கொள்கிறாய்... எனது பதிலுக்காக நீ காத்திருக்கவில்லை... பேச ஆரம்பித்துவிட்டாய்...

ஏதேதோ சொன்னாய்...

உன்னைப்பற்றி நீ...

கதை கதையாய்...!

சில சம்பவங்கள் சுவையாக...

சில சம்பவங்கள் சாதாரணமாக...

முகத்தைக் குலுக்கி... உடலைக் குலுக்கி... கைகளை ஆட்டி... கண்களை உருட்டி... உதடுகள் குவித்து... நெற்றி சுறுக்கி... இன்னும் எவ்வளவோ அசைவுகளுடன்....!

"நான் அதிகமா இனிப்பு சாப்பிடுவேன்.... என்ன...

பழங்கள்ல மாம்பழம்னா ரொம்பப் பிடிக்கும்... என்ன..."

நீ பேசும் அழகிலே லயித்து உனது முக மாற்றங்களை ரசித்தபடியே நான் அசைவின்றி இருந்தேன்..... என்னிடமிருந்து உனக்கு பதில் வராததால்... நீ பேசுவதை நிறுத்தி எனது முகத்தை உற்று நோக்கினாய்.....

"ம்.......சரி சொல்லுங்க..."

உனது குரல் உயர்வு கேட்டு நான் திடுக்கிட்டு விழிப்படைந்தேன்.....

அவசர அவரசமாக உனக்கு பதில் கூறினேன்.....

"சரி...ங்க..."

நான் 'சரி' சொல்ல வேண்டுமென நீ எதிர்பார்க்கவில்லை...
'சரி' என்றுதான் சொல்ல வேண்டும் என அவசர ஆணை பிறப்பிக்கிறாய்...
அடங்கிப் போவதைத் தவிர வேறு அவசர வழியில்லை எனக்கு...!
"விதவிதமா உடைகள் உடுத்துறதுல அதிக ஈர்ப்பு..."
"சரி..."
"ஒரு நாளைக்கு குறைஞ்சது மூணு முறை குளிப்பேன்
"சரி..."
"ஒரு நாளைக்கு குறைஞ்சது நாலு முறையாவது உடை மாத்துவேன்..."
"சரி..."
ஒவ்வொன்றையும் இழுத்து இழுத்து... சிறிய ராகத்துடனேயே விரல் விட்டு எண்ணிக்கொண்டே சொன்னாய்..... அது ரசிக்கும்படியாகவே இருந்தது...

இனி இந்த ராகத்திலேதானே வாழ்நாள் முழுவதும் எனக்கு உத்தரவுகள் பிறப்பிக்கப்படப் போகின்றன... என்னை நான் ஒரு வாழ்நாள் 'சரி' சாதனைக்குத் தயார் செய்து கொண்டேன்.....

மனைவிக்கு 'சரி' போடுவது மட்டற்ற மகிழ்ச்சி என்பதை நான் இங்கேயே அடித்தளம் அமைத்து அனுபவிக்கத் துவங்கிவிட்டேன்....!

"சின்ன நகைகள்... அதுவும் நானே கடைக்குப் போய்... அணிந்து பார்த்துத் தேர்வு செய்ய மிகப்பிடிக்கும்..."
"சரி..."
"எளிமையா... சாதாரணமா... சுத்தமா அலங்காரம் பண்ணிக்கத்தான் பிடிக்கும்..."
"சரி..."
"யாரோடயும் எதுக்காகவும் சண்டை போடுறது எனக்குப் பிடிக்காது.."
"சரி..."
"யாராவது பிடிவாதம் பிடிச்சா விட்டுக் கொடுத்து பிரச்சினை வளராமல் தடுக்கணும்..."
ஆகா... நீ சொன்னதிலேயே பிடித்தது இதுதான்...!
"சரி..."
"பொய் சொன்னா பிடிக்காது..."
"சரி..."
"ஏமாத்தினா பிடிக்காது..."
"சரி..."
"ரொம்ப முக்கியம்... திருமணத்துக்குப் பிறகு... என்னை வேலைக்குப் போயி சம்பாதிக்கச் சொன்னா பிடிக்காது..."
"எனக்கு மிகச் சம்மதம்..."
இனிப்பான செய்தியல்லவா...
மனைவியை பொருளீட்டும் இயந்திரமாக்கி... உழைக்கும் காசை கணக்குப் பார்த்துப் பூட்டி வைக்கும் பிராணியல்ல நான்...
மனையைக் காப்பவள் மனைவி...!
மனைவியைக் காப்பவன் கணவன்...
கணவனுக்குள்ள சுதந்திரம்... மனைவிக்கும் உண்டு...!

அதை நீ ஒரே வரியிலே சொல்லிவிட்டாய் அன்பே...

எனது கொள்கையே உனது வாயிலாக வந்துவிட்டது...!

எனது உழைப்பு...

எனது வருவாய்...

எனது மனைவி...

எனது குடும்பம்...

எனது வாழ்க்கை...

இதுதான் எனது ஆயுட்காலத்திட்டம்....!

எனது மனைவி என்பவள்... எனது வீட்டின் ராணி..... அவள் அதை திறம்பட ஆள வேண்டும்... அந்த ஆட்சியிலே நான் மூழ்கித் திளைக்கவேண்டும்... இதுவே எனது குடும்ப இலக்கணம்...

நீ தொடர்ந்தாய்.....

“வீடு எப்பவும் சுத்தமா இருக்கணும்...”

“சரி...”

“நானே என் கையால சமைச்சு என் கணவரை சாப்பிட வைக்கணும்... உணவு விடுதி சாப்பாடு கூடவே கூடாது...”

“சரி... சரி... சரி... சரி...”

இதற்கு மட்டும் கணக்கில்லாத சரி...

இன்னும் என்னென்னவோ சொன்னாய்...

நானும் ஏகப்பட்ட ‘சரி’ போட்டேன்...

நீ சொன்னதைவிட... இடையிடையே இழைத்த ஒரே மாதிரியான ராகமும், சிந்திய சிரிப்புகளும்தான் அதிகம்...

நீ பேசுவதைப் பார்க்கும் போது... பல இடங்களிலே எனக்குச் சிரிப்பு வந்தது... இருந்தாலும் கட்டுப்படுத்திக் கொண்டேன்...!

“சம்பாதிக்கப் போற கணவன்... எவ்வளவு வேலை இருந்தாலும் மாலையிலே வீட்டுக்குத் திரும்பணும்... இரவு தூங்குற வரைக்கும் அந்த நேரத்தை எனக்காக ஒதுக்கணும்...”

“அபாரம்...”

இன்னும் என்னென்னவோ...!

எனக்கு தலையாட்டியே கழுத்து வலித்துவிட்டது... சற்று ஆசுவாசப் படுத்திக்கொள்ளக் கூட அனுமதியில்லை...!

அத்தனை வேகமாக... இடை வெளியே விடாமல்... சற்றும் நிறுத்தாமல்... பள்ளிக் குழந்தை பாடத்தைப் படித்து ஒப்புவிப்பது போலப் பேசினாய்...

பேசினாய்... பேசினாய்... பேசிக் கொண்டே இருந்தாய்... வாய் வலிக்குமோ இல்லையோ... களைப்பு தோன்றுமோ இல்லையோ...

பெண்களுக்கு இடைநிறுத்தமில்லா பேச்சுதானே பலம்.... இறைவன் தந்த வரம்...

விட்டுக் கொடுப்பார்களா அதை..... ?

உறவுக்கு உறவில்லாத உரையாடல்களை உரைத்ததால் உனக்கு களைப்பு மேவியிருக்க வேண்டும்.....

படபட வென்று மூச்சு விடாமல் பேசிக் கொண்டிருந்த நீ.... நீர்த்துளி பட்ட தீத்தணல் போல....... சற்று பேச்சினை அடக்கினாய்... சிறிய புகைச்சலோடு... பெருமூச்சோடு.... உனது முகம் சற்று வாட்டம் கண்டது...!

நிழல் சூழ்ந்து நிலவின் ஒளி குறையுமா.....

இதோ கண் முன்னே நிகழ்கிறதே.....!

உனது முகத்திலே ஒளி குறைந்தது...

உனக்குள்ளே புதிதாக ஏதோ குழப்பச் சூழல் கருக்கொண்டது.... சிறிய தயக்கம் காட்டினாய்... இரண்டு மூன்று முறை உனக்குள்ளேயே 'உச்' கொட்டிக் கொண்டாய்... சொல்வதா வேண்டாமா என உனக்குள்ளே ஒரு போராட்டமே நிகழ்த்தினாய்...

ஏதோ பகிர்ந்து கொள்ளக் கூடாத ஒரு மறை பொருள் இருக்கிறது உன்னிடம்...

அதை எப்படி அயலானிடம் வெளிப்படுத்துவது என்கிற தயக்கம் உனக்கு...!

தொண்டையிலே ஏதோ அடைத்துக்கொண்டு... உன்னை மேற்கொண்டு பேசவிடாமல் தடுத்தது... அந்தத் தடையிலிருந்து விடுபட நீ முயற்சித்தாய்...

மறுபடியும் இரண்டு 'உச்' சலிப்புகள்...

இன்னும் புதிதாக ஏதோ சொல்ல முயற்சிக்கிறாய் என்பதை நான் புரிந்துக் கொண்டேன்....

எதையுமே துணிந்து பேசும் பெண்ணாயிற்றே நீ......பிறகெதற்கு தயக்கம்...... சொல்லப் போகும் செய்தி அப்படிப்பட்டதா....

"என்ன... ?"

கொஞ்சு மொழி பேசிய உன் பிஞ்சு வாய்க்கு வஞ்சகமாய் பூட்டு போட்டு உன்னை அடக்கிய... அந்த குழப்பங்களிலிருந்து விடுவிக்க நானே

பதமாகக் கேட்டேன்...

உன்னிடமிருந்து சற்று தட்டுத்தடுமாறித்தான் பதில் வந்தது.....

"இல்ல... நான்..... இங்க வந்ததே.... என்னப்பத்தின.... என்னப்பத்தின.... ஒரு...... ஒரு...... ஒரு...... முக்கியாமான தகவலச் சொல்லத்தான்..."

எனக்கு ஆவலும் துடிப்பும் கொஞ்சம் அதிகமானது... உனது முகத்தை உற்று நோக்கத் துவங்கினேன்...

"ஆனா..... எப்பிடி.... சொல்றதுன்னுதான்..... தெரியல..."

"பரவாயில்ல... சொல்லக் கூடாத செய்தின்னா சொல்ல வேண்டாம்... நான் ஒண்ணும் நினைக்க மாட்டேன்..."

உடனே உனக்கு கொஞ்சம் கோபமே வந்து விட்டது....

சற்று குரல் உயர்த்தியே பேசினாய் நீ...

"இல்ல இல்ல... அப்படியெல்லாம் விடக் கூடாது... உங்களுக்குத் தெரியாம ஒரு இரகசியம் என்கிட்ட ஏன் இருக்கணும்... ?"

மறுபடியும் 'பட்' டென்று முகத்திலடித்தாற்போல கோபம் காட்டினாய்......

அது வெகுளித்தனம்...

வெள்ளை மனம்...

பிள்ளை குணம்...

"அது... இரகசியமா.. ?"

"ஆமா... உங்ககிட்ட சொல்லலன்னா அது இரகசியம் தானே.....

உங்களுக்கும் எனக்கும் நடுவுல எந்த இரகசியமும் இருக்கக் கூடாது...

அப்படி இருந்தா நாம பொருத்தமான கணவன் மனைவியா இருக்கவே முடியாது...!"

நீ பேசி முடிக்கும் போது உனது கோபம் சற்றே குறைந்தது.....!

இங்கே...

கடிதம் எழுதும் இடத்திலே...

சற்று நிறுத்தினேன்...

உனது உறுதியான குரல் ஓசை.... நீ இப்பொழுது பேசுவது போல எனது காதுகளிலே கணீரென்று ஒலிக்கிறது...!

எனது எதிரிலே நீ அமர்ந்து பேசுவது போல மாயத் தோற்றம் தருகிறது....!

அன்று.... உனக்கு பதில் சொல்லத் தவறியதால்.....

இன்று..... இங்கே உனக்கு கடிதமாக எழுதிக் கொண்டிருக்கிறேன்...

சற்றே... மிகச்சற்றே நீ அமைதியிழந்துதான் காணப்பட்டாய்... ஏதோ சொல்லக் கூடாத... அல்லது சொல்ல முடியாத செய்தியாயிருக்கும் என்று நினைத்தேன்...

திடீரென்று...

சின்னக் குழந்தை ஒன்று... துப்பறியும் கதை சொல்லப் போவது போல முகத்தைச் சுருக்கி... இறுக்கமாக வைத்துக் கொண்டாய்.

"ரொம்ப கவனமா கேளுங்க... ரொம்ப முக்கியமான தகவல்..."

நானும்.... துப்பறியும் கதை கேட்க தயாரானேன்....

"அப்பிடியா... சரி...."

நீ பேசுவதை நிறுத்தினாய்...!

கொஞ்சம் கூர்விழிப் பார்வை பார்த்தாய்... அக்கம்பக்கம் யாரும் கவனிக்கிறார்களா என கவனித்தாய்... இரகசியம் பேசுவதற்காக எனது பக்கமாய் கொஞ்சம் நெருங்கி வருவது போல உடலை இழுத்து இழுத்து அசைத்துக் காட்டினாய்...

எனக்கு ஆவல் தொற்றிக் கொண்டது...

ஆகா... நீ இன்னும் நெருக்கத்திலே வருகிறாய்...

இதோ...... உனது முழங்கால்களும்... எனது முழங்கால்களும் பொருதி உரசி உறவாடிக் கொள்ளப் போகின்றன...!

முதல் தொடு உணர்வு இதோ நொடிப் பொழுதிலே நிகழ்ந்து விடப் போகிறது...

மனசு குதூகலிக்கிறது...

உனது தீண்டலை எதிர் நோக்கி...

மனசிலே சின்ன காமச் சுனைக் கசிவு எனக்கு...!

ஆனால்...

ஏமாற்றம்...!

வருவது போல உடல் அசைவு தான்... இருந்த இடத்தை விட்டு ஒரு அங்குலம் கூட நகரவில்லை நீ.... நான் ஏமாந்து போனேன்...

திடீரென

உனது முகத்திலே கவலை மேகங்கள் சூழ்ந்து கலவரம் வெளிப்பட்டது...

உனது முகத்திலே கலவரம் வந்தால் எனது மனசு தாங்குமா... ?

பதறிப் போனது...
படபடவென்று உனது விழிகள் துடித்தன...
ஏதோ விபரீதம் நிகழ்ந்திருக்கிறது உனது பயணத்திலே...
அதை என்னிடம் சொல்ல இயலாமல் தவிக்கிறாய் நீ...
ஆனால் சொல்லிவிடத் துடிக்கிறாய்...
உனது துடிப்பு வெளிப்பட்டது...
மிக மிக மெல்லிய குரலிலே...
"கல்லூரிக் காலம் நம்ம வாழ்க்கையிலே சிவப்பு நிற அபாய அறிவிப்பு செய்யிற காலம்..."
சற்றே நிறுத்தினாய்...
சொல்வதா வேண்டாமா என யோசித்தாய்...
நீ யோசிக்க யோசிக்க எனக்கு சின்ன கலக்கம்...
உன் மீது காதல் மிகக் கொண்டுவிட்டேன் நான்...
மனதளவிலே உன்னோடு இணைந்து மிக நீண்ட தொலைவு பயணம் செய்துவிட்டேன்...
இப்பொழுது நீ..... ஏதாவது தகாத தகவல் கூறி... எனது கனவுகளை சேதாரப்படுத்தினால் தாங்குவேனா நான்...!
மீண்டும் பேசினாய் நீ...
"நான் கொஞ்சம் எச்சிரிக்கையா இருந்திருக்கணும்..."
அவசரப்பட்டுட்டேன்."
எனது ஆவலின் நுனியிலே தீப்பற்றி எரியத் துவங்கியது...
நீ தொடர்ந்தாய்...
"பூக்குறதெல்லாம் பூன்னு மயங்குற பருவம்...
எரியுறதெல்லாம் விளக்குன்னு நம்புற வயசு..."
மீண்டும் தயக்கம் உன்னிடம்...
ஏதோ நிகழக் கூடாத ஒரு அபாயச் செயல் நிகழ்ந்திருக்கிறது ....
அதை உனக்குள்ளே பதுக்கிப் பூட்டி வைத்துக் கொள்ள பிடிக்கவில்லை உனக்கு...
எப்படியாவது என்னிடம் பகிர்ந்து கொள்ள வேண்டும் என்று முயற்சித்துத் தினருகிறாய்.. !
நீயாக சொல்வதைத் தவிர என்னால் என்ன செய்ய இயலும் இங்கே...
நீ பேசினாய்...!
"பிரபு பிரபுன்னு ஒரு பையன்..."
நிறுத்தினாய்... என்னைக் கொஞ்சம் வெறிக்கப் பார்த்தாய்... எனக்குள்ளே ஆவலும் பதைப்பும்... பயமும் கூடியது...
"ம்... சொல்லுங்க..."
உத்தரவு போட்டாய்... இதுவும் அதிகாரம்தான்....!
" 'ம்' ....."சொல்லுங்க..."
இப்பொழுதும் அதட்டலாக மிரட்டல்....!
"ம்... ம் ..."

பதறிப்போய் அவசரமாக இருமுறை சொன்னேன்....

முதலில் 'சரி' தாளம் போட்டேன்... இப்பொழுது 'ம் ...ம் ..' ராகம் போட்டேன்....

"பாக்கறத்துக்கு... பரவாயில்லாம இருப்பான்... ரொம்ப அழகுன்னு சொல்ல முடியாது... மோசம்னும் சொல்ல முடியாது... சரியா.. ?"

"ம்..."

"என் பின்னாலேயே சுத்துனான்... உயிருக்குயிரா காதலிக்கிறேன்னு சொன்னான்..."

எனக்கு இன்னும் ஆவல் கூடியது... காதல் சம்மந்தப்பட்ட கதையாக இருக்கிறதே....

"ம்... ம்..."

இங்கும் இரண்டு 'ம்' கொடுத்தேன்.

"போகப் போக எனக்கும் அவனப் பிடிக்க ஆரம்பிச்சிடுச்சு..."

"அப்படியா... ?"

உண்மையிலேயே ஆச்சர்யமாக இருந்தது....

இன்னொருவன் மீது காதல் வயப்பட்ட சம்பவத்தைக் கூடச் சொல்கிறாயே என்று... என்ன நடந்திருக்கும் என்கிற சிறிய எதிர்பார்ப்பும் எனக்குள்ளே ஏற்பட்டது....!

ஏதாவது மிகப்பெரிய பிரச்சினையை சொல்லி விடுவாயோ என்கிற சிறிய அச்சமும் தலைதூக்கியது....

நாகரீகம்... வளர்ச்சி... முற்போக்கு சிந்தனை... நட்பு... உயர்ந்த பழக்க வழக்கங்கள் என்கிற பெயரிலே உச்ச வேகத்திலே கடுமையான வீழ்ச்சிப் பாதையிலே சென்று கொண்டிருக்கும் காலம் இது... ஏதாவது விபரீதமாக நிகழ்ந்திருந்தால்.... ?

வழிதவறிப் போய்... செய்யக்கூடாத பெருந்தவறைச் செய்து விட்டு... திருமணத்திற்கு முன்பே சொல்லி என்னை சமாதானப்படுத்திவிட முயற்சி செய்கிறாயா...

எனக்கு குழப்பம் தான்...

என்றால்...

இவ்வளவு நேரமும் கட்டிய அழகுக் கோட்டைகள்... அத்தனையும் மாயமா... ?

இதயத்தினுள்ளே லேசாக வலிக்கத் துவங்கியது...

இருந்தாலும் நீ சொல்லப் போகும் வார்த்தைகள் தான் என்னை நிலைப்படுத்த வேண்டும்...

அடுத்து என்ன சொல்லப் போகிறாய் என்கிற ஆவல் இன்னும் கூடியது... அதற்குத் தகுந்த மாதிரிதான் நீயும் ஆரம்பித்தாய்...!

"நான் யோசிச்சுப் பாத்தேன்... அவனுடைய நடவடிக்கைகள் ரொம்ப நாகரீகமா இருந்துச்சு... அவனப் பத்தியே யோசிக்க யோசிக்க... எனக்கும் அவனப் பிடிச்சுப் போச்சு..."

இங்கு தான் எனக்கு இன்னும் குழப்பமும் பயமும் கொஞ்சம் கூடியது ...

"அவன் மேல பெருசா கனவு... கற்பனை அப்பிடியெல்லாம் ஒண்ணுமில்ல..."

"பின்ன... ?"

அதிர்ச்சியோடு கேட்டேன்...

"ஏதோ சுமாரா இருந்தான்... நல்லவன்னு சத்தியம் பண்ணினான்... சுத்திச்சுத்தி வந்தான்... அதனால அவனப்பத்தி யோசன பண்ணினேன்... அவ்வளவுதான்...!

மற்றபடி இந்த காதல் மேலயெல்லாம் எனக்கு நம்பிக்கையே கிடையாது... சரி... அவன்கிட்டயே போயி பேசி முடிவு பண்ணலாம்னு அவனைத் தேடி போனேன்... போனனா... ம்... சொல்லுங்க..."

"ம்... போனீங்க..."

நான் ஆமோதித்தேன்...!

மறுபடியும் ஒரு "உச்"சுக் கொட்டி... ஏமாற்றத்தை முகத்திலே வெளிப்படுத்தி... தலையைத் தொங்கப்போட்டுக் கொண்டாய்....

உனது வேகம் மீண்டும் தடைப்பட்டது......

பெண்கள் பேசுவார்கள்... பேசுவார்கள்... மூச்சு விடாமல் பேச்சு நிகழ்த்துவார்கள்...

அதிகமாக பேசியே தங்களது ஆற்றலை நிலை நிறுத்திக் கொள்பவர்கள்...

பேசாமல் நிறுத்தி... சற்று மௌனம் காத்து இடைவெளிவிட்டால்... ஆண் இனம் தங்களது உரிமையை அபகரித்து அடிமைப்படுத்தி விடும்.... என்னும் முன்னெச்சரிக்கை குணம் மிக்கவர்கள் பெண்கள்...!

அதனாலயே அவர்களது சாதாரண பேச்சுக் கூட உச்ச நிலையிலும்... குரலுயர்ந்தும் வெளிப்படும்...

அப்படிப்பட்ட பெண் இனத்திலே பிறந்த நீ... வாயடைத்து அமைதி காக்கிறாயென்றால்...

அதற்குக் காரணமான நிகழ்வு எப்படிப்பட்டது என்று நானும் சற்று யோசித்தேன்...

அடுத்து என்ன சொல்லப் போகிறாய் என்கிற ஆவல் என்னை உந்தித் தள்ளியது...

"பெறகு.. ?"

"போனனா... ? அங்க போய்ப்பாத்தா... எல்லாம் வீணாப் போச்சு..."

நீ மீண்டும் நிறுத்தினாய்...

இதுதான் எனது வாழ்க்கைக்கு முக்கியமான இடம்...

எனது வாழ்க்கை வழித்தடம் உன்னோடு அமையுமா அல்லது தடம் மாறுமா என்பதை தீர்மானிக்கும் இடம்...!

அவன் உன்னை காதலிக்கிறான்...

உனக்கும் அவன் மேலே காதல் அரும்பிவிட்டது...

நீயும் அவனை தனிமையிலே சந்திக்கச் சென்றிருக்கிறாய்...

இங்கே...

என்னைச் சந்திக்க வந்தது போல...

வேறெங்கே மாற்றம் நிகழ்ந்தது... ?

என்றால்...

நமது திருமணத்திலே உனக்கு விருப்பமில்லையா... ?

காதலைக் காரணம் காட்டி நமது திருமணத்தை தடுக்க வந்திருக்கிறாயா... ?

இத்தனை இடிக்கேள்விகளுடனே நான்...!

மனக்குளத்திலே பெரும் பாறை விழுந்து கலங்கிக் கிடக்கிறது...

உன்னையே உற்றுப் பார்ப்பதைத் தவிர எனக்கு வேறு வழியொன்றுமில்லை...

உன்னை மறுபடியும் பேசத் தூண்ட வேண்டும்...

அதற்காக ஒரு வார்த்தை பேசினேன்...

"ஏன்... என்ன ஆச்சு... ?"

நீ சொல்லவந்த செய்தி எனக்கு மிக முக்கியமாகப் பட்டது....

"நல்லவன் மாதிரி நடிச்சு என்ன ஏமாத்திட்டான்..."

எல்லாமே கெட்ட பழக்கம்...

குடிப்பழக்கம்...

போதைப் பழக்கம்...

பொண்ணுங்க பழக்கம்...

எத்தன கெட்ட பழக்கம் இருக்கோ அத்தனையும் அவன்கிட்ட இருந்தத தெரிஞ்சுக்கிட்டேன்....எல்லாத்தையும் எங்கிட்ட மறச்சுட்டான்... அங்கதான் நான் அழுதுட்டேன்... எனக்கு கோவம் வந்திருச்சு... கொதிச்சுப் போயிட்டேன்...

நாயே... பேயே... சதிகாரான்னு... அழுகையும் ஆத்திரமும் சேர திட்டினேன்...

அவன் கெஞ்சினான்... கதறினான்... கல்யாணத்துக்குப் பெறகு அத்தனையும் விட்ருவேன்னான்...

என்காலப் பிடிச்சு அழுதான்...

அவன் சட்டையப் பிடிச்சுத் தூக்கினேன்...

"பாவி... இதெல்லாம் என் பின்னால சுத்துறப்பயே சொல்லியிருந்தாக் கூட.... போனாப் போகுது... உண்மையச் சொல்றேன்னு மன்னிச்சு விட்ருப்பேண்டா...

இந்த உலகத்துலயே எனக்குப் பிடிக்காதது நம்பிக்கை துரோகம்...

உண்மையை மறைக்கிறது...

இனிமே உன்னக் காதலிக்க மாட்டேன்..."

அப்பிடின்னு சொல்லிட்டேன்...

அப்பவும் அவன் என்ன விடல... பிடிவாதம் பண்ணினான்... கையப் பிடிச்சுக்கிட்டு விடாம வம்பு பண்ணினான்...

ஒரு ஆம்பளன்னு கூடப் பாக்கல...

பளார்... பளார்...னு ரெண்டு கன்னத்துலயும் மாறி மாறி கண்ண மூடிக்கிட்டு அறைஞ்சேன்..."

இங்கேயும் கண்களை மூடிக்கொண்டு கைகளை வீசி வீசி சுற்றிச் சுழற்றி அறைவது போல் செய்து காட்டினாய்...

அங்கே அடிக்கும் போது இருந்த கோபம் அத்தனையும்... இங்கேயும்...!

கூடவே குழந்தைத் தனமும் கூட....... ஒரு வெகுளிப் பெண்ணைப்போல நடந்து கொண்டாய்...

உனது செயலைப் பார்த்து நான் மிகவும் பயந்துவிட்டேன்...

பாதுக்காப்பாக எனது இரண்டு கன்னங்களிலும் கைகளை வைத்து தற்காத்துக் கொண்டேன்...

"என்னங்க... நீங்க ஆம்பளய கை நீட்டி அடிக்கக்கூட செய்வீங்களா... ?"

"பின்ன... பொண்ணுன்னா கேவலமா... ஏமாத்தினா... விடுவேனா.... ?"

உனது துணிச்சலையும் வெளிப்படைத் தன்மையையும் பார்த்து வியப்படைந்தேன்... உனது ஒளிவு மறைவில்லாத பேச்சு எனக்கு மிகவும் பிடித்திருந்தது...

நீ போட்ட சட்டங்களைக் கேட்டு மிரண்டுபோய்... அப்படியே உன்னைப் பார்த்தபடியே இருந்தேன்...

உனது காதலைச் சொல்கிறாய் ...

காதலனை சந்தித்ததைச் சொல்கிறாய் ...

காதல் பிரிவைச் சொல்கிறாய் நீ ....!

ஆனால் நான்... ?

இங்கே...

கடிதம் எழுதுமிடத்திலும்....

அப்படியே சிலை போல அமர்ந்திருந்தேன்...!

இங்கும்..... உனது பேச்சு என்னை சிலைப்படுத்தி... சிறைப் பிடித்து வைத்திருக்கிறது...

அந்தப் பேச்சுத்தானே... இன்று உனக்குக் கடிதம் எழுத என்னைத் தனிமையிலே இருக்க வைத்திருக்கிறது...

நான் பேசாமல் உன்னையே பார்ப்பதை நீ கவனித்துவிட்டாய்... அதிகப் பழக்கமில்லாத ஆணிடம் அதிகமாய் பேசிவிட்டோம் என்கிற கூச்சம் உன்னைக் கவ்விக் கொண்டது... நாணிக்கோணி... வெட்கப்பட்டுத் தலைகுனிந்து... கீழ் உதடு மடித்துக் கடித்துச் சிரித்தாய்...

உடனே... சிரித்தது பிழையென்று உணர்ந்து... சட்டென்று சுதாரித்து நாக்கைக் கடித்தாய்... மீண்டும் தலை குனிந்தாய்...

நிலமையை சமாளிக்க வழிதேடினாய்... வெட்கமும்... நாணமும் உன்னைக் கவர்ந்து ஆட்கொண்டன...

எனது கவனத்தை திசை திருப்ப வேறு ஒரு வழியைக் கையாண்டாய்...

மணலிலே விரல் கொண்டு கோலம் போடத் துவங்கினாய்... உனது பார்வை... பாதி மணலின் மீது பதியும் ... உடனே பாதி என் மீது கவியும் ...

நான் உன்னைப் பார்த்தபடியே...!

இப்பொழுதான்... எனது உடலை விட்டுப் பிரிந்து போய்க்கொண்டே இருந்த உயிர் நிலை பெற்று நின்றது.

நமது திருமணமும் உறுதிப்பட்டது.

இந்தக் காலத்திலே...

ஆண்களையோ பெண்களையோ எப்படி நம்புவது... ?

அவர்களது அதிகவேகம் ஆபத்தை நோக்கி மட்டும் அதிவிரைவுப் பயணம் செய்து கொண்டிருக்கிறதே...

நிதானமில்லை...

யோசனையில்லை...

உறுதியில்லை...

கலாச்சாரம் இல்லை...

பண்பாடு இல்லை...

பிறவி... வாழ்க்கை... மரணம்... இம்மூன்றையும் மறந்த நிலையிலே அவர்களது போக்கு...

மண வாழ்க்கையா...?
மனமே வாழ்க்கையா...?
ஒரு கேள்வி...
காதல்... கல்யாணத்திற்கா...?
காமச் சேர்க்கைக்கு மட்டுமா...?
இரண்டாவது கேள்வி...
ஒருத்தியோடு... ஒருவனோடு... இறுதிவரை இணைந்து வாழ்வதா...?
இடையிடையே மாற்றிக்கொள்வதா...?
மூன்றுவது கேள்வி...
இதுபோல ஓராயிரம் கேள்விகள் தேங்கிக்கிடக்கின்றன.
இளைய தலை முறையினருக்கு...!
கணவண்...
மனைவி...
இல்லறம்...
குடும்பம்...
தாய்...
தந்தை...
உடன் பிறந்தோர்...
உறவுக்கூட்டம்...
இவையெல்லாம் என்ன...?
இவற்றுக்கெல்லாம் பொருள் தெரியுமா?
கல்லாணாலும் கணவன்...
புல்லானாலும் புருசன்...
பண்டைக் காலத்து நடைமுறை மொழி...
கெட்டவனானாலும்... தொட்டவனுடனேயே கட்டமைத்து வாழ்ந்தாக வேண்டும்...
பெண் பாழாகி இருந்தாலும் வாழ்வைக் கடத்தியாக வேண்டும்... என..... ஆண் நினைத்தகாலம்...
ஆண் ஊதாரியாக இருந்தாலும்... அவனோடு உயிர் வாழ்ந்தாக வேண்டும்... என பெண் நினைத்த காலம்...
இவையெல்லாம் என்ன...?
கட்டமைப்பு... கட்டுப்பாடு...
இன்று...
ஓர் ஆணும் பெண்ணும்... ஒன்றாக இணைந்து வாழ்கிறார்கள்...
கணவன் மனைவி இல்லையாம்...
வெறும் நண்பர்களாம்...
என்றால்...
வெறும் உடற்சேர்க்கையே இணை வாழ்க்கையா...?
குழந்தைகள் கூட பெற்றுக் கொள்கிறார்கள்...
ஆனாலும்...

அது மணவாழ்க்கை கிடையாதாம்...

என்றால்...

பெண் பார்த்தல்...

நிச்சியதார்த்தம்...

பார்வைப் பரிமாற்றம்...

பெரியோர் வழி நடத்துதல்...

திருமணம்...

முதலிரவு...

மனப்புரிவு...

அதன் பின்னரே... உடற்கூடல்....

இவையெல்லாம் அறிவிலா செயல்களா...?

உடற்கூடல்.... என்பது...

வெறும் வேட்கைத் தணிப்பு அல்ல...

பெரும் வாழ்க்கைத் தொகுப்பு...

அதன் பின்னர்...

மிக நீண்டகால இணை வாழ்க்கை...

ஆண்... பெண்... இரு பாலரிலே யார் முதலில் இறையடி சேர்ந்தாலும்... எஞ்சியிருப்பவர் வாழும் வரை... விட்டுச் சென்றவரின் அடையாளங்ளோடு எஞ்சிய காலம் உயிர் வாழ்வது...

இவை யாவும் மூட நம்பிக்கைகளா...?

ஆலோசனைகளில்லா வழிகாட்டல்களா...?

இளம் தலை முறையினர் தெளிவாக்க வேண்டும்...!

நீயும்.... அந்த இனத்தைச் சேர்ந்த பெண்ணாக இருப்பாயோ என அச்சம் என்னை ஆட்கொண்டிருந்தது...

எனது நல்ல காலம்.... நீ அந்த இனத்துப் பெண்ணில்லையென்பதை எனக்கு தெளிவு படுத்தி விட்டாய்...!

நான் உன்னைப் பார்க்கிறேனா என்பதைச் சட்டென்று விழி உயர்த்தி.... நிறுத்தி..... நொடிநேரம் பார்த்தாய்...

நான் உன்னைத்தான் பார்க்கிறேன்...!

இப்பொழுது உனது முகத்திலே புதிதாக ஒரு நாண ஒளி மேவிப்பரவுகிறது... அதுவும் எனக்குப்பிடித்திருக்கிறது....

இனி என்ன செய்வது...?

என்னை எப்படி சமாளிப்பது...?

இது உன் பிரச்சினை... !

மீண்டும் தரையை நோக்கிக் குனிந்தாய்... மணல் மீது விரல் கொண்டு கோலம் போட்டாய்...

சட்டென்று... போட்ட கோலத்தை அழித்தாய்...

மறுபடியும் வேறு புதிய கோலம் போட்டாய்...

உனது கட்டுப்பாடுகள்...

உனக்கு வசப்படவில்லை...

உன்னை மீறுகின்றன...

அதை நீயும் உணருகிறாய்...

அதனாலேயே உனது முகத்தை மூடியது ஒரு நாணப்பரவசம்...

விரல் தான் கோலம் போடுகிறது... ஆனால் விழிகள்... கவனம் எல்லாமே என் நிலையைத்தான் துப்பறிந்து கொண்டிருக்கின்றன என்பதை... நானும் தெளிவாகப் புரிந்துகொண்டேன்...

குவிந்த உதடுகள் போலியாகச் சிரித்துச் சிரித்து பொய் மாயை காட்டுகின்றன...

கண்கள் மின்னல் பார்வையிலே நோட்டமிட்டு... எனது நிலையைப் பதிவு செய்கின்றன....

கழுத்து 'வெடுக்' கென்று வெட்டிக்கொண்டு... காதில் தொங்கும் தொங்கட்டான்களை உதிர்ந்து போகுமளவு சதிராட வைக்கிறது...

நான் ஏதாவது பேச வேண்டும் என நீ எதிர் பார்க்கிறாய்...

மணற்கோலம் போடுவதை மட்டும் நீ நிறுத்தவேயில்லை...

நீ கோலம் போடுகையிலே... உனது விரல்களின் இயக்கத்திற்குத் தகுந்தபடி... உனது உடலும்... தலையும்... அசைந்தபடி இருக்கின்றன... அலங்காரச் சிலையொன்று அசைந்து அசைந்து ஆடியது போல...

நீ மணலிலே போட்ட கோலத்தை கவனித்தேன்... எனக்கு இன்ப அதிர்ச்சி...

23. நீ... விரல்கொண்டு...

நீ... விரல்கொண்டு கோலம் போடுவதாக நினைத்து... உன்னையும் அறியாமலேயே அந்த மணலிலே "வாசுதேவன்" என்று எனது பெயரை எழுதிவிட்டாய்...!

வெண்மணலின் மேலே....
நுண்விரலினாலே......
பண் வடிவிலே...
பெண் எழுதினாள்....
எனது பெயர்...!
முதன் முதலாக...!
உனது கூர் விரல்....
எனது பெயர் சிந்தி....
மணல் கீறி உழுத காட்சி....
எனது இதயம் கீறி ஆழப் புதைந்தது...!
வாசுதேவன்...
வாசுதேவன்....
வாசுதேவன்....
நீ....
ஒரு முறையே எழுதிய எனது பெயரை....
நான்....
நூறு முறை வாசித்தேன்....
நொடிப் பொழுதிலே...!
நீ எழுதியதால்....

உயிரற்ற தூசியாய் உலர்ந்து கிடந்த எனது பெயருக்கு... உருவம் வந்து... உயிரும் வந்தது...

வாசிக்க வாசிக்க... எனது இரு இதழ்களும்... இறுக இணைந்து... ஆழப்புதைத்த அமுதம் போன்ற முத்தச்சுவை ஊறியது எனக்கு...

உனக்கும் எனக்கும் ஒரு புதிய உறவே இந்த இடத்திலே உருவானது...!

தரை நோக்கி தாழ்ந்திருந்த உனது விழிகள்... தாமாக உயர்ந்து எனை நோக்கின......

எனது பார்வை தரை நோக்கி இருந்தது கண்டு... நீயும் உனது பார்வையை தரை தாழ்த்தினாய்....

அப்பொழுது தான்... நீ உனது கட்டுப்பாட்டை மீறி... எனது பெயர் எழுதிவிட்டதை கவனித்தாய்...

'விசுக்' கென்று மீண்டும் கீழ் உதட்டைக் கடித்தாய்...

அடிக்கடி கீழ் உதட்டைக் கடிக்கும் பழக்கம் உனக்கு இருக்கிறது என்பதை... இங்கே நான் பதிவு செய்து கொண்டேன்....

பெண்கள் கீழுதட்டைக் கடிக்கும் பழக்கம்... மிக மிக ஆபூர்வமானது...

அது உனது முகப்பொலிவிற்கு மிகப்பொருந்தி... வசீகரத்தைக் கூட்டியது....

அது அநியாயமான கவர்ச்சிதான்...

பெண்கள் கவர்ச்சி காட்ட உடலின் உள் பாகங்களைத்தான் காட்டவேண்டுமா என்ன...

இதோ...

நீ உனது கீழ் உதட்டை நுனிப்பற்களால் கடிக்கிறாய்... எனது மனமும் அதில் கடிபட்டு... உணர்ச்சிக் கொதிப்பால் விம்முகிறதே...

இது கவர்ச்சியில்லையா...

பெண்கள்.... அடக்கமின்றி அள்ளி வீசும் ஆபாசத்தைக் காட்டிலும்... இது போன்ற அடக்கமான வெளிப்பாடுகளே அதிக கவர்ச்சியாகும்... !

உன்னையறியாமல் நீ மணலிலே எனது பெயர் எழுதிய செய்கை உன்னைக் கூச்சமடையச் செய்துவிட்டது....

என்ன செய்வது... ?

குழப்பம் உனக்கு...!

மூக்கு விடைத்தது....

தொண்டைக்குழி ஏறி இறங்கி உனது பதட்ட நிலையைப் பறைசாற்றியது...

காதுகளும் கன்னங்களும்... உனது கட்டு மீறிய செயல்பாடுகளால்... உலைநீர்போல கொதிப்படைந்த உனது தவிப்பை அடக்கி வைக்கத் தெரியாமல் சிதறி வெளிப்படுத்தின....

செய்வதறியாது திகைத்தாய்... உனக்குள்ளே நீ கள்ளத்தனமாய் நகைத்தாய்... உனது பலவீனத்தை என்னிடம் வெளிப்படுத்திவிட்டது போல தத்தளித்தாய்...

உனது முகப்பொலிவை... இயற்கை ஒளிப்பதிவு செய்து... உனது நாணங்களை மிகைப்படுத்தி... உனது உள்மனதிலே நான் இருப்பதைக் காட்டிக் கொடுத்துவிட்டது....

'விசுக்' கென்று உடல் குலுக்கித் துள்ளினாய்...

"ஐயையோ..."

என்ற கூச்சக் குரலோடு சடாரென்று எழுந்தாய்...

எனது பெயர் எழுதிய உனது கையை உதறிக்கொண்டே... இளங்காலை கன்றுக்குட்டி போல உடல் வளைத்து... துள்ளித் துள்ளி ஓட்டம் பிடித்தாய்...

"என்னங்க... என்னங்க..."

குரல் கொடுத்து கூப்பிட்டுப் பார்த்தேன்...

நிற்கவே இல்லை நீ...

அருகிலே ஓடினாய்....

தூரத்திலே ஓடினாய்...

என் விழிப்பதிவிலிருந்து விடுபட்டு ஓடி மறைந்தே விட்டாய்...!

உனது சிரிப்பொலியும் தேய்ந்து தேய்ந்து மெல்ல மெல்ல மறைந்தது...

நீ பேச வேண்டியதெல்லாம் பேசிவிட்டு... எனக்குப் பேச வாய்ப்பே கொடுக்காமல்... எனது வாயை மூடிவிட்டு ஓடிப் போய்விட்டாய்...!

இந்த உடனடிப் பிரிவை என்னால் தாங்க முடியவில்லை...

நா வறண்டது...

நாடித் துடிப்பு ஒடுங்கியது...
தாகம் தலை தூக்கியது...
பல வருடங்கள் காதலித்து பிரிந்த காதல் பிரிவைப் போல உணர்ந்தேன்...
சுழலவிட்டேன்... சிந்தனைகளை...!
எதையோ தொலைத்து விட்டேன்...
எதை...?
தெரியவில்லை...!
அதைத்தான் எனது கண்கள் வலை வீசித் தேடுகின்றன...!
வனிதையிடம் தொலைத்தது... வலைவீச்சிலே அகப்படுமா...
நான் தொலைத்தது... அற்பப் பொருள் அல்ல....
அபூர்வ பொருள்...
அதை அபகரித்துச் சென்றவள்... நீ...
அது... உனக்கு சொந்தமான எனது இதயம்...
அதற்கு பதிலாக நீயும்... ஒன்றை விட்டு தான் சென்றிருக்கிறாய்...
அது...
எனக்கு சொந்தமான உனது இதயம்....
நாம் தான் இதயத்தை இடம் மாற்றி நெடுநேரம் ஆகிவிட்டதே....
ஆகவே...
நீ மறைந்த பின்னும்... உனது நினைவுகள் என்னை நீங்கி மறையவில்லை...
என்னை போலவே நீயும்.... எனது நினைவுகளை பாரம் சுமந்து தான் சென்றிருப்பாய் என்பதில் ஐயமேதுமில்லை...!
கடற்கரையிலே....
காதலர்களின் எண்ணிக்கை பெருகி இருந்தது...
அத்தனை காதலர்களும் இணை இணையாகக் கலந்திருந்தார்கள்...
ஈரம் நிறைந்த அந்தக் காட்சிகள் எனது நெஞ்சை வருடின...!
உடனே நானும் எழுந்து போய்விடவில்லை...
நீ.....
மணலிலே எழுதி... விட்டுவிட்டுப் போன "வாசுதேவன்" என்கிற எனது பெயரைப் பார்த்தேன்...
உனது விரல் எழுதியதால் எனது பெயர் முதல் முதலாக கண்களுக்கு அழகாகத் தெரிந்தது...
உற்சாகத் தூறல்கள் மனசு முழுவதும் பரவியது...
பனிக்கட்டி மழையிலே இடையறாமல் நனைந்து கொண்டே நிற்பது போல என் மீது குளிரின் ஆக்கிரமிப்பு...!
குட்டிக்குட்டியாய் கனவுகள்... கற்பனைகள் தோன்றி... தேங்கி நிற்கின்றன....!
மனதிலே நிலைத்தவன் பெயரை... தனது விரல்களால் வரைவது பெண்களுக்கு எத்தனை மயக்கம் தரும் என்பதை இன்று புரிந்து கொண்டேன் நான்...!
எனது பெயரை நீ எழுதிய காரணத்தால்... அந்தப்பெயர் பொருள் பொதிந்த ஓர் அருமையான மரபுக் கவிதையாக உருமாறிவிட்டது கண்ணே...

என்றால்... எனது வாழ்க்கையே உனது கைகளுக்கு வந்தால் எத்தனை அழகாக மாறும்... என்று கனவு ஒத்திகை பார்த்தேன் கண்ணே...

யோசித்தேன்... உன்னைப் பற்றி...

என்ன பெண் நீ...

நாளை கணவனாக வரப்போகிறவன் நான்... என்னிடம் என்னென்னவோ கேள்விகள் கேட்பாய் என்று எதிர்பார்த்து வந்தேன்...

தேர்வுக்குத் தயாராகி வரும் மாணாக்கன் போல...!

"என்ன வேலை...?" உனது கேள்வி....

"வேலையில்லை... தொழில்..." எனது பதில்.....

"என்ன தொழில்...?" மறுபடியும் உனது கேள்வி....

"ஏற்றுமதி இறக்குமதி..." மறுபடியும் எனது பதில்.....

"வருவாய் எவ்வளவு ..?"

"வருமானவரி கட்டும் அளவு... இன்னும் கொஞ்சம் கூடுதலாக... குறையின்றி வாழலாம்.."

"சொந்த வீடா...?"

"ஆமா..."

"வங்கிச் சேமிப்பு எவ்வளவு...?"

"அறுபது இலட்சம்..."

"வாகனம் இருக்கா...?"

"மூணு இருக்கு..."

"எத்தன மணி வரை அலுவலகம்...?"

"சரியாக ஆறு மணிக்கு வீட்ல இருப்பேன்..."

"வாரத்துல ஒரு நாள் என்னை வெளியில கூட்டிக்கிட்டுப் போவீங்களா...?"

"கட்டாயம்..."

"எதிர்கால திட்டம் என்ன..?"

"எவ்வளவோ..."

"எத்தனை குழந்தைகள் பெற்றுக் கொள்ளலாம்... என்ன பெயர் வைக்கலாம்... எப்படி வளர்க்கலாம்... எப்படிப் படிக்க வைக்கலாம்..."

இப்படியெல்லாம் கேள்விகள் கேட்பாயென்று எதிர்பார்த்து நான் அதற்கான பதில்களை மனப்பாடம் செய்துகொண்டு வந்தேன்...

ஆனால் நீ...

இதில் ஒரு கேள்வி கூட என்னைப் பார்த்து கேட்கவில்லையே..!

நீ வருவதற்கு முன்பு... இந்த கடற்கரை மணலிலே... குறுக்கும் நெடுக்கும் நடந்தபடி இவற்றைத்தானே பேசிப்பேசி ஒத்திகை பார்த்துக் கொண்டிருந்தேன்... இப்பொழுது இங்கு எதுவுமே தேவைப்படாமல் போய்விட்டதே...!

கணவன் மனைவிக்கிடையே எந்த விதமான ஒளிவு மறைவும் இருக்கக்கூடாது என்று மட்டும் தான் சொன்னாய்.

அதிலிருந்தே நீ எப்படிப்பட்ட கதாபாத்திரம் என்பதைப் புரிந்துக் கொண்டேன்...

நம் இருவருக்குமிடையே... ஓர் உறுதியான வாழ்க்கை ஒப்பந்தம் நிர்ணயமானது...

அந்தப் பெண் பார்க்கும் நிகழ்வினால் அல்ல...

பெரியவர்கள் சந்திப்பினால் அல்ல...

உறவினர்கள் நிச்சயித்த வண்ணம் அல்ல...

நம் விழிகளும் மனசுகளும் இணைந்து நிகழ்த்திய இந்த கடற்கரைச் சந்திப்பினால் தான்.....!

தெளிவு...!

அந்தத் தெளிவு தான் தொடரப்போகும் வாழ்க்கை...!

அது கிடைத்தது இன்று...!

முறைப்படி பார்த்தால்... இது கூட... ஒரு வகையான விதி மீறல்தான்...!

கருவாய் குடியேறிய தாயின் கருப்பை...

குழந்தையாய் உருமாறிய கருவறை...

பால் குடித்த மார்புகள்...

படுத்துறங்கிய தாயின் மடி...

சவாரி செய்த இடுப்பு...

ஊஞ்சலாடிய முதுகு...

இன்னும்...

கைப்பிடித்து நடந்த தந்தையின் விரல்கள்....

உலகம் காட்டிய தந்தையின் தோள்கள்....

உயர்த்தி உருவாக்கிய பெற்றோரின் உழைப்பு...

இத்தனையையும்... பருவம் வந்ததும் தூக்கி எறிந்துவிட்டு... அத்துமீறித்தான் இப்படிக் கடற்கரையிலே நமது சந்திப்பு நிகழ்ந்தது...!

இது.... விதி மீறல் இல்லையா... ?

இன்றைய நாகரீக உலகின் ஆண்... பெண் இருபாலரின் போக்கும் இப்படித்தானே இருக்கிறது..!

நமது விழிகள் நிகழ்த்திய விதிமீறல் கூட இதற்குள்ளே அடங்கும்...! அதற்குள் சுய கட்டுப்பாடுகள் இருந்தாலும்... அது விதிமீறல்தான்...!

விளைவு.. ?

பல முடிவுகள்...

எண்ணப் பரிமாறல்கள்...

எதிர்காலத்திட்டங்கள்...

உணர்வுப் புரிதல்கள்...

‘நீ’ என்ன... ‘நான்’ என்ன...

‘நாம்’ ஆனபின்னர் நமது எதிர்காலம் என்ன...

இத்தனை நிர்ணயங்கள் நமக்குள்ளே எளிதாக பரிமாரிக் கொள்ளப்பட்டுவிட்டன... அதற்கு இந்தச் சிறிய அத்து மீறலும்... கடற்கரைச் சந்திப்புமே காரணம்...!

கட்டுப்பாடு விதிப்பவர்கள் பெற்றோர்களாயினும்... அவர்கள் வாழ்ந்து கடந்தவர்கள்...

அத்து மீறியவர்கள் பிள்ளைகளாயிருப்பினும்... வாழ்வைத் துவக்கப் போகிறவர்கள்...

இதிலே... இனிமேலே துவங்கப்போகும் வாழ்க்கைதான் முதன்மை பெறுகிறது....

இந்த அத்துமீறலால்...

ஒருவரையொருவர் ஆழப் புரிந்து கொண்டோம்...

ஒருவர் மனதிலே ஒருவர் குடியேறிக் கொண்டோம்...

ஒருவர் தேவையை ஒருவர் பரிமாறிக் கொண்டோம்...

பிறகென்ன...?

திருமணம் தான்...!

பெரியோர்களே நிச்சயித்த வண்ணம்...!

நீ விரும்பியபடி...!

நான் விரும்பியபடி...!

கடற்கரை சந்திப்பிலே நாம் திட்டமிட்டபடி...!

மிகமிக எளிய முறையிலே...!

திருமணத்திற்கு அழைக்கப்பட்டவர்கள்... உறவினர்கள் முப்பது பேர்... நண்பர்கள் அறுபத்தைந்து பேர்... மொத்தம் நூற்றுக்கும் குறைவானவர்களே...

தாலி கட்டிவிட்டேன்...

முடிவுக்கு வந்தன...

நமது கற்பனைப் பயணங்களும்...

கனவுக்காட்சிகளும்...

கரை தெரியா ஓட்டங்களும்...!

எங்கேயோ பிறந்த நீ...

எங்கேயோ பிறந்த எனக்கு...

மனைவியாகிவிட்டாய்...!

இங்கே...!

முற்றுப் பெற்றுவிட்டது... வாழ்வியலின் அழகியல் அத்தியாயத்தின் அதிவேக முதல் பகுதி.....!

மிகுதிப்பகுதியின் துவக்கம்...

முதலிரவிலே....!

அதுவும் நமது திட்டப்படியே...!

எனது வீட்டிலே..!

நாம் வாழப்போகும் நமது வீட்டிலே...

இனிமேல் நீ ஆளப்போகும் உனது வீட்டிலே...!

நமது வாழ்நாளின் சுவையான நிகழ்வுகள்... இனிதே அரங்கேறப்போகும் நமது தனி படுக்கையறையிலே...!

நமது திட்டப்படியே... மிகையான அலங்காரங்கள் ஏதுமில்லாமல் மிக எளிமையான ஏற்பாடுகள்...!

அங்கே... நான் தனியாக...!

எப்பொழுதும்..... நான் உபயோகப்படுத்தும் படுக்கை தான்...

எல்லாமே எனக்குப் பழக்கப் பட்டவை...

பல ஆண்டுகளாக...

ஆனால்...

இன்று...

எல்லாமே புதுமையாகத் தெரிகின்றன... இத்தனை காலமாக பழகிய என்னைப் புறந்தள்ளி.... வேறு யாரையோ எதிர்பார்த்து.... இன்று மிக அலங்காரமாகவும்... உற்சாகமாகவும் வரவேற்க அவை காத்திருக்கின்றன...

அதுவே உரிமைப் பறிமுதல்தானே...

ஓர் ஆணின் சுதந்திரம் இந்தப் படுக்கையறையிலே தானே முதல் முதலாக பறிக்கப்படுகிறது...

அத்தனை இயக்கங்களும் அயலாள் ஒருத்தியிடம் அடங்கிவிடப் போகின்றனவே...

அது யார்...

நீ...

நீ உள்ளே தோன்றும் வரை தான்... 'நான்...'

பிறகு...

நீ தான் இந்தப் படுக்கை... இந்த அறை... அத்தனைக்கும் மொத்தமான உரிமையாளர்....

நான் உன்னை எதிர்பார்த்துக் காத்திருந்தேன்....!

மனசு முழுவதும் பதட்டம்... படபடப்பு... ஆவல்... துடிப்பு...! ஒருவிதமான கலவரம்...!

இங்கே...

கடற்கரையிலே..

கடிதம் எழுதும் இடத்திலே...

சற்றே அந்த முதலிரவுச் சாரலை...

பேரின்பத் தூவலை...

புதிய வாழ்க்கையின் தூறலை...

சிறிது நேரம் அனுபவிக்க நினைத்தேன்... கண்களை மூடினேன்... அந்தப் புதுமண மோகம் எனது உடலெங்கும் பரபரவென்று பரவியது...!

அந்த இளம் நினைவுகளுக்கு ஒத்து போவது போல கடற்கரையின் குளிர்ந்த காற்று என் உடல் தழுவிப் பரவி என்னை பரவசப் படுத்தியது...

எனது தவிப்புகள் வேறு...

துடிப்புகள் வேறு...

கொதிப்புகள் வேறு...

இனிமேல்... இனிமேல்...

அந்தச் சூழல் மீண்டும் வருமா...?

அல்லது மீண்டு தான் வருமா...?

பெண் பார்த்தல்...

விழி நோக்கல்..

முதல் நாணப்பதிவுகள்...

தனிமைச் சந்திப்புகள்...

காதல் கசிந்த உரையாடல்கள்...

அந்த முதல் பூவாசங்கள்...

மணநாள் காத்திருப்புகள்...
மணநாள் அலங்காரங்கள்...
மணநாள் நிகழ்வுகள்...
அந்த நிகழ்விலே உருவான... சிறு சிறு உரசல்கள்...
அந்த உரசல்களால் உற்பத்தியான உளக் கிளர்ச்சிகள்...
அந்த கிளர்ச்சிகள் ஊக்குவித்த... உணர்ச்சி கொதிப்புகள்...
மணம் முடிந்த பின்னே எழும் முதலிரவு மயக்கங்கள்...
முதல் தழுவல்கள்...
முதல் முத்தங்கள்...
முதலில் சிதறிய எச்சில் துளிகள்...
முதல் உடல் பரிமாற்றங்கள்...
அதனால் விளைந்த சுகங்கள்...
இதுபோன்று தித்திக்கும் கனிச்சாறு போன்ற நிகழ்வுகள் எத்தனை.... எத்தனை...!
இவையெல்லாம் வாழ்விலே கடந்து போகும் நிகழ்வுகள் மட்டுமா...?
இல்லவே இல்லை...
வாழும் நாள் தீரும்வரை... இதயத்திலே தேங்கி கிடக்கும் இனிமைச் சேமிப்பு...!
இனிமேல்....
இனிமேல்...
மீண்டும் வருமா...?
மீண்டு வருமா...?
ஏக்கங்களும்... இழப்புகளும் பெருமூச்சுக்களுமே விடைகள்...
போயிற்று... முடிந்தே போயிற்று...!
இனி.... அது போன்ற நிகழ்வுகள் கனவுகளிலும் உணர்வுகளிலும் நினைவுகளிலும் தான் சாத்தியம்...!
நான் கடிதம் எழுதுவதை நிறுத்தி... சற்றே அமைதியானேன்....
உடல்... மனம் முழுவதுமே பனியுருகி பரவுதல் போல குளிர்ச்சி பரவியது...
குளிர்ச்சி மட்டுமா பரவியது... மிக அதிகமான ஒரு வெப்பமும் சேர்ந்தே பரவியது...
நீ பேசிவிட்டாய்... உனது மனசுக்குள் கிடந்தவை அத்தனையும்...
ஆனால் நான்...?
பேசிவிட்டேனா...
மனம் திறந்து...
மறைக்கப்பட்ட ரகசியங்கள் அத்தனையும்...?
இன்னொருவனைக் காதலித்த செய்தியையே நீ சொல்லிவிட்டாய்...
நான் எவ்வளவு பெரிய துரோகத்தை சொல்லாமலே விட்டுவிட்டேன்...!
ஏன்...?
தெரியவில்லை...!
நீ சொல்லி முடித்ததும் நானும் சொல்லியிருக்க வேண்டும்... !
விட்டுவிட்டேன்......!

இன்று.....

அது பெரும் சுமையாக மாறிப் போனது...!

இதோ...

இந்த முதலிரவு அறை கூட தனிமைதான்... ஆனால் சொல்லிவிட மனமில்லை...

ஏன்... ?

அந்த மயக்கமான சூழல் புதிது...

தொடங்கப் போகும் வாழ்க்கை புதிது...

கலக்கப் போகும் உறவு புதிது...

கிடைக்கப் போகும் சுகமும் புதிது...

எல்லாம் புதிது...!

எல்லாமே புதிதாக இருக்கையிலே... இந்தப் பழைய குப்பையை இங்கே கொட்டுவதா...

தடை போட்டேன்...!

இங்கே...

கடற்கரையிலே...

மீண்டும் கடிதத்தைத் தொடர்ந்தேன்...!

இப்பொழுது வார்த்தைகள் இளமையாக வந்தன...!

புதிது புதிதாக...!

தமிழ் கூட எனது வசப்படுகிறதே... !

தங்கு தடையில்லை...

நினைவாற்றலிலே பிறழ்வில்லை.....

வர்ணனையிலே வளம் குறையவில்லை...

எனது எழுதுகோலும்.... அந்த எழுதுக்கோலுக்கு எழுதும் ஊக்கம் தரும் எனது எண்ணச் சிறகுகளும்.... அந்த முதலிரவு அறைக்குள்ளே அத்துமீறி நுழைந்தன...!

அங்கே...

காத்திருப்புச் செய்கிறேன் நான்...

நெடுநேரமாக...

பெண்ணை அலங்கரித்து தயார் செய்கிறார்களாம்... முதலிரவிற்க்காக...

காத்திருகிறேன் நான்...

முதலிரவு அறையிலே....

சுகம்தான்....

காத்திருப்பது கூட....

எப்பொழுது வருவாய்... எப்பொழுது வருவாய்...!

அறையின் வாசலை... தலை நீட்டி தலை நீட்டி அடிக்கடி ஏக்கத்துடன் பார்த்துக் கொண்டே இருந்தேன்...

கடற்கரையிலே....

நமது தனிமை சந்திப்பிற்காக காத்திருந்த போது எவ்வளவு பேரின்பப் பதட்டம் இருந்ததோ... அதைவிட கொஞ்சம் அதிகமாக...!

காத்திருத்தல்...
பெண் பார்த்த பிறகு...!
நீ...
எனது எதிர்காலம் என... நான் தீர்மானித்த பிறகு...!
கரைந்துபோகும் ஒவ்வொரு நொடியும் காத்திருப்பே...
அந்தக் காத்திருப்பு நொடிகளே... வலியிலா வாழ்க்கைக்காக சேமித்து வைக்கப்பட வேண்டியவையாகும்... காதலிலே கூட....!
காதல் மட்டுமே சுகம்...!
இனிமேல்...
காதல்...
காமம்...
கலப்பு...
இணைப்பு...
இன்பம்...
இப்படி மிக நீண்ட பயணம்... !
மண்ணை விட்டு மறையும் வரை...!
அத்தனை நீண்ட வாழ்க்கைப் பயணத்திற்கும் இனிய துணையாக வரப் போவது இந்தக் காத்திருப்புச் சேமிப்புகளே... !
இதோ....
நானும் காத்திருப்புச் செய்கிறேன்...
சேமிப்புச் செய்தபடி...
ஒரு மிகப்பெரிய புனிதப் பயணத்தின் துவக்க நேரம் நெருங்கிக் கொண்டிருந்தது...!
இந்த வினாடி வரை நான்... 'நான்' மட்டுமே...!
நீ..... இந்த அறைக்குள்ளே வந்துவிட்டால்... நான் என்பது மறைந்துவிடும்... நாம் என்று ஆகி விடுவோம்...!
இந்த நாளையும்... நேரத்தையும் வினாடியையும் குறித்து வைக்க வேண்டும்.. மறக்கக் கூடிய நாளா....?
வெறும் உடல் உறவுச் சேர்க்கைக்கான நாள் மட்டுமா இது...?
இரண்டு சரித்திரங்கள் இணையப் போகும் புனித நாள்.... இரண்டு கடல்கள் சங்கமிக்கப் போகும் சுபநாள்....!
எத்தனை கணவன் மனைவிகளுக்கு அந்த முதலிரவு நிகழ்வுகள் நினைவுச் சேமிப்பிலே இருக்கின்றன...?
எத்தனை பேர் அதை குறிப்பெடுத்து பத்திரப்படுத்தி வைத்திருக்கிறார்கள்...?
இதோ...
இன்னும் சில மணித்துளிகள்...
அந்தத் தருணத்திற்காக ஆவலோடு காத்துக்கிடந்தேன்...
இப்பொழுது...
அறைக்கு வெளியே இளம் பெண்களின் குறும்புச் சிரிப்பொலி...
நீ வரப்போவதன் முன்னறிவிப்பு...!

முகம் தெரியா சிரிப்பொலிகள்... இனம் தெரியா ஆடவனின் இதயம் தொட்டு உசுப்புகிறதே...

ஈதென்ன விந்தை.....

அவர்கள் யார்...

நான் யார்...

இந்த உணர்வுக் கலப்பு எப்படி நிகழ்கிறது....?

குதூகலம் கொப்பளிக்கிறது எனக்குள்ளே...

பெண்களின் சிரிப்பொலி தொடர்கிறது....

நாடி நரம்புகள் முறுக்கேறி விறைப்படைகின்றன...

இரவு நேரம்...

முதலிரவு மோகம்....

வாலிப தாகம்.....

தனிமை சூழல்.....

அளவு குறைவான ஒளி.....

குமரிப் பெண்களின் குதர்க்கச் சிரிப்பொலி..... தொடர்ந்துகொண்டே இருக்கிறது.......

எலும்புகளுக்குள்ளே கூட கூச்சம் குடியேறுகிறது...

சின்ன நடுக்கம்... பாரபட்சமின்றி.... உடலின் அத்தனை பகுதிகளிலும்...!

உயிருக்குள்ளே ஊடுருவி ஓர் உரிமைப் பூரிப்பு உருவாகிறதே...

இது என்ன ஒரு நாள் உறவுக்கான இணைப்பா...?

இல்லை இல்லை...

இப்பிறவிக்கான தொடர் பிணைப்பு...

அந்த சிரிப்பொலி தான் "நாம்" என்னும் இணைப்பு நிகழ்வின் முதல் மங்கள வாத்தியம்...

இனியொரு முறை வாழ்விலே இந்த சிரிப்பொலி கேட்குமா...

கேட்டால் அது 'முதல்' இரவா...

அருள் வந்தது போல கண்களை இறுக மூடினேன்... உன்னை வரவேற்க வரவேற்புக் கவிதை வாசித்துக் கொண்டிருந்தேன்...

அந்தச் சிரிப்பொலிகள் கேட்டுக் கொண்டே இருந்தன... அதை மனதிலே உள் வாங்கி உறையச் செய்தேன்... சிரிப்பொலிகள் தேய்ந்து நின்றன.

சிறிது நேரம் எந்த ஓசையும் இல்லை..!

மூடிய விழிகளை மெல்லத்திறந்தேன்...!

என்ன இது...!

இந்த ஒரு நாளுக்கு மட்டும் ஏன் இத்தனை சிறப்பு...?

இவையெல்லாம் நாளையும் தொடருமா....?

இல்லை...

இன்று மட்டும்தான் முதலிரவாம்...!

அது தான் இத்தனை சிறப்பு..... இனிய பரபரப்பு...

இனிப்புக் கடலின் இடைவிடா கொதிப்பு...

என்ன நடக்கிறது வெளியே... காதுகளின் துப்பறியும் சக்தியை வாசல் பக்கம் செலுத்தினேன்...

சன்னமாக... மிகமிக இரகசியமான பேச்சுக்குரல்கள்... பெண்கள் தான்...!

"ஏய்... உள்ள போடி... நாங்க போறோம்... இனிமே நீயே பாத்துக்க..."

அந்தப் பெண்கள் உன்னை தனிமைப் படுத்த முனைகிறார்கள்...

நீ அவர்களை போக விடாமல் தடுக்கிறாய்...

"ஏய்... போகாதீங்கடி... பயமாருக்கு... நீங்களும் கூட வாங்கடி..."

எனக்கு வியப்பு...!

கடற்கரையிலே அவ்வளவு அடாவடித்தனமாகப் பேசிய நீயா... இங்கே இப்படி அச்சப்படுகிறாய்...?

மறுபடியும் பெண்கள் குழுவின் நசிந்த நமட்டுச் சிரிப்பொலி....

உனது தோழிகள் தான்...

"நாங்களும் முதலிரவு அறைக்குள்ள வரவா...

முதலிரவு எங்களுக்கா...

உன் கணவர் எங்க எல்லாரையுமே சமாளிப்பாரா..."

மறுபடியும் சிரிப்பொலி... மறுபடியும் அமைதி...!

தீ...

கனன்று கனன்று அடங்கிக் கொண்டிருந்தது...

இரு உடல்களிலே...!

உள்ளே காத்திருக்கும் எனது உடலிலும்...!

வெளியே காத்திருக்கும் உனது உடலிலும்...!

மூடிய விழிகள் திறந்து வாசலை நோக்கினேன்....!

அங்கே...

மின்னல்.....!

இல்லை.....

மின்னலாய் நீ....!

சிறு மின்னல் குழுவென உனது தோழிகள்......

பெண் வனத்தின் நடுவே... ஒரு மின் வனம்...

ஆம்...

மின் வனம் தான்...

அது தான் அந்த இடத்திலே அத்தனை ஒளி வீச்சு...!

எனது தேவதை நீ அவதரித்துவிட்டாய்...

நீ.... இயற்கையிலேயே அழகு....

அந்த முதலிரவு அலங்காரம்... இன்னும் உனது அழகை மிகைப்படுத்தி இருந்தது...

விழி கூசி வியந்தது...

மலைப்பு... திகைப்பு... எல்லாமே...!

புதிய குழப்பம் எனக்கு... உனது அலங்காரத்தைக் கண்ணுற்று....!

சொந்தமாகப் போகிறவள் பெண் மட்டும்தானே...

அதீதமான இத்தனை அலங்காரங்கள் எதற்கு துணைக்கு...?

என்றால்...

ஆண் ஏமாற்றப் படுகிறானா.....

ஏன்... ?
இணையப் போவது இதயங்கள்...
உருப்பெறப் போவது இல்லறம்...
உயிர் பெறப் போவது காதல்...
வளரப் போவது வாழ்க்கை...
எந்த வகையிலே உதவி செய்கின்றன இந்த செயற்கை அலங்காரங்கள்....!
அறுதியிட்டு சொல்கிறேன் அன்பே.....
உறுதிப்பட்டு போன உனது அழகின் முன்னால்....
உருகிப் போகாதா இந்த உலோக ஆபரணங்கள்....!
எனது அழகு தேவதை உனக்கு ஆரத்தி எடுத்து வரவேற்க எனது மனதிலே இருக்கும் அத்தனை உணர்வுகளும் விழித்தெழுந்து... உனது வழிதொழுது நின்றன......!
அது தான் எனது கண்களிலே இந்த ஒளி மின்னல்...!
உனது தோழிகள்... அத்தனை பேரும் அழகிகள்... அத்தனை அழகிகளின் கண்களும் என் மீதே நிலை குத்தியிருந்தன...
கண் முன்னே பூக்காடு....
நெஞ்சமெல்லாம் வேக்காடு.....!
எத்தனை அழகினை அபகரிப்பது நான்...
எத்தனை அபாயங்களைத்தான் தாண்டுவது...?
அத்தனையும் எனது அறை வாசலிலேயே வந்து இரவு முகாமிட்டால்....
தனியொருவனாக நான் எப்படி சமாளிப்பது...?
திக்குமுக்காடிப் போனேன்...
வீரன் ஒருவன்...
வீராங்கனைகளின் முற்றுகை...
வீரன் நிராயுதபாணி...
வீராங்கனைகளிடமோ ஆயுதக் குவியல்...
உடலின் அத்தனை பகுதிகளிலிருந்தும் சீறிப்பாயும் ஏவுகணைகள்...
தப்புவானா ஆண்மகன்...!
முதலிரவிலே இத்தனை பாதுகாப்புடன்தான் வரவேண்டுமா பெண்...
மனம் திறந்து வந்தால்... மற்போரே நிகழ்த்தலாம்...
படை திரண்டு தாக்கினால்... சொற்போர் கூட நிகழ்த்த இயலாது..!
இது புரியாதா பெண் இனத்திற்கு...?
இது போர்க்களம் தான்...!
அதனால் தான்... எல்லா ஆண்களுமே முதலிரவிலேயே படுதோல்வியைத் தழுவி விடுகிறார்கள்...!
மாற்ற முடியாத உண்மை...
பெண்...
ஆணை வெற்றி கொள்வதற்கென்றே அவதாரம் எடுத்தவள்... !
ஆண்...
பெண்ணிடம் தோற்றுப்போகவே பிறவி பெற்றவன்...

அந்த பெண் குவியலின் நேரடித் தாக்குதலை எதிர்கொள்ள இயலாமல் தலை கவிழ்ந்தேன் நான்...!

அறை முற்றிலும் மொத்த அமைதி...

எனது எதிரிலே... எனக்காகவே அலங்கரிக்கப்பட்டு ஓர் அழகுக்குவியலே காத்துக் கிடக்கையிலே... எவ்வளவு நேரம் தான் தலை தாழ்த்தியே தவமிருப்பது...

எனது அறிவு என்னோடு மல்லுக்கட்டுகிறது...

'ஏ... மடையா... முட்டாள்... அறிவு கெட்டவனே... வாசலிலே வந்து காத்து நிற்பவள் உனது வீட்டுக்கு வந்த விருந்தாளியல்ல... உனக்காகவே பக்குவமாய் சமைத்து வைக்கப்பட்ட அறுசுவை விருந்து... போ... போய் அப்படியே அபகரித்து உள்ளே கொண்டுவா...'

நியாயம் தானே... இது ஏன் எனக்குத் தோன்றவில்லை...?

துணிவு வந்தது... மெல்ல மெல்ல தலை நிமிர்த்தி விழி செலுத்தினேன்...!

ஆச்சர்யம்...!

அங்கே நீ மட்டும் தனித்து நிற்கிறாய்..!

சிரிப்பொலி எழுப்பிய உதிரி தேவதைகள் உதிர்ந்து விட்டிருந்தார்கள்....!

ஓ...

இப்பொழுது புரிந்தது...

மற்போருக்கு வந்தவரல்ல அந்த மங்கைகள்...

மறைமுகப் போருக்கு வந்தவர்கள்...

நான் அறைக்குள்ளே...

நீ வாசலிலே...

என்ன செய்ய வேண்டும் இந்த சமயத்திலே......

எனக்குத் தெரியவில்லை...

உனக்குத் தெரியுமா.....?

"வா" என்று அழைக்க வேண்டுமா......

உனது அருகே வந்து கைப்பிடித்து அழைத்து வர வேண்டுமா...

வாசல் வரை வந்த தோழிகள்... அறைக்குள்ளேயே வந்து விட்டுவிட்டுப் போயிருக்கலாமே...!

இப்போதும் அவர்கள்... நம்மைச் சுதந்திரமாய் விட்டுச்சென்றது போல எனக்குத் தோன்றவில்லை...

எங்கோ மறைந்திருக்கிறார்கள்... நாம் கண்காணிக்கப்படுகிறோம்... நமது நடவடிக்கைகள் நோட்டமிட்டு கணக்கெடுக்கப்படுகின்றன...!

எவ்வளவு துணிச்சலான பெண்களாயிருந்தாலும்... முதலிரவு என்று வந்தால் துவண்டு தான் போய் விடுகிறார்கள்...!

இதோ...

நீயே அதற்கு உதாரணமாக... அறை வாசல் வரைக்கும் வந்தும் அயற்சியுற்று நிற்கிறாயே...

கடற்கரையிலே...

விழிச்சந்திப் பிற்காக நீ வந்த விரைவு என்ன...

திரும்பி போகையிலே நீ ஓடிய ஓட்டத்தின் வேகம் என்ன...

நீ பேசிய வேகம் என்ன...

அவற்றிலே ஒன்று கூட... இங்கே நீ நிற்கும் தயக்க நிலையோடு ஒத்துப்போகவில்லையே...

என்ன காரணம்...?

முதலிரவு என்பது....

பெண்களை பயப்படுத்தும் நிகழ்வா...

உனது உடலிலே கொஞ்சம் நடுக்கம் கூடத் தெரிகிறதே...

அவ்வளவு மென்மையான பெண்ணா நீ...?

முதலிரவுக்குப் பின்னேதானே பூக்கள் துவள வேண்டும்...?

முதலிரவுக்கு முன்னே துவண்டு நிற்பது என்ன விதமான இலக்கணம்...?

பெண் பூவுக்கு மட்டும் இது பொருந்துமோ...?

இதுவரை பரிசுத்த நீர்த்தேக்கமாயிருந்த பெண்மைக்குள்ளே... ஆண்மைக் கலப்பு நிகழப்போகும் நேரமல்லவா...

அது தான்.... பெண்கள் அப்படி அடங்கிப் போய் விடுகிறார்கள்....

நீ... தலை குனிந்தபடியே நின்றாய்...!

நான்.... உன்னைப் பார்த்தபடியே இருந்தேன்...

கடற்கரையிலே நான் சந்தித்த நதியா நீ.....?

இவ்வளவு நாணமாய்...!

கடற்கரையிலே நீ வெளியிட்ட பட்டியலிலே இவையெல்லாம் இடம் பெறவில்லையே கண்ணே.....

என்றால்.... ஒரு பெண்ணுக்குள்ளே இரண்டு கதாபாத்திரங்களா...

இல்லை...

பெண் என்பவள்....

பல கதாபாத்திரங்களின் உள்ளடக்கம்....!

எது எது... எந்தெந்த தருணங்களிலே தேவையோ... அதனதன் தேவையைப் பொறுத்து... அந்தந்த கதாபாத்திரங்கள் வெளிப்படும்....

இப்பொழுது நாணப்படும் கதாபாத்திரம்...

பெண்...

முற்றிய நாணத்தின் விளைச்சல்...

இன்று இருக்கிறது...

நாளை இருக்கும்...

அதன் பிறகும் இருக்கும்...

அறுபதிலும்... எண்பதிலும் கூட நாணம் நகன்றுவிடாது...

அந்த நாணம்தான் பெண்...!

அந்தப் பெண்தான் நாணம்...!

இப்போது எனது முன்னே நிற்பதும் அதேதான்...

நாணத் திரள்...!

என்ன செய்வது இப்போது...?

நான் ஆண்மகன்தானே... எனக்கென்ன பதட்டம்.....

நானே உனது அருகிலே வந்தேன்... அப்பொழுதும் நீ தலை நிமிரவில்லை... லேசாக முகத்திலே வியர்வை முத்துக்கள் விளைந்திருந்தன...!

வியர்வை முத்துக்கள் விளைந்திருந்தால் மட்டும் விலகிவிடுமா முதலிரவு நிகழ்வு... ?

விளைச்சல் கண்டும் வீணாய்ப் போவது... இந்த வியர்வை முத்துகளே...

இப்பொழுதுதான் உன்னை மிக அருகிலே பார்த்தேன்..... எனக்குச் சொந்தமான சொத்தாக..!

எனக்கும் கொஞ்சம் மயக்கம் தான்...

நடு நடுவே... சின்னச் சின்ன ஓசைகள் இடையூறு செய்தன...

அது...

மறைந்திருந்து... நமது முதலிரவு சம்பவத்தை மர்மக்கதைத் தொடராக மாற்றும் முயற்சியிலே ஈடுபட்டிருக்கும்... உனது தோழிகளின் அசைவுகள் தரும் ஓசை என்பதை என்னால் உணர முடிந்தது...

அவர்களும் புதுப்பெண் போல நகைகள் அணிந்திருந்தார்கள்... கண்ணாடி வளையல்கள் கை நிறைய பூட்டியிருந்தார்கள்... கொலுசுகள் அணிந்திருந்தார்கள்... பட்டுப்புடவை அணிந்திருந்தார்கள்... அவர்களது அசைவுகளுக்குத் தகுந்தபடி அந்த ஆபரணங்கள் எழுப்பும் அறிகுறிகள்தான் அந்த ஓசைகள்...!

எத்தனை தலைமுறைகளாய் தொடரும் மறைமுக நடவடிக்கைகள் இவை...

இன்னும் தொடர்கின்றன...

இனிமேலும் தொடரும்...

யாரும் விதை போடாமலே உரம் போடாமலே வளரும் பழக்கங்கள் இவை...!

எப்படியாவது உன்னை அறைக்குள்ளே அழைத்துக்கொண்டு... கதவை மூடிவிட்டால்... அவர்களது துப்பறியும் எல்லைகள் அடைபட்டுப் போகும்...!

அறைக்குள்ளே போயே தீர வேண்டும்...

நடக்க வேண்டயது நடந்தே ஆக வேண்டும்...

அதுதான் நடைமுறை....!

இன்று...

இங்கு...

இப்பொழுது நடக்கப் போவது அத்தனையும் முதல் முறையாக அல்லவா......

முதல் தொடுதல்...

முதல் சிலிர்ப்பு...

முதல் அணைப்பு...

முதல் நெருக்கம்...

முதல் முத்தம்...

முதல் தவிப்பு...

முதல் பகிர்வு...

முதல் புரிதல்...

முதல் கொதிப்பு...

முதல் சேர்க்கை...

முதல் களைப்பு...

முதல் அடக்கம்...

அந்த முதல் உடற்சேர்க்கை தான் இறுதியாக நிகழப்போவது...!

அதன் முடிவிலேதான் 'நான்' என்பது போய்..." நாம் "என்று மலர்வது...!

இந்த அத்தனை முதல் நிகழ்வுகளும் இன்று நிகழ வேண்டும்... என்பது தான் வகுக்கப்பட்ட நிகழ்ச்சி நிரல்...

அந்த நிகழ்ச்சி நிரல் தான் ஒவ்வொன்றாய் கடந்து கொண்டிருந்தது...

அடுத்த நிகழ்வை யார் முதலிலே ஆரம்பிப்பது... என்பது தான் இங்கே கேள்வி....!

ஆண்மகன் நான்தான் அதற்கு முயற்சிக்க வேண்டும்...

நீ எனது உரிமையாகிவிட்டாய் தான்... என்றாலும் எப்படி கட்டுப்பாடில்லாமல் தொடுவது..... சற்றே தயங்கினேன்...!

வேறு வழியொன்றும் தோன்றவில்லை எனக்கு... எவ்வளவு நேரம் இருவரும் வாசலிலேயே நிற்க முடியும்...?

பயத்தோடு அக்கம் பக்கம் திரும்பிப் பார்த்தேன்... ஒரு திருடனைப் போல...

தரையையே நோக்கிக் கொண்டிருந்த உன்னை உசுப்பி... கவனத்தைக் திருப்புவதற்காக... மிகவும் தயக்கத்தோடு... மிக லேசாக உனது வளைக்கரம் மீது விரல் கொண்டு தீண்டினேன்...

அது சரியாக உனது மேனியிலே பட்டிருக்கக்கூட வாய்ப்பில்லை...

அது தான் முதல் தொடுதல் எனப்படுவது...!

ஆனால்....

நான் நினைத்தது நிகழவில்லை...

நிகழ்ந்தது வேறொன்று....!

24. எனது விரல் பட்ட நொடிநேரம்...

எனது விரல் பட்ட நொடிநேரம் கூட நீ தாமதிக்கவில்லை...!

கையை சரக்கென்று உள்ளே இழுத்தாய் நீ....!

அது மட்டுமா...

உனது கால்களும் சரக்கென்று ஒரு அடி தூரம் பின்னோக்கி இழுத்துக் கொண்டன... சிறிய சரசர ஓசை... பட்டுப் புடவையின் அசைவிலிருந்தும் ... காலின் மெட்டிகளிலிருந்தும்... கை வளையல்களிலிருந்தும் ஒலிபரப்பாகியது...

அமைதியான இரவு நேரம் என்பதால்... ஓசை அதிகமாக ஒலித்தது....

நான் வேறு என்னதான் செய்வது... ?

அந்த ஓசைகள் என்னைக் கொஞ்சம் பயப்படுத்திவிட்டன....

பேந்தப் பேந்த விழித்தபடி அந்தப்பக்கம் இந்தப்பக்கம் தலை திருப்பினேன்...

குற்றமேதும் நான் நிகழ்த்திவிடவில்லை...

ஆனால்.....

அந்த ஓசை... என்னைக் குற்றவாளியாக அறிவித்துக் கொண்டிருந்தது ...

மீண்டும் சந்தேகம்... எனக்குள்ளே...

கடற்கரையிலே நான் பார்த்த அதே பெண் தானா நீ......!

உனது முகத்திலே முளைவிட்டிருந்த வியர்வை முத்துக்களை வளையல் பூட்டிய கையால் துடைத்தாய். ...

அந்த வளையல்கள்.....

கொஞ்சம் கூட அடக்கமில்லாமல் வளமாக ஓசை எழுப்பின....

வளையோசை ஓய்ந்த பிறகு சிறிது நேரம் அமைதி...

அந்த அமைதியின் நடுவே... மெல்லிய இரகசியக் குரலிலே... உனது வளையல் ஓசை பற்றி... உனது தோழிகளின் இரட்டைப் பொருள் செறிந்த விமர்சனங்கள்...!

“ஏய்... நிலமை ரொம்ப மோசம் போலருக்குடி... விபத்து... நிகழ்திருச்சின்னு நினைக்கிறேன்...”

“சரி தான்...”

“இன்னும் கொஞ்சம் பக்கத்துல போய் கவனிப்போமா...”

உனது திருட்டுத் தோழிகளின் திட்டம்... இரவெல்லாம் தொடரும் போலத் தெரிகிறது...

எப்படியோ... நான்தான் தனிக்குற்றவாளி என்பதற்கு சாட்சியங்கள் பெருகிக் கொண்டே போயின...

இதுதான் ஆணின் நிலை...

பதற்றம் இருவருக்கும்.....

குற்றம் எனக்கு மட்டும்....

எப்படியாவது அவர்களது குறும்புப் பிடியிலிருந்து தப்ப வேண்டும்...

“இங்கேயே நிக்கப்போறமா... ?”

வேறு வழியின்றி கேட்டுவிட்டேன்...

அதற்கும் நீ தலை குனிந்தபடியே தான் நின்றாய்... உனது தோழிகள் மறைந்திருந்து நம்மை கவனிப்பதை நீ கவனிக்கவில்லை...

எனக்கு ஒன்று புரியவில்லை...

என்ன நிகழப்போகிறது இங்கே...

எதற்காக இன்றைய நிகழ்வு...

ஆணுக்கும் புரியும்... பெண்ணுக்கும் புரியும்....

ஆனால்..... பெண் அமைதியாகவே நிற்கிறாள்...

ஆண் அலைபாய்ந்து அவதிப்படுகிறானே ஏன்... ?

என்றால்...

பெண்ணுக்கு இன்று நிகழ்ப் போகும் நிகழ்விலே உடன்பாடில்லையா...!

தெரியவில்லை...!

மீண்டும் நானே பேசவேண்டிய கட்டாயம்.... !

“பரவாயில்ல... நிக்கலாம்... நம்ம அறை தான்... விடியிறவரை கூட நிக்கலாம்... ஆனா... எங்கயோ மறைஞ்சு நின்னு உன் தோழிகள் பாக்கறாங்க... அதுவும் உனக்கு சம்மதமா... ?”

இப்பொழுது... உன்னிடம் சிறிய அசைவு... வேறு வழியின்றி... மெதுவாக அறையை நோக்கி நகர்ந்தாய்...

அந்த அசைவின் போது உனது அழகுப் பாதங்களை அளவெடுத்தேன் நான்...

மருதாணி வைத்து வண்ணம் பூசப்பட்ட மென்மைப் பாதங்கள்...

மலர்ப் பொலிவுதான்...

அந்த கால் கொலுசுகள் தான்... அந்தப் பாதங்களை எத்தனை கவர்ச்சியாக கட்டம் கட்டித் தனியே எடுத்துக் காட்டுகின்றன...!

அடேயப்பா... அந்த நடையை விமர்சிக்க வார்த்தைகள் ஏது....

நீ அசைந்து நடக்கையிலே வெளிப்பட்ட மெல்லிய ஓசைகள் கொஞ்சமா......

சரசரவென்று அதே பட்டுப் புடவையின் ஓசை... அதே கை வளையல்களின் ஓசை... அதே கால் கொலுசுகளின் ஓசை... அதற்குத் துணையாக கால் மெட்டிகளின் ஒத்தாசை...!

இத்தனை ஓசைகள் இணைந்து உனது நடைக்குப் பின்னணி இசை வாசித்தன....!

பெண்களுக்கு பக்கபலமாக இத்தனை உபகரணங்கள் செயல்படுகின்றன...

ஆண்களுக்குகென்று என்ன இருக்கிறது.... ?

பல தலைமுறையாக ஆண் இனம் ஒருதலைப் பட்சமாக வஞ்சிக்கப்பட்டுக் கொண்டே வந்து கொண்டிருக்கிறது...

அலங்காரங்கள் அத்தனையும் பெண்களுக்கு...

வெறும் ஆண்மை மட்டும் ஆண்களுக்கு...!

அத்தனையும் அபகரித்து... கொள்ளை கொண்டுவிடும் வல்லமை படைத்த பெண்களிடம் அமைதி...

அனைத்தையும் அந்தப் பெண்களிடம் இழந்துவிடும் பலவீனத்தையே பலமாகக் கொண்ட ஆண்களிடம்... ஆதாயமில்லாத ஆர்ப்பாட்டம்...!

இதுதானே நிரந்தர உண்மை...

இன்று இங்கேயும் அதுதான்...!
நீ நகர்ந்த பின்னே... நான் அங்கேயே தனித்து நிற்க முடியுமா....?
துரிதமாக இயங்கினேன்....
வேகமாக கதவை மூடிவிட்டு ஓடி வந்து... கட்டிலருகே நின்றேன்...
நீ.... உடனடியாக எனது அருகிலே வந்துவிடவில்லை...
சற்று விலகியே நின்று கொண்டாய்....
மழை ஓய்ந்தும்... ஈரம் காயாதது போல... தோழிகள் நீங்கியும் உனது தயக்கம் நீங்கவில்லை....!
எதற்கு ஒன்றிணைந்தோம்...?
உனக்கே தெரியும்...
எதற்குக் காத்திருக்கிறோம்.....?
அதுவும் உனக்கே தெரியும்...
நீயும் படித்த பெண்... எல்லாம் தெரிந்தவள்... இவ்வளவு இருந்தும் நீ அமைதிகாத்தாய்... நான் என்ன செய்ய முடியும்....?
இரவு..!
அதுவும் முதலிரவு..!
அமைதி...
அதுவும் உருவாக்கப்பட்ட அமைதி...
முறையாக செய்துவைக்கப்பட்ட ஏற்பாடுகள்...
எதற்கென்று தெரிந்தும் அமைதியாக நின்றால்.... எப்படி புரியவைப்பது....?
அசட்டுத்தனமான புன்சிரிப்புகளாலும்... கையசைவுகளாலும்... கண்ணசைவுகளாலும் முயற்சி செய்தேன்...
எனது தேவையை... நமது தேவையை... உனக்கு புரியவைக்க....!
பரிதாபமாக ஏங்கினேன்...
உனது ஒத்துழைப்பிற்காக...
ஆனால்.. உனது நிலை வேறு....
மனக்கொதிப்பு...
உடல் கொதிப்பு...
மூச்சு முட்டல்...
வெப்பக்காற்று வெளிப்பாடு...
வெட்கப் போர்வை...
விழிகளிலே காதல்...
விழி இமைப்பிலே துரிதம்..
இதோ...
உனது கைகளிலே லேசான நடுக்கம் உருவானது எனக்கே தெரிகிறது...
இது தான் புதுமை...
விளையப் போவது ஆனந்தம்...
ஆனால்...
விலகி நிற்பது நிர்பந்தம்...

மருதாணி வைத்த உனது கைகளும் விரல்களும் ஒன்றுடன் ஒன்று பின்னிப் பின்னி மல்லுக்கட்டு செய்து கொண்டிருந்தன...

இறுக்கிப் பிடிக்கின்றன...

விடுகின்றன...

மீண்டும் 'விசுக்' கென்று பிடிக்கின்றன...

பிசைகின்றன...

முறுக்குகின்றன...

முறுக்குப்பிழிகின்றன...

சுளுக்கிக் கொள்வது போன்ற காட்சி... விரல்கள் நொறுங்கி விடுவது போன்ற நொறுக்கலான அசைவுகள்...

விழிகள் தரை நோக்கி... படபடவென அடித்துக் கொண்டே இருக்க... விழிப்படலம் கிறு கிறுவென்று சுழன்று கொண்டே இருக்கின்றன...

கழுத்து நரம்புகள் விம்மி விம்மிப் புடைத்து... உனது ஒத்துழையாமையை வெளிப்படுத்துகின்றன... கால் விரல்கள் கூட தரையிலே உறுதிபட நிற்கவில்லை...

எப்படி இது...?

ஒரு இரவுக்கே இத்தனை தயக்கமெனில்... உலகிலே மக்கட்தொகைப் பெருக்கம் எப்படித்தான் நிகழ்ந்தது...?

ஒரு வேளை ஒரே இரவுக்குத் தான் இத்தனை தயக்கமோ...!

நானும் குறுக்கு வழியிலும் நேர் வழியிலும் வலியுறுத்திப் பார்த்தேன்... எதுவும் பலிக்கவில்லை...

ஆனால்.....

எப்படியேனும் இங்கே ஒரு கொள்ளைச் சம்பவம் நிகழத்தான் போகிறது....!

கொள்ளை போகப்போகிறவள் நீ...

உன்னை கொள்ளையடிக்கப் போகிறவன் நான்...!

யாரிடம் புகார் செய்ய முடியும்...

யார் வந்து தடுக்க முடியும் இதை...!

ஆனால்...

நீ ஏனோ... இன்று முதலிரவின் அந்த நிகழ்வு இல்லை என்று முடிவு செய்துவிட்டாய் போலும்....!

முதலிரவு என்றால்... மெத்தை விரிப்பு கசங்க வேண்டும்...

புதிய பூக்கள் வதங்க வேண்டும்...

அலங்காரம் கலையவேண்டும்...

அழகுப்பெண் சிதைய வேண்டும்...

நகக்கீறல்கள் உருவாக வேண்டும்...

முத்தங்கள் பல பகுதிகளிலே பதிய வேண்டும்...

உடைகள் தூரப்போய் விழவேண்டும்...

உரத்த குரல்கள்....

ஆர்வக் குரல்கள்...

ஆசை ராகங்கள்.....

இணக்கங்களின் வெளிப்பாடுகள்...

சம்மதித்ததன் மௌனங்கள்....

சங்கமித்ததன் உச்சங்கள்...

இன்னும் பால்... பழம்... இனிப்பு... எத்தனை நடைமுறைகள் நிகழ வேண்டும்....?

எதுவுமே நிகழ்வதற்கான அறிகுறிகளோ... அசைவுகளோ இங்கே இல்லை...!

நிற்கிறோம்...

அலங்காரம் குறையாமல் நீ....!

ஆர்வம் குறையாமல் நான்..!

என்னால் என்ன செய்ய இயலும்...?

சண்டை போடவோ... வரம்பு மீறவோ... பலாத்காரம் செய்யவோ இது இடமா...

நான் பொறுமை காத்தேன்...

இந்த இடத்திலேதான்... ஆணின் அதிகாரம் முழுவதும்... பெண்ணின் கைகளிலே இசைந்தே அகப்பட்டுக் கொள்கிறது....

முதலிரவு...

ஆணுக்குரிய சுதந்திரம்...!

ஆனால்...

அதை அவன் அதிகாரமாக அடைய இயலாது...!

அவள் சம்மதித்தால்தான்...!

'அந்த' ஒரு பலவீனத்தினாலேயே... ஆண் அடங்கிவிடுகிறான்... பெண் எளிதிலே அவனை வசப்படுத்தி விடுகிறாள்....

இதன் தொடர் நிகழ்வுகளாக... ஆயுள்வரை அவன் பெண்ணுக்கு அடிமைப்பட்டே கிடக்க வேண்டும்... அந்த அடிமை ஒப்பந்தம் உருவாக்கப்படுவது இந்த முதலிரவு அறையிலேதான்....!

நேரம் போய்க்கொண்டே இருந்தது,... முதலிரவின் நேரம் முக்கால்வாசி கரைந்தே விட்டது... உன்னிடம் உறவுக்கான இசைவின் அறிகுறி தென்படவே இல்லை...

கடற்கரையிலே பார்த்த நதிக்கும்... இன்று பார்க்கும் நதிக்கும் நிறைய வேற்றுமை இருந்தது...

அந்த கடற்கரைச் சந்திப்பு...

ஆயுள் பாதுகாப்பிற்காக...!

இந்த இரவு சந்திப்பு...

நமது வாழ்வியல் துவக்கத்திற்காக...!

ஆனால்...

உன்னை முழுவதுமாய் உருக்கி அர்ப்பணிக்க வேண்டிய இந்த இரவிலே... நீ உன்னை தற்காத்துக் கொள்கிறாய்...

ஏனோ தெரியவில்லை...!

எதற்காகவோ இன்று ஊமை வேடம் புனைந்து கொண்டாய்...!

பேச்சும் இல்லை... செயல்பாடும் இல்லை...!

ஆண்மைக்கு கொதிப்பு...

பெண்மைக்கு சாதிப்பு...!

இது இயற்கை...

இதுதான் இங்கே நிகழ்ந்து கொண்டிருக்கிறது...!
ஏம்மாற்றமடைந்து... எச்சில் விழுங்கி எச்சில் விழுங்கியே....!
நேரம் கழிந்தது...!
இரவு உலர்ந்தது...
பகல் புலர்ந்தது....!
எனக்கு தோல்வி....
உனக்கும் தோல்வி தான்...
நான்....
எனது தோல்வியை வெளிக்காட்டினேன்......
கனன்ற பார்வைகளாக....
கசிந்த பெரும் மூச்சுகளாக.....!
ஆனால் நீ...
உனது தோல்வியை காட்டிக்கொள்ளவேயில்லை......!
அது பெண் இனத்திற்கே உரிய சாதனை!
இருவருமே அறையை விட்டு வெளியே வந்தோம்......
நீ குளித்தாய்...
நானும் குளித்தேன்...
உனக்குப் புத்தாடை...
எனக்கும் புத்தாடை...
என்னைச் சுற்றி விசாரணைக் குழு...
உன்னைச் சுற்றியும் விசாரணை வளையம்...
தேடித்தேடிக் குறிப்பெடுக்கப்படுகின்றன...
படுக்கை விரிப்பிலே....
அறைச் சிதறல்களிலே...
கசங்கிக் காய்ந்த பூக்களிலே...
துவண்டிருக்க வேண்டிய உடைகளிலே...
கன்னங்களிலே...
உதடுகளிலே...
கழுத்துப் பகுதிகளிலே...
இன்னும் கண்ணுக்குத் தெரியும் உடற்பகுதிகளிலெல்லாம்... !
ஏமாற்றம்...!
அனைவருக்குமே குழப்பம்...!
அனைவரிடமும் கேள்வி...!
ஏன்....?
கிடைக்க வேண்டிய தடயகள்... அடையாளங்கள் கிடைக்கவில்லை...!
ஆனால்...
நமது மோசடிச்சிரிப்பு அவர்களை ஏமாற்றுகிறது...!
நடக்க வேண்டியது நடந்துவிட்டது போல...!
பகல் முழுவதுமே உனது உபசரிப்புகள்... சிரிப்புகள்... இசைவுகள்...

வளைவு நெளிவுகள்... அக்கம் பக்கம் பார்த்தபடியே என்னைப் பார்க்கும் பார்வைகள்... அத்தனையுமே அபாரமாக இருந்தன...!

நான் முதலிரவுத் தோல்வியினால் ஏற்பட்ட கோபத்தைச் சிறிது காட்டியபடியே... உனது உபசரிப்புகளை அங்கீகரித்தேன்....!

நீயும் நானும் இணைய வேண்டும் என்பதற்காக வீட்டிலிருந்த அனைவரும் நம்மை மட்டும் வலுக்கட்டாயமாக தனிமைப்படுத்தினார்கள்...

உனக்குள்ளும் ஏக்கங்களும்... தேவைகளும் இருப்பதை உனது கண்கள் அவசரப்பட்டு இன்று என்னிடம் காட்டிக்கொடுத்துக் கொண்டிருந்தன...

உன்னுடைய திருட்டுச் சிரிப்புகளும்... நாணப்பட்ட உடல் அசைவுகளும்... என்னைச் சமாளிக்க நீ நடத்திய தெளிவில்லாத நாடகங்களும்... வரும் இரவு எனக்கு சாதகமாய் அமையும் என்பதை அறிவுறுத்தின...!

மிகுந்த எதிர்ப்பார்ப்புக்கிடையிலே....

அந்த....

இரண்டாவது இரவும் வந்தது...!

கடற்கரையிலே... பேசிப் பேசியே பொரிந்து தள்ளிய உன்னுடன்... கொஞ்சம் கொஞ்சமாக பேச்சு கொடுத்து... உன்னைப் பேசப் பழக்கினேன்....

பயம் போக்கினேன்....

பக்குவப்படுத்தினேன்.....

உனது மனதை வசப்படுத்தினேன்.....

கிளிப்பிள்ளை போல தத்தித்தத்தி மழலை போல ஆரம்பித்து... பின்னர் நன்றாகப் பேசினாய்.....!

எனக்குப் பெருமுச்சு வந்தது...

அப்பா... என் நதி பேசுவாள்...!

நீ பேசும்போது உனது முக அசைவுகளை ரசித்தேன்...

கொஞ்சம் பேசினாய்... கொஞ்சம் கூடப் பேசினாய்...கொஞ்சிப் பேசினாய்... பின் மிகையாகப் பேசினாய்..!

பேசினாய்.... பேசினாய்..!

வந்துவிட்டது... அதே கடற்கரை பேச்சு...!

பேச்சு இதமானதும்... சிரிப்பு கூட்டுச் சேர்ந்தது...

சிரித்தாய்...

பெரிதாக சிரித்தாய்...

கூச்சமின்றி சிரித்தாய்...

கடற்கரையிலே சிரித்த சிரிப்பிற்கும்... இப்போது இந்த சிரிப்பிற்கும் நிறைய வேறுபாடுகள் வெளிப்பட்டன...!

அது.... அதிகாரம்...!

இது...... முற்றிலும் காமாதிகாரம்...!

முதலிலே வெட்கம் போனது... பின்பு பயம் போனது... அதன் பின்பு அடக்கம் போனது... அதற்கும் பின்பு கட்டுப்பாடுகளும் தேய்ந்தன....!

முகத்தைக் கைகளால் மூடிமூடித் திறந்தாய்...

அதனால்...

அந்த அறையிலே இருள் கவிந்து கவிந்து ஒளி பிறந்து கொண்டிருந்தது....!

ஏன்...?

அறைக்கு ஒளி வந்ததே... உனது முகப் பொலிவிலிருந்துதானே...!

நீ.... மெல்ல மெல்ல எனது வயப்பட்டுக் கொண்டிருக்கிறாய் என்பதை நான் உணர்ந்தேன்....

அன்று இரவு முழுவதுமே பேச்சு... சிரிப்பு... ரசிப்பு... அவ்வளவுதான்...!

மீண்டும் ஏமாற்றமே...!

இரண்டு இரவுகள் பேசுவதற்கு என்ன இருக்கும்....?

எவ்வளவோ இருந்தது...

உனக்கு...!

அதனால்.... பேசிக் கொண்டே இருந்தாய்..!

ஆனால்.... ஒருபடி முன்னேற்றம்...!

முதல் நாள் வெறும் பார்வை...

இரண்டாவது நாள் இரவு முழுதுமே பேச்சு...

எனக்குப் பேசுவதற்கு நீ சந்தர்ப்பமே கொடுக்கவில்லை..!

உன்னிடம் சொல்வதற்கு என்னிடம் தகவல் இருந்தது... ஆனால் நீ இடைவெளியே விடவில்லை.....

மூச்சுவிடுவது கூட வேக மூச்சாக விட்டு... இழுத்து... மறுபடியும் பேச ஆரம்பித்துவிட்டாய்...

'ஒரு வேளை வாயாடிப் பெண்ணோ...' என்று கூட பயந்து விட்டேன்...

முதல் இரவிலே ஊமைப் பெண்...

இரண்டாம் இரவிலே வாயாடிப் பெண்...

முன்னேற்றம் தான்...!

முதலிரவிலே... பெண் பேசி ஆண் அடங்கிவிட்டால்... ஆயுள்வரை ஆண் அடிமைதான்...!

பெண்ணை அடக்கி ஆண் பேசிவிட்டால்... ஆயுள்வரை பெண் அடிமைதான்...!

இங்கே...

நான்... முதல் ரகமாக மாறிக்கொண்டிருந்தேன் அன்பே....!

பெண்களை...

கிடைத்ததும் சிதைத்து விடாமல்... பூக்களை அழகு பார்ப்பது போல... சற்று பார்த்து... ரசித்து... முகர்ந்து... நிதானித்து... கையாண்டால்... அது உடற் சேர்க்கையிலே விளையும் சுகத்தை விட உயர்ந்த சுகம்தான்...!

இங்கே...

கலைய வேண்டிய ஓர் ஓவியம் கலையாமலே... கண்முன்னே களையாக புத்தம் புதிதாகவே மிளிர்ந்து நிற்கிறதே...

காரணம்...

முதல் இரவு என்பது வெறும் உடற்சேர்க்கைக்காக உருவாகும் சந்தர்ப்பம் அல்ல என்பதை நான் இப்பொழுதுதான் புரிந்து கொண்டேன்...!

மனங்கள் இணைய வேண்டும்......

அதுதான் இங்கே நிகழ்ந்து கொண்டிருக்கிறது.....

இருவருமே தனித்தனியாய் எங்கெங்கோ பிறந்திருக்கிறோம்... வளர்ந்திருக்கிறோம்...

வாழ்ந்திருக்கிறோம்.....

பயணித்திருக்கிறோம்...

பல நிகழ்வுகளைக் கடந்திருக்கிறோம்.....

நாமே நிகழ்த்தியிருக்கிறோம்..

நமக்குள்ளே... பல குணங்களை சேமிப்புப்படுத்தி... பத்திரமாக பாதுகாப்புச்செய்து... பதுக்கியும் வைத்திருக்கிறோம்...!

மனங்களின் உட்கதவு உடைந்தால் தான் அவை புலப்படும்...

இருவருக்குள்ளும் பரிமாற்றம் வளப்படும்...

வளப்பட்டு பின்னே வசப்படும்...

ஒருவரின் சுதந்திரம் இன்னொருவரிடம் அகப்படும்...!

இதுவரை அவை தனிப்பட்ட சம்பவங்கள்...

இனிமேல் நிகழப் போகும் சம்பங்கள் அனைத்துமே இருவருக்கும் பொதுவானவை.....!

இங்கே பெண்களுக்கு கொஞ்சம் அவகாசம் அதிகம் தேவைப்படுகிறது....!

அவர்களை சுதந்திரமாக பேச அனுமதித்துவிட்டால்... பேசிப் பேசியே பக்குவப்பட்டு விடுவார்கள்.....

நீ பேசப்பேச... நமக்குள்ளே இடைவெளி குறைந்தது... உடல் நெருக்கம் உருவானது....!

என் மீது நம்பிக்கை ஏற்பட ஏற்பட... எனது கைகள் உரிமையோடு உன் மீது பட்டன..... சிறிது நேரம்வரை அந்தக் கைகளை நீ அனுமதித்தாய்... பின் ஏதோ தவறு நிகழ்ந்துவிட்டது போல... சிரித்து மழுப்பி அப்புறப்படுத்தினாய்...!

இன்னும் பேசப்பேச...

கொஞ்சம் கொஞ்சமாய் நீயே என் மீது உரிமையோடு உராய்ந்தாய்...

எனது கைகளை நீயே எடுத்து உனது கைகளோடு இணைத்து....

உளச் சேர்க்கைக்கு முதல் இணைப்புக் கொடுத்தாய்.....

அதன் பின்னே....

மெல்ல மெல்ல என்னை நெருங்கி... எனது உடலிலே உராய்ந்து...

அணைப்புக் கொடுத்தாய்..... !

பேசிப் பேசியே... நீ சொல்ல நினைத்த செய்திகள் அத்தனையும் தீர்ந்து போயின... இனி பேசுவதற்கு எதுவும் இல்லை....

இறுதியிலே 'ஆங்... ஆங்... ம்... ம்...' என வெறும் குட்டிக்குட்டி ராகங்களாக தடுமாறித் தடுமாறி வெளிப்படுத்தினாய்...

வெறும் தொடுதலாகவே இரண்டாவது இரவும் கரைந்து போனது....!

இரண்டு நாள் இரவுகள் சும்மாவே கழிந்திருகின்றன என்பதை நீயே புரிந்து கொண்டாய்...

நீ...

விடியும் முன் கொடுத்த இறுதிப் பார்வை... மோகப்பார்வை....!

அடுத்த நாள் ஆரம்பிக்கப் போகும் உறவுக்கு உரமான இசைவு...!

அறிவிப்பு...!

அழைப்பு...!

மூன்றாவது இரவும் முனைப்போடு வந்தது.....

இல்லை இல்லை...

நம்மைப் பொறுத்தவரை அதுதான் நமக்கு முதலிரவு......!

ஆம் அன்பே...

அந்த தித்திப்பான திகட்டாத சம்பவத்தை நிகழ்த்திவிட அந்த இரவு வந்தேவிட்டது...!

அந்த இரவிலே நானும் மிகவும் உணர்ச்சி வசப்பட்டவனாகக் காணப்பட்டேன்....!

பலாப்பழம் வெடித்து... விரியும் தருணம்...

பால் பொங்கி... வழியும் சமயம்...

கட்டவிழ்ந்து மலர்... தானாகவே தேன் சிந்தும் நேரம்...

இதோ வந்தே விட்டது....!

நம் இருவரது... பார்வைகளும் ஒரே மொழியினைப் பேசின... நீ மிக சன்னமான குரலிலே... மன்னிப்புக் கேட்பது போலப் பேசினாய்...

"மூணு நாள்..."

இது நீ...

அடேயப்பா...

குரலா அது...

தேனாறு... பாலாறு...

மோகப் புயலாக மாறி தாக்குகிறது என்னை...!

"ஆமா... மூணு நாள்..."

இது நான்...

என்ன சொல்கிறோம் என்பதுவும்.... என்ன தேவை என்பதுவும் .... என்ன நிகழ வேண்டும் என்பதுவும்... இருவருக்குமே புரிந்தது....

இருவருமே அமைதியாகி விட்டோம்....

இனி.... பேச்சு வராது..

ஏக்கம் ஆட்கொண்டது...

ஏக்கம் ஆட்கொண்டதும்... இளமை விழித்தது...

இளமை விழித்ததும்... இயக்கம் துவங்கியது...

இயக்கம் துவங்கியதும்... இடைவெளி இல்லாமலே கரைந்தே போய் விட்டது...

கொஞ்சம் போர் காட்சி தான்...

நீ...

சரிந்தாய்...

துவண்டாய்...

சுருண்டாய்...

மயங்கினாய்...

கிறங்கினாய்...

உணர்விழந்தாய்...

இப்போது நீ... முழுக்க முழுக்க எனது வசம்...

உடல்... மனம்... உணர்வு... அத்தனையிலும் எனது ஆதிக்கம்...!

கிட்டத்தட்ட எனது நிலை தான் உனக்கும்.....

நான்...

உனது உடல் முழுவதும்... மனம் முழுவதும் குடியேற்றம் செய்தேன்...

நீ...

எனது உடல் முழுவதும்... மனம் முழுவதும் ஆக்கிரமிப்பு செய்தாய்...

உனக்குள்ளே நானும் எனக்குள்ளே நீயுமாக.... இடமாற்றம் செய்து கொண்டோம்...!

இருவரும் ஒன்றாவதும்.... ஈருடல் ஓருயிராவதும் இப்படித்தானே...!

அன்று.....

உனது தோழிகள் எதிர்பார்த்த உடற் காயங்கள் இன்று உருவாயின...

அவர்கள்....

அன்று தேடிய உறவுத் தடயங்கள் நாளை அகப்படும்....

காயங்கள் தான்...

ஆனால் வலியும் ரணமும் தான் அந்த காயங்களுக்கு மருந்து...

இதோ... மீண்டும் போர் தான்..!

இனி ஒருவரிடமிருந்து இன்னொருவருக்கு சுதந்திரமே கிடைக்காது....!

இருவருக்குமே சிறை வாழ்க்கையே நிரந்தரம்...!

இங்கே...

கடற்கரையிலே...

கடிதம் எழுதுமிடத்திலே...

எனது எழுத்து வேகம் தடைப்பட்டது...

சற்றே அமைதியானேன்...

இங்கேயும் எனக்கு வியர்த்தது...!

உள் மூச்சும் வெளி மூச்சும் மிகமிக நீள் மூச்சாகவே இயங்கின...

உணர்ச்சி வசப்பட்டேன்...

அங்கே...

அறைக்குள்ளே நிகழ்ந்த நிகழ்வின் இனம் புரியாத இன்ப அதிர்வுகளை இங்கே கடற்கரையிலும் உணர்ந்தேன்...

அங்கேயும்... வியர்வையிலே நனைந்த உடல்கள்...

இங்கே...

கடிதம் எழுதும் இடத்திலும்... வியர்த்த உடல்...

அவற்றிலே கடிதத்திலே பதிவு செய்ய முடியாமல் தணிக்கை செய்யப்பட்ட சம்பவங்கள் பல...!

மீண்டும் கடிதத்தை எழுதத் துவங்கினேன்...

மீண்டும் அதே முதலிரவு அறை...

அதே மோக நிலை...

நான்....

மூச்சுப் பேச்சின்றி... உனது உதடுகள் போடும் இனிய ஆணைகளுக்கு அடிபணிந்து... நீ எனக்காக தயார் செய்த அடிமைச் சாசனத்திலே கையொப்பம் இட்டுக் கொண்டிருந்தேன்......

அந்த அரை மயக்கத்திலே நான் இருக்க, நீ நமது நிரந்தர வாழ்க்கைப் பத்திரத்தை வாசித்துக் கொண்டே இருந்தாய்....

மெல்ல மெல்ல நான் எனது பூவை முகர்ந்தேன்....

வெளிச்சம் குறைவாக இருந்தால்... பெண்கள் ஒளிமயமாக மின்னுகிறார்கள்..!

அதற்கு... எனது நதி நீ மட்டும் விதி விலக்கா....

எனக்கு அனுமதி வழங்கப்பட்ட... பளபளக்கும் உனது பட்டு மேனி முழுவதும், எனது கைகள் வருடிப் பிரயாணம் செய்தன.... இப்பொழுது எனது கைகளுக்கு நடுக்கமோ தயக்கமோ கொஞ்சமும் இல்லை.....!

இங்கே...

கடற்கரையிலே...

கடிதம் எழுதும் இடத்திலே...

உலர்ந்து கிடந்த எனது உதடுகள்... அந்த முதலிரவின் ஈரத்திலே நனைந்து லேசாக புன்னகைத்து விரிந்தன.... எனது வேக்காட்டைக் குறைத்து என்னை ஊக்கப்படுத்தின...

எத்தனை ஆண்டுகள் போனாலென்ன...

ஈரம் காய்ந்து போகுமா அந்த உறவுக்கு...?

இதோ...

கடிதம் எழுதும் இடத்திலே...

அந்த உறவு எனது கண்முன்னே நிகழ்வது போல நானும் சற்று காமுறுகிறேன் இங்கே...!

காமுற்ற நிலையிலே... அகன்று விரிந்து நிலைபெற்ற விழிகளுடனே... அந்த இனிய முதலிரவு காட்சியை கண்ணுறுகிறேன்....!

ஈடுபாடு.... முழு ஈடுபாடு....

களைப்பில்லை...... சலிப்பில்லை...... இசைவிற்கு குறைவே இல்லை......!

அந்த முழு இரவுமே நீ எதற்குமே மறுப்பு சொல்லவில்லை...!

மாறாக ...

உறவிலே உன்னுடைய தேவைகளையும்... நீ வெளிப்படையாக வெளிப்படுத்தினாய்....!

ஆனந்தக்களிப்பிலே அவ்வப்போது இடை நிறுத்தம்...!

பல நிகழ்வுகளை என்னிடம் பகிர்ந்து கொண்டாய்... இப்பொழுதும் எனக்குப் பேச வாய்ப்பே கிடைக்கவில்லை....

ஆடைகள் குறைவு... ஆனாலும் முன்போல நீ பதட்டப்படவில்லை....!

நெருக்கம் மிக அதிகம்... ஆனாலும் நீ விலக்கம் காட்டவில்லை...!

இணக்கம் வந்துவிட்டதால்....

இங்கே.......

பிணக்கு விலகிக் கொண்டது...

நாம் ஒருவரையொருவர் பரிமாறிக் கொண்டோம்.

நிகழ்காலத்தை விட்டு என்னை கடத்தி... நீ எங்கோ தொலைதூரம் கொண்டு சென்றுவிட்டாய் நதி....!

அடங்குவது... ஓர் இடத்திலே...!

ஆனால் அவதி... உடலெங்கும்...!

அந்த ஆசைத்தீ அடங்கிவிட்டால்... ஏக்கங்கள்... தவிப்புகள்... தகிப்புகள்... தாகங்கள்... மோகங்கள்... அத்தனையும் அடியோடு அடங்கிவிடும்...!

அமைதி...

அளவிலா அமைதி...

அந்த அமைதி நமது இருவருக்குமே கிடைத்தது நதி....!

இப்போழுது நீ தாராளமாகச் சிரித்தாய் அன்பே...!

அந்த சிரிப்பிலே முந்திய மௌன நதி இல்லை....!

அலைபாயும் நதி...!

பெண் எளிதிலே வசப்படமாட்டாள்...

இசைந்து..... ஓர் ஆணிடம் வசியப்பட்டுவிட்டால்... எளிதிலே விடுபடமாட்டாள்... விடுதலையும் தர மாட்டாள்....!

அவளது ஈடுபாட்டின் எல்லைகளுக்கு வரம்புகளே இருக்காது...

இன்று நீயும் அப்படித்தான்...

பேரின்ப எல்லைகளை வரையறையின்றி விரிவாக்கம் செய்துக்கொண்டே இருந்தாய்...

இங்கே...

கடற்கரையிலே...

கடிதம் எழுதுமிடத்திலே...

எழுதுவதை நிறுத்தினேன்...!

அந்த இரவுச் சேர்க்கைச் சாரலின் சுகத்தை சற்றே அனுபவிக்க எனக்கு அவகாசம் தேவைப்பட்டது...

என்றோ... எங்கோ... நிகழ்ந்த அந்த உறவிற்கு... இங்கே... இன்று... எனது உடலிலே வியர்வை துளிர்த்தது.....

திடீரென்று காற்று கொஞ்சம் கூடுதலாய் வீசியது...

எனது உடற்கொதிப்பைக் குறைத்தது...

வியர்வையைத் துடைத்தது...

குளுகுளுவென்று குளிர் கூடியது...

நான் ...

அந்த சுகத்தை கொஞ்சம் ரசித்துவிட்டு மீண்டும் எனது காதல் கடிதத்தை துரித நடையிலே எழுதத் துவங்கினேன்....

அந்த முதலிரவுக் கூடல் நேரத்திலும்... இடைப்பட்ட சிறிய ஆசுவாசச் சந்தர்ப்பங்களிலும் கூட... என்னுடைய பழைய கதையை உன்னிடம் பகிர்ந்து கொள்ள என்னால் இயலவில்லை...!

அந்த இரகசியம் எனது அடிமனதிலே அப்படியே பதுக்கலாகிக் கொண்டது....

நீ புதிது...

நான் புதிது...

சேர்க்கை புதிது...

துவங்கிய வாழ்வியல் புதிது...

அனுபவங்கள் புதிது...

சொல்ல வேண்டிய இரகசியமோ மிக மிகப்பெரிது...

சாத்தியமில்லை...!

பழைய ரகசியங்களை பரிமாறிக்கொள்ள இங்கே இடைவெளி இல்லவே இல்லை....!

நீ என் மீது காட்டிய ஈடுபாடும்... அன்பும்... பராமரிப்பும் உண்மையைச் சொல்லவிடாமல் தடுப்பணை கட்டி என்னைத் தடுத்துவிட்டன....!

புதிய மனைவி...

புதிய வாழ்க்கை...

பதிய நிகழ்வுகள்...

எல்லாமே புத்தம் புதிது.....

அதனால்.... எல்லா அசைவுகளிலும் மோகமும் காதலுமே மேலோங்கி நிற்கிறது.....!

இதிலே பழைய குப்பையை எப்படிக் கொட்டுவது அன்பே...!

நாட்காட்டி தாட்கள் படு வேகமாகப் படபடவெனப் பறந்தன...

'மோகம் முப்பது நாள்... ஆசை அறுபது நாள்...' எவனோ அனுபவ ஞானி என்றோ சொல்லிப் பதிவு செய்து போனான்.....!

ஆம்...

மெய் தான்...!

மெய் சலிப்படைந்ததும் மெய் தான்...

புதுக்கோலம் கலைந்ததும் மெய் தான்...

குதூகலம் தலை மறைவானதும் மெய் தான்...!

ஆனால்... அந்த அனுபவம் நிகழும்போது... எல்லாம் நிரந்தரம் என்று ஆழமான அறிவிப்பை அடி மனதிலே விதைக்கிறதே..... அது மட்டுமே மெய்யான பொய்....!

குடும்ப அங்கத்தினர்களாக மாறி பல நாள் ஆகி... பழையதாகி விட்டோம் நாம்...!

நாள் தவறாமல் பூச்சூடி மகிழ்ந்து...

வாரம் ஒரு நாள் பூச்சூடி...

மாதம் ஒரு நாள் என்று நகர்ந்து...

அதன் பின் செவ்வாய்... வெள்ளி... பண்டிகை நாள்... என்று பூச்சூடி...

நீயும் ஒரு சராசரி மனைவியாகிவிட்டாய் நதி...!

நமது இல்லற வாழ்க்கை பழையதாகி விட்டது.....

ஆனாலும்... உன்னிடம் பகிரப்படாமல் போன அந்த அந்தரங்கம்.... என்னை உறுத்திக்கொண்டே... இன்னும் எனக்குள்ளே பதுமை மாறாமல் அப்படியே நிலையாக குடிகொண்டிருக்கிறது....

சொல்வதா வேண்டாமா என்கிற தயக்கம்...

சொல்லிவிட்டால் என்ன நடக்கும் என்கிற பயம்...

இரண்டும் சேர்ந்து அந்த இரகசியத்தைப் புதைத்து ஓர் அதிபயங்கர அந்தரங்கப் புதையலாக்கிவிட்டது....

சொல்ல நினைப்பேன்...

உனது முகத்தை நேரிட்டுப் பார்த்தால் போதும்... நெருக்கத்திலே ஒரு சின்ன சிரிப்பை நீ உதிர்த்தால் போதும்... பேச்சே எழாது...!

ஏன்..?

ஒரே காரணம் தான்...!

உனது சிரிப்பை சிதைத்து விட எனக்கு துணிவு வரவில்லை அன்பே...!

இது போல எத்தனை ஆண்டுகள்...

எத்தனை காலங்கள்...

எத்தனை முயற்சிகள்...

எல்லாமே தோல்விகளாகவே தொடர்ந்து வாழ்நாளை தேய்த்துக் கொண்டிருந்தன...!

விருப்பம் போல மனைவி அமைந்துவிட்டால்... கணவன் மனதிலே பல உண்மைகள் அடைபட்டுப் போகும்.... அப்படித்தான் எனது கதையும்.....

அதன் பிறகு...

இன்று தான்...

கதிரேசன் வந்தான்....

இதோ...

அமர்ந்திருக்கிறேன்...

அவனது அறிவுரைப்படி...

இந்தக் கடல் மணலிலே..!

கடிதத்திலே எழுதிக் கொண்டிருக்கிறேன்...!

உன்னிடம் சொல்லாமல் மறைபட்டுப் போன அந்த இரகசியத்தை...!

25. அது... பள்ளிக் காலம்...

அது...

பள்ளிக் காலம்...

ஒன்பதாவது வகுப்பின் அறை...

விடலைப் பருவத்திலே கால் வைத்து வாலிபப் பருவத்தை எட்டிப் பார்க்கும் தருணம்.....

மின்னல்... மின்சாரம்... தீப்பொறி...

இம்மூன்றும் இணையாகக் கலந்த கலவைப் பருவம்...

சமைந்த பயிர்கள்... செறிந்து கிடக்கும் நாற்றங்கால்...!

புத்தம் புதிதாக பூத்த பூக்கள் குலுங்கிக் கிடக்கும் சோலை....!

மொட்டுக்கள் அரும்பிக் குவிந்து... மலர்ந்து மணம் வீசி... மகரந்த சேர்க்கை நிகழ்த்திவிட வாய்ப்புக்காகத் துடித்துக் கொண்டிருக்கும் வாளிப்பு நிறைந்த வகுப்பறை....!

வயது... ?

சரியாகப் படித்திருந்தால் பதிமூன்று...

ஒரு வருடம் தவறியிருந்தால் பதினான்கு...

இருமுறை தவறியோருக்கு பதினைந்து...

தவறிக்கொண்டே ஒரே வகுப்பிலே நான்கைந்து ஆண்டுகள் தவழ்ந்து கொண்டிருப்பவர்களும் இங்கே உண்டு...

அவர்கள் ஆசிரியர்களுக்கே நிகர்...

இன்னும்... ஆசிரியைகளுக்கே காதல் கடிதம் எழுதிய மகா புத்திசாலி மாணவர்களும் உண்டு....!

காசி என்கிற மாணவன்... அந்த வகுப்பாசிரியை மகாதேவியைக் காதலித்தான்.... அந்த ஆசிரியையைப் பிரிய மனமின்றி தவறித் தவறி... அந்த வகுப்பிலேயே தவறிக் கொண்டிருந்தான்.....

அது....

தடை செய்யப்பட்ட பருவம்....

அரைக்கால் சட்டை அணிய தடை....

முழுக்கால் சட்டை அணிய வேண்டும்..... அல்லது வேட்டி அணிய வேண்டும்....

பெண்கள் உடல் அழகு காட்டி உடை அணிய தடை...!

பாவாடை தாவணி அணிய வேண்டும்.....

அது...

விடலைப் பருவத்திடமிருந்து விடுபட்டு, வாலிபப் பருவத்தின் வன்முறை வலைக்குள்ளே அடைபட்டுப் போன காலம்....!

எனது முகத்திலே மீசை அரும்பியிருக்கிறது...

கண்ணாடி முன் நின்று முகப்பருக்களைக் கிள்ளுகிறேன்...

எனது பருவ மாற்றங்கள் எனக்கே அதிசியமாகத் தோன்றுகிறது...

அந்த அதிசியத்தை ரசிக்கிறேன்...

எதையோ தேடுகிறேன்...

தேடு பொருள் எதுவென்று அறிவிற்கு அகப்படவில்லை....ஆனாலும் தேடுகிறேன்...

கட்டுப்பாட்டை இழக்கிறேன்...

பாலுணர்ச்சியைத் தூண்டும் இனக்கவர்ச்சி... சீண்டி சீண்டி என்னோடு வக்கிரமான உறவுக்குக் கை கோர்க்கிறது...!

ஒரு தருணம் வேண்டும்... எதையாவது விபரீதமாகச் செய்துவிட....!

இதோ...

அந்தத் ‘தருணம்’ அசுர விசையில் எதிர்வந்தது...!

அது...

குற்றாலம்...!

அந்தக் குற்றால நிகழ்விற்குப் பிறகு தான்... எனது வாழ்க்கை விபரீதத்தை நோக்கி,,, விரைவு பயணத்தை துவக்கியது.....

நான் மட்டுமல்ல...

எனது வகுப்பிலே மொத்தம் பதினேழு பையன்கள்...

பதிமூன்று மாணவிகள்....!

மாணவிகள்...

சிறுமித்தனத்திலிருந்து முற்றி விளைந்து குமரிப் பருவத்திற்க்கு தாவியிருந்தார்கள்....

வகுப்பிலே முப்பது மாணவர்களின் அறுபது விழிகளிலும் மினு மினுப்பு...!

படிப்புப் பரிமாற்றங்களை விட.... படபடக்கும் விழிகளின் பார்வைப் பரிமாற்றங்களே அதிகம்....

எத்தனை ஆசிரியர்கள் இருந்தாலும் கட்டுப்படுத்த முடியாத இனக்கவர்ச்சி அலைகள்.....!

என் மீது விழும் எல்லா பெண்களின் பார்வைகளும்... என்னிடம் எதற்கோ அழைப்பு விடுப்பது போலவே... மாயமான ஓர் ஈர்ப்புத் தோற்றத்தை உருவாக்கின....!

மனிதப் பிறவியிலேயே மிக மிக அபாயகரமான வயது...!

பருவத்தீயின் தீமையறியாமலே... அந்த தீயின் கவர்ச்சியிலே மயங்கும் தருணம்...

விளக்கு சுடுமென்று அறியாமலே... அது அழகான ஒளி என நம்பி... அதன் மேலேயே பறந்து விழும் பூச்சிகள் போல...!

இது....

வாழ்வியலின் இரண்டாம் பகுதியின் ஆரம்பம்...!

இந்த பருவம்.... மனித இனத்திற்கு மட்டும் சொந்தமல்ல...

விலங்குகள்...

பறவைகள்...

புழுக்கள்...

பூச்சிகள்...

இன்னும் தாவரங்களுக்கும்... ஆக்கிரமித்துக் கடந்து போகும் பருவம் தான்.... இந்த இனக்கவர்ச்சி பருவம்...

ஆனால்..... அதை தள்ளிப் போடவோ தவிர்த்து விடவோ இயலாது...

அந்தப் பருவத்திலே... உடலிலும் மனதிலும் ஊடாடும் மாற்றங்களை அனுபவித்து... அதைக் கடந்தே ஆக வேண்டும் என்பதே படைப்பின் விதி....!

அப்படி கடந்து போகும் தருணங்களிலே...

ஆனந்தம் விளையும்...

ஆபத்தும் விளையும்...!

எனக்கும் ஓர் ஆபத்து விளைந்தது...!

அதுதான்...

குற்றாலத்து விபத்து...!

வான்மதி...!

அருவி நீரிலே விழுந்து மூழ்கினாள்...

நான் நீந்தி கரை சேர்த்தேன்...

அவளது பார்வைப் போர் துவங்கியது...

உருவமில்லா பருவ அணுகுண்டுகளை என் மீது வீசினாள்...!

அந்தக் குற்றாலதுச் சம்பவத்திற்குப் பிறகு... வான்மதி எனது மனசிலும்... வயசிலும்... பருவத்திலும்... அறிவிலும்.... இடையறாது தீக்குழம்பினை தெளிக்க ஆரம்பித்துவிட்டாள்....

இனி எனது கனவுகளிலிருந்து வான்மதியை தவிர்க்க முடியாது...

அவள் வானத்திலே உலா வர வேண்டிய மதி தான்... வழி தவறி... மேகங்களிலே கால் இடறி... பூமியிலே விழுந்து விட்டாள்....!

பருவத் தேடல்...

எனது வயதுத் தகுதிக்கு மேல் அவள் மீது ஈர்ப்பு காட்டியது...

அவள்... இரட்டைப் பின்னல் போட்டிருந்தாள்.... இரண்டு பின்னல்களும் மடித்துக் கட்டப்பட்டிருந்தன....

அவளது நடை அசைவிற்கு தகுந்தாற்போல... அந்த பின்னல்கள் முன்புறம் அவளது மார்பின் மீது குதூகலமாக குதித்துக் குதித்து கும்மியடித்துக் கொண்டே வந்தன....

அவைகளுக்குத்தான் எத்தனை இறுமாப்பு... ஆணவம்... அகந்தை...!

கொடுத்து வைத்த இரட்டைப் பின்னால்கள்தான்...!

வான்மதி... என்னைப் போல எத்தனை கண்களுக்கு அப்படித் தென்பட்டாளோ எனக்குத் தெரியாது.....

அவள் வகுப்பறைக்குள் நுழைந்தாலே... அதுவரை அலையலையாய் ஆர்ப்பரித்து ஓங்கி ஒலித்துக் கொண்டியிருந்த மாணவர்களின் கூட்டுக் குரல்களின் ஓசையெல்லாம் உடனே அடங்கும்....!

அவளது இருக்கையிலே சென்று அமரும் வரை... அத்தனை மாணவர்களின் தலைகளும்... அவள் நடக்கும் திசையிலேயே தாமாகத் திரும்பி நிலைகொள்ளும்...!

எல்லா மாணவர்களுக்கும் எனது பருவம்... எனது வயது தானே....

அந்த வகுப்பறையின் முப்பது பேருக்குள்ளிருந்து எந்த நேரத்திலும் ஓர் அணுகுண்டு வெடிக்கலாம்....

ஆனால்... அது என் மூலமாகத்தான் வெடிக்கப் போகிறது என்பது அப்போது யாருக்குமே தெரிந்திருக்கவில்லை...

எனகும் கூட...!

எங்களோடு குற்றாலத்திற்கு வந்திருந்தவர்களுக்குக் கூட...!

இங்கே...கடற்கரையிலே...

கடிதம் எழுதும் இடத்திலே...

எனது கைகள் தடைப்பட்டு நின்றன...!

நிகழப்போகும் அந்த ஆபத்து... தொடர்ந்து எழுதுவதா வேண்டாமா என்கிற கேள்வியை அசுர உருவத்திலே எழுப்பியது....

ஏன் என்றால்... கடிதம்... என் நதி உனது பார்வைக்கு அல்லவா...

சிறிது நேரம் தடுமாறினேன்..!

அயலொருத்தியின் அவயவ அளவுகளை... அளவுமீறி... வர்ணித்து இக்கடிதத்திலே பதிவு செய்வதா வேண்டாமா என்று.....

சிறிது தயக்கம்...

கொஞ்சம் மயக்கம்...

தெளிந்தது கலக்கம்...

மீண்டும் இயக்கம்...!

எழுதத் துவங்கினேன்...... மீண்டும்...!

அந்த சமயத்திலே தான்... வகுப்பறைக்கு... அந்த பாழாய்ப் போன சுற்றறிக்கை வந்தது...!

குற்றாலம் உல்லாசப் பயணம் போவதற்கு...!

வகுப்பறையிலே ஒரே உற்சாகக் கூச்சல்...

பையன்களும்... பெண்களும் இணைந்த கலவைக் கூச்சல்...!

பெயர் பதிவு செய்து கொள்வதிலே போட்டி....

வகுப்பறைச் சிறைக் கதவை உடைக்க...!

நானும் பெயர் கொடுத்தேன்...

ஆபத்தை ஆழத்தோண்டி விதைக்க...!

ஆனால்... அப்போது... எனது இனக்கவர்ச்சிக் கனவுகளிலே... வான்மதி இல்லை...!

சாதாரண வகுப்பு தோழி தான்....!

ஆனால்..... குற்றாலத்தின் விபத்து என்னையும் பாதித்து... வான்மதியையும் பாதித்து விட்டது.....

வான்மதியை பாதித்தது விபத்து...!

என்னைச் சிதைத்தது ஆபத்து...!

அது...

அவளது கூர் திரள் பார்வை...!

அவள்... என் மீது ஏன் அப்படி விழித்தாக்குதலைத் தொடர்கிறாள் என குழப்பமடைந்தேன்....

அவளது பார்வையின் வெப்பம் தாங்காமல்... சில நேரங்களிலே நானே கண்களை வேறு திசையிலே திருப்ப வேண்டிய சூழ்நிலை....!

ஒரு வேளை நீரிலே மூழ்கி அவளைத் தூக்கும் தருணத்திலே... என்னுடைய கைகள்... வான்மதியின் உடலிலே மறை பகுதிகளிலே பட்டு... அவளுக்கு மாயக்காயத்தை உண்டாக்கியிருக்கலாம்....

காயம்... வலியையும்... வடுக்களையும் தானே உண்டாக்கும்...!

இதெப்படி....

விழிகளின் மூலம் விபரீத அழைப்பு...?

என்றால்...

காயம் உடலிலே இல்லை...

வேறு எங்கோ பட்டிருக்கிறது...!

அவளது கண்களிலே மின்காந்த சக்தி புதிதாக உற்பத்தியாகியிருப்பதை என்னால் பார்க்க முடிந்தது...

ஆனால்... ஏனோ அவள் பேசவே இல்லை......

அவள் எதற்காக என்னை அப்படிப் பார்க்கிறாள் என்பது எனக்கு எப்படிப் புரியும்....?

அதைக் கதிரேசன்... அவனது பாணியிலே எனக்கு புரிய வைத்தான்......

குற்றாலத்திலேயே... ஒரு சாதாரண நிகழ்வாக முடிந்து போயிருக்க வேண்டிய சம்பவம் அது... அதை முறுக்கி... திரித்து... முடுக்கிவிட்டு... காதலாக மாற்றியவன் கதிரேசன்தானே....!

ஒருவரை ஒரு சிக்கலிலே... சிக்கவைப்பதும்... அவர் அந்தச் சிக்கலின் வலையிலே சிக்குண்டு துடிப்பதைப் பார்த்து ரசிப்பதும்... அவனது பொழுது போக்காக இருந்தது...

நானும் கிட்டத்தட்ட அவனது பேச்சைக் கேட்பதிலும் எனது காதலை வான்மதியிடம் தெரிவிக்க இடையறாது அவனது உதவியை நாடுவதிலும் ஆர்வமாகவே இருந்தேன்....

எனது வயதின் அறியாமை என்னை அப்படி செலுத்திக் கொண்டிருந்தது...!

கதிரேசனின் சதியிலேயே பெரிய சதி இது தான்....

வான்மதியின் பார்வைத் தாக்குதலினால் தாக்குண்டு... நான் தனிமையைத் தேடித்திரிந்தேன்... பித்துப் பிடித்தவனைப் போல...

ஆம்...

அது பைத்தியம் பிடிக்கும் பருவம் தான்...

வயது மீறி... வாலிபத்தை நானே வலிய வரவழைத்துக் கொண்டிருந்தேன்...!

யார் எனக்குத் துணை...?

யார் எனது குழப்பக் கேள்விக்கு விடை தருவார்..?

என்ன வழி...?

அறிவின் வலி குறைக்க... வலியின் வழியடைக்க...

இதோ...

வந்துவிட்டான் கதிரேசன்....!

கனி பழுத்திருந்தது...

அவன் குத்திய சதி எளிதாக இறங்கிவிட்டது...

வான்மதியின் விழியடி வாங்கிய என்னை விட... கதிரேசன் பரபரப்பாக இயங்கினான்...

“ரொம்ப யோசிக்காத... நான் சொல்றத செய்... ஒரு காதல் கடிதம் எழுதி வான்மதியின் கையில குடுத்திரு நண்பா...”

எனது சம்மதத்திற்காக அவன் காத்திருக்கவில்லை...

என்னைவிட விரைவாக...

எனது குறிபேட்டுப் புத்தகத்திலிருந்து சடாரென ஒரு காகிதத்தைக் கிழித்தெடுத்தான்.... எனது எழுதுகோலையே கையிலே எடுத்தான்....எழுதவே துவங்கி விட்டான்...!

நான் அரைமனதோடு அவனைத் தடுக்க முனைவது போல... கையை நீட்டினேன்...

அவன் எனது கையைத் தட்டிவிட்டான்...

“நீ சும்மா இரு.. உனக்கு எழுதத் தெரியாது... நானே எழுதித்தர்றேன்...”

நான் அனுமதிக்கிறேனோ இல்லையோ... அவனைத் தடுக்கவில்லை....!

அவனுக்கு... நான் அனுமதிக்கிறேனோ இல்லையோ... ஒரு காதல் கடிதம் எழுதியாகவேண்டும்....!

என்னைக் காட்டிலும் அவனது முகத்திலே காதல் ரேகைகள்...

என்னைக் காட்டிலும் எல்லா செயல்களிலும் துடிப்பு...

அவனே அவனுடைய காதலிக்கு எழுதுவது போல ஈடுபாடு...

என்னைக் காட்டிலும்... பரபரப்பாக எழுதி முடித்தான்...

எனது அசிங்கமான தலையெழுத்தை...!

மிகப் பக்குவமாக மடித்தான்...

எனது அனுமதியில்லாமலேயே எனது சட்டைப் பையிலே தந்திரமாக திணித்தான்...

ஏனோ... அதையும் நான் தடுக்கவில்லை...!

அந்த கடிதமும்.....

எனது சட்டைப் பையிலே அகங்காரமாகக் குடிபுகுந்து கொண்டது..!

என்னை ஆக்கிரமிப்புச் செய்துக்கொண்ட அந்தக் கடிதத்தை ... அழுத்திப் பிடித்துக் கொண்டது எனது கரம்...

அந்தக் கடிதத்தால் அதிவேகத் துடிப்பிலே இயக்கப்பட்டது எனது இதயம்...

சுதிரேசன் எழுதிய எனது காதல் கடிதத்தை நான் உடனே வான்மதியிடம் கொடுத்தேனா...?

இல்லை...

ஓடினேன்...

தனிமை தேடி...

தீ முட்டையை குஞ்சு பொரிக்கச் சுமந்த படி.... யாருமில்லா தனியித்திடலே அமர்ந்தேன்.....

வியர்த்திருந்தது.....

ஓடிவந்ததால் அல்ல....

அந்தக் கடிதம் உருவாக்கிய கிளர்ச்சியால் ...!

கடிதத்தைப் பிரித்தேன்.... வாசித்தேன்......

யோசித்தேன்...

மீண்டும் மீண்டும் பலமுறை வாசித்தேன்...

இனித்தது... வாசிக்க வாசிக்க...!

அந்த இனிமையை சுகமாய் அனுபவித்தேன்...!

எனக்கு இருப்புக் கொள்ளவில்லை.... படபடப்பால் பரிதவித்தேன் ....

கதிரேசன்.... நன்றாகத்தான் வான்மதியின் அழகைப் பற்றி வர்ணித்திருந்தான்....

கதிரேசன் கடிதம் எழுதியிருந்தாலும்... அவனுடைய கையெழுத்து சரியில்லை...

வான்மதியின் காதல் விழிகளிலே விழப் போகும் கையெழுத்து அழகாக இருக்க வேண்டாமா....

அந்தக் கையெழுத்தின் கவர்ச்சி வான்மதியின் மனதை ஈர்த்து தன்வசப் படுத்த வேண்டாமா... ?

கதிரேசனின் வர்ணனைகள் சிலவற்றுடன் எனது வர்ணனைகளையும் இணைத்தேன்...

முழுக் கடித்தையும் வேறு காகிதத்திலே தெளிவாக... அழகாக எனது கைப்பட நானே எழுதினேன்...

திரும்ப வாசித்துப் பார்த்தேன்..... முன்னை விட வசீகரமாய் வடிவம் பெற்றது.... கடிதம்...!

வகுப்பறையிலே அத்தனைபேரின் கவனமும் ஆசிரியரின் பாடத்தின் மீதே பதிவாகியிருந்தது....

ஆனால்.....

என்னுடைய நோக்கமெல்லாம்.... ஒரே திசையிலே ....

அந்த கடிதத்தை.... எப்படி.....எப்போது..... வான்மதியிடம் கொடுப்பது....

தருணம் வந்தது...

மிக நீளமாக ஒலித்தது பள்ளியின் இடைவேளை மணியோசை...

மாணவர்கள் கூட்டமாக வகுப்பறைகளுக்குள்ளிருந்து மொத்தமாக சீறி வெளிப் பாய்ந்தார்கள்...

அடை பட்ட தடை உடைத்து... நடைகட்டிப் பறந்தார்கள்...

ஒட்டுமொத்த மாணவர் கூட்டமும் சிற்றெறும்புகள் போல மைதானத்திலும்... வகுப்பறை வாசல்களிலும்..... கழிப்பறை வாசல்களிலும்... மொய்த்துக் கொண்டிருந்தார்கள்...

ஆரவாரம் மிக்க அந்த அடங்காக் கூட்டத்தின் நடுவே... வான்மதியும் இறுக்கமாகக் கலந்திருந்தாள்...

ஆனால் ...

நான் அங்கே இல்லை...!

வான்மதி இருக்கும் இடத்திலே நான் இல்லையா... ?

இருந்தேன்...

சற்று தூரத்திலே...

அவளைக் கண்ணுற்றபடியே...!

அவள் மீது தைத்த விழிகள் அகல மறுத்து... அவள் மீதே நிலை கொண்டுவிட்டன...

அடைபட்டுக் கிடந்த வகுப்பறைகளுக்குள்ளிலிருந்து புது விடுதலை பெற்று வெளிவந்தபடியால்... எல்லா மாணவர்களுமே உற்சாக மிகுதியால் குதூகலித்துக் குதித்துக் கொண்டிருந்தார்கள்...

ஆனால் எனது இதயம்...?

அந்தக் குதியாட்டத்திலே இணங்கி குதிபடவில்லை...!

அந்தக் கடிதத்திடம் அகப்பட்டு மிதிபட்டுக்கொண்டிருந்தது....!

கடிதத்தைத் தொட்டுத் தொட்டுப் பார்க்கிறேன்...

அது வான்மதியின் கைகளுக்குத் தாவி விடத் துடிக்கிறது...

ஆனால்...

அவளைச் சுற்றிலும் மாணவர் கூட்டம்...

எப்படித் தருவது...?

கடிதம் எழுதுவது எளிது...

அதை கொண்டுபோய் சேர்ப்பது தான் இமயமலை மேலே ஏறுவதைவிட கடினப் பணி...

ஒரு சிறிய காகிதம்...

ஆனால் சுமக்க முடியாத பாரம்...

மாணவிகளோடு சேர்ந்து அவளும் எங்கெங்கோ போகிறாள்...!

இல்லை...

மாணவிகளோடு அவள் போகவில்லை.....

மாணவிகள் தான்... அவளோடு பசை போட்டு ஒட்டிக்கொண்டு போகிறார்கள்.....!

பறவைக் கூட்டத்தினுள்ளே கலந்துவிட்ட மையப் பறவை போல...!

அவளுக்கென்று தனி வண்ணம்...

தனி நடை...

தனி கவர்ச்சி...

தனி கூட்டம்...

கூட்டத்தினுள்ளே சிறைப்பட்டது போல சூழப்பட்டிருந்தாள் அவள்...

அந்த கூட்டம் செல்லுமிடங்களுக்கெல்லாம் நானும் தொடர்கிறேன்...

அவளுக்காக எழுதிய காதல் கடிதத்தைச் சுமந்தபடி...!

கையிலெடுத்து அவள் முன்பு நீட்டினால் போதும்... சட்டென்று ஆவல் மீற வாங்கிவிடுவாள்...

ஆனால்... அந்தத் துணிவு எனக்கு எப்பொழுது வரும்...!

தெரியவில்லை...!

அவளுக்கும் இசைவு... எனக்கும் முழு இசைவே....

பிறகு எதனால் தயக்கம்.....

ஆனால்... தயக்கம் எனக்கு மட்டும் தான்...!

அவள் அறிவிப்பு செய்து விட்டாள்... ஒரு பார்வையிலேயே...!

நான் எதற்காகக் காலம் கடத்துகிறேன்...?

எழுதும் போது மனக்கிளர்ச்சி...

கொடுக்க நினைக்கையில்... எல்லா முயற்சிகளிலும் தளர்ச்சி...

பயம்... படபடப்பு...!

குற்றாலத்திலே அவள் என்னைப் பார்த்த பார்வைக் கூர்மையும்...

இரவுப் பேருந்திலே இரவைக் கிழித்து... என் மீது சீறிப் பாய்ந்த அந்த பார்வைப் பாய்ச்சலும்...

வகுப்பறை நேரத்திலே விழி வழியே எனக்கு விடுத்த விசை ஈர்ப்புப் பார்வையும்...

அவளது காதலைத்தானே உறுதிசெய்தன....!

இப்பொழுது...

மாணவர்கள் அத்தனை பேரும் வெளியே இருக்கிறார்கள்... அவர்கள் வகுப்புக்குள் வர இன்னும் பத்து நிமிடங்கள் ஆகும்....

வகுப்பறையிலே யாரும் இல்லை...

இந்தத் தருணத்தைப் பயன்படுத்திக் கொண்டால் என்ன...

எப்படி... ?

நேராக வகுப்புக்குள் நுழைந்து அவளது உடமைகள் எதையாவது தேடிக் கண்டுபிடித்து... அதற்குளே கடிதத்தை வைத்துவிட்டால்... ?

எப்படியும் பார்த்து விடுவாள்....!

சரியான யோசனைதான்...

விசைத்தறிபோல வினையாற்றியது அறிவு...

மாணவர் கூட்டத்திடமிருந்து மயிலிறகு போல நழுவினேன்...

வகுப்பறைக்குளே நுழைந்தேன்...

முழு வகுப்பறையும் வெறிச்சோடிக் கிடந்தது......

புத்தகங்களும்... புத்தகப் பைகளும்... வேறு சில பொருட்களும்... சாப்பாடு கொண்டு வந்த சிறிய பாத்திரங்களும் மட்டுமே பரவிக் கிடந்தன....

கடிதத்தை எங்கே வைப்பது... ?

அவளது உணவுப் பாத்திரத்தினுள்ளா...

இல்லை...

அப்படிச் செய்தால் வீட்டிலே போய்த்தான் பார்ப்பாள்...

அவள் பார்க்காமலே தவறி விடவும் வாய்ப்பு...!

அவளது புத்தகப் பை...!

நல்ல யோசனை தான்...!

ஆனால்...

அதிலும் ஒரு சிக்கல் இருந்தது...

புத்தகப் பையினுள்ளே அந்தப் புத்தகங்களுக்குள்ளே புத்தகங்களை வைப்பாள்...

அந்த புத்தகங்களின் நடுவே சிக்கி கடிதம் புதைந்து மறைந்து கொண்டால்... ?

அவள் பார்க்கத் தாமதமாகும்...

இத்தனை குழப்பக் குவியலைச் சுமந்தபடியே... அவள் அமரும் இருக்கை அருகே வந்தேன்....

அங்கே...

அவளுடைய குறிப்பேட்டுப் புத்தகம் ஒன்று... திறந்த நிலையிலேயே கிடந்தது...

அந்த அவசர கதியிலும் அவளுடைய கையெழுத்தைக் கண் இமைக்க மறந்து கண்காணித்தேன்...

ஆகா...

என்ன அழகான கையெழுத்து...

முத்து முத்தாக...

அவளுடைய கண்களைப் போல முட்டை முட்டையாக...

அவளது கன்னங்களைப் போல வட்ட வட்டமாக...

வடிவமைத்து வரைந்த ஓவியம் போல... என்னை ஈர்த்து எனக்கு வரவேற்புத் தெரிவித்தது... அந்த குறிப்பேட்டுப் புத்தகம்...!

கை கொண்டு வான்மதியின் வளமான கையெழுத்தை இதமாக வருடினேன்...

அந்த வருடல்... அவளது வனப்புமிகு மேனியிலே கைகொண்டு வருடியது போல... மாயையை உருவாக்கி மயக்கம் தெளித்தது எனக்கு....!

சாதாரண கையெழுத்து...

ஆங்காங்கே அடித்தலும் திருத்தலுமாக....

ஆசிரியரின் சிவப்பு நிறக்கோடுகளும் அதற்குள்ளே அடக்கம்...

ஆனால்...

எனது மனநிலை...

அவற்றை அழகிய வண்ணக் கோலங்களாக... ஒரு வான்வில்லின் அழகு வடிவமாக எடுத்துக் காட்டியது .

அந்தக் கையெழுத்திலே... வான்மதியின் முகம் பல கோணங்களிலே தோன்றிச் சிரித்து காதல் சொல்கின்றன...

கோணல்....

வயதிலும்... பருவத்திலும்... மனப் பகுதிக்குள்ளுமல்லவா இருக்கிறது...

எனது ஆவல் நிறைவு பெற்றுவிடவில்லை...!

அடுத்த புத்தகத்தைப் புரட்டினேன்...

அதே அழகு...

புத்தம்புது மலர்களை காகிதத்திலே பதித்தது போல...!

அவளது உடல் மட்டும் அழகல்ல...

உருவம் மட்டும் அழகல்ல...

நிறம் மட்டும் அழகல்ல...

அவள் புத்தகத்தைப் பராமரித்த விதமே அழகு...

வான்மதியே எதிரில் இருப்பது போல உணர்வு...!

ஆசிரியர் கூட பலமுறை அவளது குறிப்பேட்டுப் புத்தகத்தை... மற்ற மாணவர்களிடம் உதாரணம் காட்டிப் புகழ்ந்திருக்கிறார்...

எனது சட்டைப் பையிலே பதுங்கிக்கொண்டு... என்னை பைத்தியக்காரனாக உலவ விட்டுக் கொண்டிருந்த அந்த ஈரம் மாறாத கடிதத்தை, சட்டைப் பையிலிருந்து எடுத்தேன்... பிரித்தேன்.... அவளுடைய கையெழுத்தோடு ஒப்பிட்டுப் பார்த்தேன்...!

எனது கையெழுத்து வான்மதியின் கையெழுத்தைவிட அழகாகவே இருந்தது...

ஆனாலும்... வான்மதி எழுதிய கையெழுத்து என்பதால்... என்னுடைய கையெழுத்தை எளிதாக வெற்றி கொண்டுவிட்டது அது...!

பொதுவாகவே ஆண்களின் கையெழுத்தைவிட பெண்களின் கையெழுத்து அழகாக அமையும்... அது இயற்கை...!

எனது கடிதத்தை மெதுவாக அவளது குறிப்பேட்டுப் புத்தகத்திலே வைத்து ஒப்பிட்டுப் பார்த்தேன்...

உடல் புல்லரித்தது...

கனவு.... அளவற்ற உயரத்திலே பறந்தது... மனசு முழுவதும் இனித்தது....

வாழ்க்கையிலே வான்மதிக்கும் எனக்கும் நிகழும் முதல் இணைப்பு... அந்தக் கையெழுத்துகளின் இணைப்பு வாயிலாக...!

இனி எங்களது காதல் வாழ்க்கை இங்கிருந்துதான் துவங்கப் போகிறது...

கையெழுத்துக்களைத் தாங்கிய இரண்டு காகிதங்களும்... ஒன்றோடொன்று இணைந்து உறவாடிக் கொண்டன....!

வான்மதியே என்னை ஆரத்தழுவி அணைத்துக் கொண்டது போல...

பெயர் சொல்லத் தெரியாத ஆனந்தம் எனக்குள்ளே பரவியது...

எல்லாமே அந்த சாத்தனின் வழி நடத்தல் என்பது... அப்போது எனக்கு புலப்படவில்லை...!

கதிரேசனின் காதல் மூலாம் பூசிய அறிவுரைகள்... நடக்கப் போகும் தீ வினையை மறைத்துவிட்டன...!

மின்னலைப் போல உதித்தது ஓர் யோசனை......

கடிதத்தை அந்த குறிப்பேட்டு புத்தகத்தினுள்ளேயே வைத்து விட்டால்...?

வருவாள்...

முதல் வேலையாக...

அந்த குறிப்பேட்டுப் புத்தகத்தைத்தான் பிரிப்பாள்...

கடிதம்...

அவளது பார்வையிலே பதியும்...

அவளது கைக்குப் போய்விடும்... !

சரியான யோசனை தான்...

மிகத் துரிதமாக செயல்பட்டேன்...

கடிதத்தை எடுத்தேன்... கடைசியாக ஒரு முறை பார்த்தேன்...

'எனது இதயச் சிதறலை எழுத்து வடிவிலே தாங்கிய கடிதமே....

இன்னும் சிறிதே நேரம்...

நீ...

வான்மதியின் கைகளிலே தவழப்போகிறாய்...

அவளது பார்வை உன் மீது ஆழப் பதியப் போகிறது....

அவளது வாசிப்பு நிகழப் போகிறது... உனது மூலமாக எனது காதல் அவளுக்குள்ளே கலந்து விடப் போகிறது...

என் காதல் தூதே

எங்கள் இதயங்களின் இணைப்பே... போய் வா...!'

அந்த கடிதத்தை.....

எனது இதயத்தின் இளமைக் கொப்பளிப்பை.....

பல இரவுகள் உறக்கத்திற்கு தீ வைத்து எரித்துவிட்டு... கண் விழித்தபடியே நான் சேகரித்து வைத்தக் கனாக்களை....

அந்த காதல் தூதுக் கடிதத்தை...!

அவளது குறிப்பேட்டுப் புத்தகத்திலே வைத்தேன்....!

அளவிலா பூரிப்பு.....

அளப்பரிய ஆனந்தம்...!

உடல் முழுதும் உணர்ச்சிக் குவியல்...!

ஒரு பெண்ணின் மனதிலே காதல் ஈரத்தை உட்செலுத்துவது எத்தனை இன்பமானது என்பதை இப்பொழுது நான் உணர்ந்தேன்.....!

கண்களை மூடினேன்....

வகுப்பறையை மறந்தேன்....

மாயக் கனவுகள் ஊற்றெடுத்தன... எனது அறிவிலே...!

வான்மதியும் நானும் பல இடங்களிலே... தனிமையிலே சந்திக்கிறோம்...

அந்த மாயக் கனவுகளிலே...!

அவளும் நானும் மணிக்கணக்கிலே அளவளாவி பொழுதை கழிக்கிறோம்....

கடிகாரத்தின் அளவுகோலுக்குள்ளே அகப்படாமல்... தோளோடு தோள் உரசியபடியே நடக்கிறோம்....

உணர்ச்சிப்பெருக்கால் உந்தப்பட்டு கை கோர்த்து இணைந்து பயணிக்கிறோம்...

உலகின் அழகு மிகு பகுதிகளாக தேர்ந்தெடுத்து... அங்கெல்லாம் அலைந்து திரிந்து காதல் வளர்க்கிறோம்...

ஆகாயத்திலிருந்து... ஒளிக் குழம்பு ஒன்று கீழிறங்கி வந்து... எங்கள் இருவரையும் சூழ்கிறது.....

அப்படியே தூக்கிச் சுமந்து... எங்களை ஆகாயத்திற்கு கொண்டு செல்கிறது....

அங்கே முகில் கோட்டை அமைத்து... அதன் நடுவே நாங்கள் துயில் கொள்ள அழகிய மலர்ப்படுக்கை அமைக்கிறது.....

அந்தக் காட்சி... மின்னலாகத் தெறித்து... ஒளி வீசி... உலக உயிரினங்களின் விழி கூசச் செய்கிறது....!

இன்னும் எவ்வளவோ....

இப்படி எல்லை வரம்பின்றி விரிந்துகொண்டே போயின எனது கனவுகள்....!

திடீரென......

எனது கனவுச் சிந்தனைகள் தடைப்பட்டன......!

எனது காதல் கனவுகளை கலைத்தது யார்....?

குரலோசைகள்...!

வாசல் பக்கம்...!

அது என்ன அறிகுறி...?

வெளியிலே சென்ற மாணவர்கள் வகுப்புக்குத் திரும்பும் அறிகுறி...!

நான் பரபரப்படைந்தேன்...

ஓடிப்போய் எனது இருக்கையிலே அமர்ந்து கொண்டேன்.....

மாணவர்கள் வந்தார்கள்... மிக மெதுவாக... நத்தை போல...!

வகுப்பறை விடுதலை பெற்று வெளியே செல்கையிலே புயலைப் போல வேகம்... மீண்டும் வகுப்பறைக்குள்ளே வருவதென்றால் சிறைபுகப் போவது போல தயக்கம்...!

மாணவர்கள் மட்டுமா வந்தார்கள்... ?

வான்மதியும் வந்தாள்...

அவளது வரவு கண்டதும் எனக்கு வியர்த்தது... என்னுடைய பெரும் திட்டம் நிறைவேறப் போகிறதே...!

கண்ணிமைக்க மறந்தேன்...

விழிக்கூர்மை அவள் மேலேயே நிலைத்தது...

இனி...

அவளது அசைவுகள்தானே எனக்கு இதயத்துடிப்பு...

இராணுவ வீரன் துப்பாக்கி வழியே குறிபார்ப்பது போல மிகத் துல்லியமாக அவளை கவனித்தபடியே இருந்தேன்...

பரபரப்பு...

மனசுக்குள்ளே மட்டுமல்ல...

உடல் முழுவதும்...!

புல்லரிப்பு...

உடலில் மட்டுமல்ல...

உச்சந்தலையிலும்...!

வந்தாள்...

வந்தாள்...

என் அருகிலே வந்தே விட்டாள்...

என்னை கடக்கப் போகிறாள்...

ஆனால்...

என்னைக் கடக்கவில்லை அவள்...

நின்றாள்... எனது அருகே...!

எதிர்பார்க்கவில்லை நான்...!

பேரின்ப மிரட்சியோடு அவளது கண்களை நேருக்கு நேர் பார்த்தேன்...

அவளது பார்வை...

பார்வையா அது...!

குதூகலக் குழப்பங்கள் கொப்பளித்த ஓராயிரம் கேள்விகளை அவளுடைய விழிப்படலங்கள் எனது மேலே விசையாக வீசித்தூவின...!

அது மட்டுமா...

அவள் தனது இதழ் விரித்து சிறிய மந்திரப் புன்னகையை என் மீது உதிர்த்தாள்...

அந்த இதழ்களை தொட்டு விடவும்... வருடி விடவும்... முத்தமிடவும் எனது உள்ளுணர்வு கட்டுப்பாடு மீறி பறந்தது.....

பெண்களின் உடல் பாகங்களிலே விபரீதமானவை விழிகளும்... இதழ்களும்தானே...!

அவை தானே பெரும் பெரும் விபத்துக்களுக்கு விதை தூவி விதைக்கின்றன...!

முழுப் புன்னகையையும் முடித்துவிடாமலே... எனது இதயத்தை வலை போட்டு இழுத்தபடி மெதுவாக நகர்ந்தாள்...

எனது உயிர்த்தலத்தையே உரசி சிராய்த்துவிட்டுப் போனாள்... அவளுடைய இருக்கை அருகே... !

போனவள் உடனே அமர்ந்துவிடவில்லை...

நின்றபடியே சற்று நேரம் அந்த குறிப்பேட்டுப் புத்தகத்தைக் கண்ணுற்றாள் ...!

எனக்கு பதைப்பு...!

எனக்குள்ளே... கலவரம் புதைப்பு...

கடுமையான வெப்பம் விதைப்பு...

ஆவலும் அவேசமும் தெளிப்பு....

கேள்விகளின் தொகுப்பு... ?

ஏன்... ?

ஏன் மௌனம் காத்து நிற்கிறாள் அவள்... ?

ஏன் பார்க்கிறாள்... ?

கடிதம் உள்ளே இருப்பதை அவள் அறிவாளா... ?

என் இதயம் படபடவென்று சிறகு தட்டும் ஓசை எனக்கே கேட்கிறது...

நின்றதோடு நிறுத்தினாளா...

இல்லை...!

அங்கிருந்து மெதுவாக எனது திசையிலே திரும்பினாள்...

நான் சிதறிப்போனேன்...

ஏன் என்னைப் பார்க்கிறாள்... ?

'கடிதம் எழுதினாயா...'

அவளது கூர் விழிகள்... நேர் கேள்வி கேட்கின்றன...

'ஆம்...'

என்னுடைய போர் விழிகள் பதில் சொல்கின்றன...

'என்னுடைய குறிப்பேட்டுப் புத்தகத்தினுள்ளே புதைத்தாயா...'

'ஆம்...'

'ஏன் எனது கையிலே கொடுப்பதற்கென்ன...'

'தயக்கம்...'

'ஏன்... உனது காதல் உறுதித்தன்மையற்றதா..'

'இல்லை இல்லை... உருக்குப் போன்றது... உறுதியானது...'

அவளுக்கும் எனக்கும் இடையே காதலை உறுதி செய்வது போல... எங்களது விழிகள் நிகழ்த்திய ஒலியற்ற உரையாடல் முற்றுப்பெற்று விட்டது...!

அவளது விழிகள்... எனது பதிலால் சமாதானமடைந்துவிட்டன...

இப்பொழுது மீண்டும் எனது கடிதம் பதுக்கிய அந்த குறிப்பேட்டுப் புத்தகத்தின் மேலே விழி பதித்தாள்...

இதோ... எனது திட்டம் நிறைவேறப் போகிறது...

வகுப்பாசிரியர் வருவதற்குள் அந்தக் கடிதத்தை அவள் கையிலெடுத்துவிட வேண்டும்...!

அது... எனது அவசர ஏக்கம்...!

ஏன் அத்தனை அவசரம்... ?

எப்படி கடிதத்தை வாசிக்க முடியும் அவளால்...?

ஆசிரியர் வரும் முன் இருக்கும் அந்தக் குறுகிய நேரத்திலே...!

வகுப்பு முடிந்தபின் ஏதாவது தனி இடத்திலே போய் எடுத்து வாசிக்கலாமே....

இப்படியும் யோசிக்கிறாளோ...?

இருக்கலாம்...!

அந்தக் கடிதத்தை வாசிக்க அவளுக்கு அதிக நேரம் தேவை தான்...

அவள் எடுப்பது தான் முடிவு...!

இல்லை...

தாமதிக்கவில்லை...

இப்பொழுதே கடிதத்தை எடுத்துவிடப் போகிறாள்...

ஆம்...

அதுவும் நிகழ்ந்தது...

வான்மதி எனது கடிதத்தைக் கையிலே எடுத்துவிட்டாள்...!

அவளது விரல்கள் எனது கடிதத்தின் மேல் பட்டதும்... பரபரப்பு... படபடப்பு... துடிதுடிப்பு... ஏறிக்கொண்டே போகிறது எனக்கு...

கடிதத்தைப் பிரித்தும் விட்டாள்...

ஐயோ... கேட்க வேண்டுமே எனது உணர்வுக் கொதிப்புகளின் உச்ச நிலையை...

எத்தனை ஒளிப் பகல்கள்...

எத்தனை விடியா இரவுகள்...

எத்தனை மனப் போராட்டங்கள்...

எவ்வளவு கற்பனை ஊற்றுக்கள்...

எழுதிப்பார்த்து எழுதிப்பார்த்து... பிழையென்றும்... வான்மதியின் அழகுக்குத் தகுதியில்லாத வார்த்தைகளென்றும்... கசக்கி எறிந்த காகிதங்கள்தான் எத்தனை...

இதோ...

எல்லாவற்றுக்கும் ஒரு சுகமான முடிவு...!

அடித்தல் திருத்தல் இல்லாத... எழுத்துப்பிழை எதுவுமே இல்லாத ஒரு கடிதம்...

அவளது கைகளிலே...!

அவள் கண்களிலே விளக்கமே தெரியாத கோடி வினாக்கள்.....

ஏன்...

அவள் கடிதத்தைப் படிக்க ஆரம்பித்துவிட்டாள் என்பதற்கு எடுத்துக்காட்டு....

அவள் படிப்பது ஒரு காகிதக் கடிதத்தை அல்ல...

பல இரவுகளின் வண்ணக் கனவுகளை...

பல பகல்களிலே தோன்றி கண்களைக் கூச வைத்த மின்னல் வளைவுகளை...

அவளது அழகு பற்றிய எனது அளவுகளை...

எனது வளம் குறையா வர்ணனைகளை....

எனது கவின்மிகு கவிதைகளை...!

எனது மனசுக்குள்ளே மளமளவென்று நூறாயிரம் புதிய பூக்கள் இதழ் விரித்து மலர்கின்றன...!

அந்த வகுப்பறை முழுவதும் அடங்காத மலர் வாசம் பரவுகிறது...!

நான் அவளது முக உணர்வுகளையே கணக்கெடுக்கிறேன்...

அவளது விழிகள் கடித வாசிப்பை விட்டு விலகவேயில்லை......

ஆம்...

அவளது அறிவு...

அவளது நினைவு...

அவளது கனவு...

அத்தனையும் அந்தக் கடிதத்தின் மீதே ஈரமான ஈடுபாடு கொண்டுவிட்டது...!

இந்த வகுப்பறை விட்டு வெளிப்போகும் முன்பே விடை சொல்லி விடுவாள் எனக்கு...!

இப்பொழுது...

திடீரென இடி...!

ஓர் உரத்த குரல் இடி....!

இடிந்தது நான் மட்டுமல்ல...

அவளும்தான்.....!

"ஏய்... என்ன இரைச்சல்...

எல்லாரும் உக்காரு...

என்ன பேச்சு...

வான்மதி... ஏன் நிக்கிற..."

அது....

எழில்மணி ஆசிரியையின் துடிப்புமிக்க இடிக்குரல்...!

எழில்மணி ஆசிரியை என்றாலே எச்சரிக்கை மணி... கெடுபிடிகள்... அடக்குமுறைகள் அதிகம்...

உடனே அடங்கின... அத்தனை ஓசைகளும்...

ஆணையிட்டது போல...!

வகுப்பிலிருந்த அத்தனை தலைகளும் வாசல் பக்கம் திரும்பின...!

எழில்மணி ஆசிரியை அதிகாரமாக உள்ளே நுழைந்தார்...

இங்கேதான் எனது கணக்கிலே விழுந்தது இடி...

நான் எதிர்பாராத அந்த திகில் சம்பவம் நிகழ்ந்தேறியது....!

எழில்மணி ஆசிரியையின் உச்சக்குரலால் அதிர்ந்துபோன வான்மதி... அவள் வாசித்துக் கொண்டிருந்த என்னுடைய காதல் கடிதத்தைக் கை நழுவவிட்டாள்...

அவ்வளவுதான்...

எனது உயிர் உருகத் துவங்கி விட்டது...

கீழே விழுந்த கடிதம் நேராகத் தரை நோக்கி விழாமல் சாய்ந்து பறந்து விழுந்து... தரையிலே இழுத்துக் கொண்டே போய்... நடந்து வந்து கொண்டிருந்த எழில்மணி ஆசிரியையின் காலடியிலே விழுந்து மிதிபட்டு நின்றது...!

விடிய விடிய விழித்து விழித்து விளைவித்த எனது கடித முத்து... தரையிலே மிதிபட்டுக் கொண்டிருந்தது.....

அது..... உணர்ச்சியில்லா காகிதம் வலியுணராது...

ஆனால்... எனது இதயம்... ?

மிதிபட்டு நசுங்கி இரத்தக்கசிவை வெளிப்பாய்ச்சியது....

அடுத்து நடந்த சம்பவம் இதைவிடக் கொடூரம்....

எழில்மணி ஆசிரியை... காலடியிலே மிதிபட்டுக் கொண்டிருந்த அந்தக் கடிதத்தைக் காலிலிருந்து விடுவித்தார்....

கையிலே எடுத்தார்...!

எனக்குக் குளிர்காய்ச்சல் கண்டுவிட்டது...

உடல் வெடவெடக்கத் துவங்கிவிட்டது...

எனது கவிதைக் கடிதத்தை வாசிக்கத் துவங்கினார்...

வாசிக்க வாசிக்க அவரது கண்கள் விரிவடைந்து பெரிதாகிக் கொண்டே போயின...

அது...

வான்மதி பற்றிய அழகுத் தொகுப்பு...

அதனால்....

அது வான்மதிக்குத்தான் காதல் கடிதம்...

எழில்மணி ஆசிரியைக்கு... ?

மாபெரும் குற்றம்...!

அவரது உணர்ச்சிகள் முற்றின...

கண்களிலே சிகப்பு சாரால் தொற்றின.....

நடு நெற்றி கடுங்கோபத்தால் சுறுங்கியது...

“வாசுதேவன்...”

வகுப்பறையே நடுங்கியது....

நான் நடுக்கத்தோடு இருக்கை விட்டு எழுந்து நின்றேன்....

எழில்மணி ஆசிரியை கொடூர பார்வையோடு நடந்து வந்து எனது அருகே நின்றார்....

என் மீது பாய்ந்தது பார்வையல்ல ...

கூர்மையான கட்டாரி....!

“என்ன இது.... ?”

மண்டை உடைந்தது எனக்கு.... மரண அடி வாங்கியது போல.....!

அது மட்டுமல்ல...

அந்தக் கடிதத்தை வான்மதியின் குறிப்பேட்டிலே வைத்துவிடலாம் என்கிற எனது கனவும் சிதறியது...!

ஆம்...!

நான் வான்மதியின் குறிப்பேட்டிலே கடிதத்தை வைத்தது கனவு தான்....

அதே வெற்று வகுப்பறை...

நான் மட்டும் நிற்கிறேன்... தனியே...!

ஒரு வேளை...

எழில்மணி ஆசிரியையின் கையிலே கடிதம் அகப்பட்டுவிட்டால்...?

ஐயோ...

ரணகளமாகிவிடுமே...!

அப்படியே எனது கனவுகள் பின் நோக்கி நகர்ந்து எனக்குள்ளேயே அடக்கமாகிப் போயின...

இப்பொழுது வகுப்பறை ஆரம்பிப்பதன் நீண்ட மணியோசை ஒலித்தது... எனக்கு எச்சரிக்கை மணியாக...!

பதறினேன்...

வான்மதியின் குறிப்பேட்டிலே வைத்திருந்த கடிதத்தை... மனமும் உடலும் படபடக்க... திரும்பவும் கையிலெடுத்தேன்....

அவசர அவசரமாக மடித்தேன்....

அதனுடைய நிரந்தர வசிப்பிடமான எனது சட்டைப் பையிலே சிறைப்படுத்தினேன்...

ஓடிவந்து எனது இருக்கையிலே அமர்ந்து கொண்டேன்...

மாணவர்கள் வந்தார்கள்...

வான்மதியும் வந்தாள்...

எனக்கு இரண்டு பாரங்கள்...

ஒன்று கடித பாரம்...

இன்னொன்று எழுதிய கடிதத்தை அவளுடைய குறிப்பேட்டிலே வைக்க முடியாத பாரம்...!

வந்தாள் அவள்...

என் அருகிலே...

நின்றாள்...

என்னை கண்ணுற்றாள்...

ஆனால் அதே குற்றாலத்துப் பார்வை தான்... !

சற்று முன் கனவிலே உதிர்த்த காதல் புன்னகையை காணவில்லை.... அதை தனக்குத்தானே கையகப்படுத்திக் கொண்டாள்...!

அவ்வளவு தான்...

நகர்ந்து விட்டாள்...

அவளது இருக்கையிலே போய் அமர்ந்தாள்.....!

அங்கிருந்தும் ஒரு பார்வை எய்தாள்...

அதே குற்றாலத்துக் கூர்பார்வைதான்...!

கடிதம் மட்டும் என்னுடனேயே இறுக்கமான உறவு வைத்து.... தனது இருப்பிடத்தை தக்க வைத்துக்கொண்டது.....!

பல இரவுகளில்...

என்னோடு அந்தரங்கமாய் உறவாடி.... பல மாய விளையாட்டுக்களை நிகழ்த்திக் கொண்டிருந்தது அந்தக்கடிதம் .....!

வகுப்பறையிலே பாடப்புத்தகங்களின் நடுவிலே பதுக்கிப் படிப்பேன்....

வகுப்பில் ஆசிரியர்.... மாணவ மாணவிகள் அத்தனை பேரும் பாடங்களோடு உறவு வைத்திருப்பார்கள்.....

ஆனால்...

நான் மட்டும்... அந்தக் கடிதத்தோடு இறுக்கமான உறவை வளர்த்துக் கொண்டிருந்தேன்...

பல நேரங்களிலே என்னை நான் வலுகட்டாயமாகத் தனிமைப் படுத்திக் கொண்டேன்.....

ஒரு பக்குவமான வாலிபனாகவே என்னை நான் மிகைப்படுத்தி வரித்துக் கொண்டேன்...

அதுவும் அந்த சாத்தான் குணத்தின் அத்து மீறிய செயல் தான்...!

பிஞ்சு வயது...

ஏதும் அறியமாட்டேன்...

காதல் தூண்டுதலின் மனப் பக்குவமும் பெற்றிருக்கவில்லை...

இருந்தாலும்...

கொதிக்கிறது.... உடல் ...

ஊற்றெடுக்கிறது... காமம்...

பெயர் தெரியா பல உணர்ச்சிகள் ஊற்றெடுத்து சிந்தையை சந்தையாகச் சிதறடிக்கின்றன...

எதனால்...?

வான்மதியின் விழிகளால்...

வன்மை கூடிய வழிகளால்...

சாத்தான் குணத்தின் தூண்டுதலால்...

எனக்குள்ளே பல புதினங்களை உருவாக்கிய அவளது புன்னகைக்குள்ளே... என்னை நான் புதைத்துக் கொண்டேன்...

இரவுகளிலே...

விழித்து விழித்து மீண்டும் மீண்டும் அந்தக் கடிதத்தை வாசித்து ரசித்தேன்... !

எனது கையெழுத்தின் அழகை நானே மெச்சினேன்...

இங்கே...

கடற்கரையிலே...

கடிதம் எழுதும் இடத்திலே....

நான் உனக்கு எழுதிக்கொண்டிருக்கும் கடிதத்தை எடுத்துப் பார்த்தேன்...

இது....

வான்மதிக்கு நான் எழுதிய கடிதம் போல வனப்பாக இல்லை....!

கிறுக்கல்கள்...

கோலங்கள்...

அடித்தல்கள்...

திருத்தங்கள்...

பிழைகள்...

அலங்கோலமாக இருந்தது...!

எனது அறிவுக் குழப்பத்தின் எழுத்துச் சிதறல்களாக..... !

நான் வான்மதிக்கு கடிதம் எழுதிய பொழுது...

வான்மதி அழகு...

அந்த வயது அழகு.....

அந்த பருவம் அழகு....

அந்த இளமை அழகு....

விழிப்பதிவிலே விழுந்ததெல்லாம் செழுமையான அழகு....

அதனால்...

கையெழுத்தும் அழகாக அமைந்தது....!

ஆனால்....

இப்பொழுது...

அறிவிலே சுழல்...

உடலிலே தழல்....

மனதிலே புயல்....

வயதிலே வெயில்...!

இந்த நிலையிலே...

கையெழுத்து எப்படி அழகாய் அமையும்....?

எப்பொழுது வான்மதியின் பார்வை என் மீது கோரத் தாக்குதலைத் துவக்கியதோ... அப்பொழுது முதலே என்னுடைய எல்லா இயக்கங்களுமே அலங்கோலம் தான்.....!

இரவுகளிலே எனக்கு எப்பொழுதும் அம்மாவுடன் தூங்கித்தான் பழக்கம்...

ஆனால்...

இப்பொழுது தனியே படுத்தேன்...

"ஏன்"

அம்மா கேட்டார்கள்...

'படிக்கிறேன்..'

ஆம்...

உண்மையிலேயே படித்துக் கொண்டுதான் இருந்தேன்...

அந்தக் கடிதத்தை...!

அதிலிருந்த வர்ணனைகளை...!

கடிதத்தை வான்மதியிடம் சேர்க்கும் வழி தெரியாமலே... கையிலே பதுக்கி வைத்துக் கொண்டும்... மீண்டும் மீண்டும் வாசித்துக்கொண்டும் ஊசலாடிக் கொண்டிருந்தேன்.....!

வரைவோலை செய்த கதிரேசன் என்னைத் தொடராமல் இருப்பானா.....

எனது தயக்கத்தை கதிரேசன் கவனித்துக் கொண்டே இருந்தான்...!

கோபம் வந்துவிட்டது அவனுக்கு....!

கவிதை எழுதியவன் அவனல்லவா...!

அவனது கவிதை அரங்கேற்றம் ஆக வேண்டுமே...!

இங்கேதான் கதிரேசன் எனக்கு குருவாக மாறினான்...

இடைவிடாமல் உபதேசம் செய்தபடியே என்னை வழி நடத்தினான்...

அவன் வழி நடத்திய பாதை எனக்குத் தென்றலாகக் குளிர்ந்தது...

அதன்படி செயலில் இறங்கினேன்....
இன்று எப்படியும் கடிதத்தை வான்மதியிடம் கொடுத்துவிட வேண்டும்....!
இது கதிரேசன் எனக்கிட்ட கட்டளை....
காத்திருந்தேன்...
பள்ளியின் நுழைவாயில் அருகிலே....
வான்மதியின் வரவிற்காக.....
வகுப்பறைக்குச் செல்லாமலேயே.....!
பள்ளியிலே இன்னும் மணியடிக்கவில்லை.....
வான்மதி எப்பொழுதுமே தாமதமாகத்தான் வருவாள்...
சரியான நேரத்திற்கோ அல்லது சற்று தாமதமாகவோ வருவதைத்தான் நானும் வழக்கமாகக் கொண்டிருந்தேன்...
ஆனால் இன்று...
அரைமணி நேரத்திற்கு முன்னதாகவே வந்துவிட்டேன்...
ஏனென்றால்...
வான்மதி என்னை வீட்டிலே இருக்கவிடவில்லை...
பாடம் படிக்க விடவில்லை...
'சாப்பாடு... சாப்பாடு...' என்னும் அம்மாவின் கூப்பாடு பிடிக்கவில்லை...!
'படி... படி...' என்கிற அப்பாவின் அறிவுரை பிடிக்கவில்லை...
'பற... பற...' என்று எனது ஒட்டுமொத்த இயக்கமும் பள்ளியை நோக்கியே பறந்து கொண்டிருந்தது...
அது சரி...
நான் ஏன் வகுப்பறைக்குப் போகாமல் வழியிலேயே நிற்கிறேன்...?

26. நான் வகுப்பிற்குப் போனாலும்...

நான் வகுப்பிற்குப் போனாலும் அவளது வரவை எதிர்பார்த்து வாசலையேதான் பார்த்துக் கொண்டிருக்கப் போகிறேன்...

அவள் வகுப்பிற்கு வரும் நேரமும் ஆசிரியர் வரும் நேரமும் ஏறக்குறைய ஒரே நேரமாகத்தான் இருக்கப் போகிறது...

அந்த நேரத்திலே அவளை சரியாகப் பார்க்கவும் முடியாது... கடிதத்தை அவளிடம் கொடுக்கவும் முடியாது...!

ஆகையால் பள்ளியின் வாசலிலே அவள் நுழையுமிடத்திலேயே காத்திருந்தால்... வகுப்பறைக்குப் போகும்வரை அவளை சுதந்திரமாகப் பார்க்கலாம்...

என்னைக் கடந்து தான் அவள் வகுப்பறைக்குச் செல்ல வேண்டும்...

அவள் என்னைக் கடக்க முற்படும்போது... கடிதத்தைக் கொடுத்து விடலாம்...

இவையெல்லாம் கதிரேசன் எனக்கு வகுத்துக் கொடுத்த திட்டங்கள்...! அந்தத் திட்டத்திற்கு கட்டுப்பட்டுத்தான்... வான்மதிக்காக நான் வாசலிலேயே விழி பதித்து வழியிலேயே காத்திருந்தேன்...

எனது சட்டைப்பையிலிருந்த காதல் கடிதம் என்னை உறுத்திக் கொண்டே இருந்தது... அதை எனது உயிரைவிட பத்திரமாகப் பாதுகாத்து வைத்திருந்தேன்...!

வகுப்புகளுக்குச் செல்லும் மாணவர்கள் அனைவருமே என்னை ஒரு மாதிரியாக பார்த்துக் கொண்டே சென்றார்கள்...

நான் வான்மதிக்குக் காதல் கடிதம் எழுதியது... அதற்குள் அவர்களுக்கு எப்படித் தெரியும்... ?

என் மீது சந்தேகப் பார்வையை பாய்ச்சுகிறார்களே...

என்னைப் பார்த்து இரகசியமாக ஏதேதோ பேசிக் கொள்கிறார்கள்...

மாணவிகள் தங்களுக்குள்ளே கேலியாக சிரித்துக் கொள்கிறார்கள்...

எனக்குத் தெரிந்துவிட்டது...

நான் வான்மதியை காதலிப்பதிலே மற்ற மாணவர்களுக்குப் பொறாமை...

மாணவிகளுக்கு... ?

நான் அவர்களைக் காதலிக்கவில்லையென்று கோபம்... ஒருதலை ஏக்கம்..!

அதனால் தான் அவர்களுடைய பார்வைகளும்... செய்கைகளும்... பேச்சுக்களும் வேறு மாதிரி இருக்கின்றன...

நான் வான்மதியை காதலித்தால் இவர்களுக்கென்ன... ?

சிலர் எனது காதலை கேலி செய்கிறார்கள்...

சிலர் அங்கீகரிக்கிறார்கள்...

சிலர் ஆதரவாகப் பேசுகிறார்கள்...

இவையெல்லாம் எனது பகல் கனவுகள்...!

இப்படியெல்லாம் கனவு கண்டு கொண்டு... வான்மதிக்காக காத்துக் கொண்டு நின்றேன் நான் ...!

கனவுகள்தான் கவணிலிருந்து புறப்பட்ட கல் போல படுவேகமாகப் பாய்ந்து பறந்து கொண்டிருக்கின்றனவே...!

ஆனால்... உண்மை நிலை என்ன...

யாரும் என்னைப் பார்க்கவும் இல்லை... எனது காதல் பற்றி விமர்ச்சிக்கவுமில்லை... எனது கடைக்கண் பார்வைக்காக எந்தப் பெண்ணும் ஏங்கவும் இல்லை...!

தாமதமாகிக் கொண்டிருக்கிறது என்று அவர்கள் அனைவருமே வேக வேகமாக வகுப்புக்குப் பறந்து கொண்டிருந்தார்கள்...!

இதெல்லாம் எனது சட்டைப் பையினுள்ளே அட்டையை பூச்சியை போல பதுங்கியிருக்கும்... அந்தத் திருட்டுக் கடிதத்தின் குருட்டு வேலைகள்...

அந்த சாத்தான் குணத்தினுடைய உருட்டு சாகசங்கள்...!

என்மேலே அந்தக் கடிதம் தூவிய காதல் மந்திரப்பொடி... என்னை மயக்க நிலையிலேயே வைத்திருந்தது...! இந்த உலகைவிட்டுக் கடத்தி... வேறு மாற்றுச் சிந்தனையுடன்...!

மாணவர்கள் ஆசிரியர்கள் அனைவரும் வகுப்புகளுக்குப் போய்விட்டார்கள்.

ஆனால் வரவில்லை வான்மதி...

மணியடிக்கப் பட்டுவிட்டது... வகுப்புகள் துவங்க...

நான் மட்டும் நிற்கிறேன் தனியாக ...!

மாணவர்களின் குரலும்... ஆசிரியர்களின் குரலும் வகுப்பறைகளுக்குள்ளிருந்து மெல்ல மெல்ல கேட்க ஆரம்பித்தன...!

வகுப்புகள் துவக்கப் பட்டுவிட்டதன் அறிகுறியாக...!

ஆனால் நான்........ ?

காத்திருந்தேன்...!

வகுப்பை மறந்து...!

படிப்பை மறந்து...!

பாடத்தை மறந்து...!

எதிர்காலத்தை மறந்து...!

ஏன்...

அந்தக் கடிதம்தான்...!

இப்பொழுது... அந்தக் கடிதத்தையும் வான்மதியையும் தவிர... வேறு எதுவுமே எனது நினைவிலே இல்லை...!

வான்மதி வரவே இல்லை...

எனது துடிப்பு அதிகரிக்கிறது.....

மனம் பதைக்கிறது...

அவள் வரமாட்டாளா....

ஏக்கம்...!

தவிப்பு...!

பதட்டம்...!

மனசு படபடவென வேகமாக அடிக்கிறது...

லேசாக வியர்க்கிறது...

ஒரு கையால் அந்தக் கடிதம் இருந்த சட்டைப்பையை அழுத்திப் பிடித்துக் கொண்டு... மறுகையால் வியர்வையைத் துடைத்து சட்டையிலே தேய்த்துக் கொண்டேன்...

ஏமாற்றம்...
அவள் ஏன் வரவில்லை... ?
துக்கம் தலைதூக்குகிறது...
எவ்வளவு நேரம் தனியே நிற்க முடியும்.... ?
லேசாக கைகால்கள் நடுங்குகின்றன....
பள்ளி முழுவதுமே படிப்பு மயம்......
ஆனால்..... எனக்கு மட்டும் காதல் மயம்......
நானோ...... கவர்ச்சி வயம்.....
படிப்பைப் பற்றியெல்லாம் இல்லை பயம்....
அந்த வயது...
அந்தப் பருவம்...
அந்த அறியாமை....
என்னை அப்படிப் பாடாய் படுத்துகிறது...!
திடீரென இதயத்திலே ஒரு சிலிர்ப்பு... உடல் முழுவதும் ஒரு படபடப்பு...
ஏன்...
இதென்ன உணர்ச்சிகள்...!
அறிவிப்பில்லாமலே ஆர்ப்பரிப்பாக அலைபாய்கின்றனவே...!
ஆம்....
அதோ...
வந்துவிட்டாள்.... வான்மதி...!
எனது பட்டாம்பூச்சி...
எனது வண்ணத்துப்பூச்சி...
எனது பஞ்சவர்ணக்கிளி...
எனது பட்டுப்புறா...
எனது வானம்பாடி...
அதோ வருகிறாள்.... பறந்து...
படுவேகமாக..... விரைந்து...
நான் உ ருகுகிறேன்.... கரைந்து....
எனது உறுதிகள் போய்விட்டன..... தொலைந்து.....
வான்மதி..... வருகிறாள்......
ஓட்டமும் நடையுமாய்...!
நான் பதறிவிட்டேன்...
அடேயப்பா...
நடையா அது...
தினவெடுத்த முரட்டுக் குதிரைபோல....
படையெடுக்கும் அழகு குவியல் போல.....
குளிர் கொடுக்கும் அடர்ந்த பனியை போல....

அவள் மேலும் கீழும் குதித்து குதித்து எடுத்து வைத்த ஒவ்வொரு அடியும்... எனது மன உறுதிக்கு ஊறு செய்தது....!

அவளுக்கும் வகுப்புக்கு நேரமாகிவிட்டதல்லவா... வேகவேகமாக நடந்தாள்...!

அவள் எப்பொழுதுமே வேகமாகத்தான் நடப்பாள்...

ஆனால்...

எனது பார்வைக்கும் சிந்தனைக்கும் இன்று மட்டும் வேகமாக நடப்பது போலத் தோன்றியது...!

எனது சூழ்நிலையும் மனநிலையும் அப்படி..!

ஒரு நொடியிலே....

அவளது அழகு....

வனப்பு.....

அலங்காரம்....

உடைகள்.....

அவளை மீறி அலைபாய்ந்த கவர்ச்சி...

எல்லாமே எனது மனதிற்குளே சரசரவென்று நுழைந்துவிட்டன...!

வருகிறாள்... வருகிறாள்...

மாயமோகினி பறந்து வருகிறாள்...

நான் துரிதமாகத் தயாரானேன்....

இதோ...

என்னை நெருங்கி விட்டாள்...

என்னைக் கடந்துதான் அவள் போகவேண்டும்...

எனது அருகே நிற்பாள்...!

என்னைப் பார்ப்பாள்...!

நானும் பார்ப்பேன்...!

“ஏன் இங்க நிக்கிற...”

என்னைப் பார்த்து கேட்பாள்...!

“உனக்காகத்தான்”

நான் பதில் சொல்வேன்..!

இவ்வளவு தெளிவாகச் சொல்லிவிடுவேனா... உளறுவேன்... !

ஆனாலும் இதைத்தான் உளறுவேன்...!

“நேரமாச்சு... வா சேர்ந்தே வகுப்புக்குப் போகலாம்...”

என்னையும் சேர்த்து வகுப்புக்கு அழைத்துச் செல்வாள்...!

இருவரும் வகுப்பறைக்குள்ளே நுழைவோம்...

இணையாக...

இணை பிரியா காதலர்களாக...!

வகுப்பே ஆச்சர்யப்படும்...!

இது...

அந்தக் காதல் கடிதம்... நோய் போல என்னைப் பீடித்து மிதக்க வைத்த மின்சாரக்கனவு...!

ஆனால் நிகழ்ந்தது என்ன...

வான்மதி வந்தாள்..... என்னை நோக்கி...

எனது மனசுக்குள்ளே நடுக்கம் எடுத்தது... கைகளும் உதறின...!
அவள் நெருங்க நெருங்க...
எனக்குள்ளே பற்றிக் கொண்டது நெருப்பு...
எனது சட்டைப்பைக்குள்ளே சிரமப்பட்டு சிறைப்படுத்தப்பட்டிருந்த அந்த கடிதத்தை அவசர அவசரமாக பிணையில் விடுவித்து வெளியே எடுத்தேன்....
வான்மதியிடம் கொடுப்பதற்கு தயாராக வைத்துக் கொண்டேன்.....!
இதோ...
அவள் எனது அருகிலே நெருங்கி விட்டாள்...
கடிதத்தை அவளிடம் கொடுக்க தயாராகப் பிடித்தேன்...
அவளது நடையின் வேகம் இன்னும் கூடியது....
நெருங்கிவிட்டாள் என்னை...
மிக அருகிலே...
மிக மிக அருகிலே...
கடிதத்தைப் பிடித்திருந்த கை நடுங்குவதை எனது கண்களால் காண முடிந்தது......
வான்மதி.....
எனது பதற்றம் அடங்குவதற்குள்ளே......
என் மீது உரசல் நிகழ்த்த வருவது போல வந்துவிட்டாள்...
கடிதத்தை அவளிடம் கொடுத்துவிட தயாரானேன்...
ஆனால்.....
விளைந்தது வேறு ஒரு நிகழ்வு......
வந்தவள் சட்டென்று என்னை விலகிக் கடந்தாள்...!
நான் திகைத்து நின்றுவிட்டேன்...
என்னைப் பார்த்து நிற்பாள்... என்னுடன் பேசுவாள் என்று எதிர்பார்த்தேன். ...
ஆனால்...
அவள் வந்த அவசரத்திலே... என் மீது அவளது கவனம் பதிவாகவில்லை...!
வேகமாக வகுப்பறை நோக்கி நடந்தாள்... என்னால் நிற்க முடியுமா...
அவளைத் தொடர்வதற்காக அடியெடுத்து வைத்தேன்...
யாரோ என்னை பின்னால் பிடித்து இழுத்தார்கள்...!
யார்.....?
தலைமையாசிரியரா...?
வகுப்பாசிரியரா....?
அலுவலகப் பணியாளரா....?
அப்படியென்றால்... நான் வான்மதிக்காக காத்திருந்த செய்தி அவர்களுக்குத் தெரிந்து விட்டதா...
பதைபதைத்துத் திரும்பினேன்....
இவர்களில் யாருமில்லை...!
கதிரேசன்...!
அவனது முகத்திலே கோபம்..... விழிகளிலே கடுமை.....
முறைத்தான்...!

"என் கூடயே வா…"
ஆணையிட்டான்…..
அவன் எனது குரு…!
அவனது ஆணைக்கு அடிபணிய அந்தக் காதல் கடிதமும் எனக்கு அவசர ஆணையிட்டது…!
கடிதம் கை மாற வேண்டுமல்லவா…..
இதயம் இடம் மாற வேண்டுமல்லவா…..
காதல் உருவாக வேண்டுமல்லவா…..
அதற்காக எதையும் செய்ய தயாராக இருந்தேன் நான்…..
எனது கையைப் பிடித்தபடி கதிரேசன் முன்னே நடந்தான்… நான் அவன் ஆட்டிப்படைக்கும் பொம்மையாக அவனைப் பின் தொடர்ந்தேன்…
அவன் என்னை வகுப்புக்கு அழைத்துச் செல்வான்… சமயம் பார்த்து… வான்மதியிடம் பக்குவமாகப் பேசுவான்… இந்தக் கடிதத்தை அவளிடம் கொடுக்க ஏற்பாடு செய்வான் என்று எண்ணி அவனைத் தொடர்ந்தேன்….

ஆனால்….
அவன் அழைத்துச் செல்லும் திசை மாறியது…!
பள்ளிக்குப் பின்புறம் இருக்கும் பெரிய மைதானம்…. !
பாதிக்கு மேல் பாழடைந்து… செடிகளும்… புதர்களும் ஒரு புறம் மண்டிக்கிடக்கும்…
பெரும்பாலும் விளையாடுவதற்குக் கூட அங்கு மாணவர்கள் நாங்கள் வருவதில்லை… எப்பொழுதாவது தேசிய மாணவர் படையின் பயிற்சி மட்டும் நடை பெறும்…
அந்த மைதானத்தின் கடைசியிலே ஒரு பெரிய மரம் இருக்கிறது… கனத்தமரம்… அந்த மரத்தின் பின்பகுதிக்குப் போய்விட்டால்… நடப்பது எதுவுமே உலகுக்குத் தெரியாது…!
மாணவர்களோ… மாணவிகளோ செல்லவே கூடாதென்று தடை விதிக்கப்பட்ட பகுதி…..!
கதிரேசன்…. என்னை அந்த மரத்தின் பின் பகுதிக்கு அழைத்துப் போனான்…!

ஏன்……?
தெரியவில்லை…!
சிறிது பயமாகவும் இருந்தது…..
அங்கும் சிறிது நேரம் என்னை கொடூரமாக முறைத்துப் பார்த்தான்…!
நான் பேசாமலே நின்றேன்…
அவன் வாயிலிருந்து என்ன விதமான வார்த்தைகள் என் மீது சீறிப்பாயப் போகின்றன என எதிர்பார்த்தபடி…. !
அவன் கோபத்திலே கொந்தளித்துக் கொண்டிருந்தான்…
கைகளைப் பிசைந்தான்…
விரல்களை சொடுக்கினான்…
திடீரென அங்கும் இங்கும் அமைதியின்றி அசைந்தான்…!
அவனுடைய கோபத்தையும் நடவடிக்கைகளையும் பார்க்கப் பார்க்க எனக்கு பயமாக இருந்தது…

ஏன்... ?

வான்மதி விசயத்திலே ஏதாவது அசம்பாவிதம் நிகழ்ந்து விட்டதா... ? அதைச் சொல்லத் தயங்குகிறானா... ?

பள்ளியிலே அவளுக்காக நான் காத்திருந்த போது...

அவள் தாமதமாக வந்தாள்...

அவசரமாக வந்தாள்...

நெருங்கி எனது அருகே வந்தவள்... என்னை கவனிக்கவே இல்லை...

எப்பொழுதும் கலகலப்பாக இருப்பவள் அவள்... ஆனால் இன்று அவளது முகம் தெளிவாக இல்லை..... சற்று கோபமாக இருப்பது போலத்தான் காணப்பட்டாள்...

அவளது கோபத்திற்கு காரணம் என்னவாக இருக்கும்... ?

கதிரேசன்... இந்த காதல் கடிதம் பற்றி அவளிடம் ஏதாவது பேசிவிட்டனா...

அதனால் ஏதாவது விபரீதம் நிகழ்ந்து விட்டதா...

அவளது கோபத்திற்கும்... கதிரேசனின் கோபத்திற்கும் ஏதாவது தொடர்பு இருக்குமோ... ?

எனக்கு இருப்புக் கொள்ளவில்லை...

கதிரேசன் வாய்திறந்து பேசவேண்டும்... அப்பொழுது தான் எனக்கு போன உயிர் மீண்டு வரும்...!

நானே பேசலாம் என்று நினைத்தால்... அவன் கோபமாக இருக்கிறான்... எப்படி பேசுவது... ?

இருந்தாலும் பேசியே தீரவேண்டும்... பயந்தபடியே பேசினேன்...!

"என்ன கதிரேசா..."

"ம்.. நாலு பொட்டலம் கஞ்சா வேணும்.. எங்கயாச்சும் வாங்கித் தர்றீயா..."

படீரென வெடித்தான்...

"கஞ்சாவா... ?"

"பெறகு... ? நான் என்ன சொன்னேன் உன்கிட்ட... இன்னிக்கி அவ பள்ளிக்கு வர்றப்ப முதல் வேலையா அந்தக் காதல் கடிதத்த குடுத்திருன்னு சொன்னன்ல..."

"ஆமா..."

"ஏன் குடுக்கல..."

நான் பதில் சொல்லவில்லை....!

"ஏண்டா... சரியான நேரத்துக்குத்தானே வந்திருந்த... ?"

"ஆமா..."

"சரியான வழியிலதான நின்னிருந்த... ?"

"ஆமா..."

"அவளும் சரியான வழியிலதான வந்தா... ?"

"ஆமா..."

"சரியான நேரத்துலதான வந்தா... ?"

"ஆமா..."

"அந்த சமயத்துல நீ கடிதத்த அவகிட்ட குடுத்திருக்க வேணாம்... ?"

ஏன் கொடுக்கவில்லை... ?

எனக்கே கேள்வி எழுந்தது...!

அப்படியென்றால் அவன் வான்மதியிடம் இதுபற்றி இன்னும் பேசவில்லை...

"ஏண்டா குடுக்கல... ?"

அவன் ஒவ்வொரு முறையும் கோபத்தை அதிகப்படுத்திக் கொண்டே கேட்டான்... நான் மறுபடியும் அமைதியானேன்...

"அத விட்டுட்டு அவ போனதுக்குப் பெறகு... அஞ்சடி தள்ளி அவ பின்னாலயே ஒட்றியே... அப்பிடியே வகுப்பறைக்குள்ள போயி அத்தன பசங்க முன்னாலயும், அவ தோள்மேல கைபோட்டு... 'நான் அவள காதலிக்கிறேன்னு' பெருமையா சொல்லலாம்னு நெனச்சியா... போடா அறிவு கெட்டவனே..."

"பயமாருக்கு கதிரேசா..."

எனது நிலை அவனுக்குப் புரிந்திருக்க வேண்டும்...

அவனது கோபம் கொஞ்சம் குறைந்தது...

ஒரு பெண்ணிடம் நேரிடையாகச் சென்று காதல் கடிதம் கொடுப்பது எவ்வளவு கடினமான காரியம் என்பதை அவனும் யோசித்தான்...!

பள்ளிக்கூடம்...

வகுப்பறை...

மாணவ மாணவிகள்...

ஆசிரியர்கள்...

ஆசிரியைகள்...

இந்த சூழலிலே எப்படி கொடுப்பது என அவனும் உணர்ந்தான்... அவ்வளவு துணிச்சல் என்னிடம் கிடையாது என்பதை அவன் அறிந்திருந்தான்...

திடீரென அவனுக்கு என்ன தோன்றியதோ தெரியவில்லை... எனது தோள்களை இரண்டு கைகளாலும் பிடித்தான்... பலமாக உலுக்கினான்.

"இங்கேயே இரு... நான் வர்றவரைக்கும் எங்கேயும் போகக்கூடாது... என்ன..."

என்று சொல்லிவிட்டு வேகமாகப் போனான்...

எனக்கு எதுவுமே புரியவில்லை...

மீண்டும் தனிமை...!

மறுபடியும் மிகப்பெரிய குழப்பம்... அவன் வேகமாக நடந்து செல்வதைப் பார்த்தபடியே செய்வதறியாது நின்றேன்...

எனக்கு இன்னும் பயமாக இருந்தது...!

காரணம் அவன் போன வேகம்..!

அதைவிட அந்த இடம்...!

காய்ந்தும் காயாத பாதி இலைகளைப் பிடிவாதமாகப் பிடித்து வைத்திருந்த உயரமான ஒற்றை மரம்...!

விஸ்ஸ்... விஸ்ஸ்... என காற்று...!

தனியாக நான்...!

தனியே நிற்க நிற்க பயம் கூடிக்கொண்டே போனது...

என்னைப் போன்ற அத்தனை மாணவ மாணவிகளும், வகுப்பறைகளிலே பாடங்கள் படித்துக் கொண்டிருக்கிறார்கள்...

ஆனால்...

நான் மட்டும் இங்கே தன்னந்தனியாக நிற்கிறேன்...

ஒரு கடிதத்தை வைத்துக்கொண்டு...!

இப்பொழுது...

இங்கே...

கடற்கரையிலே...

தனியே அமர்ந்திருக்கிறேன்...

ஒரு கடிதத்தை எழுதிக்கொண்டு...!

அங்கும் தனிமை...

இங்கும் தனிமை...

ஒரு தகாத கடிதம் எழுதிய காரணத்தால் பள்ளி மைதானத்திலே தனிமையிலே நின்றேன்...

ஒரு தகுதியான கடிதத்தை எழுதும் காரணத்தால் கடற்கரையிலே தனிமையிலே இருந்தேன்......

அங்கும் கடிதம்...!

இங்கும் கடிதம்...!

இதே கடற்கரையிலே...

என் நதி...

அன்றொரு நாள்... பேருவகையுடன் விருப்பப்பட்டு உனக்காக தனியே காத்திருந்தேன் அன்பே...!

அது... நமது நான்கு விழிகளின் மறைமுகத் திட்டப்படி உனது வரவுக்காக காத்திருந்த நாள்... ஆனந்தமான நாள்...!

ஆனால்...

பள்ளி மைதானத்து மரத்தடியிலே காத்திருந்தது... கருப்பு நாள்...

மனசு முழுவதும்...

குழப்பம்...

இருட்டு...

அழுக்கு...

பயம்...

தேய்மானம்...

தொய்வு...

இந்நேரம் வகுப்பறையிலே காலை வருகைப் பதிவு செய்திருப்பார்கள்...

“வாசு தேவன்... வாசு தேவன்...”

பதில் குரல் இல்லை...

நான்தான் இங்கே மரத்தடியிலே நிற்கிறேனே...

திடீரென ஓர் அதிர்ச்சி...!

நான் வான்மதியிடம் கடிதம் கொடுப்பதற்காக பள்ளியிலே காத்திருந்த போது... எனது வகுப்பாசிரியர் என்னைப் பார்த்தார்...

விழித்தேன்...

சட்டைப்பையிலே காதல் கடிதம்...!

எதிரே ஆசிரியர்...

அவரது கோபமான முறைப்பு....

உடல் நடுங்கியது...

“வகுப்புக்குப் போகல..?”

அவர் சாதரணமாகத்தான் கேட்டார்...

ஆனால்.... நான் நின்ற மனநிலை... அதனால் ஏற்பட்ட படபடப்பு என்னை பயப்படுத்தியது...

அந்தக் காதல் கடிதத்தைப்பற்றி தெரிந்து கொண்டு அவர் என்னை மிரட்டுவது போலத் தோன்றியது...!

எனது காதலிக்கு கடிதம் கொடுக்கக் காத்திருக்கிறேன் என்று சொல்ல முடியுமா....

“எனது நண்பனுக்காகக் காத்திருக்கிறேன்...” என்று பொய் சொன்னேன்...

செய்யக்கூடாத தவறைச் செய்ததால்... சொல்லக்கூடாத பொய்யும் சொல்ல வேண்டியதாயிற்று...!

அந்தக் கடிதம் இன்னும் என்னை எங்கெல்லாம் இழுத்துக் செல்லுமோ தெரியவில்லை...

எனது வகுப்பாசிரியர் என்னை பள்ளிக்குள்ளே பார்த்தார்... ஆனால் நான் வகுப்புக்குப் போகவில்லை...!

“வரும்போது வழியிலே வாசுதேவனப் பாத்தேன்... ஏன் வகுப்புக்கு வரல... யாருக்காவது தெரியுமா...”

வகுப்பறையிலே ஆசிரியரின் கேள்வி...

யாருக்குத் தெரியும் எனது காதல் கதை...

யாரிடமிருந்தும் பதில் வரவில்லை...!

நான்தான் பள்ளி மைதானத்தின் மரத்தடியிலே கடிதத்துணையுடன் காத்திருக்கிறேனே...!

அந்தக் கடிதம் என்னை பாடாய் படுத்திக்கொண்டே இருந்தது...

தனிமையின் அமைதி...

காற்றிலே ஆடும் மரக்கிளைகளின் கொடூரமான ஓசை...

அறிமுகமே இல்லாத பறவைகளின் ஓசை...

இன்னும்... மிக தூரத்திலே... உரத்த குரலிலே மாணவர்கள் பாடம் படிக்கும் ஓசை...

அதன் அறிகுறியாக... வகுப்பு இடை விடுப்பு நேரத்திலே கிளம்பும் மாணவர்களின் உரத்த குரல்களின் ஓசை...

இப்படி...

பள்ளியின் ஒட்டுமொத்த ஓசைகளும்... இரைச்சல்களும் காதுகளின் வழியே நுழைந்து எனது மூளையைக் கடைந்தன...

மூளைக்குள்ளே செறிந்துகிடந்த அறிவை குடைந்தன.....

மனசுக்குள்ளே பயப் பதிவுகள் நிறைந்தன..

ஆயிரம் ஆயிரம் இனபுரியாத வலிக் கூறுகள் விளைந்தன.....

ஆனால்...

அந்த ஓசைகளால்... எனது மன ஓட்டத்தின் திசையை... அந்தக் காதல் கடிதத்தின் மேலிருந்து கொஞ்சமும் மாற்ற இயலவில்லை...

சட்டைப்பையிலிருக்கும் கடிதத்தை வெளியே எடுத்தேன்...

சிறிது நேரம் அதைத் கையிலே பிடித்து பார்த்துக் கொண்டேயிருந்தேன்...

ஒரு பெரிய காப்பியத்தையோ... இதிகாசத்தையோ கையிலே பிடித்திருப்பது போல பெருமிதமாக இருந்தது...

உண்மையிலேயே 'காதல்' மாபெரும் காவியம்தான்... இதிகாசம்தான்.. இலக்கியங்கள் அத்தனையும் காதலை மையப்படுத்தித்தான் புனையப் பட்டிருக்கின்றன...

ஆனால்...

இது காதலா... ?

இது கடிதமா... ?

எனது கைகளிலே இருந்த அந்தக் கடிதம்... எனது படிப்பையும்... அறிவையும்..... மகிழ்ச்சியையும்..... தீயிட்டுக் கொளுத்திவிட்டு... எனது கண்களுக்கு கவர்ச்சி காட்டி... கேலியாகச் சிரித்துக் கொண்டிருந்தது... !

அந்தக் கடிதத்தை வான்மதியிடம் கொடுப்பதற்கு முன்பு இன்னொருமுறை படிக்க வேண்டுமென்கிற ஆவலைத் தூண்டியது...!

மடித்து வைத்திருந்த கடிதத்தை மெதுவாகப் பிரித்தேன்...

முத்து முத்தான எனது கையெழுத்து... பார்ப்பதற்கு ஓவியங்களையே பதித்து கடிதமாக எழுதியது போல அழகாக இருந்தது...!

ஆபத்து எப்பொழுதுமே அழகாகவும்... கவர்ச்சிகரமாகவும்தானே இருக்கும்...

அது ஓர் அற்புதமான கவிதை என்று எனது அறிவு பொய் சாட்சி கூறியது...

மீண்டுமொருமுறை வாசித்தேன்...

ஆயிரம் முறை ஆசிரியர்கள் அறிவுறுத்தினாலும்... ஒரு முறையாவது பாடப் புத்தகத்தை வாசிக்க தோன்றாது....

ஆனால்... இந்த காதல் கடிதம்....

வாசி வாசி என்று என்னை வசப்படுத்தி இழுத்தது....

வாசித்தேன்.....

பொய்யில்லை... !

வாசிப்பிற்கினிய வளமிகு வார்த்தைகள் கொட்டிக்கிடந்த கவிதையாகத் தான் இருந்தது... அந்தக் கடிதம்....!

வீட்டிலே அம்மா... தீய சக்திகள் தீண்டாமல் இருக்க... மந்திரிக்கப்பட்ட தாயத்தைக் கட்டி விடுவார்கள்.. அதுபோல என்னிடம் நல்ல விசயங்கள் எதுவும் நெருங்காமல் இருக்கும்படி பார்த்துக் கொண்டது... அந்தக் காதல் கடிதம்...!

மீண்டும் பதமாக பக்குவமாக மடித்து... சட்டைப்பையிலே பத்திரப்படுத்தினேன்... அதுவும் மறுபடியும் அதிகாரமாக உள்ளே போய் அமர்ந்து கொண்டது...

திடீரென்று...

சலசலவென்று ஓசை...

காற்று அந்த மரத்தைப்பிடித்து வேகமாக உலுப்பியது...!

அது ஒரு வித்தியாசமான ஓசையை எழுப்பியது...

கொடூரமான ஓசை...

விர்ர் விர்ர்ரென்று...

மரம்...

தான் பிடித்து வைத்திருத்த இலைகளை பிடிமானமின்றி உதிர்த்தது...

இலைகள்..

மிக மெதுவாக மிதந்து வந்து தரையிலே விழுந்தன...

தரைக் காற்று...

அந்த இலைகளைத் தரையிலே அடித்து... இழுத்துச் சென்றது...

அந்தக்காற்று அடித்து வந்த தூசி எனது கண்களிலே பட்டு உறுத்தியது...

ஏன் இவையெல்லாம் நிகழ்கின்றன... ?

பதட்டத்துடன் உறுத்திய கண்களை அழுத்தித் துடைத்துவிட்டு சுற்றிச் சுற்றிப் பார்த்தேன்...!

தூரத்திலே கதிரேசன் வந்து கொண்டிருப்பது எனது கண்களுக்கு மங்கலாகத் தெரிந்தது...!

அவனைப் பார்த்ததும் எனது பரபரப்பு இன்னும் அதிகமாகியது....

அவனது செயல்பாடுகளே பரபரப்பாகத்தான் தென்பட்டன...!

ஏன் என்னை இங்கே அழைத்து வந்தான்...

ஏன் தனியே விட்டுச் சென்றான்...

எங்கே சென்றான்......

இடையே என்ன செய்தான்...

இப்பொழுது எதற்கு திரும்பி வருகிறான்...

எதுவுமே புரியவில்லை.....

அவனுடைய நடவடிக்கைகள் எல்லாமே குழப்பமாக இருந்தன...

பயமாகவும் இருந்தன.....

இருந்தாலும் அவனையும் விட்டால் எனக்கு வேறு வழியில்லை...

எனது கண்கள் அசைவின்றி அவனையே கவனித்துக் கொண்டிருந்தன...

வேகமாக வந்துகொண்டிருந்த கதிரேசன்... சட்டென்று ஓர் இடத்திலே நின்றான்...

ஏன் நிற்கிறான்... ?

எனக்குள்ளே குழப்பம்...

என்ன செய்ய போகிறான் அவன்... ?

யாரையோ ‘வா... வா...’ என கையசைத்து அழைத்தான்...

யாரை அழைக்கிறான்..... ?

யாரை அழைத்து வருகிறான்...

இன்னும் எனது குழப்பம் அதிகமாகியது....!

ஆச்சர்யம்... அதிசயம்... ஆனால் உண்மை....!

பள்ளிச்சுவற்றுக்குப் பின்னாலிருந்து வெளிப்பட்டாள்....

வான்மதி...!

நொடி நேரத்திலே குப்பென்று உடல் முழுவதும் வியர்த்தது எனக்கு...!

சற்றும் எதிர்பார்க்கவில்லை.... அவன் வான்மதியை அழைத்து வருவான் என்று...!

எப்படி... ?

எப்படி முடிந்தது அவனால்... ?

கதிரேசனின் திறமைக்கு எல்கை வரம்பே இல்லை... என்று வியக்கத் தோன்றியது....

வான்மதியும்... கதிரேசனும் என்னை நோக்கி வந்து கொண்டிருந்தார்கள்...!

ஆனால்......

கதிரேசன் எனது கண்களுக்கு புலப்படவே இல்லை....

வான்மதி மட்டும் தான் எனது கண்களின் காட்சிக்கு மிகத் துல்லியமாக புலப்பட்டாள்....

நான் பறக்க ஆரம்பித்துவிட்டேன்...

அவள் காற்றிலே மிதந்து என்னை நோக்கி வந்து கொண்டிருந்தாள்...!

ஒரு பூ...

பூவே இல்லாத ஒரு மரத்தை நோக்கி வந்து கொண்டிருந்தது...!

எனது வகுப்புத் தோழிதானே...

அதிலும் எனக்கு மிகவும் பழக்கப்பட்டவள்...

பிறகு நான் ஏன் அவளைப் பார்த்து இவ்வளவு பதைக்கிறேன்....

இத்தனை நாளும் அவள் எனது வகுப்புத்தோழி...

ஆனால்...

இப்பொழுது... ?

இந்தக் காதல் கவிதை அவளது கைக்குப் போய்விடும்...

இனிமேல்...

எனது காதலி... !

அதனால்தான் இத்தனை படபடப்பு...!

அதிர்வேட்டு.....

அணுகுண்டு.....

கூர்வாள்....

கொடிய நாகம்....

சீறும் சிறுத்தை...

பாயும் வேங்கை....

உயிர் கொல்லும் நஞ்சு......

இவை எல்லாவற்றையும் விட பரபரப்பையும்... படபடப்புபையும் உருவாக்குவது காதல்....!

இங்கே எனது நிலையும் அப்படித்தான்....

திடீரென்று ஒரு குழப்பம்...

அருகிலே வந்ததும் அவளை எப்படி சமாளிப்பது...

அவளிடம் என்ன பேசுவது...

வெறும் கேள்விகளாகவே எழுந்து எழுந்து... பதில் தெரியாமலே கரைந்து கலைந்து கொண்டே இருந்தன...!

குழப்பங்களும்... பரிதவிப்புகளும் எனக்குத்தான்.....

அவள் கொஞ்சம் கூட தயக்கமே இல்லாமல் நடந்து வந்து கொண்டிருந்தாள்...!

மறுபடியும் குற்றாலத்து அருவி நீருக்குளே மூழ்கிப் போராடியது போலிருந்தது எனக்கு...

அவள்... அருகிலே நெருங்க நெருங்க... எனக்குள்ளே காதல் மேவி... அலைமோதி அலைமோதி... அங்கும் இங்கும் அலைக்கழித்தது...

நொடி நேரம் அவள் நடந்து வருவதை இமை மூடாமல் பார்த்தேன்...!

ஒரு பட்டாம்பூச்சி பறந்து வந்து கொண்டிருந்தது...!

இல்லை...

அவளுக்குத்தான் சிறகுகள் இல்லையே...!

ஒரு பௌர்ணமி நிலவு மிதந்து வந்தது...!

அதுவும் தவறு... இது இரவுக்காலம் இல்லையே...

எனது காதலி என்னை நெருங்கி வந்து கொண்டிருந்தாள்...

ஆம்...

அது தான் உண்மை.....!

நான் தேடித்தேடி ஓடிய எனது கனவு தேவதை...

இதோ...

வந்து கொண்டிருக்கிறாள்...

என்னைத் தேடி....!

அவள் அருகிலே வர வர நான் கரைந்து கொண்டே இருந்தேன்...

இன்னும் நெருங்கி அருகிலே வரும்போது என்ன ஆவேன் என்று தெரியவில்லை....!

நதி...

எனது அன்பே...

எனது உயிரே...

அது எனக்குப் பருவகாலம்...

வான்மதியைக் கண்ணுற்ற நொடியிலே ஏதேதோ உணர்ச்சிகள் பாய்ந்து வந்து... கூர்மையான குத்தூசிபோல எனது உடலின் அத்தனை பாகங்களிலும் குத்தித் துளைத்து ஊடுருவி... எனது உடல் முழுவதும் நச்சுப்புகையை நிரப்பிவிட்டு... மறுபுறம் வெளிப்பறந்துவிட்டன...!

உடலின் எந்த பாகத்திலும் அவை நிலைபெற்று நிலைக்கவில்லை....!

ஆனால்...

என் அன்பே...

உன்னை நான் கண்ணுற்ற போதும்... எனக்குப் பருவகாலம்தான் கண்ணே....!

அந்தத் தருணத்திலே எனக்குள்ளே காதல் புகுந்தது...

அன்பு புகுந்தது...

தெய்வீகம் புகுந்தது...

கருணை புகுந்தது...

உன் மூலமாக...!

அவையும் எனது உடல் துளைத்து உட்புகுந்தன... ஆனால் அவை யாவும் அப்படியே எனக்குள்ளேயே நிரந்தரமாக நீக்கமற நிலைபெற்றுவிட்டன....!

எத்தனை காலமாயிற்று...

நாம் இணைவாழ்வு துவங்கி...

இன்றளவும் அந்த உணர்வுகள் அத்தனையும் இளமை குன்றாமலே அப்படியே எனக்குள்ளேயே வாசம் செய்து கொண்டிருக்கின்றன அன்பே...!

வான்மதி சுதந்திரம்...

நீ... நிரந்தரம்...!

அதனால்தான்..... இந்த கடற்கரையிலே... உனக்காக மிக நீளமான கடிதத்தை எழுதிக் கொண்டிருக்கிறேன்...!

அங்கே...

பள்ளி மைதானத்து மரத்தடியிலே...

கதிரேசன் எனது அருகே வந்து நின்றான்...!

வான்மதியும் மிக அருகிலே வந்துவிட்டாள்...!

என்னால் வான்மதியை நேருக்கு நேர் பார்க்க இயலவில்லை...

பார்வை ஒரு நிலையிலும் இல்லை...

அவளையே தேடி அலைந்த விழிகள்...

அவளுக்காகவே ஏங்கிய விழிகள்...

அவள் அருகே வரும் போது....

அவளை நேரிட்டு... அவளது விழி காண அச்சப்படுகின்றன...

நாலாபக்கமும் பார்வையை சுழற்றிச் சுழற்றிப் பார்த்தேன்...

ஆனால் முகம் மட்டும்... அவள் நிற்கும் திசை நோக்கியே திரும்பி இருந்தது...

அவள்...

சுடுகின்ற நெருப்பு...

அதிர்ச்சி தரும் மின்சாரம்...

தாக்கும் மின்னல்...

சுழற்றும் சூறாவளி...

ஆனாலும்.... அவளைத் தேடித்தான் எனது வேட்கையும்... யாக்கையும்..... பயணப்படுகின்றன...

பார்வையை அவள் மீது திருப்ப இயலவில்லை...

மிகுந்த சிரமப்பட்டு கதிரேசன் மீது பார்வையை செலுத்தினேன்...

அவன் என்னையும் அவளையும் மாறி மாறிப் பார்த்தபடியே இருந்தான்...

அவன் எழுதிய நாடகத்திலே நடிக்கப் போகிறவர்கள் நாங்கள்தானே... !

ஆனால்...

அவன் காட்சி விளக்கத்தை வான்மதியிடம் சொன்னானோ இல்லையோ... என்னிடம் சொல்லவில்லை...!

வான்மதியின் பார்வை... எனது மேலேயே...!

அது...

குற்றாலத்திலே அருவிக்குள்ளிருந்து தூக்கி வந்த பின்னே பார்த்த அதே கூர்பார்வை...!

வகுப்பறையிலே என்னை இடையறாது பார்த்து ஊடுருவித் துளைத்த அதே நேர்பார்வை...!

எனது இதயத்தைக் கெடுத்த போர்ப் பார்வை...!

முற்றாத பருவத்திலே... கட்டாயப்படுத்தி எனது பிஞ்சு மனசை புகைபோட்டுப் பழுக்கவைத்த பார்வை...!

எனது விடலைப் பருவத்தை ‘விர்ர்’ ரென்று வீரியமாய் விழிக்கச் செய்த வீம்புப் பார்வை...!

எனது உறக்கத்தை... இயக்கத்தை.... சராசரி வாழ்க்கையைக் கொள்ளையடித்த கொடூர பார்வை..!

அதே பார்வையை... இப்பொழுதும் என் மீது எய்து கொண்டிருந்தாள் வான்மதி.....

அன்பே நதி...!

உனது விழிகளின் பார்வையைக் கூட நான் நேருக்கு நேர் எதிர் கொண்டிருக்கிறேன்...

பெண் பார்த்த நிகழ்விலே...

கடற்கரைச் சந்திப்பிலே...

முதலிரவிலே...

இப்படிப் பல தருணங்களிலே...!

அப்பொழுதெல்லாம் உனது பார்வை என் மீது குளிர்பனியாய் பெய்து என்னைக் குளிர வைக்கும்...

ஆனால்...

வான்மதியின் பார்வை...

என் மீது தைக்கும் போதெல்லாம்... அனல் நெருப்பாகப் பொசுக்கிவிடும்.....

எரிதழல் எரிந்தபடியே பறந்து வந்து எனது உடலில் பட்டு எரிக்கும்...!

வான்மதியின் பார்வை.... வெப்பம்...

உனது பார்வை... பனித்துளி...!

பருவம் வேறு வேறு...

பார்வை வேறு வேறு...

நோக்கம் வேறு வேறு...

செயல்களும் வேறு வேறு...

விளைவுகளும் வேறு வேறு...

இன்று கூட... அவளது அந்தப் பார்வை... என்ன விளைவுகளை ஏற்படுத்துமோ தெரியவில்லை....!

கதிரேசன் எனது காதருகே வந்தான்....!

“ஏய்... என்னடா பேசாம நிக்கிற...

நீ பாக்கணும்னு சொல்றேன்னு சொன்னேன்... ஏன் எதுக்குன்னு ஒண்ணுமே கேக்கல... உடனே கூடவே வந்துட்டா... காதல் இல்லன்னா வருவாளா... இப்பவாவது அந்த கடிதத்தை அவகிட்ட குடுத்துரு...”

கனன்று கொண்டிருக்கும் உலைத்தீயை எனக்குள்ளே இரகசியமாக ஊதிவிட்டான் கதிரேசன்...

மிகப் பக்குவமாக... பதமாக... நோகாமல்... எனது பிஞ்சு மனப்பரப்பிலே நஞ்சைப் பயிர் செய்து விட்டு வான்மதியிடம் போனான்...

“அவன் உங்கிட்ட என்னமோ பேசணுமாம்... என்னன்னு கேளு...”

அவனது செயல்கள் ஒரு மாபெரும் சாதனையாக தென்பட்டன.....

என்னை பொறுத்தவரை அது சாதனை தான்......!

படபட வென்று சொல்லிவிட்டு... சற்றும் தாமதிக்காமல்... எங்கள் இருவரையும் தனிமைப்படுத்திவிட்டு... விருட்டென்று போய் விட்டான்...

அங்கே.....

நான்....

வான்மதி....

அந்த மரம்...

காற்று....

நாங்கள் மட்டும் தனியே...!

கனவாகவே பார்த்தவள்...

கண்ணெதிரே காட்சியாய்...!

கூட்டத்திற்குள்ளேயே காட்சி தந்தவள்...

தன்னந்தனியாய்...!

நிகழ்வா..... கனவா.... கவிதையா.....

பூ ஒன்று தானாக தேடி வந்து உள்நாக்கிலே தேன் சொரிகிறது... !

நான் எச்சில் விழுங்குகிறேன்... அந்த எச்சில் விழுங்கும் ஓசை கூட அந்த அமைதியை மீறிக்கேட்டது...!

அது அவளுக்கும் கேட்டுத்தான் இருக்கும்......

தவறுகள் மட்டுமே நிகழும் அந்த மரத்தடியிலே... சட்டென்று உருவானது ஓர் இரட்டைத் தனிமை...

அந்தத் தனிமை நீண்ட நேரம் நீடித்துக் கொண்டே போனது...!

என் அன்பே நதி...!

இதுபோல நீயும் நானும் கூட கடற்கரையிலே இருந்தோமே....

அதுவும் தனிமை தான்...!

ஆனால் அது சுவை...!

இது...

சுமை...!

அது...

பின் விளைவுகளை நிர்ணயித்து நிகழ்ந்த சந்திப்பு...

இது...

பின் விளைவுகள் எப்படியிருக்கும் என்கிற நிர்ணையமில்லாத சந்திப்பு........!

அது... நமது விழிகளின் திட்டம்...!

இது... விதி...!

அது... பக்குவம்...!

இது... அரைவேக்காட்டுத்தனம்...!

இந்தத் தனிமை...

எனது மனதிலே பெரும் சஞ்சலத்தை உண்டாக்கியது.....

நெஞ்சைப் போட்டுக் குடை குடையென்று குடைந்தது...!

ஏதேதோ விபரீதமான செயல்களை விளைவிக்கத் தூண்டியது உடல்...!

தவறான ஓர் உறவை...... தேவை தேவை என்று முண்டியடித்து முரண்டுபிடித்தது அந்த வயது....!

உடல்... மனம்... அறிவு... இன்னும் எலும்புகளில் கூட வலிப்பது போன்ற உணர்ச்சி பொங்கி அனலைக் கக்கியது.....

சமாளிப்பது எப்படியென்று எனக்குத் தெரியவில்லை...!

ஆனால் வான்மதி... ?

'நீ என்ன சொல்லப் போகிறாய்...

ஏன் சொல்லமுடியாமல் தாமதிக்கிறாய்...' என்று என்னைக் கேட்பது போலிருந்தது...

எவ்வளவு நேரம்தான் அசைவே இல்லாமல் நிற்பது...

ஏதோ ஒரு துணிவு உந்தித் தள்ளியது...

எனக்குள்ளே ஓர் இதயம்...

அந்த இதயம் முழுவதும் ஈரம்...

அந்த ஈரத்திலே இறுக்கமாக ஒட்டிக்கொண்ட வான்மதி...

அந்த இதயத்தை உரசியபடி எனது சட்டைப்பை...

அந்த சட்டைப்பைக்குள்ளே எக்காளமிட்டப்படி அந்தக் கடிதம்...!

பல இரவுகள் என்னுடன் தகாத உறவு வைத்திருந்த கடிதம்...!

பல நாட்கள் என்னைக் கசக்கிப் பிழிந்த கடிதம்...!

'எடு எடு' என்று அவசர ஆணை பிறப்பித்துக் கொண்டேயிருந்தது அந்தக் கடிதம்...

அவளிடம் 'கொடு கொடு' என அதிகாரம் வேறு...

அந்தக் கடிதத்தின் ஆர்ப்பாட்டத்தை அடக்க ஒரே வழி...

அதை...

வெளியே எடுத்தேன்....

அவளிடம் நீட்டினேன்...!

அதற்குள் எனக்கு வியர்த்துவிட்டது...

கை லேசாக நடுங்கியது... ஒரு கையால் வியர்வையைத் துடைத்தேன்...

மிகச்சிறிய நிகழ்வுதான்...

அந்தக்கடிதத்தை அவள் வாங்கிவிட வேண்டும்...!

உடனே அவள் கடிதத்தை வாங்கிவிடவில்லை...!

ஏனோ... அவளுக்குள்ளும் தயக்கம்...

எனக்குள்ளும் தயக்கம்...

கடிதத்தைப் பிடித்திருந்த கைகூட நடுங்கியது..

வீசிக் கொண்டிருந்த காற்று... தனது வேகத்தை மிகைப்படுத்தியது.....

மரக் கிளைகளும் வீசிய காற்றை வாங்கி ஓசையின் விசையை அதிகப்படுத்தியது.....

இந்த தனிமை சூழலிலே... அந்த ஓசைகள் சற்று கலவரத்தை உருவாக்கின.....

தவறு என்பது தெரிகிறது.... மனதின் ஒரு மூலையிலே...!

ஆனாலும் செய்துவிடத் துணிகிறது... !

இது என்ன குணம்... ?

விளைவு... ?

தெரியாது...!

அவள் அதை வாங்க வேண்டும்...

அதைப்படிக்க வேண்டும்..!

அதன் பின்....

அவளுடைய நடவடிக்கைகள்தான் விளைவு....!

அவள் சிறிது நேரம் அந்தக் கடிதத்தைப் பார்த்துக் கொண்டே இருந்தாள்...

எனது கை நடுக்கத்தையும்... அவள் கவனித்திருக்க வேண்டும்.....!

ஆனால்..... அதற்கெல்லாம் எந்தவிதமான முகமாற்றமும் அவளிடம் ஏற்படவில்லை....

அவள்... இப்பொழுது மிகப்பெரிய முடிவை எடுக்க வேண்டும்....!

அவள் தாமதிக்கத் தாமதிக்க எனக்கு வெப்பம் கூடிக்கொண்டே போனது... பயமும் கூட...!

“என்ன.....”

அவள் கேட்டாள்....

வீசிக் கொண்டிருந்த காற்றின் ஓசைகளிலே கலந்து அவளது குரல் சன்னமாகத்தான் எனது காதுகளிலே ஒலித்தது...

அந்தக் குரலிலே கலந்திருந்த உணர்வுக்குப் பெயர் என்ன.... ?

கோபமா....

மகிழ்வா.....

உவகையா....

குதூகலமா....

எதுவுமே புரியவில்லை....!

தடுமாற்றம் தான் எனக்கு ....

“கடிதம்...”

என்றேன்...

ஏனோ தெரியவில்லை.... காதலை விடுத்து ‘கடிதம்’ என்று மட்டும் கூறினேன்...... எனக்கு வலுவும் அவ்வளவு தான் இருந்தது....

“யாருக்கு... ?”

ஐயோ இன்னும் கேள்வி கேட்கிறாளே... என்ன பதில் சொல்வது... ?

“உனக்கு...!”

உடனே அவள் கடிதத்தை வாங்கிவிடவில்லை...

சற்று நேரம் கடிதத்தைப் பார்த்துக்கொண்டே இருந்தாள்...

கொஞ்சம் யோசித்தாள்...

பெண்கள் மிக மிக முன் யோசனைக்கார்கள்.....

ஆண்களின் சிறிய அசைவுகளின் வெளிப்பாடுகளிருந்தே.. அவர்களது செயல்களின் தன்மையை ஆராய்ந்து அறிந்து விடுவார்கள்....

இங்கே வான்மதியும் அப்படிதான்.....

எனது கடிதம்...... காதல் கடிதம் என உணர்ந்தாளோ இல்லையோ...

அதற்குள்ளே ஏதோ விபரிதம் விளைந்து கிடப்பதை உணர்ந்து கொண்டாள்.....

அதனால்....

அவளது முகத்திலே உணர்வுகள் சற்று மாற்றத்தைக் காட்டின......

சிறிது தயக்கத்துடனேயே கடிதத்தை வாங்கினாள்...!

ஆம்...!

வாங்கியே விட்டாள்.....

எத்தனை இரவுகள் விழிப்பு....

எத்தனை நாட்கள் தவிப்பு....

எத்தனை பரபரப்பு.....

எத்தனை சுய இழப்பு.....

எத்தனை பரிதவிப்பு....

கடவுளை காண வரமிருக்கும் தவம் போல.....

எல்லாமே....

இந்த ஒரு நிகழ்வுக்காகத் தானே .....

வெடிக்கப் போகும் ஒரு வெடிகுண்டு கைமாறி விட்டது...!

இந்தக் காதல் கடிதம் மட்டும்... ஒவ்வொரு தருணத்திலும் ஒவ்வொரு உணர்வுகளை மனசுக்குள்ளும்... உடலுக்குள்ளும் விதைக்கும்...!

கடிதத்தை யோசிக்கும் போது ஓர் உணர்வு...

எழுத முயற்சிக்கும் போது ஓர் உணர்வு...

எழுதுவதற்கு வார்த்தைகள் தேடுகையிலே ஓர் உணர்வு...

எழுதுகையிலே... எழுதி முடிக்கையிலே ஓர் குதூகல உணர்வு...

எழுதிய கடிதத்தை மீண்டும் மீண்டும் வாசிக்கையிலே முழுக்க முழுக்க காதல் உணர்வு...

அதை அவளிடம் கொடுப்பதற்க்காக சுமந்து கொண்டு அலைகையிலே ஓர் உணர்வு...

இப்பொழுது கடிதத்தைக் கொடுத்துவிட்டேன்...

அவளும் வாங்கிவிட்டாள்...

இப்போது...

எனக்கு ஏற்பட்டிருப்பது... திகில் உணர்வு...

அடுத்தது என்ன...

மெதுவாகப் பிரித்தாள்...

முகத்திற்கு நேராக தூக்கிப்பிடித்தாள்...

அவள்... கடிதத்தை படிக்கப்போகிறாள்...

எனது இதயத்துடிப்பின் வேகம் அதிகரித்துக்கொண்டே போனது... மார்பில் கை வைத்து அழுத்தி பிடித்துக்கொண்டேன்....

ஏன்...... இத்தனை தவிப்பு...

இது எங்கிருந்து முளைக்கிறது....

எப்படி முளைக்கிறது...

இது தவறா... சரியா....

என்ன வினைகள் விளையும் இதனால்...

எதுவுமே புரிவதில்லை...

எல்லாம் அந்த வயது...!

அந்தப் பருவத்திலே... இந்த தவிப்பு எங்கிருந்தோ முளை விட்டு வேர் போட்டு விடுகிறது...

எவரும் இதிலிருந்து தப்ப முடிவதில்லை...!

தப்பியவர் முயலாதவராயிருப்பர்......

காதல் முளைக்காதவராயிருக்க மாட்டார்.....!

விதை விழ வேண்டும்...

விழுந்த விதை முளைவிட வேண்டும்...

முளை விட்டுத் தழைக்க வேண்டும்...!

இது இயற்கையின் நியதி...

வாலிபத்தின் சுழற்சி...

பருவ முதிர்வின் முயற்சி.....

அந்த முயற்சிதான் இங்கே கடிதமாக உருப்பெற்று நிற்கிறது...!

அந்தக் கடிதம்... அவளது பாதி முகத்தை மறைத்துக் கொண்டது... கடிதத்தின் பின் பகுதியும் அவளது கண்களும் மட்டுமே எனது பார்வைக்குத் தெரிந்தன...

அவள் படிக்க ஆரம்பித்துவிட்டாள் என்பதை என்னால் புரிந்துகொள்ள முடிந்தது...

அவளது கண்களும்... கவனமும் கடிதத்தின் மேலேயே பதிந்து போய் இருந்ததால்... நான் சுதந்திரமாக அவளையே கவனித்துக் கொண்டிருந்தேன்...

அந்த வரிகளை அவளது விழிப்படலங்கள் தொடர்கின்றன..... என்றால்...

அவள் ஆழ்ந்து வாசிக்கிறாள்...!

அவளைப்பற்றிய... எனது அதீத வர்ணனைகள்.... அவளுக்குள்ளே பயணப்பட்டுக் கொண்டிருக்கின்றன என்று பொருள்...!

மிக நீண்ட கடிதம் இல்லை...!

ஆனாலும்....

அவள் மிக நீண்ட நேரம் எடுத்துக் கொண்டாள்...!

என்றால்...

திரும்பத் திரும்ப வாசிக்கிறாளா... ?

அலைந்து கொண்டேயிருந்த அவளது கண்கள்... அலைச்சலை நிறுத்தின...!

வாசித்து முடித்துவிட்டாள் என்பது தெரிந்தது...!

நிலை கொண்ட அவளது கண்களிலே நீர்த்திரை படர்ந்ததை என்னால் காண முடிந்தது..

நான் அவளைப் பார்த்துக் கொண்டிருப்பதை சட்டென்று தவிர்த்தேன்....

ஆனால்...

அவள் அப்படியே கடிதத்தை பார்த்தபடியே இருந்தாள்....!

கடிதத்தைப் வாசித்து முடித்தாயிற்று...

பிறகெதற்காக அவளது கண்கள் இன்னும் கடிதத்தின் மேலேயே நிலைத்திருக்கின்றன...?

அவள் எனது பக்கம் பார்வையைத் திருப்பவே இல்லை...!

அவளது அடுத்த நடவடிக்கை என்ன.....?

கடிதத்தை மெதுவாக மடித்தாள்...

படபடவென்று பறக்கிறது எனது மனம்...!

பதைபதைப்புடன் அங்குமிங்கும் அலைந்து கொண்டிருந்த எனது கண்கள் மிகமிக ஆவலோடு அவளையே எதிர்பார்த்தன...!

பிடிமானம் இல்லாத ஒரு பச்சைத் தளிர்க்கொடி... காற்றிலே சிக்கி தத்தளித்து ஆடுமே அதுபோல......!

எனது அவயவங்களும் ஆட்டம் கண்டன...

அவளது விழிகள்... என் மேலே திரும்பும் என எதிர் பார்த்தேன்.....

ஆனால் ....

அது நிகழவேயில்லை...!

மாறாக...

அவளது விழிகள் தரை நோக்கி தாழ்ந்தன....!

குற்றாலத்திலே பாயத் துவங்கிய அவளது கூரிய பார்வைப் பாய்ச்சல்... இங்குதான் முடிவுக்கு வந்தது....!

குனிந்த தலை நிமிரவில்லை அவள்...!

சிறிது நேரம் அப்படியே நின்றாள்...!

தனியே...

அவளும் நானும்.....!

அவளது மனப்பகுதியிலே புதிதாக நாணம் முளைவிடுகிறது....

ஒரு ஆணின் தாக்கம் உடலெங்கும் ஆட்கொள்கிறது....

எனது கடிதத்திலிருந்த அவளது உடல் வனப்பைப் பற்றிய வர்ணனைத்தீ... அவளது உறுதியை உருக்குகிறது...!

தனியே....

அவளும் நானும்.....!

மெல்ல மெல்ல அவள் எனது வசப்பட்டுக் கொண்டிருக்கிறாள்...

அமைதியான நீர்ப்பரப்பு....

அடித்தளத்திலே சுழல்....

அது போல....

அவளது இதயத்தின் அத்தனை இடுக்குகளிலும் எனது நினைவுகளின் சுழல்....

அவளுடைய அதிர்விலா அமைதிக்கு காரணம் இது தான்....

தனியே...

அவளும் நானும்.....!

அவள்...

எனது முகம் பார்க்க நாணப்படுகிறாள்...!

நான் நிற்கிறேன்....!

அவள் நிற்கிறாள்...
தனிமையான சூழ்நிலை...
காற்று...
ஓசை...
பள்ளிப் பிள்ளைகளின் குரலோசை...
மரக்கிளைகளின் ஓசை...
தனியே....
அவளும் நானும்....!
சட்டென்று நீங்கிப் போய் விடவில்லை அவள்...!
முற்றாத வயதின் முதிர்வில்லா நிகழ்வு...
ஆனாலும் முடிவில்லா தொடர்வு...!
சற்று முன்பு... கடிதம் அவளது கைக்குப் போகும் வரை இருந்த மனநிலை வேறு...
கடிதம் கை மாறிய பின் நிலை வேறு...!
தனியே....
அவளும் நானும்.....!
என்ன சொல்லப் போகிறாள்...
ஏனோ தெரியவில்லை... இதயத்தின் ஓர் ஓரத்திலே அழுத்தமாக ஏதோ லேசாக இறுக கவ்விப் பிடிப்பது போன்ற உணர்வு... அது கொஞ்சம் கொஞ்சமாக பரவுகிறதே...
அது வலியா...
சுகமா...
வலிச்சுவையா...
சுக வலியா...
என்ன உணர்வு அது.....?
தனியே....
அவளும் நானும்.....!
எனக்குள்ளே நட்சத்திரக் கூட்டம் போல எண்ணிலடங்கா கேள்விகள்...!
அத்தனை கேள்விகளுக்கும் விடை...?
அவள் வாய் திறக்க வேண்டும்...!
திறக்கவேயில்லை...
அது மட்டுமல்ல...
குனிந்த தலை நிமிரவேயில்லை...!
தனியே....
அவளும் நானும்.....!
கடிதத்தை வாங்கிவிட்டாள்...!
பிரித்துவிட்டாள்...!
வாசித்தும் விட்டாள்...!
தனித் தமிழிலே தான் வரைந்திருந்தேன் கடிதத்தை...

எழுதிய அத்தனை வார்த்தைகளும் அவளுக்கும் புரிந்துதானிருக்கும்... பதில் சொல்ல வேண்டுமே...!

அவளது முகத்திலே சிறிதளவும் கோபக்குறிகளே இல்லையே...!

தனியே...

அவளும் நானும்...!

மகிழ்ச்சியிலே பல வகையுண்டு...

நாணப்படுதல்...

நகைத்தல்...

நளினம் காட்டுதல்...

சிரித்தல்...

சிரம் அசைத்தல்...

இன்னும்

விழிப்பேச்சு...

மொழிப்பேச்சு...

இப்படி...

சம்மதத்தை அறிவிக்க நிறைய முறைகள் இருக்கின்றன...!

என்ன நினைத்தாளோ...

இவற்றிலே எந்த அறிகுறியும் வெளிக்காட்டாமலே நேரம் கடத்தி நின்றாள்.....

அடுத்த நிகழ்வு என்ன.... ?

மெதுவாகத் திரும்பினாள்.....

பிறகும் சிறிது நேரம் நின்றாள்...

தனிமையும்... காற்றும் பறவைகளின் ஓசையும் மிகவும் பலமாகக் கேட்டது...

இயற்கையின் ஓசைகளுக்கு தனிமைதானே தலைசிறந்த சுதந்திரம்...

இப்பொழுது மனோநிலையும்... கூட கூட்டுச் சேர்ந்து கொண்டது...

திடீரென்று நடந்தாள்...!

எப்படி...

மெல்ல நடக்க ஆரம்பித்து... நடந்து நடந்து வேகம் கூட்டவில்லை... விருட்டென்று பறவை உந்திப் பறக்குமே...

அப்படியொரு வேகப் புறப்பாடு அவளிடம்...!

பீறிட்ட நடை தான்...

இது என்ன உணர்வின் வெளிப்பாடு... ?

ஆவலா...

காதலா...

நாணமா...

எதையுமே அறிவிப்புச் செய்யாமல் போகிறாளே...!

ஆம்... !

இது அவளுக்குள்ளே முதல் பாய்ச்சல்...

உடலைத் தாக்கிய முதல் காய்ச்சல்...

பருவம் நிகழ்த்தும் முதல் மேய்ச்சல்...

இதோடு விட்டு விடுமா அவளை...!

இன்னும் என்னவெல்லாம் படுத்துமோ... !
என்னைப் படுத்தியதே...
அது போலத்தானே அவளுக்கும் இருக்கும்...!
உருக்குலைக்கும்...
வியர்க்கும்....
விறுவிறுக்கும்....
மயக்கும்...
மனம் சிதைக்கும்... !
அவளது மனநிலை... உடல்நிலை இரண்டையுமே மாற்றியமைக்கும்...!
இத்தனை அறிகுறிகளும் அந்தக் கடிதத்தின் மூலமாக அவளுக்கு அறிவிப்பு செய்யப் பட்டிருக்க வேண்டும்...
அது தான்... அவளது நகர்விலே அத்தனை வேகம்...!
நடந்தாள் அவள்...!
தொலைவிலே நடந்தாள்...!
வெகு தொலைவிலே நடந்தாள்...!
எனது பார்வையிலிருந்து மறைந்தே விட்டாள்...!
அகன்று பரந்த மைதானம்...
உயர்ந்து வளர்ந்த மரம்...
இப்போது...
தனியே...
நான் மட்டும்...!
அவளது முகத்திலிருந்து எந்த உணர்வும் வெளிப்படவில்லையே... ஏன்...!
அவளுக்கு சிறிது அவகாசம் வேண்டும்...
எனது கடிதத்திற்கு அங்கீகாரம் கிடைத்து விட்டது..... அதை வார்த்தைகளால் சொல்ல வேண்டும்.....!
ஒரு பெண்... சட்டென்று அப்படி சொல்லிவிடுவாளா......
எவ்வளவு பெரிய முடிவு... உடனே எடுத்துவிட முடியுமா.....
எனக்குப் பேசத்தயக்கமிருந்தது போல... அவளுக்கும் தயக்கம் இருக்கலாமில்லையா...
ஒருவேளை கடிதமாக எழுதிவிடலாம் என்று அவளும் முடிவெடுத்துவிட்டாளோ...
அதுவும் சரி தான்...!
இப்போது....
தனியே...
நான் மட்டும்...!
நான் இந்தக் கடிதத்தை எழுதி முடிக்க ஒரு வாரத்திற்கும் மேலாயிற்று... அவளால் மட்டும் உடனே தீர்மானம் செய்ய முடியுமா....?
எப்படியோ......
இனிமேல் அவள் பழைய வான்மதி இல்லை...
புதிய பிறவி...

அவளது முழுச் சுதந்திரமும் முற்றுப் பெற்றுவிட்டது...!

சிறை தண்டனை உறுதி செய்யப்பட்டுவிட்டது...

சிந்தனைகளின் திசைகள் திருப்பப்பட்டுவிட்டன...

அறிவிற்குள்ளே அலை அலையாய் கதிர்வீச்சு துவங்கிவிட்டது...

உடலிலே... வெப்பநிலை சீராக இருக்காது...

இதயத் துடிப்பின் எண்ணிக்கைகள் கட்டுப்பாட்டுக்குள் அடங்காது...

கண்களிலே காந்தல் உற்பத்தி துவங்கும்...

உடலின் அத்தனை பாகங்களும் உடன்பாட்டை மீறும்...

எனக்குள்ளே இத்தனை யோசனைக்கிளைகள்....!

இப்போது....

தனியே...

நான் மட்டும்...!

நான் அசையாமல் அங்கேயே நீண்டநேரமாக விறைத்து நின்று கொண்டே இருந்தேன்... !

எனது காதுகளிலே வெகு நேரமாக ஒலித்துக் கொண்டே இருந்த அந்த வகுப்பறைகளின் ஓசை... இப்பொழுது மெல்ல மெல்ல தேய்ந்து குறையத் துவங்கியது....

சிறிய உற்சாகம் எனக்குள்ளே ஊறி ஊற்றெடுத்துப் பரவியது...

இனி... அவளது முகத்தை நேரிலே பார்க்கும் வரை இந்த உற்சாகம் எனக்குள்ளே ஊறல் போட்டுக் கொண்டேயிருக்கும்...

அறிவிலே... படிப்பைப் பற்றியெல்லாம் யோசனை எழவே இல்லை...!

எல்லாமே வான்மதிதான்....!

இப்போது....

தனியே...

நான் மட்டும்...!

இந்தப் பருவத்திலே பெண் வயப்பட்டாலே... அறிவின் இயக்கங்கள் அத்தனையும் எரித்துச் சாம்பலாக்கப்பட்டு விடுகின்றன...!

வாழ்க்கையின் முன்னேற்றத்திற்கான அத்தனை வழிகளும் அடைக்கப்பட்டு விடுகின்றன....

எதிர்காலம்... முன்னேற்றம்... சாதனைகள்... எல்லாமே தடைப்பட்டுப் போகின்றன....!

இப்போது....

தனியே...

நான் மட்டும்...!

எனது கனவுப்பகுதிகளிலே... தனியாக உலவி வந்த நான்... அந்தக்காதல் கடிதத்தை வான்மதியிடம் கொடுத்துவிட்டதால்... இப்பொழுது அவளோடு இணைந்து உலவினேன்...

27. எப்படி வீட்டுக்கு வந்தேன்...

எப்படி வீட்டுக்கு வந்தேன்... வந்து என்னவெல்லாம் செய்தேன் எதுவும் நினைவிலில்லை...!

இரவு முழுவதும் உறக்கத்திடமிருந்து நிரந்தரப் பிரிவு வந்து... கண்களிலே வண்ணக் காட்சிகளாகவே நிலைபெற்றன...!

நான் இருப்பது இருட்டா... வெளிச்சமா... எதுவுமே உணர்விலே இல்லை...

கண் மூடாமலே கனவுகள் தோன்றி... நிழலாடி விளையாடின...!

விடிந்ததா...!

தெரியவில்லை...!

விடியலை வலுக்கட்டாயமாக வரவழைத்துக் கொண்டேன்...!

புறப்பட்டேன்....

இல்லை...

பறந்தேன்...

பள்ளிக்கு..!

பொதுவாகவே பள்ளிக்குச் செல்ல பின் தங்கும் மாணவன் நான்...

ஆனால் இன்று...

எனது கடிதம்... என்னை விசைகூட்டி உச்ச வேகத்திலே இழுத்துச் சென்றது...!

எனக்கு வான்மதியிடமிருந்து பதில் வேண்டும்...

அவளின் சம்மதம் வேண்டும்...

எனது காதலுக்கு அங்கீகாரம் வேண்டும்...!

வான்மதியும் இரவெல்லாம் உறங்கியிருக்க மாட்டாள்...

எனது கடிதம் அவளை விழிமூடி உறங்க அனுமதித்திருக்காது...

எனது வர்ணனைகள் அவளுடன் கலந்து உறாவாடியிருக்கும்...

எப்படியும் எனக்கு முன்பாகவே அவள் வகுப்புக்கு வந்திருப்பாள்...

அவளை காக்கவைக்கக் கூடாது...!

விறுவிறுப்பாக புறப்பட்டேன்...

பள்ளிக்குள்ளே நுழைந்தேன்.....

வகுப்பறை நோக்கி ஓடினேன்...

அதிர்ச்சி....!

அங்கே.....

வெற்று வகுப்பறை...!

வகுப்பினுள்ளே நுழைந்தேன்...

இங்கேயும்...

தனியே...

நான் மட்டும்...!

மெல்லிய வெளிச்சம்...

அந்த தனிமை எனக்கு தேவைப்பட்டது...

அவளது நிலை பற்றி யோசிக்க...!

எனது வர்ணனைகளும் கொஞ்சம் அதிகம்தான்...

ஆனாலும் அத்தனையும்... அவளது அழகைப் பற்றிய புகழ்ச்சியே...

இவைகளிலிருந்து அவள் விடுபட்டு வர சற்று தாமதமாகத்தான் செய்யும்...!

ஒருவேளை இன்று வாராமலும் போகலாம்...!

கடிதமாக எழுத வேண்டுமென்றால் என்னைப் போல அவளுக்கும் நாட்கள் ஆகுமில்லையா... எதுவாயினும் அவள் வந்தால்தான் தெரியும்....!

இங்கேயும்...

தனியே...

நான் மட்டும்...!

திடீரென்று ஓசைகள்...

ஓ...

வான்மதி வந்துவிட்டாளா....

எழுந்தேன்...

விறுவிறுவென்று நடந்தேன்...

வகுப்பறையின் வாசலுக்கு வந்தேன்...

கண்ணுக்கெட்டும் தொலைவிற்கும் பார்த்தேன்...

வான்மதி வரவில்லை...

அந்த வகுப்பறை வாசலிலேயே நின்றேன்...

இங்கேயும்...

தனியே...

நான் மட்டும்...!

யாரையுமே காணவில்லையே.... எங்கிருந்து வந்தது அந்த ஓசைகள்.....

வகுப்பறை வாசலிலும்... பள்ளிச் சுவரோரங்களிலும் வரிசையாக பச்சை மரங்கள்...

மரங்களிலே நிறைய பறவைகள்...

பறவைகள் கூட்டுச் சேர்ந்து எழுப்பும் உற்சாக ஓசைகள்...

நிமிர்ந்து பார்த்தேன்...

என் மனசு போலவே... அந்தப் பறவைகளும் குதூகலித்தன... குதித்துக் குதித்துக் குரலெழுப்பிய வண்ணம்... குறுக்கும் நெடுக்குமாய் வாலாட்டிப் பறந்து கொண்டிருந்தன...

வான்மதியின் வருகைக்கு வரவேற்புச் சொல்கின்றனவா அவை.... ?

தினமும் கத்தும் பறவைகள்தான்...

இன்று மட்டும் இடைவிடாது கத்துகின்றன...!

இங்கேயும்...

தனியே...

நான் மட்டும்...!

அணில்கள் நான்கு...

சிறிதேனும் இடை நிறுத்தமே இல்லை...

கிளை விட்டுக் கிளை தாவுகின்றன...
'கிரீச்... கிரீச்...' என்று ஓசை எழுப்பியபடி...!
இவையெல்லாம் தினமும் நிகழும் நிகழ்வுகள்தான்...
ஆனால்...
இன்று... எல்லாமே வான்மதியை வரவேற்பதற்காக நிகழ்பவையாகவே தோன்றின...!
இங்கேயும்...
தனியே...
நான் மட்டும்...!
மரங்களிலே மலர்கள் வண்ண வண்ணமாய் பூத்துக் குலுங்கின...
பச்சை மரங்களின் மேலே படர்ந்த வண்ணப் பூந்தோட்டம் போல...
இலைகளின் பச்சை வண்ணத்தை மலர் போட்டு மறைத்தது போல...
இதுவரை இந்த மலர்களுக்கு இப்படியொரு மணம் இருந்ததில்லையே...
ஓ...
வான்மதி வரப்போகிறாளோ...
அவளது வரவை அறிவிக்கும் வாசமா இது...!
லேசாகக் காற்று வீசியது...
மலர்கள் உதிர்ந்தன.....
தரை தெரியாவண்ணம்... மலர் பரப்பி மலர்ப்பாய் விரித்தன...
வான்மதி வரப்போகிறாள்...
அந்த மலர்ப் படுக்கையிலே பாதம் வைத்துத்தான் அவள் வகுப்பறைக்குள்ளே வர வேண்டும்...!
புதுமை...
பசுமை...
மலர்கள்...
மணம்...
தனிமை...
காற்று...
பறவைகள்...
ஓசை...
இவையோடு ஒத்த வயது....
இசைந்த பருவம்...!
கேட்க வேண்டுமா உற்சாகத்திற்கு...
அந்த மலர்களின் மணத்தை சிறைப்பிடித்தபடியே மீண்டும் வகுப்பறைக்குள்ளே வந்தேன்...
இங்கேயும்...
தனியே...
நான் மட்டும்...!
வான்மதியை எதிர்நோக்கி விழிகள் வலிகள் காட்டாக் காத்திருந்தேன்...
வந்தாள் வான்மதி..!

மற்ற மாணவர் எவரும் வருவதற்கு முன்னரே...!
அதிர்ச்சி தான் எனக்கு...!
எப்படி வந்திருந்தாள் வான்மதி...?
எனது வர்ணனைகளின் ஒட்டு மொத்தக் காட்சியாக....
எதுவுமே விடுபட்டுப் போகவில்லை...
எனது கடிதத்தை வாசித்து வாசித்து... அதன்படி எனக்காக தன்னை தயார் செய்து கொண்டு வந்திருந்தாள்...
மீண்டும்...
தனியே...
நானும்... அவளும்...!
ஆகா... எனக்குப் பெருமையாக இருந்தது...
இது....
எனது காதல் கடிதத்தின் சாதனை தான்...!
எனது வர்ணனைகள் அத்தனையும்... கண்முன்னே அப்படியே உயிர் பெற்று நிற்கின்றனவே...
வான்மதியின் வடிவிலே...!
மீண்டும்...
தனியே...
நானும்... அவளும்...!
அந்த வாசம்...
அது என்ன...?
அவளது மேனியிலிருந்துதானே உற்பத்தியாகி... ஊற்றெடுத்து என் மீது சீறிப்பாய்கிறது...
இந்த வாசனை என்னுடைய வர்ணனையிலே இடம் பெறவேயில்லையே....
இது...
அவளது தலையிலே பூத்திருக்கும் பூவின் மணமா...
இல்லையே...
வேறென்ன...?
தெரியவில்லை..!
மீண்டும்...
தனியே...
நானும்... அவளும்...!
இன்று...
எல்லாமே புதிதாயும் புதுமையாயும் இருக்கின்றன...!
அவளே புதுமையாகத் தோன்றுகிறாள்....
சின்னதாய் புன்னகை பூத்தன... அவளுடைய உதடுகள்...!
அது புன்னகையல்ல...
எனது காதலுக்கு அங்கீகாரம்....!
ஆம்.....
அந்தப் புன்னகை வழியாகவே எனது காதலை அங்கீகரித்தாள்...!

மீண்டும்...

தனியே...

நானும்... அவளும்...!

“குற்றாலத்திலிருந்தே நீ உன் காதலச் சொல்லுவேன்னு நான் எதிர்பார்த்தேன்....

ஒரு பெண்... நான் எப்படி மொதல்ல சொல்ல முடியும்...”

அவள் மோக மூட்டும் குரலிலே மிகவும் தாகமாகப் பேசினாள்...!

நூறு பேர் அமரக்கூடிய அந்த வகுப்பறையிலே... நாங்கள் இருவர் மட்டும் தனியே இருந்ததால்... அவள் பேசிய ரகசியக்குரல்... அந்த வகுப்பறை முழுவதும் எதிரொலித்தது...!

நான் இமை கொட்டாமல்... விழித்த கண்கள் விழித்தபடி... மெய் மறந்து அவளையே கூர்ந்து பார்த்தபடி இருந்தேன்...!

வேறென்ன செய்வது...?

பேச்சு வருமா எனக்கு...?

அவள் பேசுவதை விழி இமைக்காது பார்த்து கொண்டே இருப்பதை தவிர வேறு வழியில்லை எனக்கு...!

பேசுவது வான்மதியா... இல்லை பருவம் வந்த மெழுகுச்சிலையா...

“உன் கடிதம் ரொம்ப நல்லாயிருந்தது... அருமையான கவிதை... கிட்டத்தட்ட அம்பது தடவை படிச்சுட்டேன்... நீ பெரிய கவிஞனா வருவ...”

இது.... இன்னும் ஒரு படிமேலே... மெய்சிலிர்த்துப் போனது எனக்கு...

அந்த வர்ணனைகளை எனக்கு அறிவித்த எனது அறிவையையும்... வார்த்தைகளாக வடித்த எனது விரல்களையும் மெச்சிக் கொண்டேன்...!

இப்படியெல்லாம் கற்பனைகள் எனக்கு...!

சிந்தனைக் குதிரைகள் தறிகெட்டுப்பறந்து திரிந்து விட்டு... என்னிடமே வந்து சரணடைந்து கொண்டன...!

இதோ...

இப்பொழுதும்...

தனியே....

வகுப்பறையிலே....

நான் மட்டும் அமர்ந்திருந்தேன்...!

எனது கனவுகளைச் சிதைத்தபடி.....

மற்ற மாணவர்கள் மெல்ல மெல்ல ஒவ்வொருவராக வகுப்புக்குள்ளே வந்தார்கள்...

வகுப்பறை நிரம்பியது...

மாணவ மாணவிகள் பேசும் சலசலப்பு...

அவர்களிலிருந்து முற்றிலும் மாறுபட்டு நான்...!

சிந்தனையிலே ஒரு பகுதி கூட....

வகுப்பறையிலும் இல்லை...

புத்தகங்கள் மீதும் இல்லை...

படிப்பின் மீதும் இல்லை...!

ஆனால்...

வகுப்பறையில்தான் இருக்கிறேன்...!

வகுப்பு ஆரம்பிக்கும் மணியும் அடிக்கப்பட்டுவிட்டது...

வான்மதி வரவில்லை..!

ஏன்..

நான் நினைத்தது போல.....

இன்று வரமாட்டாளா......

தாமதமாக வருவாளா.....

நாளை... ?

நாளை மறுநாள்... ?

எனது மனதிலே கேள்விகள் பொங்கின...!

ஆனால்...

ஆசிரியரும் வரவில்லை...!

மனசின் ஓர் ஓரத்திலே... ஏதோ ஒரு சூடு கிளம்பியது... பயமாகவும் இருந்தது... சற்றுமுன் கண்ட அலங்காரக் கனவுகள் ஆலங்கட்டி மழைபோல கரையத்துவங்கின...!

என்ன நிகழ்ந்திருக்கும் அவளுக்கு... ?

கடிதத்தை வாசித்திருப்பாளா...

வாசித்தவளின் நிலை என்ன.... ?

எப்படித் தெரிந்து கொள்வது...

எதனால் அவள் பள்ளிக்கு வரவில்லை... ?

கொஞ்சம் பயம் ஊறத்தான் செய்தது...!

எனது எண்ண ஓட்டங்களுக்கு முற்றிலும் மாறுபட்ட நிகழ்வு ஒன்று இப்பொழுது நிகழ்ந்தது...!

தலைமையாசிரியர் அறையிலிருந்து பணியாள் வந்தார்... நேராக எனது அருகே வந்து நின்றார்... என்னை ஒரு மாதிரியாகப் பார்த்தார்... அவரது பார்வையிலே ஏளனம் தெரிந்தது...

“நீதானே வாசுதேவன்...”

கேள்வியா அது.... கத்திக்குத்து...

பார்வையா அது... தீச்சூடு...

“தலைமையாசிரியர் கூட்டிக்கிட்டு வரச்சொன்னாரு... வா...”

அவர் சொன்ன விதமே மிகக்கேவலமாக இருந்தது... அழைக்க வந்தவர் அடியாள் போலப் பார்த்தார்...

“வயசு போதுமா... ? ஆளப்பாரு... செஞ்ச வேலயப்பாரு... வா வா...”

பயம் முழுவதுமாக தொற்றிக்கொண்டது...

மற்ற மாணவர்கள் எல்லோருமே ஒரு மாதிரியாகப் பார்த்தார்கள்...

என்னைப் பீடித்திருந்த ‘காதல்’ என்னும் மாயப் பேய்... விருட்டென்று விலகியது... இந்த உலகமும்... வகுப்பறையும் உணர்வுக்குள் வந்தன.....

வாலிபம் எவ்வளவு வேகமாக துரிதப்பயணம் செய்து... மாயக்குழியில் தள்ளியதோ அதுபோலவே... இப்பொழுது ஒரே தாக்குதலிலே மயக்கம் தெளிந்து போனது...

வாலிபனாக உருமாறியிருந்த நான்... ஒரு நொடியிலே ஒன்பதாவது வகுப்புச் சிறுவனாக உருமாறிவிட்டேன்..!

லேசாகத் தலை சுற்றியது...!

தலைமையாசிரியரின் அறையிலே ஏதோ விபரீதம் நடக்கப் போகிறது...

எனது சுய அறிவு 'சுருக்' கென்று குத்தி அறிவுறுத்தி விட்டது...! இதயத்துடிப்பின் வேகம் அதிகரித்தது...

இரத்த ஓட்டம் சீராக இல்லாமல் வேகம் பிடித்தது...

மண்டைக்குள்ளே சண்டைக்காட்சி நடந்து கொண்டிருந்தது.....!

முன்னால் ஊழியர் நடந்தார்....

பின் தொடர்ந்து நான் நடந்தேன்...

எமன் எருமை மேலே அமர்ந்து... பாசக்கயிறு போட்டு என்னைக் கட்டி இழுத்துப் போவது போல உணர்ந்தேன்....

இருநூறடி தூரத்திலிருந்த தலைமையாசிரியரின் அறை... இருபதடியாகச் சுருங்கி... விரைந்து அருகாமையிலே வந்துவிட்டது...

தலைமை ஆசிரியரின் அறையிலே கூட்டம் நிறைந்திருந்தது...

அத்தனை ஆசிரியர்களும்... ஆசிரியைகளும்... அங்கே கூடி இருந்தார்கள்...

எல்லோருடைய கோபப் பார்வையும் என் மீதிலேயே.....

நான் தலைமையாசிரியர் முன்னால் நிறுத்தப்பட்டேன்....!

சற்றுமுன்னே கனவுகள்...

சற்றுபின்னே... ரணங்கள்...

அங்கே...

நிற்பது யார்...?

ஆம்....

அது....

வான்மதி தான்....!

அவளும் நிற்கிறாளே.....

அதிர்ந்து போனேன்.....!

அது என்ன உணர்ச்சிப்பதிவு... அவளது முகத்திலே...!

காய்ந்து கருகிய முகம்...

வறண்டு வற்றிப்போன உதடுகள்...

கலங்கிய மையிடாத கண்கள் இரத்தச் சிவப்பேறிப் போயிருந்தன...

வண்ணம் சிதறிய ஓவியம் போல நின்றாள்...!

சற்று முன் தானே... அலங்கார நிறை கொண்ட அழகுப் பதுமையாக அவளைக் கனவிலே கண்டேன்...

அதற்குள் என்ன நிகழ்ந்து விட்டது அவளுக்கு...?

வான்மதியிடம் ஏன் இத்தனை மாற்றம்...?

எனது பயம் இன்னும் தீப்பற்றி எரியத் தொடங்கியது...

அவளது முகத்திலே இருந்த கலவரப்பதிவைப் பார்த்து...!

நேற்று வரை...

பார்த்தாள்... சிரித்தாள்... ஏதேதோ மாயங்கள் காட்டினாள்...

அவளது கண்கள்... ஏக்கங்களைக் காட்டி என்னைத் தூண்டிவிட்டனவே...
இன்று என்ன ஆயிற்று அவளுக்கு...?
என்ன நிகழப் போகிறது இங்கே....?
என்றால்...
எனது காதலிலே அவளுக்கு உடன்பாடில்லையோ....!
எழுது எழுது என விழிவழி உந்து சக்தி செலுத்தியவள் அவள்தானே...
அவளது விழிச்சம்மதத்தின் பேரில்தானே நான் மொழி எழுதினேன்...
மொழிப் பிசகு ஏதேனும் நிகழ்ந்து விட்டதோ...!
மொழிப் பிசகு இருக்குமாயின்... அது அவளது விழிப்பிசகென்று நான் உறுதிப்படக்கூறுவேனே...
எங்கே நிகழ்ந்தது பிழை...?
அவளது விழிப் பார்வையிலா...
எனது விழிப் புரிதலிலா...?
அந்த மரத்தடிக்கு....
அழைத்தது நானல்ல...
வந்தது அவளே தான்...!
கடிதத்தை....
அவளது கையிலே திணிக்கவில்லை நான்....
வாங்கியது அவளே தான்....!
வாசிக்கச் சொல்லவில்லை நான்....
வாசித்ததும் அவளே தான்...!
ஒருமுறை... இருமுறை... மும்முறை வாசித்தாள்...
வாசித்து வாசித்து எனது வளம் குறையா வர்ணனைகளை அங்கீகரித்ததும் அவள் தான்...!
இத்தனையும் அவளாகத்தானே செய்தாள்....!
என்றால்.....
வேறெங்கே நேர்ந்தது பிழை...!
கேள்விக்கணை மழை...
எனது இதயப் பகுதி முழுவதிலும்...!
நான் நிரபராதியா... குற்றவாளியா...?
எதற்காக நிற்கிறேன் விசாரணைக் கூண்டிலே...!
உடல் முழுவதும் நடுக்கம்... தடுமாறிக் கீழே விழுந்து விடாமலிருக்க... கால் கட்டை விரலை உறுதியாகத் தரையில் அழுந்தப் பதித்து ஊன்றிக் கொண்டேன்...!
ஆனாலும் நடுக்கம் குறையவில்லை...!
சற்றுமுன்...
கனவுகள்...
கற்பனைகள்...
உற்சாகம்...
ஐந்தே நிமிடங்களிலே...
அத்தனையும் தலைகீழ் மாற்றம்.

நெருப்பு...

கொதிப்பு...

தகிப்பு...

தத்தளிப்பு...

இவைதான் அந்தப் பருவத்தின் திருவிளையாடல்கள்... !

அங்கே இருந்த சூழ்நிலை...

என் அப்பா...

கொலை வெறிக்கண்களுடனே...!

தலைமையாசிரியர்...

கோபத்தின் உச்சியிலே...!

அவரது கையிலே...

அது என்ன.... ?

எனது கண்களிலே கொள்ளிக்கட்டை கொண்டு பொசுக்கியது போல வலிக்கிறதே எனக்கு.....

நீண்ட காலமாக எனக்கு பழக்கப்பட்ட பொருளைப் போலத் தெரிகிறதே...!

அது.....

வான்மதி பற்றிய என்னுடைய வர்ணனைகள் அடங்கிய காதல் கடிதம்......!

பிரிக்கபட்ட நிலையிலே.......!

நான் துவண்டு போனேன்.....!

எனது விழிகள் விரிந்து விரிந்து அகன்று பெரிதாகி விழிப் படலங்கள்.... விழிக் குழிகளை விட்டு.... வெளித் தாவி.... விழத் தயாராக நின்றன....!

பல நாட்கள் இரவும் பகலும் என்னுடன் இடைவெளியின்றி இறுக்கமாக நெருக்க உறவு வைத்துக் கொண்டிருந்த அந்தக் கடிதம்....

இன்று....

என்னை பார்த்து எக்காளமிட்டுச் சிரித்தது....!

இத்தனை நாளும் கடந்து போன எனது செயல்கள் அத்தனையும்

வயது வரம்பு மீறியவை என... எனக்கு குத்திக் காட்டியது.....

என் மீது எச்சில் காரி உமிழ்ந்தது.....!

எனது உடல் பலத்தையெல்லாம் உறிஞ்சிக் கொண்டு என்னை கீழே சாய்த்துவிட முயற்சித்தது.....!

அது மட்டுமா......

வகுப்பாசிரியர்...

ஒன்பது ஆசிரியர்கள்...

ஏழு ஆசிரியைகள்...

இன்னும் ஒன்பது அலுவலக பணியாளர்கள்...!

அத்தனை முகங்களும் கோபத்தை கொப்பளித்து என் மீதே பீய்ச்சியடித்துக்கொண்டிருந்தன.....

யாரும் எதுவுமே பேசவில்லை...! என்னையே கோபமாகப் பார்த்தபடி நின்றார்கள்...

அவர்களது பார்வையின் வழியே பாய்ந்த கூர்மையான குண்டூசிகள் எனது உடலெங்கும் குத்தியிருந்தன...!

அவமானம் தாங்க முடியவில்லை...!

இதையெல்லாம் விட...

வான்மதியின் அப்பா...

பெரும் விபத்திலே சிக்கியவர் போலத் துவண்டுபோன நிலையிலே...!

ஆண் என்பதால் அவர் அழவில்லை...! மற்றபடி மிகவும் நிலைகுலைந்து போய் நின்றார்...

நான் மாபெரும் கடற்சுழலிலே சிக்கிக் கொண்டிருக்கிறேன் என்பது மட்டும் புரிந்துவிட்டது....!

ஒரே நொடியிலே எல்லா இரவுகளும் விடிந்துவிட்டன....!

எல்லா கனவுகளும் கலைந்து கரைந்து போயின...!

எல்லா மாய நிகழ்வுகளும் ஒளிவிழுந்து நிழல் கரைவது போல காணாமற்போயின...!

காதலும் காமமும் காணாமல் போய்... உண்மையான மயக்கத்தை வரவழைத்திருந்தது... !

எனக்குள்ளே புகுந்து... என்னைத் தீய வழியிலே செலுத்திக் கொண்டிருந்த சாத்தான்... விருட்டென்று வெளிக்கிளம்பி மறைந்துவிட்டான்...

நான் செய்த அத்தனை செயல்களுமே... குற்றங்களாக உருமாறி வலுப்பெற்று... என்னையே குத்திக் கிழித்துக் கொண்டிருந்தன...!

முதலை வாயிலே மாட்டிக் கொண்டிருக்கிறேன்...

அது... தனது கூரிய பற்களால் என்னைக் கடித்துக் குதறுகிறது... குருதி சிதறிக்கொண்டிருக்கிறது...

அது தான் எனது நிலை...!

நான் செய்தது அத்தனையும் தவறுகள்...

அத்தனை தவறுகளும் மிக விரைவாகப் பின்னோக்கி... குற்றாலம் வரை பிரயாணப்படுகின்றன...

என்னை ஆக்கிரமித்திருந்த கனவுகள் அத்தனையும்... எனக்கு எதிராகத் திரும்பிவிட்டன.....!

இங்கே...

கடற்கரையிலே...

உனக்காக கடிதம் எழுதிக் கொண்டிருக்கும் இடத்திலே...

அமைதி...!

அலைகளின் கொந்தளிப்பு மட்டும் சற்று அதிகம்..!.

என் அன்பே... நதி...

அந்த அருவருப்பான சம்பவங்களை நான் எப்படி கடிதத்திலே எழுதுவேன்...

அன்று...

உறக்கத்தை தொலைதூரம் விரட்டி விட்டு... உறங்காமல் உற்சாக உச்சத்திலே எழுதிய ஒரு கடிதத்திற்கு தண்டனையாக....

இன்று...

வலியோடும்... வலிமை இழப்போடும் கை நடுங்க ஒரு கடிதத்தை எழுதிக் கொண்டிருக்கிறேன்....!

வான்மதி தொடர்பாக நிகழ்ந்து கடந்த காட்சிகள் அத்தனையுமே... உனக்கு நான் எழுதும் கடிதத்திலே இடம்பெறத் தகுதியற்றவை...!

நின்றுவிட்டது கை...!

எழுத மறுத்துவிட்டன விரல்கள்...

மனசே கூசுகிறது...

எப்படியாவது எழுதிவிட வேண்டும் என்று மீண்டும் மீண்டும் முயற்சித்தேன்...!

எழுதுகோலை எடுத்தேன்...!

அதுவும் எழுத மறுத்து... கைவிட்டு நழுவியது...!

எனக்கு கொஞ்சம் அவகாசம் தேவைப்பட்டது...

அலைகளைப் பார்த்தேன்...

உந்தி உந்தி சற்று உயரமாகத்தான் குதித்து அடங்கிக் கொண்டிருந்தன... எனது மனசைப்போலவே ..!

குற்றாலத்திலிருந்து தலைமையாசிரியர் அறை வரை... கரடுமுரடான சம்பவங்களுடனேயே பயணித்துக் களைத்துப்போன மனசிலே உள்வலி சற்று கூடியிருந்தது...

இனி..... நான் இந்தக் கடிதத்தைத் தொடர்ந்து எழுத இன்னும் கொஞ்சம் தாமதம்தான் ஆகும்...!

தலைமையாசிரியர் அறையிலே...

இப்பொழுதும் யாரும் பேசவில்லை...

கொலை நோக்குடன்... மகாகேவலமாக... ஒரு ஈனப்பிறவியைப் பார்ப்பது போல... என்னைப் பழியோடு பார்த்தபடியேதான் இருந்தார்கள்...

நானும் இறுக்கமாக நின்றேன்...

இங்கே...

கடற்கரையிலும்....

கூனிக் குறுகி... அந்த தலைமையாசிரியரின் அறையின் சூழலுக்குத் தகுந்தாற்போல உட்கார்ந்திருந்தேன்... இங்கும் உடலெல்லாம் வெடவெடவென ஆடியது...!

நான் ஏன் இவ்வளவு பெரிய தவறைச் செய்தேன்...?

எது என்னை தவறு செய்யத் தூண்டியது...?

நான் அதுபோன்ற குடும்பத்திலே பிறந்தவன் இல்லையே...

பண்பாடில்லாமல் வளர்க்கப் பட்டவன் இல்லையே...

எப்படி படுகுழியிலே விழுந்தேன்...

இத்தனை யோசனைகள்.... இன்று என்னைப் போட்டுக் குழப்பின...!

எந்த இடத்திலே தடம் மாறினேன்... புரியவே இல்லை...!

திடீரென்று சுழற்காற்று...

கடற்கரையின் ஒரு பகுதியிலே உற்பத்தியாகி... என்னை நோக்கி வேகமாக நகர்ந்து வந்தது...

அந்த சுழல் காற்றை நான் கண்ணுற்றேன்...

ஆனால்...

அந்த சுழற்காற்றின் கொடூரத் தாக்குதலிலிருந்து தப்பிவிட வேண்டுமென்று எனக்குத் தோன்றவே இல்லை...

வான்மதிச் சுழலை விட வன்மையான சுழலா இது.....?

குற்றாலத்து அருவி நீரைக் காட்டிலும் அபாயகரமானதா இது..?

எந்தத் தாக்குதலும் இனிமேல் என்னை என்ன தான் செய்துவிடும்.... !

இப்பொழுது.... நான் ஓர் உணர்விலா உறுதிப் பொருள் தானே...

காற்று வந்தது...!

வந்த வேகத்திலே... கடல் மணலை சுழற்றி வாரிக் கொண்டு வந்து... என் மீது அறைந்து தெளித்துவிட்டு என்னைக் கடந்து சென்றுவிட்டது...!

தலைக்குள்ளும்... உடை முழுவதும்... முகம்... கை கால்களிலும் மணல் அப்பிச் சரிந்தது...

உப்புக்காற்றும் கடல்மணலும் உடல் மீது பரவியதால் உடல் முழுவதும் அரிப்பெடுத்தது...

ஆனால்...

அது கூட இப்பொழுது பெரிய வலியாகத் தெரியவில்லை....! அதைவிடப் பெரியவலி... மனசுக்குள்ளே பரவிக்கிடக்கிறதல்லவா...

திடீரென்று.....

அந்த சுழற்காற்றையும் மீறி இன்னொரு ஓசை... புல்லாங்குழலை அடிக்கட்டையிலே அழுத்தமாக வாசித்தது போல...!

என்ன ஓசை அது...?

எங்கிருந்து வருகிறது...?

தேடினேன்... என்னையே சுற்றிச்சுற்றி தேடினேன்... மிக அருகிலேதான் கேட்டது...

ஆம்... அதோ...

காற்றின் வேகத்தினால் கரைத்தெடுக்கப்பட்ட மணல் பறந்துபோக... அங்கே தோன்றியது ஒரு வெண்சங்கு...!

அதிசயம்தான்...!

அலைகளின் வேகத்திலே ஒதுங்கி... அடி மணலுக்குள்ளே பதுங்கியிருந்த அந்த வெண்சங்கு... ஈரம் காயக்காய... காற்று வீச வீச... மூடியிருந்த மணலைக் காற்று கொண்டு போய் விட்டது...

வெளிப்பட்டு விட்டது வெண்சங்கு ...

இப்போது வீசும் காற்றை உள்வாங்கி... இசையாய் பரப்புகிறது...

அந்த இசை எனது சூழ்நிலைக்கு ஒத்துப்போகிறது...

மெதுவாக எழுந்தேன்...

தொற்றிக்கொண்டிருந்த மணல்....

பற்றிக்கொண்டிருந்த எனது உடல் விடுத்து மெல்லச் சரிந்தது...!

மெதுவாக கடல் மணலிலே நடந்தேன்....

தொடர்ந்து கொண்டேயிருந்தது அந்த சங்கின் ஒலி...

தலைமையாசிரியர் அறையிலே...

வான்மதி சலனமின்றி நின்று கொண்டிருந்தாள்...!

ஒளி வீசித் திகழ்ந்தவள்... பூச்சருகு ஒன்று புழுதியிலே கிடந்தது போல.... ஒளியிழந்துத் தென்பட்டாள்...!

கடற்கரையிலே... நடந்து கொண்டிருந்த நான் நின்றேன்...

நடக்கத் தெம்பில்லை...

அப்படியே உட்கார்ந்தேன்...!

மூச்சு வாங்கியது...

அங்கே தலைமையாசிரியரின் அறையிலும்தான்...!

இன்னும்..... அந்த சங்கொலி ஒலித்துக்கொண்டே இருந்தது...!

இரண்டு இடங்களிலும்...!

வான்மதி... இரவெல்லாம் இடைவிடாது அழுதிருக்க வேண்டும்..!

முகமும்... கண்களும்... கன்னங்களும் கூட வீங்கிக் காணப்பட்டன... வியர்வை பரவிய மினுமினுப்பு அவளது முகத்தை விகாரமாகக்

காட்டியது...

சிவப்பேறிப் போயிருந்த அவளது கண்கள்... அவளுக்குள்ளே கனன்று கொண்டிருந்த நெருப்பை வெளிக்காட்டும் விதமாக, தீச்சுடரை கக்கிக் கொண்டிருந்தன...

இங்கே...

கடற்கரையிலே...

கடிதம் எழுதும் இடத்திலே...

எனது உதடுகளிலும்... காதுகளிலும்.... மூக்கிலும்... ஒட்டியிருந்த சுழற்காற்றின் கடல்மணல்... இன்னும் முற்றிலுமாக உதிரவில்லை...

வான்மதி தலைமயாசிரியரின் அறையிலே அவதரித்திருந்த கோலம்... பழுக்கக் காய்ச்சிய இரும்பால் என்னைச் சுட்டு... சூடுபோட்டுக் கொண்டிருந்தது...

எத்தனை விதமான அழகாய் அவளை நான் பார்த்திருக்கிறேன்...

கனவுகளிலே வரித்திருக்கிறேன்...

ஓவியங்களாய் வரைந்திருக்கிறேன்...!

ஆனால் இன்று...

அந்த அழகு...

அந்தப் புதுமை...

அந்த நளினம்...

அந்த மென்மை...

அத்தனையும் எங்கே போயின...

ஏன்...

காரணமும்... நிகழ்வும்... ஒன்றுதான்...

எனது கடிதம்...!

அது உருவாகக் காரணம் யார்.....

அது தான் பெருங்குழப்பம்...

எனது உறக்கத்திலே அமிலம் ஊற்றி... உசுப்பிவிட்டது வான்மதியின் விழிப் பார்வை தானே......

எனது பருவத்திற்குள்ளே தீயள்ளிக்கொட்டி என்னைத் தூண்டிவிட்டதும் அவளது பார்வைதானே...

காயப்பட்டவன் நான்...

காயங்களின் வடுக்கள் வான்மதியின் மேலே தெறிக்கின்றனவே...

ஏன்... ?

அவளது உதடுகள் வரிவரியாய் காய்ந்து கருகி... பாளம் பாளமாய் வெடித்து... செயலற்றுக் கிடந்தன...!

அவை...

ஒன்றோடு ஒன்று இறுகப்பற்றி ஒட்டிக்கொண்டிருந்தன....

வழக்கமாக அவளது மார்பிலே அதிகாரத் திமிரோடு ஊஞ்சலாடிய அந்த இரட்டைப் பின்னல்களைக் காணவில்லையே...!

முழுக்க கலைந்த அவளது தலைமுடியிலே பாதி... முகத்திலே சிதறி ஆக்கிரமிப்பு செய்திருந்தது....

அவள் அதை ஒதுக்கிச் சரிசெய்து... முகத்தை முழுவதுமாக வெளிக்காட்டவும் முயற்சிக்காமல்... சரிந்தே கிடக்க விட்டுவிட்டாள்....

அவள் கோபமாக இருக்கிறாளா...

சோகமா இருக்கிறாளா...

துக்கமாக இருக்கிறாளா...

எதையும் யூகிக்க முடியவில்லை...!

துவண்டு போயிருக்கிறாள் என்பது மட்டும் புரிந்தது.....!

எனக்கும் அவளது முகத்தை நேருக்கு நேர் நோக்கும் சக்தியில்லை...!

திடீரென்று...

எனது அறிவிலே ஒரு தீப்பொறி துள்ளி விழுந்தது...

எனது மன ஓட்டம் வேறு கோணத்திலே யோசித்தது...!

இந்தக் காதல் கடிதம் தலைமையாசிரியரின் கைக்கு எப்படிப்போனது... ?

வான்மதியின் வீட்டிலே தந்தையோ தாயோ தவறுதலாக அதைப் பார்த்து விட்டார்களா...

அல்லது அவளே பள்ளியிலே எங்காவது தவறவிட்டு... அது தலைமையாசிரியரின் கைக்குப் போனதா...

அல்லது அவளே கொடுத்தாளா...

அப்படியென்றால்...

அவள் என்னைக் காதலிக்கவில்லையா... ?

என்றால்...

அவளுடைய இத்தனை நாள் நடவடிக்கைகளுக்கும் என்ன பொருள்... ?

அவளது ஆழமான பார்வைகள்... அகலாமான புன்னகைகள்... இவையெல்லாம் எதற்காக... ?

அத்தனையும் காதலின் வெளிப்பாடுதான் என்று கதிரேசன் சத்தியம் செய்தானே....

எது எப்படியோ... கடிதம் தலைமையாசிரியரின் கையிலிருக்கிறது... என்னைக் குற்றவாளி என்று நிரூபிக்க....!

அதிலே உள்ள கையெழுத்து என்னுடையது தான் என்பது உறுதியாகிவிட்டது...

எந்த ஒரு சந்தர்ப்பத்திற்காகவும்... அதை நான் மறுக்கப் போவதும் இல்லை....!

இனி விசாரணை தான்...!

தண்டனை தான்...!

மயக்கத்தினால் தலை சுற்றுகிறது...

பார்வை மங்குகிறது...

பள்ளியை விட்டு நீக்கம்...

காவல்துறை...

கைது...

வழக்கு...

நீதிமன்றம்...

தீர்ப்பு...

சிறை தண்டனை...

எல்லாமே அறிவிலே மங்கலாக நிழலாடுகின்றன...!

பாலியல் துன்புறுத்தல் என்று வழக்கு பதிவானால்... எனது நிலை என்ன.... ?

சாட்சிகளே தேவையில்லை... சட்டம் கூட ஒருதலைப் பட்சமாக பெண்களுக்குச் சாதகமாகத்தான் செயல்படுகின்றன.....

அதை..... பெண்களும் சில சந்தர்ப்பங்களிலே தங்களது சுயநலத்திற்காக தவறாக பயன்படுத்திவிடுகிறார்கள் ....!

இங்கே வான்மதி காட்சியிலும் அப்படித் தான் நிகழ்கிறதோ... என்கிற ஐயப்பாடும் எனக்குள்ளே எழத் தான் செய்கிறது...

எது வந்தாலும் எதிர்கொள்ள வேண்டியதுதான்...!

நிலைமை உணர்ந்து... நான் தலை தாழ்த்தினேன்... நிமிரவேயில்லை..!

ஆனால்...

வான்மதி லேசாக தலை நிமிர்த்தினாள்..!

என்னை நோக்கி...!

என்ன கொடூர பார்வை அது... ?

பெண்களின் கண்கள் நாணம் மிக்கவையாயிற்றே...

அவர்களது பார்வை... ஆண்களை பரவசப் படுத்துவதாயிற்றே...

ஆனால்... வான்மதியின் மூர்க்கத்தனமான விழி வீச்சு அமிலக்கலவையை என் மீது அள்ளியள்ளி வீசுகிறதே...!

நேற்றுவரை என்னைக் கடிதம் எழுதச்சொல்லி உணர்ச்சிகளை தூண்டிக் கொதிக்கவிட்ட அந்த பார்வை எங்கே... ?

கொலை வாளை விட வன்மமாகக் குத்தி... எனது இதயத்திலே ஆழக்காயம் உண்டாக்கிய பார்வை எங்கே.... ?

கொலைத் தொழிலுக்கும்... போர்க்களத்திற்கும் கொடிய ஆயுதங்களை ஏன் பயன்படுத்துகிறார்கள்... ?

இது போன்ற பெண்களின் கண்களே போதுமே...!

பலம் பொருந்திய பெரும் படையும் தோற்று புறமுதுகு காட்டி ஓடுமே....!

இந்த சமயத்திலே... வான்மதி ஆத்திரம் தீரும்வரை என்னை அறைந்திருந்தாலும் அமைதியாக அனுமதித்திருப்பேன்....

ஆனால் அவளோ.....

ஆவேச அமைதி காட்டி... அதன் வழியே தீத் துகள்களை என் மீது வீசி எரிந்து கொண்டே இருந்தாள்....!

அவளது அப்பா... எனது அருகிலேயே நின்றிருந்தார்.... என்னை ஒரு பூச்சியைவிடக் கேவலமாகப் பார்த்தபடியே ....!

அவரது பார்வை வேறு யார் பக்கமும் திரும்பவில்லை...!

அது.... தலைமையாசிரியர் அறையாக மட்டும் இல்லமால் இருந்திருந்தால்... என்னைக் கொலையே செய்திருப்பார்....

அத்தனை ஆத்திரம் பீறிட்டு வெளிப்பட்டது... அவரது கண்களிலே....

அந்த நேரத்திலே... ஒரு தந்தையின் மனநிலை எப்படியிருக்கும் என்பதை என்னால் புரிந்து கொள்ள முடிந்தது....

அவர் கொஞ்சம் கலக்கமாகவும் இருந்தார்... கண்களிலே கண்ணீர் கோர்த்து நின்றது எனக்கும் தெரிந்தது....

“ஒரே பொண்ணுங்கய்யா... செல்லமா வளத்தோம்... நல்லா படிக்கிற பொண்ணு... கொலகாரப்பய... அவ படிப்பையே பாழாக்கிட்டான்...”

அவரது குரலிலே அழுகை... அவமானம் இரண்டும் கலந்து வந்தது...

அந்தக்குரலின் கரகரப்பு... எனது மனதை ரம்பம் போல அறுத்தது....

என்ன மனிதர் அவர்....

எவ்வளவு பக்குவப்பட்டவர்...

எத்தனை நாகரீகமாகப் பேசினார்...

அவர் சினம் கொண்டெழுந்து ஆவேசமாக நடந்து கொண்டிருந்தாலும் யார் தடுக்க முடியும்....!

பாசமான மனிதர்... அவர் பேசிய தன்மையிலிருந்தே மகள் மீது வைத்திருந்த பாசத்தைப் புரிந்துகொள்ள முடிந்தது...

மிகச்சிறிய ஆட்டுக்குட்டி ஒன்று தனியே...

தீட்டிய அரிவாள்கள் பல... கூர் பார்த்தபடி எதிரே...!

அது எனது நிலை...

நான் செய்தது மட்டுமே தவறு... என சுடு சொற்கள்...!

தவறு என்னுடையது மட்டுமா....

இல்லை இல்லை...!

வான்மதி என்னை பார்த்த வெறிப்பார்வைகளின் தவறு...!

அவள் பார்த்த பார்வைகளைக் காதல் என அர்த்தம் செய்து கொண்ட எனது அறிவினுடைய தவறு...!

அது காதல்தான் என பொய் சத்தியம் செய்து... என்னைக் கடிதம் எழுதத் தூண்டிய கதிரேசனின் சூதுதிட்டத்தினுடைய தவறு...!

ஆனால்....

அந்த தவறுகளை..... தவறென்று புரியவைக்க என்னிடம் சான்றுகளும் இல்லை....... சான்றிதழும் இல்லை..!

மாறாக......

மாறி மாறி அத்தனை பேரும் வீசிய சொற்கள்...

அப்பப்பா... மிகக் கடுமையானவை...

“பொம்பளப் பொறுக்கி...”

இது தலைமை ஆசிரியர்..!

இங்கே....

கடற்கரையிலே....

மீண்டும் சுழற்காற்று...

என் மீது மணற்பூச்சு.....!

“இந்த வயசுல செய்யிற வேலையா இது.... ?”

இது தமிழாசிரியர்....

இங்கே....

கடற்கரையிலே.....

நான் ஈரமான கண்களைத் துடைக்கிறேன்...

அங்கே வசை...

இங்கே அவமானம்...

“இப்பவே இப்பிடின்னா... இன்னும் வயசு வர்றப்ப என்னென்ன செய்வான்...”

இது ஆங்கில ஆசிரியர்...

இங்கே....

கடற்கரையிலே...

ஓங்கி ஓங்கி நெற்றியிலே அறைந்து கொண்டேன்....!

“பள்ளியில படிக்கிற மத்த பிள்ளைகளையும் கெடுத்திடுவான்... வீட்டுக்கு அனுப்புங்க... இதெல்லாம் கழுதை மேய்க்கத்தான் லாயக்கு...”

இது பெண் ஆசிரியை...

இங்கே....

கடற்கரையிலே....

குலுங்கிவிட்டேன்....!

“குற்றாலத்துல வான்மதி தண்ணிக்குள்ள விழுந்தப்போ... இத்தனை பேர் இருந்தும்... யாரும் தண்ணிக்குள்ள குதிக்கல...

இவன் மட்டும்தான் குதிச்சான்...

வான்மதியைக் காப்பாத்தறதுக்காக குதிச்சான்னு பெருமையா நெனச்சேன்... ஆனா இப்பத்தான் தெரியிது... தப்பான நோக்கத்துல குதிச்சிருக்கான்னு...”

இது தமிழ்மணி ஆசிரியை.....!

இதை என்னால் தாங்கவே முடியவில்லை...

எனது உயிரையும் பணயம் வைத்து நீரிலே குதித்தேனே... அதற்கு இதுவா பரிசு...

இத்தனைக்கும் பிறகு...

நான் கடிதம் எழுதுவதற்கு... வான்மதி பார்த்த பார்வைதான் முழுக்காரணம் என்பதை... நான் எப்படி இந்த இடத்திலே சொல்ல முடியும்.... ?

சொல்ல இயலாத நிலை... எனக்கு இரு இடங்களிலே ஏற்பட்டது...

முதல் இடம்....

தலைமையாசிரியர் அறை.....

இரண்டாவது இடம்......

என் நதி... உன்னிடம்....

இரண்டு இடங்களிலுமே தொடர்புடையவர்கள் பெண்கள்...

முதல்... பெண் .... வான்மதி

அடுத்த பெண்... என் நதி .... நீ...

எல்லா இடங்களிலுமே வாய்ப்பேச்சுப் பேசாதவனே குற்றவாளியாக அறிவிக்கப் படுகிறான்......

இங்கே...

நானும் அப்படித்தான் அறிவிக்கப் பட்டுக் கொண்டிருந்தேன்...

மூச்சடைக்கிறது...

நெஞ்சு விம்முகிறது...

உடல் பதறுகிறது...

நான் குற்றவாளி இல்லை என்று வாதிட வார்த்தைகள் கச்சைகட்டி நிற்கின்றன...

ஆனாலும் அடங்கிப்போய் நிற்கிறேன்...

இப்பொழுது... நான் வான்மதியை பற்றி எது சொன்னாலும் குற்றம்....!

ஆகவே... என் மீது... அவதூறு எது சொன்னாலும் நான் சம்மதிக்க வேண்டும்...!

வியர்த்துக்கொட்டியது... நிற்க முடியவில்லை என்னால்....!

ஒரு கொடூரத் தாக்குதலும் அரங்கேறியது....

எனது அப்பாவிடமிருந்து அந்தத் தாக்குதல்.....

எதிர்பார்க்கவேயில்லை நான்....!

காதைச் சேர்த்து கன்னத்திலே முரட்டுத்தனமாக ஓர் அறை...

ஒன்றுதான்...!

நான்..... சுருண்டுவிட்டேன்...

உலகம்.... இருண்டுவிட்டது...

கண்களிலே தீப்பொறி தோன்றி மறைந்தது... மிகக் கொடூரமான தாக்குதல்...

இங்கே...

கடற்கரையிலே...

கடிதம் எழுதுமிடத்திலே ...

கன்னங்களைப் பிடித்துக் கொண்டேன்...

எப்போதோ அடித்தது... இப்போது முதுகுத்தண்டு... முகுளம்... எல்லா இடங்களிலும் வலித்தது...

கீழே விழுந்துவிடாமல் சமாளித்தேன்...

யாருமே எதிர்பார்க்கவில்லை... அங்கிருந்த அத்தனை பேரும். எனது அப்பாவைத் தடுக்க முற்பட்டார்கள்... அவரது ஆவேசம் அதிகமானதே தவிர குறையவில்லை...!

“விடுங்கய்யா... செத்துத்தொலையட்டும்... இதெல்லாம் படிச்சு என்ன செய்யப்போகுது.... வீட்ல பதினஞ்சு மாடு இருக்கு... முப்பது ஆடு இருக்கு... மேய்க்கட்டும்...”

காலால் நாலு உதையும் கொடுத்தார்.....

இவ்வளவுக்கும் நான் கதறி கூச்சலிடவேயில்லை....!

எனது அப்பாவின் பயங்கரத் தாக்குதலினால் சுருண்டு விழுந்துவிட்டேன்....

எனது முகத்திலே தண்ணீர் தெளித்தார்கள்... தண்ணீர் குடிக்க வைத்தார்கள்....

அப்பொழுதும் வான்மதியிடம் அசைவே இல்லை...! கற்சிலையாகவே நின்றாள்....

கல்நெஞ்சுக்காரி என்பார்களே... அது இதுதானா.... ?

இந்த நிகழ்ச்சி... நிலைமையை சற்று இதப்படுத்தியிருக்க வேண்டும்....

சூழ்நிலை வான்மதியின் மீதிருந்து திசை மாறிவிட்டது... வேகம் குறைந்துவிட்டது....

சூழல் என் தந்தையின் பக்கம் திரும்பியது...

எல்லோரும் ஓடி ஓடி... என் தந்தையைத் தடுத்துப் பிடித்து சமாதானப் படுத்தினார்கள்.....

“போனாப் போகுது விடுங்கய்யா...”

“நல்லா படிக்கிற பையன்... வெளயாட்டுத்தனமா செஞ்சுட்டான்... இனிமே இப்படி செய்ய மாட்டான்...”

சிறிது நேரம் அமைதி...

வான்மதியின் மூச்சு காற்று வன்மையாக...

என்னுடைய மூச்சு காற்று வலிகளாக....

யாரும் பேசவில்லை...

எழில்மணி ஆசிரியை... எனது அருகே வந்தார்.... என்னை கைத் தாங்கலாக பிடித்து அழைத்து சென்று தலைமையாசிரியர் அறைக்கு வெளியிலே விட்டார்......

நான் நடந்தேன்...

இல்லை...

ஒரு பிணம் நடந்தது...

பள்ளி நிர்வாகம்...... தலைமை ஆசிரியர்..... ஆசிரியர்கள்..... அத்தனை பேரும் என்னை மன்னித்து விட்டார்கள்......

ஆனால்.....

அறை வாசலிலே மாணவர்கள் மட்டும் சிலர் கூடி... என்னை ஒரு மாதிரியாக வேடிக்கை பார்த்துக் கொண்டிருந்தார்கள்....

அவர்களது பார்வைக்கெல்லாம் என்ன பொருள் என்று எனக்குப் புரியவே இல்லை......! அப்படியொரு அசிங்கமான பார்வை....

கூடியிருந்த மாணவிகள்... ஒரு கொடியவனைப் பார்த்தது போல ‘சீ’ என சிறிய கூக்குரல் கொடுத்து... என்னைப் பார்த்து பயந்து பதறி விலகி பத்தடி தள்ளிப் போனார்கள்...

வகுப்பாசிரியர்கள்... வகுப்பறை வாசல்களிலே நின்று கூர்ந்து பார்த்தார்கள்...

ஆசிரியைகள் கூட என்னைப் பார்த்ததும் அருவருப்படைந்து... சற்றே பின்னால் நகர்ந்து நின்றுகொண்டார்கள்....

சரியாகவே இருந்த தங்களது புடவை மாராப்பை... அவசர அவசரமாக சரிசெய்து கொண்டார்கள் அவர்கள்..... என்னைப் பார்த்து அவர்களது கண்களிலெல்லாம் வறட்சியான மிரட்சி தென்பட்டது.....

சிலர் அவர்களுக்குள்ளே சிரித்துக்கொள்வதும் எனது காதிலேயே கேட்டது...

நொடி நேரத்திலே... பள்ளி முழுவதும்... செய்தி தீயாகப் பரவிவிட்டது...

நல்லது நகன்றே பரவும்...

கெட்டது பறந்தே பரவும்...

எனது கதையும் அப்படித்தான்...

அத்தனை மாணவர்கள் மத்தியிலும் நான் பிரபலமாகிவிட்டேன்... என்னை விட வான்மதியின் மீது தான் ஈர்ப்பு அதிகம்...

பெண் அல்லவா...!

ஆசிரியர்களுக்குப் பாடம் நடத்துவதிலே கவனம் இல்லை....!

மாணவர்களுக்குப் பாடம் படிப்பதிலே நாட்டமில்லை....!

ஒரே நிகழ்வினால்..... அத்தனை பேருடைய கவனத்தையும் ஈர்த்துவிட்டேன் நான்...!

இனி...

இன்று நாள் முழுவதும்... அந்தப் பள்ளியிலே பாடங்கள் நடக்காது...

வான்மதியும் நானும் தான் பாடங்களாவோம்...

விமர்சனப் பொருள்களாவோம்...

விதவிதமான வார்த்தைகளிலே... வசைகளிலே விதவிதமான குரல்களிலே... இரகசியமாக... பகிரங்கமாக... எங்கள் புகழ் பரவிக் கொண்டே இருக்கும்...!

பள்ளியிலே மொத்தம் அறுநூறு பேர் படிக்கிறார்கள்....

ஆசிரியர்கள்... அலுவலக வேலை பார்ப்பவர்கள் என நிறைய பேர்...

மாலை பள்ளி முடிந்ததும்... அத்தனை பேரும் ஊர் முழுக்கப் பரவுவார்கள்...

அக்கம் பக்கத்து ஊர்களிலிருந்து வந்து... இந்தப் பள்ளியிலே படிப்பவர்களும் உண்டு...

ஆக....

அன்று மாலையே... இந்தச் சம்பவம் ஊர் முழுக்கப் பரவி... பக்கத்து ஊர்களுக்கும் பரவும்...

நான் வகுப்பறைக்குச் செல்லவில்லை....!

வகுப்பிலே...

எப்படி மற்றவர்களை பார்ப்பது...!

எப்படி வான்மதியை முகம் பார்ப்பது...!

வெளியிலே நடந்தேன்...

மாணவர்கள் யாருமே வெளியில் இல்லை.... அத்தனை பேரும் வகுப்பறைகளிலே...

என்னைத் தவிர...!

வகுப்பறைகளுக்குள்ளிருந்து மாணவர்கள் பாடம் படிக்கும் வழக்கமான குரலோசைகூட கேட்காமல் அமைதியாக இருந்தது...

அத்தனை வகுப்பறைகளையும்... எனது செயல் மனப்பாடத்தை மறந்து... மௌனப் பாடம் நடத்த வைத்து விட்டது...

இப்பொழுது...

தனியே...

நான் மட்டும்...!

எங்கே போவது....?
புரியவில்லை.....
உலகம்...
பறந்து கிடக்கிறது....
ஆனால்...
எனக்கு மட்டும் வழியே தெரியவில்லை...
இப்பொழுது...
தனியே...
நான் மட்டும்...!
ஒளி...
வழியெங்கும் பரவிக்கிடக்கிறது....
ஆனால்....
எனது கண்களுக்கு மட்டும் இருளாகவே இருக்கிறது....
எனது அறிவு....
எனது நினைவு....
எனது உணர்வு....
எனது பார்வை.....
எல்லாமே எனக்கு எதிர் ஆயுதங்களாக மாறி... என் மீது இடைநிறுத்தமில்லா தொடர் தாக்குதல் நிகழ்த்துகின்றன...!
இப்பொழுது...
தனியே...
நான் மட்டும்...!
தலை வெடிக்கிறது...
இப்போது நான் பாலகன்...
பக்குவமில்லை...
இவ்வளவு பெரிய அதிர்ச்சியைத் தாங்கிக்கொள்ள...!
அழுகை தான் வந்தது....
அது தான் கண்ணீர் வழிந்து கொண்டிருக்கிறதே...!
பகலாக இருந்தும்... கண் முன்னாலே இருட்டு...!
இப்பொழுது...
தனியே...
நான் மட்டும்...!
மறுபடியும் அதே கேள்வி...
எங்கே போவது...?
வகுப்புக்கா...?
இல்லை...
வீட்டுக்கா...?
இல்லை...
வேறு எங்கே...?
ஆனால்....

நடந்துகொண்டே இருக்கிறேனே...
இதயம் முழுக்க எண்ணிகையிலா கேள்விகளைச் சுமந்தபடி....!
வான்மதி தான் என்னை வழிநடத்துகிறாள்...!
இப்பொழுது...
தனியே..
நான் மட்டும்....!
பள்ளியை விட்டு வெளியே வந்துவிட்டேன்...!
எங்கே... ?
அதோ...
அந்த மைதானம்...!
தூரத்திலே அந்த மரம்...!
"வா... வா..." என என்னை வரவேற்கிறது....!
அந்த மைதானத்திலே நடந்தேன்...
அந்த மரத்தருகே வந்தேன்...
தனியாக நின்றேன்...
இப்பொழுது...
தனியே..
நான் மட்டும்....!
இங்கே...
கடற்கரையிலே...
கடிதம் எழுதுமிடத்திலும்...
தனியாக இருக்கிறேன்.....!
மரத்தடியிலே தனியே நின்று அழுகிறேன்...!
கடற்கரையிலும் தனியே அழுகிறேன்...!
தனிமை தானே அழுகையை அதிகமாக ஆதரிக்கும்...!
இப்பொழுது...
தனியே..
நான் மட்டும்....!
இங்கே...
அலைகள்... என்னைப் பார்த்து சிரித்தன...
அங்கே...
அந்த மரமே என்னைப் பார்த்து சிரித்தது...!
நேற்று...
இதே இடத்திலே... எத்தனை கனவுகளோடும்... கற்பனைகளோடும்... காதல் கவர்ந்த சிந்தனைகளோடும் நின்றேன்...
இன்று...
எல்லாமே தலைகீழாய்...!
நொடி நேரம்...!
அந்தக் கடிதத்தை வான்மதியின் கையிலே நான் கொடுக்க ஆன நேரம்..... அவ்வளவு தான்...!

தீப்பொறிபட்டு சுட்டெரிந்தது போல... இரண்டு வாழ்க்கைகள் கேள்விக் குறியாகிவிட்டன...!

பெற்றோர்கள் தவமிருந்து பெறுகிறார்கள் பிள்ளைகளை...

அளவு கோளின்றி பாசபொழிவுக் காட்டி வளர்க்கிறார்கள்........

அவர்கள் மீது...

கனவுகளை...

எதிர்காலத்திலே பிள்ளைகளுக்கான திட்டங்களை...

வகுத்துக் கொள்கிறார்கள்...!

பெரிய பெரிய படிப்பு... பதவி... வசதிகள்... வாழ்க்கை... இப்படி...!

பிள்ளைகளை பள்ளிக்கோ... கல்லூரிக்கோ அனுப்புவது கல்வி பயில மட்டுந்தான்...!

காதல் கடிதம் எழுதவோ...

காமுறவோ...

பருவதாகத்திலே உழன்று பாழாகவோ...

அறிவை மாற்று வழியிலே செலுத்தவோ அல்ல...!

அதை உணர்ந்து... பிள்ளைகளும் அதை செய்ய வேண்டும்...

அதை விடுத்து... பருவ வலைக்கு அடிமைப்பட்டு... அந்த சாத்தான் குணத்திலே அகப்பட்டு... இதுபோன்ற தீய குழிகளிலே வீழ்ந்துவிட்டால்... பெற்றோர்களின் கனவுகள் கானல் நீராகவே போய்விடும்...!

நான் நெறிமுறை தவறியவனா...

பெற்றோரின் கனவுகளை தகர்த்தவனா... ?

இல்லை...

நான் சாதாரண மாணவனா...

இல்லை.....

சிறப்பான மாணவன்...

ஆசிரியர்கள் அத்தனை பேருக்கும் மிகப் பிடித்த மாணவன்...

பேச்சுப் போட்டி.... முதல் பரிசு...

பாட்டுப் போட்டி..... முதல் பரிசு...

விளையாட்டு..... இரண்டாவது பரிசு...

மதிப்பெண்..... முதல்... இரண்டு... மூன்று... என பரிசுகள் மாறி மாறி...!

பள்ளியிலே எங்காவது ஓர் இடத்திலே... பாராட்டும் கைதட்டல்களும் வாங்கிக் கொண்டே இருப்பேன்... !

ஆம்...

அந்தப் பள்ளியிலே நான் புகழ்மிக்க மாணவன்...!

இன்றும் புகழ் தான்...

ஆனால்...

அன்று... அறப்புகழ்...

இன்று... அறமற்ற புகழ்...

எல்லாமே போய்விட்டது... எனக்குளே நுழைந்து... என்னைத் தவறாக வழிநடத்திக் கொண்டிருந்த சாத்தான்... எல்லாவற்றையும் முழுமையாக அபகரித்துக் கொண்டு சென்றுவிட்டான்...!

நான் தனியாகிவிட்டேன்...!
இந்த மரத்தடி.... நல்ல மாணவர்கள் நிற்குமிடமே அல்ல....!
இங்கே நான் நிற்கிறேன்...!
நான் குற்றவாளி...
ஒட்டுமொத்த பள்ளிக்கும் அப்படித்தான் அறிவிக்கப் பட்டிருக்கிறேன்...
இப்போது...
தனியே...
நான் மட்டும்....!
நீர் சொரிவதை நிறுத்தவில்லை கண்கள்...!
கடற்கரையிலும் அதே நிலை தான்....!
விம்மி எழுவதைத் தவிர்க்கவில்லை நெஞ்சு...
ஆம்...
இங்கேயும் அதே நிலை தான்....!
கடிதம் எழுத கைகள் வருமா....
ஓங்கரிப்பு நிற்கவில்லை...!
மூச்சுக்கூட கொஞ்சம் அழுத்தமாகத்தான் செயல்பட்டது...
அழுகையின் இறுதிக்கட்டமாக...!
இனி என்ன செய்வது...?
இந்த மரத்தடியிலே...?
விசும்பலோடு நாலாபுறமும் திரும்பிப் பார்த்தேன்... யாருமே தென்படவில்லை...
இப்போது...
தனியே...
நான் மட்டும்...!
கடற்கரையிலும் அப்படித்தான்... இதே உணர்வுகள்...! கடற்கரையைச் சுற்றிலும் வெறுமையொடு பார்த்தேன்....!
ஏனோ தெரியவில்லை...
இன்று கடற்கரையிலே யாரையுமே காணவில்லை...
இங்கேயும்...
தனியே...
நான் மட்டும்..!
அங்கே...
மரத்தடியிலே...
எனது காதுகளிலே...
மாணவர்கள் பாடம் படிக்கும் ஓசை...!
வான்மதிக்கு கடிதம் கொடுப்பதற்க்காக காத்திருந்த போதும்...
இதே ஓசை...!
கடிதம் கொடுத்து... அதை வாங்கி அவள் வாசித்த போதும்...
இதே ஓசை...!

இப்பொழுது கடிதம் கொடுத்த பிறகு... எனது வாழ்க்கை சிதைந்த பின்னரும்...

இதே ஓசைதான்...!

எனது தந்தை... மிகப் பெருமிதமாக... பிறரிடம் சொன்னதை எனது செவிகள் பலமுறை சேகரித்திருக்கின்றன...

இன்னும் அவை எனது அறிவிலே எதிரொலிக்கின்றன...

'என் மகன் உயிர்காக்கும் மருத்துவராக வேண்டும்...

நல்ல மாவட்ட ஆட்சித் தலைவராக வேண்டும்...

உயர்ந்த கடமை மிக்க காவல்துறை அதிகாரியாக வேண்டும்...

பெரிய விஞ்ஞானியாக வேண்டும்...

இந்த நாட்டுக்கே வழிகாட்டும் தலைவனாக வேண்டும்' ... என்று...!

ஆனால்...

இப்பொழுது நான்... என்னாவாக ஆகியிருக்கிறேன்...?

எனது தந்தையின் கனவுகளுக்கு... எனது செயல் எந்த விதத்திலே ஊக்கமளிக்கும்...?

இத்தனை கேள்விகள் எனக்குள்ளே...

எல்லா மாணவர்களும் வகுப்பறைகளிலே...

இதோ....

மாணவர்கள் படிக்கின்ற ஓசை....

நானும் மாணவன் தான்....

ஆனால்...

படிப்பு....?

இன்று என்னைவிட்டு வெகுதூரத்திற்கு விலகிச்சென்று நின்று கொண்டது....

காரணம்...

அந்த வயது...

அந்த பருவம்....

அந்த சாத்தான் குணம்....!

இத்தனையும் ஒன்று கூடி எனக்குள்ளிருந்த அத்தனை திறமைகளையும் புறந்தள்ளிவிட்டது...!

இப்பொழுது..

தனியே...

நான் மட்டும்...!

கல்வி...

சேகரித்தால் வரும்...

சேமித்தால் வழி தரும்...!

ஆனால்...

காமம்...

சேமித்த அறிவை சிதைக்கும்...

சிந்தையை நிந்தனையின்றி வதைக்கும்...

சிகரம் தொடும் வாழ்வின் உயரத்தை குலைக்கும்...
உயர்ந்த நிலை நோக்கி நகரும் வாழ்க்கைப் பயணத்தை வழிமாற்றி ஆழக்குழியிலே புதைக்கும்...!
எனக்கு இன்னும் தெளிவு பிறக்கவில்லை...
நான் எழுதியகடிதம்... காதலின் வழி நடத்தலால் எழுதப் பட்டதா... அல்லது... காமத்தின் வழி நடத்தலால் எழுதப்பட்டதா...
காமத்தின் சீற்றம்... என்று தான் பிற மாணவர்கள் கூறுகிறார்கள்...
ஆசிரியர்களும்...
காமத்தூண்டுதலுக்கு... என்று தான் மதிப்பெண் அதிகம் தருகிறார்கள்...
என்றால்...
வான்மதியின் மீது நான் காமுற்றேனா...?
அல்லது காதல் கொண்டேனா...?
எத்திசை நோக்கினும் வினாக்களே... என்னைத் துளையிடுகின்றன...!
நிமிர்ந்து... அண்ணாந்து... அந்த மரத்தைப் பார்த்தேன்....
மேலே நீலவானம்...
அந்த மரத்திலே காய்ந்த கிளைகள்.... அந்த ஆகாயத்தைக் கிழித்து கோடுகள் போட்டிருக்கின்றன...!
மரத்திலே ஒன்று இரண்டு காய்ந்த இலைகளும்.... பழுத்த இலைகளும் மட்டுமே எஞ்சியிருந்தன.... அவைகளையும் அந்த காற்றிடம் பறிகொடுத்துக் கொண்டிருந்தது அந்த மரம்....!
கிட்டத்தட்ட எனது நிலை போலத்தான்...!
என்னுடைய குற்றத்திற்கு ஆதாரம் இருக்கிறது....
அந்தக் கடிதம்...!
அந்தக் கடிதம் எழுதக் காரணமானது....
வான்மதியின் பார்வை...!
ஆனால்...
அதற்கு ஆதாரம் இல்லை...!
இப்பொழுது..
தனியே...
நான் மட்டும்...!
இந்த நிலைக்கு காரணம் கதிரேசனின் தூண்டுதல்தான்...!
அதற்கும் ஆதாரம் இல்லை...!
யோசிக்கிறேன்...
எதனால் இது நிகழ்ந்தது...
நடந்த நிகழ்வுகள் நிழல் போல மனத்திரையிலே வரிசைகட்டிப் பதிவாகின்றன....
குற்றாலத்திலே...
வான்மதி தண்ணீரிலே தவறி விழுந்தாள்...
நான் காப்பாற்றினேன்....
அந்த நீருக்குள்ளே நிகழ்ந்த போராட்டத்திலே... என்னுடைய கைகள் அவளது உடலிலே படக்கூடாத இடங்களிலே பட்டிருக்கின்றன...

பருவமெய்தியவள்...

அதனால்...

தீ மூட்டப்பட்டிருக்கிறாள்...

அவளுக்குள்ளே காதல் ஊற்றெடுத்திருக்கிறது...

என் மீது பார்வை செலுத்தினாள்...

எனது இசையை எதிர் நோக்கினாள்...

நான்....

அவளது பார்வைப் பிறழ்வைப் புரிந்து... தவிர்க்க முற்பட்டேன்...

ஆனால் வான்மதி.... ?

இடைநில்லா பார்வைப் போரை நிகழ்த்திக்கொண்டே இருந்தாள்....

அவளது பார்வையைத் தவிர்ப்பது எப்படி... ?

முயற்சித்தேன்...

முயன்று முயன்று தோற்றேன்...

அவளது பார்வை....

என்னுடைய பார்வை....

இரண்டுக்குமே பொருள் தெரியாமல் குழம்பிக் கொண்டே இருந்தேன்.....

இதுபோன்ற குழப்பங்கள் தான்... படிப்பிலிருந்து என்னை வெகு தொலைவிற்கு புறந்தள்ளின...

கதிரேசன் தோன்றினான்...!

பெயர் தெரியாத அந்தப் பார்வைகளுக்கு... 'காதல்' என்று பெயர் சூட்டினான்......

அப்பொழுதும் கேட்டேன்.....

"காதல் என்றால் வான்மதி சொல்லவில்லையே..."

"மடையா மடையா... பெண்கள் காதல்சொல்வார்களா... பார்வை மூலமாகத்தான் வெளிப்படுத்துவார்கள்... நீயே முதலில் சொல்லிவிடு..."

அவன் என்னை துரிதப்படுத்தினான்....!

அந்த வயது....

அந்தப் பருவம்....

என்னை தன் வசம் கட்டுப்படுத்தி வைத்திருந்த சாத்தான்... எல்லாம் சேர்ந்து என்னை அவசரப்பட வைத்தது.....

தவறான முடிவை... தவறாமல் எடுக்கச் சொன்னது...!

கதிரேசன் அந்த சாத்தான் வடிவிலே வந்து... 'கடிதமாக எழுது' என்று வழிகாட்டினான் ...!

நான் எழுதினேன்...!

அவனே அவளை தனியே அழைத்து வந்தான்....

கடிதத்தை அவளிடம் கொடுத்துவிடு என்றான்....

கொடுத்து விட்டேன்...

அவளும் வாங்கினாள்..... முழுச்சம்மதத்துடன்...!

படித்தாள்...

திரும்பிப் போய் விட்டாள்...

மறுப்பேதும் தெரிவிக்காமலே...!
இதிலே....
எனது தவறு எங்கே இருக்கிறது..... ?
நான் மட்டும் தண்டிக்கப் பட்டிருக்கிறேனே...
எப்படி... ?
எனது கண்ணீருக்கு இதுவே காரணம்...!
இப்பொழுது..
தனியே...
நான் மட்டும்...!
இப்பொழுதும் மாணவர்கள் வகுப்புகளிலே பாடம் படிக்கும் ஓசை கேட்டது...
ஆனால் அந்த ஓசையிலே எனது குரல் இல்லை...
நான்தான் இங்கே தனியே நிற்கிறேனே...
தனிமை...
அழுகையை அதிகமாக உற்பத்தி செய்கிறது.....!
இப்பொழுது..
தனியே...
நான் மட்டும்...!
தனிமை...
கோபத்தை பல கோணங்களிலே உருவாக்குகிறது.....!
இப்பொழுது..
தனியே...
நான் மட்டும்...!
தனிமை...
கொலைவெறியையும்... கொலைத்திட்டதையும் உருவாக்குகிறது....!
இப்பொழுது..
தனியே...
நான் மட்டும்...!
தனிமை...
மூர்க்கத்தனத்தை வேர் போட்டு வளர்க்கிறது.....!
இப்பொழுது..
தனியே...
நான் மட்டும்...!
தனிமை...

தற்கொலைத் தூண்டுதலையும் கூட உருவாக்குவது அந்த தனிமை தான்...!

இப்பொழுது..
தனியே...
நான் மட்டும் ...!

நான் அந்த மரத்தடியிலே எவ்வளவு நேரம் நின்றேன் என்பதை கணக்கிட எனக்கு மனநிலை சரியில்லை...!

ஆம்...!

மனநிலை சரியில்லாதவன் போலத்தான் நான் இருந்தேன்...

அந்த மரத்தடியிலே...!

இங்கே...

கடற்கரையிலே...

கடிதம் எழுதுமிடத்திலும்...

என் மனநிலை சரியில்லைதான்....!

ஏன்...

வான்மதியின் பார்வை...!

அது....

பள்ளி நிர்வாகம்......

தலைமை ஆசிரியர்...

பிற ஆசிரியர்கள்.....

அனைவரும் குறிபிட்டது போல... சிறுபிள்ளைத் தனமான செயல் என்று... என்னை அவ்வளவு எளிதிலே விடுவித்து விடவில்லை...

இன்றுவரையும் எனக்குள்ளே எங்கேயோ புகுந்து... குடைந்து கொண்டேதான் இருக்கிறது...

வான்மதி விரும்பவில்லை என்னை...!

ஆனாலும்... அவள் விடவில்லை என்னை....!

இதயத்தினுள்ளே சிராய்ப்புக் காயத்தை உருவாக்கி... அதற்குள்ளே இரத்தக்குளியல் செய்து கொண்டிருக்கிறாள்.....!

அந்த காதல் கடிதம் தலைமையாசிரியரிடம் போய்விட்டது...

அதுவரை சரிதான்...!

வான்மதி...

என்னைப் பார்த்தாளே...

அந்தக் கொடூரப் பார்வை....

அதற்கு என்ன பொருள்...?

28. இது..... எனக்குப் பெரும் குழப்பமாக....

இது..... எனக்குப் பெரும் குழப்பமாக இருந்தது...
கோபம் வந்தது...
ஆத்திரம் வந்தது...
ஏதாவது செய்ய வேண்டும் என்ற மூர்க்கத்தனமும் எழுந்தது.....
அந்த சாத்தான் குணம்... ஏதாவது ஒரு கொடூர தீய செயலை நிகழ்த்திவிட்டு... தனது கடைசி அத்தியாயத்தை முடித்துக்கொள்ள எனக்குள்ளே மீண்டும் புகை போட்டுத் தூண்டியது...
நான்...
எனது அழுகையின் மூலமும்..... கண்ணீரின் மூலமும்... எதிர்ப் போரிட்டு அதைத் தோற்கடித்தேன்...
மீண்டும் ஒரு தவறு நிகழ்ந்து விடாமல் இருக்க அழுகையை அர்ப்பணித்தேன்...
எனது போராட்டத்தைப் பார்த்து பார்த்து... சூரியனும் களைத்துப்போய் தடுமாறி... மலைகளுக்குப் பின்னே போய் விழுந்தான்...
வெளிச்சம் கரைந்தது...
இருள் கவிந்தது...
எனது மனசிலும் கூட...!
வெளிச்சத்தை விட... இருள்தான் இப்போது எனக்கு மிகவும் பிடித்தது...!
இன்னும் நான் அந்த மரத்தடியிலே...!
இப்பொழுது..
தனியே...
நான் மட்டும் ....!
பகலிலேயே யாரும் வர பயப்படும் அந்த மரத்தடியிலே இரவிலே... தனியே பயமே இல்லாமல் நிற்கிறேன்...!
நேற்று......
பகலிலே இருந்த பயம்.....
இன்று....
இரவிலே துளிகூட இல்லை...!
காரணம்...
நேற்றைய காத்திருப்பு... வான்மதிகாக...!
இன்றைய காத்திருப்பு... வான்மதி தந்த வலிகளுக்காக....
ஆக....இரண்டுமே வான்மதிகாகத் தான்...
அந்த மரத்தைச் சுற்றிலும் பகலிலே கேட்ட ஓசைகள் வேறு...!
இப்போது இரவிலே கேட்கும் ஓசைகள் வேறு...!
பகலிலே கிளிகளும்... புறாக்களும்... காகங்களும்... கூடுகட்டிய குருவிகளும்... குயில்களும் குரலெழுப்பின.

அந்த தனிமையான சூழ்நிலையிலே அந்த ஓசைகளே பயத்தை உற்பத்தி செய்தன....

ஆனால்...

அதே மரத்திலே...

இப்பொழுது...

ஆந்தை கத்துகிறது...

கூகை கூவுகிறது...

கழுகு கத்துகிறது...

கோட்டான் அலறுகிறது....

இன்னும் என்னென்னவோ பெயர் தெரியா பறவைகள்... இடைவெளிவிட்டு இடைவெளிவிட்டு... ஒப்பாரி போல கூவி.. கொடூரமான ஓசைகளை எழுப்பி... சூழ்நிலையை மிகக் கொடூரமாக மாற்றிக்கொண்டிருக்கின்றன...!

ஆனால்.....

இப்பொழுது அந்த ஓசைகளெல்லாம் எனது மனதிலே துளிகூட பயத்தை உருவாக்கவில்லை...!

காரணம்....

ஆழமான மனக்காயம்...!

இப்பொழுதும்..

தனிமையிலே...

நான் மட்டும் ...!

இரவு.....

வீட்டிலே அனைவரும் உறங்கிவிட்டார்கள்...

நானும் உறங்கிவிட வேண்டுமென முயற்சித்துத்தான் படுத்திருந்தேன்...

உடலிலே அசதி இருந்தது... பள்ளியிலே எனது தந்தை அடித்த அடியின் கடுமை தொடர்ந்து கொண்டே இருந்தது...

கண்களை மூடி உறங்கிவிட்டால்... கொஞ்சம் வலி குறையும் என முயன்று முயன்று தோற்றுக் கொண்டிருந்தேன்...

பிடிவாதம் பிடித்த விழிகள்... இமை இழுத்து மூடவே மறுத்துவிட்டன...!

ஏன்... ?

வான்மதியின் விழி மூடாத பார்வை....!

தவறு அவள் மீதோ... என் மீதோ தெரியவில்லை.....

ஆனால்......

அவள் காதலிக்கவில்லை என்னை...!

அதனால்...

நான் எழுதிய கடிதத்தை அவளே தலைமையாசிரியரிடம் கொடுத்து என்னை பழி தீர்த்துக்கொண்டாள்...

ஆனால்...

அவளது பார்வை... ?

அந்த தீப்பிழம்புக் கண்கள்... என்னை இடைவிடாது சுட்டெரித்தனவே...

என்ன காரணம்... ?

அவளது தீவிரவாதப் பார்வை என்னை சிறைப்படுத்தி வதைத்து வதம் செய்ததே...

என்ன காரணம்.....?

விழிப்பதிவு செய்தாள் அவள்.....

மொழிப் பதிவு செய்தேன் நான்...!

குற்றம் யாருடையது....?

எனது கடிதம் சிதைத்ததா அவளை....?

அவள் பார்த்த பார்வையின் பொருளை அறிந்து கொள்வதிலே பெருங்குழப்பம் தோன்றியது எனக்கு...!

நான் கடிதம் கொடுத்தேன்...

'சீ நாயே... தள்ளிப்போ' என்று தவிர்த்திருக்கலாமே...

செய்யவில்லையே...!

என்ன காரணம்...?

எனது பார்வைகளை...

எனது பார்வையின் கூர்மைகளை...

அந்த கூர்மையிலே தெறித்த ஏக்கங்களை...

அந்த ஏக்கங்கள் பேசிய மௌன மொழிகளை...

அந்த மௌன மொழிகள் உள்ளடக்கிய ஏக்கங்களை...

எனது புன்னகைகளை...

எனது அங்க அசைவுகளை...

வளைவு நெளிவுகளை..

ஏன் அனுமதித்தாள்...?

ஏன் அமைதி காத்தாள்...?

ஏன் அங்கீகரித்தாள்....?

அதனால் தானே நான் அவள் மீது காதல் வளர்த்தேன்...

அதனால் தானே கடிதம் எழுதினேன்...!

பெண்களது விழிப்பார்வை... ஆண்களுக்கு தூண்டுதலாக அமைய வேண்டும்..

அவர்களை தீண்டுவதாக அமையக் கூடாது...!

இது... பெண் இனத்திற்கு எனது வேண்டுகோள்...!

ஓயாத சண்டை....

வான்மதியின் விழிகளுக்கும்... எனது தீராத பழிகளுக்கும்...

உடைந்தது மண்டை...

ஒரு பெண்ணின் வெப்பம் முதன்முதலாக உள் நுழைவதால்..!

உடல் முழுவதும் இடைவிடா வலி.. ரணம்..!

உணவு உண்ணவில்லை...!

உறக்கத்தை எண்ணவில்ல..!

உறைந்து கிடக்கிறேன்...

உலர்ந்து கிடக்கிறேன்...

உதிர்ந்து கிடக்கிறேன் நான்.....!

காணமலே போய்விட்டது அறிவு...

மனம் முழுவதிலும்... வியாபித்துவிட்டது வலிகளின் செறிவு...

இதயப் பகுதிகளிலே படிந்து படர்ந்து விட்டது குழப்பத்தின் பதிவு...

மகிழ்ச்சி முழுமைக்கும் சிதைவு...!

வீட்டின் உட்புறத்திலே ஒரு மூலையிலே சுருண்டு கிடக்கிறேன் நான்...

இரவுகள் கடந்தன...... எத்தனை....

பகல்கள் நகர்ந்தன... எத்தனை....

எதுவுமே எண்ணிக்கை தெரியவில்லை எனக்கு...

ஒரு பெண்ணின் முதல் தாக்கம்...!

அவளது விழிகளின் நேரடி தாக்குதல்..!

எனது உடலும்... மனமும்.....

வான்மதியின் வன்முறை எல்லைகளுக்குள்ளயே தான் சிக்குண்டு சிதறி சின்னாபின்னமாகிக் கிடகின்றன...!

பெண்கள்...

தங்களது விழிப்பார்வையின் விசைதனை கட்டுப்படுத்த வேண்டும்...

பார்வையின் குணங்களை வகைப்படுத்த வேண்டும் அவர்கள்... !

உலக வெளிச்சமே படமால் எழுதிய ஒரு கடிதம்...

இன்று உலகறிய வெளிச்சத்திலே விழுந்துவிட்டதே...

எப்படி...... ?

இனி...

உலகொளி என் மீது படுமா... ?

எனது தன்மானம்.... அதற்கு அனுமதி தருமா....!

எல்லா நிகழ்வுகளுக்கும் காரணமானவள்... வான்மதி...!

அதனால்...

எல்லா பழிகளும் என் மீதே...!

எல்லா அவமானங்களும் என் மீதே...!

பெண்கள்... தவறு செய்யலாம்...

எளிதாக தப்பித்தும் விடலாம்...

பழியை ஆண்கள் மீதே சுமத்திவிடலாம்...

இதுதானே இன்றைய நடைமுறை...!

இன்று...

அத்தகைய சதிவலையிலே அகப்பட்டவன் தான்... நான்..!

சதிவலையை விரித்தவள் வான்மதி தான் என்பதில் ஐயமேதுமில்லை....!

ஆண்கள் பழி சுமக்கத் தயாராக இருப்பதால்... பெண்கள் பழி சுமத்தவும் தயாராக இருகிறார்கள்....!

ஆண்கள் தவறுகளை மறுக்க தயங்குவதால்... பெண்களும் எத்தகைய தவறுகளைச் செய்து விடவும் தயாராக இருக்கிறார்கள்...!

இன்று...

அதைதான் செய்திருக்கிறாள்... வான்மதி...!

பெண்களின் விழி பார்வையின் சீற்றம்..... ஆண்களை தடம் மாற்றி... அவர்களது வழிப் பாதைகளை முள் வேலியிட்டு மூடி விடுகிறது...

எனது வலிகளை நான் வெளிபடுதுகிறேன்...

வெளிப்படுத்தாமல் வலி சுமந்து வாழ்ந்து கொண்டிருப்பவர்... எத்தனை பேரோ..

யாரறிவார்.. ?

விழிகளுக்குள்ளே பதுங்கிக்கொண்டு..... என்னைப் போன்ற அறியா இளைஞர்களை... தருணமறிந்து தாக்கும் வாட்களை உருவி வெளியிலே எறிய வேண்டும்... பெண்கள்....

வனப்புமிகு பெண்களுக்கு..... ஆகாது வன்முறை...

அழகுமிகு கண்களுக்கு..... தேவையில்லை கதிர்வீச்சு...

வழிகாட்டும் பெண்களுக்கு.... விழிகாட்டும் ஒளி...... மென்மைத் தன்மை மிக்கதாக இருக்கவேண்டும்...

தலைமையாசிரியரின் அறையிலே நான் அமைதி காத்துவிட்டேன்...

என் மீது பாய்ந்து தாக்கிய அத்தனை பழிகளையும் தாங்கிக் கொண்டேன்...

அது....

வான்மதிக்கு சாதகமாக அமைந்துவிட்டது.....

நானும் எதிர்வாதம் செய்திருந்தால்...

வார்த்தைப் போர் நிகழ்த்தியிருந்தால்...

வான்மதியின் நிலை என்னவாகிருக்கும்.. ?

விழி மோதலை... முதலிலே துவக்கியவள் வான்மதி தான்...

அதன் காரணமாகவே... எனக்குள்ளே பருவ மோதல் உருவானது...!

அதன் தொடர்ச்சியாகவே தான்... கடிதத் தூதும் நிகழ்ந்தது என்பதை... நான் தலைமையாசிரியர் அறையிலே வெளியீடு செய்யவில்லை...

குற்றமே செய்யாத என்னை... ‘குற்றவாளி... குற்றவாளி...’ என்று அத்தனை பேரும் அறிவித்த பின்னும் நான் அமைதி காத்துவிட்டேன்...

ஏன்... ?

சமுதாயம்.... சட்டம்.... இவற்றின் முழு ஆதரவும் பெண்களுக்கே சாதகமாக இருப்பாதால்... !

பெண் தவறு செய்திருந்தாலும்..... அவள் இல்லை என்று மறுப்புக் காட்டி விட்டால்..... அவள் தூய்மையானவள் ...!

தவறேதும் நிகழ்த்தாவிடினும்..... பெண் விரல் காட்டிவிட்டால்..... ஆண் தவறானவனே...

வான்மதி... என் மீது காதல் வயப்படவில்லையென்றால்.....

அவள் என்னை ஆழப் பார்த்தாளே...

அந்தப் பார்வையின் பொருள் தான் என்ன... ?

அதனை....

நட்புப் பார்வை என்று நம்ப முடியுமா... ?

இல்லை...!

நயவஞ்சகப் பார்வையோ என்கிற வன்முறை தோன்றுகிறது...!

வான்மதியை அவ்வளவு எளிதிலே எனது மனத்திரைப் பதிவிலிருந்து கரைத்துவிட முடியவில்லை...!

எத்தனை சம்பவங்களிலே என்னைக் கவர்ந்தாளோ... அவைகளிலே ஏதாவது ஒன்று தோன்றி... என்னை சிதைத்துக் கொண்டேதான் இருந்தது...!

பகல்...

எனக்குப் பகையாகிவிட்டது..

இரவு...

எனக்கு உறவாகிவிட்டது...

தனிமை..

எனக்குத் துணையாகிவிட்டது...

படிப்பு...

எனது அறிவை விட்டகன்று... அகலப்பாதை அமைத்து பயணப்பட்டு... என்னை விட்டு அகன்று வெகுதூரம் விலகிப் போய்விட்டது..!

உயிர் மட்டும் உடலைவிட்டு நீங்கிவிடவில்லை.....

அதனால்... உய்து கொண்டிருகிறேன்...!

பள்ளி.....

அப்படியொன்று இருக்கிறதா.... ?

அடியோடு மறந்துவிட்டது எனக்கு...!

எனது அறையிலே இல்லை நான்...

எனது வீட்டிலே இல்லை நான்...

ஏன்.... இந்த உலகிலயே இல்லை நான்...!

நான் தான்.....

காற்றிலே பறந்து கொண்டலைகிறேனே...

கடலிலே மூழ்கி மூச்சற்றுச் கிடக்கிறேனே...

நிலத்தடியே புதைந்து கிடக்கிறேனே நான்...!

என்னைப் பொறுத்தவரை.....

மூச்சில்லை எனக்கு...

முடிந்து விட்டேன் நான்...!

ஓரிடத்திலே கிடக்கிறேன் நான்...

எனது உடல் முழுவதும் பற்றி எரிகிறாள்..... வான்மதி...!

எத்தனை நாள் கிடந்தேன் அப்படி....

உயிரற்ற உடலாக...

உணர்வற்ற திடப்பொருளாக....

எனக்கே தெரியாது...!

ஒரு நாள்...

இரவு...

பத்துமணி கடந்திருக்கும்..

சுவர்க்கடிகரத்தின் மணி... பத்துமுறை அடித்து ஒலி எழுப்பி எனக்கு உணர்த்தியது...

எனது வீட்டுவாசலிலே...

ஏதோ புதிய குரல்கள்...
ஆனால்...
எனக்கு பழக்கப்பட்ட குரல்கள் போல உணர்த்தியது..!
"வாசுதேவன்...."
என்னை அழைத்தார்கள்..!
யார்....?
வெளியே வந்தேன்...
அங்கே...
எனது வகுப்பு நண்பர்கள்... மீரானும்... குனசேகரனும்...!
நான் எதுவும் பேசவில்லை...
அவர்களும் எதுவும் பேசவில்லை....
ஆனால்.....
அவர்களது பார்வைத் திரள் என் மீதே பாய்ந்திருந்தது....!
அந்த நான்கு கண்களிலும்... நான்கு கூர்வேல்கள்...!
அவை....
பாய்ச்சலா....
இல்லை......
பொறமை.... தீ...!
நான்..... வான்மதியைக் காதலித்து விட்டேன் என்று....!
இவர்களை போன்ற மாணவர்கள்.... பள்ளிக்குப் பல பேர் இருப்பார்கள்...
ஒரு பெண்....
ஒரு பையனைப் பார்த்து சிறிய புன்னகை செய்துவிட்டால்.... உடனே பல மனங்களிலே கனல் வீசி பற்றிக்கொண்டெரியும் ...
இந்த பொறாமை.... தீ...!
ஒரு மாணவனும் மாணவியும் தனிமையிலே பேசிவிட்டால்...
தோளுராய்ந்து சற்றே உலவிவிட்டால்...
புத்தகப் பரிமாற்றம் செய்துகொண்டால்...
ஒன்றாக அமர்ந்து படித்தால்...
வினாக்களை விளக்கப் படுத்திக்கொண்டிருந்தால்....
பல கற்பனை கதைகள் விரைவாக முளைத்துவிடும்.... அவர்களது செய்கைகள் பற்றி...!
காதல் செய்கிறார்கள் என்று....
வகுப்பு விட்டு ஓடிவிட்டார்கள் என்று....
பள்ளி விட்டுப் பறந்து போனார்கள் என்று...
ஊரறியாது திருமணம் முடித்து விட்டார்கள் என்று....
உறவறியாமலே... இல்லறம் நடத்தி முடித்துவிட்டார்கள் என்று ...
இப்படி......!
முளைபோட்டு கிளைகிளையாய் பரப்பி விடுவார்கள் பல கதைகளை...!
எனது கதை பரவியதும் அது போலத்தான்...!
வான்மதிக்கும் எனக்கும் தகாத உறவு...

வகுப்பறைலேயே முத்தக்காட்சி...

வன்முறை செய்து மானபங்கப் படுத்திவிட்டேன் அவளை...

இப்படியெல்லாம்...!

இல்லாத கதைக்கு காட்சிகளை உருவாக்கி..... குழுவாகக் கூடிக் கூடி அவற்றை விவாதித்து.....விரிவுரை..... பொழிப்புரை..... பதவுரை என தொகுத்து வெளியீட்டு விழாவும் நிகழ்த்தி விடுவார்கள்...

அந்தக் குழுவிலே கூடிக் கும்மியடித்த மாணவர்கள் தான்.....

இங்கே வந்திருபவர்களும்...!

வழக்கு முடிந்துவிடக்கூடாது இவர்களுக்கு..

வாய்ப்பொரி தீர்ந்துவிடக்கூடாது...

வளர்ந்து கொண்டே இருக்கவேண்டும்...

அப்பொழுதான் இவர்களுக்கு பள்ளி நாட்கள் மகிழ்ச்சியாகக் கடந்தேறும்...!

இவர்களைப் பார்த்ததும்...... பயந்துவிட்டேன் நான்...!

ஏன் வந்திருக்கிறார்கள் இங்கே.... ?

வான்மதி பற்றி ஏதாவது தீய தகவல் சொல்லப் போகிறார்களா.. ?

அல்லது.....

எனக்காக இரக்கக் படுவதுபோல... என்னிடமிருந்து காதல் கதை சேகரித்து மகிழ வந்திருக்கிறார்களா.... ?

எப்படி வான்மதியிடம் நெருங்கினாய்... ?

எப்படி முதல் வார்த்தை பேசினாய்.... ?

முதலில் பேசியது அவளா... நீயா... ?

புன்னகையா... பெருஞ்ச்சிரிப்பா...

தொட்டாயா... ?

அவள் அனுமதிதாளா.... விலகினாளா.... ?

கடிதம் எப்படி எழுதினாய்... ?

அதை எப்படி அவளிடம் கொடுத்தாய்.... ?

இப்படியெல்லாம்...!

என்னிடம் அனுபவம் படித்து அவர்களது அனுபவத்தை ஆரம்பிக்க வேண்டும்...!

அந்தக் கோணத்திலேதான் இருந்தது அவர்களது பார்வை...!

“எங்க கூட வா...”

ஒரு நண்பன் பேசினான்...

அடேயப்பா... அந்த வார்த்தைக்கு அவன் கொடுத்த உச்சரிப்பு விதத்தை வகைப்படுத்த வேண்டும்... அப்படியொரு ஏளனம் கலந்த வன்முறை...

“நேரமாச்சு... வா...”

இது... இன்னொருவன்.

வராவிட்டால் அடித்து இழுத்துச் செல்வான் போலிருந்தது.

இதற்குமேல்.... என்னால் பேசாது நிற்க இயலவில்லை...

என்னை தற்காப்பு செய்து கொள்வதற்காக.... நான் பேசினேன்...!

“எங்கடா... ?”

“வந்தா தெரிஞ்சிக்குவ... வா...”

போகுமிடத்தை அவன் சொல்வதாக இல்லை...

இது...

அவர்களுக்கு ஒரு பதவியைப் போல... சூழலைப் பயன்படுத்தி... மகுடம் தரித்துக் கொண்டு... அரசர்கள் போல செயல்பட்டு..... அகபட்டவனை அடிமைபோல நடத்துவார்கள்.

“போற எடத்தச் சொன்னாத்தான் வருவேன்...!”

நான் உறுதிபடப் பொரிந்தேன்.

“எழில்மணி ஆசிரியை... கூட்டிக்கிட்டு வரச் சொன்னாங்க..”

அவன் ஒரே வரி பதிலிலே.... எனது பலத்தையெல்லாம் அடக்கிவிட்டான்.

“எழில்மணி ஆசிரியை”

என்கிற பெயர்.....

எனது செவிப்பறையிலே மோதியதும்... எனது குதிங் கால்களும் குதிகுதி என குதிக்கத் துவங்கிவிட்டன...!

போயே ஆக வேண்டும்...

வேறு வழியே இல்லை...

வேறு வழியிலே தப்ப முயன்றாலும்... இந்த ஆயுதமில்லா இராணுவ வீரர்கள்..... இரும்புப்பிடியாக என்னைப் பிடித்து இழுத்துப் போய்விடுவார்கள்...

இந்த வான்மதி....

இன்னும் என்னை எங்கெல்லாம் இழுத்துச் செல்வாளோ தெரியவில்லை....

அவர்களுடன் புறப்பட்டேன்.....

நுழைந்தோம்.....

எழில்மணி ஆசிரியையின் வீட்டிற்குள்ளே.....

அங்கே....

அவரது பெற்றோர்கள்...

அவர்கள் கூட இன்னும் உறங்க வில்லை...

ஏன்... ?

நான் வரப் போகிறேனே...

எனது முகம் பார்க்க வேண்டுமே...

நான் தான் அவ்வளவு புகழ் பெற்று விட்டேனே...!

பார்த்தார்கள்...

எப்படி... ?

ஏதோ மலக்கழிவைப் பார்ப்பது போல... முகத்தை அருவருப்பாக வைத்துக் கொண்டு...!

அமரச் சொன்னார்கள்.

தேநீர் கொடுத்தார்கள்...

என்னை அழைத்து வந்த நண்பர்கள் உற்சாகமாக தேநீரை அருந்தினார்கள்... கடமையை சரியாக செய்துவிட்ட பெருமிதத்தோடு...!

என்னால் தேநீர் அருந்த இயலுமா... ?

அமைதியாகவே இருந்தேன்...

“தேநீர் குடிப்பா...”

எழில்மணி ஆசிரியையின் தந்தை தேநீரை எடுத்து கையிலே கொடுத்தார்... அந்தத் தேநீரை வாங்கவில்லை நான்...!

அவர் என்னை வற்புறுத்தவில்லை...

ஓர் அருவருப்பான பார்வையை என் மீது வீசி விட்டு... கொண்டு வந்த தேநீரை திருப்பி எடுத்துக் கொண்டு உள்ளே போய் விட்டார்....!

எனது நண்பர்கள் ஏதோ ஒரு கொலைக் குற்றவாளியைப் பிடித்து வந்து ஒப்படைத்து விட்டது போல... பெருமையோடு முகத்தை வைத்துக் கொண்டார்கள்... விரோதிகள் போல வந்த நண்பர்கள்...!

எனக்கு புதிய இடம்....

அறையின் அமைப்பை ஆராய்ந்தேன்....!

அறை முழுக்க... அடங்கா கூட்டமாக... பெரியவையும் சிறியவையுமாக புத்தகங்கள் ஆக்கிரமித்து... ஆசிரியையின் அறிவுக்கு சான்றுகளாகத் திகழ்ந்து கொண்டிருந்தன...

ஆங்காங்கே பாடப் புத்தகங்கள்....

ஒரு நூலகத்திலே புத்தக் குவியலுக்குள்ளே அமர்ந்திருப்பது போன்ற உணர்வை உருவாக்கியது...

அறிவு.....

அங்கே அளப்பரிய அளவிலே விளைந்து கிடந்தது....!

அந்த இடத்திலே அமர எனக்குத் தகுதியே இல்லை...!

ஆனாலும்.....

அமர்திருந்தேன்....

ஏன்...?

எழில்மணி ஆசிரியை எப்பொழுது வருவார்...?

எனது எதிர்பார்ப்பெல்லாம் அது தான்...!

எனது பார்வை வீட்டின் உட்பகுதியினுள்ளே நுழைந்து நுழைந்து தாழ்ந்தது....

சிங்கம் வருமா......

சிறுத்தை வருமா...

சீறிப்பாயும் வேங்கை வருமா...

இந்த பயம் எனக்கு...!

கோபம் வந்தால் அடிக்கும் பழக்கம் கூட இருந்தது அவருக்கு..!

வந்தார்... எழில்மணி ஆசிரியை...!

எப்படி.....?

நான் எதிர்பார்த்த.... சிங்கம்.... புலி.... சிறுத்தை.... எதுவுமே அவரது தோற்றத்திலே காணவில்லை....

கடிதம் எழுதிய என்னை விட....

அந்தக் கடிதம் சிதைத்த வான்மதியை விட...

எழில்மணி ஆசிரியையின் உருவம் பொலிவிழந்து காணப்பட்டது...!

அவர் கடவுள்.....

கருணைப் பொழிவு தவழ வேண்டிய முகம்.....

ஆனால் கருணையை காணவில்லை....!

முகம் முழுவதும் சோகப் பொழிவு....!
பதறிப்போய் எழுந்தோம்.....
வந்தார்...
நின்றார்...
ஆனால்...
அமரவில்லை...!
அவர் நின்றதால் நாங்களும் நின்றோம்...!
அவர் பேசவில்லை...
நானும் பேசவில்லை...!
சினமா.... சீற்றமா...
ஏன் இந்த வறட்சி மௌனமோ தெரியவில்லை....
அவர்.... நின்று கொண்டேதானிருந்தார்...
ஆனால்... பேசவில்லை....
வரச் சொன்னது அவர்....
அவர் தானே பேச வேண்டும்...?
பேசினார்...
எப்படி...?
ஈனக்குரலிலே...
பள்ளியிலேயே... குரல் வளம் மிக்க ஆசிரியை.... அவர் உரக்கக் குரலெழுப்பினால் பள்ளி முழுவதும் மிகத் தெளிவாக ஒலிக்கும்....!
அப்படிப்பட்ட வெண்கலக்குரல்..... இன்று வெற்றுக் காற்று வீசியதைப் போல வெளிப்பட்டது.....
"ஏன் இப்படி செஞ்ச"...?
எதிர்பார்த்த கேள்விதான்... ஆனால் பதில் சொல்லவில்லை நான்...
"ஏண்டா..."
குரல் உயர்த்தவே இல்லை...
அதே மென் குரல்...
தேய்ந்த பெண் குரல்...
துக்கத்திலே ஊறிப்போன நுண் குரல்...
ஆனால்...
பள்ளியிலே....
வகுப்பிலே....
பாடம் பயிற்றுவிக்கையிலே...
அது... பண் குரல்...!
எனக்கு பேச வாய்ப்பளித்து அமைதியாகவே இருந்தார் எழில்மணி ஆசிரியை..!
ஆனால்...
இப்பொழுதும் பேசவில்லை நான்..!
"சொல்லு"...
வார்த்தை மட்டும் ஒலித்தது...

குரலிலே ஒலிப் பெருக்கே இல்லை...!
ஆனால்.... மொழிப் பெருக்கு அதிகம்....
எனக்குள்ளே வலிப் பெருக்கு அதிகம்...
அதனால்...
எனது பக்கம் மௌனம் தான்...!
"பேசுப்பா"...
இப்பொழுதும்... எனக்கு மௌனமொழி தான்...
தலை கவிழ்ந்தபடியே தான்...
நிமிர்ந்து நோக்கும் திறன் ஏது எனக்கு...?
"அவமானமா இருக்கா...?"
மௌனம் தான்...
"நீ ஆம்பளப் பையன்... உனக்கே இவ்வளவு அவமானமா இருந்தா... அவ பொம்பளப் புள்ள...பருவமெட்டினவ... அவளுக்கு எவ்வளவு அவமானமா இருக்கும்...?"
அந்த வார்த்தையைக் கேட்டதும் 'சுளீர்' என்று சாட்டையால் அடித்தது போல வலித்தது...
புதிய ஞானம் உதித்தது எனக்கு...
அறிவிலே பொறிதட்டியது...
உடலெங்கும் காய உணர்வுகள் பரவி உருத்தின...!
நான் என்னை நிரபராதியாகவும்.... வான்மதியை குற்றவாளியாகவுமே நினைத்து இயங்கிக் கொண்டிருந்தேன்.... இதுவரை....!
வான்மதியின் கோணத்திலே நான் யோசிக்கவேயில்லை...
இப்பொழுது... எழில்மணி ஆசிரியை அந்த கோணத்திலே பேசியதும்... நெருப்பைக் கொண்டு நெற்றியிலே சுட்டது போல உறைத்தது...!
ஆசிரியையின் விழிப்பார்வை... என் மீதிருந்து மாறவே இல்லையென உணர்ந்தேன்...
அதனால்.....
நானும் விழி உயர்த்தவே இல்லை...
காதுகள் மட்டும் பேசும் குரலை வாங்கி... அறிவிலே பதிவு செய்து கொண்டிருந்தன...
"ஒரு பெண்ணுடைய சுய வலி..... இன்னொரு பெண்ணுக்குத் தான் தெரியும்"
இதுவும்.... அந்த வயதுக்கும் பருவ வேகத்திற்கும் எட்டாத ஒரு தகவல் தான்.
"அவளுடைய உடலப் பாத்து.....
நிறத்தப்பாத்து....
உதட்டப்பாத்து.....
கவர்ச்சியப்பாத்து....
வயசுக் கோளாறினால கடிதம் எழுதியவன் நீ...
ஆனா...
அவளுடைய உள்மனசு எப்படிப்பட்டதுன்னு தெரியுமா உனக்கு...?"
உண்மைதானே...

நான் வான்மதியிடம் கண்ணுற்றதெல்லாம் பருவத் திரட்சியைத்தானே...

முற்றிலுமே காமக் கண்ணோடும்... இரவுகளை எரித்து வெளிச்சம் போட்டுப் பகலாக்கிய இனக்கவர்ச்சியோடும் தானே....

அவளது உள்மன உணர்வுகளை அறிய... ஒரு நாளும் நான் முயற்சிக்கவே இல்லையே...!

எனது முகத்தின் மேலேயே நாலுமுறை செருப்பாலடித்தது போலிருந்தது எனக்கு... எழில்மணி ஆசிரியை வான்மதி பற்றி சொன்னதைக் கேட்டு...!

வான்மதி அத்தனை நல்லவளா...?

பள்ளியிலும்... வகுப்பிலும்... அத்தனை பேரிலும் ஒருவர் பார்வைக்குக் கூட அவளை அப்படி புலப்படவில்லையே...

அத்தனை பேருடைய கண்களுக்கும்....

அவள் ஒரு கவர்ச்சிப் புயலாகத் தானே தெரிந்தாள்...

அவளைச் சுற்றி மொய்த்துக் கொண்டிருந்த கூட்டம் முழுவதுமே அவளுடைய உடல் வனப்புக்காகவும்... நிறத்திற்காகவும்... நடை நளினத்திற்காகவும் தானே சுற்றின...!

ஏதாவது ஒரு சந்தர்ப்பத்திலே... அவளோடு நெருக்கம் ஏற்பட்டு... அவளது உடல் பகுதியிலே... சிறிய உரசல் நிகழ்த்தி விட மாட்டோமா... என ஏங்கி அவளைத் தொடர்ந்தவர் தானே அதிகம்...!

பெண்...

பருவமெட்டியதும்.... கட்டுமீறி... மலர்ந்து... விரிந்து விடுகிறாள்...

மணம் வீசுகிறாள்...

பார்ப்போர் விழிகள் அத்தனையையும் காந்த சக்தி போல கவர்ந்து ஈர்த்து விடுகிறாள்..

அது அவளது குற்றம் அல்ல...

பெண்மைப் படைப்பின் கொடையே...!

விழி நோக்கலுக்கும் மூளைக்கும்...

விழி நோக்கலுக்கும் இதயத்திற்கும்...

விழி நோக்கலுக்கும் உடல் கொதிப்பிற்கும்...

கள்ள உறவொன்று மெள்ள உருவாகி விடுகிறது..!

இவை எல்லாவற்றையும் தீ மூட்டி கொதிக்க வைத்து இயக்குவது... அந்த பருவமே...!

அந்த சாத்தான் குணமே...!

அதுவே... வான்மதி கதையிலும் நிகழ்ந்தது...!

இங்கே...

எழில்மணி ஆசிரியை... கொஞ்சம் தழு தழுத்த குரலிலே தொடர்ந்தார்.

"நீ என்ன...

குழந்தை...!"

இந்த சமுதாயமே பெண்களை ஒரு தலைப்பட்சமான பார்வை தானே பாக்குது...

ஆண் தவறே செஞ்சாலும்... அது தவறே இல்ல...

அது... ஆண் இனத்துக்காகவே அங்கீகரிக்கப்பட்ட பெருமை

பெண்... தவறே செய்யலைன்னாலும்... ஏதோ ஒரு வழியில அவ அதுல இணைக்கப்பட்டுட்டா போதும்...

அவ தவறிப் போனவ தான்...!

அப்பிடின்னா வான்மதியோட நிலை என்னனு யோசிச்சுப் பாரு".

தானே பாதிக்கப்பட்டது போல... வான்மதிக்காக கண் கலங்கினார்...

ஓர் ஆசிரியை...

அவர் இதைக் கூறுகையிலே... எனக்கே அவர் முன்னால் நிற்க முடியாமல் இவ்வளவு அவமானமாக இருக்கிறதே....

வான்மதி பெண்...

பருவமெட்டியவள்...

தலைமையாசிரியர் அறையிலே...

பல பேர் முன்னிலையிலே விமர்சிக்கபட்டபோது... அவளுக்கு இதைவிட அவமானமாகத் தானே இருந்திருக்கும்...?

எனக்கு மூன்றாவதாக ஒரு கண் முளைவிட்டது...!

அது...

ஞானக்கண்...!

அந்த ஞானக்கண்ணிலே பருவக் கிளர்ச்சியில்லாத வான்மதி... புதிய தோற்றத்திலே காட்சியாகத் தோன்றினாள்...

ஆசிரியை இரக்கத்தோடு என் தலை மீது கை வைத்தார்...

அவரது கரம்...

தொட்டது எனது சிரம்..

உயர்ந்தது ஆசிரியையின் தரம்...

தளர்ந்துவிட்டது எனது உரம்....

இப்பொழுது நான் ஒரு மரம்....!

ஆசிரியையின் ஆழப் பார்வை... சிறிது நேரம் என் மீதே தொடர்ந்தது....

"உட்காரு..."

கனிவுமிக்க பனிக்குரல் அது...

ஒரு மகன் மேலே தாய் காட்டும் பரிவுக்குரல்...

அந்தக் குரல்.... என்னை உருக்கி கரைய வைத்து.... அது கண்ணீராக மாறிக்கொண்டிருந்தது...

"உட்காரு வாசுதேவன்..."

அப்பொழுதும் நான் உட்காரவில்லை...!

அந்தத் தகுதி எனக்கில்லையென்பது எனது பணிவு...!

அவர் விடவில்லை...

கட்டாயப்படுத்தி உட்கார வைத்தார்...

அவரும் அமர்ந்தார்...

சிறிது நேரம் அமைதி...

யாரும் பேசவில்லை...

யார் பேசுவார்கள்...?

பேச்சு வருமா எனக்கு...?

ஆசிரியை தான் பேசினார்...!

“வான்மதி ரொம்ப நுட்பமான பொண்ணு... அதனால தலைமையாசிரியர் அறை நிகழ்வுக்கு பிறகு... அவளை உடனே பார்க்கணும்னு எனக்கு தோணுச்சு...

உன்னைக் கூட்டிக்கிட்டு வந்த மாதிரியே வான்மதியையும் கூட்டிக்கிட்டு வரச்சொல்லி... இரண்டு மாணவிகளை அனுப்பினேன்...

ஆனா...

அவ வர மறுத்துட்டா...

எனக்கு பயமாயிருச்சு...

நானே அவ வீட்டுக்குப் போனேன்...

ஆனா...

அங்கயும் என் முகத்தப் பாக்க மறுத்திட்டா...

வகுப்பிலேயே எனக்கு ரொம்பப் பிடிச்ச மாணவி அவ...

ஆனா...

என்னைப் பாத்ததுமே அழுகையும்... அவமானமும் அதிகமாயிடுச்சு அவளுக்கு...!

கதறி உரக்க அழுதுக்கிட்டே அறைக்குள்ள போயி கதவை மூடிக்கிட்டா...

எவ்வளவோ முயற்சிப் பண்ணிப் பார்த்தேன்...

அவ வெளிய வந்து என் முகத்தைப் பாக்கவே இல்ல...”

இந்த இடத்திலே ஆசிரியை பேசுவதை நிறுத்தினார்...

இல்லை...

அவருக்கு மேலோங்கிய துக்கம்... அவர் பேசுவதை தடுத்து நிறுத்திவிட்டது...!

எனக்கும் வதை கூடிக்கொண்டே போனது...

என்ன நிகழ்ந்தது வான்மதிக்கு... ?

அதை...

ஆசிரியை தான் சொல்ல வேண்டும்...

சொன்னார்....

“உரக்கக் கத்தினேன்...

ஏய்... வான்மதி... கதவைத் திற... கதவைத் திற...

நான் இருக்கேன்... வெளியே வா...”

அவ குடும்பத்துலயும் எல்லாரும் மாறி மாறி கதவைத் தட்டினாங்க...

அவ திறக்கவே இல்ல... ”

குமுறி குமுறி அழுதார் ஆசிரியை...

வீழ்ந்தன துளிகள்...

வியர்வைத்துளிகள் அல்ல...

விழித் துளிகள்...!

நான் இறுகிப் போய் விட்டேன்.....

எனது காதுகள் மட்டும் பேசும் குரலை வாங்கி... அறிவிலே பதிவு செய்து கொண்டிருந்தன....

ஆசிரியையின் குரலிலே ஆழமான வலி....

அந்த வலி எதனால்... ?

என்னால்....!

வான்மதியால்.....!

எங்கள் இருவருக்குமே ஆசிரியையாக இருப்பதால்.... அவரால்....!

நான்....

எனது நிலைக்காக மட்டுமே வருந்தினேன்....!

வான்மதி....

அவளுடைய வலிக்காக மட்டுமே வருந்தினாள்...!

ஆனால்.....

ஆசிரியை.....

எங்கள் இருவரது வலிகளுக்காகவுமே சமமாக வருந்தினார்...!

எங்கள் இருவரது வலிகளும் ஒன்று கூடி படைதிரட்டி... அவரை துயரத்திலே வீழ்த்தி விட்டிருந்தன...!

அவரது வலி வெளிப்பாட்டிலே...

வான்மதி வெளிப்பட்டாள்....

நானும் வெளிப்பட்டேன்...!

பெற்றபிள்ளை தவறி விழுந்தால்.... விழுந்த பிள்ளைக்கு முன்பே... பெற்ற தாய்தான் வலியுணருவாள்....

அது போலத்தான் ஆசிரியர்களும்..!

தான் பயிற்றுவித்த மாணவர்களிலே... யாரவது ஒரு மாணவர் வழி மாறிப் பயணித்து விட்டாலும்... தனது வழி நடத்துலே தவறுதல் என வலியுணர்வர்.....!

அதே போல....

தன்னிடம் பயிலும் மாணவர்களோ மாணவிகளோ சிறந்து சாதித்து விட்டால்... ஏதோ தானே சாதித்து விட்டது போல... முதலில் பெருமை கொள்வதும் ஆசிரியர் தான்....!

"ஈன்ற பொழுதினும் பெரிதுவக்கும் தன்மகனைச்
சான்றோன் எனக் கேட்டதாய்..."

இது...குறள்....

தவறு.....

முற்றிலும் தவறு....!

"பயிற்று வித்த பொழுதினும் பெரிதுவக்கும் தனது மாணவன்
சான்றோன் எனக் கேட்ட ஆசிரியர்...."

என்பதுதான் ஆகச்சரியாகும்...!

மாதா... பிதா... குரு... தெய்வம்.... என்று முன்னவர் எவரோ முந்தி அறிவிப்புச் செய்து விட்டார்....

அதுவும் தவறே...!

குரு... மாதா...பிதா... தெய்வம்... என வரிசைப் படுத்தியிருக்க வேண்டும்... அதுவே முறை வரிசையாகும்....

அன்னையை விஞ்சிய கடவுள்... ஆசிரியக் கடவுளே....

அப்பனை மிஞ்சிய கடவுள்... ஆசிரியர்க் கடவுள்....

கடவுளை மிஞ்சிய கடவுளும் ஆசிரியக் கடவுளே....

இறைவன்....
உலகம்...
மனிதன்...
மனிதம்....
ஆசிரியம்...
இவையே இயற்கையின் படைப்பு வரிசை....
சுழற்சி நிகழ்வு....!
ஆசிரியம் இல்லாது....
மேற்கூறிய நான்கு நிகழ்வுகளுமே இல்லையெனலாம்....!
இதயம்....
இரத்தம் பீறிட்டுக் கொதிக்கிறது....
உடல் பாகங்கள் அத்தனைக்கும் சீறிப் பரவுகிறது...
உயிர் இயக்கத்தை கட்டுப்பாட்டிலே வைத்திருக்கிறது....!
அது போல....
ஆசிரியம்....
அறிவை விதைக்கிறது....
உலகம் முழுவதும் வியாபித்து... உலக சாதனைகளனைத்தையும்... தனது கட்டுப்பாட்டிலே வைக்கிறது...
உலகெங்கும் இயங்கும் எல்லா இயக்கங்களுமே ஆசிரியத்தின் அறிவுத் தெளிப்பே...
ஆக....
ஆசிரியரின்றி அகிலமே இல்லை...!
விலங்கினத்திலிருந்து மனித இனத்தை வேறுபடுத்திக் காட்டுவது அறிவு...
அறிவை... மனித மனங்களிலே செலுத்துவது... ஆசிரிய இனத்தின் அறிவுச் செறிவு....!
அந்த அறிவுச் செறிவு தான் எழில்மணி ஆசிரியையின் கலக்கத்திற்கு காரணம்...!
ஆம்...
கலங்கித்தானிருந்தன கண்களும்...
தேங்கித்தானிருந்தன கண்ணீரும்...
ஆனால்...
இப்பொழுது...
வீழவில்லை தனியே...!
காமத்திலே வீழ்ந்திருந்த எனது கனவுகளும்... கழன்று வெளியிலே வீழ்ந்தன...!
ஒரு பெண்ணுக்கு இரண்டு பக்கங்கள் இருக்கின்றன என்பதை... எழில்மணி ஆசிரியை வான்மதி பற்றி கூறியதன் மூலம்... இப்பொழுது என்னால் உணர முடிந்தது...
நான் இதுவரை கண்ணுற்றது வான்மதியின் புறப்பகுதி...
இப்பொழுது உணர்வது அவளது அகப்பகுதி...
புறப்பகுதி... தேய்வது... தளர்வது... அழிவது...

அகப்பகுதி... வளர்வது... வாழ்வது...!
ஆசிரியையின் அழுகை...
எனது பயத்தை புயல் போல வீரியப்படுத்தியது... வான்மதி என்ன ஆனாளோ என்று...!
விழி...
அந்த விழி தருவது ஒளி...
அந்த ஒளியிலே தெரிவது வழி...
அந்த வழிகாட்டிய எனது ஆசிரியையின் விழியிலே துளி...
ஒரு மாணவன் என்கிற முறையிலே என் மீது தீராப்பழி...!
ஆசிரியை விழி துடைத்தார்...
கலங்கி இருந்த விழிகள் உலர்ந்தன...
உணர்வற்று சோகம் சுமந்திருந்த முகத்திலே உணர்வுகள் மேவின...
உலர்ந்த கண்களைத் துடைத்தார்...
பேசினார்....
விழிகளிலே கசிவில்லை...
ஆனால்...
குரலிலே... கசிவிலே குறைவில்லை....!
"பொண்ணுன்னாலே கவர்ச்சி...
இனக் கவர்ச்சி...
காதல்...
காமம்...
அணைப்பு...
சுகம்...
போதை...
மயக்கம்...
உடற்ச் சேர்க்கை...
இப்படித்தானே எல்லா ஆண்களும் பாக்கறாங்க..."
நிறுத்தினார்... சரளமாக பேச வரவில்லை ஆசிரியைக்கு...!
பள்ளியிலே படிக்கும் அத்தனை மாணவிகளையுமே தான் பெற்ற மகள்களாகப் பாதுகாப்பவர்...

அதனாலே...
அவரது பேச்சிலே வலி அதிகமாக வெளிப்பட்டது...!
"அன்னிக்கி... தலைமையாசிரியரின் அறையிலே அவ ஒரு பார்வை காட்டினாளே...
இரத்தக் களரியிலே கண்கள்...
வெடித்த உதடுகள்...
காஞ்சு சருகாகிப்போன முகம்...
நிலை குலைஞ்ச ஆவேசம்...
இவற்றுக்கெல்லாம் என்ன பொருள்...?"
என்ன பொருள்...?

என்ன பொருள்... ?

என்ன பொருள்... ?

ஆசிரியையின் இந்தக் கேள்வி சிதைத்தது... எனது சிந்தனைப் பயணத்தினை...!

குழந்தையை விலங்காக பள்ளிக்குள்ளே அனுப்புகிறார்கள்....

அவர்களை விளக்காக விளங்கச் செய்பவர் ஆசிரியரே....

வெறும் சதைப் பிண்டமே பள்ளிக்கு வருகிறது....

அதை....

பதப்படுத்த...

பக்குவப்படுத்தி....

பாதை காட்டி.....

உயரம் காட்டி....

உயரே துக்கி....

உலகம் காட்டி....

உயர்த்தி வைப்பது ஆசிரியரே....

தாய்....

கருச் சுமந்தாள்....

பெற்றெடுத்தாள்...

பாலூட்டினாள்...

தீர்ந்தது கடன்...!

ஆனால்....

ஆசிரியர் கடமை தீர்ந்து விடுமா அப்படி.... ?

எனது மாணவன் நாட்டின் குடியரசுத் தலைவன்....

எனது மாணவன் புதுமை படைக்கும் விஞ்ஞானி...

வியத்தகு வியாபாரி....

உயரம் தொட்ட அதிகாரி....

மாபெரும் கவிஞன்...

உலகம் பரவிய கலைஞன்....

இப்படி...

தனது மாணவனின் எல்லா உயரங்களையும் தாங்கி பெருமை கொள்பவர் ஆசிரியரே....!

தாய்கூட வளர்த்த பிள்ளைகளைச் சார்ந்து வாழ்பவர்....

ஆனால்....

ஆசிரியப் பணி...

தியாகப் பணி...

சூரியன்...

ஓரிடத்திலே....

ஆனால்...

அவனது ஒளி... உலகம் முழுவதும்....!

அது போல...

ஆசிரியர்...

ஓரிடத்திலே...

ஆனால்...

அவரது அறிவுப் பரவல்....

அகிலம் முழுவதும்....!

அந்த சாத்தான்குணம் செலுத்திய திசையிலேயே யோசித்துக் கொண்டிருந்த நான்...

ஆசிரியரின் அறிவுரை கேட்டு... முதல்முறையாக வான்மதியின் திசையிலே யோசிக்கத் தலைப்பட்டேன்...!

அதோடு நிறுத்தவில்லை ஆசிரியை...

தொடர்ந்தார்...

“தலைமையாசிரியரின் அறையில நான் பார்த்த வான்மதியோட வன்மமான தீர்க்கம்... அவளது கோபத்தின் உச்சமாகவே எனக்கு தெரிஞ்சது...”

உண்மைதான்...

அவளது கண்களிலே தோன்றிய முழு ஆவேசமும்... எனது நினைவுகளிலே சூழ்ந்துக் கொண்டு மிகக் கொடூரமாக அவளது முகத்தை பதிவு செய்து காட்டியது...

அதையே ஆசிரியையும் வெளிப்படுத்தினார்....

“அவ மனசுக்குள்ள... வேற ஏதோ கொடூரமான அசம்பாவிதத்துக்கு அடித்தளம் போட்டபடி இருந்திருக்கா...

அவ மூலமா படுபாதகமான நிகழ்வு ஒண்ணு நிகழப்போகுதுன்னு என்னுடைய உள்மனசு சொல்லுது...

தற்கொலை செய்துக்குவாளோ...”

ஆசிரியை நிறுத்தினார்...

இல்லை...

வான்மதி பற்றிய அவரது மனக் கொதிப்பு அவரை பேசவிடாமல் தடுத்தது...

எனக்கு சுரீரென்றது...

உடல் முழுவதும் எரிந்தது...

“அவ... அந்த மாதிரி கோழைத்தனமான பொண்ணுதான்...”

கூர்வாளென்று நேர்கொண்டு நெஞ்சிலே நறுக்கென்று பாய்ந்து குருதிக் கசிவை உருவாக்கியது எனக்கு...

“அன்னிக்கி...

தலைமையாசிரியன் அறையிலே...

நீ எழுதிய கடிதம் அவருடைய கையிலே பிரிக்கப்பட்ட நிலையிலே இருந்ததில்லையா... ?

அப்படின்னா...

நீ வான்மதியை வர்ணிச்ச...”

ஆசிரியையால் பேச்சைத் தொடர இயலவில்லை...

என்னாலும் காது கொடுத்து கேட்க இயலவில்லை...

அங்கு நிற்கவே கூசியது...

கூனிக் குறுகிப் போனேன்...

ஒரு ஆசிரியை...
எனக்கு பண்புகளைப் பாடமாக புகட்டியவர்...
அவரது வாயாலேயே எனது வாசகங்களை உச்சரிக்க இயலவில்லை...
இருந்தாலும் தொடர்ந்தார்...
"நீ வான்மதியை வர்ணிச்சிருந்த கொச்சையான வர்ணனைகளை...
அவரும் வரி விடாம வாசிச்சுத்தான் இருப்பாரு...?
அந்த சமயத்திலே...
அங்கே பல ஆசிரியர்களும்... நானும் இருந்தோம் இல்லையா...?
தலைமையாசிரியர் எங்க எல்லோரையுமே அதை வாசிக்கச் சொன்னாரு..."
ஆசிரியைக்கு... தயக்கம்...
தலை குனிந்து கொண்டார்...
என்னைப் பார்க்க அவருக்குப் பிடிக்கவில்லை...
"வாசிச்சோம்..."
ஒரு கேவலமான வார்த்தையை உச்சரிப்பது போல உச்சரித்தார்...
நறுக்கென்று கூர் ஊசிக்கொண்டு நடு நெஞ்சிலே குத்தி உட்செலுத்திய வலி எனக்கு...!
"இத்தன பேரு வெளிச்சம் போட்டு வாசிச்ச பெறகு...
வான்மதியோட உடல்...
மறைபொருளா...?"
இங்கும் இடைவெளி விட்டார்...
அவர் பேசிய வார்த்தைகளை விட... அவர் விட்ட இடைவெளிகள் தான் என்னை இடைவிடாது கொலை செய்து கொண்டே இருந்தன...
"இல்ல..."
இப்பொழுதும் இடைவெளி...!
"திறந்து வைக்கப்பட்ட உடற்கண்காட்சி...
அவ ஆடை போர்த்தி மூடி மூடி பாதுகாத்து வச்சிருந்த உடலை... உனது வர்ணனைகள் மூலமா... திரை விலக்கி... உலகத்துக்கே காட்டிட்ட நீ...
இப்படித்தானே வான்மதியும் யோசிச்சிருப்பா...
இப்படியொரு நிகழ்வு நிகழ்ந்ததுக்குப் பெறகு... எந்தப் பொண்ணுமே உயிரோட இருக்க விருப்பப்பட மாட்டா...
வான்மதி மட்டும் பெண் இல்லையா...
அவளுடைய இறுதிப் பார்வையில அப்படியொரு ஆவேசம் தான் தெரிஞ்சது...
பெண்களுடைய மனசுக்குள்ளே ஆவேசம் குடியேறிட்டா... ஒரு குடியும் அழியும்...!
பாம்புப் புத்துக்குள்ள நம்பி கை விடலாம்...
ஆனா...
வீம்புப் பிடிச்ச பெண்களை நம்பவேமுடியாது...
வான்மதி...
வீம்புப் பிடிச்ச பொண்ணு தான்...
அவ அப்படியொரு தவறான தற்கொலை முடிவை எடுத்திட்டா...

உன் நிலமை என்ன... ?''

குளிர் காய்ச்சலும்... குலை நடுக்கமும்... உடனே பீடித்து கவ்விக் கொண்டன என்னை...!

"அன்னைக்கு தலைமையாசிரியரின் அறையிலே இருந்த யாருமே இந்தக் கோணத்திலே யோசிக்கல...

கடமை முடிஞ்சு போச்சுன்னு அடுத்த வேலையப் பாக்கப் போயிட்டாங்க...

அவங்களப் பொறுத்தவரைக்கும்... பள்ளியிலே நிகழ்கிற எத்தனையோ நிகழ்வுகளிலே இதுவும் ஒண்ணு... அவ்வளவுதான்...

இன்னும் சில நாட்களிலோ... அல்லது சில மாதங்களிலோ... இதே போல வேற இன்னொரு நிகழ்வும் நிகழும்...

இதே ஆசிரியர்கள் கூடுவாங்க...

இதே விசாரணை...

இதைப் போலவே இன்னொரு தண்டனை...

இது...

தொடர்ந்துகிட்டே தான் இருக்கும்...

அவங்களுக்கெல்லாம்... இது சராசரி நிகழ்வுதான்...

ஆனா...

வான்மதி... ?''

இப்பொழுது அவர் விட்ட இடைவெளி எனது சுய சிந்தனைக்கு...!

இதற்குப் பிறகு ஆசிரியை பேசியவை அத்தனையும் அவர் எனக்கிட்ட ஆணைகள்...!

"போ...

வான்மதியைத் தேடிப் போ...

எப்பிடியாவது அவளைப் பாரு...

அவ காலிலே விழு...

கண்ணீரால கழுவு...

உன் பாவக்கறை படிஞ்ச அவளோட காலை சுத்தம் பண்ணு...

அவகிட்ட மன்னிப்புக் கேளு...

அவ உயிரக் காப்பாத்து...

உடனே போ...''

ஆசிரியையின் ஆணை இது...

என் அறிவினுடைய ஆணையும் அதுதான்...

எழில்மணி ஆசிரியையின் பேச்சு...

மீண்டும் மீண்டும் வான்மதியை என் அறிவுக்குள்ளே நிலை நிறுத்திவிட்டது...

கடிதம்...

பார்வை...

பார்வைக் கிளர்ச்சி...

இனக் கவர்ச்சி...

இவையெல்லாம் பனிக்கட்டி... வெயில் பட்டுக் கரைவது போல கரைந்தே போயின...

இப்பொழுது எனது அறிவை ஆக்கிரமிப்புச் செய்து அரித்துக் கொண்டே இருந்தது... அவளது உயிர்...!

என்னை வாணலியிலே அகப்பட்ட வறுகடலை போல வெப்பத்தால் வறுத்திக் கொண்டே இருந்தது...

எழில்மணி ஆசிரியை கூறியது போல... ஏதாவது தவறான முடிவை அவள் எடுத்துவிட்டால்...

எத்தனை பழி...

எத்தனை இழப்பு... ?

அந்த இரவு முழுவதும்... மனதிலே வான்மதியின் முகத்தின் விதவிதமான கொடூரத் தோற்றங்களோடு போராட்டம் நிகழ்த்தினேன்...

முடிவு... ?

வான்மைதியைப் பார்த்தே ஆக வேண்டும்...!

விழித்தபடி விடியலுக்காகக் காத்திருந்தேன்...

விடிந்தது...

விரைந்தேன் பள்ளிக்கு...

நுழைந்தேன்...

வகுப்பிற்குள்ளே...!

மீண்டும் வான்மதிக்காக...!

எல்லா மாணவர்களும் என்னையே பார்த்தார்கள்....

அதுவரை கலகலவென்றிருந்த வகுப்பறை... நான் நுழைந்ததும் அப்படியே அமைதியாகி அடங்கியது...

ஆங்காங்கே லேசான முணுமுணுப்பு... !

இத்தனை நாட்கள் கடந்த பிறகும்... அந்த காதல் கடித நிகழ்ச்சி இன்னும் முற்றிலும் அணையாத தீத்துண்டு போலவே தகித்துக் கொண்டிருக்கிறது...

பெண்கள் அத்தனை பேரும் என்னை அருவருப்பாகப் பார்த்தார்கள்... முகத்தைச் சுளித்தார்கள்...

பையன்கள் அத்தனை பேரும் கேலியாகப் பார்த்தார்கள்...

சிலர் என்னைப் பார்த்துப் பார்த்து... தங்களுக்குள்ளே ஏதேதோ பேசிக் கொண்டார்கள்....

'காதல் மன்னன்' என்று பெயர் வைத்தார்கள்...

அதைப் பற்றியெல்லாம் கவலையில்லை.....

எனக்கு....

வான்மதியைப் பார்க்க வேண்டும்...!

அவள் எங்கே... ?

தேடினேன்...!

அவளைக் காணவில்லையே...!

மாணவர்கள் வந்தார்கள்...

ஆசிரியர்கள் வந்தார்கள்...

ஆனால்...

வான்மதி...

வரவேயில்லை...!

வகுப்புகள் கடந்தன...
நாளும் முழுசாய் கரைந்தது...
ஆனால்....
வான்மதி வரவேயில்லை...
பள்ளி நேரம் முடிந்தது.....
மாணவர்கள் கலைந்தார்கள்....
வெற்று வகுப்பறை...!
வெற்று வகுப்பறையிலே...
நான் மட்டும் தனியே...!
சிதைந்து போன நினைவுச்சுமைகளுடன்....!
வான்மதி வரவேயில்லையே...!
இப்பொழுது தான்...
ஓர் அதிர்ச்சியான செய்தியைக் கொண்டு வந்தான் கதிரேசன்...
அந்த கடித நிகழ்வு நிகழ்ந்த நாள்முதலே... வான்மதி வகுப்புக்கு வரவேயில்லை...
அதுதான் அந்த பேரிடிச்செய்தி...!
ஒரு நிலையிலே இயங்க முடியவில்லை என்னால்....
மறுநாளும் பள்ளிக்குப் போனேன்...
அன்று வருவாளோ... என்கிற எதிர்பார்ப்பு......!
மறுநாளும் அவள் வரவில்லை...!
அடுத்த நாளும் வரவில்லை...!
எனது சந்தேகம் வலுப்பெற்றது.....
அவள் ஏன் வகுப்புக்கு வரவில்லை...?
எனக்குள்ளே பெரிய கேள்வி...
எழில்மணி ஆசிரியை கூறியது போல ஏதாவது நிகழ்ந்திருந்தால்...?
இல்லை...
வாய்ப்பே இல்லை...!
அப்படி ஏதாவது நிகழ்ந்திருந்தால் இதற்குள் பள்ளி முழுவதுமே பரபரப்பாகியிருக்குமே...
என்றால்...
அவள் ஏன் வரவில்லை...?
வான்மதி என்னை குத்திக் குடைந்து கொண்டே இருந்தாள்..!
வான்மதியை பார்த்தே ஆக வேண்டும்...
வேறு வழியில்லை எனக்கு...!
அவளது வீடு இருக்கும் தெருவிற்கு ஓடினேன் நான்...
அவளது வீட்டின் எதிரிலே நின்று கொண்டே இருந்தேன்...
அவளது வீட்டிலிருந்து ஏதாவது தடையம் கிடைக்குமென்று...!
ஒரு பயனுமில்லை....!
எனக்கு....
அவளைப் பார்க்க வேண்டும்...!

மறுநாள் போனேன்...
காத்திருந்தேன்...
பலனில்லை...
அடுத்த நாளும் போனேன்...
அதே நிலைதான்...
இப்படி...
தொடர்ந்து ஒருவாரம் போய் நின்றேன்...!
எந்தத் தகவலும் கிடைக்கவில்லை...
வீசியது சாதாரணப் புயலா...
சூறாவளிப் புயல்...!
ஒரு நல்ல குடும்பத்திற்குள்ளே... பல கொடிய சூழ்நிலைகளை உருவாக்கியிருக்கும்...
சிதைத்திருக்கும்...
சின்னாபின்னமாக்கியிருக்கும்...
பெண்கள்...
அனல்பட்டால் புனலாகக் கரைந்து போகும் மெழுகுவர்த்தி போன்றவர்கள்...
வான்மதியைச் சூழ்ந்தது சாதாரண அனலா...?
எப்படியெல்லாம் உருகி உருகி உருச்சிதைந்து கருகினாளோ...!
களைப்பு...
சோர்வு...
குழப்பம்...
மன உளைச்சல்...
பயம்...
கெட்ட கனவுகள்...
இத்தனையும் கூட்டுச் சேர்ந்து என்னை மிகவும் பாதித்திருந்தன...
இந்த தருணத்திலே தான்... பல அதிர்ச்சித் தகவல்கள் காதுக்கு வந்தன...!
வான்மதியின் வீட்டிலே... அவளது படிப்பிற்கு நிரந்தரத் தடை விதித்து விட்டார்கள்...!
இது முதல் அதிர்ச்சி....!
தவறு செய்தது நான்... தண்டனை அவளுக்கு...!
அந்த நிகழ்ச்சிக்குப் பிறகு... அவமானம் தாங்காமல் அவர்கள் குடும்பமே வேறு ஊருக்கு புலம் பெயர்ந்து விட்டார்கள்...!
இது இரண்டாவது அதிர்ச்சி....!
இங்கே...
கடற்கரையிலே...
உனக்கு மிக நீண்ட கடிதம் எழுதும் இடத்திலே....
நான்...
அமைதியாக...!
மிக மிக அமைதியாக...!
வெறுமை... வெறுமை... வான்மதியைச் சுமக்கும் வெறுமை...!

நல்ல வெளிச்சமிருந்தும் கண்முன்னே இருட்டு...

அறிவிலும் இருட்டு...

அந்த இருட்டிலே வான்மதியின் உருவம் தவிர எதுவுமே தோன்றவில்லை...

ஆண்டுகள் நிலைக்குமா... ?

கடந்து விட்டன...

மாற்றங்கள் நிறைய நிகழ்ந்து விட்டன...

மனதிலே...

உடலிலே...

வயதிலே...

வாழ்க்கையிலே...

இப்படி எவ்வளவோ...

ஏறக்குறைய மறக்கப்பட்டு விட்டாள் வான்மதி....!

வான்மதி எங்கிருக்கிறாளோ என்கிற வடுக்கள் மட்டும்.... நெஞ்சை விட்டு நகர மறுத்துவிட்டன...

உலகின் ஏதாவது ஒரு மூலையிலே... அவள் வாழ்ந்து கொண்டிருக்க வேண்டும்...!

அது...

கடவுளிடம் எனது வேண்டுதலாக இருந்தது.....

இங்கே...

கடற்கரையிலே....

கடிதம் எழுதும் இடத்திலே....

அப்படியே அமர்ந்திருந்தேன்...!

ஒன்பதாம் வகுப்பு...

குற்றாலம்...

கூர்பார்வை...

காதல் கடிதம்...

பள்ளி மைதானத்து மரத்தடி...

தலைமை ஆசிரியர் அறை...

வான்மதியின் வீடு...

இப்படி...

நினைவுகளைப் பள்ளிப் பருவம்வரை பின்நோக்கி இழுத்துச்சென்ற வலி நிறைந்த போராட்டம்..... இத்தனையும் சேர்ந்து உடல் வலியை உண்டாக்கியிருந்தது...

உடலின் எல்லா பாகங்களிலும் வலி...

தலையிலே வலி...

காலிலே வலி...

நாடி நரம்புகளிலே வலி...

நகக்கண்களிலே வலி...

எலும்புகளுக்குள்ளே வலி...

இதயத்திலே வலி...!

உடலிலே வலி இல்லாத இடமே இல்லை...!

பேயடித்தது போல...

சாத்தானுடன் சண்டை போட்டது போல..

மிக பாரமாக உணர்ந்தேன்...!

எப்படியும் கடிதத்தை எழுதி முடித்தே ஆக வேண்டும்....

சிறிது நேரம்...

கடற்காற்றை பலமாக மூக்கின் வழியே உள்ளிழுத்து... அதன் குளுமையை உடலுக்குள் செலுத்தி...

கொஞ்சம் ஆசுவாசப்படுத்தி...

உடலுக்கு ஊக்கம் கொடுத்து தயார் செய்தேன்...!

களைத்துப் போயிருந்த முகத்தை... கைக்குட்டை கொண்டு அழுத்தித் துடைத்துப் புதுப்பித்தேன்...

நான் மிக நல்லவன்...

மிகுந்த திறமை சாலி...

நல்ல தைரியசாலி...

ஆனால்...

வான்மதி...

என்னை ஆணிவேர்வரை அசைத்துப் பார்த்துவிட்டாள்...

அவள் எங்குபோனாள்... என்ன ஆனாள்... என்கிற தகவல் எதுவுமே இல்லை...

பல நாட்கள்...

பலவாரங்கள்...

பல மாதங்கள்...

பல வருடங்கள்... கூட அவளைப் பற்றிய விபரங்களை விசாரித்துக் கொண்டே இருந்தேன்...

அதேப் பள்ளியிலே படிப்பு முடித்து....

கல்லூரிப் படிப்பு முடித்து...

தொழில் தொடங்கி...

வளர்ந்து... வாழ்க்கை வளமான பிறகும்... வான்மதியின் வடுக்கள் மாறவில்லை...

மாணவர்களே இல்லாத நாட்களிலே...

அந்தப் பள்ளிக்குச் செல்வேன்...

பள்ளி முழுவதும் தனியாகச் சுற்றுவேன்...

பள்ளி நாட்களிலே கூட...!

தலைமையாசிரியரிடம் அனுமதி பெற்று... வகுப்பு மாணவர்களுடன் அமர்ந்திருப்பேன்...

அந்த வகுப்பிலே வான்மதியும் இருப்பது போல உணருவேன்...

எனது வயதும் அதே பதினான்கு பதினைந்து வயதிற்கு பின்நோக்கி பயணப்பட்டு விடும்...!

வான்மதியின் அதே விழிகள்...

அதே விழிப்பார்வை...

அந்த பார்வை தந்த வலிகள்....

அந்த வலிகள் திசை மாற்றிய வழிகள்...

அவற்றை உணருவேன்...

வான்மதியின் பார்வையிலே இப்பொழுதும் மாற்றமே இல்லை...

அதே கூர்மை...

அதே ஆழம்...

அதே வன்முறை...

அதே புதிர்...

இத்தனை ஆண்டுகள் கடந்தும் அவளது பார்வையின் தன்மை மட்டும் மாற்றம் பெறவே இல்லை...

அவளும் நானும் இணைந்து கலந்திருந்த வகுப்பறையல்லவா...

என்னை வயப்படுத்தி அப்படியே அமரச் செய்துவிடும்...

வகுப்பு முடிந்து மாணவர்கள் போன பிறகும்...

நான் மட்டும் யாருமில்லா வெற்று வகுப்பறையிலே நீண்ட நேரம் தனியே அமர்ந்திருப்பேன்...!

கற்றையாக நினைவுகள்....

கலக்கமான கனவுகள்...

கடந்து போன நிகழ்வுகள்...

வண்ணமயமான காட்சிகள்...

இவையெல்லாம் துரிதத் தொடர்வண்டி போல கடந்து கொண்டே இருக்கும்...

தலைமையாசிரியர் அறைக்குச் செல்வேன்....

இத்தனை ஆண்டுகள் கடந்தும்...

அந்தத் தலைமையாசிரியர் அறை எந்த மாற்றமும் செய்யப்படாமலே அப்படியே இருந்தது...

மாற்றம்... முன்னேற்றம்.... இவையெல்லாம் மாணவர்களுக்குத்தான்... பள்ளிக்கு இல்லை....!

அந்தத் தலைமையாசிரியர் அறையிலே உட்காரச் சொல்வார்கள்...

ஆனால்...

உட்காரவே மாட்டேன்...

அன்று....

வான்மதியின் முன்பாக நான் நின்ற அந்தக்காட்சிகள்... அப்படியே திரும்பி உள்ளே நுழைந்து... மனம் முழுக்க வியாபித்துக் கொள்ளும்...

அதே உணர்வுடன்... ஒன்பதாவது வகுப்புக் குற்றவாளி மாணவன் போல நின்றுகொண்டே இருப்பேன்...

கண்களை இறுகமூடி... அந்தக் காட்சிகளை மீண்டும் சுவாசிப்பேன்...

வான்மதி தோன்றுவாள்...

அதே அலங்கோலத்திலே... சிதைந்த ஓவியமாக.

அன்றிருந்த தலைமையாசிரியர்... வகுப்பாசிரியர்... மற்ற ஆசிரியர்கள்... ஆசிரியைகள்... அத்தனைபேரும் தோன்றுவார்கள்... மாயையாக...!

என்னை வசைபாடுவார்கள்...

எனது தந்தை என்னை அடிப்பார்.

இப்போதும் கண்களை மூடி அழுவேன்...

இது தொடர்ந்து கொண்டே இருந்தது...

பள்ளி என்பது... பல தரப்பட்ட குணங்கள் கொண்ட மாணவர்களை ஒன்று சேர்ப்பது...

வகுப்பறையும் அதே போலத்தான்.

சமுதாயத்திலே பல உயர்ந்த நிலைகளிலே இருப்பவர்களை உருவாக்குகிறது...

பகுத்தறிவில்லா விலங்குகளைப் போல உள்நுழைகிறார்கள்...

உலகாளும் உயர்ந்த மேதைகளாக வெளிப் போகிறார்கள்...

இதுதான் பள்ளி வரம்பு...!

வந்தார்கள்...

படித்தார்கள்...

தேர்வு எழுதினார்கள்...

தேர்வு பெற்றார்கள்...

வெளிப் போந்தார்கள்...

என்றிருக்க வேண்டும் என்பது நியதி...!

பல பேர் அப்படித்தான் இருக்கிறார்கள்...!

ஆனால்...

நான் மட்டும் ஏன் இத்தனை ஆண்டுகள் கடந்தும்... துவங்கிய இடத்திலேயே வந்து நிற்கிறேன்...?

கல்விக் கூடத்தின் நெறிமுறைகளிலிருந்து பிறழ்வு பெற்று தடம் மாறியதால்தான்...!

கல்வி...

காதல்...

காமம்...

இம்மூன்றும் ஒரே இடத்திலே விளைகின்றனவே ஏன்...?

வயது மாற்றங்கள்...

பருவ மாற்றங்கள்...

உடற்கூறு வளர்ச்சிகள்...

மனப்பகுதியின் மாற்றுப் பதிவுகள்...

இன்னும்... கல்வி கற்றலுக்கு சற்றும் தொடர்பில்லா பல காரணிகள் இணைந்து பயணித்து... அறிவுப் பாதையை தடம் மாற்றி வைப்பதுதான்...!

கல்விச் சேமிப்பிற்கு தேவையானது வேறு அறிவு...!

அது... பகுத்தறிவு...

பருவக்கிளர்ச்சிக்கும்... காதலுக்கும்... காமத்திற்கும் தேவையானது வேறு அறிவு...!

அது... பக்குவமில்லாத அறிவு...

இரண்டு அறிவுகளுக்கும் சரியான போட்டிப் போர் நிகழ்வது...

இந்த வகுப்பறைகளிலே தான்...

அந்தப் போட்டியிலே... எது இறுதி வாகை சூடுகிறதோ... அதன் வழி வாழ்க்கை பயணப்படுகிறது...

இப்பொழுதும் கூட...
விடையறியா ஒரு தொடர் கேள்வி எனக்குள்ளே சீறி எழுந்து நிற்கும்...
குற்றாலத்திலிருந்து... என்னிடம் கடிதம் வாங்கும் வரை அவளது விழிகள் பார்த்த பார்வையின் பொருள் என்ன...?

29. அந்தப் பார்வை...

அந்தப் பார்வை...

எல்லாப் பெண்களும் பார்க்கும் சாதாரணப் பார்வையா...?

ஆண்களை வம்புக்கிழுக்கும் வீம்புப் பார்வை...!

கரும்புச்சாறு கூட... காய்ச்சக் காய்ச்ச இறுகி... கருப்பட்டியாகிவிடும்...

இது இளமைச்சாறு...

பார்வையை உட்செலுத்தி குடையக் குடைய... இதயம் சிதைந்து சிதையுண்டுப் போகும்....!

அந்தப் பார்வைதானே...

சிந்தனை ஏதுமின்றி சுத்தமாய் இருந்த எனது அறிவை சிந்திக்க வைத்தது...

தூசு படாமல் இருந்த என்னை... மாசுபடுத்தியது...

அமைதியாயிருந்த தடாகத்திலே... கல் வீசியது...

நான் கட்டுப்பாடு போட்டுக் கட்டி வைத்திருந்த எனது கற்பனைகளை... கட்டுடைத்து கண்டபடி விளையாட வைத்தது....

கனவுகளை எனக்குள் புகுத்தி... கண்ட கண்ட காட்சிகளை ஆபாசமாய் காட்சிப்படுத்தியது...

அமைதிப்பகுதியாய் நான் அறிவித்திருந்த எனது விடலைப் பருவத்திலே... ஆயுதத்தாக்குதலைத் தொடங்கி போர்க்களமாக்கியது...

எனது சுதந்திரத்தைப் பறித்து... என்னை சிறைப்படுத்தியது...

குழந்தைத்தனமான எனது கண்களுக்குள்ளே... காமத்தைத் திணித்து கபடத்தை வளர்த்தது...

எதையும் ஆராயாமல் இருந்த என்னை... இடைவிடாமல் தூண்டிவிட்டு, ஏதோ ஒன்றை ஆராய வைத்தது...

பள்ளிக்கூடம் சொல்லித்தராத பல ஆபாசப் பாடங்களை எனக்கு சொல்லிக்கொடுத்தது...

எழுத்துக்களைக்கூடத் தொகுப்பாக பிழையற எழுதத் தெரியாத என்னை... எழுதுகோல் எடுத்து ‘எழுது எழுது’ எனத்தூண்டி... கவி எழுத வைத்தது...!

இத்தனை குற்றங்களையும் நிகழ்த்திவிட்டு... என்னை நோக்கி விரல் காட்டி, குற்றவாளி என்று பழியும் சுமத்தியது...!

நான் களிமண்...!

கடவுளுக்காகக் காத்திருந்த களிமண்...

என்னை சாத்தானாக வடிவமைத்து உயிர் கொடுத்து உலவவிட்டது... அந்தப் பார்வை.....!

அத்தனை அசம்பாவிதங்களுக்கும் ஒரே விதை... அந்தப் பார்வைதான்...!

அந்தப் பார்வையின் பொருள்தான் என்ன...?

இந்தக் கேள்வி...

எனது வாழ்க்கையை சுற்றிச்சுற்றி வந்துகொண்டே இருந்தது...!

மனித வாழ்க்கையின் அசைவுகள்... பிறப்பிலே தொடங்கி மரணித்து மண்ணுக்குள் புதையுண்டு போவதுவரை... ஐந்து வகையான குணங்களால் பீடிக்கப்பட்டிருக்கிறது...

ஒன்று தெய்வ குணம்...
இரண்டு அசுர குணம்...
மூன்று சாத்தான் குணம்...
நான்கு விலங்கு குணம்...
ஐந்து மனித குணம்...

தாயின் கருவறைக்குள்ளிருந்து வெளியே வந்து... தாயின் மடியிலிருந்து தாவிக்குதித்து... புறம் பாயும்வரை தெய்வகுணம்...

அந்தப் பருவத்திலே குழந்தைக்கு... தாயைத்தவிர வேறொன்றும் தெரியாது...

தாயின் மார்பிடித்து வாய்கடித்து பால்குடிக்கும்...!
பால் கொடுக்கும் அத்தனை உருவங்களையும் தாயென்றே வரிக்கும்...
குப்புற விழும்...
தலைதூக்கும்...
உடல் இழுத்து நகரும்... தவழும்...
தனது காலின் கட்டை விரலை தனது கைகளாலேயே பிடித்து இழுத்து... வாயிலே வைத்துச் சுவைக்கும்...
நடைபழகும்... நடக்கும்... ஓடும்... தாவும்... தவறி தடுமாறி விழும்... அழும்... எழும்... மணலைத்தின்னும்... மலத்தைத் தீண்டும்... விளையாடும்...!
இந்த குணம் ஆளும்போது... பொய்... களவு... சூது... காமம்... வன்மம்... கோபம்... ஆத்திரம்... கொலை... தந்திரம்... மந்திரம்..... ஏதும் அறியாது...!
இது தெய்வ குணம்...!

பின்பு...
தாயின் மடியிறங்கி தாவிக்குதித்த பின்னர் ஆரம்பிக்கும் அசுர குணம்...!
வேகம்...
அத்தனையும் வேகம்...!
துருதுருப்பு... குறுகுறுப்பு... எதை எடுத்தாலும் உடைப்பது...
விளையாட்டு என்கிற பெயரிலே விபரீதங்கள்.... அடிதடி... சண்டை.... பயம் அறியாது...!

தாவிக்குதிப்பது....
கீழே விழுந்து கைகால் உடைப்பது...
சேற்றிலே உருளுதல்...
தீயைத் தீண்ட முயற்சித்தல்....
காற்றைப் பிடிக்கப் பறத்தல்....
மலை தாண்டத் தாவுதல்...
இவையெல்லாம் இயலாத செயல்களெனினும்... இயலும் என முரண்டு பிடித்து முயன்று முயன்று தோற்கும்....
கல்லெறிந்தால் காயம் படும்...
காயம் பட்டால் இரத்தம் வரும்...

இரத்தம் வந்தால் புண்ணாகும்...

புண்ணானால் சீழ் பிடிக்கும்...

சீழ் பிடித்தால் புறையோடும்...

புறையோடினால் ஊனம் உண்டாகும்...!

இவையெல்லாம் புரியவே புரியாது.... புரிந்தாலும் நிறுத்தாது...!

இன்னும்....

நிலாவைக் கடிக்க வேண்டும்....

சூரியனைப் பிடிக்க வேண்டும்....

அருவியைக் குடிக்க வேண்டும்...

இப்படி உயரம் தெரியாமல்... உயர உயரப் பறந்து விழுவது.... அசுர குணம்...!

அத்தனையும்...

குழந்தைத்தனத்தைத் தழுவிய முரட்டு குணங்கள்...!

இதன் பிறகு...

பன்னிரண்டு... பதிமூன்று வயதை எட்டிப் பிடிக்கும் போது.... குழந்தைப் பருவத்திற்கு மூடுவிழா நிகழ்த்திவிட்டு.... கட்டுப்பாடுகளை உடைத்துவிட்டு..... உடலைத் துளைத்துக் கொண்டு.... வீரியமாய் விதிமீறி உட்புகுந்து வருவதுதான்...

சாத்தான் குணம்...!

இந்த சாத்தான் குணத்தின் அறிகுறியே அபாயகரமானது...

தாய் தந்தையிடமிருந்து மெல்ல மெல்ல தனிமைப்படுத்திக் கொள்ளத் தூண்டும்...

நட்புச் சேர்க்கையின் தரம் மாறும்...

பழக்க வழக்கங்கள் மாறத் துவங்கும்...

நடைமாறும்... உடைமாறும்... உணவுப் பழக்கம் மாறும்...

இந்த குணம் மீறும் போது...

உடல்கூறு மனக்கூறு இரண்டுமே முற்றிலும் மாறுபடும்... மாசுபடும்....!

உதட்டுக்கு மேலே மீசைகள் அரும்பி... முகப்பொலிவையே முற்றிலும் மாற்றும்...

கன்னங்களிலே மினுமினுப்பு மீறி... முகப்பருக்கள் முளைவிட்டு வெளிவரும்...

கண்ணாடி முன் மணிக்கணக்காய் நின்று... முகம் பார்த்துத் தவம் கிடக்கும்...

கண்களிலே குழந்தைத்தனம் போய்... குறுகுறுப்பு தோன்றும்...

கவர்ச்சி தோன்றும்...

விழிப்பாய்ச்சலின் வீரியம் கூடும்...

'காதல்' என்கிற புனைப்பெயரிலே கட்டுப்பாடுகளை தகர்த்து... காமம் வந்து குடியேறும்...

உடல் முழுவதும் மப்பு... மதமதப்பு... எப்பொழுதும் வலிபோல ஓர் உணர்வு...!

ஏதாவது ஒரு தவறை எளிதிலே செய்து விடுவதற்கென்றே முனைப்புடனே முந்திக்கொண்டு நிற்கும்..!

கொடியது எது... நல்லது எது... பகுத்தறிய அனுமதி கொடுக்காது...

வாழ்வியல் காவியத்திலேயே மிகவும் அபாயகரமான சிவப்புச் சின்னப் பகுதியாகும் இது...!

தனக்குள்ளே ஓர் அந்தரங்கத்தைத் தானே கட்டமைத்துக் கொள்ளும்...

அதற்குள்ளே வேறு எந்த உறவுகளையும் உட்புக அனுமதிக்காது...

எப்பொழுதும் தனிமையிலே தள்ளும்...

பூக்களை பிடிக்கும்...

அந்த பூக்களின் வாசம் பிடிக்கும்...

அந்த வாசம் தெளிக்கும் மயக்கம் பிடிக்கும்...

பூவின் மென்மை பிடிக்கும்...

அந்தப் பூவிற்குள்ளே அடங்கிவிடப் பிடிக்கும்...

அந்தப் பூக்களைப் பறித்து சிதைக்கப் பிடிக்கும்...!

ஒரு மாயக்கனவிலேயே மயங்க வைத்துக் கொண்டிருக்கும்...

எந்த நேரமும் மனசினை ஒரு போர்க்களமாகவே வைத்துக் கொண்டிருக்கும்...

இதயத்திற்குள்ளே ஈராயிரம் முரட்டுக் குதிரைகள் தறிகெட்டு ஓடிகொண்டிருக்கும்... அந்தரத்திலே பறக்கும்... ஆகாயத்திலே மிதக்கும்...

ஒரு பயனும் இருக்காது... ஆனால் ஓராயிரம் செயல்கள் செய்யும்...

மொத்த வாழ்க்கையிலே நிகழ வேண்டிய அத்தனை தவறுகளிலும்... தொன்னூறு விழுக்காடு இந்தப் பருவத்திலேயே செய்துவிட பரபரக்கும்...!

இது சாத்தான் குணம்...!

எனது வாழ்க்கையிலே...

குற்றாலத்திலிருந்து தலைமையாசிரியர் அறைவரை நிறைவேறிய அத்தனை நிகழ்வுகளும்... அந்த சாத்தான் குணம் நிகழ்த்தியவையே...!

அந்த சாத்தான் குணத்தின் அடக்குமுறைக்குள்ளேயே அடங்கி விட்டால்... மிருக வாழ்க்கை அமைந்து விடுகிறது...!

அதனுடன் போரிட்டு மீண்டுவிட்டால்... வாழ்க்கை அழகு பெறுகிறது...!

இதன் பின்னே தொடர்ந்து வருவது...

மிருக குணம்...!

காமத்தின் ஆக்கிரமிப்பு....

கற்பழிப்பு.....

பல பெண்களுடன் காமுறுதல்....

காதல் என்று பெயர் வைத்து... காம நாடகம் ஆடுதல்....

பலாத்காரம்.... போதை..... குடி..... தீய சேர்க்கை.... தீய பழக்க வழக்கங்கள்... சுய சிந்தனை இழத்தல்...... வம்பு.... வழக்கு...

இவற்றையெல்லாம் நிகழ்த்துவது மிருக குணமாகும்...!

அடுத்தது....

மனித குணம்.....!

நல்ல மனைவி.....

இல்வாழ்க்கை....

குழந்தைகள்....

குடும்பம்... பணி.....

தொழில்... உயர்வு.....

சொத்து... சுகம்....

இறை நம்பிக்கை...

இப்படியே நல்ல நிகழ்வுகளாக நிகழுமானால்....

அது மனித குணம்...!

இனி வருவது.....

தெய்வகுணம்....!

வயது மூப்பு வந்து.....

உடல் மெலிந்து....

எலும்பும் தோலுமாய் தோற்றம் கொண்டு தளர்ந்து....

வளைந்து... குறுகி.... சுருங்கி.... தவழ்ந்து..... குழந்தைபோல மழலை பேசி.... கடைசியில் படுக்கையிலே விழுந்து.....

எப்படி குழந்தையாக பிறந்தோமோ... அதுபோலவே மாறி... மரணம் தழுவி... மண்ணிலே புதையும் வரை... தெய்வகுணம் வாழ்வியலை ஆட்கொள்கிறது...!

ஆக....

வாழ்வியில் காவியம்..... தெய்வ குணத்திலே ஆரம்பித்து... தெய்வ குணத்திலேயே முடிகிறது...!

வான்மதி காதையிலே... என்னை ஆட்டிப்படைத்தது... சாத்தான் குணம்...!

ஆனால்... இப்போது இங்கே கடற்கரையிலே...

தனியே கலங்கிப்போய் நிற்க வைத்திருப்பது... மனித குணம்...!

அந்த மனித குணம் என்னை ஆட்கொண்ட தருணத்திலே... ஒரு தற்காலிக விடுதலை கிடைத்தது...

நாட்களும்... மாதங்களும்... ஆண்டுகளும் கரையக் கரைய... மனதிற்குள் கல்லாய்க் கிடந்த கருப்பு சம்பவங்களும் கரையத் துவங்கின...!

வான்மதியின் உருவம் மட்டும் முழுசாய் ஆக்கிரமித்துக் கொண்டு கரைந்துபோக மறுத்து... பிடிவாதமாய் மனத்திரை மறைவிலே பதுங்கிக் கொண்டது...

ஆனால்.....

அது... என் மீது ஆவேசம் காட்டவில்லை....

என்னோடு வன்முறைப் போர் நிகழ்த்தவில்லை....

முன்போல என்னை வதைக்கவில்லை....!

எனது வாழ்க்கையின் எதார்த்தச் செயல்களுக்கு இடையூறு செய்யவில்லை...!

வான்மதியைத் தவிர..... நான் வேறு எந்த பெண்ணையும் கபட நோக்கிலே கண்ணுற்றதே இல்லை... காதல் வயபட்டதில்லை...... காமுற்று நோக்கியதில்லை......

வான்மதியைத் தவிர..... வாழ்க்கையிலே நான் வேறு யாரிடமும்... எந்த இடத்திலும் எதற்காகவும் தோற்றதே இல்லை...

அந்த சாத்தான் குணம்... எனக்குள்ளே நுழைந்து ஆட்கொண்டபோது... சாத்தான் வெற்றி பெற்றது...!

அது...

வான்மதிச் சாதனைகள்...!

மனிதகுணம் என்னை ஆட்கொண்டபோது.... நான் வெற்றி பெற்றேன்......!

என் நதியே... அது நீ நிகழ்த்திய சாதனைகள்...!

வான்மதியை மனதிலே பெரும் சுமையாகவே தூக்கிச் சுமந்தபடி வாழ்நாளை கடத்திக் கொண்டிருந்ததால்... திருமணமே தேவையில்லாத ஒன்று என்று நான் எனக்குள்ளே நிர்ணயித்துக் கொண்டேன்...

ஆனால்...

விதியின் விளையாட்டு... விடுதலை தந்து என்னை விட்டு வைக்கவில்லை......

குடும்பம்... உறவுகள்... சூழ்நிலை... எதிர்காலம்.... இப்படி என் மீது வலை வீசி வழி மாற்றி இழுத்துச் சென்றது.....

எனது தாத்தா 'கல்யாணம் கல்யாணம்...' என்று குடும்பத்திலே தினம் தோறும் கச்சேரி நிகழ்த்திக் கொண்டிருந்தார்....

எனது தாத்தாவின் மிரட்டலுக்காகவும்... அடாவடித்தனத்திற்காகவும் கட்டுப்பட்டு வேறு வழியின்றி... அவருடைய மனநிறைவிற்காக... பெண்பார்க்கும் நிகழ்வுக்கு சம்மதித்தேன்....

உறவினர்களுக்காக வந்து பெண்ணைப் பார்ப்பது...

பிறகு ஏதாவது ஒரு காரணம் கூறி தவிர்த்து விடுவது...

நான் பெண் பார்க்க வரும்போது இது தான் எனது உட்திட்டம்...!

பெண் பார்க்க வந்தால்...

அங்கே...

நீ...!

என் நதி...!

உன்னைப் பார்த்ததும் உடனடியாக எனக்குள்ளே ஒரு ஞானமின்னல்...!

அறிவுக்குள்ளே ஓர் ஆரோக்கிய தாக்குதல்...

அணுகுண்டு வீசி அக்கிரமத்தை அழித்தது போல...

ஒரு பூ தாக்கி... கல்மலை சிதைந்து சில்லு சில்லாய் சிதறியது போல......

எனக்குள்ளேயே மறைந்திருந்த சாத்தான் குணம்... சிதைந்து சிதறுண்டு ஓடியது...!

பூமியைப் பிளந்து முளைக்கும் வெண் காளான் போல... புத்தறிவு முளை விட்டது......

திருமணமே தேவையில்லை... என்கிற எனது முரட்டு உறுதி... உருகி உருகி முற்றிலும் கரைந்து காணாமலே போனது.....!

கனமழைக்கு மையம் கொண்ட கடும் புயல்... வலுவிழந்து குளிர் தென்றலாய் மாறியது போல.....

வலி நீக்கும் வழித்தடம் அமைத்து.... ஆவேசமாய் எனது அடி மனதிலே நுழைந்து.....

அங்கே... என்னை விட்டு அகல மறுத்து அடம் பிடித்து ஆட்சி செய்து கொண்டிருந்த வான்மதியின் நினைவுகளுடன் போர் நிகழ்த்தி....

அந்த போரிலே வாகை சூடி.....

வான்மதியின் மாய நினைவுகளை இடம் பெயர்த்து அனுப்பிவிட்டு.....

மாசு படிந்திருந்த எனது இதயச் சுவர்களை தூசு துடைத்து தூய்மை செய்து... அந்த இதயத்திலே அரியணை அமைத்து அமர்ந்து கொண்டு....

நீ.......

உன்னுடைய நல்லாட்சி துவக்கினாய்.....!

எனக்குள்ளே... பேரழகு ஓவியமாய் நீ படர்ந்ததால்... கரைய மறுத்து எனது இதயத்திலே கறைபடிய வைத்துக் கொண்டிருந்த வான்மதி... மெல்ல மெல்ல கரைந்தாள்...

எனது மனம்...

மதி...

அறிவு...

ஆண்மை...

மூளை...

இன்னும் உடலின் எல்லா பகுதிகளிலும் புகுந்து... நீ என்னைத் துப்புரவு செய்தாய் கண்ணே.....!

நிகழ்ந்தது மாபெரும் மருத்துவ அறுவை சிகிச்சை...

எனது உடலுக்குள்ளிருந்து அகற்றப்பட்டது.... முற்றிப்போன ஒரு புற்று நோய்க்கட்டி...

உன்னாலே...

நான் விடுதலை பெற்றேன் அன்பே...!

வான்மதி ஆக்கிரமித்தபோது ஆவேசமே மேலோங்கியிருந்தது..

நீ ஆக்கிரமித்தபோது...?

அமைதி...

அருள்...

நிம்மதி...

மகிழ்ச்சி...

புத்துணர்ச்சி...

எல்லாமே மேலோங்கின...!

வாழ்க்கைத் துணையாய் வரப்போகும் பெண்ணை நாம் பார்க்கும் முதல் பார்வையிலேயே... நல்ல தூண்டுதலும் நல்ல உணர்வுகளும் உந்துதலும் அமைய வேண்டும்...!

அது...

நான் உன்னைப் பார்த்தபோது அமைந்தது நதி.....!

கடவுள் போல என்னை நீ ஆட்கொண்டாய்...

ஒரு கட்டாயத்திற்காகப் பெண் பார்க்க வந்த நான்.... உன்னைப் பார்த்ததும் சரிந்து... உனது விழிக் கட்டத்தினுள்ளே சிக்குண்டு போனேன்...!

மறுப்பேதும் சொல்லாமல் திருமண ஒப்பந்தத்திற்கு ஒப்புக்கொண்டேன்... அத்தனை அரிய சாகசம் நிகழ்த்தி விட்டாய் நீ...!

பெண்ணுக்கு உருவப் பொருத்தம் சரியாக அமைய வேண்டும்...!

ஒரு ஆண்... அவளைப் பார்த்ததும்... அத்தனை வகையிலும் அவனை ஆட்கொண்டுவிட்டால்.. அதுவே... அந்த உறவு வாழ்நாள் தீரும்வரை நீடிக்கும் ஓர் அறிகுறிதான்...!

எனது வாழ்க்கையிலே...

நீ...

புதிய அறிமுகம்...!

அன்பு...

காதல்...

இத்தனைக்கும் மேலாக அப்பழுக்கில்லாத உனது அழகு...

அந்த அழகின் அடக்கமான கவர்ச்சி...

ஒளிவீசும் நிறம்...

விரிந்த உதடுகள்...

அடக்கமான சிரிப்பு...

அந்த சிரிப்புக்கு நற்சான்றிதழ் வழங்கும் பல் வரிசை...!

பெண்களுக்கு பல் வரிசை செவ்வனே அமைந்து விட்டால்... முகத்திலே முற்றித் திரண்டு விடுகிறது பேரழகு...!

தேடி வந்து துணை சேரும் ஆண்களின் பெரும் துயர்களையெல்லாம்... தூசிபோலத் துடைப்பது இந்தப் பல் வரிசையே...!

பல் வரிசையும்....

கூந்தலும்....

நாசியும்....

கன்னத் திரள்களும் .....

காது மடல்களும்....

கழுத்து வளைவுகளும்.....

விழிகளும்....

விழிப்படலங்களும்...

நெற்றியும்.....

புருவங்களும்....

இப்படி... முகப்பகுதிகள் அத்தனையும் சிறப்புற பொலிவோடு அமைந்துவிட்டால்... அகப் பகுதிகள் அத்தனையும் தாமே பொலிவு பெற்று ஒளிர்வு பெறும்....!

எனது கண்களுக்கு விருந்தான உனது குடும்பப்பாங்கான உடல் அமைப்பு......

எனது விழிகள் இடைவிடாது மேய்ந்தும் கூட... சலிப்பாகாத நிரந்தர வனப்பு...

எல்லாமே புதிதல்லவா...!

அந்த உற்சாக சூழ்நிலையை சிதைக்க எனது மனம் சம்மதிக்கவில்லை.....

ஒரு குழந்தை போல... எனது கண்களுக்குத் தெரிந்த உனது இதயத்தை... ஈட்டி கொண்டு குத்திக் காயப்படுத்த நான் விரும்பவில்லை.....!

அதனால்....

வான்மதி பற்றிய பழைய கனவுகளை... வெளி வர இயலாத உறுதியான வலை போட்டு இறுக மூடினேன்...!

எது எப்படியோ என் அன்பே...

அன்று...

அந்த ரகசியம் வெடிக்காமலே அடங்கிப்போகக் காரணம்... முழுக்க முழுக்க நீயேதான்....!

என்னை.....

தீயிட்டுக் கொளுத்தியவளும் ஒரு பெண்...!

தீ விலக்கிக் காத்தவளும் ஒரு பெண்...!

வெறும் இனிமைகளே நிரம்பிய அருமையான வாழ்க்கையை எனக்கு நீ கொடுத்துக் கொண்டிருக்கிறாய்... அதை சிதைக்க நான் விரும்பவில்லை அன்பே...!

பல முறை நான் பார்த்திருக்கிறேன்....

உனது தோழிகளிடமும்... நெருங்கிய நண்பர்களிடமும்... என்னை அறிமுகப்படுத்துவாய்...

"எனது கணவர்... மிக நல்லவர்... வெளிப்படைத் தன்மையானவர்... எனக்கும் அவருக்கும் நடுவே எந்த ஒளிவு மறைவும் கிடையாது... அவரை கணவராய் அடைய நான் கொடுத்து வைத்திருக்க வேண்டும்..." என்று.

உன்னுடைய அந்த நம்பிக்கைக்கு நான் தகுதி உடையவனா...?

இந்த ஒரு கேள்வி......

இடையறாமல் என்னுடன் கள்ள உறவாடிக்கொண்டு... நமது இணை வாழ்க்கைக்கு இடையூறு செய்துவிட எத்தனித்துக் கொண்டே இருந்தது.....!

நட்பு...

காதல்....

காமம்...

இல்லறம்....

இணை வாழ்க்கை நீட்டிப்பு...!

இவை அத்தனையும்...

தூய்மையான ஒற்றைச்சொல் மந்திரத்தால் உறுதிபட கட்டமைக்கப்பட்டவையாகும்....!

அந்த ஒற்றைச்சொல் தான்...

நம்பிக்கை.....!

நம்பிக்கையற்ற நட்பு... நிலைபெறாது..!

நம்பிக்கை இழந்த காதல்... கைகூடாது....!

நம்பிக்கை மறைத்த இல்லறம்... மகிழ்ச்சி தராது....!

நம்பிக்கை இழந்த பின்னர்... இணைவாழ்க்கை நீட்டிப்பு என்பதுவும் நிறைவெய்தா துயராகும்...!

என் அன்பே நதி....!

நாம் இருவரும் வாழும் இணை வாழ்க்கையை சிதைவுறாமல் சீராக வைத்திருப்பது... நீ என் மீது வைத்திருக்கும் நம்பிக்கை தான்.... !

அந்த நம்பிக்கையை நீ இழந்து விட எனக்கு கிஞ்சித்தும் சம்மதமில்லை....!

அதனால்.....

என்னிடமிருந்து வான்மதியின் வன்முறை வெளிப்படவில்லை...!

மௌனம் காத்தேன் நான்...!

எனது இறுகிய மௌனத்தினாலே என்ன நிகழ்ந்தது....?

இன்பம்... இணக்கம்... பராமரிப்பு... சேமிப்பு... பாதுகாப்பு... ஆனந்தம்... அமைதி... இத்தனையும்... இன்னும் அதிகமாக உன்னால் எனக்குக் கிடைத்தது கண்ணே...!

அன்று ஒரு நாள்...!

என்னுடைய அலுவலகம் ......!

பணிச்சுமை அதிகம் ....

உணவு இடைநேரத்திற்குப் பின்னர் அத்தனை பணிகளும் குவியலாகக் குவிந்துவிட்டன ......!

ஆறேழு அயல்நாட்டவர் சந்திப்புகள் ......

வியாபார விவாதங்கள் ......

கணக்கு வழக்குகள் ......

வழக்குக் கணக்குகள் ......

நிர்வாகிகளிடையே பிணக்குகள் ......

நிர்வாகத்திலேயே சுணக்கங்கள் ......

கையாடல்கள்...... கையூட்டுகள்...... களவுகள்......

குழப்பங்களிலே போராட்டங்கள்......

போராட்டங்களிலே குழப்பங்கள்......

தெளிவு காணா முடிவுகள்....

முடிவு காணா தெளிவுகள்..... !

இப்படி... எல்லா சீர்கேடுகளும் ஒரே சமயத்திலே... திருத்தத்திற்காக எனது பார்வைக்கு வந்து என்னைச் சூழ்ந்து சிறைப்படுத்தி வைத்துவிட்டன ...!

களைப்பும் கோபமும் என்னை வெகுவாக ஆட்கொண்டிருந்தன ......

மாலை ....

ஐந்து மணி அடித்து முடித்து... ஆறாவது மணியிலே அடியெடுத்து வைத்திருந்தது...

அலுவலர்கள் அத்தனை பேருக்கும் பிடித்த அந்த ஆறு மணி வரப்போகிறது...

என்னுடைய அலுவலக பணியாள் வந்தார்......

அவருடைய முகத்திலே சிறிய கலவரம் ...!

ஏதோ தகவல் சொல்ல நினைத்தார்...!

ஆனால்...

எப்படி சொல்வது என்று தயங்கினார்....

அந்த பணியாள் புதிதாக பணியிலே சேர்ந்தவர் ...

அலுவலகம் பற்றிய..... எல்லா விபரங்களும் இன்னும் தெரியாதவர்....

'ஐயா....... ஒரு பெண் வந்திருக்காங்க..... உங்களைப் பாக்கணுமாம்.....'

"என்ன பேரு ....?

"சொல்லமாட்டேங்கறாங்க ஐயா... உங்க கிட்ட ஏதோ முக்கியமா பேசணும்னு சொல்றாங்க..."

"சரி ....உக்காரச் சொல்லு .."

"நான் எவ்வளவோ சொல்லிப் பார்த்தேன்.... உக்காரமாட்டேங்றாங்க ஐயா.... பிடிவாதமா நின்னுக்கிட்டே இருக்காங்க..... உங்ககிட்ட பேசியே ஆகணுமாம்...."

அவர் சொன்ன விதமே எனக்கு குழப்பத்தை வர வழைத்தது....
"தேனீர் குடு ...."
"குடுத்தேன் ஐயா..... குடிக்க மறுத்துட்டாங்க ....."
இப்பொழுதும் தயக்கமில்லாமலே உடனே கூறினார்....!
இவ்வளவு பிடிவாதமான பெண் யாராக இருக்கும் .....என்னை எதற்காக தேடி வந்திருக்கிறாள் .....
சற்று யோசித்தேன் .....
நினைவுக்கு வந்துவிட்டது ....
கல்பனா.....!
ஆம்..... எனது அலுவலகத்திலே பணிபுரிந்த பெண்...... மிகவும் சுறுசுறுப்பு..... அலுவலிலே அதிக கவனம்...... நல்ல அலுவலர் .....!
ஆனால்.......பாவம் ....
கணவர் சரியில்லை.....!
தினமும் குடித்துவிட்டு வந்து மனைவியோடு சண்டை ..... அடிக்கடி கடுமையாக அடிப்பார் என்றும் கல்பனா கூறியிருக்கிறாள் .....
கணவர்கள் குடிப்பதற்கென்றே... பல மனைவிகள் பொருளீட்டுகிறார்கள்....
மனைவிகள் பொருளீட்டுவதாலேயே... பல கணவர்கள் குடிக்கிறார்கள்....
இது..
இப்போதைய அன்றாட நிகழ்வுகளாகிவிட்டன.....!
கல்பனாவிற்கு வயது நாற்பது கூட இருக்காது .....
இரண்டு குழந்தைகள்......
அவளது ஊதியத்தால் தான் குழந்தைகள் பள்ளிக்குப் போக வேண்டும் ......
அந்த தந்தைக்குப் பிறந்த குழந்தைகள் தான்....!
ஆனால்....
வளர்க்கும் கடமை என்னவோ... முழுக்க முழுக்க தாயே சுமக்க வேண்டிய நிலை....

வேலைப்பழு.....
குடும்பப் பழு........
வீட்டு வேலைகள்......
பிள்ளைகளின் படிப்பு........
கணவனின் குடி........
நிதிப் பற்றாகுறை........
இத்தனையும் சேர்ந்து... அவளை வறுத்தி உருக்கி... அவளது உருவத்தையும் ஆரோக்கியத்தையும் சிதைவுறச் செய்துவிட்டது...!
ஒரு மனைவியோ... மகளோ வாழ்க்கையிலே தடம் மாறி... தவறான வழியிலே போய்விடுகிறாள் என்றால்.....
அதற்கு இரண்டே காரணங்கள் தான்....!
ஒன்று.... தந்தை....!
இன்னொன்று.... கணவன்...!
சில பெண்கள் தடம் மாறிப் போய்விட பெற்ற அம்மாக்களே காரணமாக இருக்கிறார்கள்...!

சமுதாயத்திலே .....

பணம் காய்க்கும் மரமென்றும்... பொருளீட்டும் எந்திரம் என்றும் மனைவியின் இரத்தத்தை உறிஞ்சிக் குடித்து மகிழ்ச்சியாய் வாழும் கணவர்களும் உண்டு ...

மனைவியின் மேலே மாசுபடிந்தாலும் பரவாயில்லை... தான் தூசு படாமல் வாழ வேண்டும் என்பதே அவர்களது கொள்கை.....

உருவமில்லா ஊசி கொண்டு மனைவியை குத்தி காயப்படுத்துவதையும்.....

வன்முறையான வார்த்தைகளால் வசைபாடி... மனைவியை அவமானப்படுத்தி கொத்தடிமையாக அடக்கி அடிமைப்படுதுவதையும்....

கொடூர ஆயுதங்களால் விலங்குகளை தாக்குவது போல தாக்கித் துன்புறுத்தி வதைப்பதையும்.....

பல கணவன்மார்கள் தொடர்ந்து செய்து கொண்டே வருகிறார்கள்....!

பெண்.......

மாபெரும் சக்தி படைத்தவள் .....

அவள் வெகுண்டெழுந்து எதிர் தாக்குதல் நிகழ்த்தினால்... எந்த கணவனும் தாக்குப்பிடித்து எதிர் நிற்க இயலாது .....!

ஆனால் ...

அத்தனையும் சகித்துக் கொண்டு அவள் அந்த சாக்கடையே சரணம் என்று மூழ்கிக் கிடக்கிறாள்.....

ஒரே காரணம்....

அவள் சுமந்து பெற்ற குழந்தைகள்....!

உலர்ந்த பசுவின் மடியிலே வற்புறுத்தி பாலை உறிஞ்சுவது போல... வறண்ட மனைவியிடம் கறந்து பணம் பறிக்கும்... இது போன்ற இல்லறக் குற்றவாளிகளை சுட்டு பொசுக்கி விட சட்டத்திலும் அனுமதியில்லை..... நீதியிலும் நாதியில்லை......!

ஊடகங்களிலே பார்க்கிறோம் ....

காவல் நிலையங்களிலே அடித்தே கொல்லப்பட்டார்கள் என்று....!

அவர்கள் குற்றவாளிகளா.... தெரியாது......!

ஆனால்.....

இதோ இருக்கிறார்கள்....

இல்லறக் குற்றவாளிகள் ....!

ஒரு பெண்ணின் குருதியை உறிஞ்சிக் குடித்துவிட்டு... உடலைத் துவைத்து சிதைத்து துளையிட்டு சல்லடையாக்கி விட்டு... உல்லாசமாய் வாழும் ஆயுட் குற்றவாளிகள்.....!

இவர்களை தண்டிக்க காவல் நிலையங்கள் ஏன் தவறிவிட்டன.... ?

பாவம் பெண் இனம் ....

இந்த சித்ரவதைகளை சகித்துக்கொண்டு... நலிந்து கொண்டே வாழ்வை கடத்துகிறது ...!

உயிரை கயிறு போட்டு இழுத்துப் பிடித்து உய்கிறது....!

பல ஆண்கள் ......

அதிகாலையிலேயே குடிக்கத் துவங்குகிறார்கள்.....

பகல் முழுவதும் குடிக்கிறார்கள்....

மாலையும் குடிக்கிறார்கள்...
இரவும் குடிக்கிறார்கள்.....!
காலைச் சிற்றுண்டி......
பகல் உணவு......
மாலைச் சிற்றுண்டி.......
இரவு உணவு...
எல்லாமே மதுதான்...!
பல நாட்கள் மதுக்கடைகளிலேயே படுக்கை...
அங்கேயே நினைவிழந்து சுருண்டு விழுந்து கிடக்கிறார்கள்...
அவன் மனைவிக்கு கணவனா ....
இல்லை மதுவுக்கு கணவனா தெரியவில்லை ......!
மனைவியின் இல்லற விதி.....
கணவன் எந்த மதுக்கடையிலே சுருண்டு கிடக்கிறான் என்று... மதுக்கடை விலாசம் தேட வேண்டும்.....
தனது குறைந்த பலத்தை உபயோகித்து... கணவனின் கனத்த பாரத்தைத் தூக்க வேண்டும்.... வீடு கொண்டு வந்து சேர்க்க வேண்டும்....!
அசுத்தமாகி நாற்றமெடுத்து விட்ட உடலை சுத்தப் படுத்த வேண்டும்....
சாப்பிட வைக்க வேண்டும்....
படுக்கை தட்டிப் போட வேண்டும்....
உறங்க வைக்க வேண்டும்.....!
நள்ளிரவிலே......
அவனுக்கும் துள்ளிவரும் காமக் கிளர்ச்சி....!
விடுவானா....
அதுதான் இருக்கிறாளே.....
தாலி கட்டிய கொத்தடிமை....!
களைப்பென்று சலிக்கக்கூடாது..... வலியென்று விலகக்கூடாது அவள்.....!
அந்த அகால நேர காம வெறிக்கும் இணங்கி ஒத்துழைக்க வேண்டும் .....!
கணவனல்லவா.... பாவி...
கட்டி விட்டானே... தாலி......
கணவனுக்கு இப்படியொரு அதிகாரப் பெருக்கமும்... மனைவிக்கு இப்படியொரு அடங்கிப் போகும் பழக்கமும் யார் கொடுத்தார்கள்...... ?
எந்த சட்டத்திலே இவையெல்லாம் எழுதப்பட்டிருக்கின்றன.... ?
பெண் எதற்காக இந்த மான பங்கங்களை அங்கீகரித்து வாழ்வைக் கடத்திக் கொண்டிருக்கிறாள்..... ?
எந்த கேள்விகளுக்குமே விடை இல்லை....!
அவன்...
அவள் அருகிலே படுப்பான்.....
அசுரத்தனமாக அணைப்பான்......
மூர்க்கத்தனமாக முகர்வான்....
போலித்தனமாக புனருவான்....

அது அவனுடைய உரிமையாம்.....!

அவனுக்கு .....

குடித்து குடித்து பற்கள் காரை படிந்து... நிறம் மாறிப் போயின......

வயிற்றிலே குடல் முழுவதும் வெந்து போனது ......

அதனால்... அவனருகிலேயே நெருங்க முடியாத அளவிற்கு வாயிலே துர்நாற்றம் ....!

ஊரே அருவருக்கும் அவனது வாய் நாற்றத்தை சகித்து... மனைவி அவனுக்கு உடல் நெருக்கத்திலே உடன்பட வேண்டும்......!

அந்த அழுக்கு உடலை அனுமதித்து அவனோடு உறவிலே கூட வேண்டும்......!

இந்த இடத்திலே மனைவிகள் கடவுள்கள் இல்லையா.....!

அவன் என்ன செய்கிறானோ... அது அவனுக்கு சுகம்.....

அவனிடமிருந்து என்ன கிடைக்கிறதோ... அது அவளுக்கு சுகம்....!

அந்த அகால நேரத்திலே நிகழ்ந்த தகாத உறவிலே விழுந்து விளைந்த விதைதான்... கல்பனாவின் இரண்டாவது குழந்தை......!

ஆம்....

சில நேரங்களிலே இது போன்ற சொத்தை விதைகளும் முளைத்து விடுகின்றன......!

ஒருவகையிலே இதுவும் அனுமதிக்கப்பட்ட இனப்படுகொலை தான்...!

இதில் அவலம் என்னவென்றால்......

எத்தனையோ பெண்களின் வாழ்க்கை இப்படி சீரழிகிறது என புள்ளி விவரங்கள் இருந்தும்...... அரசே அறிவித்து அமோகமாக மது விற்பது தான்......!

மளிகைக் கடை ......

மருந்துக் கடை.........

உரக் கடை........

நியாய விலைக் கடை ....

இது போல... மதுக்கடையும் மக்களது வாழ்க்கையிலே... அதி அத்தியாவசமான கடையாக அரசால் அங்கீகரிக்கப்பட்டது தான் இன்றைய அவல நிலை......!

பாவம் கல்பனா.....

அவள் வாழ்வது வாழ்க்கையா..... ?

முடிவில்லா மரணம்......!

மரணிப்பதற்கென்றே .....

அதிகாலையிலேயே அவள் கண் விழிக்கிறாள்....

மரணிப்பதற்கென்றே......

மாடாய் உழைக்கிறாள்....

மரணித்தது போலவே.........

நினைவிழந்து அயர்ந்து உறங்குகிறாள்......

மீண்டும் மீண்டும் மரணிப்பதற்காகவே... மீண்டும் மீண்டும் விழிக்கிறாள்.....!

ஆக அவளது இயக்கம் முழுவதுமே மரணத்தை நோக்கித்தான்......!

ஒரு நாள்... இந்தக் கதையை கல்பனாவே என்னிடம் கூறி, கண்ணீர் கடலிலே கரைந்தாள்...!

இது... அவளது அந்தரங்கம்.....

எதனாலோ......அவளுக்கு என்னிடம் முறையிடத் தோன்றியிருக்கிறது.....

நிறைய சாதிக்க வேண்டும்...... பொருளீட்ட வேண்டும் .... குழந்தைகளை மிக உயர்ந்த நிலைக்கு உயர்த்த வேண்டும்... எனப் போராடினாள் கல்பனா....!

ஆனால்... அவளால் தொடர்ந்து இயங்க இயலவில்லை ......

குடிகாரக் கணவரோடு கூட்டுச் சேர்ந்து... நோயும் அவளை துரத்தி துரத்தி துன்புறுத்தத் துவங்கி விட்டது .....!

அவளால் உழைப்பிலே கவனம் செலுத்த இயலவில்லை......

ஒருநாள்.....

குழந்தைகளோடு அலுவலகத்திலே வந்து நின்றாள்....!

அந்தப் பிஞ்சு முகங்களை உற்று நோக்கினேன்......

பரிதாபமாக இருந்தது....

சரியான உடைகள் கூட இல்லை.....

முகங்களிலே ஒளிச்சுடர் இல்லை...

ஆனால்... அறிவுச்சுடர்... அந்த வறண்ட முகங்களிலும் பீறிட்டுக் கொண்டு ஒளி வீசியது ....

என்ன செய்வது.....

தந்தை சரியில்லை.....

பச்சைக் குழந்தைகளின் எதிர்காலம் கூனல் கண்டு வளைந்து கேள்விக் குறியாகிக் கிடந்தது.....

மனசு பதறியது....

"என்ன வேண்டும்"

கல்பனாவிடம் கேட்டேன்.....

"பணியிலிருந்து விடுதலை வேண்டும்"

அவள் தீரா வலியுடனும்.... அளவிலா ஆற்றாமையுடனும் தான் கூறினாள்....!

ஆனால்...

அவளுக்கு பணி நீங்க விருப்பமில்லை !

காரணம்.....

அந்த பணி ஓய்வு வாயிலாக வரும் நிதி... அவளுக்கு வேண்டும்...

மது குடிக்க அவளது கணவனுக்கு வேண்டும்......

அரசாங்கம் வீதி தோறும் விரித்து வைத்திருக்கும் மதுக் கடைகளுக்கு வேண்டும்......

அரசுக் கருவூலத்திற்கு வேண்டும்.......

அதிகாரிகளுக்கும்... அமைச்சர்களுக்கும் கூட அந்த அப்பாவிப் பெண்ணினுடைய ஊதியம் வேண்டும்.....!

சூழ்நிலைச் சதியிலே வீழ்ந்து விட்டாள் அவள்... வேறுவழியில்லை....!

அவளுக்கு என்ன பதில் சொல்வது..... ?

சற்று நேரம் அவளையே கூர்ந்து பார்த்துக் கொண்டிருந்தேன் நான்....

அவளுடைய இயலாமை என்னை உந்தித்தள்ளியது.....

சற்றும் தயங்கவில்லை......
கல்பனாவின் மருத்துவச் செலவுக்கு...
குழந்தைகளின் படிப்புச் செலவுக்கு.....
குடும்பப் பராமரிப்பு செலவுகளுக்கு... என... அவள் சற்றும் எதிர்பாராத ஒரு பெரும் தொகையினை கொடுத்து உதவி செய்தேன்....
அவள் விரும்பினால்... எந்தத் தருணத்திலும் வந்து பணிபுரியலாம் என்கிற வாக்குறுதியும் கொடுத்து அனுப்பி வைத்தேன்......!
அவள் பணியிலிருந்து விலகிச் சென்று ஆண்டு ஒன்று கடந்துவிட்டது...
ஆனால்.....
அவள் எந்த நேரத்திலும் வருவாள் என நம்பிக்கொண்டே இருந்தேன்...
எனது நம்பிக்கை வீண்போகவில்லை....
இதோ....
இப்பொழுது வந்திருக்கிறாள்.....!
அவளைத்தான் அந்தப் பணியாள் குறிப்பிடுகிறான் என எனக்குப் புரிந்துவிட்டது ....
நான் உதவிய முழுப் பணத்தையும்... கல்பனாவின் கணவன் அவளிடமிருந்து அடித்து பறித்து குடித்தே அழித்துவிட்டான்.....!
பொருள் தீர்ந்துவிட்டால்.....
பொறுப்பு பெண்ணின் தலையிலே தானே....!
அவளுக்கு குடும்பச் சுமை மறுபடியும்...!
குழந்தைச் சுமை ....
பணத்தேவை....!
அவள் உழைக்க வேண்டும்... மறுபடியும்.....
நோயோடு போராடி...
உயிர் போகும் வரை......!
வேறுவழியில்லை....!
சில பெண்கள்.... உழைப்பதற்கும்... உருக்குலைவதற்குமென்றே பிறவி எடுக்கிறார்கள்....
கல்பனா.....
அப்படிப் பிறப்பெய்தியவள்....!
அவள் காத்திருக்கும் இடத்திற்குப் போனேன் ....!
ஆனால் .....
அங்கு சென்று பார்த்த போது......
வெடித்துவிட்டேன்...!
காரணம்...
வந்திருந்தவள்.....
வாடி வாடி வறுமையிலே சலித்துப் போன கல்பனா அல்ல....!
நான்....
தேடித்தேடி... ஓய்ந்து போன.....
வான்மதி....!

ஆம்.....
வான்மதியே தான்....!
சிதைந்து விட்டாளோ.....
சிதறிவிட்டாளோ.....
முடிந்து விட்டாளோ.......
என நான் முடிவு கட்டி மூடி வைத்திருந்த அதே வான்மதி....!
இருவரும்...
ஒன்பதாவது வகுப்பிலே படித்துக் கொண்டிருந்தோம்.....
வான்மதி குற்றாலத்து நீரிலே தவறி விழுந்தாள்......
நான் அவளைக் காப்பாற்றினேன்......
அவள் என் மீது விழிப்பார்வை வீசினாள்......
நான் மொழி பேச மறந்தேன்......
கதிரேசன் அதற்கு காதல் என்று பெயர் வைத்தான் .....
கடிதம் எழுது என்றான்......
எழுதினேன்......
வான்மதியிடம் கொடு என்றான்.....
கொடுத்தேன்...
அவள் தலைமை ஆசிரியரிடம் கொடுத்தாள்......
விதியின் விரைவு நிகழ்வுகள் பல அதிவிரைவாக நிகழ்ந்தேறின...!
பள்ளி வாழ்க்கையின் கட்டமைப்பே மாறியது......
வான்மதி பள்ளிக்கு வரவில்லை.....
தினமும் அவளது வீட்டிற்கு ஓடினேன் .....
கால் கடுக்க நின்றேன்......
காண முடியவில்லை......!
அன்று காணாமல் போனவள் தான்......
அதன் பிறகு...
இன்று தான் காண்கிறேன்......!
சிலிர்த்தது எனக்கு.....
மனசு முழுக்க ஒளி....
கண்கள் முழுக்க மின்னல்....
உடல் முழுவதும் மின்சாரம்...!
உலகம் முழுவதும் வெளிச்சமாய்.....
இதயத்திற்குள்ளே அதிவேக இயந்திரம் இயங்கிச் சுழல்கிறது.....
உச்சித்தலை முதல் உள்ளங்கால் வரை பரபரப்பு.....
எனக்குள்ளே... இயக்கம் நின்று போனதா.... அல்லது துரித வேகமெடுத்ததா.... புரியவில்லை....!
மகிழ்வு மிகுதியால்... நான் எனது கட்டுப்பாட்டை இழக்கிறேன் என்பது மட்டும் எனக்குப் புரிகிறது....
என்னை நிதானப்படுத்திக் கட்டுப்படுத்த எனது சுய அறிவுக்கு வீரியப் பற்றாக்குறை....!

மொத்த இரத்த ஓட்டமும் ஒரு முறை உந்தி எழும்பிக் கொதித்துக் குதித்தது...

வறண்டு கிடக்கும் பாலைவனம் போன்ற மனப்பரப்பிலே... புத்தம் புதிய மழைநீர் விழுந்து இதயம் முழுவதும் ஈரம் பரவியது....

அது.... மாபெரும் மகிழ்ச்சிப் பெருக்காக உருமாறுகிறது....

ஏன்...?

வான்மதி வந்துவிட்டாள்...

மீண்டு வந்துவிட்டாள்...

மீண்டும் வந்துவிட்டாள்...

முழு உருவமாக...

சிதைவுறா சித்திரமாக...!

அதனால்...

என் மனதிலே மகிழ்ச்சி வெள்ளம்...!

அதற்கு காரணமும் இருந்தது....!

சாதாரணப் பெண்ணா அவள்....?

முதன் முதலாக எனக்குள்ளே ஈரப் பசையை உற்பத்தி செய்தவள்......

எனது விழிகளுக்கு ஒளித்திறன் கொடுத்தவள்.....

எனது உடலுக்குள்ளே ஆவேசங்களை விதைத்தவள்.....

காதல்.... என்று ஒன்று இருக்கிறது..... என்பதை எனக்குப்புரிய வைத்தவள்......

கரைந்து போகும் களிமண்ணாக இருந்த எனது மூளைக்குள்ளே... கற்பனா சக்திகளை தூவி கவிதை புகுத்தியவள்......

நான் யாரோடு வாழ்ந்தாலும்.... அவளுடைய பாதிப்பில்லாமல்... நினைவுத் தாக்கம் இல்லாமல்... வாழ்தலே இயலாது...!

அந்த வான்மதி தான்......

என் எதிரே நின்று......

காட்சி தந்து கொண்டிருந்தாள் எனக்கு.....!

எனது கண்கள் குளமாகி... காட்சியை ஈரப்படுத்தின....

காரணம்....

இறந்து போயிருக்க கூடுமோ.....

எனது கடிதம் அவளது உயிரைக் குடித்திருக்குமோ......

என்கிற ஐயப்பாடுகளை... எனது மனசுக்குள்ளே விதை போட்டு... முளைவிட்டு.... வேரூன்ற வைத்திருந்தாள் வான்மதி....!

நல்ல வேளை.....

அவள் உயிர்ச்சேதம் செய்து கொள்ளவில்லை....!

உடற்சிதைவும் ஏதுமில்லை.....!

நான்......

பெரும் பழியிலிருந்து தப்பிவிட்டேன்...!

இது மகிழ்ச்சியில்லையா எனக்கு.....!

எத்தனை கால துயர்...

எத்தனை ஆழமான ரணம்...

எத்தனை காலங்களாக வலிகளுடன் போரிட்டு போரிட்டு அந்தரங்கமாகவே சேமித்து வைத்த கொடூரமான வடுக்கள்....

வான்மதி என்ன ஆனாளோ என்று....!

இவற்றிலிருந்தெல்லாம்...

நிரந்தர விடுதலை இன்று....!

இனி பயமில்லை....

வலியில்லை....

துயரில்லை....

குழப்பங்கள் ஏதுமில்லை...!

எனது வாழ்க்கைப் பயணத்திலே வளைவுகள் இல்லை...

இவை எல்லாவற்றையும் விட.... என் நதி உன்னிடம் இனிமேல் எனக்கு பயமில்லை...

மறைபொருள் எதுவுமே இல்லை...!

காரணம்....

இதோ...

சிதைவின்றி... சேதாரமேதுமின்றி முழு உருவமாக எனது கண் முன்னே நிற்கிறாள்....

வான்மதி....!

நீண்ட காலத்திற்குப் பிறகு...

இதயம்... சுத்தமான காற்றை இழுத்து சுவாசித்தது.....

ஏன்....

வான்மதியை கைப்பிடியாக அழைத்து வந்து... என் நதி... உன் முன்னாலே நிறுத்திவிட்டால்..... அந்தக்கடிதச் சம்பவம் காற்றிலே பறக்கும் தூசுபோல பறந்துவிடும்...!

அடுத்த வினாடியே... இத்தனை நாளும் இத்தனை காலமும் என்னை குத்தூசி போல குத்தி ரணப்படுத்திக் கொண்டிருந்த துயரங்களிலிருந்து நிரந்தர விடுதலை கிடைத்துவிடும்....!

பிறகென்ன...

மகிழ்ச்சி பீறிடத்தானே செய்யும்.....

மகிழ்ச்சி தான்....!

ஆனால்....

அந்த மகிழ்ச்சி....

நீண்ட நேரம் நீடிக்கவில்லை...!

குப்பென்று பற்றிய நெருப்பைப்போல... பழைய நினைவுகள் என்னைப் பற்றிக் கொண்டன மீண்டும் ..!

ஏன்... ?

நீண்ட காலம் கடந்து வான்மதியைப் பார்க்கிறேன்...

ஆனால்...

நீண்ட நேரம் பார்க்க இயலவில்லை...!

காரணம்.....

வான்மதியின் உருவத்தோற்றம்..... என்னை கூராயுதம் கொண்டு கிழித்தது....!

கல்பனாவாவது பரவாயில்லை....!

ஆனால் வான்மதி.....

கட்டி இரும்பை கனல் நெருப்பிலே உருக்கி உருக்கி கரைத்தெடுத்த மெல்லிய கம்பி போல... உடல் மெலிந்து வலுவிழந்து காணப்பட்டாள்....!

அவளை ஒரு பெண்ணென்று எடுத்துக் காட்டிக் கொண்டிருந்ததே... உலர்ந்தது போக எஞ்சியிருந்த எலும்புகளும்... அவற்றைப் போர்த்தியிருந்த தோலும்தான்...!

பருவ காலத்திலே......

பள்ளி எங்கும் மின்னலென ஒளி வீசி உலா வந்த... அந்த அழகுச் சிலையை... ஈவு இரக்கமின்றி தீயிடாமலே உடலின் உட்பகுதியை மட்டும் உருக்கிக் கரைத்தது யார்....?

எனது கடிதம் தானா...?

அவளது அந்த விழிகள்.....

அவை செய்த சாதனைகள் தான் எத்தனை....!

ஆசிரியர்... மாணவர் என்கிற பேதமின்றி ஒட்டுமொத்த பள்ளியையும்... அந்த விழிப்பார்வையிலே வீழ்த்திவிட்டவள் அவளல்லவா...!

ஆனால் இன்று....

அவளது முகத்திலே... அந்த விழிகள்... விழிக் குழிகளுக்குளே விழுந்து... இருக்கும் இடமே தெரியாமல் இருட்டுக்குள்ளே பொலிவிழந்து கிடக்கின்றனவே...

கிணற்றுக்கடியிலே கிடக்கும் கூழாங்கற்களைப் போல....!

அந்த கூழாங்கற்களை மேவி நிற்கும் தண்ணீர் போல... கண்ணீர் ஊற்றெடுத்து மேவி குளம் போட்டுத் தேங்கி நிற்கிறதே....

அவளது விழிக்குழிகளுக்குள்ளே....!

இதற்கும் காரணம்.....

எனது கடிதம் தானா...!

வான்மதியின் உடல் வனப்பு மட்டும் சாதாரணமா....?

அந்த உடல் வனப்பின் மேலே மேய்ந்து சலிக்காததை ஆண்களின் கண்கள் மட்டுமா...?

பெண்களின் கண்களும் தானே....!

அவளது மேனி முழுவதுமே அழகுக்குவியல் குவிந்து கிடந்ததால்... பார்ப்போர் கண்களும் ஓரிடத்திலே நிலை கொள்ளாமல்... மேலும் கீழுமாய் பயணித்து பயணித்து... சுழன்று சுழன்று... உருண்டு உருண்டு... ஓரிடத்திலே நிற்க முடியாமல் பயணித்தபடியே இருக்குமே....!

அந்த இடைவிடா இயக்கத்தினால் பழுதடைந்து போன விழிகளின் எண்ணிக்கைதனை எண்ணிச் சொல்ல இயலுமா...

அந்த உடல் வனப்பை முற்றிலுமே இற்றுப்போகவிட்டு... துரும்பாய் வற்றிப்போய்... உறுதி அற்றுப்போய் வந்து நிற்கிறாளே.....

எப்படி...?

இதற்கும் காரணம்....

எனது கடிதம் தானா....?

அடர்ந்து பரந்து மலர்ந்து மணம் பரப்பிக்கொண்டிருந்த மலர்கள்... முற்றிலும் உதிர்ந்த பின்னே காய்ந்த குச்சிகளை மட்டுமே தாங்கி தனியே நிற்குமே..... அந்த செடியினையொத்து வாடி நிற்கிறாளே வான்மதி....!

எப்படி.... ?

இதற்கும் காரணம்....

எனது கடிதம் தானா.... ?

இவளை எப்படி நான் உன்னிடம் அழைத்து வருவது நதி.... ?

ஓராயிரம் கேள்விகளும் தயக்கங்களும் ஒரு சேர எனக்குள்ளே அதிவேகமாக உற்பத்தியாகி ஊற்றெடுகின்றனவே....!

அவள் உயிர்கொண்டு உய்வது மகிழ்ச்சி ...!

ஆனால்...

அவள் அழகு உதிர்ந்து எதிர் வந்து நிற்பது அதிர்ச்சி...!

இந்த மகிழ்ச்சியை... அதிர்ச்சி அடக்கி விடுமா.....!

அல்லது... அந்த அதிர்ச்சியை மகிழ்ச்சி முடக்கி விடுமா....!

வான்மதி வாய்திறந்து பேச வேண்டும்....

அந்தப் பேச்சிலே தான்... புதிர்கள் மொத்தமும் சுத்த விடியல் காணும்...!

அவளோ... ஒட்டுமொத்தமாக மௌனம் காத்து வாயடைத்து நிற்கிறாள்...!

ஆனால்....

அந்த மௌனத்திலே அமைதி என்பது மருந்துக்கும் இல்லை....!

முகக்குழிகளுக்குள்ளே கிடந்த கண்களிலே... தீ கங்குகளை சேகரித்து வைத்து... சிவப்பு நிறத்திலே வெளிக்காட்டிக் கொண்டிருந்தாள் வான்மதி....!

அவளது விழிகள்... கருவிழிகளாயிற்றே...

மின் காந்த சக்தி... மிக்கவையாயிற்றே...

எப்படி வண்ணம் மாறின அவை... ?

யாராவது அவளது விழிகளைத் தோண்டி எடுத்துவிட்டு... தீ துண்டுகளை விழிகளென்று பொருத்தி விட்டார்களா... ?

வன்முறை.....

ஏதோ ஒரு வகையிலே அவளுக்குள்ளே ஊறல் போட்டு உருவாகி நிரந்தரமாக நிலை பெற்று விட்டிருந்தது....!

அதற்கும் காரணம்....

எனது கடிதம் தானா..!

நிலவு....

வானிருந்தபடியே வள்ளல் தன்மையோடு குளிர்ந்த ஒளியை அனைவருக்கும் வழங்குகிறது....

ஆனால்....

இந்த வான்மதி....

அந்த நிலவொளியையோ... அதன் குளிர்த்தன்மையயோ சிறிதேனும் தன் மேல் விழ அனுமதித்தவளில்லை போலத் தெரிகிறாளே....

அவளிடமிருந்து கடுமையான வெக்கை மட்டும் தானே புறம் தெறித்து பரவிக் கொண்டிருக்கிறது....!

அப்படி என்ன நிகழ்ந்தது அவளது வாழ்க்கையிலே....!

30. இது தெரியாமல்....

இது தெரியாமல்....
நான் எப்படி வான்மதியை உன்னிடம் அழைத்து வருவது நதி....!
நதி...
குழப்பங்களையெல்லாம் நான் அடைகாத்துக் கொண்டு... குதூகலத்தை மட்டுமே உனக்களித்துக் கொண்டிருக்கிறேன்....!
நான்.....
வான்மதியை உன்னிடம் அழைத்து வந்தால்....
அவளை நீ கண்ணுறுவாய்.....
அவளது இந்த தோற்றமே உன்னை குழப்பப்படுத்தி விடும்...!
அதனால்....
உனது மனதிலே தேவையில்லாத ஐயங்கள் எழும்..... !
அந்த ஐயங்கள் வாயிலாக உனது மனதிலே பல கேள்விகள் உய்யத் தொடங்கிவிடும்.....!
அந்த கேள்விகள் வாயிலாக வான்மதியின் பள்ளிக்கதை துள்ளி வெளியிலே விழும்....!
அதன் வாயிலாக... இத்தனை காலம் அந்தக் கடிதச் சம்பவத்தை நான் உன்னிடம் மறைத்த குற்றம்... ஐயமின்றி மெய்ப்பட்டு விடும்....!
உன்னுடைய மகிழ்ச்சிக்கு குந்தகம் நேர்ந்துவிடும் ....!
அதனால் தான்...
வான்மதியை உன்னிடம் அழைத்துவர துணிவில்லை எனக்கு....!
வான்மதியின் நிலை பற்றி தெளிவு வேண்டும்.....
அதற்கு.... அவள் வாய் திறக்க வேண்டும்....!
எதற்கு வந்தாளோ தெரியவில்லை....
ஆனாலும்...
அவள் என்னைத் தேடி வந்திருக்கிறாள்....!
எனது விருந்தாளி அவள்...
நான் தான் முதலில் பேச வேண்டும்.....!
ஆனால்...
என்ன ஆயிற்று.... இன்றெனக்கு...!
பேசத்தான் முனைகிறேன்...
முடியவில்லையே....
எழவில்லையே எனது நா...
உயரவில்லையே எனது குரலொலி....!
ஏன்...
பயப்படுகிறேனா நான்.... ?
வான்மதியைப் பார்த்து.....!

இல்லையா.....

அப்படி மறுப்பதற்கில்லை என்னால்....!

என்றால்...

எனது வயிற்றுக்குள்ளே... குடல் பகுதியிலே... சுழல் காற்று புகுந்து கொண்டு சுற்றி சுற்றி வருவது போல ஒரு குமட்டல் வருகிறதே....

அதன் பெயர் என்ன..... ?

நெஞ்சுக்கூட்டிலே குஞ்சுக்காக அடைகாக்கும் கோழியின் மடிபோல சூடு பரவுகிறதே....

அதன் பெயர் என்ன.... ?

எனது அனுமதியில்லாமலே... நரம்பு மண்டலம் சற்று விறைப்புத் தன்மை கண்டு விடைத்து நிற்கிறதே....

அதன் பெயர் என்ன... ?

எனது கண்கள் மட்டும்... ?

அவை மட்டும் நிமிர்ந்து நேராக துணிந்து வான்மதியின் முகத்தையா உற்று நோக்குகின்றன... ?

இல்லையே....

ஓரிடத்திலே நிலை கொள்ளவில்லையே அவை...!

அதன் பெயர் என்ன..... ?

அந்தக் கண்களிலே எனது அனுமதியில்லாமலேயே விழி நீர் ஊற்று சுரந்து தழும்பி வீழ்ந்துவிட தயாராகி நிற்கிறதே....

அதன் பெயர் என்ன... ?

பாசமா...

பரிதாபமா....

இரக்கமா....

என்ன பெயர் என்று எனது அறிவு வெளியிட மறுக்கிறது....!

என்றால்....

இது...

வான்மதியின் மேல் நான் வளர்த்திருந்த விடலைக் காதலின் வெகுமதியால் விளைந்த தொடர் வெளிப்பாடா..... ?

அப்படி அறிவிப்புச் செய்து விடலாகாதே.... ?

என்றால்....

அதன் பெயர் தான் என்ன.... ?

பயமா.... ?

ஆம்.......

பயம் தான்...... ?

வான்மதியிடமா.... ?

ஆம்.....

வான்மதியிடம் தான்......!

இப்பிறவியிலேயே முதல்முதலாக எனக்குள்ளே பருவக்கிளர்ச்சிக்குப் பதியம் போட்டு விதை நட்டவள் அவள்...

ஒன்பதாவது வகுப்புப் பருவத்திலே... எனக்குள்ளே காதல் சாரலைப் பாய்ச்சி.... காமச் சுனை ஊற்றெடுக்க உத்தரவிட்டவள் அவள்.....

அவளைப் பார்த்து நான் பயப்படுகிறேனா......?

அவளது பருவ வனப்பை... பல பகல்கள் பல இரவுகள் என... எனது கற்பனைக் கனாக்களிலே வினாக்களெழுப்பி விளக்கம் தேடியிருக்கிறேனே ....

அவளைப் பார்த்து நான் பயப்படுகிறேனா .....!

குற்றாலத்திலே அவளை காப்பாற்றிய பிறகு.....

இரவுப் பேருந்திலே...

வகுப்பறையிலே....

இப்படி.... இடைவிடாமலே அவளைத் தவிர்த்து வேறு எந்தப் பொருள் மீதும் விழாமல்... எனது விழிகள் அவள் மேலேயே தைத்து தவம் கிடந்திருக்கின்றனவே...

அவளைப் பார்த்து நான் பயப்படுகிறேனா .....?

ஆம் .....

பயப்படத்தான் செய்கிறேன் .....!

காரணம்.....

அவளது தோற்றச்சிதைவு.....!

இரக்கம் என்று சொல்லலாமோ.....!

அப்படியும் சொல்லிவிடலாகாது......

இரக்கமென்றால்.... நான் அவளைப் பார்த்த மாத்திரத்திலேயே துரிதமாக அருகிலே சென்றிருக்க வேண்டும்....

'ஏன் இப்படி இருக்கிறாய்..... என்ன நிகழ்ந்து விட்டது உனக்கு.....'

என பரிவோடு விசாரித்திருக்க வேண்டும்....!

செய்தேனா.....

இல்லை.....!

அப்படித் தோன்றவில்லை.....!

அவள் வந்து இவ்வளவு நேரமாகியும்... அவளை விட்டு விலகியேதான் நிற்கிறேன்.....

என்றால்....

பயம் தான்.....!

ஏன்..... ?

அவளது மெலிந்த உருவம் தான் கண்ணுக்குத் தெரிகிறது ......

அவளது மறைந்த மனசுக்குள்ளே என்ன இருக்கிறதோ..... அது எனக்குத் தெரியவில்லையே ......

எனக்கு மட்டுமல்ல .....

எந்த ஆணுக்குத் தான் தெரியும் .....

ஒரு பெண்ணின் மனக்கிடக்கை.....!

வானம்.....

மேகம் ....

நிலவு...

கதிரவன்...

நட்சத்திரங்கள் ....

கோள்கள்....

செவ்வாய்....

வியாழன்.....

என்று ஆகாயத்தை அளவில்லாமல் ஆராய்ந்து அறிவிப்புச் செய்து விட்ட மனிதன்.....

ஆழக்கடல்....

அகன்ற ஆறு...

உருவமில்லா காற்று.....

ஊர்ந்து பெருகும் ஊற்று....

நிலையிலா காலநிலை...

நிலம்...

நிலத்தின் தன்மை.....

விளைசக்தி....

நிலத்தடி கனிம வளங்கள்.....

இப்படி... எல்லையற்று விரிந்து ஆய்வு செய்து கணக்கிட்ட மனிதன்...

இந்தப் பெண்களின் மனதை மட்டும் கணக்கிட கருவிகள் கண்டுபிடிக்க எத்தனித்து... தோல்வியைத் தழுவிவிட்டானே......!

ஏன்..... ?

இயற்கை....

விஞ்ஞானம்....

மெய்ஞானம்....

ஆன்மீகம்....

அரசியல்....

எல்லாவற்றையும் ஆய்வு செய்து அளவிட்ட மனிதன்.... இந்த பெண்களின் மனதை அறிந்து அளவிட முயன்று தோற்றுப்போனானே...!

ஏன்..... ?

கத்தி...

ஈட்டி..

வாள்....

அரிவாள்...

வேல்கம்பு....

கோடரி...

மண்வெட்டி....

ரம்பம்....

போன்ற கைப் பொருளாயுதங்களை கையாளத் தெரிந்த மனிதன்... பெண்களின் மனப்பதிவுகளைக் கையாள்வதிலே பின்னடைவு கண்டு துவண்டு போய்விட்டானே.....!

ஏன்..... ?

துப்பாக்கி......

எரிகுண்டு .....
வெடிகுண்டு.....
அணுகுண்டு.....
ஏவுகணை......
போன்ற அதிவேக ஆயுதங்களைக் கண்டுபிடித்த அதி விஞ்ஞான மனிதன்...
இந்த பெண்களின் மன ஆய்விலே தோல்வி கண்டுவிட்டானே....!
ஏன்... ?
சிங்கம்....
புலி....
சிறுத்தை....
கரடி....
ஓநாய்...
போன்ற கொடிய விலங்குகளை கைப்பாவைகளாக வணக்கி வெற்றி கண்ட மனிதன்... இந்தப் பெண்களிடம் பணிந்துவிட்டானே....!
ஏன்.... ?
ஆடு....
மாடு....
நாய்....
எருமை...
பூனை..
முயல்...
மான்....
குரங்கு....
குதிரை.....
எலி....
பல்லி....
கரப்பான்பூச்சி....
பெருச்சாளி....
பாம்பு...
ஏன்.... கழுதையைக் கூட பகுத்தறிந்து பழக்கி... வீட்டு விலங்குகளாக்கி... அவற்றோடு பிணை வாழ்க்கை நடத்திக் கொண்டிருக்கும் மனிதன்....
அந்த வீட்டுக்குள்ளேயே இணை வாழ்க்கை வாழும் பெண்ணின் மனதைப் புரிந்தறியும் திறமை பெற்றானோ.... ?
இல்லையே....
ஏன்... ?
வீசும் காற்றை... தென்றலென்றும்... புயலென்றும் பகுத்தறிந்தான்.
பாயும் நீரை ஊற்றென்றும்.... சுனையென்றும்... ஆறென்றும்... குளமென்றும்.... கடலென்றும் வகை பிரித்து ஆய்வு செய்தான்.....
மின்னலின் ஒளி வேகத்தைக் கணக்கிட்டறிந்தான்...

இடியோசையின் தொலைவினை ஆய்ந்து அறிந்தான்...

நீருக்குள்ளே மின்சாரம் இருப்பதை ஆய்வு செய்து அறிந்தவனும் மனிதன் தானே.....

வீட்டுக்குள்ளே வாழும் சம்சாரத்தின் மனசுக்குள்ளே என்ன இருக்கிறது என்பதை அறிந்தானோ... ?

இல்லையே....

ஏன்.... ?

பறவைகள்.... ?

கோழி.....

புறா.......

மயில்.....

குயில்......

காகம்.....

குருவி.....

கழுகு.....

பருந்து.....

வண்டு......

இப்படி வகைப்படுத்தி வசப்படுத்தி வளர்த்து... பறவைகளுடன் கூடி குலவி வாழ்கிறானே.... கூடவே வாழும் பெண்களின் மனம் பறக்கும் திசை அறிந்தானோ... ?

இல்லையே....

ஏன்....... ?

யானை....

எத்தனை பலம் வாய்ந்த விலங்கு.... ?

கண்காட்சிகளிலே.....

ஒரு தனி மனிதன் அதை ஆட்படுத்தி விடுவதை நாம் கண்டதில்லையா... ?

'வா' என்கிறான்...

வருகிறது ......!

'ஏறு' என்கிறான்....

ஏறுகிறது.....!

'உட்கார்' என்கிறான்....

உட்காருகிறது.....!

அத்தனை எடையுள்ள யானையை... ஒரு சிறிய முக்காலியின் மீதிலே நான்கு கால்களையும் ஒன்று குவித்து அமரச் செய்து விடுகிறானே....

சாதாரண பெண்....

தன்னுடன் வீட்டிலேயே இருக்கிறாள்....

அவளது அடி மனதின் ஆழத்தைக் காண ஒரு அங்குசம் கண்டுபிடித்தானா... ?

இல்லையே.....

ஏன்... ?

கிளி....

சாதாரண பறவையா... ?

எவ்வளவு அழகிய பறவை.... ?

எத்தனை வண்ணங்கள்... ?

எல்லை வரையின்றி பறக்கும்....

உயர உயர பறக்கும்...

வீடுகள் தோறும் பறக்கும்....

ஊர் முழுக்க பறக்கும்....

உலகம் அளந்து பறக்கும்.....

என்ன செய்தான் மனிதன்... ?

அந்தக் கிளியை கூட்டிலடைத்தான்....

புழக்கத்திலே பழக்கப் படுத்தினான்....

கூட்டின் கதவை திறக்கிறான்...

“வா என்கிறான்...

வெளியே வருகிறது.....

குறிப்பேடு ஒன்றை எடு என்கிறான்.....

தனது அழகிய மூக்கால் கவ்வி எடுக்கிறது..... தகாதவற்றை... தானே தவிர்க்கிறது.....

தகுதியான குறிப்பேட்டை தெறிவு செய்து தனியே போடுகிறது.... மீண்டும்.... தானே கூண்டிற்குள்ளே போய் தன்னை அடைத்துக் கொள்கிறது....

சுதந்திரப் பறவை.....

இசைந்து சிறைப்பட்டுக் கிடக்கிறது....!

பறக்கும் பறவையையே குணமறிந்து பழக்கபடுத்திய மனிதன்... ஒரு பெண்ணின் மனதைப்பழகி அறிந்தானோ... ?

இல்லையே....

ஏன்.... ?

ஓட்டு...

அதைக்காட்டு ...

பிடி நோட்டு...

என்று மனிதக் கூட்டத்தையே கையூட்டு வாங்க வைத்தானே...

அரிய ஆற்றல் படைத்த அரசியல்வாதி...

அவன் தனது அருகிலே உறங்கும் மனையாளின் மனமளந்தானோ... ?

இல்லையே...

பெண்....

பூ தான்....

ஆனால்....

அவளது வாசம் ஆளுமை கொண்டது .....!

ஆண்.....

புலி தான்....

ஆனால்...

அவனது பாய்ச்சல் அடங்கிப்போவது.....!

எதனைச் சொல்ல....

எதனை விட...

பெண்....

எந்த வரம்புக்குள்ளும் கட்டுப்படாமலே வீரியமாய் தனித்தே நிற்கிறாள்... அமைதியாக....!

ஆண்.....

காலம் காலமாக அவளிடம் தோற்றுக் கொண்டேயிருக்கிறான்.... ஆர்ப்பாட்டமாக...!

இந்த நிலையிலே.....

வான்மதியைப் பார்த்து என்னால் எப்படி பயப்படாமல் இருக்க முடியும்.....!

ஆம்....!

அவளைப் பார்த்து நான் பயப்படத்தான் செய்கிறேன்....!

அதுமட்டுமல்ல.....

மிரளுகிறேன்....

நடுங்குகிறேன்....

கிலி.....

என்னை இறுகப் பற்றிக்கொண்டு பேயாட்சி செய்கிறது.....!

ஏன்.... ?

அவளது தோற்றம்...!

ஒன்பதாவது வகுப்பிலே மாணவியாக பார்த்த வான்மதி....

இவ்வளவு காலம் கடந்த பிறகு.....

வாழ்கையிலும் சமுதாயத்திலும் எத்தனையோ நிகழ்வுகள் கடந்து போன பிறகு....

உடலிலும் பருவத்திலும் எவ்வளவோ மாற்றங்கள் வந்த பிறகு....

இப்பொழுதுதான் அவளைப் பார்க்கிறேன்....!

இருவரும் ஒன்றாகப் படித்தவர்கள் .....

நான்....

சிறுவனாக இருந்து....

வாலிபனாக மாறி...

வனப்பெய்தி.....

வளம்பெற்று....

வாழ்க்கையிலே உயர்வு கண்டு....

உச்சத்திலே இருக்கிறேன்.......

ஆனால்.......

வான்மதி.... ?

எப்படி இருந்தவள்....!

பள்ளி மாணவர் கூட்டத்திலே... புத்தம் புதிய மலராக மிதந்து கொண்டிருந்தவள்..!

ஒரு வகுப்பறையிலே இருந்து கொண்டு.... பிற வகுப்பறைகள் முழுவதிலுமே பெண்வாசம் வீசச் செய்து கொண்டிருந்தவள்.....!

விழிகளலே வலை வீசி... பருவமறியா பாலகர்களை பருவமறிய வைத்து... தனது விழிக் கயிற்றிலே கட்டிப்போட்டுக் கொண்டிருந்தவள்...!

அவள் நடந்து வந்தால்.....

பார்க்கும் விழிகள் அத்தனையும்... துள்ளி துள்ளி மேலும் கீழுமாய் சுழன்று சுழன்று அவளது மேனி முழுவதும் மேய்ந்து திளைத்து... அவள் மறைந்த திசையிலேயே நிலைக்க வைத்துக் கொண்டிருந்தவள் ...

சூரிய ஒளியை தனது நிறத்திலே வாங்கி மின்ன வைத்து... பார்க்கும் கண்களை கூசிக் கண்மூடித் திகைக்க வைத்துக் கொண்டிருந்தவள் ....!

ஒன்பதாவது வகுப்பென்றால்.... வயது பதிமூன்று பதினான்கு இருக்க வேண்டும் ....

ஆனால் வான்மதி....

அப்போது பதினாறு வயதை எட்டி இருந்தாள்..!..

குழந்தைப் பருவத்திலே சுகவீனம் காரணமாக இரண்டு ஆண்டுகள் தாமதமாக பள்ளியிலே சேர்க்கப்பட்டாளாம்....!

ஆனாலும் பருவமெய்திய போது... பள்ளியிலேயே அவள்தான் வாளிப்பானவள்....!

குழந்தைப் பருவத்திலே அவளது உடல் வளர்ச்சியை வஞ்சித்துத் தடுத்திருந்த இறைவன்... பருவகாலத்திலே அவளுக்கு அழகினையும் அமைப்பையும் அள்ளித் தெளித்து ஆர்ப்பரிக்க விட்டிருந்தான்...!

நிலவு....

குளிராகத்தானே இருக்கும்.... ?

வான்மதி அதை விட குளிராக இருப்பாள்...

முகப்பொலிவிலே....!

சூரியன்.....

கொதிப்பாகத்தானே இருப்பான்.... ?

வான்மதி.....

அதைவிட கொதிப்பாகத்தான் இருப்பாள்....

பருவப் பையன்களின் மனங்களிலே....!

மின்னல்.....

விழித்து விழித்து விழிகளைத் தானே பறிக்கும்... ?

வான்மதி....

அதை விட.....

ஒளிப் புயலாய் மின்னி.... வழிப்பறி செய்து விழிப்பறி செய்வாள்....

அவள் மீது பார்வை செலுத்துவோர் அத்தனை பேரிடமும்.....!

அப்படி இருந்தவள்.....

இன்று... ?

இதோ.....

எனது எதிரிலேயே நிற்கிறாள்....

எப்படி... ?

உலர்ந்த பூச்சருகாய்....

உதிர்ந்த ஓவியமாய்....

குளிரிழந்த சுடு நிலவாய்...!

ஏன்... ?

என்ன நிகழ்ந்தது அவளது வாழ்கையிலே...!

சிதைந்தது அவளா...

அல்லது....

சிதைத்தது எனது கடிதமா.... !.

பேரதிர்ச்சியாக இருந்தது.....!

தலை சுற்றியது....!

உலகம் பிறண்டது....!

மயக்கம் வந்தது....!

என் அன்பே நதி....

நீயும் நானும் இணை வாழ்க்கையிலே கலந்து ஆண்டுகள் பல கடந்துவிட்டன.....

உவகையும் உற்சாகமும் ஊற்றாகப் பெருக்கெடுத்து... நம்மை பெரின்பத்திலே மூழ்கடித்துவிட்டன....

இனி..... நம் இருவருக்குமே... ஈருடல் ஓருயிர்தான் என நிரந்தர நிர்ணயம் பெற்று விட்டது....!

இப்படிப்பட்ட தருணத்திலே... கற்பூரக்கட்டியிலே காட்டுத்தீ தெறித்தது போல...

தரம் மாறா தாய்ப்பாலிலே கள்ளிப்பால் கலந்தது போல,.......

எங்கிருந்து வந்தது இந்த இடி....

பெண்ணுருவிலே ஒரு பேரிடி....!.

வான்மதி எங்கோ வாழ்கிறாள்.... என எண்ணிக்கொண்டு இருந்தேன்.....

அது.....

ஓர் ஆறுதல் நம்பிக்கையாக இருந்தது....

இப்படி எழில் துறந்து வந்து.... துயில் துறக்க வைப்பாள் என்று எண்ணவில்லை நான்......

அற்றுப்போய் விட்டது என முற்றுப்புள்ளி வைக்கப்பட்ட சூறாவளிப் புயல்..... முடிந்துவிட்டது சாத்தானின் சதி... என்று நினைத்துவிட்ட வேளையிலே... பெண்ணாக உருக்கொண்டு எனது எதிர் வந்து நின்றது...!

பொதுவாக...

ஆண்களோ... பெண்களோ பருவ காலங்களைக் காட்டிலும்... பருவம் கடந்த நடுத்தரக் காலங்களிலே பேரழகு பெறுவார்கள்...!

இது பிறப்பின் இயற்கை...

வான்மதியும் அப்படித்தானே வளம் பீறிட்டு... ஒளி துலங்கி... அலை வீச வேண்டும்... ?

என்னதான் நிகழ்ந்துவிட்டது..... எனது கனவு தேவதையின் வாழ்விலே... ?

சிதறிப்போனேன்..... சமாளித்தேன்... மெல்ல மெல்ல என்னை கட்டுப்படுத்தி நிதானமடைந்தேன்...

வான்மதியின் உடல் அமைப்பு தான் சிதலமடைந்திருந்தது....

ஆனால்...

அவளது முகம்....

முற்றிலும் வன்மமாக மாறிப்போயிருந்தது.....!

ஒரு கொடூரமான தோற்றத்தைப் பெற்றிருந்தாள்....!

அவளைப் பார்த்ததும் என்னை பயம் பற்றிக் கொண்டதற்கு அதுவே காரணம்..!

பெண்...

அன்பும்.... அறமும்.... பணிவும்... பண்பாடும்.... அமைதியும்.... அடக்கமும்... நல்ல குணங்களும் உள்ளடக்கி உருவானால்... நல்ல உருவம் கொண்ட பெண்ணாக உருப்பெறுகிறாள்...!

அவளே...

வக்கிரம்... வன்மம்... வெறித்தனம்... பிடிவாதம்.... ஆவேசம்... வீம்பு... வீண் வம்பு... இப்படிப்பட்ட தீய குணங்களோடு உருவானால்... கோர வடிவம் பெறுகிறாள்...!

பெண்களின் குணத்திற்கும் உருவ அமைப்பிற்கும் கட்டாயம் தொடர்பிருக்கத்தான் செய்கிறது...!

முதல் ரகத்தைச் சார்ந்த பெண்ணைக் கண்டதும் வணங்கத் தோன்றும்....

இரண்டாவது ரகத்தைச் சார்ந்த பெண்ணைக் கண்டதும் விலகத் தோன்றும்.......!

இப்பொழுது வான்மதி......

அந்த இரண்டாம் ரகப் பெண்ணாக... கொடூரமாக காட்சி தந்து கொண்டிருந்தாள்....!

அவளை இந்த அளவுக்கு வன்மமான உருவத்திற்கு... எந்தச் சம்பவம் மாற்றியது என்று தெரியவில்லை...!

அந்த கடிதச்சம்பவம் இன்னுமா அவளுக்குள்ளே வறட்சி கண்டு வற்றிப் போகாத குளம் அமைத்து தேங்கிக் கிடக்கிறது...?

வான்மதியிடமிருந்து எந்த அறிவிப்பும் வெளிப்படவில்லை...!

அமைதியாகவே நின்றாள்...

ஆனால்...

அந்த அமைதியிலே மென்மை இல்லை...!

அவளது உருவத்திலே பெண்மை இல்லை...!

அவளது அணுகுமுறையிலே நல்ல தன்மை இல்லை....!

அவள் கோபமின்றி இருக்கிறாள் என்பதில் உண்மை இல்லை...!

அவள் ஏன் நிற்கிறாள்...

ஏன் அமைதி காக்கிறாள்...

எதற்காக என்னைப் பார்க்க வந்திருக்கிறாள்...

என்ன பேசப் போகிறாள்...

எனக்குள்ளே பல கோடிக் கேள்விகள்... ஒரே சமயத்திலே...!

'நான் நலமாக இருக்கிறேன்... நீ நலமாக இருக்கிறாயா...` என்று சாதாரணமாக நலம் விசாரிக்கவா வந்திருப்பாள்...

தெரியவில்லை அப்படி......!

இங்கே வருவதற்கு முன்... அவள் நீண்ட நேரம் அழுதிருக்க வேண்டும்.... கண்களும் முகமும் லேசாக வீக்கம் கண்டிருந்தன....

அந்தத் தலைமையாசிரியர் அறையிலே நின்ற தோற்றத்தை... அதன் தொடர் காட்சி போல அப்படியே வெளிப்படுத்திக் கொண்டிருந்தாள்....!

அதே வெறி...... அதே ஆவேசம்... இன்னும் அதைவிடக் கொஞ்சம் கோபம் அதிகமாய் கொப்பளித்தபடி...!

இவளை...

இந்தத் தீப்பிழம்பை...

என் நதி உன்னிடம் நான் எப்படி அழைத்து வருவது... ?

மென்மை மிகு வெண் பஞ்சு அல்லவா நீ...

வான்மதியின் வன்மைத் தீயிலே ஒரு சுடர் உன் மீது தெறித்துச் சிதறினாலும் கருகிவிடமாட்டாயா என் அன்பே...!

இது... என்ன விதமான தாக்குதல்.... ?

பள்ளி...

ஒன்பதாவது வகுப்பு...

குற்றாலம்...

குழந்தைப் பருவம் மீறிய விளையாட்டுகள்...

கதிரேசனின் தீய வழிகாட்டுதல்...

காதல் கடிதம்....

பள்ளி மைதானம்...

ஒற்றை மரம்....

தலைமையாசிரியர் அறை....

இத்தனையும் திரைப்படக் காட்சிளைப் போல விரைவாக நிழலாடி...... நிதானமாக மறைந்தன....

நான் அவளுக்குச் செய்த கொடூரத்திற்கு... அவளிடமிருந்து தாக்குதலைத் தவிர... வேறென்ன எதிர்பார்க்க முடியும்...!

அவளிடம் கேட்க வேண்டிய கேள்விகள் எனக்கும் இருந்தன.....

பார்த்துப் பார்த்து... என்னைக் கடிதம் எழுதத் தூண்டினாயே...

ஏன்... ?

அந்தக் கடிதத்தை கை நீட்டி வாங்கினாயே...

ஏன்... ?

அதை நெடு நேரம் வாசித்த பின்னும் அமைதி காத்தாயே...

ஏன்... ?

அதைத் தலைமையாசிரியரிடம் கொடுத்தாயே... .

ஏன்... ?

இது போல...!

ஆனால்... அந்த சந்தர்ப்பத்திலே... நான் அவளிடம் எதையும் கேட்கவில்லை...

ஏன்... ?

அவளிடம் சாபம் வாங்கி விடக் கூடாது...!

ஏற்கெனவே அவள் நிறைய சாபம் விட்டிருப்பாள்...

அவளை சமாதானப்படுத்தி அவளுடைய சாபத்திலிருந்து நிரந்தரமாக மீள வேண்டும்...!

அவள்.... என்னிடம் என்ன கேட்கப் போகிறாள்...

நான்... என்ன பதில் சொல்லப் போகிறேன்...

எதுவும் தெரியவில்லை....

மௌனம் நீடித்துக் கொண்டே இருந்தது....!

ஏதோ ஒரு முடிவுடன் வந்திருக்கிறாள்....

அதனால்......

அவள் எதையும் பேசவில்லை..... !

நான் பேசவேண்டும் என்று காத்திருந்தாள்.....!

நானும் பேசவில்லை ....!

அவள் பேச வேண்டுமென்று நான் காத்திருந்தேன்...

அவள் பேசவில்லை.....!

அவளும் பேசவில்லை ......

நானும் பேசவில்லை....!

மௌனம் மட்டுமே பேசியது இருவருக்குள்ளும்.....!

அந்த மௌனம்... ஒன்றை மட்டும் தெளிவாக்கிக் கொண்டே இருந்தது......

அந்த பழைய காதல் கடிதம்....

சிறுகதை அல்ல...

தொடர்கதை...!

அது... இன்னும் இற்றுப் போகவில்லை...

உய்கிறது... உயிர்ப்புடனே...

கொய்கிறது... எனது வேர்களை...

துய்கிறது... எனது வழியெங்கும்...!

வான்மதி வாய் திறந்து பேசினால் தான் தெரியும்.... இனிமேல் அது எப்படித்தொடரும் என்பது...!

வேறு வழியில்லை.....

என்னை நான் தயார் செய்து கொண்டு... நானே பேசினேன்.....

“வான்மதி...”

பள்ளி பருவத்திற்கு பிறகு...... வருடங்கள் பல கடந்த பின்னே.....

எனது குரல்...

அவளது பெயரை உச்சரிக்கிறது.....

குரலிலே தெளிவில்லை.... துணிவில்லை...... ஒலி உயர்வில்லை...... !

அவளது விழிகளிலும்..... கொஞ்சமும் ஒளிமாற்றமில்லை...!

அவ்வளவு தான் என்னால் பேச முடிந்தது....

அது கூட முழுக் குரலாக வெளிவரவில்லை... கரகரப்பாக தேய்ந்த குரலிலே தான் ஒலித்தது .....

அதற்கு மேல் பேசுவதற்கு என்னிடம் செய்தி எதுவும் இல்லை ....

சொல்ல வேண்டிய செய்திகளெல்லாம் அவள் வசமே இருக்கின்றன என்பதை... அவளது முகத்திலிருந்த நிரந்தரமான தீர்க்கம் தெளிவாகக் காட்டியது...

மீண்டும் சிறிய மௌன இடைவெளி...

வேறு வழியில்லை.....

இப்பொழுது அவள் தான் பேச வேண்டும்......

பேசியது.....

அமைதியாயிருந்த அந்த எரிமலை....

“உங்கிட்ட கொஞ்சம் பேசணும்....”

அடேயப்பா...

வாய் பேச்சா அது...?

இல்லை...

வாள் வீச்சு...

நின்று போனது எனது உயிர் மூச்சு...!

அத்தனை கொடூரம்.... கோபம்... வன்மம்.... வன்முறை கலந்து தோய்ந்து ஒலித்தது அவளது குரல்.....!

அவளது உண்மையான குரல்... குயிலின் குரல் போல கேட்டவுடனே வசப்படுத்துமே...

ஆனால்....

இங்கே நிற்பது...

குரலிழந்த குயில்....

தோகையிழந்த மயில்....

அவளது பயணம் முழுவதுமே கொடூரமாக தாக்கியிருக்கிறது வெயில்...

நாளும் இழந்திருக்கிறாள் துயில்...

அவளது தோற்றம் அப்படித்தான் இருந்தது....!

அடித் தொண்டையிலிருந்து உறுமுவது போல... கனமாக,கோபமாகப் பேசினாள்....!

என்னை மிரட்டி பயமுறுத்தி வாயடைத்து மூர்ச்சையடைய வைத்து விட்டது அந்தக் குரல்......!

ஏனோ தெரியவில்லை.... அவள் அதோடு நிறுத்திக் கொண்டாள்....!

அவள் பேச வேண்டும் என்று கூறியது... சாதாரணமாக பேச வேண்டும் என்று கூறியது போல் இல்லை ......

ஏதோ விவகாரம் இருப்பது போலவே தோன்றியது .....

நான் சற்றே நிதானித்தேன்....!

நான் அவளுக்கு ஏதாவது பதில் சொல்லியாக வேண்டும்...

“ம்...”

இது எனது பதில்.....

அவ்வளவு தான் ...!

அவள் எதற்கு என்னிடம் பேச வேண்டுமென்கிறாள்.....நான் எதற்கு சம்மதம் சொல்கிறேன்... எதுவுமே எனது கட்டுப்பாட்டிலே இல்லை...

எனது குரலிலே தெளிவில்லை....!

தேய்மானமும் அதிகம்....!

எப்படி இருந்திருக்க வேண்டிய நண்பர்கள் நாங்கள்....

எத்தனை மகிழ்ச்சியாய் நிகழ்ந்திருக்க வேண்டிய சந்திப்பு இது...

நீண்ட காலத்திற்குப் பிறகு இரண்டு பள்ளித் தோழர்கள் சந்திப்பு என்பது அதிசயமல்லவா....!

சிரிப்பும்... கலகலப்பும்.... விருந்தும்... உபசரிப்பும்.... வாழ்க்கை சம்பவங்களின் பரிமாற்றங்களும்... பிரிவின் கண்ணீருமாய் நிகழ வேண்டிய சந்திப்பு...

இங்கே ஒரு தீ சந்திப்பாக நிகழ்ந்து கொண்டிருந்தது...

இரண்டு எதிரிகள் போர்க்களத்திலே எதிரெதிரே ஆயுதங்கள் ஏந்தி எந்த நேரமும் தாக்குதலுக்குத் துணிந்து நிற்பது போல...!

அந்த மௌனத்தை என்னால் சகித்துக்கொள்ள முடியவில்லை....

மீண்டும் மௌனம்...!

இது எனது அலுவலகம்...

அலுவலர்கள் நிறைந்த இடம்...

இந்தக் காட்சி யார் கண்ணிலும் பட்டு விடக்கூடாது...

பட்டுவிட்டால்...

என் நதி... அது உனது கவனத்திற்கு வரத் தோதுவாகிடும்...

எனக்குள்ளே அந்த எண்ணம் ஊறல் போட்டு என்னைப் பயப்படுத்திக் கொண்டிருந்தது...

அனைவருமே எனக்கு பயப்படும்... எனது அலுவலர்கள்தான்...

ஆனால்...

இன்று அவர்களைப் பார்த்து நான் பயப்பட வேண்டிய சூழல்...!

நிலைமை அப்படி...!

நானே பேசுவதைத் தவிர வேறு வழியில்லை....

பேசினேன்.....

"நீ... நீ..."

நா தடுமாறியது... பேச்சு குளறியது.....

பேச முயற்சித்து தோல்வியில் விழுந்தேன்....

"நீ... எ... எ... எப்பிடி இருக்க... ?"

வேறு என்ன கேட்க முடியும் அவளிடம்...

ஏதேதோ கேட்கத்தான் மனம் துடிக்கிறது... ஆனால் அவளது தோற்றம் இருந்த நிலை... என்னிடம் இருந்த துணிவையெல்லாம் ஈர்த்துக்கொண்டது... வேறு வார்த்தைகள் எதுவும் வெளி வரவில்லை....

அவள் பெண் இனம்...

ஆனால்...

இன்று...

கொடியது அவளது சினம்...

அஞ்சி நடுங்கியது எனது மனம்...

எனது அச்சம் வீண் போகவில்லை...!

எனது கேள்விக்கு பதிலாக பேரிடி ஒன்றை என் மீது எய்தாள் அவள்... தனது விழிகளின் வழியே..!

சட்டென்று விழிகளை என் மீது உயர்த்தி நிலை நிறுத்தினாள்......

தீப்பிழம்பைப் பெய்தாள்......!

பெண்ணின் பார்வை பாய்ந்தால் கூட வலி உண்டாகுமா...

இதோ வலிக்கிறதே...

வான்மதியின் வன்மப் பார்வை தைத்ததால்...!

என்ன பார்வை அது... ?

ஆயுள் முழுவதும் பார்வைகளாலேயே என்னைக் கொல்லப் பிறந்தவளா அவள்... ?

அவளது பார்வைச் சூட்டால் விளைந்த விளைச்சல் தானே இவ்வளவும்...!

அவள் ஏதோ விபரீதத்தைத்தான் விளைவிக்கப் போகிறாள் என்பதை அவளது பார்வையின் கூர்மையே தெளிவு படுத்தி விட்டது ...... !

நீண்ட நாள் யோசித்து யோசித்து ஏதோ ஒரு முடிவெடுத்து வந்திருக்கிறாள் என்பது... அந்த பார்வையின் சீற்றத்திலேயே வெளிப்பட்டது...

புதிதாகத் தீட்டி தயார் செய்யப்பட்ட பழைய அரிவாள் போல.....!

அந்த ஒரு பார்வைத் தாக்குதலிலே எனது பலம் அத்தனையும் என்னிடம் சொல்லாமலே விடை பெற்றுக் கொண்டது....

தரையிலே நிற்க முடியாமல் தள்ளாடி நின்றேன்.....

என்னுடைய தற்போதைய வாழ்க்கை பற்றியோ குடும்பச் சூழ்நிலை பற்றியோ அவள் எதுவுமே கேட்கவில்லை....!

அப்படியெல்லாம் கேட்டு விடுவாள் என்கிற நம்பிக்கையும் எனக்குத் துளி கூட இல்லை....!

“என்னை எங்கயாவது தனி இடத்துக்கு கூட்டிக்கிட்டுப் போ...”

வார்த்தைத் தடங்கலே இல்லை.... ஒரே வரியாகப் பேசினாள்....!

அடக்கமே இல்லை... அதிகாரம் செய்கிறாள்...

மிரட்டும் தொனியிலே உருட்டிப் பேசுகிறாள்....!

எனக்குள்ளே கொதித்தது உலை...

இதயத்திலே சீறிப்பாந்தது அலை...

வார்த்தைகளாலேயே செய்கிறாள் கொலை...

வஞ்சகம் எப்படி விரித்தது இவளுக்கு வலை...

கிறுகிறுவென்று சுற்றியது எனது தலை...

அவள் எதற்கோ விரிக்கிறாள் வலை...!

என்ன திட்டம் இது...!

எப்படி நான் அவளை அழைத்துச் செல்ல முடியும்.... ?

அதுவும் தனி இடத்திற்கு... ?

என்ன பொருள் பட பேசுகிறாள் அவள்...!

அவளுக்குள் ஒரு வீரியம் ஊறிக் கொண்டிருப்பதை என்னால் உணர முடிந்தது....

மறுப்பு சொல்ல முடியாத ஓர் அடங்கா ஆணையை அவள் போட்டு விட்டாள்....!

நான் கட்டுப்பட்டே ஆக வேண்டும்....!

அது தான் எனது நிலை...!

நான் வாக்குவாதம் செய்யலாம்...

‘பள்ளி நாட்களிலே நடந்த சம்பவம்...

அதற்கு தண்டனையும் கிடைத்துவிட்டது...

அன்றோடு அது முடிந்து விட்டது...

உன்னுடன் நான் ஏன் தனி இடத்திற்கு வர வேண்டும...' என்று...

ஆனால்....

ஏனோ...

எனக்கு அது சரியென்று படவில்லை....

காரணம்...

நாங்கள் நின்று கொண்டிருப்பது எனது அலுவலகம்...!

அதனால்....

நான் எதிர் வாதத்தை முடக்கிவிட்டேன்......

ஆனால்...

அவள் ஈட்டிக்காரன்... தண்டல்காரன் போல அடாவடித்தனமாக செயல்படத் துவங்கினாள்.....

அவளே வாகனம் பிடித்தாள்....

வாகனத்திலே ஏறினாள்.....

நான் தயங்கி நின்றேன்.....

"வா..."

அதட்டினாள்...

இப்படியொரு வன்முறையான குரல் வன்மையை பள்ளி நாட்களிலே வான்மதி வெளிப்படுத்தயதே இல்லை...!

அவளுக்கு மிக மென்மையான குரல்...

காந்தம்...

மயக்கம்...

இணக்கம்...

இத்தனையும் கலந்து... வீணையின் நாதம் போலவும்.... குழலின் கீதம் போலவும் வெளிப்படும்...

குரலைக் கேட்டு நாவிலே எச்சில் சுரக்குமா... ?

சுரக்கும்...!

பருவகாலத்து வான்மதியின் குழலோசை கேட்டால்...!

ஆனால்...

இன்று... ?

தலை கீழாக இருக்கிறது...!

அவளது குரலிலே இன்னும் வலிமை கூடுவதற்கு முன்... வாகனத்திலே ஏறினேன்... பொம்மையைப் போல..... நான் தப்பிவிடாமல் இருக்க வழியடைத்து அவள் ஏறி அமர்ந்து கொண்டாள்...

"எங்க போகணும்... சொல்லு..."

எல்லாமே அதிகார எல்லை மீறல்தான்.....

எனக்கு யோசிக்கவே அவகாசம் இல்லை....!

எந்த இடத்தைச் சொல்வது... எப்படித் தேர்ந்தெடுப்பது... அதுவும் இந்த மனநிலையிலே... ?

நான் போக வேண்டிய இடத்தைச் சொன்னேன்.....

"கடற்கரை..."

காற்று வாங்க வேண்டுமா... கடற்கரை.....

காதல் சொல்ல வேண்டுமா... கடற்கரை.....

தனிமை வேண்டுமா... கடற்கரை....

இனிமை வேண்டுமா... கடற்கரை....

வெப்பம் தணிக்க வேண்டுமா.... கடற்கரை...

மன வெக்கை தவிர்க்க வேண்டுமா... கடற்கரை.....

மனித உணர்வுகளின் அத்தனைக்கும் ஈடு கொடுத்து மாற்றுணர்வு தருவதும் கடற்கரையே...

இங்கேயும்... என்னையறியாமலே.... நான் கடற்கரை என்றேன்...!

அவள் மறுப்புத் தெரிவிக்கவில்லை.....

முகக் கூறிலே மாற்றங்களும் இல்லை...

ஒரு மணி நேரப் பயணம்...

வழி எங்கும் அவள் ஒரு வார்த்தை கூட பேசவில்லை.....

அவள் எனது முகத்தை கண்ணுறவும் இல்லை...

நானும் அவளது முகத்தைப் பார்க்க முயர்ச்சிக்கவே இல்லை...!

நான் எப்படியெல்லாம் ரசித்த முகம்...

வரித்த முகம்...

வரைந்த முகம்...

இன்று...

அந்த முகத்தைப் பார்க்கவே தோன்றவில்லையே... ஏன்..?

அவளாவது... படிக்கிற காலங்களிலே என்னுடன் நெருக்கம் வளர்த்துக் கொள்ளவில்லை...

ஆனால்...

நான் அப்படியா...?

எனது கனவுகளிலே எத்தனை நெருக்கமாக அவளுடன் உலவியிருப்பேன்...?

எத்தனை இணக்கமாக இறுகத் தழுவியிருப்பேன்...?

எத்தனை முறை முத்த மழை பொழிந்திருப்பேன்...?

ஆனால்...

இன்று...?

'ஐயோ... ஐயோ...' என எனது இதயம் அலறியபடியே இருந்தது.....

நான்...

அவளருகே தான் அமர்ந்திருந்திருக்கிறேன்...

ஆனாலும்...

அவளது உடை உரசல் கூட என் மீது படமால் முன்னேச்சரிக்கையோடு பயணப்பட்டேன்.......

தூக்கிலே போடுவதற்கு காவலர்கள் அழைத்துச் செல்லும் கைதியின் நிலை எனது நிலை....

அவன் கூட சந்தர்ப்பம் கிடைத்தால் காவலர் கட்டுப்பாட்டிலிருந்து தப்பி விடுவான்....! ஆனால் என்னால் அதுவும் முடியாது....!

ஏனென்றால் இது விதியின் கட்டுப்பாடு....

வினை..... நிகழ்ந்து தான் தீரும்.....!

போகும் வழியெல்லாம் இன்று எல்லா பெயர்ப்பலகைகளையும் வாசித்தபடியே வந்தேன்...

ஆனால்... வாசித்தது எதுவுமே நினைவிலே நிற்கவில்லை....!

எல்லாம் நிழல் வாசிப்பு...வெறும் உதட்டசைவுகள்...!

சத்தியம் திரைக்கூடம்.....

ஆயுள் காப்பீட்டுக் கட்டிடம்....

அண்ணாசாலை.....

அரசு மருத்துவமனை... கலைவாணர் அரங்கம்... இவ்வளவு பெரிய கட்டிடங்கள்...!

அவற்றை நாங்கள் கடக்கவில்லை...

அவை எங்களைக் கடந்து போயின...!

என் உயிரே...

நதி...

இந்த வழியிலே உன்னோடு எத்தனை முறை பயணித்திருக்கிறேன்.... அந்த சமயங்களிலெல்லாம் எவ்வளவு உற்சாகமாக இருக்கும்.....

நான் உன்னை லேசாக இடிப்பேன்... நீ என்னை 'நறுக்' கென்று கிள்ளுவாய்... கிள்ளி வைத்து என்னை அலறவைத்து ஆனந்திப்பதிலே நீ கைதேர்ந்தவள்......

ஒன்றா இரண்டா...

எத்தனை விளையாட்டுக்கள்...!

ஆனால் இன்று..... ?

அமைதி....!

ஆவேசம்... அவளுக்கு....

ஆதங்கம்... எனக்கு....

இரண்டுமே ஒன்றாக கைகோர்த்து உறவாடி இணையாக பயணித்துக் கொண்டிருந்தன.....!

ஒருவகையிலே இருவருக்குள்ளுமே தீக்கனல்தான்...!

இருவருமே தகித்துத் கொண்டேதான் பயணித்துக் கொண்டிருந்தோம்...

நான் தகிக்க...

அவள் காரணம்...

அவள் தகிக்க...

என்ன காரணம்... ?

அவளே சொல்வாள்... அதற்காகத்தான் வன்முறையாக என்னை அழைத்துப் போகிறாள்...

இன்னும் போய்க் கொண்டே இருக்கக் கூடாதா....

எனது மனநிலை அப்படி.....!

ஆனால் நிகழ்ந்தது என்ன... ?

இன்று...

அந்தக் கடற்கரைக்குக் கூட இரக்கமே இல்லை....

இன்றென்னவோ சீக்கிரமே வந்துவிட்டது...!
நான் கீழே இறங்காமல் தயக்கத்துடன் அமர்ந்தபடியே இருந்தேன்...
பயம்....
மிரட்சி என்னை கலவரப்படுத்தி இறங்காதே என்று கட்டளையிட்டது...!
இது போன்ற எதிர் மனோ நிலையிலே கடற்கரைக்கு வரும் முதல் காதலர்கள் நாங்களாகத் தானிருப்போம்...
ஆம்...
காதலர்கள்தானே நாங்கள்...
காதல் இல்லாவிட்டால்......
இவ்வளவு காலம் எனது இதயத்திலே வான்மதி நீங்காது நிலைப் பெற்றிருப்பாளா....
காதல் இல்லாவிட்டால்...
அவளும் இத்தனை காலம் கடந்த பின்னர் என்னை தேடி வந்திருப்பாளா....
காதல் இல்லாவிட்டால்...
அவள் சொன்னபடியெல்லாம் நான் இயங்குவேனா....
காதல் இல்லாவிட்டால்...
அவளும் எனக்கு ஆணையிடுவாளா.....
காதல் இல்லாவிட்டால்...
இருவரும் இவ்வளவு நெருக்கமாக ஒரே வாகனத்திலே பயணித்தல் இயலுமா..... ?
காதல் இல்லாவிட்டால்.....
கடற்கரைக்கு வருவோமா.....
ஆனால்....
உணர்வுகள் வேறு வேறு.....
இருவருக்குமே....!
பயணிக்கும் திசைகள் வேறு வேறு....
இருவருக்குமே....!
நினைவுகள் வேறு வேறு...
இருவருக்குமே....!
செயல்கள் வேறு வேறு...
இருவருக்குமே....!
ஆனாலும்....
இது காதல் தான்......!
ஏதோ ஒரு உணர்வு எங்கள் இருவரையும் இணைத்துக் கொண்டிருக்கிறது....!
வாழ்க்கை ஒப்பந்தம் எங்கெங்கு நிகழ்ந்தாலும்... இந்த காதல் பந்தம் மட்டும் மாறுவதே இல்லை.....
அவை.....
காயங்களாவோ.....
ரணங்களாவோ....

வடுக்களாவோ.......

நேர்மறையாகவோ.....

எதிர்மறையாகவோ.....

மென்மையாகவோ...

வன்மையாகவோ....

நீங்காது உயிர்ப்புடனே நிலை பெற்றுவிடுகிறது.....!

ஆக.....

இது....

காதல் தான்......!

எனக்கு...

இன்னும் அவள் மீது காதல் இருக்கத்தான் செய்கிறது...!

எத்தனை காலம் கடந்தால் என்ன....

காலம் கரைத்து விடுமா எனது காதலை...?

விளையாட்டுப் பருவத்தைக் கடந்து கொண்டிருந்த பருவத்திலே... காதலை விதையாக எனக்குள்ளே விதைத்தவள் அல்லவா அவள்...

முதல் பார்வை...

முதல் உடற்கொதிப்பு...

முதல் முகப்பதிவு...

முதல் ஏக்கம்...

முதல் காதல்...

முதல் ஈரம்...

முதல் நெருக்கம்...

முதல் அணைப்பு...

முதல் முத்தம்...

முதல் எச்சில் துளி ...

முதல் இணைப்பு...

இவையெல்லாம் இறவா வரம் பெற்றவை...

இறந்தாலும் இருப்பவை...

இவையெல்லாம் எனக்கு...!

அவளுக்கு...?

எல்லாம் எதிர்மறையாய்...!

“எறங்கட்டுமா...”

இதுவும் மிரட்டல் தான்...!

கிட்டத்தட்ட அது ஒரு கடத்தல் சம்பவம் தான்...!

இப்பொழுது நான் வலுக்கட்டாயமாக கடத்திவரப்பட்டவன்...!

கையிலே விலங்கு பிணைக்காத குறை தான்...!

அவளுக்கு நான் பதிலேதும் சொல்ல வில்லை....

ஆனால்.... அவள் புரிந்துகொண்டாள்....

இறங்க வேண்டிய இடம் இது தான் என்று....!

படுவேகமாக என்னை இடிப்பது போல பலமாக உரசிவிட்டு இறங்கினாள்...!

நான்.... மெதுவாகத் தயங்கி இறங்கினேன்...

பரந்த மணல் பரப்பு...

படர்ந்த காற்று...!

எத்தனை குதூகலத்தை அள்ளித் தெளிக்கும் இடம்...!

இன்று... ?

தென்றல் கூட சிறிதேனும் கருணையின்றி தீத்துகள்களை என்மேல் தூவுகிறதே......!

அடேயப்பா...எங்களைப் போல வெம்பிப் போன இளசுகள்.... இங்கே எத்தனை குமுமியிருந்திருக்குமோ...

எத்தனை சோக காதல் கதைகள் கொட்டியிருக்குமோ...

எத்தனை குடும்ப துயரங்கள்...

எத்தனை நட்புப் பிரிவுகள்...

எத்தனை உறவுக் கொடுமைகள்...

இந்த கடல் மணலிலே கலந்து கலப்படமாகியிருக்குமோ...!

அவ்வளவையும் உள் வாங்கிப் புதைத்து வைத்துக் கொண்டு தானே அந்தக் கடற்கரை அமைதியாக உறங்கிக் கொண்டிருக்கிறது....!

ஆம்...!

அது.... உறங்கிக் கொண்டுதானிருக்க வேண்டும்..... இல்லையென்றால் இத்தனை சோகங்களைத் தாங்கி எப்படி விழித்திருக்க இயலும்!..

கீழ்வானிலே... மேகங்கள் வேறு வேறு இடங்கள் நோக்கி இடம் பெயர்ந்து கொண்டிருந்தன... கடற்கரையிலே வெளிச்சம் குறைவாகவே இருந்தது...

மேகங்கள் கரிய நிறத்திலே உருமாறி... உலகிற்கு மழைக் கொடையை ஊற்றுவதற்கு நீரேற்றிக் கொண்டிருந்தன...

கரும் பாறைகள் உருண்டு திரண்டு... ஆகாயத்திலே ஆங்காங்கே அந்தரத்திலே தொங்கிக் கொண்டிருப்பது போன்ற தோற்றத்தை தந்து கொண்டிருந்தன அந்த மேகங்கள்...!

கதிரவனின் மாலை நேரச் செவ்வொளியை இன்று காணவில்லை...

காற்று... மேகங்களை மறுபடியும் கீழ்வானிலேயே கொண்டு வந்து ஒன்று சேர்த்துக் குவித்தது....

உறுதியாக மழை வரும்...!

அதற்கான குளுமை கடற்கரையிலே நிலவியது...!

ஆனால்.....

நான் இருந்த நிலை... என்னால் அந்த கிடைத்தற்கரிய குளிர்ச்சியை அனுபவிக்க இயலவில்லை...

முன்னே நடந்தாள் அவள்...!

சற்று தயக்கத்துடன் பின் தங்கி நின்றேன் நான்...!

என்னை நீங்க முன்னே போனவள்... நின்று திரும்பி என்னை பார்த்து முறைத்தாள்...!

"வா..."

என்கிற மறு ஆணை... பிறப்பித்தாள்...

ஆணை என்றால் சாதாரண ஆணை அல்ல...

ஒரு ராணுவ அதிகாரியின் குரலுயர்வு...

குரலில்லை..... அது கூக்குரல்....

அவளது உருவ அமைப்புக்கு தகுந்தாற் போல அபாயக் குரல்.....

நான் அவளது ஆணைக்குப் பணிந்தேன்...

வேறு வழி எனக்கென்ன இருக்கிறது...

பத்தடி இடைவெளி விட்டு நடந்தேன்...

வான்மதி... ஒரு கயிற்றால் என்னைக் கட்டி இழுத்துப் போவது போலிருந்தது அந்தக் காட்சி...!

என்ன நிகழப் போகிறது என தெரிந்து... அவள் தெளிவாக நடந்தாள்....

எதுவுமே தெரியாமலே நான் குழப்பத்துடன் நடந்தேன்...

அவள் நடந்த வேகத்திலே கால்கள் மணலிலே நன்றாகப் புதைந்து... கொஞ்சம் மணலைக் கிளறி வீசிக்கொண்டு வெளிவந்தன...!

ஏதோ ஒரு பெரிய அசம்பாவிதம் இங்கே நிகழப் போகிறது என்பதன் முன்னறிவிப்பு தான் அவளது இந்த....

அசுர நடை...

ஆழ நடை....

அகல நடை....

வீச்சு நடை.....

வீரிய நடை.....!

அன்று அந்த மைதானத்து மரத்தடி...!

இன்று இந்த கடற்கரை...!

இரு இடங்களிலுமே தனிமை...

இரு இடங்களிலுமே உடன் வான்மதி...!

நடக்கப் போவது எதுவுமே தெரியாமல் நான் அவளைப் பின் தொடர்ந்தேன்......

மழை வரும் அறிகுறி உறுதியாகத் தென்பட்டதால், மக்கள் கடற்கரையை விட்டு சாலையை நோக்கி நகரத் தொடங்கினர்......

ஆனால் வான்மதி......

மழை வரும் என்று தெரிந்தும்... கடலுக்கு அருகே போய் நின்றாள்.....

மழை வந்தால் என்ன....

அவளது தோற்றம் இருக்கும் நிலைக்கு...

அவள் நனைந்தாலும் ஒன்றுதான்....

தீயிலே எரிந்தாலும் ஒன்றுதான்....

இரண்டுமே அவளிடம் எந்த மாற்றதையும் உருவாக்கிவிடப் போவதில்லை....

உருக்குப் போல அத்தனை இறுக்கம் அவளிடம்......!

நான் மிகவும் தயக்கத்துடனும் பயத்துடனும் அவளருகே சென்று... மூன்றடி இடைவெளி விட்டு நின்றேன்....

எல்லா காதலர்கள் மீதும் வீசிய கடல்காற்று... வான்மதியின் மேலும் பட்டுத் தழுவியது....!

அவளைத் தழுவிய பின்னர் என்னிடம் வந்து... என்னையும் தழுவியது...

இதுவே....

என் நதி... நீயாக இருந்தால்... என் மீது வீசும் வாசம்... மல்லிகை பூ வாசமாக இருக்கும்....

இயற்கையிலேயே உனது உடலிலே ஊறிவரும் வாசனை நறுமண வாசனையாகவே மணம் வீசும் அன்பே...!

மனம் மகிழ்ச்சியிலே துள்ளிக்குதித்து... இளமை பீறிட்டுக்கிளம்பும்...

ஆசைகள் அலைமோதும்...

கனவுகள் உருவாகும்...

விளையாட்டுக்களின் எண்ணிக்கை கூடும்...

வேறு ஒரு உறவிற்கு தூபம் போடும்...

வாழ்வியல் காவியத்தின் மூன்றாவது அத்தியாயம் நம்மைத் தொடரும்...!

ஆனால்...

அந்த அற்புதமான சுகத்தின் ஈரத்தை இன்று உணர முடியவில்லை...!

பனிக்கட்டி வெடித்துச் சிதறியும்... சுடுநீர் பீறிட்டுத் தெறித்தது போல உணர்ந்தபடி நின்றேன்...

என்ன செய்வது...?

எனக்கு ஒவ்வொரு நொடியும் அசைவும்... கேள்வியாகவே இருந்தது...

அவளை முகம் பார்க்க இயலாமல்... சுற்றிச் சுற்றி பார்வையைத் திருப்பினேன்...

ஓர் இடத்திலே எனது பார்வை குத்தி நின்றது...

அந்த இடம்...!

கடற்கரையிலே ....

கடிதம் எழுதும் இடத்திலே...

என் நதி உனக்கு நான் காதல் கடிதம் எழுதிக் கொண்டிருக்கும் அதே இடம்....!

அவ்வளவு பெரிய கடற்கரை மணல் பரப்பிலே... அந்த இடத்தை என்னால் எளிதில் அடையாளம் காண முடிந்தது..!

ஒரே இடம்...

இரு வேறு சூழல்கள்...

இரு வேறு நிகழ்வுகள்...

இரு இடங்களிலுமே நான்...

உணர்வு மட்டும் இரு இடங்களிலும் ஒன்று...

வான்மதி கடலைப் பார்த்தபடியே நின்றாள்....! என்னைத் திரும்பிப் பார்க்கவே இல்லை...!

அவள் கடலிடமிருந்து ஏதோ சேகரிக்கிறாள்...

இல்லையென்றால்... இந்த சூழலிலே எப்படி பேசத் துவங்க வேண்டும் என்று திட்டமிடுகிறாள்...!

அவளின் இந்த அமைதி... எனது நிம்மதிக்குக் கொள்ளி வைத்துக் கொண்டிருந்தது ...!

மழை வரும் அறிகுறி காட்டிய மேகங்களால்... நிலவின் ஆதிக்கத்தை முழுவதுமாக கட்டுப்படுத்த இயலவில்லை .....

கார்மேகங்கள் கவிந்திருந்த போதும்... அவற்றை மீறி தனது ஒளியை உலகிற்கு காட்ட எத்தனித்துக் கொண்டிருந்தது நிலவு ....!

அந்த குறைந்த வெளிச்சம்....

குளிர்ந்த காற்று....

கடற்கரைக்கே உரிய குளுகுளு கவர்ச்சி.....

வான்மதி நின்றிருந்த நிலை...

என்னை... விழி மாறாமல் வான்மதியைக் கொஞ்சம் உற்று நோக்க வைத்தது.......வெப்பமாக.....!

ஒரு ஆண்... ஒரு பெண்ணைப் பார்க்கும் ஒவ்வொரு தருணத்திலும்... அந்த ஆணுக்கு ஏதாவது ஒரு சிந்தனை உருவாக வேண்டும்...

அது போல...

வான்மதியை நான் உற்று நோக்கியதன் விளைவாக... எனது கவனம்... கடந்து போன பள்ளிக் காலத்திற்கு என்னை கடத்திச் சென்றது.....!

நான் கனவு கண்ட வான்மதியா இது.....?

காலங்களும்... சம்பவங்களும் பெண்களை எப்படியெல்லாம் உருமாற்றம் செய்து சிதைத்து விடுகின்றன...

உருமாற்றம்... உளமாற்றத்தையும்...

உளமாற்றம்... உணர்வு மாற்றத்தையும்...

உணர்வு மாற்றம்... நடைமுறை மாற்றத்தையும்...

நடைமுறை மாற்றம்......

பெண்களின் குணத்தையுமே மாற்றியமைத்து விடுகிறது.....

ஆம்...

வான்மதி இத்தனை மாற்றங்களையும் கடந்துதான் என் முன்னே வந்து நிற்கிறாள்......

தலைமையாசிரியர் அறையிலே பார்த்தது... இளம் நெருப்பு...

அது கனன்று கொண்டுதான் இருந்தது...

இப்போது இங்கே நிற்பது... பற்றி எரிக்கும் முற்றிய நெருப்பு...!

அழகுப் புயலை பள்ளி முழுவதும் சுழல விட்டு... அழகியல் ஆட்சி நடத்திக் கொண்டிருந்தவளா இவள்....?

பள்ளியிலே பல பையன்களைப் பைத்தியம் பிடிக்கவைத்த அழகி அவள்...!

அவளது அழகை எத்தனை இரவுகள் கற்பனை செய்து... கனவுகளிலே மூழ்கி... தூக்கத்தைத் தொலைத்திருக்கிறேன் நான்...!

இரவுகளிலே களைப்பு வரும்.....

உறக்கம் வரும்...

ஆனால்....

சின்ன பார்வை சிமிட்டலால்... அவைகளை தொலை தூரம் விரட்டி, என்னை தனிமைப்படுத்தி விடுவாள்..... வான்மதி...!

தாயிடமிருந்து... தந்தையிடமிருந்து... நண்பர்களிடமிருந்து... சமூகத்திடமிருந்து தனிமைப்படுத்தி... அவர்களுக்கும் எனக்கும் இடையே பெரும் இடைவெளியை உருவாக்கி விடுவாள்......

அத்தனை கவர்ச்சி அவளிடம்......!

அது அழகுக் கவர்ச்சியில்லை...

உடற்கவர்ச்சி...

இனக்கவர்ச்சி...

அத்தனை கவர்ச்சியான உடலமைப்பு அவளுக்கு...!

பாவாடை தாவணி சீருடை அணிந்து தான் வருவாள்...

ஆனால்....

அது.... எந்த மாணவிக்கும் பொருந்தாத அளவிற்கு அவளுக்கு மட்டும் கச்சிதமாகப் பொருந்தி... கவர்ச்சி கூட்டும்...!

அவளுடைய இனக்கவர்ச்சி வெளிப்பாடுகளால் தாக்குண்டு... தடுமாறி... தங்களது நோட்டுப் புத்தகங்களிலே அவளை கவிதைகளாக வர்ணித்து... அவற்றை வெளியிடாமலே மூடிவைத்துப் பாதுகாத்தவர்கள் பல பேர்...!

ஆக.... அவள் பள்ளியிலே பல கவிஞர்களை உருவாக்கிக் கொண்டிருந்தாள்......

நான் உட்பட...!

வர்ணிக்க... வர்ணிக்க... வளம் குறையாத கவர்ச்சியை... கடவுள் அவளுக்கு அள்ளி வழங்கியிருந்தார்......!

பல நாட்கள் என்னை மயக்கப்படுத்தியே ஆட்கொண்டிருந்தவள்...

என் வயதுக்கு... அத்துமீறிய கற்பனைகளை எனக்குள்ளே திணித்தவள்...

அதிலும் அந்த குற்றாலத்துப் பார்வைக்குப் பின்னே... அவள் என்னை வதைத்த செயல்களை விவரிக்கவே முடியாது......

31. தொடாமலே சுடும்...

தொடாமலே சுடும் நெருப்பு அவள்...
தைக்காமலே வலி கொடுக்கும் அம்பு அவள்...
வீசாமலே ரத்தம் வடியவைக்கும் வாள் அவள்...
அருகிலே செல்லாமலே அதிர்ச்சி தரும் மின்சாரம் அவள்...!
கடவுள்... அவளது பார்வையிலே கூர்மையான முள் ஒன்று வைத்து விட்டான்....

அவள்...... அந்த பார்வை முள் கொண்டு பல பேரை இதயங்களிலே ஆழக் குத்தி காயப்படுத்தி வைத்தாள்.....

அதுபோல காயப்பட்டவன்தான் நானும்...!

என்னுடன் படித்தவர்களிலே எத்தனை பேர்... வான்மதியைப் போன்ற பெண்ணையே திருமணம் செய்ய வேண்டுமென்று... வாலிபம் கரைந்து முதிர்ந்த பின்னும்... இன்னும் திருமணம் ஆகாமல் பெண் தேடிக்கொண்டே இருக்கிறார்களோ... கணகெடுத்தால்தான் எண்ணிக்கை தெரியும்...

வான்மதி பள்ளிக்கு வரும் தருணங்களிலே ஒரு பெரிய கண்காட்சியே நிகழும்......

பள்ளிக்கூட வாசலிலேயே சில மாணவர்கள் நிற்பார்கள்...
பள்ளிக்கு உள்ளே சில மாணவர்கள் நிற்பார்கள்...
வகுப்பறை வாசலிலே சில மாணவர்கள் நிற்பார்கள்...
இதில்... எங்கள் வகுப்பறை மாணவர்கள் தவிர... மற்ற வகுப்பு மாணவர்களும் இடம் பிடித்து நிற்பார்கள்...

வகுப்பறைக்கு உட்புறம் கூட... நுழைவாயில் மேலேயே விழியமர்த்தி நிற்பார்கள் மாணவர்கள்....!

ஏன்...

வான்மதி வரவேண்டும்.......!

அப்படியென்ன சிறப்பு அவள் வருகையிலே...

நடை...!

வான்மதியின் நடை...!

பார்ப்பவர்களின் மனதைச் சுண்டி இழுத்து வதைக்கும் நடை...!

அது இறைவன் கொடுத்த கொடை....!

அதைப் பார்க்க ஏங்கிக் குவியும் மாணவப் படை...!

அந்த நடைக்கு ஒத்துழைப்பு தரும் அவளது உடை...!

அந்த நடையளவுக்குத் தகுந்தாற்போல சரிந்து சரிந்து எழும் அவளது இடை...

நடப்பாள் அவள்...!

எப்படி...

ஓர் அடி எடுத்து வைப்பாள்...

அந்த ஓர் அடிக்கு ஒத்துழைப்புத் தந்து... இன்னொரு காலும் தொடரும்...

அவள் எடுத்து வைக்கும் ஒவ்வொரு அடிக்கும் ஓர் அளவு இருக்கும்...

அவளது பாதங்கள் இடைவெளியின்றி நிலத்திலே இறுகப் பதியும்.... விரல்களும் கூட...

இடையின் அசைவுக்கு ஒத்துழைத்து முன்னும் பின்னும் நகர்ந்து ஊஞ்சலாடும் அவளது தோள்கள்.....

அந்த தோள்களின் அசைவுடன் தொடர்பு ஏற்படுத்தி அசைந்தாடும் மார்புகள்...

அந்த மார்புகளின் அசைவோடு... வளைவுகளை உருவாக்கி ஒத்துழைக்கும் அந்த வயிற்று பகுதி...

இவையெல்லாவற்றையும் விட... பார்க்கிற கண்களை பசைபோட்டு ஒட்டவைக்கும் அவளது பின்பகுதி...!

வகுப்பிலே ஆசிரியர் பாடம் நடத்துதலிலே குறிப்பெடுப்பார்களோ இல்லையோ... வான்மதியின் நடையிலே வெளிப்படும் அழகுக் குவியலின் அசைவுகளை... அளவு பிசகாமல் குறிப்பெடுத்துக் கொள்ளத் தவறமாட்டார்கள்...!

இத்தனை பெரிய அசம்பாவிதம் நிகழ்ந்தால்...

எந்த மாணவன் வகுப்புக்குப் போவான்...?

எந்த மாணவன் பாடம் படிப்பான்...?

எந்த மாணவன் தான் தேர்விலே வெற்றி பெறுவான்...?

தேர்வைப் பற்றியெல்லாம் அவர்களுக்குக் கவலையில்லை...

அவர்களது தேர்வெல்லாம் வான்மதி தான்...!

அது வான்மதியின் குற்றமோ... அந்த மாணவர்களின் குற்றமோ இல்லை....

அந்த வயதின் குற்றம்...!

தவிர்க்க முடியாத அந்தப் பருவத்தினுடைய குற்றம்...

இதிலிருந்து எவரும் தப்பவே முடியாது...!

பள்ளி முடித்து வெளியே வந்து விட்டால்...

கல்லூரியிலே காலெடுத்து வைத்து விட்டால்...

வாழ்க்கைச் சுழலுக்குள்ளே சிக்கி விட்டால்...

எல்லா மாயங்களும் பறந்து போகும்...!

நிகழ்ந்தவையெல்லாம் நீங்கா நிழல்களாக மட்டுமே நிலை பெறும்...

நகைப்பு வரும்...

இப்படியெல்லாம் இருந்தோமா...

இவையெல்லாம் செய்தோமா...

என்கிற கேள்விகள் எழும்...

அத்தனை உறுதியில்லா உறுதி தான் அந்த பள்ளிச் சம்பவங்களுக்கு...!

அந்த பள்ளிப்பருவம்...

விரைந்து கரையக் கூடியது...

அது கடந்து விட்டால்....

அதன் பிறகு வாழ்விலே ஏற்படும் ஒவ்வொரு அசைவுகளுமே இழப்புத்தான்...!

பள்ளியோடு முடிந்தது பருவம்...

பள்ளியோடு முடிந்தது சுதந்திரம்...

பள்ளியோடு முற்றுப் பெறுகிறது மகிழ்ச்சி...

தடையில்லா கடலுக்கே கரை தென்பட்டது போல...!

அதனால்...

வகுப்பறைவிட்டு வெளியே வந்தால்... வான்மதியைச் சுற்றி மாணவர் கூட்டம் எப்பொழுதுமே இருக்கும்...

குற்றாலத்திலே கூட...

அவளைச் சூழ்ந்துகொண்டே நிறைய மாணவர்கள் இருந்தார்கள்... அவளும் அவர்களோடு இரண்டறக்கலந்து விளையாடினாள்...

அருவியிலே குளிக்கும்போது கூட... பல மாணவர்கள் அவளைச் சூழ்ந்து... நீரிலே நனைந்த... அவளது உடலழகிலே கரைந்து தான் விளையாடினார்கள்....

தேனீக்கள் வட்டமிட்டு சுற்றிச்சுற்றி மொய்க்கும் தேன் கூட்டைப் போன்ற காட்சி அது...!

அவளது இறுக்கமான ஈர உடலை... திருட்டுத் தனமாகத் தொட்டுவிட முயற்சித்த யாரோ ஒரு மாணவனின் பருவச் சீற்றத்தின் வேகம் தான்... அவளை நீரிலே தள்ளியது....!

பள்ளிக் காலங்களிலே வஞ்சகமில்லாமல் அழகியல் காட்சிகளை அள்ளி வழங்கிய அதே வான்மதிதான்.....

இன்று....

கடற்கரையிலே.....

வன்முறை கொந்தளிக்க நின்று கொண்டிருந்தாள்....!

நானும் அவள் எப்போது வாய் திறப்பாள் என்று காத்துக்கொண்டே இருந்தேன்...!

வேறு வழி... ?

தனியிடத்திற்கு அழைத்துவரச் சொன்னாள்....

சம்மதித்தேன் ....

பேசவேண்டும் என்றாள்.....

சம்மதித்தேன்.....

இப்பொழுது அமைதியாக நிற்கிறாள்....

நான் என்ன செய்வது .....

எனது நிலைதான் என்ன..... ?

இங்கே...

கடிதம் எழுதும் இடத்திலே...

உனக்குக் கடிதம் எழுதுவதைக் கூட சற்று நிறுத்தினேன்...

எனக்கும்... எனது சிந்தனைக்கும்... எனது நீண்டநேர துயரப் பயணத்திற்கும்... அந்த இடைவெளி தேவைப்பட்டது.....!

என்ன சொல்ல அழைத்து வந்தாள் என... அவளிடம் கேட்க எனக்கு துணிச்சல் வரவில்லை.... வாய்பேசாது நானும் நின்றேன்....!

அந்த ஈரக்காற்றும்... இதமான சூழ்நிலையும்... இப்பொழுது எனக்கு உதவவில்லை... மாறாக லேசான காய்ச்சலைத்தான் உருவாக்கியது....!

ஒரு கொலைக் குற்றவாளியைப் போல் நான் நின்று கொண்டிருந்தேன்....

பெண்களின் அமைதி எப்பேர்ப்பட்ட பயங்கரத்தை உருவாக்கும் என்பதை, ஒவ்வொரு வினாடியும் நான் உணர்ந்து கொண்டிருந்தேன்...!

இது.... வான்மதி உருவாக்கிய சூழ்நிலை ....

அவள்தான் பேசியாக வேண்டும்....!

அவள் எப்பொழுது பேசுவாளோ... அதுவரை நானும் காத்திருந்தே ஆகவேண்டும்....!

கடற்கரைக்கு வந்த மனிதர்களின் இரைச்சல்....

கடல் அலைகளின் இரைச்சல்....

எதுவுமே எனது காதுகளுக்குக் கேட்கவில்லை...!

என்னை நானே அமைதிப்படுத்தி... தயார்செய்து கொண்டேன்.... வான்மதி பேசுவது தெளிவாகக் கேட்க வேண்டுமே....

மேகங்களோடு கண்ணாமூச்சி விளையாடிக் கொண்டிருந்த நிலவு... மேகம் நகர்த்தி வெளி வந்து... கடல் நீர் பரப்பின் மேலே தன்னொளி பரப்பியது....

கடலை நானும் பார்த்தேன்... கடல் அமைதியாகத்தான் இருக்கிறது...

ஆனால் அலைகள்...

குழந்தை போல தவழ்ந்து தவழ்ந்து ஆவலாய் வருகின்றன....! கரைதாண்டி எங்கோ புது இடத்திற்குப் போய்ச் சேர்ந்து விடுவோம் என்ற உற்சாக எல்லைமீறல்..... அந்த அலைகளுக்கு...!

அந்த உற்சாகத்திலே வந்த அலைகளை... அடித்துத் தடுத்து.... 'நில்' லென்று நிறுத்துகிறது கடலின் கரை...!

அலைகள்... கரையிலே மோதி... விடுதலை பெற முடியாமல்... உயரக் கிளம்பி... போராடித் தோற்று மீண்டும் கடலுக்குள்ளேயே விழுந்து சிறைப்பட்டு அடங்கிப் போகின்றன...

இது தொடர்ந்து நடக்கிறது...

அலைகள் முயற்சி செய்து கொண்டே தான் இருக்கின்றன...

அவைகளுக்கு விடுதலைதான் கிட்டவே இல்லை...

கிட்டத்தட்ட எனது நிலையும் அந்த அலைகளின் நிலை தான்..!

எனது சுதந்தரத்திற்காக வான்மதியிடம் காத்துக் கொண்டிருக்கிறேன்... கொதிப்புடன்...!

ஒரு வழியாக வான்மதி வாய்திறந்தாள்...

முதல் வார்த்தை பேசினாள்....

"எனக்கு கல்யாணம் ஆயிடுச்சு...!"

இப்பொழுதும்... அவள் கடலைப் பார்த்தபடியேதான் பேசினாள்....

மிகுந்த மகிழ்ச்சி எனக்கு...!

திருமணமாகிவிட்டது என்றாலே குழப்பங்கள் குறைவாகத்தான் இருக்கும்... அவற்றுக்கு தீர்வு காண்பதும் எளிது....!

நான் எதுவும் சொல்லவில்லை....!

அவள் மேலும் என்ன சொல்லப் போகிறாள் என்று எதிர்பார்த்துக் காத்திருந்தேன்...

இந்த ஒரு தகவலைச் சொல்லவா இவ்வளவு தொலைவிற்கு என்னை அழைத்து வந்தாள்... ?

இதை அலுவலகத்திலே... என்னைப் பார்த்தவுடனே... மகிழ்ச்சியாகவே சொல்லியிருக்கலாமே...

திருமணம் என்பது மகிழ்வு நிகழ்வுதானே...

இல்லை...

அவள்.... இதைச் சொல்வதற்காக என்னை அழைத்து வரவில்லை...!

இதைவிட இன்னும் பெரிதாக ஏதோ இருக்கிறது...!

அந்த திருமணம் தொடர்பாக.....!

அது என்ன...?

அதைத்தான் அவள் சொல்லவேண்டும்...

சொல்லுவாள்...

அதற்காகத்தானே அழைத்து வந்திருக்கிறாள்...!

ஒருவேளை... எனது காதல் கடித விவகாரம்... அவளது இல்லற வாழ்க்கையிலே இன்னலை விதைத்து விட்டதா...?

மீண்டும் அமைதி...

ஆழி அலைகள்... காற்று... அவற்றின் ஓசை...

இடைவிடாமல் தொடர்ந்து ஒலித்துக் கொண்டேயிருந்தன......!

அவள் என் வாழ்க்கையைப்பற்றி எதுவும் பேசப் போவதில்லை என்பதை அவளது முதல் வார்த்தையிலேயே நான் புரிந்துகொண்டேன்....!

“என் கணவர் ரொம்ப நல்லவரு...”

இதுவும் கடலைப் பார்த்துத்தான்....!

எனது பக்கத்திலே இன்னும் அமைதி....!

“என்ன ரொம்பவும் நம்புறாரு...

அந்த நம்பிக்கைக்கு நான் தகுதியானவளா இல்லையாங்கறது... நான் எடுக்க வேண்டிய முடிவு...!”

எனக்கு கொஞ்சம் பயம் தொற்றிக் கொள்ள ஆரம்பித்தது ....

அவள் எந்த கோணத்திலே பேசுகிறாள் என்பது எனக்குப் புரியவில்லை .....

வான்மதி என்னை ஏதோ ஒரு சிலந்தி வலைக்குள்ளே சிக்க வைப்பது போல உணர்ந்தேன் .....

நான் பேசியே ஆக வேண்டும்...

சற்று இடைவெளிவிட்டுக் கொஞ்சம் பயத்துடன் மெல்லிய குரலிலே நான் பேசினேன்...!

அவளிடம் உரத்த குரலில் பேசவும் சற்று பயம் தான் எனக்கு .....!

“நீ... ஒரு தப்பும் பண்ணலயே...!”

“மனசாட்சி...?”

சற்றும் தாமதிக்கவில்லை... விசைத்தறி ஓடம் போல வீசி பதிலெறிந்தாள்... ஒரு மின் காந்த வார்த்தையை .....!

“நீ எழுதினது வெறும் காதல் கடிதமா...”

அந்தக் கேள்வியிலே கூர்மை..!

கரும்பை ‘சதக்’ கென்று துண்டாடும் கூர் கத்தி போல...!

நாக்கைப் பிடுங்கிக் கொள்ள வேண்டும் போல அவமானமாக இருந்தது எனக்கு....!

ஒன்பதாவது வகுப்போடு முடிந்து போனதாக கருதிய காதல் கடிதக் கதைக்கு... வான்மதி தனது கொடூர பாய்ச்சலால் மீண்டும் புத்துயிர் கொடுக்க வந்திருக்கிறாள் என்பது... எனது அறிவின் அகலத்திரையிலே ஆழப் பதிவு பெற ஆரம்பித்தது...!

அதன் தொடர்ச்சியாக சட்டென்று எனது பக்கம் திரும்பினாள் வான்மதி .....!

இங்கே....

நான்கு கண்களும் நேருக்கு நேர் சந்தித்துக் கொள்வதைத்தவிர வேறு வழியே இல்லை...!

இது கூட ஒரு கொடூரமான விபத்துத்தான்...!

கண்களா அவை....?

எத்தனை கொடூரம்...!

தீச்சுடரின் வெளிப்பாடு...!

கன்னத்திலே அறைவது போல...

நெஞ்சிலே தாக்குவது போல...

கண்ணிமைக்கும் நொடியிலே ஒரு போர்க்களமே தோன்றி மறைந்தது...

எவ்வளவு காதல் நிறைந்த கண்கள் அவை.....

கவர்ச்சி நிறைந்த கண்கள்....

காமம் நிறைந்த கண்கள்....!

ஆனால் இன்று....

அத்தனையும் வெறி...!

அந்த விழிகளுக்குள்ளே....

பல ஆண்டுகளாக பழி நீரை வார்த்து வார்த்து வஞ்சமாகத் தேக்கி வைத்திருக்கிறாள் அவள்...!

என்னைத் தாக்குவதற்கென்றே பாய்ந்தன... அவளது விழி அம்புகள்... கூர்மையாய்...!

எதிரே மார்தூக்கி நிற்க முடியவில்லை என்னால்...!

எத்தனை வருடங்கள் கழித்து அவள் கண்களை நேருக்கு நேர் பார்க்கிறேன்...?

குற்றாலத்திலே பார்த்த கூர்வேல் விழிகளை காணவில்லை இன்று....

இரவுப் பேருந்திலே பார்த்த உறவுப் பார்வையை காணவில்லை....

பள்ளி வகுப்பறையிலே பார்த்த பருவ பார்வையை காணவில்லை....

எனது வகுப்பு தோழியின் நட்பு பார்வையை காணவில்லை....

அவை கூட ஒரு வகையான வெப்பப் பார்வைகள் தான்...

ஆனால்... இபொழுது பார்க்கும் பார்வையோ... தீப்பிழம்புப் பார்வை...!

அந்த பார்வையை...

தாக்குபிடிக்க இயலவில்லை எனது உறுதியினால்....!

நல்ல வேளை...

உடனே தலை கவிழ்ந்து கொண்டேன் நான் ...!

இல்லையென்றால் ...

எரிந்து சாம்பலாகியிருப்பேன்.....!.

அவளது விழிகள் தான் பலம் வாய்ந்தவை...

தோற்றவன் நான் தான்...!

காரணம்...

அவள் பெண்...

பாதிக்கப்பட்டவள்...!

ஒரே தவறு....

பெண்களையும் பாதிப்படையச் செய்கிறது...!

ஆண்களையும் பாதிப்படையச் செய்கிறது...!

ஆனால்...

ஆண்கள் ...

மூழ்கி முக்குளித்து அதிலிருந்து மீண்டு விடுகிறார்கள்...!

பெண்கள்....

அதிலிருந்து மீள முயற்சியே செய்யாமல் அதற்குள்ளேயே முடிந்து போகிறார்கள்...!

சிலர் மடிந்தும் போய் விடுகிறார்கள்.....!

ஆண்கள் கூழாங்கற்களைப் போல...

ஓடும் நீரிலே... ஓடாத நீரிலே... எதிலே விழுந்தாலும் கரைந்து போக மாட்டார்கள்...!

ஆனால்...

பெண்கள்...

மென்மையான பஞ்சு போல...

கொஞ்சம் நீர் பட்டாலும்... அதில் நனைந்து... கரைந்து சிதைந்து உருக்குலைந்து காணாமலே போய்விடுகிறார்கள்...!

அடுத்த வார்த்தை சொன்னாள் அவள்... பெண்குலத்தின் வாயால் உச்சரிக்கவே கூடாத வார்த்தை...

"கடிதமா அது....?

ஒரு காகிதம் வழியா நீ நடத்திய கற்பழிப்பு....!"

கோடரி கொண்டு மார்பைப் பிளந்தது போன்ற வார்த்தை அது...!

ஒரு ஆணைக் கொல்ல... இதைவிட அவமானம் மிக்க ஆயுதம் வேண்டுமா....!

இங்கே...

கடிதம் எழுதும் இடத்திலே...

கடிதம் எழுதிக் கொண்டிருந்த எனது விரல்கள்கூட... லேசாக நடுங்கி நின்றுவிட்டன....!

எனது எழுதுகோல் கை நழுவி கடல் மணலிலே விழுந்தது...!

விழுந்த எழுதுகோலைக் கூட என்னால் எடுக்க முடியவில்லை.......!

இப்பொழுதுகூட எனது கண்களிலே நீர் கோர்த்திருந்தது...!

எவ்வளவு கொடூரமான வார்த்தை.....!

'காகிதம் வழியாக நடத்திய கற்பழிப்பு......!'

கடற்கரை முழுவதும் எதிரொலித்தது அந்த ஆபாச வாசகம்....!

திரும்பத் திரும்ப...!

எப்படி கண்டுபிடித்து தேர்வு செய்கிறாள் வார்த்தைகளை.....?

எனது உடலும் மனமும் ஒன்றோடொன்று போட்டி போட்டுக் கொண்டு நாற்றம் பரவி... கூச்சமெடுத்து காய்ச்சல் கண்டன..!

அரிவாள் மனை கொண்டு அறுத்தது போல...!

இரத்தம் வழிந்தது.... கண்ணுக்குத் தெரியாமலே....!

இப்படியெல்லாம் பேசுவாளா ஒரு பெண்.....?

கேட்டுக்கொண்டு சும்மா இருப்பானா ஓர் ஆண்...?

இதோ நிகழ்கிறதே...

வான்மதி பேசுகிறாள்....!

நானும் கேட்டுக்கொண்டு சும்மா இருக்கிறேன்....!

இங்கே...

கடிதம் எழுதும் இடத்திலே .....

மூக்கை உறுஞ்சியபடி... ஈரமாயிருந்த கண்களைத் துடைத்தபடி தட்டுத்தடுமாறி மணல் மீது விழுந்த எழுதுகோலை எடுத்து... மீண்டும் எழுதத் துவங்கினேன்....!

இதுகூட ஒரு வகையான ஓலம் தான் நதி...!

உன்னை இணைந்தது...

வாழ்வியலிலே மிகமிக அழகான காவியம் என இறுமாப்புடன் இருந்தேன் நதி...!

வான்மதி...

அதில் நெருப்பை வைத்துவிட்டாள்...

பெரிய சிக்கலை உருவாக்குகிறாள்...!

சனியன்... சந்து பொந்துகளிலெல்லாம் நுழைந்து வருகிறான்...வான்மதியின் வடிவிலே...!

உலகமகா குற்றத்தைச் செய்துவிட்டு... காவல்துறையிடம் கூட அகப்பட்டுக் கொள்ளலாம்...

ஆனால்....

ஒரு சிறிய தவறைச் செய்துவிட்டுக்கூட... இந்தப் பெண்களிடம் மட்டும் அகப்பட்டுவிடக் கூடாது...

அதை விடக் கொடிய துயரம் வேறெதுவும் இல்லை....!

அதை உணர்த்தியது 'கற்பழிப்பு' என்கிற வார்த்தைக்கு அவள் கொடுத்த அழுத்தம்....!

அவள்... மறுபடியும் கடலை நோக்கித் திரும்பிக் கொண்டாள்....

இவ்வளவு அனல் தாக்கும் கனல் கங்குகளை கக்கியவளுக்கு... இந்த இடைவெளி தேவைதான்....

ஒரே வார்த்தையிலே... அவளது வாழ்க்கையை எனது கடிதத்தோடு பிணைத்து இணைத்து விட்டாள்...

இனி தப்பமுடியுமா வான்மதியிடமிருந்து...?

ஏதோ ஒரு பெருஞ்சுமை எனது தலை மீது விழப்போகிறது...

அதைத் தாங்குவதற்கும்... சுமப்பதற்கும் என்னை நான் தயார் செய்து கொள்ள வேண்டும்...

மீண்டும் அவளே தான் பேச வேண்டும்....
பேசினாள்....!
"நீ மறந்துட்டியா...?"
சிக்கலான கேள்வி...!
எப்படி மறக்க முடியும்...?
மறந்திருந்தால் இப்படி கைதியைப் போல... அவளுக்குக் கட்டுப்பட்டு இங்கே வந்து நிற்பேனா...!
நான் பதிலே சொல்லவில்லை....!
அந்தக் கடிதத்திலே நான் வர்ணித்திருந்த வார்த்தைகள்... அன்று எனக்கு அழகான கவிதையாகத் தெரிந்தன...!
ஆனால்....
இன்று....
அவையெல்லாம் எனக்கே அருவருப்பாகத் தெரிகின்றன...!
மிகமிக கீழ்த்தரமான வாசகங்கள்...
அவளது கொந்தளிப்பு நியாயமானது தான்...!
மறுபடியும் அவளே தொடர்ந்தாள்...!
"நானும் மறக்கல..."
இந்த வார்த்தையைச் சொல்லும் பொழுது... அவளது குரல் தழுதழுத்தது...!
லேசான அழுகையும் கலந்து வந்தது...!
நான் பதறிவிட்டேன்....
பெண்கள்.... ஆண்களை வதைக்கப் பயன்படுத்தும் கொடிய ஆயுதங்கள் அழுகையும்... கண்ணீரும்தானே...!
வான்மதி...
அவற்றை இங்கே ஆயுதமாகப் பயன்படுத்தினாளா... அல்லது துக்கத்தை வெளிப்படுத்தினாளா... புரியவில்லை...!
ஆனால்...
அவள் கொஞ்சம் கலங்குகிறாள்...
அந்தக் கலக்கத்திற்குக் காரணம்..... நான்தான்....!
நான் இங்கே நிற்க காரணம்... அந்த கடிதம் தான்....
அந்த கடிதம் உருவாக காரணம்... வான்மதியின் பார்வை தான்...!
அது புரிந்து அவள் பேசுகிறாளா...
அல்லது அறியாமையால் வசை வார்த்தைகளை அள்ளி வீசுகிறாளா...!
அவள் அதோடு நிறுத்தி... இன்னும் அமைதியானாள்...!
வான்மதி என்ன விதைக்கப் போகிறாள்.... நான் என்ன அறுவடை செய்யப் போகிறேன்.... எதுவுமே புரியவில்லை ...!
இதுவரை அவளது முகத்தைப் பார்க்க பயந்து கொண்டிருந்த நான்... இப்பொழுது லேசாகப் பார்த்தேன்....!
அவளது கண்களிலிருந்து கண்ணீர் உருண்டு கன்னங்களிலே வழிந்து ஓடுவது... நிலவின் ஒளியிலே பளபளத்தது......
அழுகிறாளா....?
அன்று வகுப்பறையிலே நிகழ்ந்த சம்பவத்திற்காகவா...?

இத்தனை காலம் கழித்தா...?

ஏதோ குழப்பம்...!

அவளது வாழ்க்கையிலே ஏதோ விபரீதம் நிகழ்ந்திருக்கிறது...!

என்னையும் அறியாமலே நான் அதிலே வலுக்கட்டாயமாக பிணைக்கப்பட்டுவிட்டேன்....!

நான் வகுப்பறையிலே கூட அவளிடம் அதிகம் பேசியதில்லை..!

அப்பொழுது நாங்கள் இருவருமே குழந்தைகள்...!

இன்று... பக்குவப்பட்டவர்கள்...!

அவள் குலுங்கி குலுங்கி அழுவது எனக்குத் தெளிவாகத் தெரிந்தது... மனசுக்குள்ளே மாவரைக்கத் துவங்கியது...

பெண்களின் கண்ணீரைக் கட்டுப்படுத்தும் கருவியை இதுவரை எந்த விஞ்ஞானியும் கண்டுபிடிக்கவில்லை...

காதலனாகட்டும்...

கணவனாகட்டும்...

சகோதரனாகட்டும்...

தந்தையாகட்டும்...

நண்பனாகட்டும்...

ஒரு பெண்ணின் அழுகையை மாற்ற எவராலும் இயலாது...!

முயன்று சலித்து தோற்றவர்களே அதிகம்...!

என்னால் மட்டும் அவளது கண்ணீரைத் துடைக்க முடியுமா... சமாதானம் சொல்ல முடியுமா... என்னதான் செய்வது நான்...!

அவள் இப்படி... கண்ணீர் சிந்தும் அளவிற்கு... அந்தக் கடிதம் அவளது வாழ்க்கையிலே அப்படி என்ன தான் சேதாரத்தை விளைவித்து விட்டது....?

பெண் என்கிற காரணத்தால்... வான்மதியின் மீது எனக்கு இரக்கம் வந்தது...

ஆனால்...

அந்த இரக்கத்தையும் என்னால் வெளிப்படுத்த முடியாத நிலை...!

என்னை விட அவளது நிலை மேல்....!

என்ன சொல்ல வந்தாளோ அதைச் சொல்லுகிறாள்...!

எனது நிலை..?

எதற்கு வந்தேன்...

எதற்கு அவள் சொல்வதைக் கேட்கிறேன்...

அவளுக்கு நான் என்ன செய்ய வேண்டும்...

எதுவும் தெளிவில்லாமலே நிற்கிறேன்...!

கால்களிலே நெருப்பு சுடுகிறது... நெஞ்சிலே கனல் கொதிக்கிறது... எனது கண்கள்கூட எரிச்சல் கண்டு... நீரை கசிய விடுகின்றன..!

அவளுக்குள்ளே மாற்றங்கள் ஏற்பட ஏற்பட... எனக்கு பயம் அதிகரித்துக் கொண்டே போகிறது...

அவள் வந்த வேகம் வேறு...

பேசிய விதம் வேறு...

தனியிடம் அழைத்த உத்தரவு வேறு...!

ஆனால்...

இப்பொழுது அவள் நடந்து கொள்ளும் முறையோ முற்றிலும் வேறு...!

இப்பொழுது...

நாங்கள் இருவரும் நண்பர்களா..... ?

பழைய மாணவர்களா.... ?

காதலர்களா..... ?

காதல் செய்து பிரிந்தவர்களா..... ?

ஏன் இங்கு நிற்கிறோம்.... ?

அறியாத வயதிலே பக்குவமில்லாமல் செய்த ஒரு தவறு..!

அதற்கு இவ்வளவு பெரிய தண்டனையா....

அதுவும்.... இத்தனை வருடங்கள் கழித்து....!

வேறு வாழ்க்கையை வாழத் துவங்கிவிட்ட பிறகு....!

கடிதம் எழுதியது உண்மை....!

எதிர்வினையாக உருவெடுத்தது உண்மை....!

அது ஒரு முடிவுக்கு வந்ததும் உண்மை தானே ....!

அதன் பிறகு என்ன நிகழ்ந்தது.....

அவளே கூறினாள்...

அழுகை பாதி ஆத்திரம் பாதி கலந்த குரலிலே...!

“அவ்வளவு அசிங்கமா ஒரு கடிதம் எழுதியிருக்கேன்னா...

நீ என்னப்பத்தி... என் உடலைப் பத்தி... எப்பிடியெல்லாம் ஆழமா கற்பன பண்ணியிருப்ப...”

நிறுத்தினாள்...

“எத்தன நாள்... எத்தன இரவு...”

மீண்டும் நிறுத்தினாள்...

“எப்பிட்றா... ?”

இதை... சாதரணமாகவா கூறினாள்... ?

கூக்குரலிட்டு... உரக்க கூச்சலிட்டு கூவிவிட்டு... மூச்சுவிட்டு நிறுத்தினாள்....!

அந்த சம்பவம் நடந்த அன்று.... தலைமையாசிரியரின் அறையிலே நின்று வான்மதி பேசுவது போலவே எனக்குத் தோன்றியது....!

இதே கேள்விகளை அப்பொழுதே கேட்டிருந்தால்... இன்று இந்த நிகழ்வே தேவையில்லாமல் போயிருக்குமே...!

அதை இவ்வளவு நாள் ஊறவைத்து ஊறவைத்து... இன்று சூடான கேள்விகளாகத் தெறிக்க விடுகிறாள்...!

அன்றைக்கு கோபத்தை உள்ளடக்கி... உணர்ச்சிகளாகக் காட்டினாள்....

இன்றைக்கு வெடிமருந்துக் கலவை போன்ற வார்த்தைகளாக வெடித்துச் சிதறுகிறாள்..... .

இதே வேலையை... மைதானத்து மரத்தடியிலே... அன்று நான் காதல் கடிதம் கொடுக்கும் பொழுதே செய்திருந்தால்...

எனது தந்தை என்னை அடித்தது போல... நூறு அடிகள் அவளே அடித்திருந்தால்...

வகுப்பறை மாணவர்கள் முன்பாகவே ‘த்தூ...’ என்று எச்சில் காரி எனது முகத்திலே உமிழ்ந்திருந்தால்...

அந்தக்காதல் கடிதத்தை தலைமை ஆசிரியர் வரை கொண்டு போகாமல் கிழித்துக் கசக்கி குப்பையிலே எறிந்திருந்தால்...

என்னைக் காலில் விழுந்து மன்னிப்பு கேட்கச் செய்திருந்தால்...

இத்தனை செயல்களிலே... ஏதாவது ஒன்றை செய்திருந்தால் கூட...

மிகச்சாதாரண சம்பவம் தான் அது..!

யாருக்கும் எந்த சேதாரமும் இல்லை...!

அது துயரமாக உருமாறி... இத்தனை காலம் இவ்வளவு தூரம் துரத்தி... தொடர்ந்து பயணித்திருக்காது...!

ஆரம்பித்த இடத்திலேயே அடக்கமாகியிருக்கும்....

அதற்கு இத்தனை வயதுவரை... முட்செடிக்கு நீர் ஊற்றி வளர்க்க வேண்டிய அவசியம் என்ன...?

அவளது கேள்விகளை என்னால் தாங்க முடியவில்லை...

தவிர்க்கவும் துணிவில்லை...!

வாழ்வியலை ஐந்து பகுதிகளாகப் பிரித்தால்... அதில் இந்த வான்மதியின் வாழ்க்கை எந்த அத்தியாயத்திலே வருகிறது...?

துயர் தாங்கலாம்...

உயிர் போகும் துயர் வந்தால் எப்படி தாங்க முடியும்...?

எனது நிலையும் அது தான்...!

மாலையிலிருந்தே மேகங்களுக்கும் நிலவுக்கும் ஓயாத போர் .....

முயன்று முயன்று மேகங்களை தோற்கடித்துக் கொண்டிருந்த நிலவு.... தற்சமயம் தனது போர்த்திறன் குறைந்து மேகங்களிடம் தோற்று விட எத்தனித்துக் கொண்டிருந்தது .....!

கொஞ்சம் கொஞ்சமாய் குளிர்ந்த ஒளியை உமிழ்ந்து கொண்டிருந்த நிலவின் மீது... கரிய மேகங்கள் மீண்டும் மெல்ல மெல்ல கவிந்து... கவர்ந்து கொண்டன....

கடற்கரை முழுவதும் இருட்டு......!

சாலை மீதிருந்த விளக்குகளின் ஒளியும்.... வாகனங்களின் ஒளியும்தான் சிறிது வெளிச்சத்தைத் தந்து கொண்டிருந்தன.....!

சற்றும் எதிர்பாராமல் கடலுக்குக் கிழக்கே... கீழ்வானத்திலே மின்னலும் இடியும் தோன்றின.... இடியின் ஓசை சற்றுக் கடுமையாகத்தான் இருந்தது....!

இங்கே நிற்கும் வான்மதியின் கோபக்குரல் போல...!

மழை வருமா....?

இதோ வந்தேவிட்டது...!

சொட்டுச் சொட்டாக விழத் துவங்கியது.....

கடற்கரையிலே பரவியிருந்த மனிதத் தலைகள் சாரி சாரியாய் சாலையை நோக்கி நகரத் துவங்கின...

ஆனால்...

இந்தச் சொட்டுமழையால்... வான்மதியின் முரட்டுப் பிடிவாதத்திலே எந்த மாற்றத்தையும் உருவாக்க முடியவில்லை...!

அவள் அசையாமல் அதே இடத்திலே நின்றாள்...

அவளது உறுதி நன்றாகத் தெரிந்தது....

அவளை விட்டுவிட்டு நான் மட்டும் எப்படி நகர முடியும்....!

சட்டென்று கிழக்கிலிருந்து காற்று பலமாக வீசி... செங்குத்தாகப் பெய்த மழையை சாரல் மழையாக மாற்றி விட்டது....

அந்தச் சாரல்... அவளது முகத்தின் மீது பட்டுத் தெறிப்பதை என்னால் பார்க்க முடிந்தது.....

பதை பதைப்பதைத் தவிர... இரக்கப் படுவதைத் தவிர... என்னால் வேறென்ன செய்ய இயலும்.....

நிராயுத பாணியாக... நடப்பது நடக்கட்டும் என்று அந்த மழை நீரை எனது உடலிலே வாங்கிக் கொண்டு... நானும் நின்று கொண்டிருந்தேன்...

மழைநீரிலே நனைந்தால் உடல் குளிரும்... பிசுபிசுவென்று நீர் உடலுக்குள் இறங்கும்....

ஆனால்...

இன்று.... அந்த மழைநீர் என்னிடம் எந்த மாற்றத்தையும் ஏற்படுத்தவில்லை...

வான்மதி சிந்திய கண்ணீர்... பெய்த மழை நீரிலே கரைந்து போய்க் கொண்டிருந்ததால்... இப்பொழுது கண்ணீரை மட்டுமே தனித்துப் பார்க்க முடியவில்லை...!

அனாதையான விசாலமான கடற்கரை....!

அடர்ந்து ஆக்கிரமித்த மழை .....

நாங்கள் இருவர் மட்டும் தனியே...!

இந்த சூழ்நிலையை... வான்மதி தவிர்க்க விரும்பவில்லை...!

சூழ்நிலையை தனக்கு சாதகமாக பயன்படுத்தி.... தனது சரிதை சொல்லத் துவங்கினாள்...

"அன்னைக்கு நீ காதல் கடிதம் குடுத்தியே... அந்த காதல் கடித சம்பவத்துக்குப் பெறகு என்ன நடந்தது தெரியுமா... ?"

முன்பு பேசியதைக் காட்டிலும்... இப்பொழுது இந்த இயற்கைச் சூழலுக்கு இசைந்து... குரலொலி குறைத்துப் பேசினாள்.....!

சற்றே இடைவெளிவிட்டாள்...

இங்கே...

நானும்...

உனக்குக் கடிதம் எழுதுவதிலே இடைவெளிவிட்டேன்...!

அங்கே....

வான்மதி கொஞ்சம் ஆசுவாசப்படுத்திக் கொண்டாள்....

இங்கே...

நானும் கொஞ்சம் ஆசுவாசப்படுத்திக் கொண்டேன்....!

எனக்குத் தெரியும் நதி...

இதைப் படிக்கும் போது... இதே நிலையும்... துக்கமும் உனக்கும் ஏற்படும்.... நீயும் ஆசுவாசப்படுத்திக் கொள்வாய்...!

ஒரே நிகழ்வு...

ஒரே போராட்டம்...

மூன்று இடங்கள்...

மூன்று நபர்கள்...!

மீண்டும் பேசும் போது... விசும்பல் கலந்து வார்த்தைகளை வெளிப்படுத்தினாள் வான்மதி...

"இரவு முழுக்க அழுதேன்...

உடம்பெல்லாம் வலி...

என் உடல் மேல உன் கைகள் ஊர்ந்து பரவுறது மாதிரி ஒரு ரணம்...

எவ்வளவு அழுதாலும் என் வலி தீரல...

தற்கொலை பண்ணிக்கலாமான்னு யோசிச்சேன்...

என்னமோ தெரியல... அதுவும் முடியல...!

எனக்கு ஆறுதல் சொல்லவோ... சமாதானம் சொல்லவோ யாருமே இல்ல...

அதனால... என்னை நானே தனிமைப்படுத்தி... அனாதையா மாத்திக்கிட்டேன்...

பெரிய வீடு...

பெரிய அறை...

பெரிய கட்டில்...

வெளிச்சமே இல்லாத இருட்டு...

தனியே நான் மட்டும் படுக்கையில...!

படுக்கிறேன்...

உட்கார்றேன்...

எழுந்து நடக்கிறேன்...

மீண்டும் உக்கார்றேன்...

மறுபடியும் படுக்குறேன்...!

இத்தனையும் அழுதபடியே...!

படுத்தாலும்... உட்கார்ந்தாலும்... நடந்தாலும்... சுவத்துல சாஞ்சு நின்னாலும்... கண்ணீர் மட்டும் குறையவே இல்ல..."

மூச்சு முட்டி மூச்சு முட்டி பேசிவிட்டு... சற்று இடைவெளி விட்டாள்.....

அவள் சொன்ன நிகழ்வுகளைப்பற்றி யோசிக்க எனக்கு அவகாசம் தருகிறாள் என நினைக்கிறேன் .....

நான் எழுதிய கடிதத்திலே இடம் பெற்றிருந்த என்னுடைய வர்ணனைகள்...

அவளுடைய சிந்தையிலே நான் எதிர்பார்த்த காதல் தாக்கத்தை உருவாக்கவில்லை......

மாறாக.....

மாற்றுக் கொதிப்பையே உருவாக்கியிருக்கிறது...

காதலுக்குப் பதிலாக... கடுமையான ரணத்தை விதைத்திருக்கிறது...!

என்ன வயது அது...?

என்னை பருவம் அது...?

என்ன கிளர்ச்சி அது...?

என்ன கொதிப்பு அது...?

எதனால் நான் கடிதம் எழுதினேன்...?

எது என்னை அப்படி எழுதும்படி தூண்டியது...?

எதற்காக மனித வாழ்க்கையிலே அப்படியொரு தருணம் வருகிறது...?

அதற்குக் காரணம் வயது தானா... ?

பருவம்தானா... ?

சூழ்நிலையா... ?

புரியவில்லை...

ஆனால்...

வான்மதியின் நிலை பரிதாபமானதுதான்..!

ஒரு பெண் எத்தனை துயரங்களைத்தான் தாங்குவாள்... ?

எப்படியெல்லாம் வாழவேண்டுமென்று கனவு கண்டிருப்பாள்... ?

வாழ்வியலின் அழகிய அத்தியாயங்கள் அத்தனை பெண்களுக்கும் பொதுவானதுதானே... எனது கடிதம் அவளது கனவுகளுக்கு தீ வைத்து விட்டது...!

இதை.... அந்தக் கடிதம் எழுதுகையிலே எனது அறிவு எனக்கு அறிவுறுத்தவே இல்லை...

அது சாத்தானின் ஆக்கிரமிப்பு மேலோங்கியிருந்த தருணமல்லவா...!

அவளது குமுறல்கள் தொடர்ந்து வெடித்தன...

"எவ்வளவு நேரம் தான் அழ முடியும்...

நீ சாதாரண கடிதமா எழுதியிருந்த....

என் தலைமுடி... காதுகள்... கண்கள்... நெற்றி... மூக்கு... உதடுகள்... கன்னம்... கழுத்து...

அதோட நிறுத்தினியாடா பாவி...!"

இந்த இடத்திலே கேவிக்கேவி வெடித்துச் சிதறி கதறினாள்...

நான் அமைதியாகவே இருந்தேன்.....

அவளுடைய இடத்திலிருந்து என்னால் யோசிக்க முடிந்தது...!

அந்தக் காதல் கடிதத்திலே... அவள் நிறுத்திய பகுதிக்குப்பின்... தொடர்ந்தவை அத்தனையும் அருவருப்பான அத்து மீறல்கள்தான்.....!

இது கதிரேசனின் கற்பனை மீறல்... என்பதை இந்த இடத்திலே அவளிடம் என்னால் மெய்ப்பிக்க முடியுமா.... ?

நான் அவமானத்தினால் வெட்கிப் போய்க் கிடந்தேன்... அவள்... கொதிப்பு கொஞ்சமும் குறையாமல் தொடந்து பேசினாள்....

"கழுத்தையும் கடந்து அதுக்குக் கீழேயும் போயி............"

இப்பொழுது மீண்டும் அவளது குரலில் அடைப்பு ஏற்பட்டு... துக்கம் பீறிட்டது...!

எப்படியாயினும்.... எவ்வளவு ஆபாசமான வர்ணனைகளாயிருப்பினும்... அவள் சொல்லாமல் விடப் போவதில்லை என்பதை அவளது வன்முறையான தோற்றமே தெளிவுபடுத்தியது... !

கனன்று கனன்று ஒரு பெண் என்பதையும் மறந்து... கட்டுப்பாடுகளை மீறும் கட்டாயத்திற்கு வந்து விட்டிருந்தாள் அவள்...!

இனி.... எந்த வார்த்தைகளையும் அவள் உச்சரிக்கத் தயங்க மாட்டாள்... அவற்றை எதிர்கொள்ள... நான்தான் என்னை தயார்படுத்திக் கொள்ளவேண்டும்...!

மழை....

சற்று வலுக்கத் தொடங்கியிருந்தது....

ஆனால்....

அவள்.... வலுவை இழக்கவில்லை...!

ஆட்கள் யாரும் இல்லை என்று... சற்று உரக்கவே பேசினாள்....

“அதுக்குப் பெறகு எழுதியிருந்தியே ஒரு வரி...”

இன்னும் கூடுதலாக வஞ்சம் அவளது குரலிலே...!

அத்துடன் நிறுத்தி விட மாட்டாளா என்று எனக்குப் பதட்டம்...

இங்கே...

கடிதம் எழுதும் இடத்திலே...!

நானும்...

கடிதம் எழுதுவதை நிறுத்திச் சற்று அழுதேன் நதி....!

அதுபோல நாற்றமான வார்த்தைகள் அவள் பேசியவை....!

அருவருப்பு... அசிங்கம்... சாக்கடை நாற்றம்...

ச்சே... நானும் ஒரு மனிதப் பிறவியா...

அவளது கோபத்திலே என்ன தவறு இருக்கிறது....

அதனால்தானே நான்... அந்தரத்திலே ஆதாரமில்லாமல் தொங்கிக் கொண்டு... அவள் முன்னே அடங்கி நிற்கிறேன்.....!

பள்ளிப்பருவ காலங்களிலே செய்யும் தவறுகள்... வாழ்க்கையிலே இவ்வளவு நீண்ட தூரம் தொடர்ந்து வந்து தாக்குமா... கண்டம் விட்டு கண்டம் பாயும் ஏவுகணை போல...!

அநேகமாக நான் மட்டும்தான் இப்படிச் சதிவலையிலே சிக்கியிருப்பேன் என நினைக்கிறேன்....

நான் அறிவேன்...

எனக்குத் தெரிந்து எத்தனையோ பேர் பள்ளிப் பருவத்திலே உடல் ரீதியாகத் தவறு செய்துவிட்டுக்கூட... பின்நாளிலே வேறு ஒருவனுடன் வாழ்க்கை அமைத்து... அந்த வாழ்க்கையை ரசித்து மகிழ்ச்சியாகவும் வாழ்ந்து கொண்டிருக்கிறார்கள்....

பள்ளி நாட்களிலே நடந்த எதுவுமே... அடையாளம் கூட தெரியாமல்... தடயங்களை அழித்து விட்டு....!

அது...

பெண்களின் மனநிலை... குணநிலையைப் பொறுத்தது...!

வான்மதியின் குணம் இப்படி...!

அவள் தொடர்ந்தாள்... எனது கடிதத்தின் தொடர்ச்சியை...!

“வெயிலில் காய்ந்து உலர்ந்த பகுதிகளே இவ்வளவு பளபளப்பாய் இருக்கிறதே... வெயிலே படாமல்... உன்... ஆ...”

துக்கம் மேலோங்கி... மேற்கொண்டு பேச முடியாமல் மூச்சுத்தினறினாள்..... விக்கினாள்... விம்மினாள்.....

“ஆ...... ஆடை...”

மீண்டும் தொண்டை அடைத்தது அவளுக்கு...

அவளுக்கு மட்டுமா....

எனக்கும் தான்...!

அவள் திக்கித்திக்கித் தொடர்ந்தாள்...

“ஆடை..... க்கு.....ள்ளே...”

தொடர்ந்து பேச முடியாத அளவுக்கு துக்கம் மேலிட்டு இருமல் வந்தது போல தடுமாறினாள்...!

இந்த நேரம் எனது உயிர் போயிருந்தால்... எனக்கு சரியான தண்டனைதான்...!

அப்பொழுதும் அவள் விடவில்லை...

தொடர்ந்தாள்...

"ஆடைக்குள்ளே..... அடங்கிக்கிடந்த...... அ.... அ.... அந்த..."

இரண்டு மூன்று முறை தெறித்தாள்...

மழையின் வேகத்தால்... அவளது துக்கத்தை கட்டுப்படுத்தவே இயலவில்லை...!

வெடித்தது வெடித்ததுதான்....!

"அந்த அந்தரங்கமான பகுதிகள்... எவ்வளவு பளபளப்பாக மின்னும்..."

இறுதி வார்த்தையை பாதிதான் உச்சரித்தாள்... ஓங்கி ஓங்கி முகத்திலே அடித்துக் கொண்டாள்....

இங்கே...

கடற்கரையிலே....

கடிதம் எழுதும் இடத்திலே.....

நானும்...

கடிதம் எழுதுவதை நிறுத்திவிட்டுக் கொஞ்சம் அழுதேன்... தலையிலே அடித்துக் கொண்டேன்...

இதை வாசிக்கும் பொழுது நீயும் அழுவாய் அன்பே...!

நீ அன்பான கணவன் என்று வரித்துக் கொண்டிருக்கும் கணவனின் கீழ்த்தரமான செயலைப் பற்றி வாசித்து...!

ஆனால்....

எனக்கு..... பழைய நிகழ்வு...

உனக்கு.... புதிய அதிர்ச்சி...!

இப்படியெல்லாம் நீ துன்பப்படுவாய் என்றுதான் இவ்வளவு காலமாக இதை உன்னிடம் மறைத்தேன் நதி....!

உன்னோடு ஒப்பிடும்போது வாழ்வியல் அழகியலாக பரிமளிக்கிறது....

இதோ...

வான்மதியோடு ஒப்பிடும்போது....

அதே வாழ்வியல் தீத்தணலாய் சுடுகிறது.....!

ஆனால்.....

இருவருமே பெண்கள்தான்....!

வான்மதி தொடர்ந்தாள்...

"மனுசனாடா நீ?"

துப்பாக்கிச் சூடே சுகமாய் இருக்கும்...!

"கூடப் படிக்கிற பெண்ணை இப்பிடியெல்லாம் வர்ணிக்க உனக்கு யார்ரா அனுமதி குடுத்தது...?"

எனக்குத் திராணியில்லை....!

அவள் எதிர் நிற்க அவமானமாக இருந்தது...

மழைநீர் என் ஆடைகளை ஈரமாக்கி... உடல் முழுக்க நனைத்து வழிந்த நீர்... கால்களை சுற்றிச் சரிந்து... கால் மிதித்திருந்த மணலை... பாதங்களைச் சுற்றியும் மெல்ல மெல்ல அரித்தெடுத்தது...!

நிலை குலைந்து தடுமாறிச் சாய்ந்து விடுவேனோ...?

அப்படித்தான் தோன்றியது எனக்கு...!

அவளது கேள்விகள் முற்றிலும் நியாயம் என்று என் மனசாட்சி என்னை சவுக்கால் அடித்தது...

அவள் இதோடு நிறுத்தப் போகிறாளா...

இல்லை... இல்லை... இல்லை... இல்லை....!

என் தேன் சிந்தும் இனிப்பான காதல் கடிதம் இன்னும் முற்றுப் பெறவில்லையே......!

நான்......

அன்று வர்ணித்தேன்.....

இதயத்தை வருடி... திகட்டாத இன்ப சுகம் தந்தது...!

அதே வார்த்தைகளை இன்று வான்மதி வர்ணிக்கிறாள் .....

எனது இதய சுவர்கள் முழுவதும் கீறி சிராய்ப்பு செய்து இரத்தம் கசிய வைக்கிறது.......!

வார்த்தைகள் ஒன்றுதான்.....!

உபயோகிக்கும் நபர்கள் வேறு வேறு....

இடங்கள் வேறு வேறு...

வயதுகள் வேறு வேறு.....

பருவங்கள் வேறு வேறு...

சூழ்நிலையோ முற்றிலும் வேறு......!

அந்தக் கடிதத்தை எழுதும் போது.....

என்ன மாதிரி வயது...?

குழந்தைத்தனம் பாதி... விடலைத்தனம் பாதி...

இரண்டுமே வரம்பை மீற வைக்கும் தருணங்கள்...!

அது...

'காதல்' என்று கவசம் போட்டுக் கொண்டு அடிமைப்படுத்திய காமாதிகாரம்......!

உடல் முழுவதும் ஊறல் எடுக்க வைத்தது இனக்கவர்ச்சி...!

நானே கதாநாயகன்...!

நானே பேரழகன்...!

நானே அறிவாளி...!

நானே பலசாலி...!

இப்படியெல்லாம் மூட நம்பிக்கைகளை மூளைக்குள்ளே செலுத்தி... மூளைச்சலவை செய்தது அந்த காமாதிகாரம்தான்.....!

அதற்கு உற்ற துணையாயிருந்து உதவி செய்து ஊக்குவித்தது... அந்த சாத்தான் குணம்...!

அவள்.... இங்கு வாய்ப் பேச்சின் வழியே வாசிக்கும் காதல் கடிதம் எப்படி உருவானது தெரியுமா......?

அடி மனதிலே...

இரத்த நாளங்களுக்குள்ளிருந்து...

எலும்புகளையும் துளைத்துக் கொண்டு...

மூளைக்குள்ளே இருக்கும் அறிவுப் பகுதியை ஆக்கிரமித்துக் கொண்டு...

கற்பனைகளை... கனவுகளை தன்னகப்படுத்திக் கொண்டு உருவானது...!

எல்லை வரம்புகளையெல்லாம் தகர்த்துத் தவிடு பொடியாக்கிவிட்டு பீறிட்டுக் கிளம்பியது அந்த காதல் கடிதம்...!

அந்த ‘காதல்’ அரும்பிவிட்டால்... நடுநசிகள் தான் கற்பனைகளுக்குச் சிறகுகள் முளைக்கும் நேரம்.....!

நள்ளிரவு...

உறங்கும் நேரம்தான்...!

ஆனால் எங்களது வீடு பரபரப்பாக இருந்தது...!

அப்பாவிற்கு வியாபாரத்திலே இழப்பு... அதனால் கோபம்... தொலைபேசியிலே யார் யாருடனோ சண்டை...

ஆனால்...

அதெல்லாம் எனது கவனத்தை ஈர்க்கவில்லை...!

என் முன்னே சிறிய விளக்கு... மங்கிய வெளிச்சம்....... கையிலே கதிரேசன் வடிவமைத்துக் கொடுத்த கடிதம்.....!

அதை மீண்டும் மீண்டும் புத்தாராய்ச்சிகள் செய்தேன்.....!

இரண்டு மூன்று இரவுகள்...

சின்னஞ்சிறிய வீடு...

அப்பாவிடம் தப்ப வேண்டும்...

தப்பினேன்...!

அம்மாவின் இரைச்சலிலிருந்து தப்ப வேண்டும்.....

தப்பினேன்...!

ஊர் அடங்கி...... ஓசை அடங்கிய பின் நடுநிசிகளிலே நான் விழித்திருக்க வேண்டும்......

விழித்தே கிடந்தேன்...!

அந்த அகால நேரத்திலே எழுத வேண்டும்... ஓர் அழகிய கவிதை.....!

எழுதினேன்...!

நானா எழுதினேன்.... ?

அந்த சாத்தான் குணம்... தன்னகப்படுத்தி என்னை இயக்கி எழுத வைத்தது...!

வந்தது கவிதை......

இல்லை...

கவிதை என்னும் போர்வை போர்த்திக்கொண்டு... கனவு வழியே வந்த கொச்சை மொழி வடிவம்....!

வான்மதியின் எழில் வனப்பு....

எனது இதயக் குட்டையிலே..... காய்ச்சல் காணா ஈரத்தில ...... ஊறல் போட்டு ஊறிக் கிடக்கையிலே....

வளம் கூடி... வனப்பு கூடி... வரம்பு மீறி... பீறிட்டன வார்த்தைகள்......!

அந்த அளவிற்கு கதிரேசன் கடிதத்தை வளப்படுத்தியிருந்தான்....!.

வான்மதி....

அந்த அகால நேரத்திலும் எனது கனவுத்திரையிலே பதிந்து... வாண வேடிக்கைகள் காட்டினாள்..... கபடி விளையாடி என்னைக் கட்டிப் பிடித்து உருண்டாள்....

உறக்கம்...

எங்கிருந்து வரும்... ?

வான்மதி... தனது கூறிய நகங்களால் எனது மூளையைச் சொறிந்து கொண்டே இருந்தாள்....!..

"எழுது... எழுது..." என என்னைத் தீண்டியவளும் அவளேதான்.....!

இப்போது எனது வீட்டிலே வெளிச்சம் இல்லை... அதுதான் வான்மதியின் கண்கள் வெளிச்சம் போடுகின்றனவே....

என்னை உசுப்பேற்றிவிட்ட அவளது அழகை... அங்குல அங்குலமாக செதுக்கினேன் நான்.....

பெண்...

பெண் தான்...

உலயிலே உருவாகி... உருக்குலைக்கும் அத்தனை தீய செயல்களுக்கும் காரணம்...... பெண் தான்...

அவளது அழகு தான்...

அவளது உடல் வனப்புத்தான்...

கவர்ச்சிதான்...

அவை தான்... இனக்கவர்ச்சியை தீக்கொளுந்து போல தூண்டி விட்டு இளமை நாட்கள் பலவற்றை எரித்துச் சாம்பலாக்கி விடுகின்றன...!

அதன் விளைவு தான் இன்று கடற்கரையிலே... ஓர் அடிமை போல அவள் முன்பு மண்டியிட்டு... மன்னிப்பிற்காக பணிந்து கிடக்கிறேன்....!

வான்மதி வெறிகொண்டு வார்த்தைகளை உமிழ்ந்தாள்....!

"இன்னும் சொல்லவா... இன்னும் சொல்லவா... ?"

உண்மையிலேயே அது கொக்கரிப்புத்தான்..... நெஞ்சு வெடித்து விடுவது போலிருந்திருக்க வேண்டும் அவளுக்கு..!.

மூச்சு விடமுடியாமல் திமிறினாள்...!

"வாய் கூசுதுடா...

ஒரு நாளா ரெண்டுநாளா... வெளிச்சத்துக்கே வர முடியலடா... என்னப் பாக்கறதுக்கு எனக்கே அருவருப்பா இருந்துச்சுடா...

என் வீட்ல...

என் படுக்கையறைக்குள்ள...

என் எதிரிலயே நின்னு...

நீ என்னையே பாத்துக்கிட்டிருக்கிற மாதிரி இருந்துச்சு...

நீ வர்ணிச்ச என்னோட எல்லா உடல் பாகங்களையும்... கையால மூடி மூடிப்பாத்தேன்...

அப்பவும் உன் கொள்ளிக்கண்ணு ஊடுருவி உள்ளப்போயி பாக்குதுடா... !

நான் சின்னக் கொழந்தையா இருக்கப்பவே... எங்கம்மாவக்கூட என்ன குளிக்க வைக்க அனுமதிக்க மாட்டேன்... அவ்வளவு கூச்ச சுபாவம் எனக்கு...

இதுக்குப் பெறகு எப்பிட்றா நான் மத்தவங்க மொகத்தப் பாப்பேன்...

ஒரு பொண்ணு பொறக்கறா...

வளர்றா...

பூப்படையிறா...

பூரிக்கிறா...

பருவமடையிறா...

பொருத்தமான ஒருத்தன கணவனா அடையிறா...

அவன்கிட்ட தன் உடலை ஒப்படைக்கிறா...

இப்படித்தானே எனக்கும் நிகழ்ந்திருக்கணும்...?

எனக்கு மட்டும் ஏன் இப்படி ஆச்சு...?"

அழுகையை...

ஆங்காரத்தை...

துக்கத்தை...

அடக்கமுடியவில்லை அவளால்...!

அந்த அடங்காத அழுகையுடனேயே மறுபடியும் தொடர்ந்தாள்...

"ஒரு வாரத்துக்கும் மேல நான் எங்கம்மா... எங்கப்பா... அண்ணன்... தம்பி... யார் மொகத்தையும் பாக்கல...!

குளிக்கிறதுக்காக தண்ணிகிட்ட போய்க்கூட... உடம்பக் காட்ட முடியல..."

நிறுத்தாமல் பேசிக்கொண்டே போனவள்... கொஞ்சம் மூச்சு வாங்கி வெப்பக்காற்றை பெருமூச்சாக வெளியே கக்கினாள்.....

இங்கே...

நானும்...

கடிதம் எழுதுவதை நிறுத்தி... வெப்பப் பெருமூச்சை புறம் தள்ளினேன்...!

எனது மார்புகள் விம்மி விம்மி அடங்கின... மூச்சுத்தினறல் ஏற்பட்டது போல...!

தகாத நிலை கண்ட ஒரு பெண்ணின் மனநிலை எப்படிக் கொதிக்கும் என்பதை வான்மதியின் வாயிலாக நேரிலே காணமுடிந்தது...!

நானே கொதித்தேன்...

வான்மதி கொந்தளித்ததிலே என்ன வியப்பு...!

அவளது மார்புகள் உணர்ச்சிக் கொந்தளிப்பால் புடைத்து... எழும்பி எழும்பி அடங்கின....

மூச்சுவிட முடியாமல் திக்கினாள்...!

இங்கே...

நானும்...

கடிதம் எழுத முடியாமல் மூச்சு வாங்கினேன்....!

இது வன்புயல் அல்ல...

தடுப்பு வேலியமைத்து கட்டுப்படுத்த...!

பெண் புயல்...

கரை கடந்து வீசுகிறது...

தடுக்கும் வழியே தெரியவில்லை...

என்ன சொல்லி அவளது வேகத்தை நான் குறைப்பது.....

திராணியற்று... செய்வதறியாது திகைத்து நின்றேன்...!

மீண்டும் அவள் தொடர்ந்தாள்...

“அதுக்குப் பெறகு...

பத்து நாள்.... பதினஞ்சு நாள்..... ஒரு மாசம்.....

பிணம் போல அறைக்குள்ளேயே கிடந்தேன்....

என் வீட்லயும்... எல்லாரும் அப்படித்தான்...

சாப்பாடு குடுக்கக்கூட அம்மா வரமாட்டங்க... தம்பிதான் வருவான்.

எங்கப்பா ரொம்ப எளிமையானவரு...

யாருக்கும் எந்தக் கெடுதலும் நெனைக்காதவரு...

அவரு முகம் வாடி நான் பார்த்ததே இல்ல...

எங்க வீடு எப்பவுமே கலகலப்பா இருக்கும்...

ஆனா அந்த சம்பவத்துக்குப் பெறகு... வீடே ஒளியிழந்து போச்சு...!

எல்லாரும் தப்பா பேசுவாங்கன்னு என் தம்பியும் பள்ளிக்குப் போறத நிறுத்திட்டான்...

எங்கம்மா காய்கறி வாங்கக்கூட கடைக்குப் போகல”

அடக்கடவுளே...

பதினான்கு வயதிலே செய்த ஒரு பருவத்தவறு... ஒரு குடும்பத்தை எப்படி பந்தாடியிருக்கிறது...!

“இப்பிடியே ஒரு மாசம் ஆச்சு...

யாருமே என்ன பள்ளிக்கூடம் போகச் சொல்லி சொல்லவே இல்ல... எனக்கும் பள்ளிக்கூடம்... வகுப்பறைன்னு நெனைச்சாலே கொலைக்களமா தோணுச்சு......!

போச்சு...

எதிர்காலம்... படிப்பு... உத்தியோகம்... கனவு... கற்பனை... சாதனை... எல்லாமே... நீ எழுதின அந்த ஒரு கடிதத்தால கருகிப்போச்சு.....

அப்பாவுக்கு... கோவம்... அவமானம்.... கொதிப்பு... கொஞ்சங்கூடக் கொறயவே இல்ல...

அம்மாவோட கலந்து பேசினாரு...

“இந்த ஊரு வேண்டாம் வடிவு...

வெளியூருக்கு போயிடலாம்...எங்கயாவது... ஊரு பேரே தெரிய வேண்டாம்... ஏற்பாடு பண்ணு...”

இது.....

அப்பாவோட பூர்வீக ஊரு... சாதாரண மனுசனா இருந்து.... முன்னுக்கு வந்து... ஊரு பாராட்ட வாழ்ந்தவரு... எல்லாம் போச்சு...!

ஆனா... இப்போ குடும்பமே வேற ஊருக்கு மாறினோம்...

எந்த ஊர்னு கூட நான் கேக்கல...

அங்க போயிக்கூட என்னை படிக்கச் சொன்னாங்க...

நான் மறுத்துட்டேன்.....

பள்ளிக்கூடம்ங்கற பேரைக் கேட்டாலே செங்கல் சூளை மாதிரி தகிக்க ஆரம்பிச்சுச்சு.....

எத்தன நாள்....

எத்தன வாரம்.....

எத்தன மாசம்.....

எத்தன ஆண்டு....

அப்பிடி பிணமாகவே கிடந்தேன்னு எனக்குத் தெரியல...!

திடீர்னு என் வீட்டுல ஏதேதோ ஏற்பாடுகள் நிகழ்ந்தது...

அது என்ன... ?

தெரியல...

இதுவரை நான் உணராத புது விதமான நிகழ்வு...

யார் யாரோ வந்தாங்க...

ஏதேதோ பேசினாங்க...!

அப்பா கூட அவ்வளவா பேசல...

அம்மாதான்...!

எல்லாத்துலயும் ஒரு பரபரப்பு காட்டிக்கிட்டிருந்தாங்க...

அது என்னன்னு கூட நான் யோசிக்கவே இல்ல... யாரு வீட்லயோ ஏதோ நடக்குதுன்னு பேசாம என் அறைக்குள்ளயே இருந்தேன்...

கடைசியா எங்கம்மா மட்டும் என் அறைக்கு வந்தாங்க.....

பக்கத்துல வந்து நின்னாங்க....!

நான் அம்மாவைப் பாத்தேன்.....

பாவமா இருந்தது...

அந்த முகத்துலதான் எத்தனை எத்தனை கவலை... ஏக்கம்... பாசம்... பரிதவிப்பு...!

என்கிட்ட ஏதோ சொல்லணும்னு நெனைக்கிறாங்க... ஆனா முடியல...

பெத்த பொண்ண நல்ல இடத்துல கல்யாணம் பண்ணிக்குடுத்து... அவ மகிழ்ச்சியா வாழறதப் பாத்து ஆனந்தப்பட்டு... பேரனோ... பேத்தியோ... பொறக்கறதத் தூக்கியணைச்சு அதையும் வளத்து ஆளாக்கி...

இப்படி எத்தனை நீளமான கனவுகள்...!

எத்தனை வண்ணமான எதிர்பார்ப்புகள்...

ஒரு தாயின் முழு ஏக்கங்களும் அவ்வளவு தானே...

அதுல எதுவுமே நடக்காமப் போச்சு....!

அம்மாவோட கண்களிலே கண்ணீர் தேங்கி இருந்தத என்னால பாக்க முடிஞ்சது...

அம்மா என்னைப் பாத்தாங்க...

நான் அம்மாவப் பாத்தேன்...

இப்படியே கொஞ்ச நேரம் பார்வையாவே போச்சு...

எங்கம்மாவுக்கு... என்னை மொகத்துக்கு நேரா பாக்கவே முடியல... எனக்கும் அப்படித்தான்...!

ரெண்டு பேருமே தலையைக் குனிஞ்சுக்கிட்டோம்....

அம்மாவுக்கு வேற வழியில்ல...

அம்மாவாச்சே...

வயித்துல சொமந்தவங்க...

இன்னும் பாரத்த இறக்கி வைக்கல...

உலகத்துல உயர்ந்தது தாய்ப்பாசம்... அந்தத் தாய்ப் பாசத்துல தீப்பிடிச்சு எரியிறதை... எங்கம்மா முகத்தின் வழியா பாத்தேன்... அந்தப் பாசத்தோட குமுறல்களையும்... பரிதவிப்பையும் என் மேல கொட்ட அம்மாவால முடியல...!

"வா..."

அப்பிடின்னு சொல்லி என்னக் கையப் பிடிச்சு எழுப்பினாங்க அம்மா... பாவம்...!

அவங்க என்ன பாவம் செஞ்சாங்க... அவங்க குரல் அழுற மாதிரியே இருந்தது...

"போய் மொகத்தைக் கழுவிட்டு வா..."

நான் எதுவுமே பேசல...

பேசாம அசையாம நின்னேன்...

நான் நின்னத பாத்து அம்மாவுக்குக் கொஞ்சம் கோபம்... கொஞ்சம் எரிச்சல்... கொஞ்சம் அழுகை...

வந்திருக்கிறது யாரு... எதுக்காக வந்திருக்காங்க... நான் எதுவுமே கேக்கல...

அம்மாவும் எதுவும் சொல்லல...!

"சரி வா... மூதேவி மூஞ்சி... கழுவினா என்ன கழுவாட்டி என்ன...!"

அம்மா இந்த கழுவாத மூஞ்சிக்கு கொஞ்சம் அலங்காரம் பண்ணி புடவையெல்லாம் கட்டிவிட்டு தலயில பூ வச்சுவிட்டாங்க...

மூதேவி... கொஞ்சம் அலங்கார மூதேவியானேன்..!.

என்ன அணைச்சு அணைச்சு வளத்த அம்மா...

என் மேலே அளவு கடந்த பாசம்... உசுரு...

ஆனா இன்னிக்கு..... எல்லாமே எதிர்மாறா இருந்துச்சு..!.

என்னக் கூட்டிக்கிட்டு போய் வந்தவங்க முன்னால நிறுத்துனாங்க...

நான் தல நிமிரவே இல்ல....

வந்தவங்க அவங்களுக்குள்ளயே பேசினாங்க...

எங்கம்மா பேசினாங்க...

வந்தவங்க எல்லாரும் மாறி மாறி சிரிச்சாங்க...

எங்க வீட்ல யாரும் சிரிக்கல...

எதுவுமே என் காதுல விழல....!

அந்த சமயத்திலையும் உன் கடிதத்துல என்னப்பத்தி நீ எழுதியிருந்த வாசங்கங்கள் மட்டுந்தான் என் காதுல கேட்டுக்கிட்டே இருந்துச்சு...

அம்மா மறுபடியும் என்ன உள்ள கூட்டிக்கிட்டுப் போய் என் அறையில விட்டாங்க...

என்ன விட்டுட்டு வெளியே போன அம்மா... வாசல் வரைக்கும் போயிட்டு என்னமோ நெனச்சு நின்னாங்க...

திரும்பி வந்தாங்க... என் பக்கத்துல வந்து நின்னாங்க...

அவங்க வழக்கம் போல எதார்த்தமா இல்லன்னு நல்லா தெரிஞ்சது....

எப்பவும் அம்மா என்கிட்ட கலகலப்பா பேசுவாங்க...

அம்மாவும் நானும் தோழிகள் போல பழகுவோம்.....!

நான் அம்மாவை ‘அடியே’ ன்னு கூட செல்லமா கூப்பிடுவேன்... ‘வடிவு’ ன்னு.... பேரச்சொல்லி கூப்பிடுவேன்...

ஒரே பொண்ணுன்னு அம்மாவுக்கு என்மேல அளவுக்கு அதிகமான பாசம்...

அப்பாவுக்கு... அதைவிட...!

இந்த வயசுலயும் அப்பா அலுவலகம் போறப்ப ‘வான்மதி... வாடா கண்ணு...’ அப்படின்னு கூப்பிட்டு முத்தம் வைக்கச் சொல்லுவாரு....

இப்ப எல்லாமே தலைகீழா நடந்துக்கிட்டிருந்தது....!

என் முகத்தைப் பார்க்கறதே அவமானம்னு எங்க வீட்ல எல்லாருமே என்ன விட்டு வெலகியே நின்னாங்க...

வீட்டுக்குள்ள உதவாம கிடக்கிற ஒரு பொருள்...

இத எப்படியாவது வெளிய கடத்தணும்...

அது சேருற இடம் குப்பைத் தொட்டியா இருந்தாலும் பரவாயில்லை...!

எங்க வீட்டைப் பொறுத்தவரை... இது தான் என் நிலை...!

அம்மா ரொம்ப நொந்துபோன குரலிலே பேசுனாங்க... கொஞ்சம் அழுகிற குரலாவும் இருந்தது...

“உனக்கு... கல்யாணம் நிச்சயம் பண்ணியாச்சு...”

அவங்க குரலிலே பாதி அழுகை... பாதி கோபம்...

அவங்களால நிக்கக்கூட முடியல... என் முகத்தைக் கூட பார்க்காம தரையைப் பார்த்தே சொன்னாங்க... ஒரு சாதாரண செய்தியா...!

அந்த அறிவிப்பு... எனக்கு எந்த அதிர்வையும் குடுக்கல...

அப்படியே அமைதியா இருந்தேன்.....

ஒரே பொண்ணுக்கு கல்யாணம்...!

எங்க குடும்பம் ரொம்ப பெருசு...

பெரியப்பா... சித்தப்பா... அத்தை... மாமா... பெரிய தாத்தா... சொந்த பந்தங்கள்... நண்பர்கள்... அம்மாவோட கூடப்பொறந்த பெரியம்மா... சித்தி... அண்ணாவுக்கு கல்லூரி நண்பர்கள்... உள்ளூர் நண்பர்கள் ஏராளம்...

அம்மாகூட பொறந்த பெரியம்மா... சித்தின்னு பொண்ணுங்க மொத்தம் ஒன்பது பேர்...

அப்பாகூட பொறந்த பெரியப்பா... சித்தப்பா... பையன்கள்.... பெண்கள்னு மொத்தம் பதிமூணு பேர்...

இன்னும் அரசியல் கட்சியில கூட வேண்டியவங்க நெறயா இருக்காங்க...

இப்படி ஏகப்பட்ட கூட்டம் நெறஞ்ச குடும்பம்.

வீடெல்லாம் கொள்ளாது...

பெரிய திருமண மண்டபமே வேணும்...

வாழைமரத் தோரணம்.... குதிரை வண்டி ஊர்வலம்..... வண்ணவிளக்கு... வாண வேடிக்கை.... இசை நிகழ்ச்சி...

இப்படி அல்லோலகல்லோலப்படும்....!

தங்கம்... வைரம்னு நகைகள்.... சீதனம்...!

விதவிதமா பட்டுப்புடவைகள் குவிஞ்சிருக்கும்...!

ஒரு கோயில் திருவிழா மாதிரி நடக்கவேண்டிய திருமணம் இது...!

ஆனா இப்போ...

நீ எழுதினியே... அற்புதமான 'காதல்' கடிதம்... அது எங்க வீட்டையே ஒரு துக்கம் நிகழ்ந்த வீடா மாத்திடுச்சி..."

அவள் காதல் கடிதம் என்று சொல்லும்போழுது... 'காதல்' என்ற சொல்லுக்குக் கொடுத்த இழிவான அழுத்தம்... எனது முகத்திலே காரித் துப்பியது போலிருந்தது...!

அவள் கொதித்து... கொந்தளித்து.... குலுங்கி.... குரல் ஒடுங்கி... நிறுத்த முடியாமல் போராடி... கட்டுப்படுத்தி நிறுத்தினாள்...

அவள் வரிசைப்படுத்தி சொன்ன அத்தனை கல்யாண ஏற்பாடுகளும்.... அவள் மனம் விரும்பி ஆசைப்பட்ட மணவாழ்க்கையின் வளமான அமைப்பு...!

அந்த வளமான மணவாழ்க்கையின் இழப்பு... அவளது அழுகையின் மூலம் வெளிப்பட்டது...

சற்று நேரம் வெறும் அழுகை மட்டும்தான்...

32. எவ்வளவு பெரிய இழப்பு...

எவ்வளவு பெரிய இழப்பு... அதற்கு எவ்வளவு அழ வேண்டும்...?
அழுதாள்...
நிறையவே அழுதாள்...!
ஏற்கெனவே நிறைய அழுதிருக்கிறாள்...!
கடிதம் வாங்கிய பின்...
தலைமையாசிரியர் அறை நிகழ்வுக்குப் பின்...
பள்ளிக்குப் போகவில்லை என முடிவெடுத்த பின்....
ஊரை விட்டுப் போகும் பொழுது...
இப்படி....
இந்த இடைப்பட்ட காலங்களிலெல்லாம் கணக்கில்லாமல் அழுதிருக்கிறாள்...
இப்பொழுது இங்கும் அழுகிறாள்...!
பாவம்...
அழுது அழுது அவளுக்கு அலுப்புத்தட்டவே இல்லை...!
இங்கே...
கடற்கரையிலே.....
இப்பொழுதும் ஒரு கடிதம் தான் எழுதிக் கொண்டிருக்கிறேன்...
என் நதி...
இதை நீ படிப்பாய்...
இதுவும் உன்னை அழவைக்கும்.....!
அதை நான் எப்படித் தாங்குவேனோ...
எனக்கே அழவேண்டும் போலிருந்தது.....
அங்கே...
காற்று குறைந்து... மழையின் வேகம் சற்று குறைந்திருந்தது.....
ஆனால் வான்மதியின் வெக்கை குறையவேயில்லை......!
வான்மதி தொடர்ந்தாள்....
"கல்யாண நாள் வந்திருச்சு...!
ஒரு பொண்ணோட வாழ்க்கையில மிக முக்கியமான நாள்..!
அவள் வாழ்க்கையையே மாத்தி அமைக்கிற நாள்...!
அந்த நாள் வந்திருச்சு...!
என் கல்யாணத்திலே மொத்தம் எத்தனை பேர் தெரியுமா...
என் குடும்பத்துல அப்பா அம்மா... இன்னும் என் குடும்பம் மட்டும்தான். மாப்பிள்ளை வீட்ல ஒரு அம்பது பேரு....!
அவ்வளவு தான்...!
என்ன நடக்குதுன்னே தெரியாம... நடக்குற நிகழ்வுக்கும் எனக்கும் சம்பந்தமே இல்லாதது மாதிரி ஒரு கல்யாணம்.

முடிஞ்சு போச்சு....!

கல்யாணங்கிற கடன கழிச்சிட்டாங்க....!

இந்த சமுதாயத்துல பெண்களுக்குன்னு தனிப்பட்ட முறையில எந்த சுதந்திரமும் கிடையாது....

அவளுக்கு விருப்பம் இல்லன்னாலும்... கல்யாணம் பண்ணிக்கணும்னா... எதிர் பேச்சு பேசாம பண்ணிக்கணும்....!

குழந்தை பெத்துக்க சொன்னா... பதில் பேசாம குழந்தை பெத்துக்கணும்....!

குடும்ப பாரத்த சுமக்கச் சொன்னா... வாய முடிக்கிட்டு சுமக்கணும்.....!

நில்லுன்னா நிக்கணும்...!

உட்காருன்னா உட்காரணும்.....!

பொண்ணுங்க வாழ்க்கையை கடத்தறதுக்கு... கட்டுப்பாடுங்கிற பேரிலே இதுபோல சட்ட திட்டங்கள் இன்னைக்கும் இருந்துகிட்டு தான் இருக்கு......

இங்க என்னோட நிலைமையும் அப்படித்தான்....!

என்னை எங்க வீட்லிருந்து வேற ஊருக்கு...

ரொம்ப தூரத்துல இருக்குற ஊருக்கு...

நெனச்சாலும் உடனே வரமுடியாத ஊருக்கு அனுப்பி வச்சாங்க...!

அம்மா மட்டும் எங்க வீட்டிலிருந்து என் கூட வந்தாங்க.... அவங்களும் வழியில என்கிட்ட எதுவுமே பேசல...

அம்மா அப்பப்ப விட்டு விட்டு அழுதாங்க... பெறகு அமைதியா இருந்தாங்க... பிறகு லேசா கண் கலங்கினாங்க...

எல்லாருமே பெத்த மகளப் பிரியப்போற பிரிவுத் துக்கத்தினால அழுறாங்கன்னு சொன்னாங்க....!

ஆனா... உண்மை அது இல்ல...

எப்பிடியெல்லாமோ சீரும் சிறப்புமா... ஊரு சிறக்க வாழ வைக்க நெனச்ச பொண்ண... இப்பிடி யாருக்கும் தெரியாம ஊரு கடத்த வேண்டிய சூழ்நிலை உருவாகிப் போச்சே...

அந்த துக்கம் அவங்களுக்கு...!

சுமந்த வயித்துக்கும்...

பெத்தவ மனசுக்கும்....

பால் குடுத்த மார்புக்கும்தான் தெரியும் அந்த வலி...

அது வலியில்லை... ரணம்...!

ஒட்டுமொத்த பாசத்தின் சேமிப்பு...!

அவங்க நடவடிக்கைகளை நான் உன்னிப்பா கவனிச்சுக்கிட்டே வந்தேன்...

என் மனசுலயும் உறுதி ஏற்பட்டுப் போச்சு....!

இனிமேல் எனக்கு அம்மா வீடு இல்ல... அப்பிடீன்னு...!

காரணம்...

நீ எழுதின ஒரு கடிதம்...!''

வரி முடித்து வைக்கும் முற்றுப்புள்ளியைப் போல... வான்மதி அவளுடைய மிக நீண்ட பேச்சுக்கு முற்றுப்புள்ளி வைத்தாள்...!

எனக்கு 'கிறுகிறு' வென்று தலை சுற்றியது.....

மனசுக்குள்ளே சூறாவளி சுழற்றி அடித்தது...

இரண்டாம் உலகப்போரிலே அமெரிக்கா... ஜப்பான் நாட்டின் நாகசாகி... ஹிரோஷிமா என்கிற இரு பெரு நகரங்கள் மீது... அணுகுண்டு வீசியது... இரு பெரும் நகரங்களும் அடியோடு அழிந்தன.... சுமார் இரண்டு லட்சதிற்கும் மேற்பட்ட மக்கள் மடிந்து போயினர்...

இங்கும்.... நான் விளையாட்டாக... அறிவு தடம் மாறி நான் கிறுக்கிய ஒரு சிறிய கடிதம்.... அணுகுண்டாக வெடித்து... வான்மதியின் வாழ்கையைச் சின்னாபின்னமாகச் சிதறடித்திருக்கிறது.....

என்ன பதில் சொல்வேன் நான்...

இதெல்லாம் நடக்கும் என்று எனக்கு எப்படித் தெரியும்..... ?

உடல் பளபளப்பையும்....

பருவக்கிளர்ச்சியையும்....

அது தூண்டிவிடும் இனக் கவர்ச்சியையும் .....

அலைபாயும் மன அலைகளையுமே நிரந்தரம் என்று வாழ்ந்த பருவம் அது...!

இரவு பகலாக கற்பனையிலே மிதந்து அந்தக் கடிதம் எழுதிய போது... எனது மனதிலே....

ஒரு தாயின் முகம் நினைவிற்கு வரவில்லை...

ஒரு தந்தையின் முகம்...

அந்த வீட்டுச் சகோதரர்களின் முகம்... எதுவுமே எனது மாய மனத்திரையிலே பதிவு பெறவே இல்லை...

ஒட்டுமொத்த குடும்பத்தின் கட்டமைப்பே சிதறிவிடும் என்று... எனது அறிவின் எந்த ஒரு மூலையிலும் துளிர்விடவில்லை....!

வான்மதியின் முகமே... ஒட்டு மொத்தமாக எனக்குள்ளே...!

இப்பொழுது... அவளைவிட எனக்கு துக்கம் மேலோங்கியது..

அவள் இன்னும் கொஞ்சம் இடைவெளி தந்தாள்...

இன்னும் மூர்க்கமாய் என்னைத் தாக்க ஆயுதம் தேடுகிறாளோ என்னவோ...

இங்கே...

நானும்...

உனக்குக் கடிதம் எழுதுவதை நிறுத்திக் கொண்டேன் நதி...!

இதயமே நின்று விடும் நிலையிலே... எப்படி கடிதம் எழுத முடியும்...

இது சாதாரண கடிதமா... ?

ஒரு பழைய காதல் கடிதம் செய்த கொடூரச் சீரழிவுகளைப் பற்றிய புதிய காதல் கடிதம்....

இடைவெளி விட்டுவிட்டு... அந்தந்த சம்பவங்களை உள்வாங்கி... அவைகளோடு பயணித்துப் பயணித்து எழுத வேண்டுமல்லவா....... ?

எழுதுகிற நிகழ்வைப் பொறுத்து... உடலின் வெப்ப நிலையும்... மனதின் எண்ண ஓட்டங்களும் விட்டு விட்டுத்தான் இயங்குகின்றன...

நடந்தது...

வகுப்பறையிலே...!

தற்சமயம்...

கடற்கரையிலே...!

எனது கவலையெல்லாம்.... என் நதி.... நீ மென்மையானவள்... அந்த பழைய காதல் கடிதத்தின் பயங்கரத்தை எப்படி செரித்துக்கொள்ளப் போகிறாய்.... என்னை எப்படி மன்னிக்கப் போகிறாய் என்பது தான்...!

அங்கே...

கடற்கரையிலே...

நானும் வான்மதியும் நின்றிருந்தோம்...!

மழையும் முற்றிலுமாக நின்றிருந்தது..... நனைந்த ஆடைகள்... காற்று பட்டு உடல் வெப்பத்தால் உலர ஆரம்பித்திருந்தன...

மழையால் நனைந்த மேனி லேசாக குளிர் கண்டது... ஆனால் சந்தர்ப்பம் அதை உணர்த்தவில்லை...

நான்...

எனது மனசுக்குள்ளேயே.... வாய்பேசா மௌன மொழியிலே... வான்மதியோடு எதிர்வாதம் செய்து கொண்டிருந்தேன்.

'வான்மதி...

நான் குற்றவாளிதான்...

எனது குற்றத்திற்கு ஆதாரம்...

நான் எழுதிய கடிதம்...!

ஆனால்...

நீயும் குற்றவாளிதான் வான்மதி...!

எப்படி...

என்னைக் கடிதம் எழுதத் தூண்டியவள் நீ...!

உனது அழகு...

உனது கவர்ச்சி...

உனது நிறம்...

உனது வயது...

உனது முகம்...

உனது பருவம்...

உனது உதடுகள்...

அவைகளின் நெளிவுகள்.... வளைவுகள்... புன்னகைகள்...!

சிரிக்கும் தருணமே இல்லையே...

பிறகெதற்காக அவை அத்தனை முறை வளைந்தன...

நெளிந்து.... விரிந்து.... குவிந்து மோக விளையாட்டு காட்டின....!

அவ்வப்போது பளீரென முத்துக்களாய் எட்டிப்பார்த்த உனது பற்கள்... மின்னலை உணர்த்தவில்லையா.....!

உனது கண்கள்....

கண்களைச் சுற்றிப் படர்ந்திருந்த கருப்பு மை...

அந்த மையினுள்ளே சிறைபட்டு சுழன்று சுழன்று... என்னைச் சுழற்றியடித்த கரிய விழிகள்....

உனது காது மடல்கள்...

கலைந்து... பரவி... புரண்டு... முகத்தை மூடி களையூட்டிய உனது கேசம்...

நெற்றி...

நாசி நுனி...

கழுத்து வளைவு...

உனது ஆடைகள்...

அந்த ஆடைகள் அடக்கியும் அடங்க மறுத்த இளமையின் அடையாளங்கள்....

இவையெல்லாம் கூட என்னைத்தூண்டி விடவில்லையா...!

உனது கை விரல்கள் வேறெதற்கோ அசைந்தன...!

ஆனால்...

என்னை அருகிலே "வா... வா..." என்று அழைப்பு விடுப்பதாகவே எனக்குத் தோன்றியதே...

ஏன்... அவை அப்படியொரு அழைப்பை எனக்கு அறிவித்தன..!

உனது விரல் நகங்கள்... அந்த நகங்களின் பளபளப்பிலே பளிச்சிட்டுத் தோன்றி... கண்கூச வைத்த மின்னல்கள்...

ஏன்... உனது இடையும்... இடுப்பு வளைவும் மட்டும் என்னை விட்டு வைத்தனவா...!

இத்தனை ஆயுதங்கள் கொண்டு ஒட்டுமொத்தமாக தாக்குதல் நிகழ்த்தினால்...

பக்குவப்படாத பாலகன் நான்... எப்படித் தாங்குவேன்...!

அது குற்றம் இல்லையா.....?

உனது கண்கள் இமைக்கின்ற சாக்கிலே அவ்வப்போது பளீர் பளீர் என்று மூடி மூடித் திறந்து தீப்பந்துகளை என் மீது வீசினவே...

அது குற்றம் இல்லையா...?

எத்தனை குற்றங்களை அடுக்குவது உன் மீது...!

இத்தனைக்கும் மேலாக... இத்தனை காலம் கடந்தும் எனக்குள்ளே வாழ்ந்து கொண்டே இருக்கும் கேள்வி...

அந்தப் பார்வை...!

குற்றாலத்திலிருந்து... உன்னிடம் கடிதம் கொடுக்கும் வரை... கொலை வாளாகவே மாறி என்னைக் குத்திக் கிழித்ததே...

அது குற்றமில்லையா....?

ஆனால் அத்தனையும் ஆதாரமற்ற குற்றச்சாட்டுகள்...!

அவற்றை நிரூபிக்க என்னிடம் ஆதாரம் எதுவும் இல்லை....

வாய் திறமையும் இல்லை...

வாதத்திறமையும் இல்லை...!

ஆனால்....

நான் தான் குற்றவாளி என்று பழி சுமத்த ஆதாரம்...

அந்தக்கடிதம்...!

அதனால் தான் வலுக்கட்டாயமாக உனது முன்னே எனது தோல்வியை ஒப்புக்கொண்டு துவண்டு நிற்கிறேன் நான்...!

கிழக்குக் கடல் பக்கம்... 'திடுமுடு... திடுமுடு' வென இடியோசை தூரத்திலே கேட்டது... லேசான மின்னலும்கூட பளிச்சிட்டு வளைவுகாட்டி மறைந்தது...

மழை செயலிழக்கப் போவதன் அறிகுறி..!

செய்யலிழந்து கொண்டிருப்பது மழை மட்டுமா... எனது வலிமையும் தான்...!

கலங்கரை விளக்கின் ஒளிப்பாய்ச்சல்... வான்மதியின் முகத்தை சட்டென்று காட்டி விலகியது.....!

அவள் சற்று நிதானமாகத் தென்பட்டாள்....!

கொஞ்சம் குரல் தாழ்த்தி சன்னமாகப் பேசினாள்....

“என் கணவர் வீடு...

புது இடம்...!

புது வீடு...!

புது ஆட்கள்...!

புது உறவு...!

புது பழக்கவழக்கங்கள்...!

என் கணவரின் கரை கடந்த கற்பனைகள்... ஆசைகள்... கனவுகள்...

கணவர் வீட்டாரின் எதிர்பார்ப்புகள்...

சம்பிரதாயங்கள்....

முதலிரவு...!

இதுல எதுவுமே என் மனசுக்குள்ள நிழலாடக்கூட இல்ல...!

நான் யார்...

இங்க எதுக்காக நிக்கிறேன்...!

இது யாருடைய வீடு..... இங்கிருக்கும் மக்கள் யார்....

எதுவுமே தோணல...!

யார் யாரோ வந்தாங்க.....

புதுசு புதுசா...

அதிகமா பெண்கள்...

எல்லாரும் சிரிச்சாங்க...

ஏதேதோ பேசினாங்க...

என்னத் தொட்டுத் தொட்டுப் பாத்தாங்க...

எல்லாரும் குடுத்த ஒரே சான்றிதழ்....

“பொண்ணு ரொம்ப அழகா இருக்கா...”

இரவு வந்தது...!

என்னக் கூட்டிக்கிட்டுப் போய் தலை வாரினாங்க... தலைநெறைய மல்லிகைப் பூ வச்சாங்க.... பொட்டு வச்சாங்க... வேற புதுப் புடவை கட்டிவிட்டாங்க...!

அவங்களுடைய நடவடிக்கைகள் அத்தனையும்... எதார்த்தமான ஒரு முதலிரவுக்காக என்னைத் தயார் செய்யும் நோக்கத்திலேயே இருந்தது...!

எல்லாருக்குள்ளயும் ஒரு நமட்டுச் சிரிப்பும் நக்கலும் தெரிஞ்சது...

கேலியாவும்... கிண்டலாவும்... இரட்டைப் பொருள்படவும் ஏதேதோ பேசி கலகலன்னு சிரிச்சுக்கிட்டாங்க...!

முதல் இரவாம்...”

‘முதல் இரவு’ என்கிற அந்த வார்த்தையிலே... அவள் வெளிப்படுத்திய வெப்பம்... என் மீது சீறிப்பாய்ந்து சுட்டெரித்து என்னைப் பொசுக்கிச் சாம்பலாக்கியது...!

அந்த 'முதல் இரவு' யை அவ்வளவு கேவலமாக உச்சரித்தாள்...

எனக்கு துக்கம் தொண்டையை அடைத்தது...

வான்மதி இதையெல்லாம் ஏன் என்னிடம் சொல்கிறாள்.... எந்த இடத்திலே நிறுத்தப் போகிறாள்..... என்ன முடிவிலே இதைச் சொல்கிறாள்...

எதுவுமே எனக்குப் புரியவில்லை ....

விளக்கம் தெரியாத ஒரு குழப்பத்தை... எவ்வளவு நேரம் தான் கேட்டுக் கொண்டே இருக்க முடியும் ....!

என்னைப் பொறுத்தவரையிலே.... வான்மதி எனக்கு ஒன்பதாவது வகுப்பு மாணவிதான்...

அவளுக்கு முதலிரவு என்றால்........?

வான்மதி ...

லேசாக சிரித்தாள்...

விரக்தியின் உச்சமாக...!

கண்களிலே கண்ணீர் மின்னியது....

நான் அவளைப் பரிதாபமாகப் பார்த்தேன்....

அவள் அந்தக் கண்ணீரை வழிய விடவில்லை.. ! கண்களுக்குள்ளேயே தேக்கி... கண்ணீர் குளத்தை

உருவாக்கினாள்...

அந்தக் கண்ணீருக்குள்ளேயே விழிகளை ஊறவிட்டாள்... உள்ளத்திலே குமுறல் உருவாகிறது என்பதற்கான அறிகுறி அது...!

அவளுக்கு அது மௌனம்...

எனக்கு...

அது தற்காலிக போர் நிறுத்தம்...!

எந்தவிதமான ஆயுதம்... எந்த திசையிலிருந்து தாக்கும் என்று

எதிர்பார்த்துக் கொண்டேயிருந்தேன்...

நான் எதிர்பார்த்த தாக்குதல் தொடர்ந்தது...

திடீரென....

சற்றும் எதிர்பாராமல் உரத்த ஓசையுடன் கூக்குரல் எழுப்பினாள் வான்மதி...

"முதல் இரவுடா..."

தெறித்தது அவளது வார்த்தை... குரல்... ஓசை...!

அதோடு... அவளது கண்களிலே தேங்கியிருந்த கண்ணீர்... 'சளீர்....' என்று தெறித்துச் சிதறுவதை என்னால் காண முடிந்தது..!

சிதறிய அந்தக் கண்ணீர்ச் சிதறல்... என் மீதும் தூறலாகத் தூவியது...

நான் திடுக்கிட்டுக் குலுங்கி விட்டேன்... சிலிர்த்த உடல் அடங்கச் சிறிது நேரம் எடுத்துக் கொண்டது....

இங்கே...

கடிதம் எழுதும் இடத்திலும்...

உலுக்கி விழுந்து தடுமாறி பயந்து நிறுத்தினேன்...!

கடற்கரை முழுக்க அவளது உரத்த குரல் எதிரொலித்தது...

'முதல் இரவுடா... முதல் இராத்திரிடா...' என்று...

அவளது கண்கள் அகல விரிந்து பெரிதாகி... முகத்தைவிட்டு வெளியே வந்து உதிர்ந்துவிடத் துடித்தன...!

என்னைக் கொலை வெறியோடு அச்சுறுத்தின...!

கத்திபோல பளபளத்து மிரட்டின...!

இங்கே...

கடிதம் எழுதும் இடத்திலே...

எனது கண்களும்... பயத்தால் விரிந்து பெரிதாகி நிலைத்தன...

எனது கண்களிலும் பளப்பளப்புத்தான்...

கண்ணீர்...

எனக்கும் வரத்தானே செய்யும்...!

“முதல் இரவுடா...

தெரியுமா...

உனக்குத் தெரியாதா என்ன... உனக்குத்தான் அத்தனையும் அத்துப்படியாச்சே...

மகிழ்ச்சியா இல்ல...

முதல் இரவு”...

குரலை அடக்கி வன்மமாக மாற்றி ‘முதல் இரவு.... முதல் இரவு... முதல் இரவு...’ என உறுமிக் கொண்டே இருந்தாள்...!

உரக்கக் கூச்சலிட்டதன் விளைவாக... வெளியிலே தள்ளிய மூச்சை மீண்டும் வலுவாக உள்ளே இழுத்தாள்....... மீண்டும் வெளியே தள்ளினாள்...

யோகாசனத்திலே மூச்சுப் பயிற்சி செய்வது போல..... !

அவளைப் பார்க்க படு பயங்கரமாக இருந்தது.....

அவளுடைய முதல் இராத்திரியிலே ஏதோ நடக்கக் கூடாத செயல் நிறைவேறி இருக்கிறது என்பது... அவள் அதை உச்சரித்த ஏளனத்திலே எதிரொலித்தது ....!

கணவனோடு சண்டையிட்டு விட்டாளா...

அல்லது நான் கடிதம் எழுதிய செய்தி அவளது கணவனுக்குத் தெரிந்து... முதலிரவை முறித்து விட்டானா...

அதையும் அவள்தான் சொல்ல வேண்டும்...!

அந்த இதமான நேரத்திலும் அவளுக்குக் கொஞ்சம் வியர்த்திருந்தது....

உள்வாங்கும் மூச்சு...

அடித்தொண்டை...

அடிவயிறு...

இந்தப் பகுதிகளிலிருந்துதான் அந்த ‘முதல் இராத்திரி’ என்கிற வார்த்தையை விதை போட்டு உருவாக்கியிருப்பாள் அவள்... அதுதான் அது அவ்வளவு கொடூரமாக ஒலித்தது .....!

முதலிரவு...!

பெண்களது வாழ்க்கையிலே... மிக முக்கியமான திருப்புமுனைத் திருவிழா...!

புனிதமான நிகழ்வு...

அவளது பிறவிப் பயன் முழுமையடையும் நிகழ்வு...

அவள் அதீதமாகப் பூரிப்படையும் பொன்னான நாள்...

அதை... வான்மதி உச்சரித்த விதம்... மிகக் கீழ்த்தரமாக இருந்தது...

ஆனால்...

அதன் பிறகு அங்கு நிகழ்ந்த நிகழ்ச்சியை விவரிக்க வார்த்தைகள் போதாது....!

நான் எதிர்பார்க்கவே இல்லை...

வான்மதி இப்படிப்பட்ட பெண் என்று...!

ஒரு பயங்கரமான உரத்த உறுமல் குரல் ...!

பெண் சிறுத்தை போல... சீறிப் பாய்ந்தாள் என்மீது...!

கண் இமைக்கும் நேரம்...!

எனது சட்டையைப் பிடித்தாள்.....

தடுமாறிப்போனேன்...!

ஐந்தாறு முறை இறுகப் பிடித்து என்னை உலுப்பினாள்...

அவள் பிடித்த வேகத்திலே... சட்டையிலிருந்து ஒரு பொத்தான் 'பட்' டென்று அறுந்து தெறித்து... ஈரமணலிலே விழுந்தது.

"நாயே..."

அந்த ஒரு வார்த்தை தான் எனது காதுகளிலே கேட்டது... அதன் பிறகு என்னவெல்லாமோ பேசினாள்.....

அத்தனையும் ஒரு பெண் பேசக்கூடாத மிகக் கடுமையான கொச்சையான சொற்கள்....

எதிர்பார்க்கவே இல்லை நான்.....

திடீரென ஓங்கி எனது கன்னத்திலே அறைந்தாள்.... !

இங்கே...

கடிதம் எழுதுமிடத்திலே...

'சடா' ரென்று எழுதுகோலைத் தவறவிட்டேன் நான்... உடல் நடுங்கியது...

அதிர்ச்சி நீங்கும் முன்... இன்னொரு கன்னத்திலே அறைந்தாள்...!

நான் ஒரு கன்னத்திலே கை வைக்கும் முன்... அந்தக் கன்னத்திலே அறை...!

மாறி மாறி...!

மாறி மாறி...!

படுவேகமாக...!

கண் இமைக்கும் நேரத்திலே...!

எத்தனை முறை அறைந்தாள்...

அறைந்த அவளுக்கும் தெரியாது... அறை வாங்கிய எனக்கும் தெரியாது....

எண்ணிப்பார்க்க அவள் எனக்கு அவகாசமே தரவில்லை...!

அறைந்த அவளும் எண்ணிக்கை வைத்து அறையவில்லை...!

பொறி கலங்கிப் போனேன் நான்....

கண்ணீர் நிறைந்தது கண்களிலே...!

அவமானத்தின் உச்சம்....

அந்த அவமானத்தின் காரணமாக கண்களிலே காந்தல்...!

'தகதக' வென்று கண்களுக்குள்ளே தீ கொப்பளிக்கின்ற ஓர் உணர்வு..!

அவள் அறைந்ததை விட... ஒவ்வொரு முறை அறையும் போதும் அவள் வெளிப்படுத்திய பயங்கரமான பிளிறல் ஓசை.... கொடூரமாக ஒலித்தது...!

'முதல் இரவு... முதல் இரவு... முதல் இரவு...' என்று... முதல் இரவு என்கிற வாழ்வியல் புனிதத்தை அவள் கொச்சைப்படுத்திக் கொண்டே என்னை அறைந்தாள்...!

அவளுடைய கணவன் காமவெறி பிடித்தவனா... பலாக்காரம் செய்துவிட்டானா... அந்த வலியா அவளுக்கு...!

அதிர்ச்சியின் உச்சம் எனக்கு.....!

இங்கே...

கடற்கரையிலே...

கடிதம் எழுதுமிடத்திலே ...

'நதி...'

என்று என்னையறியாமலே உரக்கக் கூவியே விட்டேன்!

அறையின் வலியினால் அல்ல.....

அவமானத்தால்.....!

உனக்கு எழுதும் இந்தக் கடிதத்திலே... இந்த அசிங்கத்தை நான் எப்படி விவரிப்பேன் நதி...

நீதான் இதை எப்படித் தாங்கிக் கொள்ளப் போகிறாய்.... இதற்குப் பிறகு... நான் எப்படி உன்னை முகம் பார்க்கப் போகிறேன் அன்பே...!

அழுகை மூட்டை கட்டி முட்டிக் கொண்டு வந்தது... தேம்பித் தேம்பி அழுதேன்...!

அந்த அகன்ற மணல் பரப்பிலே...

தன்னந்தனியாக...

அனாதை போல அமர்ந்து....

துக்கம் தாங்காமல்....

செய்வதறியாது....

நாலாபக்கமும் பார்த்தேன்...!

நதி...

உன் உயிருக்குயிரான கணவனை மாறி மாறி மூர்க்கத்தனமாக ஒருபெண் அறைந்துவிட்டாள்...

எதற்காக இந்த தண்டனை...!

இந்தச் சூழலை வாசிக்கையிலே நீயும் கொதிப்படைவாய்... துக்கப்படுவாய்... ஆவேசப்படுவாய்... அந்த தருணத்திலே நான் எப்படி உன்னை சமாளிப்பேன்...

உன்னை நான் கனவிலே கண்ட கொடூரக்காட்சி... இப்பொழுதும் அசுரத்தனமாக எனது கண்முன்னே நிழலாடி என்னை பயப்படுத்துகிறது அன்பே...!

அழுத கண்களையும்... வியர்த்த முகத்தையும் தட்டுத் தடுமாறி நடுங்கும் கரத்தால் துடைத்தேன்...

ஆனால் அங்கே...

அழகுப் பதுமையாக... அசையாத ஓவியமாக... நான் பல இரவுகள் கற்பனை செய்த வான்மதி... இன்று அசுர தேவதையாக வடிவம் கொண்டு... என் மீது தாக்குதல் நிகழ்த்திக் கொண்டிருந்தாள்....!

இது...

நான் கடிதம் எழுதிய அன்று... எனக்கு கொடுத்திருக்க வேண்டிய தண்டனை...!

காலம் கடந்து செய்கிறாள்...

கை சலித்து மூச்சிறைந்து என்னை அறைவதை நிறுத்தினாள்...!

அவள் இப்படி மூர்கத்தனமாக மாறும் அளவிற்கு... அந்த முதலிரவு அவளுக்கு கசப்பான நிகழ்வாக அமைந்திருக்க வேண்டும்...!

எனது இயக்கங்கள் அத்தனையும் இயந்திரம் போல வேகமெடுத்தன...

உயிர் போகும் வேளையிலே ஒரு நடுக்கம் வருமே... இறுதி மூச்சை இழுத்துப் பிடிக்கும் முயற்சியாக....

அது போல...

எனது உடல் முழுக்க நடுங்கியது...

மூச்சுக்குழல் அடைத்தது...

இங்கே...

கடிதம் எழுதும் இடத்திலும் ...

அதே உணர்வு...!

இருந்தபடியே இறந்துவிட்டேனா... ?

கண்கள் திறந்தே இருந்தன...

அவை தாரை தாரையாக கண்ணீரைக் கொட்டிக் கொண்டிருந்தன...

அந்தக் கண்ணீர் கன்னங்களிலே வழிந்து... கழுத்தைக் கடந்து வழிந்தது...!

அதைக் கட்டுப்படுத்த முயற்சி செய்யக்கூட முடியவில்லை என்னால்...!

அங்கும் இங்கும் மாறிமாறி...

நான் இரு இடங்களிலும் அரை வாங்கினேன்...

இரு இடங்களிலும் வலியுடனும்.... வேதனையுடனும்... போராடினேன்...!

எனது கண்கள்... மிளகாய்ப் பொடி பட்டது போல 'தகதக' வென்று தகித்தன...!

வான்மதியும் அதைப் பார்த்தாள்...!

ஆனால்...

அதற்கெல்லாம் அவள் அசைந்து கொடுத்ததாகத் தெரியவில்லை....!

அவள் ஏதோ ஒரு முடிவிலே உறுதியாக இருந்தாள்...!

அவளுக்கு ஏற்பட்ட இழப்புகள் அதிகம் என்பதை நானும் உணர்ந்தேன்...

நாங்கள் பிரிந்து இத்தனை காலங்களிலே... நான் மிகவும் பக்குவப் பட்டிருந்தேன்...

ஆனால் வான்மதி....

இன்னும் பக்குவப்படவில்லை....!

உலை நீரிலே கொதித்து வெந்து கொண்டிருக்கும் பண்டம் போல... நீண்ட நாட்களாக வெந்து கொண்டே இருந்திருக்கிறாள்...!

கால மாற்றங்களுக்கும் வயது மாற்றங்களுக்கும் தகுந்தாற்போல தன்னை மாற்றிக் கொள்ளாமல்.... இன்னும் அந்த சாத்தான் குணத்திற்குள்ளேயே அடைபட்டு வதைபட்டுக் கிடந்திருக்கிறாள் என்பது... அவளுடைய ஆவேசத்திலேயே புரிந்தது...

வாழ்க்கை என்பது மிக நீண்ட பயணம்... !

பலப்பல நிகழ்வுகளின் தொகுப்பு...!

அந்த நீண்ட பயணத்திலே........ பல இடங்களிலே....... பல உருவங்களிலே........ இடையூறுகள் வரத்தான் செய்யும்...

காயங்களும் ஏற்படும்...

அவைகளையெல்லாம் சமாளித்து.... சரி செய்து... செப்பனிட்டு...

வயது மாற்றத்திற்குத் தகுந்தாற் போல...

நாம் எதிர் கொள்ளும் நிகழ்வுகளுக்குத் தகுந்தாற்போல...

வளைந்து கொடுத்து...

நம்மை மாற்றிக்கொண்டு வாழப் பழகிக் கொள்ள வேண்டும்...

ஆனால்....

கால் விரலிலே சிறிது இடறியதற்காக... காலையே எடுப்பேன் என்று பிடிவாதம் பிடித்து... அழகான வாழ்க்கையைத் தொலைத்து விட்டு நிற்கிறாள் வான்மதி...!

உடலிலே தீயைத் தேக்கி பத்திரப்படுத்தி வைத்துக் கொண்டால்.... என்றாவது ஒரு நாள் அது நம்மையே எரித்துச் சாம்பலாக்கிவிடும் என்பது வான்மதிக்குப் புரியவில்லை....!

ஒரு ஆணை கை நீட்டி கட்டுப்பாடில்லாமல் அறைகிறாள்...

படு பயங்கரமாக... !

மிருகத்தனமாகத் தாக்குகிறாள்...!

இங்கே...

நான் அவளை எதிர்வதை செய்திருந்தால்... அது தேவையற்ற விபரீதமான காட்சியாக மாறிவிடும்...

அது...

என் நதி... உனது காதுக்கு எட்டினால் உனது நிலை என்னவாகும் என் அன்பே...

இங்கே......

நான் அமைதி காத்ததற்கு நீயே காரணம் கண்ணே.... !

எனக்கு வேதனை இரண்டு இடங்களிலே...

ஒன்று வான்மதியிடம்...!

மற்றொன்று...

உன்னிடம்....!

இங்கே கடற்கரையிலே...

உனக்குக் கடிதம் எழுதுமிடத்திலே...!

வான்மதியிடம்தான் அதிகம்...!

நான்...

உன்னுடைய கண்ணியம் மிக்க கணவன்...!

ஆழப்பதிந்த அறை.... எனது கன்னங்களிலே....!

வேறு ஒரு பெண்ணிடமிருந்து.....!

அமிலத்தால் ஊறிய அவமானமில்லையா...!

எப்படிக் குறிப்பிடுவேன் உனக்கு....

ஆயினும்.....

குறிப்பிட்டுத்தான் ஆக வேண்டும்...!

அது சூழ்நிலைக் கட்டாயம்......

எனது வாழ்வியலிலே விதிக்கப்பட்ட விதியின் கட்டளை...!

கடிதத்தை எழுத முனைந்தேன்...

தோல்வியடைந்தேன்...

மீண்டும் முனைந்தேன்...

மீண்டும் தோல்வியடைந்தேன்...

இப்படி மாறி மாறி முயற்சித்துக் கொண்டேதான் இருந்தேனே தவிர எளிதிலே எழுதிவிட முடியவில்லை...!

சில நிகழ்வுகள் நம்மை நிலை குலைத்து விடும்....

நினைவுகளிலே... நீங்கா காயமாக நிரந்தரமாக நிலைத்து விடும்....!

இதயத்தை விட்டு புறம் தள்ள இயலாது..!

அந்த வாலிபம்....

அந்த வாலிபம் விளைவித்த மோகம்....

அந்த மோகம் விளைவித்த துரோகம்....

அந்த துரோகம் பயிர்வித்த சோகம்....

இவையாவும்...

இவற்றியிடமிருந்து விடுபட்டு மீண்டு... வயது மீறி வளர்ந்த பின்னும்...

ஏதாவது ஒரு நிலையிலே தண்டனை தராமல் தவறாது...!

அது தான்....

வான்மதி எனது கன்னத்திலே தந்த... இந்த அறை தண்டனை...!

கடற்கரையிலே உனக்கு கடிதம் எழுதும் நிகழ்வு...!

அங்கே வான்மதியிடம் ஏற்பட்ட கொதிப்பை விட... இங்கே கடிதம் எழுதும் இடத்திலே அதிகம்...

கன்னத்திலே ஏதோ லேசாக எரிச்சல் ஏற்பட்டது... விரல் கொண்டு தொட்டுப்பார்த்தேன்...

சிறிய காயம்... சிறிதளவு இரத்தக்கசிவு...

வான்மதி என்னை அறைந்த வேகத்திலே... அவளது நகங்கள் கீறியிருக்க வேண்டும்...!

என் அன்பே நதி...

இதை எப்படி எழுதுவேன் உனக்கு...!

இந்த நிகழ்வை இவ்வளவு காலம் உன்னிடம் சொல்லாமல் மறைத்ததற்கு இதுவும் காரணமாகும்...!

ஆனால் வான்மதி...

கொலை வெறி இன்னும் குறையாமலே இருந்தாள்...

நெஞ்சுக்குழி ஆவேசத்தால் ஆழமாக உள்ளிறங்கி வெளியே வேகமாகத் தள்ளியது... மூச்சிறைக்கும் ஓசை கொடூரமாகக் கேட்டது...

அவள் என்னை அறைந்த ஆவேசத்திலே... அவளது தலைமுடி கலைந்து முகத்திலே பரவிக்கிடந்தது... அடித்த கை வலித்ததோ என்னவோ...!

அதுகூட அவளது முகத்திலே தெரியவில்லை...

என்றோ ஒருநாள்... எனது வாழ்க்கையிலே சுழன்றடித்துச் சீரழித்து கரையைக் கடந்துவிட்ட புயல்... இன்று மறுபடியும் எனது வாழ்க்கையின் மீதே குறிவைத்து வான்மதிக் கடலுருவிலே மையம் கொண்டிருக்கிறது...!

அதை எப்படி சமாளிக்கப் போகிறேன்...!

ஒரே ஒரு கேள்வி... எனக்கு வான்மதியிடம் கேட்க வேண்டும்... !

தலைமையாசிரியர் அறையிலிருந்தே அந்தக் கேள்வி எனக்குள்ளே அரைபட்டுக் கொண்டு கிடக்கிறது... அதைத் தெளிவு படுத்த இதுதான் சரியான சூழ்நிலை ...!

அதை எப்படிக் கேட்பது என்கிற தயக்கம் என்னைத் தடுத்துக் கொண்டே இருந்தது...

ஆனால் அந்தக் கேள்வியைக் கேட்காவிட்டால்... வான்மதிக்கு எனது தரப்பு நியாயம் புரியாமலே போய்விடும்...

நான் குற்றவாளி இல்லை என்பதை அவளிடம் நிரூபித்தே ஆக வேண்டும்...

அவள் அறைந்ததால் இழந்த சக்தியையெல்லாம் போராடி போராடி ஒன்று திரட்டி... மீண்டும் பேச முயற்சி செய்தேன்...

ஓசை மிக மிக குறைவாக... பனை ஓலையிலே முள்ளின் கூர்முனை கீறியது போன்ற கரகரத்த குரலிலே தான் பேச முடிந்தது...

அது பேச்சில்லை...

அழுகையும் அவமானமும் கலந்த ஒப்பாரி....

"வான்மதி..."

எனது குரல் கேட்டும் அவளிடம் மாற்றம் இல்லை...

இருந்தாலும்... இது என்னுடைய முறை... நான் பேசியே ஆகவேண்டும்...

"வான்மதி... நீ சொன்ன அத்தனை பழிகளையும் நான் ஏத்துக்கறேன்... ஆனா எனக்கு... ஒரே ஒரு கேள்விக்கு நீ பதில் சொல்லியே ஆகணும்...

இது என் சதி இல்ல...

கூட்டுச் சதி...

கடவுள்...

காலம்...

வயசு...

பருவம்...

அழகு...

காதல்...

காமம்...

சாத்தான் குணம்...

இவைகளுடன் கதிரேசன்....

இத்தனை சக்திகள் சேந்து நடத்திய கூட்டுச்சதி...

அந்த கூட்டு சதியில சிக்கிக்கிட்ட சிறுவன் நான் .....!

ஆனா...

அதுல உனக்கும் பங்கிருக்கு வான்மதி...!

இவ்வளவு நேரம் நீ சொன்ன தவறுகளுக்கு... நீயும் பொறுப்பு..."

எனது பேச்சிலே கலந்திருந்த விசும்பல் என்னை தொடர்ந்து பேசவிடாமல் தடுத்தது...!

சற்று நிறுத்தினேன்...

எனது கேள்விக்கு பதில் சொல்ல கடமைப்பட்டவள் அவள்தான்...

இதற்கு மேலும் பொறுமை காக்க அவசியமில்லை.... அதனால் வான்மதிக்கு பேச வாய்ப்பு கொடுக்காமல் நானே தொடர்ந்து பேசினேன்....

“வான்மதி...

அம்பு எய்தது... குற்றாலத்து அருவி...

ஆனால்...

வம்பு எய்தவை... உனது கண்கள்...”

இதற்கும் அவள் எதிர்த்தாக்குதல் செய்யவில்லை...

காத்திருந்தேன்... அமைதியாகவே இருந்தாள்...!

மறுபடியும் நானே தொடர்ந்தேன்...

“நான் அருவித் தண்ணியிலருந்து உன்னக் காப்பாத்தினேன்... நீ உன் தோழி குணவதியோட அணைப்புல இருந்த... அங்க இருந்த எல்லாரும் உன்னையே பாத்துக்கிட்டிருந்தாங்க...

ஆனா... உன் பார்வை மட்டும் என் மேலேயே இருந்ததே...

ஏன்..... ?”

நான் சற்று நிறுத்தினேன்.... இடை நிறுத்தம் இல்லாமல் பேச என்னால் இயலவில்லை...

இதற்கிடையே வான்மதி ஏதாவது பேசுவாள் என எதிர்பார்த்தேன்... ஆனால்... அவளிடமிருந்து பேச்சு வரவில்லை...

அவளது பார்வை இப்பொழுதும்... என் மீதே குத்திட்டு நின்றது...

அன்று .....

அவள் குற்றாலத்திலே பார்த்த பார்வைக்கும் எனக்குப் பொருள் தெரியவில்லை...

இன்று ....

இங்கு அவள் பார்க்கும் இந்தப் பார்வைக்கும்... எனக்குப் பொருள் தெரியவில்லை...!

அப்படி ஒரு பார்வை....!

இருந்தாலும் மீண்டும் நானே தொடர்ந்தேன் ...!

“அது சாதாரண பார்வையா..... ?

வன்முறைப் பார்வை ....!

வக்கிர பார்வை ..!

உக்கிர பார்வை ..!

உயிர் உருக்குற பார்வை...!

உடல் நடுங்குற பார்வை....!

ஆயிரம் கொந்தளிப்புகளை எனக்குள்ளே உருவாக்கிய பார்வை...!

அந்த பார்வையின் கூர்மையை என்னால சமாளிக்க முடியல....!

நானும் பல பக்கமும் திரும்பித் திரும்பிப் பாத்து... உன் பார்வையை தவிர்க்க முயற்சி பண்ணினேன்...

தோல்வி எனக்குத் தான்......!

நீ.....

உன் பார்வையை என் மேலருந்து திருப்பவே இல்ல....

அந்த கொடூரமான பார்வைக்கு... என்ன பொருள் வான்மதி ... ?''

கொஞ்சம் மூச்சடக்கி முயன்று துணிச்சலாகக் கேட்டுவிட்டேன்...!

என்ன பதில் சொல்லப் போகிறாள் என எதிர்பார்த்தேன்...

நான் பேசப்பேச... இப்பொழுதும் பார்வையை மட்டுமே பதிலாக உதிர்த்தாள்...

ஆனால்....

நான் தொடர்ந்தேன்... எனது குரலிலே கோபம் கூடிக் கொண்டே போனது...

''சரி... அதோட உன் பார்வையோட வெறியாட்டத்த நிறுத்தினியா.. ?

நாம குற்றாலத்த விட்டுப் புறப்பட்டோம்...

இரவுப் பயணம்தான்...

பேருந்துல எல்லாரும் உறங்கிட்டாங்க... நானும் உறங்கத்தான் முயற்சி பண்ணினேன்... ஆனா... உன் பார்வை...... என்னை உறங்க விடல...

ரொம்ப குறைவான வெளிச்சம்... அந்த குறைவான வெளிச்சத்துலயும்... உன் கண்களுக்கு மட்டும் எங்கருந்து அப்பிடியொரு ஒளிக்கூர்மை வந்ததுன்னு தெரியல...

அந்த ஆழப்பார்வையாலே... அந்த அகால நேரத்துல... என்னை மாதிரி ஒரு வயசுப் பையனுக்கு என்னவெல்லாம் தோணும்... ?

அருவியில பாத்ததவிடக் கொடூரம்....... பேருந்துல...!

முழு இரவும்... நீயும் நானும் மட்டும் உறங்கல...

நல்லா யோசிச்சுப்பாரு.....

நான் ஒரு வயசுப் பையன்...

நீ ஒரு வயசுப் பொண்ணு...

இராத்திரித் தனிமை...

உணர்ச்சிகளைத் தட்டி எழுப்புற நேரம்...

பேருந்து முழுவதும் இருட்டு ...

குறைவான வெளிச்சம்....

அதுவும் உன் கண்களிலிருந்து....

அதுவும் என் மேலேயே....!

என் நிலைமை என்ன... ?

எப்பிடிப்பட்ட உணர்ச்சிகள் கொதிக்கும்... ?

பொழுது விடிஞ்சு ஊரு வந்து சேர்றதுக்குள்ள உன் உலைப் பார்வை வாசுதேவன்ங்கற சிறுவனை உருக்கி வக்கிரக்காரனா மாத்திடுச்சு...

என் உடல்.... மனசு.... மூளை... அறிவு... உணர்வு... இப்படி எல்லா இடங்களையும் நீ ஆக்கிரமிச்சுட்ட...

அந்தப் பார்வைக்கு என்ன பொருள்... ?''

இங்கிருந்து கொஞ்சம் உணர்ச்சிவசப்பட்டு விட்டேன்...

பாரம் சுமந்து.....

அவப்பெயர் சுமந்து...

வலி சுமந்து...

வசை சுமந்து...

இன்னும் எத்தனை கொடுமைகள் நான் அனுபவித்தவை...?

அவையெல்லாம் ஒன்று கூடி ஆயுதங்களாக மாறி வான்மதியுடன் வன்முறைப் போர் நிகழ்த்த வைத்துவிட்டன....!

நானும் சந்தர்ப்பத்தை இழந்து விடாமல்... குரல் உயர்த்தியே பேசிவிட்டேன்... இன்னும் தீரவில்லை... மீண்டும் பேசினேன்...!

எச்சில் விழுங்கக்கூட இடைவெளி கொடுக்கவில்லை... எகிறி எகிறிப் பேசினேன்....

"அதுக்குப் பெறகு..?

வகுப்பறையில...?

நீ பாடத்தை கவனிச்சியா...?

மத்த மாணவர்கள கவனிச்சியா...?

இல்ல...

ஒரே பார்வை...

என்னையேதான் பாத்துக்கிட்டிருந்த...

அந்தப் பார்வைக்கு என்ன பொருள்...

நீ அப்பிடி இடைவெளியே இல்லாம என்னப் பாத்த அந்தப் பார்வைதான்... எனக்குள்ள என்னென்னமோ கற்பனைகள உருவாக்கி உசுப்பி விட்டுடுச்சு......

மத்தவங்ககிட்ட பேசும்போது கூட... உன் கண்கள் என் மேலயே தான் இருந்துச்சு....

இப்பிடி ...

பாத்துப் பாத்து என்னப் பரிதவிக்க விட்டவ நீ...!

சொல்லு வான்மதி...

அந்தப் பார்வைக்கு என்ன பொருள் ...?"

தீர்ந்துவிட்டன என் கேள்விகள்...!

மூச்சிறைக்க... மூச்சிறைக்க... கேள்விகளைக் கேட்டு முடித்துவிட்டேன்... நெஞ்சு வேகத்துடிப்பை நிறுத்த மறுத்தது... மூச்சு தன் வேகத்தைக் குறைக்க மறுத்தது...

அசாதாரண சூழ்நிலை...

பொதுவாக... நான் இவ்வளவு இரைந்து பேசுகிறவன் அல்ல...

இங்கே என்னைப் பேசும்படி இயக்கியவள் வான்மதி...!

ஆனால்...

எனது பேச்சும்... வீச்சும் வான்மதியை எதுவுமே செய்ததாகத் தெரியவில்லை....! இவ்வளவு நீண்ட குற்றப் பதிவுகளை அவள் மீது நான் வரிசைப் படுத்தி அடுக்கியும்... துரும்பளவு அசைவுகூட அவளிடம் ஏற்படவில்லை....!

அவள் அப்படியே கல்லாகச் சமைந்து நின்றாள்...

ஏன்...?

எனது பக்கம் இருக்கும் நியாயங்களை உணருகிறாளா...!

வருந்துகிறாளா...!

வன்மம் வளர்க்கிறாளா...!

நினைத்துப் பார்க்கிறாளா...!

என்னை இன்னும் வசைபாட வார்த்தைகள் தேடுகிறாளா...!

சூழ்நிலையை இன்னும் வன்முறையாக்க வியூகம் வகுக்கிறாளா...!

மறுபடியும் அவள் தொடுக்கப் போவது வார்த்தைப் போரா...

வன்முறைப் போரா...

வான்மதி ஆண்களையே கை நீட்டி அடிக்கும் ஆணவம் பிடித்தவள்... அதை இப்பொழுது தான் வெளிபடுத்தியிருக்கிறாள்....மறுபடியும் அடித்தாலும் அடிப்பாள்....

ஏதோ ஒரு வக்கிர நெருப்பு... அவளுக்குள்ளே கனன்று கனன்று எரிமலை போல உறுமிக் கொண்டிருப்பது போலதான் எனக்குத் தோன்றியது...

பெண்ணாக உருக்கொண்டு நிற்கும் அந்த எரிமலையை வெடிக்கச் செய்வதற்கு... மறுபடியும் நானே பேசுவதைத்தவிர வேறு வழியில்லை....!

“தயவு செஞ்சு சொல்லு... குற்றாலத்திலிருந்து... பள்ளி மைதானத்துல நான் உனக்கு கடிதம் குடுக்குற வரைக்கும்... விழித்தாழ்த்தாமல் நீ பார்த்த பார்வைக்கு பொருள் என்ன.. ?”

ஏதோ ஒரு துணிச்சல்...

இறுதி கேள்வியையும் கேட்டுவிட்டேன்...

ஆனால்...

அவளிடமிருந்து உறுதி பதில் உடனே வெளிப்படவில்லை.... அமைதியாக இருப்பது போலத் தோற்றம் தந்தாள்...

ஆனால் அவள் அமைதியாக இல்லை....

அவள் என் மீது கொண்டிருந்த பழியுணர்வு... அவளை அமைதியாக இருக்க விடவில்லை....!

அவளது தொண்டைக்குழி நரம்புகள்... லேசாக விறைத்து விறைத்து அடங்கின.....

மூக்கு விடைத்தது...

பற்களை பலமாகக் கடிக்கிறாள் என்பது... கன்னப்புடைப்புகள் வாயிலாகத் தெரிந்தது...

ஆம்... !

அவள் என்னுடைய கேள்விகளுக்கான பதிலை தயார் செய்கிறாள்...!

அவளுடைய முகத்திலே ஏதேதோ மாற்றங்கள் மாறிமாறித் தோன்றின...

வன்மம் மென்மையாக அவளுக்குள்ளே குடியேறியது...

நான் இவ்வளவு பேசிய பிறகு... அவள் என்னிடம் அமைதியாகவா பேசுவாள்... ?

அதிர்வாகத்தான் பேசுவாள்...!

பேசினாள்...

என் கேள்விக்கு விளக்கம் போல இல்லை....!

என்னை ஒரு முட்டாள் என்று நிரூபிப்பது போன்று...!

“பதில் வேணுமா... ?

நீ கேட்டது கேள்வியா... ?

முட்டாள் முட்டாள்... சொல்றேன் கேளு...!

குற்றாலத்து அருவியில எல்லாரும் போல நானும் நண்பர்களோட சேர்ந்து உற்சாகமா துள்ளித் துள்ளி... குதிச்சு குதிச்சு... குளிச்சுக்கிட்டிருந்தேன்...

உயரத்துலருந்து அப்பிடியே கீழே தேங்கியிருந்த தண்ணிக்குள்ள தவறி விழுந்தேன்... அருவியில குளிக்கிற உற்சாகத்துல யாருமே என்ன கவனிக்கல... அப்பிடியே தண்ணிக்குள்ள மூழ்கிட்டேன்..."

சீற்றம் கொண்டு சீரியவள் சற்று அமைதியானாள்...!

மெல்ல மெல்ல அந்த குற்றாலத்து சூழ்நிலை... தண்ணீரிலே மூழ்கிய பயம்... முகத்திலே பரவி அவளது முகத்தை விகாரமாக மாற்றியது .....!

மரண பயத்தோடு பேசினாள்...

"அவ்வளவுதான்... உயிர் போயிருச்சுன்னு முடிவு பண்ணிட்டேன்... தண்ணிக்கி மேல வந்து... பதறிப்பதறி... வாயிக்குள்ள போன தண்ணி மூக்கு வழியாவும், மூக்கு வழியா போன தண்ணி வாய் வழியாவும் வந்துச்சு...!

சாவு கண்ணு முன்னால தெரிஞ்சுச்சு... இந்தப்பிறவி முடிஞ்சு போச்சு... முக்கால் வாசிக்கும் மேல உயிரு போயிடுச்சு..."

சொல்லும் போதே அவளது குரல் நடுங்கியது...

உயிர் போகும் வலியை இப்பொழுதும் வெளிப்படுத்தினாள்....

கொஞ்சம் ஓசை குறைவாகவே பேசினாள்...

இப்பொழுதும் மரண பயம் அவளது கண்களிலே தெரிந்தது...

அவள் தண்ணீரிலே மூழ்கும்போது... எப்படி தத்தளித்திருக்கிறாள் என்பது அவள் பேசும் விதத்தைப் பார்த்தாலே புரிந்தது...

"ஒவ்வொரு தடவ நான் தண்ணிக்கி மேல வரும்போதும்... எல்லா கடவுள்களோட பேரச் சொல்லியும் அலறினேன்.....!

இந்துக் கடவுள்கள் அத்தனை பேரோட பேரு....

இயேசு நாதரோட பேரு,...

அல்லாவோட பேரு...

இப்பிடி... என் வாயிலிருந்து வெளிய வந்தது எல்லாமே கடவுள்கள் பேருதான்..."

இப்பொழுது அவளது குரலிலே லேசாக அழுகையும் கலந்து கொண்டது...

"ஆனா... பயனில்ல... !

ஒரு கடவுளும் என்ன வந்து காப்பாத்தல..."

மீண்டும் அமைதியானாள்... சற்று மூச்சு வாங்கினாள்... பெருமூச்சு விட்டாள்...

"போராடிப் போராடி... கடைசியா வலுவிழந்தேன்... கை கால்கள் ஓஞ்சு போச்சு... மூச்சும் நின்னு போச்சு... அப்படியே தண்ணிக்குள்ள அடியில போய் அடக்கமாயிட்டேன்... என் விதி முடிஞ்சு போச்சு...

கடைசி முறையா ஒரே ஒரு தடவை இந்த உலகத்துக்கு என்னக் காட்றதுக்காக தண்ணீர்த் தாய் தண்ணிக்கி மேல அனுப்பினா...

அந்தக் கடைசி வாய்ப்புல... யாரோ என்னை தூக்குறது தெரிஞ்சது...

உயிர் போராட்டம்...!

கைகளை நீட்டி தாவிப்பிடிச்சேன்... நான் எதைப்பிடிச்சேன்... எங்கெங்க பிடிச்சேன்... எதுவுமே தெரியல...

உயிர்... உயிர்... உயிர்....

உயிர் வேணுங்கற வெறி...!

நான் வேண்டிக்கிட்ட கடவுள்கள் தவிர... யாரோ வேற ஒரு கடவுள் என்னைக் காப்பாத்தினத உணர்ந்தேன்...

யார் யாரோ... ஏதேதோ செஞ்சாங்க... ரொம்ப நேரத்துக்குப் பெறகு கண்ணு முழிச்சுப் பாத்தேன்...

நான் உயிரோடதான் இருக்கேங்கிற நம்பிக்கை வந்திச்சு...

ஆமா... நான் மறுபிறவி எடுத்துட்டேன்...!

அருவியச் சுத்தியும் பாத்தேன்...!

அங்கே மொத்தம் இருநூறு பேருக்கு மேல இருந்திருப்பாங்க... ஆனா... இதுல யாருமே என்னைக் காப்பாத்தல...

அப்பத்தான் என் தோழி குணவதி என்னைக் காப்பாத்தின கடவுளை எனக்குக் காட்டினா...

அந்தக் கடவுளை...... கண் முன்னால பார்த்தேன்...

அது ....

நீ...!"

அவள் அதைச் சொல்லி முடிக்கும் முன்... அவளது கண்களிலே கண்ணீர் மளமளவென்று கொட்டியது... அந்த கனமான உணர்வோடு... சற்று நிறுத்தினாள்..... தலை கவிழ்ந்து குலுங்கி குலுங்கி அழுதாள்... இரு கைகளாலும் மாறி மாறி முகத்திலே அடித்துக் கொண்டாள் .....!

என் முகத்திலே படார்... படார்... என்று மாறி மாறி... இடைநிறுத்தமே இல்லாமல் செருப்பால் அடித்தது போலிருந்தது... எனது வாய் என்னையும் அறியாமல்...

"க.......ட............வு..........ள்..."

என்று உச்சரித்தது...!

கால தாமதமாக என்னை எச்சரித்தது...!

அந்த எச்சரிக்கை... எனது அறிவை அச்சுறுத்தியது....!

ஒன்பதாம் வகுப்பிலே தொடங்கி..... இந்த நாள் வரை இடைவிடாது தொடர்ந்து நான் செய்த தவறுகளையெல்லாம் நினைவுறுத்தி அறிவுறுத்தியது......!

பல நாட்களாக....

பல இரவுகளாக....

பல பகல்களாக....

பல வாரங்களாக....

பல மாதங்களாக.....

பல வருடங்களாக....

கொதி கொதியென்று குதித்து கொதிபோட்டுக் கொண்டிருந்த கொதிகலனுக்குள்ளே.....

கொதித்து கொண்டிருந்த பல்லாயிரம் கேள்விகளுக்கு.....

வான்மதி....

இன்று......

ஒற்றை வார்த்தைகளிலே.....

பதில் சொல்லிவிட்டாள்......

"கடவுள்.....!"

கடவுளே... என்ன செய்வேன் நான்.....?

என்ன பதில் சொல்வேன் அவளுக்கு....?

நான் அவளைக் கேட்ட அத்தனை கேள்விகளும்... எனக்கு எதிர்சாட்சிகளாகத் திரும்பின...!

இங்கே...

கடிதம் எழுதும் இடத்திலே...

ஓங்கி... ஓங்கி... தலையிலே அடித்துக் கொண்டேன்...

என்னைக் கடவுளாக நினைத்திருக்கிறாள் அவள்....!

அவளைக் காமமாக வரித்திருக்கிறேன் நான் ..!

என்ன கேவலமான பிறவி நான்...!

வான்மதி இன்னும் அதிகமாக அழுதாள்...

“நான் கும்பிட்ட கடவுள்களைவிட....

உயிர் போற சமயத்துல நான் கூவிக்கூவி கூக்குரல் எழுப்பிக் கூப்பிட்ட கடவுள்களை விட.....

உயர்ந்த கடவுள்...”

அவள்... அப்படியே கண்களை இறுக மூடியபடி அழுதாள்.

“ஐயோ... ஐயோ... ஐயோ...”

என் மனசும் உடலும் பதறியது...

அவள் அழுவதைப் பார்த்து நானும் அழுதேன்...

அங்கே...

கடற்கரையிலும்...

இங்கே...

கடிதம் எழுதும் இடத்திலும்...

இரண்டு இடங்களிலும் முகத்திலே அறைந்து கொண்டேன்...

ஆனாலும்... இந்த தண்டனை எனக்குப் போதுமா...!

அவள் இழந்த வாழ்க்கையை என்னால் திருப்பிக்கொடுக்க இயலுமா....!

அட்டைப்பூச்சியைப் போல... அவளுடைய அனுமதி இல்லாமலே அவளைத் தீண்டி தீண்டி... இறுகப்பற்றி.. இரத்தத்தை உறிஞ்சியிருக்கிறேனே... அதன் மீதி இரத்தம்... இதோ இன்னும் வழிந்து கொண்டிருக்கிறதே...

அவள் தொடர்ந்தாள்...

“நான் தினமும் வழிபட்ட எல்லா கடவுள்களும் என் மனசுக்குள்ளருந்து மளமளன்னு வெளிய போயிட்டாங்க... என் மனசு முழுக்க... என் முழு கடவுளா நீ குடியேறினே...”

மீண்டும் நிறுத்தினாள்...

அவள் இடைவெளி விட.... விட.... உயிர்ச் சேதம் ஏற்படுவது போல வலித்தது எனக்கு...

அன்று தண்ணீரிலே மூழ்கிய வான்மதியை நான் காப்பாற்றினேன்...

இன்று...!

நான் கண்ணீரிலே மூழ்கிக் கொண்டிருந்தேன்...!

காப்பாற்ற யாருமே இல்லை...!

தத்தளிக்கிறேன்...

மூச்சு முட்டுகிறது...

ஐயோ... என அலற வேண்டும் போலிருந்தது எனக்கு... நான் அவள் முகத்தைப் பார்க்க முடியாமல் தலைகுனிந்தேன்...

அவள் தொடர்ந்தாள்...

“நான் கண்கள மூடல... அந்தப்பக்கம் இந்தப்பக்கம் திரும்பல... கண்கள் நிறைய பக்தி... மனசு நிறைய மரியாதை...”

இதைக் கூறுகையிலே அவளது குரலிலே கடுமையான நடுக்கம்...

அவள் குத்தீட்டி கொண்டு எனது இதயத்திலே இடம் மாறி... இடம் மாறி... குத்திக்குத்தி துளை போட்டுவிட்டாள்...

இனி அந்தத் துளைகளின் வாயிலாக... இரத்தம் பீறிட்டு சிதறித் தெறிப்பதை நிறுத்தவே முடியாது...

பதிலாக... வலிதாங்க என்னை நான் தயார் படுத்திக்கொள்ள வேண்டியது தான்...!

வான்மதி தனது வார்த்தை போரை மீண்டும் தொடர்ந்தாள்....

“கண்ணபிரான்....

சிவபெருமான்....

நாராயணன்....

இராமபிரான்....

முருகப்பெருமான்....

ஆஞ்சநேயர்....

இன்னும் பல கடவுள்கள் ஒரே உருவத்துல அவதாரம் எடுத்து நிக்கிற மாதிரி என் கண்களுக்கு நீ தெரிஞ்ச...!

இடைவிடாம நீ பார்த்த பார்வைக்கு பொருள் என்னன்னு நீ கேட்டியே...

இப்ப புரியிதா.... ?

உன்ன நான் பாத்த பார்வைக்கு பொருள் என்னன்னு... ?”

அவள் பேசப்பேச... எனக்கு அவமானம் உச்சம் தொட்டு உச்சித்தலைவரை உயர்ந்து கொண்டே போனது... அவள் முன் நிற்கவே கூசினேன்...!

முன்பு அவள் என்னை அறைந்தபொழுது அவள் மீது கோபப்பட்டேன்...!

இப்பொழுது அவள் அதைவிடக் கொடூரமாக அறைய மாட்டாளா என ஏங்கினேன்...

அவள் கேவிக்கேவி அழுதாள்...

நான் அவளை விட... அவமானத்தால் அழுதேன்...

குற்றமற்றவளும் அழுதாள்...

குற்றம் புரிந்தவனும் அழுகிறேன்...

கடலும் கடற்கரையும் எங்கள் இருவருக்கும் முழுச் சுதந்திரம் கொடுத்து... சாட்சிகளாகிக் கொண்டிருக்கின்றன...!

அவளை எப்படித் தடுப்பது என்று தெரியாமல் தினறினேன்...

“இதே கடிதத்த... வகுப்புல வேற யாராவது ஒரு பையன் எழுதியிருந்தா... அந்த கடிதம் தலைமை ஆசிரியர்கிட்ட போயிருக்காது...

ஏன்னா அவன் குப்பை...!

குப்பையோட குப்பையா சேத்திருப்பேன்...

ஆனா... நீ...

கடவுள்....!

கடவுள் கற்பழிச்சா அனுமதிக்க முடியுமா... ?"

பேசுவதை நிறுத்தி இன்னும் சிறிது நேரம் அழுதாள்...

அன்று...

எனது பகல் பொழுதினையெல்லாம் தனது விழிகளால் கரைத்துக் குடித்தவள்... எனது இரவுக்குத் தனி விழியொளி மூலம் வெளிச்சம் காட்டிப் பகலாக மாற்றியவள்...

எனது பகுத்தறிவை இயங்கவிடாமல் அடக்கி... தவறுகளை அதிரடியாக எனக்குள்ளே திணித்தவள்...!

இன்று....

அத்தனையும் மாயம் என்று மெய்ப்பித்து... குற்றங்களை என் மீது சுமத்தி விட்டு... தான் செய்யாத குற்றத்திற்காக்க கரைந்து அழுது கொண்டிருந்தாள்...!

என்ன சொல்லித் தேற்றுவேன் நான்...!

ஏது என்னிடம் துணிவு......!

காணாது போய்விட்டனவே வார்த்தைகள்...

அவள்...... வார்த்தைகளை சேகரித்து சேகரித்து சேமிப்புச் செய்து வைத்திருந்தாள் போலும்...

இதோ இன்னும் பேசுகிறாளே...

"நான் கடவுளா நெனச்ச உங்கிட்டருந்து கொச்சையான வர்ணனை...!

தாங்க முடியல...!

உடம்புல... மண்ணெண்ணையை ஊத்தி தீ வச்சது மாதிரி இருந்தது...! அந்த வேதனையோட வீட்டுக்கு ஓடி என் அறைக்குள்ள விழுந்து அழுதேன்...

மறுபடியும் உன் கடிதத்த எடுத்தேன்.....

நீ என் உடலப்பத்தி கற்பன பண்ணி வர்ணிச்ச அந்த அருவருப்பான வர்ணனைகளை... அருவருப்பில்லாம படிச்சேன்...!

திரும்பத்திரும்ப...!

பல தடவை...!

பொங்கிப் பொங்கி அழுகை வந்தது....

வயித்தக் குமட்டி வாந்தி வந்தது... திக்கித்தினறி வாந்தியெடுத்தேன்... அப்பவும் குமட்டல்... அருவருப்பு குறையல...!

பாம்பு கடிச்சு உடம்பெல்லாம் நஞ்சு பரவின மாதிரி வலி...!

உண்மையிலேயே பாம்பு கடிச்சு உயிரு போயிருக்கக் கூடாதா...

நள்ளிரவு கடந்தும் என் அழுகையை கட்டுப்படுத்த முடியவே இல்ல....!

அறை முழுக்க விளக்கு வெளிச்சம்... விளக்கை அணைக்கணும்னு எனக்கு தோணவே இல்ல......!

இங்கதான் விபரீதம் வேர் போட்டுச்சு...

ஒரு போருக்கு அறிவிப்பு உருவாச்சு....

அகால நேரத்துல வயசு பொண்ணோட அறையில விளக்கு எரியறத பார்த்து சந்தேகப்பட்ட என் அப்பா... அறைக்குள்ள வந்தாரு.....!

என் கையில கடிதம்...!

எதிரே அப்பா.....!

என்னமோ தெரியல....

இந்த கடிதத்தப் பத்தி அப்பாவுக்கு தெரிய வேண்டாம்னு நான் நினைச்சேன்......!

அதனால அப்பா கண்ணுல படாம... அவசர அவசரமா கடிதத்த நான் மறைச்சேன்.....!

ஆனா..... என் முயற்சி பலிக்கல......

அப்பா என் கையில இருந்த கடிதத்த பாத்துட்டாரு.....!

என் கண்கள்ல கண்ணீர்....

அப்பாவின் கண்கள்ல சந்தேகம்.....

ஒரு வயசு பொண்ணு....

நள்ளிரவு நேரம்....

அறையிலே வெளிச்சம்....

கையில ஏதோ ஒரு கடிதம்....!

எந்த அப்பாவுக்குத்தான் சந்தேகம் வராது.... ?

அப்பாவுக்கு தெரியக்கூடாதுனு நான் பதட்டத்தோட கண்ணீரத் தொடச்சேன்....

ஆனா.. என் முகத்துல மேவியிருந்த துக்கத்தைத் துடைக்க என்னால முடியல....!

அந்த துக்கமே... என்னை அப்பாகிட்ட காட்டிக் குடுத்திருச்சு....!

“என்னடா அது... ?”

குரல் இல்ல அது.... கோடை இடி...!

என்ன சொல்றதுன்னு தெரியல....

என்னோட தயக்கம் அப்பாவோட கோவ தீயிலே இன்னும் கொஞ்சம் எண்ணெய் ஊத்திடுச்சி....

“என்னடா மறைக்கிற... ?”

என்னமோ தப்பு நடந்திருக்குன்னு அப்பா முடிவுக்கே வந்துட்டாரு.....

எனக்கு குலை நடுக்கம் ....!

“குடு...”

அடி தொண்டையில உருமினாரு...

அது வரைக்கும் அவரு இவ்வளவு குரல் உயர்த்தி எங்கிட்ட பேசினதே இல்ல...!

எனக்கு உடல் முழுக்க நடுக்கம்...

உயிர் முழுக்க இறுக்கம்...

அறிவு முழுக்க கலக்கம்.....

எதிரே நிற்கிறது என் அப்பா.....

ஆனா....

ஒரு கொடூரமான அரக்கனா என் கண்ணுக்கு தெரிஞ்சாரு...... !

எந்த நேரத்துல என்ன நடக்கும்னு தெரியல .....!

அவரு கண்கள்ல தெரிஞ்ச ஆவேச பார்வை என் முகத்தை விட்டு நகரவே இல்ல.....!

வயசுப் பொண்ணு.... வழி தவறிப் போற பருவம்... அந்த கோவம் அவருடைய பார்வையில தெரிச்சது ....

எனக்கு தெளிவா புரிஞ்சிடுச்சி....!

அதுக்கு மேல கடிதத்த அப்பாகிட்ட குடுக்காம இருக்க முடியாது...!

வேற வழியில்ல...

குடுத்திட்டேன்...

படிச்சாரு...

நீ என்னப் பத்தி வர்ணிச்ச அந்த அசிங்கத்தை... என்னப்பெத்த அப்பா வரி விடாம படிச்சாரு...''

அவள் அதை சொல்லும்போது முகத்திலே அருவருப்பு.....

குரலிலே கடும் நடுக்கம்......

குமுறி குமுறி.... கேவி கேவித்தான் அவள் சொன்னாள்....

அவளது முகத்திலே அவமானப் பதிவு ஆழமாகத் தெரிந்தது...

மகளைப் பற்றிய வரம்பு மீறிய வர்ணனை...!

மதிப்பெண் பட்டியலும்... திறமைச் சான்றிதழ்களும் வாசித்து பெருமைப்பட வேண்டிய பிறவியல்லவா தந்தை.....!

ஒரு தந்தையாக... இந்த வர்ணனை எந்த விதத்திலே பெருமை தரும் அவருக்கு...... ?

"அதப் படிக்க படிக்க... அவரு கண்ணு செவந்தது... மூக்கு செவந்தது, நெஞ்சு குமுறிச்சு... தொண்டக்குழி ஏறி இறங்கிச்சு...

மாரடைப்பு வந்த மாதிரி தடுமாறிட்டாரு... நான் எப்பிடி அவரை சமாதானப் படுத்துவேன்... ?

அவருக்கும் அதப்படிச்ச பெறகு என் முகத்த நேருக்கு நேர் பாக்க முடியல...

பெத்த பொண்ணப் பத்தி...

கொச்சையான வர்ணனைகள்...

அவருக்கு அவமானம்...

அசிங்கம்...''

சற்றே நிறுத்தி... தேம்பித் தேம்பி அழுதாள்.....

அவளது அப்பாவிற்காக...!

"அவரால தாங்க முடியல... அவ்வளவு பெரிய மனுசன்... அவரு கண்கள்ல கண்ணீரே நான் பாத்ததில்ல... இன்னக்கி குமுறிக் குமுறி அழுதாரு...!''

துக்கம் இன்னும் கூடியது அவளுக்கு...

எனக்கும் தான்...

அவள் குமுறியதைப் பார்த்து நானும் கலங்கினேன்...!

"எங்கப்பா அழுததப் பார்த்ததும் எனக்கு அழுகை வந்திச்சு...

கதறி அழுதேன்...

ஆனா என் அழுகை எங்கப்பாவுடைய கோபத்த ஆத்திரமா மாத்திடுச்சு...

அவருக்கு அவமானம் தாங்கல...

என்ன அடிச்சாரு... ஒரு அடியில்ல... அஞ்சாறு அடி...

அம்மா ஓடி வந்தாங்க... அப்பாவ தடுத்தாங்க...

"என்னங்க... வயசுக்கு வந்த பொண்ண ஏன் அடிக்கிறீங்க... ?

நீ எழுதின காதல் கடிதத்த அம்மா கையில குடுத்தாரு...! அவங்களும் படிச்சாங்க...

பெத்த மனசு தாங்குமா...

தலையில தலையில அடிச்சுக்கிட்டு கதறினாங்க... என்னக் கட்டி அணைச்சுக்கிட்டாங்க...''

சே... என்ன துயரக்காட்சி இது....!

அவளது காலில் விழுந்து கதறவேண்டும் போலிருந்தது எனக்கு...

அவள் விக்கித்து கொஞ்சம் மூச்சடக்கினாள்...

ஓங்கரித்தாள்...

பொங்கிக் கொப்பளிக்கும் அழுகையை மட்டுப்படுத்த முடியாமல் மூச்சுத் தினறினாள்...

பின் துக்கத்தோடு பேசினாள்...

''மீதியிருந்த இரவு கழிஞ்சு விடியல் வர்ற வரைக்கும்... இதோட துயரத் தொடர்ச்சிதான்...!

என்னப் பெத்த பாவத்துக்காக பெத்தவங்களும்... மகளாப் பொறந்த பாவத்துக்காக நானும் மாறி மாறி அழுதோம்...

காரணம் நீ...!

நீ எழுதிய வர்ணனை...!

பெத்த வயிறு எரிஞ்சது...

சொமந்த தோள்கள் துடிச்சது...

போதுமா... போதுமா...''

அவள் ஆங்காரமாக குரல் உச்சத்திலே கேட்டாள்.... அவள் குரல் உயர்த்த உயர்த்த... நான் கூனி கூனி குறுகிக் கொண்டே போனேன்....

நான் என்ன பதில் சொல்வது..... ?

அவளே அவலத்தை மீண்டும் தொடர்ந்தாள்...

''எங்கப்பாவுக்கு என் மேல ரொம்ப செல்லம்...

ஏராளமான கனவு....

பெரிய பெரிய படிப்பு... மாவட்ட ஆட்சியர்... உயர்ந்த அதிகாரி... இப்பிடியெல்லாம் என்னை உயர்த்தி கொண்டு போகணும்னு மனக்கோட்டை கட்டியிருந்தாரு... அந்த கற்பனையெல்லாம் இப்போ வெறும் கனவாப் போச்சு...

அந்த இழப்பை அவரால தாங்க முடியல...!

கொஞ்ச நேரம் அழுவாரு...

அப்பறம் ஆடாம அசையாம பித்துப்படிச்ச மாதிரி உக்காந்திருப்பாரு... பிறகு குழந்தை மாதிரி குலுங்கிக் குலுங்கி அழுவாரு... பிறகு மறுபடியும் அமைதியா இருப்பாரு... ஒரு முறை என்னைக் கட்டி அணச்சுக்கிட்டு அழுவாரு... திருப்பியும் அடிப்பாரு...

என்னால மொத்தக் குடும்பமும்... புத்தி பேதலிச்ச மாதிரி ஆயிடுச்சு.....

நான் அவங்களுக்கு குற்றாலத்துல நிகழ்ந்த சம்பவத்தச் சொன்னேன்... நீதான் என்னைக் காப்பாத்தினேன்னும் சொன்னேன்...

அதனாலயெல்லாம் அப்பா சமாதானம் ஆகல...

''வயசுக்கு வந்துட்டா பொட்டக் கழுதைங்களை வீட்டுக்குள்ளயே கட்டிப்

போடணும்... படிக்கவே அனுப்பக் கூடாது... காலா காலத்துல ஒருத்தன் கையில பிடிச்சுக் குடுத்திடணும்...

இதுல... உல்லாசப் பயணம் ஒரு கேடு... உல்லாசப் பயணம் எங்க கொண்டு போயி விட்டிருக்கு பாரு...

ஒரு பையன் இவ்வளவு மோசமா உன்னப்பத்தி எழுதிருக்கான்னா அதுக்கு யார் காரணம்...

நீதான்...!

உன் நடவடிக்கைதான்...!

உன் உடைப்பழக்கம் சரியில்ல...

உன் அலங்காரம் எதுவுமே சரியில்ல...

பள்ளிக்கூடம் போற பொண்ணுக்கு அடக்கம் வேண்டாமா.....

ஒரு பொண்ணப் பார்த்தா... கையெடுத்து கும்புடணும் போல தோணனும்... கட்டிபிடிக்கணும்னு தோணக்கூடாது...''

அப்பாவின் நடவடிக்கைகள் மொத்தமும் எனக்கு எதிரா திரும்பிடுச்சு...

பள்ளிக்கூடம் போக வேண்டிய நேரம் வந்தது.... நான் புறப்படாமலே இருந்தேன்...

அப்பாவும் காலயிலருந்து பல்லுகூட தேய்க்கல... அவருகிட்ட கோவமும் குறையல... அந்தக் கடிதத்தோடயும்... கடுமையான அவமானம் நெறஞ்ச கோவத்தோடயும் என் பக்கத்துல வந்தாரு...

என்னப் பாத்துகிட்டே இருந்தாரு...

இராத்திரியெல்லாம் தூக்கமில்லாம அவருடைய கண்கள் சிவந்து... கலங்கி, கண்ணீர் கோர்த்திருந்துச்சு...

குறுகுறுன்னு மொறச்சுப் பாத்தாரு...

ஏன்னு தெரியில... அவரு மனசுல கொதிப்பு ஏறியிருக்குன்னு மட்டும் புரிஞ்சது...

பாத்துகிட்டே நின்னவரு திடீர்ன்னு உரக்க கத்தினாரு...

“பொறப்படு...”

குரலுயர்த்தியே சொன்னாரு...

“எங்கே....”

மெதுவாகவே கேட்டேன்...

அதுவே அவருக்கு ஆத்திரத்தக் கூட்டிடுச்சு...

“பள்ளிக்கூடத்துக்கு...”

“இல்லப்பா... நான் படிக்கப் போகல...”

“நீ படிக்கப் போக வேண்டாம்...

இனிமே உனக்கு படிப்பு கிடையாது...

ஆனா...

அந்தப் பள்ளிக்கூடத்துல போயி கேக்கணும்... வயசுக்கு வந்த பொண்ணுங்கள படிக்க அனுப்புனா... இதுதான் படிப்பு சொல்லிக் குடுக்குற முறையான்னு... பொறப்படு...!”

புத்தி பேதலிச்ச மாதிரி உரத்த குரலுல கத்த ஆரம்பிச்சுட்டாரு...

“அந்தப் பையன பத்துப் பேரு முன்னால நிக்கவெக்கணும்...

அவன் கூடப்பொறந்த அக்கா தங்கை இருந்தா கூட்டிட்டு வர சொல்லணும்...

உன்னைப்பத்தி வர்ணிச்ச மாதிரியே அவங்கள வர்ணிக்கச் சொல்லணும்...

தூக்குல தொங்கணும் போலருக்கும்மா... நீ பொறப்படு...''

"வேண்டாம்பா... அவன் ரொம்ப நல்ல பையன்...

இதோட விட்ருங்கப்பா..."

நான் பேசப்பேச அவருடைய கோபம் வெறியா மாறிடுச்சு...

நான் பிடிவாதமா வரமாட்டேன்னு சொன்னேன்...

அங்கே நாலு அடிகள் விழுந்தது.

அப்பவும் அம்மா வந்து தடுத்தாங்க...

"வேண்டாங்க... இதோட விட்ருங்க... பிரச்சினய பெரிசாக்க வேண்டாங்க... போகப் போக சரியாயிடும்..."

அப்பா சமாதானமாகல... அம்மாவையும் அடிச்சாரு...!

"இதெல்லாம் தானவா செஞ்சா அவ...

நீ அவள வளர்த்த முறைத்தாண்டி அது..."

பெரும்பாலும் அப்பாக்கள்... அவங்களுடைய கோவத்துல பாதிக்கு மேல அம்மாக்கள் மேலதான் காட்டுவாங்க...

ஆனா அம்மாக்கள்... எவ்வளவு கோபம் இருந்தாலும்... அதுல கால் பகுதியைத்தான் குழந்தைகள் மேல காட்டுவாங்க...

தவறெல்லாம் பிள்ளைகள் மேலே... பழியெல்லாம் அம்மாக்கள் மேலே....

இங்கே அப்பாவுடைய நடவடிக்கைகள்ல ஒரு மனுசனையே பாக்க முடியல...

என் கையப் பிடிச்சு இழுத்துக்கிட்டு நேரா தலைமையாசிரியர் அறைக்குக் கொண்டு போனாரு...

அவ்வளவுதான்...!

என் தலையெழுத்து முடிஞ்சு போச்சு...!''

'என் தலையெழுத்து முடிஞ்சு போச்சு...' என்று சொல்லும் பொழுது இரு கைகளாலும் தலையிலே அடித்துக் கொண்டாள்...

பார்த்துப் பரிதவிப்பதைத் தவிர என்னால் என்ன சொல்ல இயலும்...!

சற்று நேரம் அழுது... கொஞ்சம் கொஞ்சமாகக் குறைத்து... வெறும் விசும்பல்களாக மாற்றினாள்...!

எனக்கு அதிர்ச்சி..... பயம்......!

அடுத்து என்ன செய்யப் போகிறாள்... என்ன பேசப்போகிறாள்... என் மீது என்ன நடவடிக்கை எடுக்க போகிறாள்..... என்னால் எதையுமே யூகிக்க முடியவில்லை...!

அவளது 'பார்வை' பற்றிய அந்தக் கேள்வியை நான் கேட்காமலே இருந்திருக்கலாம்...

நான் அவள் மீது பழி போடுவது போல அதிகமாக பேசியது... அவளது கோபத்தையும்.... ஆவேசத்தையும்... கடந்து போன துயரங்களையும்... இன்னும் தூண்டி விட்டுவிட்டது...

அவளுக்குள்ளே குமுறிக் கொந்தளித்துக் கொண்டிருந்த உறுமலை என்னால் கணக்கிட முடிந்தது...

எனது கொச்சையான வர்ணனைகள்... இப்பொழுதும் அவளது உடலைத் தாக்குகின்றன...! அதைத்தாக்குப் பிடிக்க முடியாமல் தான் அவள் கொதிக்கிறாள்.... இனி... எந்த நேரமும் வெடித்துச் சிதறுவாள்...

இப்பொழுது நான் நிரபராதி இல்லை... நானே உணருகிறேன்...

கடவுளாக வரிக்கப்பட்டவன்... கண்ணியக் குறைவாக நடந்து... அத்தனையையும் கெடுத்துவிட்டேன்...!

அந்த ஒரு கடிதம் மட்டும் எழுதாமல் இருந்திருந்தால்...

அதில் வான்மதியின் அவயவங்களைப் பற்றி மிகக் கேவலமான வர்ணனைகளை வெளிப்படுத்தாமல் இருந்திருந்தால்...

அந்தக் கடிதத்தை அவளிடம் கொடுக்காமல் இருந்திருந்தால்...

அதையெல்லாம் தவிர்த்து விட்டு... அவளிடமே நான் உன்னைக் காதலிக்கிறேன் என்று எதிரே நின்று ஒரு வார்த்தை சொல்லியிருந்தால்.....

அவளும் என்னைப் புரிந்து கொண்டு... எனது காதலை எளிதாக அங்கீகரித்திருக்கக்கூடும்...

அல்லது.... எனது அறியாமையை எனக்கு புரிய வைத்து, என்னைப் பக்குவப்படுத்தி... அது காதல் இல்லையென மறுத்திருக்க கூடும்....

ஆனால்...

இப்பொழுது...

குற்றங்கள் நிரூபிக்கப்பட்டு அவளுடைய தீர்ப்புக்காகக் காத்திருக்க வேண்டிய கட்டாயத்திற்கு தள்ளப்பட்டு நிற்கிறேன் நான்...!

இனி.... அவள் என்ன செய்தாலும்... அதை தண்டனையாக ஏற்றுக்கொள்ள வேண்டியது தான்...!

எனது எதிர்பார்ப்பு வீண் போகவில்லை...

அமைதியாகவே இருந்தவள்... திடீரென குரலை உயர்த்தி... பலமாகப் பேசினாள்...

உரக்க பேசிப்பேசி தொண்டை கட்டிப் போய்விட்டது அவளுக்கு...

அடித்தொண்டையிலிருந்து பேசினாள்...

“ஏண்டா...

குற்றாலத்துல அருவித் தண்ணியில என் உயிரைக் காப்பாத்தினே... அதுக்கு நன்றி சொல்ற மாதிரி... ஒரு கடவுளா கும்பிட்டுத்தான் உன்னப்பாத்தேன்... அது உனக்கு காதல தூண்டுச்சா...... ?”

சவுக்கடி போன்ற கேள்வி தான்... என்ன பதில் சொல்வேன் நான்... எனது நிலைமையை அவள் புரிந்து கொண்டிருக்க வேண்டும்... எனது பதிலுக்காக காத்திருக்காமல்... அடுத்த கேள்வியை அதிரடியாக அவளே தொடர்ந்தாள்...

“என் கண்களிலே பக்தி தெரியலயா...

காமமா தெரிஞ்சது உனக்கு... ?”

நன்றியோடு ஒரு பெண் பார்த்த பார்வையை.... வயதும் பருவமும் எப்படியெல்லாம் திரித்துக் காட்டியிருக்கிறது என்பதை எண்ணும் போது.... அந்த சாத்தான் குணத்தின் திருவிளையாடல் எத்தனை கொடூரமானது என்பது புரிந்தது...!

அவள் அத்தனை முறை ஓங்கி ஓங்கி அறைந்தாள்....!

அதுகூட வலிக்கவில்லை....! ஆனால் இப்போது பேசிய வார்த்தைகள் என்னை குத்திக்கிழித்தன....!

“பள்ளி நாட்கள்ல நடக்கிற நட்புச் சம்பவங்களெல்லாம்... நீ காதல் கடிதம் எழுதறதுக்குக் காரணமாடா.....”

நாக்கைப் பிடுங்கிக்கொண்டு சாகலாம் என்பார்களே... அப்படியொரு அவமானத் தூண்டுதல் எனக்கு.....

அவள் இதுவரை பேசியதற்கும்... இப்போது பேசுவதற்கும் நிறைய வேறுபாடு இருந்தது.....

மிக மிக கேவலமான ராகத்திலே... வக்கிரமாக... உக்கிரமாகப் பேசினாள்...

அதிகாரபூர்வமாக எனக்கு அறிவிப்புச் செய்தாள்.....

“இவ்வளவுக்கும் காரணம் நீ தான்.....!

எனக்கு நீதான் பதில் சொல்லணும்....!

நீ தப்பிக்கவே முடியாது...!

என்ன காதலிச்சயில்ல...

இராத்திரி பகலா கற்பனை பண்ணினயில்ல...

இடைவிடாம என்னப்பத்தி கனவு கண்டயில்ல...

இப்போ...

கல்யாணம் பண்ணிக்க....!”

தலை மீது இடியோன்றைப் போட்டுவிட்டு சட்டென்று நிறுத்தினாள்.....!

உறுதியாக ஆணையிட்டது போல....

ஒரு நீதிபதியின் இறுதித் தீர்ப்பை போல.....!

ஒரே வீச்சிலே இரண்டு துண்டுகளாய் சிதறி விழுந்தது போல சிதறினேன்...!

கானகம்....

கடும் வெயில்...

தொலைவிலே தண்ணீர்...

யானை ஒன்று தனியே.....

தணியாத தாகம்...

யானை தண்ணீரின் அருகே வந்தது....

தண்ணீருக்குள்ளே தன் இரைக்காக காத்திருந்தது ...

முதலை ஒன்று......!

யானையின் காலை கவ்வி பிடித்தது....!

யானை அலறியது....

துடித்தது.....

உயிருக்காகப் போராடியது....

ஆனால்....

கடித்த பிடியை விடவில்லை முதலை....

“ஆதிமூலமே”

தும்பிக்கை உயர்த்தி...

நம்பிக்கை தேடி கதறியது யானை...

இறைவன் நாராயணன் அங்கே தோன்றினார்...

முதலையிடமிருந்து யானையை காப்பாற்றினார்....

எனது நிலையும் அது தான்....!

இங்கே...

முதலையாக வான்மதி.....!

அகப்பட்ட யானையாக நான்.....

இப்போது வான்மதியின் கோரப் பிடியிலிருந்து தப்ப வேண்டும்.....

அலறினேன்.....

'ஆதிமூலமே...'

என்றல்ல.....!

"நதி...!"

"நதி...!"

"நதி...!"

என்று....!

இங்கே...

கடிதம் எழுதும் இடத்திலும்....

உரக்கக் கதறிவிட்டேன்...!

எனது கூக்குரல் ஒலிச் சிதறலாய் பரவி... கடற்கரையெங்கும் ஒலித்தது...!

அவள் ஏன் என்னைத் தேடி வந்தாள் என்பதை... குருதி வரும்படி இறுதியாக அறிவித்தே விட்டாள்...!

இதற்குத்தான் அவள் எங்கெங்கோ சுற்றிச் சுற்றி... என்னைத் திமிரவிடாமல் வலை வீசியிருக்கிறாள்....!

புலி பதுங்கிப் பதுங்கி, கடைசியிலே இரத்தம் குடிக்கும் பாய்ச்சலிலே என் மீது பாய்ந்தேவிட்டது....

ஒவ்வொரு சொல்லும் ஆழமான கத்திக் குத்தாய் எனது அடி நெஞ்சிலே ஆழப் புகுந்து பதிந்தது....!

செய்வதறியாது நின்றேன்....

அவளும் பிடிவாதமாக நின்றாள்....

அவளுடைய கேள்வி அருவருப்பானதுதான்...!

ஆனால் ....

பதிலை எதிர்பார்க்கிறாள்...!

என்னால் பதில் சொல்ல முடியுமா...

திருமணமானவளுக்கு மறுபடியும் திருமணமா......?

நடக்கக்கூடிய செயலா அது...?

அதன் பிறகு அவள் பேசவில்லை..!

நிறுத்திக்கொண்டாள்...!

அவள்.... குழப்பத்திலே என்னைத் தேடி வரவில்லை.....!

தெளிவான முடிவோடுதான் வந்திருக்கிறாள்....!

இங்கே...

கடிதம் எழுதும் இடத்திலே...

சிலை போலக் கிடந்தேன்... உடல் முழுவதும் நடுக்கம்... மனசிலே கிலி...!

தொடர்ந்து எழுத முடியுமா...

எப்படி முடியும்...?

எதை எழுதுவது அன்பே...

உனக்குக் கடிதம் எழுதுவதையும் நிறுத்தினேன்...!

இந்தக் கதையை நான் உன்னிடம் சொல்லாமல் காலம் தாழ்த்தியதன் காரணம் புரிகிறதா...

இது என்ன சோதனை.....

காட்டுத் தீபோல முரட்டுத்தனமாக கொழுந்து விட்டு எரிகிறாளே வான்மதி...!

என்ன சொன்னால் அவள் கட்டுப்படுவாள்....?

இப்பொழுது... நான் இன்னொருத்தியின் கணவன்...

வான்மதி...

இன்னொருத்தரின் மனைவி...!

திருமணம் என்கிற நிகழ்வு இருவரது வாழ்விலும் நிகழ்ந்தேறி விட்டது...

இந்த இடத்திலே 'என்னக் கல்யாணம் பண்ணிக்க...' என்கிற வார்த்தையை அவள் பயன்படுத்தியது முறையா...?

என்ன குணம் அது...?

தலைசுற்றி மயக்கம் வருவது போலிருந்தது... திராணியற்று உயிர் போய்க் கொண்டிருக்கும் நிலையிலே பேசுவது போல ஈனக்குரலிலே பேசினேன்...

"வான்மதி..."

நான் அழைத்தேன் ....

ஆனால்....

அவள் திரும்பவே இல்லை...

கடலையே தீர்க்கமாக பார்த்துக்கொண்டிருந்தாள்....

அவளது முடிவை அவள் அறிவித்துவிட்டாள்...

இனி எதற்காக என்னைப் பார்க்க வேண்டும்.... இரக்கம் என்பது அவளிடம் தென்படவே இல்லை....!

"வான்மதி..."

இரண்டாவது முறையாக அழைத்தேன்...

இப்பொழுதும் அவள் திரும்பவில்லை....

அவளது வன்மத்தை பிறழ்வின்றி நிரூபித்துக்கொண்டே இருந்தாள்...

தெரிந்தோ தெரியாமலோ... வான்மதியின் வாழ்க்கை சூறாவளியிலே சிக்கிச் சீரழிந்து விட்டது...

என்னுடைய வாழ்க்கையையும் சிதைக்க என்னால் அனுமதிக்க முடியாது...!

ஒருவர் வாழ்க்கையிலே திருமணம் என்பது நிகழ்ந்தேறிவிட்டால்... அதன்பின் அந்த உறவு முடிவது மரணத்திலே தான்....!

இது தமிழ்ப்பெண்ணான இவளுக்கு ஏன் புரியவில்லை....

காலம் எப்படி வேண்டுமானாலும் பிறழ் வாழ்க்கை வாழட்டும்...

ஆனால்...

இல்லறம் என்பது...

ஒருவனுக்கு ஒருத்தி என இசைந்து வாழ விதிக்கப்பட்டதுதானே......

அது வெறும் உடற்சேர்க்கையல்ல... உணர்வுச் சேர்க்கை...

வாழ்நாள் முழுவதும் கூட்டுப்பயணம் செய்யவேண்டிய ஆயுட் சேர்க்கை...

இதை அவளுக்கு எப்படி புரிய வைப்பது....

வாய் திறந்து பேசுவதைத்தவிர வேறு வழியில்லை எனக்கு...

"வான்மதி..."

கோபம் கலந்து... குரலைக் கொஞ்சம் உயர்த்தினேன்...

எனது கோபக்குரல் அவளிடம் சிறிய அசைவைக்கூட உருவாக்கவில்லை...!

எனது அடி வயிற்றிலே புகைச்சல் உண்டாகி உயரக் கிளம்பியது... குடலைப் போட்டுப் புரட்டியது...

ஆனால் அவள்...

இன்னும் உறுதியாகவே நின்றாள்...!

நான் எனது பலத்தையெல்லாம் ஒன்று திரட்டி... எனது குரலை அடிவயிற்றிலிருந்து மேலே கொண்டு வந்து உரக்கக் கத்தினேன்.

"எனக்குக் கல்யாணம் ஆயிடுச்சு...!"

இங்கே...

கடற்கரையிலே...

கடிதம் எழுதும் இடத்திலே...

அங்கே கத்திய எனது உரத்த குரல்... இங்கே எனது காதுகளிலும் எதிரொலித்தது...

மூச்சுவிட்டு... திருப்பி மூச்சை இழுத்து சுவாசித்தேன்...

அடங்க மறுக்கும் அலைகடல் போல... எனது இதயமும் விம்மலாக வெளிப்படுத்திக் கொண்டே இருந்தது...

பொங்கிய துக்கம் அடங்க மறுத்து... சீறிக் கிளம்பிக் கொண்டே இருந்தது...

மூச்சிறைத்து நின்றேன்...

இந்த தகவல் அவளைக்கொஞ்சம் நிலைகுலைய வைத்திருக்க வேண்டும்....!

காரணம்...

எனக்குத் திருமணம் ஆகிவிட்டது என்பதை அவள் எதிர்பார்க்கவில்லை....!

கடலையே பார்த்துக் கொண்டிருந்தவள்... மெதுவாக என்னை நோக்கித் திரும்பினாள்...!

உணர்ச்சியில்லை.... அவளது முகத்திலே...!

கோபம் இல்லை... அந்த கண்களிலே...!

வேறு ஏதோ ஒரு புதிய வகையான உணர்வு தெரிந்தது.... மிக ஆழமாக என்னை ஊடுருவிப் பார்த்தாள்....

அது...

இதுவரை வெளிப்படாத புதிய வான்மதி...!

கூர்வாள் கொண்டு மார்பைப் பிளந்து....

இதயத்தை வெளியே எடுத்து....

துண்டு துண்டாக வெட்டி...

அதற்குள்ளே என்ன இருக்கிறது என ஆராய்வது போலிருந்தது அவளுடைய ஆழப் பார்வை...!

எனது திருமணச் செய்தி அவளை வேறு ஒரு மனநிலைக்குக் கொண்டு போயிருக்க வேண்டும்.

‘அடப்பாவி...’

என்பதுதான் அந்தப் பார்வையின் உட்பொருள்...!

அவளது பார்வைத் தணல் தைத்து... எனது கோபக்கனல் தணிந்தது...!

வேறு வழியின்றி நான் சிரமப்பட்டு எனது குரலிலிருந்த சீற்றத்தைக் கொஞ்சம் மட்டுப்படுத்தினேன்....

எனக்குத் திருமணமானது தெரியாமலே... என்னைத்தேடி வந்துவிட்டாள் வான்மதி....!

ஒரு வேளை முன்பே தெரிந்திருந்தால் வராமலே இருந்திருப்பாளோ என்னவோ.....!

இல்லை...!

எப்படியிருந்தாலும் வந்திருப்பாள்...

அவளது எண்ணம்... செயல் எல்லாமே... முற்றிலும் கேள்விகளால் ஆக்கிரமிப்பு செய்யப்பட்டு மிக நீண்ட காலமாக அவளுக்குள்ளே அடைகாக்கப்பட்டிருக்கின்றன... !

அவளுடைய எல்லா வினாக்களுக்கும் பதில் என் ஒருவனிடம் தான் இருக்கிறது என்பது அவளுடைய முடிவு....!

நதி .....

எனது கண்களிலே திரைபோட்டு மின்னிக் கொண்டிருந்த கண்ணீர்... உன் மீது நான் வைத்திருந்த காதலை அவளுக்கு உணர்த்தியதோ என்னவோ... எனது காதுகளிலே மட்டும் கேட்கும்படி பேசினாள் அவள்...

ஆனால்....

மிக வன்மமான குரல்...

“என்னத்தான் காதிலிச்சேன்னு கடிதத்துல எழுதியிருந்த.... ?”

ரம்பத்தால் கழுத்தைக் ‘கரகர’ வென்று அறுப்பதுபோல இருந்தது அவளுடைய கேள்வி...

‘அந்த சம்பவம் நடந்தது அறியாப் பருவத்திலே... இது வான்மதிக்கு.... எனது மனதின் பதில்...

என்னை மிகமிகக் கேவலமாக... ஒரு புழுவைப் பார்ப்பதைப் போலப் பார்த்தாள்.....

“பல இரவுகள் என்னையே கற்பனை பண்ணி... கனவு கண்டேன்னு அழகழகா எழுதியிருந்த.. ?”

இது என்னைத் துச்சமென மதிக்கும் அவளுடைய கொச்சை மொழி வாசகம்...!

அது ஒரு குழந்தை கண்ட கெட்ட கனவு....!

அதற்கு இன்று அகப்பட்டுக் கொண்டேன் நான் அவளிடம்.....!

“வெயில் பட்ற இடம்... வெயில் படாத இடம்னு தரம் பிரிச்சு என் உடம்ப வர்ணிச்சிருந்த.....”

இது.....

மிக மிகக் கேவலமான அணுகுமுறை.... ஒரு பெண் என்கிற வரம்பையும் மீறி....!

‘எல்லாமே பொய்யா...’ என்று கேட்பது போலிருந்தது.....

பொய்தான்...!

எல்லாமே பொய்தான்...!

பருவத்தின் தேடல்......

வயதின் ஏக்கம்....

அவசர புத்தி...

ஆர்வக்கோளாறு...

பார்ப்பதெல்லாம் அழகாகத் தெரியும் மாயை....

கட்டுப்பாடு கடந்து காமத்தின் மேலே எழும் மயக்கம்....

அளவு தாண்டிய கற்பனைகள்....

அடங்காமல் பெருக்கெடுக்கும் விடலைப் பருவத்துத் தூண்டுதல்.....!

இத்தனையும் சேர்ந்து... ஒட்டு மொத்தக் கூட்டணி அமைத்து... என்னை இயக்கிய கூட்டுச்சதி...!

அந்த சாத்தான் குணம் என் மீது நிகழ்த்திய மூர்க்கத்தனமான வெறித் தாக்குதல்...

இதை எப்படி வான்மதிக்குப் புரிய வைப்பது...?

இருந்தாலும்...

இது என் மீது தொடுக்கப்பட்ட வழக்கு.... எனது தரப்பு நியாத்தை நான் விளக்க வேண்டும்.....

வான்மதியும் எனக்கு வாய்ப்பு கொடுத்து அமைதியாக இருந்தாள்...

நான் பேசினேன்.....

“நதி...!

என் மனைவியோட பேரு....!

அவங்க மேல எனக்கு அளவு கடந்த காதல்...”

இதைச் சொல்லும் போது... நான் அழுதே விட்டேன்....!

ஆனால்.....

வான்மதி என்னும் கல்... எனது கண்ணீர் கண்டு கரைந்துவிடவில்லை...!

வன்மம் குறையாமல்... கூர்மையாக கொலைவாள் போல பார்த்துக் கொண்டே இருந்தாள்.... விழிகள் என் மீதுதிருந்து விலகவே இல்லை....!

இதே விழிகள் தான்... குற்றாலத்திலே என் மீது பாய்ந்தன...

இதே விழிகள் தான்... இரவு பேருந்திலே இடை நிறுத்தம் செய்யாமல் கொரில்லா போர் முறையிலே தாக்குதல் செய்தன...

இதே விழிகள் தான்... வகுப்பறையிலே என் மீது வன்முறையை ஏவி விட்டன...

இன்றும்..... அதே விழிகள் தான்...

ஆனால்....

அது... இனக்கவர்ச்சி....!

இது... கொலை நிகழ்ச்சி...!

அது...

தூண்டுதல்...!

இது...

எல்லை தாண்டுதல்...!

நதி...

என் கண்ணே...

உனக்கும் என் மீது ஆழமான காதல் என்று நான் அறிவேன்... அதன் வெளிப்பாடுதான்... இந்த இடத்திலே நான் வான்மதியிடம் அறை வாங்கிய பின்னும் அமைதி காத்ததும்... வாய் பேசமால் நின்றதும்.....!

என் பக்கம் அமைதி...

ஆனால்...

எண்ணங்களிலே அமைதியில்லை...!

வான்மதியின் பக்கமும் அமைதி...

ஆனால்...

எண்ணங்களிலே பக்குவமில்லை...!

வான்மதி மெதுவாக... நிதானமாக... தீர்க்கமாக... வக்கிரமாக... வன்மமாக நடந்து வந்து எனக்கு நேர் எதிரே நின்றாள்.....!

கடற்கரைக்கு வந்து... நீண்ட நேரத்திற்குப் பிறகு... நேருக்கு நேர் எனது முகத்தைக் கூர்மையாகப் பார்த்தாள்...

நானும் பார்த்தேன்...!

என்னால் அவளது முகத்தைப் பார்க்க இயலவில்லை...

அவளது கண்கள் என்னை உயிரோடு தீயிட்டுக் கொளுத்தின...!

வாழ்வியலில் கடந்து போகின்றன எத்தனையோ பூ வனங்கள்...

இடையே... இப்படியொரு தீ வனம்.....!

வேறு வழியே இல்லாமல்... நிலைகுலைந்து... இமை மூட மறந்து... அவளைப் பார்த்தபடியே நிராயுதபாணியாக நின்றேன்...!

அவளும் பார்த்தபடியே நின்றாள்....!

இது போர்க்களப் பார்வை....!

முடிவே இல்லை... நீண்ட நேரம்...!

அவள் ஆபத்தான முடிவை எடுத்துக் கொண்டிருந்தாள்....

அமைதியாய் இருந்தவள் வேறு கோணத்திலே பேச ஆரம்பித்தாள்...

“உனக்கு திருமணம் ஆயிடுச்சு... இல்ல...”

நிறுத்தினாள்... என் பதிலுக்காக...!

என் பதில்...

மௌனம் தான்...!

“உனக்கும் உன் மனைவிக்கும் முதல் இரவு நிகழ்ந்திருக்கும்ல...”

அடேயப்பா... எவ்வளவு கேலியும் கிண்டலும் எகத்தாளமும் அந்தக் குரலிலே...!

இது கொச்சை மொழியில்லையா... ?

நதி...

நம்முடைய முதல் இராத்திரியை எவ்வளவு கேவலமாக உச்சரித்தாள் அவள் .... ?

என்ன சொல்வது நான்...!

என்ன சொன்னால் அவள் சமாதானமடையப் போகிறாள்...

மௌனமே நன்று...!

ஆனால்.....

வான்மதி மௌனமாக இருக்கவில்லை.....

வேறு ஒரு வக்கிரமான குரலிலே கரகரவென்று பேசினாள்...

"உன்னுடைய முதல் ரவு ரொம்ப மகிழ்ச்சியா நிறைவேறியிருக்குமே... என்னோட முதல் இரவு பத்தி நீ தெரிஞ்சுக்க வேணாம்... ?"

வேறு வழி என்ன இருக்கிறது எனக்கு... அவள் எது சொன்னாலும் கேட்டுத்தானே ஆக வேண்டும்....

"முதல் இரவு...

முதல் இரவு...

முதல் இரவு..."

தனக்குத்தானே சொல்லிக்கொண்டாள்... பித்துப்பிடித்தவள் போல...!

அந்த முதல் இராத்திரியை ஒவ்வொரு பாணியிலே அழுத்தி அழுத்தி மிக நாராசமாக உச்சரித்தாள்...!

'த்தூ...' என முகத்திலே காரி உமிழ்வது போலிருந்தது....!

"இன்னும் வகுப்பறைய விட்டு முழுசா வெளிய வரல... அதுக்குள்ள நேரா முதலிரவு அறைக்கு வந்துட்டேன்... நல்ல வேகமான முன்னேற்றம் இல்ல... ?

மகிழ்ச்சிதானே உனக்கு!..

எல்லாம் உன்னால தானே....

எவ்வள்வு சின்னப் பொண்ணு நான்...

அந்த மன நிலமையில முதல் இரவு அறைக்குள்ள போகணுமா...

ஆனா... போனேன்...!

அது சம்பிரதாயமாம்... எல்லாரும் பேசிக்கிட்டாங்க....!

அந்த சம்பிரதாயத்துக்கு... அது வயசா... ?

அது சரியான மனநிலையா... ?

என் மனநிலை அங்க இருக்கவங்க யாருக்குமே தெரியாது... என் கணவர் உட்பட... !

அங்கே நிலவிய சூழ்நிலை வேற... நான் இருந்த மனநிலை வேற...

கட்டில்....

அலங்காரம்...

புத்தம்புது பூக்கள்...

நல்ல வாசனை...

பால்...

பழம்...

அதைவிடக் கொடுமை... ரொம்ப எதிர்பார்ப்போட என் கணவர்... நான் என்ன செய்வேன்... ?"

சற்றே யோசித்து நிதானித்தாள்....

அவளது முகத்திலே கோபம்...

வன்மம்...

ஏமாற்றம்...

பழியுணர்வு...

இத்தனையும் கலந்த ஒரு கலவையான வெளிப்பாடு...
எதையோ சொல்லி விடத் துடிக்கிறாள்...
ஆனால் தயங்குகிறாள் என்பது மட்டும் புரிந்தது...

33. இல்லை.... தயங்கவில்லை....

இல்லை.... தயங்கவில்லை.... என் மீது தாக்குதல் நிகழ்த்திவிட்டு இன்னும் கசப்பான நிகழ்வுகளை சேகரிக்கிறாள்....!

"என்ன பொண்ணுப் பாக்க வந்தப்போ என் கணவருக்கு உடனே என்னைப் பிடிச்சுப் போச்சு...

ஏன்னா..... அழகான பொண்ணு தான் மனைவியா வரணும்னு தேடிக்கிட்டிருந்தவரு ...

அதனால சொன்னதுக்கெல்லாம் சம்மதிச்சாரு..!

'ரொம்ப எளிமையாத்தான் கல்யாணம்..'

சம்மதிச்சாரு...!

'பெரிய திருமண மண்டபமோ விடுதியோ கிடையாது... ஒரு கோயிலிலேதான்...'

சம்மதிச்சாரு..!

'எங்க குடும்பத்துல உறவினர்கள் யாருமே வரமாட்டாங்க...'

சம்மதிச்சாரு...!

'கல்யாணம் முடிஞ்ச கையோட கணவன் வீட்டுக்குப் போயிடணும்...'

சம்மதிச்சாரு...!

இவ்வளவு சம்மதிச்சதுக்குப் பெறகு... பள்ளியில நடந்த கதையையும் சொன்னாங்க..."

நிறுத்தினாள்...

நானும் சற்று பயந்தேன்...

அதையும் சொன்னார்களா... ?

எனக்கு அடங்கா வியப்பு...

"ஒன்பதாம் வகுப்பு...

குற்றாலம்...

காதல் கடிதம்....

எல்லாம்...!"

அப்பவும் அவரு சம்மதிச்சாரு....

என்ன காரணம்.... ?

அழகு ....!

இதுபோல அழகான பொண்ணு கிடைக்காதாம்....

அப்பிடின்னா... அவருக்கு எங்கிட்ட எவ்வளவு எதிர்பார்ப்பு இருக்கும்... ?

அதையெல்லாம் என்னால பூர்த்தி செய்ய முடியுமா....

இப்பவே மனசு கொதிக்க ஆரம்பிச்சிருச்சு....!

இன்னும்...

தொடுவாரு...

அணைப்பாரு...

கட்டில் மேல படுக்க வைப்பாரு...

இதையெல்லாம் சகிக்கணும்....!

நான்...

சிரிக்கணும்....

சிணுங்கணும்....

அவரு விரும்புற மாதிரியெல்லாம் ஒத்துழைக்கணும்...

நடக்குமா.... ?

இதுக்குப்பெறகு.....

உடலும் உடலும் சேரணும்...!

இதெல்லாம் இந்த மன நெலயில சாத்தியமா..... ?''

பதில் சொல்லவே இயலாத ஒரு பதட்டமான கேள்வியைக் கேட்டுவிட்டு மௌனமாள்...

சாத்தியமா...

சாத்தியமில்லையா...

அவளுக்குள்ளே புயல் உருவாகிறது...

அதை...

அவளது மார்பின் அதிர்வுகள் காட்டிக் கொடுக்கின்றன...

கழுத்துக்குக் கீழே தொண்டைக்குழியின் ஏற்ற இரக்கங்கள் அறிவிக்கின்றன...

இதயத்துக்குள்ளே இன்னொரு காதலைச் சுமந்து கொண்டு... வேறொருவனுடன் முதலிரவுக்குச் செல்வது தண்டனைதான்...!

வேறொருவனுடன் உடலால் இணைந்துவிட்டு... இன்னொருவனுடன் முதலிரவிலே இணைவதும் தண்டனைதான்...!

வான்மதிக்குத்தான் இந்த இரண்டு நிலைகளுமே இல்லையே...!

பிறகெதற்காக முதலிரவிற்கு சம்மதப்பட மறுக்கிறாள்... ?

அதையும் அவளே கூறினாள்...!

‘‘மனசு சம்மதிக்கல...!

அதுக்குப் பிறக்கு நடக்கறதுக்குப் பேரு.......

உடலுறவா...''

இந்த இடத்திலும் இடைநிறுத்தம் செய்தாள்...

இதுபோன்ற கேள்விகளுக்கு என்னால் எப்படி பதில் சொல்லமுடியும்... ?

நடந்த நிகழ்வினை நிறுத்தமின்றி சொல்ல அவளால் இயலவில்லை...!

திணறினாள்...

கொஞ்சம் கொதித்தாள்.... மூச்சிறைந்தாள்.... இடைவெளி விட்டாள்..... பிறகு சொன்னாள்...... கொடூரமான ஒரு வார்த்தை....!

‘‘விபச்சாரமா... ?''

ஐயோ...

அருவருப்பு....!

வார்த்தையா அது.... ?

எதற்கும் துணிந்துவிட்டாளா.... ?

நாலாம்தரமான பெண்ணைப் போல பேசுகிறாளே....!

"மரக்கட்டை போல உடம்ப வச்சுக்கிட்டு ஒத்துழைக்க முடிமா..... உடம்பெல்லாம் முள்ளா குத்துது..."

அவளுக்கு...

முள் குத்து...

எனக்கு...

உள் குத்து...

ஒரு குடும்பப்பெண் வாயிலே வரக்கூடிய வார்த்தைகளா அவை... என் காதிலே ஈயத்தைக் காய்ச்சி ஊற்றியது போல பாய்ந்தன...

கொச்சை கொச்சையாய்... ஆபாசமாய்... அருவருப்பாய்...

வான்மதி இப்படியெல்லாம் தரமற்ற வார்த்தைகளைப் பேசக் கூடிய பெண்ணா...

பேசுகிறாளே...!

என்றால்...

ஏதோ தகாத நிகழ்வு நிகழ்ந்துதான் இருக்கிறது....

அவளது முதலிரவிலே...!

அவள் எவ்வளவு துன்பப்பட்டிருக்கிறாள் என்பதை என்னால் உணர முடிந்தது....!

இரத்த காயங்கள் கண்ணுக்குத் தெரியும்... மருந்து போடலாம்... குணப்படுத்தலாம்... அந்தக் காயத்திற்கும் மனசுக்கும் தொடர்பில்லை...!

ஆனால்...

உட்காயம்.... மனக்காயம்... மருந்தால் குணமாகாது...!

அவளது முதலிரவு நிலையறிந்து நான் பதட்டமடைந்தேன்...

அவளுடைய முதலிரவு பற்றி என்னிடம் விவரிக்கிறாளே என்று பதறினேன்...!

அவளது அடுத்த வார்த்தைகளுக்காக எனது காதுகள் காத்திருந்தன... அவளும் தொடர்ந்தாள்....

"என் கணவர் என்னைப் பாத்துக்கிட்டே இருந்தாரு... நானும் பேசாம நின்னுக்கிட்டே இருந்தேன்... அவருக்கு தர்மசங்கடமான சூழ்நிலை... என்னைப்பாத்து சிரிச்சாரு...

என்கிட்டருந்து பதில் சிரிப்பு இல்ல....!

இதை அவரு எதிர்பார்க்கல...

பள்ளிப் பருவத்துல என்னதான் நடந்திருந்தாலும்... முதலிரவு அறையில மெல்ல மெல்ல மனசு மாறி நடக்க வேண்டிய நிகழ்வும் நடந்திடும்... அப்படிங்கறது அவருடைய கணக்கு...!

ஆனா... நான் அந்தமாதிரி சராசரி பெண் இல்லைன்னு அவருக்கு எப்படிப் புரிய வைக்க முடியும்....?

என் அமைதி அவரை குழப்பத்துல ஆழ்த்திடுச்சு....

எந்த நிலையிலயும் நான் அவரு நினைக்கிற மாதிரி மாறவே மாட்டேன்னு அவரால புரிஞ்சுக்க முடியல...!

முதலிரவு நிகழ வேண்டிய நேரம் முடிவே இல்லாம கடந்து போயிக்கிட்டே இருந்தது...

நான்......

என்னைவிட்டு கடந்து போகாத பிடிவாதத்தோட உறுதியா நின்னுக்கிட்டே இருந்தேன்...

என் அனுமதியில்லாம... நீ முழுசா கற்பனை பண்ணின இந்த உடலை.. என் கணவருக்கு ஒப்படைக்க என் மனசு சம்மதிக்கல...

ஏன் ... ?

அந்த அறையில என் கணவரும் நானும் மட்டும் இல்ல...!

மூணாவதா இன்னொரு அந்நிய முகமும் இருந்தது..

அது ... நீ....!

அந்த அறை முழுக்க நீயே நின்னு என்னப் பாத்துக்கிட்டே இருக்குற மாதிரி ஒரு மாயை...!

அடக்கடவுளே...

பள்ளியோடு உதறி விட்டு வந்துத்திருக்க வேண்டிய நிகழ்வை......

மூட்டைக்கட்டி பாதுகாத்து... முதலிரவு வரை கொண்டு போய் விட்டாளே....

சிறுபிள்ளைத் தனமாக நான் எழுதிய ஒரு கடிதம்... ஒரு பெண்ணின் மென்மையான இதயத்தை எப்படி கூர்பார்த்து குத்தியிருக்கிருக்கிறது...

நான் பள்ளி நாட்களோடு வான்மதியை விட்டு விலகவில்லை...

அதன் பிறகும் பல நாட்கள் அவளைத் தொடர்ந்திருக்கிறேன்...

வான்மதி சொல்லச் சொல்ல எனக்கு ஒரே உணர்வு தான்....

பயம்....!

ஆனால் அவளுக்கு...... பயமில்லை....

தொடர்ந்தாள்.....!

"என் கணவரை விட்டு கொஞ்சம் இடைவெளிவிட்டு விலகி... நான் நின்னுக்கிட்டே இருந்தேன்...... தலை நிமிரவே இல்லை....

திருமணம் முடிந்து முதலிரவு வரை வந்தாச்சு... .!

ஆனா.....

எனக்குத் தாலி கட்டியவர் முகத்தை இன்னும் நான் தெளிவா பாக்கவே இல்லை..!

என்ன நெனச்சாரோ...

அவரும் எல்லா கணவர்களைப் போல சராசரியா நடந்துக்கல...!

நின்ன இடத்துலருந்தே அமைதியா பாத்துகிட்டே இருந்தாரு...

எங்கிட்டருந்து ரெம்ப ஒத்துழைப்பை எதிர்பார்க்குராருன்னு நான் புரிஞ்சுக்கிட்டேன்...

ஒத்துழைப்பும் ஈடுபாடும்... இசைவும் இல்லாம முதலிரவு எப்பிடி நிகழும்... ?

என் கூட ஆயுள் முழுவதும் மகிழ்ச்சியா வாழணும்னு முடிவு பண்ணி... ரொம்ப கற்பனைகளோட என்னைத் திருமணம் செய்துக்கிட்டவரு...!

ஆனா...

என் மனசுல ஒரு மூலையில் கூட அவர் இருக்கிறதா எனக்குத் தென்படல..."

வான்மதி அந்த முதலிரவுச் சுழலுக்குள்ளே சற்றே மூழ்கி அமைதி காத்தாள்.....

அவளது கண்கள் லேசாக கசிந்திருந்தன... அது அவளது கணவருக்காகத்தானிருக்கும்...!

வான்மதிக்கும்... மிகவும் இளகிய மனசு தான்.... ஆனால் விதியிடம் இடி வாங்கி இடி வாங்கி இறுகிப் போனாள்....

ஆறாகப் பெருக்கெடுத்து ஓட வேண்டிய ஒரு இல்லற சுகத்தை... எனது காதல் கடிதம்... தீ வைத்து எரித்ததை அவளது பரிதாபமான வாக்குமூலத்தின் மூலம் நான் உணர்ந்து கொண்டிருந்தேன்.....!

எந்த மாதிரியான சூழ்நிலை பார்த்தாயா நதி....!

ஒருபுறம் முதலிரவு அறையிலே வான்மதி.....

அவளது கணவர்..

உருவமில்லாமல் நான்...

மூன்றாவது மனிதனாக...!

இங்கே...

தன்னந்தனியாக...

கடற்கரையிலே...

குற்ற உணர்வுகளோடு உனக்குக் கடிதம் எழுதிக் கொண்டு நான்...

என் மனசெல்லாம் நீ...

மறைமுகமாய் ஆவேசமாக வான்மதி....

மூன்றாவதாக...!

கடிதத்தின் விளக்கமாக கடற்கரையிலே கடுமையான தாக்குதல் நடத்திக்கொண்டு வான்மதி....

அவள் முன்னே அவமானத் தலைகுனிவுடன் நான்....

அங்கேயும்...

ஒரு பாவமும் அறியாத வெகுளிப் பெண்ணாக... என் மனசெல்லாம் நீ....!

மூன்றாவதாக...!

இது ஒரு மும்முனைப் போராட்டம் இல்லையா...

இதை யார் முடிவுக்குக் கொண்டுவர முடியும்.....!

வான்மதி...!

அவள் தான்...!

அவள் தான் இந்த நாடகத்தை வன்முறையாக நிகழ்த்திக் கொண்டிருக்கிறாள்.....

அவளே பேசவேண்டிய சூழ்நிலை...

பேசினாள் ....

ஆனால்.....

தொடர்ந்து பேசாமல்... கொஞ்சம் இடறி இடறித்தான் அவளிடமிருந்து வார்த்தைகள் வெளிவந்தன...!

“அவர் என் கணவர்.... அவர் எது செஞ்சாலும் கட்டுப்பட வேண்டியவ நான்... வன்முறையாகவோ... மென்முறையாகவோ... எந்த முறையா இருந்தாலும்...!

ஆனா அவருகிட்ட அசைவுகளே இல்ல...!

ஒரு முதலிரவு அறை...

கலகலப்பும்... சிரிப்புக் குரல்களும் சிலுமிசங்களும்... விளையாட்டுகளும்... அணைப்புகளும்... முத்தங்களும்... ஓடுவதும்... ஓடிப்பிடிப்பதுமாய் இருக்க வேண்டிய இரவு... விடியும் வரை...!

ஆனா... இப்போ..... ?

அமைதியா...

சின்ன ஓசைகூட இல்லாம...

ரொம்ப நேரம்...

அப்பிடியே....!

கடைசியிலே... அவரே என் பக்கத்துல வந்தாரு... வந்து நின்னு கொஞ்சநேரம் என்னையே பார்த்துக்கிட்டிருந்தாரு...

அவருடைய பார்வை காமப் பார்வையா இல்ல...

ரொம்ப பக்குவப்பட்ட பார்வை...

நிதானம்...

நிதர்சனம்...

சாந்தம்...

சமாதானம்...

சகிப்புத் தன்மை.....

இத்தனையும் கலந்த பார்வை...!

அவருடைய எதிர்பார்ப்பு எனக்கு புரியத்தான் செய்தது...!

கொஞ்சம் காதல்...

கொஞ்சம் காமம்...

அவ்வளவுதான்...

இது...!

முதலிரவிலே....

எல்லா கணவன்மார்களும் தங்களுடைய மனைவிகளிடமிருந்து எதிர்பார்ப்பதுதான்...!

ஆனா...

அவருடைய முகத்துல ஒரு சராசரி இளைஞனுக்குரிய பரபரப்போ அவசரமோ தெரியல...!

அவருடைய பார்வையிலிருக்கிற ஏக்கம்... ஏமாற்றம் ரெண்டுமே எனக்குப் புரிஞ்சது...

பள்ளியில படிக்கிறப்ப ஏற்பட்ட ஒரு காதல் கீறல்... அது சரியாக கொஞ்சநாள் ஆகும்... அப்பிடிங்கறது அவருடைய கணக்கு...

வாழ்க்கையின் மகிழ்ச்சியை ஆரம்பிக்கிற முதல் நாளே அவருக்கு ஏமாற்றமா அமஞ்சு போச்சு....!

அவருடைய மொகத்துல கொஞ்சம் அவமானமும் தெரிஞ்சது...!

'ஆண்கள் விரும்புற எல்லாத்தையுமே செய்ய கடமைப்பட்டவங்க தான் பெண்கள்....'

அப்பிடிங்கற விதி இருக்கற இந்தக் காலத்துல... என் கணவர் எனக்கு கொஞ்சம் சுதந்திரம் குடுக்க நெனச்சிருக்கணும்....

கதவைத் திறந்து அறையை விட்டு வெளியே போனாரு...

அப்பவும் என்கிட்ட எந்த மாற்றமும் இல்ல...

அமைதியாவே நின்னேன்....

நடக்கிறது நடக்கட்டுங்கறது என்னோட முடிவு...!

என் கணவர்... அவரோட அப்பா அம்மாகிட்ட பேசினது என் காதுல விழுந்தது...

“ரொம்ப சின்னப் பொண்ணுப்பா...!

இன்னும் பக்குவம் வரல...!

கொஞ்சநாள் ஆகணும்....!”

அவங்களும் எதுவும் பேசல...

நல்ல குடும்பம்....

என்னை என் போக்கிலேயே விட்டுட்டாங்க...!

எனக்கு தேவையானதெல்லாம் என் அறைக்கே தேடி வந்துச்சு....

யாரும் ஒரு கேள்வி கூட கேக்கல.....!

நானும் மாறவே இல்ல... மாற முயற்சிக்கவே இல்ல...!

என் கணவர் சொன்ன கொஞ்சநாள் ஒரு வாரமாச்சு...

அதுக்குப் பெறகு..?

என் கணவருக்கு சாப்பாடு பரிமாறுவேன்...

எதுவும் பேசாம சாப்பிடுவாரு... என்னைப் பாத்துக்கிட்டே...!

அவ்வளவுதான்.... அறைக்குள்ள போயிடுவேன்.....

அலுவலகம் போறதுக்கு... அவரே தயாராகி... அறையவிட்டு வெளியே வந்து... நான் எங்கயாவது பார்வையிலே படுறேனான்னு பாப்பாரு...

நான் அவரு கண்ணுல படற மாதிரி வந்து அமைதியா நிப்பேன்...

ஒரு நொடி... ஒரே ஒரு நொடி...!

அவரோட கண்கள் என்னைப் பாத்து ஏதோ ஒரு கேள்வி கேக்கும்... இல்லன்னா ஏதோ ஒரு பதிலுக்காக ஏங்கும்...

ஒரு நொடி தான்....!

அவருடைய மொகத்துல சின்ன ஏமாற்றம் கூடத்தெரியாது...

அப்படியே பேசாம மௌனமா போயிடுவாரு....

சாயந்தரம் வருவாரு....

அவரு பார்வையில படுற மாதிரி நிப்பேன்...

அதே பார்வை...

அதே கேள்வி...

என்கிட்டருந்து எப்பயாவது ஒரு மகிழ்ச்சியான அழைப்புக்கான அறிவிப்பு வந்திடாதா... அப்பிடின்னு...

ஆனா... எனக்கு பிடிவாதம் பழகிப் போச்சு...

அவருக்கு தோல்விகள் பழகிப்போச்சு....

இரவு படுக்கப் போகும் போதும் இதே காட்சி...!

எதிர்பார்ப்பு...

கேள்விகள்...

மௌனம்...!

கொஞ்சநாள்... ஒரு மாசமா... ரெண்டு மாசங்களா... வேகமா மாறிடுச்சி...

என் கணவர்... அவங்க வீட்ல யாருகிட்டயும் எதையும் மறைக்கல...

ஒரு கணவன் மனைவிக்குள்ள நடக்க வேண்டிய உறவு இன்னும் நடக்கலன்னு... அந்த வீட்ல எல்லாருக்குமே தெரிஞ்சிருந்தது....!

என்னமோ... அதை எங்க ரெண்டு பேருக்குள்ள அந்தரங்கமா வச்சுக்கணும்னு அவர் நெனைக்கல.....!

போகப்போக அந்த வீட்ல நான் ஒரு உபயோகமும் இல்லாத பழைய பொருளாயிட்டேன்......

பகல் நேரத்துல அந்த வீடே அமைதியா இருக்கும்... யாரும் என் அறைப்பக்கமே வரமாட்டாங்க... எந்த வேலையும் எனக்குக் குடுக்க மாட்டாங்க... தொலைக்காட்சி... பொழுதுபோக்கு அப்பிடின்னு என் மனசு எதையும் விரும்பவே இல்லை....!

பெரும்பாலான நேரங்கள்ல....

ஒன்பதாவது வகுப்பு.....

குற்றாலம் .....

நீ கடிதம் குடுத்த நிகழ்ச்சி......

அந்தக் கடிதத்துக்குள்ளருந்த உன்னுடைய வர்ணனைகள்...

இன்னும் அசிங்கமா... அந்த வர்ணனைகளோட காட்சிகள்...

இப்படி மனசுல ஓடிக்கிட்டே இருக்கும்...!

சில நேரம் சாதாரணமா இருப்பேன்...

சில நேரம் கொஞ்சம் துக்கமா இருப்பேன்...

சில நேரம் கொஞ்சம் அழுவேன்....

இப்பிடியே போயிக்கிட்டே இருந்தது காலம்....!

எனக்கு என்னைப்பத்திய நினைப்போ... எனக்குன்னு ஒரு எதிர்காலம்... வாழ்க்கை அப்பிடிங்கற எண்ணமோ ஏற்படவே இல்ல....

எத்தனைநாள்... ?

இப்பிடியே...?"

அவள்...

சோகப் பெருமூச்சுவிட்டு நிறுத்தினாள்....

எனக்கு ஆச்சர்யமாகவும் அதிசயமாகவும் இருந்தது....

இப்படியும் ஒரு பெண்ணா...?

இது சாத்தியமா...?

அது என்ன அப்படியொரு விரதம்....?

இது தேவையா.....?

அவளைப் பார்க்கும் போது மிகவும் பயமாக இருந்தது... இதன் பிறகு என்ன நிகழ்ந்தது .....

அவள் தான் சொல்ல வேண்டும் .....

"இப்படியே ஓர் ஆண்டு போயிருச்சு..!

இதுக்கிடையிலே பலமுறை என் கணவருடைய முயற்சி...

தோல்வி....

சுயசமாதானம்...
விட்டுக்கொடுத்தல்...
இப்படி தொடர்ந்துக்கிட்டே இருந்துச்சு...!
ஆனா... மிக நல்லவர்...
எங்கிட்ட வன்முறையாவோ பலவந்தமாவோ நடக்க முயற்சியே பண்ணல...!
அவரு தோத்துப் போயி வெளிய போற போதெல்லாம்... எனக்கு உள் மனசு உறுத்தும்...
பாவம்... ஒரு தவறும் செய்யாமலே அவருக்கு ஏன் தண்டனைன்னு..!
தினமும் போராட்டம்...!
வாலிபத்தை அனுபவிக்க வேண்டிய அவருடைய வாழ்க்கை வீணாவே கரைஞ்சுக்கிட்டிருந்தது.
ஒரு நாள்......
இந்த போராட்டமும் முடிவுக்கு வந்தது...!
நள்ளிரவு...
பன்னிரண்டு மணி கடந்துக்கிட்டு இருந்தது.....
என் அறை....
நான் தனியே....
ஓசையும் இல்ல... உறக்கமும் இல்ல....
ஏனோ..... என் கணவர் இன்னும் வீட்டுக்கு வரல.....!
இதுவரைக்கும் அவரு இவ்வளவு தாமதமா வந்ததே இல்ல....!
இன்னைக்கி என்ன ஆச்சு.....?
என் அடி மனசிலே சின்ன உறுத்தல்......
இந்த சமயத்துல திடீர்னு என் அறைக்கதவு கொஞ்சம் வேகமா தொறந்திச்சு....!
என் கணவர் அறைக்குள்ள வந்தாரு.....
நான் பயந்து சடார்னு எழுந்து நின்னேன்........
என்னை இமை கொட்டாம பாத்துக்கிட்டே கதவுக்குப் பக்கத்துலயே நின்னாரு...!
அவருடைய முகம்...
அவருடைய பார்வை....
அவருடைய அசைவுகள்....
அவருடைய செயல்கள்....
எல்லாமே வழக்கம் போல இல்லாம... இன்னைக்கி வன்முறையாவே இருந்துச்சு....
அது கோபமா.... வன்மமா... ஆத்திரமா... எதுவா வேண்ணாலும் இருக்கலாம்...!
ஆனா... இன்னிக்கி ஏதோ நடக்கக்கூடாதது நடக்கப் போகுதுன்னு என் உள் மனசுல தோணிச்சு...
அவருடைய ஒவ்வொரு அசைவுலயும் நிதானம் இல்ல...
இந்த அறைக்குள்ள எனக்கு எது நடந்தாலும் உதவிக்கு யாருமே இல்ல...

என்னையே பாத்துக்கிட்டிருந்த என் கணவர்... திடீர்னு கதவை மெதுவா சாத்தினாரு... உள்பக்கமா தாழ் போட்டாரு...

ஏன்... ?

எனக்குள்ளே பயம்...

பதட்டம்...

படபடப்பு...

சலனம் ....!

என்ன நடக்கப்போகுது இந்த அறைக்குள்ளே....!

கதவ எதுக்காக தாழ்போடனும்..!

ஏதாவது அசம்பாவிதமோ... அத்து மீறலோ... பலாத்காரமோ நடந்தா என்ன செய்யிறது... ?

மனசு கொஞ்சம் சஞ்சலப் பட்டுச்சு... இதயம் படபடன்னு வேகமா அடிச்சது... உடலுக்குள்ள நடுக்கம்...

பொறுத்துப் பொறுத்து பாத்திட்டு பொறுமை இழந்திட்டாரா.... ?

நானா உடன்படாம... என்ன பலவந்தப் படுத்தி அனுபவிக்க நெனச்சா அதுக்குப் பேரு உடலுறவா...

என் சம்மதம் வேண்டாமா ...

இப்பவும் நான் தலையக் குனிஞ்சுக்கிட்டு அமைதியாகவே இருந்தேன்....!

இதயத்துல கொஞ்சம் வேகமான துடிப்பு... உடல்கூட லேசா நடுங்குற மாதிரி இருந்தது....!

நான் மிகவும் துணிச்சலான பொண்ணு... எதையும் சமாளிக்கிற மனப்பக்கும் உள்ளவ... எனக்கு ஏன் இப்பிடி கோழைத்தனமா தோணுது... ?

என் கணவர் கதவுக்குப் பக்கத்துல நின்னுக்கிட்டே என்னைக் கொஞ்ச நேரம் பாத்தாரு...

நான் ஒரு வன்முறையை எதிர்பாத்து பயந்துக்கிட்டே நின்னேன்...

மெதுவா நடந்து வந்தாரு... நான் தலை நிமிரவே இல்ல...!

அவரு எனக்குக் கணவர்ங்கற அதிகாரம் அவருக்கும்... நான் அவருடைய மனைவிங்கற கடமை எனக்கும் இருக்கு...

அந்த வரம்பை மீறி எதுவுமே நடக்கப் போறதில்ல...

இருந்தாலும்... நான் அந்த வரம்புக்குள்ள இல்லங்கறது தான் பிரச்சினையே...

அவர் என்னை நெருங்கி வந்துக்கிட்டேயிருந்தாரு... இடைவெளி கொறஞ்சுக்கிட்டே வந்தது...

எனக்கு எதுவும் புரியல...

நான் இந்த வீட்டுக்கு வந்து இவ்வளவு நாளா அவரு இதுபோல முரட்டுத்தனமா நடந்துக்கிட்டதே இல்ல...

மனைவிதானே... தவறென்ன இருக்கு... ஒரு வேளை அடக்குமுறையே அனுகூலமா அமையும்.... அப்பிடின்னு அவர் எதிர்பாத்திருந்தா... ?

என்னை மீறி பலாத்காரம் ஏதும் நடந்திடுமா.... ?

எவ்வளவு காலந்தான் மனைவிகிட்டயே பொறுமையா இருக்கறது...!

சில முதலிரவுகள் அப்படித்தானே அரங்கேறுது...

எத்தனை பெண்கள் முதல் நாள் முதலிரவிலேயே சம்மதிக்கிறாங்க....

பெரும்பாலும் பல முதலிரவுகள் பலவந்தம் போலத்தான்....

சூழ்நிலை...

தனிமை...

உரிமை...

இளமை...

புதுமணம்...

அதன் தேவை...

நான் காலம் கடத்தியது...

இதெல்லாம்... ஒருவேள ஏதும் அசம்பாவிதம் நடக்கலாமோ அப்பிடின்னு என்னை நெனைக்க வச்சிச்சு...!

நெத்தியில...

மூக்குக்குக்கீழ...

கழுத்துல...

கழுத்துக்குக்கீழ..

லேசா வேர்க்குதே...

ஏன்... ?

இப்பக் கூட.....

உன் கடிதம்... அதிலிருந்த வர்ணனைகள்... அதுதான் மேலோங்கி என்னை ஆக்கிரமிச்சிருந்துச்சு...!

என் கணவர் பக்கத்துல வந்துட்டாரு....!

அதுவரைக்கும்... அவரு அவ்வளவு நெருக்கத்துல வந்ததே இல்ல...

முதல் முதலா ரொம்ப நெருக்கத்துல ஒரு ஆண்வாசனை.. .

அது என்னை என்னமோ செய்யிது...!

லேசா பயம்... கொஞ்சம் கோவம்... கொஞ்சம் படபடப்பு ...

மௌனமே கேள்விகள்... அவருகிட்டருந்து...!

மௌனமே பதில்கள்... என்கிட்டருந்து!

இந்த மௌன வினா விடை ஒரு வழியா முடிவுக்கு வந்துச்சி...

என் கணவர் எதிர்பாராதவிதமா... கையை என் தல மேல வச்சாரு...

சுரீர்னு ஒறச்சிச்சு எனக்கு... உடம்பெல்லாம் சூடு பரவுச்சு... இருந்தாலும் அமைதியாவே நின்னேன்... நடுக்கத்தோட ......

ஆனா...

அவரு தன்னோட நடவடிக்கைகளை நிறுத்தல.....

அப்பிடியே தலையை வருடிக்குடுத்தாரு...

இன்னும் அதிர்ச்சி...!

பதுக்கலாக ஒரு பலாத்காரத்தின் ஆரம்பமா..... ?

அப்படித்தான் என்னை உறுத்துச்சு...!

மெதுவா என் கையைப் பிடிச்சாரு.... ரொம்ப மெதுவா... பதமா... பஞ்சைத் தொட்டது மாதிரி...!

இப்பிடிக் கூட பலாத்காரம் பண்ணமுடியுமா...!

என் முகத்த கண் இமைக்காம பாத்துகிட்டே இருந்தாரு....!

இப்பவும் நான் நிமிரவே இல்ல.....!

இது...

அவருடைய கடைசி முயற்சின்னு தோணுச்சு...

அது...

பலவந்தமான முயற்சியாயிருந்தா... ஒரு பெண் எப்பிடி சமாளிக்க முடியும்....?

எனக்கு லேசா அழுகை வர்றமாதிரி இருந்தது....!

என் நடுக்கம் அவருக்கு புரிஞ்சிருக்கணும்...

என் உடலுக்குள்ள பரவியிருந்த சூடு... அவரோட கை வழியா என் ஒத்துழையாமையை அவருக்கு உணர்த்தியிருக்கணும்...

அந்தக் கடைசி முயற்சியிலயும் அவருக்குத் தோல்வி.....!

அது...

அவருடைய முக மாற்றத்துலருந்து தெளிவா தெரிஞ்சது...!

பிடிச்ச கைய விட்டுட்டு... பேசாம என்ன பாத்துக்கிட்டே நின்னாரு...

அவரு முகத்துல லேசா சிரிப்பு...!

அதிசயப் பிறவி அவர்...!

அந்த சிரிப்பு உடனே அவருடைய முகத்துலருந்து மறையல... அப்பிடியே என்னைப் பாத்துக்கிட்டே இருந்தாரு...!

போயி கட்டில் மேல உக்காந்தாரு...

நான் பேசாம நின்னுக்கிட்டே இருந்தேன்..

“வா”

அப்படின்னு தலை ஆட்டி பக்கத்துல கூப்பிட்டாரு...!

போகாம இருந்திருக்கலாம்...

என்னைப் பொறுத்தவரைக்கும் கணவர்ங்கறது கடிவாளம் போட்ட உறவு...

அதை உடனே அறுத்துக்கிட்டு விடுதலை பெற முடியாது...

அதை இந்த வீட்டுக்கு வந்ததுலருந்து நான் புரிஞ்சுகிட்டேன்...

ஆண் ஆசப்பட்டா அடங்கணும்....

ஆண் ஆத்திரப்பட்டா தாங்கணும்...

ஆண் அதிகாரம் பண்ணினா கட்டுப்படணும்...

ஆண் மகிழ்ச்சியடையணும்னா ஒத்துழைக்கணும்...!

ஆனா.....

ஆண்களுக்குன்னு எந்தக் கட்டுப்பாடுகளும் இல்ல...!

இது தாலிச் சடங்காகிப் போனதால... பெண்கள் இன்னும் போகப் பொருள்தான்...

பெண்...

சம்மதப்பட்டாலும் உறவு...... சம்மதப்படாட்டியும் உறவு...

விருப்பப்பட்டாலும் உறவு..... விருப்பப்படாட்டியும் உறவு...

அது எப்படி அனுகூலம்...?

ஆனா.....

அப்படிதான் நடக்குது இங்கே...!

என் கணவர் 'வா' ன்னு கட்டளை போட்ராரு...

நான் போய்த்தான் ஆகணும்....!

போனேன்...!

தலையைக் குனிஞ்சுக்கிட்டே அவர் பக்கத்துல போயி நின்னேன்...!

மறுபடியும் அமைதி...

பாவம்...

அவருக்கும் தெளிவா படபடன்னு பேசமுடியல...!

பார்வை மட்டும் என் முகத்தின் மேலேயே இருந்தது ......

அவருக்கு ரொம்ப பெரிய கண்கள்....

அதுல ஆயிரம் தேவைகள்.....

தெளிவா எனக்குப் புரிஞ்சது....!

"உக்காரு...."

கட்டிலைக்காட்டி... அவரு பக்கத்துல உக்காரச் சொன்னாரு...

அவருடைய குரலிலே வன்மையும் இல்ல.... மென்மையும் இல்ல.....

உண்மையிலயே எனக்கு கொஞ்சம் பயம் வந்தது... என் கைகள் விரலோடு விரல் பெசஞ்சது....

"உன்கிட்ட கொஞ்சம் பேசணும்..."

அவருடைய பார்வை மாறவே இல்லை ....

.நானும் உக்காரவே இல்லை...

இதுவரைக்கும் இப்படி ஒரு பார்வை அவர் என்னை பார்த்ததே இல்ல....

"உக்காரு..."

அவர் மறுபடியும் சொன்னாரு. ....

அப்பவும் நான் உட்காரல..!

அவருடைய பார்வையும் என் மேலருந்து நகரவே இல்ல.....

"எங்கயாவது வெளிய போகலாமா.... ?"

எனக்கு 'சுறுக்' கென்று குத்தியது...

இது என்ன கேள்வி.... ? இதுக்கு எப்படி நான் பதில் சொல்ல முடியும்.... ?

என்ன பொருள் பட அவரு சொல்றாரு...... ?

ஆனா... இனி நான் பதில் சொல்லாம இருக்க முடியாது.....

வேணாங்கறது மாதிரி தலையாட்டினேன்...

இது தான் என் பதில்.....

இப்பவும் அவருடைய பார்வை என் மேலேயே தான்.....!

"சரி...! உக்காரவும் மாட்ட... வெளியில எங்கயும் வரவும் மாட்ட... சரி தானே.. ?"

ஒரு ஆண்மகன் எந்த அளவுக்கு இறங்கி வரணுமோ அதவிட அதிகமாவே இறங்கி வந்தாரு...

ஆனா இத்தனை நாளை விடவும் இன்னிக்கு அவருடைய நடவடிக்கைகளிலே மாற்றம் இருந்தது...

நான் செய்யிற செயலுக்கு இந்நேரம் அவருக்கு கடுமையான கோவம் வந்திருக்கணும்... !

ஆனா வரல...!

பாவம்... என்னப்பாத்து அவருக்கு குழப்பம் அதிகமாகியிருக்கணும்...!

ஒண்ணுமே பேசாம கொஞ்சநேரம் அமைதியாவே இருந்தாரு...!

“சரி... உன் விருப்பம்...!

நான் சொல்ல வேண்டியத சொல்லிட்றேன்...

நமக்குத் திருமணமாகி... ஓர் ஆண்டு... பதிமூணு நாளாகுது... சரியா...”

நான் எதுவும் பேசல...

ஆனா அவரு சொன்ன கணக்கு சரி தான் .....!

“இன்னிக்கி வரைக்கும்... நான் உனக்கு விருப்பமில்லாத மாதிரி எப்பவாவது நடந்துக்கிட்டிருக்கேனா.. ?”

இப்பவும் அமைதியாத்தான் இருந்தேன்... அவரு நான் பேசவே மாட்டேங்கற முடிவுக்கு வந்திட்டாரு....!

என்னுடைய அமைதியினால ஒரு நன்மையும் நிகழ்ந்துச்சு...

என் கணவருடைய கேள்விகளுக்கு நான் பதில் சொல்லியிருந்தா... அந்த சூழ்நிலையிலயும்... நான் இருந்த மனநிலையிலயும்... அதை பெரிய வாக்குவாதமா மாத்திவிட வாய்ப்பிருந்தது...

இப்போ...

அது தவிர்க்கப்பட்டு... ரெண்டு பேருல யாராவது ஒருத்தர் ஒரு முடிவெடுக்க உதவியாயிருந்தது...

கொஞ்சநேரம் அமைதி...

அவருகிட்ட வேற வேற உணர்வுகள் வெளிப்பட்டுச்சு...

எதையோ சொல்லணும்னு தயங்கறாருங்கறது மட்டும் புரிஞ்சது...!

என்ன நினச்சாரோ தெரியல... என் முகத்திலேயே நெலச்சிருந்த அவருடைய பார்வை இடம் மாறுச்சு....

தலைய குனுஞ்சுகிட்டே பேசினாரு.....

இப்போ அவருடைய குரலிலே கொஞ்சம் கோபமும் அவமானமும் கலந்திருகிறத என்னால உணர முடிஞ்சது.....

“நான் பெரிய ஞானியோ... யோகியோ... சாமியாரோ இல்ல...”

அவருடைய பேச்சோட தன்மை மொத்தமும் மாறிடுச்சு... கொஞ்சம் கோபம் கலந்த கடுகடுப்பாவே பேசினாரு....!

“சாதாரண மனிதன்...”

நிறுத்தினாரு... கொஞ்சம் யோசிச்சாரு...

“எல்லா ஆண்களும் அனுபவிக்கிற சராசரி கல்யாண வாழ்க்கையை நானும் அனுபவிக்கணும்...”

மறுபடியும் அவருகிட்ட கொஞ்சம் அமைதி...

“எவ்வளவு நாள் ஆகும்...

உங்ககிட்ட மாற்றம் வர்றதுக்கு.. ?”

அவரு இப்பவும் எனக்கு சந்தர்ப்பம் கொடுக்குறாரு...

ஆனா... இப்பவும் எங்கிட்டருந்து பதில் இல்ல...!

அவரும் கொஞ்ச நேரம் அமைதியா இருந்தாரு... அந்த அமைதியிலே அவர் விட்ட சூடான மூச்சுக் காற்று எனக்கு தெளிவா கேட்டுச்சு...

"இன்னும் ஆறுமாசம்..?
ஓர் ஆண்டு ..?
நான் காத்திருக்க தயார்...
ஆனா உங்கிட்ட தெளிவில்ல...
வேற எதுலயோ நீ உறுதியாயிருக்க...
இதப்பத்தி பேசலாம்னா... அதுக்கும் நீ தயாரா இல்ல...
நான் என்ன நம்பிக்கையிலே உனக்காக காத்திருக்கறது....?"
அவருடைய குரல்...
ஓசை அதிகமாவும்...
கருணை குறைவாவும்..
கோபம் கலந்தும் வெளிப்பட்டது...
மறுபடியும் அவர்கிட்ட அமைதி...
வழக்கம் போல என்கிட்டயும் அமைதி...
என்கிட்டருந்து பதில் வராதுன்னு அவருக்கு நல்லா தெரியும்.... அதுனால அவரே மறுபடியும் பேசினாரு......

"எனக்குன்னு ஒரு மகிழ்ச்சி...
எனக்குன்னு ஒரு குழந்தை...
எனக்குன்னு ஒரு குடும்பம்...!
வாழ்க்கைங்கறது... மிகச் சாதாரணமா கடந்துபோற ஒரு நிகழ்ச்சி இல்ல வான்மதி...
இந்தப் பிறவியை அனுபவிக்க கடவுள் நமக்குக் குடுத்த உரிமை... அத... இந்த மாதிரி ஒரு பொம்மை வாழ்க்கை வாழ்ந்து வீணாக்க... நான் விரும்பல..."
அவருடைய ஆசையும் எதிர்பார்ப்பும் ரொம்ப நியாயமானது... அவரைப் பாக்கறப்போ ரொம்ப பரிதாபமா இருந்தது..

"நான் ரொம்ப ரொம்ப ஆசைப்பட்டு உன்னக் கல்யாணம் பண்ணிக்கிட்டேன்...
ஏன்..?
என்னமோ உன்ன எனக்கு ரெம்பப் பிடிச்சது...!
உன் பள்ளியில நடந்தது... ரொம்ப ரொம்ப சாதாரண நிகழ்வு... காலப் போக்குல அத நீ மறந்து... சுமுக நிலைக்கு மாறுவேன்னு நான் நெனச்சேன்...
ஆனா...
நான் நெனச்சது நடக்கல... இனி நான் உன் வழிக்கு வர்றதைத் தவிர வேற வழி இல்ல... நான் என்ன செய்யணும்... நீயே சொல்லு..."
அவரு எனக்கு ஒரு வாய்ப்பு குடுதாரு...
என் கருத்தை சொல்றதுக்கு...!
நான் என்ன சொல்றது... அமைதியா இருக்குறதத் தவிர.
இப்பவும் எனக்கு என் பிடிவாதம்தான் பெருசு...!
கொஞ்ச நேரம் அவரு எதுவுமே பேசாம இருந்தாரு... அவரு ஏற்கெனவே என்னப்பத்தி ஒரு முடிவு எடுத்திட்டு... அத எங்கிட்ட எப்பிடி சொல்றதுன்னு தெரியாம தயங்கறாருன்னு எனக்கு நல்லாப் புரிஞ்சது.

ஒரு பெண்ணோட வாழ்க்கை... எதிர்காலம்... இப்பிடியெல்லாம் அவர் யோசிக்கிறத என்னால கண்டுபிடிக்க முடிஞ்சது...

அவரு ரெண்டுவார்த்தை பேசி... கொஞ்சம் நிறுத்தி... மறுபடியும் பேசி... மறுபடியும் நிறுத்தி.... இப்பிடியேதான் பேசினாரு...!

அவரு பேசினத விட... அவரு விட்ட இடைவெளியும்... அந்த இடைவெளி ஏற்படுத்தின அமைதியும் தான்... என் மனசப்போட்டுப் பெசஞ்சது...

“காதல்... காமம்... இது ரெண்டு தான் வாழ்க்கைன்னு நான் சொல்லமாட்டேன் வான்மதி... ஆனா... காதலும் காமமும் கட்டாயம் மனித வாழ்க்கைக்கு வேணும்... சிதறிக் கிடக்கற மனித சமுதாயத்த கட்டுப்படுத்தி இணைக்கிறதே இந்த ரெண்டுந்தான்...!

இதுல உனக்கு உடன்பாடு ஏற்படாம நீ வெலகியே நிக்கிற... ஏன்னு தெரியல... அது என்ன காரணமாயிருந்தாலும் சொல்லு... நான் சரிபண்ணப் பாக்கறேன்...”

ஒரு ஆண்மகன்..... தாலிகட்டிய கணவர்.....

இதைவிட இறங்கி வரமுடியுமா...?

இதச் சொல்லும்போது அவருடைய குரல் லேசா தழுதழுத்தது...

ஆனாலும் அவருடைய கோபம் கொஞ்சமும் குறையல...

எனக்கும் லேசா கண் கலங்குச்சு...

என் மேல அவரு வச்சிருக்குற அபிமானம்... என் மேல இருக்குற ஈர்ப்பு... என்னைக் கொஞ்சம் காயப்படுத்துச்சு...

அவரு பதமா பேசினாலும்... அது ஒரு முடிவா தெரிஞ்சது...!

என் வாழ்க்கையில இன்னிக்கு இன்னொரு மாற்றம் நிகழப்போகுதுங்கற அறிகுறி தெரிஞ்சது...!

ஆனா நான் இரக்கமே இல்லாதவ...!

அப்பக்கூட அமைதியாவே இருந்தேன்...

கொஞ்ச நேரம் அவரும் பேசல...!

ரெண்டுபேருக்குமே... வேற வேற திசையை நோக்கி பயணம்....

முடிவு என்ன ஆகும்..?

அவரு ஒரு பெரிய பெருமூச்சு விட்டாரு.....

மறுபடியும் என்னப்பாத்தாரு......

கொஞ்சநேரம் பாத்துக்கிட்டே இருந்தவரு... என்ன நெனச்சாரோ தெரியல... மெதுவா எழுந்தாரு...

அவரு என்ன கேக்கப் போறாருன்னு எனக்கு எதிர்பார்ப்பு கூடுச்சு...

நான் எதிர்பார்க்காத கேள்வி ஒண்ண கேட்டாரு.....

“நீ வேற யாரையாவது மனசுல நெனச்சுக்கிட்டிருக்கியா...?”

எனக்கு தூக்கிவாரிப் போட்டது... லேசா கண் கலங்கிட்டேன்..... அதை அவரும் கவனிச்சாரு...”

வான்மதி தன்னுடைய கணவருக்கு பதில் சொல்லமுடியவில்லை என்கிற இயலாமையை கோபமாக மாற்றினாள்... அப்படியே திருப்பி என் மீது பாய்ச்சினாள்...

“என் மனசுல தீயா சுட்டுக்கிட்டிருந்தது நீதான்... ஆனா என் கணவர்கிட்ட நான் அதைச் சொல்ல முடியுமா....?

நீ எனக்கு எழுதியிருந்திருந்தது அப்படி சாதாரணமா சொல்லக்கூடிய வர்ணனைகளா... ?

வழக்கமா வாலிபப் பசங்க... ‘அன்பே ஆருயிரே’ அப்டின்னு எழுதுற ஒரு சாதாரண கடிதமா... ?

அப்படி எழுதியிருந்தாலும் அதை நான் என் கணவருகிட்ட தெரியப்படுத்தியிருப்பேன்...

என் உடலிலே எந்த மறைபகுதியை வர்ணிக்காம விட்டு வச்ச நீ... எப்படி வெளியில சொல்ல முடியும்... எதைச் சொன்னாலும் அசிங்கம்... எதை வெளிப்படுத்தினாலும் அருவருப்பு... அவமானம்...!

இந்தப் பிறவியில... அதை நான் யாருகிட்டயும் வெளிப்படுத்த முடியாது...!

நான் அந்த மாதிரி நிக்கிறதுக்கு காரணம்... நீ...!

அவரு அந்த மாதிரி பேசுறதுக்கும் காரணம்... நீ...!’’

அவள் பேசுவதை நிறுத்தி பெருமூச்சு விட்டாள்...

என்றால்...

இப்பொழுது பேசியதை விட இன்னும் பலமாக பேசப் போகிறாள் என்று எதிர்பார்த்தேன்...

நான் எதிர்பார்த்தது வீண் போகவில்லை...

உச்ச குரலிலே கச்சை கட்டத் துவங்கினாள்...

‘‘உனக்கும் எனக்கும் காதலாடா...... ?

உனக்கும் எனக்கும் தகாத உறவாடா.... ?

நீ செஞ்ச காரியத்த என்ன பேரு வச்சு நான் அவருகிட்ட சொல்றது.....

ஓர் ஆண்டு..... ஓர் ஆண்டுக்கும் மேல....... அவரு பார்வையாலேயே என்ன கேள்வி கேட்டுக்கிட்டிருந்தாரு...

இன்னக்கி.....

நேரடியாவே கேக்குறாரு...

நான் எதுக்காக அவரு முன்னால அப்பிடி நிக்கணும்...... ?’’

நதி.....

என்ன பேசுவது நான்......

எல்லா நியாயங்களும் அவள் பக்கமே இருந்தன ....

அவளுடைய எல்லா கேள்விகளும் நியாயமாகவே இருந்தன ....

என்னிடம் தான் எந்த கேள்விக்கும் பதிலே இல்லை....

வான்மதி தொடர்ந்தாள்....... அவளது கதையை......

‘‘என் கணவர்... கொஞ்ச நேரம் என்னை பாத்துக்கிட்டே இருந்திட்டு லேசா சிரிச்சாரு... அந்த சிரிப்புக்கு என்ன பொருள்...... அவரே சொன்னாரு....

‘‘நீ கொஞ்ச நாளைக்கி உங்கம்மா வீட்ல போயி இரு...’’

இதை அவர் சாதாரண செய்தியா சொல்லலை... எனக்கு ஒரு எச்சரிகை மாதரியே சொன்னாரு...

‘‘அவங்களோடயும் கலந்து பேசு... நீ ஒரு நல்ல முடிவெடுக்கறதுக்கு அந்த சூழ்நிலை உனக்கு உதவியாயிருக்கும்...’’

அவர் அதை சொன்ன விதம்... என் கதைக்கு முற்றுப்புள்ளி வைக்கிறமாதிரி இருந்தது...

அவரு என்ன திமிர் பிடிச்சவன்னு நெனச்சிருக்கலாம்...

அடங்காப்பிடாரின்னு நெனச்சிருக்கலாம்...

மோசமான பொண்ணுன்னு நெனச்சிருக்கலாம்...

எப்பிடி நெனச்சாலும் அவருடைய முடிவு இதுதான்...!

மறுபடியும் கொஞ்ச நேரம் அமைதியா நின்னுக்கிட்டே இருந்திட்டு

கதவத் திறந்து வெளிய போயிட்டாரு...!

இப்போ....

எனக்கு யாருமே இல்ல....

நான் தனிமைல நின்னுக்கிட்டே இருந்தேன்...

தனிமை...

தனிமைதான்...

எப்பவுமே எனக்கு துணையா இருந்தது இந்த தனிமை தான்...!

எப்போ உன் கடிதம் என் கைக்கு வந்ததோ...

அப்பருந்தே தனிமை...

எத்தனை பேர் என்னை சுத்தியிருந்தாலும்..... தனிமை...

என்னைச் சுத்தி என்ன நடந்தாலும் எனக்கு மட்டும்.... தனிமை...

ஆனா இந்த தனிமை... ஒரு முடிவெடுக்க வேண்டிய தனிமை...

என்ன முடிவெடுக்கணும் நான்... ?

வெளியில போன என் கணவர் அவங்கப்பா... அம்மாகிட்ட என் முடிவை தெளிவா அறிவிச்சிக்கிட்டிருந்தாரு...

“அந்தப் பொண்ணு வேண்டாம்ப்பா...”

அது தனிமையில் இருந்த என் காதுலயும் கேட்டது...

எல்லாமே கொஞ்சம் உரத்த குரலுலயும் கோவமாவும் பேசுற மாதிரியும் கேட்டது...

எனக்கும் சேத்து அறிவிக்கிற மாதிரியே...!

எனக்கு ஆச்சர்யம்...!

நான் இவ்வளவு பிடிவாதமா இருந்தும் அந்த வீட்ல எல்லாருமே எனக்கு ஆதரவாவே குரல் கொடுத்தாங்க...

“இவ்வளவு நாள் பொறுத்தாச்சு... இன்னும் கொஞ்சநாள் விட்டுப் பிடியேண்டா... பாவம் நல்ல பொண்ணு .....”

ஆனா.....

என் கணவர் எதுக்கும் சம்மதிக்கல...!

அந்த விவாதம் ரொம்ப நேரம் நீடிக்கல... சீக்கிரமாவே முடிவெடுத்துட்டாங்க....!

என் தலையெழுத்து தெளிவில்லாம எழுதப்பட்டுக்கிட்டிருக்குன்னு... வெளியிலருந்து கேட்ட குரல்களோட ஓசையிலருந்தே புரிஞ்சுக்கிட்டேன்...!

குரல்கள்... மெல்ல மெல்ல குறைஞ்சு... அப்படியே அமைதி பரவுச்சு...!

அமைதி...

தனிமை...

குழப்பம்...

இப்போ இதுதான் என் நிலைமை..."

இங்கேயும் அவள் சற்று நிறுத்தினாள்... அவள் முகத்திலும் அமைதி தெரிந்தது... ஆனாலும் வலி... ஒளிவிட்டுக் கொண்டிருந்தது...

வாழ்க்கையை ஒருமையாகவே முடித்துக்கொள்ளப் போகிறாளா வான்மதி ....

அவளது நிலையைப் பார்த்து...! எனக்கு பயமாக இருந்தது ....

என்ன முடிவிலே அந்த வீட்டிலே அவள் நிற்கிறாள்....

அவளுடைய முடிவு பற்றி... நான் அவசியம் தெரிந்துக் கொள்ள வேண்டும்...

நான் கேட்காவிட்டாலும் அவள் சொல்லத்தான் போகிறாள்... ஆனாலும் அதைத் தெரிந்து கொள்ள எனக்கு அவசரம்...!

என் அவசரம் அவளுக்கு புரிந்ததோ என்னவோ....

அவளே சொன்னாள்...

"திடீர்னு மின்வெட்டு ஏற்பட்டு அறை இருட்டாச்சு... ஆனா... அந்த இருட்டு எங்கிட்ட எந்த மாற்றத்தையும் ஏற்படுத்தல....!

அந்த இருட்டுலயும் நான் நின்னுக்கிட்டேதான் இருந்தேன்....

உட்காரக்கூடத் தோணல...

ஏதோ ஒரு முடிவு என்ன நெருங்க நெருங்க... இத்தனை நாளும் இல்லாம... இன்னிக்கி லேசா துக்கம் மனசுக்குள்ள தல தூக்குச்சு...

புதுசா தனிமைய உணர்ந்தேன்...

ஒரு மரக்கட்டையாவே இருந்த எனக்கு... லேசா உணர்வுகள் பரவுச்சு...

"கொஞ்ச நாள் உங்கம்மா வீட்ல போய் இரு..."

என் கணவரோட இறுதி வாசகம்...

உறுதி வாசகம்...

என் கணவரோட குரல்... காதுல கேட்டுக்கிட்டே இருந்தது...

"இனிமே திரும்பி வரவே வராதே..."

இதுதான் அவர் சொன்ன வார்த்தையோட உண்மையான உட் பொருள்...

"என்ன நடந்தாலும் நீ வீட்டுப் பக்கமே வந்திடாதே..."

இது அம்மா... என்னைத் தலை முழுகி... இந்த வீட்ல தள்ளி விட்டுட்டுப் போனப்ப சொன்னது... எனக்குத் தெளிவா மனசுல இருந்தது..!

என் மனசு... உறுதியா முடிவெடுத்தது...!

அம்மா வீட்டுக்குப் போகக்கூடாது....!

கணவர் வீட்லயும் இருக்க முடியாது...!

வேற வழி.... ?

எந்தப் பக்கமும் வழியே தெரியல......!

ரொம்ப நேரமா இருட்டுக்குள்ள நின்னுக்கிட்டே இருந்ததனால லேசா கால் வலிக்க ஆரம்பிச்சது...

வலி காலுல மட்டுமா.....

மனசுல தீராதவலி...

நடு நெத்தியிலே வலி...

மூளைக்குள்ள வலி...!

அந்த இருட்டுக்குள்ளேயே இருளோட இருளா... ரொம்ப நேரமா அப்படியே அசைவில்லாம நின்னுக்கிட்டே இருந்தேன்...

விசாலமான வீடு....

ஓசையின்மை...

உறவுக் கூட்டிலிருந்து விடுபட்டு தனியே நான்...

என்னைச் சுத்தி இருட்டு...

எவ்வளவு நேரம் நின்னேன்...

தெரியல...

அளந்தெடுக்க....... நான் அளவுகோலுக்குள்ளேயும் இல்ல...

நீண்ட நேரம் நின்னேன்...

உடம்புல தொய்வு ஏற்பட்டது....

கால்கள்ல வலிமை கொறஞ்சுக்கிட்டே வந்தது....

மனசுல பாரம் கூடிகிட்டே போனது.....

அந்த பாரத்தை என்னால தாங்க முடியல.....

அழுகை வருகிற மாதிரி எனக்குள்ள ஓர் உணர்வு.....

அப்படியே உட்கார்ந்தேன்...

இருட்டு...

தனிமை...

நான்...!

கொஞ்ச நேரம் தலைசாச்சு படுத்துக்கணும் போலத் தோணுச்சு...

ஒரு கையை மடக்கித் தலைக்கு வச்சு... அப்படியே தரையில படுத்தேன்...

இருட்டு...

தனிமை...

நான்...!

அவ்வளவு நேரம் நின்னபோது ஏற்படாத களைப்பும் சோர்வும்... இப்போ படுத்ததும்... இன்னும் கூடுதலாக ஏற்பட்டது...!

மெல்ல கண்களை மூடினேன்...!

இருட்டு...

தனிமை...

நான்...!

கண்களை மூடியதும்... அறிவுக்குள்ளயும் இருட்டு...!

என்னச் சுத்தியும் இருட்டு...!

இந்த இருட்டுல என்னைப்பத்தி நான் யோசிக்கிறேன்...

நான்...

எவ்வளவு சுதந்திரமானவள்...

எவ்வளவு சுறுசுறுப்பானவள்...

எவ்வளவு பரபரப்பானவள்...

எவ்வளவு ஆரவாரமானவள்...

இன்னைக்கு ஏன் இந்த இருட்டுத் தனிமை... ?

ஒரு பட்டாம்பூச்சியைப் போல.....

சிறைப்படாத சின்னஞ்சிறு பறவைபோல.... துடிப்போட துள்ளி துள்ளிப் பறந்து... இந்த உலகம் பூரா சுத்திவந்தவ நான்...!

என் வீட்டிலே நான் இளவரசி...

என் வகுப்பிலே நான் மகாராணி...

எனக்குன்னு ஓர் உலகத்த சமைச்சு... சர்வாதிகார ஆட்சி செலுத்திக்கிட்டிருந்தவ நான்...

ஆனா இன்னக்கி...?

இருட்டு...

தனிமை...

நான்...!

அந்த இருட்டுக்குள்ளயும் ஒரே ஒரு கேள்வி...!

என்ன நிகழப்போகுது என் வாழ்க்கையிலே...

இந்த இரவு ஒண்ணுதான் எனக்கு என் கணவர் குடுத்த கடைசி அவகாசம்......!

அதுல சில மணி நேரம் போயிடுச்சு... இன்னும் சில மணி நேரம்தான் மிச்சமிருக்கு....!

அதுக்குப் பெறகு..

இந்த வீட்டிலே நான் இல்ல...!

வேற எங்கே போறது...?

இருட்டு...

தனிமை...

நான்...

கேள்வி...

குழப்பம்...!

குழப்பம் முத்தின மயக்கம்...

மயக்கம் முத்தின கிறுகிறுப்பு...

கிறுகிறுப்பு முத்தின கலக்கம்...

கலக்கம் முத்தின கலவரம்...

கலவரம் முத்தின ரணம்...

ரணம் முத்தி முத்தி... சினம்...!

நான் அழப்போறேனா....

இல்ல...

அழமாட்டேன்...!

ஆனாலும்...

இருட்டு...

தனிமை...

நான்...!

தெருவிலே சாமி ஊர்வலம்...!

ஏதோ அம்மன் சாமியாயிருக்கணும்...

தாள வாத்தியங்கள் அதிக ஓசையா என் காதுக்குள்ளே நுழையிது...

அதிர்வான வேட்டு வெடிக்கும் ஓசைகள்...

பெண்களின் குலவைக் குரலோசைகள்...!

சாமி பல்லாக்கிலே போயிக்கிட்டிருக்கணும்.... பூசாரிகளோட அருள் ஓசை... குரல்கள் வழியா கேட்டுக்கிட்டே இருக்கு...!

இதெல்லாம் என் சூழ்நிலைக்கு சிறிதும் ஊறு செய்யல...

என் அறிவின் ஆழமான முடிவை உறுதி செய்தன...''

அவள் பேசப்பேச எந்த நேரத்திலும் கேள்வியை என்னிடம் கொண்டுவந்து நிறுத்துவாள் என்கிற பயம் எனக்குள்ளே ஊற்றெடுத்து ஊறிக் கொண்டே வந்தது...

வான்மதி தொடர்ந்தாள்...

நான் எதிர்பார்த்தது போலவே...!

''ஏன் இந்த இருட்டு...

ஏன் இந்த தனிமை...

ஏன் இந்தக் குழப்பம்...

ஏன் இந்த நிலைமை...

இந்தக் கேள்விகள் அத்தனையும் ஒண்ணு கூடி என்னை வலுக்கட்டாயமா பின்னோக்கி இழுத்துக்கிட்டுப் போகுது...

ஒன்பதாம் வகுப்பு...

குற்றாலம்...

அருவி நீர்த்தேக்கம்...

ஆபத்து...

பார்வைகள்...

கடிதம்...

இப்பிடி..!

முதல்ல நான் மகளாயிருந்தேன்...

அப்புறம் மாணவியானேன்...

அதுக்குப் பிறகு மனைவியானேன்...

இப்போ..

நான் யார்....?

நீ யார்......?

ஏன் எனக்குக் கடிதம் எழுதினே...?

இப்படியெல்லாம்......!

இந்த உடல்... வாசுதேவன்ங்கற நச்சுப் பாம்பு தீண்டி... உடல் முழுக்க நஞ்சு பரவிப் போச்சு...

நஞ்சு கலந்த இந்த உடலை என் கணவருக்கு ஒப்படைக்க என் மனசு சம்மதப்படவே இல்ல...

பெறகெப்படி இன்னொரு ஆண் மகனோட என் உடற்சேரல் நிகழும்...

உடற்சேரல்தான் மணவியலா...?

உளச்சேரலே மணவியலா...?

உளச்சேரலும் உடற்சேரலும் இணைந்துதான் மணவியலா...?

உளச்சேரல் நிகழாமல் உடற்சேரல் நிகழ்ந்தால்... அதுக்குப் பேரு மணவியலா....?

உடற்சேரலுக்கு நான் தகுதி பெற்றவளா.... ?

இன்னும் உளச்சேரலுக்கே நான் தகுதி பெறாத போது... உடற்சேரலுக்கு நான் எப்படி உடன்படக் கூடும்....!

இத்தனை கேள்விகளோட... கண்மூடிப் படுத்திருந்தேன்...

இருட்டு...

தனிமை...

நான்...!

ஆனா...

அந்த இருட்டுக்குள்ள எத்தனையோ தெளிவுகள் பொறந்திச்சு...!

மனசு தெளிவாச்சு...

திடீர்னு புது ஒளி வந்திச்சு...

தடைப்பட்டிருந்த மின்சாரம் வந்திருச்சு..!

வீடு முழுக்க ஒளி.....

'படார்' னு கண்ணு முழிச்சேன்...

எனக்குள்ளயும் ஒளி...!

வழி...!

விடியல் துளி...

எல்லாமே வெளிச்சமா....!

எனக்கு சரின்னு பட்ட ஒரு முடிவை எடுத்தேன்....!

எந்தக் காரணம் கொண்டுமே... இனிமே ஒரு வினாடிகூட என் கணவரை ஏமாத்துறதில்லன்னு முடிவு பண்ணிட்டேன்...."

அவளுடைய இந்த அபாய அறிவிப்பு... எனக்கு கூர்வாள் கொண்டு நேர் கீறல் செய்த வலியைக் கொடுத்தது....

பளீசென்று மின்னல் தாக்கி... எனது கண்களை உருக்கி நீராக ஓடச்செய்தது...

அதிர்ச்சிகள் அத்தனையும் எனக்குத்தான்...

ஆனால் வான்மதி...

கணவர் வீட்டிலே..... அந்த இரவிலே..... அவள் அந்த முடிவை எடுத்த போதும் அதிர்ச்சியடையவில்லை...

இப்போது...

என்னிடம் அறிவித்த போதும் அதிர்ச்சியடையவில்லை...

அவள் உரமான பெண் மட்டுமல்ல...

உறுதியான பெண்ணும் கூட....

இல்லையெனில்....

கொலை வாட் செயல் போன்ற ஒரு முடிவை இப்படி இடராமல் அறிவிக்க முடியுமா..... ?

நடுக்கமும் பயமும் எனக்குத்தான்....

அவளுக்குத் துளியும் இல்லை...

இந்த நொடி நேரம் வரை... அவள் தாழ்வதற்க்கும்... வீழ்வதற்க்கும்தான் வகை தேடிக் கோண்டிருந்தாளே தவிர... வாழ்வதற்க்கான வழிக்கதவுகள் அத்தனையையும் அடைத்து விட்டாள்...!

ஒரு கொடூரப் போருக்கான அபாய அறிவிப்பாக அவளுடைய முடிவை அறிவித்துவிட்டு அமைதியாக நின்றாள்......

ஆனால் .....

என்னால் அமைதியாக நிற்க முடியவில்லை .....

அதிவேகத்திலே எனது மூளைக்குள்ளே பம்பரம் சுற்றியது .....

எனக்கு அறிவுத் தடுமாற்றம்...

அவள் கல்லை மலையென்று மலைக்கிறாளா... அல்லது மலையை கல்லென்று மிதிக்கிறாளா தெரியவில்லை...!

பேசுவதை நிறுத்தி... சற்றே மூச்சிறைத்தாள்...

இங்கே...

கடற்கரையிலே...

கடிதம் எழுதுமிடத்திலே...

நானும் யோசித்தேன் நதி...

வான்மதி பாவம் என்று...!

அங்கே..... கடற்கரையிலும்..... சற்று மூச்சடைத்து நின்றாள் வான்மதி...

அவளது முகம் தீர்க்கமாகக் காணப்பட்டது....

புதிய உணர்வு...

புதிய ஒளி...

ஆனால்...

பொலிவுப் பொதிவு இல்லை....!

கொஞ்சம் பயமாகத் தானிருந்தது.....

மிக நீண்ட பெருமூச்சுவிட்டாள்...

அழுவில்லை...

ஆனால்..... கண்களைத் துடைத்தாள்...!

என்னவோ தெரியவில்லை... அவள் நிறுத்தி நிறுத்தி... இடை நிறுத்தம் செய்தபடியே பேசினாள்...!

"எனக்கு குடும்ப வாழ்க்கை என் கணவரோட இல்ல..."

அவளின் இந்த ஆணித்தரமான அறிவிப்பைக்கேட்டு நான் தூள் தூளாக சிதறிப் போனேன்.....!

இது என்ன முடிவு....

இதற்கு என்ன பதில்...?

இவள் என்ன சொல்கிறாள்...?

என்ன முடிவிலே இங்கு வந்து நிற்கிறாள்...?

அவள் அங்கே எடுத்த முடிவிற்கும்... இங்கே என்னை அழைத்து வந்து நிற்பதற்கும்... ஏதோ உறுதியான உறவு இருக்குமோ...?

இன்னும்..... பல நூறு கேள்விகள் எனக்குள்ளே வரிந்து கட்டிக்கொண்டு வரிசைகட்டி வம்புக்கு நின்றன....

அத்தனை கேள்விகளுக்கும் அவளிடமிருந்துதான் பதில் வர வேண்டும்....

நான் கேட்காவிட்டாலும் அவள் சொல்லாமல் விடமாட்டாள்...
அவளுடைய அணுகுண்டுத் தாக்குதலைச் சமாளிக்க என்னை நான் தயார் படுத்திக் கொண்டிருந்தேன்...

“நீ பேசவே மாட்டியா...!”

முதல் அணுகுண்டை வீசினாள்.....!

“என் மனசுல இருக்கிற முடிவு என்னன்னு கேட்கவே மாட்டியா...”

இரண்டாவது அணுகுண்டையும் வீசினாள்.....!

என்னிடமிருந்து வார்த்தைகள் வருமா என வம்பாக வாய்ப்புக் கொடுத்தாள்...

வார்த்தைகளால் வளமாக வசைபாடிய பிறகு...

கன்னங்களிலே கணக்கின்றி அறைந்த பிறகு...

அவளுடைய ஆவேச அவதாரத்தைக் கண்முன்னே கண்ட பிறகு...

நான் எப்படி வாயைத் திறப்பேன்.... ?

அவளுடைய கதையின் தொடர்ச்சியை கேட்பதற்க்குத்தான் என்னை நான் தயார்படுத்தி வைத்திருந்தேன்...

அவளுடைய கதைக்கு முடிவுரை எழுத எனக்குத் தகுதியில்லை... .தெளிவுமில்லை.....

இந்த சூழ்நிலையிலே எனது மௌனமே எனக்கு மிகச்சிறந்த பாதுகாப்பு வளையம்... என நான் உறுதிப்படுத்திக் கொண்டேன்...

ஏனோ தெரியவில்லை...

கடல்... சற்று அமைதியாகவே இருந்தது...!

அலைகள்...

ஆர்ப்பாட்டம் நடத்தாமல் அமைதிக்கு அறிவிப்பு செய்திருந்தன...

காற்று...

மொத்தமாகத் தனது ஆதிக்கத்தை நிறுத்திவிட்டிருந்தது...

மழை...

தூறலைக்கூட கட்டுப்பாடு விதித்து... நிறுத்தி கொண்டது...

எங்கும் அமைதி...

மழைக்கு ஒதுங்கிப் பதுங்கியிருந்த நிலவு.... மெல்ல எட்டிப் பார்த்தது...

கடலின் மேலும்... கடற்கரையின் மேலும்... லேசான ஒளியைத் தூவியது...

எவ்வளவு மென்மையான தட்ப வெப்பம்..

கிடைத்தற்குரிய குளுமையல்லவா.... ?

ஆகாய விமானதிலே பறந்து அகிலமெங்கும் அசைந்து கோடிக்கணக்கிலே பணத்தை கொட்டிக் கொடுத்தாலும் இது போன்ற ஒரு பருவ நிலை அமையுமா... ?

இதோ...

நிலவும்...

கடலும்...

காற்றும்...

இரவும்...

தனிமையும்...

தேடி வந்து அந்தக் குளுமையை கொட்டிக் கொண்டிருக்கிறது...

ஆனால்...

இதை இதமாய் அனுபவித்து உணர வான்மதியும் தயாராக இல்லை...

நானும் தயாராக இல்லை...!
அவள் ஒரு விதமான தணலிலே தகித்துக் கொண்டிருந்தாள்...
நான் வேறு விதமான தணலிலே தகித்து கொண்டிருந்தேன்...!
அகலக் கடற்கரை...
இருவர் இருந்தோம்...
ஆனால் ஒருவராக நின்ற தனியுணர்வு...
அவளுக்கும் ஆதரவில்லை....!
எனக்கும் ஆதரவில்லை....!
அந்த அமைதியால்..... என் இதயம் துடிக்கும் ஓசைகூடத் தெளிவாகக் கேட்டது...
அவள் இடைநிறுத்தம் செய்யாமல் சொல்லி விட்டாலும் பரவாயில்லை... ஒரே தடவையிலே முடிவுக்கு வரலாம்...
ஆனால்.....
அவள் மரண தண்டனையை... அவ்வப்போது தவணைமுறையிலே அறிவித்துக் கொண்டிருந்தாள்...
என் மனசு பதறி ஓலமிட்டது.
முடிவு...
அவள் சொன்னாள்...
சொற்களா அவை...
அமிலக்கலவை...
"இனி நான் என் கணவர்கிட்ட போகப்போறதில்ல..."
உண்மையிலேயே இது அதிவேக மின்சார அதிர்ச்சிதான்...
என் அன்பு மனைவியே நதி... சட்டென்று என் மனதிலே 'நறுக்' கென்று குத்தியது உனது முகம்தான்....
எவ்வளவு உண்மையான இவ்வாழ்க்கையை இசைவோடு எனக்கு தந்து கொண்டிருக்கிறாய் நீ...
அதை சீர்குலைக்கும் வகையிலே..... எதற்காக இந்த சவுக்கடிகள் எனக்கு...?
எதற்காக இத்தனை வலிகள் தாங்கி வலிய நிற்கிறேன் இங்கே...
வயது...
பருவம்...
சாத்தான் குணம்...
ஒரே ஒரு கடிதம்...!
இதிலிருந்து நிரந்தர விடுதலை பெறுவது எப்போது...!
வான்மதி...... எப்போது விடுவாள் என்னை ...?
தெரியவில்லை....
எந்த நிலையிலே நான் மீண்டு வருவேன்...!
தெரியாது...
எத்தனை காயங்களை வான்மதியிடமிருந்து வாங்கிவிடுவேன்...
அதுவும் தெரியாது...!

வான்மதி தொடர்ந்தாள்...

“அன்னிக்கி இரவு முழுக்க நான் உறங்கவே இல்ல...

அதே சமயம் நான் அழவும் இல்ல...

ஒரு முடிவை நோக்கி என் மனசு பயணப்பட்டுச்சு...

விடியப்போற நேரத்துல... என் மனசுக்குள்ளருந்த இருட்டுக்கும் விடியல்...”

வான்மதி தொடர்ந்தாள்.

“என் கணவருக்கு விடுதலை....!”

மிகமிக அதிர்ச்சி ஆவலோடு அவளது முகத்தைப் பார்த்தபடியே இருந்தேன்..!

அறிவுப்புச் செய்த வான்மதி.... அசையாமல் அமைதியாக இருந்தாள்.....!

அறிவிப்பைக் கேட்ட நான்..... அதிர்ச்சிக்குள்ளாகி நிலை குலைந்து போனேன்.....!

அவளது குரலிலே சற்றுக் கடுமை... வஞ்சம்... யாரையோ பழி தீர்ப்பவள் போல...!

“கையில காகிதமும்... எழுதுகோலும் எடுத்தேன்...

தெளிவா நான் செஞ்ச முடிவைக் கடிதத்துல எழுதினேன்...

கணவருக்குன்னு கூட குறிப்பிட என் மனசு அனுமதி குடுக்கல...

‘வான்மதியின் முடிவு...’

அப்பிடின்னுதான் ஆரம்பிச்சேன்...!

‘நீங்கள் நல்லவர்...

வேறு ஒரு பெண்ணை மணந்து கொண்டு மகிழ்ச்சியாக வாழுங்கள்...! நீங்கள் வாழ வேண்டும்....!

இனிமேல்...

உங்கள் வாழ்க்கையிலே...

வான்மதி இல்லை...!”

‘நறுக்’ கென்று குத்தியது எனக்கு... அடிமனதின் ஆழத்திலே...!

ஒரு வரி...

ஒரே வரியிலே...... கட்டிய கணவனைக் கழிவு செய்துவிட்டாள்...!

அதுவும்...... ஒரு கடிதம் தான்...!

மொத்தம் மூன்று கடிதங்கள் .....

முதல் கடிதம் நான் வான்மதிக்கு எழுதியது ...... ஒன்பதாவது வகுப்பிலே .....!

இரண்டாவது கடிதம் ....

இங்கே....

கடற்கரையிலே....

என் நதி... உனக்காக நான் எழுதிக் கொண்டிருப்பது .....!

மூன்றாவது கடிதம் ....

இதோ.....

இருட்டுக்குள்ளே வான்மதி எழுதி முடித்துவிட்டாள்....!

இல்லை... இல்லை...!

அவள்..... கடிதத்தை முடிக்கவில்லை...!

அவளையே முடித்துக் கொண்டாள்...!

பள்ளியிலே ஒருமித்த மாணவர்கள்... நண்பர்களாக மாற வேண்டும்....

படிப்பு முடித்து உலகப் பரப்பிலே சிதறிப்போய்... மீண்டும் சந்திக்க நேர்ந்தால் இழந்த நட்பு விழித்தெழ வேண்டும்....

ஒருவர் முகத்தை மற்றவர் காண ஆவல் பீறிட்டெழ வேண்டும்...

இதோ...

நானும் வான்மதியும் ஒரு வகுப்பு மாணவர்கள் தான் ...

ஒரு பருவத்து நண்பர்கள் தான்...

உலகப்பரப்பிலே சிதறி விழுந்தவர்கள் தான்...

இதோ...

மீண்டும் சந்தித்திருக்கிறோம்...

அந்தப் பிரிவும்..... இந்த இணைப்பும் இனிக்கிறதா..... ?

பருவம் தனது வெறியட்டத்தால் பல உன்னதமான உயர்வுகளை பலி கொடுக்கிறது...

அதிலே மிக உயர்ந்தது ...

காதல்...

அதனினும் உயர்ந்த...

நட்பு...

இத்தனை ஆண்டுகள் கழித்து எனது ஒன்பதாவது வகுப்புத் தோழியை சந்தித்திருக்கிறேன்...

இது எனக்கு மகிழ்ச்சியா... ?

அவளைப் பார்க்க எனக்கு பயமாக இருந்தது...

ஆனால் ....

அவள்..... தெளிவாகவும்... உறுதியாகவும் பேசினாள் ...!

“அவ்வளவு தான்...!

மிக இனிய மண வாழ்க்கை...

மிக நீண்ட இல்வாழ்க்கைக் கனவு...

ஒரு சின்ன துண்டுக் காகிதத்திலே முடிஞ்சு போச்சு...”

மறுபடியும் அந்த மயான அமைதியை உருவாக்கிவிட்டு நின்றாள்.

‘அடுத்த வெடிகுண்டு என்ன...’ என அவள் வாயையே பார்த்துக் கொண்டிருந்தேன்... வெடித்தாள்...!

“என்ன உன் கூடவே கூட்டிக்கிட்டுப் போயிரு...”

இதுவரை அவள் வீசியவையெல்லாம் அணுகுண்டு இல்லை.....

உண்மையிலேயே இப்போது வீசியது தான் அணுகுண்டு.....!

இதோ.....

அந்த வார்த்தை அணுகுண்டு... அபாயகரமாக வெடித்ததால்... வெடித்துச் சிதறிய எனது இதயச் சிதறல்கள்..... இரத்தக்கசிவோடு.... துடிக்கின்றன...

இதோ... என் கண்முன்னே... நான் காண்கிறேன்......!

இனிமேலும்... நான் பேசாமல் இருக்க முடியுமா...

துணிச்சலாக.... ஒரே ஒரு ஒற்றை வார்த்தை பேசியே விட்டேன்.

“எங்க..?”

“நீ இருக்குற எடத்துக்கு...”

எனக்கு முச்சடைதது...

சுவாசம் மறந்தது....

வான்மதியின் பேச்சுக்கு.... என்னுடைய எதிர்வீச்சு என்ன...?

“நான்..........”

அவ்வளவு தான்...

அதற்குமேலே எனக்கு வார்த்தை வரவில்லை.......

தொண்டையிலே கட்டி ஒன்று திரண்டு வந்து கட்டிக்கொண்டது...

ஆனால் அவளுக்கு இடையூறே இல்லை.....

என்னை வாயடைக்கச் செய்தவள்... வாய் கூசாமல் வன்முறையாகப் பேசினாள்...

“என் கணவர் இல்லன்னு முடிவு பண்ணிட்டு வந்துட்டேன்... இனி எங்கே போக முடியும்....?

நீ எங்க இருந்தாலும் சரி... உன் கூடத்தான் இருப்பேன்...”

கற்சிலைபோல...

கனியாது வெம்பிய காய் போல...

காம்பின் உறவறுத்த பிஞ்சுபோல...

சிறிது நேரம் செய்வதறியாது நின்றேன்...

இது பாரமா.....!

இந்த பாரத்தை என்னால் சுமக்க இயலுமா...!

குழந்தை வயதிலே செய்த தவறுக்காக இவ்வளவு பெரிய தண்டனையா....!

அவளும் பேசமாலே நின்றாள்... பெருமூச்சைப் பெரிதாக உள்வாங்கி வெளியே கொட்டியவளாய்...!

உறுதியாய் அது அனல் காற்றாகத்தானிருக்கும்....

அவள் அமைதியாய் நிற்கவில்லை....!

எனக்கு அவகாசம் தருகிறாள்... நெருப்புக் கோளங்களைச் சேகரிக்கிறாள்..... மறுபடியும் என் மீது உமிழ்வதற்கு....!

நதி...

என் உயிரே...

அன்பே...

உனக்கும் இரத்தம் கொதிக்கும்... நாளங்கள் புடைக்கும்... நான் எழுதும் இந்தக் கடித்ததை நீ கண்ணுற்று வாசிக்கையிலே...!

இந்தக் கடிதத்தை நீ வாசித்த பிறகு... நான் எப்படி உன்னை முகம் பார்ப்பது கண்ணே...!

உனது கணவனை இன்னொருத்தி பங்கு போட்டுக் கொள்வது போலத்தானே இது...!

நான் அமைதி காக்கவில்லை....!

“ஏன்..?”

சிறிய கேள்வி...

துணிந்து கேட்டேன்...

நிலைமை அத்துமீறிப் போனது போல உணர்ந்தேன்.... அதனால்...!

இவ்வளவு நேரம் நான் அமைதி காத்தது... அறியாப் பருவத்திலே நான் செய்த தவறுக்காக...!

இப்பொழுது 'ஏன்' எனக்கேட்டது... என்னை தற்காத்துக் கொள்வதற்காக...!

"ஏன்னா...?"

அதிரடியாக அவள் திரும்பவும் எதிர் கேள்வி கேட்டாள்.....!

அவளைப் போல அதிரடியாகப் பேச எனக்கு வரவில்லை....

குழறி குழறித் தான் பேசினேன்.....

ஆனால்.... பேசினேன்.....!

"ஏன்...... நீ...... என் கூட இருக்கணும்.....?"

இப்பொழுது எனக்கும் குரலில் கொஞ்சம் வலிமை கூடியிருந்தது...

அலைபாயும் வெள்ளத்திற்கு அணை போட்டாக வேண்டுமே...!

ஆனால்.....

அவளது ஆவேசக்குரல் எனது குரலையும் மீறி பீறிட்டது...

"எல்லாத்துக்கும் காரணம் நீ...!"

சீற்றம் காட்டினாள்.

"இல்ல..." இது நான்...

"பின்ன...?" இது உடனே அவள்....

அவளே தொடர்ந்தாள்..... அவளது குரலின் உயர்வு குறையவே இல்லை...!

"நீ காதல் கடிதம் எழுதல........?"

உடனே பதில் சொல்லும் துணிவு எனக்கும் வந்தது...

"அது காதலும் இல்ல... நான் எழுதினது கடிதமும் இல்ல...."

என் மனதிலே இருந்த காயங்களின் வலிகள் எல்லாம் ஒன்று கூடி... குரல் பலத்தைக் கூட்டி எழுப்பியது... அது ஒரு மாதிரியான... அடக்கமான ஆவேசம்...!

அவள் மிகப்பிடிவாதமாக இருந்தாள்...

அந்தப் பிடிவாதம்... உனக்கு எதிரான ஆபத்தாக விளைந்துவிடும் நதி...

அவளை எப்படியாவது சமாதானப்படுத்தியாக வேண்டும்.....

எனக்கு லேசான அழுகையே வந்தது....

"வான்மதி... ஏன் பிடிவாதம் பிடிக்கிற...

அது வயசா... அது பக்குவமா... காதல்னா என்னன்னு தெளிவாகிற பருவமா....

உடல் உறுப்புக்களின் அரிப்பு...

பருவத்தின் படபடப்பு....

எதையாவது செஞ்சிட ணும்னு பறந்து போயி நெருப்புல விழற வேகம்...

இத்தன சதிகள் காதல் கடிதம்ங்கற பேர்ல அந்தக் காகிதத்துக்குள்ள இருக்கு..."

சற்று ஆசுவாசம் தேவைப்பட்டது எனக்கும்....!

இங்கே...

கடற்கரையிலே...

கடிதம் எழுதும் இடத்திலே...

அதற்கான உணர்வுகளை வெளிப்படுத்திக் கொண்டிருந்தேன்...

மூச்சுவிட சற்று சிரமமாகவும் இருந்தது...

வான்மதியுடனான வாதத்தை என் கண்முன்னே நடப்பது போல உணர்ந்து கொண்டிருந்தேன்...!

வெளி மூச்சைக் கடின முயற்சியால் உள்ளே இழுத்தேன்... பெரிதாக வெளியே தள்ளினேன்... பிறகுதான் சிறிதளவு ஆசுவாசமாக இருக்க முடிந்தது...

எனக்கு அவசரம்... வான்மதியைப் பேச விட்டுவிடக் கூடாது...! படபடவென்று இடைநிறுத்தம் செய்யாமல் நானே பேசினேன்...

“சரி.... நான் எழுதின கடிதம் உனக்குத் தப்பாப்பட்டிருந்தா... ‘பளார்... பளார்....’ னு அறைஞ்சு... என் மூஞ்சியில காரி எச்சிலை உமிழ்ந்திருக்கலாம்...

அந்தக் கடிதத்தக் கிழிச்சு... என் மொகத்துல வீசியிருக்கலாம்...

அத ஏன் தலைமை ஆசிரியர் வரைக்கும் போக அனுமதிச்ச... ?

அவரு...

என்னக் கூப்பிட்டுக் கண்டிச்சிருக்கலாம்... பெரம்பாலயே அடிச்சிருக்கலாம்...

என்ன செஞ்சாரு...... ?

எல்லா வகுப்பாசிரியர்களையும் கூப்பிட்டுக் காட்டி... சின்ன தவறை பெருசாக்கினாரு.....!

பள்ளியில படிக்கிற பிற மாணவர்களை எச்சரிக்கை பண்றதா நெனைச்சு... எல்லா வகுப்புகளுக்கும் சுற்றறிக்கை அனுப்பித் தெரியப்படுத்தி... அத்தன மாணவர்கள்கிட்டயும் பரப்பிவிட்டாரு.....!

அதனால... அது ஊர் முழுக்க பரவுச்சு...

உனக்கு அவமானம்.....

உன் குடும்பத்துக்கு அவமானம்...

இதுக்கெல்லாம் யார் பொறுப்பு... ?”

இதன் பிறகு பேசும்போது எனது குரலின் தன்மை மிகவும் ஈனக்குரலாக...... வான்மதியிடம் பிச்சை கேட்பது போல...... தேய்ந்து கரகரப்பாக ஒலித்தது....

“உனக்குத் தெரியாது வான்மதி....

அந்த சம்பவம் நடந்தபெறகு... நான் தினமும் உன் வீட்டுக்கு வருவேன்... தூரத்துல நின்னு பாத்துக்கிட்டே இருப்பேன்... நீ வெளியில வந்ததும் உன் காலுல விழுந்து மன்னிப்புக் கேக்கணும்னு...!

உன்ன என்னால பாக்கவே முடியல... நீ வகுப்புக்கும் வரல...!

என்னோட மன்னிப்ப உனக்குத் தெரியப்படுத்த எனக்கு வாய்ப்பே கிடைக்காமப் போச்சு...

இப்போ அந்த சந்தர்ப்பம் கிடைச்சிருக்கு... ஆனா மன்னிக்க நீ தயாரா இல்ல...”

எனக்கு அவளிடம் பேச அவமானமாக இருந்தது...!

இது போன்ற சூழ்நிலைகள் எதனால் உருவாகின்றன... ?

34. பள்ளிக்கூடம் என்பது...

பள்ளிக்கூடம் என்பது...
பாடம் படிக்க...
அறிவை வளர்க்க...
எதிர்காலத்தை தீர்மானிக்க...
நட்பு வளர்க்க...
வாழ்வின் எல்லைகளை விரிவாக்கம் செய்ய...!
ஆனால்....
அந்த வயது...?
அந்தப் பருவம்...?
கவர்ச்சி காட்ட...
காமம் வளர்க்க...
உருவ மாற்றம் பெற...
கிளர்ச்சிகள் வளர்ச்சி பெற...
காதல்..... ஆரம்ப விதை விதைக்க...
இன்னும்... உடல் வேட்கைகள் உற்பத்தியாகி... வாழ்க்கைப் பயணத்தைத் திசைமாற்ற...!
இவை இரண்டுமே பள்ளிப் பருவத்திலேயே... ஒரே இடத்திலே நிகழ்கின்றன...
ஒன்றோடு ஒன்று கலந்துவிடாமல் இருந்தால்... ஏதாவது ஒன்று உறுதி பெறும்... இரண்டுமே கலந்து ஐக்கியமாகிவிட்டால்... இரண்டுமே சிதைந்து போகும்...!
நான் அந்த சாத்தானின் வலையிலே சிக்கியவன்தான்...
ஆனால்.....
போராடி மீண்டுவிட்டேன்...!
ஆனால்....
வான்மதி...?
சிதைந்து விட்டாள்...!
என் பக்கம் நான் நியாயம் கற்பித்துக்கொண்டே போனாலும்... எனக்குள்ளே குற்ற உணர்வு உணர்த்தத்தான் செய்தது...!
பாதிக்கப்பட்ட ஒரு பெண்ணைப் பணியவைக்க... உரக்கப் பேசிவிட்டால் போதுமா... உள்ளுணர்வு துணைக்குவர வேண்டாமா...!
நான் தானாகவே குரலின் வலிமையை மட்டுப்படுத்தினேன்.....
"இப்போ எனக்கும் பக்குவம் வந்திருச்சு வான்மதி... வாழ்க்கையில அடி பட்டுட்டேன்... அன்னைக்கி நடந்தது தப்புன்னு இன்னைக்கித்தான் முழுசா புரிஞ்சுக்க முடியுது...
அந்த வயசு...
நம்மள ஒரு கனவுலேயே வச்சிருக்குற வயசு...
அந்த வயசுல நடக்குற எதுவுமே நிரந்தரம் இல்ல...

செய்கிற செயல்களோட பின் விளைவுகளைப் பத்தி யோசிக்கிற பக்குவமே இல்லாத மயக்கம்...!

ஒரு மாணவன் ஆசிரியைக்கே காதல்கடிதம் எழுதினா...

அது காதலா... ?

ஒரு ஆசிரியர் ஒரு மாணவிகிட்ட அத்துமீறி நடந்துக்கிட்டாரு...

அது காதலா... ?

ஏழாவது வகுப்புலருந்து ஒரு மாணவனும் மாணவியும் மூணுநாள் ஊரைவிட்டு ஓடிட்டாங்க...

அது காதலா... ?

எப்பப் பாத்தாலும் அந்த வயசுல மாணவர்கள்... மாணவிகளை பின் தொடர்ந்தே போறாங்க...

அது காதலா... ?

இது மாதிரி எவ்வளவு நிகழ்ந்திருக்கு... ?

இப்பவும் நிகழ்ந்துக்கிட்டிருக்கு... ?

அதையெல்லாம் கொஞ்சம் யோசிச்சுப்பாரு வான்மதி... உனக்குக் கோபமே வராது...

அதுமட்டுமில்ல வான்மதி...

அது...

சீறிப்பாயிற காட்டாற்று வேகத்தோட போட்டி போட்டு ஒடுற வயசு...

சுத்திச்த்தி சுழன்று தாக்குற சூறாவழியோட போட்டி போட்டு சுத்துற பருவம்...

கொளுந்து விட்டு பற்றி எரியிற தீ மாதிரி... உடம் பெல்லாம் பத்தி எரியிற இனக்கவர்ச்சி....

அது மாதிரி சமயத்துல... கற்பனையும் கைகளும் அறிவுக் கட்டுப்பாட்டுக்குள்ளே அடங்காம எழுதப்பட்ட ஒரு கடிதம்....

அதுக்கு காதல்னு பெயர் வைக்க முடியுமா வான்மதி.... ?''

பேசுவதைக் கொஞ்சம் நிறுத்தினேன்....

சற்று மூச்சு வாங்கினேன்....

மூக்கை உறிஞ்சினேன்....

கண்களைத் துடைத்தேன்....

இதற்கெல்லாம் வான்மதி அவகாசம் கொடுத்தாள்....!

எனக்குள்ளும் என்ன புதைந்து புகைந்து கொண்டிருக்கிறது என்பதை அறிந்து கொள்ள ஆசைப்பட்டாளோ என்னவோ....

நான் மீண்டும் பேசினேன்...!

''என் மனைவி... நதி... பச்சைக்குழந்தை... பழகினா தெய்வம்... அவ்வளவு மென்மையானவ...

நீ உன் கணவரை விலகின மாதிரி... நான் என் மனைவியை கனவுலயும் விலக முடியாது...!

என் குடும்பம்....

என் மனைவி ரொம்ப சிரமப்பட்டுக் கட்டின அழகான கூடு...

அதை அவ்வளவு சீக்கிரமா யாரும் சிதைக்க முடியாது... என்னால என் மனைவிக்கு துரோகம் பண்ண முடியாது...!

பள்ளியில நான் உனக்கு செய்தது பெரிய தப்புதான்....

அதுக்காக இப்போ உங்கிட்ட ஆயிரம் தடவ மன்னிப்பு கேக்கறேன்...

என்ன மன்னிச்சிடு... உன் காலப் பிடிச்சு கெஞ்சிக் கேக்கறேன்... என்னையும்... என் மனைவியையும் காப்பாத்து..."

நான் அவளது காலில் விழவும் தயாரானேன்... அழுதேவிட்டேன்...

கல் மனசுக்காரி...

அசையவே இல்லை...

பதில் பேசாமல் மௌனமாகவே நின்றாள்...

நன்றாகத் தெரிகிறது...

அவளிடம் சிறிதும் குழப்பமே இல்லை...

நீண்ட நேரம் எடுத்துக்கொண்டாள்...

வெறும் பார்வைதான்...!

பார்வை.... வக்கிரப் பார்வையாக மாறியது...

ஆகவே மௌனம்...!

அவளது அந்த ஆவேச மௌனத்திற்கு என்ன பொருள்...?

மிகச் சிரமப்பட்டு அவளது விழிகளை உற்று நோக்கி ஆராய்ந்தேன்...

முகத்திலே கொடூரம்...

ஏதோ திட்டமிடுகிறாள்...

என்ன திட்டம்...?

எனது... நிலை தடுமாறிய குழப்பம் மிக்க நுண்ணறிவு..... மயக்க நிலையிலே கிடந்ததால்.... அவளது திட்டமிடலை அறிய முடியவில்லை....

மொத்தமும் மாறினாள்...

வேறு வான்மதியாக உருமாறினாள்...

என்னைப் பழி தீர்க்க....!

அது மட்டும் என் அறிவுப் பொறியிலே விழுந்து எனக்கு அறிவிக்கிறது....

மிக நீண்ட இடைவெளிக்குப்பிறகு....

வான்மதி...

ஒரு முடிவெடுத்துவிட்டாள்... அதை எனக்கும் அறிவிப்பு செய்தாள்...

"உன்ன விட மாட்டேன்..."

இதை பல விதமாகச் சொன்னாள்.....

மெதுவாக....!

உறுமலாக.....!

அச்சுறுத்தலாக......!

ஆவேசமாக.....!

சவாலாக.....!

சாபமாக.....!

சற்று உரக்கச் சொன்னாள்...

மிக உரக்கச் சொன்னாள்...

கடைசியாக அடித்தொண்டையிலே சொன்னாள்.....!

"உன்ன விடமாட்டேன்...

இதோட முடிஞ்சு போச்சுன்னு நெனக்காத... இனிமேதான் உனக்கு தண்டனையே இருக்கு..."

அவளுடைய குரலிலே வன்முறை.....

பார்வையிலே கொலை வெறித்தனம்...!

நேருக்கு நேர் என்னால் பார்க்க முடியவில்லை அவளை...

அதோடு அவள் நிறுத்தினாளா.....

இல்லை.....

ஈட்டியைத் தீட்டி இன்னும் கூர்மையாகக் குத்தினாள் .....

"நீ... கூடிய சீக்கிரம் கதறித் துடிச்சுக்கிட்டு என்னைத் தேடி வருவ..."

இது முடிவு இல்லை...

இது அறிவிப்பு இல்லை...

வார்த்தைகள் இல்லை...

இது எச்சரிக்கை இல்லை...

தண்டனை எனக்கு...!

மிகக் கொடூரமாக கொக்கரித்துவிட்டு நகர்ந்தாள்...!

நீள நீளமான எட்டுகளாக... கால்களை மிக உறுதியாக மணலிலே பதித்து நடந்து போய்க்கொண்டிருந்தாள்....!

நிலமதிரும் நடையும்..... நிமிர்ந்த பார்வையுமாய் வெறிகொண்டு நடந்தாள்...!

அது நடையென்று நிர்ணயித்தலாகாது... பாய்ச்சல்... வெறி கொண்ட ஒரு பெண் புலியின் வீரியப் பாய்ச்சல்...!

அவள் என்ன நோக்கத்தில் நடையிலே அவ்வளவு வேகம் காட்டுகிறாள் என்பது புரியவில்லை...

சிலப்பதிகாரத்திலே..... கண்ணகி இப்படித்தான் நடந்தாள்...

மதுரை எரிந்தது...

இராமாயணத்திலே... சீதை இப்படித் தான் பரிதவித்தாள்...

இலங்கை எரிந்தது...

மகாபாரதத்திலே.... பாஞ்சாலி இப்படித்தான் பதறினாள்.....

கௌரவர் இனமே அடியோடு அழிந்தது....!

இப்போது...

இதோ...

வான்மதி நடக்கிறாள்...

எரியப்போவது எது...

எனது வாழ்கையா....?

அவள் ஏதோ செய்யப் போகிறாள்...

இதைவிடக் கொடூரமாக...

அது என்ன...?

அது என்ன...?

எனது உணர்வுகள் முழுவதும் ஒன்று திரண்டு கேள்விகளை எழுப்பிப் பார்த்தன...

விடை...

கிடைக்கவேயில்லை...

இனி...

வான்மதியின் வாயிலாக அறிவிப்பு வந்தால் தான் தெரியும்...!

நிகழ்ச்சி நிரல் என்னவென்று.....!

அவள்....

என்னைக் கடந்து....

கடற்கரையைக் கடந்து....

சாலையை கடந்து....

என் கண்களிலிருந்து மறையும் வரை... நான் அங்கேயே தான் நின்று கொண்டிருந்தேன்.......!

என் கண்களிலிருந்து அவள் மறைந்து விட்டாள்....

ஆனால்...

காதுகளை விட்டு அவளது குரல்....

எச்சரிக்கை.....

மறையவே இல்லை...!

அந்த அதிர்வுகள் எனது மூளையை விட்டு நகரவே இல்லை...!

எனது உடலையும் உணர்வுகளையும் ஆக்கிரமித்த அவளது குரலதிர்வுகள் என்னை விட்டு நீங்குமா... ?

அவளிடம் கூனிக்குறுகி கெஞ்சியதால்... எனக்கு ஏற்பட்ட படபடப்பும்... வாழ்க்கைக்காக காலில் விழவும் தயாரான அவமானமும்... அதனால் ஏற்பட்ட கொதிப்பும் குறைய இன்னும் கொஞ்சம் குளுமையான கடற்காற்று எனக்குத் தேவைபட்டது...!

காற்று.... குளுமை அதிகமாகத்தான் வீசியது...

ஆனாலும் வான்மதி என்னை அனலில் போட்டு வறுத்து எடுத்திருந்தாள்... அதனால் அந்த தகிப்பு குறையவேயில்லை...!

என் மேல் அளவுகடந்த காதல் கொண்ட என் நதியே...

இந்த மோசமான நிகழ்ச்சியின் அலைகளை உன்னிடம் எடுத்துவர என்னிடம் துணிச்சல் இல்லை...

எப்பொழுதும்... அழகிய மலரைப் போலவே எனக்கு காட்சி தருகிறவள் நீ...

இன்னும்... எனது வாழ்நாள் தீரும் வரை... அந்த மலர் முகம் வதங்குவதை நான் அனுமதிக்கமாட்டேன்.

ஆகவே.... என்னைப் பீடித்திருந்த பேயை இந்தக் கடற்கரையிலேயே விரட்டிவிட்டு வந்து விடுகிறேன் என் உயிரே....! .

செங்கல் சூளையிலே வெந்து... வெளியே வந்தது போலிருந்தது, வான்மதியின் வதைப்பிலிருந்து விடுபட்டது...!

சாபம் விட்டுப் போயிருக்கிறாள்...

ஆனாலும் போய்விட்டாள்...!

அவள் என் மீது தூவிச்சென்ற வெப்பச்சாரல் தான் நின்றது...!

அவை உருவாக்கிய ஆழமான காயங்களும்.... அதனால் ஏற்பட்ட வடுக்களும்... ரணங்களும்.... ஆணிவேர் போட்டு உடலுக்குள்ளே ஆழப்பாய்ந்து உறுதிபெற்று விட்டன...

இந்தப் பெண் வேக்காடு எப்படி குறையும்.... ?

இயற்கை.... இன்னும் கொஞ்சம் உதவி செய்தது...!

வான்மதியின் நடையின் வேகத்தைக் காணச் சகியாமல்... நிலவு மேகத்தினுள்ளே வேகமாக ஓடி ஒளிந்து கொண்டது...

அவளது நடைக்கு வாத்தியம் இசைப்பது போல... கீழ்வானிலே இடி இடித்தது... அந்த இடியோசை நீளமாக ஒலித்துத் தேய்ந்து குறைந்தது...

சிறிய அமைதி... ஆகாயத்திலே...

இப்பொழுது இயற்கையின் செயல் எனக்குச் சாதகமாகத் திரும்பியது.... எனது வேக்காட்டைப் புரிந்து கொண்டன மேகங்கள்...

பெரிய பெரிய மழைத்துளிகளை... என் மீது சொட்டச் செய்தன...

எனது உடல் வெப்பத்தைக் குறைத்தன...

மனக் கொதிப்பை மட்டுப் படுத்த உதவின...

சில நேரங்களிலே...

உலகமே நம்மை புறந்தள்ளி விலகிச் செல்லும்...

ஆனால்...

இயற்க்கை...

கை கொடுத்து கரையேற்றும்...

அது தான் நிகழ்ந்தது இங்கும்.....

மழைத்துளிகள்..... எனது உடலை நனைக்க நனைக்க... உடலிலே ஊறிக்கிடந்த வான்மதி வெப்பம் புகையாக வெளிப் போந்தது போல உணர்ந்தேன்..!

ச்சே... வான்மதிக்கு காதல் கடிதம் எழுதும் இரவுகளிலே எத்தனை சுகம்...

இன்று..... அதற்குப் பழியாக எத்தனை வலி...!

அன்று சுகமாய்த் தோன்றி... இன்று ரணமாய் மாறிப்போன வலியைத் தீர்க்க.... அப்படியே மழையிலே நனைந்து... உலர்ந்து... வியர்த்துப் போயிருந்த நான்.... மீண்டும் நனையத் துவங்கினேன்...

அந்த ஈரம் உடலுக்கு மட்டுமல்ல... மனசுக்கும் கொஞ்சம் இதமாகத்தான் இருந்தது...

எந்த தருணத்திலும் இயற்கை தரும் சுகத்திற்கு ஈடாக எதுவுமே அமையாது....! அந்த குளுமையான சூழ்நிலை இருக்கும்போதே கடற்கரையைக் கடந்து விட நினைத்து.... எழுந்து நடந்தேன்...

விரைந்து நடக்க இயலவில்லை...!

மெதுவாக... மிக மெதுவாகத்தான் நடந்தேன்...

நான் வீட்டுக்கு வந்து சேரும்போது கிட்டத்தட்ட இரவாகிவிட்டிருந்தது...!

நதி...!

அந்த இரவு....

நான் உன்னிடம் அதிகம் பேசவில்லை...

ஏன்... உன் அழகு முகத்தை... சரியாகப் பார்க்கக்கூட இல்லை...

அளவு குறைவாகத்தான் சாப்பிட்டேன்.....!

பேய் பிடித்து ஆடி அடங்கியது போல உடலெல்லாம் வலி...!

போர் முடித்த களம் போல...

இதயம் இரத்தச் சகதியால் நிரம்பிக் கிடக்கிறது...!

வான்மதி போய்விட்டாள்...!

ஆனால் அவள் விட்டுச் சென்ற நெருப்பு அணையவில்லை...!

கனன்று கனன்று ரணமாகிக் கொண்டே இருந்தது.

'கசகச' வென்று இருந்தது...

உடலிலே எலும்புவரை வலியெடுத்தது...

படுத்துக் கொள்ள வேண்டும் போலத் தோன்றியது......

சீக்கிரம் படுத்து விட்டேன்.....

ஆனால்.....

நதி...

நீ... மிகுந்த புத்திசாலி......

என்னை ஒன்றுமே கேட்கவில்லை....!

நான் ஏதோ குழப்பத்திலிருக்கிறேன் என்பதைத் துப்பறிந்துவிட்டாய்....!

ஆனால் அது வான்மதிக்குழப்பம் என்பதை... நீ அறிய மாட்டாய்...

நீ மட்டுமா என் கண்ணே...

எத்தனை மனைவிகள் இப்படி ஏமாற்றப்பட்டுக் கொண்டிருக்கிறார்கள்...

எத்தனை கணவர்கள்... இப்படி என்னைப் போல மாற்று வேடம் புனைந்து மனைவிகளை ஏமாற்றிக் கொண்டிருக்கிறார்கள்...

ஆனாலும் கணவனை நம்புகிறார்கள்... நல்ல மனைவியாக நடந்து கொள்கிறார்கள்...

கணவன்..... தனது உணர்வையே முதன்மையாக் கருதுகிறான்...

மனைவி... கணவனின் உணர்வையே முதன்மையாக் கருதுகிறாள்...

இப்போது நீயும் அப்படித்தான் நடந்து கொண்டாய் நதி...!

நான் அமைதியாய் இருப்பதற்கு என்னென்ன ஏற்பாடுகள் செய்ய வேண்டுமோ... அத்தனையும் என்னைக் கேட்காமலே செய்தாய்...!

உன்னுடைய நடவடிக்கைகள்... ஒரு தாயின் தாலாட்டுப்போல வெளிப்பட்டன...!

விரைவாக விளக்குகளை அணைத்தாய்...

குளிர்சாதன இயந்திரத்தின் ஓசையைக் குறைத்தாய்...

பக்குவமாக எனக்குப் போர்த்திவிட்டாய்...

நீயும் எனது அருகே படுத்தாய்...!

நீண்டநேரம் எனக்கு உறக்கம் வரவில்லை...!

மெல்லத் திரும்பி உன்னைப் பார்த்தேன்... நீ மறுபக்கம் திரும்பி படுத்திருந்தாய்... உனது முகம் பக்கவாட்டிலே தெரிந்தது...

நிமிர்ந்து நேராக உயரத்திலே பார்த்தேன்...

உயரத்திலே அந்த மின்விசிறி...!

நான் உன்னைப்பற்றி கனவு கண்ட காட்சி நிழலாடியது...

கண்கள் குளமாயின...

அப்படியே திரும்பிப்படுத்தேன்...

உறக்கம் வெகுதூரத்திற்கு அப்பால் தள்ளிப் போய்விட்டது... !

இனி....

இன்று இரவு இழந்து விட்ட உறக்கத்தை எட்டிப்பிடிக்க முடியுமா என்பது சந்தேகம்தான்...!

இன்று மட்டுமா... ?

வான்மதி என்னை முற்றிலுமாய் நீங்கிப் போகும் வரை இப்படிதான்...!

உறக்கத்திற்கும் எனது விழிகளுக்கும் உறவே ஏற்படாது...!

உறங்குவது போலக் கண்களை மூடிப் படுத்திருந்தேன்.... உனது சமாதானத்திற்காக...!

ஏனென்றால்... எப்படியும் இரண்டு முறையாவது... நான் உறங்குகிறேனா என நீ என்னைப் பரிசோதிப்பாய்...

எனது கணக்குப்படியே... நீ தலைதூக்கி நான் உறங்குகிறேனா எனப் பார்த்தாய்... ! அதனால் உனக்காகவே நான் கண்களை மூடிப்படுத்திருந்தேன்...!

எனது எண்ணங்கள் முழுவதும் வான்மதியின் மேலேயேதான் சுற்றி சுற்றி வந்து கொண்டிருந்தன....

பள்ளி... கல்லூரி நாட்களிலே நாம் செய்யும் தவறுகள் விசாரணைக்கே உகந்ததல்ல... அப்படியே மன்னிக்கப்பட வேண்டியவை... அடியோடு மறக்கப்பட வேண்டியவை... வாழ்வியல் சம்பவங்கள் அவற்றை மறைத்துவிடும்....!

எனது வாழ்விலே மட்டும் ஏன் இப்படி சூறாவளிச் சுழல் மையம் கொண்டு விட்டது....

பெண் சக்தி வாய்ந்தவள்தான்...

ஆனாலும்... அவளது வாழ்க்கை அடுத்த வீட்டிலே அமைகிறது.... அதற்காக சில நெளிவு சுளிவுகளை அவள் கையாள வேண்டும்... அனுசரணை இருக்க வேண்டும்... விட்டுக் கொடுக்கும் தன்மை இருக்க வேண்டும்...

ஆனால் வான்மதி...

முற்றிலும் முரண்பாடாக இருந்தாள்...

அந்தக் கொடூரப் பார்வை...

அவளது அசுரத்தனமான அந்தத் தாக்குதல்...

அவள் கடைசியாக நடந்துசென்ற விதம்...

இவையெல்லாம் பெண்மைக்கு முற்றிலும் மாறுபட்ட குணங்கள்....!

அவள் சாமாதானகிப் போகவில்லை...!

இன்னொரு போருக்கு ஆயுதம் தயார் செய்யப் போயிருக்கிறாள்....!

திரும்பவும் வருவாள்...!

தாக்குதலைத் தொடுப்பாள்...!

நான் அவளை எப்படிச் சமாளிக்கப் போகிறேன்...!

இவை எல்லாவற்றையும் விட....

நதி...

என் நதி...

உன்னை எப்படி இந்தச் சூழலில் இருந்து மீட்கப் போகிறேன்...

எனது வாழ்கையிலே அவளது தலையீடு இன்றோடு முடிந்து விட்டதாக எனது கணக்கு தெரிவிக்கவில்லை...

இன்னும் எந்தெந்த வகையிலெல்லாம் அவள் எனக்குத் துன்புறுத்தல் தருவாள் என... எனது அறிவால் கணித்துக்கொள்ள முடியவில்லை....!

எந்த விதத்திலே தற்காப்பு ஏற்பாடுகளை நான் முன்கூட்டியே செய்து வைக்க வேண்டும்... என யோசித்துக் கொண்டே இருந்தேன்....!.

பெரும் எதிரியைக் கூட எளிதில் சமாளித்து விடலாம்... ஆனால் பெண்களின் பிடிவாதத்தைச் சமாளிப்பது இயலவே இயலாத காரியம் என்பதை புரிந்து கொண்டேன்..

எவ்வளவு திறமையான ஆண்மகனாக... சாதனையாளனாக இருந்தாலும்... பெண்களின் பிடிவாதப் போரிலே... அவன் தோல்வியைத்தான் அடைகிறான்...!

'எச்சரிக்கையாய் இரு... எச்சரிக்கையாய் இரு...' என எனது உள்ளுணர்வு எச்சரிக்கை மணியடித்துக்கொண்டே இருக்கிறது.....

இரவு முழுவதும் உறங்கா கனவிலே... முடியா போராட்டக் களம்தான்...!

அருகே படுத்திருந்த உன்னைத் திரும்பிப் பார்த்தேன்.....

ஆனால்...

ஏற்கனவே நீ எழுந்துவிட்டிருந்தாய்...!

சிறிது நேரம்... நான் தனிமையிலே அமர்ந்திருந்தேன்...!

வான்மதி.....

என்னை விட்டுச் சிறிது விலகியிருந்தாலும்... முற்றிலும் விலகிப் போய்விடவில்லை...

முதல் நாள் நடந்த மனப்போராட்டம்... உடல் பாகங்கள் அத்தனையையும் பாதித்திருந்தது ...

அது தான் பெண்...!

பெண்ணின் சக்தி...!

ஆண் மிகுந்த பலசாலிதான் ...

அறிவுத்திறன் மிக்கவன் தான் ...

உலகையே அடக்கி ஆளும் வல்லமை படைத்தவன் தான்....

ஆனாலும்.... ஒரே ஒரு ஒற்றை வார்த்தையிலே...

ஒரே ஒரு கூர்விழி நேர்பார்வையிலே...

எவ்வளவு திறன் வாய்ந்த ஆணையும் உடைத்து அடக்கிவிடும் ஆற்றல் மிக்கவள் பெண்..!

நானும் வான்மதியுடன் நிகழ்ந்த போரிலே... அடைப்பட்டுத் தான் கிடந்தேன்...

உடம்பிலே ஏறிக்கிடக்கும் வலி கூட... ஓரிரு நாட்களிலே மறைந்து போகும்...!

ஆனால்.....

மனப்பதிவிலும்..... அறிவுப்பகுதியிலும்... ஊறிப் போய்க்கிடக்கும் வான்மதியை என்னை விட்டு கடத்திவிட முடியுமா என்பது சந்தேகம்தான் ...!

உடல் நன்றாக வலித்தது..... கண்களிலே மிளகாய் பட்டது போல காந்தல்...

கடல்காற்று...

கனமழை...

மீண்டும் காற்று...

வான்மதியின் வன்முறையான வார்த்தைத் தாக்குதல்...

அவள் எனது கன்னத்திலே அறைந்த அறைகள்...

அவளுடன் வாதிடுகையிலே ஏற்பட்ட உடற் கொதிப்பு...

இரவு உறக்கமின்மை...

இவையெல்லாம் கலந்தாலோசித்து... எனக்குக் கடுமையான வலியை உண்டாக்கிக் கொண்டிருந்தன...

நீ என்னை விட்டகன்ற அந்தத் தனிமை... எனது வலியை இன்னும் கொஞ்சம் அதிகப் படுத்தியது...

ஆம் நதி..!

எப்பொழுதும் நீ என்னை நீங்காதிருப்பது... எனக்கு மிகப்பெரிய பாதுகாப்பு பலம்..!

எந்த நேரமும் உனது முகம் பார்க்க வேண்டும் எனக்கு...

எந்த நேரமும் உனது பேச்சு கேட்க வேண்டும்... ஒரு வீட்டுக்குள்ளே... கடவுள் மந்திரம் இடைவிடாமல் ஒலித்துக் கொண்டே இருப்பது போல...!

வீடு முழுக்க கடவுளின் அருள் பரவி வியாபித்திருப்பது போல...!

என்னவோ தெரியவில்லை...

நீ...

எனதருகிலே இல்லாத தனிமை... எனக்கு பயத்தை உண்டாக்கியது...!

என்னுடைய எதிர்பார்ப்பும்... பயமும்.... எந்த திசையிலிருந்து... என்ன வடிவிலே வான்மதியின் தாக்குதல் அம்பு சீறிவந்து பாயும் என்பதுதான்...!

வீட்டுக்குள்ளே வந்து பதுங்கிக்கொண்டால்... விதி விழிமூடிக் கொள்ளுமா....

அது தன் வேலையை பழுதின்றி செய்து கொண்டிருந்தது.

நீ பல் தேய்க்க அழைத்தாய்... பல் தேய்த்தேன்.... பாதி ஈடுபாடுதான்...!

தேநீர் கொடுத்தாய்...

குடித்தேன்...

அளவு குறைவுதான்...!

எப்பொழுதும் நான் அதிக சூட்டோடு ஆவல் மீறி குடிப்பேன்...

நீ.... மிக மிக மெதுவாகக் குடிப்பவள்...

ஆனால்.....

இன்று நீ...

முழுத் தேநீரும் அருந்திவிட்டாய்...!

நான்.... கால் பகுதி கூட அருந்தாமல்... அப்படியே அமர்ந்திருந்தேன்...!

அதுதான் வான்மதி எனது உயிரைக் குடித்துக் கொண்டிருக்கிறாளே...

நான் எங்கே தேநீர் குடிப்பது...

எல்லா வேலைகளும் தாமதம் தான்...!

எனது பயம் வீண் போகவில்லை...!

நான் எதிர்பார்த்து பயந்தபடியே.... வான்மதியின் அந்த தாக்குதல் தேடி வந்தேவிட்டது..... !

ஒரு பேரிடிச் செய்தியாக...!
காதுகளிலே ஈயக் குழம்பைக் காய்ச்சி ஊற்றிய செய்தியாக....!
"ஐயோ..." என அலறிவிட்டேன்...
அத்தகைய படுபாதகச் செயலைச் செய்திருந்தாள் அந்தப் பாதகி வான்மதி...!

35. இங்கே... அந்தக் கடற்கரையிலே...

இங்கே...
அந்தக் கடற்கரையிலே...
உனக்காக காதல் கடிதம் எழுதிக்கொண்டிருந்த எனது கை... மீண்டும் தடைப்பட்டு நின்று விட்டது!...
அந்தச் சம்பவத்தை எழுத முடியாமல் எனது விரல்கள் நடுக்கமெடுத்தன...!
ஏன்...?
கடற்கரையிலிருந்து ஆவேசமாக நடந்து சென்ற வான்மதி... அந்த பயங்கரமான முடிவை எடுத்திருந்தாள்....
தனக்குத் தானே ....
தீயிட்டு எரித்துக் கொண்டாள்...!
இது....
எனக்கு வந்த அபாயச் செய்தி...
செய்தியா இது...!
ஐயோ... என்ன தண்டனை...
என்ன பாவம் செய்தேன் நான்...
தீப்பொறிகள் திரள் திரளாய் எனது உடலின் மீது தெறித்தன...
நொடி நேரத்திலே நொறுங்கிப் போனேன்...!
இல்லை...
தீ வைத்துக் கொண்டவள் வான்மதி...
எரிந்து போனவன் நான்... !
'என்ன செய்வது.... என்ன செய்வது...' எனச் சுருண்டேன்...
யார் இருக்கிறார்கள் அவளுக்கு...?
நான் போவதா... வேண்டாமா...?
வேறு வழியே இல்லை எனக்கு...!
மருத்துவமனைக்குள்ளே நுழைந்தேன்.....
மனோதிடத்துடன்...!
கால்கள் தரையிலே பதியாமல் தடுமாறின...
தடம் மாறின...
இதயம் இடம் மாறியது...
விழிகள் விழித்தேதான் இருக்கின்றன...
ஆனால் வழிகள் புலப்படவில்லை...
அது தான் விழிநீர் திரைபோட்டு வழிகளை மறைத்து விட்டதே...!
அவள் அனுமதிக்கப்பட்டிருந்த பகுதிக்குள்ளே நுழைந்தேன்....!
'இனி உயிர் பிழைக்க வாய்ப்பில்லை' என பேசிக்கொண்டார்கள்.....!
"அந்த அறை..."

வான்மதி இருந்த... இல்லை இல்லை... வான்மதியைக் கிடத்தி வைத்திருந்த அறையைக் காட்டினார்கள்...!

நெருங்கி... நெருங்கி... மிக நெருக்கத்திலே வந்துவிட்டேன்....!

அவள்...!

வான்மதி...!

ஐயோ...!

உருவமா அது...

எப்படிப்பட்ட அழகி... பள்ளியிலே பளபளவென்று மின்னல் போல மின்னிக் கொண்டிருந்தவள்...

அவள் பள்ளிக்குள் நுழைகிறப்போது... அவளை அள்ளிப் பருகாத விழிகள் இருந்தனவா....

அப்படி இருந்திருந்தால் அவை விழிகளாக கணக்கிடபடுமா...

நான்... நீ... என்று போட்டி போட்டுக்கொண்டு வலுக்கட்டாயமாக அவளுடன் பேசுவார்களே...

நெருங்கி பழகுவது போல... அவளது உடலிலே உராய்வார்களே...

நன்றாகத் தெரியும்...

அவர்கள் வான்மதியிடம் அத்துமீறுகிறார்கள் என்று...

ஆனாலும்.... அத்துமீறுவார்கள்... !

ஆவல்...

அவளது கைகளிலே....

விரல்களிலே.....

தோள்களிலே....

உடலின் ஏதாவது ஒரு பகுதியிலே கைகள் பட்டு விடாதா...

அது... அந்த ஒரு நாளைக்கு போதுமே...!

அழகி என்றால்... அவள்தான்...

நிறம் என்றால்... அவளது நிறம் தான்...

அவள் அந்த வகுப்பறையிலே இருப்பதாலேயே அந்த ஒன்பதாவது வகுப்பு அறை... பள்ளி முழுக்க பிரபலம்...

அந்த வகுப்பறை தான் வேண்டும் என்று அத்தனை மாணவர்களும் கேட்பார்கள்...

படிப்பதற்காக அந்தப் பள்ளிக்கு வருபவர்கள் குறைவு... வகுப்பறை பதிவேட்டிலே பதிவுப் பெறுவதை விட... வான்மதியின் விழிப்பார்வையிலே பதிவு பெறுவதற்க்காக வருகிறவர்களே அதிகம்....!

அந்தப் பருவமும்.... அவளது அழகுக்கு மெருகூட்டி... அவளது எழில் வனப்பை இன்னும் அதிகப்படுத்திக் காட்டியது...!

அப்பேர்ப்பட்ட அழகுப் புதையலை... செக்கச்சிவந்த அதிகாலைச் சூரியனை...

அநியாயமாய்... ஈவு இரக்கமின்றி சுட்டுப்பொசுக்கிக் கருக்கிவிட்டதே... ஒரு கடித வடிவிலே நான் எழுதிய காகிதத் தீ...!

ஒரு பூவுக்குத் தீங்கிழைக்க... அந்தத் தீயிக்குத் தான் எப்படி மனமொப்பியது...

இங்கே... எனது கண்முன்னே...!

ஐந்தடி ஐந்து அங்குல கரிக்கட்டை...!

என்னை பல இரவுகள் தூங்கவிடாமல் கற்பனை பண்ண வைத்ததும்... அத்துமீறி அங்கம் அங்கமாக வர்ணித்து கடிதம் எழுதவைத்ததும்... அவளது உடற்கவர்ச்சி தானே....

அந்த உடற்கவர்ச்சிக்கு... இடர் விளைவிக்க... இந்த சுடர் நெருப்பிற்க்கு... தொடர்பளித்தது யார்...?

எத்தனை முறை... எத்தனை கோணங்களிலே... எத்தனை கனவுகளிலே... பார்த்தேனோ... அத்தனைக்கும் தண்டனையாக...

இப்போது அவளை...

கண்ணால் பார்க்கவே முடியவில்லை...!

கடற்கரையிலே... சீறிப்பாய்ந்த பெண்சிங்கமா இது...?

ஐயோ...

மயக்கம் வந்துவிட்டது எனக்கு.....!

வான்மதியின் வலி... தவிப்பு... லேசான அசைவுகள்... எல்லாமே

அவளது இறுதி முடிவை வரையறுத்து அறிவித்துக் கொண்டிருந்தன எனக்கு...!

அவளை எரித்தது தீயல்ல...

அவளது வீம்பு...

பிடிவாதம்...

அகம்பாவம்...

ஆணவம்...

பழியுணர்வு...

முன் கோபம்...

எல்லாம் சேர்ந்து... அவளை எரித்துவிட்டன....!

சிரிப்பு...

அழுகை...

இன்பம்...

துன்பம்...

வெற்றி...

தோல்வி...

துயரம்...

நன்மை...

தீமை...

எல்லாமே தானாக அமைய வேண்டும்...

ஆனால்...

வான்மதி...

இவ்வளவு கொடிய துயரத்தை... அகால முடிவை....

அவளே... தானாக வரவைத்துக் கொண்டாள்....!

பெண்களுக்கு எந்த நிலையிலும் எதிர்வாதம் ஆகவே ஆகாது...!

அது... அவர்களை வன்மையாக வதம் செய்துவிடும்...!
ஆம்... இனிமேல் அவள் வாயால் என்னோடு வாதிடமாட்டாள்...!
"உனக்கு தண்டனை இனிமேல்தான் இருக்கிறது..."
சவால் விட்டவள் அவள்தான்....!
ஆம்...
அது...
எனக்கு தண்டனைதான்....
அதோடு நிறுத்தினாளா....
"கதறித் துடிச்சுக்கிட்டு என்னைத்தேடி வரவைப்பேன்..."
சபதம் போட்டவள் அவள் தான்...
சபதத்திலே வென்று விட்டாள்....!
ஆம்... அவளது சபதம் நிறைவேறி தான் விட்டது...
நான் கதறித் துடித்துக் கொண்டு தான் வந்திருக்கிறேன்....!
அவளது பெற்றோர் யாரும் இல்லை....!
கணவருக்குத் தகவல் கொடுத்தார்களாம்..... அவரும் வரவில்லை...!
அந்த உறவையும்... அவளேதான் எரித்தாள்...!
பெற்றோரும் இல்லை....
கணவரும் இல்லை...
உறவுகளும் இல்லை ....
நண்பர்களும் இல்லை...!
அவள் எரிந்து போகாமல் என்ன செய்வாள்....!
ஆழிக் கடலிலே...
ஆழப் பகுதியிலே...
வாழத் தலைப்படும் மீன் இனத்திற்கும்.....
ஓர் ஆதாரம் வேண்டும்...!
என்றால்...
அகலப்பரந்த உலகிலே... வாழப்பிறந்த ஒரு பெண்ணுக்கு எத்தனை ஆதாரங்கள் வேண்டும்... ?
இருந்தன...
எல்லா ஆதாரங்களும்...
அவளுக்கு....!
ஆனால்...
என்னுடைய ஒரே ஒரு கடிதம்....
வான்மதியை அனாதைப் பிணமாக ஆக்கிவிட்டது....!
அவளுக்கு எவ்வளவு வலியோ... எப்படித்தான் பொறுத்துக் கொள்கிறாளோ...!
இப்பொழுது நான் உணர்ந்தேன்...
எனது கடிதம் அவளது மனதிலே... இதைவிடக் கொடூரமான வலியைத்தான் உண்டாக்கியிருக்கிறது என்று...!

இதே வலியை... பல ஆண்டுகளாக... அவள் உள்ளுக்குள்ளேயே புகை போட்டு அடைகாத்து சூடேற்றி வைத்துக் கொண்டிருந்திருக்கிறாள்....

இன்று....

அது வெடித்துச் சிதறி அவளையே எரித்து விட்டது...

இவ்வளவு நாளும்... நானும் அது ஒரு சாதாரண வலி என்று தான் எடை போட்டிருந்தேன்...

ஆனால்...

அது உயிர்வலி... என்று இப்போது தான் நான் உணர்ந்து கொண்டேன்...

கடவுளே.... அறியாப் பருவத்திலே எழுதிய ஒரு கடிதத்திற்கு மரணம் ஒன்றுதான் தீர்வா.....

ஓர் ஆண் என்றுகூடப் பாராமல் மாறி மாறி என்னை அறைந்தாளே... சாதாரண தண்டனையா அது...?

அது போதாதா...?

வான்மதி.... இது போன்ற முடிவினையெல்லாம் எடுத்துவிடக் கூடாது என்றுதானே அவ்வளவும் பொறுத்துக் கொண்டேன்...

வகுப்பறையிலே அவ்வளவு ஆர்ப்பாட்டம் செய்தவள்....

என் கடிதத்திற்காக கடற்கரையிலே அத்தனை அடாவடித்தனம் செய்தவள்...

இப்பொழுது அமைதியாகவே இருந்தாள்...!

எப்படி....?

தீ அவளை எரித்து விட்டது...

அவளது உடலை பொசுக்கிவிட்டது...

அவளது அழகை அழித்துவிட்டது...

அவளது வன்மம் எங்கே....?

அகங்காரம் எங்கே...?

வக்கிரம்... கோபம்... கொந்தளிப்பு...

எல்லாம் எங்கே போயின...?

எப்படி அவளால் அமைதி காக்க முடிகிறது...?

விழிகளை விழித்துப் பார்த்தேன்...

அவளது கருகி உலர்ந்த உதடுகள் அசைந்தன...!

எனது காதுகள் எனது அனுமதி பெறாமலே அவள் அருகே பாய்ந்து விட்டன...!

எனது கண்கள் எனக்கு சொல்கின்றன...

அவள் ஏதோ பேசுகிறாள் என்று...!

ஆனால் காதுகளிலே எதுவுமே கேட்கவில்லை...

எவ்வளவு கொக்கரிப்பாகப் பேசியவள்...

இன்று...

ஒலியிலா மொழி பேசுகிறாளே...!

ஓசையிலா வசை பேசுகிறாளே...!

கடவுளே...

ஈனக்குரல் கூட அவளிடமிருந்து வெளிவரவில்லையே...!

அதுதான் பேச வேண்டியதெல்லாம் கடற்கரையிலேயே பேசிவிட்டாளே... இனியென்ன மீதி இருக்கிறது பேச...!

அந்த தருணத்திலும்... என்னைப் பற்றி விபரம் கொடுத்து... எனக்கு மட்டும் தகவல் சொல்லச் சொல்லியிருக்கிறாள் வான்மதி....!

எனக்குத் தெரியும்...

என்னை அங்கே வரவழைத்தது... அவளது சபதம் தான்...!

“உன்ன விடமாட்டேன்...”

சீக்கிரமாவே கதறிக்கிட்டு என்னத்தேடி வருவ...”

அடக்கடவுளே...

அதற்கு இதுவா பொருள்..... ?

அவளது நிலையை நான் பார்க்க வேண்டும்...

அவள் வலியால் துடிப்பதை நான் பார்க்க வேண்டும்.....

அவளது உயிர் போவதை நான் பார்க்க வேண்டும்...

வேதனையில் பதற வேண்டும்... துடிக்கவேண்டும்...!

அந்தப் பழிவாங்கும் திட்டம்தான் அவளுக்கு...!

அதிலே அவள் வாகை சூடிவிட்டாள்...!

உடல்தான் கருகிப்போனது.....!

ஆனால்...

விழிகள்...... ?

அந்த கரிய கரிக்கட்டை உருவத்திலே... பளீரென்று இரண்டு விழிகள் மட்டும் மின்னிக் கொண்டிருந்தன...!

விழிகளா அவை.. ?

பழிகள் குவிந்த குழிகள்....

பயந்துவிட்டேன் நான்...

சத்தியமாக...

அந்தக் விழிகள்...

இப்பொழுது என்னையேதான் பார்த்துக் கொண்டிருந்தன...!

அடேயப்பா...

அந்த பார்வையிலே தான் எவ்வளவு ஆழம்...!

எவ்வளவு கூர்மை...!

எவ்வளவு வன்மை..!

எவ்வளவு வன்முறை..!

எவ்வளவு ஏளனம்..!

எவ்வளவு ஒளிப்பாய்ச்சல்...!

இவ்வளவு உணர்ச்சிகள் தெறித்தும்... வான்மதியின் அந்த இறுதிப் பார்வையிலே... இப்பொழுது சிறிதும் பழியுணர்வு குறையவே இல்லை...

பள்ளியிலே....

வகுப்பறையிலே....

குற்றாலத்திலே....

குறுகுறுவென்று என்னைப் பார்த்து வீழ்த்திய விழிகள்..!

அவளது வீழ்ச்சிக்கும்...
அந்தக் விழிகளே காரணமாயின...!
ஒரே ஒரு கடிதம்... அவளை எரித்துவிட்டது என்பது மிகை....!
ஒரேயொரு பார்வை...
அவளது பார்வை...
அதுதான் அவளை எரித்தது....!
இப்பொழுதும் எத்தனை சூழ்ச்சியான கேள்விகளை என்னிடம்... அந்தக் கண்கள் நேரடியாகவே கேட்கின்றன..
ஐயோ...
அது என்ன....?
அவளது இதழ்களிலே புன்னகை விரிகிறதே...
ஆம்...!
உண்மை தான்...!
அந்த தருணத்திலும் அவள் சிரிக்கத்தான் செய்கிறாள்...!
உறுதிபடச் சொல்கிறேன்...
அது இறுதிச் சிரிப்பல்ல...
இறுமாப்புச் சிரிப்பு...!
என்னை வெற்றி கண்டுவிட்ட வாகைச் சிரிப்பு...
சபதத்தை நிறைவேற்றி விட்ட சாகசச் சிரிப்பு...
புன்னகையா அது...?
புகைக்குகை...!
எனது ஈர இதயம் அழைப்பு விடுகிறது அவளுக்கு.....
இல்லை...
அலறுகிறது...
ஓலமிடுகிறது...
ஒப்பாரி வைக்கிறது...
"எனது தோல்வியை நான் ஒப்புக்கொள்கிறேன்... நீ எது சொன்னாலும் அடி பணிகிறேன்...
எழுந்து வா என் வான்மதி...
உன்னை நம் பள்ளிக்கு அழைத்துச் செல்கிறேன் வா...
குற்றாலத்திற்கு கூட்டிப்போகிறேன் வா...
அருவியிலே குளி...
மீண்டும் தவறி விழு...
நானே காப்பாற்றுவேன்...
எழுந்து வா என் வான்மதி..."
எனது இதயம்... யார் காதிலும் விழாத இரைச்சலாக புலம்புகிறது...!
அவளுக்கும் கேட்டுத்தான் இருக்கும்...
ஆனால்... அவள் வர வேண்டுமே...!
ஆனாலும்....
அவளது சிரிப்பு ஓயவில்லை...!

எனது ஓலம் அவளது காதுகளுக்கு எட்டியதை... அந்தக் குரூரச் சிரிப்பின் வாயிலாக உறுதி செய்தாள் அவள்...!

இங்கே.....

நானும் அவளும் உரையாடி கொள்கிறோம்....

ஊரும் உலகும் அறியா வண்ணம்....!

இந்தத் தருணத்திலும்...

அவளது குறும்பு போகவில்லை....!

என்னால் அந்தச் சிரிப்பை ரசிக்க முடியுமா.... ?

எத்தனை ஏளனப் பொருள் அந்த குரூரச் சிரிப்பிலே.....

அவள் ...

இப்பொழுதும்...

வலி காட்டவில்லை...

வலிமை காட்டினாள்...

கிலி காட்டவில்லை...

பழி காட்டினாள்...

இத்தனை வன்மமா என் மீது அவளுக்கு... ?

நான் செய்தது அத்தனை பெரும் பிழையா.. ?

எனக்குத் தான் அவளைப் பார்க்கப் பரிதாபமாக இருந்தது...

அவளுக்கு....

என் மீது கருணை சுரக்கவேயில்லை...!

இரவு பகலாக கண்விழித்து... ஓர் அழகான ஓவியம் எழுதி.... இறுதியிலே அதன்மீது வண்ணக் குழம்பினை ஊற்றிச் சிதைத்தது போல... சிதைந்து கிடந்தாள் வான்மதி....!

அழியப் போகிறாள் என்பது தெரிகிறது.

ஆனால் அதற்கான எந்த வேதனைகளையும் அவள் வெளிக்காட்டவே இல்லை...!

ஒரே ஒரு நாலு வரிக் கடிதம்...

அவளை உண்ணர்ச்சியற்ற மரகட்டையாக மாற்றி விட்டது...

சாவுக்கே சவால் விட்டுக் கொண்டிருந்தாள் அவள்...

என்ன செய்ய முடியும் என்னால்...

கண்ணீரை உதிர்ப்பதைத் தவிர ...!

ஒரு பிடிவாதத்தின் விலை...

ஓர் உயிர்...!

ஈடுசெய்ய முடியாத வாழ்க்கை...

கிடைத்தற்கரிய அழகு...!

இதோ...

இதோ...

அவளது இறுதிப் புன்னகை...

அந்த இறுதிப் புன்னகையின் பொருள் எனக்கு நன்றாகப் புரிகிறது.....

இப்பொழுதும் என்னைக் கேள்விகள்தான் கேட்கிறாள்...

'இப்ப என்னடா செய்வ... ?'

'இப்ப என்னடா செய்வ... ?'

'இப்ப என்னடா செய்வ... ?'

வாய் பேசாமலேயே வான்மதி என்னை வசைபாடுக்கிறாள்...

நான் என்னதான் செய்ய முடியும்....!

மரணமாகப் போகும் நிலை... வான்மதிக்கு....

மரணித்துவிட்ட நிலை... எனக்கு...

கருகிப்போய் கருப்பான முகம்..... அவளுக்கு......!

உருகி போய் உறைந்து போன முகம்.... எனக்கு........!

அந்த கரிய முகத்திலே... வெள்ளை வெளேரென்று இரண்டு பெரிய விழிகள்...

பாதி வெந்தும் வேகாத வறட்டு உதடுகளிலே... வன்மமான புன்னகை...!

இப்படியொரு காட்சியை நான் கண்ணால் காண்பது தண்டனையில்லையா...!

இந்த உலகத்திலேயே... அவளுடைய அழகை அதிகமாக ரசித்தவனும்... கற்பனை செய்தவனும் நான்தானே...!

அதற்கு எனக்கு இதுதான் சரியான தண்டனை....!

வான்மதி கொள்கைக்காரி...

நெனச்சதச் செய்வா...

வெற்றியடஞ்சுட்டேன் பாத்தியா...

இப்ப என்ன செய்ய முடியும் உன்னால..!'

அவளது உதடுகளிலே அசைவில்லை...

ஆனால்....

வார்த்தைகள்.....

குரலோசையின்றி வெளிப்பட்டன...!

ஆம்...

அவள் ஏதோ பேசுகிறாள்...!

நான் என்ன செய்வேன்... ?

கடவுளே... கடவுளே... கடவுளே...

நான் கும்பிட்ட... கும்பிடாத... மற்ற பிற மதத்தைச் சார்ந்த கடவுள்களையும் கூட துணைக்குக் கூவியழைத்தது என் இதயம்...!

குற்றாலத்து அருவி நீரிலே மூழ்கி... வான்மதியின் போன உயிரை மீட்டு வந்தேன்...

ஆனால் இப்பொழுது... ?

இதோ...

என் கண்ணெதிரிலேயே... நான் காப்பாற்றிய அவளுடைய உயிர் போய்க்கொண்டே இருக்கிறது...

குற்றாலத்திலே காப்பாற்றியது போல... இப்பொழுது அவளது உயிரை காப்பாற்ற என்னால் இயலவில்லை...

அது நீர்...

இது தீ...

இனி எந்தக் கடவுள் வந்தாலென்ன... இனிமேல் அவளைக் காப்பாற்றவா முடியும்... ?

மாய மரணத்திற்கென்றே மண்ணிலே பிறப்பெய்தியவளா அவள்.... ?

எனது கடிதம் பார்த்த நொடி முதலே... அவள் வேறு விபரீத திசையிலே தான் பயணப் பட்டிருக்கிறாள்...

அவளை எரித்த நெருப்பு.... இன்று மட்டும் எரிக்கவில்லை...

அந்தக்கடிதம் பார்த்த நாள் முதலே... கொஞ்சம் கொஞ்சமாய் எரித்துக் கொண்டே இருந்திருக்கிறது...

முதலில் அவளது மனதை எரித்தது...

பிறகு அவளது பெண்மையை எரித்தது...

முற்றிலுமாக அவளது உணர்வுகளை எரித்தது...

அவளது உடல் உணர்வுகளையெல்லாம் எரித்தவிட்டது...

கடைசியாக... அழகினாலேயே கடைந்து செய்யப்பட்ட அவளது உடலையும் முழுவதுமாக எரித்து விட்டது...!

நான் அவளைப் பார்த்தபடியே நின்றேன்...!

அவள் லேசாக மூச்சுவிடுவது தெரிகிறது....

மார்புகள் ஏறி இறங்குகின்றன...

அருகே நெருங்கிச்செல்ல பயமாயிருக்கிறது...

அவளது பார்வை என் மீதிலிருந்து நகரவே இல்லை....!

“வா... வா... வா... வா...”

அவள் என்னை அழைப்பது புரிகிறது....!

விழிகளும் இமைக்கவே இல்லை...!

மூச்சு விடுவது கொஞ்சம் வேகம் கூடியது...

இப்பொழுதும்... விழிகளிலும் விழித்தலிலும் மாற்றமே இல்லை...

அது கோபமா...

ஆங்காரமா...

ஆத்திரமா...

அழுகையா...

சாபமா...

அல்லது அடங்கி விடப்போவதன் அறிவிப்பா.....!

“வர மாட்டியா... என் பக்கத்துல வர மாட்டியா... ?”

என்று கேட்பது எனக்கு நன்றாகப் புரிகிறது...

அவள் மனதால் என்னைச் சபிக்காமல் இருக்க வேண்டும்... நான் கடவுளை வேண்டிக் கொண்டடேன்....!

மூச்சிரைக்கும் வேகம் அதிகமாகிறது.....

அவள் அடங்கப் போகிறாள் என்பது தெளிவாகத் தெரிகிறது.....

வண்ணமயமான வாழ்க்கை பற்றி எவ்வளவு கனவுகள் கண்டிருப்பாள்...

வகுப்பிலேகூட....

அவளது உடை....

அலங்காரம்....

நளினங்கள்.....

நடவடிக்கைகள்.....

பேசும் தொனி....

பழகும் விதம்.....

எல்லாமே மிக உயரிய வகையிலே இருக்கும்...

மற்றவர்களிலிருந்து தனிப்பட்டுத் தெரிவாள்...

மிக உயர்ந்த லட்சியங்கள் கொண்டிருந்தாள்...

நிறைய படிக்க வேண்டும்... உலகறிய சாதிக்க வேண்டும்... மிக உயர்ந்த குடும்ப வாழ்க்கையை வாழவேண்டும்..... என்று கனவு கண்டாள்....!

தராதரம் பாராத எனது கீழ்த்தரமான கடிதம்... அவளை சிதைத்துவிட்டது... அவளது மிகப்பெரிய லட்சிய வாழ்க்கைக்கு நான் நெருப்பு வைத்துவிட்டேன்...

அவளது விழிகளிலிருந்து கண்ணீர் பெருக்கெடுத்து வழிகிறது...

எதனால் கண்ணீர் வடிக்கிறாள்...?

என்னதான் புரிந்து கொள்வது...?

இப்படியொரு நிலை எனக்கு ஏன் வந்தது...?

நான் கூட அழுகிறேன்...

பதறுகிறேன்...

துடிக்கிறேன்...

ஆனால்...

எனது கண்முன்னாலேயே வழியும் அவளது கண்ணீரை துடைக்கக்கூட என்னால் முடியாதே...

அவள் சிந்திய கண்ணீருக்கு என்னதான் பொருள்...?

என்னை மன்னித்து விட்டாளா...?

அல்லது... இப்போது மரணித்தாலும்... மறுபடியும் பிறந்து வந்து உன்னை தண்டிப்பேன் என்கிறாளா....?

ஏன் மறுபடியும் பிறந்து வர வேண்டும்...?

இப்போது... நான் கண்ணெதிரே காணும் காட்சி ஒன்று போதாதா...?

இன்னும் நான் வாழப்போகும் நாட்களிலே... ஒரு நாளாவது வான்மதியின் வடுக்கள் இல்லாது வாழ இயலுமா...?

சந்தேகமே இல்லை...

அவள் என்னை தண்டித்தே விட்டாள்...!

பழி தீர்த்தே விட்டாள்...!

குற்றால அருவியிலே போயிருக்க வேண்டிய உயிர்..... என்னைக் குற்றவாளியாக்க வேண்டும் என்பதற்காகவே..... என்னாலேயே காப்பாற்றப் பட்டிருக்கிறது...

அதோ....

அவள் என்னை அருகிலே அழைத்துக் கொண்டே இருக்கிறாள்...!

அவள் அருகே செல்ல முயற்ச்சித்தேன்... முடியவில்லை....!

மருத்துவர் என்னைத் தள்ளிப் போகச் சொன்னார்... உதவியாளர் வலுக்கட்டாயமாக என்னை வெளியே தள்ளிக்கொண்டு போனார்...

"போங்க போங்க... உயிரு போகப்போகுது...
பக்கத்துல போகாதீங்க... தள்ளிப் போங்க..."
நான் அவளை விட்டு தூரத்திலே இழுத்து செல்லப் படுகிறேன்...
அவளது பார்வை மட்டும் என் மீதிருந்து மாறவேயில்லை....!
நான் தள்ளப்படுகிறேன்...
இடைவெளி அதிகமாகியது....
எனது கண்களும் அவளது கண்கள் மீதே தான்...!
இதோ....
இதோ....
இதோ...
அவளது உயிர்ப் போராட்டம் முடிவுக்கு வந்தே விட்டது...!
இறுதிப் பெருமூச்சை... ஒரே மூச்சாக இழுத்து வெளியே தள்ளிவிட்டு.....
விடுதலை பெற்றாள்....
வான்மதி....
வலிகளிலிருந்தும்... குழப்பங்களிலிருந்தும்...!
ஆம்..!
வான்மதி இறந்து போனாள்..!
அப்படித்தான் அறிவிக்கப்பட்டு விட்டது...!
இங்கே...
கடற்கரையிலே...
கடிதம் எழுதுமிடத்திலே...
எழுதுவதை நிறுத்தினேன்...!
துக்கம் உடல் முழுவதையும் ஆட்கொண்டுவிட்டது...
கண்ணீர் கரைபுரண்டு கன்னங்களைக் கடந்து வழிந்தன...
அழுகை கட்டுக்கடங்காமல் வெடித்தது...
அப்படியே கூனிக்குறுகி... துவண்டு போய் உட்கார்ந்திருந்தேன்... எனது உடலிலே எல்லா பாகங்களும் செயலிழந்து விட்டன...
அறிவு உட்பட....!
ஒட்டுமொத்த இயக்கமும் தடைபட்டுவிட்டது...
என்னை முழுவதுமாக வான்மதி ஆக்கிரமித்துக் கொண்டாள்...!
"நீ போகாதே நில்..." என்று ஆணையிட்டாள்...
இதோ அவளது குரல் இங்கேயும் எனது காதுகளிலே ஒலிக்கிறது....
என்னை அசைய விடவில்லை... ஏதோ ஒரு சக்தி இறுகப் பிடித்தது போல...
மருத்துவமனையிலே என்னைத் தள்ளியவரைத் தவிர்த்து விட்டு... நான் நின்றேன்...
இடிந்தேன்... ஒடிந்தேன்... நகர முடியவில்லை... கண்கள் அருவியாய் பொழிகின்றன...
இப்பொழுதும் வான்மதி விழிகளை மூடவில்லை...!
பார்வை என் மீதுதான்...!

உயிருடன் இருந்த பொழுதும் அவளது திரள் பார்வை தான் என்னைச் சிதைத்தது...

இப்பொழுது இறந்த பின்னும்... அவளது வெறிப் பார்வை தான் என்னைச் சிதைக்கிறது....!

அப்பொழுது பயமில்லை...

இப்பொழுது பயமாக இருக்கிறது...

எனக்கு அவள் மீது கோபமாகவும் வந்தது...

ஏன் இப்படி ஒரு முடிவெடுக்க வேண்டும்... ?

ஒரு சாதாரண கடிதம்...

அந்த வயதிலே ...

பள்ளி பருவதிலே...

இனகவர்ச்சி ஆட்கொண்டு கடந்து போகையிலே...

வாலிபம் வந்தது சேர்கையிலே....

சாத்தான் குணம் வழி நடத்துகையிலே...

பெரும்பாலானோர் செய்கிற தவறு தான்..

ஆண் பெண் இருபாலாரும்...!

அதை தூசி என்று உதறி தள்ளி விடாமல்... ஊதி உசுப்பேற்றி அசுரத்தனமாய் உருக்கொடுத்து.... உயிரை மாய்த்து... இப்படி தீக்கிரையாகும் அளவிற்கு வளர்க்க வேண்டுமா... ?

யார் மனதிலே இல்லை பாலுணர்வு... ?

யார் உடலிலே ஊறல்போடவில்லை இனக்கவர்ச்சி... ?

யார் மனதிலே விதைக்கப்படவில்லை காதல் ...!

யாரை வழி நடத்தவில்லை காமம்... ?

யாரை தான் விட்டு வைத்தது வாலிபம்... ?

இது உடற்புணர்வு இல்லை..!

சாதாரண விழியுணர்வு ...!

அதனால் விளைந்த வினை முதிர்வு....

வெறும் கனவுகளின் புணர்வு...

வெறும் மாயைகளின் அதிர்வு...!

அதற்கு உறுதித்தன்மை கிடையாது...

அது குழப்பவலை...

சூழ்ந்து வரும் கரு மேகம்...

தவிர்த்தல் எளிது ...!

நான் எழுதியது ஒரு கடிதம் ...

அவளது அழகு பற்றிய வர்ணனைகள்...

வான்மதி அதை ஒரு சிறிய மறுத்தலிலே தவிர்த்திருக்கலாம்... சிறிய விவாதத்திலே மறுதலித்திருக்கலாம்... சிறிய தண்டனையிலே முடிவு கட்டியிருக்கலாம்...!

அரை மணி நேரம் கூட தேவையில்லை... ஐந்து நிமிடம் கூடத்தேவையில்லை... ஒரே நிமிடத்திலே அதற்கு முற்றுப்புள்ளி வைத்திருக்கலாம்...!

அது..... அத்தனை சிறிய செயல்தான்...
அதை விடுத்து...
அதை....
மிக ஆழமாக.....
அகலமாக....
கண்... காது... மூக்கு வைத்து.... உருவம் கொடுத்து...
தேவையில்லாத கற்பனைகளை கலவை செய்து...
போகுமிடமெல்லாம் வீண் பிடிவாதத்தை கூடவே எடுத்துச்சென்று...
ஒளிமிகு அழகு வனத்தினை சிதைத்து.....
கவின்மிகு வாழ்க்கையைத் வதைத்து...
விலை மதிப்பில்லாத உயிரைத் தொலைத்து......
தன்னைத்தானே அழித்துக்கொள்வது என்ன அறிவாளித்தனம்....?
வண்ணமயமான அழகினைப் பெற்றிருக்கிறது மனிதம்...
அளப்பரிய ஆற்றலை பெற்றிருக்கிறது மனிதம்....
பலவிதமான குணங்களை உள்ளடக்குகிறது மனிதம்...
மகத்தான வாழ்வியலைப் பெற்றிருக்கிறது மனிதம்...
அதை அனுபவித்து வாழ லட்சக்கணக்கான வழிகளும் கண்முன்னே காணக் கிடைக்கின்றன....! அதையெல்லாம் அலட்சியப்படுத்தித் தூக்கி எறிந்துவிட்டு... அந்த மனிதத்தை இப்படித்தான் அழித்துக்கொள்ள வேண்டுமா...?
பெண்......
மனித இனத்தின் மகத்தான சக்தி....
எந்த நிலையிலும் வீழ்ந்துவிடக் கூடாது....
வாழ்ந்து வழிகாட்ட வேண்டும்.....!
நன்மை... தீமை....
இடர்... துயர்....
அழுகை.... சிரிப்பு....
சோதனை.... வேதனை....
வெற்றி... தோல்வி...
பிணி... துயர்...
வலி.... ரணம்....
சண்டை... சமாதானம்....
பகை... நட்பு.....
எல்லாம் மாறி மாறி வருவதுதான் வாழ்வியல்...!
இவற்றை அனுபவித்துக் கடந்து போவதே மனிதக் கடமை...!
அதை விடுத்து.... மரணத்தைத் தானாகவே நிகழ்த்திக்கொள்ள மனிதத்திற்கு அனுமதியில்லை...!
இதோ....!
முடிந்துவிட்டது....!
வான்மதி என்கிற வாழ்வியல் சரித்திரம்...!
இனி என்ன செய்ய முடியும் அவளால்...?

ஆம்...!

இனி அவளுக்கு...

நிரந்தர சுதந்திரம்...!

ஆனால்...

விழிகள் மட்டும் என் மேலேயே குத்திட்டு நின்றன...!

அவளுடைய முதல் பார்வையும் என் மீதுதான்...!

இறுதிப் பார்வையும் என் மீதுதான்....!

'உன்னை நான் விடமாட்டேன்...

என்னிடமிருந்து நீ தப்பவே முடியாது...'

என்பது போல....!

ஐயோ...

அந்தப்பார்வை...

அதிலே தெறித்த சாபம்...

எத்தனை தலைமுறைக்கு கிளை வேர்கள் விட்டு... என்னைத் தாக்கும் என்பதை... என்னால் கணக்கிட்டுச் சொல்ல இயலவில்லை...!

அந்த விடலைப் பருவம்...

சாத்தான் குணம்...

வான்மதியை...

வயிற்றுக்குள்ளே வைத்து அடைகாத்த தாயை அவளிடமிருந்து பிரித்தது...

தோள்தூக்கி உலகம் காட்டிய தந்தையைப் பிரித்தது...

உதிரக்கலப்புடன் உடன் பிறந்த சகோதர சகோதரிகளைப் பிரித்தது...

ஒட்டி உறவாடி வாழ்ந்த உறவுகளைப் பிரித்தது...

கூட்டம் கூட்டமாய்... கூட்டுப் பறவைகளாய் கூடிக் கலந்திருந்த நண்பர்களைப் பிரித்தது...

தாலிகட்டிய தங்கம் போன்ற கணவனைப் பிரித்தது...

இரவு பகலாய் அவளது அழகினை ஆராதித்த என்னை பிரித்தது...!

இத்தனைக்கும் காரணம்...

அந்த வயதிலே பிடித்து... பிணி திணித்து... உயிர் குடிக்கும் சாத்தான் குணம் தான்...!

அந்தச் சாத்தான் குணம் உருவாக்கியது நாலு வரிக்கடிதம் ...!

ஆனால்.....

விளைவுகளும்... விபரீதங்களும்... விபத்துக்களும்... ஏராளம்....!

மிகமிக முன்னெச்சரிக்கையாகவும் பாதுகாப்பாகவும் இருக்க வேண்டிய பருவம் அது...

அது...

சிறிது கட்டுப்பாடு இழந்தாலும்... சீறிப்பாய்ந்து தாக்கும் அதிவேக மின்சாரம்...!

வாலிபத்தை வளைக்கும் ...

வாழ்வியலை திசைமாற்றும்...

எதிர்காலத்தை முட்காடாக மாற்றும்...

உறவுகளிலே விரிசலை உருவாக்கும்...
உரிமைகளை பறிக்கும்...
பகுத்தறிவை பாதிக்கும்...
தனிமையை உருவாக்கும்...
அந்த சாத்தான் குணம்...!
இதோ...
வான்மதி...
அனாதையாகி விட்டாள்...!
ஆம்...
இப்பொழுது ஒரு அனாதைப்பிணம் அது...!
நான் மட்டும் நிற்கிறேன்...!
எனக்கும்...
பயமாயிருக்கிறது...!
உடனே அந்த இடத்தைவிட்டுத் தலைதெறிக்க ஓட வேண்டும் போலிருந்தது....!
ஓடவில்லை...
ஏன் ஓடவில்லை...
தெரியவில்லை...
ஆனால் ஓடவில்லை....!
மருத்துவமனை ஆவணங்களிலே கையொப்பம் போடும்படி கேட்டார்கள்...
சிறிதும் தயக்கமின்றி காட்டிய இடங்களிலெல்லாம் நான் கையொப்பமிட்டேன்...
ஏன் கையொப்பமிட்டேன்...
தெரியவில்லை...
ஆனால்...
கையொப்பமிட்டேன்...!
வான்மதியின் மீது ஏதோ ஓர் உரிமை எனக்கு உருவாகியிருந்தது....!
மருத்துவச் செலவுத்தொகை செலுத்தச் சொன்னார்கள்...
சற்றும் தாமதம் காட்டவில்லை...!
முழுத் தொகையையும் உடனே செலுத்தினேன்...!
ஏன் செலுத்தினேன்...
தெரியவில்லை...
ஆனால் செலுத்தினேன்...!
வான்மதியின் மீது எனக்கு ஏதோ ஒரு கடமை ஏற்பட்டிருந்தது...!
வான்மதியின் இறுதிச் சடங்குகளைச் செய்ய அனுமதி வாங்கினேன்.....
ஏன் அனுமதி வாங்கினேன்...
தெரியவில்லை...!
ஆனால் அனுமதி வாங்கினேன்...!
எரியூட்ட எடுத்துச் சென்றேன்....

ஏற்கெனவே எரிந்து போன வான்மதி... எஞ்சிய பகுதியும் எரியூட்டி எரிக்கப்பட்டாள்...

என்னால்...!

நானே எரியூட்டினேன்...

நான் அழகழகாய்... அங்குல... அங்குலமாய்... அளவெடுத்து ரசித்த அந்த அழகுக்கு ...!

ஏன் எரியூட்டினேன்...

தெரியவில்லை...

ஆனால்...

எரியூட்டினேன்...!

ஏதோ ஒரு உரிமை என்னை கட்டாயப்படுத்தியது...!

என்னைக் கண்களாலேயே தீக்குளிக்க வைத்தவள்...

இன்று.....

என் கண்முன்பே தீயிலே குளித்துக் கொண்டிருந்தாள்...!

ஆம்...

அழியாத நிரந்தர அழகு... என என்னால் வர்ணிக்கப்பட்ட அந்த அழகுப் பெட்டகம்... அழிந்து கரைந்து போனது...!

ஒன்பதாவது வகுப்பறையிலே...

எங்களது பள்ளியிலே...

அவள் வாழ்ந்த தெருவிலே...

அந்த ஊரிலே...

ஓர் அழகுச் சூரியனாக தகித்துக்கொண்டிருந்த வான்மதி...

தனது அழகுசூட்டால்... பல பருவ இதயங்களிலே தகித்துக் கொண்டிருந்த வான்மதி...

இப்போழுது தகனம் செய்யப் பட்டுவிட்டாள்...

இதற்காகவா பிறவி...?

இதற்காகவா வளர்ப்பு...?

இதற்காகவா வாலிபம்...?

இதற்காகவா வனப்பு...?

இதற்காகவா பருவம்...?

இதற்காகவா அழகு...?

இதற்காகவா காதல்...?

இதற்காகவா காமம்...?

இதற்காகவா வாழ்க்கை...?

எல்லாமே விழி இமைக்கும் பொழுதுக்குள்ளே இல்லாமலே போய் விட்டதே...

இனி எங்கே தேடுவேன் வான்மதியை...?

இதோ ...

அவளது சாம்பல்...

எனது கைகளிலே கொடுத்தார்கள்...

இதுதான் வான்மதி என்றார்கள்...

பார்த்துக் கொண்டே இருந்தேன்...

எனது அனுமதி கேட்கவே இல்லை... விழிகள் அணை உடைத்து ஆறுபோல ஊற்றின கண்ணீரை...

மறுப்பேதும் தெரிவிக்காமல் வாங்கினேன் வான்மதியை.....

சாம்பல் வடிவிலே... கைகளிலே...

ஏன் வாங்கினேன்.....

தெரியவில்லை...

ஆனால்...

வாங்கினேன்...!

பள்ளியிலும்... வகுப்பிலும்... பருவத்திலும்... பழக்கத்திலும்... குற்றால அருவியிலே அவளைக் காப்பாற்றிய தருணத்தைத் தவிர... வேறு எந்த இடத்திலும் நான் அவளைத் தீண்டியதே இல்லை....!

அழகழகாக அவளது அழகை... விழி வழியே தீண்டிய என்னால்... அவளது சாம்பலைத்தான்..... கைகளால் தீண்ட முடிந்தது...!

அவள் யார்...?

அவளுக்கும் எனக்கும் என்ன உறவு....?

எதற்காக நான் இதையெல்லாம் செய்கிறேன்...

தெரியவில்லை...!

ஆனால்...

செய்கிறேன்...!

என் ஆன்மா எனக்கு ஆணையிடுகிறது...

அதனால் செய்கிறேன்...!

மனிதப் பிறவி...!

மிக மிக அரிதான பிறவி...!

கிடைத்தற்கரிய பிறவி...

வாழ வேண்டும்...!

வாழ்ந்ததன் அடையாளமாக... நாம் வாழ்ந்த உலகிலே... ஏதாவது தடயங்களை விட்டுச்செல்ல வேண்டும்...!

வான்மதி...

முறையாக பிறந்தாள்...

முறையாக வளர்ந்தாள்...

முறையாக வாழ்ந்தாள்...

ஆனால்...

தடயங்கள் ஏதுமே வைக்காமல்... தடம்மாறி... தடுமாறி... தகித்துப் போனாள்...!

அவளது அழகை அள்ளிப்பருகிய இந்த விழிகளால்... அவள் தகனமான சாம்பலையும் பார்த்துக் கொண்டே நின்றேன்...

ஏன் நின்றேன்...

தெரியவில்லை...

ஆனால் நின்றேன்....!

வான்மதியின் சாம்பல் சுமையை வாங்கிவிட்டேன்...

அதை என்ன செய்வது....

தெரியவில்லை...

சுய நினைவிலே இல்லை நான்...

இப்பொழுது....

நானும் ஒரு பிணம்தான்...!

உணர்வுகள் எதுவுமே இல்லை..!

எனது உடல் இயந்திரம் இயங்குகிறதா... ?

தெரியவில்லை...!

எனது இதயம் துடிக்கிறதா... ?

இல்லை...

எனது அறிவு எங்கே...

எனது அறிவின் இயக்கம் எங்கே....

எதுவுமே எனது வசம் இல்லை....!

விதியும்... விதியின் வலிமையும்... எனது அறிவை ஆக்கிரமிப்பு செய்து கட்டுப்படுத்தி இயக்கியது...

அதன்படி நானும் இயங்கினேன்...

எனது அறிவு... எனது அனுமதி இல்லாமலேயே என்னைப் பேருந்து நிலையத்திற்கு அழைத்து வந்தது...!

வான்மதியின் சாம்பலைச் சுமந்தபடி...!

பேருந்திலே பயணித்தேன்... வான்மதியின் சாம்பலைச் சுமந்தபடி...!

நான்... எங்கே பயணிக்கிறேன்...

தெரியவில்லை...

ஆனால் பயணிக்கிறேன்.....!

எனது பயணம்... நிறைவுப்பகுதியைத் தொட்டது...

ஆம்...

அது பள்ளி...

அவள் அழகு தேவதையாக வலம் வந்த அந்தப் பள்ளிக்கு வந்தேன்...

வான்மதியின் சாம்பலைச் சுமந்தபடி...!

மாலை மயங்கும் வேளை...

கலைந்த பகலுமில்லை...

கவிந்த இருளுமில்லை...

எனது கண்முன்னே... அந்த மாயப்பள்ளி...!

தமிழ்த்தாய் வாழ்த்தும்... இறைவணக்கமும்... தேசிய கீதமும் பாடி வணக்கம் செலுத்த... நாங்கள் வரிசையாகக் கூடும் பரந்த இடம்...

இப்பொழுதும் மாணவர்களும் மாணவிகளும் பாடும் கூட்டுப்பாடல் ஓசைமட்டும் எனது காதுகளில் ஓங்கி ஒலித்தது...

'ஓ....' வென்று உற்சாகக் கூச்சல்... வான்மதியின் சாம்பலை வரவேற்றது...!

இங்குதான் ஒன்று கூடினோம்...

இங்குதான் விளையாடினோம்...

இங்குதான் நண்பர்களாய் கலந்தோம்...

உற்சாகம்...!

வீடு விட்டுப் பறந்தால்..... திரும்பவும் போய் வீடடைவது வரை அளவிலா உற்சாகம்.....!

இங்குதான் சிறகுகள் முளைத்தன...!

இங்குதான் நட்பு விளைந்தது...!

இங்குதான் கற்பனைகள் வளம் பெற்றன...!

இங்குதான் கவிதைகள் உற்றுடுதேன...!

இங்குதான் காதல் விதையூன்றியது....!

இங்குதான் கடிதங்கள் உருவாகின....

இங்குதான் அறிவு வளர்ந்தது...!

இங்குதான் ஆற்றல் பெருகியது...!

உள்ளே நுழையும் போது குழந்தை...

படிப்பு விட்டு வெளியே போகும்போது உயர்ந்த மேதை......!

அதிசயமாக இருக்கிறது....!

இப்பொழுது....

அந்தப் பகுதி முழுவதும் உயர்ந்து வளர்ந்த மரங்கள்...

வனம் போல......

அடர்த்தியாக பூக்களைப் மலர்வித்துப் பொலிவு காட்டி நின்றன.....!

வான்மதிக்கு வரவேற்புக் கொடுப்பதற்காகவோ என்னவோ தெரியவில்லை...

திடீரென சிலுசிலுவென்று காற்று வீசி... பூத்திருந்த மரங்களைப் பிடித்து உலுப்பியது...

'பொல...பொல...' வென பூக்கள் உதிர்ந்தன...!

இன்றென்னவோ....

அந்த மரக்கிளைகளிலே... கிளிகளும் குயில்களும் கூட்டம் கூட்டமாய் அமர்ந்து அவைகளுக்குள்ளே ஏதோ விவாதித்துக் கொண்டிருந்தன.....

நாங்கள் படிக்கும் காலங்களிலும் எங்களது உற்சாகத்திற்கு ஈடுகொடுத்து... எங்களோடு இரண்டறக்கலந்து... துள்ளிப் பறந்து... வித்தைகள் காட்டி விளையாடிய அந்தப் பறவைகள்... இன்றும் சிறப்புப் பொதுக்குழு கூட்டியிருந்தன...

ஏன்.........?

வான்மதிக்கு வரவேற்புக் கொடுப்பதைப்பற்றிக் கலந்துரையாடவா...?

அவைகள் எழுப்பிய விதவிதமான ஒலிகள்... அந்த சூழ்நிலையின் அமைதியை வேறு நிலைக்கு மாற்றின...

என்றால்...

வான்மதி வருவாள் என்று அந்த மரங்களுக்கும்... பறவைகளுக்கும் முன்னறிவிப்பு செய்தது யார்.....?

இன்னொரு சிறப்புச் செய்தி...

இந்தப் பூ மரங்களைச் செடிகளாக நட்டவள் வான்மதி தான்.....!

இன்று....

அவை வளர்ந்து மரமாகி... பூங்கொத்துக்களைத் தாங்கிக் குலுங்கி நின்றன.....!

அந்த நன்றிக்காக... வான்மதி என்னும் மலர் மீது... மலர் சொறிந்து தங்களது நன்றியை அவளுக்கு செலுத்தின...

அந்தக் காற்றும்... மரங்களின் அசைவும்... பறவைகளின் ஒலிகளும்... எனது கண்களின் கண்ணீரை அதிகப்படுத்தின...

பள்ளியா அது...

பருவச் சோலை...

பட்டாம்பூச்சிகள் வண்ண வண்ணமாய் வட்டமடித்துப் பறந்த பூந்தோட்டம்...

'பகல் எப்பொழுது வரும்.....'

எனக் காத்திருந்த பருவப் பறவைகளுக்கு.... பொழுது புலர்ந்ததும் சிறகுகள் முளைக்கும்...

வீட்டுச்சிறை விட்டு விசையாகப் பறக்கும்....

வான்மதி தவழும் இந்த நந்தவனத்திலே வந்து கூடும்.....!

படிப்பிற்காகவா..... ?

இல்லை......

பருவப் பரிமாறல்களுக்காக......!

முகப்பொலிவுகளைக் காட்டி... பருவ விலாசங்களைப் பதிவு செய்து கொள்வதற்காக.........!

அப்படிப் பறந்து வரும் பறவைகள் அத்தனையும் ஒரே ஒரு பறவையை ஈக்களாக மொய்க்கும்.....

தேன் கூட்டை மூடி மொய்த்திருக்கும் தேனீக்கள் போல........!

அது....

வான்மதி.....!

அவளுக்கு எதிர்ப் போட்டி யாருமே இல்லை.....

இன்றும்....

அவளுக்குப் போட்டியாக இங்கே யாரும் இல்லை.....

இவ்வளவு அவசரப்பட்டுச் சாம்பலாவதிலே.....!

பல இளைஞர்களின் மூச்சுக்காற்றாக... இதயத் துடிப்பாக... நிலை பெற்றிருந்தவள் வான்மதி.......

பல பேருடைய வாலிபக் கனவுகளுக்கு அவள் கருப்பொருள்...

பலருடைய விழிகளுக்கு... அவளே பார்வை... ஒளி...!

இரவுகளிலே பலரை வதைக்கும் கொடுமைக்காரி...

ஆசிரியர்களில் கூட.... சிலருக்கு அவள் மீது வெளிப்புகலா மோகம் உண்டு..... ஒரு நாளைக்கு பத்து முறையாவது விழிபாதி உயர்த்தி... அவளை சரிபாதி அபகரிப்பார்கள்... ஆசிரியராயினும் அவர்களும் ஆண் பிறவிகளன்றோ... ?

காதல் வளர்த்தவர் எத்தனை பேர்...

காமம் வளர்த்தவர் எத்தனை பேர்...

ஆசை வளர்த்தவர்...

ஏங்கித் தவித்தவர்...

எச்சில் விழுங்கியவர்...

எதற்கும் துணிந்துவிடத் துடித்தவர் தான் எத்தனை பேர்...
அந்தப் பள்ளியிலே பையன்களுக்குள்ளே பலமுறை சண்டைகள் மூண்டு விடும்...
காரணம் அவளாகத்தான் இருப்பாள்...
எத்தனையோ சமாதானங்கள் நிகழ்ந்திருக்கும்...
அதற்கும் காரணம் அவளாகவேதான் இருந்திருப்பாள்....
அந்த பள்ளியிலே...
கவிஞர் பலர் உருவாகி இருக்கிறார்கள்....
ஓவியர் பலர் உருவாகி தூரிகை தொட்டிருக்கிறார்கள்...
அறிஞர் பலரும்.... ஞானிகள் பலரும் கூட தோன்றி இருக்கிறார்கள்...
இத்தனைக்கும் காரணம்....
வான்மதி தான்...!
அந்த வண்ணப்பூ, வான்மதி... எரிந்து சாம்பலாக்கிவிட்டாள் என்று அந்தப் பள்ளியிலே எவரும் அறியார்...
அறிந்திருந்தால்... இதற்குள் அந்தப் பள்ளியே பற்றி எரிந்திருக்கும்...!
இன்றும்....
வான்மதி..
அந்தப் பள்ளியெங்கும் உலா வந்தாள்...
அவள்.... அழகு மேகமாக உலா வந்த அத்தனை இடங்களிலும் .....!
சாம்பலாக....!
யாருமில்லாத் தருணம்.....
அதே ஒன்பதாவது வகுப்பு அறை...
வரவேற்பளித்தது அவளுக்கு...
அமைதி வாசிப்பிதழ் வாசித்து...!
மெல்லிய இருட்டு...
வகுப்பறையிலே நானும் வான்மதியும் மட்டும் தான்......!
திடீரென்று.....
நிறைய மாயக் குரலோசைகள்......
வரவேற்பு உற்சாகம் போல...!
மாணவ மாணவிகள் பலமாகக் கையொலி எழுப்பினார்கள்......
அவர்களின் நடுவே வான்மதியும் நானும்...
அவள் ஆட்டிப்படைத்த அந்த வகுப்பறையிலே...!
அனைவரும் குதித்து ஆரவாரம் செய்து விளையாடினார்கள்...
நடு நாயகியாய் வான்மதி.....!
மாணவியருக்குள்ளே அழகிப் போட்டி...
வான்மதி முதலாவதாக வருகிறாள்...!
வேறு யார் வருவார்கள்...?
பாராட்டுக்கள்... ஓசைகள்... கூச்சல்கள்...
ஆனால்...
வான்மதி.....

எனது கைகளிலே....
நான் உருவமாக....
அவள் சாம்பலாக...!
குரல்களும்... ஆர்ப்பாட்டங்களும் ஒலித்துக் கொண்டே இருந்தன... கனவுப் பொருளாய் வலம் வந்துகொண்டிருந்தவள்... காட்சிப் பொருளாகக்கூட நிலைக்காமல் போய்விட்டாளே....
கண்ணீர் மட்டும் பெருக்கெடுத்து ஓடிக் கொண்டே இருக்கிறது எனக்கு ...!
என்றால்...
நான் அழுகிறேனா... ?
தெரியவில்லை...
ஆனால் அழுகிறேன்....!
அதோ...
வான்மதி...
அவள் வழக்கமாக அமரும் அதே இருக்கையிலே ...!
அவளது பெரிய விழிகளை என் மீது செலுத்தியபடி அமர்ந்திருக்கிறாள்...
அந்தக் குற்றாலத்துச் சம்பவத்தின் தொடர்ச்சியாக...!
நானும் அவளைப் பார்த்தபடியே இருக்கிறேன்...
அவளது குற்றாலத்து விழிப் பார்வையால்.... தாக்குண்ட நிகழ்வின் நீட்சியாக....!
இப்பொழுது...
அவள்.....
எனது கைகளிலே....
சாம்பலாக....!
கனவு வகுப்பு முடிந்தது....
அந்த மைதானத்தின் மத்தியிலே நடந்தேன்...
மிகப்பரந்த மைதானம்...
நான் மட்டும் தனியே...
என்னுடன் வான்மதி...
சாம்பலாக.....!
அந்த மரத்திற்குப் பின்னே வந்தேன்...
சாம்பல் வடிவத்திலிருந்த வான்மதியையும் அழைத்துக் கொண்டு...!
இப்பொழுதும்... வான்மதியிடம் காதல் கடிதம் கொடுத்தேன்...!
இப்பொழுது சிரித்த முகத்துடன் வாங்கிக் கொண்டாள் அவள்...
எனது கவிதைச் சுனைதனை...!
அந்த ஆளில்லா மரமும் வாழ்த்து கூறியது....!
காற்றின் ஓசை...
இலைகளின் ஓசை...
பறவைகளின் ஓசை...
தூரத்தே மாணவர்கள் பாடம் படிக்கும் ஓசை....
இவை யாவும்...

இப்பொழுதும் ஒலித்துக் கொண்டே இருக்கின்றன.....!
இத்தனை ஓசைகளுக்கு நடுவே நான்.....
சாம்பல் வடிவிலே வான்மதி....!
இந்த மரத்தடியிலே நிகழ்ந்த அந்த ஒரு சம்பவம் நிகழாது இருந்திருந்தால்...
அந்தக் கடிதத்தை....
நான் அவளிடம் கொடுக்காமலே இருந்திருந்தால்...
அந்தக் கடிதத்தை....
அவள் வாங்காமலே தவிர்த்திருந்தால்...
இன்று...
இந்த சாம்பல் சுமையை தாங்கி நிற்கும் நிலை எனக்கில்லை.....!
இப்பொழுது...
மீண்டும் பேருந்திலே பயணித்தேன்...
அது...
குற்றாலம் போகும் பேருந்து...!
பேருந்துக்கு..... நான் சுமை......!
என் மனசுக்கு.... வான்மதி சுமை......!
கண்களிலே.... கண்ணீர் சுமை......!

நினைவுகளின் நீள் பாய்ச்சலெல்லாம்... கரைந்துபோன கடந்து போன நிகழ்வுகளை நோக்கி.....!

அன்று...

அந்தக் குற்றால நிகழ்வுக்குப் பின்னர்... இரவு பேருந்திலே மௌனமாய் என்னுடன் விழி தாக்கி மொழி பேசிய வான்மதி...

இப்போது மொழியேதும் பேசாமல்...
என்னுடன்...
சாம்பல் வடிவிலே...!
இப்போதும் அதே நாற்பது மாணவ மாணவிகள்.....
குரல் வடிவிலே...
கூச்சலும்... கும்மாளமும்.... மகிழ்ச்சியும் ஆரவாரமும்...
அவர்களுக்குள்ளே வான்மதியும் இருக்கிறாள்.....!
வான்மதி...
ஓர் இடத்திலே நிற்கவில்லை...
பேருந்துக்குள்ளேயே...
நின்றாள்...
நடந்தாள்...
ஓடினாள்...
தாவினாள்...
பறந்தாள்...
பரவினாள்...
இருக்கை மாறி... இருக்கை மாறி... அமர்ந்தாள்...!
அதே வான்மதி...

இதோ...

என்னுடனும் இருக்கிறாள்...

சாம்பல் வடிவிலே....!

இதோ...

குற்றாலம்...!

அதே இயற்கை .....

அதே மலைகள்...

அதே மரங்கள்...

அதே பாறைகள்...

அதே அருவிகள்...

அதே காற்று......

வணக்கம் சொல்லி இப்பொழுதும் வரவேற்கின்றன... எங்களை.....!

மாபெரும் அருவி...

நிரந்தரமாக...!

என் மடியிலே வான்மதி...

நிரந்தரமில்லாமல்...!

என்ன ஆச்சர்யம்...?

அதே நாற்பது மாணவர்கள்... குழுவாக... குதூகலமாக... துள்ளிக் குதித்தபடி வருகிறார்கள்.... வான்மதியின் கரம்பற்றிப் பதமாக அழைத்துச் செல்கிறார்கள்...

அருவி நோக்கி.....!

இப்பொழுதும் வான்மதி சும்மாவா போகிறாள்...?

என்னையே பார்த்தபடி தான் போகிறாள்...

உற்சாகக் குளியல்...

அதோ...

மாணவ மாணவிகள் மத்தியிலே வான்மதியும் குளிக்கிறாளே.....!

அவளது அழகை வர்ணிக்கவா முடியும்.....

அதுவும் அருவிக் குளியலின் போது.....!

அவள் குளிக்கும்போதும் என்னைப் பார்க்கிறாள்...

அன்று பார்த்த அதே பார்வை.....!

“வா... வா...” என என்னையும் அருவியிலே குளிக்க அழைக்கிறாள்...

நான் போகவில்லை...

நான் போகாவிட்டால் என்னை விட்டு விடுவாளா...?

இதோ...

அந்த ஈர உடையோடு எனது அருகிலே வருகிறாள்... நெருங்கி நிற்கிறாள்...

அதே ஈரப் பார்வையை இப்பொழுதும் என் மீது பதிக்கிறாள்...

அதிசயம்...

இதோ பேசுகிறாளே...

“என்ன ஏத்துக்க மாட்டேன்னு சொன்னியில்ல... இப்ப பாத்தியா... எவ்வளவு துரம் என்ன சுமக்க வச்சேன்... உன்ன விட மாட்டேன்... உன்ன விட மாட்டேன்...”

அதே கடற்கரை சபதம்.....

"நீ உயிரோட இருக்குற வரைக்கும் உன் மனசவிட்டு நான் நகரவே மாட்டேன்... ஆயுள் முழுக்க என்ன நீ சுமக்கப் போற..."

சிரிக்கிறாள்...

பலமாகச் சிரிக்கிறாள்.....

அந்தச் சிரிப்பொலியிலே அருவியிலே குளித்துக் கொண்டிருந்த அத்தனை பேரும் மறைகிறார்கள்...

அருவி...

தனியே தன்னாட்சி செய்கிறது.....!

அருவியின் உற்சாகத்திற்கு அளவுகோலே இல்லை...

பொதுமக்கள் அருவிக்குளியலுக்கு இன்னும் அனுமதிக்கப் படவில்லை.....!

மூன்றே பேர் தான்...

நான்...

அந்த அருவி.....!

வான்மதி.... சாம்பல் வடிவிலே...

நான் அருவியின் அருகே சென்றேன்...

சிறிது நேரம் அந்த சாம்பலை....

இல்லை...

வான்மதியை பார்த்துக் கொண்டே இருந்தேன்...!

இன்னும் சிறிதே நேரம்.....

வான்மதிக்கும் எனக்கும் இருக்கும் இந்த சாம்பல் உறவும் கரைந்து போகும்.......!

அந்த அருவி நீரோடு போட்டியிட்டு எனது விழியருவி ஊற்றுகிறது...

கைகளிலே நடுக்கம்...

ஏனோ...

வான்மதியை... கை நழுவவிட மனம் துணியவில்லை...!

எப்படி முடியும்...?

மனசுக்குள்ளே மண்டிக்கிடக்கும் காயங்கள் அத்தனையையும் உருவாக்கியவள் அவள்தானே......!

முதல் முதலாக... எனக்குள்ளே காதல் விதைத்தவள் அவள் தானே...

முதல் முதலாக... எனக்குள்ளே எனது அறிவுப் பகுதிகளிலே கவிதைகளை தூவியவள் அவள் தானே...

முதல் முதலாக... எனது இதயத்திற்குள்ளே அதிசிய வலிகளை உருவாக்கியவள் அவள் தானே....

சிறுவனாக இருந்த எனக்கு... சிறகு முளைக்க வைத்து.... வாலிப வனத்திற்குள்ளே இழுத்து சென்றவள் அவள் தானே

எனது பருவத்தை....

எனது இளமையை...

எனது ஏக்கங்களை...

எனது தாகங்களை...

எனது மோகங்களை...

எனது கனவுகளை...

முதல் முதலாக... சீறி விழிக்க வைத்தவள் அவள் தானே....!
அவ்வளவு எளிதிலே பிரிந்து விட முடியுமா அவளை...?
இருந்தாலும்...
வேறு வழி இல்லை...
பிரிய மனமின்றி... எனது கைகளிலே சாம்பல் வடிவிலிருந்த வான்மதியை...
அப்படியே தூக்கி.....
அருவி நீரிலே பரவிப் படியும் படியாக வீசித் தூவினேன்.....!
அப்பொழுதும் அவள் என்னை விடவில்லை....!
அவ்வளவு எளிதிலே என்னைவிட்டு நீங்கி விடுவாளா வான்மதி....?
ஒரு சிறிய சாம்பல் துகளாக..... எனது கையிலே இறுகப் பற்றி ஒட்டிக்கொண்டு விடைபெற மறுத்தாள்...
மிகமிகப் போராடி அவளைப் பிரித்து அனுப்பினேன்...
வான்மதி.....
காற்றிலே பறந்தாள்... புகைபோல...
அந்த அருவி நீரிலே படர்ந்து படிந்தாள்...
அருவி...
தனது பிடியிலிருந்து அன்று தப்பிவிட்ட வான்மதியை...
இன்று... உற்சாகமாக அபகரித்து அணைத்துக் கொண்டது...!
அப்படியே அருவி நீரோடு கலந்து கீழிறங்கி... அந்த நிர்த்தேக்கத்திலே கரைந்து அடங்கிவிட்டாள்....!
அன்று....
நான் காப்பாற்றிய போது... மீண்டும் மீண்டும் நீருக்கு மேலே வந்தாளே... கூக்குரலிட்டாளே...
ஆனால்....
இன்று....?
எந்த அசைவுமில்லை....
அமைதியாக அடங்கிவிட்டாள்.....!
இதையெல்லாம் நான் எதற்காக செய்கிறேன்...
அவள் யார்....
அவளுக்கும் எனக்கும் என்ன உறவு......
ஒரு கடிதம்.......!
சாத்தானின் கைகளிலே வலைப்பட்டு.... நான் எழுதிய கடிதம்...!
வான்மதி கரைந்து விட்டாள்......!
இனி.....
எந்த உருவத்திலும் அவள் என்னுடன் இல்லை...
இது சுதந்திரமா......
இல்லை...
சிறை வடிவம்.......!
இனி.... நான் ஆயுள் முழுவதும் அவளை சுமக்க வேண்டும்...
தீரா பாரம் தான்........!

ஆறா துயரம் தான்..!
அங்கேயே... மிக நீண்ட நேரம் தனியே நின்றிருந்தேன்...
அருவிக்கும் எனக்கும் ஓயாத சண்டை...!
"ஏ... அருவியே....
நீ உண்மையான அழகு இல்லை.....
அழகாகத் தெரியும் ஆபத்தான அழகு....
இறுதியாக....
வான்மதியைக் குடித்தே விட்டாயே...." என்று...!
விவாதத்திலே வென்றது அருவி தான்....!
ஏனென்றால்...
மலையெங்கும் ஓங்காரமாய் ஒலித்துக்கொண்டிருந்தது... அந்த அருவியின் ஓசை மட்டும் தான்.....!
அந்த ஓசை...
எனது காதுகளை குடைந்து...
அறிவிலே நுழைந்து.....
எனது மனசு முழுவதும் கவர்ந்து ஆக்கிரமித்தது......!
எனது விழிகளில் மட்டும்.....
விடைபெறா விழி நீர்....!
இதோடு முற்றுப் பெற்றதா வான்மதியின் கதை......?
இல்லை......
அது...
மிக நீண்ட காதை.....!
வருடங்கள் கரைந்தன....
ஆனால் வான்மதி கரையவில்லை......
வாழும் நிலைகள் மாறின.....
சூழல்கள் மாறின....
உறவுகள் மாறின....
ஆனால்.....
எந்த மாற்றங்களாலும் வான்மதியை... எனது இதயத்திலிருந்து இடம்பெயர்க்க இயலவில்லை.....!
நதி...
எனது இல்வாழ்க்கை உன்னோடும்....
இதய வாழ்க்கை வான்மதியோடும் என்பதை உன்னிடம் எப்படி சொல்வேன் நான் ....
வயது கூடி... வாலிபம் கரைந்தும்... அது இரகசியமாகவே எனது இதயத்தின் அடித்தளத்திலே இறுக்கமாக படிந்துபோனது.......!
இன்றுதான்.....
இந்த கடிதத்தின் வாயிலாகத்தான்.....
வான்மதி... உனது கவனத்திற்கு வரப் போகிறாள்....!
இங்கே.....

கடற்கரையிலே...
கடிதம் எழுதும் இடத்திலே...
கடிதம் நிறைவுற்றது......!
இருந்தாலும்......
அப்படியே அமைதியாக மிக நீண்ட நேரம் கடற்கரையிலே அமர்ந்திருந்தேன்.... வான்மதியின் நினைவுகளின் ஈரப்பதத்தோடு...!
இதுவரை உப்புக் காற்றை என் மீது தூவி எரிச்சலைக் கொடுத்த கடல்காற்று... தென்றலாக மாறி... என்னைக் குளுமைப் படுத்தியது...
இதோ...
இன்னும் சிறிது நேரம் தான்...
கடிதம்......
என் நதி... உனது கைக்கு மாறிவிடும்...
அதன் பிறகு...
முடிவு.... உனது கையிலேதான் ...!
நீண்ட நேரம் வான்மதியுடன் வன்மையான பயணம்....!
காதல் மனைவி உன்னுடன் மென்மையான பயணம்....!
இப்படி மாறிமாறிப் பயணம் செய்த களைப்பு...
எழுந்தேன்....
மெல்ல நடந்தேன்.....
கடற்கரை மணலின் மேலே ....!
பாரம் குறைந்தாலும்... என்னால் வேகமாக நடக்க முடியவில்லை...! கால்கள் மணலிலே புதைவதாலோ என்னவோ... சற்று தள்ளாடினேன்...!
நான் இதுவரை இவ்வளவு களைப்பாக இருந்ததில்லை....!
இன்று மட்டும...
ஏனோ இந்தத் தள்ளாட்டம்...!
கடற்கரையைக் கடக்கவே நெடுநேரமாயிற்று...!
தளர்வு மிகுதியோடு வீடு வந்து சேர்ந்தேன்...!
எனது வீடு தான்....!
பழக்கப்பட்ட வீடு தான்...!
நான் வாழ்ந்து கொண்டிருக்கும் வீடு தான்.....
ஆனாலும்...
இன்றேனோ....
எல்லாமே புதிதாகத் தோன்றியது....!
அங்கு வெளிச்சம் காட்டிய விளக்குகள்... வேறு மாதிரியான ஒளியை எனக்கு காட்டின...!
அது...
ஒளிக் குழப்பமா......
அல்லது....
எனது விழிக் குழப்பமா...

எனது சட்டைப்பையிலே பதுங்கி இருக்கும் வான்மதியின் கதை முழுவதும் பதிவு பெற்றிருந்த... கடிதக் குழப்பமா.... ?

ஆம்......

அப்படித்தானிருக்கும்.....!

வான்மதி கடித உருவிலும் என்னை அச்சுறுத்துகிறாள் .....!

அந்த அச்சத்தினால் ஏற்படும் தள்ளாமை தான் இது ......!

பத்திரமாக மடித்து வைக்கப்பட்டிருந்த அந்தக் கடிதத்தை தொட்டுத் தொட்டுப் பார்த்துக் கொண்டேன்......!

அந்தக் கடிதத்தை உனது கையிலே கொடுத்துவிட்டால்...

எனது பாரம் குறைந்து விடும்....!

அதை நீ படித்து விட்டால்...

அதிலிருக்கும் சம்பவங்களை நீ புரிந்து கொண்டால்...

முடிந்தது எல்லாக் குழப்பங்களும்......!

இத்தனை தெளிவுகளுடன் உன்னை நோக்கி வந்து கொண்டிருந்தேன் நான்....!

கிட்டத்திட்ட வாசலுக்கு அருகே வந்துவிட்டேன்....!

மறுபடியும் கடிதத்தை ஒரு முறை தொட்டுப்பார்த்துக் கொண்டேன்.....

நெருங்க நெருங்க.... படபடப்பு ஏறிக் கொண்டே போனது...

அன்று...

வான்மதிக்கு எழுதிய கடிதமும்... இப்படித்தான் பயமுறுத்திக் கொண்டே இருந்தது...

இன்று...

உனக்கு எழுதிய கடிதமும்... என்னை பயப்படுத்திக் கொண்டே இருக்கிறது...!

ஆக இரு கடிதங்களால்.... எனது வாழ்க்கை துவைபட்டுக் கொண்டே இருக்கிறது...

நீ கடிதத்தைப் படிக்க வேண்டும்...

உடனே படிக்க முடியுமா.... ?

அதற்கு உனக்கு அவகாசம் வேண்டும்.....!

படித்ததைத் தெளிவாகப் புரிந்துகொள்ள வேண்டும்...

உடனே புரிந்துகொள்ள முடியுமா.....

அதற்கும் அவகாசம் வேண்டும்....!

அதோடு முடிந்ததா...

அது பற்றி என்னுடன் பேசி... நீ உன்னைத் தெளிவுபடுத்திக் கொள்ள வேண்டும்...

அதற்கும் அவகாசம் வேண்டும்......

பாரம் இறங்கியும் வலி குறையவில்லை என்பது போலத்தான்...

அந்தக் கடிதம் இப்பொழுது எனக்குப் பெரும் பாரம்தான்.....!

இதயத்தின் பாரம் முழுவதையும் வெள்ளைக் காகிதங்களிலே இறக்கி வைத்திருக்கிறேனே...!

கடிதம் என்றால்.....

ஒரு காகிதத்தின் ஒற்றைப் பக்கத்தை நிறைத்த கடிதமா அது..... ?

இல்லை.....!

காகிதக் கற்றையை நிறைத்த கடிதம்....!

அந்த கடித கற்றை மடிப்பை... பதற்றத்துடன் மீண்டும் தொட்டுப்பார்த்துக் கொண்டேன்...

எனது வீடு....

எனது ஆளுமை....

எனது சுதந்திரம்....

இருந்தும்... இப்பொழுது என்னை தனது கட்டுபாட்டிலே வைத்திருப்பது...

ஒரு கடிதம்...!

ஆனால்...

அந்த வீட்டிலே எனது எண்ண ஓட்டங்களுக்கு முற்றிலும் முரண்பாடான செயல்கள் நிகழ்ந்து கொண்டே இருக்கின்றனவே.....!

எனது சட்டைப் பையிலே இருக்கும் அந்த கடிதத்திற்கும் அங்கே நிகழும் நிகழ்வுகளுக்கும் சிறிதும் தொடர்பே இல்லையே....

அவை என்ன... ?

உள்ளே நுழைந்தேன்....

இப்பொழுதுதான்... உடலிலே ஊசி கொண்டு குத்தியது போல சுறுக்கென்றது.....!

36. வீட்டுக்குள்ளே கூட்டமாக இருக்கிறதே...

வீட்டுக்குள்ளே கூட்டமாக இருக்கிறதே...
யார்யாரோ இருக்கிறார்களே.....
அக்கம் பக்கத்து வீட்டுக்காரர்கள்.... உறவினர்கள்..... நண்பர்கள் என்று.....
இவர்கள் ஏன் இங்கு வந்திருக்கிறார்கள்....?
நீ கூப்பிட்டிருக்கிறாயா... ஏதாவது வீட்டிலே நிகழ்வு இருக்கிறதா......
எனது குழப்பம் அதிகரித்தது.....!
ஏன் இந்த கூட்டம்...?
எதற்காக இத்தனை பரபரப்பு...?
என்ன நிகழ்ந்துவிட்டது இங்கே.....?
கடற்கரையிலே அமர்ந்து....
கடற்கரையின் உப்புக் காற்றிலே மூழ்கி...
கடல் மணலிலே குளித்து....
பல வருடங்கள் பின் நோக்கிப் பயணித்து....
வலிகளோடு போரிட்டு மீண்டு...
உனக்காக ஒரு கடிதத்தை எழுதி எடுத்து வந்திருக்கிறேன்...!
ஆனால்....
இங்கே... நிலை வேறு மாதிரி இருக்கிறதே...
எப்படி உன்னிடம் கடிதம் கொடுப்பது...?
இதற்கு முன்பு...
பல தருணங்கள் முயற்சித்து முயற்சித்து... வான்மதி கதையை உன்னிடம் சொல்ல முடியாமல் தோற்றுப் போனேன்...!
அது போல இவ்வளவு துயரப்பட்டு எழுதிய கடிதத்தையும் கொடுக்க இயலாமல் போய்விடுமா.....?
உள்ளே போவதா வேண்டாமா..... தயங்கித் தயங்கி ஊர்ந்தேன்...
திடீரென்று அறிவிலே பொறி...
ஆம்...
கதிரேசன் சொன்னானே...
"வான்மதி கதையை உன் மனைவியிடம் நீயே சொல்லிவிடு...
இல்லையெனில்.... நம் உடன் படித்தவர்கள்... நண்பர்கள் யாராவது சொன்னால் விபரீதமாகும்..." என்று
ஓ... அது நிகழ்ந்தேவிட்டது.....!
கதிரேசனும் அவனது மனைவி காவேரியும் வந்தது போல... இன்றும் யாரோ வந்திருக்கிறார்கள்...
என்னைப் பற்றி விசாரித்திருக்கிறார்கள்...
அதன் வழியே வான்மதி கதை உனக்குத் தெரிந்து விட்டது...!
விபரீதம் விதை போட்டுவிட்டது...

வந்தது யார்...?

சொன்ன செய்தி என்ன...?

தெரியாமல் எப்படி உள்ளே போவது....?

இருந்தாலும்...

எனது வீடு... எனது மனைவி... இதை விட்டு நான் எங்கே போவேன்...

நகர்ந்தேன்...

என்னைப் பார்த்ததும் எல்லோரும் விலகி வழிவிட்டார்கள்..... அவர்களது அசைவிலே ஒரு செயற்கைத்தனம்.....!

ஏன்...?

“என்ன...”

ஒருவரிடம் கேட்டேன்... அவர் தலையைக் குனிந்து கொண்டார்.... பதில் சொல்லவில்லை...

கணவன் மனைவி விவகாரம்... எனக்கெதற்கு வம்பு... என்று அவர் சொல்வது போலிருந்தது....

நதி.....

நீ கேட்கப்போகும் கேள்விகளுக்கு நான் என்ன பதில் சொல்லப் போகிறேன்....?

வான்மதி முடிந்துவிட்டாள் என்று பார்த்தால்... வீட்டுக்குள்ளேயே நுழைந்து விட்டாளே...

“ஏன் எல்லாரும் வந்திருக்கீங்க...?”

இப்பொழுதும் யாரும் பதில் சொல்லவில்லை...

மாறாக சற்று கோபமான முகத்தைக் காட்டினார்கள்.... அவர்களது முகத்திலே தெறித்த உணர்வுகளை வைத்து எதையுமே என்னால் யூகம் செய்ய முடியவில்லை...!

வான்மதி ஏழரைச் சனியைத் தாண்டி... எட்டாவது சனியாக என்னைப் பிடித்து ஆட்டிப்படைத்துக் கொண்டிருந்தாள்....

எனக்குள்ளே படபடப்பு ஊற்றெடுக்கத் துவங்கியது...

இந்த வீட்டுக்குள்ளே மாபெரும் புயல் ஒன்று வீசப்போகிறது என்பதை... எனது உள்ளறிவு லேசாக எனக்கு அறிவுறுத்தியது.....!

நடந்தேன்...!

பெரும் தயக்கத்துடன்....

உன்னைப் பார்த்தேன்....

நானே வெடித்துச் சிதறிவிட்டேன்....!

‘கிறுகிறு’ வென்று அந்த வீடு சுற்றுகிறது...

எனது தலை சுற்றுகிறது...

மயக்கம் வருகிறது...

கண்கள் பஞ்சடைகின்றன....!

ஏன்......

ஏன்......

ஏன்......

மஞ்சள் பூசிய முகம்......!

நெற்றியிலே வட்டமான குங்குமப் பொட்டு.....
அதற்கு மேலே...
மையத்திலே... ஒரு ரூபாய் நாணயம்....!
நாடிக்கட்டு !.....
மூக்கிலே பஞ்சு!.....
கழுத்திலே மலர் மாலை.....!
தலைமாட்டிலே காமாட்சி விளக்கு.....!
தடுமாறிப் போனேன்...!
இத்தனை ஆயத்தங்களிலே....
என் நதி.....
நீ.....!
ஆம்...!
நதியே தான்...!
என்ன ஆனது என் நதிக்கு......?
ஏன் இப்படிப் படுத்திருக்கிறாய்......?
உனது முகத்திலே பொலிவிருக்கிறது...
ஆனால்...
ஒளிர்வில்லையே...
ஏன்.....?
நான் வந்தால் துள்ளி வந்து எனது கழுத்தைக் கட்டிக்கொண்டு ஊஞ்சலாடுவாயே...
இன்று என்ன நிகழ்ந்தது உனக்கு......?
"உயிர் போயி ஒரு மணி நேரம் ஆச்சு..."
யாரோ ஒருவர் சொன்னது காதிலே விழுந்தது....!
எனது உயிர் போய்விட்டது......!
"என் கணவருக்கு தகவல் குடுங்கன்னா... என்ன ஏதுன்னு கவனிகிறதுக்குள்ள அப்பிடியே அடங்கிட்டா..."
"ஐயோங்கல... அம்மாங்கல... ஒரு வலி இல்ல... துன்பமில்ல... துடிக்காம வெடிக்காம போயிருச்சு..."
எனது இரத்த ஓட்டம் மின்சாரம் போல வேகமெடுத்தது....!
உயிர் போய் ஒரு மணி நேரம்...!
என்றால்...?
சரியாக... நான் கடிதத்தை எழுதி முடித்த நேரம் ...!"
ஆம்....!
நினைவிருக்கிறது...
அந்த சமயத்திலே.....
பயங்கரமாக உடல் குலுங்கியது....
வியர்த்தது...
நரம்புகள் புடைத்தன....
நெற்றிப் பொட்டின் நடுவிலே வலித்தது.....

தொண்டையிலே அடைத்தது....
நெஞ்சிலே ஏதோ அழுத்தியது....
கடற்கரை மணலிலே நடக்க முடியாமல் தள்ளாடினேன்....
இவையெல்லாம் வான்மதியின் துயரத்திற்காக என்றல்லவா நான் நினைத்தேன்....!
என்றால்...?
துயரம்... உன்னிடமிருந்தா....?
இனி நான் எப்படி இயங்குவேன்....?
வெடித்துச் சிதறிய எனது இதய பாகங்களை எப்படி ஒன்று சேர்ப்பேன்...
என்னை ஒரு குற்றமுற்றவனாக உன்னால் ஏற்றுக்கொள்ள இயலவில்லை...
அப்படித்தானே நதி....?
உனது கணவன்....
'கறைபடியா கணவன்' என்கிற முழு நம்பிக்கையுடனே நீ பறந்துவிட்டாய்...
நதி... நதி...
எனது நாவும் உதடுகளும் எண்ணிக்கையிலடங்காமல்.....
ஓசை வெளியிலும் வராமல்...
உனது பெயரை உச்சரித்துக் கொண்டே இருக்கின்றன...
வேகமாக... மிக வேகமாக... படுவேகமாக... படபடபடவென்று... லேசாக நடுக்கம் வேறு சேர்ந்து கொண்டது...!
குளிர்ந்த நீரைத் தலைவழியே ஊற்றினால் அருள் வந்து இறங்குமே... அதுபோல.....!
என் நதி...
நீ போய் விட்டாயா நதி.....?
என்னை விட்டு நீ போய் விட்டாயா......?
உயிர் போய் விட்டது என்று எல்லாரும் சொல்கிறார்களே....!
உனது உயிர் போகும்போது என்னைத்தானே நீ நினைத்திருப்பாய் கண்ணே....
உனது உடலை விட்டு உயிர் பிரியும் போது என்னவெல்லாம் நினைத்தாயோ நதி...
பெண் பார்க்கும் முதல் பதிவிலே... வண்ணமயமாய் மின்னி... எனது எண்ணம் கவர்ந்ததையா....?
ஊர் கூடியிருந்தும்... ஊரறியா வண்ணம்... நமது விழிகள் கலந்து கதைபேசி உறவாடினவே... அதையா......?
கடற்கரைச் சந்திப்பிலே... நீயும் நானும் கலந்துரையாடல் நிகழ்த்தினோமே... அதையா...
கல்யாணம் ஆகும் முன்பே... உன்னை கட்டியணைத்து... ஒரு ஆழ முத்தம் பதிவு செய்ய முயற்சித்தேன்...
நீ... அதைத் தடுத்து என்னைப் புறந்தள்ளிவிட்டு... உறவுக் கூட்டத்தினுள்ளே ஓடிக் கலந்து கொண்டு இசைவு நாணத்தோடு என்னைப் பார்த்துச் சிரித்தாயே... அதை நினைத்தாயா....?

தாலிகட்டும் சமயத்திலே..... யாரும் அறியாத வண்ணம் இரகசியமாக உனது தொடையிலே ‘நறுக்’ கென்று கிள்ளினேன்...

வலி உண்டாகியும் வெளிக்காட்டாமலே உள்ளடக்கி அமைதி காத்தாயே... அதை நினைத்தாயா... ?

அதன் தொடர்ச்சியாக.... நாம் மணவறை சுற்றி வருகையிலே...

நீ அழுமாகக் கிள்ளி என்னை பழி தீர்த்து... மண மேடையிலேயே வலியால் அலறவிட்டு... அனைவரையும் நாணச் சிரிப்பிலே நனைய விட்டாயே.... அதை நினைத்தாயா... ?

நமது முதலிரவுப் போராட்டத்தை நினைத்தாயா... ?

உடற் கலந்த உன்னதமான அந்த நிகழ்வினை உணர்ந்தாயா.... ?

அந்த மல்லிகைப்பூ... அல்வா நாடகத்தை நடத்தி என்னை ஏமாற்றினாயே... அதை நினைத்தாயா... ?

பாண்டிச்சேரியிலிருந்து பதற வைத்து என்னை வரவழைத்து... வாரிசுப் பசுமையை அறிவித்தாயே... அதையா...... ?

எத்தனை நிகழ்வுகள் நமக்குள்ளே...

தித்திக்கும் முத்தங்கள் போலவும்... கரும்புச் சாற்றின் இனிமையும் போலத்தானே நமது வாழ்நாள் முழுவதும் நனைந்து ஈரமாகவே சுழன்று கொண்டிருந்தது.....!

அதையெல்லாம் அசைபோட்டுப் பயணித்தாயா அன்பே...!

மாமல்லபுரம்... குற்றாலம்... இன்னும் நம் பிணை வாழ்க்கைச் சம்பவங்களை சுமந்தபடியே பறந்தாயா.... ?

எனக்குத் தெரியும் நதி....

நீ....

என்னைத்தவிர எதையுமே நினைத்திருக்க மாட்டாய்...

ஆம் நதி...

உனது மடியிலே எனது உயிர் போக வேண்டுமென்பதல்லவா எனது கணக்கு.....

அது பொய்க்கணக்கா...... ?

இத்தனை நாள் என்னோடு இணக்கமாக இசைந்து வாழ்ந்து... என்னைத் தாய் போல தாலாட்டி வளர்த்து... இப்படி மோசம் செய்துவிட்டுப் போய் விட்டாயே நதி....!

நான் நிற்க வலுவின்றி நிற்கிறேன்...!

யார் யாரோ வந்தார்கள்... போனார்கள்... சிலர் என் தோள்களை இறுக்கிப் பிடித்து விட்டு நகர்ந்தார்கள்...

“மனசத் தேத்திக்கப்பா...”

“உங்கள மாதிரி கணவன் மனைவிய பாக்கமுடியுமா... ?”

வந்தவர்கள் அத்தனை பேரும் இதுபோலவும்... இதற்கு மேலும் சொல்லிவிட்டுப் போனார்கள்.. அத்தனையும் உன்னுடைய இல்லற சாதனைகளுக்குக் கிடைத்த பாராட்டுக்களே......!

ஆனால்....

நான் உனக்கு எழுதிய கடிதத்தை நீ வாசித்து... எனது தவறை மன்னித்து... என்னை அங்கீகரிக்காமலேயே போய் விட்டாயே நதி...!

நான் அசையவே இல்லை.....!

ஒருவேளை... நானும் இறந்துவிட்டேனா....!
அப்படித்தான் நின்ற இடத்திலேயே சிலையாக நிற்கிறேன்...!
இந்த வீடு முழுவதும்... பார்க்கும் இடமெல்லாம் உனது உருவம் தானே தோன்றும் நதி...
உனது சிரிப்பொலிதானே ஒலிக்கும்...
நாமிருவரும் வீடு முழுக்க ஓடித்திரிந்து விளையாடினோமே... அந்த காட்சிகள் மீண்டும் மீண்டும் தோன்றி மறையுமே....
அலுவல் நேரம் தவிர்த்து... பிற நேரங்களிலெல்லாம் உனது உரசலுடனே வாழ்நாள் கழித்துத்தானே எனக்குப் பழக்கம்...
உனது முகப்பொலிவு காணாமல்... எனக்கு எந்த வெற்றியும் கிடைக்காதே...
இனி எப்படி...?
தனிமையா...?
நானா...?
இயலுமா...?
சாத்தியமா...?
அப்படிப்பட்ட இல்லற வாழ்க்கையா நாம் வாழ்ந்தோம்....?
அங்கே நடப்பது எதுவுமே எனது கண்களுக்குப் புலப்படவில்லை...!
யாருடைய ஆறுதலும் தேறுதலும் எனது காதில் விழவேயில்லை...!
அவர்களது தொடுதலும்... தழுவுதலும் என்னை வந்து சேரவே இல்லை......!
முதன் முறையாக நிலை குலைந்து சாய்வது போல உணர்ந்தேன்...!
யாரோ சிலர் ஓடிவந்து நான் கீழே விழுந்து விடாமல் தாங்கிப் பிடித்தார்கள்...
அப்படியே கைத்தாங்கலாக உனது அருகே அழைத்து வந்தார்கள்....
உட்கார வைத்தார்கள்.....
உனது முகத்தையே நான் உற்று நோக்கிக் கொண்டே இருந்தேன்...
நதி... நதி... என்று சொல்வதை மட்டும்... எனது வாய் நிறுத்தவே இல்லை...!
பித்துப்பிடித்தவனைப் போல...
ஆம்...
அதிலென்ன சந்தேகம்.....
உன்னை பொறுத்த வரை... நான் பித்துப்பிடித்தவன் தான் அன்பே......!
நீ...
இப்பொழுது கூட... நமது முதலிரவிலே அணிந்த அதே பழைய பட்டுப்புடவையைத்தான் அணிந்திருந்தாய்....!
சாம்பல் நிறம்... உனது நிறவளத்திற்கு அப்படியொரு பொருத்தம்...!
அதுசரி... யார் உனக்கு இந்த பட்டுப்புடவையை உடுத்தி விட்டார்கள்....?
எப்படி நிகழ்ந்தது.....?
புரிந்து விட்டது.....!
இன்று முழு பௌர்ணமி...
இந்த பௌர்ணமி நாளிலே... இந்த கல்யாண பட்டுப்புடவையைத் தான் உடுத்திக் கொள்வாய் நீ...வீட்டிலே சற்று விமரிசையாக சுமங்கலி நோன்பு கொண்டாடுவது உனது வழக்கம்... அதுவும்... எனது ஆயுள் நலனுக்காக....!

கை நிறைய வளையல்கள்... தலைநிறைய உனக்குப்பிடித்த மல்லிகைப் பூ..!

இதென்ன புதுப்பெண்போல..... ?

ஓ... நீ அடிக்கடி என்னை ஏமாற்றுவது போல ஏமாற்ற முயன்றிருக்கிறாய்....

அன்றொரு நாள்... அல்வாவும்... மல்லிகைப்பூவும்... வாங்கி வரச்சொல்லி ஏமாற்றியது போல...!

கோத்தகிரி போவதாக வாக்குறுதி தந்துவிட்டு... குற்றாலம் போனது போல...!

அந்த ராசியான பட்டுப்புடவை உடுத்தி... வளையல் போட்டு... நகைகள் போட்டு அலங்கரித்து... ஏதோ மாயம் செய்து... என்னை ஏமாற்ற ஏற்பாடுகள் செய்திருக்கிறாய்...

அந்த சமயத்திலே தான் உனக்கு ஏதோ நிகழ்ந்திருக்கிறது...!

என்னை ஏமாற்றுவது உனக்கொன்றும் புதிதில்லையே நதி...

என்றால்...

நீ இறந்துவிட்டாய் என்று எல்லோரும் கூறுகிறார்களே அதுவும் ஏமாற்று வேலையா..... ?

என்றால்...

நீ எழுந்து விடுவாயா.... ?

உன்னைப் பெண் பார்த்த பிறகு நமக்குள்ளே கடற்கரைச் சந்திப்பு ஒன்று நிகழ்ந்ததே... அதுபோலவே இன்றும் காட்சி தருகிறாய் நீ...!

உனது முகத்தை நான் உற்று உற்றுப் பார்க்கிறேன்...!

எத்தனை முறை சொன்னேன் உனக்கு.... ?

நாம் பேசிக் கொண்டது நினைவிலே இருக்கிறதா நதி... ?

“என்ன இது... இப்படி வெள்ள வெளேர்னு தலைமுடிய வச்சுக்கிட்டிருக்க... வயசு தெருஞ்சிடுமில்ல....”

நான் தான் கேட்டேன்...!

“ம்... இந்த வயசுல தலைமுடி எப்பிடி இருக்கும்......”

நீ தான் சொன்னாய்...

“எந்த வயசு.....”

“இப்ப என்ன வயசு...

எண்பத்தி மூணு ... ?

தலமுடி வெள்ளயா இருந்தா என்ன.. ?”

இது நீ வழக்கமாக சொல்வது தான்....!

“எண்பத்தி மூணு....

வெளிய சொல்லாத... யாரும் நம்ப மாட்டாங்க...

உனக்கு மட்டுந்தான் வயசு ஆகுதா...

எனக்கு மட்டும் என்ன... எண்பத்தி அஞ்சு ஆகலயா...... எத்தன வயசானாலும் என் நதி... எனக்கு சின்னப் பொண்ணுதான்...!

தலைமுடிக்கு கருப்பு மை தடவிக்கிட்டா... உன்னப் பொண்ணுப் பாக்க வந்தப்போ பார்த்தேனே... அப்பிடியே இருப்ப...”

கடைசிவரை வெள்ளை நிறத் தலைமுடிக்கு நீ கருப்புமை பூசிக் கொள்ளவே இல்லை.....!

ஆம்...

உண்மையிலேயே உனக்கு வயது எண்பத்தி மூன்று...!

எனக்கு வயது எண்பத்தி ஐந்து......!

வெள்ளை நிறத்திலே தலைமுடி......!

ஆங்காங்கே கண்ணைச் சுற்றி.... நெற்றியிலே... கழுத்துப் பகுதியிலே.... கன்னங்களிலே சுருக்கம்...

சதை வறண்டு.... எலும்புகள் எட்டிப்பார்க்கும் கைகள்... விறைத்தெழுந்த கழுத்து நரம்புகள் ....

குழிவிழுந்த கண்கள்... அந்தக் கண்களைச் சுற்றி கருமை.....

இதுதான் நீ.....!

உன் போலத்தான் நானும்...

நீ தலைமுடிக்கு கருப்பு மை பூசிக்கொள்ள மறுத்துவிட்டதால் நானும் பூசிக் கொள்ளவில்லை...

நரைத்து வெளுத்துப்போன தும்பைப் பூ நிறத்து வெள்ளைத் தலைமுடி... சவரம் பண்ணாத வெள்ளைத் தாடி...

ஆனாலும்......

அந்த வயதுக்கான தளர்வு இல்லை.... விறைப்பாக இருப்பேன்.....!

காரணம்... நீ...!

கணவனின் இளமைத் தோற்றத்திற்கு... மனைவியின் அன்பும் அரவணைப்புமே முக்கிய காரணம்...!

ஒரு இராணுவ வீரனைப் போல மார்பை நிமிர்த்தி கம்பீரமாகவே இருப்பேன்...!

இந்த வயதிலும்...

நான் உன்னை அணைக்கவோ... கொஞ்சவோ... முத்தமிடவோ... ஓடிப்பிடித்து விளையாடவோ தயங்கியதே இல்லை.....!

நீயும்....

அதையெல்லாம் ஆட்சேபிக்கவோ தவிர்க்கவோ இல்லை....! என்னோடு உனக்கு அத்தனை இணக்கம்......!

இத்தனையும் இழந்துவிட்டு நீ இல்லாத ஒற்றை வாழ்க்கையை வாழ என்னால் இயலுமா... ?

நதி......

நீ இறந்துவிட்டாய் என்று பிறர் சொல்வதிலே எனக்கு இன்னும் நம்பிக்கை இல்லை....!

நீ நடிக்கிறாய்..!

அவர்களை ஏமாற்ற...!

ஆனால்...

எனக்குத் தெரியும் நதி...

நீ என்னை ஏமாற்றமாட்டாய்......!

நான் உன்னைத் தொட்டு எழுப்பினால் நீ விழித்து எழுந்து விடுவாய்...

எனது கை...

உனது முகத்தைத் தொட்டு... உன்னை எழுப்பத் துடிக்கிறது.....

உனது முகம் நோக்கித் தானாக நகருகிறது...

இதோ உனது முகத்தை நெருங்கிவிட்டது...

ஆனால்...

எனது விரல்கள் நடுங்குகின்றனவே...

ஏன் அன்பே... ?

உனது முகம் எனது விரல்களுக்குப் புதிதா... இல்லையே...!

எத்தனை முறை தடவிய நெற்றி...

எத்தனை முறை வருடிய கன்னங்கள்...

எத்தனை முறை தொட்டு உறவாடிய கைகள்...

எத்தனை முறை ரசித்த கண்கள்...

எத்தனை முறை முத்தமிட்டு எச்சில் படுத்திய உதடுகள்...

எத்தனை முறை நான் ஊஞ்சலாடிய கூந்தல்....

இருந்தும்... ஏன் புதிதாக இன்று எனது விரல்களுக்கு நடுக்கம்...... ?

ஆனாலும்.....

இதோ...

எனது விரல்கள் உனது முகத்தைத் தொட்டுவிட்டன......!

'சிலீர்' என்று சிலிர்க்கிறது எனக்கு.. பனிக்கட்டியைத் தொட்டது போல...

உனது முகம் முழுவதும்... எனது விரல்கள் பயணிக்கின்றன... நடுக்கத்துடன்.....!

நான் கண்களை இறுக மூடினேன்...

நீ 'கலகல' வென சிரித்தபடியே... கடற்கரைச் சந்திப்புக் கோலத்திலே முத்துக்களைச் சிந்தியபடி ஓடுகிறாய்...... எனது மனத்திரையிலே......!

நீ வாழ்கிறாய்...

சிரிக்கிறாய்...

ஓடுகிறாய்....

என்னோடு விளையாடுகிறாய்...

என்னை அடிக்கிறாய்...

அணைக்கிறாய்...

முத்தங்களைத் தூவுகிறாய்.....!

இதோ...

அந்த முத்தத்தின் ஓசைகள் கூட எனது காதுகளிலே ஒலிக்கின்றனவே.....

மூடிய விழிகளுக்குள்ளே... உனது சிரித்த முகத்தைச் சிறைப்பிடித்து வைத்துக் கொண்டேன் அன்பே...!

மீளா கனவுகள்...

ஈரம் மாறா பயணங்கள்....

இனிமை மாறா நிகழ்வுகள்....

இப்படி.... நீண்டு கொண்டே இருக்கின்றன எனது தொடர் நினைவுகள்...!

"வாசுதேவா... வாசுதேவா....."

யாரோ என்னை உசுப்பினார்கள்... உலுக்கினார்கள்...

உனது முகத்திலே விளையாடிய எனது விரல்கள்... தாமாக கைக்குள்ளே சுருண்டன... எனது கை... எனக்குள்ளே சுருண்டு அடங்கியது...

விழிகளைத் திறந்தேன்.....!

எனது விழிகளிலிருந்து விடுபட்டு... உனது ஆட்டங்களை நிறுத்திக்கொண்டு... என்னிடமிருந்து நீ தப்பிவிட்டாய் நதி...!

உனது மாய விளையாட்டுக்கள் அத்தனையும் மறைந்துவிட்டன...!

ஏமாற்றம்.....!

உன்னைக் காணவில்லை....!

நீ படுத்திருக்கும் இடத்தை விட்டு... வீடு முழுக்க உன்னைத் தேடுகிறேன்... இல்லை... எனது ஆத்மா உன்னை தேடி வீடுமுழுக்க அலைகிறது...

திடீரென்று பார்த்தால்... நான்கு பேர் என்னை இறுகப்பற்றிக் கொண்டிருந்தார்கள்... பெரும் போராட்டம்.....!

ஏன்..... ?

நான் உன்னை எழுப்பிவிட முயற்சித்தேனாம்...

ஆம்...!

உன்னை எழுப்பிவிடத்தான் முயற்சித்தேன்.....!

உன்னை பற்றித் தூக்கிவிட முயற்சித்தேனாம்....!

ஆம்..!

தூக்கிவிடத்தான் முயற்சித்தேன்.....!

“நதி... நதி... நதி... நதி...”

என்று உரக்கச் கதறினேனாம்.....

ஆம்.....!

கதறினேன்.....!

திரும்பத் திரும்ப உனது கைகளைப் பற்றி இழுத்துவிட முயற்சித்தேனாம்..!

ஆம்...!

முயற்சித்தேன்....!

ஏன்..... ?

இதோ....

அந்தக் கடிதம்.....!

நான் கடற்கரையிலே அமர்ந்து நீண்ட நேரமாக உனக்காகவே எழுதிய கடிதம்......!

உன்னிடம் நான் குற்றமற்றவன் என்று என்னை நிரூபிப்பதற்கான ஆவணம்.....!

இதை உன்னிடம் கொடுத்துவிட முயற்சித்தேன்...!

உனது கைப்பிடித்து... உனது கையிலே திணித்துவிட எத்தனித்தேன்...!

பெரிய போராட்டம்...

ஆனாலும் ஏமாற்றம்...!

உனக்காக எழுதிய கடிதத்தை என்னால் உன்னிடம் கொடுக்கவே முடியவில்லை....!

என்னை உனது மனசுக்குள்ளே மாசில்லாதவனாகவே சுமந்து கொண்டு... நீ ஒற்றைப்பயணம் பயணித்துவிட்டாய் அன்பே......!

நதி... அதுவும் எனக்கு ஏமாற்றம் தான்...!
இனிமேல்.....
ஏமாற்றம் தான்... எப்பொழுதும்....!
ஆம்...!
"நதி..."
என்று எனது குரல் வாசலில் கேட்டாலே போதுமே...
பாய்ந்தோடி வருவாயே....!
இனிமேல்....?
என் மீது படர்ந்து சரிவாயே...!
இனிமேல்....?
இறுக கட்டியணைப்பாயே...!
இனிமேல்.....?
முத்தங்களை முகம் முழுக்க தெளிப்பாயே...!
இனிமேல்......?
சில நேரங்களிலே... பல் தடம் பதிய கடித்து வைத்து விடுவாயே...!
இனிமேல்......?
உப்பு மூட்டை சுமக்கச்சொல்லி பிடிவாதம் பிடிப்பாயே...!
இனிமேல்......?
உன்னை நான் தூக்கிச் சுமப்பேன்...... வீடு முழுக்க...... உனது சிரிபொலியுடன்.....!
அதுதானே எனது வாழ்க்கையின் உந்து சக்தி கண்ணே ...
நான் நிறைய சாதித்தேன்... அத்தனை சாதனைகளுக்கும் அடித்தளமாய் அமைந்தது... அந்த சிரிப்பொலிதானே அன்பே.....!
ஒரே சமயத்திலே இத்தனை நெருக்கங்களைக் கொடுத்தவள் நீ.....!
ஆனால் இன்று....
என்னை ஏமாற்றிவிட்டாயே நதி...!
உரக்க உரக்க அலறுகிறேன்...
உனது காதுகளிலே விழவில்லை... படுத்துக் கொண்டே இருக்கிறாய்... எனது குரலை நீ செவிமடுக்கவே இல்லை...
என்னை ஏமாற்றிவிட்டாய் நதி...!
போட்டா போட்டி...!
அதிகாலையிலேயே...
சூரியனுக்கும் உனக்கும்...!
யார் முதலிலே முகம் காட்டுவது என்று...
கடல்குளித்து சூரியன் எழுந்து வரும் முன்னே...
நீ...
உடல் குளித்துத் தூய்மையுடன் காட்சி தருவாயே கண்ணே...!
அதிகாலையிலே...
பகல் வெளிச்சம் வீட்டினுள்ளே பதிவுபெறுமே முன்பே...

நீ சுவாமி அறையிலே ஏற்றும் விளக்கின் வெளிச்சம் வீட்டை ஆக்கிரமித்துவிடுமே அன்பே...!

உனது வழிபாட்டு முறைகளும்... நீ எழுப்பும் மணியோசை... மந்திர ஓசை... இன்னும் பக்திப் பாடல்களும்... வீட்டை ஒரு கோயில் போலக் காட்டுமே...

இனிமேல்..... ?

நாளை..... ?

இனி நான் வாழப்போகும் நாட்களிலே..... ?

இனிமேல் இதெல்லாம் யாரோடு அன்பே..... ?

என்னை ஏமாற்றி விட்டாயே நதி.....!

இவ்வளவு ஏமாற்றங்களையும் தாங்கிக்கொண்டு என்னால் வாழ முடியும் என்று... நீ எப்படி நம்பினாய் நதி..... ?

ஏன் நதி...

நீ என்னைப் பிரிந்துவிட்டது உண்மையானால்...

நான் அழுதிருக்க வேண்டுமல்லவா... ?

நான் ஏன் அழவில்லை..... ?

இப்பொழுது தான் நினைவுக்கு வருகிறது அன்பே.....

என்னவெல்லாமோ எனக்கு கற்றுக் கொடுத்த நீ.....

அழுவதற்கு கற்றுக் கொடுக்கவில்லை அன்பே....!

அதனால்.....

நான் அழவில்லை....!

ஆனால்.....

எனது விழிகளிலே அருவி கொட்டுகிறதே...

அதன் பெயர் என்ன... ?

மனைவியை அளவுக்கு மேல் நேசிப்பது மாபெரும் தவறு என்பதை இப்பொழுது உணருகிறேன் நதி...!

எனது கண்முன்னே பார்க்கிறேன்...

நீ...

தீயிலே எரிந்து கொண்டிருக்கிறாய்.....!

அந்த இரக்கமற்ற தீ......

எனது ஆழக் காதலை உணராமலே...

நமக்குள்ளே இருக்கும் நெருக்கத்தை சிறிதும் பொருட்படுத்தாமலே...

நமது உறவின் ஆழத்தைச் சிறிதும் கருத்தில் கொள்ளாமலே...

உன்னை எரித்துக் கொண்டு தான் இருக்கிறது.....!

எரிவது நீ மட்டுமா...... ?

இதோ....

நானும் சேர்ந்து தான் எரிகிறேன் என் உயிரே.....

எனது உணர்வு....

எனது காதல்.....

எனது ஏக்கம்.....

எனது மயக்கம்.....

எல்லாமே எரிகிறது......!
போற்றிப் போற்றிப் பாதுகாத்த உனது அழகு......
கடற்கரைச் சந்திப்பிற்காக நீ வண்ணம் தீட்டி தயார் செய்த விழிகள்...
நொடிக்கு ஆயிரம் விளைவுகள் விதைத்த இதழ்கள்...
நான் ரசித்த இடுப்பு வளைவுகள்...
கழுத்துப் பகுதிகள்......
கன்னச் சரிவுகள்....
அந்த கடற்கரை சந்திப்பிற்கு வந்த ஒட்டு மொத்த அழகும் சேர்ந்து எரிகின்றனவே....!
உனது அணைப்புகள்.....
உனது அரவணைப்புகள்....
உனது காதல் பார்வைகள்.....
உனது உரசல்கள்.....
உனது சரசங்கள்.....
உனது தழுவல்கள்.....
உனது பொய்க்கோபங்கள்.....
செல்லச் சிணுங்கல்கள்......
கைவளை குலுங்கும் ஓசைகள்...
குதிக்கும் கொலுசுகளின் ஒலிகள்...
இன்னும்.....
என்னை வருடி மோக விதை தூவும் புடவை முந்தானை...
கோடி சுகம் தேடித் தரும் உனது மடி...
இப்படி எத்தனை எரிகின்றன..!
வாழ்வியலின் ஒட்டு மொத்த அத்தியாயங்களும் அப்படியே எரிகின்றனவே...!
இருட்டு......!
எனது நதி என்னும் ஒளி மறைந்துபோன இருட்டு......!
இங்கே எப்படி என்னால் இருக்க முடியும்....?
எங்கே போவது......?
இடமா இல்லை......?
தேடுதலே இல்லை...
இதோ.....
கண் முன்னே...
அகன்று பரந்த கடற்கரை......
"வா... வா..." என என்னை வரவேற்றது......!
ஒரு முறையா...
இரு முறையா.....
எத்தனை முறை......
ஆனால் அத்தனை முறையிலும்... என் நதி நீ இல்லாமல்... நான் மட்டும் வருவது இதுவே முதல் முறை...

கடிதம் எழுத வரும்போது கூட... மனசும் அறிவும் உன்னைச் சுமந்தபடியே தான் வந்தன...

இப்போது... தான் தனிமை...!

நாம் வரும்போதெல்லாம்... அகலப்பரந்து மணல் விரித்து நமக்கு வரவேற்பு கொடுத்தது...

இந்த கடற்கரை.....!

இப்போதும்... வரவேற்பு கொடுத்தது எனக்கு...

சாலையை விட்டு கடல் மணலிலே கால் வைத்தால் போதும்... ‘கலகல’ வென உற்சாக மிகுதியிலே சிரித்தபடியே எனது கைப்பிடித்து இழுத்தபடி... எனக்கு முன்னால் நீ ஓடுவாய் அன்பே...!

உனது மணல் விளையாட்டுக்கள்... மலைக்குமா.... சலிக்குமா..... புளிக்குமா.... ?

இன்று...

நீ இல்லை.....!

நான் உன்னோடு வரும்போதெல்லாம் இளைஞன்...!

இப்போது.....

முதியவன்......!

வயது எண்பத்தைந்து...!

இரவு நேரம்...

புள்ளியாய் மின் விளக்குகள்...

ஆகாயத்திலே நிலா... நட்சத்திரங்கள்...

அதிகமாக ஆட்கள் இல்லை....!

எனக்கு கால்கள் நகரவில்லை.....

மிகமிக சிரமப்பட்டு... நகர்ந்து நகர்ந்து... ஊர்ந்து ஊர்ந்து... தவழ்ந்து தவழ்ந்து... உனக்கு காதல் கடிதம் எழுதிய பகுதிக்கு என்னை அறியாமலேயே வந்து நின்றேன்...

அகன்ற கடல்...

சீறி எழுந்து விழுந்த அலைகள்...

தழுவிக் குளிரூட்டிய தென்றல்...

அத்தனையும்... இப்பொழுது என்னைப்பார்த்து கேலி செய்கின்றன...!

வயோதிகம்...!

தள்ளாடி... தடுமாறி கை ஊன்றி அமர்ந்தேன்...!

மிக அருகிலே கடல் அலைகள்...!

உயரே சீறி எழுந்து... என் நதி உன் மீதும்... என் மீதும் அசுரத்தனமாக விழுந்து... நம்மைக் குளிப்பாட்டி... ஒரு மோக உறவுக்கு நமக்குள்ளே தீ விதைத்த அதே அலைகள்.....!

இன்றென்னவோ மிக அமைதியாக மௌனம் காத்து வந்தன...

தொட்டுவிடும் தூரம்தான்... எனது கால்களும்...

ஆனால் தொடவில்லை...

“எங்கே உன் நதி ?”

“எங்கே உன் நதி ?”

என 'ஓ...' வென்று கதறி விசாரித்துவிட்டு... என் நதி உன்னைக் காணாமல் வருத்தத்தோடு திரும்பிச்சென்று... கடலுக்குத் தகவல் சொல்கிறன்றன.....

"இனிமேல் என் நதி வரவே மாட்டாள்....."

என்று...!

நான் மட்டும் எத்தனை ஆண்டு.....

ஆண்டு இல்லை... எத்தனை மாதம்...

மாதம் இல்லை... எத்தனை வாரம்...

வாரம் இல்லை... எத்தனை நாள்...!

எனக்குத் தெரியும்...!

என் நதி நீ இல்லாத இந்த உலகிலே... நான் உலவ மாட்டேன்....

'ஏ... அலைகளே... அதையும் அந்தக் கடலுக்குச் சொல்லுங்கள்...!'

என் நதி... உனக்காக உருகி உருகி... நான் எழுதிய காதல் கடித்ததைக் கையில் எடுத்தேன்... பிரித்தேன்... கைகள் நடுங்கின..... கடிதம் காற்றிலே ஆடி... எனது நடுக்கத்தோடு துணை போனது.....!

இந்தக் கடித்ததின் பெரும்பகுதி உனது அழகைப் பற்றிய வர்ணனைகள்.....!

உனது குணங்கள் பற்றியவை....

உன்னுடன் நான் வாழ்ந்த மகிழ்ச்சியான வாழ்க்கை பற்றியவை...!

என்னை நீ வழி நடத்திய முறைகள் பற்றியவை....!

நமது மகிழ்ச்சி.....

அதனால் விளைந்த நெகிழ்ச்சி....

அன்றாடம் குவிந்த மலர்ச்சி...

இடைவிடாது நிகழ்ந்த பேரின்ப சுழற்சி....

அதனால் வளர்ந்த வாழ்வியல் வளர்ச்சி....

மழை பொழிவை விட நெருக்கமாகப் பெய்த அன்பு பொழிவால் விளைந்த முதிர்ச்சி....

இன்னும்.... இளமை மாறாமல் நாம் பயணித்த பாதைகள் பற்றிய தொகுப்பு....

மொத்தத்திலே.....

இது....

முழுக்க முழுக்க... நான் உனக்காக எழுதிய 'ஒரு காதல் கடிதம்..' ....!

எனது முச்சு இருக்கும் வரை...

இதோ...

எனது கையிலிருக்கும் காதல் கடிதம்...

இதுவே எனது துணை...!

வழித்துணை...!

வாழ்க்கைத் துணை...!

விழிகளிலே நீர்... கடல் நீர் அல்ல... எனது கண்ணீர்......!

ஆகாயத்தை அண்ணாந்து பார்க்கிறேன்...

அங்கே நட்சத்திரக் குடும்பங்கள்...

அதோ...

சிறிய வெற்றிடம்...!

நினைவிருக்கிறதா நதி...

இதே இடத்திலே.... எனது மார்பின் மீது ஒய்யாரமாயக சாய்ந்து கொண்டு... மோகப் புதைவிலே நீ பேசினாய்.....

நீதான் பேசினாய்...!

இதோ.....

இப்பொழுதும்.....

இங்கேயும்.....

அந்தக் குரல்... ஒரு இசைபோல... சன்னமாக... மிகத் தெளிவாக... பிசிறில்லாமல்...

எனது காதுகளுக்குள் நுழைகிறது...

"நதி..."

எனது குரல்...

"ம்..."

உனது குரல்.

"ஏதாவது பேசு..."

எனது குரல்...!

"பேசட்டுமா.. ?"

உனது குரல்

"ம்..."

எனது குரல்...

"ஆகாயத்திலே பாத்தீங்களா.... ?"

"கலப்படமில்லாத ஆகாயம்...... நட்சத்திரக் கூட்டம்..."

"இல்ல... நட்சத்திர தம்பதிகள் கூட்டம்.....

அந்த நட்சத்திரத் தம்பதிகளுக்கு நடுவுல சின்ன இடைவெளி இருக்கே தெரியுதா... ?"

"ஆமா..."

"அது யாருக்கு... ?"

"யாருக்கு... ?"

"நமக்கு..."

"நமக்கா... ?"

"ஆமா... நான் முன்னாடி போனா..... எனக்குப் பக்கத்துலயே...... உங்களுக்கும் இடம்பிடிச்சு வெப்பேன்..."

சட்டென்று அமைதி.....

குரலில்லை.....

நின்றுவிட்டது.... உனது பேச்சுக்குரல்.....

தென்றல்.....

அலைகள்...

இவைகளின் ஓசை தவிர...

எதுவுமே இல்லை....

மௌனம் ......

தனிமை......

தள்ளாமை.....

தேடுகிறேன்... தேடுகிறேன்...

குரல் வந்ததே...

உன்னைக் காணவில்லையே...

அந்தக் குரலுக்குச் சொந்தக்காரியான நீ எங்கே...?

'விறுவிறு' வென்று... படபடப்புடன்... நாலாபக்கமும் தேடுகிறேன்...

அகன்ற கடற்கரை...

அடக்கமான அலையோசை....!

மென்மையான தென்றல் ...

பரந்த மணற்பகுதி...

"நதி.."

நான் வெறிபிடித்து... உரத்த குரலிலே... உன்னை கூவி அழைக்கிறேன்....!

பதிலேதுமில்லை...

அமைதி...

நான் மட்டும் உன்னைத் தேடுகிறேன்...!

நீ வரவில்லை.....!

சற்று நேரம் அமைதி...!

"நதி..."

மீண்டும் நான் உன்னைத்தான் அழைக்கிறேன்...

மீண்டும் அமைதி...

இப்போது அலைகளின் இரைச்சல் ஓசை சற்று அதிகமாய்...

நான்....

மறுபடி மறுபடி உன்னை உரத்த குரலிலே அழைத்தபடி... அந்தக் கடல் மணற்பரப்பிலே ஒற்றையாய் அலைகிறேன்...

ஒருநாள்...

உன்னை எரித்த நெருப்பு...

என்னையும் எரிக்கும்...

ஆனால்...

உனக்கு எழுதிய இந்த பழைய காதல் கடிதத்தை.... அந்த நெருப்பு எரித்துவிட... நான் அனுமதிக்கவே மாட்டேன்...!

அதைச் சிதையவிடாமலே பாதுகாத்து... அப்படியே கொண்டு வந்து... உன்னிடம் சேர்ப்பேன் நதி.....!

ஆம்....

இது...

சாம்பலாகும் கடிதம் அல்ல....

சாகா வரம் பெற்ற கடிதம்....!

அதனால்....

நான் உன்னிடம் மறைத்த இரகசியங்களை... உனக்குத் தெளிவு படுத்தியே தீருவேன்...!

விரிந்து பரந்த மணற் பகுதி...
பரந்து விரிந்த கடற் பகுதி...
இரண்டுக்கும் நடுவே சின்னஞ்சிறு புள்ளியாக நான்...
என் நதியைத்தேடி...
அங்கும் இங்கும் அலைந்தபடி......!
எனது கையிலே...
ஒரு பழைய காதல் கடிதம்...!

நிறைவில்லை..... தொடர்வு ...

ஒரு பழைய காதல் கடிதம்

எமது வெளியீடுகள்

ஆன்மிகம்

எமது ஆசிரியர் குழுவு

- ஜோதிர்லிங்க கோவில்கள் (வண்ண புத்தகம்)
- மகாராஷ்டிரா அஷ்ட விநாயகர் கோவில்கள் (வண்ண புத்தகம்)
- நட்சத்திர பரிகார கோவில்கள் (வண்ண புத்தகம்)
- திருமணக்கோவில்கள் (வண்ண புத்தகம்)
- ஆன்மிகம் அறிவோமா (அறிவுரைத் தொகுப்பு)
- ஸ்ரீமந் நாராயணீயம் (பாகம் – 1, 2)

வரலொட்டி ரெங்கசாமி

- பச்சைப்புடவைக்காரி (பாகம் – 1)
- மீண்டும் பச்சைப்புடவைக்காரி (பாகம் – 2)
- பச்சைப்புடவைக்காரியின் கொத்தடிமை (பாகம் – 3)
- பச்சைப்புடவைக்காரி (பாகம் – 4)
- தாயென வந்தவள்
- வாராய் என் தோழி...
- மரணத்தின் தன்மை சொல்வேன்
- நிலவென வாராயோ!
- அருள்மழை தாராயோ!
- வீணையடி நீ எனக்கு
- நம்மாழ்வார்
- வானமழை நீ எனக்கு
- ஒரு கதைசொல்லியின் கதை
- நாளாம் நாளாம் திருநாளாம்...
- நெஞ்சினில் ரஞ்சனி
- அன்பே சக்தி
- கண்ணன் என்னும் காதல் தெய்வம்
- பகவத் கீதை – ஒரு புதிய விளக்கம் (பாகம் – 1, 2)
- அன்பே அபிராமி
- நெஞ்சினில் நீ
- தீண்டும் இன்பம்
- தாயே சக்தி

பிரபுசங்கர்

- நல்லன எல்லாம் அருளும் நாரத புராணம்
- ஜெய் அனுமன்
- முருகா... ஆறு படையின் புராணக் கதை
- புதிய பார்வையில் ராமாயணம்
- என்ன விரதம், என்ன பலன்?
- கோயிலுக்குப் போகலாமா, சுட்டிகளே!
- ஓம் சக்தி! (தமிழக சக்தி பீடங்கள்)
- இளையோரே, இனியவை கேளீர்! (நன்னெறிக் கதைகள்)
- அன்புக் குழந்தைகளே! (பூஜ்யஸ்ரீ ஜயேந்திர சரஸ்வதி ஸ்வாமிகள்)
- கதை கேளு.. ராமாயண கதை கேளு...
- 108 திவ்யதேச தரிசனம் தூத்துக்குடி (நவ திருப்பதிகள்), திருநெல்வேலி (ஆழ்வார்கள் பாசுரங்கள் – உரையுடன்)

பா.சு.ரமணன்

- சேக்கிழாரின் பெரியபுராணம் (63 நாயன்மார்களின் வரலாறு எளிய தமிழில்...)
- பாம்பன் சுவாமிகள்
- ஸ்ரீ சேஷாத்ரி ஆயிரம்
- சித்தர்கள் வாழ்வில்... (சித்தர்களின் வாழ்க்கையும் உபதேசமும்)
- ஸ்ரீ ரமண பாகவதம் (பாகம் – 1, 2)
- ஸ்ரீ ராமகிருஷ்ண பரமஹம்சர் (வாழ்க்கையும் உபதேசமும்)
- சுவாமி விவேகானந்தர் (வாழ்க்கையும் சிந்தனைகளும்)
- அருள் தரும் யோகி ஸ்ரீ அரவிந்தர்
- வரம் தரும் அன்னை

எமது வெளியீடுகள்

- திருவண்ணாமலை மகான்கள்
- நாடிஜோதிடம் உண்மையா?

ஜி.எஸ்.எஸ்.

- திருவடி முதல் திருமுடி வரை
- களிப்பு – கலக்கம் – கம்போடியா
- குருக்ஷேத்ரம்
- மகாபாரத மாந்தர்கள்
- நினை அவனை (பஜகோவிந்தம்)
- நவீனப் பிரச்னைகள் – புராணத் தீர்வுகள்
- விட்டலனின் விளையாட்டு

தி.செல்லப்பா

- விசேஷம் இது வித்தியாசம் (கோயில்களின் அதிசய வழிபாடுகள்) பாகம் – 1, 2
- லவகுசா
- வருவான் வடிவேலன்
- சரணம் ஐயப்பா

பி. சுவாமிநாதன்

- மகா பெரியவா (பாகம் – 1, 13)
- தெய்வ தரிசனம் (பாகம் – 1, 2)
- பண்டரிபுரத்து மகான்கள்
- ஆதிசங்கரர் வழியும் சொன்னார்... வாழ்ந்தும் காட்டினார்
- மஹா அவதார் பாபாஜி

வா. ஜானகிராமன்

- ராமாயண மகாகாவியம் (வான்மீகி – கம்பன் ஒரு ஒப்பீடு)
    - பாகம் – 1 (பாலகாண்டம்)
    - பாகம் – 2 (அயோத்தியா காண்டம்)
    - பாகம் – 3 (ஆரண்ய காண்டம், கிஷ்கிந்தா காண்டம்)
    - பாகம் – 4 (சுந்தர காண்டம்)
- தெய்வீகத் திருமணங்கள்

இந்திரா சௌந்தர்ராஜன்

- கடவுளைக் கண்டவர்கள்
- கிருஷ்ணஜாலம்
- தெரிந்த பாரதம் தெரியாத பாத்திரம் (பாகம் – 1, 2)
- வரதா வரம்தா

திருப்பூர் கிருஷ்ணன்

- காஞ்சியின் கருணைக்கடல் (பாகம் – 1, 2)
- ஷிர்டி பாபா

ஆர். ஹேமா பாஸ்கர் ராஜு

- நட்சத்திர பலன்களும், ஆன்மிக குறிப்புகளும்
- வாழ்வை வளமாக்கும் திருக்கோவில் வழிபாடு
- நவக்கிரகங்களும் பரிகாரங்களும்
- அருள் தரும் அம்மன் ஆலயங்கள்

தேனி மு. சுப்பிரமணி

- கேரளக் கோயில்கள் (பாகம் – 1, 2)
- சாப – விமோசனக் கதைகள்

மா.க. சுப்பிரமணியன்

- சிவநேயச் செல்வர்கள் (பெரியபுராணக்கதைகள்)
- இதிகாசக் கதைகள் (இராமாயண, மகாபாரத சுருக்க உரைநடை)
- முருகப்பெருமான் கதை

எல். முருகராஜ்

- பிரம்மாண்ட நாயகனின் பிரம்மோற்சவம்
- திருமலை திருப்பதி சுப்ரபாதம் முதல் பிரம்மோற்சவம் வரை
- சரணம் ஐயப்பா...
- கம்பீர காசி

ஏ.வி. சுவாமிநாத சிவாச்சாரியார்

- அறிந்ததும் அறியாததும்! (பாகம் – 1, 2)

ஆண்டாள் பிரியதர்ஷினி

- மனசில் பட்டதை
- சர்வம் சக்திமயம்

எமது வெளியீடுகள்

திருப்புகழ் மதிவண்ணன்
- ஜெயித்துக் காட்டுவோம்
- கந்தனே உனை மறவேன்

பி.ஆர்.ராஜாராம்
- பீஷ்மர்
- எல்லோருக்கும் தலைவன் ஒருவனே சாயி

லட்சுமி ராஜரத்னம்
- உன்னை அறிந்தால்
- அழகன் முருகன்

க.சீ.வெங்கட் சுப்ரமண்யம்
- சாஸ்தா வரவைக் கேளாய்
  தத்வமஸ்யாதி லஷ்யம்
- ஸ்ரீ சங்கர விஜயம்
  கைலாய சங்கரனே காலடி சங்கரன்
- விக்கின சமர்த்தன்
  ஸ்ரீகணபதி மஹாத்மியம்

தராசு ஷ்யாம்
- மகேந்திர ரகசியம்
- நட்சத்திர ஆலய ஜோதிடமும் பயணமும்

ஆர்.வி.பதி
- மகான் ஸ்ரீ நாராயண குரு புனித சரிதம்
- சென்னை நவகிரக கோயில்கள்
- தமிழகம் தந்த மகான்கள்

ஷ்யாம் குமாரி
தமிழில்: மாலினி நாராயணன்
- ஸ்ரீ அன்னையின் அற்புத அலைகள்
- ஸ்ரீ அரவிந்தர் நீங்காத நினைவுகள்

உமா பாலசுப்ரமணியன்
- திருமுறையுள் கருத்தும் கதையும்
  (பாகம் 1, 2)

இலக்கியமேகம் ஸ்ரீநிவாசன்
- அன்றாட வாழ்வில் ஆத்திச்சூடி

ஜி.வி. ரமேஷ் குமார்
- இருமுடி

பி.என். பரசுராமன்
- நிம்மதியாக வாழ

ஆர். வெங்கடேஷ்
- பரிபூரண அருளாளன்

இசைக்கவி ரமணன்
- தெய்வப்பிறவிகள்

கீதா கெங்கையா
- தெரிந்த விநாயகர்!
  தெரியாத தகவல்கள்...

தொகுப்பு :
பேராசிரியர் சி.ஆர். அனந்தராமன்
- ரிக் வேத த்ரிகால சந்த்யா வந்தனம்
  (தமிழ் | English | Sanskrit)

திருப்பிரம்மா
- சிலிர்க்க வைக்கும் சித்தர் மயம்

ஐயா சந்திரசேகரன்
- பிள்ளையார் சுழி

சரவணக்குமார்
- பூலோக தெய்வங்கள்

கி. ஷ்யாம் சந்தர்
- மதுரன்

ப. திருமலை
- ஆன்மிக ஒளியில் அறிவியல்

முத்தாலங்குறிச்சி காமராசு
- வரங்களை அள்ளித் தரும் வல்லநாடு சித்தர்
- மேல் மருவத்தூர்

சித்ரா மூர்த்தி
- திருப்புகழ் யோகி வள்ளிமலை
  ஸ்ரீ சச்சிதானந்த சுவாமிகள்

கவியோகி வேதம்
- ஸ்ரீ காஞ்சிப்பெரியவாளின் கருணை அதிசயங்கள்

எமது வெளியீடுகள்

இ.எஸ்.லலிதாமதி

- மகாபாரதத்தில் வரமும் சாபமும்

ஜெமினி ராமமூர்த்தி

- திருக்கயிலையில் நாதோபாஸனை

டாக்டர். அபினவம் ராஜகோபாலன்

- இன்பமே எந்நாளும், துன்பம் இல்லை

திருமதி சத்யவதனா

- ஆன்மிகம் தெய்வீகம்

முனைவர் இரா. அரங்கராஜன்

- தமிழகக் கோயிற்கலை (தமிழகத் திருக்கோயில்கள் வழிபாட்டு வரலாறு)

விட்டல் கிருஷ்ணன்

- விட்டலனை நாடி...

சுசர்ல வெங்கடரமணி

- கற்பதுவும் கருதுவதும்
- திருமந்திரம் எனும் அருமந்திரம்

ஸ்ரீ வெங்கட்ரமணி

- ஆன்மிக சிறுகதைகள்

ஆதலையூர் சூரியகுமார்

- சம்பிரதாயங்களில் சயின்ஸ்

முனைவர் பவித்ரா நந்தகுமார்

- ஆண்டாளும் அற்புதங்களும்

'காலச்சக்கரம்' நரசிம்மா

- காமதேனுவின் முத்தம்!

அ.சதீஷ்

- வண்ணச்சரபம் – தண்டபாணி சுவாமிகளின் படைப்புகள்

பேராசிரியர் சு. வேங்கடராமன்

- வண்ணச்சரபம் – தண்டபாணி சுவாமிகள் இயற்றிய புலவர் புராணம்

சித்த மருத்துவர் ஜெ.ஜெயவெங்கடேஷ்

- தலவிருட்சங்கள்

வித்துவான் வே.மகாதேவன்

- வரலாற்றுப் போக்கில் பழையாறை

தன்னம்பிக்கை/சுயமுன்னேற்றம்

ஜி.எஸ்.எஸ்

- பார்வையை மாற்றுங்கள் பாராட்டு நிச்சயம்
- நேரம் நல்ல நேரம்

ஜி.வி. ரமேஷ் குமார்

- IAS., IPS சாதனையாளர்களின் வெற்றிக்கதை
- ஆட்சித் தலைவிகள் பெண் கலெக்டர்கள் வெற்றிக்கனி வென்ற கதை

திருவள்ளூர் என்.சி.ஸ்ரீதரன்

- மனமே விழித்தெழு

என்.சி. ஸ்ரீதரன், ராதா ஸ்ரீதரன்

- பெற்றோர் பிள்ளைகள் பிரச்சனைகள்

டாக்டர் ஆர். கார்த்திகேயன்

- மனமே நீ மாறி விடு

தி.குலசேகர்

- சக்ஸஸ் மந்த்ரா

எஸ். ரங்கராஜன்

- அடிப்படை மார்க்கெட்டிங் கோட்பாடுகள்

பேராசிரியர் முனைவர் சௌந்தர மகாதேவன்

- வாழ நினைத்தால் வாழலாம்

செ. இராஜ சேகரன்

- கலெக்டர்கள் உருவான வரலாறு ஐ.சி.எஸ்., முதல் ஐ.ஏ.எஸ்., வரை

போட்டி தேர்வு

பெ. வெங்கடாசலம்

- ரயில்வே தேர்வு வாரியம் (RRB)

எமது வெளியீடுகள்

- T. N. P. S. C Group IV – VAO தேர்வு வழிகாட்டி
- TNUSRB – காவலர் தேர்வு கையேடு

எமது ஆசிரியர் குழு

- போலீஸ் தேர்வு வழிகாட்டி மாதிரி வினா – விடை

பொது

அந்துமணி

- அந்துமணி பதில்கள்! (பாகம் 1 – 8)
- ஐந்து நாடுகளில் அந்துமணி
- அமெரிக்காவில் அந்துமணி
- லட்சத்தீவில் அந்துமணி!
- அமைதிப் படையுடன் அந்துமணி
- ஆறு நாடுகளில் அந்துமணி!
- பார்த்தது, கேட்டது, படித்தது! (பாகம் 1 – 21)

முனைவர் இரா. சிவராமன்

- இந்திய கணித மேதைகள்
- கிரேக்க கணித மேதைகள் (பாகம் – 1)
- எண்களின் ஜாலங்கள் (பாகம் 1, 2)
- அன்றாட வாழ்வில் கணிதம் (பாகம் 1 – 3)
- களிப்பூட்டும் கணிதக் கோட்பாடுகள்
- சீன கணித மேதைகள்

ஆர்னிகா நாசர்

- நட்சத்திர கிரகணம்
- நட்சத்திரப்பெண் (விஞ்ஞான சிறுகதைகள்)
- உயிரியல் கடிகாரம் (விஞ்ஞான சிறுகதைகள்)
- கனவெனும் மாயசமவெளி (விஞ்ஞான சிறுகதைகள்)
- புல்லாங்குழல் (விஞ்ஞான சிறுகதைகள்)
- அவன் பெயர் அனிருத்!

கல்கி

- பொன்னியின் செல்வன் (பாகம் 1 – 5)

க. விஜயகுமார்

- நல்லிரவு
- போலீஸ்
- ஒரு நிருபரின் வாக்குமூலம்
- காவல்நிலையம் மக்களின் உரிமைகள்
- மன அழுத்தத்தில் இருந்து நிம்மதி

கிரேஸி மோகன்

- கிரேஸியைக் கேளுங்கள் (பாகம் – 1, 2)
- மாது மிரண்டால் (நாடகம்)

ஜி.எஸ்.எஸ்.

- திருப்புமுனையான திரைப்படப் பாடல்கள்
- அருண் சரண்யா சிறுகதைகள் (பாகம் – 1, 2)
- உடல் பாதித்தது – மனம் சாதித்தது

அண்ணாமலை சுகுமாரன்

- நம்ம ஊரு மூலிகைகள்
- கவின்மிகு கம்போடியா
- சித்தமருத்துவச் சிந்தனைகள் (வளர்ந்ததும் வீழ்ந்ததும்)

தி. குலசேகர்

- காதல் இரவு
- துவந்துவ யுத்தம்
- தீராக்காதல்

என்.சி.மோகன்தாஸ்

- இதயம்.. இதயம்.. துடிக்கிறதே ! (மர்ம நாவல்.. சமூக – அரசியல் – காதலோடு)
- யார் அந்த நிலவு?
- நிலவே, கலையாதே!

எமது வெளியீடுகள்

ஆதலையூர் சூரியகுமார்
- தேசம் நேசித்த தலைவன் – நேதாஜி சுபாஷ் சந்திரபோஸ்
- சோழ சாம்ராஜ்யத்தின் ஆணிவேர் – கரிகாலன் சபதம் (பாகம் – 1, 2)

ஜி.வி. ரமேஷ்குமார்
- O.C என்ற C.M
- நிஜ ஹீரோக்கள்
- கர்த்தரின் நாமத்தில்
- 10 டாக்டர்கள் – 100 கேள்விகள் கால் முதல் தலை வரை...

எல். முருகராஜ்
- பசுமை நிறைந்த நினைவுகளே
- எப்போதும் எம்.ஜி.ஆர்
- சித்ராலயா கோபுவின் மலரும் நினைவுகள்

ப. லட்சுமி
- நாயகன்
- அந்துமணியுடனான எங்கள் பயணம்
- காக்காவை காதலித்தவன்!

ப. திருமலை
- பெண்ணே பேராற்றல் (பாகம் – 1, 2)
- காந்தியின் நான்காவது விரல்
- நாடும் நடப்பும்

கீதா கெங்கையா
- என் பயணங்களின் வழியே...
- ஆனந்தமே மனநலம்!
- உடல் பருமனை வெல்வது எப்படி?

டாக்டர் கு. கணேசன்
- நலமுடன் வாழ
- நலம் நம் கையில்! (பாகம் – 1, 2)

கோமல் அன்பரசன்
- தமிழ்நாட்டு கொலை வழக்குகள் (பாகம் – 1, 2)
- தயவு செய்து, மன்னியுங்கள்..., நன்றி!

பிரபு சங்கர்
- பாராட்டு விழா (சிறுகதைகள்)
- பிரபு சங்கர் சிறுகதைகள்

முத்தாலங்குறிச்சி காமராசு
- பொருநை (தாமிரபரணி) ஆற்றில் புதைந்த ரகசியங்கள் (பாகம் – 1, 2)

இ.எஸ். லலிதாமதி
- தோள் சாயும் பொழுது
- காற்றாய் வருபவள்

பாலகணேஷ்
- பஞ்சு விரட்டு
- டார்ச்சர் கிங் 12ம் மணிமாறன்

எஸ். ரஜத்
- ரத்தத்தின் ரத்தமே
- ஜெயலலிதாவின் மனம் திறந்து சொல்கிறேன்...
- திரும்பிப் பார்க்கிறேன்...

B.R. மஹாதேவன்
- மறைக்கப்பட்ட பாரதம்
- தமிழர்கள் இந்துக்களா?

முனைவர் வைகைச்செல்வன்
- திருக்குறள் எளிய உரை

மது ஸ்ரீதரன்
- 7 (செவன்) பாகம் – 1, 2

டாக்டர் வி.மோகன்
தமிழில் : கீதா கெங்கையா
- பேன்டிங், போஸ், இவர்களுக்கு பின்னும்...! மறக்கப்பட்ட சர்க்கரை கோளாறு!

டாக்டர் கிருஷ்ணன் சுவாமிநாதன்
- சாமானியனும் சர்க்கரை நோயும்

டாக்டர் எஸ். மீனாட்சி சுந்தரம்
- விரிந்த சிறகுகள்

Dr. B.R.J. கண்ணன்
- இதயப் பூக்கள்

எமது வெளியீடுகள்

திருமதி. ரஜனி ரஜத்
- தமிழ் உரைநடை வளர்ச்சிக்கு தினமலர் வாரமலர் அந்துமணி பதில்களின் பங்கு

என். சத்திய மூர்த்தி
- சதம் அடிக்கும் சமூகநீதி

வரலொட்டி ரெங்கசாமி
- ஒரு காதல் கதை

பிரபாகரன்
- திராவிட கேள்வியும் தேசிய பதிலும்

எமது ஆசிரியர் குழு
- முத்திரை சிறுகதைகள் (தினமலர் – வாரமலர் சிறுகதைகள்)

எம்.ஆர். வெங்கடேஷ் தமிழில் : கீதா கெங்கையா
- ஒருவனுக்கு ஒருத்தி பொருளாதாரமும் கலாச்சாரமும்

ஆத்மாஜீவ்
- நடுநிசியில்

ஜெனிபர் பிரேம்
- இளஸ்... மனஸ்...

டாக்டர் ஆர். கார்த்திகேயன்
- புலி, ஆடு, புல்லுக்கட்டு

ஜோதி மகாதேவன்
- H_2O

எஸ்.எஸ். ராமகிருஷ்ணன்
- மக்கள் மனதில் வாழும் எம்.ஜி.ஆர்

ப. ராகவன்
- பொன்னான வாக்கு

விஞ்ஞானி த.வி.வெங்கடேஸ்வரன்
- அறிவோமா அறிவியல்

ஜெயமோகன்
- ஜனநாயகச் சோதனைச்சாலையில்

முனைவர் சந்திரிகா சுப்ரமணியன்
- சங்ககால நாணயவியலின் தந்தை

கோலாகல ஸ்ரீநிவாஸ்
- சீனாவின் கொரோனா அரசியல்

தேனி மு. சுப்பிரமணி
- விக்கிப்பீடியாவில் எழுதலாம் வாங்க!

பேராசிரியர் ப. க. பொன்னுசாமி
- நான்தான் கொவிட் – 19

முனைவர் தி.பாலசுப்பிரமணியன்
- இந்திய சுதந்திரப் போராட்டத்தில் தமிழகப் பெண்களின் பங்களிப்பு

பேராசிரியர் அ.முகமதுஅப்துல்காதர்
- உலகை வெல்வோம்! (இளைஞர்களுக்கான தன்னம்பிக்கை வழிகாட்டி)

சுவாமி விருபாக் ஷா
- புலியின் நிசப்தம்

நடுவூர் சிவா
- தண்ணீர்... கண்ணீர்...! (இதற்காகத்தானா மெனக்கெட்டாய் தமிழா!)

இசைக்கவி ரமணன்
- பாமரன் பார்வையில் பாரதி

இந்திரா செளந்தர்ராஜன்
- உயிரோடு உறவாடு...

தராசு ஷ்யாம்
- நேதாஜி பேப்பர்ஸ்

சரவணக்குமார்
- இருக்காங்க இப்படியும்

முனைவர் இளசை சுந்தரம்
- மகிழ்ச்சிச் சிறகுகள்

மலர்அமுதன்
- கங்கைக்கரை சிறுத்தை

க.சீ. வெங்கட் சுப்ரமண்யம்
- பூக்கள் பூத்த தருணம்

வே. ஸ்ரீராம் சர்மா
- வீரத் தளபதி குயிலி

எமது வெளியீடுகள்

ஸ்ரீவித்யா தேசிகன்
- வாணி ஜெயராமின் இசைப்பயணம் நாதமெனும் கோவிலிலே

சி. கலாதம்பி
- மறக்கமுடியுமா! தமிழ் சினிமா ஒரு பார்வை

பேராசிரியர் டாக்டர் எஸ்.அர்த்தனாரீ
- சர்க்கரை நோயினால் வரும் இருதய செயலிழப்பு, சிறுநீரக செயலிழப்பு

என். பிரதீபன்
- ஊட்டி (சுற்றுலா உலகின் சுவாசம்)

பூரணி
- விகுலன்! நகுலன்!

குமரி எஸ். நீலகண்டன்
- ஆகஸ்ட் 15

காமராசு செல்வன்
- குடிமகன் (இவன் அவன் அல்ல)

செல்வி நடேசன்
- சம்பிரதாயங்களும், அறிவியலும்

ஆர். ரேணுகா சூரியகுமார்
- ஆச்சரிய அறிவியல்

கணேஷ் கல்யாண்
- பணம் பேசும் சிறுகதைகள்

ஆங்கிலம்

வரலொட்டி ரெங்கசாமி
- Unto Him
- Being in Business
- The Abode of Love
- Oh My God!

பெ. வெங்கடாசலம்
- SBI (State Bank of India) CLERK GRADE MOCK TEST SERIES for Preliminary Examination 2021
- BANK EXAM MOCK TEST SERIES for Preliminary Examination

என். சத்திய மூர்த்தி
- Justice Party to Jayalalithaa and After

டாக்டர் கிருஷ்ணன் சுவாமிநாதன்
- Diabetes Demystified A common man's guide to prevent and fight Diabetes

திருப்புகழ் மதிவண்ணணன்
- Earth to Heaven – A Spiritual Journey

பி. சுவாமிநாதன்
- Maha Periavaa (Volume 1)

புத்தகம் தேவைக்கு :

1800 425 7700 (Toll Free) **75500 09565** (whatsapp only)

(காலை 7:00 – இரவு 7:00 மணி)

www.vaasagarvattam.in, அமேசான், பிளிப்கார்ட் ஆன்லைன் ஷாப்பிங்கிலும் கிடைக்கும்

தாமரை பிரதர்ஸ் மீடியா பிரைவேட் லிமிடெட்